വംശധാര

Vamsadhara
Novel

Samaran Tharayil

CHINTHA PUBLISHERS
Thiruvananthapuram

First Edition
January 2023

Published
Chintha Publishers, Thiruvananthapuram

Cover Design
Vinod Mangoes

ISBN : 978-93-93468-92-5

CO - 3218 / 6269

₹ 640

Email: chinthapublishers@gmail.com
Website: www.chinthapublishers.com

A version is available at National Libraries
Kolkata, Mumbai, Chennai and Delhi

Distribution
DESHABHIMANI BOOKHOUSE
H O Thiruvananthapuram 695035

Branch
Head Office Kunnukuzhi • Statue Thiruvananthapuram
KSRTC Bus Terminal Thampanoor • Saphalyam Complex Thiruvananthapuram
KSRTC Bus Station Alappuzha • KSRTC Bus Station Ernakulam
Machingal Lane Thrissur • IG Road Kozhikode
Mavoor Road Kozhikode • NGO Union Building Kannur
Central Bus Terminal Complex Thavakkara Kannur

വംശധാര

സമരൻ തറയിൽ

ചിന്ത പബ്ലിഷേഴ്സ്
തിരുവനന്തപുരം-695 035
വില: ₹ 640

സമരൻ തറയിൽ

തൃശ്ശൂർ ജില്ലയിൽ കയ്പമംഗലം ഗ്രാമത്തിൽ ജനിച്ചു.
അച്ഛൻ: വേലായുധൻ അമ്മ: സുമതി
കയ്പമംഗലം ക്ഷേമോദയം സ്കൂൾ, പെരിഞ്ഞനം ഈസ്റ്റ് സ്കൂൾ, റോമൻ കാത്തലിക് സ്കൂൾ, ചെന്ത്രാപ്പിന്നി ഹൈസ്കൂൾ, കൊടുങ്ങല്ലൂർ കുഞ്ഞിക്കുട്ടൻ തമ്പുരാൻ കോളേജ്, നാട്ടിക എസ് എൻ കോളേജ് എന്നിവിടങ്ങളിൽ വിദ്യാഭ്യാസം.
ഇന്ത്യയുടെ വിവിധ ഭാഗങ്ങളിൽ ജോലി ചെയ്തിട്ടുണ്ട്. കഴിഞ്ഞ മൂന്നര പതിറ്റാണ്ടുകൾ യുണൈറ്റഡ് അറബ് എമിറേറ്റ്സ്, ഇന്തോനേഷ്യ എന്നിവിടങ്ങളിൽ ജോലി ചെയ്തു.
കൃതികൾ: *സൈക്കിൾ, ആകാശം ബാക്കി, പാഠം ഒന്ന് ജൂൺ* എന്നിവയാണ്.

ഭാര്യ : രമ
മക്കൾ : സമൃജ്, രമൃജ്
വിലാസം : തിരുവോണം
വലപ്പാട്, തൃപ്രയാർ
തൃശ്ശൂർ 680 567
ഫോൺ : 7025827990/04872962603

ഉള്ളടക്കം

ഭാഗം ഒന്ന്
മൺചാലുകൾ

പുന്നക്കച്ചാൽ	9
ആമ്പാടക്കര	33
ചോപ്പന്മാർ	66
മാന്തോപ്പുകൾ	75
പുറപ്പെട്ടവർ	83
മണപ്പുറം ചുവന്നു	89
ഒറ്റപ്പെടൽ	102
ചെകുത്താന്മാർ	110
പടയൊരുക്കം	118
ചരിത്രം കൈമാറുന്നു	129
സ്വപ്നം	137
അന്വേഷണം	145

ഭാഗം രണ്ട്
മരുപ്പരപ്പ്

ഷഗാര	153
ഇനി കടൽ	159
ആഴിപ്പരപ്പ്	164
രക്ഷകന്റെ വരവ്	171
താവളം	177
ആൽമരത്തണൽ	184

പറിച്ചുനടൽ 192
കാത്തിരിപ്പ് 199
ജീവിതങ്ങൾ 204
അതിഥി 213
സ്വപ്നച്ചിറകുകൾ 218
കാക്കപ്പൊന്ന് 229

ഭാഗം മൂന്ന്
സന്നാഹം

അറിയാത്ത ദിക്കുകൾ 244
കൂടാരപ്പാർപ്പ് 250
പാപ്പാസിനുള്ളിൽ, കവറോളിൽ മുങ്ങി 255
ആകാശം തെളിയുന്നു 267
ദേശങ്ങളെത്തുന്നു 271
വെളിച്ചത്തേര് 280
ഖയ്യാമിന്റെ ഗീതങ്ങൾ 293
വിചാരണ 299
ഇടത്താവളം 308
പ്രയാണം 321
പുതിയ വിത്ത് 334
സാന്ത്വനം 341

ഭാഗം നാല്
മണൽച്ചുഴി

താഴ്വാരം 345
വേനൽച്ചൂട് 350
കുറ്റവും ശിക്ഷയും 356
വയറൊട്ടിയ തോൽസഞ്ചി 369
കരുതലും തലോടലും 374
വടക്കുനിന്നൊരു തേങ്ങൽ 380
രാജ്യം നഷ്ടപ്പെട്ടവർ 392
അങ്കം കുറിച്ച നാളുകൾ 401
കാർമേഘം 421
കാറ്റ് വീശുന്നു 437
രണ്ടും കല്പിച്ചുള്ള കളി 449
ശബ്ദങ്ങളൊഴിയുന്നു 473
വിട 486

പ്രസാധകക്കുറിപ്പ്

കേരളത്തിന്റെ സാമൂഹ്യ രാഷ്ട്രീയ വികാസചരിത്രത്തിന്റെ പശ്ചാത്തലത്തിൽ എഴുതപ്പെട്ട നോവൽ. കേരളത്തിലെ പുരോഗമന പ്രസ്ഥാനങ്ങളുടെ വളർച്ച മുതൽ അടിയന്ത രാവസ്ഥവരെയും ഗൾഫ് ജീവിതത്തിന്റെ ഘട്ടങ്ങളെയും അടയാളപ്പെടുത്തിയ ബൃഹത് നോവൽ. ആഖ്യാനകൈ ത്തഴക്കത്താൽ മികവാർന്ന *വംശധാര* ഒരു കാലഘട്ട ത്തിന്റെ ചരിത്രപരമായ അടയാളപ്പെടുത്തലാണ് നിർവ്വഹി ക്കുന്നത്. പ്രാദേശിക സംസ്കൃതിയുടെ സൂക്ഷ്മധാരകളെ അതിവിപുലമായ തോതിൽ അടയാളപ്പെടുത്തുന്ന നോവൽ കൂടിയാണ് *വംശധാര.*

ചിന്ത പബ്ലിഷേഴ്സ്

ഭാഗം ഒന്ന്

മൺചാലുകൾ

പുന്നക്കച്ചാൽ

നൂൽ വരമ്പ് പിടിച്ച് കുന്നുകയറി അറപ്പ കടന്ന് പുന്നക്കച്ചാലിലേക്ക് കരക്കാരൊക്കെ തിടുക്കത്തിൽ ഓടിക്കൂടുന്നുണ്ടായിരുന്നു. കടലിള കിയതോ തീപിടുത്തോ ഒന്വായിരുന്നില്ല. തൃത്തറേല് കോന്തപ്പൻ കാര ണവർക്ക് സുഖ്യല്യ. ഒരു തലവേദന. വിട്ടുമാറാത്ത തലവേദന. അന്നോളം വയ്യായ്കകളൊന്നും ഉണ്ടായിട്ടില്ല. കേമന്മാരായ വൈദ്യന്മാരൊക്കെ വന്നു നാട്ടുവൈദ്യവും ആയുർവ്വേദവും ഇംഗ്ലീഷുമരുന്നുമൊക്കെ പരീക്ഷി ച്ചെങ്കിലും തലവേദന വിട്ടുമാറിയില്ല. ഇരിങ്ങാലക്കുടേന്ന് അപ്പാത്തിക്കിരി ഇട്ടൂപ്പ് വന്നു. പേരു കേട്ട മൂസ്സതുവരെ ചികിത്സ വിധിച്ചു. സിദ്ധവൈദ്യോം നോക്കി. ഫലമുണ്ടായില്ല. അഞ്ചാൺമക്കളും രണ്ടു പെൺമക്കളും ചുറ്റും ആധികൊണ്ടുനിന്നു. അവസാനം സാക്ഷാൽ ചോലയിൽ കുഞ്ഞുമാമി വൈദ്യരെത്തന്നെ കൊണ്ടുവരണംന്നായി. ഗുരൂനെ വരെ ചികിത്സിച്ച് ഭേദമാക്കിയ ആളാ. ആര് പോകുംന്നായി. മൂത്തമകൻ ഇറ്റാരു തന്നെ പുറപ്പെട്ടു. ഭയണ്ടായിരുന്നു വര്വോന്ന്.

"തനിച്ചുപോണ്ട. കൂട്ടിനാരെങ്കിലും വന്നോട്ടെ. അച്ഛന്റെ പേരുകേട്ടാ വൈദ്യര് അമാന്തിക്കില്യാന്നാ തോന്നല്."

അമ്മ കൂലിപ്പെണ്ണ് ഇറ്റാരുവിനെ ഓർമ്മപ്പെടുത്തി. കൂരാക്കൂരിരുട്ട്. തുപ്പരാട്ടപ്പന്റെ നേമെടി പോലും കേട്ടുകാണില്ല. വലിച്ചുവെച്ചു നടന്നു.

ചെന്നെത്തി പുറവേലി കടന്നപ്പോൾ വീട്ടുമുറ്റത്ത് നേർത്ത വെളിച്ചം തിളങ്ങിയിരുന്നു. മുല്ലത്തറയിലെ കത്തിച്ച തിരി അണഞ്ഞിരുന്നില്ല ആശ്വാസമായി.

പൂമുഖത്ത് ആരോ കാവലുണ്ട്. കാര്യമുണർത്തിച്ചു ശങ്കയില്ലാതെ പുറംവാതിൽ തുറന്നുതന്നു. കാത്തിരിപ്പിനൊടുവിൽ തേജസ്സ് വഴിയുന്ന മുഖം കണ്ടു.

"തൃത്തറേല് കോന്തപ്പന്റെ മോൻ ഇറ്റാരവാണ്. അച്ഛന് നല്ല സുഖല്യാ. തലവേദന വിട്ടുമാറ്ണില്ല. കൂടീം കൊറഞ്ഞും നിക്ക്വാ. ഇവിടുന്ന് കനിവുണ്ടായി ഒന്ന് വരണം. എന്താന്ന്വച്ചാ വേണ്ടത് കല്പിച്ചാ മതി."

കോന്തപ്പൻ കാരണവരുടെ മൂത്തമകൻ ഇറ്റാരു കൂപ്പുകൈയുമായി ബ്രഹ്മശ്രീ കുഞ്ഞുമാമി വൈദ്യരുടെ മുന്നിൽ പ്രാർത്ഥനയോടെ നിന്നു.

താമസംണ്ടായില്ല. തൃത്തറേലെ കോന്തപ്പൻ കാരണവര്ന്ന് കേട്ട പാടെ വൈദ്യരുടെ മുഖം വിടർന്നു. പരികർമ്മി കുഞ്ഞക്കനെ വിളിച്ചു.

"മ ഞ്ചലെടുത്തോളൂ."

മുൻപേ പന്തം വീശി രണ്ടുപേർ ഇരുട്ടിനെ മുറിച്ചു. പിറകേ മഞ്ച ലോട്ടക്കാർ. ഒപ്പം സഹായികളും. കൂടെയുള്ളവരോടൊപ്പം ഇറ്റാരു മഞ്ച ലിനു പിറകേ ഓട്ടായിരുന്നു.

പുന്നക്കച്ചാലിലെത്തുമ്പോഴേക്കും നേരം പരപരാവെളുത്തു. നാനാ വഴികളിലൂടെ ആളുകൾ എത്തിക്കൊണ്ടിരുന്നു. ഉൽക്കണ്ഠ പെരുകിവന്ന മുഖങ്ങൾ പാടത്തും പറമ്പിലും കുന്നത്തും അറപ്പത്തോടിനിരുകര കളിലും തടിച്ചിരുന്നു. പാടവരമ്പുകളും കുന്നിറക്കങ്ങളും ഇടവഴികളും താണ്ടി കരക്കാർ പിന്നെയും പിന്നെയും എത്തിക്കൊണ്ടിരുന്നു.

പുലർച്ച പൊട്ടിയപ്പോഴേക്കും തൃത്തറേലെ നെരുമ്പുരയുടെ മുറ്റത്ത് മാമി വൈദ്യർ മഞ്ചലിറങ്ങി. കുഞ്ഞക്കൻ മരുന്നുപെട്ടിയുമായി വൈദ്യ രുടെ നിഴലായി നിന്നു.

കരക്കാർ തള്ളിക്കയറി മുറ്റമെത്താത്തൊരകലത്തിൽ നിന്ന് എത്തി നോക്കി. കുഞ്ഞുമാമി വൈദ്യരെ നേരിട്ടൊന്നു കാണണം. കേട്ടിട്ടേയുള്ളൂ. കണ്ടിട്ടില്ല. അതിനവസരംണ്ടാവില്ല. ഇതിപ്പോ തൃത്തറേലായതോണ്ടാ. കോന്തപ്പൻ കാരണവർ ഖിലാഫത്ത് കാലത്ത് വല്യ ചെമ്പില് കഞ്ഞി വീഴ്ത്ത് നടത്തീട്ടുണ്ട്. നാട്ടുകാര് വാഴ്ത്തിപ്പാടീട്ടുണ്ട്. ആർക്കും എപ്പോ വേണമെങ്കിലും നെരുമ്പുര മുറ്റത്ത് കയറിച്ചെല്ലാം. ഒന്നും നോക്കണ്ട. മതോം ജാതീം അയിത്തോം വകവെക്കാത്ത കാരണവരുടെ പേരും പെരുമയും കരദേശങ്ങൾക്കപ്പുറമെത്തിയിരുന്നു.

കുഞ്ഞുമാമി വൈദ്യർ കൊടുങ്ങല്ലൂർ കോവിലകം കൊച്ചുണ്ണിത്ത മ്പുരാന്റെ കുടുംബവൈദ്യരാണ്. തമ്പുരാന് വിശപ്പില്ലായ്മ വന്നതറിഞ്ഞ് വൈദ്യർ കോവിലകത്തേക്ക് പുറപ്പെട്ടു. മരുന്നുപെട്ടിയും കരുതി. രോഗ വിവരം അന്വേഷിച്ച് മനസ്സിലാക്കി വൈദ്യർ പറഞ്ഞു.

"രാവിലെ തിളപ്പിച്ചുവെച്ച പാൽ വൈകുന്നേരം കുടിച്ചിട്ടുണ്ട്."

തമ്പുരാൻ അത്ഭുതപ്പെട്ടു. ഈ ദിവസങ്ങളിൽ ചികിത്സിച്ചവരാരും ഇത് പറഞ്ഞില്ല. ചില മരുന്നുകൾ കൊടുത്ത് വിശ്രമിക്കാൻ പറഞ്ഞു. തമ്പുരാട്ടിയോട് പൊടിയരിക്കഞ്ഞി തയ്യാറാക്കാനും.

ഒരു മണിക്കൂറിനുശേഷം തമ്പുരാനെ ഉണർത്തി ചോദിച്ചു:

"വിശപ്പുണ്ടോ. കഞ്ഞി കൊണ്ടുവരട്ടെ."

"ഈ നേരത്തെവിടുന്ന് കഞ്ഞി."

“ആവശ്യം തോന്നുന്നെങ്കിൽ ആവാം.”

തമ്പുരാട്ടി കഞ്ഞി കൊണ്ടുവന്നു. കഞ്ഞി കുടിച്ച് ചില മരുന്നുകൾ കഴിച്ചു. മരുന്നുപെട്ടി നോക്കി തമ്പുരാൻ പറഞ്ഞു

“മൂന്നുനാലു ഗുളികകൾ ഞാനെടുത്തിട്ടുണ്ട്.”

വഴിമദ്ധ്യേ വൈദ്യർ ചിന്തിച്ചു. തമ്പുരാൻ തനിക്കൊന്നും തരികയുണ്ടായില്ലെന്ന്. മറ്റുള്ളവർക്ക് കൊടുക്കയും ചെയ്തു. വീട്ടിലെത്തി തമ്പുരാൻ എടുത്ത മരുന്നെന്തെന്നറിയാൻ മരുന്നുപെട്ടി തുറന്നു.

വീരാളിപ്പട്ടിൽ പൊതിഞ്ഞ 101 തങ്കനാണയങ്ങളാണ് കണ്ടത്.

പുന്നക്കച്ചാലെത്തിയപ്പോൾ കഥ പറഞ്ഞവൻ നിന്നു. പുരുഷാരം ശ്വാസമടക്കി നിലയുറപ്പിച്ചിരിക്കയാണ്. മഞ്ചൽ നീങ്ങിയാലറിയാം എന്തുണ്ടായെന്ന്. അതിന്റെ തിക്കുമുട്ടലായിരുന്നു പിന്നെ.

മാമി വൈദ്യർ നെരുമ്പുരയുടെ തളത്തിലേക്ക് കയറിച്ചെന്നു. അടുത്ത മുറിയിൽ കോന്തപ്പൻ കാരണവർ കിടന്നിരുന്നു. അടുത്തുചെന്ന് നെറ്റിയിൽ കൈവെച്ചു. ചെന്നിയിലമർത്തിനോക്കി. നാഡിപിടിച്ച് ഏതാനും നിമിഷം കണ്ണുകളടച്ചുനിന്നു. പിന്നെ തിരിഞ്ഞുനിന്ന് സഹായി കുഞ്ഞക്കനോടായി പറഞ്ഞു;

“പൊയ്ക്കൊണ്ടിരിക്യാ കുഞ്ഞക്കാ.”

ചുറ്റുമുള്ളവർ ശ്വാസംപിടിച്ചു നിന്നു.

തൃത്തറയിൽ കോന്തപ്പൻ കാരണവർ കരയും കടലും വിട്ടുപോയി.

കര മുഴുവൻ വിങ്ങിപ്പൊട്ടി സങ്കടം വിഴുങ്ങി നിന്നു കടലിളകി മറിഞ്ഞ് തീരംകുത്തി വീണുകിടന്നു.

റാട്ടുകളൊക്കെ നിശ്ചലമായി. കയറുണ്ട പിരിച്ചിടത്ത് തന്നെയിട്ട് പെണ്ണുങ്ങൾ തൃത്തറപ്പടിക്കലേക്ക് നിലവിളിയോടെ ഓടിയെത്തി. അറപ്പത്തോട്ടിൽ ചൂണ്ടലിട്ടവരും തൂമ്പുങ്ങലിൽ കൂടുവെച്ചവനും കരയിൽ വലിച്ചിട്ട മീന്റെ പിടച്ചിൽ കാര്യമാക്കാതെ ഓടിക്കൂടി. മഞ്ചൽ നീങ്ങിയപ്പോൾ ഉള്ളുരുക്കത്തോടെ ആളുകൾ തൃത്തറമുറ്റത്ത് തടിച്ചുകൂടി.

കുഞ്ഞിക്കണ്ണുകൾ നീണ്ടുചെന്നത് പുന്നക്കച്ചാൽ കടപ്പുറത്ത് മണലിൽ കാൽപൂഴ്ത്തി നടക്കാൻ പഠിപ്പിച്ച അച്ഛാച്ചന്റെ മടിത്തട്ടിലേക്കാണ്. ചിപ്പികൾ പെറുക്കിവെച്ച് മണ്ണുകുഴച്ച് വെണ്മാടങ്ങൾ മെനയുമ്പോൾ അതിലൊളിച്ചു കളിക്കുന്ന കടൽ ഞണ്ടിൻകുഞ്ഞുങ്ങളുടെ പിറകേയോടിക്കിതച്ചിരുന്നു. മന്നിങ്ങ്യപ്പൂളിൽ ചക്കരപ്പൊട്ടുംകൂട്ടി വായിലിട്ട് നുണഞ്ഞു രസിച്ച് അച്ഛാച്ചൻ മാനംനോക്കി മണലിൽക്കിടന്ന് കാൽമുട്ടുകളിൽ താങ്ങി മേലോട്ടുപൊക്കിയതും ഇന്നലെയായിരുന്നു. കാണാക്കടലിനപ്പുറത്തും ലോകങ്ങളുണ്ടെന്നും ഒരുനാൾ അവിടേക്ക് ചെന്നെത്തണമെന്നും പറഞ്ഞുവെച്ചു. ക്ഷണത്തിലിങ്ങനെ കടൽയാത്രയും ചക്കരത്തുണ്ടും മന്നിങ്ങ്യപ്പൂളും തട്ടിത്തെറിപ്പിച്ച് കരയും കടലുമുപേക്ഷിച്ച് ആകാശച്ചെരുവുകളിലേക്ക് അച്ഛാച്ചൻ പോകാനെന്തെന്ന് വിസ്മയം കൊണ്ട് കുട്ടികൾ കാലമറിയാതെ അങ്ങനെയിരുന്നു. ആ ഇരുപ്പിൽ പിന്നെയും പിന്നെയും പെയ്തുമറഞ്ഞ വർഷവും കാറ്റും വേനലും

മഞ്ഞും നിലാവും നിലതെറ്റിയ കടലും കണ്ടുകണ്ട് കാരണവന്മാരുടെ അഞ്ചാമത്തെ മകൻ കുഞ്ഞിക്കോരുവിന്റെ ആദ്യ സന്തതി കുഞ്ഞിവേലായി ഒരു ദിവസം വീടുവിട്ട് പുറപ്പെട്ട് കടൽകടന്നുപോയി.

നാലു കാതം വഴി നടന്നാണ് കോന്തപ്പൻ കൂലിപ്പെണ്ണിനെ കെട്ടിക്കൊണ്ടുവന്നത്. ഇരുപത് പശുക്കളും ഇരുപത്തഞ്ച് പറയ്ക്ക് നിലവും ശ്വശൂരൻ സ്ത്രീധനമായി നല്കി. കുടുംബത്തിന്റെ ഖ്യാതി വർദ്ധിച്ചു.

കൂലിപ്പെണ്ണ് മൂന്നു പെറ്റു. മൂന്നാമത്തെ പേറിന് പേറ്റുമുറിയിൽ നിന്നും വയറ്റാട്ടി അന്ധാളിപ്പോടെ പുറത്തേക്ക് തലനീട്ടി. കാത്തുനിന്ന പെണ്ണുങ്ങൾ ഓടിക്കൂടി.

"പിള്ളക്ക് കേടില്ല. തള്ള..." വയറ്റാട്ടി മുഴുമിക്കാതെ നിന്നു.

കൂലിപ്പെണ്ണിന്റെ പുലയടിയന്തിരവും നാല്പത്തൊന്ന് ദിവസത്തെ വ്രതവും കഴിഞ്ഞപ്പോൾ എല്ലാവരും തിരിച്ചുപോകാനൊരുങ്ങി. വന്നവരും നിന്നവരും പടിയിറങ്ങുംമുമ്പ് അകത്ത് കുഞ്ഞ് നിർത്താതെ കരയുന്നതുകേട്ട് ഒരു നിമിഷം സന്ദേഹത്തോടെ നിന്നവരുമുണ്ട്. അമ്മ നഷ്ടപ്പെട്ട വെറും പാൽക്കു ഞ്ഞാണ്.

"വേണ്ട. ആരും മടങ്ങണ്ട."

കോന്തപ്പൻ വിലക്കി. അയാൾ പൂമുഖത്ത് അരമതിലിൽ ഇരുന്നിരുന്നു. ഇറ്റാരുവിനെ വിളിച്ച് പറഞ്ഞു.

"നീ ചെല്ല്."

ഇറ്റാരു പടിവരെ ചെന്ന് പുറംകരേന്നു വന്നവരെ വള്ളം കയറ്റിവിട്ടു.

യൗവനത്തിലേ വിഭാര്യനായ കോന്തപ്പൻ കൂലിപ്പെണ്ണ് പോയതിനുശേഷം ഒട്ടൊക്കെ മൗനിയായി. വളരെക്കാലം പുറത്തിറങ്ങാതെ കഴിഞ്ഞു. ചെത്തും ചക്കരയും ഉപേക്ഷിച്ചു. അറപ്പത്തോടും പാടവരമ്പുകളും കടലോരവും അന്യമായി.

കൂട്ടുകാരൻ കുഞ്ഞയ്യപ്പന്റെ പെങ്ങൾ ദേവൂന് ഉറക്കം നഷ്ടപ്പെട്ടിരുന്നു. കൂലിപ്പെണ്ണിന്റെ വേർപാടും ഇറങ്ങിപ്പോരുമ്പോൾ കുഞ്ഞിന്റെ നിർത്താതെയുള്ള കരച്ചിലും എന്തെന്നില്ലാതെ അസ്വസ്ഥയാക്കി. ഒന്നിലും മനസ്സ് നിന്നിരുന്നില്ല.

ചകിരിമൂട്ട് കഴിഞ്ഞ് കരക്കാരെയൊക്കെ പറഞ്ഞുവിട്ട് തിരിച്ചുനടക്കുമ്പോഴാണ് കോന്തപ്പൻ കുഞ്ഞയ്യപ്പനെ കണ്ടത്. അറപ്പത്തോടും കഴിഞ്ഞ് അവർ ഒരുമിച്ചുനടന്നു. കാലങ്ങളായി കൂട്ടുകാരാണ്. നാലഞ്ചു പറമ്പിനപ്പുറത്താണ് വിളിപ്പാടകലെ കഴിയുന്നവർ. കൂലിപ്പെണ്ണിന്റെ നഷ്ടം അയാളെ വല്ലാതെ തളർത്തിയിരുന്നു. കുഞ്ഞയ്യപ്പനോടെപ്പോഴും മനസ്സ് തുറന്നിട്ടേയുള്ളൂ.

"ന്റെ കോന്തപ്പാ നീയിങ്ങനായാലെങ്ങന്യാ. ഒരു പിഞ്ചുകുഞ്ഞിനെ ഇങ്ങനെ കഷ്ടപ്പെടുത്തണോ."

കോന്തപ്പൻ ഒന്നും മിണ്ടാതെ നടന്നതേയുള്ളൂ. വഴിപിരിയാറായപ്പോൾ കുഞ്ഞയ്യപ്പൻ ക്ഷണിച്ചു.

"നീ വാ ഇരുന്നിട്ടു പോവാം."

ഇരുവരും കുഞ്ഞയ്യപ്പന്റെ പുരയ്ക്കുള്ളിലേക്ക് കയറി. ആങ്ങള കോന്തപ്പനെ കൂട്ടിവരുന്നതുകണ്ട് ദേവകി ഓലത്തടുക്കെടുത്ത് ഇറയത്തേക്കിട്ടു. കോന്തപ്പനിരുന്നു.

"നിനക്കിനീം കാലംല്ലേ്യ. ഒരു തൊണിില്ല്യാണ്ട് പറ്റ്വോ. നീ കേക്ക്ന്നുണ്ടോ." കുഞ്ഞയ്യപ്പൻ പറഞ്ഞു.

കോന്തപ്പൻ കിഴക്കേ പാടപ്പരപ്പിലേക്ക് നോക്കിയിരുന്നു. അവിടെ കൊയ്തൊഴിഞ്ഞ പാടത്ത് വെള്ളക്കൊക്കുകൾ നിരന്നിട്ടുണ്ട്.

"അതോണ്ട് ഇനി വൈകണ്ട. നീയൊന്നാലോചിക്ക്. ഒക്കെ വേണ്ട നേരത്ത് തോന്നണം."

ദേവു കൊണ്ടുവന്ന മോരുംവെള്ളം കുടിച്ച് ദാഹം തീർത്ത് കോന്തപ്പൻ പോകാനെഴുന്നേറ്റു.

"നീയൊന്നും പറഞ്ഞില്ല." കുഞ്ഞയ്യപ്പൻ ഓർമ്മപ്പെടുത്തി,

പിന്നെ വരാം എന്നുപറഞ്ഞ് കോന്തപ്പനിറങ്ങി. നാലുനാൾ കഴിഞ്ഞില്ല. കോന്തപ്പൻ കുഞ്ഞയ്യപ്പനെ അന്വേഷിച്ചുവന്നു. അയാൾ എന്തിനോ സ്വയമൊളിക്കാൻ കഷ്ടപ്പെടും പോലെ തോന്നി. നിന്ന നില്പിൽത്തന്നെ അസ്വസ്ഥനാണ്. മുഖത്തെ മാംസപേശികൾ വലിഞ്ഞു മുറുകുന്നുണ്ട്.

"എന്തുണ്ടായി." കുഞ്ഞയ്യപ്പൻ ഉൽക്കണ്ഠയോടെ അന്വേഷിച്ചു.

"ഒന്നുല്ല്യ,."

"എന്നാലും."

"വിരോധല്ലെങ്കിൽ ദേവൂനെ തൃത്തറേലിക്കയക്കണം. ഞാൻ കൂട്ടിക്കൊണ്ടുപോവാൻ വന്നതാ. എന്റെ കുഞ്ഞ്..."

കോന്തപ്പന് തുടരാൻ കഴിഞ്ഞില്ല. ശബ്ദമിടറുന്നുണ്ടായിരുന്നു. കുഞ്ഞയ്യപ്പൻ എന്തെങ്കിലും പറയും മുൻപ് കോന്തപ്പൻ ഇറങ്ങി നടന്നിരുന്നു.

വാതിൽ മറഞ്ഞുനിന്ന ദേവൂന്റെ കണ്ണുകളിലെ തിളക്കം കണ്ട് കുഞ്ഞയ്യപ്പൻ ഇറങ്ങിനടന്ന കോന്തപ്പനെ തിരിച്ചുവിളിച്ചു.

"നീയിവളെ കൂട്ടിക്കൊണ്ടുപൊയ്ക്കോ. എനിക്ക് സമ്മതം."

അങ്ങനെ ദേവു തൃത്തറയിലെത്തി അമ്മയില്ലാത്ത കുഞ്ഞിനെ പരിചരിച്ച് കോന്തപ്പനു തുണയായി നിന്നു.

പിന്നെ തിരിച്ചു പോയില്ല.

കോന്തപ്പന്റെ തൃത്തറക്കെട്ട് അധികം വൈകാതെ ജീവവായു വീണ്ടെടുത്തു. എന്തിനും പോന്ന മക്കൾ. തോളോട് തോളുരുമ്മി നിന്നു. ഇറ്റാരു, കുഞ്ചക്കൻ, കണ്ണപ്പൻ, കുഞ്ഞിക്കോരു, കുഞ്ഞിരാമൻ. അവർക്കിടയിൽ രണ്ടു പെൺകുഞ്ഞുങ്ങൾ. നാരായണിയെന്ന നാനിപ്പെണ്ണും മീനാക്ഷിയെന്ന മീനുവും. അവർക്ക് തുണ വേണംന്ന് കരുതിയാണ് ഇറ്റാരു ഇണ്ണൂലിയെ കെട്ടിക്കൊണ്ടുവന്നത്. അനിയത്തിമാരുടെ മുഴുവൻ ചുമതലയും ഇണ്ണൂലിപ്പെണ്ണിനായി. അറപ്പത്തോട്ടിൽ ചകിരി മൂടിയും ചീഞ്ഞു പാകംവന്നാൽ അറപ്പ പൊളിച്ച് തൊണ്ടുകയറ്റി വിറ്റും കയറി

വരുന്ന ഇറ്റാരുവിന് ഇണ്ണൂലിപ്പെണ്ണ് നേരാംവണ്ണം വെച്ചുവിളമ്പിക്കൊടുത്തു. അങ്ങനെ ഇണ്ണൂലിപ്പെണ്ണ് രണ്ടു പെറ്റു. അരവിന്ദനും സോമനും. ഇറ്റാരു രാവും പകലും പണിയെടുത്തപ്പോൾ താഴെ കുഞ്ചക്കൻ കുന്നു കയറിയും പാടമിറങ്ങിയും കടലുകണ്ടും കാലം കഴിക്ക്യായിരുന്നു. നേരാനേരങ്ങളിൽ അടുക്കളത്തളത്തിൽ ഉണ്ണാൻ വന്നിരിക്കും. ഇണ്ണൂലി ചോറു വിളമ്പിക്കൊടുക്കും. രുചി കുറഞ്ഞാൽ ഉണ്ണാതെയിറങ്ങിപ്പോകും.

ഒരു ദിവസം ചകിരി മൂട്ട് കഴിഞ്ഞെത്തിയ ഇറ്റാരു ഉച്ചയൂണു കഴിഞ്ഞ് മുറുക്കാനിരിക്കുമ്പോൾ വെറ്റിലയിൽ നൂറുതേച്ചുകൊടുത്ത് ഇണ്ണൂലിപ്പെണ്ണ് പറഞ്ഞു;

"മ്മടെ കുഞ്ചന് ഒരു പെണ്ണുകെട്ടിക്കൊടുക്കണം."

ഇറ്റാരു ഇണ്ണൂലിയെ ഒന്നുനോക്കി.

"അവൻ പെണ്ണുകെട്ട്യാ ഒന്നൂടി മടിയനാവല്ലേള്ളൂ."

"അങ്ങനൊന്നുല്യ. ഒരു പെങ്കുട്ടി വന്നാ എന്തിനും ഒരുത്സാഹം ണ്ടാവും."

ഇറ്റാരു നന്നായി മുറുക്കിച്ചുവന്ന് കോളാമ്പിയിലേക്ക് നീരുതുപ്പി.

"ആലോചിക്കണം."

പിറ്റേന്ന് വെളുപ്പിന് കുളി കഴിഞ്ഞ് ഒരുങ്ങിവന്ന് രണ്ടാം മുണ്ടെടുത്ത് തോളിലിട്ട് ഇറ്റാരു പുറത്തിറങ്ങി കുന്നു കയറിപ്പോയി. അന്തിമയങ്ങിക്കാണും തിരിച്ചെത്തിയപ്പോൾ. ഇണ്ണൂലിപ്പെണ്ണിന് തിടുക്കംണ്ടായിരുന്നെങ്കിലും ചോദിച്ചില്ല. എന്തിന് എവിടെപ്പോയിരുന്നെന്നൊന്നും അന്വേഷിക്കുന്നത് ഇഷ്ടംല്ല. പക്ഷേ, പറയും. പറയട്ടെ.

രാത്രി പായ വിരിച്ച് കിടക്കാനൊരുങ്ങുമ്പോൾ പടിഞ്ഞാറെ ഇറയത്ത് തണുത്ത തറയിൽ തൂണും ചാരിയിരുന്ന് ഇറ്റാരു ഇണ്ണൂലിപ്പെണ്ണിനെ വിളിച്ചു. ഇണ്ണൂലി ഇറയത്തിന്റെ ഓരം ചേർന്നുനിന്നു.

"കുഞ്ചന്റെ കാര്യാ. ഒരു പെങ്കുട്ടിണ്ട്. ഇത്തിരി മുന്ത്യ തറവാടാ. കേമന്മാരാ. മ്മക്ക് ചേരും." ഇറ്റാരു പറഞ്ഞു.

"പെങ്കുട്ട്യെങ്ങനെ." ഇണ്ണൂലിപ്പെണ്ണ് ചോദിച്ചു.

"നല്ല നെറംണ്ട്."

ചിങ്ങം പിറന്ന് കൊയ്ത്തുകഴിഞ്ഞതും പാടവരമ്പുകൾ പൂത്തതും കല്യാണം കഴിഞ്ഞു. കരക്കാർക്കൊക്കെ സദ്യ വിളമ്പി. ഒക്കെ ഒന്നിച്ചിരുന്നുണ്ടു. തൃത്തറേല് കോന്തപ്പന്റെ കാലംതൊട്ട് അങ്ങനായിരുന്നു. ഉണ്ണാതെ ഇറങ്ങിപ്പോയവരും ഉണ്ടായിരുന്നു. ഗൗനിച്ചില്ല. അച്ഛന്റേല്ലേ വിത്ത്.

പാർവ്വതി വന്നപ്പോൾ ഇണ്ണൂലി പറ ഞ്ഞു.

"പാറോതി മിടുക്ക്യാ. കുഞ്ചനെ നേര്യാക്ക്യെടുത്താ മത്യായിരുന്നു."

"ഉം." ഇറ്റാരു മൂളുക മാത്രം ചെയ്തു.

കുഞ്ചൻ മാനം നോക്കിയിരുന്നു. ഇറ്റാരൂന്റെ നേരെ വന്നതേയില്ല. ഒഴിഞ്ഞുമാറി നടന്നു. പണിയെടുക്കാനൊന്നും മെനക്കെട്ടില്ല. കുളിച്ച് കുറി തൊട്ട് നടന്നു. പാറോതി ഒന്നിനും നിർബ്ബന്ധിച്ചില്ല. നേരാനേര

ങ്ങളിൽ അവനെയൂട്ടി. അലക്കി വെളുപ്പിച്ച മുണ്ടുടുപ്പിച്ചു. പാറോതി പക്ഷേ, വിശ്രമിച്ചില്ല. കോഴി കൂകും മുമ്പേ അവൾ ഉണർന്നിരിക്കും. വെപ്പും കുടിയും കഴിക്കും. കയറുപിരിക്കാനിരിക്കും. അതിലവൾക്ക് പ്രത്യേക വൈദഗ്ദ്ധ്യമുണ്ട്. ആരുടെ സഹായത്തിനും കാത്തുനില്ക്കില്ല. ഒഴുക്കിടാതെത്തന്നെ കയറുണ്ട കാൽ വിരലുകൊണ്ട് ചവിട്ടിപ്പിടിച്ച് നീട്ടി യൂതിർത്തെടുത്ത് മുപ്പിരിക്കയർ മുടിക്കണക്കിന് പിരിച്ചുണ്ടാക്കും. ഉച്ച മയങ്ങും മുമ്പ് പന്ത്രണ്ടുമുടി കയറെങ്കിലും പാറോതി പിരിച്ചിരിക്കും. കുഞ്ചൻ നാടുചുറ്റി വരുമ്പോഴേക്കും സർവ്വപണികളും തീർത്ത് കുളി കഴിഞ്ഞ് പടിഞ്ഞാറെ ഇറയത്ത് കാറ്റുംകൊണ്ടിരിപ്പുണ്ടാവും. ഇണ്ണൂലി മൂക്കത്ത് വിരൽവെച്ചു നില്ക്കും. അവളുടെ കാര്യപ്രാപ്തിയിൽ അഭിമാനിക്കും.

അല്പം ചേലൊക്കെയുണ്ടായിരുന്നു പാറോതിക്ക്. അക്കാര്യം കൂടുതൽ ബോദ്ധ്യായത് ഒരു ദിവസം പതിവില്ലാതെ ഗോപാലന്റെ നിഴൽ അപ്പുറത്ത് കുന്നിൻചെരുവിൽ കണ്ടപ്പോഴായിരുന്നു. പാറോതിയെ വീട്ടിൽ കണ്ടില്ല. മുറ്റത്തും പറമ്പിലും നോക്കിനടന്നു. അപ്പോഴാണ് കുന്നിറങ്ങി വരുന്ന പാറോതിയെ കണ്ടത്.

"എവിട്യായിരുന്നു."

"കുന്നത്ത്."

"കുന്നത്തെന്താ."

"വെറുതെ."

ഇണ്ണൂലിയുടെ നോട്ടത്തിനുമുന്നിൽ പാറോതി ഒന്നു ചുരുണ്ടു. പിന്നെ തല കീഴോട്ടിട്ട് പുരയ്ക്കുള്ളിലേക്ക് കയറിപ്പോയി. പാറോതിയുടെ തിളക്കംവെച്ച കണ്ണുകൾ അവളെ എന്തെന്നില്ലാത്തവിധം അസ്വസ്ഥയാക്കി. ഇണ്ണൂലിക്കന്ന് രാത്രി ഉറക്കം വന്നില്ല. ഇറ്റാരു ഇടയ്ക്കുണർന്ന് അന്വേഷിക്കുകയും ചെയ്തു.

"എന്തു പറ്റി."

"ഒന്നുല്യ."

കുന്നത്ത് കുറുക്കൻ ഓരിയിട്ടിരുന്നു. രാവ് കട്ടപിടിച്ച് മുറ്റം നിറച്ചിരുന്നു.

കുന്നിൻചെരുവിൽ രാവും പകലും ഇരുട്ടാണ്. കശുമാവും പുളിമരങ്ങളും കുന്നിനെ പൊതിഞ്ഞുനിന്നു. വഴിച്ചാലുകൾ പോലും അപൂർവ്വം. നട്ടുച്ചയ്ക്കും കുറുക്കന്റെ മടകളിൽ അനക്കം കേൾക്കാം. പെണ്ണുങ്ങളാരും തന്നെ കുന്നുകയറാൻ പോവില്ല. എന്നിട്ടും പാറോതി.

ഗോപാലൻ വരുമ്പോഴൊക്കെ നാനിപ്പെണ്ണ് പുരയ്ക്കുള്ളിൽ മറയുന്നതു കാണാം. പെങ്കുട്ടി ഉടുത്തു തുടങ്ങിയതേയുള്ളൂ. തിളക്കംവെച്ചു വരുന്ന കണ്ണുകളിൽ ഭയം തിങ്ങിനിറയുന്നത് കാണാം.

"എന്തേ കുട്ടീ." ഇണ്ണൂലി അന്വേഷിക്കും.

നാനിപ്പെണ്ണ് ഒന്നും മിണ്ടില്ല. കണ്ണുകളിൽ ഭയത്തിന്റെ ഇരുൾ നിറച്ച് നില്ക്കും.

മുറ്റത്തെ നിഴൽകണ്ട് ഇണ്ണൂലി വിളിച്ച് ചോദിക്കും.

"ആരാ...."

"ഗോപാലനാ." നിഴൽ നീങ്ങിനിന്ന് വെളുക്കെ ചിരിക്കും.

"എന്താ ഗോപാലാ കുട്ട്യോളെ പേടിപ്പിക്ക്യാ."

"അയ്യോ ഇല്ല. ഇത്തിരി തീ വേണായിരുന്നു."

"അത്രേയുള്ളൂ. മോളേ, അടുപ്പീന്നൊരു തീക്കൊള്ളി എടുത്ത് കൊടുത്തേ."

ഇണ്ണൂലി നാനിപ്പെണ്ണിനെ വിളിച്ചുപറ ഞ്ഞു.

തീക്കൊള്ളിയെടുത്തുകൊടുത്ത് നാനിപ്പെണ്ണ് ഓടിവന്ന് പടിഞ്ഞാറെ ഇറയത്തിരുന്ന് തന്റെ ചുവന്നുവന്ന കൈത്തണ്ടയുഴിഞ്ഞു. കുപ്പിവള പൊട്ടിപ്പോയിരുന്നു. തീക്കൊള്ളി മുറ്റത്ത് വീണെരിഞ്ഞു. അവളുടെ കണ്ണുകളിൽ ഭയം വർദ്ധിച്ചു. ശരീരം വിറച്ചു. പിന്നീടൊരിക്കലും അവൾ തീക്കൊള്ളി കൊടുത്തിട്ടില്ല.

പാറോതി കാൽനീട്ടിവെച്ച് കയർമുടി കെട്ടിവെക്കുമ്പോഴേക്കും സൂര്യൻ പടി ഞ്ഞാട്ട് ചാ ഞ്ഞിരിക്കും. അറപ്പത്തോടും കടന്ന് വേലിപ്പത്തലുകൾ പിന്നിട്ട് ഇടതൂർന്ന് വളർന്ന കമ്യൂണിസ്റ്റ് പച്ചകൾ വകഞ്ഞൊതുക്കി കുന്നിറക്കങ്ങളിലെ പൂഴിപ്പരപ്പും കടന്ന് ഗോപാലൻ തൃത്തറ മുറ്റത്തെത്തുന്നത് അപ്പോഴായിരിക്കും. പാറോതി കയറുമ്മുടി കെട്ടിവെച്ച് ഇറയത്തെ തൂണുംചാരി മധുരം കിനിയുന്ന ചുണ്ടുകളോടെ പോക്കുവെയിലിൽ തിളങ്ങിനില്ക്കും. നാനിപ്പെണ്ണ് അടുക്കളവാതിൽ ശബ്ദത്തോടെ വലിച്ചടച്ച് പുരക്കുള്ളിലേക്ക് കടന്ന് ഉണ്ണൂലിയുടെ മുന്നിലേക്ക് ഓടിയെത്തും.

"പാറോതീ." ഇണ്ണൂലി നീട്ടിവിളിക്കും.

പടിഞ്ഞാറിറയത്ത് പോക്കുവെയിൽ അപ്പോഴും മടിച്ച് നില്പുണ്ടാവും.

കുഞ്ചക്കൻ നാടുചുറ്റിക്കയറി വരുമ്പോഴേക്കും ഇരുട്ടിന്റെ പാട വീണിരിക്കും. പിന്നെപ്പിന്നെ ഇരുട്ട് കനംവെച്ച് കുഞ്ചക്കനെ പൊതിയാൻ തുടങ്ങി. അപ്പോഴും പാറോതി പരിഭവിച്ചില്ല. അയാൾക്കുള്ള അത്താഴമെടുത്തുവെച്ച് വിളക്കിന്റെ തിരിതാഴ്ത്തി ഉറങ്ങാൻ കിടക്കും.

ദേവൂനാണെങ്കിൽ പിടിപ്പതു പണിയാണ്. കണ്ണപ്പനും കുഞ്ഞിക്കോരും ചെറുപ്പം വിട്ടിട്ടേയുള്ളൂ. കുഞ്ഞിരാമനും മീനാക്ഷിയും നന്നേ പിഞ്ചുകുഞ്ഞുങ്ങളും. അവരെ ഉടുപ്പിക്കാനും ഊട്ടാനുംതന്നെ നേരം വേണം. അടുക്കളക്കാര്യം നോക്കണം. വെക്കലും വിളമ്പലും കഴിഞ്ഞു വേണം കയറുപിരിക്കാനിരിക്കാൻ. റാട്ടുമ്മൽ കണ്ണപ്പനും കു ഞ്ഞിക്കോരും ഇരിക്കും. എല്ലാം കഴിഞ്ഞ് ഒന്നു നടുനിവർത്താനൊരുങ്ങുമ്പോഴായിരിക്കും കുഞ്ചക്കൻ കയറിവരുന്നത്. പാറോതിയെ അവിടെങ്ങും കാണില്ല. അവൾ കിടന്നിരിക്കും.

"നീയെവ്ട്യാ കുട്ടീ ഈ ചുറ്റിക്കറങ്ങ്ണ്. നേരോം കാലോം നോക്കാണ്ട്." ദേവു പറയും.

കുഞ്ചക്കൻ ഒന്നും മിണ്ടാതെ കൈകഴുകി വന്നിരിക്കും. ദേവു ഓട്ടുതളികയിൽ വിളമ്പിക്കൊടുക്കും. അക്കാലത്താണ് കുഞ്ഞിക്കോരു നാടുവിടുന്നത്. ആരോടും പറയാതെ, വേവലാതിയായി. വെപ്രാളമായി. നെഞ്ചത്തടിയും നിലവിളിയുമായി ദേവൂന് ബോധംപോയി. അന്നേവരെ കുടുംബത്തീന്ന് ആരുംതന്നെ നാടുവിട്ടുപോയിട്ടില്ല. കോന്തപ്പൻ ദേശങ്ങൾ ചുറ്റാറുണ്ടായിരുന്നെങ്കിലും അതൊക്കെ ഓരോരോ ആവശ്യങ്ങൾക്കായിരുന്നു. നാടും വീടും അറിഞ്ഞുള്ള യാത്രകളായിരുന്നു. വടിയും കുടയും സഹകാരികളുമായുള്ള യാത്ര. അതിലഭിമാനം കൊണ്ടിരുന്ന തറവാട്. പേരെടുത്ത പുരുഷൻ. ഇതിപ്പോ അങ്ങനൊന്നവല്ല. നാണക്കേട്. കോന്തപ്പന്റെ മോൻ ആരോരുമറിയാതെ നാടുവിട്ടുപോയെന്നറിഞ്ഞ് കരക്കാര് മൂക്കത്ത് വിരൽവെക്കും. പേരുകേട്ട തറവാടിന് പേരുദോഷായി. എന്തിന്റെ കൊറവുണ്ടായിട്ടാ. കൊയ്യാനും കെട്ടാനും മെതിക്കാനും അളക്കാനും പാടങ്ങളുണ്ട്. പുന്നക്കച്ചാലിൽ ആവശ്യത്തിന് തെങ്ങുംതോപ്പുണ്ട്. തൊഴുത്തു നിറയെ ആടുമാടുകൾ. റാട്ടുകൾ വേണ്ടത്ര. കയറ്റുമുടി കേറ്റിയ കാളവണ്ടികൾ അടിക്കടി ചന്തക്കുന്നിലേക്ക് പുറപ്പെടും. പിന്നെന്തിന് എന്റെ കുട്ടി അന്യദേശത്തു പോയി കഷ്ടപ്പെടണം. അതും ഒരു വാക്കുപറയാതെ. ഒരേയൊരാശ്വാസം കാക്കത്തുരുത്തി കടവില് കോരപ്പന്റെ കടത്തുവഞ്ചീല് കുഞ്ഞിക്കോരു അക്കരെക്കടന്നുപോയെന്ന വിവരം കിട്ടീന്നുള്ളതാണ്.

"എന്റെ കുട്ടി എവിടേക്കാണാവോ ഇറങ്ങി പുറപ്പട്ടത്."

ദേവൂന് ഉറക്കം നഷ്ടപ്പെട്ടിരുന്നു. വരുന്നവരും പോകുന്നവരും ദേവൂനോടന്വേഷിക്കും.

"കുഞ്ഞിക്കോരൂന്റെ വിവരം വല്ലതും കിട്ട്യോ."

ചോദ്യങ്ങൾക്കു മുന്നിൽ ദേവു തളർന്നു. അവളെപ്പോഴും ചിന്തകളിലാണ്ടിരുന്നു. സ്വപ്നങ്ങളെല്ലാം ചിറകൊടിഞ്ഞ് നിലംപതിച്ചു. അപ്പോഴും നാനിപ്പെണ്ണ് പറഞ്ഞുകൊണ്ടിരുന്നു.

"കുഞ്ഞാഞ്ഞ വരും. കുഞ്ഞാഞ്ഞ വരും."

ദേവൂന് അതിന്റെ പൊരുൾ ഒരിക്കലും മനസ്സിലായിരുന്നില്ല. ഒരിക്കൽ കുട്ടിയായ മീനാക്ഷി നാനിപ്പെണ്ണിനോട് സ്വകാര്യമായി ചോദിച്ചു.

"ചേച്ചിക്കറിയ്യോ കുഞ്ഞാഞ്ഞ എവിട്യാ പോയിരിക്കനത്ന്ന്."

"അതിന് സ്വപ്നം കാണാൻ പഠിക്കണം. സ്വപ്നത്തിലാ കണ്ടത്. മ്മടെ പാടോം പറമ്പും താണ്ടി മ്മളാരും കാണാത്ത ദേശോം കടന്ന് കുഞ്ഞാഞ്ഞ ദൂരേക്കെവ്ടെയോ ചെന്നെത്തുന്നത്. അവ്ടെ എന്തെല്ലാം കാണാനുണ്ടാവും. അതൊക്കെ കണ്ട് കണ്ട് നടക്വാന്ന്വെച്ചാ തന്നെ എന്തുരസാ. ഒക്കെക്കണ്ട് ഒരറ്റത്തെത്തുമ്പോ തിരിച്ചുവരും. എന്താന്നറിയ്യോ. കണ്ടതൊക്കെ മ്മളോട് പറയണ്ടെ. ഞാനതും കാത്തിരിക്ക്യാ."

മീനാക്ഷി കൗതുകം കണ്ണുകളിൽ നിറച്ചിരുന്ന് കേട്ടു.

കുഞ്ഞിക്കോരു അന്വേഷണത്തിലായിരുന്നു. സന്ന്യാസിയുടെ വരവായിരുന്നു നിമിത്തം. രാവുനീങ്ങാൻ കാത്തുനിന്ന പോലെയായിരുന്നു

സന്ന്യാസിയുടെ വരവ്. കുന്നിൻനെറുകയിലെ ഇലച്ചാർത്തുകളിൽ സൂര്യ വെളിച്ചം മിന്നിപ്പരന്നതേയുള്ളൂ. സന്ന്യാസി കുന്നിറങ്ങി വന്നു. നീണ്ടുവളർന്ന മുടി. മഞ്ഞുപോലുള്ള താടി. ഉറക്കം കെട്ടിനില്ക്കുന്ന പാതിയടഞ്ഞ നീണ്ട കണ്ണുകൾ. ചുണ്ടിലെപ്പോഴുമൊരു ചിരിയൊളിച്ചു കളിക്കും. നീണ്ടുമെലിഞ്ഞ ശരീരം. തോളിലൊരു ചുവപ്പു ഭാണ്ഡം.

മയിൽപ്പീലിയന്റെ മാമ്പഴച്ചാറും ചന്ദനത്തിൽ മുക്കിയ ചെത്തിപ്പൂവും കൊടുത്ത് ദേവു സന്ന്യാസിയെ സ്വീകരിച്ചിരു ത്തി. ചുറ്റുമുള്ളവർ കൗതുകംകൊണ്ട് കാഴ്ചക്കാരായെത്തി.

സന്ന്യാസി ലുംബിനിയിലെ സിദ്ധാർത്ഥനെക്കുറിച്ചും ബുദ്ധന്റെ വെളിച്ചത്തെക്കുറിച്ചും പറഞ്ഞു. ശുദ്ധോദന-മായാ ദമ്പതികളെക്കുറിച്ചും മായാദേവി പൊഴിച്ച കണ്ണുനീരിന്റെ കഥയും പറഞ്ഞു.

സന്ന്യാസി നടന്നു മറഞ്ഞിട്ടും കുഞ്ഞിക്കോരു പടിക്കൽത്തന്നെയിരുന്നു. ഒരേയിരുപ്പ്. ആദ്യമായിക്കാണുംപോലെ ആകാശം നോക്കിയിരുന്നു. ദൂരെദൂരേക്കുള്ള മനസ്സൊരുക്കിയെടുത്തു.

കുട്ടികളുടെ കാത്തിരിപ്പൊടുങ്ങി. പാറോതി കടിഞ്ഞൂൽ പെറ്റ മേടം പത്തിന് കു ഞ്ഞിക്കോരു തിരിച്ചെത്തി. രണ്ടുതോളിലും ചാണപ്പച്ചനിറമുള്ള സഞ്ചിയും തൂക്കിയായിരുന്നു വരവ്. തലയും താടിയും വളർന്നിരിക്കുന്നു. കണ്ണുകൾക്ക് തിളക്കം വെച്ചിരുന്നു. കണ്ണുനിറച്ചും ലോകം കണ്ടുവന്ന മട്ട്.

വന്നപാടേ അമ്മയുടെ കാല്ക്കൽ വീണു. ദേവു കെട്ടിപ്പിടിച്ചു കരഞ്ഞു.

“എന്നാലും എന്റെ കുട്ടീ, നീയൊരു വാക്കുപറയാതെ ഇറങ്ങിപ്പോയല്ലൊ.” ദേവു സങ്കടപ്പെട്ടു.

കുഞ്ഞിക്കോരു അമ്മയെ ചേർത്തുപിടിച്ച് സാന്ത്വനിപ്പിച്ചു.

തന്റെ വീടും വീട്ടകങ്ങളും പറമ്പും പാടവും നന്നെ ചെറുതായി കുഞ്ഞിക്കോരുവിന് തോന്നി. തനിച്ചായപ്പോൾ നാനിപ്പെണ്ണ് സ്വകാര്യമായി ചോദിച്ചു,

“കുഞ്ഞാഞ്ഞ ആ സന്ന്യാസീടെ അടുത്താണോ പോയിവന്നത്. ഒരുപാട് നാടുകള് കണ്ടോ. അവ്ടെല്ലാരും മ്മടെപോലാണോ.”

പിന്നീട് പലപ്പോഴും പറഞ്ഞും പറയാതെയും കുഞ്ഞിക്കോരു ഇങ്ങനെ ഇറങ്ങിപ്പോയിരുന്നു. അതൊക്കെ സാവധാനം പതിവു ശീലങ്ങളായിക്കണ്ട് ആരും ഒന്നും പറയാതായി. ഈ ദേശാടനശീലം ഒട്ടൊന്നു ശമിച്ചത് കുഞ്ഞിക്കോരു കാളിക്കുട്ടിയെ പെണ്ണുകെട്ടിക്കൊണ്ടുവന്നതിന് ശേഷമാണ്. എന്നാൽ കുട്ടികളൊക്കെയായപ്പോൾ പിന്നെയും ദേശാടനത്തിനായി ഇറങ്ങിത്തിരിക്കാൻ തുടങ്ങി. ഓരോ തവണ തിരിച്ചെത്തുമ്പോഴും ഒരു കെട്ട് കഥയുണ്ടാവും.

കാലം ചെന്നപ്പോൾ പുര നിറച്ചാളായി. നെരുമ്പുര പോരാതായി. കുഞ്ഞിക്കോരും കണ്ണപ്പനും പെണ്ണുകെട്ടി കുട്ടികളായി. കുഞ്ഞിരാമനും മീനാക്ഷിയും ചെറുപ്പംവിട്ടു. ഇറ്റാരുവിന്റെ മക്കൾ അരവിന്ദനും

സോമനും വളർന്ന് വലുതായി. നാനിപ്പെണ്ണിനെ കെട്ടിച്ചയച്ചു. അത് പക്ഷേ, ആരും വിചാരിക്കാത്തപോലായി. പാറോതി മൂന്നു പെറ്റപ്പോഴാ യിരുന്നു അത്. ഇണ്ണൂലിയാണ് ഇറ്റാരൂനോട് പറഞ്ഞത്.

"ഇനി വൈകിക്കണ്ട. പുരനിറഞ്ഞ പെങ്കുട്ട്യോള് ഉള്ളിലെ തീയാ. നടത്തന്നെ. ഗോപാലനെന്താ ഒരു കൊറവ്. ഒരു പെണ്ണിനെ പോറ്റാൻ ത്രാണിണ്ട്. പഠിപ്പും വിവരോംണ്ട് അത് മതി. അവനാണെങ്കിൽ നൂറുവട്ടം സമ്മതം."

അങ്ങനെ നാനിപ്പെണ്ണിനെ ഗോപാലനു കെട്ടിച്ചുകൊടുത്ത കാല ത്താണ് നാട്ടിൽ വസൂരി പിടിച്ചത്. ഭയംകൊണ്ട് നാട് കിടന്നുവിറച്ചു. കൊടുങ്ങല്ലൂരമ്മേടെ വിളയാട്ടായിരുന്നു. വസൂരിമാല നാടുമുഴുവൻ വിത്തുവിതച്ചിട്ടു. എവിടൊക്കെയോ മുളപൊട്ടി. തൃത്തറേലും വീണു കിളിർത്തു. ഇണ്ണൂലിയുടെ ഇളയപുത്രൻ സോമനായിരുന്നു ദേവീടെ അനുഗ്രഹം. ദേഹമാസകലം പൊന്തി. നീണ്ടുമെലിഞ്ഞ ചെറുപ്പം ചെക്കൻ. കണ്ണും കരളും പോകുന്ന വിത്താണ്. തൃത്തറ നിന്നുവിറച്ചു. ദേവീടെ തേർവാഴ്ചയ്ക്ക് എതിർവായില്ല.

"മാറ്റണം. കുടുംബം മുഴുവൻ അതു പടർന്നുപിടിക്കും മുൻപ് മാറ്റണം."

"എവ്ടക്ക്."

"വേറെവ്ടെ. വസൂരിപ്പുര തന്നെ."

പുരകെട്ടി. പലയിടത്തുമായി. വാൾത്തലകൊണ്ട് മുറിഞ്ഞിട ത്തൊക്കെ. ഒന്നുംരണ്ടുമല്ല. നാടൊട്ടാകെ. അവിടെയും ഇവിടെയും എറി ഞ്ഞിട്ടിരുന്നു. മാറ്റാനുള്ള കൂരയൊരുക്കാതെ വയ്യെന്നായി. അങ്ങനെ കെട്ടി വന്നപ്പോ എണ്ണം പെരുകി.

"ഉപേക്ഷിക്ക്യന്നെ. വേറെ വഴിയില്ല. സഹിക്ക്യ."

അങ്ങനെ കുരുപ്പുദീനം വന്ന സോമനെ വസൂരിപ്പുരയിലേക്ക് മാറ്റി. ദേവീടെ വിത്തു മുളച്ചുപൊട്ടിയത് അപ്പാടെ കൈക്കൊണ്ടേ പറ്റൂ.

പിന്നൊന്നുപോയി കാണാൻ ആർക്കും ധൈര്യണ്ടായില്ല. ചോറും കൂട്ടാനും വെച്ച് പണിക്കാരൻ കുഞ്ഞാണ്ടൻ വശം കൊടുത്തയയ്ക്കും. തിരിച്ചുവന്ന് കുഞ്ഞാണ്ടൻ മൂക്കറ്റം കള്ളുമോന്തും. ദേവി വിത്തെറിഞ്ഞാ കൊള്ളർത്.

ഇണ്ണൂലിക്ക് കുട്ട്യേ കാണണംന്ന് തന്ന്യായി. പോകാനും തെയ്യാറായി. പറഞ്ഞയച്ചില്ല.

"ഞാൻ പാലൂട്ടി വളർത്ത്യേതല്ലേ, എനിക്കെന്റെ കുഞ്ഞിനെ കാണണം."

ശാഠ്യം കൂടിവന്നു.

"വേണ്ട. പോണ്ട. ഇനീം പരത്തണ്ട."

അത് താക്കീതായിരുന്നു.

പക്ഷേ, ആരെങ്കിലും പോണം. പോയേ തീരൂ. ജീവശ്വാസം നിലയ്ക്കും മുൻപ് കുടുംബത്തിന്റെ ഒരിറ്റുവെള്ളം കൊണ്ട് ചുണ്ട് നനച്ചിരിക്കണം. ആത്മാവിനെ ഗതികിട്ടാതെ അലയാൻ വിടരുത്. കുലം

മുടിയും. അവസാനം കുഞ്ചക്കന്റെ മോൻ വാസു കണ്ണപ്പന്റെ മോൻ കറുത്ത വേലായിയെ കൂട്ടിപ്പോയി. ധൈര്യത്തിന് കുഞ്ഞാണ്ടനെയും വിളിച്ചു. കുഞ്ഞാണ്ടൻ ചൂട്ടുവീശി മുന്നിൽ നടന്നു. അവനെ നന്നായി കള്ള് മണത്തിരുന്നു.

"നീ നല്ലോണം സേവിച്ചിട്ടുണ്ടല്ലൊ." വാസു ചോദിച്ചു.

"പേടി മാറാൻ ഇത്തിരി മോന്ത്യേതാ തണ്ടാരുട്ടീ." കുഞ്ഞാണ്ടൻ പറഞ്ഞു.

"ആ നീ നടക്ക്."

ചൂട്ടുവീശി കുഞ്ഞാണ്ടൻ ഒരകലം പാലിച്ച് മുന്നേ നടന്നു. ചുറ്റും ഇരുൾ മൂടിക്കിടന്നിരുന്നു. വഴികളൊക്കെ കുഞ്ഞാണ്ടനേ അറിയൂ. ഏറെ ദൂരമെത്തിയപ്പോൾ കുഞ്ഞാണ്ടൻ പറഞ്ഞു

"എത്താറായി തണ്ടാരേ. ദാ അവ്ടെ." കുഞ്ഞാണ്ടൻ ചൂട്ടുവെളിച്ചത്തിൽ വിരൽചൂണ്ടി.

വാസൂന്ന് പേടിതോന്നി. കാലുകൾ മുന്നോട്ടു നീങ്ങാതായി. ശരീരം വിറച്ചു. ഇടറുന്ന തൊണ്ടയിൽ വിളിച്ചു: "വേലായീ...."

കറുത്ത വേലായി തിരിഞ്ഞുനോക്കി. വാസു ഏറെ പിന്നിലാണ്. പൂഴിപ്പരപ്പ് അയാളുടെ കാലുകളെ പിടിച്ചുവലിച്ചിരുന്നു.

"വേലായീ, നിനക്ക് പേട്യാവ്ണില്ലേ." വാസു മണലിൽ കാൽ പൂഴ്ത്തിനിന്നു ചോദിച്ചു.

"ചോപ്പന്മാർക്ക് എന്തുപേടി വാസൂ. ഇരുട്ടും വെട്ടോം ഒന്ന്വന്നെ. നീ നടക്ക്. നീ നടക്ക്. വാ. മ്മടെ ചോരല്ലേ അതിന്റുള്ളീക്കെടക്ക്ണ്."

വാസു കറുത്ത വേലായീടെ കൈയുംപിടിച്ച് നടന്നു.

വസൂരിപ്പുരയ്ക്കടുത്തായി ജീവാജന്തുവില്ല. കൂരാക്കൂരിരുട്ട്. ചൂട്ടു വീശിച്ചെന്നു. വെളിച്ചത്തുണ്ടുകളിൽ ചെറുചെറ്റപ്പുര തെളിഞ്ഞുവന്നു. ഒച്ചയോ അനക്കമോ ഉണ്ടായില്ല. മണലടിച്ചു കയറിയിട്ടുണ്ട്. ചാരിവെച്ച മുൻവാതിൽ മെല്ലെയെടുത്തുമാറ്റി. ചൂട്ടുവീശി ഒന്നേ നോക്കിയുള്ളൂ. ഏഴെട്ടെണ്ണം തലങ്ങും വിലങ്ങും. അഴുകിയ ഗന്ധം. ദിവസങ്ങളായിരിക്കുന്നു. ഒന്നിനേയും തിരിച്ചറിയാൻ വയ്യ. പിന്നൊന്നും നോക്കിയില്ല. കുഴി വെട്ടാനൊന്നും നിന്നില്ല. എരിഞ്ഞുകൊണ്ടിരിക്കുന്ന പന്തം വസൂരിപ്പുരയ്ക്കുള്ളിലേക്കെറിഞ്ഞ് മണൽപ്പരപ്പിലൂടെ ഇരുളിലേക്കോടി. ഏറെയെത്തി തിരിഞ്ഞുനോക്കിയപ്പോൾ എരിഞ്ഞുകത്തുന്ന തീക്കുണ്ഡം. ചുറ്റും മണൽത്തിളക്കം. വെന്തുരുകുന്ന മാംസഗന്ധം. ജീവച്ഛവങ്ങളായി നിന്നുകണ്ടു.

ഇരുൾപ്പരപ്പിൽ മൂവരും പുലരുംവരെ ദിക്കറിയാതെ നടന്നു.

നാളുകൾ ചെല്ലുന്തോറും ദേശത്ത് വസൂരിപ്പുരകളുടെ എണ്ണം വർദ്ധിച്ചുവന്നു. പലപ്പോഴും ആരെന്നു തിരിച്ചറിയാനാവാതെ കുഴിവെട്ടിമൂടുകയായിരുന്നു.

സോമന്റെ കാര്യത്തിൽ വസൂരിപ്പുരതന്നെ തീകൊളുത്തിപ്പോരുകയാണുണ്ടായതെന്ന് വളരെക്കാലത്തേക്ക് തൃത്തറ കുടുംബത്തിലാരും

തന്നെ അറിഞ്ഞതുമില്ല. കുഞ്ഞാണ്ടനോ കാണാൻപോയ കറുത്ത വേലായിയോ വാസുവോ അക്കാര്യം ആരോടും പറഞ്ഞില്ല. ഇറ്റാരുവിന്റെ മൂത്ത മകൻ അരവിന്ദൻ നാളുകൾക്കുശേഷം എങ്ങനെയോ അതറിഞ്ഞുവന്ന് കറുത്ത വേലായിയോട് ചോദിച്ചു.

"ഒന്നിച്ചിട്ട് കത്തിച്ചല്ലേ."

കറുത്തവേലായി ഒന്നും പറഞ്ഞില്ല.

വസൂരിപ്പുരയിൽ നിന്ന് പുറത്തേക്കു തള്ളിവന്ന ശവഗന്ധവും തീക്കുണ്ഡത്തിന്റെ ചെഞ്ചായപ്പടർപ്പും അയാൾക്ക് ഒന്നുകൂടി അനുഭവപ്പെട്ടു.

"അയ്യോ ആങ്ങള."

ഉള്ളാന്തിക്കൊണ്ടാണ് റാട്ടുപിരിക്കയർ നിലത്തിട്ട് പാറോതി ഓടിയത്. വീട്ടുമുറ്റത്ത് ഒരു നിഴൽ വന്നുനിന്നത് അവൾ കണ്ടു. പിന്നെ ആളനക്കം. വളർന്നു മുറ്റിയ താടിയും മുടിയും. മാധവരാജ, പാറോതിയുടെ ഒരേയൊരാങ്ങള. വന്നാൽ യഥാവിധി സൽക്കരിക്കണം. ഇല്ലെങ്കിൽ പുലഭ്യം പറയും. ഒരുകുടം കള്ള് മോന്തും. പൂവൻകോഴിയുടെ നിഴൽ കണ്ടാൽ മതി. പിന്നെ അതുവേണം. കോഴിക്കറി വറുത്തരച്ചുവെച്ചതും ചോറും അറപ്പത്തോട്ടിലെ കരിമീൻ പൊരിച്ചതുമായി ഒരിരിപ്പാണ്. കുടിയും തീറ്റയ്ക്കുമിടയിൽ ഇടയ്ക്കിടെ പാറോതിയെ വിളിക്കും. കുട്ടികൾ ഭയന്നുമാറി ദൂരെനിന്ന് നോക്കിക്കൊണ്ടിരിക്കും. നല്ല പൂസായാൽ നാടൻപാട്ടുപാടും. ചുവടുവെച്ചാടും. അരയിൽ വീതിയേറിയ തോൽ ബെൽറ്റിൽ കീഴ്പോട്ടിറക്കിവെച്ചിരിക്കുന്ന കഠാരയുടെ ചെമ്പുപൊതിഞ്ഞ പിടി കാണാം.

മാധവരാജ എത്തിയാൽ പിന്നെ കുഞ്ചക്കൻ പടിഞ്ഞാറെ മുറ്റത്തുകൂടെ വേലിക്കെട്ടിനുമപ്പുറത്തേക്ക് മറയും. മീനാക്ഷി അടുക്കളയിൽ നിന്ന് അയാൾ പോകുംവരെ പുറത്തിറങ്ങില്ല. താടിയും കൊമ്പൻമീശയും തടവി ചുവന്ന കണ്ണുകളോടെയിരിക്കുന്ന മാധവരാജയെക്കണ്ട് കുട്ടികൾ പേടിച്ചുവിറയ്ക്കും. അയാൾ നൃത്തം ചെയ്യാനൊരുങ്ങിയാൽ അവർ പതുക്കെ മറഞ്ഞുനിന്ന് എത്തിനോക്കിച്ചിരിക്കും. ഇടയ്ക്കിടെ പാറോതിയെ വിളിച്ച് ഓരോന്ന് ആവശ്യപ്പെടും.

ഇത്തവണ ഉച്ചയൂണു കഴിഞ്ഞ് പോകാനൊരുങ്ങിയപ്പോൾ പാറോതി ചോദിച്ചു

"ആങ്ങള എന്തിനാ ങ്ങനെ നാടുനീളെ നടക്ക്ണ്. ഒരു പെണ്ണുകെട്ടി പൊറുത്തൂടേ. വെറുതെ നാട്ടാരെക്കൊണ്ട് പറയിപ്പിക്കണോ."

"പെണ്ണോ. ഹും."

മാധവരാജ വലിയ ശബ്ദത്തിൽ ചിരിച്ചുകൊണ്ട് മീശ മേലേക്കുയർത്തിത്തടവി ഇറങ്ങിപ്പോയി, അയാൾ കുന്നുകയറി നട്ടുച്ചയിലും മരങ്ങൾ തീർക്കുന്ന ഇരുളിലേക്ക് മറയുംവരെ പാറോതി നോക്കിനിന്നു.

മാധവരാജയ്ക്ക് അച്ഛനായിട്ട് സമ്പാദിച്ചിട്ട സ്വത്തുണ്ട്. അവിടവിടെ പറമ്പും പുരയിടവുമുണ്ട്. ഒറ്റപ്പുത്രന് കഴിഞ്ഞുകൂടാൻ വകയൊക്കെ ഉണ്ടാക്കിവെച്ചാണ് പോയത്. എന്നാലും അയാൾ തനിക്കുള്ളതുകൊണ്ട്

മാത്രം കഴിയാൻ തയ്യാറാല്ല. അപ്പുറത്തും ഇപ്പുറത്തും അയാളുടെ കണ്ണുകൾ പായും. അതെവിടെച്ചെന്നെത്തുമെന്നൊന്നും ഒരു നിശ്ചയവുമില്ല. ദേശത്ത് കാണാതായ പലതും അയാളുടെ വീട്ടിൽനിന്ന് പൊലീസ് കണ്ടെടുത്തിട്ടുണ്ട്. അതുകൊണ്ട് ഒട്ടൊരു ഭയപ്പാടോടെയും സംശയദൃഷ്ടിയോടെയുമാണ് കരക്കാർ അയാളെ കണ്ടിരുന്നത്.

ഒരു വേനൽപ്പകുതിയിലാണ് അയാൾ ചിരുതയുടെ വീട്ടുമുറ്റത്തെത്തുന്നത്. തൈത്തെങ്ങിലെ ചെങ്കുറുമ്പക്കുല കണ്ടപ്പോൾ ഒരു മോഹം തോന്നി. കേറ്റക്കാരൻ ചങ്കരനെ വിളിച്ചു.

"നീയൊരു കരിക്കിട്ടേ. നല്ല ദാഹം."

കേൾക്കേണ്ട താമസം ചങ്കരൻ തളപ്പെടുത്തിട്ട് ചെന്തെങ്ങിൽ കയറി ചുവന്നുതുടുത്ത കരിക്കിട്ട് മുഖം ചെത്തിക്കൊടുത്തു. മാധവരാജ കരിക്ക് മൊത്തി ഇളനീര് ഒറ്റവലിക്കകത്താക്കി ചിറി തുടച്ച് മീശ മിനുക്കി ചാണകം മെഴുകിയ ഇറയത്തേക്കിരുന്നു. ചെറ്റ മറഞ്ഞുനിന്ന ചിരുതയെ കണ്ട് അയാൾക്ക് മോഹംതോന്നി.

ഇങ്ങനെ മോഹംതോന്നിയ പെണ്ണുങ്ങൾക്കൊക്കെ അയാൾ തന്റെ പറമ്പുകളിൽ കുടിൽവെച്ചുകൊടുത്ത് പാർപ്പിച്ചിട്ടുണ്ട്. ചെല്ലും ചെലവും കൊടുത്ത്.

അമ്മമാർ പെൺമക്കളോട് പറയും;

"അയാൾടെ ദൃഷ്ടീലൊന്നും പെടണ്ട മക്കളേ."

അതിനാൽ അയാളെക്കണ്ടാൽ പെണ്ണുങ്ങൾ ഓടിയൊളിക്കും.

തൃത്തറയിൽ കയറി വന്നാൽ ഇറ്റാരുണ്ടെങ്കിൽ പിന്നെ നില്ക്കില്ല.

"പാറോതീ ഇത്തിരി സംഭാരം കൊണ്ടന്നേ."

പാറോതി കട്ടിമോരെടുത്ത് പച്ചമുളകും ഇഞ്ചിയും കറിവേപ്പിലയും ചതച്ചിട്ട് കൊടുക്കും. അതിന്റെ എരിവി ൽ ചുണ്ടു ചോപ്പിച്ച് മീശ മേലോട്ടുവെച്ച് കുന്നുകയറിപ്പോകും.

"ഞാൻ തങ്ങ്ണില്ല. പണിണ്ട്."

ഇറ്റാരു പൂമുഖത്തിരുന്ന് ഒന്നമർത്തിമൂളും.

കരത്തട്ടിൽ ചില ചില്ലറ കൊള്ളകളിലും ഭവനഭേദനങ്ങളിലും മാധവരാജയുടെ കൈയുണ്ടെന്നാണ് സംസാരം. പെൺകുട്ടികളുള്ളിടങ്ങളിൽ മാത്രമേ ഇങ്ങനെ ഉണ്ടാവാറുള്ളൂ. ഇത്തരം കാര്യങ്ങൾ ചെവിയിലെത്തിയാൽ ഉടനെ പാറോതി പറയും

"ന്റെ ആങ്ങള അതൊന്നും ചെയ്യൂല്ല."

രാത്രിയിലാണ് പൊതുവെ അയാളുടെ സഞ്ചാരം. എനിക്ക് ശത്രുക്കളേറെയുണ്ടെന്നും അവരുടെ ആക്രമണം നേരിടാനാണ് എപ്പോഴും കഠാര എളിയിൽ കൊണ്ടുനടക്കുന്നതെന്നുമാണ് പറയുക. എന്നാൽ അയാളുടെ കഠാര ഇന്നുവരെ പുറത്തെടുത്തിട്ടില്ല എന്നാണ് പൊതുവെയുള്ള ചായക്കടക്കേൾവി.

ഏതെങ്കിലും പുലർച്ചയ്ക്ക് കരത്തട്ടിലെ ചായക്കടകളിൽ മാധവരാജ കയറിയിറങ്ങിപ്പോയിട്ടുണ്ടെങ്കിൽ നേരം വെളുക്കുന്നതോടെ നാട്ടിലെന്തെ

ങ്കിലും കവർച്ചയോ മറ്റോ നടന്നിട്ടുണ്ടെന്ന് കേൾക്കാം. രാത്രിയുണ്ടായ തെന്തും ആദ്യമെത്തുന്ന ചായക്കടകളിലൂടെയുള്ള തേർവാഴ്ചകൊണ്ട് അയാൾക്ക് കാര്യങ്ങളുടെ നിജസ്ഥിതി മനസ്സിലാക്കാൻ കഴിയും. പിന്നീടുള്ള ദിവസങ്ങളിൽ അയാളെ കാണാതാവുകയും ചെയ്യും. അങ്ങനെ ഒരേസമയം പ്രീതിയും ഭീതിയും വളർത്തി പാറോതിയുടെ ആങ്ങള കരക്കാരിൽ ജീവിച്ചു.

കുഞ്ഞിക്കോരുവിന്റെ ദേശാടനക്കാലത്തിന് മുൻപുതന്നെ കണ്ണപ്പനും കുഞ്ഞിരാമനും പെണ്ണുകെട്ടിക്കൊണ്ടുവന്നു. നെരുമ്പുര പോരാതെ വന്നു. കണ്ണപ്പന് അഞ്ചുമക്കളായി. കറുത്തവേലായി, മാമി, വേലപ്പൻ, കല്യാണി, കൗസല്യ. കുഞ്ഞിരാമന് കുഞ്ഞിരാവുണ്ണി, കുറുമ്പ, നൊട്ടിപ്പെണ്ണ്, ലീല, അമ്മിണി. കുഞ്ഞിക്കോരുവിന്റെ എട്ടുമക്കളും കൂടിയായപ്പോൾ മറ്റൊരു നെരുമ്പുര അതേ പറമ്പിലുയർന്നുവന്നു. കണ്ണപ്പനും മക്കളും അതിൽ പാർപ്പുറപ്പിച്ചു. കുഞ്ഞിക്കോരുവും കാളിക്കുട്ടിയും അപ്പോഴും തറവാടുവിട്ടുപോകാനൊരുങ്ങിയില്ല. കൂടും കൂട്ടും വിടാനൊരുങ്ങാത്തവർ ഒന്നിച്ചൊരിടത്ത് മുളഞ്ഞു. കൂട് പൊട്ടിപ്പൊളിയാൻ പിന്നെയും കാലമെടുത്തു.

സോമൻ വസൂരിപ്പുരയിൽ കത്തിയെരിഞ്ഞതിനും കുഞ്ഞിക്കോരുവിന്റെ മൂത്തസന്തതി കുഞ്ഞേലായി ശീമയ്ക്ക് കപ്പൽ കയറിയതിനും പിന്നാലെയാണ് ഇറ്റാരുവിന്റെ മകൻ അരവിന്ദൻ സിലോണിൽ പോയത്. സോമനില്ലാതായപ്പോൾ എത്രതന്നെ പുര നിറഞ്ഞാളുണ്ടായിട്ടും അരവിന്ദന് അടക്കാനാവാത്ത ഒറ്റപ്പെടലിന്റെ വേദന അനുഭവപ്പെട്ടു. റാട്ടുപിരിയും ചകിരിമൂട്ടലും കള്ള് ചെത്തലും മടുത്തു. ഒന്നിലും മനസ്സ് നില്ക്കാതായി. ശ്രദ്ധയും ഉത്സാഹവും നഷ്ടപ്പെട്ടു. കയറിൽത്തന്നെ കെട്ടിയിട്ട ജീവിതം അയാൾ വെറുത്തു. പുന്നക്കച്ചാലിലെ ചെറുപ്പക്കാരിൽ പലരും നാടുവിടുന്ന വാർത്ത ഓരോ ദിവസവും കേട്ടുതുടങ്ങി. അപ്പുറത്തെ മാധവൻ മദിരാശിക്കുപോയതും രാമച്ചക്കച്ചവടത്തിന് കുഞ്ഞിപ്പാലു കൽക്കട്ടയിൽ പോയതും കൊച്ചുരാമന്റെ മോൻ ശങ്കുരു അണ്ടിക്കച്ചവടം തുടങ്ങിയതും കുഞ്ഞുവേലായുധൻ ബോംബെക്ക് തീവണ്ടി കയറിയതും അന്നാളിലായിരുന്നു. ചേന്നാട്ടിലെ കുഞ്ഞിക്കളവൻ പെനാങ്ങിൽ നിന്ന് തിരിച്ചെത്തിയിട്ടും അധികനാളായില്ല. ആസ്സാമീന്നു തിരിച്ചെത്തിയ കുഞ്ഞാണ്ടന്റെ ചേട്ടൻ കുട്ടൻ ആറുമാസം നിന്നിട്ട് വീണ്ടും ആസ്സാമിലേക്കുതന്നെ പോയതും കരയ്ക്ക് വിസ്മയായിരുന്നു.

ദിവസങ്ങളോളം ആലോചനയിൽ മുങ്ങി അരവിന്ദൻ നടന്നു. എവിടേക്കെന്നില്ലാതെ കരയും ദേശവും അലഞ്ഞു. ഇടയ്ക്ക് കയറിവരുമ്പോൾ ഇണ്ണൂലി കരച്ചിലൊതുക്കി അന്വേഷിക്കും.

"എന്താ എന്റുണ്ണീടെ മനസ്സില്. ഇങ്ങനെ അലഞ്ഞുനടന്ന് വല്ലാത്ത കോലായല്ലൊ."

"ഒന്നൂല്യമ്മേ."

"എന്താന്വെച്ചാ പറ."

"ഒന്നുല്യ."

"ഇങ്ങനെ ഉള്ള് വെന്തുരുക്കണോ."

"എവിടെപ്പോയാലും ഞാൻ തിരിച്ചുവരും. അമ്മ വിഷമിക്കണ്ട."

ഒരു ദിവസം അവനെ കാണാതായി. ഇറ്റാരു കര മുഴുവൻ അന്വേഷിച്ചുനടന്നു. ആരും കണ്ടവരില്ല.

"എന്തായി." ഇറ്റാരു തിരിച്ചെത്തിയപ്പോൾ ഇണ്ണൂലി തിരക്കി.

"ഒരു തുമ്പൂല്യ." ഇറ്റാരു ക്ഷീണസ്വരത്തിൽ പറഞ്ഞു.

"വേണ്ട. ഇനി തെരക്കണ്ട." ഇണ്ണൂലി കുലുക്കമില്ലാതെ പറഞ്ഞു.

"അതെന്താ?"

"അവൻ തിരിച്ചുവരും. എവ്ട്യായാലും ന്റെ കുട്ടി തിരിച്ചുവരും."

കുന്നത്തേക്ക് നീണ്ടുപോയ ഇണ്ണൂലിയുടെ കണ്ണുകളിൽ പ്രതീക്ഷയുടെ തിളക്കം.

ഏതാനും മാസങ്ങൾ കഴിഞ്ഞ് കൊളമ്പിൽനിന്നും അരവിന്ദന്റെ കത്തുവന്നു.

മീനാക്ഷി പോയപ്പോൾ വീട് ശൂന്യമായി. കുട്ടികളൊക്കെ നിശ്ശബ്ദരായി. കളിയും ചിരിയുമില്ലാതായി. മുതിർന്നവർ അവരവരുടെ പണികളിൽ മുഴുകുന്നതല്ലാതെ ആരുടെയും ഒച്ചയനക്കങ്ങളില്ല. മരണം വന്ന് ഒരാളെ എടുത്തുകൊണ്ടുപോയെന്ന് എല്ലാവരും കരുതി. അവർക്ക് അങ്ങനെയേ വിചാരിക്കാനാവൂ. കാരണം മീനാക്ഷിക്ക് ഇനിയൊരു തിരിച്ചുവരവ് ഉണ്ടാകാനിടയില്ല. എല്ലാ ബന്ധങ്ങളും അറുത്തുമുറിച്ചിട്ട് പോയതല്ലേ.

കുരുമുളക് കച്ചവടവുമായി കോഴിക്കോട്ടുനിന്ന് വന്നതായിരുന്നു കുഞ്ഞിക്കണ്ണൻ. അയിരൂർ അമ്പലവും ആമ്പാടവും കടന്ന് കുമാരക്കുട്ടിയുടെ ചായക്കടയിലാണ് അയാൾ ആദ്യമെത്തുന്നത്. പുലർച്ച കോഴി കൂവിയിട്ടേയുള്ളൂ. ഒറ്റനോട്ടത്തിൽ അന്യദേശത്തുന്നൊള്ള കച്ചോടക്കാരനാണെന്ന് കുമാരക്കുട്ടിക്ക് മനസ്സിലായി. വെളുത്ത് മെലിഞ്ഞ ചെറുപ്പക്കാരൻ എന്നാലും ഇത്രേം പുലർച്ചക്ക്. ഒന്നു സംശയിച്ച് അന്വേഷിച്ചു.

"ആരാ. കണ്ടുപരിചയില്ല."

"ദൂരേന്നാ."

"കോഴി കൂവീട്ടൊള്ളു."

"ഇരിങ്ങാലക്കുട ചന്തപ്പടീന്ന് ഒരു കാളവണ്ടി തരപ്പെട്ടു. അതീക്കേറീരുന്നു. മണപ്പുറംന്ന് കേട്ടീട്ടൊണ്ട്. അത്രേള്ളൂ. കുരുമുളക് കച്ചോടാ."

സമോവറിൽ തിളപൊട്ടിയപ്പോൾ കുമാരക്കുട്ടി ചായ വീഴ്ത്തി പരദേശിക്ക് കൊടുത്തു.

"വേറൊന്നുംല്യേ."

"പലഹാരങ്ങളൊക്കെ ആവ്ണേള്ളൂ." കുമാരക്കുട്ടി പറഞ്ഞു. അയാൾ ആമ്പാടപ്പരപ്പിലേക്കു നോക്കി അല്പനേരമിരുന്നു. പുലർച്ചയറിയിച്ച് അമ്പലമണി മുഴങ്ങി.

"മ്മ്ളെവ്ടെന്ന്ണാവോ?"

"കോയിക്കോടാ സ്വദേശം. കുഞ്ഞിക്കണ്ണൻ. കച്ചോടാ." ചായ കുടിച്ച് പോകാനെഴുന്നേറ്റപ്പോൾ അയാൾ അന്വേഷിച്ചു.

"എവ്ട്യാ ഒന്നു തങ്ങാൻ."

"തൃത്തറേല് പോയിനോക്ക്." കുമാരക്കുട്ടി വഴികാട്ടിക്കൊടുത്തു.

തൃത്തറ എത്തിയപ്പോൾ നേരം വെളുത്തിരുന്നു. കുന്നിറങ്ങിയെത്തുന്ന നീണ്ട നിഴൽ മുറ്റത്തുകണ്ട് ഇറ്റാരു ഇറയത്തേക്കു വന്നു.

കൈകൂപ്പി നില്ക്കുന്ന ചെറുപ്പക്കാരൻ. കരേലൊന്നും കണ്ട ഓർമ്മ വന്നില്ല. കുഞ്ഞിക്കണ്ണൻ കാര്യം പറഞ്ഞപ്പോൾ സംശയിച്ചില്ല. ഇറ്റാരു അയാളെ അടിമുടി ഒന്നുനോക്കി. മെലിഞ്ഞുകിളുത്ത ശരീരം. സാമാന്യം ഉയരം. കണ്ണുകളിൽ സൗമ്യഭാവം. ആവട്ടെ. പടിഞ്ഞാറെ പറമ്പിൽ ഒരു പുര വെറുതെ കിടപ്പുണ്ട്. വൃത്തിയാക്കണംന്നേയുള്ളൂ. ഒരിടം കൊടുക്കാം. തലചായ്ക്കാനല്ലേ.

ഉച്ചയോടെ കുഞ്ഞാണ്ടൻ വന്ന് പുര വൃത്തിയാക്കിക്കൊടുത്തു. അയാളവിടെ കയറിക്കൂടി. വെപ്പും കുടിയും അവിടെത്തന്നെ കച്ചോടം മുറയ്ക്ക് നടത്തുന്നുണ്ടെന്ന് തോന്നി. മുറ്റത്ത് ചിക്കുപായിൽ കുരുമുളക് ഉണക്കാനിട്ടിരിക്കുന്നത് കാണാം. ഉണക്കം പാകത്തിനായാൽ ചാക്കിലാക്കി കാളവണ്ടിയിൽ കയറ്റിക്കൊണ്ടുപോകും. പിന്നെ ദിവസങ്ങളോളം അയാളെ കാണില്ല. തിരിച്ചെത്തിയാൽ വീണ്ടും കുരുമുളക് വാങ്ങിക്കൂട്ടും. അങ്ങനെ പലതവണ അട്ടിയട്ടിയായി കുരുമുളക് ചാക്കുകൾ കയറ്റിയ കാളവണ്ടി പുറത്തേക്ക് പോകുന്നത് കരക്കാർക്ക് പതിവുകാഴ്ച മാത്രമായി.

ഒരിക്കൽ മാത്രം പാതിരനേരത്താണ് കാളവണ്ടി തിരിച്ചത്. കത്തിക്കൊണ്ടിരുന്ന അരിക്കൻ റാന്തൽ കാളവണ്ടിക്കുമുന്നിൽ കെട്ടിയിട്ടു. അരണ്ട വെളിച്ചത്തിൽ കുരുമുളക് ചാക്കുകൾ അടുക്കി തയ്യാറാക്കി. അന്ന് വണ്ടി തെളിച്ചത് കുഞ്ഞിക്കണ്ണൻ തന്നെയായിരുന്നു. പതിവുവിട്ട് ചാക്കുകൾക്കിടയിൽനിന്ന് വാസനതൈലത്തിന്റെയും അത്തറിന്റെയും മണമുയർന്നു. നേരം പുലർന്നപ്പോൾ തൃത്തറയിൽ മീനാക്ഷിയെ കണ്ടില്ല.

കണ്ണപ്പൻ രണ്ടാം നെരുമ്പുരയിലേക്ക് മാറിയതോടെ കുടുംബത്തിന്റെ കെട്ടുറപ്പുതന്നെ നഷ്ടമായെന്ന ചിന്ത ഇറ്റാരുവിനെ വല്ലാതെ തളർത്തിയിരുന്നു. കുട്ടികളുടെ നടപ്പും കിടപ്പും തോന്നിയിടത്തായി. മുതിർന്ന കുട്ടികളും ചെറുപ്രായക്കാരും ഇക്കാര്യത്തിൽ ഒരുപോലെയായിരുന്നു. ഇണ്ണൂലി വേണം ഭക്ഷണം വിളമ്പിക്കൊടുക്കാൻ. ഓട്ടുതളികനിരത്തിവെച്ച് എല്ലാവർക്കുമായി വിളമ്പിവെക്കും. ഓരോരുത്തരുടെ ഇഷ്ടങ്ങളറിഞ്ഞാണതു ചെയ്യുക. കുട്ടികൾ നിരന്നിരുന്നാൽ ഇണ്ണൂലി ഒച്ചവെക്കും. വേലപ്പനും കൗസുവും വന്നില്ലല്ലൊ. ശേഖരനും കുഞ്ഞേലായിയും എവിടെപ്പോയി. കാളിക്കുട്ടീ, നീ അപ്പുറത്ത് പോയൊന്നു നോക്ക്യേ. ന്റെ ലക്ഷ്മിക്കുട്ട്യേ കാണുന്നില്ലല്ലൊ. കിടപ്പും ഉറക്കവും ഇങ്ങനെത്തന്നെ. ആരൊക്കെ അപ്പുറത്തുണ്ടെന്ന് ഉറപ്പുവരുത്തിയാലേ ഇണ്ണൂ

ലിക്ക് സമാധാനമാവൂ. മീനാക്ഷി പോയതിനുശേഷം ആ ജോലി കാളിക്കുട്ടിയുടേതാണ്. ചേട്ടത്തി പറയുന്നതെന്തും ശിരസ്സാവഹിക്കുന്നതും കാളിക്കുട്ടി മാത്രമാണ്. മറ്റുള്ളവർക്കൊക്കെ ഇത്തിരി ഗർവ്വ് കൂടിയിട്ടുണ്ടെന്ന് ഇണ്ണൂലി മനസ്സിലാക്കിത്തുടങ്ങിയിരുന്നു.

കുഞ്ഞിരാമനും കൂടി പെണ്ണുകെട്ടിക്കൊണ്ടുവന്നപ്പോ കുഞ്ഞിക്കോരു ഇറ്റാരൂനോട് പറഞ്ഞു.

“കുഞ്ഞിരാമൻ ഒരു വാല്യക്കാരനല്ലെ. അവനിപ്പോ ഒരു തൊണ്യായി. അവ്ര്ക്ക് ഒരെടം വേണ്ടേ.”

“ഇവ്ടൊള്ളോരൊക്കെ പോരെ കുഞ്ഞിക്കോരൂ,.” ഇറ്റാരു ചോദിച്ചു.

“പോരാണ്ടല്ല. അവര് ചെറുപ്പല്ലേ. കാര്യപ്രാപ്ത്യാവണ്ടെ.” കുഞ്ഞിക്കോരു പറഞ്ഞു.

“അതിനിപ്പോ ഇവ്ടെന്തുണ്ടായി.”

“ഒന്നും ണ്ടായിട്ടല്ല. എനിക്കൊരാലോചന.”

“എന്താ.....”

“ആമ്പാടത്തിന്റെ പടിഞ്ഞാറെ കരേല് രണ്ടെടംല്യേ. അസ്സല് പറമ്പ്. രണ്ടെടത്തും ഓരോ പൊര കെട്ട്യാലോ.”

“ആർക്കാ?”

“ഒന്നില് കുഞ്ഞിരാമൻ പാർക്കട്ടെ. പിന്നൊന്നില്...” കുഞ്ഞിക്കോരു മുഴുമിക്കാതെ ശങ്കിച്ചു നിർത്തി.

‘‘എന്താ നിനക്കും മാറണംന്നായോ.’’ ഇറ്റാരുവിന്റെ ശബ്ദം കനത്തിരുന്നു.

“അങ്ങനല്ല. ഇവ്ടെ എല്ലാരും കൂട്യാവുമ്പോ ഇത്തിരി ഞെരുക്കാവൂല്യേന്ന് കരുത്യാ.” കുഞ്ഞിക്കോരു അനുനയ സ്വരത്തിൽ പറഞ്ഞു.

“എന്നാ ഞാനങ്ങ്ട് മാറ്വേക്കാം. അപ്പോ അതീക്കുറച്ച് ഞെരുങ്ങ്യാ മതീലോ.” ഇറ്റാരു ക്ഷുഭിതനായി.

കുഞ്ഞിക്കോരു പിന്നൊന്നും പറഞ്ഞില്ല.

പിന്നീട് അതേക്കുറിച്ച് ആരും ശബ്ദിച്ചില്ല. എന്നാൽ ഇറ്റാരുവിന്റെ മനസ്സ് നീറിക്കൊണ്ടിരുന്നു. കോന്തപ്പൻ പോയതിനുശേഷം കുടുംബത്തിന് ഒരു ക്ഷീണംതട്ടാതെ അയാൾ ശ്രദ്ധിച്ചിരുന്നു. താഴെയുള്ളവർക്കൊക്കെ വേണ്ടതു ചെയ്തുകൊടുത്തു. ഒരല്ലലും വരുത്തിയിട്ടില്ല. രാവും പകലും കഷ്ടപ്പെട്ടിട്ടാണ്. ഇപ്പോ സ്വന്തം കാലില് നില്ക്കാറായപ്പോ ഓരോരുത്തർക്കും അവരുടെ സുഖംന്നായി. അത്രേള്ളോ. അല്ലെങ്കിലും സ്വന്തം സുഖം നോക്കാഞ്ഞതിന് അവരെന്തു പിഴച്ചു.

രാത്രി പായ വിരിച്ചപ്പോൾ ഇണ്ണൂലിയോട് പറഞ്ഞു.

“നീയിനി ഒരുപാട് വെച്ചുവിളമ്പണ്ട.”

“അതെന്താ?”

“മ്മള് വേറെ പൊര വെക്കും.”

“എവ്ടെ?”

“വടക്കേ പറമ്പില്.”

“ന്റെ കുട്ട്യോളെ മുഴ്വോൻ ഇവ്ടിട്ടിട്ടോ. നിങ്ങള് ഒറ്റക്ക് പോവും. ഞാൻ വരില്ല.”

ഇണ്ണൂലി കരയാൻ തുടങ്ങി.

ആമ്പാടക്കരയിൽ രണ്ടു പറമ്പുണ്ട്. കോന്തപ്പൻ അണക്കത്തി രാമന്റെ കൈയിൽനിന്നും പാട്ടത്തിന് വാങ്ങിയ ഭൂമിയാണ്. കൊല്ലം കൊറെയായി. ഇപ്പോ ജന്മം തീറായി. കൊത്തും കെളേം ചുരുക്കാണ്. ചകിരിമൂട്ടും ചെത്തും കഴിഞ്ഞെവ്ടെ നേരം. താഴെയുള്ളവർക്ക് അതിലൊന്നും താല്പര്യല്ല. എല്ലാം വല്യേട്ടന്റെ ചൊമതല്യാണ്. ഒന്നോർത്താൽ കുഞ്ഞിക്കോരു പറഞ്ഞതും ശര്യാ. ചോന്റെ മക്കളല്ലേ. എന്നും ങ്ങനെ കഴിയ്യോ. നേരത്തേ ആയാ അത്രേം നല്ലത്. തല്ലും വഴക്കും കൂടി പോണേലും നല്ലതാ. വേറൊരു പൊര. വേറൊരു മണ്ണ്. ദഹിക്കില്ല. ന്നാലും.

ഇറ്റാരു ഉറപ്പിച്ചു. മാറണം. സ്വരം നന്നാവുമ്പോ നിർത്തണം.

ഉണ്ടായതു പക്ഷേ, അതല്ല. പതിവില്ലാതെ രണ്ടു പറമ്പിലും ഇറ്റാരു പണിക്കാരെ നിർത്തി. ഊരകവും കരിങ്ങോട്ടയും കുറുന്തോട്ടിയും നിറഞ്ഞ് കാടുപിടിച്ച് കിടന്നിരുന്ന പറമ്പുകൾ ഒന്നാകെ വെട്ടി വെളുപ്പിച്ചു. രണ്ടിടത്തും അളന്നു കുറ്റിയടിച്ചു. കല്പണിക്കാരും ആശാരിമാരും പണി തുടങ്ങി. നെരുമ്പുരയ്ക്കുപകരം കല്ലുംപുര പണിതുകയറ്റി. പുതുക്കാട്ടെ കല്ലുവെട്ടുമടകളിൽ നിന്ന് ചെത്ത് കല്ല് കയറ്റിയ കാളവണ്ടികൾ നിര നിരയായെത്തി. കണ്ണടച്ച് തുറക്കുമ്പോഴേക്കും പുരപണി കഴിഞ്ഞു.

രാവിരുണ്ടുനിന്ന നേരം. ഇറ്റാരു അല്പം താവരം തൊണ്ടയിലേക്കൊഴിച്ച് പടിഞ്ഞാപ്പുറത്തെ ചാവടിയിലിരുന്ന് അനുജന്മാരെ വിളിച്ചു. കുഞ്ചക്കനും കുഞ്ഞിക്കോരുവും കുഞ്ഞിരാമനും എത്തി. ആരും ഇരുന്നില്ല. ചേട്ടന്റെ മുന്നിൽ ഭവ്യതയോടെ നിന്നു. ചുണ്ണാമ്പു കരണ്ടത്തീന്ന് നൂറുതേച്ച് വെത്തിലടക്ക ചുരുട്ടി വായിലേക്കിട്ട് ഒരു പുകലഞെട്ടിയും അണപ്പല്ലിനിടയിലേക്ക് തിരുകിവെച്ച് തൊണ്ടയൊന്നു കനപ്പിച്ച് ഇറ്റാരു പറയാൻ തുടങ്ങി.

“അച്ഛൻ പോയിട്ട് കൊല്ലങ്ങളായി. അന്ന് നിങ്ങളൊക്കെ നാഴിയും ചിരട്ടയും പോലായിരുന്നു. ഇന്ന് വളർന്ന് കേമന്മാരായി. പെണ്ണുകെട്ടി കുടുംബായി. കണ്ണപ്പൻ അപ്പുറത്ത് താമസായി. ഇക്കണ്ടോരൊക്കെ ഒന്നിച്ചിനി കഴിയാന്ന്വെച്ചാ കൊറേ കഴിയുമ്പ അഹിതംണ്ടാവും. പണി കഴിപ്പിച്ച രണ്ടു പൊര രണ്ടു കുടുംബത്തിനായി കെട്ട്യാതാ.

മൂത്ത ഞാൻ തന്നെ ഒന്നിലിക്ക് മാറ്വാ. പിന്നൊന്ന് ആർക്കാന്ന്വെച്ചാ ആവാം. തീരുമാനിക്ക്യാ. തറവാട് അനാഥാവര്ത്. ആരെങ്കിലും ഇവ്ടെ ഉണ്ടാവണം.”

അനുജന്മാരുടെ നാവിറങ്ങിപ്പോയി. ആർക്കും ശബ്ദമില്ല. പരസ്പരം നോക്കി മുഖം പോയി. അവർ അനക്കമില്ലാതെ നിന്നു.

“എന്താ മിണ്ടാത്തത്.” ഇറ്റാരു കോളാമ്പിയിൽ ചോപ്പു പടർത്തി ചോദിച്ചു. എന്നിട്ടും ആരുടെ ശബ്ദവും പുറത്തുവന്നില്ല. അവസാനം

കുഞ്ഞിക്കോരു പറഞ്ഞു.

“ആരു മാറ്യാലും ചേട്ടൻ തറവാട്ടിലുണ്ടാവണം. പിന്നൊക്കെ ചേട്ടൻ തന്നെ തീരുമാനിച്ച് പറഞ്ഞാ മതി.”

മറ്റുള്ളവർ അതിനോട് യോജിച്ച മട്ടിൽ തലയാട്ടി നിന്നു. ഇറ്റാരു ഒന്നും പറയാതെ വിളക്കു താഴ്ത്തിവെച്ച് പുരയിലേക്ക് നടന്നു.

അധികം വൈകിയില്ല കുഞ്ഞിക്കോരുവും കുഞ്ഞിരാമനും പുതിയ പുരകളിലേക്കു മാറി. ഇറ്റാരുവും കുഞ്ചക്കനും തറവാട്ടിൽത്തന്നെ പാർത്തു. പിന്നെയും വർഷങ്ങൾ കഴിഞ്ഞാണ് ഇറ്റാരുവിന് വീടുണ്ടാക്കിയത്. അപ്പോഴേക്കും മാറിത്താമസിക്കാൻ ഇണ്ണൂലി മാത്രമേ ഉണ്ടായിരുന്നുള്ളൂ.

വടക്കേപ്പറമ്പിൽ പുതിയ രണ്ടു കുടുംബങ്ങൾ പാർപ്പുതുടങ്ങിയതോടെ ഇണ്ണൂലി ഏകാന്തതയുടെ ദുഃഖം അനുഭവിക്കാൻ തുടങ്ങി. തൃത്തറ ആളും അനക്കവുമില്ലാത്ത ജീവനില്ലാത്ത പുരയായി മാറി. കുഞ്ചക്കനും പാറോതിയും മക്കളും കൂടെയുണ്ടെങ്കിലും ഇണ്ണൂലി തികച്ചും ഒറ്റപ്പെട്ടിരുന്നു.

ഇപ്പോൾ ഉരുകിത്തിളച്ച വേനലും കുന്നുകളെ മുക്കിക്കളഞ്ഞ വർഷവും എത്രയാവർത്തി വന്നുപോയി. കടലിളക്കങ്ങളെത്ര കണ്ടു. ഇണ്ണൂലി ഇപ്പോഴും നടുമുറിത്തിണ്ണയിൽ വരുംകാലങ്ങളിലേക്ക് കാലും നീട്ടി ഒറ്റയിരിപ്പാണ്. പടികയറി ആരും വരാനില്ലെന്നറിയാം. എങ്കിലും ഉള്ളിന്റെയുള്ളിൽ കിഴക്കുനിന്ന് നീണ്ടുവരുന്നൊരു നിഴലനക്കമുണ്ട്. അതെപ്പോഴെന്നറിയില്ല. ഒരുപക്ഷേ, ഇനിയിവിടെ വെള്ളപുതച്ച് നീണ്ടു കിടക്കുമ്പോഴാവാം. കാത്തിരിപ്പിന്റെ കണ്ണുകൾ അടഞ്ഞുപോകുമ്പോൾ.

വേലിപ്പടർപ്പിലെ കുന്നിക്കുരുച്ചന്തം വിതയ്ക്കുന്ന കിഴക്കിന്റെ തേജോബിംബം നോക്കി ഇണ്ണൂലി ഇരുന്നു. സ്മൃതിലയങ്ങളിൽ ഭാരമില്ലാതെ ഒഴുകിനടന്നു. ഇലച്ചാർത്തുകളിൽ തൂങ്ങിയാടുന്ന കുഞ്ഞുമുത്തുകളുടെ തിളക്കങ്ങളിൽ ഋതുക്കളുടെ വരവറിഞ്ഞു. പുലർച്ചയ്ക്ക് മുൻവാതിൽ തുറന്നു വെക്കുമ്പോൾത്തന്നെ കണ്ണുകൾ പാഞ്ഞുപോകുന്നത് പടിക്കലെ ദീർഘചതുരത്തിനുമപ്പുറത്ത് കാണുന്ന കുന്നിറക്കങ്ങളിലേക്കാണ്. ആരുടെയെങ്കിലും നിഴലനക്കം കാണുന്നുണ്ടോ എന്ന ഉൽക്കണ്ഠ നിറച്ചു നില്ക്കും. വസൂരിപ്പുരയിലൊടുങ്ങിയ സോമനും ദൂരേക്ക് പുറപ്പെട്ട് അകലങ്ങളിലെങ്ങോ പോയ്മറഞ്ഞ അരവിന്ദനും ബാക്കിയാക്കിയത് ഉള്ളിന്റെ നീറ്റലാണ്. പറമ്പിന്റെ തെക്കേക്കോണിൽ പുത്തൻപുര വെച്ച് മാറാനിരിക്കേ ഒന്നും പറഞ്ഞുവെക്കാനാവാതെ ഇറ്റാരുപോയതും നഷ്ടങ്ങളുടെ അവസാന കണക്കായി. തനിച്ചായാൽ ഒരിടം വേണ്ടേ എന്നുകരുതിക്കാണും.

പടിയിറങ്ങിപ്പോരുമ്പോൾ ഇണ്ണൂലി തിരിഞ്ഞുനിന്നുപറഞ്ഞു.

“ഉപേക്ഷിക്ക്ണത് ഒരാൾടെ ചോരേം നീരും വീണ മണ്ണാണ്. മറക്കണ്ട.”

ആരും ഒന്നും മിണ്ടിയില്ല. ആരും കൂടെ വന്നില്ല. പടിവരെയെങ്കിലും.

പുന്നക്കച്ചാലിനു വടക്കുമാറി നോക്കെത്താത്ത കടലോരഭൂമികളും അറപ്പത്തോടിനു കിഴക്ക് തൈത്തോപ്പുകളും തെ ങ്ങും പറമ്പുകളും പാടങ്ങളുമായി അനേകസ്വത്തിന്റെ ഉടമയായിരുന്നു പേരുകേട്ട രാമൻ. കല്ലുവെച്ച കടുക്കൻ കമ്മലും എട്ടുവിരലിൽ മോതിരവുമണിഞ്ഞാണ് നടപ്പ്. നാട്ടുമ്പുറങ്ങളിലെ പൂഴിമണ്ണുമെതിച്ച് ഓർക്കാപ്പുറത്തായിരിക്കും അയാൾ പ്രത്യക്ഷപ്പെടുക. ആരുടെ പുരയ്ക്കുള്ളിലേക്ക് നൂണ്ടുകയറും എന്നുറപ്പിക്കാൻ വയ്യ. കയറിച്ചെന്നാൽ എന്താ ചെയ്യേണ്ടതെന്നറിയാതെ പലരും വിഷമിക്കും. നാട്ടിലെ ഭുപ്രഭു. കീരിടമില്ലാത്ത നാടുവാഴി. അഹിതമായാരും ഒന്നും പറയില്ല. എന്നാൽ അയാളെ കാത്തിരിക്കുന്ന വരും തന്റെ പുരയ്ക്കുള്ളിൽ വരണമെന്നാഗ്രഹിക്കുന്നവരുമായ പെണ്ണുങ്ങളിൽ മുന്നിലായിരുന്നു കോയമ്മ. തൊലിമിനുപ്പിലും മേനിയഴകിലും കോയമ്മയെ വെല്ലാൻ കരയിൽ ആരുമില്ലെന്നുകണ്ട് രാമനും അവളുടെ വശീകരണമന്ത്രത്തിൽ ചെന്നുവീണു. കൈതക്കാടു പൂക്കുമ്പോഴും കാവിന്റെ തണുപ്പുറഞ്ഞു തുള്ളുമ്പോഴും രാമന്റെ കൈമുറിയൻ കുപ്പായം കോയമ്മയുടെ ചായ്പിൽ തൂങ്ങിക്കിടന്നു. വിശപ്പിന്റെ വെല്ലുവിളികളെ മറികടക്കാൻ മാവിൻ ചോട്ടിൽ അടുപ്പുകൂട്ടി വെച്ച മൺകലം പൊട്ടി കുറുക്ക് പോയപ്പോഴും കോയമ്മേടെ പന്തീരായി എന്നുപറഞ്ഞ് മറ്റു പെണ്ണുങ്ങൾ കണ്ണിനെ കോർത്തപ്പോഴും ചായ്പിലെ ഉത്സവമേളയ്ക്ക് ഭംഗമൊന്നും വന്നില്ല. പിന്നെപ്പിന്നെ രാമന്റെ പറമ്പുകളിലെല്ലാം അയാൾക്ക് ചാഞ്ഞുകയറാൻ ചായ്പുമുറികളുണ്ടായി.

ഇക്കാലത്താണ് പട്ടാളക്കാരൻ അരയൻ നാട്ടിലെത്തുന്നതും അയാളുടെ മിഴിത്തിളക്കമുള്ള എണ്ണക്കറുപ്പുള്ള ഭാര്യയെ കൂട്ടി ഇടവഴി കളിലൂടെ പൂഴിമെതിച്ചുപോകുന്നതും ആളുകൾ നോക്കിനില്ക്കുന്നതും. വേലന്മാര് മുണ്ടുതല്ലി ബലിപ്പറമ്പിലെ കുളക്കരയിൽ വിരിച്ചിടുമ്പോഴാ യിരുന്നു കാലങ്ങൾക്കുശേഷം നാട് ഒരു പട്ടാളക്കാരനെ കാണുന്നത്. മുണ്ടുവിരിച്ചിരുന്ന വേലത്തികൾ പട്ടാളക്കാരന്റെ മേലോട്ടുയർന്ന വലിയ മീശയും വെട്ടിനിർത്തിയ മുടിയും ഒത്ത ശരീരവും തലയുയർത്തിപ്പിടി ച്ചുള്ള കൂസലില്ലാത്ത നടത്തവും കണ്ട് അന്തംവിട്ടുനിന്നു. അതിലൊരു ത്തിയുടെ പുരയ്ക്കുള്ളിൽ പട്ടാളക്കാരൻ ചെന്നുകയറിയപ്പോൾ ഇറയ ത്തിട്ടുകൊടുത്ത പായത്തടുക്കിലിരിക്കാതെ വേഗം ചെന്ന് പിന്നിറയത്തെ ചായ്ച്ചുകെട്ടിയ ചായ്പിനുള്ളിൽ കൂടിയതും വൈകുന്നേരം മാത്രം അയാളെ പറഞ്ഞയച്ചതും വേലന്മാരുടെ പാട്ടുകളിൽ പിന്നീട് ഇടംപിടിച്ച കഥകളാണ്.

കുഞ്ഞയ്പനരയൻ പിന്നെ പതിവുതാവളമാക്കിയത് ചെമ്പോല നിറമുള്ള നളിനിപ്പെണ്ണിന്റെ ചെത്തിത്തേക്കാത്ത കല്ലുംപുരയിലാണ്. ചെറുപ്പക്കാരൊക്കെ പാട്ടുപാടിയും ചൂളം വിളിച്ചും തോട്ടുവക്കിലൂടെ ഇരിങ്ങാലക്കുട ചന്തയ്ക്കും മൂന്നുപീടികച്ചന്തയ്ക്കും പായക്കെട്ടും കൊടപ്പുളി നിറച്ച ചാക്കുകളും തലയിലേറ്റിപ്പായുമ്പോൾ ഒരു നോട്ടം തരാക്കാനായി ഒന്നുനിന്ന് കല്ലുംപുരയിലേക്ക് എത്തിനോക്കും.

തോട്ടുവക്കിലെ കൈതക്കാടിനുമപ്പുറത്ത് തിളങ്ങുന്ന കണ്ണുകൾകണ്ട് സായൂജ്യമടയാൻ, എങ്കിലും ചിലർക്കു മാത്രമേ കഴിയാറുള്ളൂ. കുഞ്ഞയ്പനരയന്റെ ആ വഴിക്കുള്ള തേർവാഴ്ചയ്ക്ക് ഭംഗം വരുന്നില്ലെന്നും കല്ലുപുരയുടെ ചവിട്ടുപടിയിൽ പലപ്പോഴും അയാളുടെ കാലൻകുട സ്ഥലംപിടിക്കുന്നതും കണ്ട് അസൂയയോടെ മാത്രമാണ് കരക്കാർ അയാളെ നോക്കിയിരുന്നത്. പട്ടാളക്കാരെ ആരും ഒന്നിനും തടയില്ലെന്നു തന്നെ കരക്കാർ വിശ്വസിച്ചു. വഴിയിലെങ്ങാനും അയാളെ കണ്ടാൽ അവരൊക്കെ ആദരവോടെ വഴിമാറികൊടുക്കും. രാജ്യം കാക്കുന്ന ധീരന്മാരാണെന്നതിന്റെ തെളിവായി മേലോട്ടുപരിച്ചുവെച്ച മീശ തന്നെ അടയാളമായി കണ്ടു.

എന്നാൽ പട്ടാളക്കാരും കരയുമെന്ന് നാനിപ്പെണ്ണ് മനസ്സിലാക്കിയത് അയാൾ ഗോപാലനെ കാണാൻ വീട്ടുമുറ്റത്തെത്തിയപ്പോഴാണ്. നിഴലനക്കം കണ്ട് ഗോപാലൻ മുറ്റത്തിറങ്ങി നോക്കിയപ്പോൾ കുഞ്ഞയ്പനരയൻ. പണ്ട് ഒന്നിച്ച് എഴുത്ത് പള്ളിക്കൂടത്തിൽ പോയവരാണ്. പട്ടാളത്തിൽ ചേർന്നപ്പോൾ ആദരവായി. നാട്ടിലെത്തുമ്പോൾ അതിർത്തിക്കഥകൾ പറയാൻ വരും. ലഡാക്കിലെ മഞ്ഞുമൂടിയ പ്രദേശത്തെ സാഹസകഥകളാവും അധികവും. നാട് കാക്കുന്നതിനിടയിൽ ശത്രുവിനെ വെടിവെച്ചു കൊല്ലുന്നതൊക്കെ നിത്യസംഭവങ്ങളായി വിവരിക്കും. അങ്ങനെയുള്ള പട്ടാളക്കാരൻ കരഞ്ഞാലെന്താവും. അതു പക്ഷേ, നാനിപ്പെണ്ണിന് കാണാൻ കഴിഞ്ഞു. കരച്ചിലടക്കാനാവാതെ തിണ്ണയിലേക്ക് കയറിയിരുന്ന അയാളെ സാന്ത്വനിപ്പിക്കാൻ ശ്രമിക്കയായിരുന്നു ഗോപാലൻ.

“എന്താ കുഞ്ഞയ്പാ കാര്യം.”

“നളിനി, നളിനി.”

“നളിനിക്കെന്തുപറ്റി.” ഗോപാലൻ അന്വേഷിച്ചു.

“അവൾടെ കല്യാണം ഒറപ്പിച്ചു.”

പട്ടാളക്കാരൻ പിന്നെയും കരയാൻ തുടങ്ങി.

കരക്കാർക്ക് സ്വകാര്യമായി സന്തോഷിക്കാൻ അതുതന്നെ മതിയായിരുന്നു. ഒരു വൈകുന്നേരം ട്രങ്ക് പെട്ടിയുമെടുത്ത് അയാൾ തീവണ്ടി കയറാൻ പോയപ്പോൾ അവർ ആശ്വാസംകൊണ്ടു. അതിനൊക്കെ ശേഷമാണ് മണപ്പുറത്തുനിന്ന് ചെറുപ്പക്കാർ പട്ടാളത്തിൽ ചേർന്നു തുടങ്ങിയത്.

തൃത്തറത്തറവാടിന്റെ കോലായിരുന്ന് പാറോതി മൂത്തപുത്രൻ ശേഖരനു കഥ പറഞ്ഞുകൊടുത്തു. മലാക്കയിലേക്കും പെനാങ്ങിലേക്കും പോകുന്ന പായക്കപ്പലുകളിൽ ഒരിടം കിട്ടാൻ നല്ല പുത്തൻ കൊടുക്കണം. മച്ചാട്ടെ ശങ്കരൻകുട്ടിക്കും തൊറയിലെ വേലപ്പനരയനും കരയാംവട്ടത്തെ കേശവൻനായർക്കും ജ്വരം പിടിച്ചു. കടൽ കടക്കണം. പെനാങ്ങിലേക്ക് പോണം. തോട്ടപ്പണിക്ക് ആളെ കൂട്ട്ണ്ണ്ടെന്നറിഞ്ഞാണ് ജ്വരം കയറിയത്. തൃശ്ശൂരൊള്ള മൂത്തുരാജു ചെട്ടിയാരാണ് പായക്കപ്പലയക്കുന്നത്. അതല്ല പൊന്നാനിയിലെ കുഞ്ഞഹമ്മദ് ഹാജിയാണ് പായക്കപ്പലുടമയെന്നും

അയാളാണ് കയറ്റിവിടുന്നതെന്നും കേൾക്കുന്നുണ്ട്. രണ്ടായാലും പുത്തൻ വാങ്ങുന്നത് ചെട്ടിയാരാണ്. എന്തായാലും നാടുവിട്ടോരൊക്കെ വീടുകളിലേക്ക് പുത്തനയച്ചു തുടങ്ങിയിട്ടുണ്ട്. അവരുടെ ജീവിതംതന്നെ മാറിപ്പോയി. പുത്തൻ കൈയില് വന്നാ ആരാ മാറാത്തത്. പക്ഷേ, എങ്ങനെ പോകും. കൈയിൽ ചില്ലിക്കാശില്ല. തൃത്തറത്തറവാട്ടിലെത്തി കോന്തപ്പൻ തണ്ടാരോട് അവതാ പറഞ്ഞു. പുത്ത ൻ വേണം. ചെട്ട്യാരെ തണ്ടാരറിയും. മുടിക്കയറും അടക്കയും കെട്ടിപ്പോണത് ചെട്ട്യാരുടെ പാണ്ടികശാലേലിക്കാ. കാരണവരുടെ ഒരു വാക്ക് മതി പലിശയ്ക്ക് പുത്തൻ തരപ്പെടും. പായക്കപ്പലീല് ഇടം കിട്ടും. എത്തിപ്പെട്ടാ പണിയെടുത്ത് പുത്തനയച്ച് വീട്ടിക്കൊള്ളാം. ഇല്ലെങ്കി ഭൂമിയൊള്ളത് പണയം വെക്കാം. എന്തിനും ഒരു വാക്കു വേണം. ചെട്ടിയാർ എളുപ്പം മൂളുന്ന ആളല്ല. സ്ഥാനോം പേരും ഒക്കെ നോക്ക്യേ ചെയ്യൂ. വരവും പോക്കും കുറെയായി. കൂലിപ്പെണ്ണിന്റെ ശുപാർശയും വന്നു.

"വാല്യക്കാരല്ലേ. ഉപേക്ഷ കാട്ടണ്ട."

അവസാനം കോന്തപ്പൻ തണ്ടാര് ചെട്ട്യാരെ കണ്ടു. സംഗതി നടന്നു. വല്യ പലിശ്യാണ്. എന്നാലും സാരല്യ. എത്തിപ്പെട്ടാൽ പുത്തനായില്ലേ്യ. എന്തായാലും കടല് കടക്കണം. ഒറ്റ ജ്വരം. മൂന്നാളും കടൽ കടന്നതോടെ ശേഖരന് ഉറക്കം വന്നു.

പിന്നെ ഏറെനാൾ കടലും പായക്കപ്പലും ഓറഞ്ചും ആപ്പിളും വിളയുന്ന തോട്ടങ്ങളും ഉള്ളിൽ നിറച്ച് ശേഖരൻ നടന്നു.

പിന്നീട് ശേഖരൻ പക്ഷേ, ആവിക്കപ്പൽ കയറിയത് സിലോണിലേക്കായിരുന്നു. അതിനും ഹേതുവായത് മുണ്ടോത്ത് താമി സിലോണിൽ വളരെക്കാലം പണിയെടുത്ത് തിരിച്ച് നാട്ടിലെത്തിയപ്പോൾ കൂടെ കൊണ്ടുവന്ന ഒരു ശിങ്കളത്തിയായിരുന്നു. താമിക്ക് നാട്ടിൽ ഭാര്യയും മക്കളും ഉണ്ടായിരുന്നെങ്കിലും അതൊന്നും കാര്യമാക്കാതെ അയാൾ ശിങ്കളത്തിക്ക് വേറെ വീടുവെച്ചുകൊടുത്തു. പുറംനാട് ചുറ്റി പുത്തനുണ്ടാക്കി തിരിച്ചെത്തിയ താമിയെ കാണാൻ ശേഖരൻ കൂടെക്കൂടെ ശിങ്കളത്തിയെ താമസിപ്പിച്ചിരുന്ന വീട്ടിൽ പതിവായി കയറിയിറങ്ങാൻ തുടങ്ങി. ശിങ്കളത്തിക്ക് അത്യാവശ്യം തമിഴും മലയാളവും വശമായിരുന്നതുകൊണ്ട് ശേഖരനോട് ലോഹ്യം കൂടാൻ ബുദ്ധിമുട്ടുണ്ടായില്ല. അതും താമിയില്ലാത്ത നേരം നോക്കിയേ ശേഖരൻ അവിടെ പോയിരുന്നുള്ളൂ എന്നും കരക്കാർ പറഞ്ഞു തുടങ്ങിയിരുന്നു. തേയിലത്തോട്ടങ്ങളിൽ പണിയെടുക്കാനും വെള്ളക്കാർക്ക് കണക്കെഴുത്തിനും വ്യാപാരം ചെയ്യാനും ആളുകളെ വേണമെന്നും ശിങ്കളത്തിയിൽ നിന്നും ശേഖരൻ മനസ്സിലാക്കി. താമിയുടെ പരിചയക്കാരുടെ വിലാസം വാങ്ങി ശേഖരൻ കൊച്ചിയിൽ പോയി. പലപല ദേശക്കാരെ കണ്ടു. പരന്ത്രീസുകാരും യഹൂദന്മാരും ബിലാത്തിക്കാരുമായി ഇടപഴകാൻ തുടങ്ങി. കമ്പനി പണിക്കാരുടെയും കച്ചവടക്കാരുടെയും ചങ്ങാത്തം നേടി. അവസാനം ഒരു കങ്കാണിയെ കിട്ടി. അയാൾക്ക് ശേഖരനെ

ബോധിച്ചു. ആവിക്കപ്പൽ കയറ്റിവിട്ടു. ചെന്നെത്തിയത് മന്നാർ കപ്പൽത്താവളത്തിൽ.

വർഷങ്ങൾക്കുശേഷം ശേഖരൻ നാട്ടിൽ തിരിച്ചെത്തിയപ്പോഴേക്കും ശിങ്കളത്തി മുണ്ടോത്ത് താമിയെ ഉപേക്ഷിച്ച് പോയിരുന്നു. തനിക്കുണ്ടായ രണ്ടു കൈക്കുഞ്ഞുങ്ങളെ താമിക്ക് കൊടുത്തിട്ട് ശിങ്കളത്തി പറഞ്ഞു.

“ഞാനൊറ്റയ്ക്കാണ് വന്നത്. ഒറ്റയ്ക്ക് തന്നെ തിരിച്ചുപോവുന്നു.”

എന്നാൽ ശിങ്കളത്തി പോയ ദിവസം തന്നെ കരയിലെ പേരുകേട്ട വൈദ്യകുടുംബത്തിലെ ചെറുപ്പക്കാരനും സുമുഖനും പഠിപ്പുതികഞ്ഞ വനുമായ സുധാകരനെ കാണാതായി. കരയായ കരയും ദേശമായ ദേശവും അന്യദേശങ്ങളും അരിച്ചുപെറുക്കി നോക്കി. കണ്ടില്ല. കായലും പുഴയും നീന്തിനോക്കി. കണ്ടില്ല. അങ്ങനെയൊരാൾ പില്ക്കാലങ്ങളി ലൊന്നും വൈദ്യകുടുംബത്തിലേക്ക് തിരിച്ചെത്തുകയുമുണ്ടായില്ല.

ആമ്പാടക്കര

"കുഞ്ഞേലായി പോയി."

"ങേ."

കയറ്റുകട്ടിലിൽ കിടന്ന് കുഞ്ഞിരാമനപ്പാപ്പൻ ചെവികൂർപ്പിച്ചു.

ചെവിടിന് പതായാലെങ്ങന്യാ കേക്ക്വാ.

അടുത്തേക്ക് നീങ്ങിയിരുന്ന് ഒന്നൂടെ ഒച്ചവെച്ചപ്പോൾ ചേന്ദ്വമ്മാന്റെ നീരുകെട്ടി വീർത്തുതൂങ്ങിയ ഇടതുകാലിലെ മന്ത് വല്ലാതെ കുലുങ്ങി.

കയറ്റുകട്ടിൽ വലിഞ്ഞു ഞരങ്ങി.

"കുഞ്ഞേലായി. കോരൂന്റെ മോൻ കുഞ്ഞേലായി ഇന്ന് വെളുപ്പിന് കഴിഞ്ഞു."

ഇനി ഒച്ചവെക്കാൻ വയ്യ. കാലുവീർക്കും. നെഞ്ച് പിടയ്ക്കും. ചേന്ദ്വമ്മാവൻ ഒന്നുകൂടി നിരങ്ങി നീങ്ങി അടുത്തേക്കിരുന്നു.

"ങേ. കുഞ്ഞിക്കോരേട്ടന്റെ മോനോ. ശീമേലുണ്ടായിരുന്ന്വോൻ. വെളുത്തേലായി."

പാതിയടഞ്ഞ കണ്ണുകൾ കുഞ്ഞിരാമനപ്പാപ്പൻ ഒന്നുകൂടി തുറന്നു പിടിച്ച് ചേന്ദ്വമ്മാന്റെ നിഴലുഴിഞ്ഞു.

"കേമനായിര്ന്നു."

ഒച്ച താണു. പിന്നെ ശബ്ദിച്ചില്ല. കയറ്റുകട്ടിലിന്റെ നെടുംകാലിലൊന്നിൽ പിടിച്ച് ഇടത്തോട്ട് ചെരിഞ്ഞുകിടന്നപ്പോൾ ഒരു കാലം മറിഞ്ഞുവീഴുകയായിരുന്നു. കാലമാനം ചോപ്പും കാരും കലർന്ന് ചെങ്കുത്തായി നിന്നു. ചുക്കിച്ചുളിഞ്ഞ തൊലി ഒന്നുകൂടി വശത്തേക്ക് തൂങ്ങിക്കിടന്നു. കണ്ണുകൾക്കു താഴെ കവിളെല്ലിലേക്ക് തൂങ്ങി വിശ്രമിക്കുന്ന നേർത്ത തൊലിപ്പടത്തിലൂടെ കണ്ണീരു ചാലിട്ടൊഴുകി. ഓരോ മരിച്ചറിയിപ്പിലും അണമുറിഞ്ഞ് തള്ളിവരുന്ന ചുടുനീരിൽ ഇടനെഞ്ച് പൊട്ടി

യിരുന്നു. പിന്നെ സ്മൃതി തീരങ്ങളിലേക്ക് ഒരു ഊളിയിടൽ. ആരാരുമറിയാത്ത ആകാശച്ചെരുവുകളിൽ ജീവഭാരങ്ങളെല്ലാമൊഴിഞ്ഞ് പൊന്തിക്കിടന്നു.

അറപ്പ കടന്ന് എഴുത്താനിക്കുന്നത്ത് പോയി വായിച്ച് കയറിയ കയ്പാങ്ങലത്തെ ആദ്യ കുരുന്ന് കുഞ്ഞേലായി. നാലു കൈയുള്ള കോട്ടിട്ട് ശീമേലിക്ക് കപ്പലുകേറിയോൻ.

അച്ഛൻ പറയും "കുഞ്ഞിക്കോരൂന്റെ മോനാവും ഭാവീല് മ്മടെ കുടുംബത്തിന്റെ അഭിമാനം. ങ്ങള് നോക്കിക്കോ." അച്ഛൻ കോന്തപ്പൻ കാരണവരുടെ വാക്കുകൾ കുഞ്ഞിരാമനപ്പാപ്പൻ ഓർത്തുകിടന്നു. ഓർമ്മകളുടെ തെളിനീരിൽ വെള്ളിമീനുകൾ പിടയുന്നതുകണ്ട് അതിശയിച്ചു. വന്നുവന്ന് കുട്ട്യാവാണോ. അത്രേം തെളിച്ചം. കയ്പാങ്ങലത്തിന്റെ ഓരോ ചീളും ചീന്തി ഓർത്തിരിക്കാനാവും ഇങ്ങനെ ഇട്ടിരിക്ക്നത്. അല്ലെങ്കിലെന്തേങ്ങനെ വിളിക്കാണ്ട് മാറ്റിയിട്ടിരിക്ക്ന്, പുഴുത്തു ചീയാൻ. ചീഞ്ഞ് നാറാൻ. പേട്ട് നാള്യേരം.

കയ്പമംഗലത്ത്, മണപ്പുറത്ത് തന്നെ കൊടുങ്ങല്ലൂര്ന്നിങ്ങോട്ട് പിടിച്ച് ചേറ്റുവ, അഴിമുഖംവരെ നോക്കിയാൽ ഇതിലും മൂത്ത് നരച്ചിരിക്കുന്ന ആരും കാണില്ല. ഓരോ കണ്ണി കൊഴിയുമ്പോഴും അവയൊക്കെ തന്റെ ആയുസ്സിലേക്ക് കൂടിച്ചേരുന്നതിന്റെ ഭാരം കുഞ്ഞിരാമനപ്പാപ്പൻ അറിയുന്നു.

കുഞ്ഞേലായി എത്ര ചെറുപ്പായിരുന്നു. മിറ്റത്തും പറമ്പിലും തപ്പിത്തടയണ്ടാംന്നുപറഞ്ഞ് ശീമേന്നുകൊണ്ടുവന്ന ഞെക്കുവിളക്ക് കൊണ്ടുത്തന്നിട്ട് അവൻ പോയത് ഇന്നാളല്ലേ. പിന്നെ നേരോം കാലോം അറിയാണ്ടിരിക്കണ്ടാംന്ന് പറഞ്ഞ് ഒരു ഘടികാരം ചുമരില് തറച്ചുവെച്ച് പോയതും അവന്തന്നെ. തൂമ്പുങ്ങല് കൂടുവെക്കാനും അറപ്പ കടക്കാനും നട്ടപ്പാതിരയ്ക്ക് ഇടവഴികൾ തണ്ടാനും ഞെക്കുവിളക്ക് മിന്നിച്ചത് ഇന്നാളല്ലേ.

കുഞ്ഞിരാമനപ്പാപ്പൻ കണ്ണുകളെ പണിപ്പെട്ട് ചുമരിക്കലേക്കെടുത്തുവെച്ചു.

ബ്രഹ്മാണ്ഡത്തിന്റെ അങ്ങേയറ്റത്തും ഇങ്ങേയറ്റത്തും പോയി തിരിച്ചെത്തുന്ന ആ ദണ്ഡിന് അറിയാത്തതായെന്തുള്ളൂ. തലകുത്തനെ തൂങ്ങിക്കിടന്നാടുന്ന പെൻഡുലത്തിനിപ്പോഴും തളർച്ചയില്ലെന്നോർത്ത് കിടന്നു. ഉള്ളിൽ വീണ്ടുമൊരു വെട്ടം തെളിഞ്ഞു. ഒരു വെളിച്ചത്തട്ടുകൂടി തനിക്ക് ദാനം കിട്ടിയിരിക്കുന്നു. കൈനീട്ടി വാങ്ങാം. ചെരാതിലേക്കിത്തിരികൂടി എണ്ണയൊഴിച്ച് തിരിയിട്ട് കത്തിച്ചുവെച്ച് കുഞ്ഞേലായിയും പോയി. ഒരു തിരിവിളക്ക് കൂടി സമ്മാനം.

വെളിച്ചം പരന്നു. ചിത്രങ്ങൾ തെളിഞ്ഞു.

കുഞ്ഞുവേലായി സംഭവം.

എടതിരിത്തി ദേശത്തെ ഒരേ ഒരു വെണ്മാടക്കെട്ട് മുല്ലശ്ശേരിത്തറവാടായിരുന്നു. അവിടെ പന്ത്രണ്ടുമക്കളിൽ മൂത്തവളായിരുന്നു

കാളിക്കുട്ടി. പൂക്കിലനിറമുള്ള പെൺകുട്ടി. പൂവാംകുരുന്നില. കാരണവന്മാർ മലയയിലും പെനാങ്ങിലും ചെന്ന് തമ്പടിച്ചു. അമ്മാവൻ ഒന്നുള്ളത് ശീമേലും. പറക്കണക്കിന് വിത്തിടുന്ന പാടങ്ങൾ കൊയ്തു കേറാനുണ്ട്. കൊയ്യാനും മെതിക്കാനും വെവ്വേറെ പറമ്പുകൾ. വൈക്കോൽത്തുറുനിരകൾ. കാലിക്കൂട്ടങ്ങൾ, ബന്ധുത്തം കൂടാൻ ഇങ്ങനെ ഒരു തറവാട് മണപ്പുറത്തുകാർക്ക് സ്വപ്നം കാണാനാവില്ല. സ്വതേ കാനോലിപ്പുഴയ്ക്ക് കിഴക്കുനിന്ന് പടിഞ്ഞാറ് മണപ്പുറത്തേക്ക് പെണ്ണു കൊടുക്കുന്ന ചിട്ടയില്ല. മണപ്പുറത്ത് കുടിക്കാൻ കിണറില്ല. കുളത്തീന്ന് വെള്ളം കോരിക്കേറണം. പെൺകുട്ട്യോൾക്ക് ശീലംണ്ടോ. പോരാത്തതിന് കുളത്തിന് ചുറ്റും കൈതക്കാടുകൾ. കൈതവേരിറിങ്ങിയ വെള്ളം കുടിച്ചാൽ കാലിൽ മന്തു വരും. പിന്നെങ്ങനെ പെണ്ണുകൊടുക്കും.

എന്നിട്ടും കുഞ്ഞിക്കോരൂന് മുല്ലശ്ശേരിത്തറവാട്ടീന്ന് പെണ്ണ് കിട്ടി. തറവാട്ടു മഹിമ വേണ്ടുവോളംണ്ടായിരുന്നു. അതുകൊണ്ടൊത്തു. മറ്റു ബന്ധുക്കൾക്കൊക്കെ ആശങ്കിണ്ടായിരുന്നു. പുറംലോകം കണ്ടോരായതുകൊണ്ട് അതൊന്നും അത്ര കാര്യാക്കീല്യാന്നേള്ളൂ. കാളിക്കുട്ടിയെ പുഴ കടത്തിക്കൊണ്ടുവന്നപ്പോൾ ലക്ഷ്മിയല്ലേ വന്നു കേറ്യേത്ന്ന് മണപ്പുറം ദേശക്കാർ അഭിമാനംകൊണ്ടു. കല്യാണം കടന്നുപോയ വഴിയരികിൽ ആളുകൾ കണ്ണുവിടർത്തിനിന്ന് അതിശയിച്ചു. കൊട്ടുള്ള കല്യാണം ദേശത്ത് അപൂർവ്വാണ്. ദേശം തകിലടിയിലും നാദസ്വരത്തിലും മു ങ്ങി. പാടക്കരകളുണർന്നു. വഴിയരികിലേക്കോടിച്ചെന്ന് ചെക്കനേം പെണ്ണിനേം കണ്ടു.

ആണ്ടോടാണ്ടു ചെന്നപ്പോൾ വയറ്റാട്ടി വെറോണിക്ക മാപ്ലിച്ചി ആമ്പാടം താണ്ടി കുന്നിറങ്ങി പൂഴിമണ്ണ് മെതിച്ച് കുഞ്ഞിക്കോരൂന്റെ തറവാട്ടിലേക്ക് കയറിപ്പോയി.

ആടുമാടുകളൊക്കെ തിരിച്ചെത്തിയ നേരം. കുന്നത്ത് ചെഞ്ചായം മറയാൻ തുടങ്ങിയിരുന്നു.

കാക്കാത്തിരുത്തി കടവിൽ ചേന്നമ്മാവൻ എത്തിയപ്പോൾ ഏതാണ്ട് പാതിര. കടത്തടച്ചിരുന്നു. പുഴക്കരയെങ്ങും ജീവാജന്തുവില്ല. മുണ്ടഴിച്ച് തലേക്കെട്ടി ചെന്നേമ്മാൻ കനോലിപ്പുഴ നീന്തി. അക്കരെക്കടന്ന് മുല്ലശ്ശേരിത്തറവാട്ടിലെത്തി. പടിപ്പുര വാതിലിൽ മുട്ടി. കാളിക്കുട്ടി പെറ്റൂന്നറിയിച്ചു. തിരിച്ചെത്തി ഒരൊറക്കം കൂടി കഴി ഞ്ഞാണ് നേരം വെളുത്തത്.

പന്ത്രണ്ടാമത്തെ വയസ്സിലാണ് കാളിക്കുട്ടി കുഞ്ഞിവേലായിയെ പെറ്റത്. ദേശത്തും തറേലും ഉത്സവായിരുന്നു. തൃത്തറക്കെട്ടിൽ കുഞ്ഞിക്കോരൂന് കുരുന്നിലേയുണ്ടായ കടിഞ്ഞൂൽ. ഇളം മച്ചിലിന്റെ പൊൻനിറമായിരുന്നു കുഞ്ഞിന്. പിറ്റേന്നുതന്നെ കാഴ്ചകളുമായി കുടമണി കിലുക്കി വെള്ളക്കാളകൾ വലിച്ച കാളവണ്ടി പടിഞ്ഞാറ് മണപ്പുറം ലക്ഷ്യമാക്കി കുണുങ്ങിക്കുണുങ്ങിയെത്തി. പുന്നെല്ലു നിറച്ച ചാക്കുകൾ. അടുക്കിവെച്ച പലഹാരപ്പെട്ടികൾ, വാഴക്കുലകൾ, വിശേഷപ്പെട്ട വാഴക്കുലകളുടെ മഞ്ഞരാശി വണ്ടിക്കുള്ളിൽ തിളങ്ങുന്നത് വഴിയരികിൽ

ആളുകൾ നോക്കിനിന്നു. കാളവണ്ടിക്കു പിറകിൽ ആളുകൾ ആർത്തുചെന്നു. വഴിയമ്പലത്തീന്നു തന്നെ ചുമട്ടുകാർ കൂടി ഇറക്കാനും ചുമക്കാനും.

മാമൂല് തെറ്റിച്ചാണ് കുഞ്ഞിക്കോരു പെണ്ണിന്റെ പേറ് സ്വന്തം വീട്ടിലാക്കിയത്. അല്ലെങ്കിൽ പെങ്കുട്ടിയെ ഏഴാം മാസത്തിലേ മുല്ലശ്ശേരിക്ക് കൊണ്ടുപോയേനെ. പെനാങ്ങിൽ നിന്ന് കാരണവർ അവധിക്ക് വന്നപ്പോഴാണ് കാളിക്കുട്ടിയെ പേറിനയക്കുന്നില്ലെന്ന വിവരം അറിയുന്നത്. വടിയും കുടയുമെടുത്ത് പുഴകടന്ന് മണപ്പുറത്തെത്തിയ കാരണവരോട് ഇറ്റാരു കുഞ്ഞിക്കോരുവിന്റെ മോഹം പറഞ്ഞു.

"ഉണ്ണി പിറക്ക്ണത് ഈ തറവാട്ടീത്തന്നെ മതീന്നാ."

തളിർവെറ്റിലയുടെ ഞരമ്പുകീറി ചുണ്ണാമ്പു കരണ്ടത്തീന്ന് നൂറുതേച്ച് ചേന്ദ്രമ്മാവൻ കാരണവർക്കു നീട്ടുമ്പോഴാണ് ഇറ്റാരു കുഞ്ഞിക്കോരുവിന്റെ ഉള്ളിലിരുപ്പറിയിച്ചത്.

എണ്ണംപറഞ്ഞ മുല്ലശ്ശേരി തറവാട്ടു കാരണവർ ഒന്നും മിണ്ടിയില്ല. വിശദമായി മുറുക്കി. മുറുക്കിച്ചുവന്നു. കുഞ്ഞിക്കോരുവിനും ചേന്ദ്രമ്മാനും പിറകിൽ മുതിർന്നവരൊക്കെ ശ്വാസമടക്കിപ്പിടിച്ചുനിന്നു. എന്തുണ്ടാവുംന്നറിയാതെ പെണ്ണുങ്ങൾ വിയർക്കാൻ തുടങ്ങി. കോളാമ്പിക്കവിൾ പതുക്കെ ചുവക്കാൻ തുടങ്ങിയപ്പോൾ ഇത്തിരി പരിഷ്കാരമൊക്കെയുള്ള കാരണവരുടെ ശബ്ദം പുറത്തുവന്നു.

"എതിർപ്പില്ല. പക്ഷേ, നാട്ട് നടപ്പ് വേറ്യാ. അത്പ്പോ അത്ര കാര്യാക്കണ്ട. ഒരു വാല്യക്കാരന്റെ മോഹം അങ്ങന്യാണ്വച്ചാ ആയ്ക്കോട്ടെ. കുട്ടിക്ക് ഒരല്ലലും ഉണ്ടാവര്തെന്നു മാത്രം."

ചുറ്റുമുള്ളവർക്കൊക്കെ ശ്വാസം നേരെ വീണതപ്പോഴാണ്. കുഞ്ഞിക്കോരുവിന്റെ മുഖം വിടർന്നു.

തളത്തിൽ കാലും നീട്ടിയിരുന്നിരുന്ന ഉണ്ണൂലി വല്യമ്മ കുഞ്ഞിക്കോരൂനെ വിളിച്ച് അനുമോദിച്ചു.

"കള്ളച്ചെക്കൻ സർവ്വമാമൂലും തെറ്റിച്ചു കളഞ്ഞല്ലോ."

"കടലും കടന്ന് പോയോരല്ലേ. അതോണ്ടാ അനിഷ്ടോന്നും കാണിക്കാഞ്ഞേ." ഇറ്റാരു പറഞ്ഞു.

ഉണ്ണി പിറന്നതറിഞ്ഞ് കരക്കാരും ദേശക്കാരും തൃത്തറക്കെട്ടിലെ കുടുംബങ്ങളും കാഴ്ചകളുമായെത്തി. പടിപ്പുര വാതിലടയ്ക്കാനൊത്തില്ല. തറവാട്ടുമുറ്റം ആളൊഴിയാതെ നിന്നു. ഉണ്ണികിടന്ന അറയ്ക്കുള്ളിൽ ചന്ദനഗന്ധം പരന്നു. തൊണ്ണൂറിന് പേരിടൽ കർമ്മത്തിന് തറവാടൊരുങ്ങി. ചെറുമക്കൾക്ക് ചേമ്പിലയിട്ട് വിളമ്പിയിരുന്ന മുറ്റത്തെ കുഴികൾ കുഞ്ഞിക്കോരു മൂട്ടിച്ചു. കോന്തപ്പൻ തണ്ടാർ ജീവിച്ചു മരിച്ച തറവാടാ. ഇനീം ഇതുവേണ്ട. പന്തലിൽ നടുകീറി മുറിച്ച വാഴയില ച്ചീന്തിൽ ചോറും കറികളും വിളമ്പി. മേൽമുണ്ടഴിച്ച് കുനിഞ്ഞുനിന്നവർ അന്ധാളിച്ചു നിന്നു. മടിച്ചുമടിച്ച് പന്തലിൽ കടന്നിരിക്കാൻ ഭയന്ന് മുറ്റത്തും പറമ്പിലും തീണ്ടാപ്പാടകലത്തിൽ മാറിനിന്ന് ഇലച്ചീന്തിൽ

ആവിപറക്കുന്ന ചെമ്പാവരിച്ചോറുണ്ടു. വന്നവരും പോയവരും അടക്കംപറഞ്ഞതും കുശുകുശുത്തതും പടിപ്പുരയ്ക്ക് പുറത്ത് കടന്നിട്ടായിരുന്നു. ചിലർ ഉണ്ണാതെ പോയി. ആക്രോശിച്ചു. അധികാരി കോന്തൻ മേനോൻ പടിപ്പുരയ്ക്ക് നൂറുവാര കിഴക്കുവരെയെത്തി. വേണ്ട. അങ്ങട് പോണ്ട. സർവ്വോം തെറ്റിച്ചു. ചേലില്ലാപ്പണീന്നേ പറേണ്ടു. മാനം പോവാനിനി എന്താ ബാക്കി.

ഇറങ്ങിപ്പോയോരെച്ചൊല്ലി അല്പം വിഷാദപ്പെട്ട കുഞ്ഞിക്കോരൂന്റെ മുഖം കണ്ട് ശിരസ്സിൽ കൈവെച്ച് ഇണ്ണൂലി പറഞ്ഞു.

"നന്നായി മോനെ. അല്ലേലും മ്മള് പണ്ടും ഇത്തിരി മുന്നീപ്പോയോരാ. തിരിഞ്ഞോക്കണ്ട. അവ്രൊക്കെ വന്നോളും. കോന്തപ്പനാ മ്മടെ കാരണോർ."

കാളിക്കുട്ടി കേട്ടിരുന്നു. ഉ ണ്ണിയെ എടുത്ത് ഉമ്മവെച്ചു. ഉണ്ണിയുടെ ഉടലാകെ പൂത്തുചുവന്നു. ചടങ്ങ് കേമായീന്ന് അകത്ത് പെണ്ണുങ്ങൾ പറയുന്നതുകേട്ടു. കാളിക്കുട്ടിക്കും അങ്ങനെത്തന്നെ തോന്നി.

തളിർവെറ്റിലയും പഴുക്കടക്കയും ഉണ്ണിയുടെ ചെവിയിൽ ചേർത്തുവെച്ച് കുഞ്ഞിക്കോരു പേരുവിളിച്ചു.

വേലായുധൻ വേലായുധൻ വേലായുധൻ

പിന്നെ കാരണവന്മാർ ഉണ്ണിയെ ചേർത്തുപിടിച്ച് ആവർത്തിച്ചു.

വേലായുധൻ കുഞ്ഞിക്കോരു വേലായ്ദൻ
കുഞ്ഞിക്കോരു വേലായ്ദൻ
കുഞ്ഞിക്കോരു വേലായി കുഞ്ഞിക്കോരു വേലായി
കുഞ്ഞുവേലായി കുഞ്ഞുവേലായി
കുഞ്ഞേലായി കുഞ്ഞേലായി
കുഞ്ഞേലായി

ഇണ്ണൂലിയുടെ ശോഷിച്ച കൈകളിൽ ഉണ്ണിയെത്തിയതോടെ പേരുവിളി കഴിഞ്ഞു. വിളിപ്പേരും വന്നു.

കുഞ്ഞേലായി

കാളിക്കുട്ടിയുടെ മുഖം വിടർന്നു. പിന്നീടൊന്നും അത്ര കണ്ട് വിടർന്നിട്ടുമില്ല.

കാളിക്കുട്ടി എട്ടുപെറ്റു. നാലാണും നാലു പെണ്ണും. ഒന്നിനെ കിട്ടിയില്ല. കുമാരൻ. ഇരുപത്തിയൊന്നിലേ പോയി. ഏഴും വെള്ളം തോർന്നപ്പോൾ കുഞ്ഞിക്കോരു അരയിലെ ചേറ്റുകത്തി തുടച്ച് വൃത്തിയാക്കി കെട്ടിപ്പൊതിഞ്ഞുവെച്ച് അരയും അതിന്റെ പാശവും ഒഴിച്ച് ദേശാടനത്തിനിറങ്ങി. എങ്ങോട്ടെന്ന് ആരും തിരക്കിയില്ല. പറഞ്ഞുമില്ല. മാസങ്ങൾ കഴിഞ്ഞ് തിരിച്ചെത്തി. പോക്കും വരവും ശീലാക്കി. ആരും കാണാത്ത കേൾക്കാത്ത ദേശങ്ങൾ താണ്ടി. ഒരുപിടി സാധനങ്ങൾ നിറച്ച ഭാണ്ഡക്കെട്ടുകളുമായാണ് എന്നും തിരിച്ചുവരവ്.

"അന്യദേശങ്ങളില് വല്യ കച്ചോടാ." കരക്കാർ പറഞ്ഞു. നാട്ടുവഴികളിൽ അന്യോന്യം കണ്ടുമുട്ടുന്നവരുടെ അന്വേഷണങ്ങളൊന്നായിരുന്നു.

"തണ്ടാരെ്യത്ത്യാ."

"തണ്ടാരെത്തീന്നേ."

മൂക്കത്ത് വിരൽവെച്ച് നിന്നവരോട് പിന്നെയും.

"തണ്ടാരെത്തീന്ന്യേ."

"തിരക്കിട്ടെവ്ടേക്കാ."

"കുഞ്ഞിക്കോരു വന്നിട്ടുണ്ടേ. ഒന്നു കാണണം."

കണ്ടുവരുന്നവരുടെയൊക്കെ തുണിസ്സഞ്ചിയിൽ എന്തെങ്കിലും കാണും.

"കാണാനൊത്തോ."

"പിന്നേ. തങ്കപ്പെട്ട മനിശ്യൻ."

യാത്രകളുടെ കമ്പംമൂത്ത കുഞ്ഞിക്കോരു ഒടുവിൽ മണപ്പുറത്തും തറവാട്ടിലും ഒരു വിരുന്നുകാരൻ മാത്രമായി മാറി.

കാളിക്കുട്ടി കുഞ്ഞിനെ ഒക്കത്തെടുത്താണ് അറപ്പ കടന്ന് എഴുത്താണിക്കുന്ന് കയറിച്ചെന്നത്. ചെക്കന് നല്ല കനം. മൂത്തതല്ലെ. മുഴുത്തിരിക്കും. ഉണ്ടച്ചെക്കൻ. വാത്സല്യത്തോടെ ചേർത്തുപിടിച്ച് അമ്മയുടെ മുത്തം.

കുന്നിൻപുറത്ത് ചെറുപാഠശാല. തറവാട്ടുകാരണവന്മാരാണ് കുട്ടികളെ എഴുത്തിനിരുത്താനായി കൊണ്ടുവരിക. തറവാടും യശസ്സും പ്രധാനം.

മേലു കഴച്ചപ്പോൾ കാളിക്കുട്ടി കുഞ്ഞിനെ ഒക്കത്തുനിന്നിറക്കി. പൂഴിമണ്ണിൽ നിർത്തി. അമ്മ കുന്നിൻമുകളിലേക്കു ചൂണ്ടിപ്പറഞ്ഞു.

"ദാ അവ്ടെ."

അമ്മയുടെ നീട്ടിയ ചൂണ്ടുവിരൽ മുറുക്കിപ്പിടിച്ച് അവൻ കുഞ്ഞിക്കാലുകൾ വെച്ച് പൂഴിമണ്ണിൽ ഇളംപാദങ്ങൾ കുത്തിമെതിച്ച് നടന്നുകയറി. കുന്നിൻ മുകളിൽ പേരമക്കളുമായെത്തിയ കാരണവന്മാർ കുന്നുകയറി വരുന്ന പെണ്ണൊരുത്തിയെ കണ്ട് മൂക്കത്ത് വിരൽവെച്ചുനിന്നു.

"ആരാദ്."

അവർ ചോദ്യങ്ങളിൽ കുരുങ്ങി.

ആശാൻ മേൽമുണ്ട് തോളിലേക്ക് വലിച്ചിട്ട് കുഞ്ഞിനെയും കൂട്ടി കുന്നുകയറി വന്ന പെണ്ണൊരുത്തിയെക്കണ്ട് അതിശയിച്ച് വാ പൊളിച്ചു നിന്നു.

ശിവ ശിവ.

ആശാന്റെ ഉള്ളാന്തി.

ആണുങ്ങളാരും ഇല്ലാണ്ടായോ ഇന്നാട്ടില്. മുറുമുറുപ്പുകളുടെ ചെറിയ ചീളുകൾ അനിഷ്ടങ്ങളുടെ കൂടകളിൽ നിറഞ്ഞുവന്നു.

"അയ്യയ്യോ. ഇതാരാ."

കാളിക്കുട്ടി കയറിവന്ന് ആശാന്റെ മുന്നിലേക്ക് കുഞ്ഞിനെ നീക്കിനിർത്തി തൊഴുത് പറഞ്ഞു.

"കുഞ്ഞേലായി. എന്റുണ്ണി. എഴുത്തിനിരുത്തണം."

ആശാൻ ചുറ്റും കൂടിനിന്ന കുട്ടികളുമായെത്തിയ കാരണവന്മാരെ നോക്കി സന്ദേഹംകൊണ്ടു.

ഇന്നോളം ഒരു പെണ്ണും അതും ഒരു വാല്യക്കാരി കുട്ടികളേയും കൊണ്ട് എഴുത്തിനിരുത്താൻ വന്നിട്ടില്ല. തറവാട്ടുകാരണവർക്കാണ് അവകാശവും അധികാരവും. ആശാന്റെ സന്ദേഹത്തിന് കാരണമതാണ്. പക്ഷേ, ഇതിപ്പോൾ തണ്ടാർ സ്ഥാനം അലങ്കരിക്കുന്ന ഗുരുകാരണവന്മാരും ആശാന്മാരുമുള്ള തൃത്തറക്കെട്ടിലെ പേരുകേട്ട കോന്തപ്പൻ തണ്ടാരുടെ മകൻ കുഞ്ഞിക്കോരുവിന്റെ പെണ്ണ് കാളിക്കുട്ടിയാണ് തന്റെ മുന്നിൽ നില്ക്കുന്നതെന്നോർത്തപ്പോൾ ആശാന് വഴികളെല്ലാമടഞ്ഞു. മാമൂലുകളൊക്കെ തെറ്റിച്ച് കടിഞ്ഞൂൽ പേറ് വരെ ഭർത്തൃഗൃഹത്തിൽ ത്തന്നെയാക്കാൻ പോലും മടികാണിക്കാത്ത, മുറ്റത്തെ ചേമ്പിലക്കുഴികളടച്ച് ചെറുമന് ഇലസദ്യ നടത്തിയ കുഞ്ഞിക്കോരൂന്റെ സഹധർമ്മിണി കാളിക്കുട്ടി. ആശാൻ തിരിച്ച് തൊഴുതുനിന്നപ്പോൾ ചുറ്റുംനിന്ന കാരണവന്മാരാണ് അന്ധാളിച്ചത്.

“കുഞ്ഞിവേലായി. എന്റുണ്ണി. അവനെ അനുഗ്രഹിച്ച് എഴുത്തിനിരുത്തണം.”

കാളിക്കുട്ടി ആവർത്തിച്ചു. ഗുരുവിനെ നമസ്കരിച്ചെഴുന്നേറ്റു.

കുട്ടിയുടെ കുഞ്ഞിക്കൈപിടിച്ച് ആശാൻ അവനെ പലകയിലിരുത്താൻ തുനിഞ്ഞപ്പോൾ കാളിക്കുട്ടി തടഞ്ഞു.

“ആദ്യം നമസ്കരിക്കുണ്ണീ.”

ഇളംകൈകൾ ഗുരുവിന്റെ പാദങ്ങൾ തൊട്ടു. നീല ഞരമ്പുകൾ എഴുന്നുനിന്ന കൈകൾ ഇളം ശിരസ്സിലമർന്നു. വാത്സല്യത്തോടെ കുട്ടിയെ എഴുന്നേല്പിച്ചു. പഴുക്കടയ്ക്കയും വെത്തിലയും മുന്നിൽവെച്ച് കുഞ്ഞ് കൈകൂപ്പി നിന്നു. അനുഗ്രഹത്തിന്റെ വെളിച്ചം പരന്നു.

ട്രൗസറിട്ട ബാലൻ. അരയ്ക്ക് ചുവന്ന കുടുക്കുകൾവെച്ച പട്ട തുന്നിച്ചേർത്തിരിക്കുന്നു. കോണകവുമായി നില്ക്കുന്ന കൊച്ചുകുട്ടികൾ അവനെത്തന്നെ നോക്കിനിന്നു.

തിരിച്ച് കുന്നിറങ്ങുമ്പോൾ കാളിക്കുട്ടിയുടെ മനസ്സ് കുളിർത്തു. സ്വപ്നങ്ങളുടെ നൂലിഴകൾ കോർത്തുവെച്ച് നടന്നു. അവൻ എഴുത്തും വായനയും പഠിച്ച് വളരട്ടെ. എന്നിട്ട് വല്യ ആളാവട്ടെ. ഗുരുകാരണവന്മാരെപ്പോലെ നാടും നഗരവും കണ്ടുവരട്ടെ. പേരും പെരുമയുമാവട്ടെ. തറയും കരയും ദേശവും കടന്ന് ഉയരങ്ങളിലെത്തട്ടെ.

തറേലും ദേശത്തും അതായി പിന്നെ വർത്തമാനം. തൂമ്പുങ്ങലെ ചായക്കടയിൽ ചൂടാറാത്ത പുട്ടിനും ചുടുചായക്കുമൊപ്പം വർത്തമാനം പൊടിപൊടിച്ചു.

“കുഞ്ഞിക്കോരു തണ്ടാരുടെ കുട്ട്യല്ലേ്യ. കേമനാവുംന്നേ.”

അരച്ചായ കുടിച്ച് ഇറക്കിവെച്ച ചുമടെടുത്ത് ചുമട്ടുകാർ പിന്നെയും നടന്നു.

വെള്ളിലം പൂത്തപോലായിരുന്നു കാളിക്കുട്ടി. കുഞ്ഞേലായിക്കും

അതേ നിറം കിട്ടി. തൂവെള്ള. എഴുത്താനിക്കുന്ന് കയറിപ്പോകാൻ കുഞ്ഞേലായിക്ക് കൂട്ടുകിട്ടിയത് മറ്റൊരു വേലായിയെയായിരുന്നു. കുഞ്ഞിക്കോരുവിന്റെ ജ്യേഷ്ഠൻ കണ്ണപ്പന്റെ മൂത്തപുത്രൻ. ക ണ്ണപ്പനും മൂത്ത കുഞ്ഞക്കനും വേലായുധൻ എന്ന പേരുള്ള പുത്രനുണ്ട്. ഒരേ കുടുംബത്തിലെ സഹോദരങ്ങൾ ഓരോരോ പറമ്പുകളിൽ വെവ്വേറെ കുടിയിരിപ്പുണ്ടാക്കിയതാണ്. തറവാട്ടിൽ മക്കളിൽ ഒരാൾക്ക് വേലേന്തിയ സുബ്രഹ്മണ്യസ്വാമിയുടെ പേരുചൊല്ലി വിളിക്കുന്നത് ചിട്ടയാക്കിയിരുന്നു. ജോനോന്മാര് മുഹമ്മദ്ന്ന് പേരിടുംപോലെ. അങ്ങനെ ഓരോ കുടുംബത്തിലും വേലായുധന്മാരുണ്ടായി. കണ്ണപ്പന്റെ പുത്രൻ വേലായുധൻ കാർവർണ്ണനായിരുന്നു. അവൻ കറുത്ത വേലായിയായി. കുഞ്ഞിക്കോരുവിന്റെ പുത്രൻ കുഞ്ഞേലായി വെളുത്തവേലായിയും. രണ്ടും കൂട്ടാളികൾ. എഴുത്ത് പഠിക്കാൻ ഒരുമിച്ച് എഴുത്താനിക്കുന്ന് കയറി.

അറപ്പ കടക്കാൻ തെങ്ങുംമുട്ടികൊണ്ട് പാലമിട്ടിട്ടുണ്ട്. മറുകരയിലേക്ക് കെട്ടിയ കയറിൽ പിടിച്ചുവേണം പാലം കടക്കാൻ. കയറിൽ ഉയരം കൂടിയ കറുത്ത വേലായിക്കേ പിടിയെത്തൂ. കുഞ്ഞേലായി ജ്യേഷ്ഠന്റെ കൈപിടിച്ച് ഒറ്റയടിവെച്ച് പാലംകടക്കും. ഇടയ്ക്ക് പാലം കടക്കുംമുൻപ് കറുത്ത വേലായിക്ക് വയറുവേദന തുടങ്ങും. അറപ്പയ്ക്കും മുമ്പ് അവന്റെ ചങ്ങാതിമാർ വട്ടുരുട്ടിയും പുന്നക്കുരുകൊണ്ട് ഗോട്ടി കളിച്ചും നില്പുണ്ടാവും. വയറുഴിഞ്ഞ് ജ്യേഷ്ഠൻ പറയും. നീ ചെല്ല്. ഞാനിവിടിരിക്കാം. കുഞ്ഞേലായി പാലം കടക്കാൻ കൈപിടിക്കാനാളില്ലാതെ ഭയന്നുനില്ക്കും. എഴുത്ത് പഠിക്കാൻ കുന്നുകയറണം. ആശാന്റെ മുന്നിലെത്തണം. തിരിച്ചെത്തുമ്പോൾ അമ്മ അന്വേഷിക്കും. അന്ന് ചൊല്ലിപ്പഠിച്ചതൊക്കെ കേൾപ്പിക്കണം. ഇല്ലെങ്കിൽ അമ്മയുടെ മുഖം മങ്ങും. അതുവയ്യ. കുഞ്ഞേലായി ഭയന്നുവിറച്ച് പതുക്കെ ഒറ്റയടിവെച്ച് പാലം കടക്കും.

തിരിച്ചെത്തുമ്പോൾ ജ്യേഷ്ഠൻ ചങ്ങാതിമാരുമായി കളിച്ചുകൊണ്ട് നില്പുണ്ടാവും. കളിനിർത്തി ഓടിയെത്തും.

“പൂവ്വാ.”

“വയവേദന മാറ്യോ?”

“ഉം. പൂവാ.”

“ഉം.”

ഒരുമിച്ച് തിരിച്ചുനടക്കും.

വയറുവേദനയെക്കുറിച്ച് ഇരുവരും ആരോടും മിണ്ടില്ല.

ആദ്യാദ്യം മണൽത്തരിയിലെഴുതി പഠിപ്പിച്ചു. മണലിൽ കുഞ്ഞുവിരലുകൾ അക്ഷരങ്ങൾ ചമയ്ക്കുമ്പോൾ കുഞ്ഞിവേലായിയുടെ വിരലുകളിൽ കിരുകിരുപ്പുണ്ടായി. ചൂണ്ടുവിരലറ്റത്ത് ചോപ്പുപടർന്നു. പിന്നെപ്പിന്നെ സ്ലേറ്റായി. ചുറ്റും മരച്ചട്ടപിടിപ്പിച്ച കറുത്ത സ്ലേറ്റുപലക. സ്ലേറ്റിന്റെ ഇരുപുറത്തും എഴുതിനിറച്ചു. ഒരുവശത്ത് റരത തറപറ പനവലമല. മറുപുറത്ത് ഒന്ന് രണ്ട് മൂന്ന് പത്തുവരെ, നൂറു വരെ. പിന്നെ നൂറും കടന്നൊരറ്റം വരെ. അമ്മയെ കാണിച്ചു. കാളിക്കുട്ടി അഭിമാനംകൊണ്ടു.

ഉരുണ്ട് വടിവൊത്ത അക്ഷരങ്ങൾ, വരിവളയാതങ്ങനെ നീണ്ടുപോയി.

ഗുരു കാരണവന്മാരുടെ കൃപിണ്ടായി എന്റുണ്ണി സർവ്വോം പഠിച്ച് കയറണേ.

കാളിക്കുട്ടി കണ്ണുകളടച്ച് പ്രാർത്ഥിച്ചു.

ഒരുച്ചച്ചൂടിൽ പടിപ്പുരേല് ആളൊരുക്കംണ്ടായി. ഒരു തിക്കും തിരക്കും.

എന്താ, എന്താ.

കുഞ്ഞിക്കോരു ദേശാടനത്തിലാണ്. മുന്നറിയിപ്പില്ലാതെയാണ് വന്നു കയറുക. ഒന്നും മനസ്സിലായില്ല.

ചേന്നൻ കണക്കൻ ഓടിവന്നു. കൂടെ കണോതിയുണ്ട്. വെട്ടുവഴീല് വെച്ച് കണ്ടതാ. അക്കരേന്ന് കാർന്നോര് വര്ണ്ണ്ട്.

അവർ നിന്നു കിതച്ചു.

പറഞ്ഞുതീരുമ്പോഴേക്കും ആളെത്തി.

കാളിക്കുട്ടി പടിപ്പുരയ്ക്ക് നേരെ കണ്ണയച്ചു. തുറന്നുവെച്ച വാതിലിന്റെ നീളക്കാഴ്ചയിൽ അമ്മാവൻ. കൂടെ ഒരു വാല്യക്കാരൻ. രണ്ടു ചുമട്ടുകാർ.

ചെന്തെങ്ങീന്ന് കരിക്കിട്ട് വെച്ചോ. ഇളനീര് വേണം.

ചേന്ദനും കണോതിയും കരിക്കിടാൻ ഓടി.

കാളിക്കുട്ടി പടിയിറങ്ങിച്ചെന്നു. അമ്മാവനെ സ്വീകരിച്ചു. കണ്ണു നിറഞ്ഞു. തൊണ്ട വരണ്ടു. സ്വന്തം വീട്ടീന്നൊരാളെത്തിയതിന്റെ സന്തോഷം. കളിച്ചുകൊണ്ടുനിന്ന കുട്ടികൾ അതിഥിയെക്കണ്ട് ഓടി യെത്തി. കണ്ണുകളിൽ കൗതുകം നിറച്ചുനിന്നു. കാരണവർ കാളിക്കു ട്ടിയെ ചേർത്തുനിർത്തി സ്നേഹവായ്പോടെ തലോടി അന്വേഷിച്ചു.

"മോൾക്കും കുട്ട്യോൾക്കും സുഖല്ലേ."

പടികയറി വരാന്തയിൽ ചാരുകസേരയിലിരുന്നപ്പോഴേക്കും ഇളംനീരെത്തി. കൊണ്ടുവന്ന തലച്ചുമട് വടക്കേ മുറ്റത്തിറക്കിവെച്ച് ചുമട്ടുകാർ പടിപ്പുര മുറ്റത്തേക്ക് മാറിനിന്നു.

കാരണവർ കുറച്ചുനേരം ചെലവഴിച്ചു. മുറ്റത്തും പറമ്പിലും നടന്നു. കുട്ടികൾക്ക് വിശേഷപ്പെട്ട മിഠായിപ്പൊതികൾ സമ്മാനിച്ചു. വർണ്ണക്കട ലാസിൽ പൊതിഞ്ഞ മിഠായികൾ. കുഞ്ഞേലായിയെ പിടിച്ചു മടിയി ലിരുത്തി.

അവന് ഒരു നോട്ടുപുസ്തകവും പല നിറങ്ങളിലുള്ള ഒരറ്റത്ത് റബ്ബറു പിടിപ്പിച്ച പെൻസിലുകളും കൊടുത്തു.

"പഠിച്ച് വന്നോ. അച്ചാച്ചൻ ശീമേല് കൊണ്ടോവാം."

കാരണവർ അവന് വാക്കുകൊടുത്തു. അവൻ അമ്മയെ നോക്കി. അമ്മ സമ്മതഭാവത്തിൽ നിന്നു.

തൃത്തറേലേഴുത്സവം വന്ന പ്രതീതി. സൽക്കാരത്തിന് കോപ്പുകൂട്ടു മ്പോഴേക്കും കാരണവർ പോകാനൊരുങ്ങി. കാളിക്കുട്ടി കരയാൻ തുടങ്ങി.

"എന്തേത്ര തിടുക്കപ്പെട്ട് തിരിക്ക്ന്."

"നേരംല്യ കുട്ടീ. ധരവന്നപ്പോ അമ്മാവൻ കൂടെ വന്നതാ. രണ്ടേ രണ്ടീസം. നാളെ കപ്പല് കേറണം. അപ്പഴേക്കും എല്ലാരീം ഒന്നു കാണണം."

"ഉണ്ടിട്ട് പോയാപ്പോരെ. ഇത്രേം കാലായി വന്നിട്ട്."

"ഇനി വരുമ്പാവാം കുട്ടീ. കുഞ്ഞിക്കോരു വന്നാ അന്വേഷിച്ചൂന്ന് പറ."

കാരണവർ തിരിച്ചുപോയി. കാളിക്കുട്ടി കണ്ണുനിറച്ച് നോക്കിനിന്നു.

ചാണം മെഴുകിയ തറ. ഇരിക്കാൻ ചുവന്ന കരവെച്ച കൈതോല ത്തടുക്കുകൾ. കുഞ്ഞേലായി എന്നും മുൻനിരയിൽ ഒന്നാമനായി ഇരുന്നു. കല്യാണിയും തങ്കമണിയും രാമകൃഷ്ണനും തൊട്ടടുത്ത്. ചിരുതയും ശങ്കരൻകുട്ടിയും കുഞ്ഞപ്പനും അയ്യപ്പനും അടുത്ത വരിയിൽ. കറുത്തവേലായി എന്നും പിൻനിരയിൽത്തന്നെ ഇരുന്നു. പതിവായി നേരം വൈകി എത്തിയിരുന്ന ദേവുട്ടിയും കുട്ടപ്പനും അവനോടൊപ്പം കൂട്ടുകൂടി.

കുട്ടികൾ വളർന്നതോടെ ആശാൻ ക്ഷീണിതനായി. വയ്യാതായി. പാഠശാല അടഞ്ഞുകിടന്നു. ശബ്ദങ്ങൾ നിലച്ചു.

ബലിപ്പറമ്പിനുമപ്പുറം കര കാണാത്ത കുളക്കരയിലൂടെ രാമച്ച ക്കാടും കടന്നുചെന്നാൽ കരപ്രമാണി തുടങ്ങിവെച്ച പള്ളിക്കൂടം. എഴു ത്താനിക്കുന്ന് കയറിയിറങ്ങിയ കുരുന്നുകൾക്കൊക്കെ പഠിച്ചുകയറാൻ ഒരിടം. അവരൊക്കെ കൈതോലത്തടുക്കുകൾവിട്ട് കുഞ്ഞു ബെഞ്ചിലിരുന്ന് പഠിക്കാൻ തുടങ്ങി. ഗോപാലൻ മാഷ് ചൂരൽവടി ഉയർത്തി കുട്ടികളെ പഠിപ്പിച്ചു. ഇടയ്ക്ക് ചെവിപിടിച്ച് തിരുമ്മി. ചൂരൽക്കഷായം കിട്ടാത്ത ഒരേ ഒരു കുട്ടി കുഞ്ഞേലായി ആയിരുന്നു. ട്രൗസറിട്ട കുട്ടിയും അവൻ തന്നെ. ബാക്കിയൊക്കെ കോണകമായിരുന്നു. അതിനുതന്നെ ശീട്ടിത്തുണി. ഓരോ ക്ലാസും കഴിയുന്നതോടൊപ്പം കോണകത്തിന് പുറത്ത് തൂശി ത്തോർത്തുടുത്തു. മേക്കെട്ടികൊണ്ട് പെൺകുട്ടികൾ മാറുമറച്ച് തോർത്ത് കഴുത്തിലൂടെ ചുറ്റിക്കെട്ടി.

കുഞ്ഞേലായി കണക്കെഴുത്ത് തുടങ്ങിയപ്പോഴേക്കും പെൺകുട്ടി കൾ ചുട്ടിയും കരയുംവെച്ച് ഈരിഴത്തോർത്തും മുണ്ടുമായി. ആൺകുട്ടികൾ കോണകമുപേക്ഷിച്ച് തോർത്തുമുണ്ടും ട്രൗസറുമാക്കി. പിന്നേം കഴിഞ്ഞാണ് കുപ്പായമിടാൻ തുടങ്ങിയത്. കമ്യൂണിസ്റ്റ് പാർട്ടിയുടെ ജാഥയ്ക്ക് പോകാനാണ് കറുത്ത വേലായി ആദ്യമായി കുപ്പായമിട്ടത്. സ്വർണ്ണനിറത്തിൽ കുടുക്കുകളുള്ള ചുവന്ന കുപ്പായം.

കാളിക്കുട്ടിയെ കാണുമ്പോഴൊക്കെ ഗോപാലൻ മാഷ് പറഞ്ഞു.

"കുട്ട്യേ പഠിപ്പിക്കണം. ബുദ്ധിണ്ട്. എത്രവരേം പൊക്കോളും. തണ്ടാര് വരുമ്പ പറേണം."

കുഞ്ഞേലായി ഓരോ ക്ലാസിലും ജയിച്ച് കയറി. കല്യാണിയും രാമ കൃഷ്ണനും ദേവുട്ടിയും അവനോടൊപ്പമെത്തി. കുഞ്ഞപ്പൻ അച്ഛനോ

ടൊപ്പം കച്ചവടത്തിൽ കൂടി. അയ്യപ്പൻ നാടകക്കമ്പനിയിൽ പണിക്കു പോയിത്തുടങ്ങി.

കറുത്ത വേലായി ഇടയ്ക്ക് വെച്ച് പഠിപ്പുനിർത്തി. നാട്ടുമ്പുറത്ത് വെറുതെ നടന്നു. പലപ്പോഴും കമ്യൂണിസ്റ്റുകാരുടെ ജാഥയിൽ പോയി കൊടിപിടിച്ചു. പതിനാലാം വയസ്സിൽ കുഞ്ഞേലായി പലചരക്കുകടയിൽ കണക്കെഴുതാനിരുന്നു.

കൊച്ചുരാമനും കുടുംബവും കരേലെത്തുന്നതും അക്കാലത്താണ്. തൂമ്പുങ്ങൽ വന്ന് കെട്ടുംകെടയുമിറക്കിവെച്ച് പുത്തൂര് ദാമോദരന്റെ ചായക്കടയിലേക്കു കയറി മൂന്ന് അരച്ചായ പറഞ്ഞു. പെണ്ണും ചെക്കനും പുറത്ത് നിന്നതേയുള്ളൂ. കൊച്ചുരാമൻ മുളംകാലിൽ കെട്ടിവെച്ച മരപ്പലകയിലിരുന്നു. മരപ്പലക പൂഴിമണ്ണിൽ ഒന്നു താഴ്ന്നു. സമോവറിൽ നാണയം കിടന്ന് തുള്ളിയപ്പോൾ ദാമോദരൻ മൂന്ന് അരച്ചായ വീഴ്ത്തി കൊച്ചുരാമനു നീട്ടി. രണ്ടെണ്ണം മിറ്റത്തെ പെണ്ണിനും ചെക്കനും കൊടുത്ത് തിരിച്ചുവന്നിരുന്നു.

"എവ്ടന്നാ." ദാമോദരൻ അന്വേഷിച്ചു.

നീണ്ട യാത്രയുടെ ക്ഷീണമുറങ്ങിക്കിടന്ന കണ്ണുകളുയർത്തി കൊച്ചുരാമൻ അകലെ പാടച്ചെരുവിലേക്ക് നോക്കിയിരുന്നു. വളർന്ന താടിയിൽ പറ്റിപ്പിടിച്ച ഒരിറ്റ് ചായപ്പത ഇളംകാറ്റിൽ തുള്ളിനിന്നു.

"ദൂരേന്നാ."

അലക്ഷ്യമായി അയാൾ ആരോടുമല്ലാതെ പറഞ്ഞു.

"ദൂരേന്നുച്ചാൽ." ദാമോദരന് തൃപ്തി വന്നില്ല. മ്മളറിയാണ്ട് കരേലൊരാള്.

"ഒത്തിരി ദൂരേന്നാ. കോയിൽക്കോട്ടേന്ന്."

ഇരുവർക്കു മുന്നിലും ദൂരം നിലംപൊത്തിക്കിടന്നു. അറ്റമില്ലാത്ത ഭൂമി. പിന്നെ ആഴിയും പരപ്പും. ദാമോദരന് എത്തിപ്പെടാനാവാത്തൊരിടം.

ചെക്കൻ ഒഴിഞ്ഞ രണ്ടു മൺകോപ്പയും മരപ്പലകയിൽ കൊണ്ടുവെച്ച് പുറത്ത് കടന്നു.

ചായക്കടക്കാരന്റെ കൗതുകം കണ്ട് കൊച്ചുരാമൻ പറഞ്ഞു.

"ഞങ്ങള് വെള്ളപ്പൊക്കത്തീ വീടൊഴിഞ്ഞ് പോന്നതാ."

അയാൾ പുറത്തിറങ്ങി. കെട്ടുംകെടയുമെടുത്ത് മൂവരും നടന്നു. പാടവും പറമ്പും കടന്ന് പിന്നെയും ദൂരം താണ്ടി.

കുഞ്ഞിക്കോരു ഒരിക്കൽക്കൂടി ദേശാടനം കഴിഞ്ഞ് തിരിച്ചെത്തിയപ്പോൾ വെള്ളപ്പൊക്കക്കാരെക്കുറിച്ചറിഞ്ഞു. കാണണംന്നായി. അന്യദേശങ്ങളീന്ന് ആരുവന്നാലും കുഞ്ഞിക്കോരു വിളിച്ചുവരുത്തും. അതൊരു ജ്വരമാണ്. പുറംനാടുകളെക്കുറിച്ചറിയാനുള്ള കമ്പംതന്നെ. അങ്ങനെയാണ് കൊച്ചുരാമനും എത്തിയത്.

ഒരു സന്ധ്യക്ക് കൊച്ചുരാമൻ തറവാട്ടിലേക്ക് കയറി വന്നു. നമസ്തേന്നു വരല്ലേ. യഥാവിധി അതിഥിയെ സ്വീകരിച്ചിരുത്തി. സംഭാരവും മുറുക്കും കഴിഞ്ഞ് അല്പം താവരം കഴിച്ചിരിക്കുമ്പോഴാണ് ചരിത്രം

ചുരുളഴിഞ്ഞു വീണത്.

കടത്തനാട്ട്ന്ന് ഞങ്ങടെ വല്യ കാരണവർ സാമൂതിരിക്കാലത്ത് ചേലില്ലാപ്പണി സഹിക്കാണ്ട് രാത്രിക്ക് രാത്രി കടല് വഴി തോണീല് കേറിപ്പോന്നിട്ട് എത്ത്യേതിവിടാന്നാ കേൾവി. അന്നൊക്കെ എവ്ട്യായാലും പെങ്കുട്ട്യോള്ണ്ടായാ മനിശന് ഉള്ളില് തീയാ. മംഗലം കഴിഞ്ഞാ ആദ്യരാത്രി തമ്പുരാനുള്ളതാ. പ്രതിഷേധിച്ചതാ. ദേവദാസിയെ മുറീലടച്ച് പൂട്ടി തീയിട്ട് പോന്നു. പിന്നെ നിക്കാമ്പറ്റൂല്യ. തല കാണില്ല. കടന്നു. കടല് വഴി തോണീല്. ഇവ്ടെ വഞ്ചിപ്പുരേം കടന്ന് തോണിപ്പറമ്പിലെ മൊസല്യാരുടെ പറമ്പീ താമസാക്കി. അന്ന് ചെയ്തുവെച്ചേന്റെ ശാപം ഇപ്പഴും കുടുംബത്തെ പിന്തുടര്ന്നാ പറച്ചില്. ഇപ്പണ്ടായ വെള്ളപ്പൊക്കം അതിന്റെ തുടർച്ച്യാ. ഞ ങ്ങളും ഇവ്ടെത്തന്നെ എത്തിപ്പെട്ടത് വിധീന്നല്ലാതെ വേറെന്താ.

പ്രളയം വന്ന് കര മുഴുവൻ മുങ്ങി. മരക്കുടിലും പശുക്കളും ഒലിച്ചുപോയി. നീന്തിക്കേറാനാവാത്തവിധം പ്രളയജലം പരന്നു. കാട്ടുതടികൾ ചേർത്തുകെട്ടി ചങ്ങാടം തീർത്ത് രാപ്പകലുകൾ താണ്ടി. പേരറിയാത്ത കുന്നുകളെത്തും വരെ അറിയാത്ത നാടെത്തുംവരെ മാനംനോക്കി മലർന്നുകിടന്നു. കാറ്റും കോളും എങ്ങോട്ടെന്ന് വിധിയെഴുതി. തളർച്ചയിലും അബോധത്തിലും ഒന്നുമറിഞ്ഞില്ല. എത്തിയ കര കരയും എത്തിയ ദേശം ദേശവുമായി. വഴികളറിയാതെ ദിക്കുകളറിയാതെ വഴിയമ്പലങ്ങളിലെത്തി. ചങ്ങാടം പൂർവ്വികരുടെ നീർച്ചാലുകൾ തേടിയതാവണം. അവസാനത്തെ വഴിയമ്പലത്തിൽ അഭയം കിട്ടി. വഴിയമ്പലത്തള്ള കാത്തു. പോകാൻ വിട്ടില്ല. അവിടെ തങ്ങി. അതായിരുന്നു കാത്തുവെച്ചിരുന്നയിടം. തള്ള ചൂണ്ടിക്കാട്ടിയിടത്ത് കൂടി. അത് അയിരൂർ തട്ടകമായിരുന്നു.

ഉണങ്ങിയ വാഴയിലകൾ ദേഹം മുഴുവൻ വെച്ചുകെട്ടിയ വഴിയമ്പലത്തിലെ തള്ള. വഴിയമ്പലത്തിന്റെ പൊട്ടിപ്പൊളിഞ്ഞ ചെങ്കല്ലു ഭിത്തി. പ്രാകൃതകാലത്തിന്റെ കൂർത്ത പല്ലുകൾ കണക്കെ ഉന്തിനിന്നു. ഒരാൾക്ക് കഷ്ടിച്ച് ചുരുണ്ടുകൂടി കിടക്കാവുന്ന ഇടമേ വഴിയമ്പലത്തിനുള്ളൂ. തെങ്ങുതടികൾ നിരത്തിവെച്ച തട്ടായിരുന്നു മേല്ക്കൂര. തടികൾക്കിടയിലെ വിടവുകളിൽ കരിയിലകൾ അടിഞ്ഞുകൂടി വെളിച്ചത്തെ മറച്ചിരുന്നു. ആ ഇരുട്ടിൽ തള്ള ചുരുണ്ടുകിടന്നു. ഇടയ്ക്ക് അഴിഞ്ഞുണങ്ങിയ വാഴയിലകൾ വീണ്ടും വെച്ചുകെട്ടി പുറത്തേക്കിറങ്ങി. ആരോ കൊണ്ടുവെച്ച വെള്ളത്തൊട്ടിയിൽനിന്ന് ഒരു കവിൾ വെള്ളമെടുത്ത് കുടിച്ച് പടിക്കല്ലിൽ ആകാശം നോക്കിയിരുന്നു. ആ ഇരിപ്പ് ഒരു ധ്യാനമാണ്. വഴിപോക്കർ അടുത്ത അത്താണിയിൽ ഭാരമിറക്കിവെച്ച് പിന്നെയും യാത്ര തുടരുമ്പോൾ തള്ള അവരെ നോക്കിയില്ല. ആകാശത്തെ കണ്ണുകൾ പിൻവലിക്കാൻ കൂട്ടാക്കിയില്ല. അതവിടെ കൊളുത്തി നിർത്തിയിരിക്കും. അങ്ങനെ ഒരിക്കൽ ഉച്ചസൂര്യൻ മറഞ്ഞ് ധ്യാനത്തിൽ നിന്നുണർന്നപ്പോഴാണ് അതിഥികൾ എത്തിയത്. അവർ

വഴിയമ്പലത്തിന്റെ ഓരത്തേക്ക് തളർന്നുവീഴുകയായിരുന്നു. തൊണ്ടവരണ്ടിരുന്നു. വെള്ളത്തൊട്ടിൽ കണ്ട് അവരുടെ അടഞ്ഞുപോയ കണ്ണുകൾ ആർത്തിയോടെ തുറന്നു. മോന്തിക്കുടിച്ചു. മോന്തിമോന്തിക്കുടിച്ചു.

അത് കൊച്ചുരാമനും കെട്ടിയോളും ചെക്കനുമായിരുന്നു. വെള്ളത്തൊട്ടി വീണ്ടും ഒഴിഞ്ഞുകണ്ട കൊച്ചുരാമന്റെ പെണ്ണ് ദാഹം മൂത്ത് ചുവന്ന കണ്ണുകളോടെ നിന്നു. തള്ള വെള്ളത്തൊട്ടിക്കുനേരെ കുമ്പിട്ട് നിവർന്നപ്പോൾ തൊട്ടി വീണ്ടും നിറഞ്ഞുവന്നു. അത്ഭുതം കണ്ണിൽ നിറച്ച് തൊഴുത് നില്ക്കുമ്പോൾ തള്ള വഴിയമ്പലത്തിനുള്ളിലേക്ക് കയറിപ്പോയി. അവർ തൊഴുകൈയോടെ ഉള്ളിലെ ഇരുട്ടിലേക്ക് കണ്ണയച്ചുനിന്നു. പിന്നെ ശബ്ദം കേട്ടു.

"പടിഞ്ഞാറോട്ട് നടന്നോളൂ. അതാണ് ദിക്ക്. അവിടെ പാർപ്പുറപ്പിക്കാം."

തള്ള ഇറങ്ങിവന്നു കണ്ടില്ല. വഴിയമ്പലം പക്ഷേ, ശൂന്യമായിരുന്നു.

"തള്ള അവിടെത്തന്നെയുണ്ട്. എങ്ങും പോകില്ല."

കുഞ്ഞിക്കോരു ചാഞ്ഞിരുന്ന് പറഞ്ഞു.

കൊച്ചുരാമന് വിശ്വാസം വന്നില്ല. അവർ കയറിപ്പോകുന്നത് കണ്ടുനിന്നവരാണ്. ഒരേ ഒരു വാതിലുള്ള വഴിയമ്പലത്തിന് മറ്റു വഴികളില്ല.

ഉച്ച ചാഞ്ഞിരുന്നു. കൊച്ചുരാമനും കുടുംബവും ആഞ്ഞുവെച്ചു നടന്നു. പടിഞ്ഞാറൻ കുന്നുകൾ കയറിയിറങ്ങി. താഴെ കശുമാവു തോപ്പുകളുടെ തണൽപറ്റി വിയർപ്പാറ്റി. മാവിൻ തണൽ കുന്നുകളിൽ ഇരുട്ട് നിറച്ചു. ഇടക്കുന്നുകളൊന്നിൽ ഒരിടത്ത് ആൾ നീളത്തിൽ മണൽക്കൂന കൂട്ടിവെച്ചിരുന്നു. അരിയും പൂവും എള്ളും തുളസിയിലയും തലയ്ക്കലും കാല്ക്കലും ചിതറി കിടപ്പുണ്ട്. കാക്കകൾ ഒച്ചവെച്ചു കൂടിയിട്ടുണ്ട്. കുഴിച്ചിട്ട് നീങ്ങിയിട്ടേയുള്ളൂ. മാഞ്ചുവടുകളിൽ മരണഗന്ധം തങ്ങിനിന്നു.

"ചവിട്ടണ്ട."

കൊച്ചുരാമൻ പിന്തിരിഞ്ഞുനിന്ന് പറഞ്ഞു. ചെക്കൻ വഴിമാറിനടന്നു.

മണൽത്തരികൾക്ക് മുഴുപ്പ് കൂടിവന്നു. കടലിന്റെ ഒരമാനം കേട്ടു തുടങ്ങിയിരുന്നു. അകലെ ഭൂമിയെ മുഴുവൻ പൊതിഞ്ഞുനില്ക്കുന്ന കൂറ്റൻ അരയാൽ. ചേർന്ന് കൽത്തറ, ഗോപുരം, കൽവിളക്ക്, കവാടം. അതിലൂടെ തെളിഞ്ഞുവന്ന ക്ഷേത്രനട, ശ്രീകോവിൽ. നടയടഞ്ഞു കിടന്നു. നിശ്ശബ്ദമായ അകക്കെട്ടുകൾ, അകം പൊളിഞ്ഞ ചിത്രത്തൂണുകൾ, ശബ്ദങ്ങളുറഞ്ഞുപോയൊരിടം. ജീവാജന്തുവില്ല.

കണ്ണുകളടച്ച് തൊഴുതുനിന്നു. എത്ര നേരമെന്നറിയില്ല. കണ്ണുതുറന്ന് പിൻവാങ്ങുമ്പോൾ പുറത്തേക്കുള്ള വാതിലുകളൊക്കെ അടഞ്ഞു കണ്ടു. മുന്നിൽ ഒരു വൃ ദ്ധൻ. നീണ്ടുവളർന്ന വെള്ളത്താടിയുഴിഞ്ഞ് തേജസ്സുറ്റ കണ്ണുകളോടെ.

"വരൂ."

വൃദ്ധൻ വലതുവശത്തേക്ക് നടന്നു. അടഞ്ഞുകിടന്ന ചെമ്പുതകിട് കെട്ടിയ കനത്ത വാതില്പാളി തുറന്നു.

"ചെന്നോളൂ."

അവർ പുറത്തുകടന്നു. പിന്നിൽ വാതിലടഞ്ഞു.

മുന്നിൽ വിശാലമായ താമരക്കുളം. പൂത്തുലഞ്ഞ വെള്ളത്താമരപ്പരപ്പ് മഞ്ഞുപാളിപോലെ കിടന്നു. കുളത്തിനപ്പുറം പടിപ്പുരക്കെട്ട്. ഇലഞ്ഞിമരം കാറ്റിലാടി സുഗന്ധം പരത്തി.

ചെന്നുകയറിയത് അതിപുരാതനമായ തറവാട്ടുമുറ്റത്തേക്ക്. വിശാലമായ മുറ്റത്തേക്ക് കയറി നില്ക്കുന്ന പൂമുഖം. പൂമുഖത്തോട് ചേർന്ന നീണ്ട വരാന്തയിൽ വെളുത്ത താടിയുഴിഞ്ഞ് ചാരുബെഞ്ചിലിരിക്കുന്ന വൃദ്ധൻ. ക്ഷേത്രത്തിനുള്ളിൽ കണ്ട അതേ വൃദ്ധൻ, പരിചയഭാവത്തിൽ ചെറുചിരിയോടെ.

"ഞങ്ങൾ."

കൊച്ചുരാമൻ കുമ്പിട്ടു തൊഴുതു.

"അറിയാം. പാർക്കാനിടം വേണം."

വൃദ്ധൻ താടി തടവിക്കൊണ്ട് കണ്ണുകൾ മാനത്ത് നട്ട് ധ്യാനത്തിൽ മുങ്ങി.

കൊച്ചുരാമൻ കാത്തുനിന്നു.

"വടക്കേച്ചെരുവിൽ പാടം കടന്നാൽ മേൽത്തട്ടായി. അയിരൂർ തട്ടകത്തിന്റെ നെരുമ്പുര ഒഴിഞ്ഞുകിടപ്പുണ്ട്. വൃത്തിയാക്കി അനുഭവിച്ചോളൂ."

പിൻവാങ്ങിപ്പോന്നു. മേൽത്തട്ടുകയറി വടക്കോട്ട് തിരിഞ്ഞു. കാടുപിടിച്ച പ്രകൃതി. വവ്വാലുകൾ അമ്പഴക്കൊമ്പിൽ തൂങ്ങിക്കിടന്നിരുന്നു. കാല്പാദങ്ങളിലമർന്ന് ചവറുകൾ ഞെരിഞ്ഞമർന്ന ശബ്ദം കേട്ടുകൊണ്ടിരുന്നു. പെരുച്ചാഴികൾ പരക്കം പാഞ്ഞു. പാമ്പുകൾ മാളങ്ങളിലേക്ക് പിൻവാങ്ങി. പിൻവാങ്ങാൻ മടിച്ച് ഫണം വിടർത്തിനിന്നവന്റെ സീൽക്കാരം ഇലയനക്കങ്ങളിൽ മുങ്ങി. എഴുന്നുനില്ക്കുന്ന അനന്തകേസരി. ചലനം നിലച്ചുപോയ നിമിഷം. ഇനി കടിയേറ്റ് ചോരക്കുഴലുകൾ പൊട്ടി മരിക്കുകയേ നിവൃത്തിയുള്ളൂ. അനന്തമായ നിമിഷങ്ങൾ. ഭൂമിയൊന്നാകെ അനക്കമില്ലാതെ കിടന്നു. നിമിഷങ്ങളിൽ കാലം കല്ലിച്ചുനിന്നു. വിടർന്ന ഫണം ചുരുങ്ങിവന്നു. താണുതൊഴുത് കല്ലിടകളിലേക്ക് സാവധാനം മറഞ്ഞു.

നെരുമ്പുരയുടെ കനത്ത വാതിൽ ശക്തിയോടെ തള്ളിത്തുറന്ന് അകത്തുകടന്നു. വവ്വാലുകൾ പിടച്ചിലോടെ നിലവിളിച്ച് ചിറകടിച്ച് പുറത്തേക്ക് പാഞ്ഞു. ചിതല്പുറ്റുകൾ ഞെരിഞ്ഞുടഞ്ഞു. മാറാല മൂറ്റിക്കിടന്ന ഇരുട്ടുനിറഞ്ഞ മുറിയിലേക്ക് കൊച്ചുരാമനും കുടുംബവും കയറിച്ചെന്നു. അയിരൂർ മേൽത്തട്ടിലെ നെരുമ്പുരയുടെ മുറ്റത്ത് അന്നുരാത്രി വെളിച്ചം തെളിഞ്ഞത് നാട്ടുകാർ ക ണ്ടു.

കാളമുറിത്തോടിന്റെ ഇരുകരയിലും നിറച്ചും ചോപ്പുപടർന്ന് പുലർച്ചയുടെ ഇളംകാറ്റിൽ ചെട്ടിപ്പൂക്കളുടെ താലോലം. രാത്രി പെയ്ത മഴവെള്ളം പടിഞ്ഞാട്ട് കുതികുത്തിയൊഴുകുന്നുണ്ട്. ചെറുമീനുകൾ കൂട്ടമായെത്തുന്നതും നോക്കി തണുപ്പിൽ കൂനിക്കൂടി പാലത്തിനു മേൽ ചൂണ്ടലുകാർ ഇരിപ്പുറപ്പിച്ചു.

ഐലസ ഐലസാ ഐലസാാ

വെട്ടുവഴിയിൽ വടക്കുനിന്ന് ഭാരം കയറ്റിവന്ന ഉന്തുവണ്ടി പാലത്തിനരികിൽ നിന്നു. വണ്ടിക്കൈ നിലംകുത്തി. വലിക്കുന്നവരും തള്ളുന്നവരും ക്ഷീണമകറ്റാൻ കലുങ്കിലിരുന്നു. കലിങ്കിലൊരു നിരയുണ്ട്. ചെറുബീഡി കത്തിച്ച് കൈമാറുന്നവർ. തൊട്ടടുത്ത ചായക്കടയിൽ സമോവർ തിളയ്ക്കാൻ തുടങ്ങി. ചായകുടിച്ച് വീണ്ടും വണ്ടി വലിക്കണം.

കാക്കിയുടെ കാൽസറായിയും കുപ്പായവുമണിഞ്ഞ് ഒരാൾ ഉന്തുവണ്ടിയോടൊപ്പം തന്നെ നടന്നടുത്തിരുന്നു. ചുടുചായ മോന്തിയിരുന്നവരും പാലത്തിൽ നിന്നവരും വടക്കോട്ടുതന്നെ നോക്കിനിന്നു. വലിയ കീശകളുള്ള കുപ്പായം. അയഞ്ഞ കാൽസറായി. തലയിൽ കാക്കിത്തൊപ്പി. കൗതുകമുണർത്തുന്ന അടിവെച്ച നടത്തം.

“തപാൽ ശിപായി.”

ഗോപാലനാശാൻ അയാളെ തിരിച്ചറിഞ്ഞു. ചായക്കടയിൽ കാക്കിയുടുപ്പ് സൃഷ്ടിച്ച ഭയം വിട്ടകന്നു. അയാൾ തൊട്ടടുത്ത ഒറ്റമുറി തപാലാപ്പീസിനെ ലക്ഷ്യമാക്കി നടന്നു.

“ശിപായി വരുംന്ന് കേട്ടിരുന്നു.” ഗോപാലനാശാൻ പറഞ്ഞു. “ആദ്യായിട്ടാ.”

“ഇനിപ്പോ മാഷ് ണ്ടാവില്ലേ.”

“മാഷ്ണ്ടാവും.”

“അഞ്ചലെത്യാ വീടുകളില് കിട്ടും.”

“ആദെങ്ങന്യാ.”

“ശിപായി വീട്ടിലെത്തും.”

“മ്മടെ വീട്ടിലോ.” അതാർക്കും വിശ്വസിക്കാനായില്ല.

ചായക്കടയിൽ ആളുകൾ ഗോപാലനാശാന്റെ ചുറ്റുംനിന്ന് കേട്ടു. അതുവരെ തപാലാപ്പീസിലിരിക്കാൻ പോസ്റ്റ് മാഷ് മാത്രായിരുന്നു. അഞ്ചലോട്ടക്കാരൻ കുഞ്ഞീരി അഞ്ചലും വാരി മണികിലുക്കിക്കൊണ്ട് കാക്കാത്തിരുത്തി കടവിലേക്കോടും, ഇരിങ്ങാലക്കുടയിൽ നിന്ന് കടത്തുകടന്ന് ഇക്കരെയെത്തുന്ന അഞ്ചലെടുത്ത് തിരിച്ചോടും. അഞ്ചലെത്തിയാ മാഷ് തരംതിരിക്കും. കത്തെത്തിക്കുന്നതും അഞ്ചലോട്ടക്കാരൻ കുഞ്ഞീരി തന്നെ, മണിയോർഡറുണ്ടെങ്കിൽ ആപ്പീസിൽ ചെന്ന് കൈപ്പറ്റണം. ഇനിയത് വേണ്ടെന്നാണ് ഗോപാലനാശാൻ പറയുന്നത്.

“കത്തും കാശും വീട്ടിലെത്തിക്കും.”

ചായക്കടയിൽനിന്ന് ഏതാനുംപേർ പുറത്ത് കടന്നു. കത്തയക്കാനോ കാശയക്കാനോ അവർക്ക് ആരുമുണ്ടായിരുന്നില്ല. ആർക്കുമൊട്ടെ

ഴുതാനും. അതിന്റെ മൗനമാണ് ഇത്തിരി നേരത്തേക്ക് ചായക്കടയിൽ നിറഞ്ഞുനിന്നത്. അവർ ഉന്തുവണ്ടിയുടെ പിന്നാലെ ചുമടിറക്കാൻ പോയി.

തപാലാപ്പീസിനു പുറത്ത് ഏതാനും പേർ കൂടിനിന്നു. ഓരോ മണിക്കൂറിലും മണിയടിക്കുന്ന ഘടികാരം നോക്കിനിന്നു. വാതിലിനു നേരെയിരിക്കുന്ന പോസ്റ്റ് മാഷ് മേശപ്പുറത്തെ കടലാസ്സുകെട്ടുകൾ പരിശോധിക്കുന്ന തിരക്കിലാണ്. പഴയതിലും ഗൗരവം ആ മുഖത്തുണ്ട്. അധികാരത്തിന്റേതായ തലയെടുപ്പും തോന്നിച്ചിരുന്നു. കീഴിലൊരു ശിപായിയെത്തിയതിലുള്ള സന്തുഷ്ടിയും കാണാം.

വേലാണ്ടി ശിപായി ചാർജെടുത്തു. കുഞ്ഞീരി അഞ്ചലുമായി ഓടിയെത്തുമ്പോൾ പതിവില്ലാതെ ആപ്പീസിനുള്ളിൽ ഒരാളെക്കൂടി കണ്ട് അത്ഭുതപ്പെട്ടുനിന്നു. ഘടികാരം പത്തടിച്ചപ്പോൾ വേലാണ്ടി ശിപായി പുറത്തെ സിമന്റിട്ട അരമതിലിൽ ഏതാനും കത്തുകളുമായി വന്നിരുന്ന് ഓരോന്നുമെടുത്ത് വിലാസം ഉറക്കെ വായിക്കാൻ തുടങ്ങി.

പുഴങ്കരയില്ലത്ത് അബ്ദുറഹിമാൻ ഹാജി.
കാഞ്ഞിരപ്പറമ്പിൽ നാരായണൻ.
കീഴില്ലത്ത് ഉണ്ണിക്കൃഷ്ണൻ ഇബ്രാന്തിരി.
വാക്കയിൽ പരമേശ്വരൻ കൈമൾ.
പാമ്പാടി വാസുദേവൻ ഇളയത്.
പള്ളിപ്പറമ്പിൽ സെയ്തുമുഹമ്മദ്.

വായന കഴിഞ്ഞപ്പോൾ വേലാണ്ടി ശിപായി ചുറ്റുംനോക്കി വലിയൊരു കാര്യം നിർവ്വഹിച്ചമട്ടിലിരുന്നു. ഏതാനും പേർ ചുറ്റുമുണ്ടായിരുന്നു. അവർ കുറച്ചുനേരംകൂടി പുതിയ ശിപായിയുടെ കാക്കിയുടുപ്പിന്റെ മണം പറ്റിനിന്നു.

"അസ്സലാമു അലൈക്കും."

ഹാജിയാർ ശിപായിയുടെ അടുത്തേക്കു ചെന്നു.

"ഞമ്മക്കൊരു കത്ത് ബായിച്ചൂന്ന് കേട്ടു." ഹാജിയാർ അരമതിലിനോട് ചേർന്നുനിന്ന് പുതിയ ശിപായിയെ നോക്കി പറഞ്ഞു.

ശിപായി മേൽവിലാസം തപ്പിയെടുത്തു.

പുഴങ്കരയില്ലത്ത് അബ്ദുറഹിമാൻ ഹാജി. നീണ്ട ഒരു ലഢ ക്കാട്ട്. ഹാജിയാർ അത് രണ്ടു കൈയും നീട്ടി വാങ്ങി.

"പെരുത്ത് സന്തോശം. ങ്ങനെ പുത്യേ ഒരാള് ബരൂംന്നും ബായിക്കും ന്നും അറിഞ്ഞില്ല. അള്ളാഹു അക്ബർ."

ഇത് പിന്നെ പതിവ് കാഴ്ചയായി. തപാലാപ്പീസ് തുറക്കുംമുൻപ് ഹാജിയാർ എത്തിയിരിക്കും. പായക്കച്ചവടമാണ്. ബോംബെക്കാണ് പായക്കെട്ടുകളയക്കുക. മണപ്പുറത്തെ കൈതോലയെല്ലാം പായയായി ഹാജിയാരുടെ പീടികമുറികളിലേക്കെത്തും. അതിന്റെ എഴുത്തുകുത്തുകളാണ് തപാലിലെത്തുന്നത്.

വിധിപ്രകാരം നാലുകെട്ടിയ ഹാജിയാർക്ക് ബോംബെയിലും

ഗുജറാത്തിലും വേറെയും ബീവിമാരുണ്ടെന്ന് നാട്ടുകാർ പറയുന്നു. ഹജ്ജിനുപോയി തിരിച്ചെത്തിയ ഹാജിയാർക്ക് കൂരിക്കുഴി പള്ളിയങ്കണത്തിൽ വമ്പിച്ച സ്വീകരണം കൊടുത്തിരുന്നു. എന്നാൽ ഹാജിയാർ വെറുതെ ബോംബെക്കുപോയി കച്ചവടം നടത്തി തിരിച്ചെത്തുക മാത്രമാണ് ചെയ്തതെന്ന് ചില ശത്രുക്കൾ പറഞ്ഞു പരത്തുകയുണ്ടായി.

കൈതക്കാടുകളാണ് ഹാജിയാരുടെ കച്ചവടത്തിന് ആധാരം. ഇതകളായിട്ടാണ് കൈതോല ചെത്തിയെടുത്തിരുന്നത്. ഉടമസ്ഥന് കാശു കൊടുക്കണം. കൈതചെത്തി പായ നെയ്യുന്ന പെണ്ണുങ്ങൾക്ക് ഹാജിയാർ കാശുകൊടുക്കും. പായ ഹാജിയാർക്ക് കൊടുക്കണംന്നാണ് കരാർ. അങ്ങനെ ഹാജിയാരുടെ കാശുകൊണ്ട് ഇതകൾ വാങ്ങിക്കൂട്ടി കൈതോല ചെത്തി പായ നെയ്താണ് തിത്തിബിയുമ്മ കുടുംബം പോറ്റിയത്. ആൺമക്കൾ മൂന്നെണ്ണത്തിനെ മദിരാശിക്ക് പറഞ്ഞയച്ചു. ചായക്കടയിലും സിനിമാക്കൊട്ടകയിലും ജോലിക്കാക്കിയതും ഹാജിയാർ തന്നെ. ഒരേയൊരു പെൺകുട്ടി ഐഷാബിയുടെ നിക്കാഹ് മാത്രം തിത്തിബിയുമ്മക്ക് നടത്താനായില്ല. പൊന്നും പണവും ഉണ്ടാക്കിവെച്ചിട്ടും ആലോചനകളൊക്കെ മുടങ്ങി. മുടക്കുന്നത് ഹാജിയാരാണെന്ന് നാട്ടിൽ പാട്ടായത് തിത്തിബിയുമ്മ മാത്രം അറിഞ്ഞില്ല. തിത്തിബിയുമ്മ ഹാജിയാരുടെ കാലുപിടിച്ചു. ഹാജിയാർ കനിഞ്ഞു. അങ്ങനെയാണ് ഹാജിയാർ നാലാമതും കെട്ടിയത്. തിത്തിബിയുമ്മയുടെ മൊഞ്ചത്തി മോൾ ഐഷാബിയെ.

വേലാണ്ടി ശിപായി ആദ്യമായി തൃത്തറയിലേക്ക് ചെന്നു. ഇടവഴിയുടെ ഓരത്തും പാടവക്കിലും ആളുകൾ നോക്കിനിന്നു. വെയിൽ മൂത്തിരുന്നു. തൂമ്പുങ്ങലിൽ ചായക്കടയിൽ കയറി മേൽവിലാസക്കാരനെ തിരക്കി.

തൃത്തറയിൽ കുഞ്ഞിക്കോരു ഭാര്യ കാളിക്കുട്ടി.

ചായക്കടയിലുണ്ടായിരുന്നവർ ആരാധനയോടെ ശിപായിയെ കണ്ടെഴുന്നേറ്റു. വഴി പറഞ്ഞുകൊടുത്തു.

കാക്കിസ്സഞ്ചിയും തോളിലിട്ട് പടികടന്നെത്തുന്ന വേലാണ്ടി ശിപായിയെ കണ്ട് കാളിക്കുട്ടി ഇറയത്ത് തടുക്കുപായ എടുത്തിട്ടു. ശിപായി ഇരിക്കാതെ മുറ്റത്ത് നിന്നതേയുള്ളൂ. നിർബ്ബന്ധിച്ചപ്പോൾ തടുക്കുപായയുടെ ഒരു മൂലയിലേക്കിരുന്നു. കാക്കിസ്സഞ്ചിയുടെ ചെമ്പുതിളക്കമുള്ള ബക്കിൾ അമർത്തി ശിപായി ലക്കോട്ടും മണിയോർഡറും പുറത്തെടുത്തു. മേൽവിലാസം ഒന്നുകൂടി വായിച്ച് ഉറപ്പുവരുത്തി.

"കുഞ്ഞിക്കോരു ഭാര്യ കാളിക്കുട്ടി."

ശിപായി പറഞ്ഞു : "ബിലാത്തീന്നാണ്."

ലക്കോട്ടിനുപുറത്ത് കിരീടംവെച്ച രാജ്ഞിയുടെ സ്റ്റാമ്പൊട്ടിച്ചിട്ടുണ്ട്.

കാളിക്കുട്ടിയുടെ മുഖം വിടർന്നു.

"ആര്ടെ ആവോ. ഇടയ്ക്ക് അമ്മാവന്റെ കത്തും വരാറുണ്ട്. അതാണ് സന്ദേഹിച്ചത്."

"ടി കെ വേലായുധൻ."

ശിപായി ലക്കോട്ട് പുറംതിരിച്ച് വായിച്ചെടുത്തു.

"ന്റെ മോൻ കുഞ്ഞേലായി."

കാളിക്കുട്ടിയുടെ കണ്ണുകൾ നിറഞ്ഞു.

തള്ളവിരലിൽ മഷി പുരട്ടാൻ ഇങ്ക് പാഡെടുത്തെങ്കിലും ശിപായി ഒന്ന് ശങ്കിച്ചു. തേജസ്സ് വഴിയുന്ന സ്ത്രീരത്നം. എന്തൊരു കുലീനത. അനാദരവാവോ.

"എഴുത്തറിയാലോ." ശിപായി മടിച്ചുമടിച്ചു അന്വേഷിച്ചു. കാളിക്കുട്ടി തലയാട്ടി. ശിപായിക്ക് ജീവൻ വീണപോലെ. അയാൾ മണിയോർഡർ എടുത്ത് ഫൗണ്ടൻ പേന തുറന്ന് നീട്ടി തടുക്കുപായയിൽ വെച്ച് വിരൽ ചൂണ്ടിക്കാണിച്ചു.

"ഒപ്പ് ചാർത്തണം."

വാഴപ്പിണ്ടിപോലുള്ള അവരുടെ കൈകളിൽ നീല ഞരമ്പുകളുടെ അവ്യക്ത ശോഭ തെളിയുന്നതും പേനത്തുമ്പിൽനിന്ന് നീല അക്ഷര ങ്ങൾ ഒലിച്ചിറങ്ങുന്നതും ശിപായി നോക്കിയിരുന്നു. ഒപ്പ് ചാർത്തുമ്പോൾ നീണ്ട വിരൽത്തുമ്പിലേക്ക് ചുവപ്പുരാശി പടർന്നിറങ്ങുന്നുണ്ടായിരുന്നു.

"എം കെ കാളിക്കുട്ടി."

ഒപ്പ് ചാർത്തി. തള്ളവിരല്പാടിനുപകരം അക്ഷരത്തെളിമ. വടി വൊത്ത കൈപ്പട.

മനസ്സുകൊണ്ട് നമിച്ചു. ഇന്നോളം കണ്ടിട്ടില്ല. എന്തൊരൈശ്വര്യം.

കാക്കിസ്സഞ്ചി തുറന്ന് പണക്കിഴിയെടുത്ത് കെട്ടഴിച്ചു. ഏതാനും കറൻസിനോട്ടുകളും പണത്തുട്ടുകളും പലതവണ എണ്ണിത്തിട്ടപ്പെടുത്തി കാളിക്കുട്ടിയുടെ കൈകളിലേക്ക് ഭവ്യതയോടെ വെച്ചുകൊടുത്തു. മണി യോർഡറിന്റെ കീഴറ്റം കീറിക്കൊടുത്തു. അതിൽ ഒരു കുറിപ്പുണ്ട്.

കണ്ണുനിറഞ്ഞു. അതിലേറ്റവും വലിയ തുട്ടെടുത്ത് ശിപായിക്ക് നീട്ടി. ശിരസ്സുകുനിച്ചുകൊണ്ട് രണ്ടുകൈയും നീട്ടി അയാളതുവാങ്ങി. തൊഴുതുനിന്നു.

ലോകം മുഴുവൻ പിടിച്ചടക്കിയപോലെ ശിപായി പടിപ്പുരയും കടന്ന് മറയുമ്പോൾ കാളിക്കുട്ടി ഇറയത്തുതന്നെ ഒറ്റയിരുപ്പ്. ലക്കോട്ടിന്റെ അരിക് സാവധാനം ശ്രദ്ധയോടെ കീറി കത്ത് പുറത്തെടുത്തു. പുറംനാടിന്റെ ഗന്ധം പരന്നു. മകന്റെ സാന്നിദ്ധ്യം അനുഭവിച്ചു. കണ്ണുകളിൽ ചേർത്തുപിടിച്ച് ദീർഘമായി നിശ്വസിച്ചു.

കുന്നത്തുനിന്ന് ഉച്ചയിറങ്ങിയിരുന്നു.

കുഞ്ഞേലായി പോയിട്ട് അത്രയൊന്നും ആയില്ല. ഈയിടെ ഒരു പുലർച്ചക്ക് കോഴി കൂകുംമുമ്പ്. വെളിച്ചമെത്തും മുമ്പ്.

കാക്കി വേഷത്തിലൊരാൾ മുറ്റത്തെത്തിയപ്പോൾ എല്ലാവരും ഭയന്നു. പട്ടാളമാണോ. പോലീസാണോ. ആരും അങ്ങനെ എത്താനില്ല. കുഞ്ഞിക്കോരു ദേശാടനത്തിലാണ്. അച്ഛൻ പെനാങ്ങിൽ. അമ്മാവൻ ശീമേലും. ഭയപ്പെടാൻ വേണ്ടോളമുണ്ട്.

"ആരാ."

"ഇരിങ്ങാലക്കുടയിൽ നിന്ന് കമ്പിശിപായിയാണ്."

"എന്താ."

"കമ്പിയുണ്ട്."

പെണ്ണുങ്ങൾ കരയാൻ തുടങ്ങി. മരണ അറിയിപ്പായിരിക്കും. കുഞ്ഞിക്കോരു ദേശാടനത്തിലും. കണ്ണപ്പൻ വീട്ടിലുണ്ട്. കുഞ്ഞേലായി കണക്കെഴുത്തിനും പോയി. മുറ്റത്തുനിന്ന കാക്കിവേഷം അന്വേഷിച്ചു.

"കാളിക്കുട്ടി."

കണ്ണപ്പൻ ചേട്ടത്തിയെ വിളിച്ചു. കാളിക്കുട്ടി ഓടിയെത്തി.

കമ്പി. കമ്പി.

അന്തരീക്ഷം കരച്ചിലിന്റെ വീർപ്പുമുട്ടലിലേക്കെത്തിയിരുന്നു. പിന്നെ പൊട്ടിക്കരച്ചിലായി. താഴെയുള്ള സുബ്രഹ്മണ്യൻ ഗോപാലനാശാന്റെ അടുത്തേക്കോടി. ആശാനെത്തുമ്പോഴേക്കും കൂട്ടനിലവിളി ഉയർന്നിരുന്നു. ആശാൻ കിതപ്പാറ്റി കമ്പിക്കടലാസ്സ് വാങ്ങി വായിച്ചു. "ശീമേന്നാ അമ്മാവനാ. കുഞ്ഞേലായി കൊച്ചീലെത്തണം. ധ്വരയെ കാണണം. ഉടനെ. മേൽവിലാസംണ്ട്."

കാളിക്കുട്ടിക്ക് ശ്വാസം വീണു.

അങ്ങനെയാണ് കണക്കെഴുത്ത് മതിയാക്കി കുഞ്ഞേലായി കൊച്ചിക്ക് പോയത്. കണ്ണപ്പനാണ് കൊണ്ടാക്കിയത്. പോകുംമുൻപ് ഇറ്റാരു വല്യച്ഛനെയും കുഞ്ഞിരാമനിളയച്ഛനെയും ചെന്നുകണ്ട് അനുഗ്രഹം വാങ്ങി. കുഞ്ഞിക്കോരു ദേശാടനത്തിന് കരുതുന്ന തുകൽ സഞ്ചിയും തൂക്കിയാണ് കുഞ്ഞേലായി യാത്രയായത്. കൂട്ടിന് കൊച്ചിവരെ കണ്ണപ്പനുള്ളത് ആശ്വാസമായി. വഞ്ചിക്കാണ് പോയത്. കൊടുങ്ങല്ലൂരു വരെ. അവിടുന്ന് കൊച്ചിക്ക് ബോട്ടിൽ. മേൽവിലാസം അന്വേഷിച്ച് കണ്ണപ്പനും കുഞ്ഞേലായിയും കൊച്ചി മുഴുവൻ കറങ്ങി. മണിക്കൂറുകൾ കാത്തുനിന്നിട്ടാണ് ധ്വരയെ കാണാനായത്. പാറാവുകാരുടെ കൂടാരത്തിൽ നിന്ന് ആരോ കുഞ്ഞേലായിയെ അകത്തേക്ക് കൂട്ടിക്കൊണ്ടുപോയി. കണ്ണപ്പൻ പുറത്ത് കാത്തുനിന്നു. പാറാവുകാരൻ കണ്ണപ്പനോട് പറഞ്ഞു.

"കരിപ്പാവും."

"എന്തിന്."

"കപ്പലു നീങ്ങാൻ."

കണ്ണപ്പൻ പുറത്ത് കാത്തുകിടന്നു.

അകലെ കൊച്ചിക്കായലിൽ ചീനവലകൾ കമിഴ്ന്നടിച്ചുകിടന്നു.

ഇരുട്ട് നീങ്ങിയപ്പോൾ സൈറൺ മുഴങ്ങി. കപ്പൽ നീങ്ങാൻ തുടങ്ങിയിരുന്നു. പാറാവു പടിക്കൽ ഏതാനും നിഴലുകൾ അങ്ങോട്ടുമിങ്ങോട്ടും കവാത്തു നടത്തുന്നുണ്ട്.

കണ്ണപ്പൻ തിരിച്ചുനടന്നു. ഒരു രാത്രി മുഴുവൻ. വെളുപ്പിന് വീടെത്തി.

വെള്ളക്കടലാസ്സിലെ നീല അക്ഷരങ്ങളും നോക്കി കാളിക്കുട്ടി

ഇരുന്നു. കടലുകൾക്കപ്പുറത്തുനിന്ന് എന്റുണ്ണി കുഞ്ഞേലായിയുടെ കൈപ്പട.

ശ്രീ

പ്രിയം നിറഞ്ഞ അമ്മ അറിയുന്നതിന്.

കുഞ്ഞിക്കോരു തിരിച്ചെത്തിയപ്പോൾ കാളിക്കുട്ടി മകൻ പോയ കാര്യം ധരിപ്പിച്ചു.

കരയും പുഴയും താണ്ടിയോന്റെ മോൻ കടലും താണ്ടി.

കുന്നിനുമുകളിൽ മിന്നിനിന്ന ഒരു നക്ഷത്രപ്പൊട്ടും നോക്കി കുഞ്ഞിക്കോരു ഇരുന്നു.

ആരോടും പറയാതെയാണ് കുഞ്ഞിരാമൻ നാടുവിട്ടത്. കള്ള് ചെത്തിയിറങ്ങി. ചേറ്റുകത്തിയും സാമഗ്രികളും അഴിച്ച് ചാക്കുസഞ്ചിയിൽ പൊതിഞ്ഞ് എറാലിയിൽ തൂക്കി. കള്ളളന്നു കൊടുത്തു. വെയിൽ മൂക്കും മുൻപ് പതിവില്ലാതെ ഇളംകള്ള് വേണ്ടോളം അകത്താക്കി. കാരണവർ ചൂടിയിരുന്ന കൊളമ്പു കുടയെടുത്ത് നിവർത്തി പൊടി തട്ടിയെടുത്തു. വൈകുന്നേരം മുത്തപ്പന്റെ അമ്പലത്തിൽ പോയി നടക്കല്ലിൽ വീണ് നമസ്ക്കരിച്ച് തൊഴുതുവന്നു.

മുതുമുത്തപ്പന്മാരുടെ കാലംതൊട്ടേ പൂജിച്ചും ആരാധിച്ചും വന്നതാണ് മുത്തപ്പന്റെ മുല്ലത്തറ. ചാത്തനും ചാമുണ്ഡിയും മുത്തപ്പന് സംരക്ഷകരായുണ്ട്. ആദികാലത്തെ തൃത്തറയിലെ മൂർത്തി മുത്തപ്പനാണ്. മുല്ലത്തറക്കെട്ടിൽ ആണ്ടിലൊരിക്കൽ കളമെഴുത്തും പാട്ടും. രാവു മുഴുവൻ കത്തിനില്ക്കുന്ന പന്തച്ചോപ്പിലാണ് മേളം. തറയ്ക്കുള്ളിൽ മാടക്കെട്ട്. അതിനുള്ളിൽ മുത്തപ്പൻ കുടിയിരിക്കുന്നു. ഏഴരപ്പെണ്ണുങ്ങൾ തറ്റുടുത്ത് കുളത്തിൽ മുങ്ങിവന്ന് കള്ളും കരിമീനും നിവേദ്യമർപ്പിക്കും. ആദിമൂർത്തിയായ മുത്തപ്പന് ഏഴരപ്പെണ്ണുണ്ടായിരുന്നു. ഏഴും കഴിഞ്ഞ് കെട്ടിക്കൊണ്ടുവന്ന എട്ടാമത്തവൾ ആറാംമാസം മുത്തപ്പനോട് വഴക്കിട്ട് പടിയിറങ്ങിയിരുന്നു. ഏഴരയുടെ കണക്കതാണ്. വിഷം തീ ണ്ടിയാണ് മുത്തപ്പന്റെ അന്ത്യമെന്നും അവസാനത്തെ പെണ്ണ് ചതിച്ചതാണെന്നുമാണ് വിശ്വാസം. ഏഴരപ്പെണ്ണുങ്ങളൊരുങ്ങുമ്പോൾ അതിൽ അരപ്പെണ്ണായി ചമയുന്നവളെ പുറത്തേക്ക് മാറ്റിനിർത്തുന്ന ചടങ്ങുമുണ്ട് മുത്തപ്പന്.

കുഞ്ഞിരാമൻ നമസ്കരിച്ച് തിരിച്ചുപോരുമ്പോൾ പിറകിൽ ഈ അരപ്പെണ്ണും കൂടെവന്നിരുന്നു. പാദസരത്തിന്റെ കിലുക്കം നന്നായി കേട്ടിരുന്നു. പുറത്താക്കപ്പെട്ടതിന്റെ പ്രതികാരമാവാം. രോഷം ഇനിയും കത്തിയടങ്ങിക്കാണില്ല. തന്നെ പിന്തുടരുന്നത് ആരെന്ന് തിരിഞ്ഞുനോക്കാൻ കുഞ്ഞിരാമന് ധൈര്യംവന്നില്ല. കൂടെപ്പോരുകയാണ്. ഉപേക്ഷിക്കുന്നവരുടെ മുന്നിൽ എന്നും രൗദ്രഭാവം പൂണ്ട് പ്രത്യക്ഷയാകും എന്നാണ് കഥ. വേലിപ്പത്തലൊടിച്ച് കൈയിൽ കരുതി അയാൾ ക്ഷണത്തിൽ നടന്ന് വീടെത്തി. പടി കയറുമ്പോൾ പാദസരത്തിന്റെ സ്വരം നിലച്ചിരുന്നു. പടി കടന്നകത്തേക്കെത്താൻ ഭയം കാണും. ഇറങ്ങിപ്പോയവർക്ക് തിരിച്ചു

കയറാനാവില്ലല്ലോ. ആ ധൈര്യത്തിൽ അയാൾ ഓടിക്കിതച്ച് ഇറയത്തേക്കു വീണു. ശ്വാസം നേരെയാക്കി. പാദസരക്കിലുക്കം കേൾക്കുന്നില്ലെന്നുറപ്പിച്ചു. നാലുംകൂട്ടി നന്നായി മുറുക്കി. അമ്മാളു കിടക്കുന്ന മുറിയിൽ ചെന്നു. അവൾക്ക് വയറ്റിലുണ്ട്. കിടക്കുകയാണ്. ഈയിടെ ക്ഷീണം വല്ലാതുണ്ട്. അമാന്തിച്ചുനിന്നു. ഉണർത്തണോ. വേണ്ട. വിളിച്ചില്ല. അറിഞ്ഞാൽ സഹിക്കില്ല. നിലവിളിയാകും. പിറക്കാനിരിക്കുന്ന കുഞ്ഞിനു നോവണ്ട. വാതിൽ ചാരി പുറത്തുകടന്നു.

"മുത്തപ്പാ, ന്റെ മാളൂനെ കാത്തോളണേ."

ഒരുക്കിവെച്ച സഞ്ചിയെടുത്ത് തോളിൽ തൂക്കി. കുടയെടുത്തു. പിതൃസ്മരണയുണർന്നു. നെഞ്ചോടു ചേർത്തുപിടിച്ചു. വളഞ്ഞ പിടിയിൽ കണ്ണുകൾ ചേർത്തുവെച്ച് ഒരു നിമിഷം നിന്നു. അച്ഛാ കാക്കണേ.

വെയിലും മഴയും ഇനി കാര്യാക്കണ്ട. കുട തിരിച്ചുവെച്ചു പടിയിറങ്ങി നടന്നു.

പാദസരക്കിലുക്കം വീണ്ടും കേട്ടുതുടങ്ങി.

പിന്നെ നിന്നില്ല. ഓടിക്കിതച്ചുചെന്ന് പുഴ നീന്തിക്കടന്നു.

രാവും പകലും നീങ്ങി. കാടുംമേടും കടന്നു. വഴിയമ്പലത്തിൽ തങ്ങി,. തമിഴകങ്ങളുടെ ചൂടും ചൂരുമറിഞ്ഞു. ധനുഷ്കോടിയിലെത്തി. കടൽകടന്നു. അന്യനാടുകളും ദേശങ്ങളും കണ്ടു. വേഷവും ഭാഷയും മാറി. അറിയുന്ന തൊഴിൽ കളഞ്ഞില്ല. കള്ള് ചെത്തിക്കൂടി. ചെത്തു കഴിഞ്ഞെത്തുമ്പോൾ കൂട്ടിന് ഒരു ശിങ്കളപ്പെണ്ണിനെ കൂടെവെച്ചു. അവൾക്ക് ചെല്ലും ചെലവും കൊടുത്തപ്പോൾ കുഞ്ഞിരാമൻ കുറെക്കൂടി ചെറുപ്പമാവാൻ തുടങ്ങി. ശിങ്കളത്തിക്ക് കുഞ്ഞിരാമനെ ബോധിച്ചു. അവൾ പെറ്റു. ഒന്ന് രണ്ട് മൂന്ന് നാല്. അഞ്ചാമത്തേതിന് നിന്നില്ല. അതിനുമുൻപ് അയാളിറങ്ങി. സിംഹളനാട് ഒന്നാകെ ചുറ്റി. വിഹാരങ്ങളിൽ തങ്ങി. ശരണമന്ത്രങ്ങളിൽ മുങ്ങി. ഒരു വിളിമാത്രം കേട്ടു.

ബുദ്ധം ശരണം ഗഛാമി
സംഘം ശരണം ഗഛാമി.

വസ്ത്രം മാറ്റിയുടുത്തു. സംസ്കൃതവും പാലിയും പഠിച്ചു. ബുദ്ധഭിക്ഷുവായി. ബൗദ്ധക്ഷേത്രങ്ങളിലും വിഹാരങ്ങളിലും ശരണമർത്ഥിച്ച് ധ്യാനത്തിൽ മുഴുകി.

കൊടുങ്ങല്ലൂര് പോയി വന്ന കുഞ്ഞിക്കളവനാണ് അമ്മാളുനോട് പറഞ്ഞത് കുഞ്ഞിരാമൻ നാട്ടിൽ തിരിച്ചെത്തിയ കാര്യം. അമ്മാളു നെഞ്ചത്തടിയും നിലവിളിയുമായി.

"എവ്ട്യാന്നു പറ ആങ്ങളേ. ഞാമ്പോയിക്കണ്ടോളാം. എന്റെ കുട്ട്യേ ഓർത്തെങ്കിലും."

അങ്ങനെയാണ് അമ്മാളു തിരുവഞ്ചിക്കുളത്തെത്തുന്നത്. നടന്നാണ് പോയത്. രണ്ടാം നാളിലാണ് ക്ഷേത്രനടയിലെത്തിയത്. ബുദ്ധഭിക്ഷുക്കൾ ധാരാളം ആൽത്തറകളിൽ നിരന്നിരുന്നു. അവരെ വണങ്ങി പിൻ

വാങ്ങുന്നവരിൽ ഒരുവളായി.

ഭിക്ഷുക്കളെല്ലാം ഒരുപോലിരുന്നു. പിന്നെങ്ങനെ കണ്ടുപിടിക്കും. ഓരോ ആൽത്തറയിലും അവൾ നിന്നു. ശരണമന്ത്രങ്ങൾക്കിടയിലും അന്വേഷിച്ചു. അവിടെങ്ങും തന്റെയാളെ കണ്ടില്ല. അവൾ തളർന്നിരുന്നു. ആളൊഴിഞ്ഞ ആൽത്തറയിൽ കിടന്നുറങ്ങി. എത്രനാൾ കഴിഞ്ഞെന്നറിയില്ല. ഉറക്കത്തിലും ഉണർച്ചയിലും സ്വപ്നങ്ങൾ കണ്ടു. സ്വപ്നത്തിൽത്തന്നെ ഉണർന്നിരുന്നു. ശാന്തിയും സമാധാനവും വഴിഞ്ഞൊഴുകുന്ന ഓരോ മുഖങ്ങൾക്കു പിന്നിലും അമ്മാളു തന്റെയാളെ സങ്കല്പിച്ചു. അടുത്തറിയാനോ അകന്നുമാറാനോ ആവാത്തവിധം അവൾ അന്വേഷണത്തിന്റെ ജ്വരത്തിൽ ദിനങ്ങൾ തള്ളി.

ദിനാന്ത്യങ്ങളിലൊന്നിൽ ഒരു വിളി കേട്ടുണർന്നു. മുന്നിൽ ഒരു ബുദ്ധഭിക്ഷു. കലങ്ങിച്ചുവന്ന കണ്ണുകളോടെ അവളെഴുന്നേറ്റു. കർണ്ണകിയുടെ വീറും ഭാവവും മുഖത്ത് തെളിഞ്ഞു. ചുണ്ടുകൾ വിറകൊണ്ടു. തീരാവ്യഥകളുടെ ഭാണ്ഡമഴിച്ചപ്പോൾ ബുദ്ധഭിക്ഷു അവളെ തടഞ്ഞു.

“യാത്ര അന്വേഷണമാണ്. അതിനവസാനമില്ല. പോയവരെ കാത്തിരുന്ന് ജീവിതം കളയരുത്.”

അമ്മാളുവിന് മുന്നിൽ പ്രകാശം പരന്നു. അവൾ തിരിച്ചുപോന്നു. ഒരു കാര്യം ഉള്ളിലുറച്ചു. കാത്തിരിപ്പുകളൊക്കെ വെറുതെ. തനിക്കു താനും തന്റെ കുഞ്ഞുമുള്ളൂ. പിന്തിരിയണ്ട. കുഞ്ഞിനെ വളർത്തണം. വളർത്തി. ആവുന്നത്ര പഠിപ്പിച്ചു. എട്ടുംപൊട്ടും തിരിഞ്ഞപ്പോൾ ഒരാളെ ഏല്പിച്ചു. ചെക്കൻ പെരിഞ്ഞനത്തുകാരൻ കണാരൻ. കണ്ണും കരുത്തുമുള്ളവൻ. പലചരക്കുകടയാണ്. പറവൂരാണ്. വെളുപ്പിനേ പോകും. ഇരുട്ടിയിട്ടെത്തും. ചന്തക്കോളുണ്ടെങ്കിൽ പാതിരയായെന്നുമിരിക്കും. കല്യാണിക്കുട്ടിക്ക് മടുത്തു. കൂടെക്കൂടെ അമ്മയെ കാണാനെത്തും. തിരിച്ചുപോണെന്നില്ല. അമ്മാളു മകളെ ഉന്തിത്തള്ളി പറഞ്ഞയയ്ക്കും. കെട്ടിച്ചുവിട്ടാ പെങ്കുട്ട്യോള് ആണിന്റെ കൂടെ കഴിയണം. മനസ്സില്ലാമനസ്സോടെ അവൾ തിരിച്ചുപോകും. രണ്ടു കുട്ടികളായപ്പോൾ പിന്നെ വരാതായി. ഒരാണും ഒരു പെണ്ണും.

കല്യാണിക്കുട്ടി കയ്പാങ്ങലം മറന്നു. അമ്മയെക്കാണാനുള്ള ഓട്ടം നിലച്ചു. കുട്ടികൾ മാത്രമായി ലോകം. കണാരൻ പീടിക പൂട്ടിവരാൻ വൈകിയാലും അവൾക്ക് പരാതിയില്ലാതായി. കുട്ടികളുടെ കാര്യങ്ങൾ നിവൃത്തിക്കണം. കുടുംബം പോറ്റണം. അത്രയേയുള്ളൂ. മറ്റെല്ലാം അവൾ മറന്നു. മൂത്ത പെങ്കുട്ടി കമല ഉടുത്തുതുടങ്ങിയപ്പോൾ ആധിയായി. മകളുടെ എടുപ്പും നടപ്പും ആരെയും പിടിച്ചുനിർത്തുമെന്ന് അവൾ മനസ്സിലാക്കി. പറവൂർ ചന്ത പിരിഞ്ഞ് പോകുന്ന ചിലർ കല്യാണിക്കുട്ടിയോട് ലോഹ്യം പറയാൻ തുടങ്ങി.

“അകത്ത് പോ പെണ്ണേ.”

അമ്മയുടെ പിന്നിൽ പതുങ്ങിനിന്ന മകളെ ശാസിച്ചു. വേലിപ്പുറത്തെ കിന്നാരങ്ങളെ ഭയന്നു.

പീടിക പൂട്ടിവരാൻ വൈകിയ കണാരൻ പിന്നീട് വരാതായി. അതേറെനാൾ നീണ്ടു. അയാൾക്ക് വേറെ പെണ്ണുണ്ടെന്ന് നാട്ടുകാർ പറയാൻ തുടങ്ങിയപ്പോൾ കല്യാണിക്കുട്ടിയുടെ നിറം മാറി.

ഒരു പുലർച്ചയ്ക്ക് പീടിക തുറക്കാനെത്തിയ കണാരൻ കണ്ടത് തിണ്ണയിൽ നീണ്ടുകിടക്കുന്ന കല്യാണിക്കുട്ടിയെയാണ്. ഇവളീ വെളുപ്പാൻ കാലത്തിവ്ടെങ്ങനെയെത്തി എന്ന് സംശയിച്ചു നിന്നപ്പോഴേക്കും കല്യാണിക്കുട്ടി എഴുന്നേറ്റു. അവളുടെ കണ്ണുകൾക്ക് ഉറക്കച്ചടവില്ലായിരുന്നു. അവ പുലർ വെളിച്ചത്തിലും കത്തിനിന്നു.

നിരപ്പലകയുടെ അറത്തണ്ട് വലിച്ചൂരാൻ കണാരനു ധൈര്യം വന്നില്ല. കല്യാണിക്കുട്ടിയെ കടന്ന് പോകാൻ അയാൾ മടിച്ചു. നാട്ടുകാർ കൂടി.

"എന്താ, എന്താ കാര്യം."

"ഒന്നൂല്യ. ഇത് ഞങ്ങടെ വീട്ടുകാര്യാ."

"അപ്പോ പീടിക."

"പീടിക തുറക്കുന്നില്ല."

കല്യാണിക്കുട്ടി കണാരന്റെ നേരെ തിരിഞ്ഞു.

"നിങ്ങക്ക് വേറൊരുത്തീടെ കൂടെ പൊറുക്കണം അല്ലേ." അവൾ കണാരനെ പൊതിരെ തല്ലാൻ തുടങ്ങി. നാട്ടുകാർ അന്തംവിട്ടുനിന്നു. ഒരു പെണ്ണ് ആണിനെ തല്ലുന്നത് അന്നാട്ടുകാർക്ക് പുത്തരിയായിരുന്നു. കണാരൻ തലതാഴ്ത്തി വീട്ടിലേക്ക് നടന്നു. കൂടെ കല്യാണിക്കുട്ടിയും.

പിന്നീടൊരിക്കലും കണാരന്റെ പീടിക തുറക്കുകയുണ്ടായില്ല. പിറ്റേന്ന് നേരം വെളുത്തപ്പോൾ കണാരൻ വീട്ടിലുണ്ടായിരുന്നില്ല. മുൻ വാതിൽ തുറന്നു കിടന്നിരുന്നു. പിന്നീടാരും അയാളെ കണ്ടില്ല.

മാസാമാസം കൃത്യമായി വേലാണ്ടി ശിപായി ആമ്പാടം താണ്ടി കുന്നുകയറി തൃത്തറയിലെത്തി. പടികടന്നെത്തുമ്പോഴേക്കും കാളിക്കുട്ടിയുടെ ഇളയകുട്ടികൾ വീടിനുള്ളിലേക്കോടും. അമ്മേ ശിപായി വന്നു എന്നുപറഞ്ഞ് ഒരു തടുക്കുപായ ഇറയത്തേക്കിടും. കാളിക്കുട്ടി വന്നേ ശിപായി ഇരിക്കൂ. അതും ഭവ്യതയോടെ. പുറത്തെ വെയിലും ചൂടും അയാളുടെ മുഖത്തുണ്ടാവും. പരവശനായെത്തുകയാണ് എന്ന് കാളിക്കുട്ടിക്ക് ബോദ്ധ്യപ്പെടണം. കുടിക്കാനിത്തിരി വെള്ളം കൂടി ചോദിച്ചുകൊണ്ടേ ശിപായി തടുക്കിലേക്കിരിക്കൂ. സംഭാരമാവും മൊന്തയിൽ കൊണ്ടുവരിക. അതയാൾക്കറിയാം. ഇഞ്ചി ചതച്ച് പച്ചമുളകും വേപ്പിലയുമിട്ട സംഭാരം. അതിന്റെ രസം വായിലെത്തും. മോന്തിക്കുടിച്ച് കാക്കിസ്സഞ്ചി തുറന്ന് അയാൾ മണിയോർഡർ പുറത്തെടുക്കും. തുറന്ന ഫൗണ്ടൻ പേന കാളിക്കുട്ടിക്ക് നീട്ടും. 'X' വരച്ചിട്ടിടത്ത് കാളിക്കുട്ടി ഒപ്പുചാർത്തി തിരിച്ചുകൊടുക്കും. പിന്നെയാണ് കാശെണ്ണി തിട്ടപ്പെടുത്തിക്കൊടുക്കുക. കാലം പോയപ്പോൾ വേലാണ്ടി ശിപായി വരാതായി. പകരം കുഞ്ഞീരിയായി. കുഞ്ഞീരി അഞ്ചലോട്ടക്കാരനായിരുന്നു. കാളമുറി തപാലാപ്പീസിൽനിന്ന് തപാൽ വാരിക്കെട്ടി പിച്ചള ബക്കിളുള്ള

കാക്കിസ്സഞ്ചിയിൽ നിറച്ച് അരക്കുതേച്ച് സീൽവെച്ച് കാക്കാത്തിരുത്തി കടവിലേക്കോടും. കടത്തുകടന്ന് അക്കരെ ഇരിങ്ങാലക്കുടയിൽനിന്നും വന്നുകിടക്കുന്ന അഞ്ചലെടുത്ത് തിരിച്ച് കാളമുറിയിലേക്കോടും. കുഞ്ഞീരിക്ക് എഴുത്തും വായനയും കഷ്ടിയാണ്. സർക്കാരിന്റെ പണി ചെയ്യുന്നതിനാൽ വായ തുറന്ന് വർത്തമാനം പറയാൻ പാടില്ലെന്ന് അയാൾക്കറിയാം. അതിനാൽ കോഴിക്കോടു നിന്നുവരുന്ന പത്രക്കടലാസ്സ് വായിക്കാനും പി. കൃഷ്ണപ്പിള്ളയെക്കുറിച്ചറിയാനും രഹസ്യമായി അക്ഷരം പഠിക്കാനും തുടങ്ങിയിരുന്നു. ചായക്കടയിലും അക്കാലത്ത് പുതുതായി ആരംഭിച്ച ശങ്കരക്കുറുപ്പിന്റെ ക്ഷൗരക്കടയിലും ചെന്നിരുന്ന് കുഞ്ഞീരി പത്രക്കടലാസ്സ് നോക്കാൻ തുടങ്ങി. വേലാണ്ടി ശിപായി സർവ്വീസിൽ നിന്നും പിരിയുന്നതിനു മുൻപേ കുഞ്ഞീരി അക്ഷരം കൂട്ടിവായിക്കാൻ പഠിച്ചു. ഓരോ കത്തിന്റെ മേൽവിലാസത്തിനു മുകളിലും വേലാണ്ടി ശിപായി മലയാളത്തിൽ പേരെഴുതിക്കൊടുക്കും. അത് മുക്കി മൂളി വായിച്ചെടുത്ത് കുഞ്ഞീരി മേൽവിലാസം മനസ്സിലാക്കി കൃത്യമായി തപാൽ ആളുകൾക്കെത്തിച്ചുവന്നു. ഓരോ വീട്ടിലേക്കുമെത്തുന്ന കത്തുകളുടെ മേൽവിലാസക്കൈപ്പട അയാൾക്ക് തിരിച്ചറിയാനാവും.

കുഞ്ഞീരി ശിപായിയുടെ കാലത്താണ് കുഞ്ഞേലായി ആദ്യമായി ശീമയിൽനിന്ന് നാട്ടിലെത്തുന്നത്. വിവരമറിയിച്ച് നേരത്തേ അമ്മയ്ക്ക് കത്തെഴുതി. ഒരു ഡിസംബർ മാസം കൊച്ചിയിലെത്തുന്ന കപ്പലിലാണ് അയാൾ വന്നത്.

ചുരുട്ടിക്കെട്ടിയ കോസടിക്കിടക്കയും കമ്പിളിപ്പുതപ്പും രണ്ടു വലിയ ട്രങ്ക് പെട്ടികളും കൊണ്ടുവന്നു. വെട്ടുവഴിയിൽനിന്നും മൂന്നു ചുമട്ടുകാർ ചുമന്നാണ് സാധനങ്ങൾ വീടെത്തിച്ചത്. വീട് നിറയെ ആളുകളായിരുന്നു. പടി കടന്നപ്പോഴേക്കും കാളിക്കുട്ടി ഒരു നിലവിളിയോടെ ഓടിച്ചെന്ന് മകനെ കെട്ടിപ്പിടിച്ച് ഉമ്മവെച്ചു. കുഞ്ഞേലായി അമ്മയുടെ കൈക്കുള്ളിലൊതുങ്ങി നിന്നു. അമ്മയ്ക്ക് മുത്തം കൈമാറി. ഇരുവരും കണ്ണുനിറച്ചുകൊണ്ട് അല്പനേരം നിന്നു. കണ്ണപ്പനും സുബ്രഹ്മണ്യനും നാലനുജത്തിമാരും കുഞ്ഞേലായിയെ പൊതിഞ്ഞുനിന്നു. അയൽക്കാരും നാട്ടുകാരും ഓടിയെത്തി.

"ആളാകെ മാറി."

കൂടിനിന്നവർ ആശ്ചര്യപ്പെട്ടു.

കുഞ്ഞേലായിയെ കാണാനെത്തിയ നാട്ടുകാരിൽ അധികവും പെണ്ണുങ്ങളും കുട്ടികളുമായിരുന്നു. അവരൊക്കെ പതിഞ്ഞ സ്വരത്തിൽ അടക്കം പറയുകയും വടക്കുപുറത്തേക്ക് മാറിനിന്ന് പൊട്ടിച്ചിരിക്കുകയും ചെയ്യുന്നുണ്ടായിരുന്നു. കേട്ടറിഞ്ഞ് അയൽക്കാർ ഓരോരുത്തരായി എത്തിത്തുടങ്ങി. വന്നവർക്കൊക്കെ വർണ്ണക്കടലാസ്സിൽ പൊതിഞ്ഞ മിഠായി കൊടുത്തു. കുട്ടികൾ ആ വർണ്ണക്കടലാസ്സുകൾ വളരെക്കാലം ഒരു നിധിപോലെ സൂക്ഷിച്ചുവെച്ചു.

ചെറുപെണ്ണുങ്ങൾ ഒരാളൊരാൾ മറയിൽ കുഞ്ഞേലായിക്കു ചുറ്റും

കൂടി നാണിച്ചുനിന്നു. അടുത്തുനില്ക്കുമ്പോൾ അയാളിൽ നിന്ന് ഇതുവരെ അനുഭവിക്കാത്ത സുഗന്ധം പരന്നിരുന്നെന്ന് പെൺകുട്ടികൾ സ്വകാര്യമായി പങ്കുവെച്ചു.

"വല്യാങ്ങള ഞങ്ങളെയൊക്കെ മറന്നു."

ആളുകളൊഴിഞ്ഞ് കുഞ്ഞേലായി തളത്തിലേക്ക് വന്നപ്പോൾ അനുജത്തിമാർ ചുറ്റുംകൂടി പരിഭവിച്ചു.

"കുഞ്ഞാഞ്ഞ എന്തോരം നാളായിപോയിട്ട്." ഇളയവൾ നാരായണിയുടെ പരിഭവം.

"അതിനെന്തേ ഇപ്പോ വന്നില്ലേ." കുഞ്ഞേലായി സമാധാനിപ്പിച്ചു.

"മണ്ടൂസാ, പഠിപ്പൊന്നും അത്ര പോര." തളത്തിലേക്ക് വന്ന കാളിക്കുട്ടി പറഞ്ഞു.

"അങ്ങന്യാ."

നാരായണി പതുങ്ങിനിന്നു.

ഒക്കെ വല്യ പെങ്കുട്ട്യോളായില്ലേ.

"ഉം. ശര്യാ. അമ്മ എന്താന്നെച്ചാ തീരുമാനിച്ചോ. എന്നിട്ട് എനിക്ക് കത്തിട്." കുഞ്ഞേലായി പറഞ്ഞു.

"ങാ, അച്ഛൻ വരട്ടെ."

സന്ധ്യ മയങ്ങിയതോടെ കുന്നത്ത് തിരിതെളിഞ്ഞു. കാളിക്കുട്ടി മകനെ വിളിച്ചിരുത്തി. അരക്കിലാമ്പിന്റെ ചില്ല് തുടച്ച് കത്തിച്ചുവെച്ചു. ഒരു യാത്ര കഴിഞ്ഞെത്തിയപ്പോൾ കുഞ്ഞിക്കോരു കൊണ്ടുവന്നതാണ് ഹരിക്കേൻ ലാമ്പ്. അങ്ങനെ പതിവായി ഉപയോഗിക്കാറില്ല. മണ്ണെണ്ണയ്ക്ക് ക്ഷാമമായിരുന്നു. എന്തെങ്കിലും വിശേഷങ്ങളുണ്ടെങ്കിൽ മാത്രം. വിരുന്നുകാർ വീട്ടിലുണ്ടെങ്കിലും അരക്കിലാമ്പ് തിരികൊളുത്തിവെക്കും. കുഞ്ഞിക്കോരു എത്തിയാലും അതിന്റെ പ്രഭ വീട്ടുമുറ്റത്ത് പരക്കും.

വെളിച്ചം പരന്നപ്പോൾ അമ്മ മകനെ കാണുകയായിരുന്നു. വളർന്നു വലുതായിപ്പോയെന്ന് അഭിമാനിച്ചു. ഉയർന്ന മൂക്കും വെള്ളില നിറവും യൗവനത്തിന്റെ തുടിപ്പ് എടുത്തുകാട്ടിയിരുന്നു. മേൽമീശ വെച്ചിട്ടി ല്ല. സായ്പിന്റെ രീതിയാവും. അല്പനേരം നോക്കിയിരുന്ന് കാളിക്കുട്ടി പറഞ്ഞു.

"ഇപ്പോ അമ്മാന്റെ തനിപ്പകർപ്പായി."

മകനും അമ്മയെ നോക്കിക്കണ്ടു. കുട്ടിയായിരിക്കുമ്പോൾ ഒക്കത്ത് വെച്ച് എവിടൊക്കെ പോയിരിക്കുന്നു. സഞ്ചാരങ്ങളൊക്കെ അങ്ങനെയായിരുന്നു. നടക്കാൻ കൂട്ടാക്കാതിരുന്ന ഉണ്ണി. ചുറ്റുമുള്ളതെന്തും ഉയരത്തിലിരുന്നു കാണണം. ഉയരത്തിലിരുന്ന് കേൾക്കണം.

"ഒന്നിറങ്ങ് കുട്ടീ."

കൈകഴച്ച് പൊട്ടിയിട്ടാവും അമ്മ പറയുക. എന്നാലും വാശി പിടിക്കും. നടന്നു തുടങ്ങിയപ്പോൾ കൈപിടിച്ചായി. അമ്മ നീട്ടിത്തരുന്ന വിരൽത്തുമ്പിൽ പിടിച്ച് പൂഴിമണ്ണിൽ കാലുറപ്പിച്ചുള്ള നടത്തം. ആ കൈ വിരൽ വിട്ട് പുറത്തേക്ക് പോയപ്പോഴും അമ്മയായിരുന്നു ശക്തി. എവി

ടെയോ അലഞ്ഞുതിരിയുന്ന അച്ഛനും എന്നും വീട്ടകങ്ങളിൽ വെളിച്ചമായി നിറഞ്ഞുനില്ക്കുന്ന അമ്മയും മായാത്ത ചിത്ര ങ്ങളായി കൊണ്ടുനടന്നു.

ഇപ്പോഴിതാ അമ്മയിലും മാറ്റങ്ങൾ വന്നിരിക്കുന്നു. നീണ്ടമുടി കെട്ടിവക്കാൻ തുടങ്ങിയിരിക്കുന്നു. മുഖശോഭ അല്പം മങ്ങിയിട്ടുണ്ട്. പഴയ പ്രസരിപ്പില്ല. ആലോചനകളുടെ ഒരു കടൽ ഉള്ളിലുണ്ട്. വാക്കുകളിൽ പിശുക്കുണ്ട്. അച്ഛനെക്കുറിച്ച് അധികമൊന്നും വേവലാതിയില്ല. ഒരനുഷ്ഠാനംപോലെ അച്ഛൻ പുറപ്പെട്ടുപോകയും തിരിച്ചെത്തുകയും വീണ്ടും പുറപ്പെട്ടുപോകയും ചെയ്യുന്നതുകൊണ്ടാവും. ജനിമൃതികൾക്ക് സാക്ഷിയായി.

കുഞ്ഞേലായി തുകൽപ്പെട്ടി തുറന്നു. പാറ്റക്കായുടെ ഗന്ധം പരന്നു. ഒരു ചെറിയ കുപ്പിയെടുത്ത് അമ്മയുടെ കൈത്തണ്ടയിലേക്ക് പതുക്കെ ചെരിച്ചു. തണുപ്പും നനവും. എങ്ങും പനിനീരും ചന്ദനവും ചേർന്ന സുഗന്ധം പരന്നു. പെൺകുട്ടികൾ അത്ഭുതത്തോടെ പതിഞ്ഞ സ്വരത്തിൽ ശബ്ദമുണ്ടാക്കി ചുറ്റുംകൂടി.

“മദാമ്മ സമ്മാനിച്ചതാണ്.”

പാരസികപരിമളം പിന്നെ പെൺകുട്ടികളുടെ കൈയിലും ഉടുപ്പിലും ചാർത്തി. വീടാകെ പരിമളം പരന്നു. കരുതിയിരുന്ന പുത്തനുടുപ്പുകൾക്കുള്ള ശീലകൾ എല്ലാവർക്കും പങ്കുവെക്കുന്നതിനിടയിൽ ചന്ദനനിറമുള്ള ഒരു കൊച്ചുഡപ്പി അമ്മയുടെ കൈയിൽക്കൊടുത്ത് കുഞ്ഞേലായി പറഞ്ഞു.

“ഇത് അമ്മക്കുള്ളതാണ്. തുറന്നുനോക്ക്.”

കാളിക്കുട്ടി സാവധാനം ഡപ്പി തുറന്നു. പൊൻപ്രഭയുടെ ഒരു ചെറുവട്ടം. അങ്ങനെ മൂന്നെണ്ണം. കുഞ്ഞേലായി ഡപ്പി അമ്മയുടെ ഉള്ളംകൈയിലേക്ക് കമിഴ്ത്തി പറഞ്ഞു.

“കുതിരപ്പവൻ. ജോർജ് ആറാമന്റെ കിരീടമുള്ള തങ്കനാണയം.”

കാളിക്കുട്ടിയുടെ കണ്ണുനിറഞ്ഞു.

“ന്റെ മോനേ. അമ്മക്കെന്തിനാ പൊന്ന്. കുട്ട്യേൾക്കിരുന്നോട്ടെ...”

“അമ്മേടിഷ്ടം.”

പെൺകുട്ടികളുടെ കണ്ണുകളിൽ തങ്കത്തിളക്കം.

“നോക്കൂ കുട്ടീ. നാളെത്തന്നെ മുല്ലശ്ശേരിക്ക് പോയി വരണം. കണ്ണപ്പനീം കൂട്ടിക്കോ.”

അക്കരെ തന്റെ സ്വന്തം വീട്ടിലേക്ക് മകൻ പോയ്‌വരണംന്ന് കാളിക്കുട്ടിക്ക് നിർബ്ബന്ധാണ്. അവനെ ശീമയ്ക്ക് കൊണ്ടുപോയത് തന്നെ അമ്മാവനാണ്. അമ്മായിക്ക് സന്തോഷാവും. കൂടെ കൊണ്ടുപോകാൻ പലഹാരങ്ങൾ അടുക്കളയിൽ ഒരുക്കിത്തുടങ്ങിയിരുന്നു.

“ഞങ്ങളും ആങ്ങളേടെ കൂടെ...”

പെൺകുട്ടികൾ അമ്മയുടെ പിറകിൽ വന്ന് ചിണുങ്ങാൻ തുടങ്ങി.

“വേണ്ട. പെങ്കുട്ട്യോളാരും പോണ്ട.”

പിന്നെ ശബ്ദമുണ്ടായില്ല.

നേരം പുലരുംമുൻപ് കുഞ്ഞേലായിയും കണ്ണപ്പനും പലഹാരങ്ങൾ നിറച്ച വട്ടികളെടുത്ത ഒരു വാല്യക്കാരനൊപ്പം യാത്രയായി അക്കരയ്ക്ക്. കുന്നും ആമ്പാടവും കടന്നാൽ അയിരൂർ ക്ഷേത്രമായി. ആകാശത്തേക്ക് ഹരിത ചാമരമുയർത്തി നില്ക്കുന്ന അരയാൽത്തറ. കിഴക്കോട്ട് നീണ്ടെത്തുന്ന വല്യചിറ. ഇരുവശവും പച്ചച്ച പാടം. വഴിയമ്പലത്തെത്തി അല്പം വിശ്രമിച്ച് വീണ്ടും നടന്നാൽ നേരെ കാക്കാത്തിരുത്തി കടവിലെത്താം. കടത്തുകടന്ന് പാടവരമ്പുകളിലൂടെ വയൽ താണ്ടിയാൽ ചെട്ടിയാൽ. അവിൽക്കച്ചവടം നടത്തുന്ന ചെട്ടിച്ചികൾ കൊട്ടയും വട്ടിയുമായി നിരന്നിരിക്കും. അവിലുകുത്തുന്ന ഗന്ധം അന്തരീക്ഷമൊന്നാകെ പരക്കും. വടക്കോട്ട് കളിമൺപാത.

പിന്നെ ചെന്നെത്തുന്നത് ഇടതിരിഞ്ഞിക്കവല. ഇടതുവശത്ത് കൽക്കെട്ടിന്റെ പടികളുള്ള മുല്ലശ്ശേരി തറവാട്.

കുഞ്ഞേലായിക്ക് മുല്ലശ്ശേരിയിൽ പോകാൻ പണ്ടേ കമ്പമാണ്. കളിമണ്ണു നിറഞ്ഞ വയൽവരമ്പിലൂടെ കാൽവിരൽത്തുമ്പിലെ നടത്തം. ഇടയ്ക്കിടെ ചക്രം ചവിട്ടുന്നവർ. വരമ്പുകളെ മുറിച്ച് ചെറുനീരൊഴുക്കുകൾ. എതിരേ നീന്തിത്തുടിച്ചെത്തുന്ന ബ്രാലും വട്ടുടിയും പള്ളത്തിയും മറ്റു ചെറുമീനുകളും. നെല്പ്പാടങ്ങളുടെ പച്ചപ്പും നെല്ക്കതിരിന്റെ കാറ്റിലാടുന്ന ഒച്ചയും. മാടുകൾ നിരന്ന തൊഴുത്ത്. അവ വൈക്കോൽ തിന്നുന്ന ശിൽശിൽ ശബ്ദം. ചുറ്റും കൊയ്തുകയറുന്ന കളപ്പുരകൾ. പാടവരമ്പുകളിലും പച്ചക്കറിത്തോട്ടങ്ങളിലും മാവിൻതോപ്പുകളിലും മദിച്ചു നടക്കാം. കാളവണ്ടിയിൽ കുണുങ്ങിക്കുണുങ്ങി കളിമൺപാതയിൽ ഒരു സവാരി തരപ്പെടുത്താം. എങ്ങും സമൃദ്ധിയുടെ തേരുരുളുന്ന ഗ്രാമചിത്രങ്ങളാണ്. തിളച്ച പാലിന്റെയും നെയ്യുരുക്കുന്നതിന്റെയും തൈരുകടയുന്നതിന്റെയും ഗന്ധം തങ്ങിനില്ക്കുന്ന അടുക്കളക്കോലായി. കൊയ്തു കയറി മെതിച്ചുണക്കി കറ്റകൾ അടുക്കിവെച്ച തുരുത്തുകൾ നിറഞ്ഞ കളപ്പുര മുറ്റങ്ങൾ.

എന്നാൽ ചെന്നു കയറിയപ്പോഴുണ്ടായ കൗതുകമല്ലാതെ കുഞ്ഞേലായിയെ ഒന്നുംതന്നെ ആകർഷിച്ചില്ല. അമ്മായിയോടുപോലും ഒരു ദീർഘവർത്തമാനത്തിനൊന്നും അയാൾ മുതിർന്നില്ല. എല്ലാമൊന്നു നടന്നുകണ്ടു. ഒരു പതിവുവട്ടം. കുത്തരിച്ചോറുണ്ടു. കോഴിയിറച്ചിയും കരിമീൻ പൊരിച്ചതും ഏഴുകൂട്ടം കറികളും പാലടപ്പായസവുമൊരുക്കി അമ്മായി ഊട്ടി. പിറ്റേന്ന് പുലർച്ചയ്ക്കുതന്നെ തിരിച്ച് പുഴ കടന്നു.

കാക്കാത്തിരുത്തി കടവും കടന്ന് വഴിയമ്പലം പിന്നിട്ട് അയിരൂർക്ക് കയറുമ്പോൾ എതിരേ ഗോപാലനാശാൻ.

കാലൻകുടയുടെ തണലിൽ ആശാൻ നിന്നു.

"തണ്ടാരു കുട്ട്യോൾ എവ്ടുന്നാ."

"അക്കരെ അമ്മാവന്റ്വ്ടെ പോയതാ."

കുഞ്ഞേലായി ഗോപാലനാശാന്റെ കാൽതൊട്ടുവണങ്ങി. ഗുരു

വാണ്. അക്ഷരമോതിത്തന്നവനാണ്. കണ്ണപ്പൻ തൊഴുതുനിന്നു.

"വല്യ കേമനായല്ലൊ." കുഞ്ഞേലായിയുടെ തോളിൽ കൈവെച്ച് ഗോപാലനാശാൻ പറഞ്ഞു. "ശീമേന്നു വന്നൂന്നറിഞ്ഞു."

"അവ്ടെ വന്നു കാണണംന്നായിരുന്നു." കുഞ്ഞേലായി ഭവ്യതയോടെ പറഞ്ഞു.

"സാരല്യ. ഇപ്പോ കണ്ടല്ലൊ. ശീമേപ്പോയി വര്വാന്ന്വെച്ചാ ചില്ലറ കാര്യാണോ. ഒക്കെ ഭാഗ്യം."

കുഞ്ഞേലായി തൊഴുതുനിന്നു. കണ്ണപ്പൻ ജ്യേഷ്ഠന്റെ പിറകിൽ നിഴലായി.

"എന്നേക്കാ മടക്കം?"

"അടുത്താഴ്ച കപ്പലുണ്ട്. അതിന് പോണം."

"പോയി വാ. നന്നായി വരും."

കത്തി നില്ക്കുന്ന വെയിലിലേക്ക് തന്റെ കാല ൻകുട ചെരിച്ച് നിവർത്തി ഗോപാലനാശാൻ കിഴക്കോട്ടു നടന്നു.

പടിപ്പുര കടന്നപ്പോഴേക്കും പൂവാലിപ്പശുവിന്റെ ദൈന്യം കൊണ്ട നിലവിളി കേട്ട് കണ്ണപ്പൻ വീട്ടിലേക്കു കയറാതെ നേരെ തൊഴുത്തിലേക്കാണ് പോയത്. നാറ്റം. എന്തോ കേടുണ്ട്. തൊഴുത്ത് നിറയെ തവിട്ടു നിറത്തിൽ വെള്ളംപോലെ നീളെത്തെറിപ്പിച്ച് പൂവാലി പശു തിരിഞ്ഞും മറിഞ്ഞും കണ്ണപ്പനെ ദയനീയമായി നോക്കി. പിന്നെ നിന്നില്ല. കണ്ണപ്പൻ പാട്ടിക്ക് ആളയച്ചു.

"എന്തു പറ്റിയെടീ പൂവാലീ നിനക്ക്" എന്ന് വിലപിച്ച് കണ്ണപ്പൻ തൊഴുത്തിലേക്കുകയറി പശുവിന്റെ താട തഴുകി സാന്ത്വനിപ്പിച്ചു.

പാട്ടിയെത്തി. ഉണങ്ങിയ പനയോലയിൽ എഴുത്താണികൊണ്ട് കള്ളികൾ തീർത്ത് അക്ഷരങ്ങളെഴുതി ഏന്ത്രം തീർത്ത് മന്ത്രിച്ചൂതി പൂവാലിയുടെ കഴുത്തിൽ കെട്ടി. പാട്ടികൊണ്ടുവന്ന പച്ചിലയരച്ച് തവിട് വെള്ളത്തിൽ കലക്കിക്കൊടുത്തു. വൈകുന്നേരത്തോടെ പൂവാലി കണ്ണു തുറന്നു. മൂത്രമൊഴിച്ച് ചാണമിട്ടു.

കണ്ണപ്പന് മറ്റൊരു ലോകമില്ല. പാടത്തോ പറമ്പിലോ തൊഴുത്തിലോ അയാളുണ്ടാവും. ഉള്ളിലിരിക്കുന്നതിലും സുഖം പുറത്ത് കഴിയുന്നതാണ്. മിണ്ടാപ്രാണികളുടെ ലോകത്താണ് മിണ്ടലും പറച്ചിലുമൊക്കെ. അനുജത്തിമാർ പരിഭവിക്കും. കുഞ്ഞാങ്ങളയ്ക്ക് മാടുകളോട് വർത്തമാനത്തിനേ നേരൊള്ളു. മാടുകൾക്ക് തീറ്റ കൊടുക്കുമ്പോഴും അഴിച്ചുകെട്ടുമ്പോഴും പുല്ലുതീറ്റിക്കുമ്പോഴുമൊക്കെ എന്തൊരു കിന്നാരമാണ്. മനുഷ്യരോട് അത്രക്കുംല്യ.

"നീയൊന്ന് വീട്ടീക്കേറിയിരിക്ക് കണ്ണപ്പാ." കാളിക്കുട്ടി ഒച്ചവെക്കും.

സന്ധ്യയായാൽ കണ്ണപ്പന്റെ ദൃഷ്ടി കിഴക്ക് കുന്നത്തേക്ക് നീളും. അതൊരു കാത്തിരിപ്പാണ്. ഉൽക്കണ്ഠ നിറഞ്ഞ നോട്ടമയച്ച് പടിപ്പുരയുടെ അരമതിലിൽ. ആരെങ്കിലും അന്വേഷിച്ചാൽ പറയും. "മാടുകളെത്തീല്ല."

കുന്നിറക്കങ്ങളിൽ പുൽമേട്ടിൽ മേയാൻപോയ ആടുമാടുകളൊന്നും

തിരിച്ചെത്തിയില്ല എന്ന ഉല്ക്കണ്ഠ. മാടുകളെത്താതെ അയാൾ ഒരു വഴിക്കും നീങ്ങില്ല. കുന്നിനു മുകളിൽ അന്തിച്ചോപ്പിൽ മാടുകളുടെ നിര കയറിയിറങ്ങാൻ തുടങ്ങിയാൽ കണ്ണപ്പൻ എഴുന്നേറ്റുപോരും. പിറകെ അനുസരണയോടെ മാടുകളുടെ കൂട്ടവും. അതൊരു സൈന്യനിരയാണെന്നും താൻ അതിന്റെ സേനാപതിയാണെന്നും അയാൾ കരുതും. നേരെ ചെന്നുനില്ക്കുന്നത് തൊഴുത്തിനുമുന്നിൽ വെള്ളം നിറച്ചിട്ടിരിക്കുന്ന തൊട്ടികളിലേക്കാണ്. തിക്കിത്തിരക്കിനിന്ന് വെള്ളം കുടിച്ച് ഓരോന്നും തൊഴുത്തിനുള്ളിലേക്ക് അവരവരുടെ ഇടങ്ങളിലേക്ക് കയറിപ്പോകും. ആട്ടിൻകൂട്ടിനുള്ളിൽ പ്ലാവിലയുടെ ഗന്ധമുയരും. പശുത്തൊഴുത്തിൽ വൈക്കോലിന്റെ ശിൽശിൽ ശബ്ദമുയരും. കോഴിക്കൂടുകൾ മാവിൻ കൊമ്പിലേക്കുയർന്നുപോകും. മുയലുകൾ കൂടണയും. അപ്പോഴേക്കും പൂമുഖത്ത് സന്ധ്യാദീപം തെളിഞ്ഞിരിക്കും.

അങ്ങനെ ഒരു സന്ധ്യക്ക് കുഞ്ഞേലായി തന്റെ പെട്ടിയൊരുക്കിവെച്ചു. അവധി കഴിഞ്ഞിരിക്കുന്നു. തിരിച്ചുപോണം. ദിവസങ്ങൾ പോയതറിഞ്ഞില്ല. ഇന്നലെ വന്നപോലെ. ഇത്ര ക്ഷണത്തിൽ അവധിക്കാലം കൈയിൽനിന്ന് ചോർന്നുപോകുമെന്ന് കരുതിയില്ല. മനസ്സിൽ ഒരുക്കിവെച്ചതോരോന്നും പുറത്തെടുക്കുമ്പോഴേക്കും മണിയടിച്ചിരിക്കുന്നു. മണ്ണും പാടവും പാടവരമ്പും കുന്നും മേടും തോടും പുഴയും മാഞ്ഞുപോവുന്നു. സമയം കഴിഞ്ഞിരിക്കുന്നു. പുകതുപ്പി കപ്പലൊരുങ്ങിനില്ക്കുന്നു. മതി. സമയമായി. കര നീങ്ങുന്നു. ദൂരേക്ക് മറയുന്നു. ഇനിയുമൊരിക്കൽ വീണ്ടുമെത്താൻ.

ഇത്തവണ കുഞ്ഞിക്കോരു തിരിച്ചെത്തുമ്പോഴേക്കും മഴക്കാലം തുടങ്ങിയിരുന്നു. കർക്കിടകം ഉറഞ്ഞുതുള്ളി തോരാമഴ വർഷിച്ചു. തുള്ളിക്കൊരുകുടം. തോടും കുളവും നിറഞ്ഞു. പാടവും തോടും ഒന്നായി. മലവെള്ളം കുതിച്ചെത്തി. കനോലിപ്പുഴ നിറഞ്ഞുകവിഞ്ഞു. പുഴക്കരയിലുള്ളവർ ഒഴിഞ്ഞുപോകാൻ തുടങ്ങി, ചെറുവഞ്ചികൾ പുഴവിട്ട് തോടുകളിലും പാടങ്ങളിലും ഒഴുകിനടന്നു. മുങ്ങിപ്പോയ കുടിലുകളിൽ നിന്നും ആളുകൾ കൈയിൽ കിട്ടിയതുമെടുത്ത് കുന്നിൻപ്രദേശങ്ങളിലേക്ക് ചേക്കേറി.

കരിമേഘക്കെട്ടുകളൊന്നാകെ ഇടിഞ്ഞുപൊളിഞ്ഞ് ഭൂമിയിൽ പതിച്ചു. താണിറങ്ങി ഇടിവെട്ടി. ഇടവഴികൾ ചെറുതോടുകളായി പാടങ്ങളിലേക്കൊഴുകിപ്പരന്നു.

വഴിയമ്പലംവരെ എത്തിയ കുഞ്ഞിക്കോരുവിനെ എതിരേറ്റത് അയിരൂർ വരെ നീണ്ടുകിടക്കുന്ന പ്രളയപ്പരപ്പായിരുന്നു. വലിയ വരമ്പുകൾ പോലും കാണാനില്ല. വരമ്പിന്റെ ദിശതെറ്റാതെ നീന്താനുറച്ച് കുഞ്ഞിക്കോരു മുണ്ടഴിച്ച് തലയിൽ കെട്ടി. തണുപ്പിന്റെ സൂചിക്കുത്തുകൾക്കൊപ്പം ചെറുമീനുകളുടെ വലിയ നിര അയാളുടെ കാലുകൾക്കിടയിൽ പരതി രസിച്ചു. കോണകവാലിനു പിറകേ മീനുകൾ നീന്തി.

ആമ്പാടം താണ്ടി കുന്നുകയറി വീടിന്റെ പടിപ്പുരയ്ക്ക് മുന്നിലെത്തി

കിതച്ചുനിന്നു. ശരീരം ഒന്നാകെ വിറയ്ക്കാൻ തുടങ്ങി. പടിവാതിലോളം വെള്ളം കയറിയിട്ടുണ്ട്. വിറയൽ നിന്നിരുന്നില്ല. കൈകാലുകൾ തളർന്നിരുന്നു. പടികടന്നെത്തി വിറച്ചുകയറുന്ന അയാളെ കണ്ണപ്പനാണ് ആദ്യം കണ്ടത്.

അയ്യോ...

നിലവിളികേട്ട് കാളിക്കുട്ടി പുറത്തുവന്നു. അപ്പോഴേക്കും കുഞ്ഞിക്കോരുവിന്റെ ശരീരം കണ്ണപ്പന്റെ കൈകളിലേക്ക് ചാഞ്ഞുവീണിരുന്നു.

പെൺകുട്ടികൾ വാവിട്ട് നിലവിളിക്കാൻ തുടങ്ങി. താങ്ങിയെടുത്ത് കയറ്റുകട്ടിലിലേക്ക് കിടത്തുമ്പോഴേക്കും പുറത്ത് വീണ്ടും ഇടിവെട്ടി മഴ പെയ്തിരുന്നു. ശക്തിയായ കാറ്റിൽ വാതിലുകൾ അടഞ്ഞു. മുറ്റത്ത് മരച്ചില്ലകൾ ചീന്തി വീണു. പടിഞ്ഞാപ്പുറത്ത് മാടുകൾ തണുപ്പിൽ മരവിച്ച് ഓരോരോ മൂലകളിൽ വിറച്ചുകിടന്നു.

കുഞ്ഞിക്കോരു കയറ്റുകട്ടിലിൽ നീണ്ടുനിവർന്നുകിടന്നു. പുതപ്പെടുത്ത് ശരീരം പുതപ്പിച്ച് അടക്കിപ്പിടിച്ച് കൈകാലുകൾ തിരുമ്മി ചൂടുപകർന്നു. എന്നിട്ടും കുഞ്ഞിക്കോരുവിന്റെ ശരീരം വിറകൊള്ളാൻ തുടങ്ങി. ചുടുകിഴിവെച്ച് ലക്ഷ്മിയും മാധവിയും അച്ഛന്റെ കാലുകൾ തിരുമ്മിച്ചൂടാക്കി. നാണിക്കുട്ടി തൊട്ടടുത്ത് പകച്ചുനിന്നു.

രാവേറെയായപ്പോൾ കുട്ടികളെ ഉറങ്ങാനയച്ച് കാളിക്കുട്ടി കാലു തിരുമ്മിക്കൊടുത്തു. പിന്നെ മയക്കത്തിലേക്ക് വീണു. ഇടക്കെപ്പോഴോ ഒരു ചെറിയ ഗദ്ഗദം ഉയർന്നുകേട്ടു.

"എന്താ എന്താ." കാളിക്കുട്ടി ചോദിച്ചു.

"ന്റെ മോൻ കുഞ്ഞേലായി വന്നോ." കുഞ്ഞിക്കോരു ഒരുണർച്ചയിൽ അന്വേഷിച്ചു.

"അവൻ വന്നുപോയി. അച്ഛനെ കാണാതെ."

കണ്ണുകൾ മിഴിച്ച് അയാൾ കിടന്നു. ഇരുകൈകളിലും താങ്ങിയെടുത്ത് ശിരസ്സ് മടിയിലേക്കെടുത്തു വെച്ച് കാളിക്കുട്ടി രാത്രി മുഴുവൻ കയറ്റുകട്ടിലിലിരുന്നു. കൈകൾക്കുള്ളിൽ അയാളുടെ മുഖം നിറച്ച് അധികമൊന്നും നരകയറാത്ത ചുരുൾമുടിയിൽ തഴുകിയിരുന്നു. ഇടക്കെപ്പോഴോ കണ്ണുകൾ തുറന്ന് അയാൾ അവളെ നോക്കിക്കിടന്നു. ഉണർച്ചയുടെ ഊഷരനിമിഷങ്ങൾ.

"എന്തെങ്കിലും പറയൂ." അവൾ അപേക്ഷിച്ചു.

അയാൾ ഒന്നു ചെരിഞ്ഞുകിടക്കാൻ ശ്രമപ്പെട്ടു. കൈകൾ പുതപ്പിനടിയിൽ നിന്നും വലിച്ചെടുത്ത് അവളെ അരക്കെട്ടിനു ചുറ്റിപ്പിടിച്ച് കണ്ണുകളടച്ച് കിടന്നു. ഒന്നും ശബ്ദിക്കാതെ. അയാളുടെ കൈകൾക്കുള്ളിലെ സുരക്ഷിതത്വത്തിൽ കാളിക്കുട്ടി ഇരുന്നു.

എപ്പോഴെങ്കിലും വീണുകിട്ടുന്ന ഔദാര്യമാണിത്. ദേശാടനങ്ങൾക്കിടയ്ക്ക് നിരവധി സാധനങ്ങളുമായി വന്നുകയറുമ്പോഴേക്കും കണ്ണിലെണ്ണയൊഴിച്ച് കാത്തിരിക്കുന്ന കാളിക്കുട്ടി അയാളുടെ ശുശ്രൂഷയ്ക്കായി ദിവസം മുഴുവൻ ചെലവഴിക്കും. ജീവിതത്തിൽ ഇടയ്ക്കിടെ കൈവരുന്ന

അത്തരം രാപ്പകലുകളാണ് അവൾക്ക് സംതൃപ്തി നല്കുന്നത്. അതു കഴിഞ്ഞാൽപ്പിന്നെ കുടുംബവും മക്കളുമായ ലോകം തന്നെ. ഓരോ വരവിലും ഒരുക്കിവെക്കുന്ന സ്വകാര്യ വിഭവങ്ങളിൽ കുഞ്ഞിക്കോരുവും മതിമറന്ന് ആഹ്ലാദിച്ചിരുന്നു.

"തണ്ടാര് വന്നാപ്പിന്നെ കാളിക്കുട്ടി പിന്നേം നിറം വെക്കും." അങ്ങനെയാണ് അമ്പലക്കുളത്തിൽ കുളിക്കാനെത്തുന്ന പെണ്ണുങ്ങൾ പറയുക.

"അല്ലെങ്കിലേ വെള്ളിലം പോല്യാ. അതൊന്നൂടി ചോക്കും." കണ്ണുകളിൽ അസൂയ ചാലിച്ച് അവർ കുളിക്കാനിറങ്ങും.

ദേഹാസകലം തഴുകിത്തലോടി കാളിക്കുട്ടി ചേർന്നുകിടന്നു. ഇപ്പോൾത്തന്നെ ചുറ്റിവരിഞ്ഞുകിടക്കുന്ന ഈ കൈകളിലെ സുരക്ഷയാണ് എന്നെന്നും ജീവിപ്പിക്കുന്നത്. അതെടുത്ത് മാറ്റല്ലേയെന്ന് അവൾ പ്രാർത്ഥിച്ചു.

പുലർച്ചയോടെ എപ്പോഴോ ഒന്നു മയങ്ങിയിരിക്കണം. ക്ഷണത്തിലറിഞ്ഞു. അരയ്ക്കുചുറ്റും വാരിപ്പിടിച്ച കൈകൾ അയഞ്ഞിരിക്കുന്നു. ആ കൈകൾ തളർന്നിരിക്കുന്നു. അതിന്റെ പിടി അയയുന്നു. തണുത്ത വാഴത്തണ്ടുപോലെ ചൂടൂർന്നുപോയി മരവിപ്പിന്റെ വലയം പൊതിഞ്ഞിരിക്കുന്നു.

കാളിക്കുട്ടി എഴുന്നേറ്റിരുന്നു. തലയണ മാറ്റിവെച്ചു. കുഞ്ഞിക്കോരു അവളുടെ മടിയിലേക്ക് മുഖം പൂഴ്ത്തിക്കിടന്നു. പുലർച്ചയുടെ കുളിരിൽ ഒന്നു മയങ്ങി. പുറത്ത് പൂവാലിയുടെ നിലവിളി കേട്ടാണുണർന്നത്. അങ്ങനെ പതിവുള്ളതല്ല. പുറംവാതിൽ തുറന്ന ശബ്ദം. കണ്ണപ്പൻ പുറത്തിറങ്ങിക്കാണും. കാളിക്കുട്ടി മടിയിൽനിന്നും കുഞ്ഞിക്കോരുവിന്റെ മുഖം കൈക്കുള്ളിലൊതുക്കി വിളിച്ചു. മിണ്ടാട്ടമില്ല. കൈപ്പടത്തിന് മഞ്ഞിന്റെ തണുപ്പ്.

"ന്റെ പൊന്നേ..."

ഒരിടർച്ചയോടെ അവളുടെ ശബ്ദം ചിതറിത്തെറിച്ചു. കൈയിൽനിന്നും ചോർന്നുപോകുന്ന അയാളുടെ ചെരിഞ്ഞ ശിരസ്സ് നേരെ വെച്ച് അവൾ കുലുക്കിവിളിച്ചു. അയാളുടെ ശരീരത്തിന്റെ തണുപ്പ് അവളറിഞ്ഞു. ആ നെഞ്ചിലേക്ക് ചാഞ്ഞുവീണ് അവൾ ഏങ്ങിയേങ്ങിക്കരഞ്ഞു.

ഇനി കുന്നിറങ്ങി ആരും വരാനില്ല. കുന്നിൻ നെറുകയിലേക്ക് അലിഞ്ഞില്ലാതാവുന്ന അന്തിച്ചോപ്പ് നോക്കിയിരുന്ന കാളിക്കുട്ടിക്ക് ശൂന്യത അനുഭവപ്പെട്ടു. എത്ര ക്ഷണത്തിൽ എല്ലാം കഴിഞ്ഞിരിക്കുന്നു. ജീവന്റെ തുടിപ്പ് അറിയുന്നില്ല. സ്പന്ദിക്കുന്ന ഒന്നുള്ളിലുണ്ടെന്ന് തോന്നിയില്ല. ഒരാൾ, ഒരാൾ മാത്രമായിരുന്നു മുന്നോട്ട് കൊണ്ടുപോയിരുന്നത്. കരളുറപ്പും കരുത്തും പകർന്നുതന്നത്. ഉശിരും ഉന്മേഷവും ഉണ്ടാക്കിയെടുത്തത്. പുഴ കടന്ന് മണപ്പുറത്തെത്തിയപ്പോൾ രാമച്ചക്കാടുകളും കശുമാവിൻതോപ്പുകളും ഉയർത്തിവിട്ട വരണ്ട കാറ്റ് മാത്രമാണ് എതിരേറ്റത്. ജനിച്ചുവളർന്ന എടതിരിഞ്ഞിയുടെ പച്ചപ്പും പുഴക്കാറ്റും നഷ്ടമായതിന്റെ കുണ്ഠിതമുണ്ടായിരുന്നു. പിന്നെപ്പിന്നെ പഞ്ചാരമണൽപ്പുറവും

മാന്തോപ്പുകൾ വിരിച്ച തണലും തണുപ്പും സാന്ത്വനമായി. പൂഴിമണ്ണിന്റെ മിനുക്കങ്ങളിൽ അഭിരമിക്കാൻ തുടങ്ങി. ചേർന്നുനില്ക്കാനും തളർച്ചയിൽ താങ്ങാനും ഒരാളുള്ളപ്പോൾ എന്തിന് വേവലാതികൾ. ഇപ്പോഴിതാ കരുണയില്ലാതെ, ഒരു മുന്നറിയിപ്പുമില്ലാതെ കടന്നുകളഞ്ഞിരിക്കുന്നു. ഇങ്ങിനി വരാത്തവിധം പൊയ്പ്പോയിരിക്കുന്നു. തനിയേ വിട്ടിരിക്കുന്നു.

പ്രളയജലം സാവധാനം പിൻവാങ്ങി. പാടവരമ്പുകൾ ഇളംവെയിലിൽ ചെളിക്കെട്ട് വടിച്ചുകളഞ്ഞ് മാനം നോക്കിക്കിടന്നു. വെള്ളമിറങ്ങിയ തോട്ടുവക്കുകളിൽ ചെട്ടിപ്പൂച്ചെടികൾ മുളയ്ക്കാൻ തുടങ്ങി. ഇടവഴികൾ വെള്ളമൊഴിഞ്ഞ് ചെളികെട്ടിക്കിടന്നു.

കുഞ്ഞിക്കോരു ഓർമ്മയായി. ചിത കത്തിയമർന്ന വീട്ടുവളപ്പിന്റെ തെക്കുകിഴക്കേമൂലയിൽ ഇലഞ്ഞിമരത്തൈ വളരാൻ തുടങ്ങി.

മൂത്തമകൻ എത്തിയില്ല. ബിലാത്തി വളരെ ദൂരെയാണ്. കണ്ണപ്പൻ ശേഷം കെട്ടി.

കാളിക്കുട്ടി ഏറെ നാളേക്ക് മൗനത്തിൽ മുങ്ങി. ആരോടും ചുണ്ടനക്കാതെ കഴിഞ്ഞു. അപൂർവ്വമായി പെൺകുട്ടികളോട് മാത്രം എന്തെങ്കിലും ഒന്ന് ശബ്ദിക്കും. ചിരിയോ കരച്ചിലോ ഇല്ല. ദുഃഖത്തിന്റേയെന്നറിയില്ല, ഒറ്റപ്പെടലിന്റെ ഭാരം പേറുകയായിരുന്നു.

വീട്ടുകാര്യങ്ങളൊക്കെ കണ്ണപ്പൻ ഏറ്റെടുത്തു. ലക്ഷ്മിയും മാധവിയും നാരായണിയും അമ്മ ചെയ്തുകൊണ്ടിരുന്നതൊക്കെ ചെയ്തു ശീലിച്ചു. ഇണ്ണൂലി വല്ലപ്പോഴുമെന്നത് വിട്ട് ഏതാണ്ട് സ്ഥിരമായി കാളിക്കുട്ടിക്ക് താങ്ങായും തുണയായും നിന്നു.

അധികം ചടങ്ങുകളൊന്നുമില്ലാതെ മൂത്തമകൾ വള്ളിയെ പറഞ്ഞയച്ചിരുന്നു. സിലോണിൽ ജോലിയുള്ള ചെക്കൻ നാട്ടിലെത്തിയപ്പോൾ വള്ളിയെ കണ്ട് മോഹിച്ചതാണ്. കുഞ്ഞേലായിയുടെ സമ്മതം മാത്രം കാളിക്കുട്ടി അന്വേഷിച്ചു. പിന്നൊന്നും നോക്കിയില്ല.

രണ്ടു മഴക്കാലം അറിയാതെ കടന്നുപോയി. മണപ്പുറം വെന്തുരുകിനിന്ന ഒരു വേനൽക്കാലത്ത് ബിലാത്തിയിൽനിന്നും കുഞ്ഞേലായി കൊച്ചിയിൽ കപ്പലിറങ്ങി. കാളിക്കുട്ടി തന്റെ മൗനത്തിന്റെ കൂട് പൊട്ടിച്ചു. വീട്ടിൽ ഒച്ചയും അനക്കവുമുണ്ടായി. പെൺകുട്ടികളുടെ തരിവളക്കിലുക്കങ്ങൾ കേട്ടു. കിഴക്കുനിന്ന് ഇടക്കാരൻ കുട്ടപ്പൻ കുന്നിറങ്ങി വന്നപ്പോൾ കാളിക്കുട്ടി പറ ഞ്ഞു;

"രണ്ടു ചെക്കന്മാരെ വേണം."

"ആർക്കാ." ഇടക്കാരൻ കുട്ടപ്പൻ തിടുക്കത്തിൽ ചോദിച്ചു.

"മ്മടെ കുട്ട്യോൾക്ക്."

"രണ്ടു ചെക്കന്മാരോ." അതായിരുന്നു കുട്ടപ്പന്റെ സംശയം.

"രണ്ടു കുട്ട്യോൾക്ക് പിന്നെ മൂന്നാള് വേണോ കുട്ടപ്പാ."

കുട്ടപ്പന് കാര്യം മനസ്സിലായി. മാധവിയും ലക്ഷ്മിയും ഏതാണ്ട് ഒന്നോ രണ്ടോ വയസ്സിനേ വ്യത്യാസം കാണൂ. കാഴ്ചയ്ക്ക് ഒന്നുപോലെ

പുര നിറ ഞ്ഞു. ചന്തമുള്ള കുട്ടികൾ. അത്യാവശ്യം പഠിപ്പും തികഞ്ഞു.

കുട്ടപ്പന് ഭയം തോന്നി. ഒപ്പം അടക്കാനാവാത്ത സന്തോഷവും. നല്ല ബന്ധുത്വം നോക്കി കൊണ്ടുവന്നില്ലെങ്കിൽ കാളിക്കുട്ടിയുടെ വഴക്ക് കേൾക്കേണ്ടിവരും. തറവാട്ടുമഹിമ വേണ്ടുവോളം വേണം. പഠിപ്പും ഉദ്യോഗോം അതിനൊത്ത്.

ഇടക്കാരൻ കുട്ടപ്പൻ സംഭാരവും വാങ്ങിക്കുടിച്ച് വഴിച്ചെലവിന് കാശും വാങ്ങി കുന്നുകയറിപ്പോയി. അങ്ങനെ കണ്ടെത്തിയതാണ് കുഞ്ഞുത്താമിയും തുപ്രനും. ലക്ഷ്മിക്ക് കുഞ്ഞുത്താമി. മാധവിക്ക് തുപ്രൻ. കുഞ്ഞുത്താമി പുഴക്കിക്കരെ. തുപ്രൻ പുഴക്കക്കരെ. കുഞ്ഞുത്താമി മദിരാശിയിൽ തീവണ്ടിക്കമ്പനിയിൽ ജോലി. തുപ്രൻ സിലോണിൽ. രണ്ടിടത്തും കുഞ്ഞേലായിയും കണ്ണപ്പനും കറുത്ത വേലായിയും കാരണവന്മാരും കൂടി പോയിവന്നു. കല്യാണമുറപ്പിച്ചു. പത്താംപക്കം ഒരേ പന്തലിൽ മാധവിയും ലക്ഷ്മിയും വരണമാല്യമണിഞ്ഞു.

തിരിച്ചുപോകും മുമ്പ് കാളിക്കുട്ടി കുഞ്ഞേലായിക്ക് പെണ്ണും കണ്ടുവെച്ചു. മാധവിയെ കെട്ടിയ തുപ്രന്റെ ഇളയപെങ്ങൾ സുഗന്ധി.

“ഒക്കെ അമ്മേടിഷ്ടം.” കുഞ്ഞേലായിക്ക് അത്രേയുണ്ടായിരുന്നുള്ളൂ.

പെണ്ണു കണ്ടുവന്നപ്പോൾ കാളിക്കുട്ടി അന്വേഷിച്ചു:

“അവുധി നീട്ടാൻ പറ്റ്വോ.”

“അതെന്തിനാ?”

“പെണ്ണിനേം കണ്ടുവെച്ച് പോയിട്ട് കാലം കഴിഞ്ഞ് വന്നാ മത്യോ.”

കുഞ്ഞേലായി ഒന്നും പറഞ്ഞില്ല. അയാൾ ധ്വരയ്ക്ക് കമ്പിയടിച്ചു. മറുപടി വന്നു. പത്തേപത്തു ദിവസംകൂടി നീട്ടിക്കിട്ടും. പോകാൻ ഒരാഴ്ചയില്ലായിരുന്നു. ആകെക്കൂടി പതിനഞ്ചുദിവസം കൈയിലുണ്ട്. അതിനുള്ളിൽ ഇനിയൊരു കല്യാണത്തിന് ഒരുക്കം കൂട്ടുക. അത്ര എളുപ്പമായി തോന്നിയില്ല.

“പന്തലുപൊളിച്ചിട്ടില്ലല്ലൊ. മ്മക്ക് നടത്താം.” കണ്ണപ്പൻ ഉത്സാഹത്തിലായിരുന്നു.

പിന്നെ വൈകിയില്ല. കാരണവന്മാർ അങ്ങോട്ടുമിങ്ങോട്ടും പോയിവന്നു. ദിവസം നിശ്ചയിച്ചു. കല്ല്യാണം കഴിഞ്ഞു.

സുഗന്ധിയെ കുഞ്ഞേലായി ശരിക്കും അറിയാൻ തുടങ്ങിയത് പിന്നെയും എത്രയോ കഴിഞ്ഞാണ്. കല്യാണം കഴിഞ്ഞ് ഏഴാംപക്കം കുഞ്ഞേലായി കപ്പൽ കയറി.

ചോപ്പന്മാർ

കയ്പാങ്ങലത്ത് അപരിചിതരായി ആരെത്തിയാലും ആളുകളറിയും. വെട്ടുവഴി മാത്രമാണ് അതിനൊരപവാദം. അത് രാജപാതയാണ്. ചേറ്റുവാ അഴിമുഖത്തുനിന്നും ആല കൊടുങ്ങല്ലൂർ കൂടി കോട്ടപ്പുറം അഴിമുഖത്തോളം നീണ്ട, ഒരുപാട് പടയോട്ടങ്ങൾക്ക് സാക്ഷ്യംവഹിച്ച വെട്ടുവഴിപ്പാത. വെട്ടുവഴിവിട്ട് പടിഞ്ഞാറ് കടൽ വരെയെത്തുന്ന മണൽപ്പരപ്പിൽ പരസ്പരം കാണാത്തവരോ അറിയാത്തവരോ അപൂർവ്വമായിരിക്കും. അപരിചിതർ തൂമ്പുങ്ങലിലോ വഴിയമ്പലത്തോ മൂന്നുപീടികയിലോ കാളമുറിക്കവലയിലോ വന്നെത്തുന്നു, വഴിമുട്ടിനില്ക്കുന്നു. അന്വേഷണങ്ങൾക്കുള്ള മുക്കുകളായിരുന്നു അവ. മുക്കുകളിലെ സംഭാരം മോന്തിക്കുടിച്ച് വഴിയമ്പലത്തുള്ളോരോടോ കാളമുറി തോട്ടുവക്കിലെ ചൂണ്ടൽക്കാരോടോ മൂന്നുപീടികച്ചന്തയിലെ മുറുക്കാൻ കച്ചവടക്കാരോടോ അന്വേഷിച്ചാൽ അന്യദേശങ്ങളിൽ നിന്നെത്തുന്നവർക്ക് വഴിതിരിച്ചറിയാനാവും. കാളമുറിത്തോട് കിഴക്കുനിന്നൊഴുകിയെത്തി വടക്കോട്ടുതിരിയുന്ന തൂമ്പുങ്ങലാണ് രാമന്നായരുടെ ചായക്കട.

വെയിൽ പൊങ്ങിവന്ന് തിരക്കൊഴിഞ്ഞനേരം രാമന്നായർ രാവിലത്തെ ചായപ്പറ്റുകൾ കുറിച്ചുവെച്ച് തിരിഞ്ഞപ്പോഴായിരുന്നു ചായക്കട മുറ്റത്ത് കാക്കി ട്രൗസറും കനത്ത ബൂട്ടും ശ്രദ്ധയിൽപ്പെട്ടത്. ചാഞ്ഞ എറാലി കുനിഞ്ഞ് പുറത്തേക്ക് തലനീട്ടി രാമന്നായർ ഭയംമൂലം ഒതുങ്ങിനിന്നു. പൊലീസുകാർ രണ്ടുപേരുണ്ട്. പീടികമുറ്റത്തേക്ക് അകത്തുനിന്ന് ഒരു ബഞ്ച് എടുത്തിട്ട് രാമന്നായർ പറഞ്ഞു.

"ഏമാന്മാര് ഇരിക്ക്."

പൊലീസുകാർ രാമന്നായരെ ക്രുദ്ധമായൊന്നുനോക്കി ഇരുത്തിമൂളി ബഞ്ചിലേക്കിരുന്നു. ബഞ്ച് പൂഴിമണ്ണിലേക്കൊന്ന് താഴ്ന്നു.

"ആരാടാ ഇവ്ടെ രാത്രി വന്നത്."

"ഇവ്ടാരും വന്നില്ലേമാനേ."

"പിന്നാരാടാ വെളുപ്പിന് ഇവ്ടന്ന് ചായ കുടിച്ച് പോയത്. പറേടാ തെണ്ടി നായിന്റെ മോനേ."

പൊലീസുകാരിലൊരാൾ എഴുന്നേറ്റ് രാമന്നായരുടെ നേരെ ചെന്നു.

"ഇല്ലേമാനേ. പതിവുകാരൊഴിച്ച് ആരും വന്നില്ല."

"ങാ. നീ ചായിട്."

ചായ വീഴ്ത്തുമ്പോൾ രാമന്നായരുടെ കൈ കിടുകിടാ വിറച്ചിരുന്നു.

ചായ വാങ്ങിക്കുടിച്ച് പൊലീസുകാർ പാലം കടന്ന് നേരെ പടിഞ്ഞാട്ട് നടന്നു. വീട്ടുമുറ്റത്തേക്കിറങ്ങിയ ആളുകൾ അവരെ കണ്ടതോടെ അകത്തുകയറി വാതിലടച്ച് ചെറ്റപ്പഴുതിലൂടെ പുറത്തേക്ക് നോക്കി.

പുലർച്ചയ്ക്ക് തന്നെ കണ്ണപ്പൻ പാടത്തേക്ക് തിരിച്ചിരുന്നു. വല്യ വരമ്പിൽവെച്ച് ചീരമ്മക്കുറുപ്പത്തിയെ കണ്ട് നിന്നു.

"കുഞ്ഞേലായിത്തണ്ടാര് എപ്പഴാ വന്നേ." ചീരമ്മക്കുറുപ്പത്തി അന്വേഷിച്ചു.

"കുഞ്ഞേലായിച്ചേട്ടൻ പോയിട്ടല്ലേള്ളൂ."

"അപ്പോ ഞാങ്ങണ്ടതോ. കുഞ്ഞേലായിത്തണ്ടാര് കേറിപ്പോണത്. പിന്നൊരു വാല്യക്കാരനും കൂടി."

"ചീരമ്മക്കുറുപ്പത്തി സ്വപ്നം കണ്ടതാവും."

"ഒന്നുല്ല. ഞാനെന്റെ കണ്ണോണ്ട് കണ്ടതാ."

"ഇതെന്തു കൂത്ത്. അവിടാരും വന്നില്ല."

കണ്ണപ്പൻ നടന്നുനീങ്ങിയെങ്കിലും ചീരമ്മക്കുറുപ്പത്തി അതേ നില്പുനിന്നു.

വെളുത്ത് തടിച്ച കുഞ്ഞേലായി തണ്ടാര് വേറൊരാളോടൊപ്പം പടിപ്പുര കയറിപ്പോകുന്നത് കണ്ടതാണ്. വയസ്സായെങ്കിലും കാഴ്ച അത്രയൊന്നും മങ്ങിയില്ലല്ലൊ എന്നാലോചിച്ച് അവർ അത്ഭുതപ്പെട്ട് പിന്നെയും വരമ്പത്തുതന്നെ നിന്നു. കണ്ണപ്പൻ നടന്നുമറഞ്ഞു.

നടത്തത്തിനിടയിൽ കണ്ണപ്പൻ ആലോചിച്ചു.

വന്നതും പോയതുമൊക്കെ ശരിയാണ്. പക്ഷേ, കുഞ്ഞേലായിച്ചേട്ടൻ ആയിരുന്നില്ലെന്നുമാത്രം. അതുപക്ഷേ, ചീരമ്മക്കുറുപ്പത്തി എങ്ങനെ കണ്ടു. കണ്ണപ്പനു മനസ്സിലായില്ല. ഏറെ ഇരുട്ടിക്കഴിഞ്ഞാണ് അവരെത്തിയത്. കണ്ണപ്പക്കുഞ്ചന്റവ്ടത്തെ കറുത്ത വേലായി നാട്ടുകാർ ടി കെ എന്നുവിളിക്കുന്ന തന്റെ വല്യേട്ടൻ ഒരാളേയും കൂട്ടി വീട്ടിലെത്തിയിരുന്നു. ഇടക്കിങ്ങനെ പതിവുണ്ട്. അതുപക്ഷേ, അതീവ രഹസ്യാണ്. രാത്രികാലങ്ങളിൽ ഒട്ടും പ്രതീക്ഷിക്കാതെ അവർ വന്നുകയറും. ഒരിക്കലും പടിപ്പുര വഴി കയറില്ല. പടിഞ്ഞാറെ വേലിക്കെട്ടിന്റെ വടക്കേ അതിരിൽ ചാഞ്ഞ കശുമാവിനോട് ചേർന്ന് മൂലയ്ക്ക് പൊളിഞ്ഞുകിടക്കുന്ന വേലി കണ്ണപ്പൻ കെട്ടാറില്ല. അതങ്ങനെ കിടക്കട്ടെ എന്നാണ് പറയുക. ചപ്പുചവറുകൾ കൂട്ടിയിടുന്ന മൂലയാക്കി അത് മാറ്റിയെടുത്തു. കശുവണ്ടി

പെറുക്കാൻ പകൽസമയം കുട്ടികൾ പോയെങ്കിലായി. പൊളിഞ്ഞ വേലി ചാടിയാണ് ടി കെ പടിഞ്ഞാറെ മുറ്റത്തേക്ക് കയറുക. നേരം നല്ലപോലെ ഇരുട്ടിയിട്ടേ എത്തൂ. കൂടെ ഒരാളുണ്ടാവും. അയാളുടെ ഊരും പേരും ആരും അന്വേഷിക്കാറില്ല. രാത്രി ചായ്പുമുറിയിൽ തങ്ങും. വെളിച്ചം പരക്കുന്നതിന് എത്രയുംമുമ്പ് സ്ഥലംവിടുകയും ചെയ്യും.

ആദ്യമാദ്യം കാളിക്കുട്ടിക്ക് ഭയം തോന്നിയിരുന്നു. അപരിചിതനായ ഒരാൾക്ക് താമസിക്കാനിടം കൊടുക്കുക അതും രാത്രിയിൽ. പ്രായമായ പെൺകുട്ടികളുള്ള വീടാണ്. കണ്ണപ്പന് പക്ഷേ, ഇങ്ങനെയുള്ള സന്ദേഹങ്ങളൊന്നുമില്ല. ടി കെ ജ്യേഷ്ഠനാണ്. ജ്യേഷ്ഠനോടൊപ്പം വരുന്ന ആരെയും ഒരുതരത്തിലും സംശയിക്കേണ്ട കാര്യമില്ല.

അങ്ങനെ അവർ പലപ്പോഴും വന്നുപോയി. കുട്ടികൾപോലും ഇതൊന്നും അറിയുന്നില്ല. വരുന്നതും പോകുന്നതും അതീവ രഹസ്യമാണ്.

എന്നിട്ടിപ്പോൾ ചീരമ്മക്കുറുപ്പത്തി എങ്ങനെ മനസ്സിലാക്കി. നാട്ടിലെവിടെയും ചീരമ്മക്കുറുപ്പത്തിയെ കാണാം. ഒരു തുകൽസഞ്ചിയും കൊണ്ട് അവർ വീടുകൾ കയറിയിറങ്ങും. സ്ത്രീകൾക്കുള്ള ക്ഷൗരവും കുട്ടികൾക്ക് മുടിമുറിക്കലുമാണ് ജോലി. അതിനുള്ള അവകാശം അവർക്കാണ്. മരണവീടുകളിലും ആദ്യമെത്തുന്നത് അവരായിരിക്കും. വീടിന്റെ വടക്കുപുറത്ത് ചീരമ്മക്കുറുപ്പത്തി എത്തിക്കഴിഞ്ഞാൽ പെണ്ണുങ്ങൾ അടുത്തുകൂടി സ്വകാര്യം പറയുന്നതു കാണാം. അടുക്കളപ്പടിയിലിരുന്ന് കഞ്ഞിവെള്ളം വാങ്ങിക്കുടിക്കും. കഞ്ഞിവെള്ളം ചോദിച്ചാൽ കഞ്ഞിയേ കൊടുക്കൂ എന്നറിയാം. അത് വാങ്ങിക്കുടിച്ച് അവകാശവും വാങ്ങി അടുത്ത വീടുകളിലേക്കുപോകും. മാസത്തിലൊരിക്കലെങ്കിലും ഓരോ വീട്ടിലുമെത്തും. നാട്ടുമ്പുറവർത്തമാനങ്ങൾ അവരിലൂടെയാണ് പെണ്ണുങ്ങൾ അറിയുക.

കണ്ണപ്പൻ വഴിതിരിഞ്ഞു. നേരെ കണ്ണപ്പക്കുഞ്ഞന്റെ വീട്ടിലേക്ക് കയറിച്ചെന്നു. ചേട്ടത്തി മുൻവശത്തെ വരാന്തയിൽ ഇരിപ്പുണ്ട്. തളത്തിൽ പെണ്ണുങ്ങളുടെ ശബ്ദം കേൾക്കാം.

“എന്താ കണ്ണപ്പാ ഓടിക്കിതച്ച്.” കണ്ണപ്പന്റെ വെപ്രാളംകണ്ട് നാരായണി അന്വേഷിച്ചു.

“ഒന്നുല്യ. ചേട്ടനെ ഒന്നു കാണണം.”

“അതിപ്പോ എവ്ടേന്നു വെച്ചിട്ടാ. വേറാര്ടേം കാര്യംണ്ട്ന്വെച്ചാ നീ പറ.” താല്പര്യമില്ലാതെ ചേട്ടത്തി പറഞ്ഞു.

“അമ്മയ്ക്ക് വിശേഷൊന്നുല്ലല്ലൊ.”

“ഇല്ല.”

അപ്പോഴേക്കും കല്യാണിക്കുട്ടി ഇറയത്തേക്ക് കയറിവന്നു. കണ്ണപ്പന് സമാധാനമായി. കല്യാണിക്കുട്ടിച്ചേച്ചിക്ക് കാര്യങ്ങളറിയാം. തറവാട്ടിൽ ചേട്ടന്റെ അനുയായിയാണ്. ആരെന്തൊക്കെ പറഞ്ഞാലും ചേട്ടന്റെ പക്ഷം ചേർന്ന് വാദിക്കും. പിന്നാരുമൊന്നും പറയില്ല.

കല്യാണിക്കുട്ടി ഒറ്റാംതടിയാണ്. ഭർത്താവുപേക്ഷിച്ച് പോയി. നാടുവിട്ടിട്ട് വർഷങ്ങളായി. രണ്ടുകുട്ടികളിൽ കമലയെ കെട്ടിച്ചയച്ചു. ചെക്കനൊരുത്തൻ പെണ്ണുകെട്ടി. തന്റെ ഉത്തരവാദിത്വം കഴിഞ്ഞു. ഇനി തനിക്കവിടെ കാര്യമില്ല. സ്വന്തം വീട്ടിലേക്ക് തിരിച്ചുപോന്നു. വന്നുകയറിയപ്പോൾ ടി കെ ചോദിച്ചു;

"നിനക്കെന്താ മത്യായോ."

"മത്യായി."

ടി കെ ചിരിച്ചു. ഉറക്കെക്കെയുറക്കെ ചിരിച്ചു.

"എന്താ കല്യാക്വ്വാ." പെങ്ങൾക്ക് ദേഷ്യം വന്നു.

ടി കെ പിന്നെയും ചിരിച്ചുകൊണ്ട് പെങ്ങളോടന്വേഷിച്ചു.

"എന്താ നിന്റെ ഭാവം."

"ഞാനെന്റെ വീട്ടിലേക്ക് വന്നതാ. ന്റെ അച്ഛാച്ചന്റെ മണ്ണില്ക്ക്. ഒരു തരി മണ്ണുമതി."

"എന്തിനാ, വേറെ കുടില് വെക്കാനോ."

"ങാ. കുടിലെങ്കി കുടില്."

"ഒന്ന് മിണ്ടാണ്ടിരി. നാത്തൂൻ ദേ കരയാൻ തുടങ്ങി." നാരായണി ഭർത്താവിന്റെ നേരെ തിരിഞ്ഞു.

"ഒരു കുടിലും വെക്കണ്ട. ഇത് നിന്റേം വീടാ. ചാവുംവരെ ഇവ്ടെ കഴിയ്യാ." ടി കെ സമാധാനിപ്പിച്ചു.

"നാത്തൂൻ വാ." നാരായണി കല്യാണിക്കുട്ടിയുടെ കൈപിടിച്ച് വീടിനുള്ളിലേക്ക് കൊണ്ടുപോയി.

കല്യാണിക്കുട്ടി പിന്നെ എങ്ങുംപോയില്ല. വല്യേട്ടന്റെ വലംകൈയായി നിന്നു. പാതിരക്കും പുലർച്ചക്കും കയറിവരുന്ന വല്യേട്ടന് വേണ്ടുന്നതൊക്കെ ചെയ്തുകൊടുക്കുന്നത് കല്യാണിക്കുട്ടിയാണ്.

"എന്താ ഒരു ബേജാറ്?"

"ഒന്നുല്യ. വല്യേട്ടനെവ്ട്യാ. ഒന്നു കാണണം."

"മോളിലുണ്ട്. ഒച്ച വെക്കാണ്ട് ചെല്ല്."

കണ്ണപ്പൻ മരക്കോണി കയറി. കോണിപ്പടികളിൽ അവിടവിടെ പറ്റിപ്പിടിച്ച പശയിൽ കാലുകളൊട്ടിയിരുന്നു. പഴയ പത്രക്കടലാസ്സിൽ ചുവന്ന അക്ഷരങ്ങളിൽ എഴുതിയ പോസ്റ്ററുകൾ നിലത്ത് കിടപ്പുണ്ട്. മുകളിൽ നേർത്ത വെളിച്ചമേയുള്ളൂ. ജനൽപാളികളൊന്നും തുറന്നിരുന്നില്ല. ഒരു മൂലയിൽ മേശക്കുമുന്നിൽ കുനിഞ്ഞിരുന്ന് എന്തോ എഴുതിക്കൊണ്ടിരിക്കയാണ് ടി കെ കോണിപ്പടിയിലെ കാൽപെരുമാറ്റം കേട്ട് മുഖമുയർത്തി നോക്കി. കണ്ണപ്പനാണെന്നു കണ്ട് അയാൾ തിടുക്കത്തോടെ അന്വേഷിച്ചു.

"എന്താ കണ്ണപ്പാ."

"സർദാർ വന്നുപോയത് ആരോ കണ്ടിട്ടുണ്ട്."

"ആരാ?"

"ചീരമ്മക്കുറുപ്പത്തി."

"ആളെ മനസ്സിലായോ?"

"ഇല്ല. കുഞ്ഞേലായിച്ചേട്ടൻ ബിലാത്തീന്നു വന്നൂന്നാ പറയ്ണ്."

"അത്രേള്ളൂ."

"ങാ. എന്നാലും."

"സാരല്യ. ഇനിപ്പംണ്ടാവില്ല. ഇടം മാറ്റീരിക്ക്യാ. വേറെ ആർക്കെങ്കിലും സംശയം."

"ഇതുവരെ ഇല്ല."

"ശരി. നീ പൊയ്ക്കോ. എനിക്കിത്തിരി പണീണ്ട്."

ടി കെ വീണ്ടും എഴുത്തിലേക്ക് തിരിഞ്ഞപ്പോൾ കണ്ണപ്പൻ വാതിൽചാരി കോണിയിറങ്ങി.

താഴെ കോണിച്ചുവട്ടിൽ കല്യാണിക്കുട്ടി കാത്തുനിന്നിരുന്നു.

"കഴിഞ്ഞോ?"

"കഴിഞ്ഞു."

"നീയിപ്പോ പോണുണ്ടോ?"

"പോണം."

"ഇവ്ടെ വന്നതോ ചേട്ടനെ കണ്ടതോ ആരുമറിയണ്ട."

"ഉം."

"അമ്മ പോലും."

"ശരി."

"എന്നാ പൊയ്ക്കോ."

കണ്ണപ്പനിറങ്ങി ഇടവഴിയിലേക്ക് തിരിഞ്ഞപ്പോൾ എതിരെ വരുന്നു രണ്ടു പൊലീസുകാർ. അടുത്തെത്തിയപ്പോൾ കണ്ണപ്പൻ വഴിയോരത്ത് ഒതുങ്ങിനിന്നു. അവർ കടന്നുപോയപ്പോൾ കാക്കിയുടുപ്പ് വിയർപ്പിൽ മുങ്ങിയ മണമുയർന്നു. കണ്ണപ്പൻ തിരിഞ്ഞുനോക്കാതെ നടന്നു. ഉള്ളിലൊരു കിടുക്കമുണ്ടായി. എവിടെയോ എന്തോ പന്തികേട് മണത്തു.

വീടെത്തിയപ്പോൾ കാളിക്കുട്ടി ആധിപൂണ്ട് മുൻവശത്തുതന്നെ നിന്നിരുന്നു.

"ഓ എന്റുണ്ണീ. നീയെവ്ട്യായ്രുന്നു."

അമ്മ വേവലാതിയിൽ കരച്ചിലിന്റെ വക്കോളമെത്തിയിരുന്നു.

."കുഞ്ചന്റവ്ടെപ്പോയതാ."

"എന്നിട്ട്. അവ്ടെ വല്ലോരും വരണ്ടായോ."

"ഏയ്. എന്താ."

"ദാ കുന്നത്ത് പൊലീസുകാര് വന്നിരുന്നു. കൊറേനേരം ണ്ടായ്ര്ന്നു. ദാ പ്പോ പോയീന്ന് തോന്ന്ണ്. നിന്റെ വല്യേട്ടൻ എവ്ട്യാ."

കണ്ണപ്പൻ മിണ്ടിയില്ല.

"മാറിക്കോളാൻ പറയായിരുന്നു. എന്തൊക്കെണ്ടാവ്വാവോ. മനസമാധാനംല്യാണ്ടായി."

"ഒന്നുണ്ടാവില്യ. അമ്മ വാ."

കണ്ണപ്പൻ അമ്മയോടൊപ്പം അകത്തുകയറി മുൻവാതിലടച്ച് കുറ്റി

യിട്ടു.

കണ്ണപ്പൻ ഇറങ്ങിയിട്ട് അധികനേരമായിക്കാണില്ല. മുറ്റത്ത് നായ കുരച്ചു. കല്യാണിക്കുട്ടി പുറത്തിറങ്ങി. പടിക്കലാരോ എത്തിയിട്ടുണ്ട്. പടി തുറന്നു കിടക്കുന്നു. കണ്ണപ്പൻ പോയപ്പോൾ പടിയടച്ചിട്ടതായിരുന്നു. കോളാമ്പിച്ചെടി വാച്ചുവളർന്ന് പടി മറച്ചിരുന്നു. ആറുമാസപ്പൂങ്കുല കൾക്കും മീതെ കാക്കിത്തൊപ്പി പ്രത്യക്ഷപ്പെട്ടു.

"ന്റമ്മേ. അവരെത്തി."

കല്യാണിക്കുട്ടി നെഞ്ചിടിപ്പോടെ തിരിച്ച് കയറി വാതിലടച്ചു കോണി ച്ചുവട്ടിലേക്കോടി.

"വല്യേട്ടാ. തീപ്പെട്ടിക്കൊള്ളി."

കല്യാണിക്കുട്ടി കോണികയറി മേലേപ്പടിയിൽ കിതച്ചുനിന്നു.

ജനൽപാളിയുടെ നേർത്ത വിടവിലൂടെ കാണാം പടിക്കലെത്തി നിലയുറപ്പിച്ച രണ്ടു കാക്കിത്തൊപ്പികൾ. മൂന്നാമതൊരാൾ വീട്ടിലേക്ക് നടന്നെത്തുന്നുണ്ട്. ഇൻസ്പെക്ടർ നമ്പ്യാരാവും.

ടി കെ മേശപ്പുറത്തെ കടലാസ്സുകൾ വാരിയെടുത്ത് കോണി ചാടി താഴെയെത്തി. തുറന്നുകിടന്ന ജനൽപാളിയിലൂടെ ഇൻസ്പെക്ടർ മുറ്റത്തേക്കുകയറുന്നത് കല്യാണിക്കുട്ടിക്ക് കാണാമായിരുന്നു. അയാളിപ്പോൾ വാതില്ക്കലെത്തും. തുറന്നില്ലെങ്കിൽ ചവിട്ടിപ്പൊളിച്ച് അകത്തുകയറും. മര്യാദയൊന്നും പ്രതീക്ഷിക്കേണ്ട. ഇൻസ്പെക്ടർ നമ്പ്യാർ പിശാചാണ്. ക്രൂരതയ്ക്ക് കുപ്രസിദ്ധനാണ്.

തളത്തിൽ പെണ്ണുങ്ങൾ ഇതൊന്നും അറിയാതെ ശബ്ദമുണ്ടാക്കു ന്നുണ്ട്. കുട്ടികൾ പമ്പരം തിരിച്ചുകളിക്കുന്നുണ്ട്. ആലോചിച്ചുനില്ക്കാൻ സമയമില്ല. ആങ്ങളയെ വീടിനു പിറകുവശത്തേക്ക് പിടിച്ചുവലിച്ച് കൊണ്ടുപോയി. പടിഞ്ഞാറെ വലിയ പത്തായം തുറന്നപ്പോൾ നിറയെ നെല്ലുണ്ട്. അതിനുള്ളിലിരിക്കാൻ വയ്യ. തൊഴുത്തിനടുത്തുള്ള വിറകു പുരയ്ക്കകത്ത് ചെറിയ പത്തായം കിടപ്പുണ്ട്. തീരെ ഉപയോഗിക്കാറില്ല. ആരും ഗൗനിക്കില്ല. അതിനുള്ളിലേക്ക് വല്യേട്ടനെ കയറ്റിയിരുത്തി വാതിലടച്ച് മുകളിൽ കുറെ വൈക്കോലും വാരിയിട്ട് കല്യാണിക്കുട്ടി തിരിച്ചെത്തുമ്പോഴേക്കും വാതിലിൽ നിരന്തരം മുട്ടുകേട്ടു.

"വാതിൽ തുറക്കെടീ." പുറത്തുനിന്ന് ആക്രോശം.

കല്യാണിക്കുട്ടി ചൂലെടുത്ത് കൈയിൽ വെച്ചു. സാക്ഷ വലിച്ചൂരി യതും വാതിൽ ശക്തിയോടെ പുറത്തുനിന്ന് തള്ളിത്തുറന്നതും ഒന്നിച്ചായിരുന്നു. കല്യാണിക്കുട്ടി അയ്യോ എന്ന നിലവിളിയോടെ പിറകോട്ട് മലർന്നടിച്ചുവീണു.

"എവ്ടേടി നിന്റാങ്ങള. സർദാർ എവിടിരിപ്പുണ്ടെടീ." തീപ്പെട്ടി ക്കൊള്ളി ആക്രോശിച്ചു.

കല്യാണിക്കുട്ടിക്ക് ഒരു നിമിഷം കണ്ണിലിരുട്ട് പരന്നു. എന്താണ് സംഭവിക്കുന്നത് എന്നവൾ ഓർത്തെടുക്കുമ്പോഴേക്കും തനിക്കുമുന്നിൽ ഉയർന്നുനില്ക്കുന്ന കൂറ്റൻ കാക്കിശരീരം അവളെ തിന്നാനെത്തിയ

വ്യാഘ്രമായി തോന്നി. നിലത്തുവീണ ചൂലെടുത്ത് അവൾ ക്ഷണത്തിലെഴുന്നേറ്റ് നിലതെറ്റി നിന്നു. രക്തം മുഴുവൻ ശിരസ്സിലേക്ക് തള്ളിക്കയറി. തള്ളിവരുന്ന ഊർജ്ജത്തിന്റെ കെട്ടഴിഞ്ഞെന്ന് അവൾക്ക് തോന്നി. പിന്നെ ഒന്നുമോർത്തില്ല.

"ആരാടാ നീ. കടക്കടാ പുറത്ത്. പെണ്ണുങ്ങളെ തല്ലാൻ വന്നിരിക്യാ."

അവൾ ചൂലെടുത്ത് അടിക്കാൻ തുടങ്ങി. ഇൻസ്പെക്ടർ അത് തീരെ പ്രതീക്ഷിച്ചില്ല. മുറിയിലെ മങ്ങിയ വെളിച്ചവും വെയിൽച്ചൂടിൽ നിന്നെത്തിയ കണ്ണുമഞ്ഞളിപ്പുംകൊണ്ട് അയാൾക്കത് തടുക്കാനായില്ല. അത്രയും ശക്തിയോടെ അവൾ ആഞ്ഞടിച്ചു. ചൂല് പരിചയമില്ലാത്ത ആയുധമാണ്. ഇൻസ്പെക്ടർ പുറത്തിറങ്ങി, അപ്പോഴേക്കും മുറ്റം നിറയെ ആളുകൾ തടിച്ചുകൂടിയിരുന്നു. കാര്യമെന്തെന്നറിയാതെ ഉച്ചത്തിലുള്ള ആക്രോശം കേട്ട് വന്നതായിരുന്നു നാട്ടുകാർ. പടിക്ക് കാവൽനിന്ന പൊലീസുകാർ തിരിച്ചെത്തിയ ഇൻസ്പെക്ടറോടൊപ്പം അവരുടെ ശീലങ്ങളെപ്പോലും മറന്ന് കനത്തുവിങ്ങിയ മുഖവുമായി പടിയിറങ്ങി ഇടവഴിയിലേക്ക് കയറിപ്പോയി.

"മൂർഖനെയാണ് നോവിച്ചുവിട്ടത്. സൂക്ഷിക്കണം."

ഒച്ചകേട്ടു വന്നവരിലാരോ പറഞ്ഞു.

പെണ്ണുങ്ങൾ ചൂലെടുത്തടിച്ചാൽ പോകുന്നവരാണ് അധികാരികൾ എന്നു ധരിച്ചാൽ തെറ്റി. പിന്നീടുണ്ടായത് അതാണ്.

പ്രായാധിക്യം മറന്നും ഗോപാലനാശാൻ വീട്ടുമുറ്റത്തേക്ക് വടികുത്തിപ്പിടിച്ച് ഇറങ്ങിനിന്നു. ഉച്ചമുതൽ പുറത്ത് ശബ്ദം കേട്ട് കിടക്കുകയായിരുന്നു ആശാൻ.

പതിവില്ലാത്ത തിരക്കുണ്ട് വല്യ വരമ്പിൽ. ഒച്ചവെച്ചുകൊണ്ട് ഉച്ച മുതൽ പടിഞ്ഞാട്ട് ആളുകളുടെ ഒഴുക്കുണ്ടായിരുന്നു. ആശാൻ കുട്ടികളോട് അന്വേഷിച്ചു. അവർ കൈമലർത്തി. എന്തോ അത്യാഹിതം സംഭവിച്ച മട്ടിൽ അവരെല്ലാം തിരക്കിട്ട് പടിഞ്ഞാട്ട് നടക്കുകയാണ്. നടത്തമെന്നും പറഞ്ഞുകൂടാ. ഓട്ടം.

തൂമ്പുങ്ങൽ രാമന്നായരുടെ ചായക്കടയിൽ പതിവു പറ്റുകാർ വഴിയിലെ തിരക്ക് കണ്ടിരുന്നു. സമോവറിൽ ചെമ്പുനാണയം കിലുങ്ങി വെള്ളം തിളച്ചുമറിഞ്ഞു. വെളിച്ചം പതുക്കെ പിൻവാങ്ങുകയാണ്.

"എന്നാലും ആ പെമ്പ്രന്നോത്തീടൊരു ധൈര്യം."

ചായക്കടയിലെ ബഞ്ചിനറ്റത്തേക്ക് ഇടംപിടിച്ചൊരാൾ അത്ഭുതപ്പെട്ടു. ബഞ്ച് പൂഴിമണ്ണിലേക്ക് താഴ്ന്നു.

"അതാരാന്നാ വിചാരിച്ചേ. ടി കെ രെ പെങ്ങളാ."

"ഏതു പെങ്ങളായാലും ഇൻസ്പെക്ടറേമാന്റടുത്ത് ചൂലെടുത്തത്."

"പെണ്ണങ്ങടെ കൈയില് ചൂലല്ലേ ള്ളൂ."

"അരിവാളെടുക്കാഞ്ഞത് ഭാഗ്യം."

"അതാ വേണ്ടീരുന്നത്."

മുക്കിലിരുന്നിരുന്ന കുട്ടപ്പനാണതു പറഞ്ഞത്. ടി കെ രാമൻ രാത്രി

വീട്ടിലുണ്ടെന്നറിഞ്ഞ് പുലർച്ചക്കു തന്നെ പൊലീസുകാർ വന്ന് കുട്ടപ്പനെ പൊക്കിക്കൊണ്ടുപോയിരുന്നു. മതിലകം സ്റ്റേഷനിലെ ലോക്കപ്പിലിട്ട് ചാർത്തി. തോളെല്ലു പൊട്ടിച്ചു. കുട്ടപ്പൻ വായ തുറന്നില്ല. വായ്ക്കുള്ളിൽ ഉമിനീരു കിനിഞ്ഞിറങ്ങി. തുപ്പിയപ്പോൾ ചോര. കൂടെ രണ്ടു പല്ലും. തിരിച്ചെത്തി മാസങ്ങളോളം പഴമ്പായിൽത്തന്നെ കിടന്നു. ഇപ്പോൾ നടക്കാനായി. തോളിനൊരു ചെരിവുണ്ട്. പക ഉള്ളിലും.

പുത്തൂര് ബാഹുലേയമ്മാഷ് കിഴക്കുനിന്നെത്തി ചായക്കടയിലേക്കെത്തി നോക്കി.

“നാരാണേട്ടൻ വര്ണില്ലേ.”

ചായ കുടിച്ചുകൊണ്ടിരുന്ന പാണാട്ട് നാരായണൻ മൺകോപ്പ നീക്കിവെച്ച് എഴുന്നേറ്റ് പുറത്തിറങ്ങി.

“പൂവ്വാ.”

അവർ വഴിയിലേക്കിറങ്ങി പടിഞ്ഞാട്ട് വെച്ചുപിടിച്ചു. കുട്ടപ്പനും പാണാട്ട് ശങ്കുവും നോക്കിനിന്നു. കുട്ടപ്പന് അവരോടൊപ്പം കൂടണംന്നുണ്ടായിരുന്നു. പക്ഷേ, വയ്യ. അത്രക്കായിട്ടില്ല. തോളെല്ലിന് ഇപ്പോഴും ഒരു കടച്ചിലുണ്ട്.

വഴിവരമ്പ് ഇരുളിലേക്ക് മുങ്ങാൻ തുടങ്ങിയിരുന്നു. തൂമ്പുങ്ങൽ ആരൊക്കെയോ കൂട്ടമായി നില്ക്കുന്നുണ്ട്. ഇടക്കിടെ ബീഡി എരിയുന്നതുകാണാം. ഒഴിഞ്ഞ മീൻകാവുമായി കച്ചവടം കഴിഞ്ഞ് കിഴക്കുനിന്ന് മാപ്പിളമാർ മടങ്ങി. അന്തിച്ചന്തയിലേക്ക് ആരുംതന്നെ പോയിട്ടില്ല. പാടവക്കുകളിലെ കുടിലുകളിൽ ചിമ്മിനി വിളക്കുകൾ തെളിഞ്ഞു. മരക്കൊമ്പിൽനിന്ന് കുത്തിച്ചുടാൻ കൂവിവിളിച്ചു. കടലിരച്ചുകയറി വരും പോലെ പടിഞ്ഞാറ് ആമ്പാടക്കരയിൽനിന്ന് ഒരമാനം കേട്ടു. ആളുകൾ വഴിവരമ്പിലേക്ക് ഓടിയെത്തി. പടിഞ്ഞാറ് തീനാളം തെളിഞ്ഞു. അവ കുറേശ്ശെ പെറ്റുപെരുകാൻ തുടങ്ങി. പന്തങ്ങളുയർത്തി ആളുകളെത്തുകയാണ്. ശബ്ദങ്ങൾ ഉച്ചത്തിലായി.

“ഇങ്കിലാബ് സിന്ദാബാദ്.”

കടലിരമ്പം അടുത്തുവന്നു വഴിനിറഞ്ഞ് പുരുഷാരമൊഴുകി.

രാമന്നായർ ചായപ്പീടിക പൂട്ടി വഴിയിലേക്കിറങ്ങി. പന്തം കൊളുത്തിവന്ന ആൾക്കൂട്ടത്തോടൊപ്പം ചേർന്നു. തോട്ടരികിലൂടെ ആളുകൾ തിങ്ങിനിറഞ്ഞ് വെട്ടുവഴിയിലേക്ക് നടന്നുനീങ്ങി. കാളമുറിത്തോടിനിരുവശവും പന്തങ്ങൾ കത്തിനീങ്ങി. തോട്ടുവക്ക് ചുവന്നുകിടന്നു.

പിറ്റേന്ന് രാമന്നായരുടെ ചായപ്പീടിക അടഞ്ഞുകിടന്നു. പുലർച്ചയ്ക്ക് പതിവുകാർ പീടികമുറ്റത്ത് വന്ന് കുറച്ചുനേരം നിന്നു. അടഞ്ഞ ചെറ്റവാതിലിനു മുന്നിൽ അവർ പരസ്പരം അന്വേഷിച്ചു.

“എന്തുപറ്റി.”

“കാളമുറീല് ഇത്തിരി കശപിശിണ്ടായി. പന്തം കൊളുത്തി കേറിച്ചെന്നത് പൊലീസുകാര്ടെ വായിലേക്കായിരുന്നു. പിരിഞ്ഞ് പൂവ്വാൻ പറഞ്ഞു. പോയില്ല. ആള്വോള് തടിച്ചുകൂടി. ഒച്ചിണ്ടാക്കി. അവസാനം

അവര് ലാത്തിവീശി. പിന്നെ പറേണോ. ആള്വോള് പലേടത്തേക്കും ഓടി. ശേഷിച്ചോർക്ക് അടീം കിട്ടി."

കുഞ്ഞാണ്ടൻ ശ്വാസം കിട്ടാതെ നിർത്തി.

"ആർക്കാണ്ടാ കുഞ്ഞാണ്ടാ അടി കിട്ട്യേത്."

"അത് മ്മടെ സഖാവ് ശേഖരേട്ടൻ, അണക്കത്തി രാമദാസ്, പുത്തൂര് ബാഹുലേയമ്മാഷ്, കാരേലെ രാമകൃഷ്ണൻ, മാമ്പറമ്പത്ത് ദാമോദര മ്മാഷ്, പിന്നെ ടി കെ."

"ന്നിട്ട്."

"വണ്ടീല് കേറ്റിക്കൊണ്ടോയ്."

"നേരം വെളുത്തപ്പ വിട്ടൂന്നാ കേക്ക്ണ്."

"നേരെ ആശുപത്രീയിലാക്കി."

"കല്യാണിക്കുട്ടിച്ചോത്തി ആശോത്രീല്ക്ക് ഓടീട്ട്ണ്ട്."

കുഞ്ഞാണ്ടൻ ഒന്നുനിർത്തി ചുറ്റുംനോക്കി. മറ്റാരും വരുന്നില്ലെന്ന് ഉറപ്പുവരുത്തി സ്വരം താഴ്ത്തി പറഞ്ഞു.

"ചോപ്പമ്മാര് നാടുമുടിക്കും ത്രെ."

"അതാരാടാ പറഞ്ഞത്."

"പെട്ട്യാപ്പീസറ്."

"നാരായണച്ചോനോ."

"ഞാ."

"അയാള് കോൺക്രീസാത്രെ. മിണ്ടണ്ട."

ആരും ഒന്നും മിണ്ടിയില്ല.

നേരം വെളുപ്പിന് ഒരരച്ചായ കുടിക്കാൻ കഴിയാത്ത വിഷമത്തിൽ വരണ്ട തൊണ്ടയോടെ അവർ ഓരോ വഴിക്കിറങ്ങി നടന്നു.

മാന്തോപ്പുകൾ

കുഞ്ഞേലായി രണ്ടും മൂന്നും കൊല്ലമെത്തുമ്പോൾ വന്നുംപോയുമിരുന്നു. വന്നാൽ പരമാവധി ഒരു മാസം. അതിലേറെ ഉണ്ടാവാറില്ല. പലപ്പോഴും രണ്ടോ മൂന്നോ ദിവസങ്ങൾ മാത്രം. മുന്നറിയിപ്പൊന്നുമില്ലാതെയായിരിക്കും വന്നുകയറുക. ഒരു തിരുവോണത്തലേന്ന് യാതൊരു മുന്നറിയിപ്പുമില്ലാതെ അങ്ങനെ വന്നുകയറി. കാളിക്കുട്ടി അമ്പരന്നു. മകനെ കെട്ടിപ്പിടിച്ച് കരഞ്ഞു. വരുമ്പോഴും പോകുമ്പോഴും അത് പതിവുള്ളതാണ്. അമ്മയും മകനും ഒരു ദീർഘാലിംഗനത്തിലമരും. ഉമ്മവെക്കും. ഇത്തവണ ഒട്ടും പ്രതീക്ഷിക്കാതെയുള്ള വരവാണ്. ഒരു ചെറിയ തുകൽപെട്ടിയും തൂക്കി പടികയറി വന്ന മകനെക്കണ്ട് കാളിക്കുട്ടി മുറ്റത്തേക്കിറങ്ങിച്ചെന്ന് കെട്ടിപ്പിടിച്ച് കരഞ്ഞു.

സായ്പും മദാമ്മയുമുണ്ട്. കൊച്ചീല് കപ്പലിറങ്ങിയപ്പോൾ മദാമ്മ പറഞ്ഞു വേലായുധൻ വീട്ടിൽ പോയി വന്നോ. അങ്ങനെ ഓടിയെത്തിയതാണ്. മൂന്നേ മൂന്നുദിവസത്തിന്. അമ്മയെ കാണാം. ഭാര്യയേയും മക്കളേയും അത്ഭുതപ്പെടുത്താം. കുടുംബങ്ങളിലൊക്കെയൊന്ന് സന്ദർശനം നടത്താം.

വേനൽക്കാലങ്ങളിലും അപൂർവ്വം ചില മഴക്കാലങ്ങളിലും കുഞ്ഞേലായി നാട്ടിലെത്തി. വരുമ്പോഴൊക്കെ ജനനവും മരണവും കാണും. ഉത്സവവും പൂരവും കാണും. നാട്ടുമ്പുറത്തുനിന്ന് ആരെങ്കിലുമൊക്കെ നാടുവിട്ടിരിക്കും. സ്വന്തം തറവാട്ടിൽ നിന്നുതന്നെ ചെറുപ്പക്കാർ പലരും വീടുവിട്ടിറങ്ങിയിരുന്നു. പറഞ്ഞും പറയാതെയും.

“പിള്ളേരൊക്കെ നാട്ടീന്ന് പൂവ്വാ” കാളിക്കുട്ടി പറയും.

“കുഞ്ചക്കന്റെ മോൻ ശേഖരനും പോയി. ഒരു വിവരോംല്യ. എപ്പഴും ഒരു തൊണ്യ്യായ്രുന്നു. അവൻ കൊറേ പഠിച്ചതല്ലേ. പൊറത്ത് പോണ

ത്ന്നെ നല്ലത്."

മണപ്പുറത്ത് പട്ടിണിയും പരിവട്ടവുമായാണ് ആളുകൾ കഴിഞ്ഞത്. അരി കിട്ടാനില്ല. പകർച്ചവ്യാധി പടർന്നുപിടിച്ചിരുന്നു. വിളക്കുവെക്കാൻ മണ്ണെണ്ണയില്ല. വല്ലപ്പോഴും കുരുഡോയിലെത്തും. വീടുകളിലൊന്നും വിളക്കുകത്താതായി. കടലിൽ മീനില്ലാതെ മുക്കുവക്കുടിലുകളും പട്ടിണിയിലായി. ഉപ്പ് കിട്ടാനില്ല. ഉപ്പിന്റെ രുചിപോലും മറവിയിലേക്കൊതുങ്ങി.

തിരിച്ചുപോകുമ്പോൾ കുഞ്ഞേലായി ദുഃഖിതനായിരുന്നു. എന്തൊരാവേശത്തോടെയാണ് നാട്ടിലേക്ക് പുറപ്പെടുന്നത്. തിരിച്ചു കപ്പൽ കയറുമ്പോൾ അതൊക്കെ ചോർന്നുപോയിരിക്കും. മനസ്സിടിച്ചിലോടെയുള്ള മടക്കയാത്ര. പച്ചപ്പിനുപകരം ഉണങ്ങിവരണ്ട പാടനിലങ്ങൾ കണ്ട് മടങ്ങുക. വിത്തിറക്കാനാവാതെ തരിശിട്ട വെന്തുരുകുന്ന ചുടുനിലങ്ങൾ. എല്ലുന്തിയ വരമ്പുകൾ. പൂഴി പുതയുന്ന ഇടവഴികൾ.

മണപ്പുറത്ത് കോളറ പടർന്ന കാലത്തായിരുന്നു കുഞ്ഞേലായി ഒരിക്കൽ നാട്ടിലെത്തിയത്. വീട്ടുമുറ്റത്ത് ഏതാനും ആളുകൾ കൂട്ടംകൂടി നില്ക്കുന്നതുകണ്ടാൽ ഉറപ്പിക്കാം അവിടെ മരണം കയറിയിറങ്ങിയെന്ന്. ഛർദ്ദിയും അതിസാരവും പടർന്നുപിടിച്ചു. ആശുപത്രികൾ നിറഞ്ഞു. മരുന്നും ഭക്ഷണവുമില്ലാതെ ആളുകൾ വലഞ്ഞു. ഓരോ വീടുകളിലും ശവങ്ങൾ മറവുചെയ്യാൻ ആളില്ലാതെ ദുർഗ്ഗന്ധം പരത്താൻ തുടങ്ങി. രണ്ടും മൂന്നും ശവങ്ങൾ ഒരേ കുഴിയിൽ വലിച്ചിട്ടുമൂടി. വി എസ് കേരളീയൻ കോഴിക്കോട് കളക്ടറേറ്റിൽ സത്യഗ്രഹമിരുന്നു. മണപ്പുറത്തിന് ഡോക്ടർമാരും മരുന്നുകളും എത്തിച്ചുകിട്ടണം. അതാണാവശ്യം. ഇല്ലെങ്കിൽ മണപ്പുറത്തേക്ക് മടക്കമില്ല. കളക്ടറേറ്റുപടിയിൽ ജലപാനമില്ലാതെ കിടന്നുമരിക്കും. നിശ്ചയം.

ഒരു പാതിരയ്ക്ക് സുഗന്ധി ഉണർന്നു. ചേർന്നുകിടന്നിരുന്ന ഇളയകുട്ടി ചെറുതായി ഞരങ്ങി. കിടക്ക നനഞ്ഞിരുന്നു. കുട്ടി മൂത്രമൊഴിച്ചതാവും. അവളെഴുന്നേറ്റു. മൂത്ത കുട്ടി ഇന്ദു തൊട്ടടുത്ത് കിടപ്പുണ്ട്. കുഞ്ഞേലായി നല്ല ഉറക്കത്തിലാണ്. സുഗന്ധി വിളക്കുകൊളുത്തി. കുഞ്ഞ് ഞരങ്ങുന്നുണ്ട്. ദുർഗ്ഗന്ധമുണ്ട്. കുഞ്ഞിനെയെടുത്തപ്പോൾ കോസടിയിൽ നനഞ്ഞ വട്ടം. അവൾ പരിഭ്രമിച്ച് അമ്മയെ വിളിച്ചു. കാളിക്കുട്ടിക്ക് കാര്യം മനസ്സിലായി. കുഞ്ഞറിയാതെ നനവേറുകയാണ്. കുഞ്ഞേലായിയെ ഉണർത്തി. അയാൾ ഞെക്കുവിളക്കെടുത്ത് പുറത്തിറങ്ങി. നേരെ വേലപ്പക്കുട്ടി വൈദ്യരുടെ അടുത്തേക്കോടി. തിരിച്ചെത്തുമ്പോഴേക്കും കുഞ്ഞിന്റെ നില വഷളായിരുന്നു. സുഗന്ധി നിലവിളിയായി.

"അയ്യോ. എന്റുണ്ണി കണ്ണുതുറക്കുന്നില്ല."

മരുന്നരച്ച് കൊടുത്തു. നെറ്റിയിൽ തുണി നനച്ചിട്ടു. രാത്രി മുഴുവൻ കാവലിരുന്നു. കുഞ്ഞ് തളർന്നുകിടന്നു. കണ്ണുതുറക്കുന്നില്ല. പാതിരയ്ക്ക് വെളിച്ചം കണ്ട് അവരൊക്കെ മുഖമുയർത്താതെ മൗനമായി പടിയിറങ്ങിപ്പോയി. കാരാപ്പിള്ളി വെളിച്ചപ്പാടെത്തി. നൂല് ജപിച്ചു കെട്ടി.

നേരം വെളുക്കാൻ നിന്നില്ല. കുഞ്ഞേലായി ചേമ്പ്വമ്മാനെ കൂട്ടി

ഇരിങ്ങാലക്കുടയ്ക്ക് തിരിച്ചു. ഇട്ടൂപ്പ് ഡോക്ടറെ കാണാൻ. ഡോക്ടറുടെ വീട്ടുമുറ്റത്ത് പുലർച്ചയ്ക്കും ആളുകൾ കാത്തുകെട്ടിക്കിടന്നിരുന്നു.

തിരിച്ചെത്തുമ്പോൾ മുറ്റത്തും പറമ്പിലും ആളുകളുണ്ട്. നെഞ്ചിടിപ്പോടെ അയാൾ വീടിനുള്ളിലേക്ക് കടക്കുമ്പോഴേക്കും നിലവിളി പൊങ്ങി. കാളിക്കുട്ടി കുഞ്ഞിനെ മടിയിൽ കിടത്തി കട്ടിലും ചാരിയിരിപ്പാണ്. നനഞ്ഞ തുണികൾ കൂടെക്കൂടെ മാറ്റുന്നുണ്ട്. കല്യാണിക്കുട്ടി എത്തിയിട്ടുണ്ട്. കുഞ്ഞേലായി കൊണ്ടുവന്ന മരുന്നുവാങ്ങി അരച്ച് തേനിൽ ചാലിച്ച് കുഞ്ഞിന്റെ വായിലേക്ക് തേച്ച് പറഞ്ഞു

"മുത്തപ്പാ, കാക്കണേ."

മിഡ് വൈഫിനെ വരുത്തി മരുന്ന് നിറച്ച സൂചി കുത്തിച്ചു. രാവും പകലും കാത്തിരുന്നു. കുഞ്ഞിന്റെ ഒരനക്കത്തിനായി, ഒരു കരച്ചിലിനായി. ജീവന്റെ പെന്റുലം അ ങ്ങോട്ടോ ഇങ്ങോട്ടോ എന്നറിയാൻ. മയക്കത്തിൽ നിന്നുണരുമോ എന്ന ആശങ്ക യുഗങ്ങൾ സൃഷ്ടിച്ചു കടന്നുപോയി. അവസാനം ഒരു പുലർച്ചയ്ക്ക് കുഞ്ഞ് കണ്ണുതുറന്നു. പൊതിഞ്ഞ തുണിയിൽ നനവ് നിന്നു. ചുണ്ടുളുക്കി കരഞ്ഞു.

സുഗന്ധിക്ക് ബോധം വീണു.

"മുതുമുത്തപ്പന്മാരേ, എന്റുണ്ണിയെ കാത്തോളണേ." കാളിക്കുട്ടി ഉള്ളുരുകി വിളിച്ചു.

എന്തൊരവധിക്കാലമായിരുന്നു. തീരാവ്യഥകളുടെ ഘോഷയാത്ര. നാടും വീടും സ്വപ്നം കണ്ടിരുന്ന് അവസാനം കടൽതാണ്ടിയെത്തുമ്പോൾ അവിടെ കണ്ണീരിന്റെ കടൽ. ചെന്നെത്തുമ്പോഴുണ്ടായ ആവേശം തണുത്തുറഞ്ഞ് സങ്കടങ്ങളിലേക്ക് വഴുതിവീണു. നാടിന്റെ പച്ചപ്പും തെളിനീരും കുളിരും സാവധാനം മാഞ്ഞുപോവുകയായിരുന്നു. മഴയും മഞ്ഞും കണ്ടില്ല. തോടും കുളവും നിറഞ്ഞുകണ്ടില്ല. വേനൽച്ചൂടിലേക്കാണ് ചെന്നുകയറിയത്. പാടങ്ങൾ വറ്റിവരണ്ടിരുന്നു. മണപ്പുറം വെന്തുരുകുകയായിരുന്നു. വെപ്പും കുടിയുമില്ലാത്ത അടുപ്പുപുകയാത്ത വീടുകൾ. അതിസാരം പടർന്നുപിടിച്ച നാട്. മൃത്യുവിന്റെ തേർവാഴ്ച കാത്തുകിടക്കുന്ന കുടിലുകൾ. എന്തൊരു സ്വപ്നങ്ങളാണ് മനുഷ്യൻ സ്വരുക്കൂട്ടിയെടുക്കുന്നത്. മണ്ണിലേക്കിറങ്ങി നില്ക്കുമ്പോൾ ഒക്കെ ഒരു പുക.

അമ്മയുടെ രൂപം തെളിഞ്ഞുവന്നു. നെറ്റിയിൽ ചുളിവു പ്രത്യക്ഷപ്പെടാൻ തുടങ്ങി. പഴയ ഓജസ്സും ഐശ്വര്യവും മാഞ്ഞിരിക്കുന്നു. കൺതടങ്ങളിൽ ഇരുൾ പടർന്നിട്ടുണ്ട്. അച്ഛ ൻ പോയതിനുശേഷം പഴയ ഉന്മേഷമില്ല. ഒന്നിനും ആവേശമില്ല. ഒരു നിർമ്മമത്വം വാക്കിലും ചലനങ്ങളിലും വന്നുചേർന്നിട്ടുണ്ട്.

സുഗന്ധിക്ക് എല്ലാം ഒരു സ്വപ്നം പോലെയാണ് തോന്നിയത്. ഭർത്താവ് വന്നുപോയി. കാത്തുകാത്തിരുന്ന അവധിക്കാലം. വരും വരുമെന്നോർത്തിരുന്ന് വന്നെത്തിയപ്പോൾ സ്വപ്നങ്ങളൊക്കെ കൈപ്പിടിയിലൊതുക്കും മുൻപ് മാഞ്ഞുപോയെന്നു തോന്നി. നേരാംവണ്ണം ഒന്നു കണ്ടില്ല. ഒന്നും പറഞ്ഞില്ല. കുട്ടികൾക്ക് അച്ഛൻ വന്നുപോയത് ഓർമ്മയിൽപോലും

നില്ക്കില്ല എന്നുതോന്നി. മൂത്തവൾ ഇപ്പോഴെ ചോദിച്ചുതുടങ്ങി. അച്ഛനെവിട്യാ പോയത്. എന്തേ പോയത്. എപ്പഴാ വര്വാ. എന്താ വരാത്തത്. നാളെ വരുമെന്ന ഉത്തരത്തിൽത്തന്നെ സുഗന്ധി നിന്നു. ഓരോ ദിവസവും നാളെ മാത്രമായി സമാധാനം.

ഇളയവന് അച്ഛൻ വന്നതും പോയതും അറിയില്ല. അറിയാറായില്ല. അസുഖം വന്ന് മാറി വരുന്നതേയുള്ളൂ. അപ്പോഴേക്കും അവധിക്കാലവും കഴിഞ്ഞിരുന്നു. ഇനി മറ്റൊരവുധിക്കാലത്തിനുള്ള കാത്തിരിപ്പ്. അത്തരം കാത്തിരിപ്പുകളും അവുധിക്കാലങ്ങളും വന്നുംപോയുമിരുന്നു. മൂത്ത പെൺകുട്ടി ഇന്ദു നീളൻ പാവാടയും ബ്ലൗസുമണിഞ്ഞു തുടങ്ങി. തൊട്ടുതാഴെ ഹരനും വളർന്നുതുടങ്ങി. വരുമ്പോഴൊക്കെ എപ്പോഴും മൂന്നുനാലു ജോഡി ഉടുപ്പുകൾ സുഗന്ധി കുട്ടികൾക്കായി കോട്ടപ്പെട്ടിയിൽ കരുതിവെക്കും. വിശേഷദിവസങ്ങളിലേക്കാണിത്.

കമ്മലുകൾ തൂങ്ങിത്തൂങ്ങി കാളിക്കുട്ടിയുടെ കാത് നീണ്ടുവന്നു. പൊന്നിന്റെ ചിറ്റുകൾ ഞാന്നു കിടന്നു. അച്ഛനും അമ്മാവനും പോയതോടെ കാളിക്കുട്ടി സ്വന്തം വീട്ടിലേക്ക് തീരെ പോകാതായി. എടതിരിഞ്ഞി ദേശം വെറും ഓർമ്മയാക്കി മാറ്റി. വെണ്മാടക്കെട്ടിന്റെ മുകപ്പും എടുപ്പും അത്രയൊന്നും ആകർഷിക്കാതെയായി. തികച്ചും ഒരു കയ്പാങ്ങലക്കാരിയായി മാറിക്കഴിഞ്ഞിരുന്നു. മണപ്പുറത്തിന്റെ മണ്ണും മണവും പഥ്യമായി.

ഒരു വേനൽക്കാലത്താണ് കാളിക്കുട്ടിയുടെ നെഞ്ച് കനംവെച്ചുവന്നത്. പെട്ടെന്ന് ശ്വാസതടസ്സം അനുഭവപ്പെടുകയായിരുന്നു. പകൽ മുഴുവൻ അസ്വാസ്ഥ്യം തന്നെ. സന്ധ്യയോടെ അത് കനത്തുവന്നു. ഇടയ്ക്ക് മുലയ്ക്ക് ഭാരം അനുഭവപ്പെട്ടു. അത് വിങ്ങാൻ തുടങ്ങി. ഒരു കുടം മുലപ്പാൽ വന്നു നിറഞ്ഞപോലെ മുലക്കണ്ണുകൾ വിടർന്നുവലുതായി ചുവന്നുവന്നു. അതിപ്പോൾ തൂവിപ്പോകുമെന്ന മട്ടായി. അവൾ കിടക്കയിൽ ചാഞ്ഞും ചരിഞ്ഞും കിടന്നു. കമിഴ്ന്നും മലർന്നും കിടന്നു. ഒരു തുള്ളിപോലും പക്ഷേ, പുറത്തുവന്നില്ല. റൗക്ക നനഞ്ഞില്ല. പകരം ഇടത്തോട്ടുനീങ്ങി ഒരു കുരുമുളക്കുന്നത് അവളറിഞ്ഞു. തടവിനോക്കി. സുഖമുള്ളൊരു വേദന അനുഭവപ്പെട്ടു. വിരലുകൾ സദാ അവിടം തൊട്ടുനോക്കിക്കൊണ്ടിരുന്നു. അവസാനം അത് മുളയെടുത്തു. രാവുമുഴുവൻ വേദന നീണ്ടുനിന്നു. നേരം വെളുത്തപ്പോൾ അവളറിഞ്ഞു അതൊരു മൂന്നാം മുലയായിരുന്നു. ഏതാനും ദിവസങ്ങൾക്കുള്ളിൽ അതിന് രൂപമാറ്റമുണ്ടായി. ഇത്തിരിപ്പോന്ന കുരു ഉരുണ്ട മുലയായി രൂപാന്തരം പ്രാപിച്ചു. മുലക്കണ്ണുകളുടെ സ്ഥാനത്ത് ഒരു കറുത്ത പൊട്ടുമാത്രം തെളിഞ്ഞുനിന്നു. ഒളിപ്പിച്ചുവെക്കാനുള്ള ശ്രമം വിഫലമാകുംവിധം അത് പുറത്തേക്ക് വന്നുകഴിഞ്ഞിരുന്നു.

സുഗന്ധി കുഞ്ഞേലായിക്ക് കത്തിട്ടു. കുഞ്ഞേലായി തിരിച്ചെഴുതി. ഉടനെ അമ്മയെ ഇരിങ്ങാലക്കുടയ്ക്ക് കൊണ്ടുപോണം. ഡോക്ടറെ കാണിക്കണം.

ആരാണിത് പറയുക. ആർക്കും ഇക്കാര്യം കാളിക്കുട്ടിയെ ധരിപ്പിക്കാൻ ധൈര്യമില്ല. അവസാനം കല്യാണിക്കുട്ടിയെ വിളിച്ചുകൊണ്ടു വന്നു. കാളിക്കുട്ടിക്ക് കല്യാണിക്കുട്ടിയെ വല്യ കാര്യാണ്. അവൾ ബുദ്ധിയും വിവേകവുമുള്ള പെണ്ണാണെന്നാണ് പറയുക. ആരെയും വകവെക്കാത്തവൾ. അതൊരു കുറവായി കാണുന്നവരാണ് മിക്കവരും. കാളിക്കുട്ടി പക്ഷേ, പറയുക പെണ്ണുങ്ങളായാൽ അങ്ങനെ വേണംന്നാണ്. അധികാരവും ധാർഷ്ട്യവും ഇത്തിരിയൊക്കെ പെണ്ണുങ്ങൾക്കുമാവാം എന്ന പക്ഷക്കാരിയാണ് കാളിക്കുട്ടി. അതുകൊണ്ടാണ് സ്വന്തം വീട്ടിലേക്ക് തിരിച്ചുവന്നപ്പോഴും കാളിക്കുട്ടി കല്യാണിക്കുട്ടിയെ കുറ്റം പറയാതിരുന്നത്. കാളിക്കുട്ടി കല്യാണിക്കുട്ടിയോടൊപ്പം ഇരിങ്ങാലക്കുടയ്ക്ക് പോയി ഇട്ടൂപ്പ് ഡോക്ടറെ കണ്ടു. ഡോക്ടർ പറഞ്ഞു. ശസ്ത്രക്രിയ വേണം. മുറിച്ചു മാറ്റണം. ഒരാഴ്ചക്കാലം ആശുപത്രിയിൽ കഴിയണം. അത്രേയുള്ളൂ.

വേണ്ട.

കാളിക്കുട്ടി തിരിച്ചുപോന്നു. തന്റെ ശരീരത്തിൽനിന്ന് ഒരു ഭാഗം മുറിച്ചുമാറ്റുക. അതാലോചിക്കാനേ വയ്യ. അതിപ്പോൾ വേദനയോ വിഷമങ്ങളോ ഉണ്ടാക്കുന്നില്ല. സൗമ്യമായി തന്നോടു ചേർന്നുകിടക്കുന്നു. ഇടയ്ക്ക് കാളിക്കുട്ടി വിരൽപായിച്ച് സാന്ത്വനമെന്നോണം പറയും. ഒന്നുല്യ. ഒന്നുല്യ. ഞെട്ടില്ലാത്ത കുഞ്ഞുമുലയെ അവൾ പതുക്കെ തലോടിയുറക്കിക്കിടത്തും.

"ചേട്ടത്തീടിഷ്ടം." കല്യാണിക്കുട്ടി പറഞ്ഞു.

അങ്ങനെയാണ് കാളിക്കുട്ടി പിന്നീടുള്ള കാലം മൂന്നു മുലകളുമായി ജീവിക്കാൻ തീരുമാനിച്ചത്.

ഇക്കാലമത്രയും കുന്നിൻചെരുവിൽ മാന്തോപ്പുകൾക്ക് കീഴിൽ ചില നിഴലനക്കങ്ങളുണ്ടായി. വേനൽ കത്തിനിന്ന കുംഭ മീനമാസങ്ങളിൽ കശുമാവിൻ ചില്ലകൾ മണ്ണിലേക്ക് ചാഞ്ഞുകിടന്ന് ചെറുതണുപ്പു പടർത്തി തണൽ വിരിച്ചുകിടന്നു. അപരാഹ്നങ്ങളിൽ കുന്നുകയറി വന്ന് ഒരു പെൺകിടാവ് ചുവന്നുതുടുത്ത കശുമാങ്ങകളെണ്ണി കാത്തുനിന്നു.

കുഞ്ഞേലായിയുടെ കുഞ്ഞിപ്പെങ്ങൾ ഉടുത്തു തുടങ്ങി. അധികമാവും മുമ്പ് കാളിക്കുട്ടി മകന് കത്തിട്ടു. കമ്പിയടിച്ചു. ഉടനെ വരണം. മാനം പോകുംമുമ്പ്. കാര്യമുണ്ട്. ഇളയ സന്തതിക്ക് കാവലിരിക്കാൻ തറവാട്ടിൽ ആളുകൾ പോരാ.

കുന്നത്തും ആമ്പാടക്കരയിലും ചാഞ്ഞുകിടക്കുന്ന കശുമാവിൻ ചുവടുകളിലും ആളെ വിട്ടന്വേഷിക്കയാണ്. മോളെവിടെ. സന്ധ്യയായിട്ടും ആടുകളൊക്കെ തിരിച്ചെത്തിയിട്ടും കുളിക്കടവുകളൊഴിഞ്ഞിട്ടും അവൾ വന്നില്ലല്ലോ. ന്റെ മോൾ നാണുട്ടി. കാളിക്കുട്ടിയുടെ നെഞ്ചുപിടച്ചു. വേലിക്കപ്പുറമാണ് ഇടവഴി. പുതഞ്ഞുപോകുന്ന പൂഴി. പറമ്പിനതിരിട്ട് ഇല്ലിവേലി കരിങ്ങോട്ടയിലകൾ പാകി മറച്ചിട്ടുണ്ട്. അതിനിടയ്ക്കുള്ള ചെറുദ്വാരങ്ങളിലൂടെ ആളുകൾ നീങ്ങുന്ന നിഴലുകൾ കാണാം.

പത്തുപറയുടെ അരിച്ചാക്ക് തലക്കേറ്റുന്ന വാല്യക്കാരന്ന് കുറവാണ്.

തോണിപ്പറമ്പിൽ രാമകൃഷ്ണൻ ഒറ്റച്ചാക്ക് പൂപോലെ തലയിലേറ്റി വലിഞ്ഞു മുറുകിയ മാംസപേശികളോടെ ഇടവഴിയിലെ പൂഴി മണൽ മെതിച്ച് പടിഞ്ഞാറെ പീടികയിലേക്ക് പോകുന്നത് കാണാൻ നാണുട്ടി മാന്തോപ്പിൽനിന്ന് തിരിഞ്ഞ് കളിക്കും. ഉറച്ച നടത്തത്തിൽ ഉരുണ്ടുകയറി യിളകുന്ന മാംസപേശികളിലൂടെ വിയർപ്പൊഴുകുന്നത് കാണാൻ രസ മുണ്ട്. ചുമടിറക്കി തിരിച്ച് തോട്ടിലിറങ്ങി മേൽ കഴുകിവരുന്നതും നോക്കി നാണുട്ടി നില്ക്കും.

കാനനച്ചോലയിലാടുമേയ്ക്കാ ൻ
ഞാനും വരട്ടെയോ നിന്റെ കൂടെ

ചുണ്ടുകളിലീണമിട്ട് മാഞ്ചോടുകളിൽ കാത്തുനിന്ന് അവർ മനസ്സുകൾ പങ്കുവെച്ചു. മരച്ചില്ലകൾ ചായ്ച്ചിട്ട വേനലിന്റെ മെത്തയിൽ അവരിരുന്നു. ഭയം തിങ്ങുന്ന കണ്ണുകൾ ചുറ്റുംപായിച്ച് അവൾ അവന്റെ ശബ്ദവും ചലനവും അനുഭവിച്ചു. ബലിഷ്ഠങ്ങളായ കൈകൾ ക്കുള്ളിലേക്കമർന്നു നിന്നു. മറ്റു ചില്ലകളനങ്ങുന്നതുകണ്ട് അവന്റെ കൈകൾ വിടുവിച്ച് ഓടിമറഞ്ഞു. കിതപ്പോടെ വീട്ടുപടിക്കലെത്തി തിരിഞ്ഞുനോക്കി. ഓരോ ചലനങ്ങളും അവളെ ഭയപ്പെടുത്തി. എന്നിട്ടും അവൾ പലനാളുകൾ കുന്നുകയറിയിറങ്ങി. മാന്തോപ്പിന്റെ തണലും കുളിരും കൊണ്ടുനടന്നു. പാടില്ല പാടില്ല എന്നുരുവിടുമ്പോഴും കൂടുതൽ കൂടുതൽ ആഴങ്ങളിലേക്ക് അവൾ ആണ്ടുപോവുകയായിരുന്നു.

വെള്ളി വെയിലിന്റെ കൂത്താടികൾ ചടുല നൃത്തം വെക്കുന്ന നടുമുറ്റത്തേക്ക് വലിച്ചുനിർത്തി കാളിക്കുട്ടി പൊന്നുമകൾ നാണുട്ടിയുടെ മുടിക്കനമൊന്നാകെ വാരിപ്പിടിച്ച് വലിച്ച് വിറചുണ്ടുകളോടെ നിന്നു. കശു മാവിലയിൽ വീർത്തുനിന്ന പുളിയുറുമ്പുകൂട് പൊട്ടിച്ച് മകളുടെ തലയിൽ തല്ലിക്കുടഞ്ഞു. മീനമാസച്ചൂടിന്റെ കനലിൽ വിയർത്തുകത്തിനിന്ന ശരീര ത്തിലേക്ക് പുളിയുറുമ്പുകൾ ഭ്രാന്തുപിടിച്ചിഴയാൻ തുടങ്ങിയതോടെ കാളിക്കുട്ടി ഒരുകെട്ട് തുമ്പ പറിച്ച് നാണുട്ടിയെ ദേഹമാസകലം പൊതിരെ തല്ലി. തുമ്പനീരും പുളിയുറുമ്പിന്റെ ജീവജലവും വെളുത്ത ദേഹത്ത് നീറ്റലും തിണർപ്പുമുണ്ടാക്കി ചുവന്ന വടുക്കൾ തീർത്തു. അവൾ വെയിലിൽ അടിമുടി പൊട്ടിയൊലിച്ച് പിടയാൻ തുടങ്ങി. കാളിക്കുട്ടി കലിയോടെ നിന്നു വിറച്ചു. പിന്നെ മകളെ ചേർത്തുപിടിച്ച് ഇറയത്തേക്കിരുന്ന് കരഞ്ഞു.

"എന്റെ വിധി, എന്റെ വിധി."

നാണുട്ടിയുടെ പ്രണയം പക്ഷേ, ഒന്നുകൂടി മൂത്തു. കണ്ണപ്പൻ കുഞ്ഞിപ്പെണ്ണങ്ങളെ പടിഞ്ഞാറെ ചായ്പുമുറിയിലിട്ടു പൂട്ടി.

"പുറത്തിറങ്ങണ്ട."

കുടുംബത്തിന്റെ മാനം പോകും. സ്വപ്നം കണ്ടതൊക്കെ മായും. യോഗ്യനായ ഒരാൾ കടന്നുവരേണ്ട തറവാടാണ്. വെറും കൂലിപ്പണി മാത്രം ചെയ്ത് കഴിയുന്ന ഒരാൾക്ക് പെണ്ണങ്ങളെ പിടിച്ചുകൊടുക്കുക ചിന്തി ക്കാൻ പോലും കഴിയില്ല. രമണനും ചന്ദ്രികയും എന്നൊക്കെ പറഞ്ഞ് ആവേശംകൊണ്ടിട്ട് കാര്യംല്യാ.

തളത്തിനും അടുക്കളയ്ക്കുമിടയ്ക്കുള്ള ഇടനാഴിയുടെ പിന്നറ്റത്തെ ഇരുൾമുറി അവൾക്കുവേണ്ടി തുറക്കപ്പെട്ടു. അരണ്ട വെളിച്ചത്തിൽ തണുത്ത തറയിൽ പായ വിരിച്ചു. മൊന്തയിലിത്തിരി വെള്ളം. തൊണ്ട യുണങ്ങണ്ട. പിന്നെ വാതിലടഞ്ഞു.

ഇരുട്ട് തിക്കിത്തിരക്കി വന്ന് അവളെ പൊതിഞ്ഞു. ഇരുണ്ട മച്ചിനും കട്ടിക്കറുപ്പുതറയ്ക്കുമിടയിൽ അത് കനംവെച്ചുനിന്നു. അവൾക്ക് ശ്വാസം മുട്ടി.

കുഞ്ഞാങ്ങളേ കുഞ്ഞാങ്ങളേ എന്ന വിളി കനത്ത ഇരുൾ വിഴുങ്ങി. ശബ്ദം തളർന്നുതാണു.

കണ്ണപ്പൻ വെളിച്ചത്തിന്റെ സുതാര്യതയിലേക്ക് തിരിച്ചുപോന്നിരുന്നു. അയാൾ പുറത്ത് വന്നിരുന്നു. കുന്നത്തേക്ക് കണ്ണയച്ചു. മാന്തലപ്പുകൾ പോക്കുവെയിലിൽ പൂത്തുലഞ്ഞുനില്ക്കുന്നു. മൺവഴിയിഴഞ്ഞ് കുന്നുകയറുന്നു. പകൽ ചാഞ്ഞിരുന്നു. അന്തിമിനുക്കം മാഞ്ഞുതുടങ്ങി. എങ്ങും അനക്കമില്ലാതായി. ശബ്ദങ്ങളൊക്കെ നിലച്ചു. ഇരുൾ ജാരനെപ്പോലെ കുന്നിറങ്ങി വന്നു. വീട് കല്ലിച്ചുനിന്നു. വിളക്കു കൊളുത്താൻ വൈകി.

"മോളേ."

കാളിക്കുട്ടി വാതിലിൽ മുട്ടി. വീണ്ടും വീണ്ടും വിളിച്ചു. അനക്കമില്ല. ഒച്ചയില്ല.

"മോളേ, മോളേ."

"കണ്ണപ്പാ, കണ്ണപ്പാ..."

കാളിക്കുട്ടിയുടെ ശബ്ദമിടറിയിരുന്നു. കണ്ണപ്പൻ ഓടിവന്നു. കാൽച്ചുവടുകളിൽ നിന്നു.

"തുറക്ക് മോനേ തുറക്ക്. ഉണ്ണീടെ ശബ്ദല്യ."

കണ്ണപ്പൻ മുറി തുറന്നു. വാതിൽപാളിയുടെ വെളിച്ചക്കീറ് ഇരുട്ടിനെ മുറിച്ചുകടന്നു. അരണ്ട വെളിച്ചത്തിൽ മൂങ്ങി ഒരു മൂലയിൽ കാൽമുട്ടുകളിൽ മുഖം പൂഴ്ത്തി പെൺകുട്ടി അനക്കമില്ലാതിരുന്നിരുന്നു.

"മോളേ."

കാളിക്കുട്ടി ഭയപ്പാടോടെ വിളിച്ചു.

പെൺകുട്ടി പ്രതിമ പോലിരുന്നു. വിളക്കിന്റെ തിരിവെട്ടത്തിൽ അവളുടെ മുഖം തെളിഞ്ഞു. അത് വികാരങ്ങളില്ലാതെ വിളറി വെളുത്തിരുന്നു. സാന്ത്വനത്തിന്റെ വാക്കുകളൊന്നും അവളെ ഇളക്കിയില്ല. നിശ്ചയദാർഢ്യം വിടാതെ അവൾ ഉറച്ചുനിന്നു.

"എന്നെ തല്ലിക്കൊന്നോ. അതാ നല്ലത്."

എന്നാലും അവൾ ഇണങ്ങാനില്ലായിരുന്നു.

അങ്ങനെയാണ് അവസാനം കാളിക്കുട്ടി കുഞ്ഞേലായിക്ക് കമ്പിയടിച്ചത്. ഉടൻ വരണം. കുഞ്ഞേലായി ധൃതിവെച്ച് വരേണ്ടിവന്നതും അതാണ്.

ഒരു ചെറിയ തുകൽപെട്ടി മാത്രം തൂക്കിപ്പിടിച്ച് അയാൾ പടി കടന്നെത്തി.

"ഇനി നീ തീരുമാനിക്ക്. മാനം കാക്കണം" കാളിക്കുട്ടി മകനോട് പറഞ്ഞു.

അന്നുരാത്രി കുടുംബത്തെ കാരണവന്മാരെല്ലാമെത്തി. മുറുക്കി. താകരം കഴിച്ചു. മൂക്കുമുട്ടെയുണ്ടു. കാര്യത്തിലേക്ക് കടന്നപ്പോ അവരൊക്കെ എഴുന്നേറ്റു.

"നടക്കില്ല, തറവാടിന്റെ മാനം കളയാൻ പറ്റൂല്ല."

എല്ലാവരും പിരിഞ്ഞു.

കണ്ണപ്പൻ ഒന്നും പറയാൻ നിന്നില്ല. പോയി കിടന്നു. കാളിക്കുട്ടിക്കും കുഞ്ഞേലായിക്കും ഉറക്കം വന്നില്ല. പുലരാറായപ്പോൾ അയാൾ അമ്മയോട് ചോദിച്ചു.

"അമ്മേടെ മനസ്സിലെന്താ?"

"സങ്കടം തന്നെ."

"ന്നാലും."

"നീ പറയ്."

"എന്റെ തീരുമാനം അമ്മക്കെടങ്ങറാവും."

"ഒന്നുല്യ. എന്തായാലും എനിക്ക് സമ്മതാ. പക്ഷേ, ഒന്നുണ്ട്. ന്റെ കുട്ടീടെ കണ്ണീരു കാണാൻ വയ്യ."

"അതിന് വേറെ വഴീല്യ."

"നീ തെളിച്ച് പറ."

നേരം വെളുത്തപ്പോൾ രാമകൃഷ്ണനെ തറവാട്ടിലേക്ക് വിളിപ്പിച്ചു. അയാൾ വന്നു. ഇരിക്കാൻ പറഞ്ഞിട്ടും ഇരുന്നില്ല. മുറ്റത്തുതന്നെ നിന്നു. ഈ വീട്ടുമുറ്റത്ത് നില്ക്കാനേ കഴിയൂ. ഇറയത്ത് തടുക്കിട്ടുകൊടുത്തു. പിടിച്ചിരുത്തി.

കുഞ്ഞേലായി ചാരുകസേരയിൽ ഒന്നമർന്നിരുന്നു.

"കുടുംബ മഹിമേം യോഗ്യതേം ഒന്നും വെച്ചല്ല നിന്നെ വിളിപ്പിച്ചത്. അങ്ങനെ വിചാരിക്കേം വേണ്ട. അതൊക്കെ നന്നായിട്ടറിയാലോ."

ചെറുപ്പക്കാരൻ മുഖം താഴ്ത്തിനിന്നു.

"എതിർപ്പും സങ്കടൊക്കിണ്ട്. എന്നാലും ചോദിക്ക്യാ, ഞങ്ങടെ കുട്ടിക്ക് ഒരു കുറവും വരാതെ പോറ്റാൻ പറ്റ്വോ നിനക്ക്."

"ഉം." ചെറുപ്പക്കാരൻ മൂളി.

"നിശ്ചയിക്കാം?"

"നിശ്ചയിക്കാം."

"ഉറപ്പ്."

"ഉറപ്പ്."

ചെറിയ ചടങ്ങായിരുന്നു. ഏതാനും ആളുകൾ മാത്രം. കുടുംബങ്ങളൊന്നും കൂടിയില്ല. മഞ്ചലു കൊടുത്തയച്ചപ്പോൾ കുഞ്ഞിരാമനപ്പാപ്പൻ വന്നു. കുഞ്ഞിരാമനപ്പാപ്പൻ മാത്രം. കാരണവരിൽ കാരണവർ. പിന്നാരില്ലെങ്കിലെന്ത്.

തറവാട്ടിലെ ഏറ്റവും ഇളയ സന്തതി ആഘോഷങ്ങളൊന്നുമില്ലാതെ ഒരു ചെറുപ്പക്കാരന്റെ കൂടെ പടിയിറങ്ങി.

പുറപ്പെട്ടവർ

ആമ്പാടം കയറി തൂമ്പുങ്ങൽ രാമന്നായരുടെ ചായക്കടയ്ക്ക് മുന്നിൽനിന്ന് ഒരമ്മ കിതച്ചു. ഇരുൾ കയറിയ ചായക്കടയുടെ അന്തിമയക്കം കണ്ട് കുനിഞ്ഞ് മുഖം നീട്ടി അന്വേഷിച്ചു.

"ന്റെ മോനിവ്ടെ വന്നോ."

അകത്തുനിന്ന് ആരോ അന്വേഷിച്ചു.

"ആരാ?"

"ന്റെ മോനെ കാണാനില്ല, രണ്ടീസായി. അവന്റെ ചായപ്പറ്റ് ഇവ്ടല്ലേ."

രാമന്നായർ തല പുറത്തേക്കിട്ട് നോക്കി. ചെറ്റയിൽ തൂക്കിയിട്ട മരപ്പലകയിൽ ചോക്കു കൊണ്ടെഴുതിയ ചായപ്പറ്റിലേക്ക് കണ്ണയച്ചു. അയ്യപ്പന്റേമ്മ്യായിരിക്കും.

അയ്യപ്പൻ - അരയണ.

പുറത്തെ അന്തിച്ചോപ്പിൽ മുഷിഞ്ഞ മുണ്ടും നേര്യേതുമായി നില്ക്കുന്ന മെലിഞ്ഞ രൂപം ആരെന്നു തിരിച്ചറിയാനാവാതെ അയാൾ കത്തിച്ച അരക്കിലാമ്പെടുത്ത് പുറത്തേക്കുള്ള വാതിലിനരികിലേക്ക് നീക്കിവെച്ചു. നെറ്റിക്കിരുവശവും വെള്ളിരേഖകൾ പാകിയ എണ്ണമയമില്ലാത്ത മുടിയും ക്ഷീണിച്ച മുഖവുമായി ആധികൊണ്ട് നില്ക്കുന്ന അമ്മയെ തിരിച്ചറിഞ്ഞ് അയാൾ പറഞ്ഞു.

"കൊറച്ചീസായി ങ്ങട് കണ്ടിട്ട്."

പിന്നെ നിന്നില്ല. അമ്മ ആമ്പാടക്കരയിലേക്ക് തിരിച്ചുനടന്നു. എതിരെ വന്ന സ്ത്രീ അവരെക്കണ്ട് നിന്നു.

"ന്റെ മോൻ മ്മടെ മോന്റെ കൂട്ടല്ലെ. അവനവ്ടെ വന്നിരുന്നോ."

മകനെ അന്വേഷിച്ചിറങ്ങിയ മറ്റൊരമ്മ. ഇരുട്ടിന്റെ കമ്പക്കെട്ട് മുറുകിയപ്പോൾ അമ്മമാർ പിരിഞ്ഞെങ്കിലും അടുത്ത ദിവസം തൂമ്പുങ്ങലിൽ

അവർ വീണ്ടും കണ്ടുമുട്ടി.

അവിടെ ഒട്ടേറെ അമ്മമാരുണ്ടായിരുന്നു. അവരൊക്കെ തങ്ങളുടെ മക്കളെ തിരക്കി വന്നവരായിരുന്നു. കാണാതായ മക്കളെച്ചൊല്ലി വില പിച്ചും നിലവിളിച്ചും പരാതിപ്പെട്ടും ശാപവാക്കുകൾ ചൊരിഞ്ഞും അവർ ഏതാനും സമയം ഒന്നിച്ച് ചെലവഴിച്ച് പരസ്പരം പറയാതെ അവരവരുടെ വീടുകളിലേക്ക് തിരിച്ചുപോവുകയായിരുന്നു.

നാടകക്കമ്പനിയിൽ പണിക്കുപോയ അയ്യപ്പൻ ഒരുനാൾ തിരിച്ചുവ ന്നില്ല. അന്വേഷണം മുറക്ക് നടന്നു. നാടകക്കമ്പനിക്കാർ കൈമലർത്തി. അവിടെ ചെന്നിട്ട് ദിവസങ്ങളായി.

ഏറെ നാളുകൾക്ക് ശേഷം ഭാര്യ ലളിതയുടെ പേരിൽ കത്തും കാശും വന്നപ്പോഴാണ് അയാൾ കൊളമ്പിലെത്തി എന്നറിയുന്നത്. കുഞ്ഞേലായിയോടൊപ്പം എഴുത്തും വായനയും പഠിക്കാൻപോയ അയ്യപ്പൻ ഇടയ്ക്ക്വെച്ച് പഠിപ്പുനിർത്തി. കശുമാവിൻ ചുവടുകളിൽ അണ്ടി പെറുക്കി നടന്നു. മാന്തോപ്പുകളിൽ കൂട്ടുകാരെ വിളിച്ചുവരുത്തി നാടകം കളിച്ചു. രമണനിലെ വരികൾ ചൊല്ലി അഭിനയിച്ചു. പത്രക്കടലാസ്സ് വളച്ചുചുരുട്ടി പാട്ടുപാടി നടന്നു. അലച്ചിലിനിടയിൽ വീട്ടിൽ തിരിച്ചെത്തിയാൽ തിന്നാനും കുടിക്കാനുമില്ല. മക്കളുടെ വിശപ്പു മാറ്റാൻ ദേവകി നന്നേ വിഷമിച്ചു. അയ്യപ്പനു താഴെ വേറെയും രണ്ടാൺ മക്കളുണ്ട്. കുട്ടികളുടെ അച്ഛൻ വേറെ പെണ്ണിനെവെച്ച് പൊറുക്കുന്നു. തിരിഞ്ഞുനോക്കാറില്ല. ദേവകി മുറ്റമടിക്കാൻ പോകും. നാലഞ്ചു വീടുകളിലെ മുറ്റമടികൊണ്ട് ജീവിതം തള്ളിനീക്കുകയാണ്. അയ്യപ്പൻ അലച്ചിലും പാട്ടും നാടകവും കഴിഞ്ഞ് തിരിച്ചെത്തുമ്പോഴേക്കും അവൾ വാട്ടക്കിഴങ്ങ് പുഴുങ്ങിവെക്കും. മുറ്റമടിക്കുന്ന വീടുകളിൽനിന്നു കൊണ്ടുവരുന്ന പകർപ്പും കാണും. വലുതായപ്പോൾ താഴെയുള്ള ബാലനും ചന്ദ്രനും ചകിരി തല്ലാനും റാട്ടു പിരിക്കാനും പോയി. അയ്യപ്പൻ പട്ടണത്തിലെ നാടകക്കമ്പനിയിൽ ചേർന്നു. മുടിനീട്ടി വളർത്തി കൃതാവും ഈർക്കിലി മീശയും വെച്ചു. ഇടക്കിടക്ക് നാട്ടുമ്പുറത്ത് വന്നും പോയുമിരുന്നു. ഓരോ വരവിനും നാട്ടുമ്പുറത്തെ ചെറുപ്പക്കാർക്ക് പുതിയ പാട്ടുകൾ പാടി കേൾപ്പിച്ചു. പുതിയ അറിവുകൾ സമ്മാനിച്ചു. കെ പി എ സിയെക്കുറിച്ചും തോപ്പിൽ ഭാസിയെക്കുറിച്ചും നാട്ടുകാർ കേട്ടു. *പ്രഭാതം* പത്രത്തിന്റെ കോപ്പികൾ കൊണ്ടുവന്ന് ചെറുപ്പക്കാർക്ക് കൊടുത്തു. അയാൾ വന്നുപോയാൽ ചെറുപ്പക്കാരുടെ ചുണ്ടുകളിൽ പുതിയ പാട്ടുകളായി. വർത്തമാനങ്ങളായി.

പൊന്നരിവാളമ്പിളിയില്
കണ്ണെറിയുന്നോളെ
ആ മരത്തിൻ പൂന്തണലിൽ
വാടി നില്ക്കുന്നോളേ.

ഇടവഴിയിൽ മൂളിപ്പാട്ടുകൾ കേട്ടുതുടങ്ങി.

ഒരിക്കൽ അയ്യപ്പൻ പട്ടണത്തിൽ നിന്നെത്തിയത് തനിച്ചായിരുന്നില്ല.

നാട്ടുമ്പുറത്തെത്തുമ്പോൾ കൂരാക്കൂരിരുട്ട്. മുറ്റത്ത് കാൽപെരുമാറ്റം കേട്ട് ദേവകി ഉണർന്നു. ആരോ വിളിക്കുന്നു. ചിമ്മിനി വിളക്ക് കൊളുത്തി. ആരാ. ശബ്ദമില്ല. ചെറ്റവാതിൽ തുറന്നപ്പോൾ പുറത്തെ കനത്ത ഇരുട്ടിൽ നിന്നും അയ്യപ്പൻ വെളിച്ചത്തേക്കു കയറിനിന്നു.

"ആരാ കൂടെ." പിറകിൽ നിഴലനങ്ങുന്നതുകണ്ട് ദേവകി ചോദിച്ചു.

അയ്യപ്പൻ മിണ്ടിയില്ല. മുറ്റത്ത് തന്നെ നിന്നിരുന്ന പെൺകുട്ടിയെ പിടിച്ച് ദേവകിയുടെ മുന്നിൽ നിർത്തി.

"അമ്മ എതിര് പറയരുത്. ഞങ്ങളിഷ്ടത്തിലാ."

വെളിച്ചം ഒന്നു പിടഞ്ഞു. ഭയം തിങ്ങുന്ന നീണ്ട കണ്ണുകളായിരുന്നു പെൺകുട്ടിക്ക്. ഭാരിച്ച മുടിക്കെട്ട്. നീണ്ടുമെലിഞ്ഞ കിളുന്നുമേനി.

ദേവകി മകനെ രൂക്ഷമായൊന്നു നോക്കി. ഒന്നും മിണ്ടിയില്ല. ഒരു നിമിഷം നിന്നു. പിന്നെ പെൺകുട്ടിയുടെ കൈപിടിച്ച് അകത്തുകയറ്റി ചെറ്റ വാതിലടച്ചു.

അന്നുമുതലുള്ള പൊറുതി ഏറെ നീണ്ടുനിന്നില്ല. നാടകക്കമ്പനി പൊളിഞ്ഞതോടെ അയ്യപ്പൻ നാടുവിട്ടു. എവിടെയെന്നറിഞ്ഞില്ല. ലളിത പഴയ നാടകക്കാരെ കണ്ട് അന്വേഷിച്ചു. ആർക്കുമറിയില്ല.

ഇപ്പോൾ പതിവില്ലാതെ തപാൽ ശിപായി വീട്ടുമുറ്റത്തെത്തിയപ്പോൾ എല്ലാവരും അത്ഭുതപ്പെട്ടു. അയ്യപ്പന്റെ കത്തും കാശും വന്നിരിക്കുന്നു. കൊളമ്പിൽ നിന്ന്. കത്ത് പൊട്ടിച്ചതോടെ ആ വീട്ടിൽ കൊളമ്പുമണം പരന്നു. അടുപ്പ് പുകഞ്ഞുതുടങ്ങി. വീട്ടുമുറ്റത്തു തന്നെ ബാലനും ചന്ദ്രനും റാട്ടിട്ടു. വെയിലത്തും പറമ്പിലും ചകിരി ചിക്കിയുണക്കി. റാട്ടുകൾ തിരിഞ്ഞു. കയർമുടികൾ കെട്ടുകളായടുക്കി ചുമട്ടുകാർ തലച്ചുമടായി കനോലിപ്പുഴയിൽ കുറ്റിലക്കടവിലും കാക്കത്തിരുത്തി ക്കടവിലും കാത്തുകിടന്നിരുന്ന കെട്ടുവള്ളങ്ങളിൽ കയറ്റി അയച്ചു.

കൊളമ്പുപണം വന്നുകൊണ്ടിരുന്ന വീടുകളിൽ ദേവകിയുടെ വീടും ചേർന്നു. ഭർത്താവു കൊളമ്പുകാരനായിത്തീർന്നതിൽ ലളിതക്കും അഭി മാനം തോന്നി. മാസാമാസം വീട്ടിലേക്ക് തപാൽ ശിപായി എത്തുന്നതു തന്നെയാണ് കാര്യം. അനുജന്മാർ ചേട്ടത്തിയോട് പറഞ്ഞു. ഇതൊന്നും പോര. ചകിരി മൂടൽ തുടങ്ങണം. തോടുകളിലെ വെള്ളക്കെട്ടുകളെടു ക്കണം.

ലളിതയ്ക്ക് അത്രതന്നെ ആത്മവിശ്വാസം തോന്നിയില്ല. വെള്ള ക്കെട്ടുകളെടുത്ത് ചകിരിമൂടാനും മറ്റും ഒരുപാട് പണം വേണം.

"അതൊക്കെ നടക്കും."

"എങ്ങനെ."

"ചേട്ടനെഴുതണം."

ലളിത അയ്യപ്പനെഴുതി. അനുജന്മാർ രണ്ടുപേർക്കും തൊഴിലാവും. അവർ നോക്കിനടത്തും നമ്മൾ രക്ഷപ്പെടും.

വൈകാതെ പണം വന്നു. നിരനിരയായി കടപ്പുറത്ത് കിടന്നിരുന്ന തോടുകൾ പാട്ടത്തിനെടുത്തു. ആയിരക്കണക്കിന് ചകിരി വാങ്ങി വെള്ള

ക്കെട്ടുകളിൽ മൂടി ചീഞ്ഞഴുകാനിട്ടു. വേനൽക്കാലങ്ങളിൽ ചകിരിക്കുഴി തുറന്നു. പെണ്ണുങ്ങളെ വെച്ച് ചകിരി തല്ലിച്ചു. വെയിലിലിട്ടുണക്കി ഉണ്ട കളാക്കി. മേഘക്കെട്ടുകളായി അവ മണലിൽ ചിതറിക്കിടന്നു. ക്രമേണ റാട്ടുകളുടെ എണ്ണംകൂട്ടി. ഇടതടവില്ലാതെ റാട്ടുകൾ തിരിയാൻ തുടങ്ങി. കെട്ടുകണക്കിന് കയർ കെട്ടുവള്ളങ്ങളിൽ കയറ്റിപ്പോയി.

അയ്യപ്പൻ കൊളമ്പിൽനിന്ന് അവുധിക്കെത്തിയപ്പോൾ വിശ്വസിക്കാനായില്ല. വീടും പരിസരവും ആകെ മാറിപ്പോയിരുന്നു.

റാട്ടുകളുടെ നിര. പണിയെടുക്കുന്ന പെണ്ണുങ്ങളുടെ ഒച്ചയും അനക്കവും. കുന്നുകുന്നായിക്കിടക്കുന്ന കയർമുടികൾ. മെലിഞ്ഞു വിളർത്തിരുന്ന ദേവകി തടിച്ചുകൊഴുത്തു. ഒരു പ്രൗഢിയൊക്കെ വന്നിരിക്കുന്നു. മുറ്റമടി കഴിഞ്ഞ് വളഞ്ഞുകുത്തി വന്നിരുന്ന പെണ്ണല്ല. ലളിതയ്ക്കും മാറ്റം വന്നിരുന്നു, കുറെക്കൂടി മിനുങ്ങിക്കൊഴുത്തു. കവിൾ തുടുത്തു ചുവന്നു. കണ്ണുകൾക്ക് കൂടുതൽ പ്രകാശം. മേക്കപ്പിട്ട് അരങ്ങിലേക്ക് കയറിയിരുന്ന കാലത്ത് ഇത്രയും മിനുക്കമില്ലായിരുന്നു എന്ന് അയ്യപ്പൻ ഓർത്തു.

"എത്ര കാലായി." വിളക്കിന്റെ തിരിതാഴ്ത്തി ലളിത പരിഭവിച്ചു.

"ഉം. ഒരുപാട്." അയ്യപ്പൻ അവളെ ചേർത്തുകിടത്തി.

"മറന്നിരുന്നോ."

"ഇല്ല."

"പിന്നെന്തേ ഇത്ര വൈകിയത്."

അയാൾ ഒന്നും പറഞ്ഞില്ല. പ്രണയത്തിന്റെ നീലക്കടലൊന്നായി കണ്ണുകളിൽ നിറച്ച അവളെ ചേർത്തടുക്കിപ്പിടിച്ച് അറിയാത്ത ആഴങ്ങളിലേക്ക് നീന്തി.

നാളുകൾ പോയപ്പോൾ അയാൾക്ക് ഉത്സാഹം നശിച്ചു. അവൾ തന്നിൽനിന്നും അകന്നുപോകുന്നതായി അനുഭവപ്പെട്ടു. തുടക്കത്തിലെ ആവേശമെല്ലാം ചോർന്നുപോയിരുന്നു. അവൾ പലപ്പോഴും മൗനത്തിന്റെ കൂട്ടിലൊളിച്ചിരുന്നു. വാക്കുകൾക്ക് പിശുക്ക് കാട്ടി. എല്ലാം ഒരനുഷ്ഠാനമായി മാറി.

അയ്യപ്പൻ പലപ്പോഴും വീട്ടിലിരിക്കാതായി. നാട്ടുമ്പുറം കണ്ടുനടന്നു. പഴയ ബന്ധങ്ങളൊക്കെ പുതുക്കിയെടുത്തു. കൂട്ടുകാരൻ അപ്പുവിനെ അന്വേഷിച്ചു ചെന്നു. ഒരുമിച്ച് പഠിച്ചവരാണ്. അയ്യപ്പൻ പഠിപ്പുനിർത്തിയപ്പോഴും അപ്പു പഠിപ്പു തുടർന്നു. പട്ടണത്തിലെവിടെയോ ജോലി സമ്പാദിച്ചു.

"നീ വന്നോ. നന്നായി. നിന്റെ കാര്യംപ്പോ പറഞ്ഞതേയുള്ളൂ."

അപ്പു ഭാര്യ ശാന്തയെ നോക്കിപ്പറഞ്ഞ് അയ്യപ്പനെ സ്വീകരിച്ചിരുത്തി. അപ്പുവിന്റെ ഭാര്യ ഒന്നുചിരിച്ച് വീടിനുള്ളിലേക്ക് കയറിപ്പോയി.

ഇറയത്ത് നിർത്തിയിട്ട തഴപ്പായയിൽ ഇരുവരുമിരുന്നു. കൊളമ്പു വിശേഷങ്ങൾ ചോദിച്ചറിയുന്നതിനിടയിൽ അപ്പു പറഞ്ഞു.

"വന്നെന്നറിഞ്ഞു. നിന്നെ ഒന്നു നേരിട്ട് കാണണംന്ന് വിചാരിക്ക്യാ

യിരുന്നു.”

“അതിനെന്താ. ഞാനിപ്പോ വന്നല്ലോ.”

“അങ്ങനെയല്ല.”

“പിന്നെ.”

“കാര്യംണ്ട്.”

“എന്താ?”

അപ്പു തെല്ലുനേരം മിണ്ടാതിരുന്നു. അയാൾക്കെന്തോ പറയാനുണ്ടെന്ന് അയ്യപ്പന് മനസ്സിലായി.

“എന്താ അപ്പൂ.” അയ്യപ്പന്റെ ആകാംക്ഷ പെരുകി.

അപ്പോഴും അപ്പു അവിശ്വാസത്തോടെ അയ്യപ്പനെ നോക്കിയതേയുള്ളൂ.

“എന്തുണ്ടെങ്കിലും നിനക്കെന്നോട് പറയാം.”

അയ്യപ്പൻ അപ്പുവിന് ധൈര്യം പകർന്നു.

അപ്പു അയ്യപ്പന്റെ കൈപിടിച്ചു. അവരിരുവരും മുറ്റത്തേക്കിറങ്ങി. ഇലഞ്ഞിമരത്തിന്റെ തണലിലേക്ക് ചെന്നു.

“നിനക്കൊന്നും തോന്നരുത്.”

“എന്താണെങ്കിലും പറയൂ.”

“ഞാനിത്തിരി സ്വാതന്ത്ര്യം എടുക്കാ. മറ്റാരും നിന്നോടത് കാട്ടീന്ന് വരില്ല.”

അയ്യപ്പൻ അപ്പുവിന്റെ മുഖത്തുനിന്ന് കണ്ണെടുത്തില്ല.

“നിന്റനുജൻ ബാലന്റെ കാര്യാ.”

“എന്താ?”

“ബാലനിവ്ടെ വന്നിരുന്നു.”

“കാര്യം?”

“അവന് പെണ്ണുകെട്ടണം.”

“ഇത്രേയുള്ളൂ” അയ്യപ്പൻ നിസ്സംഗത പുറത്തുകാട്ടി.

“അതല്ല.”

“പിന്നെ?”

“അവനൊരാളെ ഇഷ്ടാ.”

“അതും ആലോചിക്കാം.”

“അതെളുപ്പമല്ല.”

“അതിലെന്ത് ബുദ്ധിമുട്ട്.”

“അതങ്ങനെയാ.”

“പറയൂ.”

“നിനക്കതിന് കഴിയില്ല.”

“ഞാനല്ലല്ലോ. അവനല്ലേ പെണ്ണുകെട്ടുന്നത്.”

“അതാണ് വിഷമം.”

“തെളിച്ച് പറയൂ. ആരാ പെൺകുട്ടി.”

അപ്പു പറയാൻ മടിച്ചു.

"ആരാ പെൺകുട്ടി." അയ്യപ്പന് ക്ഷമ നശിച്ചിരുന്നു.

"നിന്റെ പെണ്ണ്. നിന്റെ സ്വന്തം പെണ്ണ്."

തിരിച്ചുനടക്കുമ്പോൾ അയ്യപ്പന് വഴി കണ്ടിരുന്നില്ല. ചുറ്റും തീവെയിലിൽ കനത്തുപെരുകുന്ന ചകിരിക്കൂനകൾ. അവ വഴിവിട്ട് പരക്കാൻ തുടങ്ങി. പാടക്കരയിലേക്കൊഴുകിയിറങ്ങുമ്പോൾ അതിന് കറുപ്പുനിറം കൈവന്നിരുന്നു. ആമ്പാടം മുഴുവൻ അത് നിറഞ്ഞുകിടന്നു. വഴിപിരിയുന്നിടം അയാൾ നിന്നു. വീട്ടിലേക്കുള്ള വഴി തിരിഞ്ഞു കിട്ടിയിരുന്നില്ല.

ചെന്നു കയറുമ്പോൾ വീട് അനക്കമില്ലാതെ നിന്നിരുന്നു. ശൂന്യമായ മുറ്റം. റാട്ടുകളൊന്നും തിരിയുന്നില്ല. ആളും അനക്കവുമില്ല. ചാരിക്കിടന്ന വാതിൽ തള്ളിത്തുറന്നു. അകത്ത് ആരെയും കണ്ടില്ല. ഒക്കെ എവിടെപ്പോയി എന്ന് സംശയിച്ചു നില്ക്കുമ്പോൾ പടി ഞ്ഞാറെ ചായ്പ്പുമുറിയിൽ നിന്നും ലളിത അഴിഞ്ഞ മുടി മേലോട്ടു കെട്ടിവെച്ചുകൊണ്ട് ഇറങ്ങിവന്നു. പിറകെ അനുജനും.

റാട്ടുയന്ത്രങ്ങൾ ദിവസ ങ്ങളോളം അനക്കമില്ലാതെ ചത്തുകിടന്നു. ചകിരിക്കൂനകൾ പുതക്കെട്ടുകളായി വെയിലേറ്റുണങ്ങി. അതങ്ങനെ മലച്ചുകിടന്നു. വീട് മരവിച്ചുനിന്നു. ആരും ഒന്നും മിണ്ടിയിരുന്നില്ല. ദേവകി മാത്രം ഇടക്കൊക്കെ ഒച്ചവെച്ചു. അരുതായ്മയിലേക്ക് വഴുതിവീണ മകനെ ശാസിച്ചു. മരുമകളെ വിളിച്ചിരുത്തി കണ്ണുനിറച്ചു. അതുകൊണ്ടൊന്നും പക്ഷേ, ഫലമുണ്ടായില്ല. ആർക്കും ഒന്നും ചെയ്യാനാവാത്തവിധം അവർ അവരുടെ മോഹങ്ങൾക്ക് കടിഞ്ഞാണിടാതെ പാഞ്ഞു.

അയ്യപ്പൻ തന്റെ പെട്ടിയൊരുക്കിവെച്ചു. യാത്രക്കൊരുങ്ങി. ഒക്കെ തിടുക്കത്തിലായിരുന്നു. തീരുമാനങ്ങളെടുത്താൽ പിന്നെ വൈകരുതെന്ന് അയാൾക്ക് നിർബ്ബന്ധമുണ്ട്. തീരാത്ത മനോവേദനയോടെയാണ് അയാൾ അക്കാര്യം തീരുമാനിച്ചത്. അമ്മയെ വിളിച്ചിരുത്തി. ദേവകി ഒന്നും മിണ്ടിയില്ല. ഒരു ഞെട്ടൽ അമ്മയിൽനിന്നും പ്രതീക്ഷിച്ചെങ്കിലും അതുണ്ടായില്ല. അനിയനോ ഭാര്യയോ പ്രതികരിക്കാതെ നിന്നു. അവർ അയാളുടെ മുന്നിൽ വരാതിരിക്കാൻ ശ്രമിച്ചു.

ലഘു ചടങ്ങുകളോടെ അതു നടന്നു. നാട്ടുമ്പുറത്തെ ആദ്യത്തേതായിരിക്കുമത്. സ്വന്തം ഭാര്യയെ ഭർത്താവ് തന്നെ അനുജന് കൈപിടിച്ചു കൊടുക്കുക. ദാനമായി നല്കുക.

അയ്യപ്പൻ പിന്നെ നിന്നില്ല. ആരുടേയും മുഖം കാണാൻ കാത്തുനിന്നില്ല. ഒരുക്കിവെച്ച പെട്ടിയെടുത്തിറങ്ങി. കുന്നുകയറി ആമ്പാടം താണ്ടി വെട്ടുവഴിയിലേക്കിറങ്ങി.

മണപ്പുറം ചുവന്നു

രാവുറങ്ങിയുണരും മുൻപ് ഏതാനും പേരോടൊപ്പം ടി കെ ചായക്കടയ്ക്കു പിന്നിലെ ചെറ്റവാതിൽ തള്ളിത്തുറന്നു. സമോവറിൽ ചൂടരിച്ചു പൊങ്ങിത്തുടങ്ങിയിരുന്നു. രാമന്നായർ ചെറുതായൊന്നു പരിഭ്രമിച്ചു.

"എന്താ സഖാവേ വല്ല അനർത്ഥംണ്ടായോ?" പതിഞ്ഞ സ്വരത്തിലാണ് അന്വേഷിച്ചത്.

"ഒന്നുല്യ. അഞ്ചാറ് കട്ടനെടുക്ക്." ടി കെ തിടുക്കംകൂട്ടി. സമോവറിൽ നാണയത്തുട്ട് കിലുങ്ങാൻ തുടങ്ങിയിരുന്നു. രാമന്നായർ ധൃതിയിൽ കട്ടൻ ചായയെടുത്ത് പിൻവാതിലിൽ കാത്തുനിന്നവർക്കുകൊടുത്തു. പുട്ടിനുള്ള കടലക്കറി വേവുന്ന വിറകടുപ്പിന്റെ ചോപ്പിൽ മുഖങ്ങൾ ചെറുതായി തെളിഞ്ഞു. അതിൽ ഉയരംകൂടിയ ആളുടെ കവിളിലേക്ക് പടർന്നുകയറുന്ന കനത്ത മീശയും തേജസ്സാർന്ന കണ്ണുകളും മാത്രമേ രാമന്നായരുടെ മനസ്സിൽ പതിഞ്ഞുള്ളൂ. അയാൾ പക്ഷേ, ക്ഷണത്തിൽ ചായ വാങ്ങിക്കുടിച്ച് നടന്നു. മറ്റുള്ളവർ അയാളെ അനുഗമിച്ചു.

സംഘം അറവുശാലക്കവലയിലേക്കെത്തുമ്പോൾ വെളിച്ചം പതുങ്ങിയെത്താൻ തുടങ്ങിയിരുന്നു.

"ഇനി വൈകണ്ട."

ടി കെ ധൃതിവെച്ചു. അവർ ആഞ്ഞുവലിച്ച് നടന്നു. കുറ്റിലക്കടവിലേക്ക്. സംഘം കനോലിപ്പുഴത്തീരത്ത് ഒരു ചെറുകടവിൽ അല്പനേരം നിന്നു. പുഴയിലേക്ക് ചാഞ്ഞുകിടക്കുന്ന പുല്ലാനിപ്പടർപ്പുകൾക്കുള്ളിൽ ഒളിഞ്ഞിരിക്കുന്ന അദൃശ്യജീവികൾ ചെറുശബ്ദങ്ങളുണ്ടാക്കി. കൊതുമ്പ് തോണി കരക്കടുത്തു.

തോണി വലിച്ചുകെട്ടി ഒരാൾ കയറിവന്ന് ബീഡിക്ക് തീകൊളുത്തി. അത് കുത്തിക്കെടുത്തി നിലത്തിട്ട് ഞെരിച്ചു.

"ലാൽസലാം."

"ലാൽസലാം."

പതിഞ്ഞ ശബ്ദം ഇരുട്ടിനെ പതുക്കെ വേർപെടുത്തുകയായിരുന്നു.

"നമ്പ്യാരുടെ പടയുണ്ടാവും. സൂക്ഷിക്കണം."

"അറിയാം. സാരല്യ."

"അതിക്രൂരനാ."

"ആവട്ടെ."

കടവ് തയ്യാറായി. അമ്പത്തിരണ്ട് പേരുണ്ട്. "എന്തുവന്നാലും സർദാറിനെ വിട്ടുകൊടുക്കരുത്."

"ഉറപ്പിച്ചോ. അതുണ്ടാവില്ല."

"ലാൽസലാം."

"ലാൽസലാം സഖാവേ."

അയാൾ കൊതുമ്പു തോണിയഴിച്ച് നടുപ്പുഴയിലേക്ക് തുഴഞ്ഞു.

സംഘം കുറ്റിലക്കടവിലേക്ക് നീങ്ങി. പുഴയോരത്തെ പീടിക മുറികളുടെ അറത്തണ്ടുകൾ വലിച്ചൂരി നിരപ്പലക അടുക്കുമ്പോഴേക്കും കടവ് ചുവന്നിരുന്നു. കനോലിപ്പുഴക്കും അക്കരെ ആളുകൾ പടിഞ്ഞാറെ ക്കരയിലെ ചുവപ്പ് കണ്ട് പരിഭ്രമിച്ചു. പെരിഞ്ഞനത്തേക്കുള്ള ചെങ്കൽ പാതയ്ക്കിരുവശത്തും വീട്ടുമുറ്റങ്ങളിൽ നിന്ന് പെണ്ണുങ്ങളും കുട്ടികളും വേലിക്കലേക്ക് വന്ന് വഴിയിലൂടെ നീങ്ങുന്ന ചുവപ്പും നോക്കിനിന്നു. മെഗാഫോണിലൂടെ ഉയർന്നുകേട്ടുകൊണ്ടിരുന്ന ശബ്ദങ്ങളെ കുട്ടികൾ ചേർത്തുവിളിച്ച് അനുകരിച്ചു.

വെട്ടുവഴിയിലേക്ക് കയറിയപ്പോഴേക്കും കവലയിൽ ഒരു പുരുഷാരം തന്നെ അവരെ കാണാനെത്തിയിരുന്നു. റിപ്പബ്ലിക്കിന്റെ ആഘോഷങ്ങൾ ക്കായി സ്കൂൾ അങ്കണം ഒരുക്കങ്ങളിലായിരുന്നു.

സർദാറിന്റെ തലയെടുപ്പ് മുന്നിൽ കണ്ട് കാഴ്ചക്കാർ പലരും കൈയുയർത്തുന്നുണ്ട്. അത് കണ്ട് അങ്ങനെ ചെയ്ത കുട്ടികളുടെ കൈകൾ മുതിർന്ന ചിലരുടെ രൂക്ഷനോട്ടത്തിൽ പാതി താഴ്ന്നുപോയി രുന്നു. അമ്മമാർ പലരും ഇതൊന്നുമറിയാതെ ജാഥയുടെ മുൻനിരയിൽ ചെങ്കൊടിക്കു കീഴിൽ പി യു ജിയുടെയും ടി കെ യുടെയും അകമ്പടി യോടെ നടന്നുനീങ്ങുന്ന സർദാറിനെത്തന്നെ നോക്കിനിന്നു. എന്തൊരു ഗാംഭീര്യം. കവിളിൽ പടർന്നെത്തി ചിതറി വീഴുന്ന മീശ. ചെറുചിരി വിരിയുന്ന ചുണ്ടുകൾ. ചോപ്പുനിരയുടെ ശബ്ദങ്ങൾ മതിലകം അഞ്ച ങ്ങാടിയിലേക്ക് നീങ്ങിയപ്പോൾ വീട്ടിൽ തിരിച്ചെത്തിയ കുട്ടികൾ കരി ക്കട്ടകൊണ്ട് വലിയ മീശ വരച്ച് സർദാറായി അതുവരെയില്ലാത്ത വീര്യ ത്തിൽ പൂഴിമണ്ണിൽ കളിക്കാനിറങ്ങി.

ജാഥ പോയി മറഞ്ഞിട്ടും വെട്ടുവഴിയോരത്തെ വീടുകളിൽ പല തിന്റെയും മുറ്റത്ത് ആളുകൾ ഒത്തുകൂടി അടക്കം പറഞ്ഞു. എല്ലാവരുടെ കണ്ണുകളിലും ഭീതിയുടെ ഇരുൾ കനംവെച്ചുവന്നു. അമ്മമാർ ഒക്ക ത്തിരുന്ന കുഞ്ഞുങ്ങളെപ്പോലും മറന്ന് ഒളിഞ്ഞും മറഞ്ഞും വേലിക്കലും കൈതക്കൂടുകളിലും അരളിക്കാവുകളിലും കൂടിനിന്ന് പതിഞ്ഞ

ശബ്ദങ്ങൾ കൈമാറി. നേർത്ത ശബ്ദങ്ങളിൽ തൂങ്ങിയാടുന്ന ഭീതിയിൽ അന്തരീക്ഷം മുങ്ങിനിന്നു.

മതിലകം അഞ്ചങ്ങാടിയിലേക്കടുത്ത സർദാറും കൂട്ടരും വെട്ടുവഴിയോരത്ത് അങ്ങിങ്ങ് നിലയുറപ്പിച്ചിരുന്ന തോക്കുധാരികളുടെ കവചത്തിനുള്ളിലൂടെയാണ് നീങ്ങാൻ തുടങ്ങിയത്. തോക്കുധാരികൾ അനക്കമില്ലാതെ നിലയുറപ്പിച്ചിരുന്നെങ്കിലും അവരുടെ കൃഷ്ണമണികൾ ചുറ്റും പ്രദക്ഷിണം വെച്ചിരുന്നു. അവരുടെ മുഖങ്ങൾക്ക് മഞ്ഞനിറമായിരുന്നു. അവർ പൂഴിമണ്ണിൽ അവരറിയാതെ കാൽമുട്ടുവരെ താഴ്ന്നുപോയിരുന്നതായി തോന്നി. പാതി കുഴിച്ചിട്ടപോലെ കാക്കി ട്രൗസറിന്റെ എതിരറ്റങ്ങളിൽ പോലും കൂർമ്മയുള്ള നഖങ്ങളുണ്ടായിരുന്നു. ബൂട്ടുകളുടെ അടക്കമില്ലായ്മയിൽ ക്ഷോഭിച്ച് വെട്ടുവഴിയിലെ കരിങ്കൽത്തുണ്ടുകൾ മാറിക്കിടന്നു. വെയിൽത്തുണ്ടുകൾ കനംവെച്ചുവന്ന് ചിക്കിപ്പരത്തിക്കിടന്നു. വളരെപ്പെട്ടെന്നാണ് കാക്കിധാരികൾ ഇടമുറിയാത വെട്ടുവഴിയിലേക്ക് ഓടിക്കയറി ജാഥയുടെ മുന്നിൽ ചാടിവീണ് കോട്ട കെട്ടിത്തടുത്തത്.

"മുന്നോട്ടുപോകരുത്. പിരിഞ്ഞുപോണം."

ആജ്ഞയായിരുന്നു. ഇൻസ്പെക്ടർ നമ്പ്യാർ മുന്നാട്ടുകയറിവന്ന് ആക്രോശിച്ചു. അയാളുടെ കണ്ണുകളിൽ അധികാരത്തിന്റെ കനൽക്കട്ടകൾ നിന്നെരിഞ്ഞു. വർദ്ധിച്ചുവന്ന വീര്യം മുറ്റി ചുണ്ടുകൾ വിറയ്ക്കുന്നുണ്ടായിരുന്നു. സംഘനിരയിലെ വിരിഞ്ഞ നെഞ്ചുകൾ തീർത്ത പ്രതിരോധത്തിൽ മണ്ണിലുറച്ചുപോയിരുന്ന ബൂട്ടുകൾക്ക് ക്ഷണത്തിൽ ജീവൻ വെച്ചു. ബൂട്ടുകൾക്കിടയിലെ ലോഹച്ചീളുകൾ കരിങ്കൽക്കഷണങ്ങളിൽ തട്ടി തീപാറിച്ചു.

"ചാർജ്."

ഇൻസ്പെക്ടർ നമ്പ്യാർ തൊണ്ടപൊട്ടിച്ചുകൊണ്ട് ഉച്ചത്തിലാർപ്പിട്ടു.

"ചാർജ്."

ലാത്തികൾക്ക് ജീവൻ വെച്ചു. അവ അന്തരീക്ഷത്തിൽ സീൽക്കാരങ്ങളുതിർത്തുകൊണ്ട് പാഞ്ഞുകയറി. അടിച്ചും ഇടിച്ചും കുത്തിക്കയറിയും കലി തീർത്തു.

ബൂട്ടിലെ ലാടങ്ങളുടെ ഞെരിക്കലും വിഷം ചീറ്റുന്ന ലാത്തിയുടെ ഭേദ്യങ്ങളുംകൊണ്ട് അമ്പത്തിരണ്ടിന്റെ പടയണി അവിടവിടെ പിഞ്ഞിച്ചിതറി. അടിയും ചവിട്ടും കുത്തും നേരിട്ട് ടി കെയും പി യു ജിയും മറ്റു സഖാക്കളും പിടിച്ചുനിന്നെങ്കിലും അവർ തീർത്ത കവചം തകർന്നതോടെ സർദാർ ഒടുവിൽ അടിതെറ്റി വീണു. പോരാട്ടത്തിന്റ ദിശ മാറിയെന്ന ബോധം സർദാറിന്റെ സിരകളിൽ പുതിയ ഊർജ്ജം നിറച്ചു.

വീണിടത്തുനിന്ന് പിടഞ്ഞെഴുന്നേറ്റിരുന്ന സർദാറിനെ അടിച്ചു നിലത്തിടാനാവാതെ പൊലീസുകാർ കുഴങ്ങി. അടുത്ത പീടികത്തിണ്ണയിലേക്കു കയറി അതിലൊരാൾ മരപ്പലകയുടെ അറത്തണ്ടു വലിച്ചൂരി വന്ന് വീണ്ടും വീണിടത്തു നിന്നെഴുന്നേല്ക്കാനായുന്ന സർദാറിനെ ലക്ഷ്യമാക്കി നീങ്ങി. അടിക്കാൻ തുടങ്ങി. അടുത്ത അടി താങ്ങിയ അയാ

ളുടെ കൈത്തണ്ടകൊണ്ട് പിന്നെയുമെത്തിയ കാക്കികൾക്ക് ചോര മണത്തു. നിലതെറ്റിയ സർദാർ നിലത്തുകിടന്ന് ഉരുളാൻ തുടങ്ങിയപ്പോൾ കാക്കികൾ അറത്തണ്ടുകൊണ്ട് അയാളുടെ കാൽവണ്ണകൾ അടിച്ചുചതച്ചു. ബോധത്തിന്റെ തിരിവെട്ടമണഞ്ഞപ്പോൾ അവർ അയാളെ പൊത്തിപ്പിടിച്ച് കെട്ടിയെടുത്ത് കൊണ്ടുപോയി. വലപ്പാട് സ്റ്റേഷനിലായിരുന്നു പിന്നിടുള്ള ഭേദ്യം മുഴുവൻ.

സർദാറിന് ബോധം തെളിയുമ്പോൾ തൊട്ടടുത്ത് ജീവച്ഛവങ്ങളായി രണ്ടുപേർ ഇടത്തും വലത്തും കിടന്നിരുന്നു. ഇൻസ്പെക്ടർ നമ്പ്യാർക്ക് പക്ഷേ, അവരെ വേണ്ടായിരുന്നു. അയാളുടെ ചോരക്കൊതി തീർക്കാൻ സർദാർതന്നെ വേണമായിരുന്നു. ചോരയുടെ മണം പിടിച്ച ചെന്നായ ഇരയുടെ മേൽ ചാടിവീഴുകയായിരുന്നു.

സർദാറിന്റെ തേജസ്സുറ്റ കണ്ണുകളും സഹനവും കണ്ട് കാക്കികൾ നേരിടാൻ മടിച്ചിരുന്നു. നമ്പ്യാരെത്തിയപ്പോൾ പക്ഷേ, കഥ മാറി. അവരൊക്കെ ചുടുമാംസം കണ്ട് ചീറിയടുക്കുന്ന ഈറ്റപ്പുലികളായി മാറി.

ഇൻസ്പെക്ടർ നമ്പ്യാർ ഭേദ്യം തുടങ്ങി. എല്ലാ മുറകളും പുറത്തെടുത്തു. ബയണറ്റുകൊണ്ട് ദേഹമാസകലം കുത്തി മുറിവേല്പിച്ചു. ഓരോ മുറിവും ചുടുചോരയൊഴുക്കി. കവിൾത്തടം പടർന്നുകയറിക്കിടന്നിരുന്ന മീശയുടെ ഓരോ രോമങ്ങളും എണ്ണിയെണ്ണി പിഴുതെടുക്കുമ്പോൾ അവർ ചുറ്റുംനിന്ന് ആർത്തുചിരിച്ചു. വേദനകൊണ്ട് പിടയുന്ന ഒരു മനുഷ്യജീവിയെ നോക്കി എത്രനേരം അവരങ്ങനെ ആനന്ദിച്ചെന്നറിയില്ല. ഒടുവിൽ ബോധാബോധങ്ങളുടെ കണ്ണികൾ സാവധാനം വേർപെടുമ്പോൾ ശരീരത്തിലെ ഓരോ മുറിവുകൾക്കും ചോരയൊഴുക്കാൻ ഒരു രാവുമുഴുവൻ ബാക്കിവെച്ച് ഇരുമ്പുവാതിലടച്ച് ആമത്താഴിട്ട് പൂട്ടി രണ്ടു കാവല്ക്കാരെ പുറത്ത് മേയാൻ വിട്ട് കാക്കികൾ അപ്രത്യക്ഷരായി.

രാവേറെച്ചെന്നപ്പോൾ എല്ലാ ഞരക്കങ്ങളും നിലച്ചപ്പോൾ സ്റ്റേഷനു മുന്നിൽ ശവവണ്ടി വന്നുനിന്നു.

വാർന്നുപോയ ചോരയിൽ മുങ്ങിക്കിടന്ന ജഡം പുറത്തെടുത്തു. തിടുക്കത്തിൽ ഇരുമ്പുവാതിലുകൾ തുറക്കുകയും അടയുകയും ചെയ്തു. വണ്ടി ക്ഷണത്തിൽ വട്ടപ്പാറവരെ പോയി തിരിച്ചെത്തി.

പിറ്റേന്ന് കടൽക്കാക്കകളെത്തുമ്പോൾ കണ്ടത് വട്ടപ്പാറ കടപ്പുറത്ത് പുലർച്ചയുടെ ഇളംതീയിൽ ഒരു ചോപ്പുകൊടി പാറിപ്പറക്കുന്നതാണ്.

****

ഒപ്പമുണ്ടായിരുന്ന ചെറുപ്പക്കാരിൽ പലരും നാടുവിട്ട് പോയിരുന്നു. അവരൊക്കെ മദിരാശിക്കും ബോംബെക്കും കല്ക്കത്തക്കും വണ്ടികയറി. ടി കെ തിരിച്ചെത്തിയപ്പോൾ എന്തെന്നില്ലാത്ത ശൂന്യത അനുഭവപ്പെട്ടു.

കാളിക്കുട്ടി ഏറെക്കാലം മൗനത്തിൽത്തന്നെ കഴിഞ്ഞുകൂടി. കുഞ്ഞേലായിയോടൊപ്പം വളർന്നവനാണ് ടി കെ. തനിക്ക് ഏറെ പ്രിയപ്പെട്ടവൻ. അവൻ പിടിക്കപ്പെട്ടതും കണ്ണൂര് ജയിലിലായതും ആ അമ്മയെ വല്ലാതെ തളർത്തിക്കളഞ്ഞു. ഒട്ടേറെ രാത്രികളിൽ കൂട്ടിക്കൊ

ണ്ടുവന്ന് അവൻ ഒളിവിൽ പാർപ്പിച്ച സർദാർ നഷ്ടമായത് ചിന്തിക്കാനേ വയ്യ. ആരാരുമറിയാതെ കാത്തുസൂക്ഷിച്ചിരുന്നതാണ്. രക്ഷിക്കാനായില്ല.

കല്യാണിക്കുട്ടിക്കും സഹിക്കാവുന്നതായിരുന്നില്ല ഇതൊന്നും. പൊന്നാങ്ങള റിപ്പബ്ലിക് ദിനത്തിന്റെ തലേന്ന് ഇരുൾപരന്ന നിശ്ശബ്ദതയിൽ പടിയിറങ്ങിപ്പോകുമ്പോൾ അവളും കൂടെ ചെല്ലുമെന്ന് പറഞ്ഞതാണ്. സമ്മതിച്ചില്ല.

"വരണ്ട. എല്ലാരും ഒന്നിച്ച് പോണ്ട."

കല്യാണിക്കുട്ടിക്ക് അതിന്റെ പൊരുൾ മനസ്സിലായിരുന്നില്ല. അവൾ ഒരുക്കമായിരുന്നു. ആശങ്കയുണ്ടായിരുന്നു. തന്റെ ചൂലിന്റെ അടിയേറ്റവൻ ആങ്ങളയോട് പക തീർക്കുമെന്ന് അവൾ നിശ്ചയമായും വിചാരിച്ചിരുന്നു. സർദാറിനോടൊപ്പം ജാഥയിൽ പോകണമെന്നുള്ളതും അവളുടെ എന്തെന്നില്ലാത്ത മോഹമായിരുന്നു. നടന്നില്ല. ആശങ്കകളൊക്കെ അതേപോലെ സംഭവിച്ചു. സർദാറിനെ അവരില്ലാതാക്കി. എത്രയോ രാത്രി അവൾ പാറാവുനിന്നതാണ്. ടി കെ തിരിച്ചെത്തിയപ്പോൾ അവൾ സങ്കടപ്പെട്ടു. ഒരാൾ മാത്രം നഷ്ടമായി എന്നുപറഞ്ഞ് അവൾ തേങ്ങി ടി കെ അപ്പോൾ മാത്രമാണ് തന്റെ പെങ്ങളെ ശ്രദ്ധിക്കുന്നത്. അവളുടെ കവിൾത്തടം നനഞ്ഞൊഴുകി. ആദ്യമായിക്കാണുംപോലെ അയാൾ അവളെത്തന്നെ നോക്കിനിന്നു. കല്യാണിക്കുട്ടി കണ്ണുതുടച്ചുകൊണ്ട് അകത്തേക്ക് പോയി.

കണാരൻ എത്രയോ നേരത്തെ നാടുവിട്ടതാണ്. ഒന്നും പറയാതെ ഇറങ്ങിനടന്നു. ആണുങ്ങൾക്ക് തോന്നുംപോലെ ഇറങ്ങി നടക്കാം. ആരും ചോദ്യം ചെയ്യാനില്ല. പെണ്ണുങ്ങൾക്ക് അതിനു കഴിയുമെങ്കിൽ അവളും ഇറങ്ങി നടന്നേനെ. അതെങ്ങനെ, ഇരുകൈയിലും പിടിച്ചുവലിക്കാൻ കുഞ്ഞുങ്ങളുണ്ടല്ലൊ.

ടി കെ യോടൊപ്പം രാത്രി കാലങ്ങളിൽ സർദാറെത്തിയാൽ പിന്നെ കല്യാണിക്കുട്ടിക്ക് ഉറക്കമില്ല. ചായ്പുമുറി ഒരുക്കിവെച്ചിരിക്കും. ഭക്ഷണവും വെള്ളവും കോളാമ്പിയും കരുതിവെക്കും. മറ്റെല്ലാവരും ഉറക്കത്തിലേക്ക് വീണെന്ന് ഉറപ്പുവരുത്തിയാൽ മുന്നിറയത്ത് തഴപ്പായ വിരിച്ച് ഇരുട്ടിലിരിക്കും. കമ്പിളിപ്പുതപ്പുകൊണ്ട് ശരീരം മൂടും. കണ്ണുകൾ പടിപ്പുരയിലേക്ക് നീട്ടിവെക്കും. ഒരു നേർത്ത ചലനം പോലും പിടിച്ചെടുക്കും. വെളുക്കുംമുൻപ് ചായ്പുമുറി തുറന്നുകൊടുക്കും. പുറം വേലിക്കപ്പുറത്തേക്ക് അവർ മറയും. അപ്പഴേ കല്യാണിക്കുട്ടിക്ക് ജീവൻ വീഴൂ. അങ്ങനെ കാത്തുസൂക്ഷിച്ചതാണ്. നഷ്ടപ്പെട്ടു. ഒരാളും മറ്റൊരാൾക്ക് പകരമാവില്ലെന്ന് അവൾ വേദനയോടെ ഓർത്തു.

ടി കെ ജയിലിൽനിന്നും തിരിച്ചെത്തിയപ്പോൾ കല്യാണിക്കുട്ടി പറഞ്ഞു.

"കമല വന്ന് വിളിക്ക്ന്ണ്ട്. അവൾക്കും കുട്ട്യോൾക്കും കൂട്ടിനാരുംല്യ."

"അവൾടെ കെട്ട്യോനോ." ടി കെ ചോദിച്ചു.

"അവൻ കൊളമ്പിന് പോയി. ഒരു വിവരോംല്യ. അവൾക്കും എന്റെ ഗതിതന്നെ വന്നു."

കല്യാണിക്കുട്ടി തന്റെ അനുഭവം അയവിറക്കി. ഭർത്താക്കന്മാർ ഇറങ്ങി നടന്നാൽ എന്തുചെയ്യും. കുട്ടികളെ പോറ്റിവളർത്തുന്ന ഉത്തര വാദിത്വം പെണ്ണുങ്ങൾക്കാണല്ലൊ.

"സ്ഥിരായിട്ട് വേണ്ട" ടി കെ പറഞ്ഞു. "വല്ലപ്പോഴും ഒന്ന് പോയി വന്നാ മതി."

"അതുമതി." നാരായണി പിന്താങ്ങി.

കല്യാണിക്കുട്ടി സ്വന്തം മകളുടെ അടുത്ത് പോയി താമസിക്കുന്ന തിൽ ടി കെ ക്കോ നാരായണിക്കോ താല്പര്യമില്ലായിരുന്നു. അവൾ എപ്പോഴും അവർക്കൊരു തുണയാണ്. ഉപേക്ഷിക്കാൻ വയ്യ.

കല്യാണിക്കുട്ടി വല്ലപ്പോഴും മകളുടെ അടുത്ത് പോകും. കൂടിയാൽ ഒന്നോ രണ്ടോ ദിവസം കഴിയും. തിരിച്ചുപോരുമ്പോൾ "അമ്മക്കിവ്ടെ നിന്നൂടെ." കമല ചോദിക്കും.

"നിനക്കറിഞ്ഞൂടേ അവ്ടത്തെ കാര്യം. പോകാതെ പറ്റില്ല."

കല്യാണിക്കുട്ടി തിരിച്ചുപോരും. വന്നെത്തിയാൽ ആദ്യം തട്ടിൻമുക ളിൽ പോയിനോക്കും. അടുക്കും ചിട്ടയുമില്ലാതെ കിടക്കുന്ന മുറി വൃത്തി യാക്കും. കടലാസ്സുകെട്ടുകൾ അടുക്കിവെക്കും. തിരിച്ചിറങ്ങി അന്വേ ഷിക്കും.

"വെല്യാഞ്ഞെവ്ട്യാ."

"ങാ. രണ്ടീസായി" നാരായണി വിഷാദപ്പെടും.

കാത്തിരിപ്പാണ് ടി കെ വരുന്നതുവരെ. ചിലപ്പോൾ കല്യാണിക്കുട്ടി തന്നെ അന്വേഷിച്ചിറങ്ങും. ചില സ്ഥിരം താവളങ്ങൾ അവൾക്കറിയാം.

തിരിച്ചെത്തി നാരായണിയോടു പറയും.

"പേടിക്കണ്ട. അടുത്ത് തന്നിണ്ട്."

"അല്ലെങ്കിലും മറ്റുള്ളോരെ തീ തീറ്റിക്കാൻ നിന്റെ വല്യാഞ്ഞക്ക് നല്ല മിടുക്കാ" നാരായണി പരിഭവിക്കും. കണ്ണുനിറച്ച് അകത്തേക്ക് പോകും. എപ്പോഴും അങ്ങനെയാണ്. ഭാര്യക്കും കുട്ടികൾക്കും ടി കെ അപ്രാപ്യനായിരിക്കും. അയാൾ വരുന്നു പോകുന്നു. എവിടേക്കെന്നോ എന്തിനെന്നോ അവർക്കറിയില്ല. അന്വേഷിച്ചാലും അതിനൊന്നും പ്രതി കരിക്കാറില്ല. ടി കെ വടക്കോട്ട് പോകുന്നെന്നു പറഞ്ഞാൽ പോകുന്നത് തെക്കോട്ടായിരിക്കുമെന്ന് നാരായണി വളരെക്കാലത്തിനുശേഷം അറി ഞ്ഞുവെച്ചിട്ടുണ്ടെന്നു മാത്രം. എന്നാൽ കല്യാണിക്കുട്ടിക്ക് ഇത്തരം കാര്യങ്ങൾ കൃത്യമായറിയുകയും ചെയ്യാം എന്നത് നാരായണിയെ ഒട്ടൊന്നുമല്ല വേദനിപ്പിക്കുന്നതും.

"നീയും വെല്യാഞ്ഞയും ഒറ്റക്കെട്ടാ" നാരായണി പറയും.

"അതോണ്ടല്ല നാത്തൂനേ."

"പിന്നെന്തോ ണ്ടാ." നാരായണിക്ക് ദേഷ്യവും സങ്കടവും വരും.

"അതിപ്പോ..." അത് പറഞ്ഞ് മനസ്സിലാക്കാൻ കല്യാണിക്കുട്ടി

വിഷമിക്കും. എന്നാലും അവൾ പറയും.

"മ്മടെ നെറം ചോപ്പാ. അതോണ്ടാ."

"ചോപ്പായാലും പച്ച്യായാലും ആളെവ്ടിണ്ട്ന്ന് ഒന്നറിഞ്ഞാ മത്യാ യിരുന്നു."

"ഒന്നുംണ്ടാവില്യ നാത്തൂനേ. ഒന്നുംണ്ടാവില്ല" അവൾ ആശ്വാസി പ്പിക്കും.

അപ്പോഴും കല്യാണിക്കുട്ടിയുടെ ഭയചകിതമായ കണ്ണുകൾ പടി ക്കലേക്ക് നീളും. നാരായണി കണ്ണുകളടച്ച് പ്രാർത്ഥിക്കും.

"ന്റെ മുത്തപ്പാ, കാക്കണേ."

ഭർത്താവ്, കുട്ടികൾ, വീട് ഇതു മാത്രമായിരുന്നു നാരായണിയുടെ ലോകം. മറ്റൊരു ചിന്തയുമില്ല. തന്നെ പെണ്ണുകാണാൻ ടി കെയുടെ കാരണവന്മാരും ബന്ധുക്കളും മറ്റെല്ലാവരും വന്നുപോയി. ടി കെ മാത്രം വന്നില്ല. വീട്ടുകാർക്ക് പരിഭ്രമമായിരുന്നു. അവൾ അതിലേറെ ഭയപ്പെട്ടു. ചെക്കൻ വന്നു കാണാതെങ്ങന്യാ എന്ന ആശങ്ക എല്ലാരിലുമുണ്ടായി. നാട്ടിലില്ല. ദൂരെവ്ടെയോ പോയിരിക്ക്യാണ് എന്നൊക്കെ കേട്ടു. ഉറ്റ കൂട്ടു കാരി സ്വകാര്യമായി വന്നുപറഞ്ഞു ടി കെ ജയിലിലാണെന്ന്. അവൾ അതോടെ തകർന്നു. അങ്ങനെ ഒരാൾടെ കൂടെ എങ്ങനെയാണ്. മനസ്സ് പിടഞ്ഞു. വീട്ടുകാർ ഇങ്ങനെയൊരാൾക്ക് തന്നെ പിടിച്ചുകൊടുക്കുന്ന തെന്ത്. അവൾ ധർമ്മസങ്കടത്തിലായി. പെണ്ണുങ്ങൾ പറഞ്ഞതൊക്കെ വെറുതെ.

"നാണീടെ ഭാഗ്യം. ടി കെയെപ്പോലെ ഒരാളെ എല്ലാ പെങ്കുട്ട്യോ ൾടീം മോഹാ. വല്യാളല്ലേ. ഭാവീല് മന്ത്ര്യാവും ന്നാ കേക്ക്ണ്. ചില്ലറ കാര്യാ."

എന്നിട്ടിപ്പോൾ ഇതാണോ ഭാഗ്യം. ഒന്നു കാണാൻപോലും കഴിയാത്ത എവിടെയോ ഉണ്ടെന്നു പറയുന്ന ഒരാളാണോ തന്റെ ഭാഗ്യനക്ഷത്രമായി ഉദിച്ചുവരുന്നത്. അവൾക്ക് മനം നൊന്തു.

കല്യാണത്തിന്റന്ന് പന്തലിൽ നിറച്ചും ആളുകൾ. ചിലർ കല്യാണ ത്തിനു വന്നവരല്ല. ടി കെയെ കാണാൻ വേണ്ടി മാത്രം. ചെക്കന്റെ ആളു കളെത്തിയെങ്കിലും അതിൽ ടി കെ മാത്രം ഉണ്ടായിരുന്നില്ല. വീട്ടുകാരും ബന്ധുക്കളും പരിഭ്രാന്തിയിലായി.

ചെക്കനില്ലാതെന്തു കല്യാണം. പലരും ചോദിച്ചു തുടങ്ങി. നാരായ ണിയുടെ അമ്മാവൻ ക്ഷുഭിതനായി.

"ഞാനപ്പോഴും പറഞ്ഞു ഈ ബന്ധം വേണ്ടാന്ന്. ആരും കേട്ടില്ല."

മുഹൂർത്തമടുത്തു. മണവാട്ടിയെ അണിയിച്ചൊരുക്കിയിരുത്തിയിരി ക്കയാണ്. വന്നവർ വന്നവർ മൂക്കത്ത് വിരൽവെച്ച് നില്പായി. ചിലർ പിരിഞ്ഞുപോവാൻ തുടങ്ങി. ഇങ്ങനിണ്ടോ ഒരു കല്യാണം ചെക്ക നില്ലാതെ.

ആരോ വന്നു പറഞ്ഞു.

"എന്തേ വൈക്ണ്. ങ്ങള് ചടങ്ങ് തൊടങ്ങിക്കോ."

"ചെക്കൻ...."

"ചെക്കനുണ്ടാവും."

വിളക്കുവെച്ചു. നിറപറയിൽ പൂക്കുല വിരിഞ്ഞു. ചന്ദനമണം പരന്നു. ആളുകൾ പന്തൽ നിറഞ്ഞുനിന്നു. പൂമണം തിങ്ങിയ തിരിമണ്ഡപത്തിലേക്ക് പെൺകുട്ടിയെ ആനയിച്ചു. ഉൽക്കണ്ഠ നിറഞ്ഞ മുഖങ്ങൾക്കിടയിലൂടെ ഒരു കൂട്ടമാളുകൾ പന്തലിലേക്ക് കയറി വന്നു. എല്ലാവരും ഒരേ വേഷം. വെളുത്ത കിളിവാലൻ ജുബ്ബയും വേഷ്ടിയും. ഒരു വെള്ളപ്പട്ടാളം. ഓരോരുത്തരും അതിഥികൾക്കിടയിലൂടെ തിക്കിത്തിരക്കിയെത്തി മണ്ഡപത്തിനു ചുറ്റും കോട്ടപോലെ നിന്നു. ചടങ്ങുകൾ ആരംഭിച്ചു. മണികിലുക്കമുണ്ടായി. കർപ്പൂരമെറിഞ്ഞു. വരണമാല്യം കൈയിലേന്തി മുഖം കുനിച്ചുനിന്ന പെൺകുട്ടിയുടെ മുന്നിലേക്ക് ജുബ്ബക്കാരിലൊരാൾ തലയെടുപ്പോടെ കയറിനിന്നു. ശിരസ്സുകുനിച്ച് വരണമാല്യം ഏറ്റുവാങ്ങി. ഒപ്പം ഒരു ചുവന്ന പൂമാല അയാൾ പെൺകുട്ടിയെ അണിയിച്ച് ക്ഷണത്തിൽ പുറത്തിറങ്ങി. ജുബ്ബാധാരികൾ ഒന്നാകെ അയാളെ പൊതിഞ്ഞുനിന്നു. അയാളെ തിരിച്ചറിയാനാവാത്തവിധം അവരൊന്നാകെ ക്ഷണത്തിൽ പുറത്തേക്കൊഴുകിയിറങ്ങുകയും കാക്കിവേഷങ്ങൾ പന്തലിനുള്ളിലേക്കെത്തിക്കഴിഞ്ഞതും ഒന്നിച്ചായിരുന്നു. പെൺകുട്ടിക്ക് മുഖമുയർത്തി ഒന്നുനോക്കാൻ പോലുമിടകിട്ടിയില്ല. അപ്പോഴേക്കും മിന്നിമറഞ്ഞു. അതിഥികൾ വിരൽത്തുമ്പിൽ നിന്നെത്തിനോക്കി ശ്വാസമടക്കി നിന്നു.

സ്വപ്നതുല്യമായ അനുഭവം.

നാരായണി ഇപ്പോഴും ഓർത്തോർത്ത് നെടുവീർപ്പിടും.

ടി കെയെ അധികമൊന്നും അടുത്തുകിട്ടാറില്ല. എന്നാലും വീണുകിട്ടുന്ന ഇത്തിരിയിത്തിരി നിമിഷങ്ങളെ അവൾ പൊന്നാക്കിയെടുത്തു. ആ മനസ്സിന്റെ മൃദുത്വവും നൈർമ്മല്യവും അടുത്തറിഞ്ഞു. അവൾ ആശ്ചര്യപ്പെട്ടു. പ്രണയത്തിന്റെ നറുമണം അവളെ മൂടിയിരുന്നു.

അസുഖകരമായ ഉൽക്കണ്ഠകളും രാപ്പകലുകളുടെ ദൈർഘ്യവും കൊണ്ട് അവൾ ജീവിതം നിറച്ചു. സംന്ത്രാസങ്ങളുടെ ആവേഗങ്ങളിൽ പലപ്പോഴും ശ്വാസം നിലച്ചു. കല്യാണിക്കുട്ടിയായിരുന്നു എന്നും കരുത്ത്. കൂടെ നില്ക്കാനും കൂട്ടിരിക്കാനും. കുഞ്ഞുങ്ങളെപ്പോലും അവളാണ് വളർത്തിയെടുത്തത്. നാരായണി ഒന്നുമറിഞ്ഞില്ല.

ടി കെ കണ്ണൂരുനിന്ന് തിരിച്ചെത്തിയപ്പോൾ അടക്കിനിർത്തിയ ധൈര്യമൊക്കെ ചോർന്നുപോയി. കല്യാണിക്കുട്ടി ആങ്ങളെയെ കെട്ടിപ്പിടിച്ച് കണ്ണുനിറച്ച് നിന്നു.

"അവര് ഒരുപാട് ഉപദ്രവിച്ചോ." കല്യാണി ചോദിച്ചു.

"ഏയ്. ഒന്നുല്യാന്നേ." ടി കെ അനിയത്തിനെ അടക്കിപ്പിടിച്ച് പുറത്ത് തട്ടി ആശ്വസിപ്പിച്ചു.

ഏറെ വൈകാതെ എല്ലാം പഴയപോലായി. ടി കെ തട്ടിൻപുറത്ത് ഉണ്ടെങ്കിലും ഇല്ലെങ്കിലും കല്യാണിക്കുട്ടി താഴെ കാവലിരുന്നു. ഒരു നിഴലനക്കംപോലും വിടാതെ പിന്തുടർന്നു.

ഒരു ഉച്ചമയക്കത്തിലേക്ക് ചാഞ്ഞിറങ്ങുമ്പോഴായിരുന്നു കണ്ണപ്പൻ കയറി വന്നത്. എന്തെങ്കിലും അത്യാവശ്യം കാണും. അല്ലാതെ വീടും ആടുമാടുകളെയും വിട്ട് കണ്ണപ്പൻ അങ്ങനെ പുറത്തിറങ്ങാറില്ല. മാടും മനുഷ്യരും കണ്ണപ്പന് ഒരുപോലാണെന്നാണ് കല്യാണിക്കുട്ടി പറയുക.

കണ്ണപ്പൻ ചവിട്ടുപടിയിൽത്തന്നെ നിന്നതേയുള്ളൂ. തിടുക്കമുണ്ട്.

"എന്താ ആങ്ങളേ" കല്യാണിക്കുട്ടി ഓടിച്ചെന്നു.

"ചേട്ടനെ വിളിക്ക്. ഒന്നവിടംവരെ വരണം."

ഒന്നും അന്വേഷിക്കാൻ നിന്നില്ല. വല്ലതും കാണും. കല്യാണിക്കുട്ടി തിടുക്കത്തിൽ കോണികയറി. ടി കെ ഇറങ്ങിവന്നു.

"കുഞ്ഞേലായി വീട്ടിന്നെറങ്ങ്വാ. ചേട്ടൻ ഒന്നവ്ടം വരെ വരണം." കണ്ണപ്പൻ ഒറ്റശ്വാസത്തിൽ പറഞ്ഞു.

"എന്തുണ്ടായി." ടി കെ ഉൽക്കണ്ഠപ്പെട്ടു.

"നിക്കാനും പറയാനും നേരംല്യ. വേഗെറങ്ങ്." കണ്ണപ്പൻ ധൃതി കൂട്ടി.

അവരിറങ്ങി. ഒരു മുറിക്കൈയൻ കുപ്പായവും മേൽമുണ്ടുമെടുത്ത് കല്യാണിക്കുട്ടി പിറകേ ഓടി.

നടത്തത്തിനിടയിൽ ടി കെ കുപ്പായമിട്ടു. മേൽമുണ്ട് തോളിലിട്ടു. ഇരുവരും വല്യരമ്പിലേക്കിറങ്ങി. ആമ്പാടം താണ്ടി കുന്നുകയറി അവരെത്തുമ്പോഴേക്കും കുഞ്ഞേലായിയും സുഗന്ധിയും കുട്ടികളോടൊപ്പം മുറ്റത്തേക്കിറങ്ങിയിരുന്നു.

"ഈ കുടുംബത്തിനൊരന്തസ്സ്ണ്ട്. അത് കളഞ്ഞുകുളിച്ച് ഒരാളും ഇവ്ടെ വാഴണ്ട. എനിക്കെന്റെ മാനം കാക്കണം."

കാളിക്കുട്ടിയുടെ ശബ്ദമുയർന്നിരുന്നു.

"എന്താ ഇവ്ടെ" ടി കെ കയറിച്ചെന്നു.

സുഗന്ധി താലതാഴ്ത്തി നില്പുണ്ട്. കുട്ടികളുടെ മുഖത്ത് പകപ്പ്. ഒന്നും മനസ്സിലാവാതെ ടി കെ കുഞ്ഞേലായിയുടെ അടുത്തേക്കു ചെന്നു.

"എന്താടാ അമ്മ പറഞ്ഞേന്റെ സാരം."

"ഞങ്ങളെറങ്ങ്വാ" കുഞ്ഞേലായി പറഞ്ഞു.

"എന്തിന്" ടി കെ അന്വേഷിച്ചു.

"എനിക്കല്പം സ്വസ്ഥത വേണം."

ടി കെ സുഗന്ധിയെ നോക്കി. അവൾ മുഖമുയർത്താതെനിന്നു. കുഞ്ഞേലായി അമ്മയുടെ മുന്നിലേക്ക് ചെന്നു.

"ഞങ്ങളെറങ്ങ്വാ" അയാളുടെ ശബ്ദം മുറിഞ്ഞുവീണു. കാളിക്കുട്ടി മകനെ വാരിപ്പിടിച്ച് കരഞ്ഞു. കവിളിലുമ്മ വെച്ചു. ഒന്നും പറഞ്ഞില്ല.

അവരിറങ്ങി. തടയാൻചെന്ന ടി കെയോട് കുഞ്ഞേലായി പറഞ്ഞു.

"ചേട്ടൻ ക്ഷമിക്കണം. തടയരുത്. ഇനി തിരിച്ച് കയറില്ല. ഛർദ്ദിച്ചത് ഭക്ഷിക്കാൻ ഞാനൊരുക്കല്ല."

പിന്നെ ആരും ഒന്നും മിണ്ടിയില്ല. അവരിറങ്ങി നടന്നു.

ഹരൻ അച്ഛന്റെ തോളിലേക്ക് ചാഞ്ഞുകിടന്നു. വീട്ടുമുറ്റത്തിറങ്ങി

കണ്ണുനിറച്ചു നില്ക്കുന്ന കാളിക്കുട്ടിയുടെ രൂപം ഓരോ അടിയിലും അകന്നു നീങ്ങുന്നത് അവൻ കണ്ടു. അച്ഛനും പിറകേ അമ്മയും. അമ്മയുടെ കൈപിടിച്ച് ഇന്ദുവും. പാവാടയറ്റം മണ്ണിലിഴയുന്നുണ്ടെങ്കിലും സുഗന്ധി ധൃതി വെച്ച് നടക്കുന്നതിനാൽ അവൾക്ക് അത് ശ്രദ്ധയോടെ പൊക്കിപ്പിടിച്ച് നടക്കാനാവുന്നില്ല. അമ്മയുടെ നടത്തത്തിനൊപ്പമെത്താൻ എന്നാൽ അവൾ പാടുപെട്ടു.

തോട്ടുവക്കത്തെത്തിയപ്പോൾ കുതിച്ചൊഴുകുന്ന ജലപ്പരപ്പ് കണ്ട് അവൻ മുഖമുയർത്തി. അവൻ ഒന്നിളകിത്തിരിഞ്ഞപ്പോൾ കുഞ്ഞേലായിക്ക് തോളിൽ നനവനുഭവപ്പെട്ടു. കുട്ടിയെ നിലത്തിറക്കുമ്പോഴേക്കും അവൻ ധൃതി വെച്ച് ട്രൗസറിന്റെ അരിക് പൊക്കിപ്പിടിച്ച് തോട്ടുവെള്ളത്തിലേക്ക് ആഞ്ഞുപിടിച്ചു. മുഖമുയർത്തുമ്പോൾ അച്ഛന്റെ ചിരിവിടർന്ന മുഖം കണ്ടു. അവൻ ചുണ്ടുവിടർത്തി വീണ്ടും അച്ഛന്റെ തോളിലേറി. പൂഴിമണൽ ചവിട്ടിമെതിച്ച് അവർ വെട്ടുവഴിയിലേക്ക് കയറിയപ്പോൾ പെട്ടെന്ന് ഒരിരമ്പം കേട്ടു. ഒരു കടലിളകി വരുന്നെന്ന് അവൻ വിചാരിച്ചു. ഒരു മൂക്കുള്ള ബസ്സ് കുണ്ടിലും കുഴിയിലുമിറങ്ങി സാവധാനം കരിങ്കൽ പാതയിലൂടെ നീങ്ങുന്നതു കണ്ടു. വഴിനിറയെ പൊടിയും പുകയും പൊങ്ങിപ്പരന്ന് കാഴ്ചയെ മറച്ചു. അപരിചിത ഗന്ധമുയർന്നു. പിന്നെയും ദൂരം പിന്നിടുമ്പോൾ വഴിയോരക്കാഴ്ചകളിൽ അവൻ മുങ്ങി. പെട്ടെന്ന് അവന് സങ്കടം വന്നു. വഴിയാത്രക്കാരിലാരെയോ കണ്ട് അവൻ നിലവിളിച്ചു. എതിരേ നടന്നകലുന്ന ഒരു സ്ത്രീയെ നോക്കിക്കൊണ്ട് അമ്മാ അമ്മാ എന്ന് കരയാൻ തുടങ്ങി. അവർ നടത്തം നിർത്തി.

കുട്ടിയുടെ കാഴ്ചയ്ക്ക് പിറകെ കണ്ണയച്ചു. നടന്നുനീങ്ങിയിരുന്ന സ്ത്രീക്ക് കാളിക്കുട്ടിയുടെ അതേ രൂപം.

ദൂരം പിന്നിടുമ്പോൾ കുട്ടി കരച്ചിൽ നിർത്തി. നേർത്ത തേങ്ങലുകളായി. പിന്നെ കണ്ണുകൾ വിടർത്തിക്കിടന്നു. വെളിച്ചം മങ്ങിയിരുന്നു. അവന്റെ സ്മൃതിപഥം പക്ഷേ, തെളിഞ്ഞുവന്നു. കാളിക്കുട്ടിയെ പിരിഞ്ഞതിലുള്ള സങ്കടത്തിൽ അവൻ മുങ്ങി. അമ്മയായിരുന്നു. അമ്മമ്മയായിരുന്നു. വൈകുന്നേരത്തെ ചോപ്പുതാലം മറിഞ്ഞുവീണ മുറ്റത്തേക്കാണ് അച്ഛനുമമ്മയും മക്കളുമിറങ്ങിയത്. കുട്ടിക്ക് ഒന്നും മനസ്സിലായില്ല. അവന്റെ കുഞ്ഞിക്കണ്ണുകൾ കാളിക്കുട്ടിയിൽത്തന്നെയായിരുന്നു. തന്നെയെടുത്ത് ഉമ്മകൾകൊണ്ട് പൊതിയുമ്പോഴും കണ്ണീരിന്റെ നനവിൽ അവന്റെ കവിൾത്തടമിളകി. ഇങ്ങനെയൊന്നും അമ്മമ്മ കരയുന്നതും അവൻ കണ്ടിട്ടില്ല. അച്ഛനെ കെട്ടിപ്പിടിച്ച് ഏറെനേരം മുറ്റത്തുനിന്ന അമ്മമ്മ. അച്ഛനെടുത്ത് തോളിലേറ്റിപ്പോരുമ്പോൾ അമ്മമ്മയെ ഉപേക്ഷിച്ച് പോരുന്നെന്ന് കുട്ടിക്ക് മനസ്സിലായില്ല.

മാഞ്ഞുപൊയ്ക്കൊണ്ടിരുന്ന അന്തിച്ചുവപ്പിൽ വെട്ടുവഴിയോരത്തെ പരന്നു പതിഞ്ഞുകിടക്കുന്ന കുളക്കരയിലെത്തി അവർ നിന്നു. കുഞ്ഞേലായി കുട്ടിയെ തോളത്തുനിന്നിറക്കി നിർത്തി ക്ഷീണമകറ്റി. കുട്ടി ജലപ്പരപ്പിലേക്ക് തന്നെ നോക്കിനിന്നു. അത്ര വലുപ്പത്തിലൊരു കുളം കണ്ട കൗതുകം കണ്ണിൽ നിറച്ചു. അച്ഛന്റെ കൈപിടിച്ച് വീണ്ടും നടന്നു.

ചെന്നുകയറുമ്പോൾ വെളിച്ചം മാഞ്ഞിരുന്നു. അസമയത്ത് പടി കടന്നെത്തിയ നിഴലുകൾ കണ്ട് അന്ധാളിച്ച് അമ്മാവനും അമ്മായിയും മുറ്റത്തേക്കിറങ്ങി വന്നു.

"എന്താണളിയാ ഈ കരിപ്പ് നേരത്ത്."

"പടിയിറങ്ങിപ്പോരുമ്പോ വെട്ടോം കരിപ്പും നോക്കാനൊക്കോ." കുഞ്ഞേലായി പറഞ്ഞു.

"പടിയിറങ്ങ്വേ" അളിയന്റെ കണ്ണുകളിൽ അവിശ്വാസത്തിന്റെ നിഴൽ പരന്നു.

"ഒക്കെ സുഗന്ധി പറയും" ഭാര്യയെ നോക്കാതെ കുഞ്ഞേലായി പറഞ്ഞു.

അളിയൻ കുഞ്ഞിപ്പെണ്ണുങ്ങളെ ചോദ്യഭാവത്തിൽ നോക്കി. പെങ്ങൾ ഇന്ദുവിനെ ചേർത്തുപിടിച്ച് മുഖംകുനിച്ച് നിന്നതേയുള്ളൂ.

''ഇവരിവിടെ നില്ക്കട്ടെ. ഞാൻ വെളുപ്പിന് പുറപ്പെടും'' കുഞ്ഞേലായി പറഞ്ഞു.

രാവേറെ ചെന്നിട്ടും ആ രാത്രി ആർക്കും ഉറക്കം വന്നില്ല. ആരുമാരോടും ഒന്നും അന്വേഷിച്ചതുമില്ല.

വെട്ടം തള്ളിക്കയറുംമുൻപേ മഞ്ഞ് നനഞ്ഞ് കാളിക്കുട്ടി എത്തിയിരുന്നു. കറവുകഴിഞ്ഞ് കറക്കാരൻ പശുവിനെ അഴിച്ച് പുറത്ത് കെട്ടിയിരുന്നേയുള്ളൂ.

"അയ്യോ ഇതാരാ. എന്തായീ വെളിച്ചാവ്ണേനും മുമ്പേ."

കാളിക്കുട്ടിയുടെ തിടുക്കവും ആധിയും കണ്ട് കറക്കാരൻ അന്വേഷിച്ചു.

"കുട്ട്യോളെ കാണണം."

കിടാവിനെ കാണാതായ കന്നിന്റെ വെപ്രാളം.

പടിഞ്ഞാറെ ഇറയത്ത് കറന്ന പാൽപാത്രം വെച്ച് അയാൾ മാറി നിന്നു. വെളിച്ചത്തിന് മയക്കം മാറി വരുന്നേയുള്ളൂ. അകത്തെ മുറിയിൽ റാന്തൽ വിളക്ക് ചോപ്പുവീഴ്ത്തിയിരുന്നു. കാളിക്കുട്ടി ചെന്നോണം ചെന്ന് കട്ടിലിലിരുന്നു. ഉറക്കത്തിന്റെ ഒരു കോണിൽ തണുത്ത സ്പർശമറിഞ്ഞ് കുട്ടികളുണർന്നു. വാത്സല്യത്തോടെ തൊട്ടുഴിഞ്ഞ് കുട്ടികളെ ഉമ്മവെച്ചു. കുട്ടികൾ അമ്മമ്മയുടെ പാൽമണം അനുഭവിച്ചു. സ്വപ്നത്തിന്റെ മറ്റൊരു തുടക്കമെന്നു കരുതി കുട്ടികൾ പിന്നെയും തിരിഞ്ഞുകിടന്നു. കാളിക്കുട്ടി ഏറെനേരം പാതി ഉണർച്ചയിലേക്ക് ചെരിഞ്ഞുകിടക്കുന്ന കുട്ടികളെ ത്തന്നെ നോക്കിയിരുന്നു. കരുതിവെച്ച പലഹാരപ്പൊതി കുട്ടികൾക്കാ യെടുത്ത് വെച്ച് കാളിക്കുട്ടി എഴുന്നേറ്റു.

"കുട്ട്യോള് പോന്ന ദെണ്ണം സഹിക്കാണ്ട് പോന്നതാ."

കുഞ്ഞേലായിയും സുഗന്ധിയും കേട്ടുനിന്നു. വിളറിയ മുഖത്തോടെ അനക്കമില്ലാതെ.

ഇറങ്ങുമ്പോൾ ഇറയത്ത് നിന്നിരുന്ന കുഞ്ഞേലായിയോട് കാളിക്കുട്ടി പറഞ്ഞു.

"കുട്ട്യോള് അന്യവീട്ടിലല്ല സ്വന്തം വീട്ടിലാ വളരേണ്ടത്. മറക്കണ്ട."

ആരും ഒന്നും മിണ്ടിയില്ല.

കാളിക്കുട്ടി പിന്നെ നിന്നില്ല. തിടുക്കത്തിൽ പടിയിറങ്ങി നടന്നു.

നേരം പുലർന്നപ്പോൾ കുഞ്ഞേലായിയും യാത്ര പറഞ്ഞിറങ്ങി. അളിയനോട് പറഞ്ഞു.

"ഇവരെ അളിയനെ ഏല്പിക്കുന്നു. ഞാൻ തിരിച്ചുവരുംവരെ നോക്കിക്കൊള്ളണം."

അയാൾ പുറപ്പെട്ടു. വീണ്ടും കടൽതാണ്ടിയുള്ള മറ്റൊരു യാത്രയ്ക്ക്.

എന്നാൽ കുഞ്ഞേലായി തിരിച്ചുവരുംവരെ കാളിക്കുട്ടി നിന്നില്ല. അവൾക്കത് ആത്മാഭിമാനത്തിന്റെ പ്രശ്നമാണ്. തന്റെ കുഞ്ഞുങ്ങൾ മറ്റൊരു വീട്ടിൽ നിന്നു വളരുക സഹിക്കാനാവില്ല.

വാഴാപ്പാടത്ത് വീട് വെക്കണംന്നും പറഞ്ഞ് കുഞ്ഞേലായിക്ക് കത്തിട്ടു.

"അമ്മേടിഷ്ടം."

ഒറ്റവരിയിൽ കുറിച്ച മറുപടി വന്നു.

പിന്നൊന്നും നോക്കിയില്ല. നടുമുറിപ്പാടം നികത്താൻ ഏർപ്പാടു ചെയ്തു. അതിന്റെ ചുമതല കണ്ണപ്പനെ ഏല്പിച്ചു. കണ്ണപ്പൻ കാളിക്കുട്ടിയുടെ ഒറ്റയാൾ പട്ടാളമാണ്. അമ്മയുടെ ഇംഗിതത്തിന് എപ്പഴും കൂട്ട്.

വാഴാപ്പാടത്തിന്റെ തെക്കേക്കരയെത്തി കണ്ണപ്പൻ നിന്നു. വടക്കേയറ്റത്തേക്ക് നീണ്ടുകിടന്നിരുന്ന പാടങ്ങൾ. അതിലൊരു നടുമുറി നികത്തി അതിനുള്ളിലാണ് അമ്മ പുര വെക്കാനൊരുങ്ങുന്നത്. ശ്രമകരമായ പണിയാണ്. കണ്ണപ്പന് ആശങ്കയായി. നടുമുറിക്കതിരായി വല്യവരമ്പാണ്. വല്യവരമ്പിലാണ് പപ്പടച്ചെട്ടികളെ മറവുചെയ്തിരുന്ന സ്ഥലം. പുരാതനകാലം മുതലേ കൊച്ചിയിൽ നിന്നെത്തിയ ചെട്ടികൾക്ക് കാരണവന്മാർ അനുവദിച്ചുകൊടുത്തതാണ്. ഏർപ്പാട് ആചാരമൊക്കെ നിർത്തിയിട്ട് കാലങ്ങളായി. എന്നാലും മുന്നിൽത്തന്നെ ദുഃശകുനം.

"അത് നിർത്തണ്ട. ഇടിച്ചുനിരത്തി അപ്പാടെ ചെത്തിവടിച്ച് പൊട്ടക്കുളത്തിലിട്ടോ" കാളിക്കുട്ടി പറഞ്ഞു.

ഒറ്റ ദിവസം കൊണ്ട് വല്യവരമ്പ് അപ്രത്യക്ഷമായി. ദ്രവിച്ച് വെണ്ണീറായ എല്ലുകളുടെ ചിരി പ്രാകൃതപരിവേഷം മണ്ണിലൊളിപ്പിച്ചുവെച്ചു.

വീടുയർന്നു. സാമാന്യം എടുപ്പുണ്ട്. മൂന്നുമുറി, വലിയ തളം, ചുറ്റും ഇറയം, പെരുമാറാൻ വടക്കുപുറത്ത് കോലായ. പടിഞ്ഞാറെ ചായ്പിൽ പത്തായം. കൂന്താണിക്കും മറ്റുമുള്ള ഉരൽപ്പുര. ഓവുവെച്ച മൂത്രപ്പുര. മുന്നിൽ തുളസിത്തറ, പടിക്കെട്ട്. തറവാട്ടിൽത്തന്നെ പാവി മുളപ്പിച്ച് രണ്ടില വിരിഞ്ഞ തെങ്ങിൻതൈകൾ ചുറ്റും. വെട്ടുവഴിയിലേക്ക് കയറിപ്പോകാൻ വീതിയേറിയ നടവഴി. വീടായി.

തുണക്കൊരാളുവേണം. കല്യാണിക്കുട്ടിയെ വിളിച്ചുകൊണ്ടുവന്ന് കാളിക്കുട്ടി കൂടെനിർത്തി. ഒറ്റത്തടി. മക്കളൊക്കെ അകന്നു കഴിയല്ലെ.

ഇനിപ്പോ ഇവ്ടെ നിന്നോ. എ ങ്ങും പോണ്ട. കുഞ്ഞേലായിക്കും താല് പര്യാ. അങ്ങനെയാണ് കാളിക്കുട്ടി കുഞ്ഞേലായിക്കായി വാഴാപ്പാടത്ത് വീടുവെച്ചതും സുഗന്ധിയേയും കുട്ടികളേയും കൂട്ടിക്കൊണ്ടുവന്ന് സ്വന്ത മായ വീട്ടിൽ കുടിപാർപ്പിച്ചതും.

കാളിക്കുട്ടി പിന്നീട് തറവാട്ടിലേക്ക് തിരിച്ചുപോയതുമില്ല.

ഒറ്റപ്പെടൽ

കമല തൃത്തറയിൽ പോയതാണ്. പടിവരെയെത്തുന്ന നീണ്ട മുറ്റത്ത് ചൂലീർക്കിലി വരകൾ അർദ്ധവൃത്തങ്ങളായി കാലടിപ്പാടുകളേല്ക്കാതെ കിടന്നിരുന്നു. ആരാരുമില്ലാത്തൊരിടം പോലെ നെരുമ്പുര ഒറ്റപ്പെട്ടുനിന്നു. പുറത്ത് ആരേയും കണ്ടില്ല. ആളനക്കമില്ല. മുറ്റത്ത് നന്ത്യാർവട്ടവും അശോകച്ചെത്തിയും തലകുനിച്ച് വാടിനിന്നിരുന്നു. പ്രഭാതത്തിന്റെ ഒരുണർച്ച അവിടെങ്ങും ക ണ്ടില്ല. കനത്ത മുൻവാതിൽ തിരിക്കുഴിയിൽ കിടന്ന് ഒച്ചയുണ്ടാക്കിയപ്പോൾ തളത്തിലുണ്ടായിരുന്ന നാരായണി ഓടി വന്നു.

"എന്താ മോളേ വെളിച്ചാവുമ്പത്തന്നെ" നാരായണി തിടുക്കത്തോടെ അന്വേഷിച്ചു.

"ഒന്നുല്യ" ഇടനാഴിയിലേക്ക് കണ്ണയച്ച് കമല പറഞ്ഞു.

"അമ്മെവ്ടെ."

"അമ്മ വാഴാപ്പാടത്താണ്."

പിന്നെ നിന്നില്ല. വാണം വിട്ടപോലെയായിരുന്നു കമല വാഴാപ്പാടത്തേക്ക് തിരിച്ചത്. വിളിച്ചതൊന്നും അവൾ കേട്ടില്ല. നാരായണി ഒന്നും മനസ്സിലാവാതെ തിടുക്കപ്പെട്ടുപോകുന്ന കമലയെത്തന്നെ കണ്ടുമറയും വരെ നോക്കിനിന്നു.

കാളമുറിത്തോടിന്റെ ഇരുകരകളിലും ചെട്ടിപ്പൂക്കൾ ചുവപ്പ് പടർത്തിയിരുന്നു. വാഴാപ്പാടത്തിന്റെ ഭീതി ഉള്ളിൽ നിറച്ച് കമല നടന്നു. വെട്ടുവഴിയെത്തിയാൽ തോടിനും വടക്കേത്തട്ടിൽ വാഴാപ്പാടം തുടങ്ങും. വടക്കേത്തലക്കൽ മൂന്നുമുറിപ്പാടം വൻപറമ്പിൽ കുമാരൻ ശീമേല്വെച്ച് അഞ്ഞൂറുറുപ്പികക്ക് കുഞ്ഞിവേലായിക്ക് ജന്മം തീറ് ഇടപാട് നടത്തിയ വസ്തുവാണെന്ന് അമ്മ പറഞ്ഞ് കമല കേട്ടിട്ടുണ്ട്. പാടത്തിന് നടു

വിലായി നെടുവരമ്പ്. നെടുവരമ്പിലെ കുന്നത്തായിരുന്നു പപ്പടച്ചെട്ടികളെ മറവുചെയ്തിരുന്നത്. നട്ടുച്ചയ്ക്ക് പോലും ആരും വഴിനടക്കില്ല. കരിം പറമ്പിലെ ഉത്സവത്തിന് വാഴാപ്പാടം കടന്നുവേണം പോകാൻ. അവിടെ ത്തിയാൽ മുതിർന്നവർ ഓർമ്മപ്പെടുത്തും. ഒച്ചവെക്കാതെ പെരുവിരലൂന്നി നടക്കണം. പകൽ ശബ്ദങ്ങൾ ചെകുത്താന്മാരെ കോപിഷ്ഠരാക്കും. നിദ്രയ്ക്ക് ഭംഗം നേരിടും. സൂര്യാതാപം മുഴുവൻ അവയുടെ കണ്ണുകളിൽ നിറയും. രാത്രിയിൽ അവ പുറത്തിറങ്ങി വാ പൊളിക്കും. തീക്കുണ്ഡമായി പുറത്തുചാടും. ചെകുത്താന്റെ തുറന്ന വായിലെ തീ ഇരുട്ടിലാളുന്നത് കണ്ട് ഭയക്കാത്ത ഒരാളും വാഴാപ്പാടത്തിന്റെ കരയിലുണ്ടാവില്ല. ഭയത്തിന്റെ വെള്ളിടികളോടെ അരികുപറ്റി നടക്കാനേ കഴിയൂ. പിന്നല്ലേ വീടുവെക്കുന്നതും താമസിക്കുന്നതും.

അങ്ങനെ വിചാരിച്ചുവന്ന കമല ഒരുതരം മായികലോകത്തേക്ക് വഴുതിവീണു. അവൾ അന്തംവിട്ടുനിന്നു. വെയിൽപരപ്പ് കനംവെച്ച് പാടത്തിന്റെ പച്ചപ്പിനുമേൽ തൂങ്ങിക്കിടന്നിരുന്നു. നടുമുറിക്കണ്ടം നികത്തി വീടുവെച്ചിരിക്കുന്നു. ഇത് സ്വപ്നമായിരിക്കുമെന്നുതന്നെ അവൾ കരുതി.

കാളിക്കുട്ടി മുറ്റത്ത് തന്നെയുണ്ടായിരുന്നു. വരമ്പ് താണ്ടിയെത്തിയ കമലയെ നോക്കി ഒരു നിമിഷം നിന്നു. പിന്നെ തിരിഞ്ഞുനിന്ന് അകത്തേക്ക് നോക്കിവിളിച്ചു.

"കല്യാണീ, ദാ നിന്റെ മോള് വന്നിരിക്ക്ണ്. കേറി വാ മോളേ."

കമല വിയർത്തു കുളിച്ചിരുന്നു. ബ്ലൗസിൽ വിയർപ്പു പടർന്ന വൃത്ത ങ്ങൾ തെളിഞ്ഞിരുന്നു. തൈര് കലക്കിക്കൊണ്ടിരുന്ന കല്യാണി മൺ കലത്തിലുറഞ്ഞുകൂടിയ വെണ്ണക്കട്ടകൾ ഒരു പാത്രത്തിലേക്ക് കോരിയിട്ട് മുണ്ട് നേരെയാക്കി എഴുന്നേറ്റു. തുറന്നിട്ടിരിക്കുന്ന ജനൽപാളിയിലൂടെ എത്തിനോക്കി.

"ങാ, നീയോ" മകളെ കണ്ട് കല്യാണിക്കുട്ടി പുറത്തേക്ക് വന്നു.

"എന്തേ വന്ന കാലിൽത്തന്നെ നിന്നുകളഞ്ഞത്. അകത്തേക്ക് വാ മോളേ."

കല്യാണിക്കുട്ടി മകളുടെ നെറുകയിൽ തലോടി വാത്സല്യം ചൊരിഞ്ഞു. അകത്തേക്ക് വിളിച്ചിരുത്തി.

"തറവാട്ടീപ്പോയി. അമ്മ ഇവ്ട്യാന്നു പറഞ്ഞു."

"അല്ലേലും എന്റീം കുട്ട്യോൾടേം കൂടെ നില്ക്കാൻ മാത്രം അമ്മക്ക് പറ്റൂല്ല."

പരിഭവത്തിന്റെ നീർത്തുള്ളി കനംവെച്ച് തൂങ്ങിത്തന്നെ നിന്നു. അവൾ അമ്മയിൽനിന്ന് അകന്നിരുന്നു. അവളുടെ എണ്ണമയമില്ലാതെ ചെമ്പിച്ച തലമുടി മോന്തായം കടന്നെത്തിയ കുഞ്ഞു സൂര്യനിൽ തിളങ്ങി.

കല്യാണിക്കുട്ടി ഒന്നും മിണ്ടിയില്ല. മകളുടെ ചെമ്പിച്ച തലമുടിയി ലൂടെ വിരൽ പായിച്ചിരുന്നു. കമല ക്ഷണത്തിൽ ഒരു കൊച്ചുകുട്ടിയായി

വാത്സല്യത്തിന്റെ ഗന്ധമറിയുന്നതോടൊപ്പം പരിഭവത്തിന്റെ ചെന്തീയും കനപ്പിച്ചിരുന്നു.

വാസ്തവം തന്നെ. എത്രയോ തവണ കമല വന്ന് വിളിച്ചിരിക്കുന്നു. ഒരു തുണയായി അവളോടൊപ്പം കഴിയാൻ കൂട്ടാക്കിയില്ല. തറവാട്ടിൽ ത്തന്നെ ടി കെയെ നോക്കി നിന്നു. ഒളിവിലിരിക്കാനെത്തുന്നവർക്ക് കാവൽനിന്നു. എല്ലാമായി കാത്തുസൂക്ഷിച്ചുവന്ന ഒരാൾ നഷ്ടപ്പെട്ടു. എന്നിട്ടും ആ മണ്ണിലുറച്ചുനിന്നു. അതായിരുന്നു നിയോഗം.

"എനിക്കും എന്റെ കുട്ട്യോൾക്കും ഇങ്ങനെ കഴിയാനാവും വിധി." കമല കണ്ണുനിറച്ചിരുന്നു.

മകളെ എങ്ങനെ ആശ്വസിപ്പിക്കണമെന്നറിയാതെ കല്യാണിക്കുട്ടി കുഴങ്ങി. തന്റെ അതേ വിധിതന്നെ അവൾക്കും വന്നുചേർന്നിരിക്കുന്നു. ചരിത്രം എന്നുമെന്നും ഇങ്ങനെ ആവർത്തിച്ചുകൊണ്ടിരിക്കുന്നതെന്ത്. എങ്ങനെ കറങ്ങിത്തിരിഞ്ഞ് വന്നാലും അതെത്തിനില്ക്കുക ഒന്നിൽ ത്തന്നെ. കാലഗതി നിർബ്ബാധം ഒന്നൊന്നിനു പിറകേ ഒഴുകിക്കൊണ്ടിരിക്കുന്നു. ഒരു നെടുവീർപ്പിലമർന്ന് കല്യാണിക്കുട്ടി മുഖം കുനിച്ചിരിക്കുമ്പോൾ കമല പറഞ്ഞു.

"അമ്മേ വിളിച്ചോണ്ടുപോവാൻ വന്നതാ. അമ്മ വരുംന്ന്വച്ചു. ഇനിപ്പോ ഞാനെറങ്ങ്വാ. കുട്ട്യോള് കാത്തിരിക്ക്യാവും."

കല്യാണിക്കുട്ടി ഒന്നും പറഞ്ഞില്ല. മുഖമുയർത്തി മകളുടെ നേരെ നോക്കി. പിന്നെ നെടുവരമ്പിലേക്ക് കണ്ണയച്ച് പറഞ്ഞു.

"ഇനി തൃത്തറേന്നെങ്ങ്ടുംല്യ. ഒരു വട്ടംകൂടി തിരിച്ചുവരണ്ട."

എഴുന്നേറ്റ് വീടിനകത്തേക്കുപോയി ചാക്കുസഞ്ചിയിലെന്തോ നിറച്ചെടുത്ത് മകളെ ഏല്പിച്ചു.

"ദാ വെച്ചോളു. കുട്ട്യോളെ പട്ടിണിക്കിടണ്ട. ഞാനെടക്കൊക്കെ വന്നു പോരാം."

"അമ്മേ" കമല ഉള്ളുപൊട്ടി വിളിച്ചു.

ഉച്ച വെയിലൊന്നു മങ്ങിയിരുന്നു. മുറ്റം മയിൽപീലിയന്റെ കാരുണ്യത്തിൽ മയങ്ങിവീണു. ദൂരെ വാഴാപ്പാടം വിയർപ്പാറ്റിക്കിടന്നു. വല്യ വരമ്പിന്റെ നേർവഴിനൂല് പാടങ്ങളെ പെരുക്കിയെടുത്തു.

കമല പടികടന്ന് വെട്ടുവഴിയിലേക്കിറങ്ങി. കല്യാണിക്കുട്ടി പടിക്കൽ ഒഴിഞ്ഞ അത്താണിയായി കല്ലിച്ചുനിന്നു.

ചെന്നുകയറിയതും കമല വാസുവിനെയാണന്വേഷിച്ചത്.

"അവനൊറങ്ങി."

സരസ്വതി അകത്തെ മുറിയിലേക്ക് തിരിഞ്ഞു. ചുട്ടവെയിൽ കമലയെ തളർത്തിയിരുന്നു. കൂജയെടുത്ത് കമിഴ്ത്തി. നീണ്ട കഴുത്തിലൂടെ തണുത്ത സ്ഫടികപ്പൊട്ടുകൾ നെഞ്ചിലേക്കൊളിച്ചു.

വാടിയ ചേമ്പിൻതണ്ടുപോലെ വാസു തഴപ്പായിൽ കിടന്നിരുന്നു. അവന്റെ ഒട്ടിയ വയറുകണ്ട് അവൾ വേവലാതി പൂണ്ട് അടുക്കളയിലേക്കോടി. ഒഴിഞ്ഞ പാത്രങ്ങൾ അവളോട് അനുകമ്പ ചൊരിഞ്ഞു.

നിറച്ചാലേ നിറയൂ. അവ കലമ്പൽ കൂട്ടി. ഉപ്പ് മാങ്ങ ഭരണിയിലെ ശേഷിപ്പ് തപ്പിയെടുത്ത് അവൾ അരച്ചുകലക്കിയുണ്ടാക്കി. അമ്മ തന്നയച്ച സഞ്ചിയിലെ അരിയെടുത്ത് ചോറും വെച്ച് കുട്ടികൾക്ക് വിളമ്പിക്കൊടുത്തു. സരസ്വതിയും ദേവുവും വാസുവും നിറച്ചുണ്ടു.

വാസു ഉറക്കമുണരുമ്പോഴേക്കും നേരം ഒരുപാട് വൈകിയിരുന്നു. ഒട്ടിയ വയറിലൂടെ അവൻ നടന്നു. എല്ലിൻകൂടുയർന്നു താഴ്ന്ന് പലപ്പോഴും നിലംപൊത്തിക്കിടന്നു. പിന്നെയും പിന്നെയും കമല അവനെ വിളിച്ചുണർത്തി. പൊട്ടിപ്പോയ കുടുക്കുകൾ വീണ്ടും വീണ്ടും തുന്നിപ്പിടിപ്പിച്ച് യാത്രയാക്കി. സരസ്വതിക്കും ദേവുവിനും പാവാട വള്ളി കെട്ടിക്കൊടുത്ത് പറഞ്ഞു. വള്ളി അയഞ്ഞ് ഇഴുകി വീഴരുത്. എപ്പഴും കരുതല് വേണം. കുട്ടികൾ തിരിച്ചുവരുന്നതും കാത്ത് വഴിയോരത്തിരുന്ന് അവൾക്ക് നരകയറി.

സ്കൂൾ വിട്ട് വാസു മൈതാനം കടക്കുമ്പോഴേക്കും വയറൊട്ടി ട്രൗസർ ഇഴുകിവീഴാൻ തുടങ്ങും. മേലോട്ടു കയറ്റുന്ന ബദ്ധപ്പാടിൽ റബ്ബറു വള്ളിപൊട്ടി പുസ്തകങ്ങൾ ഇടവഴിയിൽ ചിതറി വീണു.

"ശ്ശോ."

അബു വഴി നിറഞ്ഞ് നടന്നെത്തുകയായിരുന്നു. ഭരണിക്ക് മൂപ്പന്മാർ കുടിവെച്ചുണ്ട് ദേവിയെ ധ്യാനിച്ച് വാളും ചിലമ്പും കുലുക്കി പൂരസരസ്വതിയിൽ കർണ്ണകീ ചരിത്രത്തിൽ മുങ്ങിനിവർന്ന് കാവുതീണ്ടാൻ തിരിച്ചപ്പോൾ ചന്തപ്പുരയിലിട്ടുപോയതാവും അബുവിന്റെ കണ്ണിൽപെട്ട നാണയത്തിളക്കം. ഇന്നോളം കൈയിൽ വരാത്ത തുട്ട്. ഒരു ലോകംതന്നെ കൈയിലേക്ക് കയറിവന്ന് അന്വേഷിക്കയാണ്. എന്താ നിനക്ക് ഒരു ചായീന്റെ വെള്ളം മോന്തണോന്ന്. പിന്നെ ബേണ്ടേന്നോർത്ത് തിരിച്ചതായിരുന്നു അബു. ഒരു ഫുൾ ചായയുടെ സ്വപ്നവും പേറി ചായക്കട ലക്ഷ്യം വെച്ചെത്തുമ്പോഴാണ് വാസുവിന്റെ പുസ്തകക്കെട്ട് ചിതറിവീഴുന്നത്. അബു പുസ്തകം പെറുക്കിയെടുത്ത് വാസൂനെക്കൂട്ടി ചായക്കടയിലേക്കു കയറാൻ തുടങ്ങി. വാസു മടിച്ചുനിന്നു.

"ബാ മോനേ. അമ്മോട് ഞാമ്പറയാം."

അബു വാസുവിന് ധൈര്യം പകർന്നു. അപ്പോഴേക്കും വാസു ഇഴുകിയിറങ്ങുന്ന ട്രൗസറിന്റെ നിയന്ത്രണം ഇനിയും കൈവിട്ടുപോകുമോ എന്ന ഭയത്തിൽ ചെറുബെഞ്ചിലേക്ക് കയറിയിരുന്നു. അബൂന്റെ ജോറ് പിടിച്ച ഒച്ചയിൽ ഒരരച്ചായീം ഒരു ഫുൾച്ചായീം വിളിച്ചുപറഞ്ഞു. വാസു അരുതാത്തതെന്തിനോ കാത്തിരിക്കും മട്ടിലായിരുന്നു. അവന് ലജ്ജ തോന്നി. അമ്മയറിഞ്ഞാൽ വഴക്കുറപ്പാണ്. ആരുടെ കൈയിൽ നിന്നും ഒന്നും വാങ്ങിക്കഴിക്കരുതെന്നാണ് ചട്ടം.

"എന്താത്ര ജോറ്" ചായ ഗ്ലാസ് വടിച്ചുവെച്ച് നായര് തിരക്കി.

"കോളടിച്ചു നായരേ, കോളടിച്ചു. ഒക്കെ കൊടുങ്ങല്ലൂരമ്മേടെ കനിവാ."

അബു ഉള്ളംകൈയിലെ കാശിത്തുട്ട് കാട്ടി പല്ലിളിച്ചു.

പീടികച്ചായയുടെ ഗന്ധം വാസുവിനിഷ്ടായി. മേൽച്ചുണ്ടിനരിക് പറ്റി നിന്ന ചായപ്പത തുടച്ച് വാസു പോകാനൊരുങ്ങി. അബു കൂടെച്ചെന്നു. കുട്ടിയെ വീട്ടിലെത്തിച്ചുവെന്ന് കാണിക്കണം അയാൾക്ക്. അതിന്റെ ജോറ് വേറെ. വഴിയിലുടനീളം അയാൾ പാട്ടുപാടി നടന്നു. അത് കാത്തിരിപ്പിന്റെ പാട്ടായിരുന്നു.

കമല മുറ്റത്തു തന്നെ കാത്തുനിന്നിരുന്നു.

"ഇതെന്താ കുട്ടീ. ഇത്രേംനേരം എവിട്യായ്രുന്നു" മോനെ തൊട്ടുഴിഞ്ഞ് അവൾ ചോദിച്ചു. അബുവിന്റെ നേരെ അല്പം നീരസത്തോടെ നോക്കി. കുട്ടിയെ വിളിച്ചുകൊണ്ട് അകത്തേക്ക് കയറിപ്പോയി. അബു മുറ്റത്ത് ഏതാനും നിമിഷം കാത്തുനിന്നെങ്കിലും ആരുംതന്നെ പുറത്തേക്ക് വന്നുക ണ്ടില്ല.

അയാൾ തിരിച്ചുനടന്നു. നിരാശയോടെ.

കുഞ്ഞാപ്പു അബുവിന്റെ കൂട്ടാളിയായിരുന്നു. കമല വന്നതോടെ കൂട്ട് തകർന്നു. കുഞ്ഞാപ്പു കമലയെ വിട്ട് പുറത്തിറങ്ങാതായി. അബു അവർക്കിടയിൽ എന്നും ഒരധികപ്പറ്റായി. വേലിക്കൽ മുഖം കാണിച്ചുനിന്നാൽ കുഞ്ഞാപ്പു ഇറങ്ങിവരും.

"നീ നടന്നോ. ഞാൻ വന്നോളാം."

അയാൾ ഒരിക്കലും പക്ഷേ, അബുവിന്റെ കൂട്ടിന് പോയില്ല. കൂട്ടിനൊരാളുണ്ട്. കാണാതിരിക്കാൻ വയ്യെന്ന തോന്നലും. പിന്നെന്തിന് പുറംകൂട്ട്. എന്നാൽ കമല ഒരിക്കൽ അബുവിനെ തിരക്കി നടന്നു. അവൾക്ക് അയാളെ കണ്ടുപിടിച്ചേ മതിയാവൂ എന്നായി.

പീടികയുടെ ഉപ്പുപെട്ടിയിൽ കയറി ഒരു ബീഡിക്ക് തീകൊളുത്തി ഈ ലോകഗതിയെക്കുറിച്ച് ഗൗരവപ്പെട്ട ചില ആലോചനകളുമായി ഇരിക്കയായിരുന്നു അബു. പീടികക്കാരനാണ് വിളിച്ചുപറഞ്ഞത്. കമല തിരക്കിവന്നിരിക്കുന്നെന്ന്. ലോകഗതിയെ അതേപോലെ വിട്ട് അബു ഉപ്പുപെട്ടിയിൽ നിന്ന് ചാടിയിറങ്ങി കമലയുടെ മുന്നിൽ ജാള്യതയോടെ നിന്നു.

"എന്താ, എന്താ" അയാൾ ആശങ്കയോടെ അന്വേഷിച്ചു.

"കുഞ്ഞാപ്പേട്ടനെ കണ്ടോ അബുക്കാ" കമലയുടെ കണ്ണുകളിൽ ഉൽക്കണ്ഠ നിറഞ്ഞിരുന്നു.

അബുക്കാ എന്ന വിളിതന്നെ അയാൾക്കുള്ളിൽ തട്ടി.

"അതെങ്ങന്യാ. ഈടെ ഞമ്മടെ കമ്പമ്പൊന്നുല്ലല്ലൊ" അബു കണ്ണുരുട്ടി നിന്നു. അയാൾക്ക് കിട്ടിയ അവസരം പാഴാക്കാൻ തോന്നിയില്ല. പെണ്ണുകെട്ടി കുട്ട്യോളും ആയി. കുഞ്ഞാപ്പൂന് ഭാര്യയോടുള്ള പിരിശം ഒന്നു വേറെതന്നെയെന്ന് അയാൾക്കറിയാം. അതാണല്ലൊ തന്റെ കൂട്ടുപേക്ഷിക്കാനും കാരണം.

"അതല്ല അബുക്കാ. രണ്ടീസായി ആളെ കാണ്ണില്ല."

"ങേ." അബു വാപൊളിച്ചുനിന്നു. "രണ്ടീസോ. പടച്ചോനേ. ഇവനിദെവ്ടെപ്പോയി കെടക്ക്ണ്."

"അപ്പോ അബൂക്കക്കറീല്ലേ."

ഇല്ല. അബൂനറിയില്ലായിരുന്നു. ഏതാനും ദിവസായി അവർ തമ്മിൽ കണ്ടിട്ട്.

കമല നിരാശയോടെ മടങ്ങി. വീട്ടിലേക്കുള്ള വഴിയിൽ തോട്ടുവക്കത്ത് തെല്ലുനേരം സ്വയം നഷ്ടപ്പെട്ട് നിന്നു. അവൾക്ക് സങ്കടവും കരച്ചിലും വന്നു. ഛെ, എന്തൊരു നാണക്കേടാണ്. ഭാര്യ ഭർത്താവിനെ തിരക്കി നടക്കുക. അയാളെ കാണുന്നില്ലെന്ന് മറ്റുള്ളവരോട് പറയുക. എന്തൊരു മണ്ടത്തരമാണ്. അതും അബുക്കയോട്. അത്ര ആലോചിച്ചില്ല. എത്രേന്നുവെച്ചാ കാത്തിരിക്ക്യാ. എന്തെങ്കിലും ഒന്നു പറഞ്ഞിട്ടാണ് പോയിരുന്നെങ്കിൽ വിരോധം ല്യായിരുന്നു. ഇതിപ്പോ ഒരു വാക്കു പറയാതെ. ഒരാളെ ക്ഷണത്തിൽ കാണാതാവുകയാണ്. ഒരിടം ശൂന്യമാവുകയാണ്. ഒരു ശബ്ദം കേൾക്കാതാവുകയാണ്. കാത്തിരിപ്പ് ഒരു പൊള്ളലാവുകയാണ്. ഇതുവരെ അറിയാത്ത ഒരു നീറ്റൽ.

ഇപ്പോൾ കുഞ്ഞാപ്പു പോയിട്ട് വർഷങ്ങളായി. കമല പക്ഷേ, പിന്നെ കരഞ്ഞില്ല. ദേവു മലർന്നുകിടന്ന് കളിക്കുമ്പോഴായിരുന്നു അയാൾ വീടുവി ട്ടിറങ്ങിയത്. ആരോടും പറയാതെ. ആരാരുമറിയാതെ. അതിപ്പോൾ ഒരോർമ്മപോലുമല്ലാതായി. വിസ്മൃതിയുടെ കട്ടിയാർന്ന ഇരുട്ടിൽ അമർന്നുപോയി. അയാൾ തിരിച്ചെത്തുന്ന ഒരിലയനക്കംപോലും ഇനി പ്രതീക്ഷയിലില്ല. കാറ്റും കോളും കനംവെച്ച കാലങ്ങൾ ഒന്നൊന്നായൊഴിഞ്ഞുപോയത് ആരാരുമറിഞ്ഞില്ല. ഒരാൾ വരുമെന്നോർത്ത് വെറുതെ എന്തിനു കാത്തിരിക്കണം. എന്നാലും ഉള്ളിന്റെ ഉള്ളിൽ നേർത്ത പ്രതീക്ഷയുടെ കനൽച്ചാരം മൂടിക്കിടന്നു.

വേലാണ്ടി ശിപായി മുറ്റംമുറിച്ച് അടുത്ത വീട്ടിലേക്ക് നടക്കുമ്പോൾ കമല ഇറയത്ത് നോക്കിനിന്നു. അതേ വേഷത്തിൽ മറ്റൊരാൾ കൂടി അയാളുടെ പിറകെ നടന്നിരുന്നു. കമല ഇറങ്ങി വന്നപ്പോൾ വേലാണ്ടി ശിപായി പറഞ്ഞു.

"ഇത് കുഞ്ഞീരി. ഇനിപ്പോ ഇയാളാ വര. ഞാമ്പിരിയ്യ്യാ" അവർ നടന്നു.

അഞ്ചലോട്ടക്കാരനായിരുന്നു കുഞ്ഞീരി. മൂത്ത് മൂത്ത് ശിപായിയായതാ. വായനയും എഴുത്തും കഷ്ടിയാ. എന്നാലും കണക്കക്കുടികളിൽ പ്രധാനി. കണക്കന്മാരിൽ പ്രധാന ഐവോർ കളിക്കാരൻ. ഓണക്കളിയും പാട്ടും വശംണ്ട്. തൃശ്ശൂര്ന്ന് വരുന്ന പ്രൊഫസർ നാടൻകലയിൽ തീസിസുണ്ടാക്കാൻ കുഞ്ഞീരിയുടെ കുടിലിൽ തമ്പടിച്ചു കിടന്നിട്ടുണ്ട്. കടത്തനാട്ടുനിന്ന് ഭരണിക്ക് കൊടുങ്ങല്ലൂരെത്തുന്ന മൂപ്പൻമാർക്കുവേണ്ടി രാമായണവും ഭാഗവതവും ശാകുന്തളവും കൃഷ്ണചരിതവും സരസ്വതിയിൽ പാടാൻ വശംണ്ട്.

വേലാണ്ടി ശിപായി മേൽവിലാസം വായിച്ചുകൊടുക്കും. കുഞ്ഞീരി മുറി മലയാളത്തിൽ മേലേ കുറിച്ചിടും. പിന്നെ പതിവു കൈയക്ഷരങ്ങൾ മനഃപാഠം. ചായക്കടേല് കമ്യൂണിസം പറഞ്ഞിരുന്ന മനേലെ കുട്ടി

കൊണ്ടുകൊടുക്കുന്ന ലഘുലേഖകൾ വായിക്കാൻ വേണ്ടിയാണ് അത്യാവശ്യം അക്ഷരം പഠിച്ചത്. പിന്നെപ്പിന്നെ പത്രക്കടലാസ്സും കരണ്ടുതിന്നാൻ തുടങ്ങി. കുഞ്ഞീരിയുടെ വളർച്ച അങ്ങനെയാണ്.

എന്നാൽ ആരുടെ കത്തും വരാനില്ലാത്ത വെറുതെ കാത്തിരിക്കുന്ന കമലയ്ക്ക് അവർ അടുത്ത വീടുകളിലേക്ക് കയറിപ്പോകുന്ന രണ്ട് നിലഴുകൾ മാത്രമായിരുന്നു. ഒരു മായക്കാഴ്ച. നെടുവീർപ്പുകളിൽ മുങ്ങിനില്ക്കാൻ ഒരു നിമിത്തം.

വേലാണ്ടി ശിപായിക്ക് പെൻഷനായപ്പോൾ കുഞ്ഞീരി ശിപായിയെത്തന്നെ നാട്ടുമ്പുറവഴികളിൽ കാണാൻ തുടങ്ങി. ഒരു തോളിൽ കാലൻകുടയും മറുതോളിൽ അഞ്ചൽ സഞ്ചിയും തൂക്കി കുഞ്ഞീരി ശിപായി നാട്ടുവഴികൾ താണ്ടി മേൽവിലാസക്കാരുടെ വീടുകളിലെത്തി. ആളുകൾ ആദരപൂർവ്വം അയാളെ സ്വീകരിച്ചിരുത്തി. വിശിഷ്യാതിഥിയായി. വെയിലിൽ വിയർത്തൊലിച്ചെത്തുന്ന അയാൾക്ക് സംഭാരം കൊടുത്ത് പായ്ത്തടുക്കിട്ടിരുത്തി. മണിയോർഡർ കൊടുത്ത് മടങ്ങുന്ന അയാളുടെ ഉള്ളം കൈയിൽ നാണയത്തുട്ട് വീണു.

കമലയ്ക്കും മുൻപ് നാട്ടുമ്പുറത്ത് ശിപായിയുടെ വരവും കാത്തിരുന്ന് നിരാശപ്പെട്ട ഒട്ടേറെപ്പേരിൽ ഒരു കുറുമ്പക്കുട്ടിയും ഉണ്ടായിരുന്നു. കുറുമ്പക്കുട്ടിക്ക് ആറാമതും വയറ്റിലായപ്പോഴാണ് കണോതി ആസാമിൽ കാടുവെട്ടാൻ റെയില് വണ്ടീല് കയറിപ്പോയത്. മാസങ്ങൾക്ക് ശേഷം കുറുമ്പക്കുട്ടീടെ മുറ്റത്ത് കുഞ്ഞീരി ശിപായി പ്രത്യക്ഷപ്പെട്ടു. കുറുമ്പക്കുട്ടി പരിഭ്രമിച്ചു. ലക്കോട്ട് കൈയിൽവെച്ച് എന്തുചെയ്യണമെന്നറിയാതെ അനക്കമില്ലാതെ നിന്നു. അന്നുത്സവമായിരുന്നു. കത്തുംകൊണ്ട് ഗോപിമാഷ്ടെ അടുത്തേക്കോടി. കിതപ്പാറുംമുമ്പ് മാഷ് കത്തു പൊട്ടിച്ചു. “ആസാമീന്നാ. കണോതീടെ കത്താ. ആസാമില് വെള്ളപ്പൊക്കാണെന്ന്.

മാഷ് കത്തു വായിച്ചുകൊടുത്തു.

വർഷങ്ങളെത്രയായി. വെള്ളമൊഴിഞ്ഞ് പോയില്ല. മൂത്ത മകൻ കുഞ്ഞൻ തെങ്ങുകയറ്റം പഠിച്ചു. പെണ്ണുകെട്ടി കുട്ടികളായി. ബാക്കി അഞ്ചും വെള്ളം തോർന്നു. കുറുമ്പക്കുട്ടിയുടെ പഴയ കണ്ണുകളിൽ ഇപ്പോഴും പ്രകാശത്തിന്റെ ഒരു തരി ശേഷിക്കുന്നുണ്ട്. ശിപായി നാട്ടുവഴിയിലൂടെ അടുത്ത വീടുകളിലേക്ക് കയറിപ്പോകുമ്പോൾ കുറുമ്പക്കുട്ടിയുടെ ഉള്ളിൽ ഒരു വെള്ളപ്പൊക്കമുണ്ടാകും. സ്വപ്നങ്ങളെ മുഴുവൻ തൂത്തെറിഞ്ഞ വെള്ളപ്പൊക്കം.

കമല കൊയ്യാനും കെട്ടാനും പോയിവരുന്നതും കാത്ത് കുട്ടികളിരുന്നു. സരസ്വതിയും വാസുവും ദേവുവും അമ്മയെ മാത്രം കണ്ടു വളർന്നു. അച്ഛൻ എന്നും ഒരു സ്വപ്നമായി. വരുംവരുമെന്ന് പറഞ്ഞ് കമല മക്കളെ സമാധാനിപ്പിച്ചു. കോഴിക്കുഞ്ഞുങ്ങളുടെ കഥ പറഞ്ഞുകൊടുത്തു.

ഇന്ന് വരും മുല നാളെ വരും മുല

മറ്റന്നാളെൻ മക്കൾക്കമ്മിഞ്ഞ.

ആദ്യാദ്യം കുട്ടികൾ അന്വേഷിച്ചുകൊണ്ടേയിരുന്നു. മുതിർന്നപ്പോൾ അമ്മയുടെ കണ്ണുനിറയുന്നത് കാണേണ്ടെന്നു കരുതി. അവർക്ക് അതൊരു വികാരം പോലുമല്ലാതായിക്കഴിഞ്ഞിരുന്നു.

ഒരു ദിവസം വാസു സരസ്വതിയോട് ശബ്ദം താഴ്ത്തി ചോദിച്ചു.

“നമ്മുടെ അച്ഛനിനി വരില്ലല്ലേ.”

“ഉം.”

സരസ്വതി കനത്തുമൂളി. വാസു വളരെനേരം ആ മൂളലിന്റെ മുഴക്കത്തിൽ അമർന്നിരുന്നു. അതോടെ അച്ഛനെത്തുമെന്ന സ്വപ്നം കുഴിവെട്ടി മൂടി.

ചെകുത്താന്മാർ

കാത്തിരിപ്പിന്റെ കാലം എന്നുമുണ്ടായിരുന്നു. ഓർമ്മകളെ തഴുകി നേർത്ത സുഖം തരുന്ന ഇളംകാറ്റായും ഉള്ള് പൊള്ളിക്കുന്ന ചുടുകാറ്റായും എല്ലാമിളക്കി മറിക്കുന്ന ചുഴലിക്കാറ്റായും അപൂർവ്വ മായി കൊടുങ്കാറ്റിന്റെ ഭീതി പടർത്തി ഒഴിഞ്ഞകലുന്ന ശാന്തതയായും കാലം ഒഴുകി നടന്നു.

കണോതി വരുമെന്നുതന്നെ കരുതി കുറുമ്പക്കുട്ടി എന്നും കാത്തി രുന്നു. കുഞ്ഞീരി ശിപായി വന്നപ്പോൾ പ്രതീക്ഷ ഒന്നുകൂടി തളിർത്തു. അയാളുടെ അഞ്ചൽ സഞ്ചിയിലെ സ്വർണ്ണനിറമുള്ള ചതുരക്കൊളുത്ത് ഉച്ചവെയിലിൽ തിളങ്ങുന്നതുനോക്കി കാത്തിരുന്നിട്ടുണ്ട് നാളുകളോ ളം. നടുവരമ്പത്തേക്ക് അയാളിറങ്ങിയാൽ കുറുമ്പക്കുട്ടി അപ്പുവിനെ വിളിക്കും.

"ദേ ആരാണ്ടാ കിഴക്ക്ന്ന് വര്ണത്ന്ന് നോക്ക്യേടാ ക്ടാത്താ."

അപ്പു അഴിഞ്ഞുപോയ കുട്ടിത്തോർത്ത് ഒന്നുകൂടി വലിച്ചുമുറുക്കി പാടത്തിന്റെ ചെറുവരമ്പിലേക്കിറങ്ങിനിന്ന് മുറിച്ചിട്ട വരമ്പിലെ കഴ തിങ്ങിമറിയുന്ന നീർച്ചാലിൽ ചാടിവരുന്ന പൊടിമീനുകളെ നോക്കി ഇടക്കിടെ നടുവരമ്പിലേക്ക് കണ്ണെറിയും. കുഞ്ഞീരി ശിപായി ചെറു വരമ്പിലേക്ക് തിരിയാതെ നടുവരമ്പും കടന്ന് തൃത്തറയിലേക്ക് തിരിഞ്ഞ് വെട്ടുവഴിയിലേക്ക് കയറി മറയുന്നതോടെ അപ്പു തിരിഞ്ഞ് കൂരയിലേക്ക് പോരും. കൈതോല ചീന്തിയുഴിഞ്ഞ് മടികളാക്കി കെട്ടി വെക്കുന്ന കുറുമ്പക്കുട്ടിയുടെ ഉള്ളിലൊരു മുള്ളുതറയ്ക്കും. തിരിഞ്ഞു കുത്താനൊരുങ്ങി നില്ക്കുന്ന ഒറ്റ മുള്ള്.

ചെറുമീനുകൾ പിടയുന്ന കഴയിലും തൂമ്പിലും കാല് നീട്ടിയിരി ക്കുന്ന അപ്പുവിനെയും മച്ചിങ്ങാപ്പമ്പരം തിരിച്ച് ശബ്ദമുണ്ടാക്കുന്ന കുഞ്ഞൻ കണക്കന്റെ കിടാത്തൻ ശങ്കരനെയും നോക്കി കാളിക്കുട്ടി

യുടെ പേരക്കുട്ടി ഹരൻ മുള്ളുവേലിക്കകത്ത് നിന്നു. അവന് വേലിക്കെട്ടിന് പുറത്ത് പോകാനോ ശങ്കരനും അപ്പുവിനുമൊപ്പം കളിക്കാനോ അനുവാദമില്ല. സുഗന്ധി അവനെ ശകാരിക്കും. വിലക്കുകൾ എന്നും അവന്റെ മുന്നിൽ തടസ്സിലയായുണ്ടായിരുന്നു.

"അതെന്താ?"

ഒരു ദിവസം അവൻ അമ്മയോട് ചോദിച്ചു.

"അതങ്ങനെയാ. അവരോടൊന്നും അടുത്തൂടാൻ പറ്റില്ല. മ്മള് തൃത്തറേല്യാ. അതറിയ്യ്യോ കുട്ടിക്ക്."

"അപ്പോ അപ്പും ശങ്കരനും ഇവ്ടെ വരുന്നതോ?"

ഹരന്റെ സംശയ ം പുറത്തുചാടി.

"വന്നാലും മുറ്റംവിട്ട് കയറോ. ഇല്ലല്ലൊ" സുഗന്ധി കുട്ടിയുടെ നേരെ സ്വരം കടുപ്പിച്ചു.

ഹരൻ അതോടെ നിശ്ശബ്ദനാകും. ഉത്തരം കിട്ടാൻ ഇനിയും ഒരുപാട് ചോദ്യങ്ങൾ മനസ്സിൽ നിറയുമെങ്കിലും സുഗന്ധിയുടെ കോപം കൊണ്ട് തുടുത്ത മുഖമോർക്കുമ്പോൾ അവൻ ചോദ്യങ്ങൾ വിഴുങ്ങും. മുറ്റംവിട്ട് കയറാനാവാത്ത അപ്പുവിനും ശങ്കരനും തൂമ്പുങ്ങലിലെ കഴ വഴിയെത്തുന്ന നീർച്ചാലിലെ ചെറുമീനുകളെ നോക്കിനില്ക്കാനും നടുവരമ്പത്ത് ഓടിച്ചാടി കളിക്കാനും സ്വാതന്ത്ര്യമുണ്ടെന്ന് അവൻ മനസ്സിലാക്കി. എന്നാലവർക്ക് മഴയത്ത് ചോർന്നൊലിക്കുന്ന കൂരയും തനിക്ക് കാറ്റിലും മഴയിലും വെയിലിലും ഉലയാതെ നില്ക്കുന്ന വീടും സ്വന്തമായുള്ളത് എന്തുകൊണ്ടെന്ന് മാത്രം മനസ്സിലായില്ല. അതിലവന് വേവലാതിയുണ്ട്, അതൊക്കെ പങ്കുവെക്കാൻ വാസു എത്തണം. അവന്റെ കൈയിൽ എപ്പോഴും എന്തിനും ഉത്തരങ്ങളുണ്ട്. അവന്റെ സന്ദർശനം എന്നും ഹരന് അതുകൊണ്ടുതന്നെ ഉത്സാഹം പകർന്നു.

കമല മക്കളോടൊപ്പം ഇടക്കെത്തുമ്പോൾ ഹരനും വാസുവും വെട്ടുവഴിയിലേക്കിറങ്ങും. ആകാശം മുഴുവൻ മറച്ച് തണൽ വിരിച്ച് തണുപ്പ് പടർത്തി നില്ക്കുന്ന നെടുങ്കൻ പഴമാവിന്റെ കനംവെച്ച് പിടച്ച് തിങ്ങിപ്പരന്നുകിടക്കുന്ന വേരുകളിലിരുന്ന് ഉൽക്കണ്ഠകൾ പങ്കുവെക്കും. കൊഴിഞ്ഞുവീഴുന്ന പഴമാങ്ങകൾക്ക് പിറകിൽ കുട്ടികൾ ഓടി മത്സരിക്കുന്നത് നോക്കിയിരിക്കും. അതിൽ അപ്പുവും ശങ്കരനുമുണ്ടാകും.

ഒരിക്കൽ പഴുത്ത് പാകംവന്ന രണ്ട് മാമ്പഴം വാസുവും പെറുക്കിയെടുത്ത് മരവേരുകളിൽ ചെറുതായി തല്ലിയുടച്ച് ചാറാക്കി ഞെട്ടിലൂടെ തുറിപ്പിച്ച് കുടിക്കുമ്പോൾ ഹരൻ പറഞ്ഞു.

"വേണ്ട. അമ്മ വഴക്കുപറയും."

"എന്തിന്?"

"വീടിന് പുറത്ത്ന്ന് ഒന്നും കഴിക്കാൻ പാടില്ല. കുറച്ചിലാ." വാസു ചിരിച്ചു.

"അങ്ങനൊന്നുല്യടാ. നീ കഴിച്ചോ. ഞാമ്പറഞ്ഞോളാം."

വാസു നിർബ്ബന്ധിച്ച് ഹരന് മാമ്പഴച്ചാറ് വായിലേക്കിറ്റിച്ച് കൊടുത്തു. പഴച്ചാറിന്റെ മധുരം നുണഞ്ഞ് ഹരൻ ചെറുചിരിയോടെ വാസുവിനെ നോക്കി. മാമ്പഴച്ചാറോടൊപ്പം ഇത്തിരി ധൈര്യവും വീണുകിട്ടിയപോലെ അവനു തോന്നി.

"എങ്ങനിണ്ട്" വാസു ചോദിച്ചു.

"ങ്ഉം." ഹരൻ അതീവ തൃപ്തിയോടെ തലയാട്ടി.

"എന്തും അങ്ങന്യാ. രുചിച്ച് നോക്കണം. അപ്പറിയാം" ഒരു തത്ത്വജ്ഞാനിയുടെ ഗൗരവത്തോടെ വാസു പറഞ്ഞു.

"നിനക്ക് നല്ല ധൈര്യംണ്ട്" ഹരൻ വാസുവിനെ പ്രശംസിച്ചു.

രണ്ടുദിവസം വാസുവിനോടൊപ്പം കൂടിയപ്പോൾ ഹരനും അല്പം ധൈര്യം തോന്നിത്തുടങ്ങി. കുളത്തിലിറങ്ങി നീന്താനും മുങ്ങാംകുഴി യിടാനും വാസുവിനുള്ള സാമർത്ഥ്യം കരയി ൽ നോക്കിനിന്ന് ഹരൻ അത്ഭുതംകൊണ്ടു. വാസു അവനെ നീന്താൻ പഠിപ്പിച്ചു. നീന്തലിനി ടയിൽ കുറച്ച് വെള്ളം കുടിച്ചെങ്കിലും ഹരന് അതൊക്കെ നന്നേ രസിച്ചു. പോകാനൊരുങ്ങുമ്പോൾ ഹരൻ പറഞ്ഞു.

"നീ ഇടയ്ക്കൊക്കെ വരണം."

അങ്ങനെ ഇടയ്ക്കൊരിക്കൽ വന്നപ്പോഴാണ് ഹരൻ വാസുവിനോ ടൊപ്പം വെട്ടുവഴിയോരത്ത് നടക്കാനിറങ്ങിയത്. നടുവരമ്പിൽ കുഞ്ഞൻ കണക്കന്റെ ഏണിത്തല പെരുമ്പാമ്പുപോലെ നീണ്ടു പോകുന്നത് കാണാം. തെങ്ങ് കയറ്റം കഴിഞ്ഞ് കൂരയിലേക്കുള്ള തിരിച്ചുവരവാണ്. വരമ്പ് കയറിയാൽ അയനിയും പ്ലാവും നിറഞ്ഞ വരമ്പാണ്. ഏണിത്തല പ്ലാവില കടിച്ചുവലിച്ചും വേലിപ്പത്തലിന്റെ കൊമ്പൊടിച്ചും കരിഗ ങ്ങാട്ടത്തൂപ്പ് തിന്നും നീങ്ങും. ഇതൊക്കെ പണി കഴിഞ്ഞെത്തുന്ന കുഞ്ഞൻ കണക്കന്റെ കാലിടർച്ചകൊണ്ടുണ്ടാവുന്ന പ്രതിഭാസങ്ങളാണ്. ഒരു കുടം കള്ള് ചങ്കിലേക്കും പിന്നെ കുടൽവഴി തിരിച്ച് തലക്കുള്ളിലേക്കും നിറയുന്നതുകൊണ്ടാണ്. "കുഞ്ഞൻ കണക്കന്റെ ഏണിപോലെ"യെന്ന് നാട്ടാര് ശീലു ചമച്ചതും കഥയാണ്.

അന്നത്തെ വൈകുന്നേരം കുഞ്ഞൻ കണക്കന് പക്ഷേ, ഇതി നൊന്നും അത്രകണ്ട് നേരം കിട്ടിയില്ല. പ്ലാങ്കൊമ്പിൽ ഏണി ചാരി ഷാപ്പിന്റെ ചാക്കു തട്ടി നൂണ്ട് കയറി ഒരു കുപ്പി മോന്തിക്കുടിച്ച് ചിറി തുടച്ച് കക്കിറച്ചി വറ്റിച്ചതെടുത്ത് നാവിൽ തേക്കുമ്പോഴേക്കും ചാത്തൻ പുലയൻ തലയിലേക്ക് വെച്ച തളപ്പഴിച്ച് കുടഞ്ഞ് കുഞ്ഞനെ വിളിച്ചു. "ഇനിപ്പോ ഒരു കുപ്പിക്കുംകൂടി നേരംല്യ. കരിപ്പാവും മുമ്പേ യോഗംണ്ട്. നീ വന്നേ."

യോഗം ണ്ട്ന്ന് കേട്ടാപ്പിന്നെ കുഞ്ഞൻന്നല്ല ചാത്തനും കോരനും കുഞ്ഞിപ്പെണ്ണും നിക്കൂല.

"കരിപ്പായില്യ."

"ങാ. മതി. ഇന്നേക്കൊള്ളതായി."

കുഞ്ഞൻ ഏണിയേറ്റി നടന്നു. ചാത്തൻ പുലയൻ മുന്നേ നടന്നു.

ഇടവഴിയിൽ ഇരുട്ട് പരക്കാൻ തുടങ്ങിയിരുന്നു. ഇടയ്ക്ക് ചാത്തൻ പുലയൻ തിരിഞ്ഞുനോക്കി ഉറപ്പുവരുത്തും ഏണിത്തല വരുന്നുണ്ടോന്ന്. നീണ്ടെത്തുന്ന കൈതോല വകഞ്ഞുമാറ്റി വഴിയൊരുക്കും.

"നീ പിന്നിലുണ്ടോ കുഞ്ഞാ." ചാത്തൻ പുലയൻ ഇടക്കിടെ ചോദിച്ചുകൊണ്ടിരിക്കും.

കുഞ്ഞന്റെ മൂളൽകേട്ടാൽ അയാൾ പിന്നെയും നടക്കും. ഇടവഴി താണ്ടി വാഴാപ്പാടത്തിന്റെ ഓരത്തേക്കെത്തിയപ്പോൾ ചാത്തൻ പുലയൻ അന്വേഷിച്ചു.

"അല്ല കുഞ്ഞാ. എന്തായി നിന്റെ ക്ടാത്തന്റെ കാര്യം" ഏണിത്തലക്കായി കാത്തുനിന്ന് അയാൾ ചോദ്യം ആവർത്തിച്ചു. കുഞ്ഞൻ കണക്കൻ ഏണി ചെറുവരമ്പിലേക്ക് കുത്തി ഓരത്തെ തൈത്തെങ്ങിലേക്ക് ചാരിനിർത്തി ഏമ്പക്കമിട്ടു നിന്നു.

"അതിന് ക്ടാത്തന് ഉദ്യോഗാവണ്ടെ ചാത്താ."

"അപ്പഴക്കും ക്ടാത്തിണ്ടാവ്വോ കുഞ്ഞാ."

"പിന്നില്ലേ. ക്ടാത്തന് വിമാനക്കമ്പനീന്ന് അറിയിപ്പ് വരും ന്നാ പറീന്. അതോണ്ട് കുഞ്ഞീരി ശിപായി വേണ്ടാന്ന്വെക്ക്വോ ചാത്താ. അദ്ണ്ടാവില്യ."

"ക്ടാത്തന് പാഗ്യം കൊണ്ടരണേ കൊടുങ്ങല്ലൂര് പഗോതീ."

കുഞ്ഞൻ കണക്കൻ മേലോട്ടുനോക്കി കരയാൻ തുടങ്ങി. ആകാശത്തിന്റെ ഏഴറ്റങ്ങളും കണ്ടുനിന്നു. ചാത്തൻ പുലയൻ വിളിച്ചിട്ടും കുഞ്ഞൻ കണക്കൻ കേട്ടില്ല.

"ഭൂലോകം ചുറ്റ്ണ മാനത്തെ തൈവങ്ങളേ എന്റെ ക്ടാത്തനെ രച്ചിക്കണേ."

കുഞ്ഞൻ കണക്കൻ പറന്നുയർന്നു. മണ്ണും മലയും കാടും കടലും ആകാശച്ചെരുവുകളും പിന്നിട്ട് അനന്തതയിലേക്ക്.

ചിവീടുകൾ ഒച്ച വെച്ചുതുടങ്ങി. മാടുകൾ തിരിച്ചെത്തിക്കൊണ്ടിരുന്നു. വാസു കൂടെയുള്ള ധൈര്യത്തിലായിരുന്നു ഹരന്റെ നടപ്പ്.

വാഴാപ്പാടം നിരാലംബയായി നീണ്ടുകിടന്നു. അതിന്റെ അതിരുകളിൽ കണ്ണോതിയും കണ്ടൻകോരനും കോതയും ചീരുപ്പെണ്ണും വെച്ച കശുമാവിൻകൂട്ടത്തിന്റെ ചില്ലകൾ ചാഞ്ഞുകിടന്നു. കൈതോലപ്പരപ്പിലും കൊ ള്ളിത്തലപ്പിലും ചേമ്പിലയുടെ കുണുക്കത്തിലും നെല്ലോലകളുടെ മിനുക്കത്തിലും കൊതിപൂണ്ടു കിടന്നു.

കരിപ്പായാൽ വാഴാപ്പാടത്തുകൂടെ ആരും വഴിനടക്കാറില്ല. നിശ്ശബ്ദതയുടെ താഴ്വാരമാണവിടം. പുലരുംവരെ പാടവരമ്പുകളിൽ ചെകുത്താന്മാരുടെ വിളയാട്ടമാണ്. അവ സംഘം സംഘമായാണ് മുന്നേറുക. ഉള്ളിൽ തീക്കുണ്ഡമൊളിപ്പിച്ചുവെച്ചിരിക്കും. വായ തുറക്കുന്നതോടെ അവ തീഗോളങ്ങളായി പുറത്തുചാടും. ഏതിരുട്ടിലും അവ പൊന്നുരുക്കും.

വാഴാപ്പാടത്തിനൊരുവശം കാട്. കാടിനപ്പുറം ശ്മശാനം. പുല

യർക്കും പറയർക്കും കണക്കന്മാർക്കുമുള്ള ആറടി മണ്ണ്. ശ്മശാനത്തിനോരത്തുകൂടെ വെട്ടുവഴി. കാടിന്റെ ഇരുട്ടിലൂടെ വെട്ടുവഴിയെത്താൻ ഊടുവഴികളുണ്ട്. അവിടം നട്ടുച്ചയ്ക്കും ഇരുട്ടാണ്. തനിച്ചു നടക്കാൻ ധൈര്യംവേണം. ആരും ഒറ്റയ്ക്ക് മുതിരാറില്ല. ത്രിസന്ധ്യക്ക് കാട്ടിനുള്ളിലേക്ക് ശബ്ദങ്ങൾ കയറും. ഒന്നുകൂടിയിരുണ്ടാൽ ശബ്ദങ്ങൾ രൂപങ്ങളാവും. അവ വാഴാപ്പാടത്തിന്റെ വരമ്പുകളിലേക്കിറങ്ങും. പിന്നെ തേർവാഴ്ചയാണ്. വായ തുറക്കുന്നതോടെ തീപ്പന്തമുയരും.

കരിപ്പുനേരം വാഴാപ്പാടത്തേക്ക് ആരും കണ്ണയച്ചുകൂടാ. അത് കാലങ്ങൾ കൈമാറിയ വിലക്കും താക്കീതുമാണ്. കുട്ടികളും ചെറുപെണ്ണുങ്ങളും വാല്യക്കാരികളും ഗർഭിണികളും അങ്ങോട്ടുതിരിയാനേ പാടില്ല. ഇതൊക്കെയായിട്ടും കുഞ്ഞിക്കണ്ണുകൾക്ക് ഒന്ന് പാളി നോക്കണം. ചുവപ്പ് കണ്ട് വിറയ്ക്കണം. ഒളിനോക്കിപ്പനിക്കണം. സ്വകാര്യസുഖമാണത്.

ഹരനും വാസുവും നടന്നു.

വെട്ടുവഴിക്കരികിൽ വാഴാപ്പാടത്തിനോട് ചേർന്ന് കാടിനുമപ്പുറത്ത് പി ടി കൗമുദി അമ്മ പണികഴിപ്പിച്ച മഹിളാസമാജം. അതിന്റെ മുകപ്പിൽ നാടിനെ മൊത്തം വിളിച്ചറിയിക്കാൻ കോളാമ്പി മൈക്ക്. വൈകിട്ട് റേഡിയോ തുപ്പുന്ന യുദ്ധവും സമാധാനവും അതിലൂടെ കേൾക്കാൾ ആളുകളെത്തും.

മഹിളാസമാജത്തോട് ചേർന്ന് എൻ ഇ എസ് ബ്ലോക്കിന്റെ മഞ്ഞവണ്ടി വന്നുനിന്നത് ഹരൻ ഓർത്തു. ചേന്ദനും കറപ്പനും കുഞ്ഞനും കൂടിയാണ് വണ്ടിയിൽ നിന്നും ശീമക്കൊന്നത്തറികൾ ഇറക്കിവെച്ചത്. ആളുകൾ ഓടിക്കൂടിയിരുന്നു. നാട്ടിലെങ്ങുമില്ലാത്ത തരം കൊന്നത്തറികൾ കണ്ട് അന്തംവിട്ടുനിന്നു. സമാജത്തിനുചുറ്റും ശീമക്കൊന്നത്തറികൾ പിറ്റേന്നുതന്നെ നിരന്ന് വരിയൊപ്പിച്ച് വേലിതീർത്തു നിന്നു. ദിവസങ്ങൾക്കുള്ളിൽ തറികൾ ചിനുക്കാൻ തുടങ്ങി. പിന്നെപ്പിന്നെ പൊടിച്ച് ചെറിയ ഇലക്കൂമ്പുകളായി പെരുകി. വഴിപോക്കർ അവയെ സൂക്ഷിച്ചുനോക്കി. അവരുടെ കണ്ണുകളിൽ സംശയത്തിന്റെ മിന്നലാട്ടം.

"വരവാ."

"വല്ലാത്ത ചൂരും. നാടനല്ല."

"ശീമേന്നാണെന്നാ കേൾവി."

"വേലിപ്പത്തലിന് ഭീഷണ്യാ."

എന്നാൽ പൊടിച്ചു തളിർക്കും മുൻപ് ഇങ്ങനെ ഒരു വൈകുന്നേരം അവയോരോന്നും മണ്ണിൽ നിന്നും പറിച്ചെടുത്തിരുന്നു.

സമാജത്തിന്റെ പുറംതിണ്ണയിൽ പാൽപൊടി കലക്കിവെച്ച് വൈകുന്നേരങ്ങളിൽ പാൽ വിതരണം നടന്നിരുന്നു. കൈപ്പാട്ടയും മൊന്തയും മറ്റു പാൽപാത്രങ്ങളുമായി കുട്ടികൾ ക്യൂ നിന്നു.

യാങ്കിയുടെ കാരുണ്യമാണ്. ശുദ്ധമായ പാൽ. പശുവിൻ പാൽ മാറി നില്ക്കണം.

ഹരനും വാസുവും നടക്കാനിറങ്ങിയ വൈകുന്നേരം. അന്ന് പക്ഷേ, അവിടെ കുട്ടികൾ ആരുംതന്നെ പാൽ വാങ്ങാൻ കാത്തുനില്ക്കുന്നതായി കണ്ടില്ല. സമാജത്തിന്റെ ഒഴിഞ്ഞ വരാന്തയിൽ പകരം മുതിർന്ന കുറേപ്പേർ നില്പുണ്ട്. അവർക്ക് പാവകളുടെ രൂപസാദൃശ്യമായിരുന്നു. ചലനമില്ലാത്ത നില്പ്.

വെളിച്ചത്തിന്റെ പിൻവാങ്ങലിൽ നേർത്ത നിഴലുകൾ പിടഞ്ഞു.

"നമുക്ക് തിരിച്ചുപോകാം. അമ്മ അന്വേഷിക്കും" ഹരൻ തിടുക്കം കൂട്ടി.

"വരട്ടെ." വാസു അവന് ധൈര്യം പകർന്നു.

അപ്പോഴേക്കും ചലനമറ്റുനിന്നിരുന്ന പാവകൾക്ക് ക്ഷണത്തിൽ ജീവൻ വെച്ചു. അവ അസാമാന്യ ചലനശക്തി വീണ്ടെടുത്തു. മണ്ണിലേക്ക് വേരുപിടിച്ചു തുടങ്ങിയ ശീമക്കൊന്നത്തറികൾ പറിച്ചെടുത്തു. അവയുടെ ചിനച്ചുവന്ന ഏതാനും ചെറുകൊമ്പുകൾ ഒടിച്ചുകളഞ്ഞ് നല്ലൊരു വടിയായി വായുവിൽ വീശിനോക്കി ഒരായുധമാക്കാമെന്നുറപ്പു വരുത്തി.

ഒഴിഞ്ഞുമാറി സമാജത്തിന്റെ ഇറയത്തേക്ക് കയറി നിന്നിരുന്ന ഹരനെയും വാസുവിനെയും അവരാരുംതന്നെ ശ്രദ്ധിക്കയുണ്ടായില്ല. യാതൊരു ഭയചിന്തയും കൂടാതെയാണ് കുട്ടികൾ അവരെ നോക്കി നിന്നത്. കണ്ണുകളിൽ കൗതുകത്തിന്റെ തിരി മാത്രം കത്തിനിന്നു. വീടിനെക്കുറിച്ചോ വൈകിച്ചെന്നാലുള്ള ചോദ്യശരങ്ങളെക്കുറിച്ചോ ആലോചിക്കയുണ്ടായില്ല. പാവകളുടെ ചലനങ്ങൾ ഒട്ടൊന്നു രസിപ്പിച്ചെന്നു തോന്നി. ഇരുണ്ടുവരുന്ന സാന്ധ്യപ്രകാശം പൊലിയുന്നതും പാവനിഴലുകൾ ജീവൻവെച്ച് അപ്രത്യക്ഷമാകുന്നതും അവർ കണ്ടുനിന്നു. ഇനി ഇവരെന്തു ചെയ്യാനൊരുങ്ങുന്നു എന്നു മാത്രമായിരുന്നു കൗതുകം. ശീമക്കൊന്നത്തറികളുടെ അവരോളമെത്തുന്ന വടിയുമായി എന്തിനോ ചുവടുവെക്കുകയായിരുന്നു മങ്ങിയ വെളിച്ചത്തിൽ ഇഴചേർന്നുനിന്ന നിഴലുകൾ. നോക്കിനില്ക്കേ ഒരിമവെട്ടും മുൻപേ പാവക്കൂട്ടങ്ങളൊന്നടങ്കം തെക്ക് വേലപ്പക്കുട്ടി വൈദ്യരുടെ വൈദ്യശാലയ്ക്ക് നേരെ കുതിച്ചു. സമാജത്തിന്റെ വേലിക്ക് ജീവൻ വെച്ച് അവ അന്തരീക്ഷത്തിലൂടെ വരിയൊപ്പിച്ച് ഓടിയകലുംപോലെ തോന്നി.

ഹരൻ വാസുവിന്റെ ചുമലിൽ മുറുകെ പിടിച്ചു. അവന്റെ കണ്ണുകളിൽ ഭീതി പടർന്നു.

പിടഞ്ഞുകൊണ്ടിരുന്ന വൈദ്യശാലയുടെ വെളിച്ചം ക്ഷണത്തിൽ കെട്ടു. എന്തൊക്കെയോ തല്ലിത്തകർക്കുന്നു. അടിച്ചുടയ്ക്കും ശബ്ദം. അട്ടഹാസവും നിലവിളിയും കെട്ടുപിണഞ്ഞു. ആളുകൾ ശേഷിച്ച വെളിച്ചക്കീറിലൊളിച്ച നിഴലുകളായി നാനാദിക്കിലേക്കും ഓടുന്നുണ്ടായിരുന്നു. എന്നാൽ ശീമക്കൊന്ന വടികൾ അവരെ പിന്തുടർന്നിരുന്നു. ചാത്തൻ പുലയന്റെ വാഴത്തോട്ടത്തിനുള്ളിലൂടെയായിരുന്നു ഈ പടയോട്ടം.

സാവധാനം ശബ്ദ ങ്ങൾ നിലച്ചു. ഓടിയവരും ഓടിച്ചവരും അപ്രത്യക്ഷരായി. ഇരുട്ട് മുറിവു കൂടി. സമാജത്തിനുചുറ്റും ജീവാ ജന്തുവില്ല. പരിസരബോധം വന്ന ഹരനും വാസുവിനും അതുവരെ യില്ലാത്ത ഭയം തോന്നി. വാഴാപ്പാടത്തിന്റെ ചെറുവരമ്പിലേക്കിറങ്ങി നിന്നപ്പോൾ വടക്ക് വീട്ടുവരാന്തയിൽ കത്തിനില്ക്കുന്ന വെളിച്ചം കണ്ടു. വാസു ഹരന്റെ കൈപിടിച്ച് വരമ്പിലൂടെ ഓടി. തങ്ങൾക്കു പിറകെ ചെകുത്താന്മാരുണ്ടെന്ന് ഹരൻ നിശ്ചയമായും വിചാരിച്ചു. തീപ്പന്തം തുപ്പുന്ന ചെകുത്താന്മാർ. ഇപ്പോൾ അവരുടെ കൈയിൽ ശീമക്കൊന്ന വടികളുമുണ്ട്. നടക്കല്ല് കയറുമ്പോൾ ഹരനും വാസുവും നന്നായി വിറച്ചിരുന്നു. പിറകിൽ വാ പിളർന്നെത്തുന്ന ചെകുത്താന്മാർ. വീടിനുള്ളിൽ നേരമിരുട്ടിയെത്തിയതിന് തങ്ങളെ കാത്തിരിക്കുന്ന ശകാരവർഷങ്ങൾ.

കുട്ടികൾ അമ്മമ്മയുടെ കൈകൾക്കുള്ളിലേക്ക് ചെന്നുവീണു.

രാത്രി ഹരന് പനിച്ചു. തുള്ളൽപനി. അവൻ കിടന്നുവിറച്ചു. സുഗന്ധി കരച്ചിലായി. കാളിക്കുട്ടി മരുന്നരച്ച് നെറ്റിയിലിട്ടു. ചതകുപ്പ ക്കഷായമുണ്ടാക്കി കൊടുത്തു. രാത്രിക്കുരാത്രി കാരാപ്പിള്ളി വെളി ച്ചപ്പാടിന് ആളയച്ചു. ചൂട്ടുകത്തിച്ച് വാഴാപ്പാടം താണ്ടി വെളിച്ചപ്പാ ടെത്തി. ജപിച്ചൂതി നൂല് കെട്ടി. കരിപ്പായാൽ കുട്ടികളെ പുറത്ത് വിടണ്ട. അയാൾ ഉപദേശിച്ചു. ഇനി ഒന്നുണ്ടാവില്ല. ഉറങ്ങിക്കൊള്ളും. അയാൾ തിരിച്ചുപോയി. വിറയൽ നിന്നു. രാത്രി മുഴുവൻ കാളിക്കുട്ടി വിളക്ക് കെടുത്തിയില്ല. പുലരുംവരെ ഉറക്കമിളച്ച് കുട്ടിയുടെ അടുത്തിരുന്നു.

പുലർച്ചയ്ക്ക് മുറ്റമടിക്കാൻ ചീരു എത്തിയില്ല. മരുമകൾ വന്ന് മുറ്റമടിച്ചു പോയി. ചാത്തൻ പുലയന് വെട്ടേറ്റെന്നും തലയ്ക്ക് അടി കിട്ടിയെന്നും അവൾ പറഞ്ഞു. ചീരു അയാളോടൊപ്പമുണ്ടെന്നും എവി ടെയോ ഒളിച്ചു കഴിയുകയാണെന്നും.

വൈദ്യശാലയും അതിനോടു ചേർന്ന പാർട്ടി ഓഫീസും തല്ലി ത്തകർത്തിരുന്നു. വേലപ്പക്കുട്ടി വൈദ്യരുടെ അതിപുരാതനമായ ഭീമൻ മേശ കാലൊടിഞ്ഞ് കൊമ്പുകുത്തി വീണിരുന്നു. മരുന്നുകുപ്പികൾ വരാന്തയിലും മുറ്റത്തും കട്ടപിടിച്ച ചോരപ്പാടുകൾക്കൊപ്പം കിടന്നി രുന്നു. വാഴത്തോട്ടം ഒരുപാട് പടയോട്ടത്തിന് സാക്ഷ്യം വഹിച്ചെന്ന് വ്യക്തം. ഒടിഞ്ഞുവീണ വാഴത്തണ്ടുകളിൽ ചോരപ്പാടുകൾ പുലർ വെളിച്ചത്തിൽ ഒന്നുകൂടി ചുവന്നുകിടന്നു. ചാത്തൻ പുലയന്റെ കുടിൽ ഒരു വശത്തേക്ക് ചാഞ്ഞുനിന്നു. വെട്ടുവഴിയിലെ പാലത്തിൽ ആരോ എഴുതിവെച്ചിരുന്നു.

“ചുവപ്പുകൊടി കാളകളെ വിരട്ടും.”

കാളമുറിത്തോടിനിരുവശവും ആളുകൾ കുത്തിയിരുന്ന് അടക്കം പറഞ്ഞു.

“ചുവപ്പന്മാരീ നാട് കുട്ടിച്ചോറാക്കും.”

"കണ്ടോ, കാളക്കൂറ്റന്മാരിവിടെ അഴിഞ്ഞാടും."

"നോക്കിക്കോ, ചുവപ്പുകണ്ടാൽ കാള വിരണ്ടോടും."

മുഷ്ടികൾ ചുരുണ്ടുചെന്നു. നോട്ടങ്ങളിൽ ചുവപ്പുരാശി പടർന്നു കയറി.

"വിരട്ടാൻ വരുന്നോടാ പട്ടീ."

പിന്നെ തോട്ടിലേക്ക് മറിഞ്ഞുവീണ് ഉന്തും തള്ളും, തല്ലും വെട്ടും.

ഇത് പലയിടത്തും അരങ്ങേറുന്നതിനിടയിലാണ് പള്ളിയിൽ കൂട്ട മണി മുഴങ്ങിയത്.

വിശ്വാസികൾ മുട്ടിമുട്ടി പ്രാർത്ഥിച്ചു. സ്കൂളുകൾ അടച്ചുപൂട്ടി. അടച്ചിട്ട ക്ലാസ് മുറിയിൽ അകപ്പെട്ടുപോയ ഒരു കുട്ടി ദിവസം മുഴുവൻ ഏങ്ങിയേങ്ങി കരഞ്ഞത് ആരും കേട്ടില്ല. പത്രക്കടലാസ്സും തോൾസഞ്ചിയും നീണ്ട കാലൻകുടയുമായി സ്കൂളിലെത്തിയ രുക്മണിടീച്ചറെ ആരോ കഴുത്തിന് പിടിച്ച് പുറത്തേക്ക് തള്ളി. അപരിചിത മുഖങ്ങൾ ഇടവഴികളിലും കാളമുറിത്തോടിനു പരിസരത്തും തൂമ്പുങ്ങലും പ്രത്യക്ഷപ്പെട്ടു. അങ്കമാലിയിൽ നിന്നെത്തിയവരാണെന്ന് നാട്ടുകാർ അടക്കം പറഞ്ഞു. ഗ്രാമത്തിന്റെ കണ്ണുകൾ ഇരുട്ടിലും തുറന്നിരുന്നു. തൊപ്പിയും ബൂട്ടും ഭയന്ന് അവർ ഒളിയിടങ്ങൾ തേടി. തായ് നഗറിൽനിന്ന് ഒരുകൂട്ടമാളുകൾ വെട്ടുവഴി ലക്ഷ്യമാക്കി കിഴക്കോട്ടുനടന്നു. പുന്നക്കച്ചാലും വഞ്ചിപ്പുരയും കൂരിക്കുഴിയും അവരോട് ചേർന്നു. മുന്നിൽ ശേഖരേട്ടൻ. പിന്നെ അണക്കത്തി രാമദാസ്, കണ്ടര് രാമകൃഷ്ണൻ, വേലായുധൻ, ചങ്കരൻ, കണോതിക്കുട്ടി, നീലി. കൂട്ടം പെരുകി വഴികൾ നിറച്ചു. ചുവന്ന ചെട്ടിപ്പൂക്കൾ കരപിടിച്ച കാളമുറിത്തോടെത്തിയപ്പോൾ പുരുഷാരം ചിറ തിങ്ങി നീങ്ങി. ഒരു കടലൊന്നായി ഇളകി മറിഞ്ഞെത്തുകയാണ്. ഉച്ചത്തിൽ ഒരമാനം കേൾക്കാം. തീപ്പന്തങ്ങൾ അന്തരീക്ഷത്തിൽ പാളി നീങ്ങി. വാഴാപ്പാടത്തിന്റെ ചെറുവരമ്പിൽ നോക്കിനിന്ന ഹരനും വാസുവും വിചാരിച്ചു.

ചെകുത്താന്മാർക്കും ശബ്ദമുണ്ട്.

പടയൊരുക്കം

സുലൈമാപ്ലാരെ ചായക്കടയിൽ പതിവില്ലാത്തവിധം ഒരു തിക്കും തിരക്കും. മെയിലുവാരി തപാലാപ്പീസിന്റെ അരമതിലിലിരുന്ന് ആദ്യവായനയും കഴിഞ്ഞ് കുഞ്ഞീരി ശിപായി പുറത്തിറങ്ങിയാൽ സുലൈമാപ്ലാരെ ചായക്കടയിലേക്ക് ഒരു കയറ്റമു ണ്ട്. അവിടെ അന്നന്നു നടക്കുന്ന നാട്ടുവിസ്താരത്തിൽ പങ്കുകൊണ്ട് ഒരരച്ചായയും തരമാക്കിയിട്ടേ മെയിൽ വിതരണത്തിനിറങ്ങൂ. കത്തുകിട്ടിയ ആരുടെയെങ്കിലും ഓശാരത്തിലായിരിക്കും അന്നത്തെ ചായ. കത്തുകൾ കിട്ടിത്തുടങ്ങിയവരുടെ എണ്ണം നാട്ടിൽ കൂടിക്കൂടി വന്നതോടെ ചായക്കട സജീവമാവുകയും ശിപായിക്ക് ചായയോടൊപ്പം കടിയും തരപ്പെട്ടുകിട്ടിയിരുന്നു. അന്നുപക്ഷേ, ചായക്കട ബഞ്ച് ഒന്നുകൂടി പൂഴിമണ്ണിലേക്ക് താഴ്ന്നുപോകാൻ കാരണമുണ്ട്. ബഞ്ച് നിറച്ച് ആളുകളുണ്ടായിരുന്നു. വെറും കിസ്ത കേൾക്കാൾ കൂടിയവരല്ല. ലോകത്തെ വല്യവല്യകാര്യങ്ങൾ. അതിനൊത്ത ആളുകൾ മാപ്ലാരെ ചായക്കടയിലേക്ക് കയറിവന്നതിനും കാരണക്കാരൻ ഗോപാലനാശാൻ തന്നെ. തപാലാപ്പീസിൽ മെയിലുനോക്കി ചുടുവെയിലിലേക്കിറങ്ങിയപ്പോഴാണ് ഗോപാലനാശാൻ വെളുവെളുത്ത മുണ്ടും ചാരനിറത്തിലുള്ള മുറിക്കൈയൻ കുപ്പായവുമിട്ട് വെളുത്ത് കിലുന്നനെയുള്ള കുഞ്ഞേലായി വെട്ടുവഴി മുറിച്ച് കടന്നെത്തുന്നതുകണ്ടത്. ഇങ്ങനെ ഒരു ചെറുപ്പക്കാരനെ നാട്ടുമ്പുറത്ത് കാണാനാവില്ല. ആശാനെ കണ്ടതോടെ ഓടിവന്ന് കൈകൂപ്പി അന്വേഷിച്ചു.

"നമസ്കാരം മാഷേ, സുഖല്ലേ."

"സുഖാണ് കുട്ടീ. എപ്പഴെത്തി" ആശ്ചര്യത്തോടെ ആശാൻ.

"വെളുപ്പിന്."

"എന്തേപ്പോ ഇവ്ടെ."

"ടെലഗ്രാം അടിക്കാനെറങ്ങീതാ. കൊറച്ച് സ്റ്റാമ്പും വേണായിരുന്നു."

"ഇത്തിരി നാളായി കണ്ടിട്ട്. ബിലാത്തീന്നൊക്കെ കടല് താണ്ടി വര്വാന്നെച്ചാ അത്ര എളുപ്പല്ലല്ലൊ ല്ലേ."

മാഷ് സ്നേഹവാത്സല്യത്തോടെ കുഞ്ഞേലായിയെ ചേർത്തു നിർത്തി. ശിഷ്യന്റെ സാമീപ്യത്തിൽ അഭിമാനം കൊണ്ടു. കുഞ്ഞേലായി ആദരവോടെ തലയാട്ടി നിന്നു.

"വാ തിരക്കില്ലെങ്കി ഒന്നിരുന്നിട്ട് പോകാം."

"ശരി." കുഞ്ഞേലായി ഗുരുവിനെ അനുഗമിച്ചു.

വെയിൽത്തിളക്കത്തിൽ അന്തരീക്ഷം പതുക്കെ തുള്ളാൻ തുടങ്ങിയിരുന്നു. തോളിൽ മടക്കിയിട്ട വേഷ്ടിയുടെ തലകൊണ്ട് നെറ്റിയിൽ പൊടിഞ്ഞുവരുന്ന വിയർപ്പൊപ്പി ആശാൻ സുലൈമാൻ സായ്വിന്റെ ചായക്കടയിലേക്ക് കുഞ്ഞേലായിയെക്കൂട്ടി നടന്നു.

ചായക്കട വെയിൽക്കൂത്തിൽ വിറകൊണ്ട് നിന്നിരുന്നു. മെയില് വായിച്ചു തീരുന്നതോടെ ആളുകൾ പിരിഞ്ഞുപോകും. കത്തുള്ളവരും ഇല്ലാത്തവരും വിവിധ ചിന്തകളിൽ അവരവരുടെ ലോകങ്ങളിലേക്ക് നടന്നകലും. കത്തലുള്ള കത്തും കത്താത്ത കത്തും വായിക്കാനാവാത്ത കത്തും കാണും. ഗോപാലനാശാനെ കാണാനെത്തുന്ന ചിലർക്ക് കത്ത് വായിച്ചുകിട്ടണം. അക്ഷരങ്ങളുടെ ഉണർത്തുപാട്ട് വശമില്ലാത്തവർ. അതും പോരാത്തവർ എന്താപ്പ ചെയ്യ മാഷെ എന്ന ചോദ്യങ്ങളുമായി നില്ക്കും. അന്നു പക്ഷേ, അതൊന്നുമായിരുന്നില്ല. കൊളമ്പീന്ന് പാണാട്ട് ശങ്കു എത്തിയിരുന്നു. ചായക്കടയുടെ ബഞ്ചിൽ ഇരുപ്പുറപ്പിച്ച് അയാൾ ഏതാനും കത്തുകൾക്ക് വിലാസം കുറിച്ചു കൊണ്ടിരിക്കുമ്പോഴായിരുന്നു കുഞ്ഞേലായിയെ കൂട്ടി ആശാൻ ചെന്നുകയറുന്നത്. പിന്നെ പറയാനുണ്ടോ. ആശാനെ കണ്ട മാത്രെ ചായക്കടയിലുണ്ടായിരുന്നവർ മൂടൊന്നു പൊന്തിച്ച് ശിരസ്സുകുനിച്ച് ആദരവ് കാണിച്ചു. കൂടെയുള്ള വെളുത്തുമെലിഞ്ഞ ചെറുപ്പക്കാരനെ കണ്ട് ഒട്ടൊരു കൗതുകം പൂണ്ടു.

"ആരാ മാഷെ."

പാണാട്ട് ശങ്കുവിനും ആളെ മനസ്സിലായില്ല. മുഖങ്ങൾ നീണ്ടുവന്നു.

"ഇതോ. കുഞ്ഞിക്കോരൂന്റെ മോനാ കുഞ്ഞേലായി. വെളുപ്പിന് ബിലാത്തീന്നെത്തിയൊള്ളൂ."

ചുടുചായ കുടിച്ചുകൊണ്ടിരുന്ന കുഞ്ഞീരി ശിപായിയുടെ ചുണ്ടു പൊള്ളി. ഒറ്റ ശ്വാസത്തിൽ അന്ധാളിപ്പോടെ എഴുന്നേറ്റ് അയാൾ ചെറുപ്പക്കാരനെ നോക്കിനിന്നു. കിരീടം വെച്ച രാജ്ഞിയുടെ സ്റ്റാമ്പൊട്ടിച്ച ലക്കോട്ടിൽ വടിവൊത്ത കൈപ്പട. അതിന്റെ സുഖദമായ ഗന്ധം. അതെഴുതി അയക്കുന്ന കുഞ്ഞേലായിയെ മാത്രം ഇന്നോളം കണ്ടിട്ടില്ല.

ചായക്കടയുടെ പനമ്പ് തട്ടിയോട് ചാരിനിന്ന് എല്ലാവർക്കുംവേണ്ടി പത്രം വായിച്ചിരുന്ന അബു പെട്ടെന്ന് വായന നിർത്തി പത്രം മടക്കി, വന്നുകയറിയവരെ നോക്കി മിഴിച്ചുനിന്നു. മാഷ്ടെ കൂടെവന്ന ചെറുപ്പക്കാരനെ അബുവിന് പിടികിട്ടിയില്ല. തനിക്കറിയാത്ത ഒരാൾ നാട്ടിലുണ്ടെന്ന് അബുവിന് ഉൾക്കൊള്ളാനായില്ല. മാഷ് പരിചയപ്പെടുത്തിയപ്പോൾ അയാൾ അത്ഭുതാദരങ്ങളോടെ നിന്നു. എത്രയോ കാലമായി കുഞ്ഞിക്കോരൂന്റെ മോനെക്കുറിച്ച് കേൾക്കാൻ തുടങ്ങിയിട്ട്. ബിലാത്തിക്ക് കപ്പല് കേറിപ്പോയ കുരുന്ന്. വല്യ ഉദ്യോഗം. ഇടയ്ക്ക് ഒന്നോ രണ്ടോ ദിവസത്തിന് വന്ന് പോയെന്നറിഞ്ഞിരുന്നെങ്കിലും കാണാനാവാത്ത നിരാശ ബാക്കി കിടന്നിരുന്നു. അബു ആവുന്നത്ര കുനിഞ്ഞ് ഭവ്യതയോടെ നിന്നു.

പാണാട്ട് ശങ്കു ബഞ്ചിലിത്തിരി ഇടമുണ്ടാക്കി കുഞ്ഞേലായിയെ ക്ഷണിച്ചു.

"വാ ഇരിക്ക്."

ആശാൻ കുശലാന്വേഷണത്തിനിടയിൽ എന്തോ ഓർമ്മിച്ചെടുത്ത് അന്വേഷിച്ചു.

"അല്ല മോനേ. ആ ഫിദല് വന്നൂന്ന് കേട്ടല്ലൊ. ശര്യാണോ."

"ശര്യാ. അത് ലാറ്റിനമേരിക്കേലാ മാഷേ. ബാത്തിസ്റ്റാ വീണു. ഫിദല് കയറി. ക്യൂബക്ക് ശ്വാസം വീണു."

അബു മുന്നോട്ടാഞ്ഞു നിന്നു. വല്ലപ്പോഴും പത്രത്തിൽ ഏതെങ്കിലും മൂലയിൽ വായിക്കാറുണ്ട് ക്യൂബൻ സിംഹത്തെക്കുറിച്ച്. പോരാളി വേഷത്തിലൊരാൾ അബുവിന്റെ ഉള്ളിലും കയറിക്കൂടിയിരുന്നു.

"അപ്പോ അവസാനം അതും നടന്നു" മാഷ് ഒരു ദീർഘനിശ്വാസത്തോടെ പറഞ്ഞു. "ചെയുടെ കൂട്ടുകൊണ്ട് ഗുണംണ്ടായി. ചുണക്കുട്ടി തന്നെ."

"അവരൊക്കെ എണ്ണം പറഞ്ഞ ജനുസ്സാ മാഷേ" കുഞ്ഞേലായി പറഞ്ഞു.

പാണാട്ട് ശങ്കു ഒന്നിളകിയിരുന്നു. കൊളമ്പിലും ഇതുപോലുള്ള ചായക്കടകൾ തന്നെയെന്നോർത്തു. അവിടെയും ലോകവാർത്തകൾ ചുടുചായയോടൊപ്പം വന്നെത്തും. പിന്നെ തെങ്ങിന് മോളിലിരുന്ന് കുലമുറിച്ച് കുടം കമിഴ്ത്തുമ്പോഴും അത് മനസ്സിലങ്ങനെ തിരിച്ചും മറിച്ചുമിടും.

"എല്ലാര്ക്കും ചായ കൊടുക്ക് സുലൈമാനിക്കാ" കുഞ്ഞേലായി ഓർഡർ കൊടുത്തു.

"ശീമേക്കാരന്റെ കണക്കില്." അബു മനസ്സ് നിറച്ചു.

"സിലോണിലെ സ്ഥിതി പറഞ്ഞില്ലല്ലൊ ശങ്കൂ" ആശാൻ അന്വേഷിച്ചു.

"അവ്ടെ നമ്മളെ ആള്ളോളെക്കൊണ്ട് നിറഞ്ഞിരിക്കല്ലേ. നാട്

വിട്ണോരൊക്കെ അവ്ടെത്തും. ടീ എസ്റ്റേറ്റിലും മറ്റും കൂടുതലും തമിഴന്മാരാ. നമ്മള് ചെത്ത് തന്നെ. പിന്നെ മദിരാശീ ചെയ്തിരുന്ന തൊക്കെ അവ്ടീം ചെയ്യും. ബണ്ഡാരനായകെ വന്നേപ്പിന്നെ കൊറച്ച് സമാധാനാ."

"ശങ്കൂന്റെ മോന്റെ കാര്യം എന്തായി."

"ഒന്നായില്ല. ഇനിപ്പോ അവനുംകൂടി പോന്നോട്ടേന്ന് വെക്ക്യാ."

"എവ്ടക്ക്."

"കൊളമ്പീലിക്ക് തന്നെ."

"അവ്ടെ ദിവാകരന് പറ്റിയ ജോലി തരപ്പെടോ." ആശാൻ സംശയിച്ചു.

"സായ്പിന്റെ കമ്പനീല് ഒഴിവ് വരുമ്പം കേറിക്കോട്ടേന്ന് വെക്ക്യാ. പഠിച്ച ചെക്കനല്ലേ. ഇനി ചകിരി തല്ലിക്കാൻ പറ്റില്ലല്ലോ."

"ഉം. നല്ല കാര്യം."

അല്ല അവനായിട്ടിനി ഇവ്ടെ നിന്നു നരകിക്കണ്ട. ചകിരിയിലും ചകിരിച്ചോറിലും കയറ്റുമുടിയിലും മകന്റെ ജീവിതം കെട്ടിയിടണ്ട എന്നുതന്നെ ശങ്കു വിചാരിച്ചിട്ടുണ്ട്. അവനെയും കൂട്ടി പോണംന്ന് തന്നെയാണ് ചിന്ത. നാടുവിട്ടാലേ പിള്ളേര് നന്നാവൊള്ളു. പിന്നൊക്കെ തലേലെഴുത്ത്.

"പിന്നെന്തൊക്കെ നാട്ടുവിശേഷം." കുഞ്ഞേലായി അന്വേഷിച്ചു.

"എന്താ പറയ്യാ. ഇവ്ടെ നല്ല വിശേഷൊന്നുല്യ. അന്യനാട്ടീ ന്നൊക്കെ വരുമ്പം ഇവ്ടത്തെ കഷ്ടപ്പാടൊക്കെ കണ്ട് തിരിച്ചുപോണ്ടി വരും. പോരാത്തേനിപ്പോ വല്യ ബഹളം നടക്കാ."

അബു ശ്വാസം മുട്ടിനിന്നു. എന്തൊക്കെയോ ഇടക്ക് കയറി പറ യണംന്നുണ്ട്. പ്രത്യേകിച്ച് പുറത്തുനിന്ന് വരുന്നവരോട്. ആശാനു ള്ളതുകൊണ്ട് മാത്രം അടക്കിപ്പിടിച്ചുനിന്ന് കേട്ടു.

"ചിലതൊക്കെ അവ്ടീം അറീന്ണ്ട്. അവർക്കൊക്കെ വല്യ ഉൽ ക്കണ്ഠയാ. ചോപ്പിനോടിത്തിരി പേട്യാ. യാങ്കികള് ഇടപെടുംന്നാ പറഞ്ഞുകേൾക്ക്ണ്. അവർക്ക് സഹിക്കിനില്യാത്രെ." കുഞ്ഞേലായി പുറംനാട്ടിലെ വികാരം പുറത്തിട്ടു.

"കമ്മൂക്കൾക്കിനി രക്ഷില്ലെന്നാ കേൾവി." പുട്ടും കടലയും കഴിച്ചുകൊണ്ടിരുന്നിരുന്ന ശിവരാമന്നായർ സംശയം പ്രകടിപ്പിച്ചു.

"അതൊക്കെ ബഡായി. അവര്ക്ക് ബൂരിപക്ഷം ണ്ടെങ്കീ പിന്നെന്ത്."

"കാലു മാറ്റിക്കും. അത്ര ന്നെ." ശിവരാമന്നായർ ഒന്നിളകിയിരുന്നു. ബഞ്ച് കുറെക്കൂടി പൂഴിമണ്ണിലേക്ക് താഴ്ന്നു. അയാളുടെ ശബ്ദത്തിന് കനം വെച്ചിരുന്നു. ചായക്കടയിലിരുന്ന എല്ലാവരും ചെവി വട്ടംപിടിച്ച് ശിവരാമന്നായരെ നോക്കി. കനപ്പിച്ചുതന്നെയാണ് അയാൾ അതുപറ ഞ്ഞത്. അതുതന്നെ നടക്കുമെന്നൊരു തോന്നൽ എല്ലാവരിലും ഭീതി യുണ്ടാക്കുംപോലെ.

"ദേവീകൊളം റോസമ്മ കൊണ്ടോയില്ലേന്ന്. അതോണ്ടിത്തിരി പ്രാന്തെളകീട്ട്ണ്ട് കാളേൾക്ക്."

മൂലേലിരുന്ന് ചായ കുടിച്ചിരുന്ന കണ്ണംപറമ്പിൽ വാസു മാഷോട് അബു ശബ്ദംതാഴ്ത്തി പറഞ്ഞു. വാസു മാഷ് ഗോപാലനാശാനെ നോക്കി അബു പറഞ്ഞതിന്റെ പൊരുൾ ഉറപ്പിക്കുംവിധം പുരികമുയർത്തി. അടുത്തിരുന്ന വേലപ്പൻ മാഷ് യോജിപ്പോടെ തലകുലുക്കി.

"ഒരെടത്ത് പിടിച്ചൂന്ന്വെച്ച് നാട് മുഴ്വോനും പിടിച്ചൂന്നാവ്വോ." പുത്തൂര് ഗോപാലകൃഷ്ണൻ ചായ ഗ്ലാസ് അല്പം ശബ്ദത്തോടെ ബഞ്ചിൽവെച്ച് എഴുന്നേറ്റ് മുണ്ടുമടക്കിക്കുത്തി പുറത്തേക്കിറങ്ങി. കൂടെ കൂട്ടാളി സുഗുണനനും.

"അതുമ്മക്ക് നോക്കാ." പിറകിൽനിന്ന് അബു മുരടനക്കി.

"പള്ളിക്കാരും പട്ടക്കാരും കൂടീരിക്ക്യല്ലേ. അവര് വിടൂല്ല. ഉടുമ്പ് പിടിച്ചോണാ. പോരാത്തേന് മന്നം കാല് മാറ്വേം ചെയ്തു" വാസു മാഷ് സംശയം പ്രകടിപ്പിച്ചു.

"മാഡം വര്ണ്ണ്ട്. മോള് വാശിപിടിച്ചാ അച്ഛനെന്താ ചെയ്യ്യാ" ഇടക്കൊന്ന് കൂട്ടത്തിലാരോ പരിഹസിച്ചു.

"വരട്ടെ. കാണാം." അബു വിട്ടില്ല.

ആശാനും കുഞ്ഞേലായിയും എല്ലാം കേട്ടിരുന്നതേയുള്ളൂ. മൂന്നുപീടികച്ചന്ത കഴിഞ്ഞെത്തിയ ചാക്കുണ്ണി തലയിലെ ചുമടിറക്കിവെച്ച് ചായക്കടയിലേക്ക് നൂണ്ടുകയറി. ചാക്കുണ്ണിയുടെ പൊക്കത്തിന് സുലൈമാൻ മാപ്ലയുടെ ചായക്കട പോരായിരുന്നു. കുഞ്ഞേലായിയെ തിരിച്ചറിഞ്ഞ സന്തോഷത്തിൽ ചാക്കുണ്ണി വിയർപ്പും ദാഹവും മറന്നു.

"എന്റീശോയേ നീ വന്നോ സുഖാണോ മോനേ" ചാക്കുണ്ണി വാത്സല്യം ചൊരിഞ്ഞു.

കുഞ്ഞിക്കോരൂന്റെ കൂടെ ദേശാടനത്തിനുപോയി മലഞ്ചരക്ക് കച്ചവടോം നടത്തി തിരിച്ചെത്താറുള്ള ചാക്കുണ്ണിക്ക് കുഞ്ഞേലായിയുടെ കുടുംബം അന്യമല്ല.

ചാക്കുണ്ണിക്ക് കടുപ്പത്തിലൊരു ചായ വീഴ്ത്തി സുലൈമാപ്ല. അതാഞ്ഞു വലിക്കുന്നതിനിടയിലാണ് ചായക്കടയിലെ കോളിളക്കം. മൊരിഞ്ഞ പരിപ്പുവട കടിച്ച് രണ്ടിറക്ക് ചായ കുടിച്ച് ചാക്കുണ്ണി തന്റെ സങ്കടം പറഞ്ഞു.

"പൊലീസ് പള്ളീക്കേറീന്ന് പറീന്ണ്ട്. ഇനി അൾത്താരേലും കേറ്വോ എന്റീശോയേ" ചാക്കുണ്ണിയുടെ തൊണ്ടയിടറി.

"കൂട്ടമണി അടിക്കുമ്പം കൈയീക്കിട്ട്യേതൊക്കെടുത്ത് ഓടിച്ചെല്ലണംന്നാ അച്ഛൻ പറഞ്ഞത്" ശേഷിച്ച ചായ ഒറ്റവലിക്ക് കുടിച്ച് ചാക്കുണ്ണി സുലൈമാപ്ലക്ക് ഗ്ലാസ് നീട്ടി. അയാളുടെ നെഞ്ചിന്റെ പിടപ്പ് ചായക്കടയിലെ എല്ലാവർക്കും കേൾക്കാമായിരുന്നു.

എല്ലാം കണ്ടുംകേട്ടുമിരുന്ന കുഞ്ഞീരി ശിപായി പുറത്തെ കനംവെച്ചുവരുന്ന ഉച്ചയിലേക്കുനോക്കി. ഭയം തോന്നി. തനിക്കിതിലൊന്നും

പങ്കുചേരാനാവില്ലെന്ന് ഭീതിയോടെ ഓർത്തു. തോളിൽ തൂങ്ങുന്ന അഞ്ചലുസഞ്ചിക്ക് കണ്ണും ചെവിയുമുണ്ട്. കഞ്ഞികുടി മുട്ടാനും മതി. അയാൾ തിടുക്കത്തിലെഴുന്നേറ്റു. കുഞ്ഞേലായിയുടെ അടുത്തുചെന്നു പറഞ്ഞു. ഞാൻ വന്നു കണ്ടോളാം. അയാൾ പുറത്തേക്കിറങ്ങി. പാണാട്ട് ശങ്കു കത്തുകളെടുത്ത് ഇനീം കാണാംന്ന് പറഞ്ഞ് തപാലാപ്പീസിലേക്ക് നടന്നു. ഗോപാലനാശാനും കുഞ്ഞേലായിയും ഒന്നിച്ചിറങ്ങി പടിഞ്ഞാട്ട് നടന്നു.

"പടച്ചോനേ ഇനി എന്തൊക്കിണ്ടാവോന്ന് ആര് കണ്ടു."

സുലൈമാപ്ല സമോവറിൽ കുറെക്കൂടി വെള്ളമൊഴിച്ച് പറഞ്ഞു. ചായക്കടയിൽ അന്നേരം ശേഷിച്ചിരുന്നത് അബു മാത്രം. അയാൾ പത്രക്കടലാസ്സ് വീണ്ടും നിവർത്തി വായിക്കാൻ തുടങ്ങി. ആശാനും കുഞ്ഞേലായിയുമൊക്കെ വന്നു കയറിയതിനാൽ പത്രവായന ഇടയ്ക്ക് വെച്ച് നിന്നിരുന്നു.

കന്യാസ്ത്രീകൾ മഠം വിട്ടു.

ആലപ്പുഴയിൽ ലാത്തിച്ചാർജ്.

ഗർഭിണിക്കും കൊച്ചുകുട്ടിക്കും വരെ നിഷ്ഠുരമർദ്ദനം. ക്രൈസ്തവരെ പൊലീസ് നോട്ടമിടുന്നു.

അബു തലക്കെട്ടുകളിലൂടെ കണ്ണോടിച്ചു. ചാക്കുണ്ണി വെട്ടുവഴി മുറിച്ച് ഇടവഴിയിലേക്ക് കയറിയിരുന്നു.

തേക്കിലയിൽ പൊതിഞ്ഞ പോത്തിറച്ചിയും അരക്കുപ്പി താകരവും ചന്ത വിട്ടുവരുന്ന ചാക്കുണ്ണിയുടെ കൈയിൽ കാണാതിരിക്കില്ല. ഞായറാഴ്ച കുർബ്ബാന കഴിഞ്ഞെത്തിയാൽപിന്നെ ആടുമാടുകളെ തേച്ചു കഴുകി പുല്ലും വൈക്കോലും വെള്ളവും കൊടുത്ത് പുറംചായ്പിലേക്ക് കയറിയിരിക്കും. അടുക്കളയിൽ കൊച്ചുത്രേസ്യ വേവിച്ച ഇറച്ചി കുഞ്ചട്ടിയിലേക്കെടുത്ത് ചാക്കുണ്ണിക്ക് മുന്നിൽ കൊണ്ടുവെച്ചിട്ട് പറയും.

"ഒച്ചേം ബഹളോന്നുംണ്ടാക്കണ്ട. വേഗാട്ടെ. മനുഷ്യനിവ്ടെ വയറു കത്ത്ണ്ണ്ട്."

ചാക്കുണ്ണി താകരക്കുപ്പിയെടുത്ത് നെഞ്ചോടുചേർത്തുപിടിച്ച് കൊച്ചുത്രേസ്യയുടെ നേരെ പ്രണയവായ്പോടെ കണ്ണുവെക്കും. രണ്ടു ഗ്ലാസിലേക്ക് മധുപകരും. ഒന്നിൽ പകുതിയേ കാണൂ.

"നീ അവളെയും ഉടുപ്പിക്കണം."

"വേണ്ടാന്നേ." കൊച്ചുത്രേസ്യ പറയും.

"ഉം. ഉവ്വവ്വ." ചാക്കുണ്ണി അവളെ ചേർത്തുപിടിക്കും. അപ്പോഴേക്കും അവൾ ഗ്ലാസ് ഒറ്റവലിക്ക് തീർത്തിരിക്കും. ചാക്കുണ്ണിയോട് ചേർന്നിരുന്നു അവൾ ചിണുങ്ങാൻ തുടങ്ങും.

ഈയൊരു ഉച്ചനേരത്തേക്ക് വേണ്ടിയാണ് ചാക്കുണ്ണി ജീവിക്കുന്നത് തന്നെ.

"എന്തൊരെരു." ഇറച്ചിക്കഷണം വായിലിട്ട് അയാൾ എരു

വലിച്ചു.

"ആ, എരുമാറാൻ ഇത്തിരീം കൂടി ഒഴിച്ചോ."

"ഓ എന്തൊരു പിരിശാടീ നിനക്ക്. ന്റെ മാലാഖ്യാ."

"കൂട്ടിച്ചേർക്കണെങ്കി ഇങ്ങനെ കൂട്ടിച്ചേർക്കണം എന്റീശോയേ."

ചാക്കുണ്ണി കൊച്ചുത്രേസ്യയെ മറച്ചുപിടിച്ചു. ചായ്പുമുറിയിലെ വെളിച്ചം നാണിച്ചുപോയി.

പിറ്റേന്ന് പതിവിലും നേരത്തേ അബു ചായക്കടയിലെത്തി ക്കാണണം. അല്ലെങ്കിൽപിന്നെ പതിവുകാരെത്തുംമുമ്പേ അബുവിനെ അവിടെ കാണില്ല. അയാൾ രാത്രി അവിടെത്തന്നെ തങ്ങിയിരിക്കണം എന്നുവേണം വിചാരിക്കാൻ. സമോവറിൽ ആവി ഉയരുന്നേയുള്ളൂ. നാണയത്തുട്ടിന്റെ കിലുക്കം. തിളപൊട്ടുന്ന ക്രമത്തിൽ സമോവറും വിറകൊണ്ടു. റൊട്ടിത്തട്ട് ചുട്ടുപഴുക്കാൻ തുടങ്ങിയിരുന്നു.

അബു പത്രക്കടലാസ്സ് നിവർത്തിയതോടെ അതിൽനിന്നും വിദ്യാർത്ഥികൾ ഇറങ്ങിവരാൻ തുടങ്ങി. അടിച്ചുടക്കുന്നതോടൊപ്പം അടച്ചുപൂട്ടുന്ന സ്കൂളുകളും ഇറങ്ങി നടക്കുന്ന വിദ്യാർത്ഥികളും.

അമ്മേ ഞങ്ങൾ പോകുന്നു,

കണ്ടില്ലെങ്കിൽ കരയരുതേ

പള്ളി സ്കൂളും വിജയഭാരതി സ്കൂളും അടപ്പിച്ചിട്ടുണ്ട്. രണ്ടി ടത്തുനിന്നുമുള്ള ജാഥകൾ കാളമുറിയിലേക്കടുത്തപ്പോൾ വെട്ടുവഴി ക്കിരുവശത്തും ആളുകൾ നിരന്നു. പടിഞ്ഞാറ് ക്ഷേമോദയം സ്കൂ ളിൽ ബഹളം നടക്കുന്നെന്ന് ആരോ വിളിച്ചു പറയുന്നുണ്ടായിരുന്നു. രുക്മിണി ടീച്ചറെ കാലൻകുട കൊണ്ട് കഴുത്തിനുപിടിച്ച് പുറ ത്തേക്കിട്ടു. തോൾസഞ്ചി വലിച്ചുകീറി. ചോറ്റുപാത്രം നിലത്തടിച്ചു. ഒരുപിടി ചോറ് മുറ്റത്ത് ചിതറിത്തെറിച്ചു. പന്ത്രണ്ടിക്കവലയിലും കാളമുറിയിലും ആൾക്കൂട്ടം നിറഞ്ഞു. വരിവരിയായി നീങ്ങുന്ന കറുപ്പിൽ മുങ്ങിയ കന്യാസ്ത്രീകളും വെളുപ്പിൽ മുങ്ങിയ പള്ളീലച്ചന്മാരും കുറെ കുട്ടികളോടൊപ്പം വെട്ടുവഴിയുടെ പരപ്പിൽ നിറഞ്ഞൊഴുകി. വെന്തിങ്ങാ ധരിച്ചവർ അനുഗമിച്ചു.

"ഫ്ളോറിയെന്നൊരു ഗർഭിണിയെ....."

കന്യാസ്ത്രീകളുടെ കിളി ശബ്ദത്തിന് മൂർച്ചയേറിവന്നു. അവരുടെ ചുരുട്ടിപ്പിടിച്ച മുഷ്ടികൾ അന്തരീക്ഷത്തിലേക്ക് കുതിച്ചു. പൊള്ളുന്ന വെയിലിൽ ശിരോവസ്ത്രങ്ങൾക്കുള്ളിൽ അവർ ആദ്യവിയർപ്പ് അനുഭവിച്ചു. ശബ്ദത്തിൽ പാരുഷ്യം കലർത്താൻ ആവുന്നത്ര ശ്രമിച്ചു.

കടകളെല്ലാം ക്ഷണത്തിൽ കണ്ണടച്ചു. ഭയം തൂങ്ങിനിന്ന അന്ത രീക്ഷം. അബു പത്രം മടക്കി പുറത്തേക്ക് നോക്കി. നാളിതുവരെ കാണാത്ത കാഴ്ച. വെളുത്ത ളോഹ ധരിച്ച് പള്ളീലച്ചനും കറുത്ത ഉടുപ്പിൽ കന്യാസ്ത്രീകളും.

തെക്കുതെക്കൊരു ദേശത്ത്

അലമാലകളുടെ തീരത്ത്

ഭർത്താവില്ലാ നേരത്ത്
ഫ്ളോറി എന്നൊരു ഗർഭിണിയെ
ചുട്ടുകരിച്ചൊരു സർക്കാരേ
പകരം ഞങ്ങൾ ചോദിക്കും.

ശബ്ദം കൂടുതൽ ഉച്ചത്തിലായി. അതടുത്തടുത്ത് വന്ന് കാളമുറിക്കവലയിലേക്ക് കടന്നു.

വെയിലൊന്നു ചാഞ്ഞിരുന്നു. കടലൊരമാനം കേൾക്കാം. കിഴക്കൻ കുന്നുകളിൽനിന്ന് ഒളിച്ചും പതുങ്ങിയും വന്ന കാറ്റ് മണപ്പുറത്ത് കിടന്ന് ചുറ്റിത്തിരിഞ്ഞു.

സുലൈമാപ്ല പുറത്തിറ ങ്ങി നിന്നു. അലകടലാർത്തിരമ്പി വരും പോലെ തോന്നി. തിരിച്ച് കയറി ചായക്കടയുടെ മുൻവശത്തെ തട്ടിക താഴ്ത്തിവലിച്ചുകെട്ടി. അബു അപ്പോഴും പത്രത്തിനുള്ളിൽ കുടുങ്ങിക്കിടന്നിരുന്നു. വിശപ്പും ദാഹവുമില്ലാത്ത ജന്മമാണ്. ചായക്കടയ്ക്കുള്ളിൽ ഇരുട്ടുപരന്നതോടെ ഞെട്ടിത്തിരിഞ്ഞ അബുവിനെ പിടിച്ച് പിൻവാതിലിലേക്ക് തള്ളിമാറ്റി ഇരുവരും പുറത്ത് കടന്നു. തെക്ക് വേലപ്പക്കുട്ടി വൈദ്യരുടെ വൈദ്യശാലക്കുമപ്പുറത്ത് വെട്ടുവഴി നിറഞ്ഞ് അടുത്തെത്തിക്കൊണ്ടിരുന്ന പുരുഷാരംകണ്ട് ഇരുവരും അന്ധാളിച്ചുനിന്നു. പെരുമ്പറകൊട്ടി ഒരുകൂട്ടം മുന്നിലുണ്ട്. പിറകിൽ വെളുത്ത ഹംസരഥം. രഥത്തിലേറി വരുന്നതാരെന്നു പിടികിട്ടാതെ സുലൈമാപ്ല അബുവിനോട് അന്വേഷിച്ചു.

"അബോ ഇതാരാണ്ടാ ഒരു സുൽത്താൻ."

"അദ്പ്പോ നായമ്മാർടെ ഒരു മുന്തിയ ആളില്ലേ മന്നത്ത്. അദ്ദേഹാന്നാ തോന്ന്ണത്. നാട് മുഴോൻ ഒരു വരവ്ണ്ടെന്ന് കടലാസില് ഞമ്മള് കണ്ടീര്ന്ന്" പത്രക്കടലാസിലെ ചിത്രം പരിചയമുള്ള അബു ശങ്കിക്കാതെ ഉറപ്പിച്ചു.

"എന്താ ഒരു കോഷം."

സുലൈമാപ്ല അത്ഭുതപ്പെട്ട് വെട്ടുവഴിയുടെ ഓരത്തേക്ക് ഇറങ്ങിനിന്നു.

"ഇങ്ങനിണ്ടോ ഒരു ജാഥ."

വിസ്മയംപൂണ്ട കണ്ണുകളോടെ വഴിയോരത്തേക്ക് ആളുകൾ ഓടിയെത്താൻ തുടങ്ങി.

രഥത്തിനൊരു വശത്ത് വെള്ളവസ്ത്രം ധരിച്ച് സാരിത്തലകൊണ്ട് പാതി ശിരസ്സ് മറച്ച് കുരിശേന്തിയ നസ്രാണിപ്പെണ്ണുങ്ങൾ നീങ്ങി. ഞായറാഴ്ച പള്ളിയിലേക്ക് കുർബ്ബാനയ്ക്ക് പോകുന്ന അതേമട്ട്. മറുവശത്ത് സെറ്റുമുണ്ടുടുത്ത് ക്ഷേത്രദർശനത്തിനു പോകുംമട്ടിൽ അണിനിരന്ന നായർ സ്ത്രീകളും കുട്ടികളും.

"ഇദ്പ്പോ തറ്റുടുത്തോരും ഉടുക്കാത്തോരും മാത്രംള്ള ജാഥയായല്ലൊ. വേറാരുംല്യേ."

അബു സുലൈമാപ്ലയോട് ഒന്ന് കണ്ണിറുക്കി സ്വകാര്യം പറഞ്ഞു.

"നീയൊന്ന് മുണ്ടാണ്ടിരിക്കി ശൈത്താനെ. ഇദ് ഉടുത്തോരീം ഉടുക്കാത്തോരീം കണക്കെടുക്കണ്ട നേരംല്ല... ഹമ്ക്കേ." അയാൾ ശാസിച്ചു.

വീണ്ടും വായിൽ വന്നതു വിഴുങ്ങി അബു സുലൈമാന്റെ പിറകിൽ അനുസരണയോടെ നിന്നു. രഥഘോഷയാത്രയിലെ വർണ്ണങ്ങളിലേക്ക് കണ്ണുകൾ കൂർപ്പിച്ചു. ഹംസരഥത്തിനും പിന്നിലായി ബാന്റുമേളക്കാരുടെ കൂട്ടം ഇടിമുഴക്കവുമായി മുന്നേറി. നാടൻമുണ്ടും വേഷ്ടിയും തോളിലിട്ട് ചന്ദനക്കുറിയും വരച്ച് പ്രൗഢിയോടെ നീങ്ങുന്നവരുടെ മറ്റൊരു നിര. അതിനു പിന്നിൽ കുട്ടിപ്പട്ടാളം. ഇത്രയും വലിയൊരു സന്നാഹം ക്ഷണത്തിൽ വെട്ടുവഴിയെ കീഴടക്കുമെന്ന് ആർക്കും ചിന്തിക്കാൻ കഴിഞ്ഞിരുന്നില്ല. ഏതാണ്ട് ജ്വരബാധയിലേക്കും ഉന്മാദാവസ്ഥയിലേക്കും ആണ്ടുപോയവരായി അവർ വഴി നിറഞ്ഞു നീങ്ങി. ആക്രോശങ്ങളുയർത്തി. രോഷം കൊണ്ടു.

അങ്കമാലിക്കല്ലറയിൽ
ഞങ്ങടെ സോദരരുണ്ടെങ്കിൽ
കല്ലറയാണേ കട്ടായം

കുട്ടിപ്പടയുടെ ഉറയ്ക്കാത്ത കിളുന്തു ശബ്ദങ്ങൾപോലും അന്തരീക്ഷത്തിൽ ഉയർന്നുപൊങ്ങി.

അമ്മയെ ഞങ്ങൾ മറന്നാലും
അങ്കമാലി മറക്കില്ല.
കമ്മൂം മക്കളും മൂർദ്ദാബാദ്
കമ്മൂം മക്കളും മൂർദ്ദാബാദ്

സ്കൂൾ അടച്ചിരുന്നതിനാൽ വാസു ഹരന്റെ അടുത്തെത്തിയിരുന്നു. കൂട്ടുകിട്ടിയ സന്തോഷത്തിൽ ഹരനും ഉത്സാഹത്തിലായിരുന്നു. വെട്ടുവഴിയിൽ ആരവം മുഴങ്ങിയപ്പോൾ ഇരുവരും പുറത്തിറങ്ങി. ആഘോഷം കാണാൻ മഹിളാസമാജത്തിന്റെ അരികുപറ്റി നിന്നു. പരിചിതമല്ലാത്ത കാഴ്ചകളിലും ശബ്ദങ്ങളിലും അവർ അമ്പരന്നു പോയിരുന്നു.

മന്നം പൂട്ടിയ സ്കൂള് തുറക്കാൻ
എം എന്നു മീശ കിളുർത്തിട്ടില്ല.

"ഇതാരൊക്ക്യാ." ഹരൻ അന്വേഷിച്ചു.

"ഇത് സ്കൂള് അടപ്പിച്ചോരാ" വാസു പറഞ്ഞു.

"ഇവര്ടെ കൈയില് ചോന്ന കൊടിയില്ലല്ലൊ" ഹരന് സംശയം.

"ചോന്ന കൊടി നമ്മട്യാ. ഇവര് വെള്ളേം പച്ചേം പിടിക്കുന്നോരാ."

"അതെന്താ."

"ഇവർക്ക് ചോപ്പിനോട് ദേഷ്യാത്രെ."

"അതെന്താ."

"അതങ്ങന്യാ."

ഹരൻ പിന്നൊന്നും പറഞ്ഞില്ല. ചോദ്യങ്ങൾ പിന്നെയും ബാക്കി നിർത്തി ആരവങ്ങളിൽ മുങ്ങിനിന്നു.

അപ്പോഴേക്കും തൊണ്ട കീറിയും പെരുമ്പറ മുഴക്കിയും ഇരച്ചുവന്ന ശബ്ദം മുനവെച്ച് പൊട്ടിപ്പരന്ന് രഥത്തിലെ ഹംസത്തിന്റെ കഴുത്തും കൊക്കും വിറകൊള്ളിച്ച് മുന്നോട്ടുനീങ്ങി. അതിനു പിറകിൽ സിംഹാസന സദൃശമായ ഇരിപ്പിടത്തിൽ കിരീടമണിഞ്ഞ് നേതാവൊരാൾ അനുചരന്മാരോടൊപ്പം ഇരുന്നിരുന്നു. ഇടക്കിടെ ഇരുവശങ്ങളിലും കൂട്ടം കൂടി നില്ക്കുന്നവരെ നോക്കി കൈവീശിക്കൊണ്ടിരുന്നു. വഴിയരികുപറ്റി തിക്കും തിരക്കിനുമിടയിൽ പെരുവിരലൂന്നി എത്തിനോക്കുന്ന കാണികൾ വിസ്മയം പെരുക്കിനിന്നു. ആനയും അമ്പാരിയും മുത്തുക്കുടകളും വിളക്കേന്തിയ മാലാഖമാരും പിറകിൽ നിരന്നിരുന്നു.

കുഞ്ഞേലായി കുട്ടികളെ അന്വേഷിച്ചിറങ്ങി. സുഗന്ധി കരച്ചിലിന്റെ വക്കത്തെത്തിയിരുന്നു. എത്രനേരമായി ജാഥ കാണാൻ പോയിട്ട്. ആൾക്കൂട്ടത്തിൽ പെട്ടിരിക്കുമോ കുട്ടികൾ. എന്തൊരു പുരുഷാരമാണ്. ഒന്നുപോയന്വേഷിക്കൂ. അപ്പോഴാണ് കുഞ്ഞേലായി കുട്ടികൾ പോയ കാര്യംതന്നെ അറിയുന്നത്. അയാൾ വെട്ടുവഴിയിലേക്കിറങ്ങി. തിരക്ക് വർദ്ധിച്ചുവന്നു. എന്നാൽ വഴിയോരത്തോ സമാജത്തിനരികിലോ കുഞ്ഞേലായിക്ക് കുട്ടികളെ കണ്ടെത്താനായില്ല. അവർ അങ്ങനെയൊന്നും ദൂരേക്ക് പോകുന്നവരല്ല. എവിടെയെന്ന് വെച്ചാണീ തിക്കിലും തിരക്കിലും അന്വേഷിച്ചു കണ്ടുപിടിക്കുക. ആളുകൾ കൂട്ടമായി നീങ്ങിക്കൊണ്ടിരിക്കയാണ്. പെരുമ്പറ മുഴക്കത്തിൽ ശബ്ദങ്ങളെല്ലാം മുങ്ങിപ്പോകുന്നുണ്ട്. ആൾക്കൂട്ടം പെരുകി വന്നതോടെ കുഞ്ഞേലായിക്കും എന്തുചെയ്യണമെന്നറിയാതായി. വേവലാതിയായി. അയാൾ കാളമുറിത്തോട് വരെ എത്തിയിരുന്നു. ആളുകളെ വകഞ്ഞുമാറ്റി തിരക്കിലൂടെ നീങ്ങുമ്പോൾ ആരോ ചുമലിൽ കൈവെച്ച് അരികിലേക്ക് വലിച്ച് മാറ്റിനിർത്തി. അത് സുലൈ മാപ്ലയായിരുന്നു.

"നിങ്ങളെവ്ടേക്കാ ഈ കരിപ്പ് നേരത്ത്. ചെകുത്താന്മാരെടേലിക്ക്."

"മക്കളെ തിരക്കി എറങ്ങ്യേതാ-" അയാളുടെ ശബ്ദത്തിൽ ഉൽക്കണ്ഠ പെരുകി നിറഞ്ഞു.

"ഈ ശൈത്താങ്ങള് കലിതുള്ളി നിക്കുമ്പോ കുട്ട്യോളൊക്കെ ങ്ങനെ വിടോ മന്ശന്മാര്."

കുഞ്ഞേലായിയുടെ കണ്ണുകൾ ഭയംകൊണ്ട് വികസിച്ചു.

"എന്താ സുലൈ മാപ്ലേ."

"ബോജാറാവണ്ട. വാ."

സുലൈമാൻ കുഞ്ഞേലായിയെ കൂട്ടി തന്റെ ചായക്കടയുടെ പിറകിലേക്ക് നടന്നു. ജാഥ കാണാനെത്തിയ ആളുകൾ വഴിയരികിൽ തിങ്ങിക്കൂടി നിന്നിരുന്നു. തിക്കിത്തിരക്കി ശ്വാസം വീണ്ടെടുത്ത് ചായ

ക്കടയുടെ പിറകുവശത്തേക്കെത്തിയപ്പോൾ സുലൈമാൻ നിന്നു. കുഞ്ഞേലായി വേവലാതി പൂണ്ട് നില്ക്കുകയാണ്.

"നിങ്ങളെന്തു പിരാന്താ കാട്ട്യേത്. ടീകേന്റെ കുടുമ്മത്തിലെ കുട്ട്യോളാന്ന് കണ്ടാലെന്താണ്ടാവ്വാന്ന് വിജാരിച്ചൂടേ. ഓരോരുത്തര് ഭ്രാന്തുപിടിച്ച് നിക്ക്വാ അവ്ടെ."

"എന്തുണ്ടായി സുലൈ മാപ്ലേ" കുഞ്ഞേലായി ധൃതികൂട്ടി.

സുലൈമാൻ ചായക്കടയുടെ പിറകിൽ തൂങ്ങുന്ന ചെറ്റ വാതിൽ പതുക്കെ പൊക്കി കുഞ്ഞേലായിയെ അകത്തേക്ക് വിളിച്ചു. തട്ടിക വലിച്ചിട്ടിരുന്നതിനാൽ അകത്ത് വെളിച്ചം കുറവായിരുന്നു, കുട്ടികൾ രണ്ടും അവിടെ ബഞ്ചിൽ വിറകൊണ്ട് ഇരുന്നിരുന്നു. കൂട്ടിന് അബുവും.

ജാഥയുടെ ബഹളങ്ങൾ അപ്പോഴും പുറത്ത് ഉയർന്നുകേട്ടിരുന്നു.

ചരിത്രം കൈമാറുന്നു

ടി കെ പുറത്തിങ്ങിയിട്ട് വർഷങ്ങളായി. കണ്ണൂർ ജയിലിൽ നിന്നും വന്നവരിൽ ശേഷിക്കുന്ന ഒരേ ഒരാൾ. സർദാർ പോയതോടെ ശൂന്യതയുടെ കയത്തിലേക്ക് വീണിരുന്നു. വേട്ടയാടലിന് പിന്നെയും ശമനമു ണ്ടായില്ല. വീണ്ടും വീണ്ടും തടവറയുടെ ഇരുട്ടിലേക്ക് എറിയപ്പെട്ടിരുന്നു. ഇപ്പോൾ പുറത്തെ ചാരുകസേരയിൽ ചാഞ്ഞുകിടക്കും. വൃത്താന്തപത്രത്തിന്റെ തലക്കെട്ടുകൾ മാത്രമായിരിക്കുന്നു കാഴ്ചയുടെ താവളങ്ങൾ. ശബ്ദങ്ങൾ മുഴുവൻ കാറ്റ് വിഴുങ്ങുകയാണെന്നുതന്നെ ടി കെ കരുതി. ഓരോ സന്ധ്യയിലും ഉണർത്തിവിളിക്കുന്ന കുത്തിച്ചുടാൻ പക്ഷേ, ശബ്ദങ്ങളിലേക്കടുപ്പിച്ചുനിർത്തി.

സമയായെന്ന് തോന്ന്ണ്. അയാൾ ഓർത്തു.

കുത്തിച്ചൂടാന്റെ ശബ്ദച്ചീളുകൾ എത്തിനില്ക്കുന്നിടത്താണ് മൃത്യുവിന്റെ ഗുഹ തുറക്കുന്നത്. പിന്നെ ഇരുളിലേക്ക് പ്രവേശിക്കുകയായി. തിരിച്ചുവരവില്ലാത്തവിധം.

കല്യാണിക്കുട്ടിയുടെ തിടുക്കങ്ങളും കരുതലുകളും തൃത്തറ എന്നും നോക്കിനിന്നു. ആ നടത്തം. തിടുക്കം. പിടച്ചിൽ. വഴിവക്കിലുള്ളവർ പറയും. കല്യാണി വാണം വിട്ടപോലെ പോണുണ്ടല്ലൊ. എന്താണാവോ.

വാഴാപ്പാടത്തും ടി കെ യുടെ നെരുമ്പുരയ്ക്കുമിടയിൽ കല്യാണിക്കുട്ടി ഓടി വലഞ്ഞു. ഒരു പുലർച്ചക്ക് തിടുക്കപ്പെട്ട് വന്നുകയറിയപ്പോൾ കാളിക്കുട്ടി തിരക്കി.

"എന്താ കല്യാണിക്കുട്ടീ ഒരു ബദ്ധപ്പാട്."

മുൻപൊന്നും അ ങ്ങനെ കണ്ടിട്ടില്ല. കുറച്ചു ദിവസായി തറവാട്ടിലായിരുന്നു. ആങ്ങളയോടൊപ്പം കഴിയണംന്ന് പറഞ്ഞാണ് പോയത്.

കാളിക്കുട്ടിക്ക് തുണയായി പോന്നതുകൊണ്ട് പലപ്പോഴും ടി കെ യുടെ അടുത്ത് തുടർച്ചയായി നില്ക്കാറില്ല. നാരായണിക്കാണെങ്കിൽ നിന്നു തിരിയാൻ നേരംല്യ. കുട്ടികളുടെ കാര്യങ്ങളും കൃഷിപ്പണികളും ടി കെയുടെ ശുശ്രൂഷയുമായി വേണ്ടോളം ഭാരം ചുമലിലുണ്ട്. അത്രയൊന്നും വൈഭവവും ഇല്ല. ഒറ്റക്കെന്ത് ചെയ്യും ഒരു പെണ്ണ്. ടി കെ എപ്പോഴും ചോദിച്ചുകൊണ്ടിരിക്കും. കല്യാണി വന്നില്ലേ. അവളിതെവിടെപ്പോയി.

അങ്ങനെയാണ് കല്യാണിക്കുട്ടി ഇടയ്ക്കിടെ ആങ്ങളയെ കാണാൻ പോയിരുന്നത്. തിരിച്ചെത്തുമ്പോൾ പറയും.

"വെല്യാഞ്ഞക്കിപ്പഴും ഒരു കുലുക്കോം ല്യ."

"അതിന് അവനിപ്പോ സ്വസ്ഥല്ലേ." കാളിക്കുട്ടി പറയും.

"അതല്ല."

"പിന്നെന്താ."

"ഇപ്പോ പറയ്യാ. എന്നെ കൂട്ടിക്കൊണ്ടോവാൻ അയാൾക്ക് വേണെങ്കി ധൈര്യം കാണില്ല കല്യാണീ.

അതാ ഇത്രേം വൈകീണ്. അങ്ങനെ പറഞ്ഞ് എന്നെ നോക്കി ചിരിക്കും. അതൊരു വല്ലാത്ത ചിര്യാ. വീണ്ടും പറയും. അയാൾക്കെന്നെ ഇനീം മനസ്സിലായില്ല. വീണ്ടും ചിരി."

കല്യാണിക്കുട്ടിക്ക് ഭയം തോന്നും.

"ആത്മധൈര്യം തന്നെ" കാളിക്കുട്ടി നെടുവീർപ്പുതിർക്കും.

"അവന് എല്ലാം മുൻകൂട്ടി കാണാൻ കഴീനിണ്ടാകും. ഒരുപാട് മുന്നോട്ട് നോക്കുന്ന ആളല്ലേ."

ഇപ്പോൾ പക്ഷേ, കല്യാണിക്കുട്ടിയുടെ ബദ്ധപ്പാട് എന്തെന്നറിയാതെ കാളിക്കുട്ടി അക്ഷമയായി.

"എന്താ, എന്താ?"

"ഒന്നുല്യ. ടി കെക്ക് മോനെ കാണണംന്ന് പറയുന്നു."

"ആരെ."

"ഹരനെ."

എനിക്കാദ്യം മനസ്സിലായില്ല. അവനെവിടെ. അവനെ വിളിക്ക് അവനെ വിളിക്ക് എന്നേ പറയിന്ണ്ടായിരുന്നുള്ളൂ. ഞാനാകെ കുഴങ്ങി.

"ആര് ശേഖരനോ."

"അല്ല."

"കുഞ്ഞേലായ്യാങ്ങള്യാണോ."

"അല്ല."

"പിന്നെ."

"കുഞ്ഞേലായീടെ മോനെ."

കല്യാണിക്കുട്ടി ഒറ്റശ്വാസത്തിൽ നിന്നു.

"എന്താണാവോ" കാളിക്കുട്ടിയുടെ ദൃഷ്ടി പുറംവാതിലും വിട്ട് പോയി.

ഹരനാണെങ്കിൽ രണ്ടുദിവസത്തെ ഒഴിവിന് കോളേജ് ഹോസ്റ്റലിൽനിന്നും വന്നേയുള്ളൂ. അകത്തെ മുറിയിലുണ്ട്. വീട്ടിലെത്തിയാലും പുസ്തകങ്ങൾക്കുള്ളിലാണ് തല. ഇങ്ങിനിണ്ടോ ഒരു വായന. കുട്ടി ആകെ ക്ഷീണിച്ചു. ക്ഷണത്തിൽ ഹരനെയും കൂട്ടി കല്യാണിക്കുട്ടി ടി കെയുടെ മുന്നിലെത്തി. കാളിക്കുട്ടിയും പോന്നിരുന്നു. മുൻവാതിൽ പാതി മാത്രം തുറന്നിരുന്നുള്ളൂ. ഇടനാഴിയിൽ പതിവിലേറെ ഇരുട്ട് തിങ്ങി നിന്നിരുന്നു. മരച്ചുമരുകളിൽ നിന്ന് കുമിഞ്ഞെത്തുന്ന ഗന്ധവും പതിവില്ലാത്തതാണ്. ചെന്നുകയറിയ അകത്തളത്തിലും അതേ ഗന്ധവും ഇരുട്ടും തന്നെ. കല്യാണിക്കുട്ടി വാഴാപ്പാടത്തേക്ക് തിരിക്കുമ്പോൾ ഇങ്ങനെയൊരു ഗന്ധം അനുഭവപ്പെട്ടിരുന്നില്ല. നേരം അത്രയൊന്നും ആയിരുന്നില്ല. തെക്കുവശത്തെ മുറിയുടെ കട്ടിളക്കനം വിണ്ടുനിന്നിരുന്നത് മുൻപെങ്ങുമില്ലാത്തവിധം ശ്രദ്ധയിലെത്തി. അതങ്ങനെയുണ്ടായിരുന്നില്ലെന്നുതന്നെ മനസ്സിലുറച്ചു. മുറിക്കുള്ളിൽ കട്ടിൽത്തലക്കലേക്ക് പക്ഷേ, വെളിച്ചം കടന്നെത്തിയിരുന്നു. മുറ്റത്തെ പഴമാവിൻ ചില്ലകൾ വിറകൊള്ളുന്നത് വെളിച്ചപ്പാളികളിൽ കാണാമായിരുന്നു.

വാതിൽത്തിരിക്കുഴിയുടെ ഞരക്കത്തിൽ മുറിയുടെ ശാന്തത തകർന്നു. അത് കുറെക്കൂടി ദൈന്യസ്വരം തീർത്തിരുന്നു. ഇടത്തോട്ടു ചെരിഞ്ഞുകിടന്നിരുന്ന ടി കെ ശ്രമപ്പെട്ട് സാവധാനം തിരിഞ്ഞ് മലർന്നുകിടന്നു. ക്ഷീണമോ ആകുലതയോ ഒന്നുമില്ല. ഇമവെട്ടാതെ അല്പനേരം മച്ചിലേക്കുതന്നെ ദൃഷ്ടിയൂന്നി. നാരായണി അടുത്തുതന്നെ നില്പുണ്ട്. ക്ഷീണിച്ച് അവശയായിരിക്കുന്നു. കാളിക്കുട്ടി ടി കെയോട് ചേർന്ന് കട്ടിലിലിരുന്നു. കയറ്റുകട്ടിലൊന്നു ഞരങ്ങി.

“വേലായീ.” കാളിക്കുട്ടി വിളിച്ചു.

ടി കെ മച്ചിൽ നിന്ന് നോട്ടം പിൻവലിച്ച് കാളിക്കുട്ടിയെ നോക്കി.

“ഇളയമ്മയാടാ. നിനക്ക് മനസ്സിലായില്ലേ.”

മനസ്സിലായി എന്ന അർത്ഥത്തിൽ ടി കെ തലയാട്ടി.

അല്പനേരം ആരും ഒന്നും മിണ്ടിയില്ല. വാക്കുകളൊക്കെ എവിടെയോ പോയൊളിച്ചിരുന്നു. ടി കെയുടെ കിടപ്പ് കാളിക്കുട്ടിയുടെ മനസ്സ് പൊള്ളിച്ചു. പോയ കാലത്തിന്റെ ഒരുപാട് ചിത്രങ്ങൾ ഇരുവരിലും ആ മൂകതയിൽ മിന്നി മറഞ്ഞിരിക്കണം. കാളിക്കുട്ടി അയാളുടെ കൈത്തലം ഗ്രഹിച്ചു. ചുണ്ടുകൾ വിറകൊള്ളുന്നതുകണ്ട് കാളിക്കുട്ടി പറഞ്ഞു.

“എന്താ മോനേ, പറയൂ.”

“കുഞ്ഞേലായി വന്നോ.” ടി കെ വിറയാർന്ന ശബ്ദത്തിൽ അന്വേഷിച്ചു. കനമുള്ള ശബ്ദത്തിന് മാറ്റമൊന്നുമില്ല. ശബ്ദം ചിതറി വീണിരുന്നെന്നുമാത്രം. ചുണ്ടുകൾ വിറകൊണ്ടുതന്നെ നിന്നു.

“അവന്റെ മോൻ.”

“ദാ ഇവിടിണ്ട്.”

കാളിക്കുട്ടി ഹരനെ കട്ടിലിനരികിലേക്ക് ചേർത്തുനിർത്തി. ടി കെ അവനെ നിറച്ചും കാണുകയായിരുന്നു. മുഖത്ത് അതുവരെയില്ലാത്ത തെളിച്ചം പരന്നു. കണ്ണുകളിൽ എന്തെന്നില്ലാത്ത തിളക്കം. കൈയുയർത്തി ഹരനെ ചേർത്തുപിടിച്ചു. തലയുയർത്തി എഴുന്നേല്ക്കാൻ ശ്രമപ്പെട്ടു. ചാരിയിരിക്കണം. അതിനുള്ള ശ്രമമാണ്. കല്യാണിക്കുട്ടി തലയണയെടുത്ത് കട്ടിൽത്തലക്കലേക്ക് ചേർത്തുവെച്ച് താങ്ങിയിരുത്തി. ഇപ്പോൾ കൂടുതൽ ഊർജ്ജസ്വലനായപോലെ ശിരസ്സുയർത്തി എല്ലാവരേയും നോക്കി. പിന്നെ ഹരന്റെ കൈപിടിച്ച് ഒന്നുകൂടി ചേർത്തുനിർത്തി.

"മോനേ." ടി കെ വാത്സല്യം കലർന്ന പതിഞ്ഞ ശബ്ദത്തിൽ വിളിച്ചു.

"എന്തേ വല്യച്ഛാ" ഹരൻ തലകുനിച്ച് ശ്രദ്ധയോടെ നിന്നു.

"നീ പഠിപ്പു തികയ്ക്കണം."

ഹരൻ തലയാട്ടി.

"ഇപ്പോ നീ മാത്രേള്ളു പുത്യേ തലമുറേല് വായിക്കാൻ മ്മടെ കുടുമ്മത്തില്. നിന്റച്ഛനെപ്പോലെ."

ഹരൻ ഭയഭക്തി ബഹുമാനത്തോടെ കേട്ടുനിന്നു.

"ഒരു കാര്യം നിന്നെ ഏല്പിക്ക്യാണ്."

"എന്താ വല്യച്ഛാ"

"തട്ടുമ്പുറത്ത് ഒരു കോട്ടപ്പെട്ടീണ്ട്. അതില് നിറച്ചും കടലാസ്സുകളാ. അടുക്കും ചിട്ടേം ഒന്നും കാണില്യ. വർഷങ്ങളുടെ പഴക്കമുള്ളതും കാണും. ശ്രദ്ധിക്കണം. അതൊക്കെ നോക്കിയടുക്കി ചിട്ടപ്പെടുത്തണം. മ്മടെ നാടിന്റെ ചരിത്രാണ്. തറവാടിന്റേം. വായിച്ചെടുക്കണം. ഭാവീലിക്കൊള്ളതാ. നിനക്ക് മാത്രേ അത് ചെയ്യാനാവൂ. ഇപ്പോ വേണ്ട. സമയം വരും."

ടി കെ ഹരനെ നോക്കി ഒന്നു ചിരിച്ചു. അവന്റെ ശിരസ്സിൽ കൈവെച്ച് അനുഗ്രഹം ചൊരിഞ്ഞു. ഏറെനേരം ഇങ്ങനെ പറഞ്ഞുകൊണ്ടിരുന്നതിനാൽ ശ്വാസതടസ്സം വന്നിരുന്നു. തൊണ്ട വീർത്തുനിന്നു.

"മതി. കിടന്നോളൂ" കല്യാണിക്കുട്ടി നിർബ്ബന്ധിച്ച് തലയണ ഒതുക്കിവെച്ച് സാവധാനം ചായ്ച്ചുകിടത്തി.

തിരിച്ചിറങ്ങുമ്പോൾ കാളിക്കുട്ടിയോടൊപ്പം കല്യാണിക്കുട്ടിയും ചെന്നു. പടിവരെ അനുഗമിച്ചു.

"ഞാനിനി വാഴാപ്പാടത്തേക്ക് വര്ണില്ല."

"വേണ്ട. നീയിനി അടുത്ത് തന്നിണ്ടാവണം. നാരായണി തനിച്ച് എന്തുചെയ്യും." കാളിക്കുട്ടി പറഞ്ഞു.

"എന്തോ ഒരു പന്തികേട്ണ്ട്."

"എനിക്കും തോന്നി."

അവർ പടിയിറങ്ങി നടന്നു. കല്യാണിക്കുട്ടി കുറച്ചുനേരം അവ

രെത്തന്നെ നോക്കിനിന്ന് തിരിച്ചുനടന്നു.

അധികം വൈകിയില്ല. ഹരന്റെ ഒഴിവുകാലം കഴിഞ്ഞിരുന്നു. നേരം പുലർന്നാൽ അവന് തിരിച്ചുപോണം. കാളിക്കുട്ടി ഉറക്കം ഞെട്ടിയുണർന്ന് കിടക്കുകയാണ്. ഒരസ്വസ്ഥത അനുഭവപ്പെട്ടിരുന്നു. ജനൽപാളി തുറന്നിട്ടു. മുറ്റത്ത് വരിക്കപ്ലാവിന്റെ ചില്ലകൾ തഴുകി നിലാവ് ഒലിച്ചിറങ്ങിയിരുന്നു. വാഴാപ്പാടത്ത് വല്യവരമ്പിലെ തെങ്ങിൻ തലപ്പുകളുടെ നിഴല്പരപ്പ് നിലാവിൽ ചിതറി വീണിരുന്നു.

തൃപ്രയാർ ക്ഷേത്രത്തിൽനിന്നും പുലർച്ചവെടി കേട്ടു. മൂന്ന് മണി. വല്യ വരമ്പത്തുകൂടെ ഒരു നിഴൽ നീങ്ങിവരുന്നതു കണ്ടു. അത് അടുത്തടുത്ത് വന്ന് പറമ്പിലേക്ക് കയറിപ്പോയി. കാളിക്കുട്ടി തിരിച്ച് കിടക്കയിലേക്ക് ചാഞ്ഞുകിടന്നു. ഉറക്കം ഇനിയില്ലെന്നുറച്ചു.

നെഞ്ചിലൊരു വിങ്ങൽ. എന്തേ ഇങ്ങനെ എന്നുകരുതി ജനൽപ്പഴുതിലൂടെ നിലാവിന്റെ വെള്ളിത്താലവും നോക്കിക്കിടക്കുമ്പോൾ വാതിലിൽ മുട്ടുകേട്ടു. ആരാണിത്ര പുലർച്ചെ ഏഴുന്നേറ്റ് ചെന്ന് സാക്ഷ വലിച്ചുനീക്കി.

"ആരാ."

"അമ്മേ കണ്ണപ്പനാ."

"അയ്യോ. എന്തേ മോനെ ഈ പുലർച്ച നേരത്ത്."

കാളിക്കുട്ടി തിടുക്കത്തിൽ വാതിൽ തുറന്നു.

നിലാവെട്ടത്തിന്റെ നിഴൽച്ചിത്രങ്ങളിൽ കണ്ണപ്പൻ മുങ്ങിനിന്നു.

"വല്യേട്ടൻ." കണ്ണപ്പൻ മുഴുമിക്കാതെ നിന്നു.

"വല്യേട്ടൻ..." കാളിക്കുട്ടിയുടെ സ്വരമിഴഞ്ഞു.

"വല്യേട്ടൻ പോയി."

"എന്റെ പൊന്നേ."

കാളിക്കുട്ടി നിലവിളിച്ചുകൊണ്ട് സുഗന്ധിയെ വിളിച്ചുണർത്തി.

"നീയും കുട്ട്യോളും പുലർന്നിട്ടു വന്നാ മതി."

കാളിക്കുട്ടി ക്ഷണത്തിൽ വസ്ത്രം മാറി കണ്ണപ്പനോടൊപ്പം ഇറങ്ങി.

....

ടി കെ പോയതിനുശേഷം കല്യാണിക്കുട്ടി ഒരിടത്തും പോയില്ല. നാരായണിക്കും മക്കൾക്കും കൂട്ടായി തറവാട്ടിൽത്തന്നെ നിന്നു. കമല ഇടയ്ക്കിടെ വന്ന് അമ്മയെ കണ്ടുപോകും. കല്യാണിക്കുട്ടിയുടെ എല്ലാവിധ തിക്കും തിരക്കും കഴിഞ്ഞു. ഒന്നിനെക്കുറിച്ചും ഉൽക്കണ്ഠയില്ല. ആരെക്കുറിച്ചും വേവലാതിയില്ല. പഴയപോലെ വർത്തമാനവും ഇല്ല. അധിക സമയവും തളത്തിനോട് ചേർന്നുള്ള ചരുമുറിയിൽ കഴിച്ചുകൂട്ടി.

നാരായണി ആകെ തളർന്നിരുന്നു. പെട്ടെന്ന് എല്ലാം തകിടം മറിഞ്ഞപോലെ അനുഭവപ്പെട്ടു. ഭക്ഷണം പോലും നേരെ ചൊവ്വേ കഴിക്കാതായി. ശരീരം വല്ലാതെ ക്ഷീണിച്ചു. മെലിഞ്ഞു വിളർത്തു.

തന്റെ രക്ഷകൻ പൊയ്പ്പോയ ചിന്തയിൽ എപ്പോഴും മുങ്ങി. മൂത്ത മകൻ സുമേശൻ ഒരു ദിവസം അമ്മയോട് പറഞ്ഞു.

"എത്ര കാലം ന്നിച്ചാ ഇങ്ങനെ കഴിയ്യാ."

"അതെന്താ മോനെ" നാരായണി അത്ഭുതപ്പെട്ടു.

"ഒരു ജോലി ണ്ടാക്കണം."

"ജോല്യോ."

"അതെ. ഞാൻ നാടുവിടാൻ പൂവ്വാ."

"അയ്യോ. നാട് വിടേ" നാരായണിക്ക് അത് താങ്ങാനായില്ല.

"അതെ."

"ഇവിടുള്ളതൊക്കെ നോക്കി നിന്നാപ്പോരേ മോനെ." നാരായണി സങ്കടപ്പെട്ടു. കരച്ചിലായി.

"പോര."

അവൻ ഉറച്ച തീരുമാനത്തിലായിരുന്നു. എവിടേക്കെന്നൊന്നും അമ്മയോട് പറഞ്ഞില്ല. ദിവസങ്ങളോളം എവിടൊക്കെയോ അലഞ്ഞിരുന്നെന്നു മാത്രം നാരായണിക്കറിയാം. എന്നും രാവിലെ വീട്ടിൽ നിന്നും ഇറങ്ങും. വൈകുന്നേരങ്ങളിൽ തിരിച്ചെത്തും.

"എന്തൊരലച്ചിലാണ് കുട്ടീ ഇത്." ഒരു വൈകുന്നേരം നാരായണി സങ്കടപ്പെട്ടു.

"തീർന്നമ്മേ. ഇനിയില്ല. നാളെ വെളുപ്പിന് എനിക്ക് പോണം."

"എവിടേക്കാ."

"ദൂരെ ഒരിടത്ത്."

നാരായണി തരിച്ചിരുന്നു. ഇത്ര ക്ഷണത്തിൽ ഈ പ്രായത്തിൽ.

"എങ്ങോട്ടാണെന്നെങ്കിലും പറയൂ കുട്ടീ."

"ഇളയച്ഛൻ പോയപോലെ."

"ആര് കുഞ്ഞേലായിയോ."

"അതെ. കടലും കടന്ന്."

"ന്റെ മുത്തപ്പാ....."

നാരായണിക്ക് ശ്വാസം നിലച്ചപോലായി. നിനച്ചിരിക്കാതെ ഒരടി. കല്യാണിക്കുട്ടിയോട് സങ്കടം പറഞ്ഞു. അവൾ ഒന്നും പറഞ്ഞില്ല. അങ്ങനെ ഒന്ന് പ്രതീക്ഷിച്ചപോലെ. അല്പനേരം മിണ്ടാതിരുന്നു. ഒരു ഭാവചലനവുമില്ലാതെ. പിന്നെ പറഞ്ഞു.

"പോയി വരട്ടെ നാത്തൂനേ. തടയണ്ട. കുട്ടിക്ക് ഒരു മാറ്റം ആവശ്യാണ്."

നാരായണി ഒന്നും പറയാനാവാതെ ദൂരെ ആമ്പാടത്തിനുമപ്പുറത്തേക്ക് കണ്ണുംനട്ടിരുന്നു.

നേരം വൈകിയതൊന്നും നോക്കാതെ നാരായണി ക്ഷണത്തിൽ വാഴാപ്പാടത്തേക്ക് പുറപ്പെട്ടു. പതിവില്ലാതെ ഒരുങ്ങി വന്നപ്പോൾ കല്യാണിക്കുട്ടിക്ക് മനസ്സിലായില്ല.

"നാത്തൂനിതെവിടെക്ക് ഉടുത്തൊരുങ്ങി ഈ നേരത്ത്."

"ഇളയമ്മയെ കാണണം."

"എന്തേ ഇത്രേംകാലം ല്യാതെ. അതും തനിച്ച്."

വാഴാപ്പാടത്തേക്ക് നാരായണി പോയതായി കല്യാണിക്കുട്ടിക്ക് ഓർമ്മയില്ല. വാഴാപ്പാടത്തേക്കെന്നല്ല ഒരിടത്തേക്കും പോകാറില്ല. ടി കെ യോടൊപ്പം ജീവിക്കാൻ തുടങ്ങിയപ്പോൾ പിന്നൊന്നും ചിന്തയിലൊതുങ്ങാതായി. വീട് തന്നെയായി ലോകം. ടി കെ പുറത്തിറങ്ങിയാൽപിന്നെ തിരിച്ചെത്തുംവരെ ഒരു കണ്ണ് പടിക്കലേക്കാണ്. ഇപ്പോൾ പക്ഷേ, ആർക്കുംവേണ്ടി കാത്തിരിക്കാനില്ല. ദിനരാത്രങ്ങളുടെ എണ്ണമില്ലാത്ത ചങ്ങലക്കണ്ണികളുടെ കിലുക്കം പോലുമറിയാതെ യാന്ത്രിക ലോകത്താണ്. അതിനിടക്കാണ് സുമേശന്റെ പുറപ്പെടൽ. അങ്ങനെയൊന്ന് നാരായണി ചിന്തിച്ചിട്ടുപോലുമില്ലായിരുന്നു. ഇളയമ്മക്ക് ഇതിന്റെ ഭാരം നന്നായറിയാം. കുഞ്ഞേലായി എത്രയോ കാലമായി പുറം രാജ്യങ്ങളിൽ കഴിയുന്നു. അങ്ങനെ ഒരമ്മയെ കാണാനാണ് നാരായണി പുറപ്പെട്ടത്. നാട്ടിൻപുറത്ത് ഈയിടെ കാണാതാവുന്ന ചെറുപ്പക്കാരാണേറെയും. വൈകിയാണറിയുക അവരൊക്കെ നാടും വീടും വിട്ട് എവിടൊക്കെയോ ചേക്കേറിയെന്ന്. അവർക്കൊക്കെ അമ്മമാരുണ്ടല്ലൊ.

ചെന്നുകയറിയപ്പോൾ കാളിക്കുട്ടിക്കും സുഗന്ധിക്കും വിശ്വസിക്കാനായില്ല. നാരായണി വിയർത്തു കുളിച്ചിരുന്നു. കൂട്ടിനാരുമില്ലാതെ തനിച്ച് ഈ പൂഴിമണ്ണും താണ്ടി എത്തിയിരിക്കുന്നു.

"എന്താ മോളേ ബദ്ധപ്പെട്ടിങ്ങോട്ട് പോന്നത്?"

കാളിക്കുട്ടിക്ക് ഉൽക്കണ്ഠയായി.

"ഇനിപ്പോ ആർക്കുവേണ്ടീം കാവലിരിക്കാനും കാത്തിരിക്കാനും ല്യല്ലൊ."

"എന്നാലും ആരേയും കൂട്ടാതെ!"

"ആരെ കൂട്ടാൻ ഇളയമ്മേ. ഞാനിങ്ങ് പോന്നു."

സന്തോഷായി. കാളിക്കുട്ടി അവളെ അടുത്ത് ചേർത്തുപിടിച്ചിരുത്തി. ഒന്ന് ക്ഷീണിച്ചിട്ടുണ്ട്. മുഖം വിളർത്തിരിക്കുന്നു. സുഗന്ധി സംഭാരം കൊണ്ടുവന്നു. നാരായണി ദാഹം തീർത്തു. രാമച്ചവീശറി കൊണ്ട് വീശിക്കൊടുത്തു.

പാടക്കരയിലും വല്യവരമ്പത്തും കത്തിനിന്ന വെയിൽപരപ്പ് വിതച്ചിട്ട് പോയ ഉഷ്ണത്തിന്റെ ആവി അപ്പോഴും ജനലിലൂടെ തള്ളി വന്നിരുന്നു.

വലിയൊരു ഭാരമിറക്കിവെച്ചതിന്റെ ആശ്വാസം നാരായണി അനുഭവിച്ചു. വിങ്ങിനിന്ന നെഞ്ചകം ഒട്ടൊന്ന് ശാന്തമായി. കാളിക്കുട്ടിയുടെ സാന്ത്വനം കനം വെച്ചുനിന്ന പുഴുക്കത്തിന് കുളിർകാറ്റായി.

"അടക്കയോളം മടീല് വെക്കാം. അടക്കാമരായാൽ പിന്നെന്തു ചെയ്യും. മക്കളെ പുറത്തേക്ക് വിട്ടല്ലേ പറ്റൂ. പിടിച്ചുവെച്ചിട്ട് ഒരു കാര്യോംല്യ. മ്മക്കെന്തു ചെയ്യാൻ പറ്റും. അവര് പോയി വരട്ടേന്ന് വിചാ

രിക്ക്യ. മ്മക്ക് കാത്തിരിപ്പന്നേ വിധിച്ചിട്ടുള്ളു."

കാളിക്കുട്ടിയുടെ സാന്ത്വനം നാരായണിക്ക് പാലമൃതായി. തിരിച്ചുപോരുമ്പോൾ കാളിക്കുട്ടി പറഞ്ഞു.

"അമ്മേടെ കനിവും കരുതലും അമ്മയ്ക്ക് മാത്രം സ്വന്തായിട്ടുള്ളതാ. അതിന്റെ ആഴോം പരപ്പും ഇന്നോളം ഒരു മക്കൾക്കും മനസ്സിലായിട്ടില്ല. അതൊട്ടാശിക്ക്യേം വേണ്ട."

അതിലെന്തോ സത്യമുണ്ടെന്ന് നാരായണിക്കും തോന്നി. തിരിച്ചുനടക്കുമ്പോൾ നാരായണിക്ക് ഒരു കാര്യം ബോദ്ധ്യായി. താൻ എല്ലാം കൊണ്ടും തനിച്ചാവുകയാണ്. ഇനിയങ്ങോട്ടെന്നും.

സ്വപ്നം

ഇന്ദുവിന്റെ മുറിയിൽ വിളക്കണഞ്ഞിരുന്നില്ല. പരീക്ഷക്കാലമാണ്. സുഗന്ധി ജീരകവെള്ളം തിളപ്പിച്ചാറ്റിക്കൊണ്ടുവെച്ചിട്ടുണ്ട്. ഉറക്കത്തിന്റെ മുറുമുറുപ്പിനെ ശകാരിക്കാൻ ഇടക്കിടെ ഒരു കവിൾ നിറയ്ക്കും. അപ്പോൾ മാത്രം വാതില്പാളിയിൽ വിരിച്ച നിലാച്ചന്തം നോക്കിയിരിക്കും. പിന്നെ വീണ്ടും പുസ്തകത്തിന്റെ അടരുകളിലേക്ക് ഊളയിടും.

"മതി കുട്ടീ. വന്നു കിടക്ക്."

സുഗന്ധി അപ്പുറത്തെ മുറിയിൽനിന്നും വിളി തുടങ്ങിയിരുന്നു. നേരം അത്രയും വൈകിയിരുന്നു. മകൾ വന്നുകിടക്കും വരെ സുഗന്ധി ഉറങ്ങില്ല. കാളിക്കുട്ടി കിടന്നിരുന്നു. ഈയിടെയായി ക്ഷീണമുണ്ട്. നേരത്തേ പോയി കിടക്കും.

അപ്പുറത്ത് എന്തോ ബഹളം കേട്ടു. ഇന്ദുവിന്റെ ശ്രദ്ധ മുഴുവൻ പോയി. തുടരാൻ കഴിയാതെ അവൾ എഴുന്നേറ്റു. പടിഞ്ഞാറെ ഇറയത്തേക്ക് ചെന്നു. അതിരിലെ കൈതക്കാടുകൾക്കിടയിലൂടെ വെളിച്ചത്തിന്റെ അടരുകൾ അപ്പുറത്തെ ശബ്ദങ്ങളെ അരിച്ചെടുത്തിരുന്നു. കുഞ്ഞൻകണക്കന്റെ വീട്ടിൽനിന്നാണ് ശബ്ദമുയർന്നത്. അങ്ങനെ പതിവില്ലാത്തതാണ്. തെങ്ങുകയറാനും മറ്റും വരുന്ന കുഞ്ഞൻകണക്കൻ ഏണി ചാരിവെക്കുന്ന മയിൽപീലിയന്റെ ചുവട്ടിൽ ആരൊക്കെയോ നീങ്ങുന്നത് കാണാം.

"അമ്മേ കുഞ്ഞണക്കന്റവ്ടെ എന്തോ ബഹളംണ്ടല്ലൊ" ഇന്ദു വിളിച്ചു പറഞ്ഞു. സുഗന്ധി പുറത്തേക്കുവന്നു നോക്കി. ശരിയാണ്. ആരോ ഒച്ചവെക്കുന്നുണ്ട്. കുഞ്ഞണക്കന്റെ ശബ്ദവും ഇടക്ക് കേൾക്കാം.

കുഞ്ഞീരി ശിപായിയാണ് കുഞ്ഞണക്കന്റെ കുടിലിലേക്ക് ചെന്നത്. അയാൾ ഒച്ചവെക്കുന്നതിൽ കാര്യമുണ്ട്. കുഞ്ഞണക്കന്റെ ചെക്കൻ

ശങ്കുരുവിന് കുഞ്ഞീരി ശിപായിയുടെ മകൾ രുക്മിണിയെ കെട്ടിച്ചു കൊടുക്കാമെന്ന് രണ്ടുകൂട്ടരും തമ്മിൽ വാക്കുകൊടുത്തതാണ്. ശങ്കരൻ രുക്മിണിയുമായി കടുത്ത പ്രണയത്തിലുമായിരുന്നു. കുഞ്ഞണക്കനും കുഞ്ഞീരി ശിപായിയും കണ്ണടച്ചു. ചങ്കരന് ചേർന്ന പെണ്ണാവും രുക്മിണിക്കുട്ടി. ചേലും പഠിപ്പുംണ്ട്. അപ്പൻ ശിപായി. അമ്മ ശാരദ കടപ്പുറം സ്കൂളിൽ തുന്നൽ ടീച്ചർ. ഏതു കൂരേലാ അങ്ങനൊരു കുടുമൊള്ളത്. പോരാത്തേന് ശിപായി നാട്ട്യോം താളോം കൃതീം വശൊള്ളോനാ. വല്യ വല്യ പ്രൊഫസർമാരല്ലേ കുടീല് തെരക്കി വര്ണത്.

"അത് മ്മക്ക് നടത്താം. ചങ്കരന് ഒരു പണ്യാവട്ടെ. അവനും വായനീം പഠിപ്പും ണ്ടല്ലൊ."

കുഞ്ഞണക്കൻ ഭാര്യ കുഞ്ഞിക്കാളിയെ ബോദ്ധ്യപ്പെടുത്തും. കുഞ്ഞീരി ശിപായിക്ക് വാക്കും കൊടുത്തു.

"ന്റെ മോൻ തന്നെ നിന്റെ മോൾടെ കഴുത്തീല് മിന്നുകെട്ടും."

കള്ളുഷാപ്പിന്റെ പിറകിലെ ചായ്പിൽ പൂഴിത്തറയിൽ വിരിച്ചിട്ട കാലിച്ചാക്കിൽ രണ്ടു കുപ്പി കള്ളും വെച്ച് കുഞ്ഞീരി ശിപായിയും കുഞ്ഞൻകണക്കനും ഇരുന്ന് കൈയടിച്ച് സത്യം ചെയ്ത് കുപ്പികളുടെ എണ്ണം കൂട്ടി.

."ക്ടാങ്ങള് ഒന്നിച്ചൊരു കൂരേക്കഴിയും. ഇത് സത്യം. സത്യം."

കുപ്പിക്കഴുത്ത് മുട്ടിച്ച് ശബ്ദമുണ്ടാക്കി വായിലേക്ക് കമിഴ്ത്തുമ്പോൾ ആവേശത്തിൽ തൂവിപ്പോയ കള്ള് ഇരുവർക്കും കഴുത്തിലൂടെ ഒലിച്ചിറങ്ങി പഴഞ്ചാക്ക് നനച്ചുകൊണ്ടിരുന്നു. കൂട്ടാൻ കച്ചവടക്കാരൻ കൊണ്ടുവെച്ച പൊരിച്ച അയിലത്തല കടിച്ചും മീനച്ചാറിൽ കൈമുക്കി നക്കിയും എരിവ് വലിച്ച് രണ്ടാളും കൈപിടിച്ച് വീണ്ടും എരിവ് ചാലിച്ചുതേച്ച് കള്ളിന്റെ ധാരകോരി പഴഞ്ചാക്ക് മുഴുവനായും നനച്ച് കുതിർത്തെടുത്ത് പൂഴിമണ്ണിൽ ഷാപ്പടയ്ക്കുംവരെ ചേർന്നുകിടന്നു.

"ന്റെ രുക്കൂന് നിന്റെ ചങ്കരൻ തന്നെ യോഗ്യൻ. അവള് മുത്താടാ കുഞ്ഞാ മുത്ത്. മണിമുത്ത്. ആട്ടോം പാട്ടും വശാക്കീട്ടൊള്ള ചുന്ദരി."

കുഞ്ഞീരി നൃത്തത്തിലായി.

കരീംപറമ്പിലെ ഉത്സവത്തിന് ഇടക്കൊച്ചി പ്രഭാകരന്റെ കഥാപ്രസംഗം തുടങ്ങുന്നതിനും തൊട്ടുമുമ്പ് രുക്മിണിയുടെ നൃത്തം അരങ്ങേറിയിരുന്നു. അന്ന് കുഞ്ഞീരി ശിപായി മുണ്ടും ജുബ്ബയും ധരിച്ച് സ്റ്റേജിനു മുന്നിൽ പായ വിരിച്ച് അഭിമാനത്തോടെയിരുന്നു. ആട്ടം കഴിഞ്ഞപ്പോൾ കുഞ്ഞൻകണക്കനീം കൂട്ടി ചെമ്പൻ ചിരുതേടെ കൂരയിൽ കയറി കത്തിച്ചാൽ കത്ത്ണ വാറ്റുചാരായം മോന്തി കൊയ്ത്തുകഴിഞ്ഞ പാടത്തെ ചളിയിൽ വീണും ഉരുണ്ടും നൃത്തച്ചുവടുവെച്ചും കുടിലിലെത്തി. തുന്നൽ ടീച്ചർ ശാരദ നൃത്തംചെയ്ത് തളർന്ന് വിയർത്തുനിന്ന മകളെയും കൂട്ടി കൂരയിലെത്തുമ്പോൾ കുഞ്ഞീരി ശിപായി മുറ്റത്തെ മയിൽപിലിയൻ മാവിന്റെ കടയ്ക്കൽ ഭൂലോകം മറന്ന് മലർന്നുകിടന്ന് കൂർക്കം വലിക്കുന്നുണ്ടായിരുന്നു. കഥാപ്രസംഗം കേട്ട് പഴംപായ ചുരുട്ടി

തിരിച്ചുനടക്കുമ്പോൾ കുഞ്ഞിക്കാളി വാഴാപ്പാടത്തിന്റെ ചെറുവരമ്പിൽ കമിഴ്ന്നുകിടന്നിരുന്ന കുഞ്ഞൻ കണക്കനെ പൊക്കിയെടുത്ത് കൂരയിലെത്തിക്കയായിരുന്നു.

ഇങ്ങനെയിരിക്കെ ഒരുദിവസം ശങ്കരന് കരു കത്തുവന്നു. കുഞ്ഞീരി ശിപായി ലക്കോട്ട് പലതവണ തിരിച്ചും മറിച്ചും നോക്കി. മേൽവിലാസം വായിച്ചു. ശങ്കരൻ കുഞ്ഞൻ, ചിര ട്ടപ്പുരക്കൽ വീട്, പോസ്റ്റ് കൈപ്പമംഗലം. മറുപുറം നോക്കി. ഏറോനോട്ടിക് നാസിക്. കുഞ്ഞീരി ശിപായി ലക്കോട്ട് പോസ്റ്റ്മാഷെ കാണിച്ച് സംശയം തീർത്തു. അതു തന്നെ. ചങ്കരന് വിമാനക്കമ്പനീന്ന് ഉദ്യോഗത്തിനുള്ള കടലാസ്സാവും.

പിന്നെ നിന്നില്ല. ലോകം മുഴുവൻ പിടിച്ചടക്കിയ മട്ടിലായിരുന്നു അയാൾ കുഞ്ഞൻകണക്കന്റെ കൂരയിലെത്തിയത്.

“കുഞ്ഞാ, കുഞ്ഞാ”

കുഞ്ഞൻകണക്കൻ വടക്കുപുറത്ത് മരത്തടിയിൽ മൺതരി വിതറി വാക്കത്തിക്ക് മൂർച്ച കൂട്ടുകയായിരുന്നു. വാക്കത്തിയുടെ വായ്ത്തല മണൽത്തരിയിലുരസി തീപാറിച്ചു.

“കുഞ്ഞാ, നിന്റെ ക്ടാത്തനെവ്ടെ, വിളിക്ക്.”

അപ്പോഴേക്കും ശങ്കരൻ കൂരയിൽ നിന്നും ഇറങ്ങി വടക്കേ മുറ്റത്തേക്കുവന്നു. കുഞ്ഞീരി ശിപായി ആവേശംകൊണ്ട് ശങ്കരനെ ചേർത്തുപിടിച്ച് ലക്കോട്ട് കൈമാറി.

“എട ക്ടാത്താ, നീയിതൊന്ന് പൊട്ടിച്ചു വായിച്ചുനോക്ക്യേ.”

ശങ്കരൻ ലക്കോട്ടു വാങ്ങി അരിക് സാവധാനം കീറി ഉള്ളിലെ കടലാസ് പുറത്തെടുത്തു.

“വായിക്ക്. വായിക്ക്” കുഞ്ഞീരി ശിപായിയും കുഞ്ഞൻ കണക്കനും കുഞ്ഞിക്കാളിയും ശ്വാസമടക്കിപ്പിടിച്ച് ശങ്കരനു ചുറ്റുംനിന്നു.

“ബുധനാഴ്ച നാസിക്കിലെത്തണം. ഇന്റർവ്യൂവിന് വിളിച്ചിരിക്ക്യാ.” ശങ്കരൻ പറ ഞ്ഞു.

“ഹൊ ന്റെ കൊടുങ്ങല്ലൂര് പഗോതീ നിന്റെ കടാക്ഷം. ന്റെ പാർത്തന ഫലിച്ചു'' കു ഞ്ഞൻകണക്കൻ വരിക്കപ്ലാവിന്റെ കൊമ്പും വിട്ട് മേലോട്ടുനോക്കി വിളിച്ചു. കുഞ്ഞീരി ശിപായി രണ്ടുമൂന്ന് ചുവടുകൾ നീട്ടിവെച്ച് നൃത്തത്തിൽനിന്ന് ഏതോ മുദ്ര കാട്ടി. തപാൽ സഞ്ചി താളത്തിനൊത്ത് തോളിൽ തൂങ്ങിയാടി.

“ന്റെ രുക്കു ഭാഗ്യോള്ളാളാ. അല്ലെങ്കിലും കെട്ട്ണ ക്ടാത്തനാ കൊണം പിടിക്ക്യാന്നാ അവൾടെ നക്ഷത്രം. അവൻ രാശി ഒള്ളോനാ. കുഞ്ഞാ രാശി ഒള്ളോനാ. ന്റെ തോളില് സർക്കാരിന്റെ സഞ്ച്യാതൂങ്ങണത്. കുഞ്ഞൻ കരിപ്പാവുമ്പ പന്ത്രണ്ടീലിക്ക് വാ. മ്മക്ക് ഒരു പിടി പിടിക്കാം.”

കുഞ്ഞീരി ശിപായി കാലൻകുട തോളിലേക്ക് വലിച്ചിട്ട് വല്യ വരമ്പിലേക്കിറങ്ങി. അപ്പഴക്കും സൂര്യനൊരുപാട് പൊങ്ങി ഉച്ചിയിലെത്തിയിരുന്നു.

പിന്നെ കുഞ്ഞീരി ശിപായി വന്നെത്തുന്നത് വാഴാപ്പാടം ഇരുട്ട് മൂടിയിട്ടാണ്. സങ്കടം മുറ്റി അയാൾ കുഞ്ഞൻ കണക്കന്റെ കൂരയ്ക്ക് മുന്നിൽ പൂഴിമണൽ പുതഞ്ഞുകിടന്ന മുറ്റത്ത് വീണുകിടന്നു. ഇടയ്ക്ക് വാവിട്ട് കരഞ്ഞും ആകാശത്തേക്ക് കൈകളുയർത്തി പതിഞ്ഞ സ്വരത്തിൽ യാചിച്ചും കുഞ്ഞൻകണക്കനെ കെട്ടിപ്പിടിച്ചും ശങ്കരന്റെ ശിരസ്സിൽ കൈവെച്ച് അനുഗ്രഹം ചൊരിഞ്ഞും രാവേറെ കഴിച്ചു.

“ന്നാലും ന്റെ രുക്കൂ. ഇത്രീം കടുംകൈ ഈയപ്പനോട് വേണാരുന്നോ മോളേ” അയാൾ ഒരു കുഞ്ഞിനെപ്പോലെ വാവിട്ട് കരഞ്ഞു.

ഇങ്ങനെയുള്ള ശബ്ദങ്ങളാണ് ഇന്ദുവിന്റെ പഠിപ്പിന് അലോസര മുണ്ടാക്കിയത്.

വിളിപ്പാടകലെയാണ് കു ഞ്ഞൻകണക്കന്റെ കൂര. സുഗന്ധി ഞെക്കുവിളക്കെടുത്ത് ഇന്ദുവിനെക്കൂട്ടി പടിഞ്ഞാറെ ഇതക്കലേക്ക് ചെന്ന് വെളിച്ചം മിന്നിച്ചു. തൊട്ടപ്പുറത്ത് എന്തുണ്ടായെന്ന് അറിയണോല്ലൊ. അയൽപക്കല്ലെ.

“കുഞ്ഞിക്കാളീ, എന്താവ്ടെ ഒരു ബഹളം. കുട്ടിക്ക് വായിക്കാൻ പറ്റ്ണില്യ” സുഗന്ധി വിളിച്ചുപറഞ്ഞു. കുഞ്ഞിക്കാളി ഇതക്കലേക്ക് വന്നു. പെരുവിരലൂന്നി കുനിഞ്ഞുനിന്ന് പറഞ്ഞു.

“ഒന്നും പറയണ്ട സുഗന്ധിച്ചോത്തി. മ്മടെ ക്ടാത്തന് പറഞ്ഞുവെച്ച കുഞ്ഞീരി ശിപായിടെ ക്ടാത്തി കണ്ണാങ്കൊളത്തെ പാട്ടീടെ ക്ടാത്തൻ പാണഷമ്മൂന്റെ കൂടെ ഒളിച്ചോടിപ്പോയി. അദെന്നെ കത. ആലോയ്ച്ചോക്യാ ഒരന്തല്യ. ഒരു പാണച്ചെക്കനെവ്ടെ കെടക്ക്ണ് ന്റെ ക്ടാത്തനെവ്ടെ കെടക്ക്ണ്.”

സുഗന്ധിയും ഇന്ദുവും തരിച്ചുനിന്നു. ഇതക്കലെ കൈതോലപ്പരപ്പിനപ്പുറം നിന്ന് കുഞ്ഞിക്കാളി മിഴി നനച്ചു.

പാട്ടി വരാറുള്ളത് സുഗന്ധി ഓർത്തു. പശൂന് ഏന്ത്രം കെട്ടാൻ വരും. ആ പാട്ടീടെ മോനോ. ഒരു കിളുന്തുചെക്കൻ. കുട്ട്യോൾടെ മനസ്സ് എവിട്യാ ചെന്നെത്ത്വാന്ന് എങ്ങന്യാ ഒറപ്പിക്ക്യാ.

പെയ്തു തുടങ്ങിയ ഇരുട്ടിനെ കൈതമുള്ളുകൾ മുറിവേല്പിച്ചു.

പിറ്റേന്ന് മുതൽ കുഞ്ഞീരി ശിപായി മെയിലുമായി സുലൈമാപ്ലയുടെ ചായക്കടയിൽ കയറാതായി. പൊള്ളുന്ന ഉച്ചവെയിലിൽ കുഞ്ഞീരി ശിപായി നടന്നു നീങ്ങുമ്പോൾ അബു പത്രക്കടലാസ് മടക്കിവെച്ച് ചായക്കട ബഞ്ചിലിരുന്ന് മൂളി.

നിന്നെ ഞാൻ വിശ്വസിച്ചല്ലൊ, കഷ്ടം
നിൻമനമെന്തൊരു കല്ലോ
ആശകളെല്ലാം പൊലിഞ്ഞു, നീണ്ടൊ
രാശങ്കയായിക്കഴിഞ്ഞു.

ആശകൊണ്ട് മാത്രായില്ല. ഭാഗ്യനക്ഷത്രം കൂടി ഉദിച്ച് പൊങ്ങണംന്ന് കമല വിചാരപ്പെട്ടു. എത്രയോ കാലം സ്വപ്നംകണ്ടതാണ് വാസൂനെ പഠിപ്പിച്ച് വല്യ നെലേലാക്കണംന്ന്. കാത്തിരിപ്പ് മാത്രം ബാക്കിയായ

ജീവിതത്തിൽ എന്നെങ്കിലും ഒരു വെളിച്ചം പരക്കുംന്ന് തോന്നലുണ്ടായിരുന്നു. വാസു സ്കൂള് കഴിച്ചെടുക്കുമ്പോൾ എത്ര പാടുപെട്ടാണ് കോളേജിൽ ചേർത്തത്. പാ ങ്ങുണ്ടായിട്ടല്ല. മോഹായിരുന്നു. മോഹം. തൃത്തറേലെ ഹരൻ കോളേജിൽ ചേർന്നപ്പോൾ ന്റെ മോനും കൊതിണ്ടാവോലോ എന്നുവിചാരിച്ചു. കുട്ട്യേളല്ലേ. അവര്ടെ ചിന്തയ്ക്കും ഒരന്തസ്സ് കൊടുക്കണ്ടെ. അങ്ങനെയാണവനെ കോളേജിൽ ചേർത്തത്. എന്നിട്ടെന്തായി. കൊക്കിലൊതുങ്ങുന്നതേ കൊത്താവൂ. ഇനിയിപ്പോൾ ഒന്നിനും വയ്യാത്ത സ്ഥിതിയായി. രണ്ടു കുഞ്ഞുങ്ങൾ താഴെ ഞാനോ നിയ്യോ എന്നുവെച്ച് വളർന്നു വരാണ്. ആരോടും യാചിക്കാൻ വയ്യ. വാസൂന് കുറച്ചൊക്കെ കാര്യപ്രാപ്തിയായി. അവന്റെ മുഖത്തുനിന്ന് ചിരിമാഞ്ഞു തുടങ്ങിയിരിക്കുന്നു. അതാവും അവൻ പറഞ്ഞത്.

"ഇനി വേണ്ടമ്മേ വേണ്ട. കോളേജ് പഠിപ്പോണ്ട് മാത്രം ന്നല്ല മനുഷ്യര് ജീവിക്കുന്നത്."

"അതെന്താ മോനെ."

"ഒന്നുല്യ. മ്മക്ക് വേറെ വഴിണ്ടാവും."

"വേറെ വഴി."

അതെന്തെന്ന് കമലക്ക് മനസ്സിലായില്ല. നടുവേദന കലശലായി കമല കിടപ്പിലായിരുന്നു. ആരോഗ്യം ഈയിടെ വല്ലാതെ മോശമായിത്തുടങ്ങി. പണിയെടുക്കാൻ വയ്യാതായി. കൃഷിപ്പണികളൊക്കെ താളം തെറ്റി. ഞാറിട്ടത് കരിഞ്ഞു. സമയത്തിനും കാലത്തിനും വെള്ളോം വളോം എത്തിച്ചെങ്കിലല്ലേ.

"നീയെന്താ വിചാരിക്കുന്നു മോനേ."

കമലയുടെ നിഷ്കളങ്കമായ നോട്ടം വാസുവിനെ വല്ലാതെ വേദനിപ്പിച്ചു. ശൂന്യത മാത്രം മുന്നിൽ കണ്ടുള്ള നോട്ടം. വാസു കോളേജിൽ പോകാതായി.

ഒരു ജോലിയായി സ്വപ്നം. എല്ലാ ചെറുപ്പക്കാരെയും പോലെ അവനും അപേക്ഷകളയക്കാനും കാത്തിരിക്കാനും തുടങ്ങി. കാത്തിരിപ്പിന് ഒരുപാട് സമയമുണ്ട്. ഒരു ജീവിതം മുഴുവൻ. അതൊരു വെള്ളപ്പാച്ചിലാണ്. തീരത്തിങ്ങനെ നോക്കി നില്ക്കുക. ഇടക്കിറങ്ങി മുങ്ങിക്കേറും. അതിനിടയിൽ കൈപ്പിടിയിൽ നില്ക്കാതെ വഴുതിപ്പോകുന്ന ചിലതുണ്ട്. അവ നഷ്ടങ്ങളുടെ ഞാറ്റു തൊടിയാണ്. വാടിക്കരിയുന്ന പ്രതീക്ഷകളാണ്. കൂമ്പടയുന്ന കുതിപ്പുകളാണ്.

തപാലാപ്പീസിൽ നിത്യസന്ദർശനത്തിനിടയിൽ ചാത്തപ്പായി ശിപായിയും കുഞ്ഞീരി ശിപായിയും മെയിൽ വായിക്കുന്ന അരമതിലിനുചുറ്റും ആകാംക്ഷയോടെ കാത്തുനില്ക്കുന്നവരിൽ വാസു ഉണ്ടായിരുന്നു. രണ്ടു ശിപായിമാർക്കും കൊടുത്ത് തീർക്കേണ്ടിയിരുന്ന മെയിലുകളുടെ എണ്ണം ദിനംപ്രതി വർദ്ധിച്ചുവന്നതേയുള്ളൂ. കയ്പാങ്ങലത്തിന്റെ കിഴക്ക് കനോലിപ്പുഴ വരെ ചാത്തപ്പായിയും പടിഞ്ഞാറ് അറബിക്കടലുവരെ കുഞ്ഞീരിയും പങ്കിട്ടെടുത്തിരുന്നു. ഇരുവർക്കും എടുത്താൽ തീരാത്ത

പണിയായി. രാവിലെ പത്തുമണിയോടെ കാക്കത്തിരുത്തി കടവും കടന്നെത്തുന്ന അരക്കുവെച്ച് സീൽ ചെയ്ത അഞ്ചൽ സഞ്ചിയെത്തും. അരക്ക് പൊട്ടിച്ച് കമിഴ്ത്തിയാൽ വീർത്തു കനംവെച്ച ലക്കോട്ടുകൾ വീഴുന്നത് കാണാം. മേശപ്പുറത്ത് കത്തുകളുടെ കൂമ്പാരമാവും. അതൊക്കെ തരംതിരിച്ച് അടുക്കാക്കി വാരിപ്പിടിച്ച് ചാത്തപ്പായിയും കുഞ്ഞീരിയും മുൻവശത്തെ അരമതിലിൽ വന്നിരിക്കും. അപ്പോഴേക്കും മെയിലിനായി ആകാംക്ഷയോടെ കാത്തുനില്ക്കുന്നവർ ശിപായിമാരെ പൊതിയാൻ തുടങ്ങും. കുഞ്ഞീരി ശിപായി കാലിളകിത്തുടങ്ങിയ കനം വെച്ച സോഡാക്കുപ്പി കണ്ണടയെടുത്തുവെച്ച് ചാത്തപ്പായി ശിപായി തനിക്കായി മാറ്റിവെക്കുന്ന ഓരോ കത്തുകളുടെയും മേൽവിലാസ ക്കാരന്റെ പേരുകൾ ഉറക്കെ വിളിച്ചുപറയാൻ തുടങ്ങും. കാത്തുനില് ക്കുന്നവരിൽ ആർക്കെങ്കിലും കത്തുണ്ടെങ്കിൽ അത് കൈയോടെ വാങ്ങിപ്പോകാം. കുഞ്ഞീരി ശിപായിക്ക് ഒരു വീട്ടിലേക്കുള്ള ഓട്ടം ഒഴി വാക്കുകയും ചെയ്യാം.

അപേക്ഷ നിറച്ച ലക്കോട്ടുകൾ തപാൽപെട്ടിക്കുള്ളിലിടുമ്പോൾ വാസുവിന് എന്നും ഒരു നിസ്സംഗതയാണ് അനുഭവപ്പെടുക. വെറുതെ ഒരനുഷ്ഠാനംപോലെ നിന്നെ ഞാൻ നിറയ്ക്കുകയാണ്. എന്റെ ചുവന്നപെട്ടീ ഇത് നിനക്കുള്ളതല്ല. ഒരു ദിവസം വാസു തപാൽപെ ട്ടിയോട് പറഞ്ഞു. നീണ്ട ഉടലിൽ ചുണ്ടുപിളർത്തി വികാരങ്ങളില്ലാതെ നില്ക്കുന്ന പെട്ടി പതിവ് നിശ്ശബ്ദത വെടിയാൻ കൂട്ടാക്കിയില്ല. നീ വയറുനിറച്ചാലും ഇതൊന്നും നിനക്കുള്ളതല്ല. കിട്ടാനുള്ളവർക്കാണ്. നീ വെറുതെ നിറച്ചുവെക്കുക മാത്രം. നിന്റെ വയർ നിറയുകയും ഒഴിയുകയും ചെയ്യും. പിന്നെന്തു സംഭവിക്കുമെന്ന് നീയറിയുന്നില്ല. പക്ഷേ, എനിക്ക് നിന്നെ ആശ്രയിക്കാതെ വയ്യതാനും.

അത്രയൊക്കെ വാസു പറഞ്ഞെങ്കിലും ഒരക്ഷരം തിരിച്ചുപറയാതെ ഒരേനില്പ് തുടർന്നപ്പോൾ വാസു തിരിച്ചുനടന്നു. എന്നാൽ പിന്നിൽ നിന്നാരോ വിളിച്ചെന്ന് വാസുവിന് തോന്നി. അതെ. ആ ചുണ്ടുകൾ കുറെക്കൂടി വിടർന്നിട്ടുണ്ട്. വാസു നിന്നു, പകലൊടുങ്ങുംവരെ.

സരസ്വതിയും ദേവുവും അടുത്തുവന്ന് ഒച്ചവെച്ചപ്പോഴാണ് വാസു ഉണർന്നത്. അവന് അപ്പോഴും കാണാമായിരുന്നു. ചുണ്ടുപിളർത്തി നില്ക്കുന്ന ചുവന്ന പെട്ടി.

ഒന്നും പെട്ടിക്കുള്ളതല്ല, കിട്ടാനൊള്ളോർക്കാ.

“എന്ത് എന്ത് പെട്ടി.” സരസ്വതി ചോദിച്ചു.

വാസു കണ്ണ് മിഴിച്ചിരുന്നു. അവനൊന്നും കണ്ടിരുന്നില്ല, ഒന്നും.

ഒരു ഞായറാഴ്ച. വാസു പുറത്തേക്കിറങ്ങി. വിജനമായ ഇടവഴി കളിലൂടെ നടന്നു. ഇരുവശങ്ങളിലും കരിങ്ങോട്ടയും ശീമക്കൊന്നയും വളർന്നിടതിങ്ങി നിന്നു. പാടവരമ്പിലേക്കിറങ്ങിയപ്പോൾ ചേർന്നുള്ള കര ത്തട്ടിലെ പറമ്പിലേക്ക് കയറി കുറുവന്റെ ചെങ്കല്ലുകൊണ്ടുതീർത്ത ചെത്തിത്തേക്കാത്ത വീട്ടിലേക്ക് നടന്നു. കുറുവന്റെ ചെക്കൻ വിനോബ

വാസുവിനോടൊപ്പം കോളേജിലുണ്ടായിരുന്നു. ദേശീയപ്രസ്ഥാന കാല ഘട്ടത്തിൽ സ്വാതന്ത്ര്യബോധവും രാജ്യസ്നേഹവും തലയ്ക്കുപിടിച്ച് കുറുവൻ കുട്ടിക്ക് പേരിട്ടതാണ് വിനോബഭാവെ. ചെന്നുകയറിയപ്പോൾ വിനോബയില്ലായിരുന്നു. കുറുവൻ മുറ്റത്തുണ്ട്. അയാൾ വിറക് കീറുന്ന തിനിടയിൽ ഒന്ന് നിർത്തി നെറ്റിയിലെ വിയർപ്പുവടിച്ചുകളഞ്ഞ് തലയു യർത്തി വാസുവിന്റെ നേരെ നോക്കി.

"വിനോബില്ലേ."

"ഇല്ല."

"എവിട്യാ?"

"അതവനേ അറിയൂ."

കുറുവൻ വീണ്ടും മരത്തടിയിൽ കോടാലികൊണ്ട് ആഞ്ഞുകൊ ത്തി.

വാസു പിന്നെ നിന്നില്ല. തിരിച്ച് പടി കടക്കുമ്പോൾ വിനോബയുടെ അമ്മ എതിരെ വരുന്നു.

"മോനെ തിരക്കി വന്നതായിരിക്കും" അവർ അന്വേഷിച്ചു.

"അതെ."

"അവന്റെ തല തിരിഞ്ഞൂന്നാ തോന്ന്ണ് കുട്ടീ. ഇങ്ങനെ നടക്കും. നാടു മുഴ്വോൻ. ആർക്കറിയാം എന്തിനാന്ന്."

അവർ ആകാശത്തേക്ക് കണ്ണുയർത്തി.

വാസു നടന്നു. ഇടവഴി കയറി പിന്നെ പോയത് സെയ്തുവിന്റെ വീട്ടിലേക്കാണ്. സെയ്തു കൂട്ടുകാരനാണ്. തപാലാപ്പീസിൽ വെച്ച് മിക്കപ്പോഴും കാണും. കുശലം പറയും. ഉമ്മറത്ത് സെയ്തുവിന്റെ ഉമ്മ ഓല മെടഞ്ഞിരുന്നു. മെടഞ്ഞ പച്ചോല ഒരുവശത്ത് അടുക്കി വെച്ചിട്ടുണ്ട്.

"എന്താ മോനേ ഈ വഴിക്ക്."

"സെയ്തൂനെ ഒന്ന് കാണണം" വാസു പറഞ്ഞു.

"അവൻ പോയല്ലൊ. ഒന്നുരണ്ടുമാസായി" മെടഞ്ഞ ഓലയെടുത്ത് അടുക്കിവെച്ച ഓലയ്ക്കുമുകളിൽ വെച്ച് അവർ പറഞ്ഞു.

"എവിടേക്കാ" വാസു ഉൽക്കണ്ഠയൊടെ അന്വേഷിച്ചു.

"ബോംബെക്ക്. കത്തും പുത്തനും വന്നു. പടച്ചോന്റെ കൃപ."

തിരിച്ചു നടക്കുമ്പോൾ വാസു ഒന്നുറപ്പിച്ചു. ഇന്ന് ഞായറാഴ്ച. ഒഴിവുദിവസം. അല്ലെങ്കിൽ എന്നും ഒഴിവുള്ള ചെറുപ്പക്കാർക്കെന്ത് ഞായറും തിങ്കളും. അറിയുന്ന കൂട്ടുകാരെയൊക്കെ ഒന്ന് കാണാം.

എത്ര നാളുംന്ന് വെച്ചാ ഇങ്ങനെ ഒന്നുമില്ലാതെ കഴിയ്യ. വാസു പൂഴിമണൽച്ചാലുകളിൽ ആഞ്ഞുവലിച്ചു നടന്നു.

വൈകുന്നേരം സുലൈമാപ്ലയുടെ ചായക്കടയിലെത്തി.

"എന്താണീ അലച്ചില് കുട്ടീ."

"ഒന്നുല്യ സുലൈമാനിക്കാ."

"എന്നാലും നീ മാത്രം ന്തേ എങ്ങും പൂവ്വാണ്ടിങ്ങനെ നാട്ടീക്കെടന്ന് നട്ടം തിരിയിണ്."

വാസു ഒന്നും മിണ്ടിയില്ല. വെറുതെ ചിരിച്ചു. അത് ചുണ്ടുകൾക്കിടയിലെ ഏതോ ഒരു കോണിൽ പോയൊളിച്ചു.

ശരിയാണ്. എത്രയെത്ര വീടുകൾ കയറിയിറങ്ങി, ഒരിടത്തും ചെറുപ്പക്കാരെ കാണുന്നില്ല. ഒക്കെ നാടുവിട്ടിരിക്കുന്നു. അകലങ്ങളിലേക്ക്. അതൊക്കെ എന്തിനാ. എന്തിനാ. മറ്റൊന്നിനുമല്ല. ഒരു ചാൺ വയറിന്. വെറും ഒരു ചാൺ വയറിന്.

വിനോബ മാത്രം എവിടേക്കും പോകാതെ എങ്ങോ അലഞ്ഞു തിരിയുന്നു. എന്നിട്ടും പക്ഷേ, അവനെ കാണാനാവുന്നില്ല. അവനിതെവിടെ ചുറ്റിത്തിരിയുന്നു. അവന്റെ അമ്മ പറഞ്ഞത് ശരിയായിരിക്കുമോ. അവന്റെ തല തിരിഞ്ഞോ. ശരിയായിരിക്കാം. ഒരിക്കൽ കാക്കാത്തിരുത്തി കടവിൽവെച്ച് വിനോബയെ കണ്ടപ്പോൾ എന്തോ പന്തികേട് തോന്നിയിരുന്നു. കടത്തുവഞ്ചി പടിഞ്ഞാറെ കരയിലടുത്തപ്പോൾ വിനോബ കടത്തുവഞ്ചി കാത്ത് കരയിൽ നിന്നിരുന്നു. കുട്ടികളിറങ്ങിയപ്പോൾ വിനോബ വഞ്ചിയിൽ കയറി, അക്കരെ കടക്കാൻ. ഇറങ്ങിയ കുട്ടികളിലാരോ ചോദിച്ചു.

"എങ്ങോട്ടാ..."

"പരീക്ഷക്ക്." വിനോബ പറഞ്ഞു.

"പരീക്ഷക്കോ?"

"അതെ. നിനക്കറിയില്ലേ. ഇന്ന് ഇക്കണോമിക്സ് അനാലിസിസ് അല്ലേ."

"അയ്യോ അതെഴുതീട്ടല്ലേ ഞങ്ങളീ വരുന്നത്. നീയെവിട്യായിരുന്നു."

കുട്ടികളെല്ലാരും വിനോബയെ പരിഹസിച്ച് ചിരിക്കാൻ തുടങ്ങി.

"അല്ലല്ല. അതുച്ചയ്ക്കാ" വിനോബ ദേഷ്യപ്പെട്ട് വഞ്ചിയിൽ കയറി അക്കരെ കടക്കാൻ.

"ആ നീ ചെല്ല്."

"ഇതാണുച്ചക്കിറുക്ക്." ആർത്തുചിരിച്ച് നടക്കുന്നതിനിടയിൽ കുട്ടികളിലാരോ പറഞ്ഞു.

"അല്ലെങ്കിലും അവന് പണ്ടേ വട്ടാ."

അന്ന് അതൊരോർമ്മത്തെറ്റായേ തോന്നിയുള്ളൂ. അപ്പോൾ വിനോബ ഇപ്പോഴും അങ്ങനെതന്നെയാണോ. പക്ഷേ, കണ്ടാൽ തോന്നില്ല. വാക്കിലും നടപ്പിലും. മാന്യമായ പെരുമാറ്റം. എന്തിനെക്കുറിച്ചും വാചാലമായി സംസാരിക്കും. പക്ഷേ, പെട്ടെന്ന് നിർത്തും. ഒന്നും പറയാതെ നടന്നകലും.

വാസുവിന് അകാരണമായി ഭയം തോന്നി. ഒരു ചെറുപ്പക്കാരന് ഭ്രാന്തുപിടിക്കാൻ മാത്രം പാകത്തിലായിരിക്കുന്നു ഈ നാട് എന്ന് ഭീതിയോടെ ഓർത്തു. രക്ഷപ്പെടണം. ഏതു വിധേനയും. അവനുറച്ചു.

അന്വേഷണം

വാസു തിരിച്ചെത്തിയപ്പോഴേക്കും രാവ് കുറുകിയിരുന്നു. കമല മുൻവശത്തെ പടിക്കെട്ടിന്റെ ഉറഞ്ഞുപോയ തണുപ്പിൽ കാത്തിരുന്നു. ചിമ്മിണി വിളക്കിന്റെ തീച്ചുണ്ട് നേർത്ത ശീതക്കാറ്റിൽ വിറച്ചുനിന്നു. സരസ്വതിയും ദേവുവും കിടന്നു. എത്ര വൈകിയാലും വാസു എത്തും വരെ കാത്തിരിപ്പിന്റെ മേലങ്കി പുതച്ചിരിക്കും കമല. ഈയിടെയായി ഇത് പതിവായിരിക്കുന്നു. രാവും പകലും എങ്ങോട്ടെന്നില്ലാതെ ഇറങ്ങി നടക്കുക. രാവേറെയായി തിരിച്ചെത്തുക. എവിടേക്കെന്നോ എന്തിനെന്നോ പറയാതിങ്ങനെ അലച്ചിലായിരിക്കുന്നു. തിരിച്ചെത്തി എന്തെങ്കിലും കഴിച്ച് കിടക്കുമ്പോൾ കമല അന്വേഷിക്കും.

"എന്താ മോനേ ഈ അലച്ചിൽ?"

"ഒന്നുല്യമ്മേ. അമ്മ കിടന്നോളൂ."

വിളക്ക് താഴ്ത്തിവെച്ച് കമല പോയി കിടക്കും. വാസുവിന്റെ കണ്ണുകളിലെ തിളക്കം കെട്ടുവരുംപോലെ കമലയ്ക്ക് തോന്നി. അവൻ നന്നേ ക്ഷീണിച്ചുപോയിരിക്കുന്നു. ആരെയാണാവോ എന്റെ കുട്ടി അന്വേഷിച്ചു നടക്കുന്നത്. കമല നെഞ്ചുരുക്കും.

അങ്ങനെയൊരു രാത്രിയാണ് ആരോ വാതിലിൽ വന്നുമുട്ടിയത്. വാസു വൈകിയെത്തി കിടന്നിരുന്നു. കമല വാതിൽ തുറന്നു. മുറ്റത്ത് ആരോ വന്നിട്ടുണ്ട്. കമല പരിഭ്രമിച്ച് വാസുവിനെ വിളിച്ചുണർത്തി.

"ആരാ." വാസു പുറത്തിറങ്ങി അന്വേഷിച്ചു.

വന്നവർ മുന്നോട്ടുവന്ന് വരാന്തയുടെ അരികുപറ്റിനിന്നു. കറുത്തു കനത്ത ഇരുൾച്ചീന്തുകൾ മുറ്റംനിറയെ തൂങ്ങിക്കിടന്നു.

"ഇത് ഞങ്ങളാണ്" രാത്രി പറഞ്ഞു.

വാസു തിരിച്ചറിഞ്ഞു.

വിളക്ക് തെളിച്ച് കമല മുഖങ്ങളെ ചികഞ്ഞെടുത്തു.

ഗോപിയും ശേഖരനും.

"എന്താ. എന്താ ഈ രാത്രീല്."

"ഞങ്ങളോടൊപ്പം വരണം. വെളുക്കുമ്പോഴേക്കും അവരെത്തും. ലിസ്റ്റിൽ വാസൂന്റെ പേരുണ്ടെന്നറിഞ്ഞു."

കമല വിളക്ക് നീട്ടി മുറ്റത്തേക്കെത്തിച്ച് നോക്കി. വാസു തിടുക്കത്തിൽ മുറിയിൽ പോയി കുപ്പായമെടുത്തിട്ട് പുറത്ത് വന്നു.

"എന്താണിത്. എന്താണിത്."

കമലയുടെ ശബ്ദം ചിതറിയിരുന്നു. ഒന്നും മനസ്സിലായില്ല.

"ഒന്നുല്യ. ഒന്നുല്യ. ഞങ്ങൾ വാസൂനെ കൊണ്ടുപോകാണ്. അവനൊന്നു മാറി നിന്നോട്ടെ. അത്രേയുള്ളൂ" ഗോപി പറഞ്ഞു.

"ഭയപ്പെടാനൊന്നുല്യ. അവനെ ഞങ്ങള് കാത്തോളാം." ശേഖരൻ കമലക്ക് ഉറപ്പുകൊടുത്തു.

കമല അന്ധാളിച്ചു നില്ക്കുമ്പോൾ വാസു വന്നവരോടൊപ്പം പുറത്ത് കനം വെച്ചുനിന്ന ഇരുട്ടിലേക്കിറങ്ങി നടന്നു.

അപ്പോൾ കേട്ടതൊക്കെ നേരാണെന്നോ. അയൽപക്കങ്ങളിലെ ചെറുപ്പക്കാർ പലരും അവരവരുടെ വീടുവിട്ട് എവിടൊക്കെയോ കഴിയുകയാണ്. പിടിക്കപ്പെടുമെന്ന ഭീതിയിലാണ് അവരൊക്കെയും.

നേരം പുലർന്നില്ല. ചാരനിറത്തിലുള്ള ഒരു വണ്ടി പടിക്കൽ വന്നുനിന്നു.

"അമ്മേ പൊലീസ്."

പ്രഭാതപത്രത്തിലെ കറുത്തു കനത്ത അക്ഷരങ്ങൾ നോക്കിനിന്ന സരസ്വതി ഒരു ചെറിയ വിറയലോടെ കമലയെ വന്നുവിളിച്ചു. അപ്പോഴേക്കും രണ്ടു പൊലീസുകാർ പടികടന്നെത്തിയിരുന്നു. അവർ നേരെ വീടിനുള്ളിലേക്കു കയറി. ചോദ്യങ്ങളില്ല. കണ്ണിൽ കണ്ടതൊക്കെ വാരിവലിച്ച് തറയിലിട്ടു. നിമിഷനേരംകൊണ്ട് മുക്കും മൂലയും പരതി. തട്ടിൻമുകളിൽ കയറിനോക്കി. പത്രക്കടലാസ്സുകൾ, മാസികകൾ, വാരികകൾ, പുസ്തകങ്ങൾ എല്ലാം വലിച്ചിട്ട് പരിശോധിച്ചു. കുട്ടികൾ രണ്ടും കമലയെ കെട്ടിപ്പിടിച്ച് കരച്ചിലായി.

"എന്താണ് സർ" കുഴഞ്ഞ നാവിൽ കമല അന്വേഷിച്ചു.

"അവനെവിടെ" വലിയ ശബ്ദത്തിലായിരുന്നു ആക്രോശം.

"ഇനി ആരൊക്കെയുണ്ടിവിടെ."

"മോനുണ്ട്."

"എവിടെയെന്നാണ് ചോദിച്ചത്." ചുവന്ന കണ്ണുകൾ പുറത്തുചാടി.

"പുറത്ത് പോയിരിക്ക്യാണ് സാർ."

"പുറത്തെവിടെ."

"വല്യച്ഛന്റവ്ടെ."

കമലയ്ക്ക് പിന്നെ ശബ്ദം പുറത്തു വന്നില്ല. കരച്ചിലടങ്ങാത്ത കുട്ടികളോടൊപ്പം നിന്നു വിറച്ചു.

"ങും."

ഒന്നിരുത്തി മൂളി വന്നവർ ക്ഷണത്തിൽ വണ്ടിയിൽ കയറി സ്ഥലം വിട്ടു. ഏറെ നേരത്തേക്ക് കമലയ്ക്കും കുട്ടികൾക്കും ശബ്ദം നഷ്ടപ്പെട്ടു. അവർ അനക്കമില്ലാതെ നിന്നു.

സുലൈ മാപ്ലയുടെ ചായക്കട തുറന്നിരുന്നെങ്കിലും തട്ടിക പാതി താഴ്ത്തിയിട്ടിരുന്നു. വെയിലിന് നല്ല ചൂടുണ്ടായിരുന്നു. അബു പത്രക്കടലാസ്സ് നിവർത്തി ശബ്ദംതാഴ്ത്തി വായിക്കാൻ തുടങ്ങി. ചായ വീഴ്ത്തിക്കൊണ്ടിരുന്ന സുലൈ മാപ്ല കൈപ്പാട്ട മാറ്റിവെച്ച് അബുവിന്റെ മുന്നിലെത്തി വാ പൊളിച്ച് നിന്നു.

"ഹന്റെ റബ്ബേ ഇതെന്ത് കഥ."

"അലഹാബാദ് ഹൈക്കോടതിയിലെ ജസ്റ്റിസ് സിൻഹയാണ് വിധി പറയുന്നത്."

അബു വായന തുടർന്നു. സുലൈ മാപ്ല വീഴ്ത്തിവെച്ച ചായ കൈ പ്പാട്ടയിലിരുന്ന് തണുത്തു. അബു പത്രക്കടലാസ്സിന്റെ ഉള്ളറകളിലേക്ക് നൂണ്ടുചെന്നു. പത്രത്തിന്റെ ഒഴിഞ്ഞ താള് കണ്ട് അന്ധാളിച്ചിരുന്നു. അതിന്റെ പൊരുളറിഞ്ഞ് പുരികം ചുളിച്ചു.

"ഇതെന്താ അച്ചടിക്കാത്ത പുറം. മഷി തീർന്നോയാ."

"അതൊന്നല്ല സുലൈമാനിക്കാ. ഇനി അങ്ങ്ട് എതിരൊള്ളതൊന്നും ഇടാൻ സമ്മതിക്കൂല്യാന്ന്. അപ്പപ്പിന്നെ ബ്ലാങ്കാക്കി പൂശ്യേതാ. ഒന്നും മുണ്ടാണ്ട് പ്രതിഷേധിച്ചു'' ചായക്കടയിലേക്ക് പെട്ട്യാപ്പീസറും ഗോപാലകൃഷ്ണനും സുഗുണനും കയറി വന്നപ്പോൾ അബു വായന നിർത്തി പത്രക്കടലാസ്സ് മടക്കിവെച്ചു.

"ഹ ഹ കൂത്ത് കഴിഞ്ഞു. ഇനി നോക്കിക്കോ ആരൊക്കെ അക ത്താവുംന്ന്." പെട്ട്യാപ്പീസർ അബുവിന്റെ നേരെ ഒളിയമ്പിട്ടു.

"ഗത്യന്തരല്യാണ്ടായാ മറ്റുള്ളോരെ വായ മൂടിക്കെട്ടന്നെ. അത്രേ യുള്ളൂ" അബു തിരിച്ചടിച്ചു.

വെട്ടുവഴിയിലെ പാണാട്ട് നാരായണന്റെ തുണിക്കട അന്ന് തുറന്നിരുന്നില്ല. പള്ളിപ്പറമ്പൻ ഹംസയുടെ കടയും പൂട്ടിത്തന്നെ കിടന്നു. തുണിക്കടയുടെ വരാന്തയിൽ വലിയ ചെമ്പുകലത്തിൽ മുളക് പൊടി കലക്കി വലിയൊരു കയിലിട്ട് ഏതാനും പേർ വഴിപോക്കരെ കാത്ത് നിന്നിരുന്നു.

എഴുതിക്കിട്ടിയവരുടെ പേരുവിവരം നോക്കി കരുതിയിരിക്കയും അങ്ങനെയുള്ളവർ വഴി നടന്നെത്തിയാൽ മുളക് വെള്ളം മുഖത്തേക്ക് കോരിയൊഴിച്ച് സ്വീകരിക്കയും. അപ്പുറത്ത് മാറിക്കിടക്കുന്ന പൊലീസ് ജീപ്പ് ബാക്കി കാര്യങ്ങൾ ചെയ്തുകൊള്ളും. നടന്നുപോകുന്നവരെ കണങ്കാലിലേക്ക് വടിയെറിഞ്ഞ് വീഴ്ത്തിപ്പിടിക്കാനുള്ള വിദഗ്ദ്ധരും ഇവരോടൊപ്പം നിന്നിരുന്നു. അങ്ങനെ വടിയെറിഞ്ഞ് വീഴ്ത്തിയാണ് കുട്ടപ്പനെ പിടിച്ചുകൊണ്ടുപോയത്. രണ്ടാം നാൾ കുട്ടപ്പൻ തിരിച്ചെത്തി. കൈയും കാലും മുഖവും നീരുവന്ന് വീർത്തുകെട്ടി. വിവരമറിഞ്ഞ്

ചീരുപ്പെണ്ണ് നെഞ്ചത്തടിയും നിലവിളിയുമായി വന്ന് കാളമുറിത്തോട്ടു കരയ്ക്ക് വീണുകിടന്നിരുന്ന കുട്ടപ്പനെ വാരിയെടുത്ത് കുടിലിലേക്ക് കൊണ്ടുപോയി.

സുലൈ മാപ്ല ക്ഷണത്തിൽ ചായക്കട അടച്ചുപൂട്ടി ഉച്ചച്ചൂടിനു മുൻപേ അബുവിനോടൊപ്പം പിൻവാതിലിലൂടെ പുറത്തുകടന്നു. കാള മുറിക്കവല ഏതാണ്ട് വിജനമായിരുന്നു. പാലത്തിനോട് ചേർന്ന് ഒരു പൊലീസ് ജീപ്പ് കിടപ്പുണ്ട്. വഴിവക്കിൽ വീടുകളൊക്കെ കണ്ണടച്ചിരുന്നു. വെട്ടുവഴിയിലും പാടവരമ്പുകളിലും ആരെയും കണ്ടില്ല. വാഴാപ്പാടം ചുടുകാറ്റിൽ കിടന്നേന്തി.

പിറ്റേന്ന് നേരം പുലർന്നപ്പോൾ മഹിളാസമാജത്തിന്റെ തെക്കേ ചുമരിൽ പ്രത്യക്ഷപ്പെട്ട കരിക്കട്ട കൊണ്ടെഴുതിയ വലിയ അക്ഷരങ്ങൾ കണ്ട് ആളുകൾ ഭയപ്പാടോടെ നോക്കിനോക്കി പിൻവാങ്ങി എവിടെയോ മറയുന്നുണ്ടായിരുന്നു. ആരുമാരും അവിടെ നിന്നില്ല. വാഴപ്പാടത്തിന്റെ ഇരുകരകളും നേരെ മേലോട്ടുപൊങ്ങിമറിഞ്ഞ് തല കുത്തനെ നിന്നു. മരങ്ങളൊക്കെ ആകാശങ്ങളിൽ വേരുറപ്പിച്ച് ശിഖരങ്ങൾ പരത്തി ഭൂമിയിലേക്ക് തൂങ്ങിനിന്നു. അതിനുള്ളിലെവിടെയോ ആളുകൾ പരക്കം പാഞ്ഞ് ഒളിയിടങ്ങൾ അന്വേഷിച്ചുനടന്നു. എല്ലാം കീഴ്മേൽ മറിഞ്ഞ് ആകാശത്ത് തൂങ്ങിനില്ക്കുന്ന കാഴ്ച ജീപ്പുകളിൽ മഹിളാസമാജത്തിന്റെ തെക്കേ മുറ്റത്ത് വന്നിറങ്ങിയ പൊലീസുകാർ നോക്കിനിന്ന് കണ്ണ് ചുവപ്പിച്ചു.

"അടിയന്തരാവസ്ഥ അറബിക്കടലിൽ."

"INDIRA IS NOT INDIA."

"ജസ്റ്റിസ് സിൻഹ എവിടെയാണ്?"

കരിക്കട്ട അക്ഷരങ്ങൾ ഭൂമിയിലേക്ക് തുറിച്ചുനോക്കി.

കാളിക്കുട്ടി കിടപ്പിലായിട്ട് കുറച്ചു നാളായിരുന്നു. കാഴ്ചയൊക്കെ മങ്ങി. സുഗന്ധിയോ ഇന്ദുവോ രാവിലെ റേഡിയോ വെച്ചുകൊടുക്കും. ചെവി വട്ടംപിടിച്ച് കേട്ടുകിടക്കും. അന്നത്തെ റേഡിയോ കേട്ടപ്പോൾ കാളിക്കുട്ടിക്ക് പരിഭ്രമമായി. സുഗന്ധി കരച്ചിലായി. ഹരനെത്തിയിരുന്നില്ല. എഞ്ചിനീയറിങ് കോളേജിൽ എന്തൊക്കെയോ ബഹളം നടക്കുന്നുവെന്ന വാർത്ത കേട്ടാണ് പ്രഭാതം തുടങ്ങിയത്.

'അയ്യോ എന്റെ കുട്ടി എവിട്യാണാവോ'

സുഗന്ധി ശബ്ദം കൂട്ടിവെച്ചു. ചീറ്റലും കുറുകലിനുമിടയിൽ ഏതാനും വാക്കുകൾ പുറത്തുവന്നു.

"വായടയ്ക്കൂ, പണിയെടുക്കൂ."

ഹരൻ എത്താൻ ഇനിയും ദിവസങ്ങളുണ്ട്. വന്നുപോയിട്ട് രണ്ടാഴ്ചയായിരുന്നുള്ളൂ. മാസാന്ത്യങ്ങളിലാണ് രണ്ടു ദിവസത്തേക്കെത്തുക. എഞ്ചിനീയറിങ് കോളേജിലെ നടുക്കുന്ന വാർത്തകളാണ് ഇപ്പോൾ വേവലാതിക്കു കാരണം. കാളിക്കുട്ടി സുഗന്ധിയെ സമാധാനിപ്പിച്ചു.

"നീയൊന്ന് വേവലാതിപ്പെടാതിരിക്ക്. അവനത്ര കൊച്ചുകുട്ട്യൊന്വല്ലല്ലൊ."

കാളിക്കുട്ടി പക്ഷേ, കാഴ്ച മങ്ങിയിട്ടും എപ്പോഴും പടിക്കലേക്കുതന്നെ നോക്കിയിരുന്നു. ഒരാളനക്കത്തിനായി ചെവിയോർത്തു.

കല്യാണിക്കുട്ടി കമലയുടെ അടുത്തേക്ക് പോയിട്ടും നാളേറെയായി. ഇപ്പോൾ വാസു വീട്ടിലില്ലെന്നറിഞ്ഞ് ഓടിച്ചെന്നതാണ്. കമലയ്ക്കാണെങ്കിൽ ഒരിടത്തും ഇരിപ്പുറയ്ക്കുന്നില്ല. വാസു പോയി ദിവസങ്ങൾ കഴിഞ്ഞാണ് ഗോപിയെത്തിയത്. ഗോപിയുടെ നിഴൽ കണ്ടപ്പോഴേക്കും കമല പടിക്കലേക്കോടി.

"എവിടെ, എവിടെ ന്റെ കുട്ടി."

കമല ഗോപിയുടെ നേരെ ഒച്ചവെച്ച് കരയാൻ തുടങ്ങി.

"അവൻ സുഖായിരിക്കുന്നു കമലേടത്തീ. ഒന്നുകൊണ്ടും വിഷമിക്കണ്ട. അത് പറയാനാ ഞാൻ വന്നത്. അവന് ഒരു പോറലുപോലു മേല്ക്കാതെ ഞങ്ങള് നോക്കിക്കൊള്ളാം."

ഗോപി അങ്ങനെ പറഞ്ഞെങ്കിലും നാളുകൾ ചെല്ലുന്തോറും ഒളിക്കുകയും ഒളിപ്പിക്കുകയും ചെയ്യുക പ്രയാസമായിത്തുടങ്ങിയിരുന്നു. സുരക്ഷിത സ്ഥാനങ്ങളെന്നുകരുതിയ ഇടങ്ങളിലെല്ലാം തീരെ പ്രതീക്ഷിക്കാതെ തിരിച്ചിലിനാളെത്തിക്കൊണ്ടിരുന്നു. ഒറ്റുകാരുടെ എണ്ണം വർദ്ധിച്ചുവന്നു. കാട്ടുപൊന്തകൾക്കുള്ളിലും അറിയാത്ത കുടിലുകൾക്കുള്ളിലും വെളിച്ചം കെടുത്തിവെച്ച് വാസു മറ്റുള്ളവരോട് സംസാരിച്ചു. അവന്റെ വാക്കുകളിൽ നിന്ന് അഗ്നിജ്വാലകൾ പടർന്നിറങ്ങി. പുതിയൊരു ഊർജ്ജം സിരകളിൽ നിറയ്ക്കാൻ അവന്റെ വാക്കുകൾക്ക് കഴിഞ്ഞു. കൂടെയുള്ളവർക്ക് വാസു ചുരുങ്ങിയ നാളുകൾക്കുള്ളിൽ കാത്തുസൂക്ഷിക്കേണ്ട ഒരു കനലായി.

അതുപക്ഷേ, അത്ര എളുപ്പമായിരുന്നില്ല.

"വാസു ചെറുപ്പാണ്. അവനെ കുരുതി കൊടുക്കാൻ വയ്യ" ഗോപി പറഞ്ഞു.

ഭീതിദമായ നിശ്ശബ്ദതയിൽ മുങ്ങി എല്ലാവരുമിരുന്നു. എങ്ങനെയാണ് ഒരു രക്ഷാമാർഗ്ഗം കണ്ടെത്തുക എന്നതായിരുന്നു ചിന്ത.

"വാസു ദൂരേക്ക് പോണം. ഇനിയിവിടെ തുടരുന്നത് ബുദ്ധിയല്ല" മൗനം പൊട്ടിച്ചുകൊണ്ട് ഒരാൾ പറഞ്ഞു.

"എവിടേക്ക്." മറ്റൊരാൾ ചോദിച്ചു.

"എവിടേക്കായാലും വാസു രക്ഷപ്പെടണം. ഇവിടെ തുടരുന്നത് റിസ്ക്കാണ്."

"ആലോചിക്കണം."

അങ്ങനെയാണ് കമലയുടെ ഉള്ളിലും ഒരു തീപ്പൊരി എരിയാൻ തുടങ്ങിയത്. എത്ര നാളിങ്ങനെ മുന്നോട്ട് പോകും. സരസ്വതിയും ദേവുവും തന്നെ കമലക്കുള്ളിൽ ആധി നിറയ്ക്കുകയാണ്. ഒരാൺതരിയുള്ളത് അജ്ഞാതമായ ഏതോ ഊരാക്കുടുക്കിലും. കമലയ്ക്ക്

അതൊന്നും മനസ്സിലാകുന്നതേ ഇല്ല.

കമല അവറാന്റെ വീട്ടിലെത്തി. ആദ്യമായാണ്.

"എന്താ കമലേ പതിവില്ലാതെ." വീവാത്തുമ്മ കുശലം ചോദിച്ച് പിടിച്ചിരുത്തി.

"ഒന്വല്ല വീവാത്തുമ്മ. ന്റെ കുട്ടീനെ ഒന്ന് രക്ഷപ്പെടുത്തണം. അതിന്റെ വിങ്ങലാ. എത്ര നാള്ന്ന്വെച്ചാ ഇതിങ്ങനെ."

കമലയുടെ കണ്ണുനിറഞ്ഞു.

"ങ്ങള് ബേജാറാവാണ്ടിരീന്ന്. മ്മടെ ആള് വന്നോട്ടെ. ഞാമ്പറയാം. ഇപ്പോ ന്തൊക്ക്യോ ആലോചിക്ക്ന്ണ്ട്"

"അതറിഞ്ഞിട്ട് തന്ന്യാ വീവാത്തുമ്മാ ഞാൻ വന്നത്. എങ്ങാണ്ടോ പോയി ജോലി കിട്ടുംന്ന് പറീനുണ്ടല്ലോ. നേരാണോ" കമല അന്വേഷിച്ചു.

"അങ്ങനൊക്കെ പറീനിണ്ട് പെണ്ണേ. ഇവിടീം ഒരാള് അതിന്റെ പിറകേ ഓടാൻ തുടങ്ങീട്ട് കൊറേ ദിവസായി. ഇപ്പോ ആരെങ്ങാ ണ്ടൊക്കെ കാണാമ്പോയിരിക്ക്യാ. ആ ശൈത്താമ്മാര്ടെ കൈയീച്ചെ ന്നുപെട്ടാ പിന്നെ നോക്കണ്ട. നാട്ടീ നിന്നിട്ട് ജയിലീ പോണേലും ഭേദല്ലേ വല്ലോടത്തും പോയി അരിക്കാശ് ണ്ടാക്കല്."

"ജയിലിലോ. അതെന്താ വീവാത്തുമ്മാ" കമല ഉൽക്കണ്ഠയോടെ അന്വേഷിച്ചു.

"ഇപ്പോ എന്തെങ്കിലും മുണ്ട്യാ അപ്പ ജയിലല്ലേ. എന്തൊറപ്പിച്ച് ആണുങ്ങളീടെ നിക്കും" വീവാത്തുമ്മ ചുണ്ട് കൂർപ്പിച്ച് നിന്നു.

കമല പെട്ടെന്ന് നിശ്ശബ്ദയായി.

"ചെലവാണെങ്കിലും വല്ലോണം ചെന്നെത്ത്യാ നാലു പുത്തനുണ്ടാ വുംന്നാ പറീന്."

"വാസൂനെ എവിടേക്കെങ്കിലും പറഞ്ഞയക്കണംന്ന്ണ്ട്. വല്യ ചെലവ് വര്വോ വീവാത്തുമ്മാ" കമല ശബ്ദംതാഴ്ത്തി അന്വേഷിച്ചു.

"പെരുത്ത് പുത്തനാവുംന്നാ കേട്ടത്. എന്തായാലും ആളിങ്കട് വന്നോട്ടെ. ചെക്കന്റെ കാര്യം ഞാൻ പറയാം" കമല തിരിച്ചുനടന്നു. പലവിധ ചിന്തകളായി, ആകെയുള്ളൊരാൺതരിയാണ്. ഇപ്പോൾ വീട്ടിൽപോലും കഴിയാൻ പറ്റാത്തവിധം തന്റെ കുട്ടി എന്തിലൊക്കെയോ ചെന്നു പെട്ടിരിക്കയാണ്. ഇത്ര ചെറുപ്പത്തിലേ ഒരു കുറ്റവും ചെയ്യാതെ എന്തൊക്കെയോ കാരണങ്ങൾകൊണ്ട് ഒളിവിൽ കഴിയാൻ വിധിക്ക പ്പെട്ടിരിക്കയാണ്. എന്താണിതിന്റെയൊക്കെ അർത്ഥം. ഒന്നും മനസ്സി ലാവുന്നില്ല. നാട്ടിലെ ചെറുപ്പക്കാർ എന്തു ചെയ്തിട്ടാ ഇങ്ങനെ വേട്ട യാടുന്നത്.

ഈ കുട്ടികളെന്തു പിഴച്ചു. ഒരു തൊഴിലിനുവേണ്ടി അലയുന്നതോ. എന്നിട്ടെവിടേങ്കിലും എത്തിയോ. ദൂരെ പോയാൽ ജോലി കിട്ടുമെങ്കിലും അതിന് പെരുത്ത് പുത്തനാവുംന്നല്ലേ വീവാത്തുമ്മ പറഞ്ഞത്. അതി നെന്തു ചെയ്യും എന്ന ചിന്ത കമലയെ വല്ലാതെ തളർത്തി. ഓരോ ദിവ സവും തള്ളിനീക്കുന്നതു തന്നെ എത്രയോ വിഷമിച്ചാണ്. അതിനിടയ്ക്ക്

ഇങ്ങനെ ഒരു കാര്യത്തിന് എന്താണൊരു വഴി. കമലയുടെ നെഞ്ചിടിപ്പ് കൂടി.

പിറ്റേന്ന് അവറാൻ കമലയുടെ വീട്ടിലെത്തി. "വീവാത്തു പറഞ്ഞു കമല അന്വേഷിച്ചു വന്നൂന്ന്." മുഖവുര കൂടാതെ അവറാൻ പറഞ്ഞു.

"ന്റെ മോന്റെ കാര്യായിട്ട് വന്നതാ. എവിട്യോ പോയാൽ ജോലി തരാവുംന്നും നിങ്ങള് പോണുണ്ടെന്നും കേട്ടു." കമല പറഞ്ഞു.

"അങ്ങനെ വിചാരം ണ്ട് കമലേ. താല്പര്യം ണ്ടെങ്കി വാസൂനേം കൂട്ടാം."

"താല്പര്യം ണ്ട്. പക്ഷേ..."

"പിന്നെന്താ പക്ഷേ." അവറാൻ കമലയെ നോക്കി.

"പണച്ചെലവ് ണ്ടെന്നു കേട്ടു" കമല ആശങ്കപ്പെട്ടു.

"കൊറച്ചെന്തെങ്കിലും വേണ്ടിവരും. വേലായുധന്റെ ലോഞ്ചാ. അയാളിത്തിരി കനിവൊള്ളോനാ" അവറാൻ ഒന്നുനിർത്തി.

"പറഞ്ഞോക്കാം."

എന്തുവേണം ന്ന് കമലക്കറിയില്ലായിരുന്നു. അല്പനേരത്തെ മൗനത്തിനുശേഷം കമല പറഞ്ഞു.

"എന്തെങ്കിലും ചെയ്യാം. എന്തൊക്കെയായാലും വാസൂനെ കൂട്ടണം. ന്റെ കുട്ടീടെ കാര്യത്തില് വല്ലാത്ത ഭയംണ്ട്. അറിയാലോ ന്റെ മോന്റെ ഇപ്പഴത്തെ സ്ഥിതി" കമലയുടെ കണ്ണുനിറഞ്ഞുവന്നു. തൊണ്ടയടഞ്ഞു. ശബ്ദമിടറി.

"ബേജാറാവാണ്ട. വഴിണ്ടാവും."

അവറാൻ ഇറങ്ങി നടന്നു.

ഭാഗം രണ്ട്

മരുപ്പരപ്പ്

ഷഗാര

ഷഗാരയിൽ ആദ്യമെത്തിയതാരെന്നതിന് ചരിത്ര രേഖകളൊന്നു മില്ല. ചരിത്രം തന്നെ കണ്ണുതുറക്കുന്നത് ഏറെ കഴിഞ്ഞാവണം. മണൽ ക്കാറ്റിൽ കാലടിപ്പാടുകൾ എളുപ്പം മായ്ക്കപ്പെടുകയും ഒട്ടകക്കുഴികൾ ക്ഷണത്തിൽ തൂർന്നുപോകയും ചെയ്യുമ്പോൾ ചരിത്രത്തിന്റെ സ്ഥിതി പരുങ്ങലിലാവുന്നു.

ശൂന്യസ്ഥലികളിൽ ദിക്കുതെറ്റിയ പഥികർ ആ വഴി കടന്നുപോ യിരുന്നു. ഇരുണ്ട ഭൂതലങ്ങൾ താണ്ടിയെത്തിയവർ. ചാവുകടലും ചെങ്കടലും വൻകടലും മോന്തിക്കുടിച്ചവർ. അവർക്കു താങ്ങായ ഒട്ടക ങ്ങൾ നീരുവറ്റി കുഴഞ്ഞുവീണപ്പോൾ ഒരു തള്ളപ്പൂച്ചയുടെ കാർന്നു വീഴുന്ന കരച്ചിലിൽ അവർ മണൽ വഴികൾ കണ്ടെത്തി. വെയിലിലു ണങ്ങി മണലിൽ പാതിയും പൂണ്ടുകിടന്ന ഒരു വൃദ്ധ ശരീരത്തിന് കാവലിരുന്ന തള്ളപ്പൂച്ചയുടെ അവസാനത്തെ ശ്വാസമായിരുന്നു അത്. കാറ്റിലുരുണ്ട് കനംവെച്ച മണൽക്കുന്നിൽ പഥികരിലൊരാൾ അതിന്റെ ദൈന്യം കോറിയിട്ടു. പൂച്ചക്കണ്ണുകൾ ഇരുട്ടിൽ തിളങ്ങി വഴികാട്ടിയായി കിടന്നു.

അങ്ങനെയാണ് മദർ ക്യാറ്റ് ഷഗാരയുടെ അടയാളമാവുന്നത്. ഷഗാര ആരംഭിക്കുന്നതും.

വെളിച്ചം ആദ്യമിറങ്ങുന്നത് ഷഗാരയിലാണ്. മണൽ വഴികളിലിറങ്ങി കുന്നുകളിലേക്ക് കയറി കടൽ വിതാനത്തിലേക്ക് പടർന്നുചെല്ലും. പതിഞ്ഞ് നീണ്ട് കിഴക്കൻ മണൽച്ചെരിവിലേക്ക് ചാഞ്ഞ് കിടക്കുന്ന ശോർഫ് കടൽത്തീരത്തെ മലനിരകൾ മുപ്പത്തിനാല് ശവക്കല്ലറകളുടെ കാവല്ക്കാരായി പൂർവ്വസംസ്കൃതിയുടെ പുണ്യം പേറിനിന്നു. പാരസി കരും പരന്ത്രീസുകാരും വെട്ടിയും കൊന്നും കടലും കരയും വാണ ചരിത്ര സ്മൃതികൾ പേറി അത്തിമരങ്ങളും ഈന്തപ്പനകളും മാറിമാറി

പഴം പൊഴിച്ചുവന്നു. ചരിത്രമുറങ്ങുന്ന ശോർഫിന്റെ മണൽത്തരിക ളിലാണ് അബുവിന്റെ കാലടികളും ചെന്നുപതിച്ചത്. കടലിടുക്കിലെ വിടെയോ എറിയപ്പെട്ട അബു നീന്തിക്കയറി കരപിടിച്ചെത്തുന്നതും ഷഗാരയിൽത്തന്നെ.

കടലിലുന്തിനിന്ന കരിമ്പാറക്കെട്ടുകൾ കരയെ മറച്ചിരുന്നു. ഇരുട്ട് വീഴാൻ തുടങ്ങിയ കടൽപരപ്പ്. കടുംനീലക്കറുപ്പ് കരയെ ഏതാണ്ട് വിഴുങ്ങി ത്തുടങ്ങിയിരുന്നു.

"ഇറങ്ങട ശൈത്താനെ."

ആലാസു കോണിയിൽ തൂങ്ങി സംശയിച്ചുനിന്നപ്പോൾ പിന്നിൽ നിന്നും ചവിട്ടേറ്റു. കടലിന്റെ പൊള്ളുന്ന തണുപ്പിൽവീണ് ശരീരം മുറിഞ്ഞു. തോടുകളിലും കനോലിപ്പുഴയിലും നീന്തിക്കളിച്ചത് തുണ യായി. ഇളക്കംതട്ടാത്ത കടൽ നീലപ്പരപ്പിൽ മനുഷ്യശരീരങ്ങൾ ജീവവായുവിന് പൊരുതി. ബോധാബോധങ്ങളിൽ നീന്തി മറിഞ്ഞും പൊങ്ങിയും താണുമൊഴുകി കരയ്ക്കടിഞ്ഞു. പുതഞ്ഞ കടല്ക്കര പ്പൂഴിയിൽ പൂണ്ടുകിടന്നു. വെളിച്ചത്തിലേക്കുണരുമ്പോൾ രാപ്പകലുകൾ നീങ്ങിയിരുന്നു. ശരീരം ഉപ്പുണങ്ങി വിണ്ടു. ആകാശം നെഞ്ചിനുമേൽ കമിഴ്ന്നു കിടന്നു. ക്ഷീണിച്ച കൈകാലുകളിൽ മണൽപരപ്പിൽ നീന്തി. ഒട്ടകക്കുഴികളിൽ പുതഞ്ഞാണ്ടുപോയ കാലുകൾ പണിപ്പെട്ടു വലിച്ചെടുത്തു. മുന്നോട്ടുള്ള ഓരോ ആക്കങ്ങളിലും മണലിൽ കമിഴ്ന്നടിച്ചു വീണുകൊണ്ടിരുന്നു. ശിരസ്സുയർത്തുമ്പോൾ പൂഴിമണലി ലെഴുതി വന്ന അക്ഷരങ്ങൾ തെളിഞ്ഞു. പാണൽ വടിയുടെ ഭീഷണി യിൽ അഭ്യസിച്ച നിലത്തെഴുത്ത്.

ഗ

ഗഗ

ഗഗഗന

ഗഗഗഗനം

ഗഗനം

ആകാശപ്പരപ്പ് എതിരേറ്റു. ആകാശത്തിന്റെ അനന്തമായ ആഴവും പരപ്പും അപാരതയുടെ നിശ്ചലതയും ഭയപ്പെടുത്തി. അസംഖ്യം "ഗ."കാരങ്ങൾ വരിയൊപ്പിച്ച് ചിട്ടയായി മണൽക്കുന്നുകളിൽ നീങ്ങിക്കൊ ണ്ടിരുന്നു.

ഭീകര മൗനത്തിന്റെ കൂട് പൊട്ടി.

നഷ്ടപ്പെട്ട ശബ്ദം തിരിച്ചുകിട്ടി. തൊണ്ടപൊട്ടി വിളിച്ചു. തൊണ്ടയ ടയും വരെ നീട്ടിവിളിച്ചു. ആകാശം അത് പിടിച്ചുവാങ്ങി ഭൂമിയിലേക്ക് തന്നെ തിരിച്ചെറിഞ്ഞു. ഒട്ടകങ്ങൾ അതറിഞ്ഞു. അവ മണൽച്ചാലുകൾ തീർത്ത് വഴിയറിയിച്ചു. വീണ്ടും ഊർജ്ജം വലിച്ചെടുത്ത് മണൽ നീന്തി.

ഏതോ രാത്രി അകലെ മിന്നിത്തിളക്കം കണ്ടു. കുന്നുകയ റുമ്പോഴൊക്കെ അത് തെളിഞ്ഞു. പ്രത്യാശയുടെ നേർത്ത കിരണങ്ങൾ. അടുത്തെത്തും വരെ അത് പ്രകാശിച്ചു. പിന്നെ കാലടികളിൽ തടഞ്ഞു.

ഒരു പിടച്ചിലോടെ തട്ടിത്തടഞ്ഞു വീണു.

ചരിത്രത്തെ വിളിച്ചറിയിച്ചുകൊണ്ട് അനാഥമായ ഒരസ്ഥിക്കൂട് വെണ്മ പരത്തി അവിടെ കിടന്നിരുന്നു. ഇരുണ്ടുകിടന്ന ദിങ്മുഖങ്ങളിലേക്ക് മുങ്ങി അന്തിച്ചുനിന്നു.

അബു ഷഗാരയിലെത്തുകയായിരുന്നു.

ഉമ്മൂമ്മൂമ്മൂമ ആകാശം നോക്കിയിരുന്നു പറഞ്ഞു:

'ന്റെ ഉപ്പാപ്പേന്റുപ്പാപ്പേന്റുപ്പാപ്പേ... ന്റുപ്പാപ്പ മുത്തും പവിഴോം തേടി കടൽതാണ്ടി സുൽത്താന്റെടുത്ത് ദുനിയാവിന്റങ്ങേത്തലക്കല്.' ഉമ്മൂമ്മയുടെ കണ്ണുകളിൽ കാലം മുഴുവൻ മിന്നിമാഞ്ഞ് കല്ലിച്ച് നീണ്ടുകിടന്നു. ഒച്ച താണു. പിന്നെ സാവധാനം ശബ്ദം വീണ്ടെടുത്ത് ചരിത്രത്തിലേക്കിറങ്ങി.

ഓൻ തിരിച്ചു ബന്നില്ല. ഓന്റെ പേരാ കൈമറിഞ്ഞ് കാലം മറിഞ്ഞിപ്പോ അനക്ക് കിട്ടീരിക്കിന്. നല്ലോണം ഖൽബില് മന്ത്രിച്ചോളിൻ. കൂടിണ്ടാവും എന്നും. എപ്പളും. ഒറപ്പാ. ബദരീങ്ങളേ കാക്കണേ.

ഉപ്പാപ്പമാരൊക്കെ പടിയിറങ്ങി. കടൽതാണ്ടി ചെന്നെത്തിയ അതേ ഊഷരഭൂമിതന്നെ ലക്ഷ്യമാക്കി കാലംകടന്ന് വീണ്ടും തന്നിലേക്കെത്തുന്ന നിയോഗം. അതിവിടേക്കു തന്നെയായിരിക്കും. പിന്തിരിയാൻ വയ്യ.

മണലിൽ പുതഞ്ഞുകിടന്ന അസ്ഥിച്ചില്ലുകൾ തടഞ്ഞുനിർത്തുകയായിരുന്നു. ഒന്നുമറിയാതെ അയാളവിടെയിരുന്നു. വിയർപ്പാറ്റി.

ഭൂതകാലത്തിന്റെ അടരുകളിൽനിന്ന് ഉപ്പാപ്പമാർ പിന്നെയും ഇറങ്ങിവന്നു.

ഞമ്മള് തേടി വന്നത് തരായപ്പഴേക്കും അന്ത്യായി. അന്തിക്ക് കൊള്ളയടിക്കപ്പെട്ടു. ഒഴിഞ്ഞ കൈയോടെ തിരിച്ചു പൂവ്വാനായില്ല. ഇവ്ടെ അടിഞ്ഞു ചേർന്നു.

ശബ്ദങ്ങൾ മുളച്ചുപൊങ്ങി ഭൂമിയിൽനിന്നും വേർപെട്ടു. ഇരുട്ടിൽ അലിഞ്ഞില്ലാതായി. മണൽപരപ്പിലെങ്ങും അസ്ഥികൾ ചിതറിക്കിടന്നിരുന്നു. അവ ചരിത്രത്തിന്റെ ദിവ്യ തേജസ്സുകളായി പ്രകാശം പൊഴിച്ചു. തന്റെ തിരിച്ചെത്താത്ത പിതൃക്കളുടെ അസ്ഥിശകലങ്ങളും അതിലുണ്ടെന്ന് അബു വിശ്വസിച്ചു. പിന്നെ അവിടംവിട്ടുപോയില്ല.

ദിക്കുകൾ തിരിച്ചറിഞ്ഞ നാളിൽ ഈന്തപ്പനപ്പട്ടകൾ ചേർത്തുവെച്ച് കുന്നുകൾക്കിടയിൽ കൂരയുണ്ടാക്കി. പച്ചപ്പുവറ്റി ഉണങ്ങിച്ചുരുണ്ട പനമ്പട്ടകൾക്കിടയിൽ കാറ്റൊളിച്ചുകിടന്നു. ജാരനെപ്പോലെ ഉള്ളിലേക്കൂർന്നിറങ്ങി. കുടിലിനുള്ളിൽ നേർത്ത തണുപ്പൊഴുകിപ്പരന്നു. ഈന്തിലകൾ ഉണങ്ങുന്തോറും അവ ചുടുകാറ്റായി മാറി.

അബു കുന്നു കയറുകയായിരുന്നു. താനെത്തിപ്പെട്ട മണൽക്കാടിനുമപ്പുറത്ത് എന്തെന്നു കാണാൻ അയാൾ പല നാളായി തിടുക്കപ്പെടുന്നു. ഓരോ കുന്നുകയറിയിറങ്ങുമ്പോഴും അയാൾ ചുടുമണ്ണിൽ കിതച്ചുവീണിരുന്നു. തൊണ്ട വരണ്ടുണങ്ങി. വീണ്ടും തിരിച്ച് കയറും. ഇന്നിപ്പോൾ വിചാരിച്ചതിലും കൂടുതൽ കുന്നുകൾ താണ്ടാൻ കഴിഞ്ഞു.

നഗ്നമായ മൺമലച്ചെരുവുകൾ കാണാൻ മാത്രം ദൂരം പിന്നിട്ടിരിക്കുന്നു.

അകലെ കയറ്റിറക്കങ്ങളിൽ കാറ്റിലിഴുകിയിറങ്ങിയ കാവിമണ്ണ് അന്തിവെയിലിൽ മിന്നിത്തിളങ്ങി.

അങ്ങനെയാണ് ഈ തിളക്കം കണ്ണിൽ പെടുന്നത്.

“സുരണം.”

അയാളറിയാതെ നിലവിളിച്ചു. തൊണ്ട കനത്തു വരണ്ടു.

“സുരണൊയ്കി ബരണപ്പോ -

സ്വർണ്ണ നദീതീരത്തെത്തിപ്പെട്ട പഥികൻ. കോരിക്കുടിക്കാനോ വാരി നിറയ്ക്കാനോ ആവാതെ വിറകൊണ്ട് നില്ക്കുക. ഇതെന്തൊരു പരീക്ഷണം. പൊന്നുരുകിയൊലിച്ചെത്തും കാവി മണ്ണ് അന്തിവെയിലിൽ കുളിച്ചുകിടക്കുന്നതു കണ്ട് അബു വാ പൊളിച്ചുനിന്നു.

അയാൾ വിയർത്തു മുങ്ങി.

സ്വപ്നത്തിന്റെ വെൺമേഘങ്ങളെ പതുക്കെ വകഞ്ഞുമാറ്റി. ചുടുമണ്ണിന്റെ ചോപ്പ് ലക്ഷ്യമാക്കി കുന്നിറങ്ങി. താഴ്‌വാരം മുന്നിൽ കാമാർത്തയായിക്കിടന്നു.

മണൽച്ചെരുവുകളിലൂടെ മലമടക്കുകളിലെത്തിയപ്പോഴേക്കും സ്വർണ്ണനദി അപ്രത്യക്ഷമായിരുന്നു. പുതഞ്ഞുകിടന്ന കാവിമണ്ണിൽ കാലുകളാണ്ടുപോയി. മുകളിലേക്ക് കയറുന്തോറും കയറ്റത്തെ അലോസരപ്പെടുത്തിക്കൊണ്ട് ശബ്ദങ്ങൾ മുറിഞ്ഞു വീണുകൊണ്ടിരുന്നു. ഉത്സാഹം വർദ്ധിച്ചു. ക്ഷീണം മറന്നു. അപ്പുറത്ത് ജീവന്റെ ചലനങ്ങളുണ്ടെന്ന പ്രത്യാശ. ഏകാന്തതയുടെ ഭീകരത പതുക്കെ മാഞ്ഞുവന്നു. വെളിച്ചത്തിന്റെ പരവതാനി നിവർന്നു കിടന്നു.

സംസ്കാരത്തിന്റെ ചെറുനാമ്പുകളുടെ മുളയെടുപ്പ് ഇവിടെയും വീശിയിട്ടുണ്ട്. തനിച്ചല്ല എന്ന ബോധം ഉള്ളം തണുപ്പിച്ചു.

മുകളിലെത്തിയപ്പോൾ അന്ധാളിച്ചുനിന്നുപോയി. കടൽച്ചുണ്ടുകളിലേക്കെത്തുന്ന മലയടിവാരം നോക്കെത്താത്ത താഴ്‌വാരം. അതിലൊറ്റക്കിടപ്പിലൊരു കറുത്ത നൂലിഴ. അതിന്മേലൊരു കരിന്തുമ്പി ഓടിയോടി അവസാനം ആകാശത്തേക്ക് പറന്നുയർന്നു. ദിക്കുകളെ പ്രകമ്പനം കൊള്ളിച്ച് ചെവിയടപ്പിച്ചു. മലമുകൾ കിടുക്കിക്കളഞ്ഞു. ചെറുകപ്പലുകൾ നങ്കൂരമിട്ടിരിക്കുന്നതിന്റെ അവ്യക്തരേഖകൾ അകലെ കണ്ടിരുന്നു. ഭൂമിയോട് പതിഞ്ഞുകിടക്കുന്ന കൂടാരങ്ങളും പള്ളിമിനാരങ്ങളും അയാൾ തിരിച്ചറിഞ്ഞു. അവയൊക്കെ ഇരുട്ടിൽ മുങ്ങും വരെ മലമുകളിലിരുന്നു. രാവുരുകിത്തണുത്ത് നിലാവ് പെയ്തപ്പോൾ തിരിച്ച് മലയിറങ്ങി.

അതൊരു സ്വപ്നമായിരുന്നില്ലെന്ന് സൂര്യവെളിച്ചത്തിലും അയാളറിഞ്ഞു. ആകാശം കയറുന്നവരും വെടിപൊട്ടിക്കുന്നവരും കപ്പലോട്ടക്കാരും അപ്പുറത്തുണ്ട്. അവരെപ്പോഴും മല കടന്നെത്താം. വരട്ടെ. ഈ ശൂന്യസ്ഥലിയിലും ഒര് ആളനക്കം വേണമല്ലോ. അതുമല്ലെങ്കിൽ ഒരു ദിവസം മല കയറി അപ്പുറത്തെത്താം. ഒരുപക്ഷേ, അതായിരിക്കും

നിയോഗം.

*****

വയററെരിഞ്ഞിരുന്നു. ചുണ്ടുകൾ വിണ്ടുണങ്ങി. കണ്ണുകളിൽ കുറെശ്ശേ ഇരുട്ടു പരന്നു. ജലപാനമില്ലാത്ത രാപ്പകലുകൾ ചക്രം ചവിട്ടുകയാണ്. തന്റെ അന്വേഷണങ്ങൾക്ക് ഇവിടെ അന്ത്യം കുറിക്കുകയാണോ. ആകാശവും ഭൂമിയും ഒന്നായ് തന്നെ വിഴുങ്ങുകയാണോ എന്നയാൾ സംശയിച്ചു.

ഈന്തിലകളുടെ കണ്ണുകൾക്കിടയിൽ നീണ്ട ഒട്ടകക്കാലുകൾ പ്രത്യക്ഷപ്പെട്ടപ്പോഴാണ് അബു ഉണർന്നത്. തവിട്ടുതൊങ്ങലുകൾ തുന്നിച്ചേർത്ത മേൽക്കുപ്പായമണിഞ്ഞ അയാൾ ഒട്ടകക്കുഞ്ചിയിൽപിടിച്ച് താഴെയിറങ്ങുന്നത് കണ്ടു. ക്ഷണത്തിൽ അയാൾ അബുവിന് നേരെ തോക്കുചൂണ്ടി ആക്രോശിച്ചു.

“ങും.”

കൂപ്പുകൈയോടെ അബു, ചൂണ്ടിയിടത്തേക്ക് നീങ്ങിനിന്നു. വയറൊട്ടി എല്ലിച്ച ശരീരം വളഞ്ഞുനിന്നു. ഒഴിഞ്ഞ കുടിലിനുള്ളിലേക്ക് എത്തിനോക്കി നിരാശനായി വീണ്ടും അബുവിന്റെ നേരെ തിരിഞ്ഞു. അബു വില്ലുപോലെ വളഞ്ഞിരുന്നു. കവർച്ചയ്ക്ക് ഒന്നുമില്ലെന്ന് കണ്ട് അയാൾ ഒട്ടകപ്പുറത്ത് കയറി കുന്നുകൾക്കിടയിലേക്ക് മറഞ്ഞു.

അബു കുന്നുകൾ കയറിയിറങ്ങി. ആറാം കുന്നിനുമപ്പുറത്ത് പതിഞ്ഞ മേല്ക്കൂരയുള്ള മൺകുടിലുകൾ കണ്ടു. താനിവിടെ തനിച്ചല്ലെന്ന അറിവ് വീണ്ടും അയാളുടെ നീണ്ട ഏകാന്തതയുടെ പടം പൊഴിച്ചുകളഞ്ഞു.

നിഴലറ്റം നീണ്ടുചെന്നപ്പോൾ മൺകുടിലുകളിൽ നിന്നും നീണ്ട താടിക്കാർ പുറത്തിറങ്ങി വന്നു. അര മാത്രം മറച്ച ആജാനുബാഹുക്കൾ. അവർ മീൻപിടുത്തക്കാരായിരുന്നു. ചുവന്ന കണ്ണുകളുള്ള തോണിക്കാർ. ഒരു വിചിത്രജീവിയെ കാണുംവിധമായിരുന്നു അവരയാളെ അല്പം സംശയത്തോടെ നോക്കിയിരുന്നത്. ബലിഷ്ഠരായ മൂന്നുപേർ അയാൾക്കുമുന്നിൽ വന്നുനിരന്നു. കോട്ടയ്ക്കു മുന്നിലകപ്പെട്ട കൊച്ചു മനുഷ്യനായി അബു. അവർ അയാളുടെ ഒഴിഞ്ഞൊട്ടിയ മടിക്കുത്തുതപ്പി നിരാശരായി. വാക്കുകളുടെ അറിയാപ്പുറങ്ങളിൽ അരിശംകൊണ്ടു. പൂഴിമണ്ണിലേക്കു തള്ളിയിട്ടു. കുനിഞ്ഞ ശിരസ്സും കൂപ്പുകൈയുമായി അബു പൊരിമണലിൽ കാൽമുട്ടുകളിൽ നിന്നു.

വെയിൽ മങ്ങിയപ്പോൾ അവർ കമ്പുകൾ കൂട്ടിവെച്ച് കുടിലിനു പുറത്ത് തീ കത്തിച്ച് ചുട്ടെടുത്ത മീനിന്റെ മുഴുവൻ തലകളും എറിഞ്ഞുകൊടുത്തു. വളർന്നു ചിതറിയ താടിമീശയ്ക്കിടയിൽ അവരുടെ പരുഷമായ ചിരി വിടർന്നു.

അബു അവരോടൊപ്പം കൂടി.

അതിഥികളേറെ വരാൻ തുടങ്ങിയപ്പോൾ അയാൾക്ക് അയൽപക്കങ്ങളുണ്ടായി. കൊള്ളചെയ്തു കൊണ്ടുവന്ന മുതൽ പങ്കുവെക്കുന്നതിൽ

മാത്രം അവർ വിട്ടുവീഴ്ചയില്ലാതെ കലഹിച്ചു. അവർ കഠാരകളും കത്തികളും പുറത്തെടുത്തപ്പോഴാണ് ഷഗാരയുടെ മണൽപ്പുറത്ത് ആദ്യത്തെ ചോരത്തുള്ളി വീണത്. ഇനിയൊരു കടൽവന്ന് മായ്ക്കുംവരെയുള്ള ചോരക്കറ.

പുലർവെളിച്ചത്തോടൊപ്പം തന്നെ മലമുകളിൽ പട്ടാളക്കാർ പ്രത്യക്ഷപ്പെട്ടത് അബുവിനെ അത്ഭുതപ്പെടുത്തി. എങ്കിലും ഒരിക്കൽ അപ്പുറത്തുനിന്ന് അവരുടെ വരവുണ്ടാവുമെന്ന് അബു സ്വപ്നം കണ്ടിട്ടുണ്ട്. ഇപ്പോൾ അവരെത്തിക്കഴിഞ്ഞു. മലയിറക്കം തുടങ്ങി. കുന്നുകൾക്കിടയിലേക്ക് അവർ ഒഴുകിപ്പരന്നു. തോക്കിൻകുഴലുകൾ വെള്ളി വെളിച്ചത്തിൽ പൊന്നുരുക്കി. മൺകുടിലിനുമുന്നിലെത്തിയ ഒരു പട്ടാളക്കാരൻ പെട്ടെന്ന് നിന്നു.

"യെല്ലാ."

ആരാണുള്ളിൽ.

കുടിലിനുള്ളിൽനിന്ന് മല്ലന്മാർ പുറത്തിറങ്ങി വന്നു. അവർ പട്ടാളക്കാരന്റെ മുന്നിൽ കുനിഞ്ഞുനിന്നു. അപ്പോൾ അവരുടെ ധാർഷ്ട്യമെല്ലാം ആവിയായിപ്പോയിരുന്നു.

മല്ലന്മാരുടെ കൈയിൽ ആയുധങ്ങളൊന്നുമില്ലെന്ന് കണ്ട് അയാൾ പിൻവാങ്ങി. അടുത്ത കുന്നിൻചെരിവിലേക്ക് നീങ്ങി.

അബു വിസ്മയത്തോടെ നോക്കിനിന്നു. അയാളെ പട്ടാളക്കാർ ശ്രദ്ധിച്ചതുപോലുമില്ല. നിലം പൊത്തിക്കിടക്കുന്ന ആകാശ വിതാനത്തിനു താഴെ താൻ ഒന്നുമല്ലെന്ന ബോദ്ധ്യം ഒരിക്കൽക്കൂടി അയാളിൽ കുടിപാർത്തു.

മല്ലന്മാർ സന്ധ്യയോടെ കുന്നുകയറിപ്പോയി. പിന്നീടൊരിക്കലും തിരിച്ചുവന്നില്ല.

അബു പക്ഷേ, അവിടം വിട്ടുപോയില്ല.

ഈന്തിലകൾ പാകിയ പരന്ന മേല്ക്കൂരയുള്ള മൺകുടിലുകൾ. കടൽക്കരയിലെ മണൽക്കുന്നുകൾക്കിടയിൽ ചിതറിക്കിടന്നു. പുറത്ത് നെടുനീളൻ ഒട്ടകങ്ങൾ കാത്തുനില്പിന്റെ ഏകാന്തതയിൽ ചലനമറ്റു നിന്നു. മണൽവഴികൾ അവയെ കാത്തുകിടന്നു.

ഇനി കടൽ

വ - ല, വല
ത - ല, തല
വല, തല

കാലിളകിയ കുഞ്ഞുബെഞ്ച്. അതിന്റെ കുണുക്കത്തിൽ വാസു ലയിച്ചിരുന്നു.

നേർത്ത വിഷാദം അവനെ ഗ്രസിച്ചു. വക്കും മൂലയും പൊട്ടിയ സ്ലേറ്റു കഷണം അതിനെ പെരുക്കി. ബ്ലാക്ക് ബോർഡ് കാറ് മറിഞ്ഞുവീണ മാനം കണക്കെ ദൂരെ ചെരിഞ്ഞുകിടന്നു. വെളുത്ത് വിളർത്ത അക്ഷരങ്ങളിൽ വിഷാദത്തിന്റെ നനവ്.

കുഞ്ഞിക്കണ്ണുകൾ ആഴക്കയങ്ങളിൽ നങ്കൂരമിട്ടുകിടന്നു. വഴങ്ങാത്ത തെന്നിപ്പോകുന്ന കുറ്റിപ്പെൻസിൻ. അത് അനന്തതയിൽ ദിശ തെറ്റി. സ്ലേറ്റിന്റെ ഇരുളിലേക്ക് തിരിച്ചെ ത്തുമ്പോൾ വെളുത്ത അക്ഷരങ്ങളും വരകളും വിരൽപ്പിടിയിലെ വഴക്കവും നഷ്ടമാവുന്നു. ഇനിയെന്ത്. ഉറവ വറ്റുന്ന ഉദ്വേഗം. ഇനിയും മണിയടിച്ചില്ലല്ലൊ. ഒരുണർച്ചയിൽ വാസു വിചാരിച്ചു.

അടച്ചുകെട്ടിയ ആകാശം ഇരുണ്ട് ചാഞ്ഞ് കിടന്നു. അതെപ്പോഴും നിലംപതിക്കാം. ഭീതി സൃഷ്ടിക്കുന്ന ഭീഷണമായ ഭാവപ്പകർച്ച. ആകാശവും ആഴിയും ആലിംഗനത്തിലമരുക. അതിനിടയിൽ ഒരു പിടച്ചിലോടെ... ഇല്ല. അതൊക്കെ ദുഷ്ച്ചിന്തകളാണ്. വേവലാതികളാണ്. വെറുതെ. വെറുതെ.

എത്തിപ്പെടാനുള്ള കരയ്ക്ക് സ്വപ്നത്തിന്റെ നിറം. ഉരുവിനും മുൻപ് ചെന്നെത്തുന്ന മനസ്സ്. ഒറ്റ കുതിക്ക് കടൽ കടക്കുന്ന വെള്ളക്കുതിര. കുതിരയ്ക്ക് കടൽ ഒന്നുമല്ല.

അമരത്ത് ആരെന്നറിയില്ല. ആരോ ഒരാൾ. നയിക്കുന്നവനും അനുഗമിക്കുന്നവരും മാത്രം. തന്ത്രങ്ങൾ അമരക്കാരന്റേതാണ്. ആജ്ഞാപിക്കുന്നവന്റേതാണ്. നിലനില്പിന്റെ ആധാരശില ഇപ്പോൾ നിർല്ലജ്ജമായ അനുസരിക്കലാവുകയാണ്. ആർക്കും മുഖങ്ങളില്ല. മേലെ ഒരു വട്ടം. പിന്നെ കീഴോട്ട് ഒരു തടി. പതുക്കെ പിളർന്ന് പാദങ്ങളിലവസാനിക്കുന്നു. നീണ്ട രണ്ട് ശിഖരങ്ങളെക്കൊണ്ടുള്ള തണ്ടുവലിയും. ഈ ജൈവപ്രകൃതം അത്രയേയുള്ളൂ.

സ്വന്തം മേൽവട്ടത്തിലെവിടെയോ നീറ്റലനുഭവപ്പെട്ടു. ചെവിക്കുറ്റി തകർന്നിരിക്കണം. തകരാതിരിക്കുന്നതെങ്ങനെ. തണ്ടുപിടിച്ച് തഴമ്പിച്ച കടൽക്കരുത്തുള്ള കൈയാണ് ഇടിവെട്ടി വന്നുപതിച്ചത്. കടൽവിതാനമാകെ മേലോട്ടും ആകാശക്കാവടിയാകെ കീഴോട്ടുമായതേ ഓർമ്മയുള്ളൂ. ബോധത്തിന്റെ തിരയെത്തുമ്പോൾ അവറാന്റെ കലങ്ങിയ കണ്ണുകളും സാന്ത്വനത്തിന്റെ ക്ഷീണസ്വരങ്ങളും എതിരേറ്റു. സഹനത്തിന്റെ ആകാശാതിർത്തിയും കടന്നപ്പോഴാണ് വരണ്ട തൊണ്ടയൊന്നു നനയ്ക്കാൻ യാചിച്ചത്. "ഇത്തിരി വെള്ളം" കടൽക്കാറ്റിന്റെ പാരുഷ്യത്തിൽ മുഖം ചുവപ്പിച്ച് ഉരുവിന്റെ തണുത്ത നിലവറയിൽനിന്നും കറുത്ത കോട്ടണിഞ്ഞ അലിഖാൻ കയറി വന്നു.

"ഇന്നത്തെ റൗണ്ട് കഴിഞ്ഞു. ഇനി നാളെ."

ഉണങ്ങിയ റൊട്ടിയോടൊപ്പം കവിടിപ്പിഞ്ഞാണത്തിന്റെ മൂട്ടിൽ ഇത്തിരി വെള്ളവും തന്ന് വട്ടമൊപ്പിച്ചിരുന്നു. എന്നിട്ടിപ്പോൾ മണിക്കൂറുകൾ എത്രപോയി. കാതങ്ങളെത്ര താണ്ടി. സ്രാവുകളുടെ മിനുക്കങ്ങൾ എത്രയോ തവണ അപ്രത്യക്ഷമായി. കാറ്റുപായ എപ്പോഴൊക്കെ ചുരുങ്ങി വിടർന്നു.

ചുണ്ടിലിത്തിരി നനവിനും തൊണ്ട കുതിർക്കാനുമുള്ള കൊതിയായിരുന്നു.

അപേക്ഷയുടെ സ്വരം പിന്നെയും ഉയർന്നത് അയാളെ കലിതുള്ളിച്ചു. അനുചരർക്കായി കൈനൊടിച്ചു.

മല്ലന്മാർ അടുത്തുവന്നു.

ത - ല, തല

കാലിളകിയ കുഞ്ഞുബെഞ്ച് മറിഞ്ഞുവീഴുന്നു. ബ്ലാക്ക് ബോർഡിലെ കറുപ്പ് പരന്നൊഴുകി ഇരുളായി കടലും കരയും വിഴുങ്ങുന്നു.

വാസു മലർന്നടിച്ച് നങ്കൂരത്തിന്റെ ഇരുമ്പുതണ്ടിലേക്ക് ചെന്നു വീണു.

അമ്മേ -

ആകാശച്ചെരുവുകൾ അയാളുടെ നിലയില്ലാനിലവിളി ഏറ്റുപിടിച്ചു.

ഉരു പിന്നെയും നീങ്ങി. ഇരുട്ടിന്റെ കരിമ്പാമ്പുകൾ ആകാശത്തിൽ നിന്നിറങ്ങി വന്ന് കടൽ നിറഞ്ഞു. വാസു ഒന്നും അറിഞ്ഞില്ല.

ചേറ്റുവായിലെ തകർന്നടിഞ്ഞ ഡച്ചുകോട്ടയുടെ നുറുമ്പിച്ച വാതിലുകൾക്കുമുന്നിൽ ഭടന്മാരെപ്പോലെ നിരന്നുനിന്നവരിൽ വാസുവു

മുണ്ടായിരുന്നു. റിക്രൂട്ട്മെന്റിന്റെ പരിചിതമല്ലാത്ത അളവുകോലുകളിൽ അമർഷം കൊണ്ടവരിൽ വാസുവുമുണ്ടായിരുന്നു.

ആകെയുള്ള കിടപ്പാടത്തിൽനിന്നും വെട്ടിമുറിച്ച അഞ്ചുസെന്റ്. അമ്മയുടെ നിറംമങ്ങിയ കെട്ടുതാലി ഞെളങ്ങിയ മൂന്നു വളകൾ, ഒരു ജോഡി കുടക്കടുക്കൻ - എല്ലാം ഒരു പണപ്പൊതിക്കുള്ള നിവേദ്യങ്ങളായിരുന്നു. പൊന്നിന്റെ തിളക്കമുള്ള രണ്ട് അനുജത്തിമാരും അമ്മയും നിറകണ്ണുകളോടെ യാത്രയാക്കുമ്പോൾ അറബിപ്പൊന്നും പവിഴമുത്തുകളുമായിരുന്നു സ്വപ്നം.

വരും തിരിച്ചുവരും. അവഗണിച്ചവർക്കും മുഖം തിരിച്ചവർക്കും അസൂയ ജനിപ്പിക്കുംവിധം തിരിച്ചുവരും. നിഷേധിക്കപ്പെട്ടതെല്ലാം പിടിച്ചെടുക്കും. ശിരസ്സുയർത്തി നടക്കും. കണ്ടോളൂ.

വാസുവിന്റെ ഞരമ്പുകളിൽ ഒരു കടലിരച്ചു. തുള്ളിവരുന്ന തിരകൾ. ചിക്കുപായുടെ വക്കുമടക്കി മറിഞ്ഞുവീണുകൊണ്ടിരുന്നു. അതിൽ ചാഞ്ഞാടുന്ന ഉരു. കരയിലെ കരിങ്കൽത്തൂണിലേക്കുള്ള ആലാസിന്റെ ബന്ധനം. കയറുമ്പോൾ നേരം കരിപ്പായിരുന്നു.

"മോന്ത്യാവുമ്പഴേക്കും പാടക്കരേലെത്തണം. പിന്നൊക്കെ പടച്ചോന്റെ കൃപ" അവറാൻ പറഞ്ഞിരുന്നു. പാടക്കരയിലെ പഞ്ചാരമണൽ അന്തിവെളിച്ചത്തിൽ തിളക്കം വിരിച്ചു. അവറാൻ കാത്തുനിന്നിരുന്നു.

"വാ മോനെ."

കൈപിടിച്ചു നടന്നു.

തൃശ്ശൂര്ന്ന് അമ്മാവൻ കൊണ്ടുവന്ന ഒട്ടകമാർക്കുള്ള ചാക്കുസഞ്ചി അടുക്കിപ്പിടിച്ചു. അരിയുണ്ട മുതൽ നെയ്യപ്പം വരെയുണ്ടാക്കി അമ്മ സഞ്ചിയിൽ വെച്ചിരുന്നു.

"കടലാണ്. ഒക്കേത്തിനും ആർത്തിണ്ടാവും" അമ്മ പറഞ്ഞിരുന്നു.

പാടക്കരയുടെ ശാന്തമായ പരിസരം നെടുവീർപ്പുകളിൽ മുങ്ങി. മണപ്പുറത്തെ മുഴുവൻ സാക്ഷിനിർത്തി ഒരുപിടി സ്വപ്നങ്ങൾ കടൽതാണ്ടുകയാണ്.

കടപ്പുറത്തെ ആൾക്കൂട്ടത്തിനുമേൽ ഇരുൾ പരക്കുന്നതു കണ്ടു. ഉരു നീങ്ങാൻ തുടങ്ങുന്നു. കരിങ്കൽത്തൂണിലെ ആലാസിന്റെ കെട്ടഴിച്ച് ആരോ നീട്ടിക്കൂവി. ഉരു ആടിയുലഞ്ഞ് സ്വതന്ത്രമായി. താളക്രമത്തിൽ ലയംകൊണ്ട് തിരപ്പുറത്ത് കയറി തെന്നിയൊഴുകി. കരയാണ് നീങ്ങിയത്. ഭൂതലം മുഴുവനായും അകന്ന് പിൻവാങ്ങുകയാണ്. കടലിനെ നമിച്ചൊഴിയുകയാണ്. അകന്നകന്ന് വെറുമൊരു സ്മൃതിയുടെ പൊൻതരിയിലേക്ക് ചുരുങ്ങുകയാണ്. ഇരുൾമൂടിയ മൗനങ്ങൾക്കും മീതെ ശേഷിച്ച അന്തിച്ചോപ്പിന്റെ ജ്ജ്ജുരേഖ പിന്നെയും ഒരു നിമിഷം തെളിഞ്ഞു. സാവധാനം അതും മറഞ്ഞു.

ഒന്നും കാണാനില്ലാതെയും സ്വയം നഷ്ടപ്പെട്ട് പിന്നെയും നോക്കി നില്ക്കുന്ന കുറെ മനുഷ്യരോടൊപ്പം വാസുവും നിന്നു.

കണ്ണ് നിറഞ്ഞുവന്നു. ഇരുട്ട് കാഴ്ചകളെയെല്ലാം മറച്ചു.

വാസു വീടുവിട്ട് ദൂരേക്കെങ്ങുംപോയിട്ടില്ല.

ഇരിങ്ങാലക്കുടയോ തൃശ്ശൂരോ പോയിവരും. അതിനപ്പുറം വാസുവിനറിയില്ല. പുറംലോകത്തെക്കുറിച്ച് ചിന്തിക്കുന്നതുതന്നെ ഇപ്പോൾ മാത്രമാണ്. അമ്മയ്ക്ക് വാസുവിനെ എങ്ങും വിടാൻ മനസ്സില്ലായിരുന്നു. ഒരാൺതരിയുള്ളത് എപ്പോഴും അടുത്തു വേണം ന്നായിരുന്നു. ഇത് പക്ഷേ, നിവൃത്തികേടുകൊണ്ടാണ്.

നെടുവീർപ്പുകളിൽനിന്ന് മുക്തരാകുംമുൻപ് ഉരുത്തട്ടിൽ അലിഖാൻ പ്രത്യക്ഷപ്പെട്ടു. തലയിൽ നീളംകൂടിയ വർണ്ണപ്പൂഞ്ഞുകൾ ഒരു വശത്തേക്കാടിക്കളിക്കുന്ന തുർക്കിത്തൊപ്പി. സ്വർണ്ണ വില്ലീസ് പാകിയ കറുത്ത കോട്ടും പൈജാമയും.

“ഭക്ഷണം കഴിച്ച് ചവുക്കാളം വിരിച്ച് സുഖമായുറങ്ങൂ. എല്ലാവർക്കും ശുഭയാത്ര.”

ചുവന്ന പല്ലുകൾകാട്ടി ചിരിച്ച് രണ്ടു മല്ലന്മാരോടൊപ്പം അയാൾ നിലവറയിലേക്കിറങ്ങിപ്പോയി. തൂക്കിയിട്ട ഹരിക്കെയ്ൻ ലാമ്പിന്റെ മഞ്ഞവെളിച്ചം ഉരുത്തട്ടിലെ നിരപ്പല്ലാത്ത മരക്കട്ടകളെ വെളിവാക്കി. അതിനുമേൽ ചവുക്കാളം വിരിച്ചു. ഓരോരുത്തരായി അതിലിരുന്നു.

മുഖങ്ങൾ തെളിഞ്ഞു. പിന്നിൽ നിഴലുകൾ പതിഞ്ഞുകിടന്നു. ഒക്കെ നാട്ടുകാർ. മണപ്പുറത്തെ കൗമാരങ്ങൾ, മദ്ധ്യവയസ്കർ, പരിചിത ർ, മുഖപരിചയം മാത്രമുള്ളവർ, പരസ്പരം അടുത്തറിയുന്നവർ. നാട്ടികക്കാരും തൃപ്രയാറുകാരും. തളിക്കുളത്തുകാരും കൊടുങ്ങല്ലൂർക്കാരും. വലപ്പാട്ടുകാരും കയ്പമംഗലത്തുകാരും. ഒരുകൂട്ടം മുഖങ്ങളുടെ പ്രച്ഛന്നവേഷം. പകപ്പും പ്രതീക്ഷയും സങ്കടവും ഒരേ ചരടിൽ കോർത്തിട്ടിരുന്നു. വേർപാടിന്റെ നൊമ്പരങ്ങൾക്കൊത്ത് പുറത്ത് ഇരുളും കനത്തു തുടങ്ങിയിരുന്നു. നിറകണ്ണുകളും ദീർഘശ്വാസങ്ങളും നേർത്ത വെളിച്ചത്തിൽ മുങ്ങി.

മൗനം അസഹ്യവും അനിയന്ത്രിതവുമായി വളർന്നുവന്നു. അതിനെ പ്രതിരോധിക്കാനെന്ന വണ്ണം അവറാൻ എഴുന്നേറ്റു നിന്നു. അയാളുടെ നീണ്ട നിഴൽ ഉരുവിന്റെ ഓരങ്ങളിൽ ചലനങ്ങൾ സൃഷ്ടിച്ചു. ശീതക്കാറ്റ് പതുക്കെ കടന്നുവരാൻ തുടങ്ങിയിരുന്നു.

“വരീൻ കൂട്ടരേ, ഒരുപാട് ആലോജിച്ചെടങ്ങറാക്കണ്ട. വല്ലതും കഴിക്കാം.”

അവറാൻ സഞ്ചി തുറന്ന് പലഹാരപ്പൊതികൾ പുറത്തെടുത്തു.

വിചാരങ്ങളുടെ വന്യതയിൽനിന്നും പുറത്തുകടന്ന് സഹയാത്രികരുടെ മുഖപരിചയങ്ങളിലേക്ക് ഓരോരുത്തരും ഇറങ്ങിവന്നു. അതോടെ അവറാന് ഉത്സാഹമായി. കണ്ണുകളിൽ പ്രതീക്ഷയുടെ തിളക്കം. അതൊരു തീത്തരിയായി ഊതിയൂതിപ്പെരുപ്പിച്ച് അയാൾ ഒരു നാടൻപാ ട്ടിലേക്ക് വഴിതിരിഞ്ഞു.

മനമൊരു കിനാവള്ളി
മതി നിന്റെ വിചാരങ്ങൾ
മദ്രം നുണയുമ്പോൾ

മനസ്സൊകം താനേ വരും.

അയാൾ മധുരമെടുത്ത് വിളമ്പി.

ഉരുത്തട്ടുണർന്നു. അതുവരെ ഒളിഞ്ഞും തെളിഞ്ഞും അലോസരപ്പെടുത്തിയ ചിത്രങ്ങളൊക്കെ മാഞ്ഞുപോവാൻ തുടങ്ങി. മണ്ണിലേക്കാഴ്ന്നുപോയ വേരുകൾ മുറിഞ്ഞു മേലേ വിടർന്നുവന്ന ആകാശവും ചുറ്റും തെളിഞ്ഞ ആഴിപ്പരപ്പും കാണാക്കോണുകളിൽ സത്യത്തിന്റെ മുഖം വിടർത്തി അതിലേക്കിറങ്ങിയപ്പോൾ കടലിനെ പുല്കാനും കരയെ സ്വപ്നം കാണാനുമായി വിഷാദഗീതങ്ങൾ അലിഞ്ഞു തീർന്നു. ഉരുത്തട്ടിൽ ഉന്മേഷത്തിന്റെ ചീളുകൾ വിതറി അവറാൻ ഒരു ചന്തക്കോളിന്റെ ശീലിലേക്ക് കടന്നു.

ചീഞ്ചട്ടിപാളയുടുക്ക് തടുക്ക്
ഇഞ്ചൻ നടക്കുന്ന ശബ്ദങ്ങൾ കേൾക്ക്
മീഞ്ചന്ത കാണേണമെങ്കിൽ നടക്ക്
പഞ്ചാര വെള്ളം കുടിക്കാം നമുക്ക്.

വലപ്പാട് മീഞ്ചന്തയിലായിരുന്നു അവറാന്റെ മനസ്സ്. അവിടുന്ന് വിട്ടുപോരാൻ അയാൾക്കായില്ല. അന്തിച്ചന്തയിലേക്കെത്തുന്ന മനുഷ്യരുടെ നീണ്ട നിഴലുകൾ കെട്ടുപിണയുന്ന ചന്തപ്പടി അയാളിൽ ഭ്രകല്പനകളുണർത്തി. പാട്ടിന്റെ മാസ്മരികതയിലേക്ക് ഇയാംപാറ്റകൾപോലെ മുഖങ്ങൾ നടന്നടുത്തു. ചിരിയുടെ നിലാവ് പരന്നു. നൃത്തത്തിന്റെ ചുവടുകൾ പൊടിച്ചു. എന്തുകൊണ്ടോ അവസാനമായപ്പോൾ അവറാന്റെ സ്വരത്തിൽ വിഷാദം കലരാൻ തുടങ്ങി.

സഞ്ചാരമിതു സാഗരമല്ലൊ
സഞ്ചാരിക്കിതു നൊമ്പരമല്ലൊ
കൈവിട്ടതൊരു പൊൻ കരയല്ലൊ
മറുകര ഇനിയൊരു കിനാവല്ലൊ.

അയാൾ തുടരാനാവാതെ ഒരു വിതുമ്മലോടെ നിർത്തി. തറയിൽ മുട്ടുകുത്തി തൊഴുകൈയോടെ കുനിഞ്ഞിരുന്നു. പിന്നെ സാവധാനം ശിരസ്സുയർത്തി. പ്രാർത്ഥനാനിർഭരമായ കണ്ണുകൾ ആകാശത്തിന്റെ ഇല്ലാദൂരങ്ങളിലേക്കയച്ച് മുനിയായി രാവിന്റെ നിശ്ചലതയിൽ ലയിച്ചിരുന്നു.

ഉരുത്തട്ടിൽ അയാളുടെ പ്രവൃത്തി സംക്രമിച്ചെന്നവണ്ണം ഓരോരുത്തരും താന്താങ്ങളുടെ തപോബോധങ്ങളിലേക്കും പ്രാർത്ഥനയിലേക്കും ഇഴുകിയിറങ്ങി. ശാന്തത ഘനീഭവിച്ച് പ്രപഞ്ചശബ്ദം കേൾക്കാനായ മുഹൂർത്തത്തിലെപ്പോഴോ അവറാന്റെ പതിഞ്ഞ സ്വരം സാവധാനം വളർന്ന് ലയംകൊണ്ട് ഉറഞ്ഞുകിടന്ന മൂകതയെ ഭഞ്ജിച്ചു.

“അള്ളാഹു അക്ബർ അള്ളാഹു അക്ബർ.”

ആരോ വിളക്കിന്റെ തിരിതാഴ്ത്തി. അവർ വിരികളിലേക്ക് ചാഞ്ഞു.

കാറ്റുപായുടെ അർദ്ധവൃത്തങ്ങളിലൂടെ ഊർന്നിറങ്ങിയ നിലാവിന്റെ മിനുക്കം ഉരുവോരങ്ങളിലെ സുഷിരങ്ങളിൽ വീണ് ഒലിച്ചിറങ്ങി.

വാസുമാത്രം ഉറങ്ങാതെ അതും നോക്കിയിരുന്നു.

ആഴിപ്പരപ്പ്

പുലർച്ചയുടെ ശാന്തിയിൽ വെളിച്ചം വന്നുനിറഞ്ഞപ്പോൾ കരക്കാക്കകൾ പറന്നെത്തുന്ന ദൂരവും പിന്നിട്ടിരുന്നു.

അതിരുകളെ ഹരിക്കുന്ന നീല ജലപ്പരപ്പ് ആകാശത്തിന്റെ പിടിയിലൊതുങ്ങി അനക്കമില്ലാതെ കിടന്നു.

ചുറ്റും ഒരു ചലനമോ ജീവന്റെ തുടിപ്പോ കാണാതെ വ്യാകുലപ്പെടുകയായിരുന്നു വാസു. നിസ്സാരത്തിൽ നിസ്സാരനായ മനുഷ്യന്റെ എത്തിപ്പിടിക്കലുകളിലേക്ക് ചാഞ്ഞിരുന്ന് വാസു വെറുതെ ചിരിച്ചു. ഏകാന്തതയുടെ വന്യഭാരം അയാളെ ഞെരുക്കിക്കളഞ്ഞു ഒറ്റപ്പെടാൻ മാത്രം വിധിക്കപ്പെട്ടവന്റെ വിഷാദം ഒരു സമുദ്രമായി അയാളിൽ നിറഞ്ഞു. പ്രകൃതിയും അയാളും മാത്രമായ ഒരു സത്യത്തെ നേരിട്ടറിയുകയായിരുന്നു.

നിദ്രയുടെ നീളമളന്നുകൂട്ടുന്നവർക്കിടയിൽ വെളിച്ചം അനക്കമില്ലാതെ വന്നുനിറഞ്ഞു. ചിറകുവിരിച്ചു. നിറം പടർത്തി.

പതിഞ്ഞെത്തിയ ഞരക്കമാണ് വാസുവിനെ ദിക്കുകളുടെ മായയിൽ നിന്നും പിൻതിരിപ്പിച്ചത്.

ഉരുത്തട്ടിന്റെ തളംകെട്ടിയ തണുപ്പിലേക്ക് ചൂട് പടർന്നെത്തിയിരുന്നു. അതിന്റെ ആവേഗത്തിൽ ശ്വാസഗതി തടസ്സപ്പെട്ടതിന്റെ അസ്വാസ്ഥ്യങ്ങളിൽ മുങ്ങിയതായിരുന്നു നാണ്വേട്ടൻ. ഇടയ്ക്കിടെ തലയുയുർത്തി ശ്വാസം കഴിക്കാൻ ശ്രമപ്പെടുന്നുണ്ട്. അയാൾ ജലപ്പരപ്പിലെത്തി കുമിളയിട്ട് തിരിച്ചുപോകുന്ന പരൽമീനുകളെ ഓർമ്മിപ്പിച്ചു.

“നാണ്വേട്ടാ.” വാസു വിളിച്ചുനോക്കി.

അറിയുന്നില്ല. ശിരസ്സുയർത്തി വായുവിനെ എത്തിപ്പിടിച്ച് ശ്വാസം നേരെയാക്കുകയാണ് അയാൾ. ഉറക്കം അലോസരപ്പെടുന്നതിന്റെ

സങ്കടവും പ്രകടമാണ്.

വാസു വീണ്ടും വിളിച്ചു. കേൾക്കുന്നില്ല.

അവറാൻ തന്നെയാണ് നാണ്വേട്ടനേയും കൂട്ടിയിരിക്കുന്നത്. തളിക്കുളം സെന്ററിലെ മുറുക്കാൻ കടക്കാരൻ നാണ്വേട്ടൻ. സിലോണിൽ നിന്നും തിരിച്ചുകയറി വന്നപ്പോൾ നാണ്വേട്ടനോടൊപ്പം മൂന്നു പെൺമക്കളുമുണ്ടായിരുന്നു. ഒരു സിംഹളത്തിയുമായി പൊറുത്തതിന്റെ ശേഷിപ്പുകൾ. കോടതി വിധിച്ചതായിരുന്നു. അഞ്ചിൽ മൂന്നു മക്കളെ അയാൾക്ക് വിട്ടുകൊടുത്തു. അതുവരെ കെട്ടിപ്പൊക്കിയതൊക്കെ തകർന്നുവീണു. ഇടത്താവളം വിട്ടു. കപ്പൽ കയറി. തിരിച്ചെത്തുമ്പോൾ കാത്തിരിപ്പിന്റെ ഭാരത്തിൽ അമർന്നുപോയ കെട്ടിയ പെണ്ണ് സ്വീകരിച്ചു. സിംഹളക്കുട്ടികളെ സ്വന്തം കുഞ്ഞുങ്ങളായി വളർത്തി. അതാണ് നാണ്വേട്ടന്റെ ഭാര്യ. പാടക്കരയിൽ നാണ്വേട്ടനെ യാത്രയാക്കാൻ അവരുണ്ടായിരുന്നു. അമ്മയുടെ നിഴൽപറ്റി മൂന്നു പെൺമക്കളും.

“കൊറെ വെഷമിച്ചൂന്നറിയാം. സാരല്യ പടച്ചോൻ കാക്കും.”

അവറാൻ നാണ്വേട്ടന്റെ ചുമലിൽ തട്ടി സാന്ത്വനിപ്പിച്ചിരുന്നു.

നാണ്വേട്ടന്റെ ശ്വാസഗതി നിയന്ത്രണാതീതമായി ഉയരുകയും താഴുകയും ചെയ്തുകൊണ്ടിരുന്നു. വാസുവിന്റെ പരിഭ്രമം വർദ്ധിച്ചു. ഭയം പൊതിഞ്ഞു. ഉരുത്തട്ട് മുഴുവൻ ഗാഢനിദ്രയിലാണ്. ആരും ഉണർന്നിട്ടില്ല. തനിച്ചിങ്ങനെ. അസുഖകരമായ ശബ്ദങ്ങൾക്ക് സാക്ഷിയായി നില്ക്കാൻ വാസുവിനായില്ല. നിസ്സഹായനായിങ്ങനെ നോക്കിയിരിക്കുക. ഇനി വയ്യ. വാസു ധൃതിപ്പെട്ട് അവറാനെ വിളിച്ചുണർത്തി.

നാണ്വേട്ടന് പനിച്ചിരുന്നു. പൊള്ളുന്ന പനി. കണ്ണുകൾ പൊങ്ങുന്നില്ല. കുളിരു കൊണ്ട് കൂനിക്കൂടിയുള്ള കിടപ്പ്. നെറ്റിയിൽ നനച്ചിട്ട തുണി എളുപ്പം വറ്റിവരണ്ടു.

കൂട്ടത്തിൽ കുട്ടൻ വൈദ്യരുണ്ടെന്ന് അപ്പോഴാണോർത്തത്. വൈദ്യരുടെ സാന്നിദ്ധ്യം എല്ലാവരെയും തെല്ലൊന്ന് അത്ഭുതപ്പെടുത്തിയിരുന്നു. മക്കളും മരുമക്കളുമൊക്കെയായി അല്ലലില്ലാതെ കഴിയുന്നു എന്ന സങ്കല്പമാണ് വൈദ്യരെക്കുറിച്ചുള്ള ചിത്രം. അങ്ങനെയൊരാൾ ഒരു വലിയ കടൽ താണ്ടാൻ തയ്യാറായെത്തുക. ആർക്കറിയാം വൈദ്യരെ ഈ പ്രായത്തിലും ഇങ്ങനെയൊരു യാത്രയ്ക്ക് പ്രേരിപ്പിക്കുന്നതെന്തെന്ന്. മറ്റുള്ളവരുടെ ജീവിതാവസ്ഥകളെക്കുറിച്ച് നമുക്കൊരു ചുക്കുമറിയില്ല. അല്ലെങ്കിലും പ്രതീക്ഷിക്കാത്ത പലരും ഈ ഉരുത്തട്ടിലുണ്ട്.

വൈദ്യർ തന്റെ സഞ്ചി തുറന്നു. നാണ്വേട്ടന്റെ ശിരസ്സിലെന്തോ പൊടി നനച്ചിട്ടു. ഗുളിക കൊടുത്തു. കടൽക്കാറ്റു പിടിച്ചതാവും.

നാണ്വേട്ടൻ ചുരുണ്ട് കിടന്നു.

കാറ്റുപായ തളർന്നു കിടന്നിരുന്നു. വെളിച്ചത്തിന്റെ മറയില്ലാത്ത കടന്നുകയറ്റത്തിൽ കടലൊരു വെള്ളിത്താലമായി തിളങ്ങി. ഉരു അനക്കമില്ലാതെ ഒഴുകിക്കൊണ്ടിരുന്നു.

നാളുകൾ പിന്നിട്ടപ്പോൾ കണക്കുകൾ തെറ്റിത്തുടങ്ങി. പിന്നിടുന്ന

ദിവസങ്ങളുടെ കണക്കാണ് ആദ്യം തെറ്റിയത്. ഓരോ പ്രഭാതത്തിലും വാസു മനസ്സിൽ കുറിച്ചിട്ടു. ഒന്ന്, രണ്ട്, മൂ... അവറാൻ ഉരുത്തട്ടിൽ എവിടെയോ നഖംകൊണ്ട് കോറിയിട്ടു. പുതപ്പിന്റെ ഓരോ നൂലിഴയെടുത്ത് സൂക്ഷിച്ചവരും ഉറുമാലിൽ കെട്ടുകളിട്ടവരുമുണ്ട്. എന്നാൽ തമ്മിൽ ചേരാത്ത കണക്കുകളാണ് പരിഭ്രാന്തി വളർത്തിയത്.

"എത്രേങ്കിലാവട്ടെ. അങ്ങെത്യാ മത്യായിരുന്നു."

ആശ്വാസത്തിന്റെ ഓരോരോ തുരുത്തുകളിൽ അഭയം കണ്ടെത്തുകയായിരുന്നു.

വിശപ്പും ദാഹവും വർദ്ധിക്കയാണ്. ഭക്ഷണത്തിന്റെ അളവ് കുറഞ്ഞുവന്നപ്പോൾ നിരാശ പെരുകി. ഉരുത്തട്ടിൽ സംഭ്രാന്തി വളർന്നു.

നാട്ടികക്കാരൻ പരമു ഒരു രാത്രി ഉറക്കമുണർന്ന് വാസുവിനെ വിളിച്ചു. കണ്ണുതുറക്കുമ്പോൾ നിലാവിന്റെ പരപ്പിൽ ഉണർന്നിരിക്കുന്ന പരമു.

"എന്താ പരമൂ ഈ രാത്രീല്."

"ഒന്നുല്യ."

"പിന്നെന്തേ വിളിച്ചത്."

പരമു ഒന്നു മടിച്ചു. അയാളുടെ അസ്വാസ്ഥ്യം തെളിഞ്ഞുകാണാം.

"നിക്ക് വിശന്നിട്ടു വയ്യ വാസൂ. ഉറക്കം വര്ണില്ല."

അയാളുടെ കണ്ണുകളിൽ കണ്ട ദൈന്യത വാസുവിനെ നടുക്കി. നാളേക്കായി കരുതിയ ഒരു റൊട്ടിയെടുത്ത് വാസു അയാൾക്ക് കൊടുത്ത് പറഞ്ഞു.

"വെറൊന്നുല്യല്ലോ പരമു."

പരമു ആർത്തിയോടെ അതുവാങ്ങി കഴിച്ചു.

ശേഷിച്ച രാത്രി വാസുവിന് ഉറങ്ങാനായില്ല. ആർത്തിപൂണ്ട കണ്ണുകളുമായി പരമുവായിരുന്നു മുന്നിൽ. എപ്പോഴും ഒരുപാട് ഭക്ഷണം കഴിക്കുന്ന പരമു. കൊച്ചുകുട്ടിയെപ്പോലെ വിശന്നുകരയുന്ന പരമു. പിന്നീടുള്ള ദിവസങ്ങളിൽ പരമുവിൽനിന്നും വിശപ്പും ദാഹവും മറ്റുള്ളവരിലേക്കും പടരാൻ തുടങ്ങി. പാത്രങ്ങളിൽ വന്നുവീഴുന്ന ഇത്തിരി റൊട്ടിയും ഇത്തിരി വെള്ളവുംകൊണ്ട് രാപ്പകലുകളെ കീഴ്പ്പെടുത്തുകയായിരുന്നു. അവസാനം അതും നിലച്ചു. ഭക്ഷണവും കഴിഞ്ഞിരിക്കുന്നു എന്ന സത്യം നിലവറയിൽനിന്നും ഉരുത്തട്ടിലേക്ക് പടർന്നത് എല്ലാവരേയും ഉലച്ചുകളഞ്ഞു.

അലിഖാൻ ചുവന്ന പല്ലുകൾ പ്രദർശിപ്പിച്ച് അപ്പോഴും ചിരിച്ചു.

"ഇതാ എത്തിക്കഴിഞ്ഞു" അയാൾ പറഞ്ഞു.

ചുറ്റും അനന്തമായ കടൽമാത്രം അനക്കമില്ലാതെ കിടന്നു. ചലനഹരിതമായ ആഴിപ്പരപ്പ്. ആശ്വാസത്തിനും ആശ്രയത്തിനും ഒന്നുമില്ലാത്ത അവസ്ഥ. ജീവന്റെ തുടിപ്പുകൾ ഇപ്പോൾ എങ്ങുമില്ലെന്ന തോന്നൽ. അകലെ കടൽപരപ്പിൽ ഒരു കറുത്ത പൊട്ട് പ്രത്യക്ഷപ്പെട്ടപ്പോൾ ഉരുത്തട്ടിൽ പ്രതീക്ഷ വളർന്നു. കടുംനിറമുള്ള തുണികൾ

വാശിയോടെ അന്തരീക്ഷത്തിൽ വീശി ശ്രദ്ധ പിടിച്ചെടുക്കാനായി ശ്രമം. കപ്പലുകളുടെ സാമീപ്യം കടലിൽ എപ്പോഴും പ്രതീക്ഷയുണർത്തുന്നു. ഒരുപക്ഷേ, ഒരിക്കലും അടുത്തണയാത്ത യാനങ്ങളാവാം.

മിന്നി മറയുന്ന വെളിച്ചത്തെപ്പോലും പ്രത്യാശയോടെയാവും നോക്കിക്കാണുക. അടിവെക്കുന്ന കുഞ്ഞിന് നടന്നുകയറാൻ നീട്ടിക്കിട്ടുന്ന ഒരു വിരൽത്തുമ്പുപോലെ.

വാസു ആകാശച്ചെരുവിലെ തെളിയാത്ത യാനപാത്രങ്ങളെ നോക്കിയിരുന്നു. അടുത്തണയാത്തവയെ നോക്കി നിരാശപ്പെട്ടു. രാവറിയാതെ, പകലറിയാതെ തളർച്ചയും ക്ഷീണവും ഉരുത്തട്ടിലെ ഭീതിയായി. കാണാക്കരയും കാത്ത് ഒരു വേള ദിശ തെറ്റിയോ എന്ന സന്ദേഹത്തിൽ കുടുങ്ങി. നിലവറത്തട്ടിൽനിന്ന് അലിഖാനോ മല്ലന്മാരോ ഉരുത്തട്ടിലേക്ക് തിരിഞ്ഞു നോക്കാതായി.

അവറാൻ സദാ പ്രാർത്ഥനയിൽ മുഴുകി. വാസു അടുത്തു ചെല്ലുമ്പോൾ പറയും.

"കടലും കരേം സത്യാണ്. ഉരു നീങ്ങുന്നെങ്കീ കര കാണാണ്ടിരിക്കില്ല. വെഷമിക്കാണ്ടിരി. പടച്ചോൻ കാക്കും."

പ്രാർത്ഥനാനിർഭരമായ കണ്ണുകൾ മേലോട്ടുയർത്തി അയാൾ അള്ളാഹുവിനെ വിളിച്ചു യാചിച്ചു.

"റഹ്മാനായ തമ്പിരാനേ, കാക്കണേ."

ഉരുത്തട്ടിനെ മൗനം പൊതിഞ്ഞു. ഓരോരുത്തരും വിശപ്പും ദാഹവും കൊണ്ട് തളർന്നുപോയിരുന്നു.

എന്നാൽ നാണ്വേട്ടന്റെ ഞരക്കംകേട്ട് വാസു അടുത്തുചെന്നു. നെറ്റിയിൽ കൈവെച്ച് പെട്ടെന്ന് കൈ പിൻവലിച്ചു. തീക്കട്ടപോലെ. വീണ്ടും ശ്വാസതടസ്സം. കണ്ണുകൾ തുറിച്ചുനില്പുണ്ട്. എന്തോ പറയുന്നു. വ്യക്തമായി കേൾക്കാൻ വയ്യ. ശബ്ദം അടഞ്ഞ് തൊണ്ടയിൽ കുടുങ്ങിപ്പോവുന്നു. ഭയം തോന്നി. അടുത്ത് കിടന്നിരുന്ന പരമുവിനെ വിളിച്ചുനോക്കി. അയാൾ എഴുന്നേല്ക്കാതെ തിരിഞ്ഞു കിടന്നതേയുള്ളൂ. ശബ്ദംകേട്ട് കുട്ടൻ വൈദ്യർ എഴുന്നേറ്റു വന്നു. നാണ്വേട്ടന്റെ ശ്വാസഗതി ശ്ര ദ്ധിച്ചു. കൈത്തണ്ട പിടിച്ചുനോക്കി. സഞ്ചി തുറന്ന് എന്തോ മരുന്നെടുത്ത് മൂക്കിന് നേരെ കാണിച്ചു. നാണ്വേട്ടൻ ഒന്നു ഞരങ്ങി. ശരീരം വില്ലുപോലെ വളച്ചു. പിന്നെ പൂർവ്വസ്ഥിതിയിലേക്ക് താഴ്ന്നുവന്ന് ഒരു നേർത്ത പിടച്ചിലോടെ അനക്കമറ്റു കിടന്നു. തുറന്നിരുന്ന കണ്ണുകളെ മെല്ലെ കൈകൊണ്ട് ചേർത്തടച്ച് വൈദ്യർ വാസുവിനെ നോക്കി പറഞ്ഞു.

"കഴിഞ്ഞു."

വാസു നിശ്ചേതനായി നാണ്വേട്ടന്റെ വിറകുകൊള്ളിപോലെ വിറങ്ങലിച്ച ശരീരം നോക്കിനിന്നു. അവറാനെ വിളിക്കാൻപോലും അയാൾ ഓർത്തില്ല. പാടക്കരയിലെ വേർപാടിന്റെ നിമിഷങ്ങളിൽ നാണ്വേട്ടന്റെ ഭാര്യ കുട്ടികളെ അടുക്കിപ്പിടിച്ച് നില്ക്കുന്ന ചിത്രമാണ് ഓർമ്മയിൽ തെളിഞ്ഞത്.

“എത്ര്യാലുടനെ വിവരറീക്കണം. അറിയുംവരെ ഞങ്ങക്കിവിടെ ജീവനുണ്ടാവില്ല.”

അവരുടെ നിറഞ്ഞ കണ്ണുകളിലേക്ക് നോക്കാനാവാതെ നാണ്വേട്ടൻ നടന്നു. ഇപ്പോൾ കരയെത്തുംമുൻപേ നാണ്വേട്ടൻ പോയി.

ക്ഷീണം മറന്ന് എല്ലാവരും എഴുന്നേറ്റിരുന്നു. മൗനങ്ങൾക്കിടയിലെ ഭീതിയും അടക്കിയ ശബ്ദങ്ങളും ഉരുത്തട്ടിൽ മുറിഞ്ഞുവീണു. സഹയാത്രികരിലൊരാൾ മരിച്ചുകിടക്കുന്നു എന്ന സത്യത്തിലേക്കും അതിന്റെ ഭീകരതയിലേക്കും സാവധാനം ഇറങ്ങിവരികയായിരുന്നു. കടലിന്റെ ശീലങ്ങളറിയാതെ നൊമ്പരപ്പെടുകയായിരുന്നു.

വാസു തന്റെ നടുക്കത്തിൽനിന്നും പുറ ത്തുകടന്നു. ഇപ്പോൾ മനസ്സ് ശൂന്യമാണ്. തരിശുഭൂമി. വികാരങ്ങളൊക്കെ വറ്റിവരണ്ടു. ആകാശവും കടലുമെന്ന കാഴ്ചയ്ക്കപ്പുറം ഒന്നുമില്ല. പുറപ്പെട്ടതിന്റെയും എത്തിപ്പിടിക്കുന്നതിന്റെയും അർത്ഥശൂന്യത ഒരു നിമിഷം അയാളുടെ ബോധതലങ്ങളെ മറിച്ചുകളഞ്ഞു.

വൈദ്യരുടെ വാക്കുകളാണ് അയാളെ ഉണർത്തിയത്.

“ഇനിപ്പോ എന്താന്ന് വെച്ചാ ചെയ്യ്യാ. കാത്ത് വെക്കാൻ പറ്റില്ല.”

അവറാൻ അപ്പോഴേക്കും അലിഖാനെ വിളിച്ചുകൊണ്ടു വന്നിരുന്നു. അയാളോടൊപ്പം വന്ന മല്ലന്മാർ നാണ്വേട്ടന്റെ ജഡം ഒരു പഴമ്പായിൽ പൊതിഞ്ഞുകെട്ടി.

“കടലീത്തള്ളണം” അലിഖാൻ പറഞ്ഞു.

ആർക്കും ഒന്നും പറയാനുണ്ടായില്ല. ഓരോരുത്തരും പരസ്പരം നോക്കി. മറ്റെന്തു വഴി. ശരിവെക്കുക മാത്രമേ നിവൃത്തിയുള്ളൂ.

വൈദ്യർ ശിരസ്സുപിടിച്ച് താങ്ങിയെടുത്തു. വാസുവും അവറാനും കാല്ക്കലും. മല്ലന്മാർ താങ്ങി. ഉരുവിന്റെ മേൽത്തട്ടിൽ കൊണ്ടുകിടത്തി. ഒരു നിമിഷം വൈദ്യർ കൈകൂപ്പി നിന്നു. എന്തോ ജപിച്ചു. പിതൃക്കളെ ധ്യാനിച്ചു. അന്ത്യപ്രണാമം. പ്രാർത്ഥനയോടെ കാല്ക്കൽ വീണ് വന്ദിച്ചു.

എല്ലാവരുംകൂടി പിന്നെ പൊക്കിയെടുത്ത് കടലിന്റെ വായിലേക്കെറിഞ്ഞു.

ഒരു പഴമ്പായക്കുള്ളിൽ നാണ്വേട്ടൻ കടലിന്റെ സ്വത്തായി. അപ്പോഴേക്കും കടൽക്കാറ്റ് തന്റെ വൈരാഗ്യത്തെ അഴിച്ചുവിട്ടിരുന്നു.

നാണ്വേട്ടൻ സൃഷ്ടിച്ചുപോയ ശൂന്യത ഓരോരുത്തരെയും വേട്ടയാടാൻ തുടങ്ങിയിരുന്നു. കടലിന്റെ കനിവിനായി ഉള്ളുരുകിയ യാചനാസ്വരങ്ങൾ ഉരുത്തട്ടിലുയർന്നു.

അവറാൻ പ്രാർത്ഥനയിൽത്തന്നെ മുഴുകി. അയാൾക്ക് അതൊരു ശക്തിയായിരുന്നു. അകം ചുടുന്ന വിശപ്പും തൊണ്ട കുരുക്കുന്ന ദാഹവും കൊണ്ട് ആരും അനങ്ങിയില്ല. മേലാകെ ഉപ്പുപൊടിഞ്ഞുതിർന്നു. വരകളും വടുക്കളും തെളിഞ്ഞു. ചുണ്ടുകൾ വരണ്ടുപൊള്ളി. കണ്ണുകളിൽ ആവി പടർന്നു.

ഒഴിഞ്ഞ ചാക്കുകെട്ടുകളിൽ തലചായ്ച്ച് വാസു കിടന്നു. വിശപ്പോ

ദാഹമോ അനുഭവപ്പെട്ടില്ല. അതൊക്കെ കെട്ടിരിക്കുന്നു. ആകാശത്തിന്റെ നീലച്ഛവി നഷ്ടമായതും വിളറി വന്നതും അയാൾ കണ്ടു. നിറങ്ങളി ല്ലാത്ത ലോകം. ഒന്നിനെക്കുറിച്ചും അറിവും ചിന്തയുമില്ലാത്ത മനസ്സ്. തിരിച്ചറിവില്ലാത്ത അവസ്ഥ.

രാവും പകലും മിന്നിമറയുമ്പോൾ, ഓർത്തെടുക്കാൻ ഒന്നുമില്ലാ തായപ്പോൾ വാസു ജലോപരിതലത്തിൽ ഒഴുകി നടക്കുകയായിരുന്നു. അവസാനം ഒരു കൂട്ടക്കരച്ചിലിന്റെ മുഴക്കത്തിലേക്ക് ചെന്നുവീണു. ചെവി തുരക്കുന്ന നിലവിളിയാണ് ഉണർത്തിയത്.

ശവങ്ങൾക്ക് ജീവൻ വെച്ചപോലെ, ക്ഷീണിതരും ദുഃഖിതരുമായി ചലനം നഷ്ടപ്പെട്ടുകിടന്നവർ ഉരുത്തട്ടിൽനിന്ന് കോലം തുള്ളുന്നു. ദുർബ്ബലമായ ചുവടുകളിൽ നൃത്തം ചവിട്ടുന്നു. ആലിംഗനം ചെയ്യുന്നു. മുത്തങ്ങൾ കൈമാറുന്നു.

മയക്കത്തിന്റെ പിരിയിഴകൾ വേർപെടുത്താൻ വാസു വിഷമിച്ചു. എഴുന്നേറ്റപ്പോൾ ക്ഷീണമറിഞ്ഞു. തലചുറ്റി. ശബ്ദങ്ങൾക്കിടയിൽ പിടി ച്ചുനില്ക്കാൻ ശ്രമപ്പെട്ടു. ഉരുത്തട്ടിലെ ഉത്സവമേളത്തിലേക്ക് സാവധാനം കടന്നുനിന്നു.

ആകാശച്ചെരുവിൽ കരയുടെ കമാനംപോലെയൊരു വര തെളി ഞ്ഞുവന്നിരുന്നു. നോക്കിനില്ക്കെ അത് സാവധാനം കറുപ്പുനിറം വിട്ട് തവിട്ടുനിറത്തിൽ തിളങ്ങാൻ തുടങ്ങി. കുറച്ചകലെ ജലപ്പരപ്പിൽ ഒരു കൊതുമ്പുതോണിയുടെ അടയാളം തെളിഞ്ഞുവന്നു. കടൽത്തിരകളൊ രുക്കുന്ന ചലനത്തിലേക്ക് നിറം മാറിയിട്ടുണ്ട്. നിശ്ചലതയുടെ ഭീകരത നഷ്ടമായി കണ്ടു.

നിലവറത്തട്ടിൽ നിന്ന് അലിഖാൻ കയറിവന്നു.

“ദാ കരയെത്തി. രണ്ടടി നീന്താനുള്ളൂ. തോണിയിൽ നമ്മുടെ ആളുകളാ. അവര് സഹായിക്കും.”

മല്ലന്മാർ ആലാസുപിരിയുള്ള കയർക്കോണി കടലിലേക്കിറക്കിയിട്ടു.

“ങും. ഇറങ്ങിക്കോ.”

അർദ്ധപ്രാണരാണ്. നേരെ നില്ക്കാൻ പോലും കഴിയുന്നില്ല. മടിച്ചു പിൻവാങ്ങാനാവില്ല.

തള്ളിവിട്ട് ഉരു കാലിയാക്കി തിരിച്ചുപോകാൻ ധൃതി കൂട്ടുന്ന മല്ലന്മാരുടെ ആജ്ഞയ്ക്ക് കുറെക്കൂടി കനം വെച്ചു.

മടിച്ചു നില്ക്കുന്നവർ നീന്തലറിയാത്തവരാണോ എന്നാർക്കറിയാം. മറ്റൊരു ചിന്തയ്ക്കും ഇനി സമയമില്ല. മല്ലന്മാരുടെ ആക്രോശം കുറെക്കൂടി ഉച്ചത്തിലാവുന്നുണ്ട്.

കയർക്കോണി ഭാരംകൊണ്ട് വലിഞ്ഞുമുറുകി. അവറാൻ തൊട്ടു മുന്നിലുണ്ട്. കൈയിൽ മുറുകെ പിടിച്ചിരുന്നെങ്കിലും പതുക്കെ പിടി അയ യുന്നത് വാസു അറിഞ്ഞു. അവസാനത്തെ ആളായി വാസു ഇറങ്ങി. തണുത്ത ജലപ്പരപ്പിലേക്ക് ചെന്നുവീഴുകയായിരുന്നു.

നീന്തിത്തുടിക്കുന്നവർക്കിടയിലേക്ക് വാസു മുങ്ങിപ്പോയി. പിന്നെ

തോണിയിൽ നിന്നും എറിഞ്ഞുകിട്ടിയ വലക്കണ്ണിയിൽ പിടികിട്ടി. കോർത്തു കിട്ടിയവരെ വലിച്ചുകൊണ്ടുപോവുകയാണ്.

വലക്കണ്ണി വിരലുകളിലെ മാംസത്തിലേക്കാണ്ടിറങ്ങുമ്പോഴും വാസു അക്ഷരങ്ങളെണ്ണി. ഒരു മന്ത്രംപോലെ.

വല. വ - ല - വ - - ല - - വ - - - ല - - - - വ - - - - -

രക്ഷകന്റെ വരവ്

വെളിച്ചത്തിന്റെ കുത്തിയൊഴുക്കിലേക്കാണ് വാസു കണ്ണുതുറന്നത്.

കാല്ക്കീഴിൽ ഒരു കടൽ കിടക്കുന്നു. അനക്കമില്ലാതെ. ചുറ്റും വെറും കുഴ മണൽപരപ്പ്.

കാലദേശ ബോധമില്ലാതെ വാസു അമ്പരന്നു.

പുതഞ്ഞ ചുടുമണലിൽ കിടക്കുകയാണ്. ഇട്ടതൊക്കെ നനഞ്ഞ് ഉപ്പുമണൽ പുരണ്ടിരിക്കുന്നു. ചുണ്ടുകളിൽ ഉപ്പുരസം. വിരലുകളിൽ കടുത്ത നീറ്റം. അത് അറിവിന്റെ തുണയായി മാറി. ബോധതലങ്ങളെ ഊതിയുണർത്തി. ഓർമ്മകളെ ആനയിച്ചുകൊണ്ടുവന്നു.

എറിഞ്ഞുകിട്ടിയ വലക്കണ്ണികളിൽ പിടിമുറുക്കി നീന്തിയതോർക്കുന്നു. വലനാരുകൾ മാംസത്തിലേക്കിറങ്ങിയിരിക്കണം. മുങ്ങിത്താഴുന്നവനു കിട്ടിയ അവസാനത്തെ പിടിവള്ളി. കരുത്ത് വരുന്ന വഴി ആദ്യമായറിഞ്ഞു. അവസാനത്തേക്കുമാത്രം മാറ്റിവെക്കപ്പെടുന്ന പ്രാണന്റെ കരുത്ത്, പ്രാണഭയത്തിന്റെ കരുത്ത്. അതിജീവനത്തിനുള്ള അവസാന കുതിപ്പ്.

വാസു വിരലുകളിലേക്കുതന്നെ നോക്കി. വീർത്തു വീങ്ങിയിരിക്കുന്നു. വ്രണം പൊട്ടിയൊലിക്കുന്നു. നീരുകൊണ്ട് വിരലുകൾ വളയുന്നില്ല. കുത്തിവിങ്ങുന്ന വേദന.

എഴുന്നേല്ക്കാൻ ശ്രമിച്ചു. ശരീരം പക്ഷേ, മനസ്സിനു വഴങ്ങുന്നില്ല. ആകെ വലിഞ്ഞു മുറുകിയിരിക്കുന്നു. തലയ്ക്ക് ഭാരം. ദാഹം. തൊണ്ട വരണ്ടുപൊട്ടുന്നു. ക്ഷീണംകൊണ്ട് തളർന്നുവീഴുകയാണ്. എഴുന്നേല്ക്കണം എന്നുറപ്പിക്കുന്നതോടൊപ്പം മയക്കത്തിലേക്ക് വഴുതിപ്പോകുന്നു. കണ്ണുകളടയുന്നതറിയുന്നില്ല. ചുട്ട വെയിൽ വാസുവിനെ

ആർത്തിയോടെ പൊതിഞ്ഞുവെച്ചു.

"ഹേ റഫീക്ക്, യല്ല. യല്ലാ."

തട്ടിയുണർത്തുന്നതല്ല. തല്ലിയുണർത്തുന്നതാണ്. അജ്ഞാതമായ ശബ്ദങ്ങളിലേക്ക് വാസു കണ്ണുതുറന്നു.

ആകാശത്തേക്ക് നീണ്ടുപോകുന്ന ഒരാൾരൂപം പ്രത്യക്ഷപ്പെട്ടു നില്ക്കുന്നു. ചുമലിൽനിന്ന് പാദത്തോളമെത്തുന്ന വെള്ളവസ്ത്രവും പിന്നിലോട്ടു തൂങ്ങിക്കിടക്കുന്ന ശിരോവസ്ത്രവുമണിഞ്ഞ ഒരാജാനബാഹു. ഇത്രയേറെ വലുപ്പമുള്ള ഒരു മനുഷ്യജീവിയെ വാസു മുമ്പെങ്ങും കണ്ടിട്ടില്ല. അമ്പരപ്പും ഭയവുംകൊണ്ട് വാസു വിറയ്ക്കാൻ തുടങ്ങി. അയാൾ ക്രുദ്ധനായി തന്നോട് എഴുന്നേല്ക്കാൻ ആജ്ഞാപിക്കയാണ്.

"യല്ലാ റഫീക്ക്."

ആരാണിയാൾ. ഇയാൾക്കെന്തുവേണം. അവശനായിക്കിടക്കുന്ന തന്നെ തല്ലിയെഴുന്നേല്പിക്കുന്നതെന്തിനാണ്. കള്ളനോ കൊള്ളക്കാരനോ അതോ കാലനോ.

വാസു ആവുന്നത്ര ശക്തി സംഭരിച്ച് എഴുന്നേല്ക്കാൻ ശ്രമിച്ചു. കാലുകൾ ഉറയ്ക്കുന്നില്ല. മണലിൽ പൂണ്ടുപോവുന്നു. ആകാശം തിരിയുന്നു. കാറ്റിന്റെ ചുഴികളിൽ തിരിഞ്ഞെത്തിയ മണൽ കണ്ണിലേക്ക് കയറി കാഴ്ച മറച്ചുകളയുന്നു. കാറ്റൊതുങ്ങിയപ്പോൾ അയാൾ തന്റെ ബലിഷ്ഠമായ കൈകൾ വാസുവിന്റെ ചുമലിൽ വെച്ചു. ശരീരമാകെ പരിശോധിച്ചു. വാസു കിടുകിടെ വിറയ്ക്കാൻ തുടങ്ങിയിരുന്നു.

"ഫുളൂസ് ഫീ." അയാൾ ചോദിച്ചു.

ഒന്നും മനസ്സിലായില്ല.

ഭാഷ പരാജയപ്പെടുന്നെന്നു കണ്ട് അയാൾ വാസുവിന്റെ ഉപ്പുമണൽ പുരണ്ട കുപ്പായക്കീശയിൽ കൈയിട്ട് നനഞ്ഞുകുതിർന്ന ഏതാനും നോട്ടുകൾ തപ്പിയെടുത്തു. യാത്ര പുറപ്പെടുമ്പോൾ അമ്മ കീശയിൽ തിരുകിവെച്ചതായിരുന്നു. ഇത്രയൊക്കെയായിട്ടും അത് നഷ്ടപ്പെട്ടില്ല. ഒരു പത്തു രൂപാനോട്ട് മാത്രം തിരിച്ച് കീശയിലേക്ക് തിരുകി ശേഷിക്കുന്നതൊക്കെയും അയാൾ തന്റെ നീണ്ട വസ്ത്രത്തിനുള്ളിലേക്ക് ഒളിപ്പിച്ചു.

"യല്ലാ...."

അയാൾ വാസുവിനെ കൂട്ടി പൂഴിമണൽ ചവിട്ടിക്കയറി. എവിടേക്കെന്നറിയില്ല. ഭയമുള്ളിലൊതുക്കി വാസു കാലുകൾ വലിച്ചുവെച്ചു. കടൽക്കൊള്ളക്കാരെക്കുറിച്ചൊക്കെ ധാരാളം കേട്ടിട്ടുണ്ട്. തോണിയടുക്കുമ്പോൾ കരയിൽ പതിയിരുന്ന് എല്ലാം കൊള്ളയടിക്കുന്നവർ. അവസാനം അങ്ങനെ ഒരാളുടെ വായിൽ താനും അകപ്പെട്ടിരിക്കുന്നു. അതാണ് കൈയിലെ കാശൊക്കെ പിടിച്ചുവാങ്ങിയത്. ഇനിയെന്തിനാണാവോ തന്നെ കൂട്ടിക്കൊണ്ടുപോകുന്നത്. എവിടെയെങ്കിലും കൊന്നുതള്ളാനാവുമോ. വാസുവിന്റെ ഭയം വർദ്ധിച്ചു.

നടന്നു കയറാതാവുമ്പോൾ അയാൾ തിരിഞ്ഞുനിന്ന് വാസുവിന്റെ കൈപിടിച്ച് സഹായിച്ചുകൊണ്ടിരുന്നു. അതൊരാശ്വാസമായി. ഭയത്തിന്

തെല്ലൊരയവും വന്നു.

കടൽച്ചെരിവ് കയറി മുകളിലെത്തിയപ്പോൾ വിസ്തൃതമായ മണൽപ്പരപ്പ് പ്രത്യക്ഷമായി. അത്ഭുതം. ഒരു പുൽനാമ്പുപോലുമില്ലാത്ത വെറും പൂഴിപ്പരപ്പ്. കൊച്ചുകൊച്ചു മണൽക്കുന്നുകൾക്ക് ഞൊറിയിട്ട മണൽത്തിരകൾ. അകലെ ആകാശം മണലിൽ വീണുകിടക്കുന്നു. കമിഴ്ന്നു വീണ അപ്പത്തളിക. ഇത്രയധികം ആകാശം വാസു ആദ്യമായി കാണുകയാണ്. വിസ്മയം വിട്ടുമാറുംമുൻപ് അയാൾ വാസുവിനെ വിളിച്ചു.

"താൽ റഫീക്ക്, താൽ."

കാർക്കശ്യമാർന്ന സ്വരം ഭീതിയുണർത്തി.

ഒരു നടപ്പാതയിലേക്കായിരുന്നു ചെന്നെത്തിയത്. അവിടെ പൊടിമണൽ മൂടിയ ഒരു വണ്ടി കിടന്നിരുന്നു. സാമാന്യത്തിലധികം ഉയരമുണ്ട്. വീതിയാർന്ന ടയറുകൾ. മുമ്പെ ങ്ങും ഇങ്ങനെയൊന്ന് കണ്ടിട്ടില്ല.

"താൽ റഫീക്ക്. ഇജ്ലിസ്. ബൈറോ."

അയാൾ ശബ്ദമുയർത്തി. കാറ്റു വീശുന്നുണ്ട്. കാറ്റിന്റെ ശബ്ദത്തെയും മറികടക്കാനാവണം അയാൾ ഇത്രയും ഉച്ചത്തിൽ സംസാരിക്കുന്നത്. വണ്ടിയിലേക്ക് കയറിയിരിക്കാൻ നിർബ്ബന്ധിക്കുകയാണ്.

വാസു തെല്ലൊന്നു ഭയന്നു. എങ്ങനെ കയറും. ഇയാളുടെ ഉദ്ദേശ്യമെന്തെന്ന് ആർക്കറിയാം. ഓടി രക്ഷപ്പെട്ടാലോ. പക്ഷേ, എവിടേക്കാണോടുക. ഓടാൻ പോയിട്ട് നേരെ നില്ക്കാൻപോലും കഴിയുന്നില്ല. മടിച്ചു നില്ക്കുന്നതുകണ്ട് അയാൾ ഒച്ചവെക്കാൻ തുടങ്ങി. പിന്നെ എന്തും വരട്ടെ എന്നുകരുതി വാസു വണ്ടിയിലേക്ക് കയറി. മുൻസീറ്റിൽത്തന്നെയിരുന്നു. ഇടതുവശത്തായി അയാളും.

കാണാനാവാത്ത വഴികളിലൂടെ വണ്ടി നീങ്ങി.

മണൽപ്പാതയാണ്. ഇരുവശവും ചൂടിൽ വെന്തുരുകിക്കിടക്കുന്ന ഞൊറിയിട്ട മണൽത്തിട്ടുകൾ. മൺചെരുവുകളിലും കുന്നിൻ പുറങ്ങളിലും മണലിന് ചുവപ്പുരാശിയാണ്. കാറ്റിൽ പറന്നുയരുന്ന ധൂളികൾ കുന്നിൽചെരുവുകളിൽ മൂടൽമഞ്ഞിന്റെ പ്രതീതി സൃഷ്ടിച്ചു. വണ്ടി നീങ്ങുന്തോറും അകലെ മണൽപരപ്പിൽ അകന്നുപോകുന്ന മരീചികയുടെ മിനുക്കം. വരിവരിയായി നടന്നുനീങ്ങുന്ന ഒട്ടകങ്ങൾ. മൂന്നാം പാഠത്തിലെ മരുഭൂമിയിലെ കപ്പൽ.

പൂഴിമണൽ മെതിച്ചുകൊണ്ടാണ് വണ്ടി പൊയ്ക്കൊണ്ടിരുന്നത്. പിറകിൽ പൊടിമണലിന്റെ പുക സൃഷ്ടിച്ചുകൊണ്ട്. ഇടയ്ക്ക് അയാൾ എന്തൊക്കെയോ പറഞ്ഞുകൊണ്ടിരുന്നു. വാസുവിന് ഒന്നും മനസ്സിലായില്ല.

വണ്ടിക്കുള്ളിലെ ശീതീകരണയന്ത്രം പ്രവർത്തിക്കാൻ തുടങ്ങി. തണുപ്പിന്റെ കുഞ്ഞലകൾ അരിച്ചരിച്ചുവന്ന് സുഖകരമായ ഒരനുഭൂതി സൃഷ്ടിച്ചു. വിയർപ്പുമണികളെ നക്കിത്തുടച്ചു. ക്ഷീണമകറ്റി. ഉറക്കത്തിന്റെ വഴി തുറന്നു. കണ്ണുകൾ താനേയടഞ്ഞു. സ്വപ്നലോകം തെളിഞ്ഞു. വാസു ഭാരമില്ലാതെ കടൽപരപ്പിൽ പൊന്തിക്കിടന്നു.

"ദേഖോ റഫീക്ക്. ഹം ശഹർമേം പഹൂംഞ്ച് ഗയാ" വാസുവിനെ തട്ടിയുണർത്തി അയാൾ പറഞ്ഞു.

മയക്കത്തിന്റെ നീരാളിപ്പിടുത്തത്തിൽനിന്നും വാസു വിട്ടകന്നു. കണ്ണുമിഴിച്ച് ചുറ്റുംനോക്കി. മണൽപ്പാതയൊക്കെ അവസാനിച്ചു. ചരൽ റോഡിലേക്കെത്തിയിക്കുന്നു. ഇരുവശവും ഈന്തപ്പനക്കുടിലുകൾ. ദീർഘചതുരത്തിലുള്ള പനയോലക്കെട്ടുകൾ. പിന്നെയും വണ്ടി നീങ്ങുമ്പോൾ പഴക്കം ചെന്ന ചെറുകെട്ടിടങ്ങളുടെ നിര തെളിഞ്ഞു. നീണ്ട വസ്ത്രം ധരിച്ച ആളുകൾ അവിടവിടെ നീങ്ങുന്നതു കാണാം.

പിന്നെയും മുന്നോട്ടു നീങ്ങിയപ്പോൾ പ്രാകൃതം വിട്ടകന്ന് പുതിയ സംസ്കൃതിയിലേക്ക് പ്രവേശിക്കുന്നതായി തോന്നി. ആടുകളും ഒട്ടകങ്ങളുമായി പോകുന്നവർ. ചന്ത സ്ഥലങ്ങൾ, വഴി വാണിഭക്കാർ, മീഞ്ചന്തകൾ, തിരക്കേറുന്ന പഴയ തെരുവുകൾ. നൂറ്റാണ്ടുകൾ വഴി നീങ്ങി പിറകോട്ട് പാഞ്ഞ് വീണുകിടക്കുന്നു. വാസു അതീവ കൗതുകത്തോടെയാണ് നോക്കിയിരുന്നത്.

"ഇധർ ഉദ്രോ."

അയാൾ വണ്ടി നിർത്തി വാസുവിനോട് ഇറങ്ങാൻ ആജ്ഞാപിച്ചു. കടല്ക്കരയിൽ നിന്നും വിളിച്ചെഴുന്നേല്പിച്ചപ്പോൾ കണ്ട അയാളുടെ മുഖം വാസു വീണ്ടും കണ്ടു.

വാസു താഴെയിറങ്ങിയപ്പോൾ അയാൾ വണ്ടിയോടിച്ച് മുന്നോട്ടു പോയി. ഏതോ ഗലിയിലേക്ക് വണ്ടിയും അതിന്റെ നിഴലും ഇറങ്ങിപ്പോകുന്നത് വാസു നോക്കിനിന്നു.

വാസു ഇപ്പോൾ അറബിക്കഥകളുടെ ലോകത്താണ്. തന്റെ രക്ഷക്കായി എത്തിയ ഒരജ്ഞാത മനുഷ്യൻ. ഒരു നിയോഗംപോലെ വന്നെത്തി. ഭയന്നുവിറച്ചെങ്കിലും ജീവനെടുത്തില്ല. കടപ്പുറത്ത് ആലംബമില്ലാതെ, വഴിയറിയാതെ, ദിക്കുകളറിയാതെ പ്രജ്ഞ നശിച്ച് കിടന്നിരുന്ന തന്നെ അറിയാത്ത വഴികളിലൂടെ മണൽപാതകൾ താണ്ടി മനുഷ്യവാസമുള്ളിടത്തെത്തിച്ച് കർമ്മം പൂർത്തിയാക്കി എവിടെയോ മറഞ്ഞു.

വീണ്ടും മുന്നിൽ കുഴമണലിന്റെ വിസ്തൃതി. അതിനു ചരടായി കല്ലടർന്നു വിള്ളൽവീണ തെരുവ്. അകലെ വീണ്ടും നീലക്കടൽപ്പരപ്പ്. തീരത്തടിഞ്ഞുകിടക്കുന്ന പത്തേമാരികൾ. കടൽ ഒരിക്കലും അവസാനിക്കുന്നില്ല.

അവിടവിടെ ചിതറിക്കിടക്കുന്ന മണൽക്കുന്നുകളുടെ ഓരങ്ങളിൽ ആനക്കാലുകൾ പോലെ പനമരങ്ങൾ. മേലേ കരുവാളിച്ച പച്ചക്കുടകൾ. കുടമാറ്റത്തിനു നിരന്ന ആനകളുടെ പൂരം.

വാസു അറിയാതെ ഒന്നു നെടുവീർപ്പയച്ചു. എന്തൊക്കെയോ ഓർത്തെടുക്കാനുള്ള ശ്രമമായിരുന്നു. മനസ്സ് വഴങ്ങുന്നില്ല. ശരീരം സമ്മതിക്കുന്നില്ല. നിവർന്നുനില്ക്കാൻ പോലും കഴിയുന്നില്ല. ആലംബമില്ലാതെ ചുടുമണ്ണിൽ നിന്നു വിയർത്തു.

ഇനിയെന്ത്. എങ്ങോട്ട്. അതാരു ഭീതിയായി നിറയുകയാണ്. മുന്നിൽ

മണലുരുക്കുന്ന വെയിലും അകലെ അനക്കമില്ലാതെ കടൽ വിതാനവും ഭീതി വർദ്ധിപ്പിച്ചതേയുള്ളൂ. എടുത്തെറിയപ്പെട്ടവന്റെ വിലാപം കേട്ടു. ഉപേക്ഷിക്കപ്പെട്ടവന്റെ ദൈന്യമറിഞ്ഞു. ഒറ്റപ്പെട്ടവന്റെ നടുക്കമനുഭവിച്ചു. ആദിയിലെ മനുഷ്യാവസ്ഥകളോളം അത് ചെന്നെത്തി. തനിക്ക് ചേരുന്ന മറ്റൊരാൾക്കായുള്ള അന്വേഷണത്തിന്റെ ആദിമന്ത്രത്തിൽ വഴി മുട്ടുന്നതറിഞ്ഞു.

തൊണ്ട വരളുന്നു. നീറിപ്പൊട്ടുംമുൻപ് ഇത്തിരി വെള്ളം. അതിനപ്പുറം അയാളുടെ ചിന്തയിലിപ്പോൾ ഒന്നുമില്ല. കാലുകൾക്ക് ഭാരം വർദ്ധിച്ചിരുന്നു. നീർക്കെട്ടുണ്ട്. അവ പൊക്കിവെച്ച് നടന്നു. മണലിലേക്കിറങ്ങി. മണൽ ചുട്ടുപഴുത്തിരുന്നു. കുറേക്കൂടി മുന്നോട്ട്. തൊണ്ട നനയ്ക്കണം. അതായിരുന്നു ലക്ഷ്യം. അതു മാത്രമായിരുന്നു.

വീണുപോയി. കാൽമുട്ടുകളിൽ നീറ്റലനുഭവപ്പെട്ടു. പുരണ്ട മണൽ ചുവന്നിരുന്നു. കണ്ണുകൾ അകലെയുറപ്പിച്ച് വീണ്ടും എഴുന്നേറ്റു. പിന്നെ ഇഴയുകയായിരുന്നു.

മുന്നിൽ മൺചുമരുകളുള്ള വാസസ്ഥലങ്ങൾ കണ്ടുതുടങ്ങി. അവയൊക്കെ ചൂടുകൊണ്ട് വിണ്ടുപൊളിഞ്ഞിരുന്നു. അതിന്റെ മുകപ്പുകൾ വെയിലിൽ വിറകൊണ്ടിരുന്നു. ചരിത്രമുറങ്ങിക്കിടക്കുന്ന ഇടത്തെരുവുകൾ.

തെരുവോരത്തെ ഒരു സാധാരണ ചായക്കട കണ്ണിൽപെട്ടു. അതിന്റെ തെളിഞ്ഞ ബോർഡ് വാസുവിനെ ഒട്ടൊന്നുമല്ല ഇളക്കിയത്. അറബി അക്ഷരങ്ങൾക്കു താഴെ ഇംഗ്ലീഷിലും അതിനും താഴെ ചെറിയ അക്ഷരങ്ങളിൽ മലയാളത്തിലും. സാബർ റസ്റ്റോറന്റ് & സ്വീറ്റ്സ്. അത് വാസുവിന്റെ കണ്ണുകളെ തിളക്കിയെടുത്തു. വിശ്വസിക്കാനായില്ല. നാട്ടിക മൂന്നുപീടികയിലോ തൃപ്രയാർ ജങ്ഷനിലോ കാളമുറി സെന്ററിലോ അല്ലെന്ന് സ്വയം ഉറപ്പിച്ചു. നിനച്ചിരിക്കാതെ വന്നുപെട്ട വഴിത്തിരിവിൽ കണ്ണന്തിച്ചു നിന്നു. ആ അക്ഷരങ്ങളിൽ അയാൾ അമ്മയുടെ സാന്നിദ്ധ്യമറിഞ്ഞു. വാത്സല്യം ചൊരിയുന്ന അമ്മ. അമ്മിഞ്ഞപ്പാലിന്റെ മണവും മധുരവും അയാൾ ഒരുനിമിഷം അനുഭവിച്ചു. പലതവണ ആ അക്ഷരങ്ങൾ വായിച്ചു. നുണഞ്ഞു. വാസു ആവേശത്തോടെ റസ്റ്റോറന്റിന്റെ വാതിൽ തള്ളിത്തുറന്ന് അകത്തുകയറി.

എരിഞ്ഞുനിന്ന വെയിലിന്റെ കനൽക്കട്ടകൾ ക്ഷണത്തിൽ പിൻവാങ്ങി. പകരം തണുപ്പിന്റെ കുഞ്ഞലകൾ കുറുകുന്ന ഭക്ഷണശാല. കടന്നുവന്ന ചില്ലുവാതിലിനുപുറത്ത് വെയിൽ വാശിയോടെ കാത്തുനില്ക്കുന്നതു കാണാം. എന്തും എരിച്ചെടുക്കാൻ ആർത്തിപൂണ്ട്.

സാമാന്യം വലുപ്പമുള്ള ഭക്ഷണശാല. മുൻവശത്ത് ഒരു കൗണ്ടർ. മദ്ധ്യത്തിൽ ചിത്രങ്ങളുള്ള പരവതാനിക്കഷണങ്ങൾ വിരിച്ചിട്ടുണ്ട്. ഇരുവശങ്ങളിലും മേശ, കസേരകൾ. അവയിൽ ആളുകൾ ഭക്ഷണം കഴിക്കുന്നുണ്ട്. നല്ല തിരക്കുള്ള സമയമാണ്.

കൗണ്ടറിൽ നരച്ച താടി തടവിക്കൊണ്ട് ഒരാൾ ഇരിപ്പുണ്ട്. അയാൾ

തല മുണ്ഡനം ചെയ്തിട്ടുണ്ട്. ഉച്ചിയിൽ ഒരു ചെറിയ വെളുത്ത തൊപ്പി. അയാളുടെ ശ്രദ്ധ എവിടെയെന്നു പറയാൻ കഴിയാത്തവിധം ഒരു തരം ധ്യാനത്തിലാണ്. റസ്റ്റോറന്റിലെ തിരക്കോ ചലനങ്ങളോ അയാളെ ഒട്ടും ബാധിക്കുന്നതല്ല എന്ന മട്ടാണ്. ഭക്ഷണം കഴിച്ച് പുറത്തിറങ്ങുംമുൻപ് ആളുകൾ അയാളുടെ അടുത്തുചെന്ന് പണം കൊടുക്കുകയും ഒരു നുള്ള് ജീരകമോ പാക്കോ എടുത്ത് വായിലിട്ട് ചില്ലുവാതിൽ തള്ളിത്തുറന്ന് പുറത്തിറങ്ങുകയും ചെയ്യുന്നുണ്ട്.

അങ്ങനെ നോക്കി നില്ക്കുമ്പോൾ വാസുവിന് ഇനി പിടിച്ചു നില്ക്കാൻ കഴിയാത്ത വിധം തൊണ്ട പൊട്ടുമെന്നു തോന്നി.

താടിക്കാരൻ വാസുവിനെ ശ്രദ്ധിച്ചിരുന്നു എന്നു വ്യക്തം. ആഗതനെ അടിമുടിയൊന്നു നോക്കി ഒരു കസേര ചൂണ്ടിക്കൊണ്ട് പറഞ്ഞു.

"ദാ അങ്ങ്ടിരുന്നോ."

വാസുവിന് ശബ്ദം പുറത്തുവന്നില്ല. കസേരയിലേക്ക് വീഴുകയായിരുന്നു.

വിയർപ്പിൽ കുളിച്ച വാസുവിന് തണുപ്പിന്റെ പാടകൾ സാന്ത്വനമായി. ക്ഷണത്തിൽ വന്നുപെട്ട തണുപ്പിൽ കിതപ്പും ശ്വാസതടസ്സവും അനുഭവപ്പെട്ടു. വാസുവിന്റെ പാരവശ്യം കണ്ട് കൗണ്ടറിൽ നിന്നും താടിക്കാരൻ ഇറങ്ങിവന്നു. ഒരു ഗ്ലാസിൽ വെള്ളം പകർന്ന് വാസുവിന് നല്കി.

"ബേജാറാവണ്ട. വെള്ളം കുടിക്ക്."

വാസുവിന്റെ മനസ്സ് വായിച്ചപോലെയായിരുന്നു താടിക്കാരന്റെ പെരുമാറ്റം.

"അബോക്കറേ, ഇവ്ടൊരൂണ് കൊടുക്ക്" അയാൾ അകത്തേക്ക് വിളിച്ചുപറ ഞ്ഞു.

വീണ്ടും കൗണ്ടറിലേക്ക് തിരിച്ചുപോയി. പലരും ഭക്ഷണം കഴിച്ച് എഴുന്നേറ്റിരുന്നു.

അബോക്കർ വന്നു. മെലിഞ്ഞ ഒരു ചെറുപ്പക്കാരൻ. മേശമേൽ ചോറും കറികളും നിരത്തുന്നതിനിടയിൽ അയാൾ വാസുവിനെ നോക്കി ചിരിച്ചു.

മനസ്സ് കുളിർത്തു. ജീവിതത്തിൽത്തന്നെ ആദ്യമായാണ് ഒരാൾ അയാളോട് ചിരിക്കുന്നതെന്നു തോന്നി. നിഷ്കളങ്കമായ ഒരു ചിരി. നാളുകളായി ചിരിക്കുന്ന മുഖം മറന്നിരുന്നു. സൗഹൃദത്തിന്റെ നനവ് അയാൾ അനുഭവിച്ചു. ഉണ്ണാതെതന്നെ നിറഞ്ഞു.

പിന്നെ ആർത്തിയായിരുന്നു. ഉറങ്ങിക്കിടന്ന വിശപ്പ് ശക്തിയോടെ തിരിച്ചെത്തി. ഇര കിട്ടാതെ കിടന്ന സിംഹം സടകുടഞ്ഞെഴുന്നേറ്റു. ഭക്ഷണത്തിന്റെ സ്വാദ് ആദ്യമായറിയുകയായിരുന്നു. അധികമൊന്നും കഴിക്കാനായില്ലെങ്കിലും വാസു ഉണ്ട് വിയർത്തു. കണ്ണുകൾ നിറഞ്ഞു. കിതപ്പും പാരവശ്യവും അനുഭവപ്പെട്ടു. മസ്തിഷ്കത്തിനുള്ളിൽ ഒരായിരം കിളികൾ ഒച്ചവെച്ചു. അവ പറന്നകലാൻ തുടങ്ങി. അനന്തമായ ആകാശങ്ങൾ തേടി.

താവളം

ബോധം തെളിയുമ്പോൾ വാസു മറ്റൊരു ലോകത്തായിരുന്നു. കടൽപരപ്പും ഉരുൾത്തട്ടും മരുഭൂമിയും അയാളുടെ മസ്തിഷ്കത്തിൽ കല്ലിച്ച അടയാളങ്ങളായി കിടന്നു. കടന്നുപോന്ന ദിനരാത്രങ്ങളിലേക്ക് ഓർമ്മകളെത്തുമ്പോൾ അയാളെ ഭീതിയുടെ നറുംമുള്ളുകൾ പൊതിഞ്ഞു. അതിന്റെ അനക്കങ്ങളിൽ ചോര പൊടിഞ്ഞു.

ഉരുത്തട്ടിൽ കൂടെയുണ്ടായിരുന്നവരെക്കുറിച്ചോർത്തപ്പോൾ വാസു നടുങ്ങി. അവരൊക്കെ എവിടെയാണ്. അവർക്കൊക്കെ എന്തു സംഭവിച്ചു. ഒരാൾപോലും തന്നോടൊപ്പം കരയ്ക്കടിഞ്ഞു കണ്ടില്ലല്ലൊ. അവറാൻ, പരമു, വൈദ്യർ, നാണ്വേട്ടൻ. ഒരു പിടച്ചിലോടെയാണ് നാണ്വേട്ടന്റെ ചിത്രം ഓർത്തെടുത്തത്. അതൊക്കെ യഥാർത്ഥ്യമായിരുന്നോ. പായിൽ ക്കെട്ടിപൊതിഞ്ഞ് കടലിൽ തള്ളിയത്. അതോ വെറും സ്വപ്നം കണ്ടതോ. എറിഞ്ഞുകിട്ടിയ വലക്കണ്ണിയിൽ എത്തിപ്പിടിച്ച് നീന്തിയതോർമ്മയുണ്ട്. വിരലുകളിപ്പോഴും വീർത്തുകെട്ടി വിങ്ങുന്നു. കൂടെ നീന്തിത്തുടിച്ച വരെക്കുറിച്ചൊന്നും ഓർത്തെടുക്കാൻ കഴിയുന്നില്ല. എല്ലാവരും അർദ്ധ പ്രാണരായിരുന്നു. ഒരുപക്ഷേ, തന്നേക്കാൾ മുൻപേ അവരൊക്കെ കര പിടിച്ചുകാണും. കടല്ക്കരപ്പൂഴിയിൽ ബോധമറ്റ് എത്രനാൾ കിടന്നിരിക്കുമെന്ന് വാസുവിന് തിട്ടമില്ല. ഒക്കെ ഒരു കടങ്കഥപോലെ തോന്നുന്നു.

ഇപ്പോൾ ഇവിടെ ഒരിടുങ്ങിയ മുറിയിലെത്തിയിരിക്കുന്നു. എങ്ങനെയെന്നറിയില്ല. റസ്റ്റോറന്റ് കണ്ടെത്തിയതും അവിടെ കയറി തൊണ്ട നനച്ചതും ഭക്ഷണം കഴിച്ചതും ഓർമ്മയുണ്ട്. അവിടത്തെ അബോക്കറാണ് ഇപ്പോൾ തന്റെയടുത്തിരിക്കുന്നതെന്ന് വാസു അത്ഭുതത്തോടെ മനസ്സിലാക്കി.

“അയ്യോ. ഞാനെവ്ട്യാ.”

വാസു നിലവിളിച്ചുകൊണ്ടു അബോക്കറോട് തിരക്കി.

“ങ്ങള്പ്പോ ഞമ്മടടുത്തല്ലേ. ബേജാറാവണ്ട. ങ്ങക്ക് നല്ല ക്ഷീണംണ്ട്. കെടന്നോ.”

ശരിയാണ്. വാസുവിന് തല പൊങ്ങിയിരുന്നില്ല. ശരീരത്തിന്റെ ഓരോ അണുവിലും സൂചിക്കുത്തേല്ക്കും പോലെ വേദന. വാസു അബോക്കറെ തന്നെ നോക്കിക്കിടന്നു. എന്താണ് സംഭവിച്ചതെന്നറിയാൻ ഉൽക്കണ്ഠയോടെ.

“ഒരാള് കടേല് പെരണ്ടുവീണാ ഞമ്മളെന്ത്ന്നാ ചെയ്യ്യാ. വാരിട്ത്ത് പൊരേക്കൊണ്ടോന്നു. ഒന്നുല്യേലും ഞമ്മളൊക്കെ മൻശ്യരല്ലേന്ന്.”

സ്നേഹവായ്പോടെ അബോക്കർ ചിരിച്ചു. വാസുവിന്റെ കണ്ണുനിറഞ്ഞു. കണ്ണീരിനിടയിലൂടെ ആ ചിരി ഒന്നുകൂടി വിടർന്നു കണ്ടു.

കുറെ കഴിഞ്ഞപ്പോൾ താടിക്കാരനെത്തി. റസ്റ്റോറന്റിന്റെ കൗണ്ടറിൽ ധ്യാനനിരതനായി കണ്ട താടിക്കാരൻ.

“എളാപ്പ്യാ.” അബോക്കർ പരിചയപ്പെടുത്തി. വാസു പതുക്കെ എഴുന്നേറ്റിരുന്നു. കൈകൂപ്പി തൊഴുതു. കണ്ണുകൾ ഈറനായി. തൊണ്ട വരണ്ടുപൊട്ടി കയറിച്ചെന്നപ്പോൾ ദാഹജലം തന്നു. ഭക്ഷണം തന്നു. ബോധം നഷ്ടപ്പെട്ടപ്പോൾ വാരിയെടുത്ത് കൊണ്ടുപോന്നു. കിടക്കാനിടം തന്നു. ശുശ്രൂഷിച്ചു. സാന്ത്വനമേകി. ആരുമായിട്ടല്ല. ഒന്നിനും വേണ്ടിയല്ല. മനുഷ്യത്വം. ഒരാൾ മറ്റൊരാളെ അറിയുന്നു. കാരുണ്യം ചൊരിയുന്നു. അപരനെ കരുതലോടെ കാക്കുന്നു. ദുരൂഹമാണിതൊക്കെ. അപരിചിതമായ ഇടങ്ങളിൽ എത്തിപ്പെടുക. ഇതുവരെ കാണാത്തത്ര ഹൃദയവിശാലതയുള്ള മനുഷ്യരെ കണ്ടുമുട്ടുക. ഇതൊക്കെയാണോ പിതൃക്കൾ ചെയ്തുവെച്ച സുകൃതഫലമെന്നു പറയുന്നത്. അതോ അമ്മയുടെ പ്രാർത്ഥനാനിരതമായ ദിനരാത്രങ്ങളുടെ സാഫല്യമോ. അറിയില്ല. വാസു ആശ്വാസത്തിന്റെ കുളിർക്കാറ്റനുഭവിച്ചു. മനസ്സുകൊണ്ട് മുന്നിലെത്തിയ രക്ഷകനെ നമിച്ചു.

കടൽക്കല്ലുകളും കുഴച്ച ചളിമണലും കൊണ്ടുതീർത്ത മുറി. മേലെ മരയഴികളും ഈന്തിലപ്പട്ടകളും ചേർത്തുറപ്പിച്ച കുമ്മായത്തട്ട്. ഇടക്കിടെയുള്ള സുഷിരങ്ങളിലൂടെ ചുടുകാറ്റിറങ്ങിവന്ന് പുറത്തെ ചൂടിന്റെ കാഠിന്യം അറിയിക്കുന്നുണ്ട്.

വാസുവിന്റെ കഥകളൊക്കെ കേട്ട് താടിക്കാരൻ ഇളാപ്പ പറഞ്ഞു.

“മ്മക്ക് ബഴിണ്ടാക്കാ.”

രാത്രി ഉറങ്ങാനായില്ല. വീടിന്റെ ഓർമ്മ ഒരു നൊമ്പരമായി അണയാതെ എരിഞ്ഞു കിടന്നു. അമ്മ ഇപ്പോൾ ഒരു വലിയ കടലിനപ്പുറത്താണ്. കടലോളം കനിവും സ്നേഹവും പകരുന്ന അമ്മ. ആദ്യത്തെ നഷ്ടബോധം അമ്മയുടെ അസാന്നിദ്ധ്യമാണ്. പിന്നെ പിരിഞ്ഞുപോന്ന രണ്ട് സഹോദരികൾ. വാസു കണ്ണ് നിറച്ചുകിടന്നു.

പകൽ ചൂടുകൊണ്ടുരുകിയും രാത്രിയിൽ ആവിയിൽ വിയർത്തും നാളുകളെത്ര കടന്നുപോയെന്നറിയില്ല. അബോക്കറും ഇളാപ്പയും വേണ്ട

തൊക്കെ ചെയ്തെങ്കിലും വാസുവിന് ഒരുതരം അസ്വാസ്ഥ്യം അനുഭവപ്പെട്ടു. എത്ര നാള്ന്ന് വെച്ചാ ഇങ്ങനെ കഴിയുക. ഇപ്പോൾ ജീവവായു ഒരു ശക്തിയായി മനസ്സിലും ശരീരത്തിലും പടർന്നു കയറിക്കഴിഞ്ഞു. ഇനിയുമൊരുപോരിന് തയ്യാറാവുകയാണ്.

വാസു പുറത്തിറങ്ങി. കടൽ ചേർന്നു കിടക്കുന്നു. തിരകളില്ല. ആഴത്തെ വിളിച്ചറിയിക്കുന്ന ശാന്തത. ചെറുകപ്പലുകളും പത്തേമാരികളും നങ്കൂരമിട്ട് കാത്തുകിടക്കുന്നു. ചരക്കുകൾ വന്നെത്തുന്നു. വണ്ടികൾ ഭാരം പേറി എവിടേക്കോ ഓടി മറയുന്നു.

ഈർപ്പം തൂങ്ങിനില്ക്കുന്ന അന്തരീക്ഷം. ചൂടുള്ള ആവി പറക്കുന്നു. വിയർപ്പിൽ കുളിച്ചുള്ള നടത്തം. വെളിച്ചം താണുകൊണ്ടിരിക്കുന്നു.

കടൽഭിത്തിയോട് ചേർന്നുകിടക്കുന്ന പത്തേമാരിയിൽനിന്നും ചരക്കുകളിറക്കുന്ന സ്ഥലത്തേക്ക് വാസുനടന്നു. കുറെനേരം അവിടെ ചുറ്റിപ്പറ്റി നിന്നു. തൊഴിലാളികൾ പല വലുപ്പത്തിലുള്ള പെട്ടികളിറക്കി അടുക്കടുക്കായി വെക്കുന്നു. അവരുടെ ശ്രദ്ധ ഒരു നിമിഷത്തേക്കുപോലും മറ്റൊന്നിലേക്കും തിരിയുന്നില്ലെന്ന് വാസു കണ്ടു. അതുകൊണ്ടുതന്നെ ഏതാണ്ട് അതിനടുത്ത് ചെന്നുനില്ക്കുന്ന വാസുവിനെ അവർ കണ്ടതേയില്ല. പല വലുപ്പത്തിലുള്ള പെട്ടികളും പാക്കറ്റുകളും ഒരാൾ പൊക്കത്തിൽ അവിടമാകെ നിരത്തിവെച്ച് അവർ പത്തേമാരിക്കുനേരെ കൈവീശി കൂകിയാർക്കുന്നുണ്ട്. അവരുടെ ജോലിതീർന്നിരിക്കുന്നു എന്ന സൂചനയാവും. ചരക്കുകളെണ്ണി തിട്ടപ്പെടുത്തി കണക്കുകൾ കൊടുത്ത് അവർ നിരത്തിലേക്കിറങ്ങി. ഇങ്ങനെ പല ദിവസങ്ങളിലും വാസു കടല്ക്കരയിൽ പോയി തൊഴിലാളികൾ കൂട്ടമായി പത്തേമാരിയിൽനിന്ന് ചുമടിറക്കുന്ന കാഴ്ച നോക്കിനിന്നു. ഒരു വൈകുന്നേരം അതിലൊരാൾ, ഒരാൾ മാത്രം വാസുവിന്റെ നേരെ നോക്കി ഒരുനിമിഷം നിന്നു.

"എന്താ നാട്ടുകാരാ?"

അയാൾ ചോദിച്ചുകൊണ്ട് വീണ്ടും നടക്കുന്നതിനിയിൽ വാസു ഒന്ന് ചിരിക്കുക മാത്രം ചെയ്തു.

നാട്ടുകാരാ എന്ന സംബോധന വാസുവിന് ഒരു വല്ലാത്ത ഊർജ്ജം പകർന്നു. അതൊരനുഭവമാണ്, അങ്ങനെ ആരും ഇന്നോളം അയാളെ വിളിച്ചിട്ടില്ല. എന്നാൽ അയാൾ നടന്നു നീങ്ങിയതും നോക്കി വാസു നിന്നതേയുള്ളു.

പിറ്റേന്ന് വൈകുന്നേരം വാസു അയാൾക്കുവേണ്ടി മാത്രമാണ് കാത്തുനിന്നത്. എന്നാൽ അയാൾ നിരത്തിലേക്കിറങ്ങിയപ്പോഴേക്കും സന്ധ്യ മാഞ്ഞിരുന്നു. കടൽ കറുത്തുകിടന്നു. നിരത്തിനിരുവശത്തെ ചെറുമാടങ്ങളിൽ വിളക്കു തെളിഞ്ഞിരുന്നു. അയാൾ നിരത്തിലേക്കിറങ്ങിയപ്പോൾത്തന്നെ വാസു അയാൾക്കഭിമുഖമായി ചെന്നു. തിരിച്ചറിഞ്ഞപ്പോൾ അയാൾ അന്വേഷിച്ചു.

"വന്നിട്ട് ജോല്യായോ?"

"ഇല്ല." വാസു പെട്ടെന്നു പറഞ്ഞു.

തന്നെക്കുറിച്ച് എല്ലാം മനസ്സിലാക്കിയ ചിരപരിചിതനെപ്പോലെയുള്ള അന്വേഷണം വാസുവിനെ തെല്ലൊന്ന് അത്ഭുതപ്പെടുത്തി.

അയാൾ നടത്തംനിർത്തി തിരിഞ്ഞുനിന്നു ചോദിച്ചു.

"എന്താ കൂടുന്നോ?"

"ഓ" ഒന്നും ആലോചിക്കാതെയാണ് വാസു പ്രതിവചിച്ചത്. അയാൾ നടക്കാൻ തുടങ്ങിയപ്പോൾ വാസു അയാളോപ്പം ചെന്നു.

അങ്ങനെയാണ് വാസു ആദ്യമായി ജോലിക്കിറങ്ങുന്നത്. പല വലുപ്പത്തിലുള്ള പത്തേമാരികളും പായക്കപ്പലുകളും തീരത്തെത്തും. അതിൽനിന്നും ചരക്കുകളിറക്കണം. വലുതും ചെറുതുമായ പെട്ടികൾ. കാർട്ടണുകൾ, ചാക്കുകെട്ടുകൾ. അതായത് ഒരു ചുമട്ടുതൊഴിലാളി.

അറിഞ്ഞപ്പോൾ ഇളാപ്പ ആശങ്കപ്പെട്ടു.

"കട്ട്യോള്ള പണ്യാ. ത്തിരി പഠിപ്പൊക്കൊള്ള നിലക്ക്....."

"സാരല്യ."

ജോലിയുടെ കാഠിന്യത്തെക്കുറിച്ചൊന്നും വാസു ചിന്തിച്ചില്ല. എങ്ങനെയെങ്കിലും ഒരു ജോലി സമ്പാദിക്കണം. അതിപ്പോൾ ചുമടെടുക്കലായാലും വിരോധല്യ. അറിയുന്ന ആരും തന്നെ ഇവിടെ കാണാനില്ല. കണ്ട് വേദനിക്കാനും ആരുമില്ല. പിന്നെന്ത്.

ആദ്യ ദിവസംതന്നെ ജോലിയുടെ കാഠിന്യം വാസുവിന് അനുഭവപ്പെട്ടു. ചുമടെടുക്കുന്ന പണിക്കും ഒരുപാട് കാര്യങ്ങൾ മനസ്സിലാക്കാനുണ്ടെന്ന് വാസു അറിഞ്ഞു. ഈ ലോകത്ത് ഒന്നും അത്ര എളുപ്പമല്ല, എന്തിനും ഒരു വശം വേണം. സൂത്രം വേണം. അത് നേടാതെ ഒന്നും ചെയ്യാനാവില്ല. രാത്രി വന്നു കിടക്കുമ്പോൾ വാസുവിന് ശരീരം മുഴുവൻ വേദനിച്ചിരുന്നു. പേശികളൊക്കെ വലിഞ്ഞു മുറുകി. ഒട്ടും പരിചിതമല്ലാത്ത ആയാസങ്ങളുമായി ശരീരം പൊരുത്തപ്പെടാൻ മടിച്ചു. അതിന്റെ പിരിമുറുക്കത്തിനിടയിലും പക്ഷേ, ആശ്വാസത്തിന്റെ ഒരു തിരി കത്തിനിന്നു. വെളിച്ചത്തിന്റെ ഒരു തിളക്കം.

കാലബോധം നഷ്ടമായെന്ന ചിന്ത വാസുവിനെ അസ്വസ്ഥനാക്കി. ഇപ്പോൾ എവിടെ എത്തിനില്ക്കുന്നു എന്നറിയാനാവുന്നില്ല. കലണ്ടറിന്റെ താളുകളെത്ര മറിഞ്ഞുവീണിരിക്കും. മൺചുമരിൽ ഒരു മലയാളം കലണ്ടർ തൂങ്ങിക്കിടന്നിരുന്നു. പക്ഷേ, ഈ ദിവസം അതെവിടെയാണ് എന്നെങ്ങനെ അറിയാം. മെയ്ദിനത്തിലാണ് നാട്ടിൽനിന്നും തിരിക്കുന്നത്. മെയ് ദിനറാലി വെട്ടുവഴിയിലൂടെ കടന്നുപോകുമ്പോഴാണ് പാടക്കരയിലേക്ക് പുറപ്പെടുന്നത്. കയ്പമംഗലം തായ്നഗറിലെ സഖാവ് രാമദാസ് കൂറ്റൻ ചെങ്കൊടിയേന്തി മുന്നിൽത്തന്നെ നടന്നുനീങ്ങിയിരുന്നു. മണപ്പുറത്തെ ചെറുപ്പക്കാരുടെ ആരാദ്ധ്യനേതാവ് സഖാവ് ശേഖരൻ തൊട്ടടുത്ത്. പിന്നാങ്ങോട്ട് സഖാക്കളുടെ നിര. ചെമ്പട്ടണിഞ്ഞ് വെട്ടുവഴി ഒഴുകിയെത്തിയിരുന്നു. എല്ലാ മെയ് ദിനറാലിയിലും വാസു പങ്കെടുത്തിട്ടുണ്ട്. കയ്പമംഗലം കാളമുറി വരെയെത്തുമ്പോഴേക്കും വെട്ടുവഴി

നിറഞ്ഞുകവിഞ്ഞായിരിക്കും റാലി നീങ്ങുക. ഇരുവശങ്ങളിലും ആളുകൾ തടിച്ചുകൂടി നില്ക്കുന്നുണ്ടാവും. ഓരോ സ്ഥലങ്ങളിലും സ്വീകരണങ്ങൾ. അഭിവാദ്യങ്ങളർപ്പിക്കുന്നവർ. ചെറു നദികളെ ഏറ്റുവാങ്ങുന്ന ചെങ്കടലായി കാളമുറിയിൽ സംഗമം. പണ്ടൊരിക്കൽ ഇ എം എസായിരുന്നു സമ്മേളനത്തിന്റെ ഹരം.

കലണ്ടറിൽ ജൂൺ മാസമായിരുന്നു. അപ്പോൾ മാസം ഒന്ന് കഴിഞ്ഞിരിക്കുന്നു. ജൂൺ മാസം എവിടംവരെയായെന്നറിയാനിനി അബോക്കർ വന്നേ പറ്റൂ. ഇപ്പോൾ അയാളാണ് തന്റെ കാലത്തെ നിർണ്ണയിക്കുന്നതും നിയന്ത്രിക്കുന്നതും എന്നുവരെ വാസുവിന് തോന്നി.

കടൽപരപ്പിൽ ദിനരാത്രങ്ങൾ കെട്ടിമറിഞ്ഞ് കണക്കുകളൊക്കെ തെറ്റിയിരുന്നു. കടല്ക്കരപ്പൂഴിയിൽ എത്രനാൾ കിടന്നെന്നാർക്കറിയാം. ഒന്നും ഓർമ്മയിൽ തങ്ങി നില്ക്കുന്നില്ല.

അബോക്കറെത്തിയപ്പോൾ വാസു ആദ്യം അന്വേഷിച്ചത് തീയതിയാണ്. ജൂൺ 28 എന്നറിഞ്ഞപ്പോൾ വാസുവിന് വേവലാതിയായി. രണ്ടു മാസം. നീണ്ട രണ്ടു മാസമായിരിക്കുന്നു വീടു വിട്ടിറങ്ങിയിട്ട്. വിസ്മയം തന്നെ. ഇത്ര വേഗത്തിലും അലിവില്ലാതെയുമാണോ സൂര്യനുദിക്കുന്നതും അസ്തമിക്കുന്നതും. ഇത്രയുംനാൾ വിവരങ്ങളറിയാതെ അമ്മ എന്തു മാത്രം തീ തിന്നിരിക്കും. എത്യാലുടനെ കത്തയയ്ക്കണം. അറിഞ്ഞാലേ അമ്മയ്ക്ക് ജീവൻ വീഴൂ എന്നുപറഞ്ഞ് യാത്രയാക്കിയതാണ്. എന്നിട്ടിപ്പോൾ അമ്പത്തൊമ്പതു ദിവസങ്ങൾ കടന്നുപോയിരിക്കുന്നു.

എന്താ കമലേടത്തീ, മോന്റെ വിവരം വല്ലതും വന്നോ ആളുകൾ അന്വേഷിക്കും. ഇല്ല. അമ്മ കണ്ണുനിറയ്ക്കും. അന്വേഷണങ്ങളൊക്കെ അമ്മയെ കൂടുതൽ വേദനിപ്പിക്കും. അമ്മ ഒരുപക്ഷേ, ഇതിനകം പല തവണ അവറാന്റെ വീട്ടിൽപോയി അന്വേഷിച്ചിരിക്കും. അവറാൻ എത്തിയിട്ട് കത്തയച്ചിരുന്നോ. അവറാൻ എന്താണാവോ എഴുതിയിരിക്കുക. അല്ലെങ്കിൽ എന്താണെഴുതാൻ കഴിയുക. കടലിലേക്ക് ചാടാനൊരുങ്ങുമ്പോൾ പിടി അയഞ്ഞുപോയതല്ലേ. പിന്നീട് എന്തുണ്ടായെന്ന് അവറാനോ അവറാന് എന്തു സംഭവിച്ചെന്ന് തനിക്കോ അറിയില്ല. പിന്നെന്തെഴുതാൻ. അതോ അവറാനും തന്നെപ്പോലെ എവിടെയെങ്കിലും എത്തിപ്പെട്ട് ഇനിയും എഴുതാൻ കഴിഞ്ഞിട്ടില്ലെങ്കിലോ. അങ്ങനെയെങ്കിൽ അവറാന്റെ കെട്ട്യോൾ വീവാത്തുമ്മ അമ്മയുടെ അടുത്തായിരിക്കും വന്നന്വേഷിക്കുക. ഒന്നും അറിഞ്ഞില്ല വീവാവുത്തമ്മാ എന്നുകേട്ട് അവരും കണ്ണുനിറച്ച് തിരിച്ചുപോയിരിക്കും. അമ്മ തകർന്നുപോകും.

വാസുവിന് നെഞ്ച് കനത്തു. ഒരിടർച്ച അയാളിലൂടെ മിന്നൽപ്പിണർ പോലെ കടന്നുപോയി. അബോക്കർ കൊടുത്ത കടലാസ്സും ബാൾ പേനയുമെടുത്ത് വെച്ച് അയാൾ എഴുതി.

പ്രിയം നിറഞ്ഞ അമ്മ അറിയുന്നതിന്...

യാത്രയെക്കുറിച്ചോ, എത്തിപ്പെട്ട സാഹചര്യത്തെക്കുറിച്ചോ കത്തിൽ ഒന്നുംതന്നെ എഴുതുകയുണ്ടായില്ല. സുഖായെത്തിച്ചേർന്നു.

അതങ്ങനെയാണ്. സുഖം. ഇവിടെ പരമസുഖം. ഒന്നിനും ഒരു കുറവുമില്ല. അല്ലാതെ നിജസ്ഥിതി എഴുതി അവരെക്കൂടി വേദനിപ്പിക്കുന്നതെന്തിന്. പേർഷ്യയിലെത്തിയവർ ഒരിക്കലും തങ്ങളുടെ ദുഃഖങ്ങൾ ആരെയും അറിയിക്കരുത്. അതിനല്ലല്ലൊ അവരെത്തിയത്. കുടുംബത്തെ ദുരിതത്തിൽനിന്നും കരകയറ്റാൻ. വേദനകൾക്ക് അറുതിവരുത്താൻ. സന്തോഷവും സമൃദ്ധിയും എത്തിക്കാൻ.

"ങ്ങട് തന്നേ. ഞമ്മള് സ്റ്റാമ്പ് തേച്ച് പെട്ടീലിട്ടോളാം."

അബോക്കറിന്റെ ചെലവിലാണ് ആദ്യത്തെ കത്ത് പോകുന്നത്. അമ്മയും പെങ്ങന്മാരും കത്ത് കിട്ടി വായിക്കുന്നതും ആശ്വസിക്കുന്നതും മനസ്സിൽ കണ്ടുകൊണ്ട് വാസു കിടന്നു. ഇനി അമ്മയ്ക്ക് പറയാനാവും. മോന്റെ കത്ത് വന്നിരുന്നു. അവൻ പേർഷ്യേലെത്തി. ജോലിയായി. സുഖാണ്.

ചുമടെടുക്കുമ്പോഴും വാസു നിരാശനായില്ല. ശരീരം പക്ഷേ, അതിനായി പാകപ്പെട്ടുവന്നില്ല. പേശികളുടെ നീറ്റലും കടച്ചിലും ഒരിക്കലും മാറിക്കിട്ടിയില്ല. അതൊക്കെ സഹിച്ചും അവഗണിച്ചും അയാൾ പുലർച്ചയ്ക്കു തന്നെ പണിക്കിറങ്ങി.

എന്നാൽ ഇത് അധികനാൾ നീണ്ടുനിന്നില്ല. കിട്ടിയ പണി സ്വായത്തമാക്കുന്നതിനു മുൻപ്തന്നെ അത് നഷ്ടപ്പെടുകയായിരുന്നു. വന്നടുക്കുന്ന പത്തേമാരികളുടെ എണ്ണത്തിൽ കുറവുവന്നതും ചരക്കുകൾ അധികമൊന്നും എത്താതിരുന്നതും അനവധി തൊഴിലാളികളെ വേണ്ടെന്നുവെക്കാൻ കാരണമായി. അക്കൂട്ടത്തിൽ വാസുവും പെട്ടു. ഒരു സന്ധ്യക്ക് അവർ അയാളോട് പറഞ്ഞു. നാളെമുതൽ വരേണ്ടെന്ന്. അത്രേയുള്ളൂ. ആരോ അലിവുതോന്നി അയാളെ പണിക്ക് കൂടെ കൂട്ടിയതാണ്. ഒരു നാട്ടുകാരൻ. ചുമടെടുക്കുന്നവന് ആദ്യം ഒരു കൈത്താങ്ങായി നിന്നു. പിന്നെ താനേ ചുമട് തന്റെ ചുമലിലും തലയിലുമെടുത്തു. വീട്ടിൽ പോലും മുറ്റത്തോ പറമ്പിലോ പാടത്തോ എന്തെങ്കിലും ചെയ്യാമെന്നു വെച്ചാൽത്തന്നെ അമ്മ സമ്മതിക്കില്ല. തൂമ്പയോ കൈക്കോട്ടോ എടുത്ത് കൊത്താനോ കിളക്കാനോ പണിക്കാരോടൊപ്പം പാടത്തിറങ്ങിയാൽ അമ്മ ഒച്ചവെക്കാൻ തുടങ്ങും.

"വാസൂ, നീ വരമ്പത്തിക്ക് കേറ്യേ. കൈയും കാലും മുറിക്കണ്ട. അതൊക്കെ ചെയ്യാനാ പണിക്കാരെ നിർത്തീരിക്ക്ന്."

തൃപ്രയാർ ജങ്ഷനിൽ പണിയെടുക്കുന്ന ചുമട്ടുതൊഴിലാളി ചെയ്യുന്നതുതന്നെയാണ് ഇവിടെ ചെയ്യുന്നതും. കൂടെ ചുമടെടുക്കുന്നവരും ഇങ്ങനെത്തന്നെയല്ലേ. അവരും നാട്ടിലേക്കെഴുതുന്നത് ഇവിടെ നല്ല ജോലിയായി. സുഖാണ് എന്നൊക്കെയല്ലേ. വീട്ടുകാർക്ക് സന്തോഷം. അവർ വിചാരിക്കും ഈശ്വരാ നീ കടാക്ഷിച്ചു. എന്റെ മോന് നല്ലൊരു ജോലിയായല്ലൊ. മറ്റുള്ളവരോടും പറയും. അവൻ പേർഷ്യേലാ. തരക്കേടില്ല. എന്നിട്ട് ശ്രീരാമക്ഷേത്രത്തിൽ നൂറ്റൊന്ന് വെടി.

ഒറ്റക്കണ്ണൻ ഒന്നുകൂടി ചുവന്ന് കടലിലേക്ക് താഴാൻ തുടങ്ങി

യപ്പോൾ വാസു തിരിച്ചുനടന്നു. അയാളുടെ കീശയിൽ ഏതാനും പച്ചനോട്ടുകളും കുറച്ചു നാണയങ്ങളുമുണ്ട്. ഏതാനും നാൾ പണിയെടുത്തതിന്റെ കൂലിയെണ്ണി കിട്ടിയതാണ്. ദിവസക്കൂലിയാണ്. എന്നാലും വാസു എന്നും വാങ്ങിയിരുന്നില്ല. ഇപ്പോൾ പണിയെടുപ്പിച്ച ഫോർമാൻ വിളിച്ചുതന്നതാണ്.

വഴിയിൽ ഇരുൾ നിറഞ്ഞിരുന്നു. അകലെ അവിടവിടെ മിന്നിനിന്ന വെളിച്ചത്തെ ലക്ഷ്യമാക്കി വാസു നടന്നു. നാളെ ഈ വഴി തിരിച്ചുവരേണ്ടതില്ല എന്ന ചിന്ത അയാളെ തെല്ലൊന്നു വേദനിപ്പിച്ചിരുന്നു.

ആൽമരത്തണൽ

പ്രഭാതത്തിൽ വൈകിയുണർന്നു. പുലർച്ചക്കെഴുന്നേറ്റ് പണിക്കിറങ്ങേണ്ടതില്ലായിരുന്നു. മേല്ക്കൂരയിലെ മരയഴികളുടെ വിടവിൽ കനം വെച്ചുവന്ന വെളിച്ചത്തുണ്ട് കണ്ണിൽ വന്നുവീഴുമ്പോളാണ് ഉണർന്നത്. ആളനക്കമില്ല. ഇളാപ്പയും അബോക്കറും പുലരും മുൻപേ പോയിരിക്കും. റെസ്റ്റോറന്റ് വെളിച്ചത്തിനും മുൻപേ കൺതുറക്കും. പണിക്കിറങ്ങുന്നവർക്കൊക്കെ പ്രഭാതഭക്ഷണം തയ്യാറാക്കണം. അവിടുന്നുതന്നെ റൊട്ടി പൊതിഞ്ഞുവാങ്ങി ഉച്ചഭക്ഷണത്തിനായി കൊണ്ടുപോകുന്നവരുമുണ്ട്. ആ സമയങ്ങളിലൊക്കെ തിരക്കോട് തിരക്കാണ്. അബോക്കർ പറയും "മൻശ്യന് പത്ത് കയ്യിണ്ടായാലും പോരാണ്ടാവും. പച്ചേളെക്കൊണ്ടാ വല്യപാട്. അവറ്റോൾക്ക് ഒട്ടും ക്ഷമീല്യ." പാകിസ്ഥാനികൾ എപ്പോഴും ധൃതിവെക്കുന്ന കാര്യമാണ് അബോക്കർ സൂചിപ്പിക്കുക.

രാത്രി ഇളാപ്പയും അബോക്കറും കടപൂട്ടി വന്നപ്പോൾ വാസു അറിയിച്ചിരുന്നു. നാളെമുതൽ പണിയില്ല. ആരും ഒന്നും മിണ്ടിയില്ല. അങ്ങനെയൊന്ന് പ്രതീക്ഷിച്ചപോലെ. പണിയില്ല എന്നത് എന്തൊക്കെയായാലും ഒരു വലിയ ശൂന്യത തന്നെയാണ് സൃഷ്ടിക്കുന്നത് എന്ന് വാസുവിന് തോന്നി. ഉറങ്ങാൻ കിടക്കുംമുൻപ് ഇളാപ്പ പറഞ്ഞു.

"ബെഷമിക്കാണ്ടിരി. ഞമ്മള് പലേടത്തും അന്വേഷിക്കിനിണ്ട്."

വാസുവിന് ആശ്വാസം തോന്നി. അധികം സംസാരിക്കാത്ത ആളാണ് ഇളാപ്പ. എന്നാൽ ആരെയും സഹായിക്കാനുള്ള ഒരു വല്യ മനസ്സുണ്ട്. അല്ലെങ്കിൽ അവശനായി വീണ തന്നെ വാരിയെടുത്ത് ഇവിടേക്ക് കൂട്ടിക്കൊണ്ടുവരില്ല. അഭയം തരില്ല.

പണിയെടുത്ത് കിട്ടിയ കാശെടുത്ത് വാസു ഇളാപ്പക്ക് നീട്ടി പറഞ്ഞു.

"അവര് കണക്കുതീർത്തു തന്നതാ."

"അത് വേണ്ട. നീ തന്നെ വെച്ചോളിൻ. ആവശ്യം വരും" ഇളാപ്പ പണം വാങ്ങിയില്ല.

താമസിക്കാനിടവും പോരാത്തതിന് ഭക്ഷണവും. അതിനൊക്കെ കാശ് വേണ്ടേ. ഒരു വലിയ കടപ്പാട് ശേഷിക്കയാണ്.

വാസു പുറത്ത് കത്തിനില്ക്കുന്ന ചൂടിലേക്കിറങ്ങി. മണൽ ചുട്ടു പഴുക്കാൻ തുടങ്ങിയിരുന്നു. നേർത്ത വെള്ളി മിനുക്കം പ്രത്യക്ഷപ്പെടുന്നുണ്ട്. അത് ചൂട് കൂടുതലാണെന്ന ഓർമ്മപ്പെടുത്തലാണ്. നിരത്ത് തിരക്കിലേക്ക് മുങ്ങുകയാണ്. പട്ടാളവണ്ടികൾ നീങ്ങുന്നതു കാണാം. ഇനിയും കാണാത്ത നിരത്തിന്റെ അപ്പുറത്തേക്ക് നടന്നു. അവിടവിടെ ഈന്തപ്പനകൾ ചൂടിനെ വെന്ന് നില്പുണ്ട്. നടന്നുകയറിയപ്പോൾ ദൂരെ വിടർന്നുനില്ക്കുന്ന വൃക്ഷഛായ. അത്ഭുതം തോന്നി. അടുത്ത് ചെല്ലുന്തോറും കൗതുകം വർദ്ധിച്ചു. ശരിയാണ്. ഒരാൽമരം. പടർന്ന് ശാഖകൾ വിരിച്ച് അധികമൊന്നും ഉയരമില്ലാതെ അത് ഭൂമിയോട് ചേർന്നു കിടക്കുന്നതായേ തോന്നൂ. കണക്കില്ലാത്ത ജഡവേരുകൾ ഭൂമിയിലേക്ക് ഊർന്നിറങ്ങിയിട്ടുണ്ട്. ആൽമരത്തണലിലേക്ക് കയറി നിന്നപ്പോഴുണ്ടായ അവാച്യമായ ഇളം തണുപ്പ് വാസുവിനെ കോരിത്തരിപ്പിച്ചു. വെയിലുരുക്കുന്ന പുറംകാഴ്ചകളിലും മരത്തണലിലെ തണുപ്പ് ഹൃദയം കുളിർപ്പിക്കുന്നു. ഏതൊരു പഥികനും അഭയമരുളി നില്ക്കുന്ന ആൽമരം. കാലത്തിന്റെ ഓർമ്മത്തെറ്റായി നിന്നു. അബോക്കർ പറഞ്ഞിരുന്നത് ഓർമ്മയിലെത്തി.

"എല്ലാരും കണ്ട്മുട്ട്ണതും ബെശമം തീർക്ക്ന്നതും റോളേലിരുന്നാ."

അപ്പോൾ ഇതാണത്. റോള. പേരുകേട്ട ആൽമരം. അഭയകേന്ദ്രം. മരുഭൂമിയിൽ വെന്തുരുകുന്ന മനുഷ്യരുടെ വേദനകൾ പങ്കുവെക്കാനൊരിടം. തണുപ്പിന്റെ സാന്ത്വനത്തോടൊപ്പം പലതരം പക്ഷികളുടെ ശബ്ദങ്ങളും. അവ ചൂടിൽ നിന്നും ഒളിച്ചുപാർക്കുകയാണ്. ശിഖരങ്ങളിൽ കൂടുവെച്ചിരിക്കയാണ്. കൊച്ചുകിളികളാണധികവും. ആൽമരച്ചുവട്ടിൽ ഭൂമിയുടെ ധമനികൾപോലെ എഴുന്നുനില്ക്കുന്ന വേരുകളിലും മറ്റും ആളുകളിരിപ്പുണ്ട്. മരത്തിന്റെ കവരങ്ങളിൽ ചെറിയ തകരപ്പെട്ടികളും കാണാം. സ്വന്തം സമ്പാദ്യങ്ങൾ സൂക്ഷിക്കാൻ വിശ്വസ്തതയോടെ ആൽമരത്തെ ഏല്പിച്ചിരിക്കുകയാണ്. മരത്തണലിൽ വന്നുചേരുന്നവരൊക്കെ ഏതാനും സമയം കൂട്ടംകൂടി കാത്തുനില്ക്കുകയും പിന്നീട് ഏതെങ്കിലും വണ്ടിയെത്തുമ്പോൾ അതിൽ ചാടിക്കയറി എങ്ങോട്ടോ പോകുന്നതും കാണാം. അത് പൊള്ളാച്ചിച്ചന്തയ്ക്ക് കാലിക്കൂട്ടങ്ങളെ കയറ്റിപ്പോകുന്ന ട്രക്കുകളെ ഓർമ്മിപ്പിച്ചു.

അങ്ങനെ വണ്ടികൾ പലതു വന്നിട്ടും കയറിപ്പോകാതെ മരത്തണലിൽത്തന്നെ ഏതാണ്ട് ധ്യാനത്തിലെന്നപോലെ ഇരിപ്പുറപ്പിച്ച ഒരു താടിക്കാരനെ വാസു ശ്രദ്ധിച്ചു. നീണ്ടുവളർന്ന തലമുടി അയാൾ ഒരു ചരടുകൊണ്ട് പിന്നിലേക്ക് വലിച്ചുകെട്ടിയിട്ടുണ്ട്. അടുത്തു ചെന്നപ്പോൾ അയാളുടെ തീക്ഷ്ണങ്ങളായ കണ്ണുകൾ ആർത്തിയോടെ വാസുവിലേക്ക്

നീണ്ടു. ഏതാനും നിമിഷം തങ്ങിനിന്ന് വീണ്ടും കണ്ണുകൾ പിൻവലിച്ച് അയാൾ തലമുടിക്കെട്ടിനുള്ളിൽനിന്നും പരതിയെടുത്ത ഒരു നാടൻ ബീഡിക്ക് തീകൊളുത്തി പുകവിടാൻ തുടങ്ങി. വന്നെത്തിയതിനുശേഷം നാടൻ ബീഡി വലിക്കുന്ന ഒരാളെ ആദ്യമായാണ് വാസു കാണുന്നത്. പുക മറയിലിരുന്ന് അയാൾ വാസുവിന്റെ നേരെ നോക്കി ചോദിച്ചു.

"ബണ്ടി കൊറെ ബന്നല്ലൊ. ന്താ ജ്ജ് പോണില്ലേ."

"എവ്ടക്ക്" മലയാളം കേട്ട സന്തോഷത്തിൽ വാസു തിരിച്ചു ചോദിച്ചു.

"അദ്പ്പെന്തിനാ തെരക്ക്ണ്."

"മനസ്സിലായില്ല."

വാസുവിന്റെ അജ്ഞത മനസ്സിലാക്കിയിട്ടാവും അയാൾ അടുത്ത് വിളിച്ച് ചോദിച്ചു.

"ജ്ജ് ബ്ടെ നമസ്തേന്നാവും ല്ലേ."

ഒന്നും മനസ്സിലാവാതെ വാസു നിന്നു. വണ്ടിയിൽ കയറി പോകാതിരുന്നതെന്താണെന്നാണ് അയാൾ അന്വേഷിച്ചത്. എവിടേക്കെന്നും എന്തിനെന്നുമുള്ള ഉൽക്കണ്ഠയായിരുന്നു വാസുവിന്. അതറിയേണ്ടതില്ലെന്ന പ്രതികരണവും.

ശരിയാണ്. ആദ്യമായാണ് ഇങ്ങനെ ഒരു വഴിയോരക്കാഴ്ചയും അരയാൽത്തണലും ആൾക്കൂട്ടവും താടിക്കാരനും ആദ്യാനുഭവമാണ്.

"കേറിപ്പോയാ പണികിട്ടും. രണ്ടു പുത്തൻ കൈയീവരും. ഇനി മോന്ത്യാവുമ്പ ബന്നോളീൻ. അപ്പളും ണ്ടാവും ബണ്ടി."

അപ്പോൾ അതാണ് കാര്യം. പണിയില്ലാ ത്ത ആൾക്കൂട്ടത്തെയാണ് മരത്തണലിൽ കണ്ടത്. അതികായന്മാരാണ് അധികവും. ബലിഷ്ഠങ്ങളായ കൈകൾ. പരന്ന ചുമലുകൾ. പൊക്കം. പാകിസ്ഥാനികളും അഫ്ഘാനികളുമാണ്. പണിക്ക് ആളെക്കൂട്ടാൻ വരുന്നതാണ് വണ്ടികൾ. കയറിപ്പോയാൽ പണികിട്ടും.

വാസുവിന് ഒരു വെളിച്ചം കിട്ടി.

സന്ധ്യക്കു മുൻപേ വാസു അരയാൽച്ചുവട്ടിൽ ഹാജരായി. വണ്ടി കാത്തുനിന്നു. താടിക്കാരൻ അപ്പോഴും അവിടെയിരുന്ന് ബീഡി വലിച്ച് രസിക്കുന്നുണ്ടായിരുന്നു. കണ്ടപ്പോൾ പരിചയഭാവം കാട്ടിയില്ല. വാസു ഒന്നു ചിരിച്ചെങ്കിലും അയാൾ പ്രതികരിച്ചില്ല. അല്ലെങ്കിൽ വളർന്ന താടിക്കുള്ളിൽ അയാൾ വിരിയിച്ച ഭാവം എന്തെന്നു മനസ്സിലാക്കാൻ കഴിഞ്ഞില്ല.

ഏതാനും പേർകൂടി ആൽമരച്ചുവ ട്ടിലേക്ക് എത്തിക്കഴിഞ്ഞിരുന്നു. അവരൊക്കെ വണ്ടികാത്തു വന്നവരായിരിക്കുമോ. വാസു വിചാരിച്ചു. അതിൽ മലയാളികളായി ആരുമുണ്ടെന്നു തോന്നിയില്ല.

പോക്കുവെയിൽ ആലിലകളിൽ തിളക്കം ചാർത്താൻ തുടങ്ങിയിരുന്നു. ശിഖരങ്ങളിൽ ചെറുകിളികൾ തിരിച്ചെത്തി ഒച്ചവെക്കുന്നുണ്ട്. അന്തരീക്ഷം ആവിയിൽ മുങ്ങിനിന്നു. വിയർപ്പ് കിനിഞ്ഞൊഴുകി കാലുകളിലുരുണ്ടു വീഴുന്നതറിയാം. ഇട്ടതെല്ലാം ശരീരത്തിലൊട്ടിക്കിടന്നു.

ഒരില പോലുമനങ്ങുന്നില്ല.

ക്ഷണത്തിൽ ഒരു തുറന്ന പിക്ക്അപ്പ് വാൻ വന്നുനിന്നു. ആരെന്നോ എവിടേക്കെന്നോ അന്വേഷിക്കപോലും ചെയ്യാതെ കാത്തുനിന്നവരൊക്കെ അതിൽ പൊത്തിപ്പിടിച്ചുകയറി. വാസുവും അതിലൊരാളായി. ഒന്നു മടിച്ചെങ്കിലും അവസാനത്തെ ആളായി വാസു കയറുകയായിരുന്നു.

ഏറെദൂരം പോയതിനുശേഷം കുണ്ടും കുഴിയും നിറഞ്ഞ വഴിയിലൂടെ വണ്ടി നീങ്ങാൻതുടങ്ങി. വണ്ടിക്കുള്ളിലുള്ളവരെല്ലാം വിവിധ ഭാഷക്കാരാണെന്നു മനസ്സിലായി. എങ്കിലും അവർ ഹിന്ദിയോ ഏതാണ്ട് അതിനോട് ചേർന്നതെന്തോ ആണ് സംസാരിക്കുന്നതെന്നു വാസു തിരിച്ചറിഞ്ഞു. എന്തൊക്കെയോ പറയുന്നുണ്ടെങ്കിലും ഒന്നും വ്യക്തമായി മനസ്സിലാക്കാനായില്ല.

പഠിക്കുന്ന കാലത്ത് ഹിന്ദി കാണാതെ പഠിച്ചെഴുതി ഒരുവിധം കടന്നുകൂടുകയായിരുന്നു. ആ ഭാഷ പഠിക്കണമെന്ന ആഗ്രഹം ഒരിക്കലും തോന്നിയിട്ടില്ല. മറിച്ച് ഒരുതരം വെറുപ്പായിരുന്നു. ഹിന്ദി പ്രചാരസഭ കൈപ്പമംഗലത്ത് ആരംഭിച്ചിരുന്നെങ്കിലും ആ ഭാഗത്തേക്ക് തിരിഞ്ഞു നോക്കുകപോലും ഉണ്ടായില്ല. തമിഴ്നാട്ടിലും മറ്റും ഹിന്ദി വിരുദ്ധപ്രചാരണം കൊടുമ്പിരികൊള്ളുന്നുവെന്ന് പത്രങ്ങളിൽ വായിച്ചിട്ടുണ്ട്.

വണ്ടിയുടെ കുലുക്കംമൂലം എല്ലാവരും നിലത്തിരിക്കുകയായിരുന്നു. ചുറ്റും ഒരു വെളിച്ചത്തുണ്ടുപോലും കണ്ടിരുന്നില്ല. ഭൂതലം മുഴുവൻ ഇരുളിലേക്കൊതുങ്ങിയിരുന്നു. അയാൾക്ക് നേർത്ത ഭയംതോന്നി. അവസാനം വണ്ടി ഒരു കമ്പിവേലിക്കെട്ടിനു മുന്നിൽ ചെന്നുനിന്നു. അവിടവിടെ നിയോൺ ബൾബുകൾ എരിഞ്ഞ് കത്തുന്നുണ്ട്. അതല്പം ആശ്വാസം പകർന്നു. വിശാലമായ ഒരിടമായിരുന്നു അത്. കെട്ടിടനിർമ്മാണത്തിനാവശ്യമായ പലവിധ സാധനങ്ങൾ പലയിടത്തുമായി അടുക്കടുക്കാക്കി വെച്ചിരിക്കുന്നു. ഗേറ്റ് കീപ്പർ അയാളുടെ കേബിനിൽ നിന്നും ഇറങ്ങിവന്ന് വണ്ടിയിലേക്കൊന്നു നോക്കിയശേഷം ബാരിയർ പൊക്കി വണ്ടി ഉള്ളിലേക്ക് പോകാൻ അനുവദിച്ചു.

"ചലോ ഭായി."

ഡ്രൈവർ വണ്ടി നിർത്തി ഇറങ്ങിവന്ന് പറഞ്ഞു.

എല്ലാവരും ചാടിയിറങ്ങി. വണ്ടിക്ക് നല്ല ഉയരമുണ്ടെന്ന് വാസുവിന് തോന്നി. കയറിയപ്പോൾ അങ്ങനെ തോന്നിയതുമില്ല. ഇറങ്ങാൻ ബുദ്ധിമുട്ടായപ്പോൾ താനെങ്ങനെ ഇത്ര മുകളിലേക്കുകയറി എന്ന് അത്ഭുതപ്പെട്ടു. വിശാലമായ ഒരിടത്തേക്കാണ് ഇറങ്ങിനിന്നത്. പല വലുപ്പത്തിലുള്ള ചരൽക്കൂമ്പാരങ്ങൾ, കോൺക്രീറ്റ് കട്ടകൾ, നെടുനീളത്തിലുള്ള വിവിധ കനത്തിൽ ഇരുമ്പുകമ്പികൾ, മണലരിക്കുന്ന യന്ത്രങ്ങൾ, കോൺക്രീറ്റ് മിക്സ്റുകൾ, ചരക്കുകയറ്റി വരുന്ന ട്രക്കുകൾ. ഇവയ്ക്കിടയിൽ നിന്ന് പണിയെടുക്കുന്ന കുറെ മനുഷ്യർ. ഒരു വലിയ ഫാക്ടറിക്കുള്ളിൽ കടന്ന പ്രതീതി. എവിടെയും തിരക്ക്. ആരും ആരെയും ശ്രദ്ധിക്കാതെ ജോലിയിൽ വ്യാപൃതരാണ്. തിരക്കിനിടയിൽ നിന്നും ഒരു പിക്ക്അപ്പ് വാൻ വന്ന് ഗേറ്റിനരികിൽ നിന്നു. ഒരാൾ ഇറങ്ങിവന്നു.

കട്ടിയുള്ള തൊപ്പിയും കഴുത്തുമുതൽ പാദംവരെയെത്തുന്ന കവറോളുമാണ് വേഷം.

"ഇസ്മെ പാഞ്ച് ആദ്മി ആവോ ഭായീ."

ഇറങ്ങിനിന്നിരുന്ന ചിലർ വണ്ടിയിലേക്ക് കയറിയപ്പോൾ അഞ്ചുപേരിൽ ഒരാൾ വാസുവായിരുന്നു. കൂടെയുണ്ടായിരുന്നവരിൽ പ്രായം ചെന്ന ഒരാൾ വാസുവിനെ നിർബ്ബന്ധിച്ച് കയറ്റിയതാണ്. വണ്ടി തിരിച്ച് തിരക്കുപിടിച്ച പണിസ്ഥലങ്ങളിലൂടെ ഓടിച്ചുപോയി. അതൊരു വലിയ പ്രദേശമാണെന്നും എല്ലായിടത്തും ഓരോരോ ജോലികൾക്കായി സ്ഥലം തിരിച്ചിട്ടിരിക്കയാണെന്നും വാസുവിന് മനസ്സിലായി. വണ്ടി മുന്നോട്ടു നീങ്ങുന്നതോടെ സ്ഥലത്തിന്റെ വ്യാപ്തിയും വർദ്ധിച്ചുവന്നു. ശബ്ദമുഖരിതമായ അന്തരീക്ഷം. ഏറെ പണിസ്ഥലങ്ങൾ കടന്നുപോയെങ്കിലും വണ്ടി അവിടെയൊന്നും നിർത്തുകയുണ്ടായില്ല. അവസാനം നിരവധി തൊഴിലാളികൾ പണിയെടുക്കുന്ന ഒരു സ്ഥലത്ത് വണ്ടിനിന്നു. പ്രകാശം ചൊരിയുന്ന നിരവധി നിയോൺ ബൾബുകളുള്ള മാസ്റ്റുകൾക്ക് കീഴിൽ നീണ്ടുനീണ്ടുപോകുന്ന കനത്ത കമ്പികൾ അട്ടിയട്ടിയായി കിടന്നിരുന്നു.

"ഉധ്രോ."

താഴെയിറങ്ങി. നിമിഷങ്ങൾക്കകം കട്ടിത്തൊപ്പിവെച്ച് നീണ്ട പാപ്പാസിൽ ഒരാൾവന്ന് കൂട്ടിക്കൊണ്ടുപോയി.

"ബാർബെന്റിങ് യാർഡ്."

വാസു ബോർഡ് വായിച്ചു. അതായിരുന്നു പണിശ്ശാല. കമ്പി വളച്ചെടുക്കുക. പ്രത്യേകരൂപത്തിൽ ചെറുകമ്പിനാരുകൾ കൊണ്ട് കെട്ടുക. അടുക്കുക. അതാണ് തുടക്കം. കട്ടിത്തൊപ്പിയും തടിച്ച കൈയുറയും തരും. നല്ല ശരീരശേഷി ആവശ്യമാണ്. പാകിസ്ഥാനികൾ വളരെ ലാഘവത്തോടെ ചെയ്തുതീർക്കും. അവരുടെ ശരീരബലം ഒന്നു വേറെതന്നെയാണ്. വാസു നോക്കിനിന്ന് നെടുവീർപ്പിടും. ഇത്രയും കായികശക്തിയുള്ള ആരെയും വാസു കണ്ടിട്ടില്ല. അവർ ചെയ്യുന്നത്ര വേഗത്തിലും സൂക്ഷ്മതയിലും വാസുവിനായില്ല. എങ്കിലും ആവുന്നത്ര ശക്തി ഉപയോഗിച്ച് ഇരുമ്പിനോട് മല്ലിട്ടു. കൈയിലെ മാംസപേശികൾ ഉരുണ്ട് കനം വെക്കാൻ തുടങ്ങി. കൈത്തലങ്ങൾ കറുക്കാനും തഴമ്പ് രൂപപ്പെടാനും തുടങ്ങി. ആദ്യദിവസങ്ങളിലെ വേദന കല്ലിച്ചു കട്ടിയായി തഴമ്പുപിടിക്കയായിരുന്നു. രാത്രിയുടെ ഭാരമോ ഉറക്കച്ചടവോ വകവെക്കാതെ വാസു പണിയെടുത്തു. പകൽ മുഴുവൻ കൈകാലുകളിലെ കഠിനവേദന തിന്ന് കഴിച്ചുകൂട്ടി.

ആദ്യദിവസം പുലർച്ചക്ക് തിരിച്ചെ ത്തിയപ്പോൾ ഇളാപ്പയും അബോക്കറും ഉൽക്കണ്ഠയോടെ കാത്തിരിക്കുന്നത് കണ്ടു.

"നീയേട്യായ്ര്ന്ന്. മൻശ്യര് ബെഷമിച്ച് പോയല്ലൊ" കാര്യമറിഞ്ഞ ഇരുവരും ഒന്നും പറഞ്ഞില്ല. ഇളാപ്പ പുറ ത്തിറങ്ങിയപ്പോൾ അബോക്കർ പറഞ്ഞു

"ബെല്യ ബെഷമായ്ര്ന്ന് ന്തെങ്കിലും അപകടം പറ്റ്യോന്ന്

സംശയായ്ര്ന്ന്."

വാസു ഒന്നും മിണ്ടിയില്ല. അവരുടെ ഉൽക്കണ്ഠയുടെ ആഴം തിരിച്ചറിഞ്ഞു.

"നിനക്ക് പറ്റ്യ പണി ദ്തൊന്നല്ലപ്പാ" അബോക്കർ അങ്ങനെയാണ് ചിന്തിച്ചത്.

അബോക്കറും ഇളാപ്പയും കൂടെ ലോഞ്ചില് കയറി വന്നതാണ്. വന്ന കാലത്ത് ഗത്യന്തരമില്ലാതെ ഒരുപാടലഞ്ഞിട്ടുണ്ട്. പട്ടാളത്തിന്റെ കണ്ണുവെട്ടിച്ചും മറ്റുമായിരുന്നു നടന്നിരുന്നത്. പിന്നീട് ഏതോ അറബിയുടെ ഔദാര്യത്തിൽ ഇളാപ്പ ഒരു കൂര വെച്ചുകെട്ടി അറബികൾക്ക് ഖാവയുണ്ടാക്കിക്കൊടുക്കാൻ തുടങ്ങി. വൈകുന്നേരങ്ങളിൽ ഇളാപ്പയുടെ ഖാവ കുടിക്കാനും ഹുക്ക വലിക്കാനും അറബികളെത്തും. അങ്ങനെ ഇളാപ്പ എന്ന അബ്ദുൾറഹ്മാൻ എന്ന അദ്രമാൻ ചായക്കട തുടങ്ങി. പരിപ്പുവടയായിരുന്നു പ്രധാന വിഭവം.

എണ്ണയിൽ മൊരിയിച്ചെടുത്ത പരിപ്പുവടയും സുലൈമാനിയും പ്രധാന കച്ചവടം. അദ്രമാന്റെ മൊരിഞ്ഞ പരിപ്പുവടയുടെയും ഏലക്കായും കരയാമ്പൂവുമിട്ട ഖാവയുടെയും സുലൈമാനിയുടെയും ഗന്ധം പ്രദേശവാസികളെ കടയിലേക്ക് വിളിച്ചുവരുത്തി. ചെറിയ സ്ഫടിക ഗ്ലാസിൽ പകരുന്ന ചുവന്നിരുണ്ട സുലൈമാനിയും സുഗന്ധമൂറുന്ന ഖാവയും മൊത്തിക്കുടിച്ച് ഹുക്കയും വലിച്ച് അറബികൾ വൈകുന്നേരങ്ങളിൽ കിസ്ത പറഞ്ഞിരുന്നു.

പത്തേമാരികൾ ധാരാളമായി കരയ്ക്കടുക്കാൻ തുടങ്ങിയതോടെ അദ്രമാന്റെ കടയിലും തിരക്കേറി. വരുന്നവർക്കൊക്കെ ഖാവയും സുലൈമാനിയും കൊടുക്കാൻതന്നെ അദ്രമാൻ നന്നെ വിഷമിച്ചു. ഹുക്ക വലിക്കുന്നവരുടെ എണ്ണവും വർദ്ധിച്ചുവന്നു. അതോടെ അയാളുടെ തലയ്ക്കുള്ളിൽ പൂത്തിരി കത്തി. കട അല്പംകൂടി വലുതാക്കിയെടു ത്തു. വരുന്നവർക്ക് ഇരിക്കാനും സൊറ പറയാനും സൗകര്യങ്ങളുണ്ടാക്കി. കച്ചവടം പച്ചപിടിച്ചുവന്നു. അബോക്കറെപ്പോഴും കൂടെനിന്നു. അദ്രമാൻ പറയുന്നതുവിട്ട് അബോക്കർക്ക് അഭിപ്രായമില്ല. അബോക്കറുടെ ഓരോ ചലനങ്ങളും കൃത്യമായി അദ്രമാന്റെ ഇച്ഛക്കനുസരിച്ച് മാത്രം തിട്ടപ്പെടുത്തിയിട്ടുള്ളതാണ്. ഒന്നു കൈയയഞ്ഞാൽ അബോക്കറുടെ ശ്വാസം നിലയ്ക്കും. അബോക്കറിന്റെ മേൽ അത്രകണ്ട് മേധാശക്തി വെച്ചുപുലർത്തുന്നുണ്ട് അദ്രമാൻ എന്നുതോന്നും. എന്നാൽ പ്രത്യക്ഷത്തിൽ അങ്ങനെയൊരു പെരുമാറ്റം കാണാനാവില്ല. ഇളാപ്പയും മോനും തമ്മിൽ വളർന്നുവന്ന ആത്മബന്ധത്തിന്റെ അകപ്പൊരുളുമായി വേണം അതിനെ കാണാൻ. വളരെ ശാന്തനായ മനുഷ്യൻ. ഒന്നു ദേഷ്യപ്പെടുന്നതോ ശകാരിക്കുന്നതോ കാണാനാവില്ല. എല്ലാം നോക്കിക്കാണുന്ന പ്രകൃതം. നട ത്തംപോലും കാലുകളെ സാവധാനം എടുത്ത് വെച്ചുകൊണ്ടാണ്. ഓരോ നടയ്ക്കും ഒരുപാട് ദൈർഘ്യം കാണും. ഭൂമിക്ക് വേദനിക്കുമോ എന്ന ചിന്തയാവും.

വാസുവിനോടും അദ്രമാൻ ഇത്രയും നാളുകൊണ്ട് വളരെ കുറച്ചേ

സംസാരിച്ച് കാണൂ. തമ്മിൽക്കാണുന്നതു തന്നെ വൈകുന്നേരങ്ങളിൽ മാത്രമാണ്. കടയടച്ചെത്തുമ്പോൾ ഏറെ വൈകും. അപ്പോഴേക്കും വാസു അത്യാവശ്യം പണികളൊക്കെ ചെയ്തുവെച്ചിരിക്കും. എത്രയുംവേഗം ഒന്നു നടുനിവർത്തണം എന്ന വിചാരമായിരിക്കും. എങ്കിലും എത്ര വൈകിയാലും അദ്രമാൻ എത്താതെ വാസു കിടക്കാറില്ല.

എന്നാലിപ്പോൾ വാസുവിന് പണി രാത്രിയിലാണ്. വൈകുന്നേരം റോളയിൽ പോയി വണ്ടി വരുന്നതും കാത്തുനില്ക്കും. വൈകുന്നേരങ്ങളിൽ ആൽമരച്ചുവട്ടിൽ ധാരാളം പേരുണ്ടാവും. വണ്ടിയിൽ കയറി പണിസ്ഥലത്തെത്തിയാൽ പിന്നെ ഒരു രാത്രി എങ്ങനെ പോകുന്നെന്നറിയില്ല. കമ്പി വളയ്ക്കൽ അത്ര നിസ്സാരപണിയല്ലെന്ന് വാസുവിന് ക്ഷണത്തിൽ ബോദ്ധ്യപ്പെട്ടു. അതിലും ഒരു എഞ്ചിനീയറിങ് ഉണ്ട്. കണക്കുകളുണ്ട്. അതൊക്കെ നോക്കി ഉറപ്പുവരുത്താനും അവിടെ സൂപ്പർവൈസർമാരും എഞ്ചിനീയർമാരുമുണ്ട്. ഫോർമാൻ ആവശ്യപ്പെടും വിധം കമ്പി വളച്ച് ചെറുകമ്പികൾ കൊണ്ട് കെട്ടി അടുക്കുകളാക്കലാണ് അവിദഗ്ദ്ധതൊഴിലാളികളുടെ ജോലി. അതാണ് വാസു ചെയ്യുന്നതും.

ഇത്രയൊക്കെ പഠിച്ചിട്ടും തനിക്ക് ഇങ്ങനെയുള്ള ജോലികൾ ചെയ്യേണ്ടിവരുന്നല്ലോ എന്ന് വാസു ചിലപ്പോഴൊക്കെ ചിന്തിക്കാതിരുന്നില്ല. ക്ഷണത്തിൽ സ്വയം ശാസിക്കും. അത്തരം ചിന്തകൾക്കൊന്നും ഇവിടെ സ്ഥാനമില്ല. എങ്ങനെയും എന്നും ജോലിയുണ്ടാവണം. കടലിനപ്പുറം പ്രിയപ്പെട്ടവർ തനിക്കുവേണ്ടി കാത്തിരിപ്പുണ്ട്.

ഇതിനിടെ വാസുവിന്റെ മാംസപേശികൾ കാരിരുമ്പിന്റെ രൗദ്രതയോടെ സമരസപ്പെട്ടു വന്നിരുന്നു. ആദ്യ ദിനങ്ങളിൽ അനുഭവപ്പെട്ട ശരീരത്തിന്റെ കടച്ചിലും വേദനയും ഇപ്പോഴില്ല. മസിലുകൾ ദൃഢമായി പാകപ്പെട്ടു വന്നു. കൈത്തലത്തിന്റെ മൃദുത്വം നഷ്ടമായി. പകരം കട്ടിത്തഴമ്പു പ്രത്യക്ഷമായി. കൈകൾക്ക് ബലംവന്നു. പാടത്തും പറമ്പിലും പണിയെടുക്കുന്ന അപ്പു കണക്കനും തെങ്ങുകയറുന്ന കുഞ്ഞൻ കണക്കനും കാലിലും കൈയിലും ഇങ്ങനെയുള്ള മസിലുകളുണ്ടെന്ന് വാസു വേദനയോടെ ഓർത്തു.

ഏതാനും നാളുകൾക്കുള്ളിൽ വാസു ധാരാളം പേരെ പരിചയപ്പെട്ടു. ഓരോ സെക്ഷനിലും പണിയെടുക്കുന്നവരിൽ കൂടുതലും മലയാളികളാണ്. അവരിൽ പലരും പക്ഷേ, കമ്പനിയുടെ നേരിട്ട് നിയമിച്ച ജോലിക്കാരാണ്. അങ്ങനെയുള്ളവർ ദിവസക്കൂലിക്കായി പല സ്ഥലങ്ങളിൽ നിന്നു വണ്ടിയിൽ കയറി എത്തുന്നവരെ ഒരു പ്രത്യേക കണ്ണിലൂടെ മാത്രമേ നോക്കിക്കണ്ടിരുന്നുള്ളൂ. വെറും കൂലിപ്പണിക്കാർ. ഒരിടത്തും സ്ഥിരമായി ജോലിയില്ലാത്തവർ. ഗത്യന്തരമില്ലാതെ അലഞ്ഞുതിരിയുന്നവർ. ഓരോ വണ്ടിയിലും എവിടേക്കെന്നില്ലാതെ പൊത്തിപ്പിടിച്ച് കയറിയെത്തുന്നവർ. ഇങ്ങനെയുള്ളവരെക്കുറിച്ച് ആർക്കും അത്ര മതിപ്പില്ല. ഇവരുടെ മുന്നിൽ കമ്പനിയുടെ മാസശമ്പളക്കാർ അതൊരു ലേബറായാലും അല്പം ശിരസ്സുയർത്തിയാണ് നടന്നിരുന്നത്.

ആവി നിറഞ്ഞ് അന്തരീക്ഷം തൂങ്ങിനിന്നിരുന്ന ഒരു രാത്രി. ചൂടു

കൊണ്ട് എല്ലാം വെന്തുരുകുകയാണ്. ജോലിക്കിടയിൽ, കൈയിൽ കരുതിയ കുബ്ബൂസ് കടിച്ചിറക്കി അല്പം പൈപ്പ് വെള്ളവും കുടിച്ച് വിശപ്പടക്കുമ്പോഴാണ് വാസുവിനോട് ലോഹ്യം പറയാൻ അശോകൻ അടുത്തുവന്നത്. സ്വയം പരിചയപ്പെടുത്തിക്കൊണ്ട് അശോകൻ അട്ടിയിട്ടിരുന്ന ഇരുമ്പുപാളികളിൽ ചാരിനിന്നു.

"നാട്ടിലേട്യാ?"

"തൃപ്രയാർ."

"ഞാൻ കൊറെ വടക്കുന്നാ. വടകര."

അശോകൻ അറിയിച്ചു. വാസുവിന് സന്തോഷായി. ആദ്യമായാണ് ഒരു നാട്ടുകാരനെ ഇവിടെ കണ്ടുമുട്ടുന്നത്. സൗഹൃദം പങ്കിടുന്നത്. അശോകൻ തന്റെ ഫ്ളാസ്ക് തുറന്ന് അല്പം സുലൈമാനി പകർന്ന് വാസുവിന് നല്കി. മടിച്ചാണെങ്കിലും വാസു അതു വാങ്ങിക്കുടിച്ചു. അയാളുടെ കണ്ണുകളിൽ കൃതജ്ഞതയുടെ തിളക്കം മിന്നി.

കുബ്ബൂസ് കഴിച്ച് പച്ചവെള്ളം മാത്രം കുടിച്ചാണ് വാസു വിശപ്പടക്കിയിരുന്നത്. ഒരു ഫ്ളാസ്ക്കാണെങ്കിൽ എനിക്കും ഇതുപോലെ അല്പം സുലൈമാനിയുണ്ടാക്കി കൊണ്ടുവരാനാവുമെന്ന് വാസു വിചാരിച്ചു.

അവർ അന്യോന്യം വിശേഷങ്ങൾ പങ്കുവെച്ചു. കമ്പനിയുടെ നേരിട്ടുള്ള തൊഴിലാളിയാണെങ്കിലും അങ്ങനൊരു അഹങ്കാരമൊന്നും അശോകനിൽ കണ്ടില്ല. ഒന്നര വർഷമായി ജോലിചെയ്യുന്നു. കാര്യമൊന്നുമില്ല. ശമ്പളമൊക്കെ നിസ്സാരം. പതിനായിരം കൊടുത്ത് കയറി വന്നതാണ്. ഗത്യന്തരമില്ലാതെ ജോലിതേടി മാസങ്ങൾ അലഞ്ഞു. അവസാനം കിട്ടിയതാണിത്. കമ്പനിയുടെ ലബോറട്ടറിയിൽ ലേബറാണ്. അഗ്രിഗേറ്റ് യാർഡിൽ സാമ്പിളെടുക്കാൻ എത്തിയതാണ്. പാറക്കല്ലുകൾ പല വലുപ്പത്തിൽ പൊട്ടിച്ചും പൊടിച്ചുമെടുക്കുന്ന പ്ലാന്റ് അപ്പുറത്തുണ്ട്. അതിനുമപ്പുറം മലകളും മലയടിവാരത്തെ മടകളുമാണ്. ക്രഷറുകൾ തുപ്പുന്ന കൽപ്പൊടികൾ പല വലുപ്പത്തിലാണ്. അവയുടെ സാമ്പിളെടുത്ത് ലബോറട്ടറിയിൽ പരിശോധിക്കും. കൽത്തുണ്ടുകളുടെ ഗുണവും മേന്മയും കട്ടിയും കാഠിന്യവും പരിശോധിച്ചാണ് നിർമ്മാണാവശ്യങ്ങൾക്ക് ഉപയോഗിക്കുക.

വാസു കേട്ടുനിന്നു. എല്ലാം പുതിയ അറിവായിരുന്നു. അപ്പോഴേക്കും ഒരു പിക്അപ്പ് വാൻ വന്നുനിന്നു. അശോകന് അതിലാണ് പോകേണ്ടത്.

"ശരി, ഇനി രണ്ടുദിവസം കഴിഞ്ഞ് കാണാം."

അശോകൻ വണ്ടിയിൽ കയറി. പൊടി പറത്തിക്കൊണ്ട് വണ്ടി ഗേറ്റും കടന്ന് രാത്രിയുടെ അറിയാത്ത ഗുഹകളിലേക്ക് മറഞ്ഞു.

പറിച്ചുനടൽ

പുതിയ വാസസ്ഥലം. പരിമിതികൾക്കുള്ളിൽ കിടന്ന് വാസു ഞെരുങ്ങി വീർപ്പുമുട്ടി.

പഴകിപ്പൊട്ടി വിണ്ടുനില്ക്കുന്ന മൺചുമരുകളുള്ള കെട്ടിടത്തിലെ ഒരു കുടുസ്സുമുറിയിലേക്കാണ് അയാൾ എത്തിപ്പെട്ടത്. നിന്ന് തിരിയാനിടമില്ല. എട്ടൊമ്പതുപേർ തലചായ്ക്കുന്ന ഒരു കുഴിമട. ഒന്നുരണ്ടുപേർ എപ്പോഴെങ്കിലും വന്നും പോയുമിരിക്കുന്നവരാണ്. ബാക്കിയുള്ളവരുടെ വാസസ്ഥലമാണിത്. അവിടേക്കാണ് വാസുവും ചെന്നെത്തിയത്. ഓരോ ഇരുമ്പുകട്ടിലിനും മേൽ മറ്റൊന്നുകൂടി കെട്ടിവെച്ചു കിടക്കുന്ന ഇരുനില സംവിധാനമാണുള്ളത്. അങ്ങനെ കീഴ്ത്തട്ടിലും മേൽത്തട്ടിലുമായി ആറു പേർക്ക് കിടന്നുറങ്ങാം. കട്ടിലുകൾക്കിടയിൽ താഴെ തറയിൽ പുൽപായ വിരിച്ച് ഒന്നോ രണ്ടോ പേർ കിടക്കും. ചില സാഹചര്യങ്ങളിൽ അപ്രതീക്ഷിതമായി എത്തിപ്പെടുന്നവർക്ക് അഭയം കൊടുക്കേണ്ടിവരുമ്പോൾ ഒരു കട്ടിൽതന്നെ രണ്ടുപേർകൂടി പങ്കുവെക്കും. തറയിലും രണ്ടോ മൂന്നോ പേർകൂടി കിടക്കും. ഇതിനിടയിൽ പാചകം ചെയ്യാനുള്ള സംവിധാനവുമുണ്ട്. ഓരേ സ്റ്റേജിൽ പല രംഗങ്ങൾ മാറിവരുന്ന ഒരു നാടകമാണത്.

കെട്ടിടത്തിന്റെ അടുത്തടുത്ത മുറികളിലും ഇതു തന്നെയാണ് സ്ഥിതി. ഒരാൾക്ക് ഈ ലോകത്ത് എത്രകണ്ട് ചുരുങ്ങിയ ഇടമേ വേണ്ടൂ എന്നതിന്റെ പരീക്ഷണശാല കൂടിയാണ് ഓരോ പാർപ്പിടങ്ങളും. പുറത്ത് ഒരു കക്കൂസുണ്ട്. അതിരാവിലെ മുതൽ ചെറിയ പാട്ടകളിൽ വെള്ളവുമായി ക്യൂ നിന്നാലെ കാര്യം നിർവ്വഹിക്കാൻ കഴിയൂ. ധാരാളം മുറികളിലുള്ളവർക്കായുള്ളതാണിത്. അവിടെയും ചിലപ്പോൾ തർക്കങ്ങളും ബഹളങ്ങളും നടന്നെന്നിരിക്കും. നാട് തടുക്കാം മൂട് തടുക്കാനാവില്ല എന്ന ചൊല്ല് അന്വർത്ഥമാക്കുന്ന ഒരിടം.

രാത്രിപ്പണി കഴിഞ്ഞ് പുലർച്ചക്ക് മുറിയിലെത്തിയപ്പോൾ വാസു

കണ്ടത് അപരിചിതരായ രണ്ട് മുഖങ്ങളാണ്. ചെറുപ്രായം. മീശ മുളച്ചുവരുന്നതേയുള്ളു.

"എളീമ്മാന്റെ മക്കളാ. അന്തിക്ക് കരേലെറങ്ങ്യേതാ. ജമാലും ഹൈദ്രോസും."

മിഴിച്ചുനില്ക്കുന്ന വാസുവിനോട് അബോക്കർ പറഞ്ഞു പരിചയപ്പെടുത്തി. രണ്ടുപേരും വാസുവിനെ നോക്കി ചിരിച്ചു. ഒരാൾ ചിരിക്കുമ്പോൾ കണ്ണുകൾ ചെറുതായി വരുന്നതുകാണാം. അത് ഹൈദ്രോസാണ്. രണ്ടുപേർക്കും കുറ്റിത്തലമുടിയാണ്. അവർ വന്നെത്തിയതേയുള്ളു. വസ്ത്രംപോലും മാറിയിട്ടില്ല. തീരെ പാകമാകാത്ത പാന്റ്സാണ് ധരിച്ചിരിക്കുന്നത്. അത് പിന്നിലേക്ക് ഏതാണ്ട് പാവാടപോലെ തൂങ്ങിക്കിടന്നിരുന്നു.

അദ്രമാന്റെ ഇളയപെങ്ങളുടെ മക്കളാണ്. മൂത്ത ജ്യേഷ്ഠന്റെ മകനാണ് അബോക്കർ എന്ന് വാസു മനസ്സിലാക്കിയിട്ടുണ്ട്. അവർ അബോക്കറുമായി നാട്ടുകാര്യങ്ങൾ പങ്കുവെക്കുകയാണ്. അദ്രമാൻ കടയിലേക്ക് പൊയ്ക്കഴിഞ്ഞിരുന്നു. അബോക്കറും പോകാനുള്ള ഒരുക്കത്തിലാണ്. അതിനിടയിലാണ് നാട്ടുവർത്തമാനങ്ങളും.

"ങ്ങള് വർത്താനം പറഞ്ഞിരിക്ക്. ഞമ്മളെറങ്ങ്വാ."

അബോക്കർ ധൃതിയിലിറങ്ങി നടന്നു.

പെട്ടെന്ന് വാസുവിന് ഒരുതരം ശൂന്യത അനുഭവപ്പെട്ടു. പുതിയ അതിഥികൾ കൂടെയുണ്ടെങ്കിലും ക്ഷണത്തിൽ ഒറ്റപ്പെടലിന്റെ വേദന അയാളുടെ ഹൃദയധമനികളിലൂടെ പാഞ്ഞുപോയി. വന്നെത്തിയ ചെറുപ്പക്കാർ അദ്രമാനും അബോക്കറിനും ഒട്ടേറെ പ്രിയപ്പെട്ടവരാണ്. പ്രത്യേക താല്പര്യത്തിലും ശ്രമത്തിലുമാണ് അവരെത്തിയിരിക്കുന്നത്. അതുവഴി അവരുടെ എല്ലാ ഉത്തരവാദിത്തങ്ങളും ഏറ്റെടുത്ത് ചെയ്യുന്നതും അദ്രമാൻ തന്നെ ആയിരിക്കണമല്ലൊ. ആരുമല്ലാത്ത തന്നെ സഹായിച്ച അദ്രമാൻ സ്വന്തക്കാരോടാവുമ്പോൾ എത്ര ശുഷ്കാന്തി ചെലുത്തും എന്നത് ആലോചിക്കാവുന്നതേയുള്ളു. അങ്ങനെ ചിന്തിച്ചപ്പോൾ വാസുവിന്റെ ഉൽക്കണ്ഠ വർദ്ധിച്ചു. അവർക്കിടയിൽ തന്റെ സ്ഥാനം ഇനി എത്ര നിസ്സാരമായിരിക്കും. ഏതായാലും സഹോദരീപുത്രന്മാർ കഴിഞ്ഞല്ലേ അന്യർക്ക് സ്ഥാനമുണ്ടാവൂ.

വൈകുന്നേരം അദ്രമാൻ എത്തുംമുൻപേ വാസു പണിക്കിറങ്ങുന്നതിനാൽ ആദ്യ ദിവസങ്ങളിലൊന്നും ആരും അതേക്കുറിച്ച് സൂചിപ്പിക്കുകയുണ്ടായില്ല.

പാചകം ചെയ്യാനുള്ള ഒരിടമൊഴിച്ചാൽ പിന്നെ ഒരൊറ്റമുറി സൗകര്യമാണുള്ളത്. അതിലൊരറ്റത്ത് അദ്രമാൻ കിടക്കുന്ന കട്ടിലാണ്. അബോക്കറും വാസുവും നിലത്ത് കട്ടിപ്പായ വിരിച്ചാണ് കിടന്നിരുന്നത്. അതോടെ മുറിയുടെ വിസ്തൃതി കഴിഞ്ഞു. ഇനിയിപ്പോൾ മറ്റു രണ്ടുപേർ കൂടി എത്തിയിരിക്കുകയാണ്. ആ നിലയ്ക്ക് നിശ്ചയമായും താൻ പുറത്ത് പോകേണ്ടി വരും എന്ന് വാസു ചിന്തിച്ചു.

സന്ധ്യക്ക് വാസു മുറി വിടുമ്പോൾ ജമാലും ഹൈദ്രോസും അബോ

ക്കറിന്റെ പായിൽ ചുരുണ്ടുകൂടി കിടന്നുറങ്ങുന്നുണ്ട്. യാത്രയുടെ ക്ഷീണം ഇരുവരെയും നന്നായി ബാധിച്ചിട്ടുണ്ട്. പകൽ മുഴുവനും അവർ തളർന്നുറങ്ങുകയായിരുന്നു. ഇവരും വന്നത് പായ കപ്പലിലായിരിക്കുമോ. കടലിലെടുത്ത് ചാടി മുങ്ങിപ്പൊങ്ങി ശ്വാസംമുട്ടി കരക്കടിഞ്ഞതാവുമോ. ആയിരിക്കില്ല. അവർക്ക് ആരെങ്കിലുമൊക്കെയുണ്ടല്ലോ.

വാസു വാതിൽ ചാരി ഇറങ്ങി. പകലിന്റെ ശൗര്യം ഒട്ടും ശമിച്ചിരുന്നില്ല. തീക്കാറ്റ് മുഖം പൊള്ളിച്ചു. അകലെ ആവിയിൽ മുങ്ങിക്കിടക്കുന്ന കടൽ. റോള മെലിഞ്ഞുണങ്ങി വിയർപ്പും പേറി അനക്കമില്ലാതെ നിന്നു. ഒരിലപോലും അനങ്ങിയിരുന്നില്ല. കവറോൾ നനഞ്ഞൊട്ടാൻ തുടങ്ങിയിരുന്നു. വാസുവിന് ഈയിടെ കമ്പനിക്കാർ രണ്ടു കവറോൾ, കട്ടി കയ്യുറകൾ, സുരക്ഷാതൊപ്പി, എന്നിവ കൊടുത്തിരുന്നു. ദിവസക്കൂലി മാറി ആഴ്ചക്കൂലിയാക്കി. മാത്രമല്ല കമ്പനിയുടെ രജിസ്റ്ററിൽ പേരു ചേർക്കുകയും ചെയ്തു. കമ്പനിക്കുവേണ്ടി പണിയെടുക്കുന്നു എന്നതിന് ഒരു അർദ്ധസമ്മതവും അംഗീകാരവും. അങ്ങനെയാവുമ്പോൾ എല്ലാദിവസവും ജോലിക്കെത്തിയിരിക്കണം എന്ന വ്യവസ്ഥയുമുണ്ട്.

രാത്രി ഒട്ടേറെച്ചെന്നിരുന്നു. വാസു ഏതാണ്ട് തളർന്നിരുന്നു. ഈയിടെയായി അങ്ങനെയാണ്, പണിക്കിടയിൽ അല്പനേരം ഒന്ന് വിശ്രമിക്കണം ക്ഷീണവും തളർച്ചയും മാറ്റണം. ഇല്ലെങ്കിൽ വീണുപോകും എന്ന തോന്നൽ. തുടക്കത്തിൽ അങ്ങനെ ആയിരുന്നില്ല. പുലർച്ചവരെ നിർത്താതെ പണിയെടുക്കും. കൈയിൽ കരുതുന്ന ഖുബ്ബൂസ് കഴിക്കാൻ പോലും മറന്നുപോകുന്ന ദിവസങ്ങൾ ഉണ്ടായിട്ടുണ്ട്. എന്നാലിപ്പോൾ അതല്ല സ്ഥിതി. ശരീരം ക്ഷീണിച്ചു. വല്ലാതെ മെലിഞ്ഞു. കറുത്ത് വാർന്നുപോകുന്നു. ഭക്ഷണത്തിന്റെ കുറവുണ്ട്. മനസ്സ് ഇപ്പോഴും പിടയുകയാണ്.

അങ്ങനെ മരയട്ടികളിൽ ചാരിയിരുന്നു അല്പം വെള്ളം കുടിക്കുമ്പോഴാണ് അശോകൻ എത്തിയത്. സാമ്പിളെടുക്കാൻ വന്നതായിരിക്കും.

"കാണാറില്ലല്ലൊ."

"ഇപ്പോ ഓഫീസിലാ. സൈറ്റിൽ വല്ലപ്പോഴേ വരാറുള്ളു."

അശോകൻ പറയാൻ തുടങ്ങി. ലബോറട്ടറി കുറെക്കൂടി വിപുലപ്പെടുത്തി. അതിന് മാത്രമായി ഓഫീസുണ്ടാക്കി. ഇപ്പോ ഓഫീസ് ജോലികളും അല്പാല്പം ചെയ്യാൻ തുടങ്ങി. തല്ക്കാലം രണ്ടുപേരേ ഓഫീസ് ജോലികൾക്കുണ്ടായുള്ളു. അവരെ സഹായിക്കുക. ടൈപ്പിങ് അറിയാവുന്നതുകൊണ്ടാണ് ഇങ്ങനെ ഒരവസരം കിട്ടിയത്. ലാബിന്റെ റിപ്പോർട്ടുകൾ ടൈപ്പ് ചെയ്തെടുക്കാൻ ഒരാളുണ്ടെങ്കിലും മുഴുവനായും അയാൾക്ക് ചെയ്ത് തീർക്കാനാവുന്നില്ല. ടൈപ്പിങ് പഠിക്കാൻ പോയത് എത്രയോ നന്നായെന്ന് തോന്നുന്നു.

"ഇവ്ടെ അങ്ങന്യാ വാസു. പഠിപ്പൊന്നല്ല കാര്യം എന്ത് പണി അറിയാ എന്നതേ നോട്ടൊള്ളു."

ശരിയാണ് പഠിച്ച് എന്നതുകൊണ്ട് മാത്രായില്ല. പ്രായോഗികമായി

എന്തു ചെയ്യാനാവും. തനിക്ക് ആ നിലയ്ക്ക് എന്തെങ്കിലും ജോലിയിൽ വൈദഗ്ദ്ധ്യമുണ്ടോ. ഇല്ല. ഒന്നുമില്ല. പത്താംക്ലാസു കഴിഞ്ഞപ്പോൾ കുടുംബത്തിൽ ആരും ഉയർന്ന് പഠിച്ചില്ല. ആകെ ഒരാൺതരിയുള്ളതാണ്. അവനെങ്കിലും പഠിച്ച് നല്ല നിലയിലാവണം. അമ്മാവന്റെയടുത്തു ചെന്ന് അമ്മ അപേക്ഷിച്ചു.

"ആങ്ങളൊന്നു മനസ്സുവെക്കണം. വാസുവിനെ പഠിപ്പിക്കണം ന്ന്ണ്ട്. തൊട്ടടുത്താണെങ്കിൽ പുത്യേകോളേജും വന്നിരിക്ക്യാ."

"എന്തെടുത്ത് പഠിപ്പിക്കും."

"എന്റെ സ്ഥിതി ആങ്ങളക്കറിയാലോ."

"ആഗ്രഹംകൊണ്ട് മാത്രായോ."

ഒന്നും പറഞ്ഞില്ല. കനം തൂങ്ങുന്ന മനസ്സോടെ തിരിച്ചുപോന്നു. എങ്കിലും അമ്മാവൻ തന്നെ കൊണ്ടുപോയി കോളേജിൽ അഡ്മിഷൻ വാങ്ങിത്തന്നു. വേണ്ടതൊക്കെ ചെയ്തു. ഒന്നിനും അനാസ്ഥ കാണിച്ചില്ല. ഇടയ്ക്ക് വന്ന് അമ്മയോടന്വേഷിക്കും.

"എങ്ങനിണ്ട് വാസൂന്റെ പഠിപ്പ്."

"നല്ല ഉത്സാഹത്തിലാ" അമ്മ പറയും.

വാസു ചിന്തയുടെ ആഴങ്ങളിലേക്കിറങ്ങും മുൻപ് തിരിച്ചുപോന്നു.

"എന്താ വാസൂ ഒരാലോചന."

"ഒന്നുല്യ. താമസം മാറി."

"എന്തുപറ്റി?"

"സ്വന്തക്കാര് വരുമ്പോ നമ്മള് മാറിക്കൊടുക്കണ്ടെ."

അതാണുണ്ടായത്. ആഴ്ചക്കൂലിയാക്കിയതും രജിസ്റ്ററിൽ പേരു ചേർത്തിയതും വഴി കമ്പനിക്ക് എപ്പോൾ ജോലിയെടുക്കണമെന്നും ആവശ്യപ്പെടാറായി. അങ്ങനെയാണ് വാസുവിന് ജോലി സമയം പകലായത്. അത് വിനയായി. ഉറങ്ങാനിടമില്ല. അദ്രമാന്റെ മരുമക്കൾ എത്തിയതോടെ മുറിയിൽ നാലും അഞ്ചും പേർക്കുറങ്ങാൻ മാത്രം സ്ഥലം പോരായിരുന്നു. അല്പം ഞെരുക്കം അനുഭവപ്പെട്ടപ്പോൾ വാസു പറഞ്ഞു.

"ഞാനെവ്ടേക്കെങ്കിലും മാറ്യേക്കാം."

ആരും ഒന്നും പറഞ്ഞില്ല. എല്ലാവർക്കും സമ്മതമെന്ന മട്ട്. അങ്ങനെ ആഗ്രഹിക്കും പോലെ.

രാത്രി വന്നപ്പോൾ അദ്രമാൻ വാസുവിനെ വിളിച്ചു പറഞ്ഞു.

"റോളക്കടുത്ത് ഒരിടം പറഞ്ഞുവെച്ചിട്ടുണ്ട്."

അങ്ങനെ ഈ കുടുസ്സു മുറിയിലെത്തി. കിടപ്പും നടപ്പും ഊണും ഉറക്കവും ഇത്തിരി പോന്നീയിടത്തുവേണം. ആർക്കും ആരോടും പരാതി പറയാനില്ല. ഇവിടെ സ്വകാര്യതകളില്ല. തുറന്ന ജിവിതം. പുലർച്ചക്കെഴുന്നേറ്റ് ഒരുപാട്ട വെള്ളവുമായി കക്കൂസിനു മുന്നിൽ ക്യൂ നില്ക്കുന്നതോടെ ദിവസം തുടങ്ങുകയായി. സ്വസ്ഥമായും സ്വകാര്യമായും ചെയ്തുപോന്ന ഈ കൃത്യം ഇങ്ങനെ കൂട്ടായി കാത്തുനിന്ന് ഊഴമെത്തുംവരെ പിടിച്ചുനില്ക്കാനുള്ള സമ്മർദ്ദം മറികടക്കാനാവാതെ ആദ്യമാദ്യം വാസു

കുഴങ്ങി. വെള്ളത്തിന്റെ ദൗർല്ലഭ്യവും വല്ലാതെ വിഷമിപ്പിച്ചു. പലപ്പോഴും പൈപ്പിന്റെ ദ്രുതഗതിയിലുള്ള ശ്വാസോച്ഛ്വാസം കേൾക്കാം. എങ്ങനെയും കാര്യം നിർവ്വഹിച്ച് പുറത്തുകടക്കും. ദുർഗ്ഗന്ധം സഹിക്ക തന്നെ.

ഒന്നും എടുക്കാനില്ല. രണ്ടു പാപ്പാസുകൾ മാത്രം.

വാസു ഇറങ്ങി.

റോളയുടെ മുഖം വരണ്ടിരുന്നു. വെയിൽച്ചൂട് പൊന്നുരുക്കുന്നു. പൊന്നില്ല. ആവിയുടെ പുഴുക്കംമാത്രം. ചുമരുകൾ വിണ്ടുപൊട്ടിയ പഴയ കെട്ടിടം. ഇരുനില. മുകളിൽ ആരും പാർപ്പില്ല. പാർത്താലിടിഞ്ഞു വീഴും. കെട്ടിടത്തിന്റെ എല്ലുകൾ മേലറ്റത്ത് പുറത്തേക്കുന്തി നിന്നു. ഭയന്നുവിറച്ചു. നോക്കുകുത്തി ഓർമ്മയിലെത്തി. പുറത്ത് കുറെ വള്ളി ച്ചെരുപ്പുകൾ കിടപ്പുണ്ട്. വാതിൽ ചാരിയിട്ടേയുള്ളു. മുറിക്കകത്ത് ശബ്ദങ്ങൾ. പതുക്കെ മുട്ടി. തുറന്ന ചിരിയോടെ ഒരാൾ വന്നു.

"ആരാ."

"വാസു. അദ്രമാൻ സായ്‌വ് പറഞ്ഞയച്ചതാണ്."

"ഓ. മ്മ്ടെ അദ്രാനിക്കാന്റാളാ ല്യേ. ബരീൻ ബരീൻ."

മുറിക്കുള്ളിൽ നിന്നും ആരോ വിളിച്ചുപറഞ്ഞു.

അകത്തു കയറി. ഒരു കുടുസ്സു മുറി. ഒന്നിനുമേലെ ഒന്നായി ചെറിയ ഇരുമ്പു കട്ടിലുകൾ. അതിനിടയിൽ ഒരാൾക്ക് നിന്നുതിരിയാനിടം. ഒരു വശം കുശിനി. കുശിനിക്ക് മറയില്ല. പാത്രങ്ങളുടെ ഇരുപ്പും പകപ്പും കൊണ്ട് തിരിച്ചറിയാം.

"ഞമ്മള് മമ്മദ്. അദ്രാൻക്കാനെ ഞമ്മക്കറിയാം. ഓൻ പറഞ്ഞിനി. ങ്ങള് ബാ. കടന്നിരി" മമ്മദ് ക്ഷണിച്ചു. ഇരിപ്പിടങ്ങളൊന്നുമില്ല. അതെല്ലാം കട്ടിലിലും തറയിലും തന്നെ. നിലത്ത് കട്ടിപ്പായ വിരിച്ച് മൂന്നുപേർ ഇരുന്നിരുന്നു. അതിൽ മൈലാഞ്ചിത്താടിയുള്ള ഒരു മദ്ധ്യവയസ്കനും.

"ഇദ് ശിവരാമന്നായര്. ഇബ്ടത്തെ ഷെഫാണ്. ആരോഗ്യം ഓന്റെ കൈയിലാ."

ശിവരാമന്നായർ ചിരിച്ചു. അയാൾ ചിരിക്കുമ്പോൾ കവിളുകൾ വഴി മാറി.

"ഇദ് കുഞ്ഞാലി. ഓന് റോളേലാ പണി."

പായിലിരുന്ന ഒരു ചെറുപ്പക്കാരനെ ചൂണ്ടി മമ്മദ് പരിചയപ്പെടുത്തി.

"അദ് ലോനക്കുട്ടി. തൃശൂർക്കാരനാ. ഇത് പരമേശ്വരൻ. ഓൻ ഈടെ ബന്നതാ. ഇനീം രണ്ടേരുണ്ട്. പണി കയിഞ്ഞെത്തീട്ടില്ല. പിന്നെ എടക്ക് വിരുന്നാരും ണ്ടാവും."

എല്ലാവരും വാസുവിനെ എതിരേറ്റു. വാസു മടിച്ചുനിന്നു. മുറിയിലിത്രയും പേർ താമസിക്കുന്നുണ്ട് എന്നത് അയാളെ തെല്ലൊന്നമ്പരപ്പിച്ചു. എന്നാൽ അതിലും വലിയ മറ്റൊരമ്പരപ്പ് വാസുവിനുണ്ടായി. തറയിൽ ഇരിക്കുന്ന താടി വളർത്തിയ ചെറുപ്പക്കാരൻ. മമ്മദ് പരിചയപ്പെടുത്തിയ പരമേശ്വരൻ. പരിചിത മുഖം. പക്ഷേ, എവിടെ വെച്ചെന്നറിയില്ല. ഓർമ്മയിൽ ഇങ്ങനെ ഒരു ചിത്രം പതിഞ്ഞു കിടപ്പുണ്ടെന്ന് വാസു അറിഞ്ഞു. ക്ഷണത്തിൽ ബോധതലങ്ങളിൽ ഒരു തിരയടിച്ചു. അടുത്തു ചെന്ന് അയാ

ളുടെ കൈപിടിച്ചു.

"പരമുവല്ലേ. ലോഞ്ചിലുണ്ടായിരുന്ന പരമു."

യാന്ത്രികമായി അയാളെഴുന്നേറ്റു. വാസുവിനെ സൂക്ഷിച്ചുനോക്കി. വാസുവിനും താടി വളർന്നിരുന്നു. അതുകൊണ്ട് ക്ഷണത്തിൽ തിരിച്ചറിയുക പ്രയാസമാണ്. മാത്രവുമല്ല. ലോഞ്ചിൽ വെച്ചുമാത്രം കണ്ട് പരിചയിച്ച മുഖം. വിശപ്പ് സഹിക്കാനാവാതെ ഉറക്കമുണർന്ന പരമു. ശേഷിച്ച റൊട്ടിയെടുത്തുകൊടുത്തത്. വാസു ഒരുനിമിഷം ഓർത്തു പോയി.

വന്നെത്തിയ നാൾ മുതൽ വാസു അന്വേഷിക്കയായിരുന്നു. സഹയാത്രികരിൽ ഒരാളെയെങ്കിലും കണ്ടുമുട്ടിയിരുന്നെങ്കിലെന്ന്. എവിടെയും അങ്ങനെ ഒരാളെ തിരഞ്ഞിരുന്നു. പക്ഷേ, നാളിതുവരെ ആരെയും കണ്ടുമുട്ടാനായില്ല. ഇതാ ഇപ്പോൾ ഒരാൾ. പരമു.

"എന്താ. ങ്ങളറിയ്യോ ഓനെ" മമ്മദ് അന്വേഷിച്ചു.

"ഞങ്ങളൊരുമിച്ച് വന്നതാ" വാസു പറഞ്ഞു.

"റബ്ബേ. പടച്ചോന്റൊരു കള്യേ. ഒപ്പരം ബന്നിട്ടും ഓരോ ബഴിക്ക് പൂവ്വാ."

ശരിയാണ്. ഒരുമിച്ച് കടൽ താണ്ടിവന്നിട്ട് ഒരോ വഴിക്ക് ചിന്നിച്ചിതറിപ്പോയി. ആർക്കും ആരെക്കുറിച്ചും അറിയാതായി. എന്നിട്ടിപ്പോൾ ഇങ്ങനെ കണ്ടുമുട്ടാൻ കഴിയുക. ഒരിക്കലും പ്രതീക്ഷിക്കാതെ. വാസുവിന്റെ ഹൃദയമിടിപ്പ് വർദ്ധിച്ചു. ഒരായിരം ചോദ്യങ്ങൾ അയാളുടെ മസ്തിഷ്കത്തിൽ കുമിഞ്ഞു കൂടി.

പരമുവിന്റെ കൈകൾ ബലമായി അമർത്തിക്കൊണ്ട് വാസു ആരാഞ്ഞു.

"അവറാനെവ്ട്യാ. വൈദ്യരോ. മറ്റുള്ളവരോ. എന്തെങ്കിലും അറിയ്യോ" ഒറ്റശ്വാസത്തിലായിരുന്നു വാസു നിന്നത്.

എന്നാൽ അവ്റാനെന്നല്ല ഒരാളെക്കുറിച്ചും പരമുവിനറിയില്ലായിരുന്നു.

"ഓനോടൊന്നും ശോയ്ക്കണ്ട. ഓൻതന്നെ ചത്തുജീവിച്ചു ബന്നതാ."

മമ്മദ് പരമുവിനെക്കുറിച്ച് പറയുകയായിരുന്നു. വാസുവിന്റെ ഉദ്വേഗം വർദ്ധിച്ചു. ഒരു സഹയാത്രികനെ തിരിച്ചറിഞ്ഞതിൽ സന്തോഷമുണ്ടെന്നതു ശരിതന്നെ. എന്നാലത് നിമിഷംകൊണ്ട് നിരാശയുടെ കാർമേഘം വന്നു മൂടി. ഒരേയൊരാശ്വാസം എന്തൊക്കെയായാലും ജീവനോടെ രക്ഷപ്പെട്ടു എന്നതാണ്.

പരമുവിന് ഒന്നും ഓർമ്മയില്ല. ഉപ്പുവെള്ളത്തിൽ കൈകാലിട്ടടിച്ചത് അയാൾക്കറിയാം. പ്രാണന്റെ പിടച്ചിലായിരുന്നു. അവിടെ ബോധത്തിന്റെ കെട്ടുകൾ പൊട്ടി. മസ്തിഷ്കത്തിൽ അടയാളപ്പെടുത്തിയത് ശൂന്യത മാത്രം.

മമ്മദ് ഈത്തപ്പഴം കയറ്റാൻ തോട്ടത്തിലെത്തുമ്പോൾ അറബിക്കു

ടാരത്തിനു പുറത്ത് വേപ്പു മരത്തണലിൽ ചുരുണ്ടു കൂടിക്കിടക്കുന്ന പ്രാകൃതരൂപം കണ്ടു. ആരാണിയാൾ. അടുത്തുചെല്ലുമ്പോൾ തുറിച്ച കണ്ണുകളും മണൽപുരണ്ട താടിയും തലയുമായി പനമ്പട്ടകളിൽ കിടക്കുന്നു. ഈന്തപ്പഴച്ചാക്കുകൾ വണ്ടിയിൽ കയറ്റിക്കഴിഞ്ഞപ്പോൾ തോട്ടക്കാരൻ കാട്ടറബി വേപ്പുമരത്തണലിലെ പ്രാകൃതരൂപത്തെ ചൂണ്ടിപ്പറഞ്ഞു. ഒരു ചരക്കുംകൂടിയുണ്ട്. അതുംകൂടി കയറ്റിപ്പോ. നിന്റെ നാട്ടുകാരനാവും. അള്ളാഹു അക്ബർ."

ഹസ്സൻ സയ്യദ് മേലോട്ടുനോക്കി കൈകളുയർത്തി അല്പനേരം ധ്യാനത്തിൽ നിന്നു.

അങ്ങനെയാണ് മമ്മദ് പ്രാകൃതരൂപത്തെ വണ്ടിയിൽ കയറ്റികൊണ്ടുവരുന്നത്.

ആദ്യ ജോലി പ്രാകൃതരൂപത്തെ കുളിപ്പിച്ചെടുക്കലായിരുന്നു. അഴുക്കും മണലും ചെളിയും പുരണ്ട വസ്ത്രങ്ങൾ അഴിച്ചുമാറ്റി കത്തിച്ചുകളഞ്ഞു. തൊലിപ്പുറത്ത് പറ്റിപ്പിടിച്ച അഴുക്കിന്റെ ആവരണം ഇളക്കികളഞ്ഞു. അതൊരു പടംപൊഴിക്കലായിരുന്നു. വെള്ളം തട്ടിയപ്പോൾ ശരീരത്തിന് പൊള്ളലേറ്റു. തൊലി മുറിഞ്ഞുരുകിപ്പോയി. പ്രാകൃതരൂപത്തിന്റെ നഗ്നത പൊതിയാൻ മമ്മദ് ഒരു കള്ളിമുണ്ടും കുപ്പായവും കരുതിയിരുന്നു. പ്രാകൃതരൂപം മനുഷ്യരുമായി മനുഷ്യരൂപമായി സംസാരിക്കാൻ ദിവസങ്ങളെടുത്തു. കാട്ടറബിയുടെ തോട്ടത്തിൽ എങ്ങനെ വന്നുപെട്ടു എന്നതിന് അയാൾക്ക് വ്യക്തമായ ഓർമ്മയില്ല. ഭാഷയുടെ അഭാവംമൂലം ഒന്നും മനസ്സിലാക്കാനും കഴിഞ്ഞില്ല. അവിടെക്കിടന്ന് ചത്തുപോയാലോ എന്ന ഭയംകൊണ്ടാവും ഹസ്സൻ സയ്യദ് എങ്ങനെയും കൊണ്ടുപോകാൻ ആവശ്യപ്പെട്ടത്.

ഇപ്പോൾ പരമു മമ്മദിനോടൊപ്പം പുലർച്ചക്കെഴുന്നേറ്റ് പോകും. പച്ചക്കറി മാർക്കറ്റിലാണ് പണി. വരുന്ന സാധനങ്ങളിറക്കുക. ഓരോ കടകളിലേക്കും എത്തിക്കുക. വാങ്ങാൻ വരുന്നവരുടെ വാഹനങ്ങളിലേക്ക് സാധനങ്ങൾ കയറ്റിവെക്കുക. ഇതൊക്കെയാണ് ജോലികൾ. വൈകുന്നേരമാവുമ്പോഴേക്കും പരമുവിന്റെ കീശയിൽ കുറച്ചു കാശുണ്ടാവും.

വാസു കേട്ടിരുന്നു. ഓരോ സഹയാത്രികന്റെ കഥകൾ ഓരോന്നായിരിക്കും. എങ്ങനെയൊക്കെയോ നീന്തിത്തുടിച്ച് കരയ്ക്കടിയുന്നു. ആയുസ്സിന്റെ ബലംകൊണ്ട് രക്ഷപ്പെടുന്നു. ബോധത്തിൽ തങ്ങിനില്ക്കുന്നതറിയുന്നു. അല്ലാത്തത് ആരുമറിയാതെ പോകുന്നു. എന്നാലിങ്ങനെ രക്ഷപ്പെടാതെയും ആരെങ്കിലുമുണ്ടാവുമോ. അറിയില്ല. ഒന്നുമറിയില്ല. സുവർണ്ണതീരംതേടി പോന്നവർക്കായി കാത്തിരിക്കുന്നവരെക്കുറിച്ച് പെട്ടെന്ന് ഓർത്തുപോയി. എത്രയോ അകലെയാണ് തന്റെ പ്രിയപ്പെട്ട നാട്. അതോർത്തപ്പോൾ പച്ചപ്പും കുളിർമ്മയും പതുക്കെ ഉള്ളിൽ നിറയാൻ തുടങ്ങി. പുഴക്കര തെളിഞ്ഞു. പുഴക്കരയിലെ കാറ്റിന്റെ തണുപ്പറിഞ്ഞു. പുഴയിൽ മുങ്ങിക്കയറിയ കുളിരറിഞ്ഞു. കുളിരിന്റെ കുരുന്നുമൊട്ടുകൾ മേലാകെ മുളച്ചുപൊന്തി. കണ്ണുകൾ താനേയടഞ്ഞുപോയി. വിയർത്തു മുങ്ങിക്കിടക്കുമ്പോഴും ചൂടറിഞ്ഞില്ല.

കാത്തിരിപ്പ്

കമലയുടെ കാത്തിരുപ്പ് നീണ്ടു നീണ്ടുപോയി. ആധിയാണ്. ഉള്ള് മുഴുവൻ നീറ്റലാണ്. നെഞ്ചിൽ പെരുങ്കല്ലിന്റെ കനം. പാടക്കരയിൽ നിന്നും തിരിച്ചു പോരുമ്പോഴേയുണ്ട്. അത് പിന്നെയും കനത്തു വന്നതേയുള്ളൂ. നാളുകൾ നീങ്ങുംതോറും വേവലാതിയായി. ഊണും ഉറക്കവുമില്ല. കുട്ടികൾക്കു മുന്നിൽ ഒരുവിധം പിടിച്ചുനില്ക്കും. രാത്രി മുഴുവൻ കിടന്നു കരയും.

കടലാണ് മുന്നിൽ. തിരതുള്ളുന്ന വൻകടൽ. അതിലേക്ക് ഒരു പൊട്ടുപോലെ മറയുന്ന യാനം. അതിനുള്ളിലാണ് തന്റെ ജീവനിരിക്കുന്നത്. പൊന്നിരിക്കുന്നത്. അത്രയൊന്നും വളർന്നതല്ല. അപ്പോഴേക്കും തള്ളി വിട്ടു. കടൽ കടന്നുപോയി മുത്തുവാരാൻ. എന്നിട്ടിപ്പോൾ എന്തായി. കാത്തിരിപ്പ്. കനലെരിയുന്ന നെഞ്ചോടെ കിടന്നു പിടയുക. ശിപായിയുടെ നിഴലനക്കം കാത്തു കഴിയുക. തുകൽ സഞ്ചിയിലെ ചെമ്പു തിളക്കം പ്രത്യക്ഷപ്പെടുമ്പോഴേ കമല ഓടിച്ചെല്ലും. കുഞ്ഞാണ്ടി ശിപായി കമലയെ കാണുമ്പോഴേ വിളിച്ചുപറയും. വരണ്ട. ഒന്നൂല്യ. കമലയുടെ സങ്കടം കാണാനാവാതെ കുഞ്ഞാണ്ടി ശിപായി വഴിമാറി പോകാൻ തുടങ്ങി. നാട്ടുകാരുടെ ചോദ്യങ്ങളാണ് ഏറെ ദുസ്സഹം.

"മോന്റെ വിവരൊന്നൂല്യേ."

കമല കണ്ണുനിറച്ചു നില്ക്കും.

അപ്പുറത്തെ അദ്രമാൻ പോയിട്ട് കത്തും കാശും വന്നു. പള്ള്യറമ്പൻ കുഞ്ഞിക്കാദിര് പോയിട്ട് കൊയലപ്പണം വന്നൂന്നാ കേക്ക്ണ്.

കമല നില്ക്കില്ല. കേൾക്കാനുള്ള ശേഷിയില്ല. ആരൊക്കെ എന്തൊക്കെയായിട്ടെന്താ. തന്റെ കുഞ്ഞിന്റെ രണ്ടക്ഷരം കണ്ടല്ലേ ഈ തീയടങ്ങൂ. ഒന്നുംവേണ്ട. ഒരു വാക്ക്. ഒരു വാക്ക് മാത്രം. സുഖമാണ്.

അതുമാത്രം ഉണ്ടാകുന്നില്ല. സൂര്യനുദിക്കുന്നതും അസ്തമിക്കു

ന്നതും കമല നിറകണ്ണോടെ നോക്കി നിന്നു. ദിനരാത്രങ്ങൾ ഒന്നും സമ്മാനിക്കാതെ കൺവെട്ടത്തുനിന്നും വഴുതി മറയുന്നു.

അമ്മയെ കൂടാതെതന്നെ സരസ്വതി ഇതിനകം പലതവണ അവറാന്റെ വീട്ടിലെത്തി അന്വേഷിച്ചിരുന്നു. അവിടെയും സ്ഥിതി ഇതുതന്നെ. കാത്തിരുപ്പ് മാത്രം. വീവാത്തുമ്മ നിന്നുവിതുമ്പി. പടികടന്നാരെങ്കിലുമെത്തിയാൽ വീവാത്തുമ്മ തലയിലേക്ക് തട്ടം വലിച്ചിട്ട് ചാടിയിറങ്ങും മുറ്റത്തേക്ക്. അവറാന്റെ വിവരങ്ങളുമായി ആരെങ്കിലും എത്തിയതാണോ എന്നറിയാൻ. അതൊക്കെ ഇന്നോളം ആവർത്തനങ്ങൾ മാത്രമായി.

ഒരു ദിവസം കമല ചേറ്റുവയ്ക്ക് ബസ് കയറി. ഏങ്ങണ്ടിയൂരിറങ്ങി. വാസുവിനെ ലോഞ്ചിൽ കയറ്റിക്കൊണ്ടു പോയ വേലായുധന്റെ വീട്ടിലെത്തി. എല്ലാം വിറ്റുപെറുക്കിയുണ്ടാക്കിയ കാശ് കൊടുത്തിട്ടാണ് അയാൾ വാസുവിനെ കൊണ്ടുപോയത്. എന്നിട്ട് തന്റെ മകനെ എന്തു ചെയ്തു എന്നറിയണം. എവിടെക്കൊണ്ടുപോയി തള്ളി എന്നറിയണം. വെള്ളവും ഭക്ഷണവും തീർന്നപ്പോൾ വിശന്നു പൊരിഞ്ഞപ്പോൾ കടലിലേക്ക് വലിച്ചെറിഞ്ഞോ. അതോ തീരത്തടുപ്പിച്ച് ഏതെങ്കിലും നരഭോജികൾക്ക് തീറ്റക്കായി വിട്ടുകൊടുത്തോ. ഇത്രയേറെ ആളുകളെ കയറ്റിപ്പോയിട്ട് ഒരാളും എത്തിപ്പെട്ടതായി അറിയാത്തതെന്തുകൊണ്ട്. മണപ്പുറത്ത് എന്തേ ആരും ഇതേച്ചൊല്ലി അന്വേഷിക്കാത്തത്. മൗനം പാലിക്കുന്നത്. പണം വാരാൻ പറഞ്ഞയച്ചവരെ ആർക്കും തിരിച്ചു വേണ്ടെന്നോ.

വേലായുധന്റെ ചെത്തിത്തേക്കാത്ത പഴയ വീടിനുമുന്നിലെത്തുമ്പോഴേക്കും കമല ഒരായിരം ചോദ്യശരങ്ങളിൽ സ്വയം മുങ്ങിയിരുന്നു.

"ഇവിടെ ആരും ല്യേ."

കമല വീടിനുമുന്നിൽ കാത്തുനിന്നു. ആളനക്കമില്ല. കശുമാവിന്റെ സമൃദ്ധിയിലുറങ്ങുന്ന പറമ്പ്. പരിസരത്തൊന്നും വീടുകളില്ല. ജീവാജന്തുവില്ല. കാലടികൾ പതിയാത്ത മുറ്റം. സാക്ഷയൂരുന്ന ശബ്ദം. വാതിൽ തുറന്നു. ദൈന്യംപേറുന്ന കണ്ണുകളോടെ അതീവ ക്ഷീണിതയായ ഒരു സ്ത്രീ വാതില്പാളി മറഞ്ഞുനിന്ന് അന്വേഷിച്ചു.

"ആരാ?"

കമല എല്ലാം ഒറ്റശ്വാസത്തിൽ പറഞ്ഞു. രോഷവും സങ്കടവും കമലയെ പൊതിഞ്ഞിരുന്നു. എന്നാൽ അതിന്റെ പ്രതികരണമൊന്നും സ്ത്രീയുടെ മുഖത്ത് പ്രതിഫലിച്ചില്ല. തികഞ്ഞ നിർവ്വികാരത.

"ആള് ഇവ്ടില്ല. കൊറച്ചീസായി പോയിട്ട്. എപ്പ വരുംന്നറീല്യ."

കമല പടിയിറങ്ങി ഇതെന്തൊരു വീട്. എന്തൊരു വീട്ടുകാരി. ഒക്കെ നാട്യമായിരിക്കുമോ. അയാൾ വീട്ടിലെങ്ങാനും ഒളിച്ചിരിക്കുന്നുണ്ടോ.

ആരും ഇങ്ങനെ ഒരു കാര്യത്തെച്ചൊല്ലി അയാളെ അന്വേഷിച്ചു ചെല്ലാറില്ലെന്ന് കമലയ്ക്ക് തോന്നി. അത്രയേറെ ഭയപ്പെടുത്തുന്ന വിജനതയല്ലേ ആ വീടും പറമ്പും വിളിച്ചുപറയുന്നത്.

ഇനിയെന്ത്.

തിരിച്ചു നടക്കുമ്പോൾ കമലയ്ക്ക് മുന്നിൽ നിറമില്ലാത്ത ആകാശം

മാത്രം വീണു കിടന്നിരുന്നു.

ഉച്ചവെയിൽ കത്തിനിന്നു. തിരിച്ചെത്തുമ്പോഴേക്കും കമല തളർന്നിരുന്നു. ബസിറങ്ങി വീട്ടിലേക്കു നടക്കുമ്പോൾ എതിരെ പോസ്റ്റ് മാഷ് നാരായണൻ. കമലയെ അറിയാം. അറിയാമെന്നല്ല വല്യ താല്പര്യവും അടുപ്പവും കാണിക്കും. ആരോടും അത്ര അടുപ്പം പുലർത്താത്ത അയാൾ കമലയുടെ കാര്യത്തിൽ നേരെ മറിച്ചാണ്.

അയാൾ നിന്നു. കമലയ്ക്ക് എങ്ങനെയും വീടെത്തണമെന്നായിരുന്നു. അതിന്റെ തിടുക്കമുണ്ട്. അവൾ മുഖം കൊടുക്കാതെ മുന്നോട്ടു നടന്നു.

"എന്താ, എന്തു പറ്റി" നാരായണമ്മാഷ് അന്വേഷിച്ചു. "ഒന്നുല്യ മാഷേ" കമല മുന്നോട്ടു തന്നെ നടന്നു.

അയാൾ തെല്ലു നേരം തിടുക്കപ്പെട്ടു നടന്നു നീങ്ങുന്ന കമലയെത്തന്നെ നോക്കി നിന്നു. ഒന്നും മനസ്സിലാവാതെ.

കമല വീടെത്തി. കട്ടിലിലേക്ക് കമിഴ്ന്നടിച്ചു വീഴുകയായിരുന്നു. എല്ലാ അന്വേഷണങ്ങളുടെയും മുനയൊടിയുകയാണ്. പ്രതീക്ഷയുടെ നേരിയ വെളിച്ചംപോലും പ്രത്യക്ഷപ്പെടുന്നില്ല. എവിടെയും ഇരുൾമാത്രം.

അജ്ഞാതമായ ഒരു തീരത്തേക്കാണ് തന്റെ കുട്ടിയെ അയച്ചത്. ആർക്കും ഒന്നുമറിയാത്ത ലോകത്തിന്റെ ഏതോ ഒരു തീരത്തേക്ക്. ആരും ഇതുവരെ ചെന്നെത്തിപ്പെടാത്ത ഒരു സ്വപ്നതീരത്തേക്ക്. എവിടേക്കാണ് കുട്ടിയെ അയയ്ക്കുന്നതെന്ന് രണ്ടാമതൊന്ന് ഓർത്തതേയില്ല. എന്തൊരു തിടുക്കമായിരുന്നു. അവറാന്റെ വാക്കുകളിൽ ഒരു സ്വപ്ന ലോകം ഉദയംകൊള്ളുന്നതു കണ്ടു. കഷ്ടപ്പാടൊക്കെ മാറും. എന്നും ഇങ്ങനെ ദുരിതമനുഭവിച്ച് നരകത്തിൽ ജീവിച്ചാൽ മതിയോ. ജീവിതത്തിൽ ഒരു സുഖമൊക്കെ വേണ്ടേ. എത്ര കാലംന്ന്വെച്ചാ പോയൊരാൾക്കായി കാത്തിരിക്ക്യാ. എത്രേംന്ന്വെച്ചാ ഈ കുട്ടി ജോലി തെണ്ടി നടക്ക്വാ. പെങ്കുട്ട്യോളൊക്കെ വളർന്നു വര്വല്ലേ. അവരെയൊക്കെ കെട്ടിച്ചയക്കണ്ടേ. ഒക്കേത്തിനും വെള്ളം തോർന്നത് അവനല്ലേ. ഒക്കെ ശര്യാവുംന്ന് വിചാരിക്ക്യ. ഒള്ളത് വിറ്റ് പെറുക്കീട്ടായാലും വിരോധല്യ. തീരുമാനിക്ക്യ.

തീരുമാനിച്ചു. പറഞ്ഞയയ്ക്കുക തന്നെ. ഒരാളല്ല. മണപ്പുറത്തുനിന്ന് എത്രയോ പേർ പോകാനൊരുങ്ങുന്നു. അവരിലൊരാളായി തന്റെ കുട്ടിയും പോയി വരട്ടെ. ഒക്കെ നല്ലതിനാവുംന്ന് പ്രതീക്ഷിക്ക്യ.

അങ്ങനെ ഉള്ളതൊക്കെ വിറ്റും പണയപ്പെടുത്തിയും ഒരുണ്ണിയെ കടൽകടത്താൻ വേണ്ടത് സ്വരൂപിച്ചു. ഇപ്പോൾപ്പക്ഷേ, എല്ലാം ചോർന്നുപോകും പോലെ.

കമല മുഖം പൊത്തിക്കിടന്നു വിതുമ്പി. പെൺകുട്ടികൾ രണ്ടും അടുത്തു വന്നിരുന്നു. അമ്മയുടെ സങ്കടം കണ്ട് അവരും കരയാൻ തുടങ്ങി. അവർക്കൊന്നും മനസ്സിലായില്ല. അമ്മ തിരിച്ചെത്തിയതുതന്നെ അവരാരും കണ്ടിരുന്നില്ല. കമല നേരെ മുറിയിൽ കയറി കിടന്നതായിരുന്നല്ലോ. അതുകൊണ്ടുതന്നെ എന്തോ പന്തികേടുണ്ടെന്ന് അവർ വിചാ

രിച്ചു.

"അമ്മ പോയിട്ടെന്തായി" സരസ്വതിയുടെ ശബ്ദം ഇടറിയിരുന്നു.

കമല ഒന്നും മിണ്ടിയില്ല. അനക്കമില്ലാതിരുന്നതേയുള്ളൂ.

ഒരോ കാലത്തിനും കാതോർത്ത് ഭൂമി കിടന്നു. മഴക്കാലം വന്നു. ഒരു മുന്നറിയിപ്പുമില്ലാതെ. നിമിഷംകൊണ്ട് ആകാശം കനത്തുതൂങ്ങി പൊട്ടി വീഴുകയായിരുന്നു.

കുട്ടികൾ മഴ നനഞ്ഞും സ്കൂളിൽ പോയി. ചേമ്പിലയും വാഴയിലയും താമരയിലയും ചൂടി പോയവരുണ്ട്. കുടയുള്ളവർ അഭിമാനത്തോടെയും അല്പം അഹങ്കാരത്തോടെയും നടന്നു. അങ്ങനെയുള്ളവർ അപൂർവ്വമായിരുന്നെങ്കിലും, കുടക്കീഴിൽ കൂട്ടുകാരെക്കൂടി കൂട്ടി ഒപ്പം നനഞ്ഞെത്തി ചിലർ.

സുഹറ സ്കൂളിലെത്തിയത് പുതിയ കുട ചൂടിയാണ്. വെറും കുടയല്ല. നീല നിറത്തിൽ ഇളം ചുവപ്പ് കരവെച്ച കുട. നിവർത്തണ്ട. ഒന്നുഞെക്കിയാൽ നിവരും. സരസ്വതി അസൂയയോടെ നോക്കിനിന്നു. പേർഷ്യക്കാർ വരുമ്പോൾ കൊണ്ടുവരുന്നതാണ് ഇത്തരം കുടകളെന്ന് അവൾക്കറിയാം. അനായാസം നിവർത്താനും ചുരുക്കാനും കഴിയും. വാസ്വേട്ടൻ എന്നാണാവോ വരുന്നത്. അവൾ വല്ലാതെ മോഹിച്ചു. അസൂയയുടെ ഇളം കുതിപ്പുകൾ അവളിൽ നാമ്പെടുത്തു. സുഹറ കുടക്കീഴിലേക്ക് ആരേയും ക്ഷണിച്ചില്ല. തനിച്ച് തലയുയർത്തി നടക്കുകയാണ്. എന്തൊരു ധാർഷ്ട്യം.

മഴ തൂളുന്നുണ്ട്. പടിക്കൽ കുട്ടികളുടെ പാവാടത്തിളക്കം. എന്തുപറ്റി. സരസ്വതി കരച്ചിലോടെ കൂട്ടുകാരികളോടൊപ്പം തിരിച്ചെത്തിയിരിക്കുന്നു. അവളുടെ കണ്ണുകളിൽ ഭയം മുറ്റിനിന്നിരുന്നു. കൂടെ വന്നവരിൽ മുതിർന്ന കുട്ടി പറഞ്ഞു.

"സരസ്വതിക്ക് സുഖല്യ."

"എന്താ. എന്തു പറ്റി." കമല ഉൽക്കണ്ഠപ്പെട്ടു.

സരസ്വതി കരയാൻ തുടങ്ങിയിരുന്നു. കൂടെ വന്നവർ മുഖം കുനിച്ച് നിന്നതേയുള്ളൂ. എന്തോ അപരാധം ചെയ്തപോലെ. അവരും എന്തോ ഭയക്കുന്നുണ്ട്. അപ്പോഴാണ് കമല ശ്രദ്ധിക്കുന്നത്. വാരിപ്പിടിച്ച പാവാടയിൽ പടർന്ന ചുവപ്പു രാശി. കമലയുടെ ഉള്ളിൽ വർഷങ്ങൾക്കു മുമ്പുണ്ടായ ഒരു ഭയപ്പാടിന്റെ മിന്നൽ പാഞ്ഞുപോയി. അസുഖകരമായ ഈർപ്പത്തിന്റെ സാന്നിദ്ധ്യമറിഞ്ഞ് ഒളിക്കാനിടം കാണാതെ കാലുകൾ പിണച്ചുവെച്ചു നിന്ന നില്പ് കമല ഓർത്തു. അവൾ സരസ്വതിയെ വാരിപ്പിടിച്ച് വളച്ചുകെട്ടിയിലേക്കു കൊണ്ടുപോയി.

മുറ്റത്ത് ചെടിത്തലപ്പുകളിൽ പൂമൊട്ടുകൾ വിടരാൻ നിന്നിരുന്നു. മഴത്തുള്ളികൾ തൂങ്ങി അവ നാണിച്ചുനിന്നു. ചാറ്റൽ മഴ ഒരൊഴിയാബാധപോലെ ഇലത്തുമ്പുകളെ നനച്ചുകൊണ്ടിരുന്നു.

സരസ്വതി കുളിച്ചു വന്ന് പുതിയ ഉടുപ്പുകളണിഞ്ഞു. കണ്ണാടിയിൽ വളരെ നേരം നോക്കി നിന്നു. കണ്ണുകളുടെ തിളക്കവും ചുണ്ടുകളുടെ ചുവപ്പും അവൾ ആദ്യമായെന്ന വിധം നോക്കിക്കണ്ടു. പിന്നിൽ വന്നു

നിന്ന കമലയുടെ നേരെ നോക്കാൻ അവൾക്ക് ധൈര്യം വന്നില്ല. അറിയാതെ ഉടലാകെ കൂമ്പി നിന്നു പോയി. എന്താണ് സംഭവിക്കുന്നതെന്നു ആശ്ചര്യപ്പെട്ടു. ശരീരത്തിന്റെ ഓരോ അണുവും അജ്ഞാതമായ എന്തിനോവേണ്ടി പ്രകമ്പനം കൊള്ളുന്നത് അവളറിഞ്ഞു. അതിന്റെ ചെറു പീഡനത്തോടൊപ്പം അറിയാതുള്ളൊരു സുഖാലസ്യത്തിൽ സാവധാനം മയക്കത്തിലേക്ക് വീണു.

ഉച്ച ചായുംമുമ്പ് കല്യാണിക്കുട്ടി എത്തിയിരുന്നു. ഒരു വട്ടി നിറയെ സാധനങ്ങളും കൊണ്ട് തലച്ചുമടായി അപ്പു കണക്കനെയും കൂട്ടിയാണെത്തിയത്. ചുമടിറക്കിവെച്ച് അയാളെ തിരിച്ചയച്ച് കല്യാണിക്കുട്ടി നേരെ സരസ്വതിയുടെ അടുത്തെത്തി. അപ്പോൾ മാത്രമാണ് കമല അമ്മ വന്നതറിയുന്നതു തന്നെ. സന്തോഷായി.

“അമ്മെമേത്യോ.” കമല ആശ്ചര്യപ്പെട്ടു.

“ന്റെ കുട്ടീടടുത്ത് ഞാൻ വരാണ്ടിരിക്ക്യോ” സരസ്വതിയുടെ മുടി വാരിയെടുത്ത് മുടഞ്ഞിടുന്നതിനിടയിൽ കല്യാണിക്കുട്ടി പറഞ്ഞു.

“അല്ലേ ന്റെ ചുന്ദരിക്കുട്ടി” കല്യാണിക്കുട്ടി സരസ്വതിയുടെ കവിൾ ചുവപ്പിൽ ഒന്നു തടവി.

വൈകിട്ട് ദേവും സ്കൂളിൽ നിന്നെത്തി. അവൾ സരസ്വതിയെ തിരഞ്ഞു നടന്നു. എന്താണ് കാര്യമെന്ന് അറിയില്ലായിരുന്നു. സുഖമില്ലാതെ മറ്റു കുട്ടികളെ കൂട്ടി വീട്ടിലേക്ക് തിരിച്ചുപോന്നു എന്നുമാത്രമേ അറിഞ്ഞിരുന്നുള്ളു. ഉൽക്കണ്ഠപ്പെട്ടാണ് ഓടിയെത്തിയിരിക്കുന്നത്. സരസ്വതി അപ്പോഴും എഴുന്നേറ്റിരുന്നില്ല. അവൾ മുറിക്കുള്ളിൽത്തന്നെ കഴിഞ്ഞു. ദേവു ചെന്ന് ബഹളം വെക്കേണ്ടിവന്നു അവളെ എഴുന്നേല്പിക്കാൻ. ആലസ്യംപൂണ്ട കണ്ണുകളോടെ അവൾ മയക്കത്തിൽ നിന്നുണർന്നു. ദേവുവിന്റെ നേരെ കണ്ണയച്ച് വെറുതെ ഒന്ന് ചിരിച്ച് അവൾ എഴുന്നേറ്റുപോയി. അവളെ ചന്ദനം മണത്തിരുന്നു. ഭാവത്തിനും നടത്തത്തിനും നോട്ടത്തിനും ഒരു പ്രൗഢി വന്നതുപോലെ തോന്നി. ദേവു അവളെത്തന്നെ നോക്കി നിന്നു.

പലഹാരപ്പൊതികളുമായി അതിഥികളേറെയെത്തി. മുതിർന്ന പെൺകുട്ടികൾ അവളുടെ കവിളിൽ നുള്ളി നോവിച്ചു.

“ഇനി കുട്ടിക്കളിയൊക്കെ നിർത്തിക്കോളുട്ടോ.”

പച്ചമഞ്ഞളും ചന്ദനത്തൈലവും തേങ്ങാപ്പാലും ഇളംമേനിയിൽ തേച്ചു കൊടുത്ത് മുതിർന്ന പെണ്ണുങ്ങൾ ഒരു താക്കീതുപോലെ പറഞ്ഞു. പിന്നീടുള്ള ദിവസങ്ങളിൽ നിബന്ധനകളും വിലക്കുകളും വന്നു.

അതിഥികൾ വരുമ്പോഴേക്കും മുറ്റത്തേക്ക് ഓടിയിറങ്ങിച്ചെല്ലണ്ട. ഉറക്കെ സംസാരിക്കരുത്. കളികളധികമാവരുത്. ഒതുക്കവും അടക്കവും വേണം. പഴയതുപോലെ ചാടി മറിയണ്ട. ഉടുത്തു തുടങ്ങിയെന്നോർമ്മ വേണം. ഉടുപ്പിലും നടപ്പിലും ശ്രദ്ധ വേണം.

അതൊരു പുനർജ്ജനിയായി സരസ്വതിക്ക് തോന്നി. ഇന്നലെ പിറന്നു വീണതേയുള്ളു. അതും ഒരു വലിയ കുട്ടിയായി. അവൾക്കിപ്പോൾ മറ്റൊരു ലോകം തുറന്നുകിട്ടിയിട്ടുണ്ട്. അവൾ മാത്രമുള്ള ലോകം. അതിന്റെ സുഖത്തിൽ അവൾ മുങ്ങി. മറ്റൊന്നും അവളറിഞ്ഞില്ല.

ജീവിതങ്ങൾ

മെലിഞ്ഞുണങ്ങിയ കുഞ്ഞാലിയെ കണ്ട് വാസു വിളിച്ചു. കുഞ്ഞാലി വില്പനയുടെ തിരക്കിലായിരുന്നു. രണ്ടുതോളിലും തൂങ്ങിക്കിടക്കുന്ന തോൽ സഞ്ചി. ഇടതു കൈത്തണ്ടയിൽ തൂക്കിയിട്ടിരിക്കുന്ന പലതരം സാധനങ്ങൾ. സോക്സ് മുതൽ കളിപ്പാട്ടം വരെ അതിലുണ്ട്. സഞ്ചികളിൽനിന്നും എത്തിനോക്കുന്ന നിറപ്പകിട്ടാർന്ന വിവിധതരം ബലൂണുകൾ. നടന്നാണ് വില്പന. വില്ക്കാനുള്ള സാധനങ്ങളെക്കുറിച്ചുള്ള വിവരണങ്ങൾ ഇടയ്ക്കിടെ വിളിച്ചു പറഞ്ഞുകൊണ്ടിരിക്കും. അത് കുട്ടികൾ കാണാതെ പഠിച്ചു വെച്ച പദ്യം ചൊല്ലും പോലെയാണ്. ആളുകൾ കൂട്ടമായി നില്ക്കുന്നിടത്തൊക്കെ കുഞ്ഞാലിയുടെ ചലിക്കുന്ന കട ചെന്നെത്തും. കുട്ടികളുമായി നടന്നു നീങ്ങുന്നവരുടെ മുന്നിലൂടെ കുഞ്ഞാലി റോന്തു ചുറ്റുകയും സാധാരണമാണ്. പ്രകോപനത്തിന്റെ വഴികൾ പുറത്തെടുക്കുകയാണ്. എന്തിനും ഒരു തന്ത്രമുണ്ടല്ലൊ.

വാസു പുതിയിടത്ത് താമസം തുടങ്ങിയിട്ട് ഏതാനും നാളുകളേ ആയുള്ളു. ആദ്യമായാണ് പുറത്തുവെച്ച് കുഞ്ഞാലിയെ കാണുന്നത്. ആൽമരച്ചുവട്ടിൽനിന്നാണ് എന്നും വണ്ടി കയറുന്നത്. എന്നിട്ടും നാളിതുവരെ ഒരിക്കല്പോലും കുഞ്ഞാലിയെ കണ്ടില്ല. ഒരുപക്ഷേ, കുഞ്ഞാലി ആളുകൾ കൂടുന്ന ഓരോ സ്ഥലങ്ങളിലും ചുറ്റിക്കറങ്ങുകയാവും. പ്രപഞ്ച ഗോളങ്ങളുടെ ഭ്രമണം പോലെ.

വാസു വിളിച്ചു. കുഞ്ഞാലി നിന്നു. ആൽമരച്ചുവട്ടിലേക്ക് കയറിനിന്ന് കുഞ്ഞാലി ഒരു ചെറുചിരിയോടെ പറഞ്ഞു.

"ഇതാ ഞമ്മടെ പണി."

"എങ്ങനിണ്ടു കച്ചോടം." വാസു അന്വേഷിച്ചു.

"ചൂടൊന്നു കൊറഞ്ഞ് കിട്ടണം. എന്നാലേ ആളോള് പൊറത്തെറങ്ങൂ."

അപ്പോഴേക്കും വണ്ടി വന്നു. വാസു വണ്ടിയിൽ കയറുന്നതോടെ കുഞ്ഞാലി തന്റെ വില്പന തന്ത്രത്തിലെ ഒരു ശീല് നീട്ടിച്ചൊല്ലി ആളുകൾക്കിടയിലേക്ക് നൂണ്ടു.

മുറിയിൽ അധികമൊന്നും പരസ്പരം കാണാനോ സംസാരിക്കാനോ സമയം കിട്ടാറില്ല. കൂടെ താമസിക്കുന്നു എന്നതൊഴിച്ചാൽ ഓരോരുത്തരും അവരവരുടെ ജോലിക്കായി പുലരുംമുൻപേ ഇറങ്ങിത്തിരിക്കുകയാണ്. പിന്നെ തിരിച്ചെത്തുന്നത് രാത്രിയിലും. അതും പല സമയങ്ങളിൽ. അപ്പോഴേക്കും ചിലരുറങ്ങിക്കാണും. രാവിലെ ഉറക്കമുണരുമ്പോൾ തൊട്ടു ചേർന്ന് മറ്റൊരാൾ കിടക്കുന്നതു കാണാം. അയാൾ രാത്രിയിൽ എപ്പോഴെങ്കിലും വന്ന് കിടന്നിരിക്കും.

ശിവരാമന്നായർ മാത്രം എപ്പോഴും മുറിയിലുണ്ടാവും. അയാൾക്ക് പാചകം, മുറി വൃത്തിയാക്കൽ, പുറത്തുപോയി സാധനങ്ങൾ വാങ്ങിക്കൊണ്ടുവരൽ. ഉച്ചഭക്ഷണത്തിന് പലരും എത്താറില്ല. അങ്ങനെയുള്ളവർക്ക് രാവിലെ കൂടെക്കൊണ്ടുപോകാൻ ശിവരാമന്നായർ ഓരോ ഭക്ഷണപ്പൊതികൾ തയ്യാറാക്കി വെച്ചിരിക്കും. ഖുബ്ബൂസും തലേന്നത്തെ കറിയും കാണും പൊതിയിൽ. രാത്രിയിൽ മാത്രം തിരിച്ചെത്തുന്നവർക്കുള്ള പാഥേയം.

വൈകുന്നേരം പക്ഷികൾ കൂടണയും. അപ്പോഴേക്കും ശിവരാമൻന്നായർ പാചകം കഴിച്ചു വെച്ചിരിക്കും. ജോലി കഴിഞ്ഞെത്തുന്നവരുടെ ആർത്തിയും വിശപ്പും ദാഹവുമൊക്കെ അയാൾക്കറിയാം. ശീലങ്ങളും. അതനുസരിച്ചുതന്നെ അയാൾ ഭക്ഷണം വിളമ്പും. വൈകിയെത്തുന്നവർക്കായി പ്രത്യേകം എടുത്തു വെച്ചിരിക്കും. പെറ്റമ്മയൂട്ടുംപോലെ എല്ലാവരുടെയും വിശപ്പകറ്റും.

വെള്ളിയാഴ്ച പലരേയും തല്ലിയെഴുന്നേല്പിക്കുന്ന ജോലിയും അയാൾക്കുണ്ട്. ആകെക്കിട്ടുന്ന ഒരൊഴിവ് ദിവസമാണ്. മടിപിടിച്ച് ചുരുണ്ട് കിടന്നുറങ്ങി വൈകിയെഴുന്നേല്ക്കാനുള്ള ഒരേയൊരവസരം അതാരും പാഴാക്കാറില്ല. എന്നാൽ അധികനേരമങ്ങനെ കിടന്നുറങ്ങാനുള്ള സൗകര്യമൊന്നും ആ മുറിക്കില്ല. ആളുകളുടെ ചവിട്ടുകൊള്ളും. വെള്ളിയാഴ്ചകളിലെ കലഹങ്ങളും കാര്യപരിപാടികളും ഇങ്ങനെ ചില അസ്വാരസ്യങ്ങളിലൂടെ പുലർന്നു വീഴും.

ശിവരാമന്നായർക്ക് തുണക്കാരായി നില്ക്കാൻ സ്വമേധയാ മുന്നോട്ടുവരുന്നവരും കാണും. പച്ചക്കറികളരിഞ്ഞുവെക്കുക, മീൻ മുറിക്കുക, പാത്രം കഴുകുക എന്നീ ജോലികളാണ് ഈ വളന്റീയർമാർക്കുള്ളത്. കണ്ണീരും കൈയുമായിരുന്നു. ഉള്ളി തൊലികളയുന്ന പരമുവിനെ അന്നാണ് എല്ലാവർക്കും കിട്ടുക.

ഗൃഹാതുരത്വത്തിന്റെ ചില്ലകളിൽ ചേക്കാറാനും അതൊരവസരമാണ്.

“മാധവീടെ കൈയോണ്ട് എന്തുവെച്ചാലും ഒരു രസംണ്ടേ” ശിവരാമൻന്നായർ ഭാര്യയുടെ കൈപ്പുണ്യത്തെക്കുറിച്ച് വാചാലനാകും.

ഖദീജേടെ ചെമ്മീഞ്ചമ്മന്തിയോർത്ത് മമ്മദിന്റെ വായിലും വെള്ളമൂറും. കൈകഴുകി ചെന്നിരുന്ന് വയറു നിറച്ചും ഉണ്ടെഴുന്നേറ്റ് പോരുന്ന ശീലമേ പരമുവിനുള്ളു. അതൊന്നും അത്ര കണ്ട് സാദ്ധ്യമാകാത്തതിന്റെ നിരാശയുമുണ്ട്. കുഞ്ഞാലിക്ക് എന്തു കിട്ടിയാലും പഥ്യം തന്നെ. പരാതിയില്ല. പരിഭവമില്ല. ഒന്നോർത്താൽ അയാൾക്കിവിടെ സ്വർഗ്ഗാണ്. അത്രയേറെ കഷ്ടപ്പാടായിരുന്നു നാട്ടിൽ. പട്ടിണിയുടെ കരിഞ്ഞുണങ്ങിയ നാളുകൾ. അടിവയറ്റിലെ പൊള്ളൽ. കത്തലടക്കാനൊന്നുമില്ലാതുള്ള നിശ്ശബ്ദ വിലാപം. ഓർമ്മയുടെ കയങ്ങളിൽ തെളിഞ്ഞു വരുന്നത് ഉമ്മയുടെ കഴുത്തിൽ ശേഷിച്ച ഇത്തിരി പൊന്നിനുവേണ്ടി വഴക്കിടുന്ന ബാപ്പയുടെ മുഖമാണ്. പിടിച്ചു പറിച്ചു ഇറങ്ങിപ്പോകുന്ന ബാപ്പ. എന്നിട്ടും ബാപ്പക്കുവേണ്ടി കാത്തിരുന്ന അനേകം രാവുകൾ.

"ഉമ്മെന്തിനാ ബാപ്പാനെ കാക്ക്ണ്."

"ഓൻ അന്റെ ബാപ്പായിട്ട്."

"അപ്പോ ന്റെ ക്ലാസിലെ അഫ്സല് പറീണത് കള്ളാ."

"ഓനെന്തു പറഞ്ഞൂന്നാ."

"ബാപ്പാന് വേറെ കെട്ട്യോള്ണ്ട്ന്ന്.."

ഉമ്മ മിണ്ടിയില്ല. കുഞ്ഞാലിയെ അടക്കിപ്പിടിച്ച് കണ്ണുനിറച്ചു. അവന്റെ കവിളിൽ കണ്ണീരിന്റെ ചൂട്.

അങ്ങനെയാണ് കുഞ്ഞാലി പഠിത്തം നിർത്തിയത്. കുട്ടികളുടെ പരിഹാസം അവനെ മുറിവേല്പിച്ചു. ഇനി കൊള്ള ചെയ്യാൻ മുതലില്ലെന്നു കണ്ട് ബാപ്പ പിന്നെ വരാതായി. ഇടിഞ്ഞു വീഴാറായ മോന്തായത്തിനു കീഴിൽ കുഞ്ഞാലിയും ഉമ്മയും വയറുമുറുക്കി കഴിഞ്ഞു. അടുത്ത വീട്ടിലെ മുറ്റമടിച്ചും പാത്രം കഴുകിയും ഉമ്മ കുഞ്ഞാലിയെ പോറ്റി. അവസാനം കിടപ്പാടം പണയപ്പെടുത്തി കുഞ്ഞാലി കടൽ താണ്ടി. അങ്ങനെയുള്ള കുഞ്ഞാലിക്ക് ശിവരാമന്നായർ വെച്ചു വിളമ്പുന്നത് എന്നും സദ്യവട്ടങ്ങളാണ്. വയറു നിറച്ചു കുഞ്ഞാലി ഉണ്ണില്ല. കുഞ്ഞാലിക്ക് പേടിയാണ്. പാടില്ല. ലോകത്തിനിയും ആയിരങ്ങൾ പട്ടിണി കിടക്കുമ്പോൾ ഒരിക്കലും പാടില്ല. ഇത്തിരി വയർ ഒഴിഞ്ഞുതന്നെ കിടക്കണം. എല്ലാവർക്കും ഭക്ഷണമുണ്ടെന്ന് ഉറപ്പുവരുത്തിയിട്ടേ കുഞ്ഞാലി കഴിക്കാനിരിക്കൂ. അവസാനത്തെ ആളായി. അതുവരെ ശിവരാമന്നായരുടെ കൂടെ നില്ക്കും. എടുക്കാനും വിളമ്പാനും മറ്റുള്ളവർ ഭക്ഷണം കഴിക്കുന്നതും തൃപ്തിയോടെ കൈകഴുകി വന്നിരിക്കുന്നതും നോക്കിക്കാണുക തന്നെ ഒരു സുഖമാണ്. അല്പം മുമ്പുണ്ടായ ആർത്തിയും വിശപ്പും ഭക്ഷണം കഴിഞ്ഞുള്ള സുഖകരമായ തളർച്ചയും ഓരോ തവണയും അനുഭവങ്ങളാണ്. ആ നിമിഷങ്ങൾക്ക് വേണ്ടിയാണ് ജീവിവർഗ്ഗം മുഴുവൻ കഷ്ടപ്പെടുന്നത്. അത് നിവർത്തിച്ചു കഴിയുമ്പോൾ മാത്രമാണ് മറ്റു കാര്യങ്ങളിലേക്ക് ശ്രദ്ധ തിരിയുന്നത്.

കുഞ്ഞാലിയുടെ ചിന്തകൾ അങ്ങനെ പോകും.

ഒരു ദിവസം വാസു തിരിച്ചെത്തുമ്പോൾ കുഞ്ഞാലി മുറിയിലുണ്ട്.

അത് പതിവില്ലാത്തതാണ്. വൈകുന്നേരങ്ങളിൽ അയാൾക്ക് മുറിയിലിരിക്കാൻ കഴിയില്ല. കച്ചവടം മുഴുവൻ ആ സമയത്താണ്. ഓരോരുത്തരും പുറത്തിറങ്ങുന്ന സമയം.

"എന്തുപറ്റി." വാസു ചോദിച്ചു.

"ഒന്നുല്യ. ഇന്ന് പണിക്കെറങ്ങണ്ടാന്നെവച്ചു. മൻശ്യന് ഒരു റെസ്റ്റൊക്കെ ബേണ്ടേ" കുഞ്ഞാലി ഏറെ ആഹ്ലാദത്തിലാണ്.

ജോലി കഴിഞ്ഞ് ഓരോരുത്തരായി തിരിച്ചെത്തിയപ്പോൾ കുഞ്ഞാലി ഒരു പൊതിയെടുത്ത് കൊണ്ടുവന്ന് മമ്മദിന്റെ മുന്നിൽവച്ച് പതുക്കെ തുറന്നു. പലവിധ ലബനീസ് മധുരപലഹാരങ്ങളായിരുന്നു അത്.

"എന്താടാ ബിശേഷം."

കുഞ്ഞാലിയുടെ മുഖം വിടർന്നു.

"ഒന്നുല്യ ക്കാ. ഞമ്മള് ത്തിരി പണയച്ചു. അയിന്റെ സന്തോശാ."

കാലങ്ങളായി കുഞ്ഞാലി സ്വരൂപിച്ചതാണ്. ചൂടുകൊണ്ടും വിയർപ്പൊഴുക്കിയും നേടിയതാണ്. അരപ്പട്ടയിലെ കള്ളികളിലാണ് നിക്ഷേപം. സദാ അത് അരയിലുണ്ടാവും. അരപ്പട്ടയില്ലാത്ത കുഞ്ഞാലിയെ കാണാനാവില്ല. അത് ശരീരത്തിന്റെ ഒരു ഭാഗമാണ്. ഊണിലും ഉറക്കത്തിലും അതിന്റെ സുരക്ഷിതത്ത്വത്തെക്കുറിച്ച് അയാൾ ബോധവാനാണ്. അരപ്പട്ടയുടെ അടയാളം അരക്കെട്ടിൽ ചുറ്റിപ്പിണർന്ന് കിടന്നു. ആദ്യാദ്യം ഒരു നീറ്റലായി അനുഭവപ്പെട്ടു. പിന്നെ അതൊരു പീഡാനുഭവമായി മാറി. അവഗണിച്ചവർക്കും ആക്ഷേപിച്ചവർക്കും മുന്നിൽ ഒരിക്കൽ തലയുയർത്തി നടക്കണം. മനസ്സിന്റെ കല്ലിപ്പ് അത്ര ആഴത്തിൽ മുറിവിന്റെ അടയാളങ്ങളിട്ടിരുന്നു.

മോന്തായം നിലംപൊത്തും മുമ്പ് ഒരു കൊച്ചുവീട് തീർക്കണം. ഉമ്മ കിടന്നുറങ്ങുന്ന കൂരയ്ക്ക് ഒട്ടും ഉറപ്പില്ല എന്ന തോന്നൽ. കുഞ്ഞാലിക്ക് അതൊരു വല്ലാത്ത ഭീതിയാണ്. പതിയിരിക്കുന്ന അപകടത്തെ ചൊല്ലി എപ്പോഴും വേവലാതിയാണ്. അങ്ങനെ ഒരു ദുരന്തമുണ്ടായാൽ ഇങ്ങനെ കഷ്ടപ്പെടുന്നതിനെന്തർത്ഥം. പിന്നെ ജീവിച്ചിരുന്നിട്ട് കാര്യമുണ്ടോ.

വാസു കുഞ്ഞാലിയെ സമാധാനിപ്പിക്കും. എല്ലാവരും ഒരേ തോണിയിലാണ്. ആടിയുലയുന്ന തോണി. നാടിനെക്കുറിച്ചുള്ള ഉൽക്കണ്ഠകളുടെ മുൾമുനയിൽ കഴിയുക.

ഉമ്മ കിടന്നുറങ്ങുന്ന വീടിന്റെ മോന്തായം നിലംപൊത്തുമോ എന്ന ഭീതിയിൽ കുഞ്ഞാലി ദുഃസ്വപ്നങ്ങൾ കാണുന്നു. ഉറക്കം ഞെട്ടിയുണരുന്നു. അരപ്പട്ട തപ്പുന്നു.

ഉമ്മാ- ഉമ്മാ എന്ന നിലവിളി കേട്ടുകൊണ്ടായിരിക്കും പലപ്പോഴും വാസു ഉണരുക. അല്പം വെള്ളമെടുത്ത് കുടിച്ച് കുഞ്ഞാലി അനങ്ങാതിരിക്കും.

"ബേജാറാവാണ്ട് കെടന്നൊറങ്ങ് മനുഷ്യാ. ഒന്നും ണ്ടാവില്യ. ഒക്കെ കുഞ്ഞാലീടെ പേട്യാ."

കുഞ്ഞാലി വീണ്ടും തല ചായ്ക്കും.

വാതിലിന്റെ പഴുതിലൂടെ നിലാവു ഇഴുകിയിറങ്ങുന്നതും നോക്കി വാസു കിടക്കും. തനിക്കും ഒരു മേൽക്കൂരയുണ്ടെന്നും അതിനു താഴെ ഏതാനും ജീവിതങ്ങളുണ്ടെന്നും ഓർത്ത് നൊമ്പരപ്പെടും.

മറ്റാരുമല്ല വാസുവിന്റെ മനസ്സിന് പിടിച്ചത്. കുഞ്ഞാലിയാണ്. നാട്യങ്ങളൊന്നുമില്ലാത്ത കുഞ്ഞാലി. പച്ച മനുഷ്യൻ. ചിട്ടയോടെ കിടന്നോടുന്നു. ഒരേ ഒരു മന്ത്രം. ഉമ്മ ഉമ്മ.

കുഞ്ഞാലി കൊടുത്ത മധുരം കഴിക്കുമ്പോൾ ഓരോരുത്തരും ഓർത്തുകാണും. പ്രതീക്ഷകളുമായിരിക്കുന്ന തന്റെ കുടുംബത്തെക്കുറിച്ച്. വാസുവും അതു തന്നെയാണോർത്തത്.

കാത്തിരിക്കുന്ന അമ്മയും കുട്ടികളും. വാസൂനും മോഹംണ്ട്. ഇത്തിരി പണം സ്വരൂപിച്ച് നാട്ടിലയയ്ക്കാൻ. അതിനായി തയ്യാറെടുക്കുകയായിരുന്നു. അരപ്പട്ടയില്ലെങ്കിലും വാസുവിനും ഉണ്ടൊരളുക്ക്. ആഴ്ചയിലൊരിക്കൽ കിട്ടുന്ന പച്ചനോട്ടുകൾ ചുരുട്ടി വാസു അളുക്കിലൊളുപ്പിച്ചുവെക്കും. കടപ്പുറത്ത് നിന്നു കിട്ടിയതാണ് അളുക്ക്. സിഗരറ്റോ മറ്റോ നിറച്ചെത്തുന്ന ഭംഗിയാർന്ന ടിന്ന്. ആരോ ഉപയോഗം കഴിഞ്ഞ് എറിഞ്ഞു കളഞ്ഞതാവും. പുതുപുത്തനാണ്. അതെടുത്ത് വൃത്തിയാക്കുമ്പോൾ വാസുവിന്റെ മനസ്സിൽ പഴയ കാശുംകുടുക്ക ഓർമ്മയിലെത്തി. കാശുംകുടുക്കയുടെ ചെറിയ വായിലേക്ക് നാണയങ്ങളിട്ട് ഉത്സവക്കാലങ്ങളിലേക്കായി കൂട്ടിവെക്കുന്നതും മറ്റും. കാശുംകുടുക്കയുടെ സ്ഥാനത്ത് വാസു അളുക്കിനെ പ്രതിഷ്ഠിച്ചു. ഈയൊരളുക്കാണിപ്പോൾ വാസുവിന്റെ ജീവസ്പന്ദങ്ങളെ നിയന്ത്രിക്കുന്നത്. എന്തൊരു മനോഹരമായ കൊച്ചളുക്ക്. കിട്ടുന്നതൊക്കെ അതിൽ ചുരുട്ടിവെച്ചു. അത് നിറയ്ക്കുന്നതാണ് ഇപ്പോഴത്തെ സ്വപ്നം. ഒരു ദിവസം നാട്ടിലേക്കിത്തിരി പണമയ്യക്കണം. എന്നാൽ അധികമൊന്നുമില്ലല്ലൊ എന്ന സങ്കടമുണ്ട്. കുഞ്ഞാലി എത്ര പണമയച്ചു കാണും. വാസു ആലോചിച്ചു. അതൊന്നും ചോദിക്കുന്നതോ പറയുന്നതോ ശരിയല്ലെന്ന് വാസുവിന് തോന്നി. പണമയയ്ക്കുന്നത് എങ്ങനെയാണെന്നുപോലും വാസു ആലോചിച്ചിട്ടില്ല. വരട്ടെ അന്വേഷിക്കണം. അളുക്ക് അല്പമെങ്കിലും നിറയാതെങ്ങനെ.

പകലിന്റെ ഒടുങ്ങാത്ത തീക്കനൽ എരിഞ്ഞു നില്ക്കുമ്പോൾ വാസു മേലുരുക്കി പണിയെടുത്തു. പൊള്ളുന്ന ചൂടിൽ വെന്തുരുകി.

ഏറെ നാളുകൾക്ക് ശേഷമാണ് പണിസ്ഥലത്തേക്ക് അശോകൻ എത്തിയത്. മുഖം വല്ലാതെയുണ്ട്. പഴയ പ്രസരിപ്പൊക്കെ ചോർന്നു പോയ പോലെ.

“എന്താ ഒരു വല്ലായ്മ.” വാസു അന്വേഷിച്ചു.

“ഒന്നുല്യ.”

“എന്നാലും.”

“ഇവര്ടെ പണി കഴിയ്യാ.”

“ആരുടെ?”

“കമ്പനീടെ.”

"അപ്പോപ്പിന്നെ."

"അടുത്ത പണി കിട്ടുംവരെ ആൾക്കാരെ നിർത്തില്ല."

"പറഞ്ഞുവരുന്നത്?"

"വേറെ പണിണ്ടാക്കണം."

കമ്പനിയുടെ നിലവിലുള്ള പ്രോജക്ട് അവസാന ഘട്ടത്തിലാണെന്നും മറ്റൊരു പ്രോജക്ട് കിട്ടുംവരെ ഇത്രയേറെ ആളുകൾക്ക് ശമ്പളം കൊടുത്ത് നിലനിർത്തില്ലെന്നും ഇതാണിവിടത്തെ രീതിയെന്നും സാരം. ഒന്നുകിൽ തിരിച്ചു പോകാം. അതുമല്ലെങ്കിൽ മറ്റൊരു ജോലി കണ്ടു പിടിക്കാം.

ഇതൊക്കെ കമ്പനിയുടെ നേരിട്ടുള്ള ജോലിക്കാരുടെ കാര്യമാണ്. ദിവസക്കൂലിക്കും ആഴ്ചക്കൂലിക്കും പണിയെടുക്കുന്നവർക്ക് ഇതൊന്നും ബാധകമല്ല. അവർക്ക് തുടർന്ന് പണിയില്ല. പക്ഷേ, സർവ്വതന്ത്ര സ്വതന്ത്രർ. മറ്റെവിടെപ്പോയും പണി കണ്ടെത്താം.

ഓരോരോ വിചാരങ്ങളിൽ മുങ്ങി രണ്ടുപേരും കുറേനേരം മിണ്ടാതിരുന്നു.

"എവിടെങ്കിലും ഒരു വാതിൽ തുറക്കും."

പോകുമ്പോൾ അശോകൻ സ്വയം ആശ്വസിച്ചു.

രാത്രി ഉറങ്ങാൻ കിടക്കുംമുൻപ് വാസു മമ്മദിനോട് ഇക്കാര്യം സൂചിപ്പിച്ചു.

"അതിപ്പോ ഒരു പുത്യേ വിഷയല്ല. ബേജാറാവണ്ട കാര്യല്യ. പണിണ്ടാവും. ഇബ്ടല്ലെങ്കീ ബേറൊരെടത്ത്. ഈ ദുനിയാവ് ഇമ്മിണി ബല്യേദാ."

വാസുവിന് മനസ്സിന്റെ ഭാരം അല്പം കുറഞ്ഞെന്നുതോന്നി. മമ്മദിന്റെ ആശ്വാസവാക്ക് അയാളെ സമാധാനിപ്പിക്കാൻ പോന്നതായിരുന്നു.

അല്ലെങ്കിലും താൻ ആ കമ്പനിയുടെ ജോലിക്കാരനൊന്നുമല്ലല്ലോ. തേടിച്ചെന്നു. കൂലിപ്പണിയെടുത്തു. ഇന്ന് പണിയുണ്ടെങ്കിൽ ഇന്ന് ചെയ്യുന്നു. നാളെ പണിയുണ്ടെന്നതിന് ഒരുറപ്പുമില്ല. ഉണ്ടെങ്കിലായി എന്നേയുള്ളൂ. പിന്നെന്ത്.

അങ്ങനെ പോയി വാസുവിന്റെ ചിന്തകൾ.

ഇങ്ങനെയൊക്കെയാണെങ്കിലും വാസുവിന് പിന്നെയും ഏറെനാൾ ജോലിയുണ്ടായിരുന്നു. എന്നാൽ ജോലിക്കാരുടെ എണ്ണം കുറഞ്ഞു കുറഞ്ഞു വന്നു. നിർമ്മാണ പ്രവർത്തനങ്ങൾ കുറെശ്ശെ അസ്തമിച്ചു തുടങ്ങി. ശബ്ദമുഖരിതമായ യാർഡുകൾ പലതും നിശ്ശബ്ദമായി. ഒഴിഞ്ഞ യാർഡ് വൃത്തിയാക്കിയിടുംവരെ വാസു തുടർന്നു. ഒരു ദിവസം സന്ധ്യക്ക് അറിയിപ്പുണ്ടായി.

നാളെ മുതൽ വരേണ്ടതില്ല.

ഉറക്കമുണരുന്നത് കൂടെയുള്ളവരുടെ ജോലിക്കു പോകാനുള്ള തിക്കും തിരക്കും കണ്ടാണ്. ഓരോരുത്തരും അവരവരുടെ പ്രഭാതകർമ്മങ്ങൾ തീർത്ത് ശിവരാമന്നായർ തയ്യാറാക്കിക്കൊടുത്ത ഭക്ഷണ

പ്പൊതിയുമായി ഇറങ്ങിത്തിരിക്കുകയാണ്. അവരൊക്കെ ഓരോ വഴിക്ക് പോയിക്കഴിഞ്ഞപ്പോൾ വാസു തനിച്ചായി. എങ്ങും പോകാനില്ല എന്നോർത്തപ്പോൾ അസ്വസ്ഥനായി. ശിവരാമന്നായരുടെ ആശ്വാസ വാക്കുകളൊന്നും അയാളെ തൃപ്തനാക്കിയില്ല. എങ്ങനെയും ജോലി സമ്പാദിക്കണം. ഇങ്ങനെ വെറുതെയിരുന്നാൽ സ്വാസ്ഥ്യം നഷ്ടപ്പെടും.

അങ്ങനെ ശൂന്യതയുടെ ദിനരാത്രങ്ങൾ പിന്നിടുമ്പോഴാണ് ഒരു രാത്രി പരമേശ്വരൻ ഏറെ ഉത്സാഹത്തോടെ വന്നുകയറുന്നത്. അയാളുടെ മുഖം വിടർന്നിട്ടുണ്ട്. ചിരിയുടെ രഹസ്യം പിടികിട്ടിയില്ല. പച്ചക്കറിക്കടയിൽ ജോലിചെയ്തിരുന്ന പരമുവിന് ഒരു ഭാഗ്യം വീണുകിട്ടി. കടയിലെത്തിയ ഒരു സായ്പിന്റെ വണ്ടിയിലേക്ക് പച്ചക്കറി എടുത്ത് വെക്കുമ്പോൾ ഇംഗ്ലീഷിൽ സംസാരിച്ച പരമുവിനെ അടിമുടി നോക്കിയിട്ട് സായ്പ് പറഞ്ഞു.

“നീ നല്ലപോലെ സംസാരിക്കുന്നല്ലോ. നിനക്ക് താല്പര്യമെങ്കിൽ ഞാനൊരു ജോലിതരാം.”

പരമുവിന്റെ കണ്ണുനിറഞ്ഞു. ആദ്യമായാണ് ഒരാൾ തന്നെ ശ്രദ്ധിക്കുന്നതുതന്നെ. സാധനങ്ങൾ വണ്ടിയിലേക്കെടുത്തുവെച്ച് കിട്ടിക്കഴിഞ്ഞാൽ മുഖത്തുപോലും നോക്കാതെ ഒന്നോ രണ്ടോ നാണയങ്ങൾ തന്നിട്ട് പോകുന്നവരാണധികവും.

എന്തിന്, പരമുവിന് മാൽക്കം ക്ലബ്ബിൽ ജോലിയായി. ആദ്യമാദ്യം ക്ലീനിങ് പണി. പിന്നെ പതുക്കെ ടേബിൾ ബോയ്. താമസിയാതെ ബാർമാൻ. പരമുവിന്റെ ഉത്സാഹം കണ്ടപ്പോൾ നിശ്ചയിച്ചു. ഏതെങ്കിലും സായിപിന്റെ കൈയിൽനിന്നും നല്ല ടിപ്പ് കിട്ടിക്കാണും. രാത്രിയേറെ വൈകിയാണ് പരമു എത്തിയത്.

“നാളെ നമുക്കൊരിടംവരെ പോകാം.”

പരമു പറഞ്ഞു. അന്ന് അധികം വൈകാതെ പരമു എത്തിയിരുന്നു. വാസുവിനെയും കൂട്ടി പുറത്തിറങ്ങി. അറിയാത്ത ഗലികളിലൂടെയായിരുന്നു നടത്തം. വെളിച്ചം വിതറാൻ കാര്യമായ തെരുവു വിളക്കുകളൊന്നും ഉണ്ടായിരുന്നില്ല. ആകാശം ചൊരിയുന്ന നേർത്ത നാട്ടുവെട്ടം മാത്രം. ഒരു പാലത്തിനടിയിലൂടെ നൂണ്ട് ചെന്നെത്തിയത് തുറന്ന ഒരു സിനിമ കൊട്ടകയിലാണ്. അവിടെ ആളുകൾ ഒച്ചവെക്കുകയും തിക്കിത്തിരക്കി ബഹളമുണ്ടാക്കുകയും ചെയ്തിരുന്നു. അറ്റത്ത് വെളുത്ത സ്ക്രീനിന്റെ ചതുരം. പിറകിൽനിന്ന് വെളിച്ചത്തിന്റെ കുത്തൊഴുക്കിൽ ചിത്രങ്ങൾ തെളിയാൻ തുടങ്ങി. ഏതോ ഇറാനി സിനിമ. മനസ്സിലാകാത്ത ഭാഷ. അതൊന്നും പക്ഷേ, കാണികളിലാരെയും അലോസരപ്പെടുത്തുകയുണ്ടായില്ല. പാകിസ്ഥാനികളായിരുന്നു അധികവും. പ്രേമഗാനം പാടിവരുന്ന കാമുകനും കാമുകിയും പ്രത്യക്ഷപ്പെട്ടപ്പോൾ ആളുകൾ എഴുന്നേറ്റു നിന്ന് ഒച്ചയുണ്ടാക്കുകയും ചൂളം വിളിക്കുകയും ചെത്തിരുന്നു. ശബ്ദായമാനമായ അന്തരീക്ഷത്തിലാണ് സിനിമ കണ്ടു തീർത്തത്. ഇടക്കെപ്പോഴോ ഇന്ത്യൻ പതാക സ്ക്രീനിൽ തെളിഞ്ഞപ്പോൾ ആളുകൾ

അസുഖകരമായ ശബ്ദങ്ങൾ പുറപ്പെടുവിച്ചിരുന്നു. സിനിമ കണ്ടിറങ്ങുമ്പോൾ വിയർത്തു കുളിച്ചിരുന്നു. അന്തരീക്ഷം അനക്കമില്ലാതെ തൂങ്ങിനിന്നു. വല്ലാത്ത പുഴുക്കം അനുഭവപ്പെട്ടു. രാത്രിയുടെ നിഗൂഢതയിലേക്ക് നടന്നുകയറി മുറിയിലെത്തി. വാസുവിന് കുറ്റബോധം തോന്നി. തൊഴിലില്ലാതിരുന്നിട്ടും സിനിമകണ്ട് നടക്കുക. വീടിന്റെ ചിത്രം തെളിഞ്ഞുവന്നു. ദൈന്യം കലർന്ന അമ്മയുടെ മുഖം. നാട്ടുചിത്രങ്ങൾ ഒന്നൊന്നായി മിന്നിമറഞ്ഞു.

പുലർച്ചകൾ വന്നെത്തിയിരുന്നത് അലച്ചിലുകളുടെ ആരംഭമായാണ്. ജോലിക്കിറങ്ങുന്നവർക്ക് മുമ്പേ വാസു ഉണരാൻ തുടങ്ങി. അവർക്ക് മുമ്പേ അയാൾ പുറത്തിറങ്ങി. അവരൊക്കെ അന്വേഷിക്കുന്നുണ്ട് അത്ഭുതപ്പെടുന്നുണ്ട്.

“പണില്യാണ്ടെവ്ടെക്ക്യാ ഈ വെളുപ്പാൻകാലത്ത്.”

“അതോണ്ടല്ലെ ഓനെറങ്ങ്ണ്. കുടീലിരുന്നിട്ടെന്തിനാ.”

“ആ ചെക്കന്റെ ഉള്ളില് തീയാ കൂട്ടരേ. അതടങ്ങാണ്ട് ഇനി ഇരിപ്പുറക്കില്യാ.”

ശിവരാമന്നായർ വാസുവിന്റെ തീപ്പെരുക്കത്തെക്കുറിച്ച് മനസ്സിലാക്കിയിരുന്നു.

വാസു നേരേപോകുന്നത് ലേബർ ഓഫീസിന്റെ മുന്നിലേക്കാണ്. അവിടെ അപ്പോഴേക്കും വാസുവിനെപ്പോലെ പലരും എത്തിക്കഴിഞ്ഞിരിക്കും. മണിക്കൂറുകളോളം കാത്തുകെട്ടിക്കിടക്കുകയാണ്. ഒരു വണ്ടി ലേബറാഫീസിന്റെ മുറ്റത്ത് വന്നു നില്ക്കുന്നതോടെ കൂട്ടംകൂടി നില്ക്കുന്നവരുടെ കണ്ണുകൾ അങ്ങോട്ട് പായും. പ്രതീക്ഷയോടെ.

റോയൽ എയർഫോഴ്സിന്റെയോ ട്രൂഷ്യൽ ഒമാൻ സ്കൗട്ടിന്റെയോ പട്ടാളവണ്ടിയാണെന്നു കണ്ടാൽ എല്ലാവരും അങ്ങോട്ടുനീങ്ങി ഓഫീസിന്റെ പരിസരത്ത് തമ്പിട്ട് നില്ക്കും. ഒരു റിക്രൂട്ടിങ് ഓഫീസർ ഇറങ്ങിവരുംവരെ. വെയിലിന് ശക്തി കൂടിവരും. ഒരു പട്ടാളക്കാരനോ ഓഫീസിലെ മറ്റേതെങ്കിലും ഉദ്യോഗസ്ഥനോ വന്ന് കൂട്ടംകൂടി നില്ക്കുന്നവരോട് ദൂരേക്ക് മാറിനില്ക്കാൻ ആജ്ഞാപിക്കുകയും ചെയ്യും. അതെപ്പോഴും കുളത്തിൽ ചണ്ടിയാട്ടുംപോലെ അല്പനേരം അകന്നുമാറി നില്ക്കയും പിന്നെയും ഓഫീസിന്റെ പടിവാതില്ക്കലേക്ക് അടുത്തുകൂടുകയും ചെയ്യും.

വാസു എന്നും പുലർച്ചക്കെത്തി ഈ കൂട്ടത്തിലൊരാളായി നില്ക്കാൻ തുടങ്ങിയിട്ട് ദിവസങ്ങളായി. എന്നാൽ ഒരിക്കൽ പോലും ഒരൂഴം തരപ്പെട്ടു കിട്ടിയില്ല. ഒരവസരം വാസുവിനെ വിളിച്ചെങ്കിലും ശരിയായ സർട്ടിഫിക്കറ്റോ, മറ്റു രേഖകളോ കൈവശമില്ലാത്തതിനാൽ അവസാന നിമിഷം തിരിച്ചയക്കയാണുണ്ടായത്. ആ ദിവസം തിരിച്ചെത്തിയപ്പോൾ വാസുവിന്റെ നിരാശപൂണ്ട മുഖംകണ്ട് ശിവരാമന്നായർ അന്വേഷിച്ചു.

“നീയെന്താ കപ്പല് മറിഞ്ഞപോലെ.”

"ഏയ്. ഒന്നുല്യ."

"ഇന്നത്തോണ്ട് ലോകവസാനിക്കില്ലല്ലൊ. നാളേം സൂര്യനുദിക്കും. അങ്ങനങ്ങട് വിചാരിക്യാ."

ശിവരാമന്നായർ എപ്പോഴും അങ്ങനെയാണ്. സാന്ത്വനത്തിന്റെ മൃദുസ്പർശമേകി ആരെയും ആശ്വസിപ്പിക്കും. ഉള്ളിലൊരു തീച്ചൂള കൊണ്ടുനടക്കുന്നുണ്ടെങ്കിലും. വാസുവിന് പലപ്പോഴും ബോദ്ധ്യമായിട്ടുണ്ട്.

അകായിലെ കാരണവർക്ക് അടിച്ചുതളിക്കാരിയിലുണ്ടായതാണ് ശിവരാമന്നായർ. ഒരു വലിയ തറവാട്ടിലെ സർവ്വരുടെയും അവജ്ഞയും ആട്ടും തുപ്പും അമ്മയും മകനും അനുഭവിച്ചിട്ടുണ്ട്. കാരണവരെ അതേപടി പകർത്തിവെച്ചിരിക്കയാണ്. അതുകൊണ്ടുതന്നെ ആക്ഷേപത്തിന്റെയും അവജ്ഞയുടെയും ശക്തി വർദ്ധിക്കുകയും ചെയ്തു. എന്നാൽ ആർക്കും നിഷേധിക്കാൻ വയ്യാത്തവിധം കുട്ടി വളർന്നുവരികയും തന്റെ അതേ കലർപ്പില്ലാത്ത രൂപം കൺമുന്നിൽ കാണാനും തുടങ്ങിയതോടെ കാരണവർ വടക്കുമ്മൂല എന്ന അമ്പത് സെന്റ് സ്ഥലം എഴുതിക്കൊടുത്ത് അടിച്ചുതളിക്കാരിക്ക് ഒരു കൂര വെച്ചുകൊടുത്തു. കാരണവർ പോയതോടെ അടിച്ചു തളിയും നഷ്ടമായി. അകായിലെ ശേഷിച്ചവരൊക്കെ അടിച്ചു പുറത്താക്കി. കൺവെട്ടത്ത് കാണരുതെന്നായി. ജന്മം കൊണ്ട് കൈവന്ന പ്രകൃതം മായ്ച്ചുകളയാനാവില്ലല്ലൊ. ശിവരാമന്നായർ ജീവിച്ചു. ശാപവാക്കുകൾ കേട്ട് ജീവിച്ചു. വളർന്നപ്പോൾ എവിടെന്നും ഒരു പെണ്ണ് കിട്ടില്ലെന്നായി. ആലോചനകളൊക്കെ അവസാനനിമിഷം അലസിപ്പോയി. സുമുഖനും സുന്ദരനുമായ ഒരു ചെറുപ്പക്കാരൻ നാട്ടുകാർക്കൊക്കെ അനഭിമതനായി. ജന്മശാപം കൊണ്ടുമാത്രം. ജന്മദുഷ്കൃതം. അമ്മ ഉള്ളുരുകി കരഞ്ഞു. പാപത്തിന്റെ സന്തതിക്ക് ജന്മം നല്കിയതിൽ സ്വയം പഴിച്ചു. എന്നാൽ ജന്മഹേതുവായ കുടുംബത്തിന്റെ തന്നെ താവഴിയിലുള്ള ആഢ്യത്വവും പ്രമാണിത്തവും ഒട്ടും കുറയാത്ത കുടുംബത്തിൽ നിന്ന് ശിവരാമന്നായർ മാധവി എന്ന പെൺകുട്ടിയെ പിടിച്ചുകൊണ്ടുവന്ന് രജിസ്ട്രാക്കി അവഗണിച്ചവർക്കെതിരെ പകരം വീട്ടി.

"വടക്കുമ്മുലേലിക്ക് ഒരു മാണിക്യക്കല്ലാ കടത്തിക്കൊണ്ടുവന്നത്." ശിവരാമന്നായർ അഭിമാനത്തോടെ പറയും. മണിമുത്തുപോലെ രണ്ടു പെൺമക്കളും പിറന്നു. ഇപ്പോൾ അമ്മയും മാധവിയും മക്കളുമല്ലാതെ മറ്റൊന്നും ശിവരാമന്നായരുടെ ചിന്തകളിലില്ല.

അകായിലെ പഴന്തറവാടിന്റെ മുകപ്പിലും മേലെയെത്തുന്ന ഒരു വീട് വടക്കുമ്മൂലയിൽ തീർക്കണം. പുറം വരാന്തയിൽ ചാരു കസേരയിൽ കാലും നീട്ടിവെച്ചു കിടന്ന് അപ്പുറത്തെ ക്ഷയിച്ചു വരുന്ന ആഢ്യത്വത്തിലേക്ക് ഒന്ന് കാർക്കിച്ചു തുപ്പണം.

സ്വപ്നങ്ങളുടെ തേരിലേറി ശിവരാമന്നായർ അങ്ങനെ കഴിയുകയാണ്. എല്ലാവർക്കും ഭക്ഷണം വെച്ചുവിളമ്പി സ്വയം ചുടുകയാണ്.

വാസു എല്ലാം കേട്ടിരുന്നു.

അതിഥി

ഇളം വെയിലിന് ആർദ്രത നഷ്ടപ്പെട്ട് ചുകക്കാൻ തുടങ്ങി. കർക്കിടകത്തിന്റെ ദൈന്യമകന്ന് പൊരിയാനൊരുങ്ങി. പതിവില്ലാത്തതാണ്.

കമല മുറ്റത്ത് ചിക്കുപായ വിരിച്ചു. കുട്ടികൾ ചെമ്പുകലത്തിൽ നിന്നും കോരിയെടുത്ത പുഴു ങ്ങിയ നെല്ല് മുറങ്ങളിൽ നിറച്ച് ചിക്കുപായിൽ കൊണ്ടിട്ടു. വെയിൽച്ചീന്തുകളിലേക്ക് അത് പരത്തി ഉണക്കാനിട്ട് മാനത്തേക്ക് സംശയത്തോടെ നോക്കി. ഇല്ല. എവിടെയും വെള്ളിമേഘങ്ങളേയുള്ളൂ.

കർക്കിടകത്തിന്റെ കാലുഷ്യത്തിലേക്ക് നീക്കിവെച്ചതാണ് നെല്ല്. എല്ലാം കൈവിട്ടുപോയി. ശേഷിച്ച ഒരുമുറി പാടം കൃഷി ചെയ്യുന്നുണ്ട്. ഒരു പൂവ് മാത്രം. പിന്നെ വാരം കീറി മത്ത, കുമ്പളം, വെള്ളരി നട്ടു നനച്ചെടുക്കും.

വേനലൊടുങ്ങുന്നതോടെ നാടിന്റെ ഭീതിയും വർദ്ധിക്കും. മഴയുടെ ഇരമ്പംതന്നെ ഇല്ലായ്മയുടെ വിളിച്ചറിയിപ്പാണ്. കള്ളക്കർക്കിടകത്തിലെ തോരാത്ത മഴയിൽ ഈടുവെയ്പുകൾ പുറത്തെടുക്കുകയാണ് പതിവ്. വേനൽച്ചൂടിൽ ഉണക്കിവെച്ച കശുവണ്ടി, മാങ്ങ, ഐനിക്കുരു, ചേമ്പ്, കാച്ചിൽ, മങ്ങല്ലിയിൽ ഉപ്പിലിട്ടുവെച്ച കടുമാങ്ങ ഇവയൊക്കെ കർക്കിടകത്തെ മറികടക്കാനുള്ള നിധികളാണ്. ഒട്ടും നിവൃത്തിയില്ലാതായപ്പോഴാണ് കമല പത്തായം തുറന്നത്. ഒരിക്കലും നിറഞ്ഞുകണ്ടിട്ടില്ലാത്ത പത്തായത്തിന്റെ മൂലക്ക് സൂക്ഷിച്ചിരുന്ന നെല്ലെടുത്ത് പുഴുങ്ങിക്കുത്താനൊരുങ്ങിയത്.

കിഴക്കുനിന്ന് നീണ്ടെത്തിയ നിഴൽ ചിക്കുപായിലേക്ക് കടന്നപ്പോൾ കമലയും മക്കളും പടികടന്നെത്തിയ അപരിചിതന്റെ നേരെ നോക്കി. മെലിഞ്ഞ് കണ്ണുന്തിയ ഒരാൾ നടന്നെത്തുന്നുണ്ടായിരുന്നു. മുഷിഞ്ഞ

വേഷം. നാട്ടിലെങ്ങും കണ്ടിട്ടില്ല. നെല്ലുവിരിക്കുന്ന പെൺകുട്ടികൾ പെട്ടെന്ന് കമലയുടെ പിറകിലേക്കൊതുങ്ങിനിന്നു.

"ആരാ." കമല ചോദിച്ചു.

പ്രതികരണമൊന്നുമുണ്ടായില്ല. അയാൾ നേരെ വീട്ടിറയത്തേക്ക് കയറിനിന്ന് കുപ്പായത്തുമ്പ് പൊക്കി മടിക്കുത്തിൽനിന്ന് ഒരു പൊതി യെടുത്തു. കമലയ്ക്ക് ഭയംതോന്നി. ഇറയത്തേക്ക് കയറിച്ചെന്ന് വീണ്ടും ചോദിച്ചു.

"നിങ്ങളാരാ. മനസ്സിലായില്ല."

"പുത്തൻപുരയിൽ കമല ആരാ." അയാൾ ചോദിച്ചു.

"ഞാനാ." കമല ക്ഷണത്തിൽ പറഞ്ഞു.

"മോൻ പേർഷേലല്ലേ?"

"അതെ."

"ഓന്റെ പേരെന്താ?"

"വാസു."

"ഓനയച്ച പണാ."

പൊതി കമലയെ ഏല്പിച്ച് അയാളിറങ്ങി നടന്നു.

പടിയിറങ്ങിപ്പോകുന്ന അയാളെ നോക്കി കമലയും കുട്ടികളും സ്തം ഭിച്ചുനിന്നു. അയാളേല്പിച്ചുപോയ പൊതിയുടെ കനം അവളെ തിരികെ കൊണ്ടുവന്നു. പെൺകുട്ടികൾ അമ്മയുടെ അടുത്തേക്കെത്തിയതോടെ അവൾ വീടിനുള്ളിലേക്ക് കടന്നു. പൊതിയഴിച്ചതോടെ അവളുടെ കണ്ണു നിറഞ്ഞു.

"ഈശ്വരാ... എന്റെ മോൻ."

സന്തോഷവും സങ്കടവും മുഖങ്ങളിൽ നിഴലിച്ചു. ഒരുനിമിഷം കൊണ്ട് ആ വീട്ടിലെ അന്തരീക്ഷം മാറിപ്പോയി. അവരൊന്നിച്ചിരുന്നു കരഞ്ഞു. പുറത്ത് ചിക്കുപായിലെ വെയിലിലുണക്കാനിട്ട നെല്ല് കാക്കയും കോഴിയും തിന്നുതീർക്കാൻ തുടങ്ങിയത് അവരാരും അറിഞ്ഞില്ല.

കമലയ്ക്ക് ആശ്വാസമായി. അഭിമാനംതോന്നി. തന്റെ കുട്ടിയും കടൽ കടന്നുപോയി. ജോലിയായി. കാശയച്ചു തുടങ്ങി. ഇനി ചോദ്യങ്ങളുടെ മുന്നിൽ കമലയ്ക്ക് പകച്ചു നില്ക്കേണ്ടതില്ല. അല്ലെങ്കിൽ പുറത്തിറങ്ങിയാൽ കാണുന്നവരൊക്കെ അന്വേഷിക്കും. മോൻ പോയിട്ട് വല്ല മെച്ചായോ. ഒന്വായില്ല എന്ന് കമല പറയും. ഇനിയിപ്പോൾ അവൾക്ക് അഭിമാനത്തോടെ പറയാം. ഇതാ എന്റെ മോൻ പേർഷ്യേലെത്തി. ജോലിയായി പണമയച്ചു തുടങ്ങി.

കുട്ടികൾ ആഹ്ലാദത്തിരയിലായി. അവർക്കും ഇനി വിശേഷങ്ങളുണ്ട്. സ്കൂളിൽ കൂട്ടുകാരികളുടെ ചോദ്യങ്ങൾക്ക് ഉത്തരമുണ്ട്. സരസ്വതി ക്കാണ് കൂടുതൽ ഉത്സാഹം. അവൾക്കിനി മീനാക്ഷിയെ നേരിടാം. മീനാക്ഷിയുടെ അച്ഛൻ പേർഷ്യക്കാരനാണ്. അവളുടെ ഉടുപ്പുകളെല്ലാം ഒന്നു വേറെത്തന്നെയാണ്. അതെല്ലാം അവളുടെ അച്ഛൻ പേർഷ്യയിൽ

നിന്ന് എത്തിച്ചുകൊടുക്കുന്നതാണ്. കാതിലെ കുണുക്ക്. കഴുത്തിലണിയുന്ന പിരിയൻ സ്വർണ്ണമാല. എല്ലാം അവൾക്കായി പ്രത്യേകം തെരഞ്ഞെടുക്കുന്നതാണ്. അതു മാത്രമോ. അവൾ പൂശുന്ന അത്തറിന്റെ മണമോ അതാണ് ഏറെയും സരസ്വതിയെ കൊതിപ്പിക്കുന്നത്. സരസ്വതിക്ക് അവളോട് കടുത്ത അസൂയ തോന്നിയിട്ടുണ്ട്.

"നിന്റെ ചേട്ടൻ പേർഷ്യേപ്പോയിട്ട് എന്തായി."

മീനാക്ഷി ഇടക്കിടെ ചോദിച്ച് സരസ്വതിയെ വേദനിപ്പിക്കും. വാസ്വേട്ടൻ പോയിട്ട് ഒരു വിവരോമില്ലെന്ന് നാട്ടുകാർക്കൊക്കെ അറിയാമെന്നത് അവളെ വല്ലാതെ ദുഃഖിപ്പിച്ചിട്ടുണ്ട്. അക്കാര്യം അന്വേഷിച്ച് മുറിവേല്പിക്കാൻ എല്ലാവർക്കും വല്യ ഉത്സാഹമാണ്. ഇനിയിപ്പോൾ അവരോടൊക്കെ അഭിമാനത്തോടെ പറയണം. വാസ്വേട്ടന്റെ കത്തും കാശും വന്നുതുടങ്ങിയെന്ന്. സുഗന്ധം പൂശി പുതിയ ഉടുപ്പുകളണിഞ്ഞ് പുറത്തിറങ്ങുന്നതും സ്വപ്നംകണ്ട് സരസ്വതി കഴിഞ്ഞു.

കമല വീണ്ടും വാസുവിന് കത്തെഴുതി. ഇത്തവണ വളരെ സുദീർഘമായിത്തന്നെ. വീട്ടുവിശേഷങ്ങളും നാട്ടുവിശേഷങ്ങളും നിറച്ചുമുണ്ടതിൽ. അതിലുപരി മകന്റെ ആരോഗ്യത്തെക്കുറിച്ചുള്ള അന്വേഷണവും സ്നേഹവായ്പും. തൊട്ടുമുൻപ് ഏതാനും വരികൾ മാത്രമെഴുതി വന്ന വാസുവിന്റെ കത്തിലാണ് ആദ്യമായി ഒരു മേൽവിലാസമെഴുതിക്കണ്ടത്. സ്ഥിരമായ ജോലിയിൽ പ്രവേശിക്കാതെ സ്വന്തമായ മേൽവിലാസം കൈവരില്ലല്ലോ എന്ന് കമല ആശ്വസിച്ചു. ഈശ്വരാ എല്ലാം നല്ലതിനാവട്ടെ. എന്റെ കുഞ്ഞ് സുഖായിരിക്കട്ടെ. കമല പ്രാർത്ഥിച്ചു.

കമലയും കുട്ടികളും തൃപ്രയാറപ്പനെ പോയി തൊഴുതു. മീനൂട്ട് കഴിച്ചു. ക്ഷേത്ര മതിലിനുള്ളിൽ നൂറു വെടി മുഴങ്ങി. തിരിച്ചിറങ്ങുമ്പോൾ നാരായണമ്മാഷ് എതിരെ. ഏതാനും നിമിഷം സംസാരിച്ചുനിന്നു. കുട്ടികൾ അകലെ മാറിനിന്നിരുന്നു.

പോരുമ്പോൾ കമലയുടെ മുഖം വിടർന്നിരുന്നു. യൗവനത്തിലേക്ക് വീണ്ടും തിരിച്ചുപോവുകയാണെന്ന തോന്നലുണ്ടായി. ശരീരത്തിനുള്ളിലൂടെ അറിയാതെ ഒരു വിദ്യുത് പ്രവാഹമുണ്ടായി. വീട്ടിലെത്തി ആദ്യം ചെയ്തത് കണ്ണാടിയുടെ മുന്നിൽനിന്ന് അവളെത്തന്നെ കാണുകയായിരുന്നു. കൺതടത്തിലെ നേർത്ത കറുപ്പുപടലം എങ്ങനെ ഒഴിവാക്കാമെന്നാണ് അവൾ ചിന്തിച്ചത്. ക്ഷേത്രത്തിലെ ചന്ദനം അവൾ കൈകളിൽ തേച്ചുതടവി. കുട്ടികൾ ഇതൊന്നും കാണരുതെന്ന് അവൾ പ്രത്യേകം ശ്രദ്ധിച്ചു.

വീരാവാപ്ലയുടെ പലചരക്കു കടയിൽ സാമാന്യം തിരക്കുണ്ടായിരുന്നു. പായനെയ്ത്തും കയറുപിരിയും കഴിഞ്ഞെത്തിയവർ അന്നാന്നേയ്ക്കൊള്ളതൊപ്പിക്കാൻ പീടികത്തിണ്ണയിൽ തിരക്കുകൂട്ടുന്നതാണ്.

"പായൊണങ്ങീലല്ലൊ പെണ്ണുങ്ങളേ."

വീരാവാപ്ല പായ നീർത്തി തൃപ്തിവരാതെ തിരിച്ചും മറിച്ചുമിട്ട് ശബ്ദ

മുണ്ടാക്കിയിരുന്നു.

അബു ഉപ്പുപെട്ടിയുടെ മേൽ കയറിയിരുന്ന് എവിടുന്നോ തരപ്പെടുത്തിയ ഒരു ബീഡിക്കുറ്റിക്ക് തീപിടിപ്പിച്ച് ആഴത്തിലൊരു പുകയെടുത്ത് പുറത്തേക്ക് വിടുന്നതിനിടയിലാണ് കമല പീടികത്തിണ്ണയിലേക്ക് കയറുന്നതുകണ്ടത്. ഒരു കവിൾകൂടി ആഞ്ഞു വലിച്ചുകൊണ്ട് അയാൾ കണ്ണുകൾ വട്ടംപിടിച്ച് ഉപ്പുപെട്ടിയിൽ കാലിട്ടടിച്ച് തന്റെ സന്തോഷം പ്രകടിപ്പിച്ചു.

"അള്ളാ ഇതാര് ബര്ണ്."

കമല അബുവിന്റെ ചീകിട് ശബ്ദംകേട്ട് തലകുനിച്ച് പീടികത്തിണ്ണയിലേക്ക് കയറിനിന്നു.

"വിശേഷങ്ങളൊക്കെ ഞമ്മളറിഞ്ഞീന്ന്."

പീടികയിൽ സാധനങ്ങൾക്കായി കാത്തുനിന്നവരൊക്കെ ചീകിട് ചെലക്കുന്നത് കേട്ട് തിരിഞ്ഞ് തിട്ടയിലേക്കു കയറിയ കമലയെ നോക്കി. കമലയുടെ മുഖം ചുവന്നുവന്നു. തെല്ലൊരഭിമാനത്തോടെ കമല ചോദിച്ചു.

"അബുക്കെന്താ അറിഞ്ഞത്."

അബുവിന് അതൊരു പ്രോത്സാഹനമായി. അയാൾ പൊതുജനങ്ങളുടെ ശ്രദ്ധക്കെന്നോണം പ്രഖ്യാപിച്ചു.

"അങ്ങനെ വാസൂന്റെ നക്ഷത്രോം തെളിഞ്ഞു. കമലീം കുട്ട്യോളും ഇനിപ്പ വെഷമിക്കണ്ട കാര്യല്യ. കാത്തിരുന്ന് കാത്തിരുന്ന് ഇപ്പോ കൊയലും എത്തീലോ."

നാട്ടുകാർക്കുള്ള അറിയിപ്പാണത്. സ്ഥലത്തെ ഏതു സംഭവങ്ങളും നാട്ടുകാരെ അറിയിക്കുന്ന ബാദ്ധ്യത അബു എന്നും സ്വയം ഏറ്റെടുത്തിരുന്നു. പ്രാദേശിക പത്രങ്ങൾക്കും മുൻപ് പുറത്തുവന്നിരുന്ന് എന്നും അബുവിന്റെ വായ്പ്പതിപ്പുണ്ടാവും. അതിൽ ദേശത്തിന്റെ ഉൾത്തുടിപ്പുകൾ കാണും. ഇക്കാര്യത്തിൽ ഒരുവിധ നിയന്ത്രണങ്ങളും സാദ്ധ്യമല്ല.

കമല അല്പം അഭിമാനത്തോടെതന്നെ വീരാവാപ്ലയോട് വേണ്ട സാധനങ്ങളുടെ വിവരങ്ങൾ പറഞ്ഞു.

"ആരേങ്കിലും പറഞ്ഞുവിട്ടാ മത്യായിരുന്നു?" വീരാവാപ്ല പറഞ്ഞു.

"അത് സാരല്യ." കമല പറഞ്ഞു.

"ഇനിപ്പോ കുട്ട്യോൾടെ പഠിപ്പൊക്കെ മര്യാദക്ക് നടക്കോലോ. പടച്ചോന്റെ കൃപ" അയാൾ ആശ്വാസത്തോടെ പറഞ്ഞു.

കമല വളരെ നാളുകൾക്കുശേഷമാണ് പീടികയിൽ വരുന്നതും സാധനങ്ങൾ വാങ്ങിക്കുന്നതും. അതും വാസു പോയതിനുശേഷം. കുറെ കാലമായി അരിഷ്ടിച്ചങ്ങോട്ട് മുന്നോട്ട് പോവുകയായിരുന്നു. കൃഷിപ്പണി അത്രയൊന്നും മെച്ചമല്ലാതായിട്ട് ഏറെ നാളായി. മാത്രമല്ല അരികൊണ്ടു മാത്രം ഒന്നുമാവില്ലല്ലോ. കുട്ടികളുടെ പഠിപ്പും ഏതാണ്ട് വഴിമുട്ടിനില്ക്കയായിരുന്നു. വാസുവിന്റെ അമ്മാവൻ പലവട്ടം വീട്ടിൽ അന്വേഷിച്ചെത്തിയിരുന്നു. ഇല്ലായ്മകൾ ആരെയും അറിയിച്ചില്ല.

"എന്തെങ്കിലും അറിഞ്ഞോ. കുട്ടി പോയിട്ട് കുറെ ആയില്ലേ."

"ഒന്നും അറിഞ്ഞില്ല."

കമല കണ്ണുനിറച്ചുകൊണ്ട് നില്ക്കും. ഏറെ നേരമിരുന്ന് അയാൾ പടിയിറങ്ങിപ്പോകും. എന്നാൽ കമല അധികമൊന്നും അന്വേഷിച്ചില്ല. വേവലാതി പൂണ്ടും സ്വയം ശപിച്ചുമിരുന്നു. ഒരു ദിവസം വരും. ആ ദിവസത്തിനായി കാത്തിരിക്കയായിരുന്നു.

പീടികയിൽനിന്നും തിരിച്ചിറങ്ങിയപ്പോൾ അബു സർവ്വസാധനങ്ങളുമെടുത്ത് കമലയുടെ പിറകെ നടന്നു. എത്രയോ കാലങ്ങൾക്കു ശേഷമാണ് അബുവിന് ഇങ്ങനെ ഒരവസരം ഒത്തുവന്നത്. അയാളെന്തോ ലോകം പിടിച്ചടക്കിയ മട്ടിലായിരുന്നു നടന്നുനീങ്ങിയത്. കാഴ്ചകണ്ട് വഴിയരികിൽ നിന്ന് ആരോ വിളിച്ചുപറയുന്നുണ്ടായിരുന്നു.

"കോളടിച്ചല്ലൊ അബുക്കാ."

"ങ്ങള് പിരാന്ത് പറയ്യേ്യ. ഒരു തള്ളേം കുട്ട്യോളും രക്ഷപ്പെട്ടൂന്ന് പറ ശൈത്താനെ."

അബു അല്പം പിന്നിലോട്ട് വലിഞ്ഞ് നടത്തത്തിന്റെ ആക്കംകുറച്ച് ശബ്ദം താഴ്ത്തി പറഞ്ഞു. പിന്നെ കമലയോടൊപ്പമെത്താൻ വേഗത്തിൽ നടന്നുനീങ്ങി. നിറച്ചുണ്ട് നിവർന്നു കിടന്നിട്ടെത്രയോ കാലമായി. പുന്നെല്ലിന്റെ മണം തിങ്ങുന്ന കൊയ്ത്തുകാലത്തിന്റെ ഓർമ്മകൾ അയവിറക്കി കമല കിടന്നു. ഇപ്പോൾ ശേഷിച്ച ഇത്തിരിപ്പോന്ന പാടം കൊയ്തുകയറിയാലും പഴയ സൗഖ്യം അനുഭവപ്പെടുന്നില്ല. നെല്ലളക്കുമ്പോൾ ആരുടെ മുഖവും തെളിയാതായി. വിതയും വിത്തും പോരാഞ്ഞിട്ടല്ല. വിളവറുതികൾ പിന്നെയും കാത്തിരിക്കുന്നു. കതിരുകൾ കനത്തു തൂങ്ങിനിന്ന കാലം സ്വപ്നങ്ങൾക്കും അകലെ. ചിക്കുപായ നിറയാതെ കിടന്നു. പത്തായത്തിന്റെ വയറൊട്ടി. കൂന്താണികൾ വെറുതെ കിടന്നു. ഉരലുലക്കകൾക്ക് മിണ്ടാട്ടമില്ല. ആകാശം എപ്പോഴും കാറ് നിറഞ്ഞുകിടന്നു. എവിടൊക്കെയോ പിഴച്ചു. എന്നാലിപ്പോൾ കുട്ടികൾ ഉത്സാഹത്തിലാണ്. അവരുടെ സ്വപ്നങ്ങൾക്ക് നിറച്ചാർത്തിട്ട് ഓരോ ദിവസവും പുലർന്നു. അതൊരു പുതിയ ആകാശത്തട്ടിന്റെ നിറഭേദങ്ങളിലേക്ക് തുറന്നുകിടന്നു.

സ്വപ്നച്ചിറകുകൾ

പാതി മയക്കത്തിലായിരുന്നു വാസു. പുലർച്ച നാലര. ഉൽക്കണ്ഠ കൾ ഉറക്കം കെടുത്തിക്കൊണ്ടിരുന്നു. അടുത്ത പള്ളിയിലെ വാങ്കു വിളി യോടെ കണ്ണുതുറന്നു.

ഉറക്കത്തെക്കാൾ എത്രയോ ശ്രേഷ്ഠമാണ് പ്രാർത്ഥന. ഉറക്കമുണ രുക. പ്രാർത്ഥിക്കുക.

പുലർകാലാന്തരീക്ഷത്തിന്റെ തണുത്ത സ്വാസ്ഥ്യങ്ങളിലേക്ക് വന്നു വീഴുന്ന ക്ഷണം. ഉണർത്തുശീലിന്റെ ശബ്ദവീചികൾ. തൊട്ടടുത്ത പനമരങ്ങൾക്കിടയിൽനിന്ന് ചെറുജീവികളുടെ നേർത്ത മർമ്മരങ്ങൾ കേൾക്കാം. ഏതോ പക്ഷി ചിലമ്പിച്ച ശബ്ദം പുറപ്പെടുവിച്ച് ജീവര ക്ഷാർത്ഥം ആകാശത്തേക്ക് കുതിച്ചു

പുറത്തിറങ്ങിയ വാസു പെട്ടെന്ന് കാലുകൾ പിൻവലിച്ചു. തുറന്ന കതകിനുള്ളിലേക്കു തന്നെ വലിഞ്ഞു. എന്താണ് നടക്കുന്നതെന്ന് വ്യക്ത മായില്ല. ബൂട്ടിന്റെ പരുപരുത്ത ശബ്ദം. ചുറ്റുമുള്ള നിരത്തുകളിലും പതിഞ്ഞ കെട്ടിടങ്ങൾക്കിടയിലെ ഗലികളിലും പട്ടാളക്കാർ നിലയുറപ്പി ച്ചിട്ടുണ്ട്. ഇരുട്ട് പാടേ മാറിയിരുന്നില്ല. ചാരനിറമാർന്ന ഏതാനും രൂപ ങ്ങൾ അവ്യക്തമായി നീങ്ങുന്നത് സൂക്ഷിച്ചു നോക്കിയാലേ മനസ്സി ലാക്കാനാവൂ. ബൂട്ടിന്റെ പരുപരുത്ത ശബ്ദം നിരത്തിലുയർന്നപ്പോൾ മാത്രമാണ് വാസു ശ്രദ്ധതിരിച്ചത്. ഒന്നും മനസ്സിലായില്ല. അവ്യക്തത യുടെ മഞ്ഞുപാളി വാസുവിനെ പൊതിഞ്ഞു. കതകിനു പിറകിലേക്ക് മാറിയെങ്കിലും ഒരു ചെറിയ വിടവിലൂടെ പുറത്തെ ചലനങ്ങൾ കാണാ മായിരുന്നു. അയാൾ ഭയംകൊണ്ടു വിറയ്ക്കാൻ തുടങ്ങി.

കലാപങ്ങളൊന്നും വാസുവിന് പരിചയമില്ലാത്തതാണ്. പത്രങ്ങളിൽ വായിച്ചുള്ള അറിവേയുള്ളൂ. അതിർത്തി പ്രദേശങ്ങളിലെ വാർത്തക

ൾക്കെങ്കിൽ അത്രയൊന്നും പ്രാധാന്യം കൊടുക്കാറുമില്ല. വളരുംവരെ, അതൊന്നും നമ്മെ ബാധിക്കുന്നതല്ലെന്ന ബോധത്തിന്റെ സുരക്ഷിതത്വ ത്തിൽ കഴിയുക എന്ന പൊതുസ്ഥിതി തന്നെയാണ് വാസുവിനെയും നയിച്ചിരുന്നത്. എന്നാലിപ്പോൾ ആദ്യമായി ഒരനുഭവം. ഒരു പട്ടാളക്കാര നെപ്പോലും വാസു നേരിട്ട് കണ്ടിട്ടില്ല. ഇതിപ്പോൾ ഒന്നല്ല നിരവധിയാ ണെന്ന് അവരുടെ കനത്ത ബൂട്ടിന്റെ നിരന്തര ശബ്ദത്തിൽനിന്ന് മനസ്സി ലാക്കാം. ഇടയ്ക്കിടെ വിസിലുകൾ മുഴങ്ങുന്നുണ്ട്. വണ്ടികൾ ഇരച്ചു പായുന്നതും കേൾക്കാം.

ഒന്നും വ്യക്തമല്ല. പ്രഭാതാന്തരീക്ഷം നിന്നു വിറകൊണ്ടു. അത് ദുരന്ത ഭീതിയോടെ ശിരസ്സിനുമുകളിൽ തൂങ്ങിക്കിടന്നു. ക്ഷണത്തിൽ വന്നുപെട്ട മരവിപ്പുകൊണ്ട് ആരെയും വിളിച്ചുണർത്താൻ വാസുവിന് കഴിഞ്ഞില്ല. കതകിനു പിറകെ ചലനമില്ലാതെ നില്ക്കുകയാണ്. ഭയം ഇനിയും വിട്ടുമാറിയിരുന്നില്ല. വെളിച്ചം പുറത്തു മടിച്ചുനിന്നു. അതും ഭയം കൊണ്ടാവും. ആരോ കിതച്ചുകൊണ്ട് പുറത്തെത്തിയതും വാതില്പാളി തള്ളിത്തുറന്നതും പെട്ടെന്നായിരുന്നു. അതിന്റെ ശക്തി യിൽ വാസു ഒട്ടൊന്നു പിറകോട്ട് മറിയുകപോലുമുണ്ടായി. അകത്ത് കടന്നയാൾ കതകടച്ച് കുറ്റിയിട്ട് നിലത്തുവീണ വാസുവിനെ പിടിച്ചെഴു ന്നേല്പിച്ചു. ഭയം കൊണ്ടു വാസു നിലവിളിച്ചുപോയി.

“മുണ്ടാണ്ടിരിയെടാ. ഇദ് ഞാനാ.”

മമ്മദ്ക്കാ.

വാസുവിന് അതുൾക്കൊള്ളാൻ കഴിഞ്ഞില്ല. നിമിഷനേരംകൊണ്ട് ബോധം കീഴ്മേൽ മറിഞ്ഞപോലായി. ഈ വെളുപ്പാൻകാലത്ത് മമ്മദ്ക്കാ എങ്ങനെ പുറത്തു നിന്നുവരുന്നത്. ഉറങ്ങാൻ കിടക്കുമ്പോൾ അയാൾ മുറിയിലുണ്ടായിരുന്നത് വാസു ഓർത്തു.

അപ്പോഴേക്കും ശബ്ദംകേട്ട് ശിവരാമന്നായരും പരമുവും ഉണർന്നി രുന്നു.

“എന്താ എന്തുണ്ടായി.”

“ഒന്നുല്യ. പുറത്ത് മുഴോൻ പട്ടാളം. ഒച്ചിണ്ടാക്കണ്ട.”

വാതിൽ അടച്ചു കുറ്റിയിട്ടില്ലേ എന്നുറപ്പു വരുത്തി മമ്മദ്ക്കാ നിലത്തു വന്നിരുന്ന് പറഞ്ഞു.

വെള്ളിയാഴ്ചയായിരുന്നു. അന്ന് ആരുംതന്നെ പുറത്തിറങ്ങിയില്ല. ഉള്ളതുകൊണ്ട് ദിവസം തള്ളിനീക്കി. ഇടയ്ക്ക് പള്ളിയിൽ നിന്നുയരുന്ന വാങ്കു വിളിയല്ലാതെ മറ്റൊരു ശബ്ദവും കേട്ടിരുന്നില്ല. പുറത്തെ ഭീതിദ മായ അന്തരീക്ഷത്തിലേക്ക് വാതിൽ തുറക്കാൻ ആരും ധൈര്യപ്പെട്ടില്ല. ഇരച്ചു നീങ്ങുന്ന പട്ടാള വണ്ടികളുടെ ശബ്ദംമാത്രം കേട്ടുകൊണ്ടിരുന്നു. മുറിക്കുള്ളിലേക്ക് വെളിച്ചം നുഴഞ്ഞു കയറാൻ തുടങ്ങിയപ്പോൾ ഏതാനും വെടിയൊച്ചകൾ കാതിൽ വന്നലച്ചു. അള്ളാ എന്ന നിലവിളി യോടെ മമ്മദക്കാ നിലത്തു കിടന്നു. മറ്റെല്ലാവരും അയാളെ അനുക രിച്ചു.

പിന്നീട് പട്ടിണിയുടെ ദിവസങ്ങളായിരുന്നു. ഏതാനും ദിവസങ്ങൾ ആർക്കും പുറത്തിറങ്ങാനായില്ല. ഭക്ഷണവും വെള്ളവും കഴിഞ്ഞിരുന്നു. ഭയംകൊണ്ടു വിറച്ചു മുറിയിൽത്തന്നെ കഴിഞ്ഞു.

ഏതോ രാത്രിയിൽ മമ്മദ്ക്കാ പുറത്തിറങ്ങി റൊട്ടിയും വെള്ളവുമായി തിരിച്ചെത്തി. ആർത്തിയായിരുന്നു എല്ലാവരുടെ കണ്ണുകളിലും. ദാഹംകൊണ്ട് തൊണ്ട അടഞ്ഞുപോയിരുന്നു. റൊട്ടി വെള്ളത്തിൽ മുക്കിക്കഴിച്ച് എല്ലാവരും വിശപ്പടക്കി. മറ്റൊരു രാത്രിയുടെ കനത്ത ആഴങ്ങളിലേക്ക് ചെരിഞ്ഞുകിടന്നുറങ്ങി. ഉറക്കത്തിന്റെ ആഴക്കടലിലേക്ക് താഴ്ന്നിറങ്ങുമ്പോൾ മമ്മദ്ക്കായുടെ ശബ്ദം മുറിഞ്ഞ് വീണുകൊണ്ടിരുന്നു.

നിഷ്കാസിതരായവർ കടൽ താണ്ടി വീണ്ടും തിരിച്ചെത്തിയതായിരുന്നു. പൊരുതി ജയിക്കാനൊത്തില്ല. കടന്നുകയറിയവരെയും ശ്രദ്ധിച്ചുകൊണ്ട് പുറത്തുനിന്നും വലിയൊരു സേനാവ്യൂഹം അതിക്രമിച്ചെത്തിയവരെ ബന്ധനസ്ഥരാക്കി അജ്ഞാത തടങ്കൽ പാളയത്തിൽ തള്ളി. ചോരയണിഞ്ഞ് മണൽത്തരികൾ ചൂടിൽ വെന്തുരുകി. തടവറകൾ വീണ്ടും നിറഞ്ഞു. ശബ്ദങ്ങൾ ഭേദ്യങ്ങളുടേതായി.

പിടിച്ചടക്കലിന്റെ തന്ത്രം കടൽ കടന്നെത്തുകയായിരുന്നു. അധികാരം എപ്പോഴും വൈദേശികത്വത്തിന്റെ ഉരുക്കു മുഷ്ടികളിലമർന്നു.

വെടിമരുന്നിന്റെ ഗന്ധം തങ്ങിനിന്ന പ്രഭാതങ്ങളിലേക്ക് കണ്ണുതുറക്കാൻ എല്ലാവരും ഭയപ്പെട്ടു. പുറത്ത് ഇലയനങ്ങാത്ത അന്തരീക്ഷം വിറങ്ങലിച്ചു നിന്നു. വിജനമായ നിരത്തുകൾ. കടകളൊന്നും കണ്ണുതുറന്നില്ല. പട്ടാള വണ്ടികൾ അവിടവിടെ സ്ഥാനം പിടിച്ചിട്ടുണ്ട്. എന്താണ് സംഭവിക്കുന്നതെന്ന് തിട്ടപ്പെടുത്താൻ കഴിയാത്ത അവസ്ഥ.

മമ്മദ് പക്ഷേ, പുറത്തിറങ്ങിയിരുന്നു. ഇപ്പോൾ മുറിയിലുള്ളവരുടെ മുഴുവൻ പ്രതീക്ഷയും അയാളിലാണ്. ഇരകൊണ്ടുവരുന്ന തള്ളപ്പക്ഷിയെ കുഞ്ഞുങ്ങൾ കാത്തിരിക്കുംപോലെയായി അവരുടെ അവസ്ഥ. മമ്മദ് തിരിച്ചെത്തുമ്പോൾ തിന്നാനുള്ള എന്തെങ്കിലും കൊണ്ടുവരും. അയാൾക്കറിയാത്ത താവളങ്ങളും ഊടുവഴികളും ഇല്ലായിരുന്നു.

മുറിയിൽ ശ്വാസംമുട്ടി കഴിയുകയാണ്. വെടിമരുന്നിന്റെ ഗന്ധം മുറിക്കുള്ളിലും അനുഭവപ്പെട്ടു. ചളിയും പനമരച്ചീളുകളുംകൊണ്ട് തീർത്ത മുറിയുടെ മേൽത്തട്ടിലെ ചൂടുകൊണ്ട് പൊട്ടിപ്പൊളിഞ്ഞ വിടവിലൂടെ പകലിന്റെ സമൃദ്ധമായ വെളിച്ചം ഒഴുകിയെത്തിയിരുന്നു. അകമ്പടിയായി എത്തിയ ചുടുകാറ്റിൽ ഉരുകിയൊലിച്ച് ക്ഷീണിതരും അവശരുമായി കഴിഞ്ഞു. ശിവരാമന്നായരുടെ അടുക്കള ശേഖരത്തിൽ ഒന്നും തന്നെ ശേഷിച്ചിരുന്നില്ല. വിശപ്പിന്റെ ആവലാതികൾക്ക് അറുതിയില്ലാതെ ശരീരം പ്രജ്ഞയുടെ മരവിപ്പിലേക്ക് പതുക്കെ വലിഞ്ഞുകിടന്നു. ഒരു തുള്ളി വെള്ളത്തിനും ഒരുതുണ്ട് അപ്പത്തിനും ഒരു ജന്മംതന്നെ കാഴ്ചവെച്ചാലെന്തെന്ന് തോന്നിത്തുടങ്ങി. കുടിവെള്ളം സൂക്ഷിച്ചിരുന്ന മൺപാത്രത്തിന്റെ അടി വറ്റി വരണ്ടത് വേദനയോടെ നോക്കിനിന്നു. സങ്ക

ടക്കടലിൽ കിടന്നു നീന്തി. വൈകുന്നേരത്തോടെ മമ്മദ് തിരിച്ചെത്തി. പതിവു വിട്ട് ഒരു സഞ്ചിയിൽ കുറെ ഭക്ഷണസാധനങ്ങളും കൊണ്ടുവന്നു.

"ബേജാറാവണ്ട. ഇന്നത്തോടെ കയിഞ്ഞു. നാളെ പണിക്കെറങ്ങാം."

മമ്മദ് കതക് മലർക്കെ തുറന്നു വെച്ചു. ആശ്വാസത്തിന്റെ തെന്നൽ മുറിക്കുള്ളിൽ നിറഞ്ഞു. പിന്നെ ആർത്തിയായിരുന്നു. വട്ടമിട്ടിരുന്നു സഞ്ചി തുറന്നു. വിശപ്പാറ്റുന്ന ഗന്ധം മുറി നിറഞ്ഞു. എല്ലാം പഴയപോലായി. കഴിഞ്ഞ ദിവസങ്ങളിലൊക്കെ ഇവിടെ ഒരു ഭീകരാന്തരീക്ഷം നിലനിന്നിരുന്നു എന്ന ഭാവംപോലും ആരിലും കണ്ടില്ല. പട്ടാളക്കാരുടെ ചെറിയ ചെറിയ കൂട്ടങ്ങൾ പ്രധാന കവലകളിൽ തമ്പടിച്ചു കിടന്നിരുന്നെങ്കിലും ആരും അതൊന്നും കാര്യമാക്കിയില്ല. അങ്ങോട്ടൊന്നു നോക്കാൻ പോലും ധൈര്യപ്പെട്ടില്ല. അപ്പോൾ അതൊക്കെ വെറും സ്വപ്നമായിരുന്നോ. ഇനി നാളെ ഇതേക്കുറിച്ച് ആരും ഓർക്കുക പോലുമില്ലെന്നാണോ. ഇന്നലെയുടെ ഏടുകൾ മറിഞ്ഞുപോകുന്നു. ഓർത്തെടുക്കാൻ ആരും മിനക്കെടുന്നില്ലെങ്കിൽ വർത്തമാനത്തെ ശരികളായി സ്വീകരിക്കുകയാണ്. പോയകാലത്തിന്റെ ശരി തെറ്റുകളുടെ അപഗ്രന്ഥനം അസാദ്ധ്യമായി ത്തീരുകയും.

മുറിക്കുള്ളിൽ കിടന്ന് വിറച്ചതും വിയർത്തതും വാസുവിന് പക്ഷേ, ഓർക്കാതിരിക്കാൻ കഴിയുന്നില്ല, ഉള്ളിലുറങ്ങിക്കിടക്കുന്ന ജിജ്ഞാസയും അന്വേഷണത്വരയും ഇനിയും ജൈവമായിത്തന്നെ നിലനില്ക്കുന്നു എന്ന് വാസു തിരിച്ചറിഞ്ഞു. ഒന്നും എളുപ്പം അലിഞ്ഞുപോകുന്നതല്ല. അനിവാര്യമായതെപ്പോഴും ശേഷിക്കും.

മൗനത്തിന്റെ മുട്ടകൾ ഉടയാതെ കിടന്നു. ആരും ഒന്നും മിണ്ടിയിരുന്നില്ല. ശിവരാമന്നായർ സുലൈമാനി മാത്രമുണ്ടാക്കി എല്ലാവർക്കും കൊടുത്തു. പാത്രങ്ങളെല്ലാം കമിഴ്ന്നുതന്നെ കിടന്നിരുന്നു. ഒന്നും ശേഷിപ്പില്ലെന്ന് എല്ലാവർക്കുമറിയാം. അതുകൊണ്ടുതന്നെ ഒന്നും പറയാതെ ഓരോരുത്തരും അവരവരുടെ ജോലികൾക്ക് തയ്യാറായി ഇറങ്ങി. വാസുവും ശിവരാമന്നായരും മാത്രമായി.

അപ്പോഴാണ് വാസു ശ്രദ്ധിച്ചത്. കൂട്ടത്തിൽ ഒരാളെ കാണുന്നില്ലല്ലോ. മയിലാഞ്ചി. അയാളെവിടെപ്പോയി. കഴിഞ്ഞ ദിവസങ്ങളിലൊന്നും തന്നെ കണ്ടതുമില്ല. എന്നിട്ടും എന്തുകൊണ്ട് ആരും അതേക്കുറിച്ച് ഒന്നും പറഞ്ഞിരുന്നില്ല. മദ്ധ്യവയസ്കനായ മരക്കാര് മയിലാഞ്ചിത്താടി വെച്ച കല്ലായിക്കാരൻ. ആരോടും അധികം അടുക്കാതെ വർത്തമാനം പറയാതെ എല്ലാം ഒരു ചിരിയിൽ മാത്രം ഒതുക്കിനിർത്തുന്ന മക്കാര് മാപ്പിള. മുറിയിൽ താമസമാക്കിയതു മുതൽ വാസു ശ്രദ്ധിക്കാൻ തുടങ്ങിയതാണ്. ഏതാനും വാക്കുകളിൽ മാത്രം എല്ലാമൊതുക്കുന്ന പ്രകൃതം. ശേഷിക്കുന്നതെല്ലാം ആ മയിലാഞ്ചിത്താടിക്കുള്ളിൽ നിറഞ്ഞു കവിയുന്ന ചിരിയിലലിയും. ഏതോ സർക്കാരാപ്പീസിനു മുന്നിലെ സെക്യൂരിറ്റി പണിയാണ്. കല്ലായിൽ മരക്കച്ചവടം നടത്തിയിരുന്നു. പണവും പ്രതാപവും നേടി. മൂന്ന് കെട്ടി. പക്ഷേ, നേടിയതൊക്കെ കൈയിൽ നിന്നും ചോർന്നു

പോയി. ലേലത്തിന് സർവ്വതും മുടക്കി. പൊട്ടിപ്പോയി എട്ടു നിലയിൽ. ചതിയായിരുന്നു. കൂടെനിന്നവർ തന്നെ ചതിച്ചു. അവസാനം കുത്തുപാള യെടുത്തു.

"മയിലാഞ്ചിക്കെന്തുപറ്റി."

വാസു അന്വേഷിച്ചു. ശിവരാമന്നായർ മിണ്ടിയില്ല. അയാൾ ആലോ ചിച്ചുറച്ചപോലെ മിണ്ടാതിരിക്കുകയാണെന്ന് വാസുവിന് തോന്നി.

"എന്തുപറ്റി." വാസു വീണ്ടും ഉൽക്കണ്ഠയിൽ നിന്നു.

"വാസൂന് ഇവിടത്തെ കാര്യങ്ങളൊന്നും നിശ്ചയില്ലാണ്ടാ."

"അതെന്താ?"

"അയാളുള്ളിലായി."

"എന്നുവെച്ചാൽ."

"ജയിലിൽ."

"അതെങ്ങനെ."

വാസുവിന് അതുൾക്കൊള്ളാനായില്ല. കഴിഞ്ഞ ദിവസംവരെ ഇവിടെ ഒപ്പമുണ്ടായിരുന്ന മയിലാഞ്ചിയെ ജയിലിലടയ്ക്കാൻ മാത്രം എന്തു ണ്ടായി. മാന്യനും മിതഭാഷിയുമായ ഒരു സാധു.

"അതൊക്കെ ഓരോ വിധീന്നല്ലാതെന്താ പറയാ." ശിവരാമന്നായർ പറയാൻ തുടങ്ങി. "കൃത്യായിട്ടൊന്നും അറീല്യ. സർക്കാര് സെക്യൂരിറ്റി ലാന്ന് പറഞ്ഞിട്ടെന്താ. പാവം മയിലാഞ്ചി."

"എന്തുണ്ടായീന്നാ" വാസുവിന്റെ ഉൽക്കണ്ഠ പെരുകി.

"ഒന്നുല്യ. തൊപ്പിക്കാര് പിടിച്ച് വണ്ടീലാക്കിക്കൊണ്ടോയി."

"അതിനുമാത്രം എന്തു ചെയ്തൂന്നാ?"

"അതിപ്പോ എങ്ങനെ പറയ്യാ?"

"അതെന്താ ശിവരാമന്നായരേ?"

വാസുവിന്റെ ശബ്ദം ഒന്നു താഴ്ന്നിരുന്നു. അപകടകരമായതും രഹ സ്യമുൾക്കൊള്ളുന്നതുമായ എന്തോ ഒന്നിനെ പുറത്തു വിടാൻ മടിക്കു കയാണ് ശിവരാമന്നായർ എന്നുതന്നെ വാസു സംശയിച്ചു. അതിന്റെ മുന്നൊരുക്കമായിരിക്കും ഈ മൗനവും വാക്കുകളിലെ പിശുക്കും. ഒരു ശബ്ദം അയാളിൽനിന്നും പുറത്തുവരുമെന്ന പ്രതീക്ഷയിൽ അക്ഷ മനായി വാസു കാത്തിരുന്നു.

"എന്നായാലും അറിയാണ്ടിരിക്കില്ല" ശിവരാമന്നായർ തൊണ്ടയ നക്കി. "ഒളിനോട്ടത്തിന്റെ ദുശ്ശീലംതന്നെ കാരണം."

വാസുവിന് ഒന്നും മനസ്സിലായില്ല.

"അപ്പുറത്ത് മിസ്സിറിപ്പെണ്ണിനെ ഒളിഞ്ഞുനോക്കി. അത് കൈയോടെ പിടിച്ചു. ഇവ്ടെ ഇത്തരം കാര്യങ്ങൾക്ക് വല്യ ശിക്ഷ്യാ. രാത്രീല് ആയ തോണ്ട് ആരും അറിഞ്ഞില്ല. പിന്നെ അന്വേഷിച്ചപ്പളാ ഉള്ളിലായെന്ന റിഞ്ഞേ."

മണൽക്കുന്നിനുമപ്പുറത്ത് പനയോലകൊണ്ട് വേലികെട്ടി മറച്ച വീട്. ഈജിപ്തുകാരാണ് താമസം. വെണ്ണപോലുള്ള പെണ്ണുങ്ങളാണ്.

അപൂർവ്വമായി മാത്രമേ പുറത്തിറങ്ങൂ. പനയോലച്ചീളുകൾക്കിടയിലൂടെ രാത്രി കാലങ്ങളിൽ ഉള്ളിലെ വെളിച്ചത്തിൽ പെണ്ണുങ്ങളെ ഒളിഞ്ഞു നോക്കി കൊതിയടക്കുന്ന ശീലം മയിലാഞ്ചിക്കുണ്ടായിരുന്നു. പിടിക്കപ്പെടുമെന്ന് ഒരിക്കലും കരുതിയില്ല.

വാസു മിഴിച്ചിരുന്നു. ഉള്ളിലൊരു പിടച്ചിലുണ്ടായി. സംഘർഷത്തിന്റെ വെട്ടുകിളികൾ പോരിനൊരുങ്ങി നിന്നു. അടക്കാനാവാത്ത ഒരു തീജ്വാല മയിലാഞ്ചിക്കുള്ളിൽ നിറഞ്ഞുകാണും. ഭയം ഒന്നുമല്ലാതാവുന്ന നിമിഷങ്ങളുണ്ടല്ലൊ. അയാളെത്തിയതും അവിടെയാവും.

“ഇനിയിപ്പോൾ.” വാസു സന്ദേഹത്തോടെ ശിവരാമന്നായരെ നോക്കി.

“ഒന്നുല്യ. ശിക്ഷിണ്ടാവും. പിന്നെ കേറ്റിവിടും.”

ഭയംതോന്നി. ഒരു നോട്ടംപോലും പിഴയ്ക്കാതെ ജീവിച്ചു പോവുക. ഈ മണ്ണിൽ പുലരണമെങ്കിൽ അങ്ങനെ ആയേ പറ്റൂ. പൊള്ളുന്ന മണൽ വെന്തുരുകാൻ പാകത്തിൽ മലർന്നുകിടക്കുന്നത് വാസു കണ്ടു.

ഏതാനും മാസങ്ങൾ കഴിഞ്ഞ് ഒരു ദിവസം മമ്മദ് പറഞ്ഞു

“ഓനെ ഓര് കേറ്റിവിട്ടു. തല മൊട്ടടിച്ച്.”

നേർത്ത ഇരുട്ട് വീണിരുന്നു. വെളുത്ത നീളൻ കന്തൂറയും ശിരോവസ്ത്രവും പനമ്പട്ടകൾക്കിടയിൽ മിന്നിമറയുന്നത് വാസു കണ്ടു.

ആറടിയിലേറെ ഉയരം തോന്നിക്കുന്ന മദ്ധ്യവയസ്കനായിരുന്നു. പനങ്കാടുകൾക്കപ്പുറത്തെ നിരത്തിൽ വണ്ടി നിർത്തി ഇറങ്ങി വരികയാണ്. വണ്ടിയുടെ ഇരപ്പ് അന്തരീക്ഷത്തിൽ പിന്നെയും തങ്ങിനിന്നിരുന്നു. പാർപ്പിടത്തിനു നേരെയാണയാൾ നടന്നടുക്കുന്നത് എന്ന് കണ്ട് വാസു പരിഭ്രമിച്ചു. ആരാണ് എന്താണെന്നാർക്കറിയാം. അതും ഈ അസമയത്ത്. വേണ്ട രേഖകളൊന്നുമില്ലാത്തവരാണ് താമസിക്കുന്നവരിൽ ഭൂരിഭാഗവും. ഏതുനിമിഷവും പിടിക്കപ്പെടാൻ സാദ്ധ്യതയുള്ളവർ. ഒരുൾക്കിടിലത്തോടെ വാസു ഉൾവലിഞ്ഞു. ഭാഗ്യം. മമ്മദ് മുറിയിലുണ്ട്. അയാൾ ഒരു ബീഡിക്ക് തീകൊളുത്തിയിരുന്നു. മലബാറിൽ നിന്നെത്തുന്ന ദിനേശ് ബീഡിയാണ് അയാൾക്കിപ്പോഴും പ്രിയം. നേരം ഇരുട്ടിയിരുന്നെങ്കിലും ശിവരാമന്നായർ വിളക്ക് തെളിയിച്ചിരുന്നില്ല. മൂപ്പരങ്ങനെയാണ്. വെളിച്ചം കടക്കാത്ത ഒരു ലോകം അയാൾക്കുള്ളിലുണ്ടെന്ന് വാസുവിന് പലപ്പോഴും തോന്നിയിട്ടുണ്ട്.

“മമ്മദ്ക്കാ പുറത്ത് ആരോ ഒരാൾ.”

മമ്മദ് കത്തിച്ച ബീഡി കുത്തിക്കെടുത്തി കരുതലോടെ ജനല്പടിയിൽ വെച്ച് പുറത്തേക്കിറങ്ങി ചെന്നു.

വാതില്പഴുതിലൂടെ പുറത്ത് അക്ഷമനായി നില്ക്കുന്ന അപരിചിതനെ വാസു നോക്കിനിന്നു. മുൻപും ഇയാൾ ഇങ്ങനെയിറങ്ങി വന്നിട്ടുള്ള നിഴൽ ചിത്രങ്ങൾ വാസുവിനെ പൊതിഞ്ഞു. ഇതേ വൈകുന്നേരങ്ങളിൽ. അതെപ്പോഴായിരുന്നെന്നു മാത്രം പക്ഷേ, ഓർത്തെടുക്കാനായില്ല.

ക്ഷോഭത്തോടെയാണ് അയാൾ മമ്മദിനോട് സംസാരിച്ചത്. ശബ്ദം ഉച്ചത്തിൽ മുഴങ്ങിയിരുന്നു. ഈ ലോകം മുഴുവൻ നിശ്ശബ്ദമാവുകയും അയാൾ മാത്രം സംസാരിക്കുകയുമാണെന്ന് വാസുവിന് തോന്നി. അയാൾക്കഭിമുഖമായി തിരിഞ്ഞു നില്ക്കുന്ന മമ്മദിന്റെ മുഖം പക്ഷേ, വാസുവിന് കാണാൻ കഴിഞ്ഞുമില്ല. തിരിച്ച് പനങ്കാടുകൾക്കപ്പുറത്തേക്ക് അയാൾ മറഞ്ഞു. വണ്ടിയുടെ മുരണ്ട ശബ്ദം. മമ്മദ് തിരിച്ചു മുറിയിലേക്കു കയറിയപ്പോൾ വാസു അന്വേഷിച്ചു.

"ആരാ മമ്മദ്ക്കാ. എന്താ കാര്യം."

"ഹേയ് ഒന്നുല്യ. മുദീറൊന്ന് കാണാബന്നതാ. ലോഹ്യം പറഞ്ഞു പോയി."

വാസു അത് വിശ്വസിച്ചില്ല. അത് കെട്ടിടത്തിന്റെ ഉടമസ്ഥനാണെന്നും വാടകയ്ക്കായിരിക്കും അയാൾ വന്നതെന്നും വാസുവിനു മനസ്സിലായി. തൊഴിലില്ലാത്തവരെങ്ങനെ വാടക കൊടുക്കും. എല്ലാം മമ്മദ്ക്കയാണ് പേറുന്നത്. കുടിശ്ശിക തീർക്കാത്തതിനാലാവും അയാൾ ക്രുദ്ധനായിക്കണ്ടത്. എന്നിട്ട് ലോഹ്യം പറയാൻ മാത്രം ഈ അസമയത്ത് അയാൾ തിരക്കിട്ട് വന്നിരിക്കുന്നു പോലും.

"മമ്മദ്ക്കാ, വാടകക്കാശിനാണോ അയാള് വന്നത്." വാസു ചോദിച്ചു. "ഇപ്പോത്തന്നെ കുറെയായീന്നറിയാം."

" ങ്ങള് ബേജാറാവണ്ടപ്പാ. അതൊക്കങ്ങനങ്ങ്ട് നടക്കും."

വാസു ഒന്നും പറഞ്ഞില്ല. എന്തുപറയാൻ നിവൃത്തികേടുകൊണ്ട് നിശ്ശബ്ദനാവുക മാത്രം.

മമ്മദ് ആരോടും ഒന്നും ചോദിക്കാറില്ല. ജോലിയുള്ളവർ എന്തെങ്കിലുമൊക്കെ അയാളെ ഏല്പിക്കും. കണക്കൊന്നുമില്ല. ഉള്ളതുമാത്രം. അതിനൊക്കെയേ തരമുള്ളു. നൂറുകൂട്ടം പ്രാരാബ്ധങ്ങളുടെ വലിയ ഭാണ്ഡങ്ങളും പേറി വന്നവരാണെല്ലാം. മ്മദ്ക്കാ പക്ഷേ, ഒന്നും കാണിച്ചിരുന്നില്ല. പ്രക്ഷുബ്ധമായ വലിയൊരു കടൽ അയാൾക്കുള്ളിലും കാണും. തിരയടങ്ങി വഞ്ചിയിറക്കാനാവില്ല. അതാണ് അതൊക്കങ്ങ്ട് നടക്കും എന്ന ആശ്വാസവാക്ക്. ഈ കറുത്ത ലോകത്ത് ഉള്ളിൽ വെള്ളപ്പളുങ്ക് സൂക്ഷിച്ച് നടക്കുന്ന മ്മദ്ക്കാ വാസുവിനെപ്പോഴും ഒരു വിസ്മയമായിരുന്നു.

ശിവരാമന്നായർ തിരിച്ചെത്തി. വെളിച്ചമില്ലാത്ത മുറി.

"ഇതെന്താപ്പാ ഇരുട്ടത്തിങ്ങനെ."

വീണ്ടും കത്തിച്ച ബീഡിയുടെ ചുവന്ന കണ്ണ് എരിച്ചുകൊണ്ട് മമ്മദ് ഇരുട്ടിലിരുന്നു. വാസു വിളക്ക് തപ്പിയെടുത്തു. എണ്ണ വറ്റാറായിരുന്നു. വിളക്കു തെളിഞ്ഞപ്പോഴേക്കും വിയർത്തുകുളിച്ച് വന്നുകയറിയ ശിവരാമന്നായർ വസ്ത്രങ്ങളൊക്കെ അഴിച്ചുമാറ്റി ഒരു തോർത്ത് മാത്രം ചുറ്റിനിന്നിരുന്നു. പുറത്ത് അന്തരീക്ഷം ഈർപ്പം തൂങ്ങി വേവുന്നുണ്ടായിരുന്നു.

ചന്തയിൽ പോയി അത്യാവശ്യം സാധനങ്ങൾ വാങ്ങി വരികയായി

രുന്നു ശിവരാമന്നായർ. മമ്മദ് വാങ്ങിക്കൊണ്ടുവരുന്നതിൽ അത്രതന്നെ തൃപ്തിയില്ല. നേരിട്ട് നോക്കി വാങ്ങിക്കണം. പ്രത്യേകിച്ചും പച്ചക്കറികൾ. എന്നും അടച്ചുകെട്ടിയിരിക്കുമ്പോൾ ഉണ്ടാകുന്ന വീർപ്പുമുട്ടലും കുറഞ്ഞു കിട്ടും. നാലാളെ കാണാം. ഈ ലോകത്ത് എന്തൊക്കെ നടക്കുന്നതെന്നും അറിയണമല്ലൊ. വല്ലപ്പോഴും അറിയാവുന്ന ചിലരെ കണ്ടുമുട്ടാനും ഈ യാത്രകൊണ്ട് കഴിയാറുണ്ട്.

കൊണ്ടുവന്ന സാധനങ്ങൾ അടുക്കളയിലും മറ്റും യഥാസ്ഥാനങ്ങളിൽ എടുത്ത് വെച്ച് അയാൾ പറഞ്ഞു.

"എന്താ ഒരു പുഴുക്കം."

അന്തരീക്ഷം വെന്തുരുകുകയായിരുന്നു. ഈർപ്പത്തിന്റെ ചുട്ട കരിമ്പടം വായുവിൽ തൂങ്ങിക്കിടന്നു. പാചകം കഴിയുമ്പോഴേക്കും അടുക്കളയിൽനിന്ന് പുറത്തേക്കോടുകയാണ്. പനമ്പട്ടകൾ അനക്കമില്ലാതെ കാറ്റിന്റെ കരുണ കാത്ത് നിന്നിരുന്നു.

ശിവരാമന്നായർ എല്ലാംകഴിഞ്ഞ് പുറത്തേക്കിറങ്ങി നിന്നു. ഉള്ളിലായാലും പുറത്തായാലും കഥ ഒന്നുതന്നെ.

ഒരു രാത്രിയൊടുങ്ങണമെങ്കിൽ ഒരുപാടപ്പം ചുട്ടെടുക്കണം. ഉറക്കത്തിന്റെ പടവുകളിലേക്കെത്തുക അത്രതന്നെ എളുപ്പമല്ല. ചുട്ടെരിയും മനസ്സുണ്ടെങ്കിൽ പറയുകയും വേണ്ട.

സാക്ഷിയായി ഒരു നക്ഷത്രംപോലും കൂട്ടിനുണ്ടാവില്ല. കടപ്പുറത്തെ കെട്ടിനിർത്തിയ നീണ്ട കൽത്തിട്ടുകളിലൂടെ വാസു നടന്നു. ദൂരെ പത്തേമാരികൾ നിരന്നു കിടക്കുന്ന കാഴ്ച അവ്യക്തമായി കാണാം. ആവി തൂങ്ങി നില്ക്കുന്ന അന്തരീക്ഷത്തിന് കനം വെക്കുന്നതോടെ ശരീരം വെന്തുപൊട്ടുന്നുണ്ട്. ഇട്ടതൊക്കെ നനഞ്ഞു കുതിർന്നു. കാറ്റിന്റെ കനിവില്ല. വരണ്ടുണങ്ങി നില്ക്കുന്ന വഴിക്കാലുകൾ അതിരിട്ട ജെട്ടിയിലേക്ക് വാസു കടന്നു. ഏതാനുംനാൾ ചുമടെടുത്തതാണിവിടെ. പത്തേമാരിയിലെത്തിയിരുന്ന ചരക്കുകൾ ഇറക്കിയടുക്കുന്ന പണി. ഒരിക്കൽക്കൂടി അതെങ്കിലും കിട്ടിയാൽ മതിയായിരുന്നു. എത്ര നാളിങ്ങനെ മുന്നോട്ടുപോകാനാവും.

നിരനിരയായിക്കിടക്കുന്ന ചെറുചെറു ചരക്കുകപ്പലുകളുടെ കറുത്ത കീലുകൾ കണ്ടുതുടങ്ങി. അവ തീരത്തേക്കുന്തി നിന്നിരുന്നു. കൂറെക്കൂടി അടുത്തെത്തിയപ്പോൾ ശബ്ദങ്ങൾ നിറയാൻ തുടങ്ങി. ഒരാൾ ക്രുദ്ധനായി വാസുവിനോട് എന്തോ ആക്രോശിച്ചു. ദൂരെപ്പോകാനായിരുന്നു എന്നു വാസുവിന് മനസ്സിലായി. പ്രവേശനം നിരോധിച്ചിരിക്കുന്ന മേഖല എന്നർത്ഥം. കാലം പോയി. പഴയപോലെ ആർക്കും ചെന്നുകയറി ചുമടെടുക്കാനൊന്നും ഇനി സാദ്ധ്യമല്ല. കമ്പിയഴിക്കുള്ളിൽ വേലികെട്ടിത്തിരിച്ചതിനു മുന്നിൽ പുറത്തായി വാസു നിന്നു. തീരത്തേക്ക് ചരക്കുകളെടുത്ത് വെക്കാൻ ധാരാളം ക്രെയിനുകൾ ഓരോ ചരക്കു യാനങ്ങൾക്കു മുന്നിലും നിലയുറപ്പിച്ചിരിക്കുന്നത് കണ്ടു. അവ പ്രവർത്തിപ്പിക്കാനും കെട്ടുകളിൽ കൊളുത്തിട്ട് പിടിപ്പിക്കാനും മാത്രമേ പണിക്കാരുള്ളൂ.

മനുഷ്യപ്രയത്നം അത്രതന്നെ കുറച്ചെടുക്കുകയാണ്. നൂറുപേർക്കു പകരം പത്തുപേർ മതിയാവും. യന്ത്രയുഗത്തിന്റെ ചെറു പതിപ്പുകൾ. വാസുവിന് അത്ഭുതമൊന്നുമില്ല. പകരം സങ്കടം. എത്രയോ കാലമായി ഇതൊക്കെ പലയിടങ്ങളിലും പ്രാവർത്തികമാക്കിയിട്ടുണ്ട്. ഇവിടെ ഇപ്പോൾ വരുന്നുള്ളൂ എന്നുമാത്രം. ലോക കുതിപ്പിന്റെ ചെറുചലനം ഇവിടെയുമെത്തിത്തുടങ്ങി എന്നേ കരുതേണ്ടു.

അതൊക്കെ ശരി. പക്ഷേ, ഇന്നേക്കുള്ള അപ്പത്തിനെന്തു വഴി. അതാണിപ്പോഴത്തെ ചിന്ത. എത്രനാളിങ്ങനെ മറ്റുള്ളവരെ ആശ്രയിച്ചു കഴിയുക. എന്തെങ്കിലും തരപ്പെടുത്തിയേ മതിയാവൂ.

കുറെക്കൂടി മുന്നോട്ടു ചെന്നപ്പോൾ അവിടെ കമ്പിവേലി അവസാനിച്ചിരുന്നു.

അകത്തേക്കുള്ള കൂറ്റൻ കവാടം. ഇരുവശങ്ങളിലും അരപ്പട്ടയിൽ തോക്കു തൂക്കിയ സെക്യൂരിറ്റി ഗാർഡുകൾ. പ്രത്യേകാനുമതിയുള്ളവർക്കേ ഈ സുരക്ഷാകവാടം കടന്ന് അകത്തേക്ക് പ്രവേശിക്കാനാവൂ. അവിടെ അധികം നിന്നുതിരിയാൻ വയ്യ. ആട്ടിയോടിക്കുംമുൻപ് അകന്നു പൊയ്ക്കൊള്ളണം.

വാസു തിരിച്ചു നടന്നു.

ഏതാനും ചില ട്രക്കുകൾ മാത്രം ചരക്കുകൾ കയറ്റി കടന്നുപോയിരുന്നു. വഴിയിലാരെയും കണ്ടില്ല. ചൂടുമൂലം ആരുമങ്ങനെ പുറത്തിറങ്ങുന്നില്ല. വാസു റോളയിലേക്ക് വലിഞ്ഞു നടന്നു. അവിടെ കുഞ്ഞാലിയെ കാണാം.

അയാളെ കാണുന്നതുതന്നെ ഒരാശ്വാസമാണ്. ചെയ്യുന്ന ജോലിയിൽ അപാര കഴിവാണ്. കിട്ടുന്നതുകൊണ്ട് തൃപ്തനും. അരപ്പട്ടയിൽ തിരുകിവെച്ചിരിക്കുകയാണ് കുഞ്ഞാലിയുടെ മോഹച്ചെപ്പ്. അതിടക്കെടുത്ത് കാലിയാക്കും. ഉള്ളത് കുഴൽവഴി നാട്ടിലെത്തിക്കും. അന്നേദിവസം എല്ലാവർക്കും മധുരം വാങ്ങിത്തരും. അതൊരു ചെറിയ ആഘോഷമാണ്. കാത്തിരിക്കുന്ന ഉമ്മക്ക് പണമെത്തിക്കുക. സ്വപ്നവീടിന്റെ പണിക്കായി എന്തെങ്കിലുംകൂടി സ്വരൂപിക്കണം. സ്വന്തമായ ഒരു മേല്ക്കൂര. ചെറിയൊരു വെൺമാടം. നാട്ടുകാർ അന്വേഷിക്കണം.

“ഇതാരുടെ വീടാ”

“അത് ഞമ്മടെ കുഞ്ഞാലീടെ. ഓൻ പേർഷ്യേലല്ലേ. ഇമ്മിണി വല്യ ജോല്യാന്നാ കേൾവി.”

“ഓന്റെ നസീബ്.”

നെറ്റിയിലെ വിയർപ്പ് വടിച്ചുകളഞ്ഞ് കുഞ്ഞാലി പനമ്പട്ടകൾക്കിടയിൽ നിന്ന് പറയും. അപ്പോൾ അയാളുടെ കണ്ണുകൾ പ്രകാശിക്കുന്നതു കാണാം.

ഇരുട്ട് കുമിഞ്ഞു കൂടിയ തുലാസിന്റെ തട്ട് താഴ്ന്നുകൊണ്ടിരുന്നു. റോളയിലെ വഴിയോരക്കടകളിൽ വെളിച്ചം തെളിഞ്ഞു. വഴിവാണിഭക്കാരുടെ ശബ്ദമുയരുന്നുണ്ട്. നീണ്ട നിഴലുകൾ അപ്രത്യക്ഷമായി. ആളു

കൾ കുറെശ്ശെ ആൽമരച്ചുവട്ടിൽ കൂടാൻ തുടങ്ങി. വാസു കുഞ്ഞാലിയെ തിരഞ്ഞു നടന്നു. ഒരിടത്തുമാത്രം നില്ക്കുന്ന പ്രകൃതമല്ല. ആളുകളുടെ ഒഴുക്ക് എവിടേക്കാണെന്ന് കരുതലോടെ കണ്ടെത്തി അങ്ങനെ നീങ്ങിക്കൊണ്ടിരിക്കും. റോളയുടെ പ്രാന്തപ്രദേശങ്ങളിൽ ആളുകൾ കൂടുതൽ താമസമുറപ്പിക്കാൻ തുടങ്ങിയതോടെ റോളയിലേക്കുള്ള ഒഴുക്ക് വർദ്ധിച്ചിട്ടുണ്ട്. സായാഹ്നങ്ങളിൽ കച്ചവടസ്ഥലങ്ങളിൽ സാമാന്യം തിരക്കുണ്ട്. ഖവ കുടിച്ചും ഹുക്ക വലിച്ചും വെടി പറഞ്ഞിരിക്കുന്ന തദ്ദേശവാസികളുടെ എണ്ണവും ഈയിടെ വർദ്ധിച്ചിട്ടുണ്ട്. കുഞ്ഞാലിയുടെ റിപ്പോർട്ടനുസരിച്ച് നാടു പുരോഗമിക്കയാണ്. അവസരങ്ങൾ ധാരാളം വരും.

“വാസു പഠിപ്പൊള്ളോനല്ലേ. ഇനിപ്പോ പണിക്കൊന്നും വെഷമംണ്ടാവൂല്യാന്ന്. ഇമ്മിണി ബല്യ പണികളാ വരാമ്പോണത്ന്നാ കേൾവി.”

കുഞ്ഞാലിയുടെ ദീർഘവീക്ഷണം അതാണ്. അയാൾക്ക് ഇവിടത്തെ സിരകളിലെ മിടിപ്പ് നന്നായി തൊട്ടറിയാനാവും. അതേറെക്കുറെ ശരിയുമാവും. എന്നാൽ വാസു കുഞ്ഞാലിയെ കണ്ടു തുടങ്ങിയ നാൾ മുതൽ ഇതൊക്കെ കേൾക്കുന്നതാണ്. നാളെയെക്കുറിച്ചുള്ള ഒടുങ്ങാത്ത പ്രതീക്ഷ വെച്ചു പുലർത്തുന്നയാളാണ് കുഞ്ഞാലി. നിരാശയുടെ ഒരു ചെറിയ ഭാവം പോലും അയാളിൽ കാണാനാവില്ല. അങ്ങനെയാവാൻ ആഗ്രഹിക്കുക എന്നല്ലാതെ ആവാൻ ആർക്കും കഴിയില്ല. എന്നാൽ ഉള്ളിലുള്ളത് മാനം പോലെ മുഖത്ത് പ്രതിഫലിപ്പിക്കുന്ന പ്രകൃതമാണ് വാസുവിന്റേത്. കണ്ണാടി തോല്ക്കും. വ്യഥകളൊക്കെ ആർക്കും വായിച്ചെടുക്കാം. ഒന്നും മറയ്ക്കാനാവില്ല. ആൽമരച്ചുവട്ടിലെത്തുമ്പോഴേക്കും കടകളിലെ വിളക്കുകളൊക്കെ തെളിഞ്ഞിരുന്നു. എങ്കിലും ആൽമരച്ചുവടു മാത്രം നേർത്ത ഇരുട്ടിനെ വാരിപ്പിടിച്ചു തന്നെ കിടന്നു. ചുറ്റുമില്ലാത്ത തണുപ്പ് ഇലകൾ പുറപ്പെടുവിച്ചിരുന്നു. താടിക്കാരൻ അപ്പോഴും അവിടെയുണ്ടായിരുന്നു. ഏതാനും പേർ മാത്രം അയാൾക്കുചുറ്റും കൂടിനിന്നു. എന്നാൽ പലരും അയാളെ ഗൗനിക്കാതെ മാറി മാറി കൂട്ടം കൂടിനിന്ന് കുശലം പറയുന്നുണ്ട്. അവർക്ക് താടിക്കാരൻ ആൽമരത്തിന്റെ ഭാഗമായി കഴിഞ്ഞിരുന്നു.

മരച്ചില്ലകൾ കുലുങ്ങിയിരുന്നു. ആരൊക്കെയോ അതിന്റെ കവരങ്ങളിൽ നിലയുറപ്പിച്ചിരുന്നു. അവിടം ഇരുട്ട് കനം വെച്ച് കിടന്നു. ആൽമരക്കൊമ്പുകളിൽ അടവെച്ചിരിക്കുന്ന തങ്ങളുടെ ഭാണ്ഡക്കെട്ടുകളിലേക്ക് അന്നത്തെ സമ്പാദ്യം നിക്ഷേപിക്കുകയാണ്. പാർക്കാനിടമില്ലാത്തവരാണിവർ. അവരുടെ ജീവിതത്തിന്റെ ഏതാനും സൂക്ഷിപ്പുകളാണ് മരക്കൊമ്പുകളിൽ കാണുന്ന ചെറു തകരപ്പെട്ടികൾ. മേൽവിലാസം കുറിക്കാത്ത തങ്ങൾക്കു മാത്രമറിയാവുന്നവ.

മരക്കൊമ്പുകളിൽ നിന്ന് ചിലർ ചാടിയിറങ്ങുന്നുണ്ട്. ഇരുട്ടിൽ നിന്നും പുനർജ്ജനിച്ചവരെപ്പോലെ. അന്നന്നത്തെ നിക്ഷേപം കരുതലോടെ പെട്ടിയിൽ വെച്ചുപോവുകയാണ്. ചുറ്റും പരന്ന വെളിച്ചത്തിൽ അവരുടെ മുഖങ്ങൾ പ്രകാശിക്കുന്നതു കാണാം. സൂക്ഷിപ്പുകൾ ആരെ

ങ്കിലും മോഷ്ടിക്കുമെന്ന ഭയം ആർക്കുമില്ല. ആൽച്ചുവട്ടിലെ നിത്യസാന്നിദ്ധ്യമായ താടിക്കാരൻ എല്ലാത്തിനും സാക്ഷിയാണ്. അയാൾ എപ്പോഴെങ്കിലും കണ്ണു തുറക്കുന്നതായി കണ്ടില്ല. എന്നാൽ മറ്റൊരാൾ അയാൾക്ക് മുന്നിൽ കുനിഞ്ഞിരിപ്പായി. തികഞ്ഞ ആദരവോടുകൂടിയാണ് ഈ നമിക്കൽ.

ഇപ്പോൾ അയാൾക്കു മുന്നിൽ കുമ്പിട്ടിരുന്നയാൾ തൊഴുകൈകൾ നീട്ടി കണ്ണീരോടെയാണ് എഴുന്നേറ്റു പോയത്. എന്നാൽ ഒരു ചെറുപുഞ്ചിരി മാത്രം ദിവ്യന്റെ താടിരോമങ്ങൾക്കിടയിലൂടെ മിന്നിമായുന്നുണ്ടായിരുന്നു.

ആളുകൾ സാവധാനം ഒച്ചവെക്കാൻ തുടങ്ങി.

എന്തുപറ്റി. അയാൾ വല്ലാത്ത നിരാശയിലാണല്ലോ. അയാൾക്ക് മനസ്സിൽ തട്ടിയതെന്തെങ്കിലും പറഞ്ഞുകാണും.

മറ്റുള്ളവരുടെ മനസ്സു വായിക്കാൻ അപാര കഴിവാണ്.

പക്ഷേ, അയാളെന്തിനു കരയണം.

സുഹൃത്തേ, കരയാനെങ്കിലും കഴിയുന്നവർ ഭാഗ്യവാന്മാർ.

അതും ശര്യാ.

വാ, നമുക്കുപോകാം.

കണ്ണീരോടെ എഴുന്നേറ്റു പോയവനെ ആരും അനുഗമിക്കയുണ്ടായില്ല. എന്നാൽ വാസു ആൽമരച്ചുവട്ടിലെ ചെറുകൂട്ടങ്ങൾക്കിടയിൽ നിന്നും മാറി കാഴ്ചയിൽ നിന്നും മറയുംവരെ അയാളെത്തന്നെ നോക്കി നിന്നു. റോളയുടെ കിഴക്കേച്ചെരുവിലെ കൂടാരങ്ങൾ നിറഞ്ഞ ഗലികളിലേക്കാണ് അയാൾ നടന്നു മറഞ്ഞത്.

എന്തായിരിക്കണം അയാളെ കരയിപ്പിച്ച വികാരം. വാസുവിന്റെ ചിന്ത അതായിരുന്നു. വെറുതെ ആൽച്ചുവട്ടിലിരിക്കുന്ന ഒരു താടിക്കാരൻ അയാളെ ആഴത്തിൽ സ്പർശിക്കാൻ മാത്രം എന്തോ ഉണ്ടെന്നു കണ്ടെത്തുകയും അയാളോട് അവ്വിധം പറയുകയും ചെയ്തിരിക്കാം. അതുമല്ലെങ്കിൽ വ്യഥകളൊക്കെ താടിക്കാരന്റെ മുന്നിൽ അഴിച്ചുവെച്ചപ്പോഴുണ്ടായ ആശ്വാസത്തിൽ കണ്ണുകൾ നിറഞ്ഞതായിരിക്കും. ഉള്ളൊഴിഞ്ഞതിന്റെ ഉരുക്കം.

ചെറുകൂട്ടങ്ങൾ ഇപ്പോഴും അക്കാര്യത്തെക്കുറിച്ചു തന്നെയാണ് പറഞ്ഞുകൊണ്ടിരിക്കുന്നതെന്ന് വാസു കണ്ടു. ആളുകൾ താടിക്കാരനു ചുറ്റും വട്ടംകൂടി നിലയുറപ്പിച്ചു. എന്നാൽ അയാൾ കണ്ണുതുറക്കുകയുണ്ടായില്ല. ആരോടും സംസാരിച്ചതുമില്ല.

വാസു കുഞ്ഞാലിയെ തിരക്കി നടന്നു. വഴിവാണിഭക്കാരുടെ ഇത്തിരി നേരത്തെ കച്ചവടതന്ത്രങ്ങൾ ശ്രദ്ധിച്ചു. വിളക്കുകൾ അണയും മുൻപ് എന്തെങ്കിലുമൊന്ന് വിറ്റഴിക്കാനുള്ള തത്രപ്പാടുകൾ എവിടെയും കണ്ടിരുന്നു.

കുഞ്ഞാലിയെ പക്ഷേ, എവിടെയും കണ്ടില്ല.

കാക്കപ്പൊന്ന്

ദിനരാത്രങ്ങളുടെ ദൈർഘ്യം ഭീഷണമായി. പകലുകളുടെ ഭാരം വർദ്ധിച്ചുവന്നു. അവസാനിച്ചുകിട്ടാൻ പണിപ്പെട്ടു. അസ്വാസ്ഥ്യം വർദ്ധിക്കുകയാണ്. നാളുകൾ നീട്ടിക്കിട്ടാനുള്ള തിടുക്കം. ഇതിപ്പോൾ എവിടെയാണ് എന്ന സന്ദേഹം പോലുമുണ്ടാകുന്നു. ഇപ്പോഴും നടുക്കടലിൽ നീന്തിത്തുടിക്കുകയാണ്. എത്രപോയിട്ടും കരകാണാത്ത അവസ്ഥ. നാളേക്ക് നീണ്ടുപോകുന്ന പ്രതീക്ഷയാണെപ്പോഴും. എങ്ങനെയും ഉന്തിത്തള്ളി പിന്നിലാക്കി അടുത്ത പ്രഭാതങ്ങളിലേക്കുള്ള കുതിപ്പുകളായിരിക്കുന്നു ജീവിതം. എന്നിട്ടും ഒരു ചലനവും അനുഭവപ്പെടുന്നില്ല. മണ്ണും മനസ്സും ഒരുപോലെ നീറുന്നു. ചൂടിൽ എരിയുന്നു. പനമരങ്ങളുടെ അനക്കമില്ലാത്ത നില്പു തന്നെ എപ്പോഴും അസ്വാസ്ഥ്യം സൃഷ്ടിക്കുന്നു. മരുക്കമില്ലാത്ത പനത്തടികൾ ശുഷ്കശല്ക്കങ്ങൾ പ്രദർശിപ്പിച്ച് കാലത്തെ കളിയാക്കുന്നു. അവയുടെ പരുക്കൻ സ്വഭാവം തെങ്ങോലകളുടെ മിനുസ സാന്ത്വനത്തെ ഓർമ്മിപ്പിച്ച് കരയിപ്പിക്കുന്നു.

ഒരു മഴത്തുള്ളി വാസുവിന്റെ കവിളിൽ വന്നുവീണു ചിതറിത്തെറിച്ചു. കണ്ണൊന്നു ചിമ്മി. മേനിയാകെ കുളിർമ്മ പടർത്തി താഴേക്കിറങ്ങി മണ്ണിലേക്കൊഴുകിപ്പരന്നു. ചുറ്റും ജലം നിറഞ്ഞു. ഇളംകാറ്റ് ഇലത്തലപ്പുകളിലുരസി നേർത്ത സംഗീതം പൊഴിച്ച് കടന്നുപോയി. ഇലച്ചാർത്തുകളാകെ നനഞ്ഞു മുഖംകുനിച്ചു. പുഴക്കടവിൽ പെൺകിടാങ്ങൾ പതിഞ്ഞ ശബ്ദത്തിൽ മൂളുന്നു. പാട്ടിന്റെ മൃദുസ്വരം പുഴ കടന്ന് ഇക്കരെയെത്തുന്നു. പിന്നെ കുളിച്ചു മദിക്കുന്നതിന്റെ ജലമർമ്മരങ്ങൾ. മഴ മുറുകുന്നു. ശീതക്കാറ്റിന് കനംവെക്കുന്നു. വില്ലൊടിഞ്ഞ കുടക്കീഴിൽ ഒട്ടിപ്പിടിച്ച് സ്കൂളിലേക്ക്. ആരുടെ കുടക്കീഴിലായിരുന്നു അംബിക. അവൾ അരിശം കൊള്ളുന്നുണ്ടാവും.

“നിനക്ക് ആ കുപ്പായക്കുടുക്കൊന്ന് പൂട്ടിക്കൂടേ. ഇങ്ങനെ ഒരു

ചെക്കൻ."

തുറന്നുകിടക്കുന്ന കുപ്പായക്കഴുത്ത് അവൾ കുടുക്കിട്ട് നേരെയാക്കും. എപ്പോഴും കീഴോട്ട് താഴ്ന്നുപോകുന്ന ട്രൗസർ പിടിച്ച് മേലോട്ടാക്കി പാവാടയിൽ സൂക്ഷിക്കുന്ന സൂചിയെടുത്ത് കുത്തി നേരെയാക്കിത്തരുമ്പോൾ ഇക്കിളിയെടുത്ത് പുളയും.

"നിന്റമ്മയ്ക്ക് ഇതൊക്കെയൊന്ന് തുന്നിത്തന്നൂടേ."

അവൾ അരിശത്തോടെ ചോദിക്കും.

ഒന്നും മിണ്ടില്ല. ചേർന്നു നടക്കും.

"ആങ്കുട്ട്യായിട്ട് നീയല്ലേയുള്ളു" അരിശം തീരാതെ വീണ്ടും. അതും ശരിയല്ലേ. അങ്ങനെ ഒരു പരിഗണന തനിക്ക് കിട്ടിയിരുന്നോ. ഇല്ല. അമ്മ തന്റെ സ്നേഹവും വാത്സല്യവും കോരിച്ചൊരിഞ്ഞത് എപ്പോഴും പെൺമക്കളോടായിരുന്നു എന്ന് ചിലപ്പോഴെങ്കിലും തോന്നിയിട്ടില്ലേ. അംബികയ്ക്ക് ഇതൊക്കെ എങ്ങനെ അറിയാം എന്ന് അത്ഭുതപ്പെട്ടിട്ടുണ്ട്. അവളെപ്പോഴും അമ്മയുടെ ശ്രദ്ധക്കുറവിനെക്കുറിച്ച് പരാതി പറയും.

സ്നേഹവാത്സല്യങ്ങൾ ചൊരിഞ്ഞ് കൂടെക്കൂട്ടി നടന്ന അംബിക ഇന്നെവിടെയാണെന്നുപോലും അറിയില്ല. എല്ലാം അകറ്റിക്കളഞ്ഞ ഈ കടൽ നീന്തിക്കടക്കാനാവാത്ത വിധം എത്ര വലുതാണ്.

കർക്കിടകത്തിലെ കോരിച്ചൊരിയുന്ന മഴയത്ത് ഓടിക്കയറിയത് അംബികയുടെ വീട്ടിലേക്കായിരുന്നു.

"അയ്യോ ദാ ആ കുട്ടി നനഞ്ഞുകുളിച്ച് കയറി വന്നിരിക്കുന്നു. അംബികേ ആ തോർത്തിങ്ങെടുത്തോളൂ" അമ്മയാണ്.

ഈറൻ കുപ്പായം അഴിച്ചുമാറ്റി തല തോർത്തിത്തന്നത് അംബിക തന്നെയായിരുന്നു.

"ചെക്കൻ വെറക്ക്ണ്ണ്ട്. ഇങ്ങട് കേറിരുന്നേ" അവൾ വാത്സല്യത്തോടെ കൈപിടിച്ച് അകത്തേക്ക് കൊണ്ടുപോയി. കരിവളക്കിലുക്കങ്ങളോടെ അവൾ ശരീരം മുഴുവൻ തോർത്തുകൊണ്ട് തുടച്ച് നനവൊപ്പി ചേർത്തടക്കിപ്പിടിച്ച് ഇളംചൂട് തന്നു. "ഈ കർക്കിടകത്തില് കുടയെടുക്കാതെ" അവൾ ശകാരിച്ചു. പാവാടത്തുമ്പുകൊണ്ട് മുഖം തുടച്ചുതന്നു. തിളങ്ങുന്ന വെള്ളിപ്പാദസരത്തോടൊപ്പം അവളുടെ കാലുകളുടെ വെണ്മ പ്രകാശത്തിന്റെ ഒരു തിരി കത്തിച്ച് മനസ്സിലേക്കിട്ടു.

മഴത്തുള്ളികൾ മനസ്സിനെ ഓർമ്മിപ്പിച്ചതെന്തായിരുന്നു. ഒന്നും മനസ്സിലാവാതെപോയ ഒരുപിടി കാലം. കാലം പോയതൊന്നും അറിഞ്ഞില്ല. തിരിച്ചറിവുണ്ടായപ്പോഴേക്കും കടൽകടന്ന് മരുഭൂമിയിലെത്തപ്പെട്ടു. പൊന്നും പണവും വാരിയെടുത്ത് തിരിച്ചുപോകാം എന്ന സ്വപ്നം. എവിടെയാണ് ആ പൊന്നിരിക്കുന്നത്. എവിടെയാണ് തേടിവന്ന മുത്തും പവിഴവും ഒളിഞ്ഞിരിക്കുന്നത്.

നീരുവറ്റിയ മണൽക്കാടും അനുതാപമില്ലാത്ത പനങ്കാടുകളും ചുട്ടുപൊള്ളുന്ന വിഷക്കാറ്റും മാത്രം.

കവിളിൽ വീണ മഴത്തുള്ളി ക്ഷണത്തിൽ അപ്രത്യക്ഷമായി. ഉടലുണർത്തിയ കുളിരും ശമിച്ചിരുന്നു. വിയർത്തുകുളിച്ച് പനമരച്ചുവ

ട്ടിൽ വാസു കിടന്നു. എപ്പോഴാണ് അവിടെ എത്തിയതെന്നോ എങ്ങനെയാണവിടെ വീണു കിടന്നതെന്നോ അയാൾക്ക് ഓർമ്മ വന്നില്ല. വന്നതുമുതൽ താനിവിടെയാണെന്നുതന്നെ അയാൾ വിചാരിച്ചു.

ഒരായിരം നാവുകൾ നീട്ടി ചുടുകാറ്റ് അയാളെ വിഴുങ്ങാൻ കാത്തുനിന്നിരുന്നു. ഉടുതുണി മുഴുവനുരിഞ്ഞ് അയാൾ ഇരയായി കിടന്നു.

വൈകുന്നേരം പനങ്കൂട്ടങ്ങൾക്കിടയിൽ പിക്കപ്പ് വാൻ വന്നു. നീണ്ടു നിവർന്ന ഒരു പഠാണി അതിൽ നിന്നിറങ്ങി വന്നു. അയാൾ നടന്നടുക്കുമ്പോൾ ഭൂമി കുലുങ്ങിയിരുന്നു എന്ന് വാസുവിന് തോന്നി.

ജൽദി കരോ ഭായീ.....

അയാൾ പുറത്തുനിന്ന് വിളിച്ചുകൂവി.

പ്രാർത്ഥന കഴിഞ്ഞ് ആളുകൾ പള്ളിയിൽ നിന്നിറങ്ങിയിരുന്നു. ഇരുട്ടിന്റെ വരവ് വിളിച്ചോതി വെളിച്ചം പടിയിറങ്ങുകയായിരുന്നു. ട്രൂഷ്യൽ ഒമാൻ സ്കൗട്ട്സിന്റെ കൺട്രോൾ ടവ്വറിന്റെ ഉച്ചിയിൽനിന്നും ചുവന്ന വെളിച്ചം ചുറ്റിത്തുടങ്ങി.

മുറിയിൽ എല്ലാവരും നേരത്തേ എത്തിയിരുന്നു. എന്നാൽ കുഞ്ഞാലിയെ മാത്രം കണ്ടില്ല. അയാൾ അവസാനത്തെ ആളും മടങ്ങിയേ റോളയിൽ നിന്നും തിരിക്കൂ. ലോനക്കുട്ടി തന്റെ സിപ്പ് പൊട്ടിപ്പോയ ബാഗിൽ ആകെയുള്ള സ്വത്തുക്കൾ എടുത്തുവെക്കുകയാണ്. ഒന്നോ രണ്ടോ ഉടുപ്പുകളേയുള്ളൂ. അതുതന്നെ ഏതാണ്ട് പിഞ്ഞിപ്പോയിരിക്കുന്നു. മമ്മദ് പലതവണ പറയുന്നുണ്ട്. ഒരു ജോഡി ഉടുപ്പ് വാങ്ങിക്കാമെന്ന്. വേണ്ട എന്നുതന്നെയാണ് ലോനക്കുട്ടി.

"അതൊക്കെ മതി മമ്മദ്ക്കാ. ഒക്കിണ്ടാവും. പിന്നെ" നിർബ്ബന്ധിച്ചില്ല. കര കാണട്ടെ എന്നാവും.

കന്യാമറിയത്തിന്റെ ഒരു ചെറുരൂപം അയാൾ സൂക്ഷ്മതയോടെ വന്ദിച്ച് ബാഗിനുള്ളിൽ പൊതിഞ്ഞുവെച്ചു. ഒരു കുരിശുമാലയും. ആകെയുള്ള സമ്പാദ്യം അതാണ്. എന്നും എപ്പഴും കൂടെയുണ്ടെന്ന വിശ്വാസം. കഴുത്തിലിട്ടിരുന്ന കൊന്തയിൽ അയാൾ മുത്തമിട്ടു. കണ്ണുകളടച്ചുനിന്നു. പിന്നെ ബാഗെടുത്ത് തോളിലിട്ടു.

ശിവരാമന്നായർ ഒരു പൊതി അയാളെ ഏല്പിച്ചു. ഒരു കുപ്പി ജീരകവെള്ളവും. യാത്രയിൽ വിശപ്പുണ്ടാവും. വയറാളും. തൊണ്ട വരളും. ഒരു ദീർഘയാത്രയിലേക്കുള്ള പാഥേയം. ലോനക്കുട്ടി അത് വാങ്ങി ബാഗിലേക്കു തിരുകി. ചൂടുള്ള പൊതി.

പരമു ഓടിക്കിതച്ചെത്തിയിരുന്നു. ഡ്യൂട്ടി ഡ്രസിലാണ്. കഴുത്തിലെ ബോ ഇനിയും അഴിച്ചിട്ടില്ല. ഒരു ചെറുപൊതി ലോനക്കുട്ടിയെ ഏല്പിച്ച് പരമു പറഞ്ഞു.

"ടിപ്പ് കിട്ടിയിരുന്നത് കൂട്ടിവെച്ചതാ. നിനക്കാവശ്യം വരും വെച്ചോളൂ."

ലോനക്കുട്ടി ഒന്നു മടിച്ചു. പിന്നെ പരമു നിർബ്ബന്ധിച്ചേല്പിച്ചു.

"ഒന്നും പറയണ്ട. ഒന്നുംല്യാണ്ട് എറങ്ങണ്ട."

പരമു ലോനക്കുട്ടിയുടെ ചുമലിൽ തട്ടി. പിന്നെ ആശ്ലേഷിച്ചു. ലോനക്കുട്ടിയുടെ കണ്ണുനിറഞ്ഞിരുന്നു.

"പോയി വാ." പരമു പിന്നെ നിന്നില്ല. തിരിച്ചുപോയി. ഡ്യൂട്ടിയുണ്ട്.

പടച്ചതമ്പുരാൻ എല്ലാത്തിനും നിവൃത്തിയുണ്ടാക്കും. അള്ളാഹു അക്ബർ. നല്ലത് വരട്ടെ.

മമ്മദ് അയാളെ യാത്രയാക്കി.

ലോനക്കുട്ടി മുറി വിട്ടിറങ്ങി. പഠാണി അക്ഷമനായി കാത്തുനിന്നിരുന്നു. വണ്ടിയിൽ കയറുമ്പോൾ ലോനക്കുട്ടിക്ക് ഒന്നും മിണ്ടാനായില്ല. അയാളുടെ കണ്ണുകൾ നിറഞ്ഞൊഴുകിയിരുന്നു.

അയാൾ കൈവീശി. വണ്ടി ഒരിരമ്പലോടെ കുതിച്ചു. പനങ്കാടുകൾ പിറകോട്ട് നീങ്ങി.

ലോനക്കുട്ടി പടിയിറങ്ങിയപ്പോൾ ആകെ ഒരു ശൂന്യത അനുഭവപ്പെട്ടു.

"നന്നായി വരട്ടെ. പടച്ചവൻ വലിയവനാണ്."

തിരിച്ച് മുറിയിലേക്ക് കയറുമ്പോൾ മമ്മദ് പറയുന്നുണ്ടായിരുന്നു.

ശിവരാമന്നായർ വിളക്ക് കത്തിച്ച് വെച്ചു. ജനലോരത്ത് വന്നുനിന്ന് പുറത്തേക്ക് നോക്കിയ മമ്മദിന്റെ പാതി മുഖം ഇത്തിരി വെളിച്ചത്തിൽ ചുവന്നുകണ്ടു.

എത്രയോ പേർ വന്നു. അഭയം നല്കി. തിരിച്ചുപോയി. അവരെയൊന്നും പിന്നീട് കണ്ടിട്ടില്ല. ഓരോരോ ദേശങ്ങളിലേക്ക് ചെന്നെത്തുകയാണ്. എത്തിപ്പെടുന്നിടത്ത് എന്താവുമെന്നൊന്നും അറിയാതെയുള്ള യാത്ര. തിരിച്ചുവരാനോ വീണ്ടും കാണാനോ ആർക്കും കഴിയാറില്ല. യാത്ര എപ്പോഴും അങ്ങനെയാണ്. തിരിച്ചുനടക്കാൻ കഴിയാത്തവിധം ദൂരം പിന്നിടുമ്പോൾ പ്രത്യേകിച്ചും. പിന്നോട്ടുമാത്രം വളയുന്ന കാൽതന്നെ മുന്നോട്ടും പായുന്നു. ദീർഘനിശ്വാസമുതിർത്ത് മമ്മദ് ഒരു ദിനേശ് ബീഡിക്ക് തീക്കൊളുത്തി. ഒക്കെ ഒരു പുക. അയാളോർത്തു നിന്നു.

മലയിടുക്കിലിടിച്ച് തകർന്ന പത്തേമാരിയിൽനിന്നും രക്ഷപ്പെട്ട് കയറി വന്നവനായിരുന്നു ലോനക്കുട്ടി. മീൻപിടുത്തക്കാർ ജീവൻ രക്ഷിച്ചു. കൂടെയുണ്ടായിരുന്നവർക്ക് എന്തുപറ്റി എന്നൊന്നും ലോനക്കുട്ടിക്കറിയില്ല.

മമ്മദിന്റെ അടുത്തെത്തുമ്പോൾ പകുതി പ്രാണൻ പോയിരുന്നു. ഒരു ജീവച്ഛവം. കൊന്ത കഴുത്തിലുണ്ടായിരുന്നതിനാൽ നസ്രാണിച്ചെക്കനാണെന്ന് മനസ്സിലായി. ദിവസങ്ങൾ കഴിഞ്ഞ് മിണ്ടാറായപ്പോഴാണ് പേരും നാളും ഊരുമൊക്കെ അറിയുന്നത്.

കുന്നംകുളത്തെ പേരുകേട്ട അടക്കക്കച്ചവടക്കാരൻ പൈലിയുടെ ആറാമത്തെ സന്തതിയാണ് ലോനക്കുട്ടി. അല്പം പഠിപ്പൊക്കെ വന്നപ്പോൾ അപ്പന്റെ അടക്കക്കച്ചവടത്തിലേക്ക് മുങ്ങാൻ താല്പര്യമില്ലാതായി. പൈലി മാപ്ലയും അത്ര നിർബ്ബന്ധിച്ചില്ല. മകൻ കച്ചവടം വി ട്ട് ഒരുദ്യോഗം നേടണമെന്ന് അയാളും ആഗ്രഹിച്ചുകാണും. പക്ഷേ, ഉദ്യോഗമൊന്നും തരപ്പെടാതെ വെറുതെയിരുന്ന് കാലം കളയുന്നതിൽ പൈലിക്ക് മനോവിഷമമുണ്ടായപ്പോഴാണ് അക്കരെ കടത്താൻ ആർക്കോ

കാശ് കൊടുത്ത് ഏർപ്പാടാക്കിയത്. പുറംനാട്ടിൽ പോയാൽ പൈലി ഒരു വർഷം അടക്ക വിറ്റുകിട്ടുന്നത് ചെക്കന് ഒരു മാസം ശമ്പളമായി കിട്ടുമെന്ന് ആരോ ധരിപ്പിച്ചെന്നു തോന്നുന്നു. ഒന്നുംകാണാതെ ആറ്റിൽച്ചാടുന്ന പ്രകൃതമല്ല പൈലി. അങ്ങനെയാണ് ചെക്കനെ പത്തേമാരിയിൽ കയറ്റി പേർഷ്യക്ക് വിടുന്നത്. അതുതന്നെ ബോദ്ധ്യപ്പെടുത്തി സമ്മതിപ്പിക്കാൻ പലരും കഷ്ടപ്പെട്ടിരുന്നു. എല്ലാം കച്ചവടമാണെന്നും അതിലെ ലാഭനഷ്ടങ്ങളാണ് ഈ ലോകത്തെ നയിക്കുന്നതെന്നും വിശ്വസിക്കുന്ന വനാണ് പൈലി മാപ്ല. ഉള്ളതും ഇല്ലാത്തതുമൊക്കെ അതിലെ തന്ത്രങ്ങളാണ് നിർണ്ണയിക്കുന്നത്.

ലോനക്കുട്ടി അധികം സംസാരിക്കുന്ന പ്രകൃതമല്ല. ഒരു ചിരിയി ലെല്ലാമൊതുക്കും. സൗമ്യശീലനാണ്. മുറിയിലെത്തിയാൽ അത്യാവശ്യ കാര്യങ്ങളൊക്കെ ചെയ്തുതീർക്കും. ശിവരാമന്നായരെ പാചകത്തിൽ സഹായിക്കും. അമ്മയുടെ കൂടെനിന്ന് ചിലതൊക്കെ പഠിച്ചുവെച്ചിട്ടുണ്ട്. മുറിയൊക്കെ വൃത്തിയാക്കി വെക്കും. വൃത്തി വേണംന്ന് നിർബ്ബന്ധംണ്ട്. തനിച്ചിരിക്കാൻ ഇഷ്ടാണ്. അത്തരം നിമിഷങ്ങളിൽ ഇടയ്ക്കിരുന്ന് പാടും. അതും അമ്മയിൽനിന്ന് വശമാക്കിയതാണ്. ശിവരാമന്നായർക്ക് സംഗീതം ജീവനാണ്. എപ്പഴും എന്തെങ്കിലുമൊക്കെ മൂളി നടക്കും. ലോനക്കുട്ടി വന്നതിനുശേഷം അയാൾ പഴയ ശീലുകളൊക്കെ പുറത്തെടുക്കാൻ തുടങ്ങിയിരുന്നു. നിർബ്ബന്ധിച്ച് അയാളെക്കൊണ്ട് പാടിക്കും. ചില പാട്ടുകൾ പാടിക്കഴിയുമ്പോഴേക്കും ശിവരാമന്നായർ കണ്ണുനിറച്ചിരി ക്കുന്നത് കാണാം. വൈകുന്നേരങ്ങളിൽ പാചകമൊക്കെ കഴിച്ചുവെച്ച് ലോനക്കുട്ടിയെ കൂട്ടി കടപ്പുറത്ത് ചെന്നിരിക്കും. മനസ്സുതുറന്നൊന്നു പാടാൻ.

പള്ളിയിലെ ഗായകസംഘത്തിൽ പാടിയാണ് ലോനക്കുട്ടി പാട്ടുകാ രനായത്. പഠിക്കുന്ന കാലത്ത് സംഗീതപരിപാടികൾക്കൊക്കെ പാടി സമ്മാനങ്ങൾ വാങ്ങിയിട്ടുണ്ട്. അമ്മ സംഗീതം പഠിച്ചിട്ടുള്ളവളാണ്. അമ്മയിൽ നിന്ന് ഒട്ടേറെ കീർത്തനങ്ങൾ കേട്ടു പഠിച്ചിട്ടുണ്ട്. പൈലി മാപ്ലയ്ക്ക് കീർത്തനങ്ങളൊക്കെ കേൾക്കുന്നത് കലിയാണ്. അതിനാൽ പൈലി പുറത്ത് പോയിരിക്കുന്ന സമയത്തേ അമ്മയും മോനും പാടാ നിരിക്കൂ.

"നാലടയ്ക്ക തൊണ്ടുകളഞ്ഞിട്ടൂടേ ഈ മോങ്ങാനിരിക്കിണ നേരം." എന്നാണ് പൈലി മാപ്ല പറയുക.

അടയ്ക്ക മാത്രമാണ് പൈലിയുടെ ലോകം. അടയ്ക്കാമരത്തെക്കു റിച്ചും പൈലിക്ക് പറയാൻ ഒട്ടേറെയുണ്ട്. ആർക്കും ഒരു ദ്രോഹവും ചെയ്യാതെ ഇത്തിരിയിടം മാത്രമെടുത്ത് മേലോട്ട് പോകാവുന്നിടത്തോളം പോകും. മാനമാണ് ലക്ഷ്യം. മാനം വലുതും. ഒറ്റത്തടിതന്നെ ആധാരം. പൈലിക്ക് മക്കളോടും അതേ വികാരമേയുള്ളൂ. അടയ്ക്കായിരിക്കും വരെ മടിയില് വെക്കും. അടയ്ക്കാമരമായാൽ പറിച്ചുനടും. പിന്നൊക്കെ അവനവൻ നോക്കിക്കോണം. ഇത്തിരി കൊണ്ട് ഒത്തിരി നേടണം. അതാണ് തത്ത്വശാസ്ത്രം. എന്നാൽ ലോനക്കുട്ടിയുടെ കാര്യത്തിൽ

മാത്രം പൈലി തന്റെ തത്ത്വശാസ്ത്രത്തിന് അല്പം അയവുവരുത്തിയിരുന്നു. പഠിച്ചവനെന്ന നിലയ്ക്ക് മകനോട് അല്പം ആദരവൊക്കെ ഉള്ളിൽ സൂക്ഷിച്ചിരുന്നു. അതുകൊണ്ടുതന്നെ ആളായിട്ടും പൈലി സംരക്ഷിച്ചു. കടൽ കടക്കാൻ വേണ്ടതു ചെയ്യുമ്പോഴും പൈലിക്ക് പക്ഷേ, തന്റെ കച്ചവടക്കാരനെ ഉറക്കിക്കിടത്താൻ കഴിഞ്ഞിരുന്നില്ല. ലാഭനഷ്ടങ്ങളുടെ കണക്ക് അപ്പോഴും മനസ്സിലിട്ട് പെരുക്കിയിരുന്നു.

ലോനക്കുട്ടിക്ക് ഇതൊക്കെ നന്നായറിയാം. അതുകൊണ്ട് ജോലി ചെയ്ത് കാശ് കൈയിൽ വന്നാൽ ആദ്യം ചെയ്യുക അപ്പന്റെ മുടക്കുമുതൽ പലിശയടക്കം തീർക്കുക എന്നതാണെന്ന് മനസ്സിലുറപ്പിച്ചിട്ടുണ്ട്. ഇതുവരെ അതിന് കഴിഞ്ഞില്ല. കണക്ക് പെറ്റുപെരുകുംതോറും ബാദ്ധ്യതയേറുകയാണ്.

"നിങ്ങളെന്റെ മക്കളീം വിറ്റു തിന്നും."

ത്രേസ്യക്കുട്ടി ഒരിക്കൽ, ഒരിക്കൽ മാത്രം നെഞ്ചത്തടിച്ച് കരഞ്ഞ് അലമുറയിട്ടത് ലോനക്കുട്ടിക്ക് ഓർമ്മയുണ്ട്.

അടുത്ത നിമിഷം പൊട്ടിത്തെറിച്ചേക്കാവുന്ന അപ്പനെ പ്രതീക്ഷിച്ച മക്കളെയൊക്കെ അത്ഭുതപ്പെടുത്തിക്കൊണ്ട് പൈലി പെട്ടെന്ന് നിശ്ശബ്ദനാവുകയായിരുന്നു. ത്രേസ്യക്കുട്ടിയെ തന്നിൽനിന്നും വിടുവിച്ച് കയ്യാലയിൽ പോയി ചാരുകസേരയിൽ നീണ്ടുനിവർന്നു കിടന്നു.

ആരും ഒന്നും മിണ്ടിയില്ല.

അനക്കമില്ലാതെ വീട് നിന്ന് നെടുവീർപ്പിട്ടു.

അന്നുമുതൽ പൈലി മാപ്ല മൗനിയായിക്കഴിഞ്ഞു. ഏതാനും ദിവസങ്ങൾക്കുശേഷം ത്രേസ്യക്കുട്ടിയോട് പറഞ്ഞു.

"ലോനക്കുട്ടി പോയിവരട്ടെ. കടല് കടക്കാൻ എന്താന്ന് വെച്ചാ ചെയ്യാം. അതിനിപ്പോ എത്ര്യായാലും വിരോധല്യ."

ത്രേസ്യക്കുട്ടി നെടുവീർപ്പിട്ടു. അങ്ങനെ അവനെങ്കിലും ഈ അടയ്ക്കയുടെ ലോകത്തുനിന്നും രക്ഷപ്പെടട്ടെ. പഠിപ്പു കഴിഞ്ഞിട്ടും ഇങ്ങനെ തെക്കുവടക്കുനടക്കുന്നത് കാണണ്ടല്ലോ.

പഠാണി വണ്ടിയോടിക്കുന്നതിനിടയിൽ എന്തൊക്കെയോ പറയുന്നുണ്ടായിരുന്നു. അതൊക്കെ ആരോടാണെന്ന് മനസ്സിലായില്ല. ഒരുപക്ഷേ, അയാൾ സ്വയം സംസാരിക്കുന്നതായിരിക്കും.

ദൂരം കുറെ പിന്നിട്ടിരിക്കണം. ലോനക്കുട്ടി പുറ ത്തേക്ക് നോക്കിയിരുന്നു. ഒന്നും പക്ഷേ, കാണാനുണ്ടായിരുന്നില്ല. ഇരുട്ട് കനത്തുകിടന്നു. റോട്ടിലേക്ക് നീണ്ടുചെല്ലുന്ന വണ്ടിയുടെ വെളിച്ചത്തിനപ്പുറം കാഴ്ചപ്പുറത്ത് ഒന്നുമെത്തിയില്ല. എതിരെ കടന്നുവരുന്ന വാഹനങ്ങളും നന്നെ കുറവായിരുന്നു.

ലോനക്കുട്ടി ഒന്നു മയങ്ങിയിരിക്കണം. വണ്ടിയൊന്നുലഞ്ഞെന്നു തോന്നി. മയക്കം പോയി. വണ്ടിയുടെ വെളിച്ചക്കുഴൽ ചെന്നെത്തുന്നത് ഇപ്പോൾ റോഡിന്റെ കറുപ്പിലല്ല. പകരം കുന്നുകളുടെ കൂട്ടങ്ങൾ. ചുറ്റും കനത്ത ഇരുട്ടുതന്നെ. എവിടേക്കാണിയാൾ തന്നെ കൊണ്ടുപോകുന്നതെന്ന് സംശയിച്ചു. മണിക്കൂറുകൾ പിന്നിട്ടിരിക്കുന്നു. എന്നിട്ടും യാത്ര

അവസാനിക്കുന്നില്ല. ഭാഷ അറിയുന്ന ഒരാളെങ്കിലും കൂടെയുണ്ടായിരുന്നെങ്കിൽ ഒട്ടൊന്ന് സമാധാനിക്കാമായിരുന്നു. പകലായിരുന്നെങ്കിൽ പുറം വെളിച്ചത്തിലെങ്കിലും ഇതെന്തുതരം നാടാണെന്ന് മനസ്സിലാക്കാമായിരുന്നു.

"ഡ്രൈവർ വരും. അയാളെത്തിക്കും. പേടിക്കണ്ട."

അദ്രമാനിക്ക അത്രയേ പറഞ്ഞുള്ളൂ. വന്നെത്തിയ അന്നേ പരിചയമാണ്. പലരേയും ഇങ്ങനെ രക്ഷപ്പെടുത്തിയിട്ടുണ്ട്. ആ ഒരു വിശ്വാസത്തിലാണ് കയറിപ്പോന്നത്.

"ഇവ്ടെ ങ്ങനെ കെടന്ന് നരകിക്കണ്ട. പഠിപ്പ് കൈഞ്ഞോർക്ക് അതനുസരിച്ച് പണീംകിട്ടും. ഒരു സംശ്യോം ല്യ. ഏടേങ്കിലും പോയി നാല് കായിണ്ടാക്ക്."

എവിടേങ്കിലും പോയി. അതാണ്. എവിടെയെത്തിപ്പെടുന്നു എന്നത് ഒരു പ്രശ്നമേയല്ല. കൈയിൽ കാശു വരണം. അതിനെന്തു പണിയും ചെയ്യാം. തകർന്നുകിടക്കുന്ന ജീവിതം ഒന്നു കരുപ്പിടിപ്പിക്കണം. കടലിനപ്പുറത്തെ വിട്ടുപോന്ന ഇത്തിരി മണ്ണിൽ പച്ചപ്പുണ്ടാക്കണം. അതിനെന്തു ത്യാഗവും സഹിക്കാം. സ്വന്തം ജീവിതം ഹോമിക്കാം. ഓരോരുത്തരും അങ്ങനെയൊരു ജ്വാല ഉള്ളിൽ സൂക്ഷിക്കുന്നവരാണ്. അതാണീ കടല് കടന്നാൽ കിട്ടുന്ന നിധി.

ലോനക്കുട്ടിക്ക് കാര്യങ്ങൾ കുറെശ്ശെ മനസ്സിലായിത്തുടങ്ങി. അയാൾ ഒന്നുകൂടി ഒതുങ്ങിയിരുന്നു. ഒന്നുകൂടി ചെറുതായി. ഇതാണ് തന്റെയിടം എന്നുകരുതി ഇടത്തോട്ട് ചെരിഞ്ഞിരുന്ന് ഒന്നു മയങ്ങി. വണ്ടിയുടെ ചലനങ്ങളറിയാതെ.

ഇനിയെന്ത്.

അതായിരുന്നു വാസുവിന്റെ ചിന്ത. എത്ര നാളിങ്ങനെ വെറുതെയിരിക്കും. എത്ര നാളിങ്ങനെ അലഞ്ഞുതിരിയും.

കയറിയിറങ്ങാത്ത ഇടങ്ങളില്ല. മുട്ടാത്ത വാതിലുകളില്ല. കാണാത്ത ആളുകളില്ല. അന്വേഷണത്തിന്റെ അവസാനിക്കാത്ത അലച്ചിലുമായി ഒട്ടേറെ ദൂരം പിന്നിട്ടിരിക്കുന്നു. ഒരിടത്തും ചെന്നെത്തുന്നില്ല. ഒരിടവും തുറന്നു കിട്ടുന്നില്ല.

മമ്മദ്ക്കാ എപ്പോഴും സാന്ത്വനത്തിന്റെ കൈവിരൽ നീട്ടും.

"ബേജാറാവണ്ടപ്പ. പഠിപ്പുള്ളോനല്ലേ. അതിന് വെലില്ലാണ്ടാവൂല്യ."

ശിവരാമന്നായർ മറ്റൊരു രീതിയിലാണ് പ്രതീക്ഷയുടെ പൊൻതരി വിതറുക.

"ഇതൊക്കെ ഓരോരോ നിമിത്തങ്ങളാണ്. അതെപ്പോഴെങ്കിലും മുന്നിൽ വന്നുവീഴും. ഒരു വഴിത്തിരിവുണ്ടാകും. നിനച്ചിരിക്കാതെ. നമുക്ക് വിശ്വസിക്കാനാവാത്ത വിധം."

ശിവരാമന്നായർ വലിയൊരു തത്ത്വചിന്തയാണ് അവതരിപ്പിക്കാൻ ശ്രമിക്കുക. അതിനൊരു ആത്മീയ പരിവേഷമൊക്കെയുണ്ടാവും. അതൊക്കെ മറ്റുള്ളവരെ ബോദ്ധ്യപ്പെടുത്താനും നല്ല കഴിവാണ്. നല്ലൊരു വാഗ്മിയും സംഗീതജ്ഞനും തത്ത്വചിന്തകനുമായ ഇയാളെങ്ങനെ ഈ

അടുക്കളയിൽ വന്നുപെട്ടു.

അശോകൻ അന്വേഷിച്ചെത്തിയപ്പോൾ ശിവരാമന്നായരുടെ വാക്കുകളാണ് ഓർത്തുപോയത്.

"കൂടെ വന്നാൽ മതി. വെറുതെ ഒരു ശ്രമം. കിട്ടിയാൽ അതൊരു ഭാഗ്യാവും."

എത്രയോ നാളുകൾ കഴിഞ്ഞിരിക്കുന്നു അശോകനെ കണ്ടിട്ട്. വന്ന നാളുകളിൽ കമ്പി വളയ്ക്കാൻ പോയിരുന്നപ്പോഴാണ് അയാളുമായി ഇടപഴകിയത്. പിന്നീടൊരിക്കലും കാണുകയുണ്ടായില്ല.

അശോകനോടൊപ്പം പോയി. ഒരു പിക്-അപ് വാനിന്റെ പിറകിൽ കയറി യാത്ര. തുറന്ന ആകാശം കണ്ടിരുന്നു. അശോകന്റെ പരിചയക്കാരനാണ് വണ്ടിയോടിച്ചിരുന്നത്. വളർന്ന താടിക്കുള്ളിൽ അയാളുടെ മുഖം വ്യക്തമായി കാണാൻ കഴിഞ്ഞിരുന്നില്ല. അയാൾ ഒട്ടും സംസാരിച്ചിരുന്നില്ല. കുറെദൂരം ചെന്നപ്പോൾ വണ്ടി ഒരിടത്ത് നിർത്തി അയാളിറങ്ങി പിറകിലേക്കു വന്നു ചോദിച്ചു.

"ബുദ്ധിമുട്ടൊന്നുല്യല്ലൊ."

"ഇല്ല."

"വെള്ളം കുടിക്കണംന്നുണ്ടോ?"

"വേണ്ട."

അയാളുടെ താടിക്കുള്ളിൽ ഒളിഞ്ഞിരുന്ന കനിവ് ബോദ്ധ്യപ്പെടുകയായിരുന്നു.

ചൂടിന്റെ ആധിക്യംമൂലം തൊണ്ട വരണ്ടിരുന്നു. എങ്കിലും അങ്ങനെയാണ് പറഞ്ഞത്. യാത്ര പിന്നെയും തുടർന്നപ്പോൾ കാറ്റിന്റെ ശക്തിയും വർദ്ധിച്ചുവന്നു. മണൽക്കൂനകളിൽ നിന്നെത്തിയ ചെറുമണൽപ്പൊടികൾ മുഖത്തടിച്ച് അസ്വാസ്ഥ്യം സൃഷ്ടിച്ചിരുന്നു. കാറ്റ് വരാനിരുന്ന കൊടും തണുപ്പിന്റെ ലക്ഷണമാണെന്ന് അശോകൻ പറഞ്ഞു. അധികം വൈകാതെ വണ്ടി ചെന്നുനിന്നത് ഉയരംകൂടിയ അഞ്ചുനില കെട്ടിടത്തിന് മുന്നിലായിരുന്നു.

വണ്ടിയിൽ നിന്നും ചാടിയിറങ്ങി. അശോകൻ വഴികാട്ടി. വണ്ടിയോടിച്ചയാൾ പുറത്തിറങ്ങാതെ വണ്ടിയിൽത്തന്നെ ഇരുന്നതേയുള്ളൂ.

പടികൾ കയറി കെട്ടിടത്തിന്റെ മുന്നിലെത്തി. വാതില്ക്കൽത്തന്നെ പാറാവുകാരുണ്ടായിരുന്നു. അവരുടെ കുപ്പായങ്ങളിൽ ഒരു ചുവന്ന നക്ഷത്രചിഹ്നം തുന്നിപ്പിടിപ്പിച്ചിരുന്നു. അശോകൻ അവരോട് സംസാരിച്ചപ്പോൾ വാതിൽ തുറന്നുകിട്ടി. വീണ്ടും പടികൾ കയറി കെട്ടിടത്തിന്റെ മൂന്നാം നിലയിലെത്തി. അവിടെയും പാറാവുകാരുണ്ടായിരുന്നു. നേരത്തെ ചെയ്ത കാര്യങ്ങൾ ആവർത്തിച്ചപ്പോൾ അവർ അകത്തേക്ക് കടത്തിവിട്ടു.

വിശാലമായ ഒരു മുറിയിലേക്കാണ് ചെന്നെത്തിയത്. അവിടെ ഏതാനുംപേർ അക്ഷമരായി നില്ക്കുന്നതുകണ്ടു. അവരോടൊപ്പം ചേർന്നുകൊള്ളാൻ പറഞ്ഞു. കാത്തിരുന്നവരുടെ ഉൽക്കണ്ഠകൾ പങ്കിട്ടെടുത്തു.

മണിക്കൂറുകളാണ് കടന്നുപോയത്. ഏതാനും ഇരിപ്പിടങ്ങളിൽ കാത്തിരിക്കുന്നവർ മാത്രം. കാത്തിരിക്കാൻ വിധിക്കപ്പെട്ടവർ. അവരവരുടെ നിയോഗങ്ങൾ എന്താണെന്നറിയാതെ വ്യാകുലപ്പെട്ടിരിക്കുന്നവർ.

വാസു ഓരോരുത്തരെയായി ശ്രദ്ധിക്കാൻ തുടങ്ങി. വിവിധ ദേശക്കാരും ഭാഷക്കാരുമെന്ന് ഒറ്റനോട്ടത്തിൽ മനസ്സിലാവും. ശരീരത്തിന്റെ പ്രകൃതത്തിലും വസ്ത്രധാരണത്തിലും വ്യത്യസ്തത പുലർത്തിയിരുന്നു. ഒരേയൊരു കാര്യത്തിൽ എല്ലാവരും തുല്യരാണെന്നു തോന്നി. ക്ഷീണിതരും അവശരുമാണ്. മുഖഭാവങ്ങളിൽനിന്ന് അവരൊക്കെ ഉൽക്കണ്ഠാകുലരും ദൈന്യത അനുഭവിക്കുന്നവരുമാണെന്ന് കാണാം. കവിളെല്ലുകൾ കൂർത്തിരുന്ന അവർക്ക് മതിയായ പോഷകാഹാരം ലഭിച്ചിരുന്നില്ലെന്ന് മനസ്സിലാക്കാം.

വാസു അങ്ങനെ ഓരോന്ന് ചിന്തിച്ചിരിക്കുമ്പോഴേക്കും അവരിൽ ഒരാളെ ഉള്ളിലേക്ക് വിളിപ്പിക്കയുണ്ടായി. മറ്റെല്ലാവരും അത് തങ്ങളെയായില്ലല്ലൊ എന്ന സങ്കടത്തിൽ മുങ്ങിയിരുന്നു. എന്നാൽ അടുത്ത ഊഴം തന്റേതായിരിക്കും എന്ന പ്രത്യാശയും ഉണ്ടാകാതിരുന്നില്ല. ഏറെനേരം കഴിഞ്ഞിട്ടും വിളിക്കപ്പെട്ടയാൾ തിരിച്ചുവരികയുണ്ടായില്ല എന്നതിൽ ഒരു ഭീതി എല്ലാവരിലും നിറഞ്ഞുനിന്നു. മറ്റൊരാളെക്കൂടി അധികം താമസിയാതെ ഉള്ളിലേക്ക് വിളിച്ചപ്പോൾ ആ ഭീതിയുടെ കനം കുറയുകയും ചെയ്തു. അങ്ങനെ മണിക്കൂറുകൾ നീണ്ടുനിന്ന പ്രക്രിയയിൽ ഓരോരുത്തരും വിളിപ്പിക്കപ്പെട്ടു. അവസാനം അശോകന്റെ ഊഴവും വന്നു. അയാൾകൂടി പോയപ്പോൾ വാസു തനിച്ചായി. വാസു മാത്രം ബാക്കിയാവുകയും വളരെ നേരത്തിന് വിളിക്കാൻ പുറത്തേക്ക് വരാതിരിക്കുകയും ചെയ്തപ്പോൾ വ്യാധി വർദ്ധിച്ചു. ഇനി താൻ വിളിക്കപ്പെടുകയേയില്ല എന്നറിയിക്കുംവിധം ആ വാതിൽ അടഞ്ഞുതന്നെ കിടന്നു.

പ്രതീക്ഷയുടെ തഴച്ചുവന്ന എല്ലാ നാമ്പുകളും കരിഞ്ഞൊടുങ്ങാൻ തുടങ്ങിയപ്പോൾ വാസുവിന് നിരാശ തോന്നി. കാത്തിരിക്കുന്ന ഓരോ നിമിഷവും അസഹ്യമാംവിധം അസ്വസ്ഥത സൃഷ്ടിച്ചു. എങ്ങനെയും അവിടുന്ന് പുറത്ത് കടക്കണം എന്നുവരെ അയാൾക്ക് തോന്നി. തനിക്കുവേണ്ടി തുറക്കപ്പെടുന്ന വാതിലുകൾ മറ്റെവിടെയോ ആണെന്ന് അയാൾ വിചാരിച്ചു.

തിരിച്ചുപോകാം. അയാൾ പാതി സംശയത്തിലെത്തി. സമയം അത്രകണ്ട് കടന്നുപോയിരുന്നു. ഇങ്ങനെ ഒരാൾ ഇവിടെ അവശേഷിച്ചിട്ടുണ്ടെന്ന് ആരും അറിയുന്നില്ലെന്നുവരെ തോന്നി. അല്ലെങ്കിലും ആരും വിളിച്ചിട്ടല്ലല്ലൊ വന്നിരിക്കുന്നത്. തിരിച്ചുപോകാനുള്ള ചിന്തയും ഭീതി സൃഷ്ടിച്ചു. താനെവിടെയാണെന്നുപോലും അറിയില്ല. തിരിച്ചുപോകാമെന്നു വിചാരിച്ചാൽത്തന്നെ എങ്ങനെ. അശോകൻ പോയിട്ട് തിരിച്ചെത്തിയതേയില്ല. കൊണ്ടുവിട്ട ഡ്രൈവർ തിരിച്ചുപോയിക്കാണും. ഇത്രയും നേരം അയാൾ കാത്തുനില്ക്കാൻ വഴിയില്ല.

വരട്ടെ. ഏതായാലും വന്നില്ലേ. കുറെക്കൂടി കാത്തിരിക്കാം. അങ്ങനെ

സ്വയം സമാധാനിച്ച് ഏറെനേരം കൂടി കാത്തിരിപ്പിന്റെ അനന്തയിലേക്ക് ലയിച്ചുചേർന്നു. ആരും പുറത്തേക്ക് വരികയുണ്ടായില്ല. അല്ലെങ്കിലും ഈ ലോകത്ത് ആത്യന്തികമായും താൻ തനിച്ചുതന്നെ എന്നചിന്ത അയാളെ വല്ലാതെ അനാഥത്വത്തിലേക്കാഴ്ത്തി. സമയമറിയാൻ ഒരു മാർഗ്ഗവുമുണ്ടായിരുന്നില്ല. വാച്ചില്ല. കാത്തിരിപ്പിന്റെ ദൈർഘ്യം കണക്കാക്കിയാൽ രാത്രിയായിക്കാണാനാണ് സാദ്ധ്യത. അങ്ങനെ അനേകം വിചാരങ്ങളുടെ ഊരാക്കൂടുക്കിൽ കുടുങ്ങിക്കിടക്കുമ്പോൾ മുന്നിൽ നിസ്സംഗമായി നിന്നിരുന്ന വാതിൽ പെട്ടെന്ന് തുറക്കപ്പെട്ടു. ചുവന്നുതുടുത്ത മുഖമുള്ള ഒരാൾ പുറത്തേക്ക് വന്നു. കട്ടിക്കണ്ണട നേരെയാക്കി. അത്ഭുതത്തോടെ വാസുവിന്റെ നേരെനോക്കി അല്പനേരം നിന്നു. അങ്ങനെ ഒരു ജീവിയെ ഇതിനു മുൻപെങ്ങും കണ്ടിട്ടില്ല എന്ന മട്ടിലായിരുന്നു അയാളുടെ നോട്ടം. താൻ ഈ ഭൂമിയിലുള്ളവനല്ലേ എന്ന് ആ നോട്ടം കണ്ടപ്പോൾ വാസുവിനും സംശയം തോന്നി. തിരിഞ്ഞുനിന്ന് പിറകിലടഞ്ഞ വാതിൽ പിന്നെയും തുറന്നുപിടിച്ച് അയാൾ കൈകാണിച്ചു.

"കമിൻ."

സിംഹക്കൂട്ടിൽനിന്ന് രക്ഷപ്പെടും പോലെയായിരുന്നു വാസു അയാളോടൊപ്പം ഉള്ളിലേക്ക് തള്ളിക്കയറിയത്. കാത്തിരുന്നവന് അഭയം പോലെ അയാളെ ഉൾക്കൊണ്ട് വാതിൽ പിന്നെയും അടഞ്ഞു.

കൂഞ്ഞാലിയെ കാണാതായിട്ട് ദിവസങ്ങളായി. അസാധാരണമാം വിധം അയാൾ അപ്രത്യക്ഷനായി.

വെറും "ഠ." വട്ടത്തിലുള്ള റോളയിലോ പ്രാന്തപ്രദേശങ്ങളിലോ അയാളില്ലെന്ന് മമ്മദ് തീർത്തുപറഞ്ഞു മമ്മദിനറിയാത്ത ഇടങ്ങളില്ല. ഊടുവഴികളില്ല. നഗ്നമായ ഈ മണല്പരപ്പിൽ ആർക്കും എവിടെയും ഒളിക്കാനാവില്ല.

മമ്മദ് ഒരു രാവും പകലും അടുത്ത ഗ്രാമമായ ഷഗാരയിലെ പാർപ്പിടങ്ങളിൽ പോയി പരതി. പോയ മമ്മദല്ല തിരിച്ചുവന്നത്. പ്രതീക്ഷയുടെ പ്രകാശമെല്ലാം പൊലിഞ്ഞുപോയിരുന്നു. എവിടെയായാലും കണ്ടെത്താം എന്ന ഒരഹങ്കാരംപോലും അയാൾക്കുണ്ടായിരുന്നു.

ഈ മണ്ണു മലയാളത്തിലിനി തപ്പാനിടമില്ല എന്നാണ് മമ്മദ് പറഞ്ഞത്. അയാളിപ്പോഴാണ് വിയർക്കുന്നത്. ഉള്ളിലെ ഞെട്ടലും ആധിയും മുൻപില്ലാത്തവിധം മുഖത്ത് തെളിഞ്ഞുനിന്നു. ക്ഷണത്തിലൊരു ചിന്താച്ചീള് അയാളിൽ പാഞ്ഞുകയറി. മണൽക്കുഴികളിൽവീണ് മണൽക്കാറ്റുകൊണ്ട് മൂടിപ്പൊതിഞ്ഞു കിടക്കുന്ന കുഞ്ഞാലിയുടെ ശരീരം. മൺപാമ്പുകളിണചേരുന്നയിടങ്ങളിൽ അനക്കമില്ലാതെ വിറങ്ങലിച്ചുപോയേക്കാവുന്ന കുഞ്ഞാലിയുടെ വെന്തുണങ്ങിയ ഉടൽ. ഇല്ല. അതുണ്ടാവില്ല. അതുണ്ടാവില്ല. അയാൾ സ്വയം സമാധാനിച്ചു. മണല്പരപ്പ് ഏറെ ദൂരയാണ്. കാതങ്ങൾക്കകലെ. ചെന്നുപറ്റുക എളുപ്പമല്ല. ഒരു തിരച്ചിലിനു പറ്റിയ ഭൂവിഭാഗവുമല്ല. കുമിഞ്ഞുകുത്തുന്ന കാറ്റിന്റെ ക്രൗര്യം ഭീതിദമാണ്. നിമിഷംകൊണ്ട് മൺധൂളികൾ വീഴുങ്ങും. അവിടെ ചെന്നുപെടേണ്ട

യാതൊരു കാര്യവും കുഞ്ഞാലിക്കില്ല. ഒരുപക്ഷേ, അയാൾക്ക് അജ്ഞാതമായ ഇടങ്ങൾ പോലുമാകാം അത്. എന്നാൽ കുഞ്ഞാലിയുടെ തിരോധാനം എങ്ങനെ എന്ന ചോദ്യം പിന്നെയും ബാക്കിയായി.

കുശിനി കണ്ണടച്ചു. ശിവരാമന്നായർ ഒരേ ഇരിപ്പാണ്. സംഗീതമില്ല. സാഹിത്യമില്ല. തത്ത്വചിന്തയില്ല. പാചകമില്ല. എല്ലാവരും വന്നുണ്ണുമ്പോൾ മാത്രം വയർ നിറയുന്ന ആളാണയാൾ. മമ്മദ് പുറത്തുനിന്ന് ഭക്ഷണം വാങ്ങിവരും. മുൻപും പലവിധസംഭവങ്ങളും ഉണ്ടായിട്ടുണ്ട്. അന്നൊന്നും കാണാത്തവിധം ശിവരാമന്നായർ കുഞ്ഞാലിയുടെ തിരോധാനത്തിൽ തളർന്നിരിക്കുന്നു.

തിരോധാനത്തിന്റെ കാരണങ്ങൾ പലതാവാം. പുതിയ പണിയൊന്നും തരപ്പെടാത്തതിന്റെ ആധിയാവാം.

പണിയുണ്ടായിട്ടും വേണ്ടകാര്യങ്ങൾ നിവൃത്തിക്കാൻ കഴിയാത്തതിലുള്ള ഉൽക്കണ്ഠയാവാം. പുതിയ മേച്ചിൽസ്ഥലങ്ങൾ തേടിപ്പോയതാവാം. വീടും നാടും വിട്ട സങ്കടമാവാം. അകലെ കിടക്കുന്ന വീട്ടുകാരുടെ വേദനയും അവരെ സംരക്ഷിക്കാനാവാത്തതിലുള്ള നിരാശയുമാവാം.

മരുതലം വിശാലമാണ് എവിടേക്കും ഇറങ്ങിത്തിരിക്കാം. മതിയായ രേഖകൾ കൈവശമില്ലാത്തതിനാൽ ഒളിഞ്ഞും തെളിഞ്ഞും നടക്കേണ്ടിവരും. ഇതൊന്നും ആരെയും അറിയിച്ചിട്ടാവണമെന്നില്ല. പറഞ്ഞുപോകാൻ ഉറ്റവരാരുമില്ല. ആർക്ക് ആരോടാണിവിടെ വിധേയത്വം പുലർത്താനുള്ളത്. ഓരോരോ സന്ദിഗ്ദ്ധാവസ്ഥകളിൽ വന്നുപെടുന്ന സൗഹൃദങ്ങൾക്ക് ഇഴയടുപ്പം കുറവാണ്. ഇതൊന്നും ആലോചിക്കാതെയല്ല. അയാൾക്ക് കുഞ്ഞാലിയെ കണ്ടുപിടിച്ചേ തീരൂ.

കടൽക്കര മുഴുവൻ അയാൾ പരതുന്നുണ്ടായിരുന്നു. അപൂർവ്വം ചില പാറക്കെട്ടുകൾ കടലിലേക്ക് തള്ളിനില്ക്കുന്ന കരകളിലൊക്കെ പോയിനോക്കി. മണൽക്കുന്നുകൾക്കിടയിലെ ബന്ധുക്കളുടെ ഗ്രാമങ്ങളിൽ അന്വേഷിച്ചു. മണൽച്ചുഴികളുള്ള പ്രദേശങ്ങളിലും പോകാതിരുന്നില്ല. വീണുകിടന്ന് ഒട്ടകക്കാലുകളിലും പെട്ടുപോകാനും സാദ്ധ്യതയുള്ളതിനാൽ ദേശാടനക്കാരുടെ ഓരോ സംഘങ്ങളെയും തിരഞ്ഞുപിടിച്ചന്വേഷിച്ചു. കടൽക്കൊള്ളക്കാരുടെ പഴയ ചേരികളിലും തിരഞ്ഞു. ഷഗാരയിലെ പുതിയ പാർപ്പിടങ്ങളും അരിച്ചുപെറുക്കി. അറകളോടുകൂടിയ വീതിയാർന്ന അരപ്പട്ട എപ്പോഴും ധരിച്ചിരുന്ന കുഞ്ഞാലിയെ തിരിച്ചറിയാൻ എളുപ്പമായിട്ടും അങ്ങനെയൊരാളെക്കുറിച്ച് ഒരു സൂചനപോലും എവിടെനിന്നും മമ്മദിന് കിട്ടുകയുണ്ടായില്ല.

മമ്മദ് തന്റെ പതിവു ജോലികളിലേക്ക് തിരിച്ചുനടന്നു. ശിവരാമന്നായർ കുശിനി വെടിപ്പാക്കി പാത്രങ്ങൾക്ക് ജീവനൂതിക്കയറ്റി പാചകം ആരംഭിച്ചു. ചിലപ്പോഴൊക്കെ അരിയും കറികളും തിളച്ചു പൊങ്ങിപ്പോകുന്നത് അയാളറിഞ്ഞില്ല. സ്വയം നഷ്ടപ്പെട്ടിരുന്നുപോകുന്ന ചില നിമിഷങ്ങൾ. നേർത്ത സംഗീതത്തിന്റെ ചെറു ശീലങ്ങളിലേക്ക് സാവധാനം ഊളിയിട്ട് അയാൾ നൊമ്പരപ്പെട്ടു കഴിഞ്ഞു.

ചൂടറുതിയായി. ശീതക്കാറ്റ് വീശാൻ തുടങ്ങി. സൂര്യമുഖം തെളിയാതെ നിന്നു. മഞ്ഞുകെട്ടുകൾ മണല്പരപ്പിൽ ചിതറിക്കിടന്നു. ദീർഘപകലുകളില്ലാതായി. ഒട്ടകക്കൂട്ടങ്ങൾ കൂടാരത്തട്ടുകളിലേക്ക് പിൻവാങ്ങി. പുലർകാലങ്ങളിൽ കാവ കുടിക്കാൻ പുതപ്പിനുള്ളിൽ മുങ്ങി ആളുകൾ ചായക്കടക്കു മുന്നിൽ കൂനിക്കൂടിയിരുന്നു. ഹുക്ക വലിച്ച് ഉള്ള് തപിപ്പിച്ചു.

ഒരു വൈകുന്നേരം മമ്മദ് തിരിച്ചെത്തുന്നത് അതിഥിയോടൊപ്പമാണ്. ഒരു സഞ്ചി നിറച്ച് സാധനങ്ങളുണ്ട് കൈയിൽ. അത് ശിവരാമന്നായരെ ഏല്പിച്ച് പറഞ്ഞു.

"കുഞ്ഞാലീടെ നാട്ടുകാരനാ. കാദിര്. ഇമ്മിണി ബിശേഷായിട്ടാ ബന്നിരിക്കിന്. ഓന് കുടിക്കാനെന്തെങ്കിലും എടുക്ക്.."

കണ്ട മാത്രയിൽ ശിവരാമന്നായർക്ക് ആളെ ബോധിച്ചില്ല. ആദ്യമാത്രയിൽ തോന്നുന്ന ഒരടുപ്പമുണ്ടല്ലൊ. അതുണ്ടായില്ല. സുലൈമാനിയുണ്ടാക്കിക്കൊടുത്ത് ശിവരാമന്നായർ ചോദിച്ചു.

"കുഞ്ഞാല്യേ അറിയ്യ്യോ."

"ഞും."

"നിങ്ങള് ഒരേ നാട്ടുകാരാണോ."

"ഞും."

"കുടുംബായിട്ടറിയ്യ്യോ."

കാദിര് അധികമൊന്നും പറഞ്ഞില്ല. ശിവരാമന്നായരുടെ അന്വേഷണങ്ങൾക്കൊക്കെ അയാൾക്ക് ഒരേ പ്രതികരണമേയുള്ളൂ. ഒരു മൂളൽ മാത്രം. മടുത്തിരുന്നു. അയാൾ എഴുന്നേറ്റ് അടുക്കളയിലേക്ക് പോയി.

ഇങ്ങനെ നാവില്ലാത്തോരും ണ്ടോ ഈ ഭൂമില്. അയാൾ വിചാരിച്ചു.

മമ്മദ് കാദിരിനോടൊപ്പം ഇരുന്നെങ്കിലും ഇരുവരും ഒന്നുംതന്നെ സംസാരിച്ചില്ലെന്ന് ശിവരാമന്നായർ ശ്രദ്ധിക്കാതിരുന്നില്ല. ഇതെന്ത്. കാദറിന്റെ മൗനം ഈ മനുഷ്യനെയും ബാധിച്ചോ. എന്തോ ഒരുപന്തികേട് അയാൾ തിരിച്ചറിഞ്ഞു

സാധാരണ കാണാറുള്ള മമ്മദല്ല. അയാൾ ഗാഢമായ ആലോചനയിൽ മുഴുകിയിരുപ്പാണ്. ഒരതിഥിയെത്തിയിട്ടും അയാളെയിരുത്തി മൗനത്തിലാണ്ടുപോകുന്നതിൽ എന്തോ അസാധാരണമായുള്ളതായാണ് ശിവരാമന്നായർക്ക് തോന്നിയത്. വന്നയാളാണെങ്കിൽ മമ്മദിന്റെ മൗനത്തിൽ നിന്നും മുറിഞ്ഞുവീണ ഒരംശമായി അനക്കമില്ലാതിരിക്കുകയും. താൻ ഒരാളെക്കൂടി കൂട്ടിക്കൊണ്ടുവന്നിരുന്നു എന്ന കാര്യംപോലും മമ്മദ് മറന്നിരിക്കുമോ. അടുക്കളയിലും ശബ്ദങ്ങൾ വീർപ്പുമുട്ടിക്കിടന്നു.

ഇവരുടെയൊക്കെ നാവുകളെ തളച്ചിടാൻ മാത്രം ഇവിടെ എന്തുണ്ടായി. കുഞ്ഞാലിയുടെ ക്ഷണത്തിലുള്ള തിരോധാനത്തിന്റെ ദുരൂഹതയിലേക്ക് ചെന്നെത്തുന്നതാണോ ഈ നിശ്ശബ്ദത. ശിവരാമന്നായർക്ക് പാചകത്തിന്റെ താളങ്ങളൊക്കെ തെറ്റി. ശക്തിയെല്ലാം ചോർന്നു പോയവനെപ്പോലെ ദീർഘമായ ആലോചനയിൽ മുഴുകിയിരുപ്പാണ് മമ്മദ്.

അങ്ങനെ ഒരുച്ചയും പകലും നീങ്ങിയപ്പോൾ ശിവരാമന്നായർ മമ്മദിനോട് ചോദിച്ചു.

"നിങ്ങളെന്താ കപ്പല് മുങ്ങ്യ പോലിരിക്കണ്. വല്ല തുമ്പും കിട്ട്യോ. അല്ല ഇയാളെവ്ടുന്നാ ഇങ്ങനെ പൊട്ടിമുളച്ചത്യേ."

ഇനിയും ഇക്കാര്യങ്ങളൊന്നും ഒളിക്കാനാവില്ലെന്നു തന്നെ മമ്മദിനു തോന്നി. ദിവസങ്ങളായി ഇതേക്കുറിച്ചുള്ള വിവരങ്ങൾ ശേഖരിക്കായിരുന്നു. ഇപ്പോ കാദിര് വന്നു പറയുന്നത് എത്രയെങ്കിലും വിശ്വസിക്കാതിരിക്കാനും നിവൃത്തിയില്ല.

"നിങ്ങളൊന്ന് പറഞ്ഞ് തൊലയ്ക്ക് മനുഷ്യാ."

ശിവരാമന്നായർക്ക് ശ്വാസം മുട്ടിയിരുന്നു.

"തുമ്പൊന്നും ഇപ്പളുംല്യ. പുത്യേ കാര്യങ്ങളേള്ളു. അതാണിപ്പോ പിന്നേം ബേജാറാക്കണത്."

ചെങ്കല്ലുകൊണ്ട് കെട്ടിക്കേറ്റിയ വീടിന്റെ പണി ഏതാണ്ട് കഴിഞ്ഞിരുന്നു. മേലേ വാർപ്പാണ്. പുറത്തേക്കുള്ള വാതിലുകൾ മാത്രം പിടിപ്പിച്ചിരുന്നു. ജനലുകൾക്ക് ചിത്രപ്പണിയുള്ള കമ്പിയഴികൾ.

പഴയ കൂര പൊളിച്ചുകളഞ്ഞ് കുഞ്ഞാലിയുടെ ഉമ്മ ഒരു ദിവസം പുതിയ പുരയിലേക്ക് താമസം മാറി. അയൽപക്കത്തെ ഏതാനും ചിലർ മാത്രം അടുപ്പ് കത്തിക്കാനുണ്ടായിരുന്നു.

വീവാത്തുമ്മക്ക് അതിഥികളുണ്ടായി. ആവഴി പോയവരൊക്കെ ഒന്ന് കയറി വീട് കണ്ടുപോകും. മേൽത്തട്ടിലെ വാർപ്പു വിദ്യയായിരുന്നു എല്ലാവരുടെയും കൗതുകം. പിന്നെപ്പിന്നെ അതിഥികൾ കുറഞ്ഞുവന്നു.

ഒടുവിൽ ആരും വരാതായി. വീവാത്തുമ്മയുടെ പുരയുടെ പുതുമ കെടുത്തിക്കളഞ്ഞത് തൊട്ടപ്പുറത്ത് അബോക്കറിന്റെ വീട് പൊങ്ങി വന്നപ്പോഴാണ്. വലിയ രണ്ടു നിലക്കെട്ടാണ്. പോരാത്തതിന് എഴുന്നു നില്ക്കുന്ന മുകപ്പുകൾ. ധാരാളം അറകൾ. പുറത്തിരിക്കാനുള്ള ഏർപ്പാടൊക്കെ പുരക്കുള്ളിൽത്തന്നെയാണ്. വേലി പൊളിച്ചുകളഞ്ഞ് മതിൽക്കെട്ടാക്കി. കമ്പിയഴികളുള്ള വലിയ ഗേറ്റ്. വീവാത്തുമ്മ മുറ്റത്തേക്കിറങ്ങിയാൽ നേരെ കാണുന്നത് അബോക്കറിന്റെ കൊട്ടാരമാണ്. അബോക്കറും പേർഷ്യേലാണെന്ന് വീവാത്തുമ്മക്കറിയാം. പെരുത്ത് പണം കാണും. വീവാത്തുമ്മ വിചാരിച്ചു. പടച്ചോന്റെ കളിതന്നെ. വീവാത്തുമ്മ പുരക്കുള്ളിൽത്തന്നെ ഇരുപ്പാണെന്ന് എല്ലാവരും വിചാരിച്ചു. വളരെയൊന്നും മുറ്റത്തിറങ്ങി കണ്ടുമില്ല. മുറ്റത്തെ ചെടിത്തലപ്പുകൾ കഴുത്തൊടിഞ്ഞ് വാടി നിന്നിരുന്നു.

കുഞ്ഞാലിയുടെ ബാപ്പ പുതിയ കുടിപ്പാർപ്പും കുട്ടികളുമായതിനു ശേഷം ആ വഴിക്ക് വന്നിട്ടില്ല. അയാൾക്ക് പുകയില കച്ചവടമാണ്. വലിയ വപുസ്സില്ല. ആളുകൾ മുറുക്കുപേക്ഷിച്ചുതുടങ്ങിയിരുന്നു. കുഞ്ഞാലിയുടെ ബാപ്പ വീവാത്തുമ്മയെ കാണാൻ പതിവില്ലാതെ പുതിയ പുരയിലേക്ക് കയറിച്ചെന്നു. വർഷങ്ങൾക്കു ശേഷമാണ്. കെട്ട്യോളേം കുഞ്ഞിനേം ഉപേക്ഷിച്ച് ഒരുകാലത്ത് ഇറങ്ങിപ്പോയതാണ്. ഇന്നോളം അവിടെ കയറി ചെന്നിട്ടില്ല. പിന്നെ ഇപ്പോഴെന്ത്. അയാൾ അവശനായിരിക്കുന്നു. പുകയിലപോലെ അയാളും ഉണങ്ങിപ്പോയിരുന്നു. ഉശിരും വാശിയും ചോർന്നുപോയിക്കാണും. അയാൾ ആ പടി വീണ്ടും കയറി. പുരക്കു

ള്ളിൽ സുഗന്ധം നിറഞ്ഞിരുന്നു. അത്തറിന്റെ മദിപ്പിക്കുന്ന ഗന്ധം അയാൾക്കനുഭവപ്പെട്ടു. പേർഷ്യക്കാരുടെ വീടുകളൊക്കെ ഇങ്ങനെയായിരിക്കുമോ. അയാൾ സംശയിച്ചു. കയറിച്ചെല്ലുന്ന സ്വീകരണമുറിയിൽത്തന്നെ പുതിയ മൊത്തപ്പായ വിരിച്ച് വീവാത്തുമ്മ കിടന്നിരുന്നു. അരയ്ക്കു താഴെ കമ്പിളിപ്പുതപ്പുണ്ട് കൈകൾ നെഞ്ചിനുനേരെ കോർത്തുപിടിച്ചിട്ടുണ്ട്. ഗാഢനിദ്രയിലാണ്. തൊട്ടടുത്ത് ചുരുട്ടിവെക്കാതെ നിസ്കാരപ്പായ.

ഇതെന്ത്. പട്ടാപ്പകൽ കിടന്നുറങ്ങുക. അയാൾ ചെന്നുകയറിയതുപോലും അറിയാതെ.

അയാൾ കുനിഞ്ഞ് വീവാത്തുമ്മയുടെ മുഖകാന്തി ശ്രദ്ധിച്ചു. ഒരു പ്രഭാപൂരം അവിടെ നിറഞ്ഞു നിന്നിരുന്നു. ഇപ്പോഴും ആ പഴയ സൗന്ദര്യം മറഞ്ഞിട്ടില്ല. താൻ കാണാതെപോയത്. അയാളോർത്തു.

“ബീവാത്തൂ.”

വർഷങ്ങൾ താണ്ടി അയാൾ വിളിച്ചു. ശബ്ദം അയാൾക്ക് വഴങ്ങാതെ തെന്നിയകന്നു. അയാളാവർത്തിച്ചു. ഓരോ തവണയും കൂടുതൽ സുഗന്ധം മുറി നിറയുന്നതല്ലാതെ വീവാത്തുമ്മയ്ക്ക് ഭാവചലനങ്ങളൊന്നുമില്ലായിരുന്നു. അവർ അതൊന്നും കേട്ടിരുന്നില്ല. അവരുറങ്ങാൻ കിടന്നതാണ്. ഉറക്കത്തിന്റെ അതിരുകളില്ലാത്ത ആഴങ്ങളന്വേഷിച്ച്.

സുഗന്ധം മുറ്റിനിന്ന പുരക്കുള്ളിൽനിന്നും ഒരന്ധാളിപ്പോടെ കുഞ്ഞാലിയുടെ ബാപ്പ പുറത്തു കടന്നു. വിളിപ്പെട്ടവനെപ്പോലെ അയാളുടെ അവശതകളൊക്കെ മാറിയിരുന്നു. തിരിച്ചുനടന്നപ്പോൾ ഉന്മേഷം തോന്നി. യൗവനത്തിന്റെ ഒരു കുതിപ്പ് അയാൾ അനുഭവിച്ചു. ശരീരം മുഴുവൻ സുഗന്ധം പരത്തി. ആളുകൾ അയാളെ മണത്തു. പുകയില മണത്തിരുന്ന അയാളിപ്പോൾ സുഗന്ധം പരത്തുന്ന അത്ഭുതം നാടാകെ പരത്തുന്നു. അയാൾ പിന്നെ ഓടുകയായിരുന്നു. സുഗന്ധം പരന്ന വാർത്തയും അതിന്റെ സ്രോതസ്സും വീടുകളിൽനിന്ന് വീടുകളിലേക്കും ഗ്രാമങ്ങളിൽ നിന്ന് ഗ്രാമങ്ങളിലേക്കും പടർന്നു. വീവാത്തുമ്മയുടെ വീടിനു മുന്നിൽ പുരുഷാരം നിറയാൻ തുടങ്ങി.

ഖബറടക്കവും നിസ്കാരവും കഴിഞ്ഞ് ഏഴാം ദിവസം മുതൽ അന്യദേശങ്ങളിൽ നിന്നുപോലും ആളുകളെത്താൻ തുടങ്ങി. കുഞ്ഞാലിയുടെ പുരയിടം ഒരു പ്രാർത്ഥനാകേന്ദ്രമായി. മുറ്റത്ത് മുല്ലമാർ ജസ്ബിതിരിച്ചിരുന്ന് വിശ്വാസികളെ വരവേറ്റു.

ഭാഗം മൂന്ന്

സന്നാഹം

അറിയാത്ത ദിക്കുകൾ

വണ്ടിക്കുള്ളിൽ ഇരുപതുപേരുണ്ടായിരുന്നു. വിവിധ ദേശക്കാരും ഭാഷക്കാരും. തുടക്കത്തിൽ ആരുംതന്നെ പരസ്പരം സംസാരിച്ചിരുന്നില്ല. വണ്ടിയുടെ ഇരമ്പലിനും താളത്തിനുമൊപ്പം മനസ്സും അമർന്നുതുടങ്ങി. വഴികളടയുമ്പോൾ ഉള്ളയിടത്ത് പ്രതിരോധിക്കാനാവാതെ ചുരുണ്ടുകൂടും പോലെ. ചുറ്റും മറയില്ലാത്ത മണല്പരപ്പ്. തുറന്ന ആകാശം. ആർക്കും ഒന്നും ഒളിക്കാനില്ല എന്നുവിളിച്ചോതുന്ന പ്രകൃതി. ആകാശവും മണല്പരപ്പും ചെന്നുമുട്ടുന്നിടത്ത് മണൽക്കുന്നുകളുടെ വെള്ളിരേഖകൾ കാണാം. പൊന്തക്കാടുകൾപോലെ മഞ്ഞുകട്ടകൾ അവിടവിടെ ചിതറിക്കിടപ്പുണ്ട്.

ശീതക്കാറ്റിന്റെ ക്രൗര്യം അസഹ്യമാംവിധം ചെവികൊട്ടിയടച്ചു. സൂചിക്കുത്തുകൊണ്ട് ശൈത്യം അതിന്റെ സൂക്ഷ്മസാന്നിദ്ധ്യം അടയാളപ്പെടുത്തി. പൊള്ളുന്ന തണുപ്പ്. കൈയും കാലും മരവിച്ചിരുന്നു. പല്ലുകൾ കൂട്ടിയിടിച്ചു. ആരുടെ പക്കലും ഒരു പുതപ്പോ വിരിയോ ഒന്നുമില്ല. ആർക്കുമൊന്നും ചെയ്യാനാവാതെ മറയില്ലാത്ത തുറന്ന വണ്ടിയിൽ അറവിന് കൊണ്ടുപോകുന്ന ആടുമാടുകളെപ്പോലെ. കുറെദൂരം പിന്നിട്ടപ്പോഴേക്കും ഓരോരുത്തരും ചേർന്നിരിക്കാൻ തുടങ്ങി. ആരുമായും ഇനിയുമൊരിടം ഒഴിച്ചിടേണ്ടെന്ന് തീരുമാനിച്ചു. ഒന്നിച്ച് ചൂട് പങ്കുവെക്കുക മാത്രമേ ചെയ്യാനുള്ളു. കഴിയുന്നിടത്തോളം ശിരസ്സുകുനിച്ചിരുന്ന് ശീതക്കാറ്റിനെ പ്രതിരോധിക്കാൻ ശ്രമിച്ചു. ദീർഘദൂരയാത്രയായതിനാൽ ഇത് ക്ഷണത്തിലവസാനിക്കുന്നതല്ല എന്ന ചിന്ത എല്ലാവരിലും ഉദ്വേഗം സൃഷ്ടിച്ചു. ഇങ്ങനെ എത്രനേരം തണുപ്പിനെ വെല്ലാനാവും. മനുഷ്യൻ മരവിച്ചുപോകില്ലേ. ചിലർ തറയിൽ ചുരുണ്ടുകൂടി കിടക്കാൻ തുടങ്ങിയിരുന്നു. കാറ്റിന്റെ ക്രൗര്യം കുറഞ്ഞു കിട്ടും. സൂര്യമുഖം മറഞ്ഞുപോയിരുന്നു. കനത്തു കറുത്ത മേഘക്കെട്ടുകൾ ആകാശത്ത് ഒഴുകിനടന്നു.

അതിന്റെ ഭീമാകാരമായ നിഴലുകൾ മണല്പരപ്പിൽ നീങ്ങുന്നതു കാണാം.

മണിക്കൂറുകൾ പിന്നിട്ടു കാണും. ഇപ്പോൾ ആരുടെയും അനക്കമില്ല. എല്ലാവരും ചുരുണ്ടുകൂടി കിടന്നിരുന്നു. ലോകം മുഴുവൻ നീങ്ങുകയാണ്. ഒന്നും ഒരിടത്തും അവസാനിക്കുന്നില്ല. അത് സ്വീകരിച്ചു കഴിഞ്ഞാല്പിന്നെ വരുന്നത് നേരിടുകതന്നെ.

എവിടേക്കാണിനി എത്തിപ്പെടുക എന്ന ചിന്ത വാസുവിനെ വല്ലാതെ മഥിച്ചു. വന്നവഴികളൊക്കെ ഓർത്തുനോക്കി. ഇങ്ങനെ ഒരനുഭവം ഉണ്ടായിട്ടില്ല. റോളയിലാവുമ്പോൾ സംഘർഷങ്ങൾ പങ്കുവെക്കാനെങ്കിലും ആരെങ്കിലും അടുത്തുണ്ടാവും. മമ്മദ്, കുഞ്ഞാലി, ശിവരാമന്നായർ അങ്ങനെ .... അതിന്റെ പരിസരവും മറ്റൊന്നായിരുന്നു. ഊഷ്മളമായിരുന്നു എന്നുതന്നെ പറയാം. അതിൽനിന്ന് പുറത്തുകടക്കുന്നത് ഇപ്പോഴാണ്. പുറംലോകം അത്രതന്നെ ഊഷ്മളമല്ലെന്ന് മനസ്സിലാക്കിത്തുടങ്ങുകയാണ്. ഇവിടെയാണ് ചൂടും തണുപ്പമുള്ളത്. സൂര്യമുഖം മറയുന്നതും തെളിയുന്നതും ഇവിടെയാണ്. അനന്തമായി നീണ്ടുനീണ്ടു പോകുന്ന ഈ കരിംപാതയുടെ മിനുക്കം തിന്നുതീർക്കുന്ന വാഹനം എത്തുന്നിടത്തായിരിക്കും ഇനി തനിക്കുള്ള ഇടംതന്നെ. അതൊരു പുതിയ ലോകമായിരിക്കും. തയ്യാറാവുക.

അതിവേഗം സഞ്ചരിക്കുന്ന വണ്ടിയിൽ കലുഷിതമായ ആകാശം നോക്കി വാസു മലർന്നുകിടന്നു. അടുത്ത് തലങ്ങും വിലങ്ങുമായി ഓരോരുത്തർ ഉറക്കത്തിന്റെ കെട്ടുകളിൽ മുങ്ങിയിട്ടുണ്ട്. കരിമേഘങ്ങളുടെ അതിരുകളിൽ പ്രത്യക്ഷപ്പെടുന്ന വെള്ളിമിനുക്കം പ്രതീക്ഷയുടെ രജതരേഖയായി ഉൾക്കൊണ്ടു. വെള്ളിമേഘങ്ങൾ ആകാശം നിറയാൻ കാത്തുകിടക്കുംപോലെ വാസു മിഴി വിടർത്തിക്കിടന്നു.

ഒരുണർച്ചകൊണ്ടു മാത്രം പകലവസാനിക്കുന്നില്ല. ഒരു തിര കൊണ്ടു മാത്രം പിൻവാങ്ങുന്നുമില്ല. കരിംപാതയിലെ ഓട്ടം മതിയാക്കി വണ്ടി വലത്തോട്ട് തിരിഞ്ഞു. മയക്കത്തെ ഉലച്ചുകൊണ്ടുണ്ടായ കുലുക്കത്തിൽ ഭീതി കലർന്ന് എഴുന്നേറ്റ് ചുറ്റുംനോക്കി. മണൽക്കുന്നുകൾക്കിടയിലൂടെ വണ്ടി നീങ്ങുകയായിരുന്നു. കരിമ്പാത വിട്ട് മണല്പാതയിലേക്ക് തിരിഞ്ഞതാണ്. ആടിയുലയുന്ന വണ്ടിയിൽ മയക്കത്തിനു ഭംഗം വന്ന് ചിലർ കണ്ണുതുറക്കുന്നുണ്ട്. ചെറുകുന്നുകളുടെ നിരയാണെങ്ങും. അതിനിടയിലൂടെ ചാഞ്ഞും ചെരിഞ്ഞും മണല്പാത. ഇറക്കങ്ങളും കയറ്റങ്ങളും താണ്ടി വണ്ടി സാവധാനം ഒഴുകുകയാണ്. ഇറക്കങ്ങളിലേക്ക് തെന്നിയിറങ്ങുമ്പോൾ ശരീരത്തിന് ഭാരക്കുറവനുഭവപ്പെട്ടു. കയറ്റം കയറുമ്പോൾ പിറകോട്ട് മറിയാൻ തുടങ്ങി. ഇരുവശങ്ങളിലുമുള്ള അഴികളെത്തിപ്പിടിക്കാൻ പാടുപെട്ടു. ഇങ്ങനെയും വഴികളുണ്ടോ. ഇടയ്ക്ക് കുന്നിൻപുറങ്ങളിൽ സ്വയം നഷ്ടപ്പെട്ട് പ്രതിമ കണക്കെ നില്ക്കുന്ന ഒട്ടകങ്ങൾ. ചെറുചെറുപുൽനാമ്പുകളുടെ ഉണങ്ങിക്കരിഞ്ഞ ജഡകൾ നിറഞ്ഞ താഴ്വാരങ്ങൾ. സ്വർണ്ണമുരുക്കിയൊഴിച്ചപോലെ കുന്നിൻചെരി

വുകൾ അകലെ മിന്നി മറയുന്നുണ്ട്. ആകാശം ഇരുണ്ട മുഖം പേറി അനക്കമില്ലാതെ നിന്നു. ദിശയും കാലവും നഷ്ടപ്പെട്ടു.

കുറെ മനുഷ്യജീവികൾ ഭൂതലത്തിൽ അനന്തമായ ആകാശം നോക്കി നീങ്ങുകയാണ്. അറിവുകളെല്ലാം നഷ്ടമായി. അകലങ്ങൾ മാത്രമേ കൺമുന്നിലുള്ളൂ. പേരറിയാത്ത ഒരാകാശം മുകളിലും. അതെവിടെയുമുണ്ട് പിന്തുടർന്നുകൊണ്ട്. ജീവന്റെ സാന്നിദ്ധ്യമൊന്നും തന്നെ കാണുന്നില്ല. അകലങ്ങൾ അവസാനിക്കാത്ത ലോകം വിചിത്രമായി തോന്നി. ഭൂമിക്കു മുകളിൽ എവിടെയോ നീങ്ങുന്ന ഒരുകൂട്ടം ഭാഗ്യാന്വേഷികൾ എന്നേ കരുതാനാവൂ.

ആട്ടവും കുലുക്കവും പെട്ടെന്നു നിലച്ചു. വണ്ടി ഒരു കുന്നിൻചെരുവിലേക്ക് ഇറങ്ങിനിന്നു. എന്നാൽ അതൊരാളെയും ഉണർത്തുകയുണ്ടായില്ല. ആളുകൾ ചേർന്നുകിടന്ന് അവനവൻ കൂട്ടായി ഉറങ്ങുകയാണ്. ഡ്രൈവർ പുറത്തേക്കിറങ്ങി നിന്നത് വാസു ശ്രദ്ധിച്ചു. അയാളിപ്പോൾ കനമാർന്ന ഒരു മേലാപ്പ് പുതച്ചിട്ടുണ്ട്. ഒരു സിഗരറ്റിന് തീ കൊളുത്താനുള്ള ശ്രമത്തിലാണ്. കാറ്റിന്റെ ക്രൗര്യംമൂലം പലതവണ ശ്രമിച്ചിട്ടാണ് അയാൾക്ക് വിജയിക്കാനായത്. സിഗരറ്റ് എരിയാൻ തുടങ്ങിയപ്പോൾ ഇക്കാണും ഭൂതലം മുഴുവൻ പിടിച്ചടക്കിയപോലെ ചുറ്റുംനോക്കി അഭിമാനത്തോടെ പുകവിട്ടു. വാസുവിന് ചാടിയിറങ്ങണമെന്നു തോന്നി. എന്നാൽ ആ മോഹമടക്കി അയാളെ കൊതിയോടെ നോക്കിയിരുന്നു. ചെറുകാര്യങ്ങൾ പോലും മനുഷ്യനെ വല്ലാതെ മോഹിപ്പിക്കുമെന്ന് വാസു അറിഞ്ഞു. പുകവലിയുടെ രസവും ചൂടും. പിന്നെ തണുപ്പകറ്റാൻ അയാൾ ധരിച്ചിരിക്കുന്ന കനമാർന്ന മേലാപ്പ്. അവ രണ്ടുമില്ലാതെ തണുത്തു വിറച്ചിരിക്കുന്നവനെ ഇതൊക്കെ വല്ലാതെ മോഹിപ്പിച്ചില്ലെങ്കിലേ അത്ഭുതമുള്ളൂ.

"ഒരു പുക കിട്ടിയിരുന്നെങ്കിൽ ഈ നരകം സഹിക്കായിരുന്നു."

ആർത്തിയോടെ ഒരാൾ കൂട്ടത്തിൽനിന്നും എഴുന്നേറ്റ് പുറത്തേക്ക് തല നീട്ടുന്നത് വാസു ആശ്ചര്യത്തോടെ നോക്കിയിരുന്നു. പുറത്ത് നില്ക്കുന്ന ഡ്രൈവർക്ക് അതൊന്നും കേൾക്കാനാവുമായിരുന്നില്ല. കാറ്റിന്റെ അലർച്ചയിൽ ശബ്ദങ്ങൾ മുങ്ങിപ്പോയിരുന്നു. ഒരു കവിൾ പുകയ്ക്കുവേണ്ടി ആർത്തികൊണ്ടവൻ നിരാശയോടെ തല പിൻവലിച്ച് എന്തോ പിറുപിറുത്തുകൊണ്ട് വീണ്ടും വണ്ടിക്കുള്ളിൽ ചുരുണ്ടുകൂടിക്കിടന്നു. അവസാനത്തെ പുകയും ആഞ്ഞുവലിച്ചുകൊണ്ട് ഊർജ്ജം നിറച്ചവനെപ്പോലെ സിഗരറ്റുകുറ്റി ദൂരെക്കെറിഞ്ഞു ഡ്രൈവർ വണ്ടിയിലേക്ക് കയറി. വീണ്ടും കുലുങ്ങി കുലുങ്ങി മണൽക്കുന്നുകൾ പിന്നിടാൻ തുടങ്ങി. ഒരേപോലുള്ള കുന്നുകളും അതിന്റെ പാതയോരങ്ങളും എങ്ങനെയാണാവോ അയാൾ തിരിച്ചറിയുന്നത്. വാസു വിചാരിച്ചു. കുന്നുകളെണ്ണിയാവുമോ അയാൾ ദൂരവും ലക്ഷ്യവും തിട്ടപ്പെടുത്തുന്നത്. അതിരുകളില്ലാത്ത ഈ ഭൂപ്പരപ്പിൽ അടയാളങ്ങളില്ലാതെ എങ്ങനെയാണിതൊക്കെ തിരിച്ചറിയുന്നതും മുന്നോട്ടുപോകുന്നതും. ഇനി ചെന്നെത്തു

ന്നിടം എങ്ങനെയായിരിക്കും. ഈ മണൽച്ചെരുവുകൾക്കിടയിൽ എന്തു ജോലിയാണിനി കാത്തിരിക്കുന്നത്. ഒരു വേവലാതിക്കാറ്റ് വാസുവിന് ചുറ്റും തിരിയാൻ തുടങ്ങി. ആകാശം കനത്തുതന്നെ കിടന്നു. കാറ്റ് തണുപ്പിന്റെ സൂചിമുന കൂർപ്പിച്ച് നിരന്തരം ശബ്ദമുണ്ടാക്കി കടന്നുപോയി. ഏതാനും കുന്നിൻ ചെരിവുകൾ കൂടി കയറിയിറങ്ങി വണ്ടിനിന്നത് പിന്നെ ഒരു ചെറുവാസസ്ഥലത്തായിരുന്നു. ഒന്നുമില്ലാത്തൊരിടത്ത് അങ്ങനെയൊന്ന് ക്ഷണത്തിൽ പ്രത്യക്ഷപ്പെടുകയായിരുന്നു. നെടുനീളത്തിൽ കിടക്കുന്ന ഏതാനും കാരവനുകൾ. നിരപ്പായ ഒരു വലിയ പ്രദേശം. കുന്നുകളിടിച്ചു നിരപ്പാക്കിയതെന്നു വ്യക്തം. മണല്പരപ്പിൽ പതിഞ്ഞു കിടക്കുന്ന ചെറുചെറു കാരവനുകൾക്കെതിരെ തലയെടുപ്പോടെ നില്ക്കുന്ന ശബ്ദായമാനമായ വർക്ക്ഷോപ്പുകൾ. അവയ്ക്കുള്ളിലൂടെ നീണ്ട പാപ്പാസിനുള്ളിൽ നീങ്ങുന്ന മനുഷ്യർ. ഇരുമ്പിന്റെ ശബ്ദം. ലോഹങ്ങളുടെ കിലുക്കം. അവ ചേരുമ്പോഴുണ്ടാവുന്ന തീപ്പൊരി.

വണ്ടിക്കുള്ളിൽ ഉറക്കത്തിന്റെ കെട്ടുപൊട്ടിയിരുന്നു. വർക്ക്ഷോപ്പുകളിൽ നിന്നും ഉയർന്നിരുന്ന ശബ്ദങ്ങൾ അവരെ ഞെട്ടിയുണർത്താൻ പോന്നതായിരുന്നു. ഒട്ടും പരിചിതമല്ലാത്ത അന്തരീക്ഷത്തിലേക്കാണവർ കണ്ണുതുറന്നത്. അത്ഭുതവും ഭീതിയും നിറഞ്ഞ കണ്ണുകളോടെ അവർ ആലസ്യത്തെ അകറ്റി.

ഡ്രൈവർ വണ്ടിനിർത്തി കാരവാനുള്ളിലേക്ക് പോയി. ഏറെനേരം കഴിഞ്ഞ് മറ്റൊരാൾ അതിനുള്ളിൽ നിന്നും പുറത്തിറങ്ങി വണ്ടിയുടെ അടുത്തേക്കുവരുംവരെ ആളുകളൊക്കെ കണ്ണുമിഴിച്ച് അപരിചിതമായ ചുറ്റുപാടുകളെ നോക്കിക്കാണുകയായിരുന്നു. എല്ലാവരോടുമായി, വന്നയാൾ താഴെയിറങ്ങാൻ ആവശ്യപ്പെട്ടു.

കൈയും കാലും വേണ്ടപോലെ നിവർന്നിരുന്നില്ല. തണുപ്പുകൊണ്ട് അവ ഒട്ടൊക്കെ മരവിച്ച മട്ടായിരുന്നു. പോരാത്തതിന് മണിക്കൂറുകളോളം അനക്കമില്ലാതെ കിടക്കുകയും ചെയ്തിരുന്നു. ചിലർക്ക് ചെവികൊട്ടിയടച്ചിരുന്നു. വീണ്ടും ജീവൻ വെച്ചപോലെ എല്ലാവരും വണ്ടിയിൽ നിന്നും ചാടിയിറങ്ങി.

കണ്ണുകൾ പാതി തുറന്നും കോട്ടുവായിട്ടും ഓരോരുത്തർ തന്റെ ഭാണ്ഡങ്ങളുമായി നിന്നു. അപ്പോഴേക്കും ഡ്രൈവർ പുറത്തേക്കു വന്നിരുന്നു. അയാൾ ഒരോരുത്തരുടെയും പേരുകൾ വിളിച്ച് ആളുകളുടെ എണ്ണം ഉറപ്പുവരുത്തി. അവ രേഖപ്പെടുത്തി. രണ്ടുപേർ വലിയ കാർട്ടൺ താങ്ങിക്കൊണ്ടുവന്ന് തുറന്നുവെച്ചു. അതിനുള്ളിൽ മഞ്ഞനിറമുള്ള കട്ടിത്തൊപ്പിയും ഷൂസും മറ്റും നിറച്ചിരുന്നു. മറ്റൊരാൾ വന്ന് ഓരോരുത്തർക്കും അവ വിതരണം ചെയ്തു.

മഞ്ഞനിറമുള്ള ഒരു ചട്ടിത്തൊപ്പി.
നീല നിറമുള്ള രണ്ടു പാപ്പാസുകൾ, കവറോളുകൾ
ഒരു ജോഡി ഷൂസ്.
കണ്ണാകെ മറയ്ക്കുന്ന ഗോഗിൾസ്

ഒട്ടും പരിചിതമല്ലാത്ത ചില സാധനങ്ങൾ കൈയിൽ കിട്ടിയപ്പോൾ എല്ലാവരും കൗതുകത്തോടെ പരിശോധിച്ചു നോക്കുന്നുണ്ടായിരുന്നു.

അതിനിടയിൽ ചുവന്ന കവറോൾ ധരിച്ച ഒരാൾ മുന്നിലേക്കു വന്നു. അയാൾ വെളുത്ത ചട്ടിത്തൊപ്പി വെച്ചിരുന്നു. ചുവന്ന വേഷത്തിൽ വെളുത്തതൊലിയും ചെമ്പൻ മീശയുമുള്ള അയാളെ എല്ലാവരും കൗതുകത്തോടെയാണ് നോക്കിക്കണ്ടത്. അയാൾ എല്ലാവരോടുമായി പറഞ്ഞു തുടങ്ങി. അതൊരു ചെറു പ്രസംഗമായിരുന്നു. എന്നാൽ ഒരു അത്ഭുതജീവിയുടെ മുന്നിലാണ് തങ്ങൾ നില്ക്കുന്നതെന്ന ഭാവത്തിലായിരുന്നു എല്ലാവരും അയാളെ കണ്ടത്. അയാളുടെ ചലനവും ശബ്ദവും ആകാരവും ശ്രദ്ധിച്ചുകൊണ്ടു നിന്നതല്ലാതെ മറ്റൊന്നും അവർക്ക് മനസ്സിലായില്ല. അയാൾ തന്റെ വാക്കുകൾ അവസാനിപ്പിച്ചിട്ടും അയാളെത്തന്നെ നോക്കിനിന്നതേയുള്ളു അവർ. ഒരു വിചിത്ര ജീവിക്കു മുന്നിലകപ്പെട്ട കൗതുകം മാത്രമേ അവർക്കുണ്ടായുള്ളു. ഒരു സാധാരണ ചിട്ട എന്ന രീതിയിലാണ് അയാൾ അവസാനിപ്പിച്ചത്. കമ്പനിയുടെ സേഫ്റ്റി ഓഫീസറായിരുന്നു അയാൾ.

വാസുവിന് കാര്യങ്ങൾ മനസ്സിലായെങ്കിലും പലർക്കും അയാൾ എന്താണ് പറഞ്ഞതെന്ന് മനസ്സിലായിരുന്നില്ല. അക്കാര്യം മനസ്സിലാക്കിക്കൊണ്ടുതന്നെ അയാൾ തന്റെ മുന്നിലെ മുഖങ്ങൾ സസൂക്ഷ്മം വീക്ഷിക്കയായിരുന്നു. അവസാനം ഒരു തിരഞ്ഞെടുപ്പ് നടത്തി കൂട്ടത്തിൽ നിന്ന് ഒരാളെ അടുത്തേക്ക് വിളിച്ചു ചോദിച്ചു.

"യുവർ നെയിം?"

"വാസു."

"വസു. വസു. ഗുഡ്." അയാൾ അതാവർത്തിച്ചുറപ്പിച്ചു.

"ഡു യു അണ്ടർസ്റ്റാന്റ് വാട്ട് ഐ എക്സ്പ്ലെന്റ്."

"യെസ്."

കാര്യങ്ങൾ എളുപ്പമായി. അയാൾ വാസുവിന്റെ പുറത്തുതട്ടി അനുമോദിച്ചു. വിവരിച്ച കാര്യങ്ങൾ എല്ലാവർക്കുമായി പറഞ്ഞുകൊടുക്കാൻ ആവശ്യപ്പെട്ടു. തനിക്കതിന് കഴിയുമെന്ന് അയാളെങ്ങനെ മനസ്സിലാക്കി എന്നകാര്യം വാസുവിനെ അത്ഭുതപ്പെടുത്തി. അയാളോടോ മറ്റാരോടോ അതുവരെ വാസു സംസാരിച്ചിട്ടുപോലുമില്ലായിരുന്നു. എന്നിട്ടും കാഴ്ചയിൽത്തന്നെ ഒരാളെ വായിച്ചെടുക്കാൻ കഴിയുമെന്നോ.

"ജന്റിൽമെൻ, എല്ലാവർക്കും കമ്പനിയുടെ നാദിയാ സൈറ്റിലേക്ക് സ്വാഗതം. സേഫ്റ്റി ഓഫീസറാണ് സംസാരിക്കുന്നത്. ജോലിക്കാരുടെ സുരക്ഷ ഉറപ്പുവരുത്തുകയാണ് നമുക്കാവശ്യം. അതിനായി ചില സുരക്ഷാ മാർഗ്ഗനിർദ്ദേശങ്ങൾ നിങ്ങൾക്ക് വൈകാതെ തരുന്നതായിരിക്കും. ഓരോരുത്തരുടെ സുരക്ഷയും അവരവരുടെ ഉത്തരവാദിത്തമാണ്. എങ്കിലും അതിനായി നിങ്ങളെ സജ്ജരാക്കുകയും സഹായിക്കുകയുമാണ് കമ്പനിക്ക് ചെയ്യാനുള്ളത്. സുരക്ഷാരീതികൾ എല്ലാവരും പാലിച്ചിരിക്കണം. അവ അവഗണിക്കാൻ ആരെയും അനുവദിക്കുന്നതല്ല.

ജോലിസമയത്ത് വ്യക്തിഗത സുരക്ഷാ ഉപകരണങ്ങൾ ഉപയോഗിക്കേണ്ടതുണ്ട്. അതാണിപ്പോൾ നിങ്ങൾക്ക് തന്നിരിക്കുന്നത്. അവ ധരിച്ചു മാത്രമേ സൈറ്റിൽ പോകാനാവൂ. അവ നിങ്ങളുടെ സുരക്ഷയ്ക്ക് അത്യന്താപേക്ഷിതമാണ്. ക്യാമ്പ് ബോസ് നിങ്ങൾക്ക് താമസസൗകര്യങ്ങൾ തരും. ഇന്ന് ഭക്ഷണം കഴിച്ച് സുഖമായുറങ്ങുക. നാളെ രാവിലെ ജോലി ആരംഭിക്കുകയായി. എല്ലാവർക്കും സുരക്ഷാ മംഗളം."

വാസു പറഞ്ഞുനിർത്തി. മുഖങ്ങൾക്ക് തെളിച്ചം വന്നു. പുതിയ ഊർജ്ജം കിട്ടിയപോലെ. തന്നെ ഇക്കാര്യത്തിന് തെരഞ്ഞെടുത്തതിൽ വാസുവിന് തെല്ലൊരഭിമാനം തോന്നി. അതൊരംഗീകാരമായി തോന്നി. കൂടെ വന്നവർക്കിടയിലും ഒരു ചലനമുണ്ടായി. അവരൊക്കെ ഊർജ്ജസ്വലരായി കാണപ്പെട്ടു. യാത്രയുടെ ക്ഷീണവും ആലസ്യവും അതോടെ അലിഞ്ഞുപോയി.

"താങ്ക്സ് മാൻ."

വെള്ളക്കാരൻ വാസുവിന് നന്ദിപറഞ്ഞ് ഓഫീസിലേക്ക് കയറിപ്പോയി.

അതുവരെ ഒരു സഹയാത്രികൻ എന്ന നിലയിലേ വാസുവിനെ എല്ലാവരും കണ്ടിരുന്നുള്ളൂ. എന്നാൽ ഇപ്പോൾ അയാളെ അല്പം ആദരവോടെയാണ് അവരൊക്കെ നോക്കിക്കണ്ടത്. വെള്ളക്കാരൻ പറഞ്ഞത്രയും സ്വന്തം ഭാഷയിലേക്ക് മാറ്റി തങ്ങൾക്ക് നല്കി എന്നത് ഒരു വലിയ കാര്യമായിത്തന്നെ എല്ലാവരും കണ്ടു. അവരോരോരുത്തരും തങ്ങളുടെ ഗ്രാമങ്ങളിലെ പഠിപ്പുതികഞ്ഞ ഒരു ഗുരുവിന്റെ രൂപം വാസുവിൽ സങ്കല്പിച്ചു നോക്കിക്കാണണം. അവരുടെ നോട്ടങ്ങൾ അത്രകണ്ട് നന്ദിപൂർവ്വമായിരുന്നു.

"ശരി. ഇനി കാണാം."

ഡ്രൈവർ വാസുവിന്റെ അടുത്തുവന്നു പറഞ്ഞു. അയാൾ വണ്ടിയെടുത്ത് കുന്നുകളുടെ ഇടനിലങ്ങളിലേക്ക് മറഞ്ഞു. ക്ഷണത്തിൽ ഒരു ശൂന്യത അനുഭവപ്പെട്ടപോലെ തോന്നി.

ആരോ ഒരാൾക്കുവേണ്ടി എല്ലാവരും ആ തണുപ്പിൽ പിന്നെയും കാത്തുനിന്നു.

കൂടാരപ്പാർപ്പ്

മഞ്ഞിന്റെ പുകച്ചുരുളുകൾ പടർന്നുകയറിയ മൺചെരിവുകളിലേക്ക് നിഴലുകളുടെ രൂപത്തിൽ അവരിറങ്ങി. താഴെ കൂണുകൾ കണക്കെ ഇലത്താളപ്പൊട്ടുകൾ കാണാം. മഞ്ഞിൽ മുങ്ങിയ ഒന്നിനും തനതായ രൂപങ്ങളില്ലായിരുന്നു. അവ മാറിയും മറിഞ്ഞും മായക്കാഴ്ചകളായി താഴ്‌വാരത്തിൽ നിലകൊണ്ടു.

ഇറക്കത്തിൽ മൺതരികൾക്ക് കാർക്കശ്യം കൂടും. അവ തണുത്തുറച്ച് മൂർച്ചവെച്ചിരുന്നു. ചിലയിടങ്ങൾ താനേ തെന്നിപ്പോയിരുന്നു. ഉറക്കത്തിന്റെ ശേഷിപ്പുകൾ ഇനിയും വിട്ടുമാറാത്തതുകൊണ്ടു കൂടിയാവാം ചിലരൊക്കെ ഒന്നു മറിഞ്ഞുവീഴുകപോലുമുണ്ടായി. താഴേക്കിറങ്ങുന്തോറും ഇലത്താളങ്ങളുടെ ആകൃതിയിൽ മാറ്റം വന്നുതുടങ്ങിയിരുന്നു. അവ വെളുത്തു കൂർത്ത കൂൺ കൂടാരങ്ങളുടെ ആകൃതി കൈവരിച്ചിരുന്നു. മഞ്ഞുപാളികൾ അവയെ പൊതിഞ്ഞുവെച്ചിരുന്നതിനാൽ അടുത്തെത്തിയിട്ടും അവ ഇനിയും അകലെയെന്നും അപ്രാപ്യമെന്നുമുള്ള പ്രതീതി ജനിപ്പിച്ചു. മണൽക്കുന്നുകളുടെ കൂത്താട്ടങ്ങൾക്കു നടുവിൽ ഞെരിഞ്ഞമർന്ന കൂടാരക്കൂണുകളിലേക്ക് ഒരു പറ്റം മനുഷ്യജീവികൾ തങ്ങളുടെ തീരാഭാണ്ഡങ്ങളുമായി അഭയമന്വേഷിച്ചെത്തുകയാണ്. ഒരുപക്ഷേ, വലിയൊരു തുടക്കം കുറിക്കുകയാവുമിവിടെ. പുകമറ മാഞ്ഞ് ആ മണ്ണിലും പുൽനാമ്പുകൾ ഉയിർത്തെഴുന്നേറ്റുകൂടെന്നില്ല. ഊഷരഭൂമികളും സജലഫലദായകമാവാം. വാസു ഓർത്തു. തണുപ്പിൽ ഘനീഭവിച്ചു കിടക്കുന്ന മണൽത്തിട്ടകളുടെ മടിയിൽ ഉണങ്ങിക്കരിഞ്ഞ പുൽനാമ്പുകളുടെ അവശിഷ്ടങ്ങൾ നഷ്ടമായ വസന്തത്തിന്റെ ശേഷിപ്പായി കിടന്നിരുന്നു.

വീണ്ടും ഇറക്കമിറങ്ങുകയാണ്. മരുഭൂമിയുടെ പാൽച്ചിരിപോലെ

വെള്ളമണലിന്റെ സമതലത്തിലേക്കിറങ്ങി നിന്നപ്പോൾ കൂടാരങ്ങളുടെ സമൃദ്ധിയെക്കുറിച്ച് ബോദ്ധ്യംവന്നു. അവ നിരനിരയായി അവിടെങ്ങും അതിരുകളില്ലാതെ നീണ്ടുപോയിരുന്നു.

ഇറക്കത്തിന്റെ ഉൽക്കണ്ഠകളകന്ന് സമതലത്തിന്റെ ആശ്വാസ ഭൂമിയിലെത്തി ഒരു ദീർഘനിശ്വാസത്തോടെ എല്ലാവരും വരിയിൽ നിന്നു. ക്യാമ്പ് ബോസ് ഓരോ പേരുകളും നീട്ടിച്ചൊല്ലി അവരവർക്കുള്ള കൂടാരങ്ങളുടെ നമ്പർ ഏതെന്നറിയിച്ചു. ഒരേ നമ്പരുള്ളവർ ഒരേ കൂടാരത്തിലേക്ക് പോണം. ഇനിമുതൽ ജോലിസമയം കഴിഞ്ഞുള്ള അവരുടെ സങ്കേതങ്ങൾ അതായിരിക്കും. വെള്ളവും വെളിച്ചവും ശ്രദ്ധയോടെ ഉപയോഗിക്കണം, ശുചിത്വം പാലിക്കണം, അച്ചടക്കം നിലനിർത്തണം, സുരക്ഷാ നിർദ്ദേശങ്ങൾ കർശനമായി പാലിച്ചിരിക്കണം തുടങ്ങിയ പൊതുനിയമങ്ങൾ ആവർത്തിച്ച് പറഞ്ഞുറപ്പിച്ച് ക്യാമ്പ് ബോസ് കൂടാരങ്ങൾ ചൂണ്ടിപ്പറഞ്ഞു.

ഇനി നിങ്ങളുടെ താവളങ്ങൾ കണ്ടുപിടിക്കുക.

വെളുവെളുത്ത കൂടാരങ്ങൾ മഞ്ഞിൽ വേർതിരിച്ചറിയാൻ പ്രയാസമായിരുന്നു. എങ്കിലും അടുത്ത് ചെല്ലുമ്പോൾ അവ ഇണക്കത്തോടെ ഒതുങ്ങി നില്ക്കുന്നതായി കണ്ടു. കൂടാരങ്ങൾക്കിടയിലെ നടപ്പാതയിലൂടെ ഉള്ളിലേക്കു ചെന്ന് വാസു തന്റെ കൂടാരം കണ്ടെത്തി.

TENT - 16

പതിനാറായിരുന്നു വാസുവിന്റേത്. പരിചിതമല്ലാത്ത മറ്റൊരു താവളത്തിലെത്തിയിരിക്കുന്നു എന്നോർത്ത് ഒരു നിമിഷം കൂടാരത്തിനുമുന്നിൽനിന്നു ചുറ്റുമൊന്നു കണ്ണോടിച്ചു. സ്വച്ഛമായ പുലർകാലവെളിച്ചം മഞ്ഞിനെ അലിയിച്ചുകൊണ്ട് കൂടാരക്കെട്ടുകളിൽ വന്നുവീഴുന്നുണ്ട്. നിരനിരയായുള്ള കൂടാരത്തിന്റെ കൂർത്തുനില്ക്കുന്ന മേലറ്റം തെളിഞ്ഞു കാണാം.

വാസു ഒന്നു കുനിഞ്ഞു. പ്രവശനദ്വാരം ഞാന്നു കിടക്കുന്ന ഒരു കട്ടി ക്യാൻവാസുകൊണ്ട് മറച്ചിട്ടുണ്ട്. അതുയർത്തി ഉള്ളിലേക്ക് കുനിഞ്ഞ് നൂണ്ട് കടക്കുമ്പോൾ കിളിക്കൂടിനുള്ളിലേക്ക് അടക്കക്കിളി കയറിപ്പോകുന്നത് അയാളോർത്തുപോയി.പൂന്തേൻ നുകർന്ന് ചെത്തി മരത്തിലെ കിളിക്കൂട്ടിലേക്ക് അപ്രത്യക്ഷമാകുന്ന അടക്കക്കിളിയെ നോക്കിനിന്ന കുഞ്ഞിക്കണ്ണുകൾ ഒരുനിമിഷം മിന്നിമറഞ്ഞു. നിലത്ത് ചാരനിറത്തിൽ കട്ടിയുള്ള ചൗക്കാളം. നാലു വശങ്ങളിലും ഓരോ ഇരുമ്പ് കട്ടിലുകൾ. നടുക്ക് ഇരുമ്പ് തൂണ്. കൂടാരത്തിന്റെ ആധാരം അതാണ്. അതിന്മേൽ ഘടിപ്പിച്ചിരിക്കുന്ന ഇലക്ട്രിക് സ്വിച്ച്. മുകളിലൊരു ബൾബ്. നെടുംതൂണിന്റെ ഉച്ചിയിൽനിന്നും നാലുവശത്തേക്കും ത്രികോണാകൃതിയിൽ താഴോട്ട് ചാഞ്ഞെത്തുന്ന വെളുത്ത മേല്ക്കൂര. ഓരോ കട്ടിലിനു മുകളിലും ഓരോ ത്രികോണമച്ച് ചാഞ്ഞുനിന്നു. വാസു സ്വിച്ചമർത്തി. വെളിച്ചം പരന്നു. സിനിമാ ടാക്കീസിലെ വെളുത്ത തിരശ്ശീല ഓർമ്മയിലെത്തി. ആകെക്കൂടി ഒരു രസം തോന്നി. മെച്ചപ്പെട്ട ഒരു കളി വീട്.

അയാൾ തണുത്തു വിറച്ചു നിന്നു.

കൂടാരത്തിന്റെ മുഖപടം മാറ്റി മറ്റൊരാൾകൂടി അതിനുള്ളിലേക്ക് നൂണ്ടു കയറി വന്നു. ശോഷിച്ച ശരീരമുള്ള അയാൾ ഉറക്കം തൂങ്ങുന്ന കണ്ണുകളോടെ വാസുവിന്റെ മുന്നിൽ നിന്നു. അയാൾ വണ്ടിയിലുണ്ടായിരുന്നത് വാസു എളുപ്പം തിരിച്ചറിഞ്ഞിരുന്നു. ഒരിടത്ത് വണ്ടി നിർത്തിയപ്പോൾ ഒരു കവിൾ പുകയ്ക്കുവേണ്ടി ദാഹിച്ചത് ഇയാളായിരുന്നു. അയാൾ വാസുവിന്റെ നേരെ കൈകൂപ്പിനിന്ന് ഹിന്ദിയിൽ പറഞ്ഞു.

"ഞാൻ രാംനാഥ്."

വാസു തിരിച്ചഭിവാദ്യം ചെയ്ത് പരിചയപ്പെട്ടു.

അവിടവിടെ പൊട്ടിപ്പൊളിഞ്ഞ ഒരു തോൾ സഞ്ചി ഒരുവശത്തെ ഇരുമ്പ് കട്ടിലിലേക്കുവെച്ച് അയാൾ പറഞ്ഞു. ഇതായിരിക്കുമോ എനിക്കുള്ള ഇടം. അയാൾ തന്നോടുതന്നെ മന്ത്രിക്കുകയായിരുന്നു.

വാസു അയാളെത്തന്നെ നോക്കിയിരുന്നു.

രാംനാഥ് ഒറ്റനോട്ടത്തിൽ ഒരു പാവത്താൻ. സാധു മനുഷ്യൻ തന്റെ ഭാണ്ഡമിറക്കിവെക്കുകയാണ്. ഇന്ത്യയുടെ ഏതോ കോണിൽ നിന്നൊരാൾ. കടൽ കടന്ന് ഒരു ജീവിതം തേടി എത്തിയിരിക്കുകയാണ്. ഒരേ തൂവലുള്ള പക്ഷികൾ ഒന്നിച്ച് ചേക്കേറുകയാണ്.

രാംനാഥ് കട്ടിലിലേക്ക് ചാഞ്ഞിരുന്നു. അയാൾ കാര്യമായൊന്നും സംസാരിച്ചില്ല. ഉറക്കം അയാളെ ക്ഷണത്തിൽ കീഴ്പ്പെടുത്തിയിരുന്നു.

വാസു പിന്നെയും തന്റെ കട്ടിലിൽത്തന്നെയിരുന്നു. ഒരു സഹജീവിയെ കിട്ടിയതിൽ അയാൾക്ക് സംതൃപ്തി തോന്നി. ഒന്നും ശബ്ദിച്ചില്ലെങ്കിലും അങ്ങനെ ഒരാൾ തന്നോടൊപ്പമുണ്ടല്ലോ എന്ന ആശ്വാസം. അതല്ലെങ്കിൽ കൂടാരങ്ങളിലേക്ക് കടക്കുന്നതോടെ ഒറ്റപ്പെടലിന്റെ അസുഖകരമായ ചിന്തയിലേക്കാണ്ടു പോയേനെ.

രാംനാഥ്. അതിനകം മയക്കത്തിലേക്ക് വീണിരുന്നു. വാസുവിനും ക്ഷീണം തോന്നി. അയാൾ കട്ടിലിലേക്ക് ചാഞ്ഞു. കണ്ണുകൾ താനേ അടഞ്ഞുപോയി. പിന്നീട് ഉറക്കമുണരുന്നത് ഒരു സൈറൺ മുഴങ്ങുന്നതു കേട്ടാണ്. സമയബോധം നഷ്ടപ്പെട്ടിരുന്നു. കൈയിൽ വാച്ചില്ല. തൊട്ടടുത്ത കട്ടിലിൽ രാംനാഥ് അപ്പോഴും ഉണർന്നിരുന്നില്ല. അയാൾക്ക് ഒരു ശിശുവിന്റെ മുഖമായിരുന്നു.

പുറത്തിറങ്ങി പ്രാഥമികകാര്യങ്ങൾ നിർവ്വഹിക്കണം. കൂടാരങ്ങളുടെ നിരകൾ പിന്നിട്ട് മറ്റൊരറ്റത്തേക്ക് നടന്നു. അവിടവിടെ ശബ്ദം കേൾക്കാം. BATH ROOM &TOILET എന്നെഴുതിയ ബോർഡ് കണ്ടു. വാസു അങ്ങോട്ട് കയറി. പ്രാഥമിക കാര്യങ്ങൾ നിർവ്വഹിക്കുന്ന തിരക്കിലാണെല്ലാവരും. പല ഭാഷകളാണ് അവിടെ കേട്ടത്. പലതും മനസ്സിലായില്ല. ഒരു പ്രീഫാബ് ഷെഡ്ഡിനുള്ളിൽ ഒരുവശത്ത് നിരനിരയായുള്ള കക്കൂസുകൾ. മറ്റൊരുവശത്ത് കുളിമുറികൾ. എല്ലാം കഴിഞ്ഞിറങ്ങുമ്പോൾ ആശ്വാസം തോന്നി. മനസ്സും ശരീരവും ഉണർന്നു. ഉച്ചയുടെ വെളിച്ചത്തിൽ കൂടാരങ്ങൾ അനാവൃതമായി മുനകൂർപ്പിച്ച് നിരന്നുകിടന്നു. നട

പ്പാതകളിൽ ആളുകൾ അങ്ങിങ്ങ് നീങ്ങുന്നതു കാണാം. വാസുവിന് വിശപ്പ് അനുഭവപ്പെട്ടു. ഭക്ഷണം കഴിച്ചിട്ട് ഒരു രാവും പകലും കഴിഞ്ഞിരിക്കുന്നു. ശരീരം തളർച്ചയിലേക്ക് വീഴുകയാണ്. എന്തെങ്കിലും കഴിച്ച് വിശപ്പടക്കിയേ പറ്റൂ.

കൂടാരത്തിനുള്ളിൽ വെളിച്ചം കയറിയിരുന്നു. ഉറക്കമുണർന്ന് രാംനാഥ് പുറത്തേക്കിറങ്ങിയിരുന്നു. വാസു ക്ഷണത്തിൽ വസ്ത്രം മാറി. വന്നിറങ്ങിയപ്പോൾ തലയണയോടും പുതപ്പിനോടുമൊപ്പം കിട്ടിയിരുന്ന പ്ലേറ്റും കപ്പും സ്പൂണും എടുത്ത് കൂടാരക്കെട്ടുകളുടെ മറ്റൊരു കോണിലേക്ക് കാന്റീൻ ലക്ഷ്യമാക്കി നടന്നു. ക്യാമ്പ് ബോസ് പറഞ്ഞിരുന്നതോർത്ത് മെസിന്റെ ബോർഡ് കണ്ടുപിടിച്ചു.

TRADESMEN CANTEEN (ASIAN)

സാമാന്യം വലുപ്പമുള്ള ഭക്ഷണശാലയായിരുന്നു. നിരനിരയായി നീണ്ട ബെഞ്ചുകളും മേശകളും. കൗണ്ടറിൽ നിന്നാണ് ഭക്ഷണം കൊടുത്തിരുന്നത്. അവിടെ ക്യൂ നില്ക്കണം. നീണ്ട പാപ്പാസുകൾ ധരിച്ച നിരവധിപേരുടെ കൂടെ വാസുവും ക്യൂവിൽ നിന്നു.

കൗണ്ടറിൽ മൂന്നുപേർ നിന്നാണ് വിളമ്പുന്നത്. ചപ്പാത്തി, ചോറ്, കറി. അതിവേഗത്തിലാണ് ഈ പ്രക്രിയ. അവിടെ എന്തെങ്കിലും പറയാനോ തെരഞ്ഞെടുക്കാനോ സമയമോ സാവകാശമോ കിട്ടില്ല. വിളമ്പുന്നത് വാങ്ങിപ്പോരുക. ചപ്പാത്തിക്ക് കനം കൂടിയെന്നിരിക്കും. കറിയിൽ വെള്ളം കൂടിയെന്നിരിക്കും. വാങ്ങുന്നവർക്കും കൊടുക്കുന്നവർക്കും തിടുക്കമുണ്ട്. കിട്ടിയതുമായി വന്നിരുന്ന് കഴിക്കുക. പാത്രം കഴുകിയെടുത്ത് കൂടാരത്തിലേക്ക് തിരിക്കുക. അതാണ് നിയമം.

വാസു ക്യൂവിൽനിന്ന് ഭക്ഷണം വാങ്ങി ഒരു മേശയ്ക്കരികിൽ വന്നിരുന്നു. ഓരോ മേശയ്ക്കരികിലും ആളുകളുണ്ട് അവരൊക്കെ തിരക്കിലാണ്. കഴിക്കുന്നതിനിടയിൽ ഉച്ചത്തിൽ സംസാരിക്കുന്നുമുണ്ട്. വിവിധ ഭാഷകൾ ഇടമുറിയാതെ കേൾക്കാം. അറിയാത്ത പല ഭാഷകളുടെയും രീതികളുടെയും സമ്മിശ്രമാണിവിടം. ചിലർ ബഞ്ചിൽ കുന്തിച്ചിരുന്നാണ് കഴിച്ചിരുന്നത്. പലർക്കും മേശയുടെ ആവശ്യം തന്നെയുണ്ടെന്നു തോന്നിയില്ല. അവർക്ക് ഭക്ഷണാവശിഷ്ടങ്ങൾ എറിയാനുള്ളതായിരുന്നു മേശപ്പുറം. ചപ്പാത്തിയുടെ അരികുകൾ, എല്ലിൻ കഷണങ്ങൾ, മീൻമുള്ളുകൾ ഇവയൊക്കെ മേശപ്പുറത്തു കാണാം. വാസുവിന് ശിവരാമന്നായരുടെ വൃത്തിയോടെയുള്ള പാചകവും അടുക്കളയും ഭക്ഷണവുമൊക്കെ ഓർത്ത് നഷ്ടബോധം തോന്നി.

താനിപ്പോൾ മറ്റൊരു ലോകത്ത് എത്തിപ്പെട്ടിരിക്കയാണ്. തികച്ചും വ്യത്യസ്തതയാർന്ന മനുഷ്യരുടെ ലോകത്ത്. ഇതുവരെ പരിചയിക്കാത്ത മറ്റു ദേശക്കാരും ഭാഷക്കാരുമാണ് കൂടുതലും. അവരൊക്കെ ഓരോരോ ഗോത്രങ്ങളാണെന്നു തോന്നിച്ചു. ഓരോ ഭാഷക്കാർക്കും ഓരോ കൂട്ടങ്ങളുണ്ട്. അവർ ഒന്നിച്ച് നടക്കുന്നു. ഒന്നിച്ച് ഭക്ഷിക്കുന്നു. ഒന്നിച്ച്

കൂടണയുന്നു. വിചിത്രമായ ഭാഷകൾ സംസാരിക്കുന്ന കൂട്ടങ്ങളേയും വാസു ശ്രദ്ധിച്ചു. കച്ച്, പഞ്ചാബ്, ബലൂചി, സിംഹള, ഒറീസ, തുളു, തെലുങ്കു, തമിൾ, പഠാൺ... അങ്ങനെ ഒട്ടേറെ ഗോത്രവംശങ്ങളുടെ നാഡിമിടിപ്പുകൾ അന്തരീക്ഷത്തിൽ ഒഴുകി നടന്നു. വൈവിദ്ധ്യങ്ങളുടെ ഒരു പരിച്ഛേദം. വ്യത്യസ്തം. ഒന്നൊന്നിനു വിഭിന്നം. ആർഷ സംസ്കാരത്തിന്റെ വേണമെങ്കിൽ അതിനുമപ്പുറത്തെ ചരിത്രപരമായ ഉറവിടങ്ങളുടെ ഒരു നേർത്ത തെളിമ അന്തരീക്ഷത്തിലുണ്ടെന്ന് വാസുവിന് തോന്നി.

ക്ഷണത്തിൽ അന്തരീക്ഷം ഇരുട്ട് മൂടുന്നതു കണ്ടു. ആകാശത്ത് തെളിയാൻ പോയ വെള്ളി വിതാനങ്ങളൊക്കെ അപ്രത്യക്ഷമായി. ഒരു ഭീമൻ കരിമ്പടക്കെട്ട് ആകാശത്തെ മറച്ചു. വെളിച്ചത്തെ വിഴുങ്ങി. കാറ്റ് കടലിരമ്പംപോലെ വന്നു. എവിടൊക്കെയോ ശബ്ദങ്ങൾ മുനയെടുത്തു. മണലടിച്ചു കയറി വന്നു. ശീതക്കാറ്റിന്റെ വേഗം വർദ്ധിച്ചു. ആൾക്കൂട്ടങ്ങൾ ചിതറിയോടി. മണൽപ്പൊടി നിറഞ്ഞ് കണ്ണ് നീറിത്തുടങ്ങി. ഒന്നും കാണാൻ വയ്യാത്ത അവസ്ഥ.

വാസു ഒരുനിമിഷം നിശ്ചലനായി നിന്നെങ്കിലും കാറ്റിന്റെ ശക്തിയിൽ പിടിച്ചു നില്ക്കാനാവാതെ മുന്നോട്ട് നീങ്ങിക്കൊണ്ടിരുന്നു. പതുക്കെ പൊടിനിറഞ്ഞ കണ്ണുകൾ പണിപ്പെട്ട് തുറന്ന് പരിസരബോധം വീണ്ടെടുത്ത് ആളുകളുടെ നീക്കത്തിൽ നിന്ന് ദിശ മനസ്സിലാക്കി ഓടാൻ തുടങ്ങി. ഇറക്കത്തിൽ ഒരു തവണ മറിഞ്ഞുവീണെങ്കിലും തെറിച്ചുപോയ പാത്രങ്ങൾ വാരിപ്പിടിച്ച് കൂടാരം ലക്ഷ്യമാക്കി മുന്നോട്ടുപോയി.

വെളുത്ത ചെകുത്താന്മാരെപ്പോലെ നിന്ന കൂടാരങ്ങൾക്കിടയിൽ നിന്നും വാസു തന്റെ പതിനാറ് കണ്ടുപിടിച്ച് അതിനുള്ളിലേക്ക് ഊളിയിട്ടു കയറി. കാറ്റിൽ പ്രകമ്പനം കൊണ്ടുനിന്നിരുന്ന കൂടാരത്തിനുള്ളിൽ തണുത്തുവിറച്ച് കാൽമുട്ടിനുള്ളിൽ ശിരസ്സുതിരുകി കുന്തിച്ചിരുന്നു.

പാപ്പാസിനുള്ളിൽ, കവറോളിൽ മുങ്ങി

സൈറൺ. ഈ ഭൂമിയിലുള്ളവരെ മുഴുവൻ ഉണർത്തും വിധമായിരുന്നു അതിന്റെ മുഴക്കം. അതിലുണരാത്തവൻ മൃതം.

കൂടാരങ്ങൾ നിശ്ചലം. പ്രകൃതി നിശ്ചലം. ഒരനക്കവുമില്ല. കലിതുള്ളി വന്ന കാറ്റില്ല. മണൽപ്പൊടിയില്ല. ആരവമില്ല ഒന്നുമാത്രം, തണുപ്പ്. തണുപ്പിൽ മുങ്ങിനില്ക്കുന്ന വെളുത്തുവിളർത്ത കൂടാരങ്ങൾ. പതുക്കെയുണരുന്ന ക്യാമ്പ്. പ്രഭാതത്തിന്റെ തിടുക്കങ്ങൾക്കുശേഷം വാസു തനിക്കു കിട്ടിയ പൊതിക്കെട്ടഴിച്ചു. നീണ്ട പാപ്പാസെടുത്ത് നിവർത്തി. അതിനുള്ളിലേക്ക് കാലുകളെ ഒളിപ്പിച്ചു. കാലറ്റം മുതൽ കഴുത്തറ്റം വരെയെത്തുന്ന നീല കവറോൾ എടുത്ത് പരിശോധിച്ചു. നീണ്ട കൈകൾ. മുന്നിലും പിന്നിലും ചുറ്റും ആഴത്തിലുള്ള കീശകൾ. അരവട്ടത്തിൽ ഒരു നാട. ഇറുക്കിയും അയച്ചും കെട്ടാം. നീല നിറത്തിലൊരു കട്ടിത്തൊപ്പി. കണ്ണുകളെ മൊത്തം മറയ്ക്കുന്ന കണ്ണട. കാലിൽ കനത്ത ബൂട്ട്. ഒരു പട്ടാളക്കാരന് സമാനമായ ചമയങ്ങൾ.

പണിക്കിറങ്ങുകയാണ്. പണിക്കാരെല്ലാം നീണ്ട ക്യൂവിൽ. ടൈം ഓഫീസിനു മുന്നിൽ ഫോർമാൻമാർ. അവർ പണിക്കാരെ തരംതിരിക്കുന്നു, പകുത്തെടുക്കുന്നു. ആവശ്യമായ സ്ഥലങ്ങളിലേക്ക് പറഞ്ഞയയ്ക്കുന്നു. ഓരോരുത്തർക്കും കഴിവിനനുസരിച്ചും അല്ലാതെയുമുള്ള ജോലികൾ കിട്ടിയേക്കും.

വാസുവിന്റെ ഊഴം വന്നു.

എന്തു പണിയറിയാം.

ആദ്യമായി വെള്ളക്കാരന്റെ മുന്നിലെത്തിയപ്പോൾ അയാൾ ചോദിച്ചതും ഇതുതന്നെ. എന്തു പണിയറിയാം.

ഇവിടെ ഒന്നും പറയാനില്ല.

എന്താണറിയുക. അറിയാൻ പലതുമറിയാം. എന്നാൽ എന്തു പണി ചെയ്യാനാവും. വെറുതെ പറഞ്ഞാൽ പോരാ. ചെയ്യാൻ കഴിയണം. ഒന്നുമറിയില്ല. അത് പറയാനുമാവില്ല. അവസാനം കുറച്ചുകാലം കമ്പിവളയ്ക്കാൻ പോയതുതന്നെ പിടിവള്ളിയാക്കി.

സ്റ്റീൽ ഫിക്സിങ്

അതെ, അതുതന്നെ.

വാസുവിന്റെ വിധി അതോടെ നിർണ്ണയിക്കപ്പെട്ടു. കമ്പി വളയ്ക്കാൻ തന്നെ വീണ്ടും വിധിക്കപ്പെട്ടിരിക്കുന്നു. ഇരുമ്പും ഉരുക്കും മെരുക്കിയെടുക്കണം. മറ്റൊന്നുമറിയില്ല. അപ്പോൾ അതുതന്നെ. നീണ്ടു നീണ്ടുപോകുന്ന ഇരുമ്പ് കമ്പികളുടെ നടുവിലേക്ക് വാസു ചെന്നെത്തി. കനത്ത ബൂട്ടുകളിൽനിന്നും നടന്നും കവറോളിനുള്ളിലെ ശരീരത്തെ ഇരുമ്പ് പാകത്തിലേക്കായി മെരുക്കിയെടുത്തു. ഇരുമ്പിന്റെ ആകൃതിയും പ്രകൃതിയും ഒന്നുംതന്നെ. എല്ലാം പരുക്കൻ. അതിനെ വളച്ചുമെരുക്കി വിവിധങ്ങളായ കണക്കുകളിൽ തനതായ കൂട്ടുകൾ തീർക്കുമ്പോൾ അതിനൊരു ശില്പചാതുരിയുണ്ടെന്ന് പതുക്കെ പതുക്കെ വാസുവിന് തോന്നിത്തുടങ്ങി. ഇരുമ്പും ഉരുക്കും വാസുവിന്റെ ശരീരത്തിലേക്കും പടർന്നുകയറി. കരുത്തിന്റെ കൽനിലങ്ങളിലേക്ക് വാസു പാകപ്പെട്ടുവന്നു. വീതിയും നീളവും കനവുമുൾക്കൊള്ളുന്ന കണക്കുകളുടെ ലോകത്തേക്കും വാസു അതിവേഗം സഞ്ചരിച്ചു. അയാളുടെ മസ്തിഷകത്തിലേക്ക് കണക്കുകൾ എളുപ്പം കടന്നുചെന്നിരുന്നു. സ്റ്റീൽ ഫിക്സിങ് ഷോപ്പ് ഫ്ളോറിൽ വന്നെത്തുന്ന എന്തും കണക്കുകളിൽ സന്നിവേശിപ്പിച്ച് ആവശ്യമായ രൂപകല്പനകളിൽ മെനഞ്ഞെടുക്കാൻ വാസുവിന് എളുപ്പം കഴിഞ്ഞു. ലോഹക്കൂട്ടുകൾ വികാസംകൊണ്ടു. പുതിയ പുതിയ നിർമ്മിതികളുണ്ടായി.

കവറോളിനുള്ളിൽ കയറുന്നതോടെ അയാൾ മറ്റൊരാളായി മാറുകയാണ്. കാര്യവും കരുത്തും കാട്ടുന്ന ഒരു യഥാർത്ഥ സ്റ്റീൽ ഫിക്സർ. കൂട്ടുനില്ക്കുന്നവരിൽ വാസുവിന് അടുപ്പം തോന്നിയത് തർലോചൻ സിങ്ങിനോടാണ്. ചെറുപ്പം, കായികശേഷി അപാരം. അയാളുടെ കൈകളിൽ ഏതു മെരുങ്ങാത്ത ലോഹവും മെരുങ്ങും. പക്ഷേ, കണക്കുകൾ ഒരിക്കലും തലയ്ക്കുള്ളിൽ കയറില്ല. കണക്കിന്റെ വഴി തെളിച്ചിട്ടുകൊടുക്കണം. അതിനു വാസു മതി. പിന്നെയുള്ളത് തർലോചൻ നോക്കിക്കൊള്ളും. അയാളുടെ നീണ്ട കവറോളിനുള്ളിൽ ഒരു ഭീമസേനനുണ്ട്. ഒരു വംശാവലിയുടെ തുടർനായകനായി വാസു അയാളെ കണ്ടു.

“തർലോചൻ. നിങ്ങളാരാണ്. എവിടുന്നാണ്.” ഒരിക്കൽ വാസു ആരാഞ്ഞു. “ഉത്തരദേശത്തെ ഏതു മണ്ണാണ് നിങ്ങളെ വാർത്തെടുത്തത്.”

തർലോചൻ ഏറെനേരം മിണ്ടാതിരുന്നു. അയാൾ എവിടൊക്കെയോ ചുറ്റിത്തിരിഞ്ഞു. അയാളുടെ കണ്ണുകൾ ജ്വലിച്ചുകണ്ടു. തീക്ഷ്ണമായ നോട്ടം അകലത്തുവിട്ട് അയാളിരുന്നു. മുൻപെങ്ങും കാണാത്തവിധം

മറ്റൊരാളായി മാറി. ഗോതമ്പുവയലുകളിലൂടെ അയാളുടെ ഓർമ്മകൾ പറന്നു വന്നു.

ഞങ്ങൾ കൃഷിക്കാർ. ഓർമ്മവെച്ച നാൾമുതൽ കൃഷിയിടങ്ങളിലാണ്. തോടും പുഴയും വയലും മലയും മലഞ്ചെരിവുകളും നിറഞ്ഞ നാട്. അവയൊക്കെ വെട്ടി മുറിക്കപ്പെട്ടു. വിഭജന കാലത്ത് ഉള്ളതിൽ ഭൂരിഭാഗവും നഷ്ടപ്പെട്ടു. പുഴ നീന്തിക്കടന്ന് വാൾത്തലയിൽ നിന്നകന്ന് ഒരുവിധം രക്ഷപ്പെട്ടതാണ് കുടുംബം. ഇപ്പോൾ പേരിനൊരുതുണ്ട് ഭൂമി മാത്രം സ്വന്തമായുണ്ട്. ഒരു വലിയ ഗ്രാമം ജീവിതം വഴിമുട്ടി ദുരിതത്തിലാണ്. വർഷങ്ങൾ പോയിട്ടും ഒന്നുമുണ്ടായില്ല. ഇനി ഞങ്ങൾ ചെറുപ്പക്കാരാണ് ഏക പ്രതീക്ഷ. വീണ്ടും എല്ലാം കരുപ്പിടിപ്പിക്കണം. ഇവിടെ എത്തിയതും അങ്ങനെയാണ്.

അയാൾ മുഖം കുനിച്ചിരുന്നു. വാസുവിനും ഒന്നും പറയാനുണ്ടായില്ല. തകർക്കാനാവാത്ത മൗനസൗധം ഇരുവർക്കുമിടയിൽ വളർന്നു പൊങ്ങി. അവസാനം വാസു തർലോചന്റെ ചുമലിൽ കൈവെച്ച് അയാളെ സാന്ത്വനിപ്പിക്കുംവിധം പറഞ്ഞു.

"സബ് ഠീക്ക് ഹോ ജായേഗാ," "സബ് ഠീക്ക് ഹോ ജായേഗാ."

എല്ലാം ശരിയാവും.

അപ്പോഴേക്കും ഫോർമാൻ എത്തിയിരുന്നു. അവർ അതറിഞ്ഞില്ല. രണ്ടുപേർ പണിസ്ഥലത്തുനിന്നും മാറിയിരുന്ന് സംസാരിച്ച് സമയം കളയുന്നത് പൊറുക്കാനാവില്ല. ഫോർമാൻമാർ അതനുവദിക്കാറില്ല. മുഴുവൻ സമയവും പരമാവധി ഉപയോഗപ്പെടുത്തി ഉല്പാദനം കൂട്ടുന്നതിലാണ് കമ്പനിയുടെ നോട്ടം. അയാളുടെ ഉണ്ടക്കണ്ണുകൾ അവർക്കു നേരെ തിരിഞ്ഞു. അയാൾ ആക്രോശിച്ചു.

ശബ്ദംകേട്ട് വാസുവും തർലോചനും എന്തു ചെയ്യണമെന്നറിയാതെ കുഴങ്ങി. അവർ ക്ഷണത്തിൽ തിരിച്ചെത്തി പണിതുടങ്ങി.

"സമയം പാഴാക്കാതെ പണിയെടുക്കണം. അതല്ലെങ്കിൽ നിങ്ങളുടെ ടൈംഷീറ്റിൽ മണിക്കൂറുണ്ടാവില്ല. ശമ്പളം കുറയും. ഓർത്തോളു."

ഫോർമാൻ ഒച്ചവെച്ച് അടുത്ത സെക്ഷനിലേക്ക് നീങ്ങി. തർലോചൻ ഒരു മുഴുത്ത തെറി അയാൾക്കുനേരെ ഉതിർത്തു. പിന്നെ ഇരുവരും നിശ്ശബ്ദരായി. പണിയെടുക്കുന്നതുകൊണ്ടു മാത്രം ഒരു നല്ല പണിക്കാരനാവുന്നില്ല. അതിനിടയ്ക്കുണ്ടാവുന്ന ഒരു വീഴ്ചപോലും കാര്യമായെടുക്കും. കണക്കു വയ്ക്കും. മേലുദ്യോഗസ്ഥനെ തൃപ്തിപ്പെടുത്തുന്നതിലാണ് കാര്യം. ഇക്കാര്യം വാസുവിന് പതുക്കെ ബോദ്ധ്യം വന്നുതുടങ്ങി. തോമസിനെ നോക്കൂ. അയാൾ എത്ര വിദഗ്ദ്ധമായാണ് മേലുദ്യോഗസ്ഥരെ തൃപ്തിപ്പെടുത്തുന്നത്. എവിടെയൊക്കെ ചുറ്റിത്തിരിഞ്ഞ് സമയം കളഞ്ഞാലും ഫോർമാനോ, സൂപ്പർവൈസറോ, എഞ്ചിനീയറോ വരുന്നെന്നു കണ്ടാൽ എന്തൊരു തിരക്കിട്ട പണിയിലാണ് അയാൾ ഏർപ്പെടുന്നത്. ഇത്ര നല്ല ജോലിക്കാരനില്ല എന്നാരും പറഞ്ഞു പോകും. അതാണ് മിടുക്ക്. എങ്കിലും തർലോചന് തോമസിനെക്കുറിച്ച് മതിപ്പില്ല.

കള്ളനെന്നാണ് പറയുക. വാസു പരിചയിച്ചു വരുന്നേയുള്ളൂ. ജോലിയും ജോലിക്കാരെയും. അയാൾക്കിപ്പോൾ ആരെക്കുറിച്ചും ഒന്നും അറിയില്ല. എങ്കിലും ആദ്യദിവസം തന്നെ ഒന്നു മനസ്സിലാക്കി. മേലെയുള്ളവരുടെ പ്രീതി സമ്പാദിക്കലാണ് പ്രധാനം. ടൈംഷീറ്റിൽ മണിക്കൂർ വീഴണം. മാസാവസാനം അല്പം കാശൊപ്പിക്കണം. നാട്ടിലേക്ക് പണമയയ്ക്കണം. അതിനാണല്ലോ ഈ കഷ്ടപ്പാടൊക്കെ.

പക്ഷേ, ജോലി അതൊരു സാധനയും സമർപ്പണവും കൂടിയാണല്ലോ. അതിന്റെ സുഖാസുഖങ്ങളും പ്രധാനമാണ്. നെറ്റിയിലെ വിയർപ്പുകൊണ്ട് ഉണ്ണുമ്പോൾ അതിനൊരു സുഖമുണ്ട്. സംതൃപ്തിയുണ്ട്. അങ്ങനെയാണ് വാസു ചിന്തിച്ചത്. അതുകൊണ്ട് പണിയെടുക്കുക. പണിയെടുത്തുതന്നെ വിയർപ്പൊഴുക്കിത്തന്നെ ജീവിതത്തെ ഊട്ടിയെടുക്കുക. അദ്ധ്വാനത്തിന്റെ മഹത്ത്വത്തെക്കുറിച്ചും മാന്യതയെക്കുറിച്ചും ഒരുപാട് കേട്ടും പഠിച്ചും വളർന്നതല്ലെ. അതൊരിക്കലും കൈവിടരുത്.

അന്ന് വൈകുന്നേരം പണികഴിഞ്ഞ് കൂടാരത്തിൽ തിരിച്ചെത്തിയപ്പോൾ അയാൾക്ക് ദേഹമാസകലം വേദനിക്കുന്നുണ്ടായിരുന്നു. വളരെ നാളുകൾക്കുശേഷമാണ് ഇത്തരം അദ്ധ്വാനം. മാംസപേശികൾ വലിഞ്ഞുമുറുകി പൊട്ടുമെന്ന തോന്നൽ. അയാൾ പാപ്പാസിനുള്ളിൽ നിന്നും പുറത്തിറങ്ങി. പടച്ചട്ടകളൊക്കെ ഊരിവെച്ചു ഒന്നു കുളിച്ചുവന്നു. ഇരുമ്പ് കട്ടിലിൽ നെടുനീളത്തിൽ മലർന്നുകിടന്നു കണ്ണുകളടച്ചു. കടലിനപ്പുറത്ത് അകലെ ഗ്രാമത്തിൽ അമ്മയും പെങ്ങന്മാരുമടങ്ങുന്ന തന്റെ വീട് ഒരു നെടുവീർപ്പോടെ അയാൾ ഓർത്തു.

കുന്നുകൾ. കുന്നുകൾക്ക് പിറകെ കുന്നുകൾ. പിന്നെയും പിന്നെയും കുന്നുകൾ. കുന്നുകൾക്കിടയിലെ താഴ്വാരങ്ങളിൽനിന്ന് വീണ്ടും കയറിച്ചെല്ലുമ്പോൾ അകലേക്ക് നീണ്ടുപോകുന്ന മണ്ണപ്പങ്ങളുടെ സമൃദ്ധി. ഇതിനിടയിൽ മനുഷ്യനെന്ന ചെറുജീവിയുടെ ഇടം എവിടെയാണ്.

താഴ്വാരങ്ങൾ എപ്പോഴും ഉത്ഭവകേന്ദ്രങ്ങളും സാന്ത്വനതീരങ്ങളും അഭയസങ്കേതങ്ങളുമാണ്. അതുവഴി ആശ്വാസകരവും ആഴവും പരപ്പുമുണ്ടതിന്. ആഴങ്ങളിൽനിന്നെല്ലാം ഉരുവം കൊള്ളുന്നു. മനുഷ്യജന്മം തന്നെ താഴ്വാരങ്ങളിൽ ജീവിച്ചുതീർത്തതാണ്. കുന്നുകളെ കീഴടക്കിക്കൊണ്ട് മുന്നേറുക. അതായിരുന്നു അവന്റെ നിയോഗം.

ഇവിടെ ചെറുകുന്നുകളുടെ നിരയാണ് വാസുവിനെ അതിശയിപ്പിക്കുന്നത്. നോക്കെത്താത്തിടത്തോളം അവ എഴുന്നുനില്ക്കുന്നു. ലോകം മുഴുവൻ കുന്നുകളെന്നേ തോന്നൂ. അവ ആകാശത്തിന്റെ അതിരുകളിലേക്ക് പരക്കുന്ന കാഴ്ചകണ്ടാൽ.

“കുന്നുകൾ ഓരോ ദിവസവും ഇല്ലാതാവുകയും ഉത്ഭവിക്കുകയും ചെയ്യുന്നു. അത് കാറ്റിന്റെ കരുത്തും ലീലയുമാണ്. ഇവിടെപ്പക്ഷേ, മനുഷ്യനും.”

“അതെങ്ങനെ.”

കുന്നുകളില്ലാതാവുന്നതെങ്ങനെയെന്ന് വാസുവിന് മനസ്സിലായില്ല.

"അതുണ്ട്. വരൂ."

അവർ കൂറെക്കൂടി നടന്ന് ഏതാനും കുന്നുകൾകൂടി കയറിയിറങ്ങി. ഒരിറക്കത്തിന്റെ ആവേഗത്തിൽ വാസുവിന് ശ്വാസംമുട്ടുന്നതുപോലെ തോന്നി. വായുവിന് കനം കുറവ്. ഒരസ്വാസ്ഥ്യം. കുന്നുകളുടെ ഇടക്കെട്ടുകളിൽ വായു അറകൾ അനക്കമില്ലാതെ കിടന്നു. തർലോചന്റെ കൈപിടിച്ച് ഇറക്കമിറങ്ങി എത്തിയത് നീണ്ടുവരുന്ന മണൽപാതയിൽ. മണലിളക്കി മറിച്ചുകൊണ്ട് ചില വാഹനങ്ങൾ നീങ്ങുന്നതു കാണാം. മണൽപാത മുറിച്ചുകടന്ന് കുറേകൂടി മുന്നോട്ടെത്തിയപ്പോൾ കുന്നുകളില്ല. സമതലം. നിരപ്പായ ഭൂമി അതിരുകളില്ലാതെ നീണ്ടു മലർന്നു കിടക്കുന്നു. പശിമയില്ലാത്ത നേർത്ത മണൽപ്പൊടികൾ ഓരോ കാൽവെപ്പിലും ഉയർന്നു പാറിക്കളിച്ചു.

ഇവിടെയൊക്കെയും കുന്നുകളായിരുന്നു. അവ തിന്നുതീർക്കുന്ന ഭീമന്മാരുണ്ട് നമുക്ക്.

"മനസ്സിലായില്ല."

"വരൂ, നടക്കാം."

മിഴിച്ചു നില്ക്കുമ്പോൾ തർലോചൻ ഓർമ്മിപ്പിച്ചു.

വെളിച്ചത്തിന്റെ ചുവപ്പുരാശിയിൽ മണൽപ്പരപ്പ് കിടന്ന് തിളങ്ങി. ഏറെദൂരം നടന്നുകാണണം. കാൽമുട്ട് വേദനിക്കാൻ തുടങ്ങിയിരുന്നു. അതാ അവിടെ. തർലോചൻ വിരൽചൂണ്ടി.

രണ്ടാൾക്കുയരം വരുന്ന കൂറ്റൻ ചക്രങ്ങളിൽ ഭീകര രൂപംപൂണ്ട് സങ്കടങ്ങൾ കണക്കെ അവ കിടന്നിരുന്നു.

24 ഭീമന്മാർ അവിടെ വിശ്രമിച്ചിരുന്നു.

12 ചെറുഭീമ ശിശുക്കൾ അതിനപ്പുറവും.

"ഇതാണ് സ്ക്രാപ്പർ." തർലോചൻ വിവരിച്ചു.

നാല് കൂറ്റൻ ചക്രങ്ങളിൽ മദ്ധ്യഭാഗത്തെ വലിയ ഉടലോടെ അവ കിടന്നു. ഉടലിനടിവശം വലിയ വയറാണ്. മുന്നോട്ടു കുതിക്കുമ്പോൾ ഒരു നിശ്ചിത തലത്തിന് മുകളിലേക്കുയർന്നു നില്ക്കുന്ന മണൽ അപ്പാടെ ചെത്തിയെടുത്ത് വലിയ വയറ്റിൽ നിറയ്ക്കുന്നു. ആവശ്യമായ താഴ്ന്ന പ്രദേശങ്ങളിൽ അവയിട്ടു നികത്തുന്നു. കുന്നുകളെ ചെത്തിയെടുക്കുക. കുഴികളിലിട്ടു നിരത്തുക. നിറയുംപോലെ ഒഴിയുകയും ഒഴിയുംപോലെ നിറയുകയും ചെയ്യുന്ന അതിന്റെ ഭീമാകാരമായ ഉദരം നോക്കി വാസു അത്ഭുതപ്പെട്ടു നിന്നു. അങ്ങനെയുള്ള 24 സ്ക്രാപ്പുകളെക്കൊണ്ട് ഒരു പ്രദേശം നിറഞ്ഞുകിടന്നു. ഇത് പ്രവർത്തിപ്പിക്കുന്നവരെല്ലാം തന്നെ സർദാർജിമാരാണെന്ന് തെല്ലൊരഭിമാനത്തോടെയാണ് തർലോചൻ പറഞ്ഞത്. അവർക്കല്ലാതെ ഇതിനെ മെരുക്കിയെടുത്ത് പ്രവർത്തിപ്പിക്കാൻ മറ്റാർക്കുമാവില്ല.

വയലുകളിൽ ട്രാക്ടറുകളിറക്കി പണിയെടുക്കുന്ന സർദാർജിമാരുടെ ഇന്ത്യൻ ചിത്രം വാസുവിന്റെ മനസ്സിലൂടെ മിന്നിമാഞ്ഞു.

തർലോചൻ സ്ക്രാപ്പുകളുടെ അടുത്തേക്ക് വാസുവിനെ നയിച്ചു. അടുത്തുചെല്ലുമ്പോഴാണ് അതിന്റെ വലുപ്പം തികച്ചും ബോദ്ധ്യപ്പെടുന്നത്. ഒരു പടുകൂറ്റൻ യന്ത്രഭീമൻ. വാസു അതിന്റെ ചക്രത്തോട് ചേർന്നുനിന്നു. ടയറിന്റെ മദ്ധ്യത്തിലേക്കുപോലും വാസുവിന്റെ ഉയരമെത്തുന്നില്ല. അവ പ്രവർത്തിപ്പിക്കുന്നതു കാണാൻ വാസുവിന് ആഗ്രഹം ജനിച്ചു.

"സൈറ്റ് കാണാൻ കിടക്കുന്നതല്ലേയുള്ളു. അപ്പോഴാവാം." തർലോചൻ നടന്നു.

"നേരം ഇരുട്ടുകയാണ്. തിരിച്ചുപോകാം."

അകലെ മണൽത്തിട്ടകളിലും കുന്നിൻ ശിരസ്സുകളിലും വെളിച്ചം പിടഞ്ഞു തുടങ്ങിയിരുന്നു. മാനം ചുവന്നുകിടന്നു. വായുവിന്റെ അറകൾ നിശ്ചലമായിത്തന്നെ കുന്നുകൾക്കിടയിൽ നിലകൊണ്ടു. ശബ്ദപ്രപഞ്ചം പൂജ്യത്തിലേക്ക് ചുരുങ്ങി.

വാസുവിന് അത്ഭുതവും അസ്വാസ്ഥ്യവും ഒരേസമയം അനുഭവപ്പെട്ടു. ഇത്ര വലിയ ആകാശം ഒന്നിച്ചിങ്ങനെ ചുവന്നുകിടക്കുന്നത് മുൻപൊരിക്കലും കണ്ടിട്ടില്ല. കമിഴ്ന്നുകിടക്കുന്ന വലിയൊരു ചെമ്പുതളിക. അതിനു താഴെ വെറും നിസ്സാരനായ മനുഷ്യൻ മണൽക്കാട്ടിൽ നടന്നു നീങ്ങുന്നു.

വാസു കടലുകൾക്കപ്പുറത്ത് ആയിരക്കണക്കിന് കാതങ്ങളകലെ കിടക്കുന്ന തന്റെ നാടിനെയും വീടിനെയും ഓർത്തു. അയാൾക്ക് എന്തെന്നില്ലാത്ത ഗൃഹാതുരത്വമനുഭവപ്പെട്ടു.

തിരിച്ചു നടക്കുമ്പോൾ നിഴൽ പാമ്പുകൾ അവരോടൊപ്പം നേർത്ത വെളിച്ചത്തിൽ കുന്നുകയറി. ഓരോ കുന്നുകൾക്കും ഓരോരോ നിറങ്ങൾ കൈവന്നിരുന്നു. ഇടനിലങ്ങളിലേക്കുള്ള ഇറക്കങ്ങളിൽ വാസു തർലോചന്റെ കൈപിടിച്ചു. അവിടം ഇരുട്ട് ഉറയാൻ തുടങ്ങിയിരുന്നു. ആകാശം ഏതാണ്ട് അപ്രത്യക്ഷമായിരുന്നു. ദിക്കുകളില്ലാതായി. വഴികളും.

"താവളങ്ങളും കൂടാരങ്ങളും എവിടെയാണ്."

വാസു നിന്നു.

"ഹോ, നിനക്ക് ദിക്കും പാതയും നഷ്ടപ്പെട്ടോ. നടക്കാൻ പോലും അറിയാതായോ."

തർലോചൻ തിരിഞ്ഞുനിന്നു.

"അതങ്ങനെയാണ്. പകൽ മറയുന്നതോടെ എല്ലാം മായ്ച്ചുകളയും. വെറുതെയാണ്. എല്ലാം അവിടുണ്ട്. ആകാശവും ഭൂമിയും ഒന്നാകുമ്പോൾ ഒന്നിനെക്കുറിച്ചും അറിയാതാവുന്നു. ആകാശത്തിന് എപ്പോഴും വലുപ്പം കൂടും. മണ്ണ് മൃതമായിത്തന്നെ കിടക്കും. മണ്ണിനെത്തിപ്പിടിക്കാനാവില്ല. എന്നിട്ടും നമ്മൾ ഓടിക്കളിക്കുന്നു. കളിച്ചേ മതിയാവൂ. കളി ഒരു രസമാണ്."

"നീ ആള് കൊള്ളാമല്ലോ. തത്ത്വചിന്തയും നിനക്ക് വഴങ്ങും."

ഏയ് അങ്ങനെയല്ല. കടുത്ത അനുഭവങ്ങൾ തത്ത്വചിന്തകളെ നട്ടു

വളർത്തുകയാണ്.

"തർലോചൻ, നീയെന്നെ വല്ലാതെ അത്ഭുതപ്പെടുത്തുന്നു."

"ഒരു നിസ്സാരൻ നിന്റെ അത്ഭുതത്തിന് കാരണമാകുന്നെന്നോ. വെറുതെ."

"അല്ല. സത്യം."

തർലോചൻ ഒന്നും മിണ്ടിയില്ല. അറിയാതെ നടന്നുകയറുകയായിരുന്നു.

വെളിച്ചത്തിന്റെ ഒഴുക്കുത്തിലേക്ക് വാസു കണ്ണുതുറന്നു.

"നമ്മളിതെവിടെയാണ്." വാസു അത്ഭുതപ്പെട്ടു.

സമൃദ്ധമായ വെളിച്ചം. അവിടവിടെ പ്രീഫാബിന്റെ പാർപ്പിടങ്ങൾ. ചെറുതും മനോഹരവുമായ വീടുകൾ. ചെറു മുറ്റങ്ങൾ. അതിരുപാകിയ കൈവഴികൾ. ഓരോ വീട്ടുമുറ്റത്തും ജീപ്പുകളോ ഉയരം കൂടിയ കാറുകളോ കാണാം. ഇടയ്ക്കിടെ ചെടികളുടെ കൊച്ചു തുരുത്തുകൾ ചിട്ടയോടെ വെട്ടി നിർത്തിയിരിക്കുന്നു. മയിലാഞ്ചിച്ചെടി പോലൊന്ന്. പട്ടണത്തിലെ പാർക്കിലാണിങ്ങനെ കരവെച്ചിരിക്കുന്നത് കണ്ടിട്ടുള്ളത്. ഇതെവിടെയാണ്. വാസുവിന് തന്റെ ഉൽക്കണ്ഠ ഒതുക്കാനായില്ല.

"ഇതാണ് ഇവിടത്തെ സീനിയർ സ്റ്റാഫ് ക്വാർട്ടേഴ്സ്. വെള്ളക്കാരൊക്കെ ഇവിടെയാണ് താമസം." അതൊരു പുതിയ വെളിച്ചമായിരുന്നു.

"നമ്മളാരും ഇങ്ങോട്ടു വരില്ല അഥവാ വരാൻ പാടില്ല. നിനക്ക് കാണാൻവേണ്ടി മാത്രം ഇങ്ങോട്ട് കയറിപ്പോന്നതാണ്. ഇനി ഇറങ്ങി നടക്കാം."

അവർ ഉടനെ താഴോട്ടിറങ്ങി.

"നമുക്കിനിയും നടക്കാനുണ്ട്."

ഇറക്കത്തിലേക്ക് നീങ്ങുന്നതോടെ വെളിച്ചത്തിന്റെ കുത്തൊഴുക്ക് നിലച്ചിരുന്നു. കനംകുറഞ്ഞ ഇരുട്ടിന്റെ പുറം വെളിച്ചത്തിൽ താഴോട്ടിറങ്ങി. ഏതോ ചെറുജീവികൾ ഇടയ്ക്കിടെ ഒച്ചവെച്ചിരുന്നു. ചീവിടുകളല്ല, മറ്റെന്തോ. ഈ കടുത്ത മരുഭൂമിയിലും ചെറു ജീവികൾ പുലരുന്നു.

ഇറക്കമവസാനിച്ച് ക്യാമ്പിലെത്തി. കൂടാരങ്ങളെല്ലാം മഞ്ഞിന്റെ പുകയിലൊളിച്ചിരുന്നു. ഏതാനും വിളക്കുകാലുകളിൽ വെളിച്ചം നിന്നുപുകഞ്ഞു.

ശുഭരാത്രി നേർന്നുകൊണ്ട് തർലോചൻ തന്റെ കൂടാരത്തിലേക്ക് നീങ്ങി.

പതിനാറിൽ വിളക്കണച്ചിരുന്നില്ല. കൂട്ടുകാരൻ നല്ല ഉറക്കത്തിലും. വിളക്കണച്ച് കിടന്നു. വാസുവിന് ഇപ്പോഴാണ് തണുപ്പനുഭവപ്പെട്ടത്. കരിമ്പടത്തിനുള്ളിലേക്ക് നൂണ്ട് കയറിക്കിടന്നു. തണുപ്പിന്റെ സൂചികുത്തുകളെ പ്രതിരോധിക്കാൻ കരിമ്പടം പോരെന്നുതോന്നി. ഒരു ശിശുവിനെപ്പോലെ ചുരുണ്ടുകൂടിക്കിടക്കുമ്പോൾ പിന്നിട്ട നടവഴികൾ തെളിഞ്ഞുവന്നു. നാടും വീടുമൊക്കെ ചിത്രങ്ങളായി ഓടിമറഞ്ഞ് അവസാനം ചെന്നെത്തി നിന്നത് വീണ്ടും സായാഹ്നനടത്തത്തിലേക്കു തന്നെ. തർലോ

ചൻ കാണിച്ചുതന്ന മരുഭൂവിന്റെ മണൽക്കെട്ടുകളും ഊഷരഭൂമികളും ഉളവാക്കുന്ന സംഭ്രമം. തിരിച്ചു നടക്കുമ്പോൾ ചെന്നുകയറിയ മേൽ ത്തട്ടും അടുക്കും ചിട്ടയോടും തീർത്ത മനോഹരമായ വീടുകളും ഉദ്യാ നങ്ങളും പൂക്കളും പിന്നെയും പിന്നെയും നിറചിത്രങ്ങളായി തെളിഞ്ഞു വന്നു. ചിത്രങ്ങളുടെ വൈവിദ്ധ്യം വാസുവിന്റെ ഉറക്കം കെടുത്തുകയാ യിരുന്നു. അതിന്റെ ഹേതുവെന്തെന്നു പോലും മനസ്സിലാവാതെ.

നീണ്ട യാത്രയുടെ അവസാനം ഈ മരുപ്രദേശത്തേക്കെത്തു മ്പോൾ ഇവിടെ കുറെ മണൽക്കുന്നുകൾ മാത്രമേ എതിരേറ്റുള്ളു. പിന്നെ അതിനുള്ളിലെ നൂറുകണക്കിനുവരുന്ന കൂടാരങ്ങളുണ്ടെന്നറിഞ്ഞു. പണിസ്ഥലങ്ങളുണ്ടെന്നറിഞ്ഞു. കുന്നുകളിടിച്ചു നിരത്തുന്നതും ഭൂമിയെ നിരപ്പാക്കിയെടുക്കുന്നതും കണ്ടു. ചപ്പാത്തിയും വേവിച്ച പരിപ്പും മാത്രം കഴിച്ച് വിശപ്പടക്കി പകലന്തി പണിയെടുക്കുന്നവരിലേക്ക് ഒരാളായി ചേർന്നു. പക്ഷേ, ഇവിടെ ഒരു മേൽത്തട്ടുണ്ടെന്നും അവിടെ ഏതാനും പേർ എല്ലാവിധ സുഖസൗകര്യങ്ങളുമനുഭവിച്ച് ജീവിക്കുന്നു എന്നതും പുതിയ അറിവുതന്നെയായിരുന്നു. ഒപ്പം അത്ഭുതവും. ഇതിൽ അത്ഭുത പ്പെടാനെന്തിരിക്കുന്നു. ഇതൊക്കെ എത്രയോ സ്വാഭാവികമാണ് എന്ന മട്ടിൽ തർലോചൻ ഇതേക്കുറിച്ചൊക്കെ പറഞ്ഞുപോയത് വാസുവിന് ഉൾക്കൊള്ളാനായില്ല.

"നയിക്കുന്നവരും നയിക്കപ്പെടുന്നവരും കഷ്ടപ്പെടുന്നവരും സുഖ മനുഭവിക്കുന്നവരും എവിടെയുമുണ്ട്, എന്നുമുണ്ട്. അതുവഴിയേ ലോകം നിലനില്ക്കുന്നുള്ളൂ. അതിലെന്തിത്ര അത്ഭുതം." കുന്നിറങ്ങുമ്പോൾ തർലോചൻ പറയുന്നുണ്ടായിരുന്നു. പക്ഷേ, എവിടെയോ എന്തോ അലി യാതെ കിടന്നിരുന്നു. അതെന്തെന്നോർത്ത് ആ കൊടുംതണുപ്പിലും വാസുവിന് ഉറക്കം നഷ്ടപ്പെട്ടു.

റേയ്ഞ്ചുറോവർ.

ഒരു മുരൾച്ചയോടെ വർക്ക്ഷോപ്പുകളുടെ മുന്നിൽ വണ്ടിവന്നുനിന്നു. സാമാന്യം ഉയരമുള്ള കാർ. അതിന്റെ ചക്രങ്ങൾക്ക് അസാധാരണമായ വീതി. കുന്നുകൾ കയറിയിറങ്ങാനാവും. എല്ലാ കണ്ണുകളും ഭീതിയോടെ അതിനെനോക്കി ക്ഷണത്തിൽ സ്വന്തം ജോലിയിലേക്ക് തിരിഞ്ഞു.

വെൽഡിങ് വർക്ക്ഷോപ്പിൽ സംസാരിച്ചുകൊണ്ടിരുന്ന വാസുവി നോട് വിശ്വനാഥൻ തിടുക്കത്തിൽ പറഞ്ഞു. "പൊയ്ക്കൊള്ളൂ. ദാ, അയാൾ വരുന്നുണ്ട്."

വിശ്വനാഥന്റെ മുഖത്ത് ഒരപകടസൂചന നുരയിട്ടു. വണ്ടി വന്നു നിന്നത് വാസുവും ശ്രദ്ധിച്ചിരുന്നു. വണ്ടിയിൽ നിന്നും ഒരു വെള്ളക്കാ രൻ ഇറങ്ങി നേരെ വന്നത് വെൽഡിങ് വർക്ക്ഷോപ്പിലേക്കാണ്. വാസു തിരിഞ്ഞുനടക്കും മുൻപേ അയാൾ അടുത്തെത്തിയിരുന്നു.

"ജോബെവിടെ?"

അയാളുടെ ഉച്ചത്തിലുള്ള അന്വേഷണമുണ്ടായി. വർക്ക്ഷോപ്പിനു ള്ളിൽ നിന്ന് ജോബ് പുറത്തുവന്നു. വാസു തന്റെ വർക്ക്ഷോപ്പിലേക്ക്

തിരിച്ചെത്തിയപ്പോൾ ജോബും വെള്ളക്കാരനും ദൂരെനിന്നു സംസാരിക്കുന്നതുകണ്ടു. നിമിഷങ്ങൾക്കുള്ളിൽ റെയ്ഞ്ചുറോവർ തിരിച്ചുപോയി. വണ്ടിക്കുപിന്നിൽ ധൃതിയിൽ എന്തോ പറഞ്ഞുകൊണ്ട് ജോബ് ഓടുന്നുണ്ടായിരുന്നു.

"അതാരാ." വാസു തർലോചനോടന്വേഷിച്ചു.

"ആൻഡ്രൂയങ്. ഇവിടുത്തെ വലിയവൻ മാൽക്കം ക്ലാവലിന്റെ വലംകൈ."

താഴെ മണൽപ്പാതയിൽ ഓടിമറയുന്ന റെയ്ഞ്ച് റോവർ നോക്കി ഇരുവരും നിന്നു.

"അതുപോട്ടെ. നീയെവിടെ പോയിരുന്നു." തർലോചൻ അന്വേഷിച്ചു.

"വിശ്വനാഥൻ കാണണമെന്നു പറഞ്ഞിരുന്നു."

"അയാൾ വന്നപ്പോൾ നീയവിടെ ഉണ്ടായിരുന്നോ."

"ഉണ്ടായിരുന്നു. എന്തെ."

"ഒന്നുമില്ല ചോദിച്ചെന്നേയുള്ളു."

കാതടപ്പിച്ചു കൊണ്ടുള്ള വെൽഡിങ്ങിന്റെ ശബ്ദം അപ്പുറത്തുനിന്നു വന്നുകൊണ്ടിരുന്നു. വാസു തന്റെ ജോലിയിൽ വ്യാപൃതനായി.

തൊഴിലിടത്തെ ചിട്ടകൾ, ക്രമങ്ങൾ, ചട്ടങ്ങൾ, അരുതുകൾ ഇവയൊക്കെ വാസു സാവധാനം സ്വായത്തമാക്കി വരുന്നതേയുള്ളൂ. ഭാഷകളുടെ അതിർവരമ്പുകൾ അയാളെ ആദ്യാദ്യം വല്ലാതെ വിഷമിപ്പിച്ചിരുന്നു. കീഴ്പ്പെടാതെനിന്ന ചിലതൊക്കെ അയാളിപ്പോൾ വശത്താക്കികഴിഞ്ഞു. ആരുമായും സംവദിക്കാൻ ഒരുവിധം കഴിയുന്നുണ്ട്. ഒരു സ്റ്റീൽ ഫിക്സർക്ക് ഇത്രയൊന്നും ആവശ്യമില്ല. എങ്കിലും അയാൾ മറ്റു തൊഴിൽശാലകളും അവിടുത്തെ തൊഴിലാളികളുമായി ഒരാത്മബന്ധത്തിന് ശ്രമം നടത്തിയിരുന്നു.

"എന്താ നാട്ടുകാരാ. എങ്ങനെയുണ്ട്."

ഈ അന്വേഷണം വാസുവിന്റെ മാസ്റ്റർപീസാണ്. തർലോചനെ കൂട്ടി ഓരോ ക്യാമ്പുകളും കയറിയിറങ്ങി ഓരോ ടെന്റുകളും സന്ദർശിച്ച് അയാൾ ആളുകളുമായി സമ്പർക്കം പുലർത്തിവന്നു. വിട്ടുപോന്ന ദേശങ്ങളെക്കുറിച്ച് അവരുമായി വർത്തമാനം പറഞ്ഞു.

ഇപ്പോൾ കമ്പനിയുടെ ഒരു സിംബലായി റേയ്ഞ്ച് റോവർ മനസ്സിൽ സ്ഥാനംപിടിച്ചു. ഏറ്റവും വലിയവന്റെ വലംകൈയായ ആ വെള്ളക്കാരന് എന്തിനും അത്രതന്നെ അധികാരങ്ങളും കാണുമല്ലോ എന്നയാൾ സാവധാനം മനസ്സിലാക്കി.

"ഇടിവണ്ടീന്നാ ആളോള് വിളിക്ക്യാ." തൊട്ടടുത്ത് പണിയെടുത്തിരുന്ന കുഞ്ഞികണ്ണൻ പറഞ്ഞു.

"അതെന്താ."

"അതങ്ങനെയാണ്."

അപ്പോഴേക്കും വിശ്വനാഥൻ ഓടിവന്നു. അയാൾ കിതയ്ക്കുന്നുണ്ടായിരുന്നു.

"എന്റെ വാസൂ, നീയിനി അങ്ങോട്ടൊന്നും വരണ്ടട്ടോ."

"എന്തു പറ്റി. എന്തുണ്ടായി."

"ജോബ് തിരിച്ചുവന്നു. ആൻഡ്രൂയങ് അയാൾക്ക് താക്കീത് കൊടുത്തത്രെ. ആളുകൾ തമ്മിൽ തമ്മിൽ സംസാരിച്ചുനില്ക്കുന്നു. അയാൾ അതൊന്നും ശ്രദ്ധിക്കുന്നില്ലെന്ന്. നമ്മളെക്കുറിച്ചായിരിക്കും സൂചിപ്പിച്ചത്. അയാൾ വന്നപ്പോൾ നമ്മളായിരുന്നല്ലോ അവിടെ നിന്നിരുന്നത്. ജോബ് എന്റെ നേരെയാണ് കയർക്കുന്നത്.."

വിശ്വനാഥൻ ഇത്രയും പറഞ്ഞ് ഉടനെ തിരിച്ചുപോയി. അയാളുടെ മുഖത്ത് വല്ലാത്ത വേവലാതിയുണ്ട്. വാസുവിന് ഒന്നും പറയാനായില്ല. സ്തംഭിച്ചിരുന്നു. ഒരിക്കലും വിചാരിക്കാത്ത കാര്യമാണ്. തീർച്ചയായും ഇത്തരം കാര്യങ്ങൾക്ക് ജോബ് ആയിരിക്കും ഉത്തരം പറയേണ്ടിവരിക. അയാൾക്ക് എല്ലാ വർക്ക്ഷോപ്പുകളുടെയും ചാർജ് ഉള്ളതാണ്. സമയം പരമാവധി ഉപയോഗപ്പെടുത്തി കഴിയുന്നത്ര പണിയെടുപ്പിച്ച് ഉല്പാദനം വർദ്ധിപ്പിക്കുക എന്നതാണ് ഓരോ ഫോർമാന്മാരും ചെയ്യേണ്ടത്. പരീക്ഷണമാണ് ഓരോ ദിവസവും. കൂടുതൽ കൂടുതൽ ഉല്പാദിപ്പിക്കുന്നതിനാവശ്യമായ എന്തും സ്വീകരിക്കുക. അപ്പോൾ ആളുകൾ സംസാരിച്ചുനിന്ന് സമയം കളയുന്നത് പൊറുക്കാനാവില്ല. ചോദ്യം ചെയ്യപ്പെടുക എല്ലാ ഫോർമാന്മാരുടെയും ചുമതലയുള്ള ജോബിനെയായിരിക്കും. അയാൾ തിരിച്ചുവന്ന് ഒച്ചവെച്ചുകാണും. അതാണ് വിശ്വനാഥന്റെ സ്വരത്തിൽ നിഴലിച്ചത്. ഓരോരുത്തർക്കും അവരവരുടെ സുരക്ഷിതത്വം വലുത് തന്നെ.

വാസുവിന് അങ്ങേയറ്റം കുറ്റബോധമുണ്ടായി. താൻമൂലം ഇങ്ങനെയൊരു ബുദ്ധിമുട്ടുണ്ടായല്ലോ. "ആളുകൾ സംസാരിച്ച് സമയം കളയുന്നത് നീ കാണുന്നില്ലേ." ആൻഡ്രൂയങ് അങ്ങനെ ചോദിച്ചുകാണും. ജോബിന് ഉത്തരമുണ്ടാവില്ല.

"എന്തുണ്ടായി?" തർലോചൻ അടുത്തുവന്ന് അന്വേഷിച്ചു.

"ഒന്നുല്യ. ഞാനൊന്ന് വിശ്വനാഥനെ കാണാൻ പോയതാ."

"എന്നിട്ട്?"

"റേയ്ഞ്ച് റോവർ പെട്ടെന്ന് വന്നതറിഞ്ഞില്ല."

"നീയെന്തിനാ അവിടെ പോയത്?"

വാസുവിന് എന്തുപറയണമെന്ന് അറിയില്ലായിരുന്നു.

"അയാൾ ഒരു കടിപ്പട്ടിയാണ്. ആരെയൊക്കെ കടിക്കുമെന്ന് പറയാൻ വയ്യ. സൈറ്റിൽ ഈ റെയ്ഞ്ച് റോവർ പാഞ്ഞുപോകുന്നത് കാണാൻ കഴിയും. സൂക്ഷിക്കണം." തർലോചൻ തന്റെ ജോലിയിലേക്ക് തിരിഞ്ഞു.

പാവം വിശ്വനാഥൻ. കിട്ടിയതിന്റെ പത്തിരട്ടി ജോബ് അയാളിലേക്ക് ചൊരിഞ്ഞിരിക്കും. ഇതിനെല്ലാം കാരണക്കാരൻ താനാണല്ലോ എന്നോർത്ത് വാസുവിന് കടുത്ത കുണ്ഠിതമുണ്ടായി. വാസു ധർമ്മസങ്കടത്തിലായി. എന്തുപറയണമെന്നോ ചെയ്യണമെന്നോ അറിയില്ലായിരുന്നു.

അയാൾ ജോലിയിലേക്ക് മടങ്ങിയെങ്കിലും അതിൽ വേണ്ടത്ര ശ്രദ്ധ കേന്ദ്രീകരിക്കാൻ കഴിഞ്ഞില്ല. ഡ്രോവിങ് നോക്കി അളവുകൾ കണക്കാക്കിയെങ്കിലും അതിന്റെ കൃത്യതയെക്കുറിച്ച് ആദ്യമായി സംശയം തോന്നി. രണ്ടും മൂന്നും തവണ ഡ്രോവിങ് നോക്കുകയും അളവുകളുടെ കൃത്യത ഉറപ്പാക്കുകയും ചെയ്യേണ്ടിവരുന്നത് ഇതാദ്യമാണ്. മുൻപൊരിക്കലും വേണ്ടിവന്നിട്ടില്ല. വാസു എന്തൊക്കെയോ ചെയ്തുകൊണ്ടിരുന്നു. എന്നാൽ ഒന്നിലും ശ്രദ്ധ ഉറച്ചുനിന്നില്ല.

ഗൗരവമുള്ള ഒന്നിനുമായിരുന്നില്ല വാസു വിശ്വനാഥനെ കാണാൻ പോയത്. അല്ലെങ്കിൽ അതെന്തിനായിരുന്നെന്ന് അയാൾക്കു തന്നെ അറിയില്ലായിരുന്നു. ഒരു സന്ധ്യക്ക് മെസ് ഹാളിലെ തിരക്കുകൾക്കിടയിൽ വിശ്വനാഥൻ വാതില്ക്കൽ പ്രത്യക്ഷപ്പെട്ടു. കണ്ടപ്പോൾ അത്ഭുതമായിരുന്നു.

"എന്താ സാർ ഇവിടെ?"

"ഒന്നുമില്ല. ഒരാളെ തിരക്കി ഇറങ്ങിയതാണ്. കൂട്ടത്തിൽ നിങ്ങളെയും."

"എന്താ കാര്യം സർ."

"നമുക്കൊന്ന് കാണണം. വെറുതെ."

"പ്രത്യകിച്ചെന്തെങ്കിലും."

"ഇല്ല. പിന്നീടെപ്പോഴെങ്കിലും മതി."

ഷോപ്പ് ഫ്ളോറിൽ അകലെനിന്നു കാണാറുണ്ടെങ്കിലും അടുത്തിടപഴകാൻ അവസരമുണ്ടായിട്ടില്ല. എന്തിനാവും വിശ്വനാഥൻ കാണണമെന്നു പറയുന്നത്. വാസുവിന് ഉൽക്കണ്ഠയുണ്ടായിരുന്നു. എളുപ്പത്തിൽ വിശ്വനാഥനെ കാണുക ബുദ്ധിമുട്ടാണ്. താമസം ഏഷ്യക്കാർക്കുള്ള സ്റ്റാഫ് ക്വാർട്ടേഴ്സിലാണ്. അത് മറ്റൊരിടത്താണെന്ന് കേട്ടിട്ടുണ്ട്. എങ്കിലും ഇതുവരെ അങ്ങോട്ടൊന്നും പോയിട്ടില്ല. വെള്ളക്കാരുടെ ക്യാമ്പ് കണ്ടപോലെ അവിടവും ഒരിക്കൽ പോയി കാണേണ്ടിയിരിക്കുന്നു. തർലോചനെ കൂട്ടണം. ഉൽക്കണ്ഠകൾ ഉള്ളിലൊതുക്കിയുള്ള ഓരോ വാരാന്ത്യങ്ങളും കടന്നുപോയിരുന്നു. അടുത്ത ദിവസമാണ് ഷോപ്പ് ഫ്ളോറിൽ വിശ്വനാഥനെ കാണാൻ ശ്രമിച്ചത്. എന്തൊരു നാശംപിടിച്ച ദിവസമായി. ഒന്നും നേരെ ചൊവ്വേ ആവുന്നില്ല. ജോലിയിൽ അതീവ്ര ശ്രദ്ധയും ആത്മാർത്ഥതയും പ്രകടിപ്പിക്കുക എന്നത് വാസുവിന്റെ ജീവരക്തത്തിലലിഞ്ഞു ചേർന്നതാണ്. അയാൾ പാലിക്കുകയും ചെയ്യും. പക്ഷേ, ഇപ്പോൾ ഉണ്ടായത് അതൊന്നുമല്ലല്ലോ. ജോലിസമയം മറ്റുള്ളവരുമായി സൊള്ളി സമയം കളയുന്നു എന്നാണല്ലോ ഏവരും മനസ്സിലാക്കുക. അത് തന്റെ ഭാഗത്തുനിന്നുണ്ടായ വലിയൊരു വീഴ്ച തന്നെയാണെന്ന് അയാൾക്ക് ബോദ്ധ്യമായി. ഇനിയിതിന്റെ പേരിലുണ്ടാവാനിരിക്കുന്ന ഭവിഷ്യത്തുകളെന്താവുമെന്നോർത്ത് അയാൾ ഭയന്നു.

"ഹേ മനുഷ്യാ, എന്താണിത്ര ആലോചിക്കാൻ."

തർലോചൻ ജോലിക്കിടയിൽ വിളിച്ചു ചോദിച്ചു.

വാസു എന്തോ പറഞ്ഞെങ്കിലും അപ്പുറത്തെ വെൽഡിങ് ഷോപ്പിലെ ശബ്ദത്തിനിടയിൽ അത് മുങ്ങിപ്പോയിരുന്നു. തർലോചൻ വാസുവിനടുത്തേക്കു ചെന്ന് സാന്ത്വനിപ്പിക്കുംവിധം ചുമലിൽത്തട്ടി പറഞ്ഞു.

"നോക്കൂ, ഇതെപ്പോഴും അങ്ങനെയാണ്. കൊച്ചുകൊച്ചുകാര്യങ്ങൾ. അത് നമ്മളെ വിഴുങ്ങാൻ അനുവദിക്കരുത്."

"ആദ്യായിട്ടാണിങ്ങനെ."

"ഇതൊക്കെ സ്വാഭാവികമാണ് - നീ പണിതീർക്കാൻ നോക്ക്. നമുക്കിന്ന് മേടയിൽ പോകണം."

"മേടയിലോ?"

"ആ... അതൊക്കെയുണ്ട്."

തർലോചൻ പിന്നൊന്നും പറയാതെ തിരിച്ചുനടന്നു.

വാസുവിന് ആശ്വാസം തോന്നി. പരിചിതമല്ലാത്ത അന്തരീക്ഷം. ഇനിയിതൊക്കെ സാവധാനം ഉൾക്കൊള്ളേണ്ടിയിരിക്കുന്നു. തർലോചൻ പറഞ്ഞതിലും കാര്യമുണ്ട്. കൊച്ചുകൊച്ചു കാര്യങ്ങൾ. അവ പക്ഷേ, എത്ര വലുതായിട്ടാണ് തന്റെ മുന്നിൽ നില്ക്കുന്നത്. എത്രകണ്ട് ഞെരുക്കം സൃഷ്ടിക്കുന്നു. അവ ചെറുതായി വരണം. അല്ലെങ്കിൽ ചെറുകാര്യങ്ങളായി കാണാനാവണം. എങ്കിലേ വലിയ പ്രശ്നങ്ങൾ അഭിമുഖീകരിക്കാനാവൂ.

ആകാശം തെളിയുന്നു

സൈക്കിൾ അപൂർവ്വമായിത്തുടങ്ങിയ ഒരു കാലം വന്നു. കയറാനും ചവിട്ടി നീങ്ങാനും ആർക്കും വയ്യ. അതൊരാർഭാടമായിരുന്ന കാലമൊക്കെ, പൊയ്പ്പോയി. റാലി സൈക്കിളിന്റെ ഗാംഭീര്യം മങ്ങി നിറംകെട്ടു. പ്രായമായ അപൂർവ്വം ചിലരെങ്കിലും സൈക്കിൾ സവാരി മറന്നിട്ടില്ലെങ്കിലും ആർക്കും മതിപ്പില്ല. ചെറുപ്പക്കാർ ഭടഭട പൊട്ടിച്ചുകൊണ്ട് ബൈക്കിൽ പായാൻ തുടങ്ങിയത് ഗ്രാമം അത്ഭുതാഭിമാനത്തോടെ നോക്കിനിന്നു. ഇതൊക്കെയാണെങ്കിലും കുഞ്ഞീരി ശിപായിയുടെ പിൻതലമുറക്കാരായി ഇപ്പോഴും പോസ്റ്റ്മാന്മാർ ഓരോ വീട്ടുമുറ്റത്തും എത്തിക്കൊണ്ടിരുന്നു. അവർ സൈക്കിൾ ഉപേക്ഷിച്ചിരുന്നില്ല. അപൂർവ്വം വീട്ടുമുറ്റങ്ങൾ അയാൾക്കുവേണ്ടി കണ്ണുംനട്ടിരുന്നു. അയാൾ മുൻപെങ്ങുമില്ലാത്തവിധം എവിടെയും സ്വീകാര്യനായി. അച്ഛൻ, അമ്മ, ഭാര്യ, മക്കൾ ഇവരൊക്ക അയാളുടെ സൈക്കിൾ ബെല്ലടി കേട്ടാൽ മുറ്റത്തേക്കിറങ്ങി ആകാംക്ഷയോടെ നോക്കും. സന്ദേശവാഹകർക്ക് ചരിത്രത്തിലെന്നും സ്ഥാനമുണ്ടായിരുന്നല്ലോ. ഇയാൾ കടലിനക്കരെ പോയി നേരിട്ട് സന്ദേശങ്ങൾ വാങ്ങി വരുന്നെന്നുപോലും ചില പഴമക്കാർ വിശ്വസിച്ചിരുന്നു. ആദ്യകാലങ്ങളിൽ വെറും കത്തുകളായിരുന്നു അധികവും. പിന്നെപ്പിന്നെ അതിനുള്ളിൽ ഡ്രാഫ്റ്റുകളും അടക്കം ചെയ്തുവരാൻ തുടങ്ങി. അങ്ങനെയൊന്നുണ്ടായാല്പിന്നെ അത് അഭിമാനത്തോടെ കൈപ്പറ്റുകയായി. മണിയോർഡർ കൊണ്ടുവരുന്ന ശിപായിക്ക് ചായക്കാശ് കൊടുത്തിരുന്ന പതിവുവിട്ട് കത്തുകൊണ്ടുവരുമ്പോഴും അങ്ങനെ ഒന്ന് കിട്ടിത്തുടങ്ങിയതോടെ ശിപായിമാരുടെ ഉത്സാഹവും വർദ്ധിച്ചു. അങ്ങനെ കാത്തിരിപ്പിന്റെ തീരാനാളുകൾക്കൊടുവിൽ കമലയ്ക്കും കത്തിനുള്ളിൽ ഒരു ഡ്രാഫ്റ്റ് കിട്ടി. അജ്ഞാതനായ ഒരാൾ

മുൻപൊരിക്കൽ വന്ന് പണം കൊടുത്ത് പോയതിനുശേഷം വാസുവിന്റെ വിവരങ്ങളൊന്നും അറിഞ്ഞിരുന്നില്ല. കത്തും കാശും വരാത്ത ഒരിടവേളയ്ക്കുശേഷം വന്നെത്തിയ ഈ ദിവസം കമലയെ വല്ലാതെ ആഹ്ലാദിപ്പിച്ചു. കത്തു വായിച്ചുകഴിയുന്നതോടെ കമലയുടെ കണ്ണുകൾ നിറഞ്ഞു. കുട്ടികൾ ചുറ്റും കൂടിനിന്ന് ഉൽക്കണ്ഠപ്പെട്ടു.

സരസ്വതി കത്ത് വാങ്ങി ഉറക്കെ വായിക്കാൻ തുടങ്ങി. വീട്ടിൽ ഒരുത്സവപ്രതീതി. കത്തിനോടൊപ്പം വെച്ചിരുന്ന ഇളം പച്ചനിറത്തിലുള്ള ചെറിയ കടലാസ്സ് തുണ്ട് കുട്ടികൾ തൊട്ടുനോക്കി. അത് അന്നോളം അനുഭവിക്കാത്ത മണം പരത്തി. ആദ്യാനുഭവം. ഇത് വെറും കടലാസല്ലെന്നും ബാങ്കിലേല്പിച്ചാൽ പണം കിട്ടുമെന്നും കത്തിൽ എഴുതിയിരുന്നു. ബാങ്കിലെത്തിയപ്പോൾ കമലയ്ക്കും സരസ്വതിക്കും മാനേജരുടെ വലിയ സ്വീകരണമായിരുന്നു. സ്വന്തം ക്യാബിനിലേക്ക് വിളിച്ചിരുത്തി കുശലങ്ങൾ അന്വേഷിക്കുകപോലും ചെയ്തു. ഒരാഴ്ചക്കുള്ളിൽ എല്ലാ നടപടിക്രമങ്ങളും പൂർത്തിയാക്കി പണം ലഭ്യമാക്കാമെന്ന് ഉറപ്പു കൊടുക്കുകയും ചെയ്തു. ബാങ്കിൽനിന്നും ഇറങ്ങി വരുമ്പോൾ കമലയുടെ മുഖം വിടർന്നിരുന്നു. പലരും തങ്ങളെ ശ്രദ്ധിക്കുന്നതായി ഒരു തോന്നലുണ്ടായി. സമൂഹത്തിൽ തനിക്കും ഒരിടം കിട്ടുകയാണെന്നും കമല വിചാരിച്ചു. വഴിയിൽ കണ്ടവരൊക്കെ കമലയോടും മകളോടും കുശലാന്വേഷണം നടത്തി. മുൻപൊക്കെ കണ്ടാൽ മിണ്ടാതെ പോകുന്നവർ പോലും. മാറ്റത്തിന്റെ ഒരിളംകാറ്റ് തഴുകിത്തലോടി. ഒരു പേർഷ്യക്കാരന്റെ അമ്മയാകുന്നത് എന്തുകൊണ്ടും കൈവന്ന പുണ്യമായി കമല കണക്കാക്കി.

തിരിച്ചെത്തിയപ്പോൾ കമലക്ക് എന്തോ പന്തികേട് തോന്നി. കമല പടിക്കൽത്തന്നെ നിന്നുകൊണ്ട് ഒരു നിമിഷം തന്റെ വീടിനെ നോക്കി. ആദ്യമായാണ് ഈ വീട് കാണുന്നതെന്നു തോന്നി. ഇക്കാലമത്രയും താൻ വീട്ടിലിരുന്ന് പുറത്തേക്ക് നോക്കുകയായിരുന്നു. ഇപ്പോൾ പുറംലോകത്ത് നിന്ന് വീട് നോക്കിക്കാണുകയാണ്. ഇതിനുള്ളിലാണോ താനിത്രയും കാലം കഴിഞ്ഞിരുന്നത് എന്നവൾ വിസ്മയംകൊണ്ടു. ഇതെത്ര ചെറുതായിരിക്കുന്നു. ഒരു ഭാഗത്തേക്ക് ചാഞ്ഞുനില്ക്കുന്ന മേല്ക്കൂര. ആകെക്കൂടി ലജ്ജ തോന്നി. മുൻപൊരിക്കലും കണ്ണാടി നോക്കാത്തവളെപ്പോലെ അവൾ അന്തിച്ചുനിന്നു. വരട്ടെ. അവളുറപ്പിച്ചു.

"എന്താ അമ്മേ ഇങ്ങനെ നിന്നുകളഞ്ഞത്."

"അല്ല മോളെ ഇത്..."

"ഇത് നമ്മുടെ വീടല്ലേ."

"അതല്ല."

"പിന്നെ."

"ഏയ് ഒന്നുല്യ."

ഇത്രയുംകാലം തന്നെ കാത്തുപോന്ന വീട് ഇതായിരുന്നോ. ഇതിനുള്ളിലായിരുന്നോ ഇക്കാലമത്രയും ജീവിച്ചത്. പിന്നെയും കമലയ്ക്ക്

സങ്കടം തീർന്നില്ല.

കമല ചുറ്റുംനോക്കി. പിന്നെ എന്തോ ഉറപ്പിച്ച് വീടിനുള്ളിലേക്ക് കയറിപ്പോയി.

ഒരാഴ്ച എങ്ങനെയാണ് തള്ളി നീക്കിയതെന്ന് കമലയ്ക്ക് മാത്രമേ അറിയൂ. തിടുക്കമായിരുന്നു എന്തിനും ഏതിനും. ബാങ്കിൽ പോയി പണമെടുത്ത് തിരിച്ചുവരുമ്പോൾ വീരാവുമാപ്ലയുടെ പീടികയിൽ കയറി വാങ്ങേണ്ട സാധനങ്ങളെക്കുറിച്ച് മനസ്സിൽ കണക്കുകൂട്ടി. ഒന്നാലോചിച്ചാൽ വീട്ടിലെന്താണുള്ളത്. അത്യാവശ്യം വേണ്ടത് മാത്രം വാങ്ങിക്കാം എന്നോർത്ത് പീടികയിൽ കയറിയ കമല ഒരുപാട് സാധനങ്ങൾ വാങ്ങിക്കൂട്ടി. അവസാനം അവ വീട്ടിലെത്തിക്കാൻ അബുവിനെ വിളിക്കേണ്ടിയും വന്നു. എല്ലാം വാങ്ങിക്കഴിഞ്ഞിട്ടും സരസ്വതി മടിച്ചു നിന്നു. അടുത്ത സ്റ്റേഷനറി കടയിലേക്കായിരുന്നു അവളുടെ നോട്ടം. കമല അവൾക്കായി ഒരു ഡെപ്പി പൗഡറും കൺമഷിയും മണമുള്ള മുടിതൈലവും ഷാമ്പൂവും വാങ്ങിച്ചു. തനിക്കും അതൊക്കെയാവാമെന്ന് കമല മനസ്സിൽ കുറിച്ചിട്ടു.

ഓരോ ആവശ്യങ്ങൾക്കും നേരെ കണ്ണടക്കുകയായിരുന്നു ഇതുവരെ. എത്രയോ ശ്രദ്ധിച്ചായിരുന്നു അവൾ പണം ചെലവാക്കിയിരുന്നത്. കുട്ടികളുടെ ചെറിയ ചെറിയ ആഗ്രഹങ്ങൾപോലും നിവർത്തിച്ചുകൊടുക്കാൻ അവൾക്ക് കഴിയുമായിരുന്നില്ല. രണ്ടറ്റവും കൂട്ടിമുട്ടിക്കാൻ അവൾ പാടുപെട്ടിട്ടുണ്ട്. നാഴിയരിക്കുപകരം ഉരിയരിയിട്ടുവെച്ചു. ഒരു ചേമ്പിൻ താളുപോലും അവൾ വെറുതെ കളഞ്ഞില്ല. വീടിനു ചുറ്റുമുള്ള ഏതാനും തെങ്ങുകളും മൂന്നുമുറി പാടവും മാത്രമാണ് ആധാരം. കാച്ചിലും ചേമ്പും കൊള്ളിയുമൊക്കെ നട്ടും പറിച്ചും നാളുകൾ നീക്കി. കൊയ്ത്തരിവാളുമായി മറ്റുള്ളവരോടൊപ്പം പാടത്തിറങ്ങി കൊയ്തു. മെതിച്ചു. കറ്റയിട്ടു. തുറുവിട്ടു. ഒന്നിനും മടി തോന്നിയില്ല. ഏറെക്കാലമായി ജീവിതം തന്നെ ഒരു വെല്ലുവിളിയായി അവൾ ഏറ്റെടുത്തതായിരുന്നു. കരുണൻ ഇനി ഒരിക്കലും തിരിച്ചുവരില്ലെന്ന് ആരൊക്കെ പറഞ്ഞിട്ടും അവൾക്ക് വിശ്വാസം വന്നിരുന്നില്ല. സിലോണിൽ പോയി വർഷങ്ങളോളം വിവരങ്ങളില്ലാതിരുന്നവർ പോലും തിരിച്ചുവന്നിട്ടുണ്ട്. തന്നെയും മക്കളെയും മറക്കാനും ത്യജിക്കാനും കരുണന് കഴിയുമെന്ന് കമല വിശ്വസിച്ചില്ല. സിലോണിൽ നിന്ന് അഞ്ചുകുട്ടികളോടൊപ്പം തിരിച്ചെത്തിയ വൻപറമ്പിൽ നാരായണേട്ടനെ അവൾക്കറിയാം. നാരായണേട്ടൻ തിരിച്ചെത്തിയത് നാട്ടിൽ ഒരു വല്യ വാർത്തയായിരുന്നു. സിലോണിലേക്ക് തിരിക്കുമ്പോൾ ഇളയ പെൺകുട്ടി മലർന്നുകിടക്കുന്ന പ്രായമായിരുന്നു. ആ പെൺകുട്ടിയുടെ വിവാഹത്തലേന്നാണ് നാരായണേട്ടൻ അഞ്ചുകുട്ടികളുടെ കൈയും പിടിച്ച് മുറ്റത്തെ പന്തലിനു മുന്നിലേക്കെത്തുന്നത്. ആർക്കാർക്കും അയാളെ മനസ്സിലായില്ല. താടിയും തലയും വളർന്നിരുന്നു. ആർക്കും പിടികിട്ടിയില്ല. ക്ഷീണിതനും ദുഃഖിതനുമായ ഒരു മദ്ധ്യവയസ്കൻ. അയാൾ ശബ്ദിച്ചിരുന്നില്ല. കൂടെയുള്ള കുട്ടികൾ മുഷിഞ്ഞ

വസ്ത്രങ്ങളിലായിരുന്നു. തളർന്നു വീഴാറായ അവർക്കും മുഖപ്രകാശമില്ല. എല്ലാവരും വന്നുനോക്കി തിരിച്ചറിയാനാവാത്തവിധം നിന്നു. ഭിക്ഷ യാചിച്ചുവന്നവരാണെന്നുറപ്പിച്ച് എന്തെങ്കിലും കൊടുത്ത് പറഞ്ഞുവിടാൻ ആരോ പറഞ്ഞു. അതിനായി വീട്ടുകാരി ശ്രീമതി ചേച്ചിയെ വിളിച്ചു. പിറ്റേന്നത്തെ കല്യാണ ഒരുക്കങ്ങളുടെ തിരക്കിലായിരുന്ന ശ്രീമതിച്ചേച്ചി മുറത്തിൽ അല്പം അരിയും മറ്റു സാധാനങ്ങളും ഭിക്ഷയായ് എടുത്ത് ധൃതിയിൽ മുറ്റത്തേക്കു വന്നു. യാചകർക്കുനേരെ ചെന്നു.

ഒരൊറ്റ നിമിഷം.

ശ്രീമതി ചേച്ചി മുറം താഴെയിട്ടു. പ്രതിമ കണക്കെ നിന്നിരുന്ന തലയും താടിയും വളർന്നിരുന്ന യാചകനെ അടക്കിക്കെട്ടിപ്പിടിച്ചു. നില വിളികേട്ട് എല്ലാവരും മുറ്റത്തേക്കിറങ്ങി. ആർക്കും ഒന്നും മനസ്സിലായില്ല. എല്ലാവരും സ്തംബ്ദരായി നോക്കിനില്ക്കേ ശ്രീമതിച്ചേച്ചി അയാളേയും കുട്ടികളേയും കൂട്ടി വീടിനുള്ളിലേക്ക് കയറിപ്പോയി.

കമല എപ്പോഴും ഇതോർക്കും. ഇങ്ങനെ ഒരു ഭയം സൂക്ഷിച്ചുകൊണ്ടാണ് ജീവിക്കുന്നത്. വൻപറമ്പിൽ നാരായണേട്ടനെപ്പോലെ ഒരു ദിവസം കരുണേട്ടനും ഏതാനും കുട്ടികളുമായി വീട്ടിലെത്തുമോ. എങ്കിൽ താനെങ്ങനെയായിരിക്കും പ്രതികരിക്കുക. ശ്രീമതിച്ചേച്ചി കാണിച്ച വിശാലമനസ്കത തന്നിൽ നിന്നുണ്ടാവുമോ. കമല തന്നെ ത്തന്നെ ഭയപ്പെട്ടു.

ദേശങ്ങളെത്തുന്നു

ക്യാമ്പ് ഓഫീസിനു മുന്നിൽ നിരവധി ബസുകളിലായി ഒരുകൂട്ടം ആളുകളെത്തി. ഇത്രയേറെ ആളുകൾ ഒന്നിച്ചെത്തുന്നത് മുമ്പെങ്ങും കണ്ടിട്ടില്ല. വൈകുന്നേരമായതിനാൽ കാറ്റിന് നല്ല തണുപ്പുണ്ട്. ഇറങ്ങി നിന്നവരൊക്കെ തണുപ്പുകൊണ്ട് കഷ്ടപ്പെടുന്നത് കാണാം. തണുപ്പ് ചെറുക്കാൻ ആവശ്യമായ യാതൊന്നും ആരുംതന്നെ കരുതിയില്ല. മാത്ര മല്ല, തങ്ങൾക്കുതന്നെ ചേരാത്ത വസ്ത്രങ്ങളാണ് മിക്കവരും ധരിച്ചിരു ന്നത്. പുറത്ത് ഒരു മേശയിട്ട് ക്യാമ്പ് ബോസും ടൈം കീപ്പർമാരും അവ രുടെയൊക്കെ വിവരങ്ങൾ എഴുതിയെടുക്കുന്നുണ്ട്.

ജനറൽ ഫോർമാൻ മൈക്ക് തന്റെ ജീപ്പിലെത്തിക്കഴിഞ്ഞു. ഒരോ രുത്തരെയും തരംതിരിച്ച് അനുയോജ്യമായ ജോലികളിലേക്ക് നിശ്ചയി ക്കേണ്ടതുണ്ട്. ശരീരശേഷിയും പ്രവൃത്തിപരിചയവും ഭാഷാസ്വാധീന വുമാണ് കണക്കിലെടുക്കുക. കമ്പനി പേഴ്സണൽ ഓഫീസറും സ്റ്റാഫും വിവിധ ഡിപ്പാർട്ട്മെന്റ് തലവന്മാരും മറ്റു ബന്ധപ്പെട്ടവരും ഇതിനായി എത്തിയിട്ടുണ്ട്.

പ്രാഥമികമായ സുരക്ഷാ ക്ലാസുകൂടി കഴിഞ്ഞപ്പോഴേക്കും വെളിച്ചം ഏതാണ്ട് മറയാൻ തുടങ്ങിയിരുന്നു. അവസാനം ഒരാൾമാത്രം ബാക്കി യായി. മാറ്റി നിർത്തപ്പെട്ടതാണ്. മാനദണ്ഡങ്ങളൊന്നും അയാൾക്ക് ചേരി ല്ലെന്നതാണ് കാരണം. അയാൾക്ക് ജോലി നിശ്ചയിച്ചുറപ്പിക്കാൻ ആർക്കും കഴിഞ്ഞില്ല.

പേര് : മുനിയാണ്ടി

ഭാഷ : തമിഴ്

ശാരീരികശേഷി : ശരാശരി

പ്രവൃത്തിപരിചയം : ?

എന്തു പണിയെടുക്കാനാവും. ആ ചോദ്യത്തിനു മുന്നിൽ മുനിയാണ്ടി കുഴങ്ങി. മുനിയാണ്ടിക്ക് പണി അറിയാം. അതുപക്ഷേ, പറഞ്ഞ് ബോദ്ധ്യപ്പെടുത്താൻ അയാൾക്കാവുന്നില്ല. ക്യാമ്പ് ബോസ് ബീഹാറിയാണ്. അയാൾക്ക് മുനിയാണ്ടിയുടെ ഭാഷ മനസ്സിലാവില്ല. അയാൾക്ക് മുന്നിലുണ്ടായിരുന്ന ആരെയും കാണുന്നില്ല. അവരൊക്കെ അതാത് ഇടങ്ങളിലേക്ക് പറഞ്ഞയക്കപ്പെട്ടിരുന്നു. മാറ്റി നിർത്തിയിരുന്നതുകൊണ്ട് മാത്രം അയാൾ ഒറ്റപ്പെട്ടുപോയതാണ്. ഒരുപക്ഷേ, അയാളുടെ കാര്യം തന്നെ മറന്നിരിക്കണം.

മുനിയാണ്ടി ചുറ്റുംനോക്കി. അകലെ സ്റ്റീൽ യാർഡിന്റെ ഒരറ്റത്ത് വെളിച്ചം മിന്നുന്നുണ്ട്. അയാൾ അങ്ങോട്ടോടി. ഏതാനും കമ്പിക്കഷണങ്ങൾ പെറുക്കിക്കൊണ്ടുവന്ന് നിമിഷംകൊണ്ട് അതൊരു കൂടു പോലാക്കിയെടുത്തു. ഒരു രൂപമൊരുക്കി വെച്ചു.

അപ്പോൾ അതാണ് കാര്യം. മൈക്കിന് കാര്യം മനസ്സിലായി.

"ഹോ ബ്രില്യന്റ്."

അങ്ങനെ മുനിയാണ്ടിയെ സ്റ്റീൽ ഫിക്സിങ്ങിൽ അവിദഗ്ദ്ധ തൊഴിലാളിയായി നിയമിച്ചു.

പതിനാറാം ടെന്റിലേക്കാണ് മുനിയാണ്ടി എത്തിയത്. വാസു തന്റെ ബാഗിൽ എന്തോ തിരയുകയായിരുന്നു. പ്രതീക്ഷിച്ചില്ല അങ്ങനെയൊരാളെ. ഒഴിഞ്ഞ ഒരിരുമ്പ് കട്ടിലുണ്ടായിരുന്നു. ഇതുവരെ പക്ഷേ, ആരും എത്തിയിരുന്നില്ല.

മുഷിഞ്ഞ വേഷം, ചപ്രത്തലമുടി. ഒരിക്കലും ചേരാത്ത കട്ടിയാർന്ന കൊമ്പൻ മീശ. മുഖത്ത് വസൂരിക്കലകൾ. കണ്ണുകളിൽ ഭീതി, പാരവശ്യം. ഒരു പാവത്താൻ. ഭവ്യതയോടെ മുനിയാണ്ടി തൊഴുതു നിന്നു.

"വരണം." വാസു അയാൾക്ക് സ്വാഗതമോതി.

മുനിയാണ്ടി മടിച്ചുതന്നെ നിന്നു. അയാളുടെ ട്രങ്ക് പെട്ടി വാങ്ങിവെച്ച് ഒഴിഞ്ഞ ഇരുമ്പ് കട്ടിൽ നിവർത്തിയിട്ട് മേട്രസ് വിരിച്ച് വാസു ക്ഷണത്തിൽ അയാൾക്കുള്ള ഇടമൊരുക്കി.

"ഇവിടെ കൂടിക്കോളൂ."

"റൊമ്പ നൺറി സാർ."

മുനിയാണ്ടി തന്റെ ശിരസ്സുതാഴ്ത്തി നമിച്ചു. ഒരുനിമിഷം മടിച്ചുനിന്നു. അപരിചിതന്റെ സ്വാഭാവികമായ ഉൽക്കണ്ഠ അയാളിൽ നിറഞ്ഞു. കൂടാരത്തിന്റെ മുകളറ്റം അയാൾ കൗതുകത്തോടെ നോക്കിക്കണ്ടു. പിന്നെ തിടുക്കത്തിൽ ട്രങ്ക് പെട്ടി തുറന്ന് ചുവന്ന തുണി ചുറ്റിയ ഒരു പൊതി വളരെ കരുതലോടെ പുറത്തെടുത്ത് നെറ്റിയിൽ ചേർത്ത് വെച്ച് അനക്കമില്ലാതെ ധ്യാനത്തിലെന്നപോലെ നിന്നു. സാവധാനം പൊതിയഴിച്ച് അതിനുള്ളിലെ വേൽമുരുകന്റെ ചെറിയൊരു ഫോട്ടോ എടുത്ത് കട്ടിലിന്റെ തലയ്ക്കൽവെച്ച് കുറച്ചുനേരം കണ്ണുകളടച്ച് തൊഴുതുനിന്നു.

"വേൽമുരുകാ." അയാൾ മന്ത്രിച്ചു. അയാൾക്ക് സ്വന്തമായ കൂടാര

ത്തിന്റെ ഒരു മൂലയിലേക്ക് പതുക്കെ കട്ടിൽ ചേർത്തുവെച്ച് സാധനങ്ങളൊക്കെ പുറത്തെടുത്ത് തന്റെയിടം സജ്ജമാക്കി. മുഷിഞ്ഞ വസ്ത്രങ്ങ ളഴിച്ച് ഒരു ലുങ്കിയെടുത്ത് ചുറ്റി കട്ടിലിലിരുന്നു. പുതിയ താവളത്തിലെത്തിയതിന്റെ പരിഭ്രമം ഇനിയും വിട്ടുമാറിയിരുന്നില്ല. കണ്ണുകളിൽ ഉറക്കത്തിന്റെ കനമുണ്ട്.

"കിടന്നോളൂ. ക്ഷീണം കാണും." വാസു പറഞ്ഞു.

"സാരല്യ." അയാൾ പറഞ്ഞു.

"ഇവ്ടെ എങ്ങനെത്തി." വാസു അന്വേഷിച്ചു.

മുനിയാണ്ടി അല്പനേരം മിണ്ടാതിരുന്നു. ഇവിടെ എത്തിപ്പെട്ടത് ഓർത്തെടുക്കുംപോലെ. പോയകാലത്തിന്റെ നീർക്കെട്ടുകളിൽ മുങ്ങിവിങ്ങുംപോലെ. പതിഞ്ഞ സ്വരത്തിൽ അയാൾ പറഞ്ഞു തുടങ്ങി.

"തിരുച്ചീലാണ് ദേശം. പൊണ്ടാട്ടി ചീത നേരത്തേ പോയി. വസൂരി പിടിച്ചു. ദേശം മുഴുവൻ വസൂരി പടർന്നിരുന്നു. ഒക്കെ ചത്തു പോച്ച്. പണിശ്ശാലേളൊക്കെ പൂട്ടിക്കെട്ടി. വെള്ള നശിച്ചു. പശിയടക്കാൻ ഒന്നുല്യാണ്ടായി. തമിൾ പുലികള് തമ്പടിച്ച എടാണ് മന്നാർ. അങ്ങ് സിലോണില്. ആടൈ കലാനാഥൻ, സർക്കാരിലെ പെരിയവൻ കമ്പനിക്കാരെ വിട്ട് തമിൾ മക്കളെ കൂട്ടി പണികൊടുത്തിരുന്നു. അങ്ങനെ ആശപ്പെട്ട് ഒരേയൊരു മകൻ ശെൽവനെ രക്ഷപ്പെടുത്തി. അവനെ സിലോണിൽക്ക് കപ്പലു കേറ്റി വിട്ടു. വസൂരീന്നും വറുതീന്നും രക്ഷപ്പെട്ടാലോ എന്ന് നിനച്ചു. മന്നാർ കപ്പൽത്താവളത്തിലേക്ക് പണിക്കായി ദേശക്കാരൊക്കെ കേറിപ്പോയി. ശെൽവനെ ജീവനായിരുന്നു. എങ്കിലും വസൂരി ഭയം വല്ലാണ്ടായി. അവനെങ്കിലും എവിടേങ്കിലും പോയി ജീവിക്കട്ടെ എന്ന് നിനച്ചു. കാൻഡിയിലെ ചായത്തോട്ടത്തില് പണികിട്ടും. ചീതയെ വിട്ട് എനിക്ക് പോകാൻ മനസ്സുവന്നില്ല. അവള് പക്ഷേ, കാത്തുനിന്നില്ല, പോയി. എനിക്കും വസൂരി പെട്ടു. ചത്തില്ല."

അയാൾ ഒറ്റശ്വാസത്തിൽ പറഞ്ഞുനിർത്തി. നേർത്ത കിതപ്പ് അനുഭവപ്പെട്ടു. മഞ്ഞിന്റെ പുക തൊണ്ടയിൽ കുടുങ്ങിയിരിക്കണം കുറേനേരം തലകുനിച്ചിരുന്നു. പിന്നെ മുഖമുയർത്തിയപ്പോൾ അയാളുടെ കണ്ണുകൾ നിറഞ്ഞിരുന്നു.

"തിരുച്ചി ദേശം വസൂരി പടർന്ന് ശവപ്പറമ്പായി" അയാൾ തുടർന്നു. കാലന്റെ കലിയടങ്ങിയില്ല. ചത്തുവീഴുന്നവർക്കിടയിൽനിന്ന് പ്രാണൻ ശേഷിച്ചവരൊക്ക മന്നാറിലേക്ക് കയറിപ്പോയി. വിശപ്പടക്കാൻ ഒന്നുമില്ലായിരുന്നു. മുഴുപ്പട്ടിണിയിൽ നിന്ന് രക്ഷപ്പെടണം. ഒരു ദേശംമുഴുവൻ ഒഴുകിപ്പോയി കടൽ കടന്നു. അന്നും പോയില്ല. പോകാൻ തോന്നിയില്ല. ചീത പോയ മണ്ണ് വിട്ടോടാൻ തോന്നിയില്ല. ഉള്ളുപിടഞ്ഞു. ഒരാത്മാവിന് കാവലിരിക്കുംപോലെ ഞാനിരുന്നു. അവളുടെ ശബ്ദം എപ്പോഴും കേട്ടുകൊണ്ടിരുന്നു. അവളെപ്പോഴും ഓരോന്ന് ചോദിച്ചുകൊണ്ടിരിക്കും. തന്റെ മകനെക്കുറിച്ചുള്ള വേവലാതിയാണ്. അവനെ അവൾക്ക് തിരികെ വേണമായിരിക്കും. ആർക്കറിയാം, അവനെവിടാണെന്ന്. എന്നെങ്കിലും

തിരിച്ചു വരുംന്ന് വിചാരിക്കും. വർഷങ്ങളായി കാത്തിരിപ്പ്. മന്നാറിലേക്ക് കടൽകടന്ന് പോയവരാരും തിരിച്ചുവന്നില്ല. അവനും."

"മലേഷ്യാവിലേക്കും ഒരുകൂട്ടം കയറിപ്പോയി. ചങ്ങാതി ഗോവിന്ദ ച്ചാമിയും അങ്ങനെ സ്ഥലംവിട്ടു. അവൻ നിർബ്ബന്ധിച്ചതായിരുന്നു. അന്നും ഉള്ളം സമ്മതിച്ചില്ല. ചീത പിണങ്ങുംന്ന് തോന്നി. അവൾ തനിച്ചാകു മെന്ന ഒറ്റവിചാരം."

"പിന്നെയിപ്പോൾ." വാസു ഇടയ്ക്ക് കയറി അന്വേഷിച്ചു. മുനിയാണ്ടി പെട്ടെന്ന് മൗനിയായി. അയാൾക്ക് ഒരു വീർപ്പുമുട്ടൽ അനുഭവപ്പെട്ടു. അല്പനേരം കൂടാരത്തിന്റെ ആകാശക്കണ്ണിലേക്ക് നോക്കി മിഴിച്ചിരുന്നു. ഒരൊറ്റത്തൂണിൽ മേലോട്ട് നോക്കിനില്ക്കുന്ന കൂടാരത്തിന് തന്റെ പ്രകൃ തമാണെന്ന് അയാൾക്ക് തോന്നി. ഒറ്റയാനെന്നും ഒറ്റപ്പെട്ടെന്നുമുള്ള തിരി ച്ചറിവിലേക്ക് ചെന്നുപെട്ടത് അയാൾ ഓർത്തെടുക്കുകയായിരുന്നു. അയാ ളുടെ വസൂരിക്കലകളുള്ള മുഖം വിഷാദത്തിന്റെ ആഴങ്ങളിലേക്കാണ്ടു പോയി.

"തനിച്ചാണെന്ന വിചാരം ആദ്യമായിട്ടുണ്ടായി. ചീതയുടെ ശബ്ദം കേൾക്കാതായി. മന്നാറിലേക്ക് പോയവർ ആരും തിരിച്ചുവന്നുമില്ല. പിന്നെയും ഒരുകൂട്ടം പണിക്കായി കയറിപ്പോകുന്നെന്നു കേട്ടു. അവരോ ടൊപ്പം കൂടി. അവരോടൊപ്പം വരിയിൽ നിന്നു. പിന്നെയൊക്കെ അത്ഭു തമായിരുന്നു. നിനച്ചിരിക്കാതെ ഒരു യാത്ര. കാത്തിരിക്കാനോ പിടിച്ചു നിർത്താനോ ആരുമില്ലെങ്കിൽ പിന്നെ എവിടെയായാലെന്ത്. ഒഴുക്കു നോക്കി നില്ക്കുമ്പോൾ അതിലെന്നെങ്കിലും നമ്മളും പെടുമെന്ന് ഒരി ക്കലും വിചാരിക്കില്ല."

വാസു അയാളെത്തന്നെ നോക്കിയിരുന്നു. അയാൾ പറഞ്ഞുനിർത്തി യതെന്താണ്. ഒഴുക്കിനെപ്പറ്റി. തീരത്ത് നോക്കി നില്ക്കുന്നവരെപ്പറ്റി. നിഗൂ ഢമായ ഒരു സത്യത്തെയാണല്ലോ അയാൾ തുറന്നുകാട്ടിയത്.

കനോലിപ്പുഴയും അതിന്റെ തീരത്ത് നോക്കിനില്ക്കുന്ന ചിത്രവും വാസുവിന് തെളിഞ്ഞുകിട്ടി. തീരത്ത് നില്ക്കുമ്പോൾ ഒരിക്കൽ താനും ഈ ഒഴുക്കിന്റെ ഭാഗമായി എവിടേക്കോ പോയിമറയുമെന്ന് വിചാരിക്കില്ല എന്നല്ലേ അയാളുദ്ദേശിച്ചത്. ഒരു സാധാരണമനുഷ്യന്റെയുള്ളിലും ഇങ്ങനെയുള്ള കാഴ്ചപ്പാടുകളുണ്ടെന്ന് വാസു അറിഞ്ഞു.

മുനിയാണ്ടി പിന്നെയും എന്തൊക്കെയോ പറഞ്ഞുകൊണ്ടിരുന്നു. ഉറക്കം കണ്ണിൽനിറയുംവരെ വാസു കേട്ടുകൊണ്ടിരുന്നു. ഉറങ്ങുംമുൻപ് മുനിയാണ്ടി ചോദിച്ചു.

"ഈ ദേശം ഏതാണ്?."

വാസു മറുപടി പറഞ്ഞില്ല. അയാളും അതുതന്നെ ഓർത്തുകൊ ണ്ടുകിടന്നു.

ഇതെവിടെയാണ്?

തണുപ്പിന്റെ കട്ടി മടക്കുകളെ ഭേദിച്ചും വെള്ളിയാഴ്ചയിലെ ഉച്ച വെയിൽ കത്തിനിന്നു. പാതിദിവസത്തെ പണിയവസാനിപ്പിച്ച് മടങ്ങു

മ്പോൾ ആവാത്ത ഭാരം കൈയൊഴിഞ്ഞ ആശ്വാസമാണ് ഓരോരുത്തരുടെ ഉള്ളിലും നിറഞ്ഞത്. മെസിലെ തിരക്കിൽ ഭക്ഷണം വാരിവിഴുങ്ങി കൂടാരങ്ങളിലേക്ക് തിരക്കിട്ട് തിരിക്കുന്നത് ശേഷിക്കുന്ന പാതി ദിവസത്തെ ഒരു നിമിഷവും ചോർന്നുപോകാതെ ഉപയോഗപ്പെടുത്തണമെന്ന ത്വരകൊണ്ടാണ്. ആഴ്ചയിലൊരിക്കൽ വീണുകിട്ടുന്ന ഈ പാതിദിനം കൊണ്ട് ഇനിയൊരാഴ്ചക്കുള്ള ഊർജ്ജം വീണ്ടെടുക്കലുമാണ്.

അപരാഹ്നത്തിന്റെ ആലസ്യത്തിലേക്ക് കൂടാരങ്ങൾ പതുക്കെ മുങ്ങുമ്പോൾ വാസുവും തർലോചനും മേടയിലേക്കുള്ള കുന്നുകയറുകയായിരുന്നു.

അതൊരു മേൽത്തട്ടായിരുന്നു. ഒരു ഭീമൻകുന്നിന്റെ തലയരിഞ്ഞെടുത്ത് നിരപ്പാക്കി പ്രീഫാബ് കെട്ടിടങ്ങളെക്കൊണ്ട് നിറച്ച ഒരു ഭൂവിഭാഗം. നിരനിരയായിക്കിടക്കുന്ന നീണ്ടുപതിഞ്ഞ കെട്ടിടങ്ങൾക്കുള്ളിലേക്ക് പ്രവേശിക്കുന്നത് സെക്യൂരിറ്റി കാവലുള്ള ഒരു പടിക്കെട്ടിലൂടെയാണ്.

കാവല്ക്കാരനു സലാം ചൊല്ലി തർലോചനും വാസുവും ആദ്യനിരയിലെ ഏഷ്യൻ സ്റ്റാഫ് ക്വാർട്ടേഴ്സിനുള്ളിലെ നീണ്ട ഇടനാഴിയിലേക്ക് കടന്നു. ഇടനാഴിക്കിരുവശവും മുറികളാണ്. നൂറ് മുതലാണ് മുറികൾ. മുന്നോട്ട് നീങ്ങുമ്പോൾ നൂറ്റിപ്പതിനാറിനു മുന്നിൽ തർലോചൻ നിന്നു.

ഇവിടെയാണ് വലിയ ബോസിന്റെ സെക്രട്ടറി.

സി കെ ശങ്കരൻ കുട്ടി.

വാതിലിൽ പതുക്കെ മുട്ടി.

“കമിൻ പ്ലീസ്.”

മുറിയുടെ തണുപ്പിലേക്ക് വാതിൽതുറന്ന് അകത്ത് ചെന്നു. ഒരറ്റത്ത് കട്ടിമെത്തയുള്ള കട്ടിൽ. അതിനോട് ചേർന്ന് പുസ്തകങ്ങളും ഫയലുകളും അടുക്കി വെച്ച മേശ. ഏതാനും കസേരകൾ, അലമാരികൾ, മറ്റൊരറ്റത്ത് നീണ്ട ഈസി ചെയർ. അതിൽക്കിടന്ന് വിശ്രമിക്കുകയാണ് ശങ്കരൻകുട്ടി. നീണ്ടു തടിച്ച ഒരതികായൻ. ഭേദപ്പെട്ട കുടവയർ. ക്ഷണത്തിൽ ശ്രദ്ധിക്കപ്പെടും വലിയ മുഖത്തിന് ഒട്ടും ചേരാത്ത ഈർക്കിലി മീശ. കൊമ്പു വളഞ്ഞ പുരികക്കൊടി. എളുപ്പത്തിൽ സൗഹൃദം സ്ഥാപിക്കാനാവുന്ന ഒരു പ്രകൃതമല്ല.

“ഓ, സിങ്ജിയോ എന്താ സിങ്ജീ ഈ വഴിക്ക്.”

പാതി എഴുന്നേറ്റ് അല്പം മുന്നോട്ടാഞ്ഞിരുന്ന് അയാൾ തർലോചനോട് അന്വേഷിച്ചു. ആംഗലത്തിലാണ് മൊഴി. കനമുള്ള ശബ്ദം.

“ഒന്നുല്യ സർ. സാറിനെ ഒന്നുകാണാം. ഒരാളെ പരിചയപ്പെടുത്താനുംകൂടി വന്നതാ” പഞ്ചാബി ശൈലിയിലുള്ള ഹിന്ദിയിലാണ് തർലോചന്റെ പ്രതികരണം.

“ആരാ” വാസുവിനെ നോക്കി ഗൗരവത്തിൽ അയാൾ അന്വേഷിച്ചു.

തർലോചൻ വാസുവിനെ മുന്നിലേക്ക് മാറ്റിനിർത്തി പരിചയപ്പെടുത്തി. വാസു വലിയ ഭയഭക്തി ബഹുമാനത്തോടെ നിന്നു.

“പുതിയ ആളാണ് സർ. സാറിന്റെ നാട്ടുകാരൻ, വലിയ പഠിപ്പൊ

ക്കെയുണ്ട്."

"ങും. ഇരിക്കൂ" ഇരിപ്പിടങ്ങൾ ചൂണ്ടി അയാൾ പറഞ്ഞു.

വാസുവിനോട് വളരെ സൗമ്യമായും എന്നാൽ ഗൗരവം വിടാതെയുമാണ് അയാൾ കാര്യങ്ങൾ അന്വേഷിച്ചറിഞ്ഞത്. ഒരുയർന്ന ഉദ്യോഗസ്ഥനുചേർന്ന ഗാംഭീര്യം അയാളുടെ മുഖത്ത് നിഴലിച്ചിരുന്നു. അതേസമയം തർലോചനോട് സംസാരിക്കുമ്പോൾ അതീവ സൗഹൃദം പുലർത്തുകയും ചെയ്തു. വാസു അധികനേരവും അവരെ കണ്ടും കേട്ടുംകൊണ്ടിരുന്നു.

സൈറ്റിനെക്കുറിച്ചാണ് ശങ്കരൻകുട്ടി കൂടുതലും സംസാരിച്ചത്. അയ്യായിരം പേരെയാണ് പ്രതീക്ഷിക്കുന്നത്. എല്ലാം തുടങ്ങിക്കഴിഞ്ഞു. ഇന്ന് അഞ്ഞൂറുപേരെത്തുന്നുണ്ട്. ഒരു മാസത്തിനുള്ളിൽ മുഴുവൻ മാൻപവറും എത്തിച്ചേരും. ക്യാമ്പുകൾ തയ്യാറായിക്കഴിഞ്ഞു. ഇന്ത്യ, പാകിസ്ഥാൻ, ശ്രീലങ്ക, സൈപ്രസ്, ഈജിപ്ത് എന്നിവിടങ്ങളിൽ നിന്നായിരിക്കും കൂടുതലും. മിഡിൽഈസ്റ്റിലെ ഏറ്റവും വലിയ ഒറ്റ ക്യമ്പായിരിക്കും ഇത്. നമുക്ക് എല്ലാ സൈറ്റിലുംകൂടി ഇരുപതിനായിരം പേരുണ്ട്. വിവിധ ചെറു കമ്പനികളും ഇതിനും പുറമെ, നമുക്കു വേണ്ടി പണിയെടുക്കും. ഇതൊരു വലിയ തുടക്കമാണ്.

അങ്ങനെ ചില കാര്യങ്ങൾ പറഞ്ഞുകൊണ്ടിരിക്കുന്നതിനിടയിൽ അയാൾ വാസുവിന്റെ നേരെ നോക്കി.

"അല്ല, എവിടെയാണ് സ്ഥലം."

"തൃപ്രയാർ." വാസു പറഞ്ഞു.

"അതെന്റെ നാടിന് തൊട്ടല്ലേ" അയാൾ ഒന്നുകൂടി മുന്നോട്ടാഞ്ഞിരുന്നു.

"സാറെവിടെയാണ്" വാസു അന്വേഷിച്ചു.

"ഷൊർണൂർ. ശ്രീരാമനെ തൊഴാൻ തൃപ്രയാർ വരാറുണ്ട്. പുണ്യസ്ഥലമല്ലേ. അറിയും. പുഴയും പുഴക്കരയിലെ ശ്രീരാമക്ഷേത്രവും."

ഗൗരവപ്രകൃതം അപ്പാടെ മാഞ്ഞ് ക്ഷണത്തിൽ അയാൾ മറ്റൊരാളായി. ഒരു രൂപാന്തര പ്രാപ്തി. "നന്നായി. കണ്ടതിൽ സന്തോഷം. വാസു ഇനിയും വരൂ."

തർലോചനും വാസുവും അയാൾക്ക് നന്ദി പറഞ്ഞ് പുറത്തിറങ്ങി. അപ്പോഴേക്കും ശീതക്കാറ്റ് തുടങ്ങിയിരുന്നു. വെയിലിന്റെ കൂത്ത് കഴിഞ്ഞിരുന്നു. താഴെ കൂടാരങ്ങളുടെ സമൃദ്ധി വെണ്മേഘക്കെട്ടുകൾ കണക്കെ പരന്നു കിടന്നു. ഇനിയും വന്നെത്തുന്നവരെ ഉൾക്കൊള്ളാൻ ഒരുങ്ങിക്കിടക്കുകയാണ്.

ഇറക്കമിറങ്ങുമ്പോൾ താഴെ ക്യാമ്പ് ഗേറ്റിനു മുന്നിൽ ഒരു പുരുഷാരം തിങ്ങി നിറയുന്നതു കണ്ടു. നിരവധി വണ്ടികൾ മലയടിവാരത്തിൽ നിന്ന് കയറ്റം കയറി എത്തുന്നതു കാണാം. ആളുകൾ വന്നിറങ്ങുകയാണ്. ശങ്കരൻകുട്ടി പറഞ്ഞതോർത്തു. അയ്യായിരം പേരെത്തുകയാണ്. അതിന്റെ ഭാഗമായിരിക്കും ഈ ആൾക്കൂട്ടം.

"വരൂ. വന്നെത്തുന്ന ആളുകളെ ഒന്ന് കാണാം" വാസു പറഞ്ഞു.

ഇറക്കമിറങ്ങി അങ്ങോട്ടുതന്നെ നടന്നു.

തുറന്ന വണ്ടികളുടെ നിരയും ആളുകളുടെ പെരുപ്പവും വാസുവിനെ അത്ഭുതപ്പെടുത്തി. ഇത്രയേറെപ്പേർ എവിടുന്നാണ്. ഓരോ വണ്ടിയിൽ നിന്നിറങ്ങി വരുന്നവരും വിവിധ ദേശക്കാരും വേഷക്കാരും ഭാഷക്കാരുമാണ്. മുന്നോട്ടുനടന്ന് ഓരോ കൂട്ടത്തേയും കണ്ടു. അപരിചിതത്വത്തിന്റെ സംഭീതി എല്ലാവരിലും കാണാം. ക്ഷീണിച്ച് തളർന്ന് അവശരായവരാണ് ഭൂരിഭാഗവും. പ്രസന്നമായ തെളിഞ്ഞ മുഖം ഒരിടത്തും കണ്ടില്ല. ക്ഷീണിതരെങ്കിലും ഉൽക്കണ്ഠ നിറഞ്ഞ കണ്ണുകൾ മാത്രം.

ഓരോ വണ്ടി എത്തിക്കൊണ്ടിരിക്കുമ്പോഴും വാസുവിന് ഓർമ്മ വന്നത് കയ്പമംഗലം മൂന്നുപീടികച്ചന്തയ്ക്ക് വെട്ടാനുള്ള ആടുമാടുകളെ നിറച്ചെത്തുന്ന ലോറികളുടെ ചിത്രമാണ്. കാലിച്ചന്തയ്ക്ക് പകരം ആൾച്ചന്ത. ഒട്ടും വിലകുറഞ്ഞ മനുഷ്യർ. ചെറിയ വിലയ്ക്ക് കയറ്റി അയച്ചതാണിവരെ. താനും ഇങ്ങനെ ഒരു വണ്ടിക്കിറങ്ങി വന്നതാണ്. അന്നിവിടെ കണ്ടു നില്ക്കാൻ ആരുമില്ലായിരുന്നു.

ഒരു നിമിഷം വാസുവിന്റെ ഉള്ളൊന്നു പിടഞ്ഞു. ഇവിടെ അദ്ധ്വാനത്തെ മൊത്തമായി വിലക്കെടുത്ത് കൊണ്ടുവന്നിരിക്കയാണ്. ഇവരുടെ വിയർപ്പ് കൊണ്ടാണിനി ഇവിടെ ഉയരുന്നതെന്തും. ഇവരുടെ അദ്ധ്വാനശക്തി കൊണ്ടിവിടെ മണലിടങ്ങൾ മാറിവരും. കെട്ടിടസമുച്ചയങ്ങളുയരും. വിമാനത്താവളം പണിതീരും. വിമാനങ്ങൾ പറന്നുയരാൻ തുടങ്ങും. ആകാശങ്ങളെ ചേർത്തുകെട്ടും. രാജ്യങ്ങൾ തമ്മിലുള്ള അകലം ഇല്ലാതാകും. വംശങ്ങളിണങ്ങും. ഇണചേരും.

അതോടെ ഇപ്പോൾ വന്നിറങ്ങുന്നവരൊക്കെ തിരിച്ചയക്കപ്പെടും . അങ്ങനെ ആവാതെ തരമില്ലല്ലൊ.

ഏറെനേരം വാസു മൗനിയായി.

"അതെല്ലായ്പ്പോഴും അങ്ങനെയാണ്" തർലോചൻ വാസുവിനോട് ചേർന്നുനടന്നുകൊണ്ട് പറഞ്ഞു.

"മനുഷ്യപ്രയത്നം കൊണ്ടല്ലാതെ ഒരിടത്തും ഒന്നും ഉണ്ടായിട്ടില്ല. ഓരോ സൗധങ്ങൾക്കു പിറകിലും അദ്ധ്വാനശക്തിയും അതിന്റേതായ ചോരക്കറകളും കറുത്ത ചിത്രങ്ങളുമുണ്ട്. ഇരുപതിനായിരം ആളുകൾ ഇരുപതോളം വർഷങ്ങൾ പണിയെടുത്തുതീർത്ത സൗധങ്ങളും നമുക്കുണ്ടല്ലൊ. അവിടൊക്കെ ചോര മണക്കും. എല്ലാ മണ്ണിനും കല്ലിനും അങ്ങനെ കഥകളുണ്ട്. ഇവിടെ മറ്റൊരു കഥ തുടങ്ങുകയാണ്."

"അപ്പോൾ നമ്മൾ അതിന്റെ തുടക്കക്കാരാവുകയാണ്."

"തീർച്ചയായും. നിർഭാഗ്യവശാൽ."

ക്യാമ്പ് ഓഫീസിന്റെ മുന്നിലേക്കെത്തുമ്പോൾ അവിടം ശബ്ദമുഖരിതമായിരുന്നു. വന്നെത്തുന്നവരെയൊക്കെ രണ്ടു വരികളായി നിരത്തി നിർത്തിയിട്ടുണ്ട്. ക്യാമ്പ് ഓഫീസിനുള്ളിലേക്ക് ഓരോരുത്തരെയായി കടത്തിവിടുന്നുമുണ്ട്. തങ്ങളുടെ ഊഴം കാത്ത് അക്ഷമരായി നില്ക്കു

കയാണ് ആളുകൾ. ക്ഷീണിതരും അവശരുമാണവർ.

പെട്ടെന്ന് ഏറെ പിന്നിൽ ഒരു വരി മുറിഞ്ഞു. ഏതാനും പേർ ഒരു ചെറു കൂട്ടമായിക്കഴിഞ്ഞിരുന്നു. എന്താണ് സംഭവിച്ചതെന്ന് ആർക്കും മനസ്സിലായില്ല. തർലോചനും വാസുവും അങ്ങോട്ടുചെന്നു. ആളുകളെ വകഞ്ഞുമാറ്റി കൂട്ടംഭേദിച്ച് മുന്നോട്ടാഞ്ഞു.

വരിയിൽ നിന്നിരുന്ന ഒരു യുവാവ് തളർന്നുവീണതാണ്. അയാൾ അനക്കമില്ലാതെ മണലിൽ കിടക്കുകയാണ്.

"പാനി ലാവോ ഭായി."

വെള്ളം കൊണ്ടുവരാൻ തർലോചൻ ഉറക്കെ വിളിച്ചുകൂവി. വാസു ക്യാമ്പ് ഓഫീസിലേക്കോടി. കുറച്ചു വെള്ളം വേണമെന്ന് വാസു ആവശ്യപ്പെടുന്നുണ്ടെങ്കിലും അയാളെ ആരും ശ്രദ്ധിക്കുകയുണ്ടായില്ല. അവിടെ എല്ലാവരും തിരക്കിലാണ്. ആളുകൾ അവരവരുടെ ഊഴത്തിനായി കാത്തു നില്ക്കുകയാണ്. സന്ധ്യയാവും മുൻപ് അവർക്ക് താമസസൗകര്യവും മറ്റും നല്കേണ്ടതുണ്ട്. അതിനിടക്ക് മറ്റൊന്നിനും ക്യാമ്പ് ഓഫീസിലുള്ളവർക്ക് നേരമില്ല. വൈകും തോറും തളർന്നുവീണവന്റെ സ്ഥിതി മോശമാവുകയും ചെയ്യും. വാസു ഓഫീസിലേക്ക് തള്ളിക്കയറി.

"കുറച്ചു വെള്ളം വേണം സർ. ഒരാൾ ബോധം കെട്ടുവീണിരിക്കുന്നു."

അപ്പോഴേക്കും ആരോ ഒരു കുപ്പി വെള്ളവുമായി ഓടിയെത്തുന്നത് വാസു കണ്ടു. ആശ്വാസമായി. തളർന്നു വീണവന്റെ മുഖത്ത് വെള്ളം തളിച്ചു. ചുണ്ടു നനച്ചു. ഏതാനും നിമിഷങ്ങളെടുത്ത് അയാൾ ഒന്നനക്കം വെച്ച് കണ്ണുതുറക്കാൻ. തർലോചൻ സാവധാനം അയാളെ എഴുന്നേല്പിച്ചിരുത്തി അല്പം വെള്ളം കുടിപ്പിച്ചു. അന്ധാളിപ്പോടെയാണ് അയാൾ കണ്ണുതുറന്നത്, ചുറ്റും നോക്കിയത്. ഭീതിയും സങ്കടവും അയാളുടെ മുഖത്ത് തെളിഞ്ഞു. മറ്റൊരു ലോകത്ത് എത്തിപ്പെട്ടിരിക്കുന്നു.

"സാരല്യ. പേടിക്കാനില്ല. ക്ഷീണംകൊണ്ടാണ്. എല്ലാം ശരിയാവും."

തർലോചൻ അയാളെ ആശ്വസിപ്പിച്ച് ക്യാമ്പ് ഓഫീസിനു മുന്നിലേക്ക് അയാളെ നടത്തിക്കൊണ്ടു വന്നു. നീണ്ട വരിക്കു മുന്നിൽ നിർത്തി. ഓഫീസിനുള്ളിൽ കയറി വിവരമറിയിച്ചു.

"അവശനായി തളർന്നുവീണ ഒരാളുണ്ട് സർ. അയാളെ ഉടനെ വിളിക്കണം."

വെളിച്ചം മങ്ങിക്കഴിഞ്ഞിരുന്നു. തിരിച്ചു നടക്കുമ്പോൾ വാസു ഓർത്തത് കാത്തുനില്ക്കുന്ന മനുഷ്യരുടെ നീണ്ടവരികളാണ്. ഈ വരികളുടെ ദൈർഘ്യം വർദ്ധിച്ചുവരികയാണ്. കൂടുതൽ കൂടുതൽ ആളുകൾ എത്തിക്കൊണ്ടിരിക്കുന്നു. ഓരോരോ നാടുകളിൽനിന്നും ഒഴുകിയെത്തുന്ന പണിയില്ലാപ്പടകളാണ്. അല്ലലും അവശതകളും അനുഭവിക്കുന്ന കായികശേഷി മാത്രം കൈമുതലായുള്ള ഒന്നുമില്ലാത്തവരാണേറെയും. കാഴ്ചയിൽത്തന്നെ അത് വ്യക്തമാണ്. മങ്ങിയ മുഖങ്ങൾ. ദൈന്യം പേറുന്ന കണ്ണുകൾ. പട്ടിക തിരിച്ചിട്ടവർ. അവർക്കിവിടെ ഒരു

പേരുണ്ട്.

അൺ സ്കില്ൽഡ് ലേബറേഴ്സ്
അവിദഗ്ദ്ധ തൊഴിലാളികൾ
ഭക്ഷണവും പാർപ്പിടവും നല്കും
പിന്നെ.
ആ........

വെളിച്ചത്തേര്

ആഴമളക്കാൻ പോന്ന തെളിമയോടെ വിരിച്ചിട്ട ആകാശ വിസ്തൃതി നോക്കി നില്ക്കയായിരുന്നു വാസു. തനിച്ച് നടക്കാനിറങ്ങിയതാണ്. ഇങ്ങനെ പതിവില്ല. തർലോചൻ എല്ലായ്പ്പോഴും കൂടെയുണ്ടാവും. ഇന്ന് കൂടാരത്തിനുള്ളിലിരുന്നപ്പോൾ അസ്വസ്ഥത അനുഭവപ്പെട്ടു. തണുപ്പകന്നു തുടങ്ങിയിരുന്നു. പുറത്തിറങ്ങിയാലുള്ള സുഖമോർത്ത് മണ്ണുമലകളുടെ ഓരം പറ്റി ഏറെ ദൂരം നടന്നു. തിരിച്ച് നടക്കുമ്പോൾ ക്ഷീണം തോന്നി നിന്നതാണ്. ക്യാമ്പ് ദൂരെ കൂടാരങ്ങളുടെ വെൺമയിൽ മുങ്ങിക്കിടക്കുന്നതു കാണാം. ചെറു കുന്നുകൾക്കരികിൽ മണൽ വിരിപ്പിൽ അല്പനേരം മലർന്നു കിടന്നു. തെളിഞ്ഞ ആകാശത്തിന്റെ ആഴം കണ്ട് വിസ്മയം കൊണ്ടു. കാഴ്ചയുടെ പരിധിവരെ ആകാശം പൊന്തിക്കിടന്നു. അതിനപ്പുറം കാണാൻ മറ്റൊരു കണ്ണു വേണം. നിസ്സാരനായ മനുഷ്യനും മൺതരിക്കും എന്തന്തരമാണുള്ളത്. പ്രകൃതത്തിൽ ഒന്നൊന്നിന്റെ തന്നെ ദ്വന്ദ്വങ്ങളുടെ കണ്ണികൾ. രണ്ടും ഒന്നുതന്നെ. വെറുമൊരു കണിക. പ്രപഞ്ചമെങ്ങും ഒന്നായിത്തീരുന്ന സൂക്ഷ്മസ്വരൂപം.

എഴുന്നേറ്റ് ക്യാമ്പിനെ ലക്ഷ്യംവെച്ച് നടന്നു. ക്ഷണത്തിൽ കാറ്റുരുണ്ടുകൂടിവന്നു. പൊടിയടിച്ചു പൊങ്ങി. ആകാശം മറഞ്ഞു. പിന്നെ മണൽക്കാറ്റായി. ഒന്നും കാണാൻ വയ്യെന്നായി. കാഴ്ചയുടെ താളംതെറ്റി. കണ്ണിൽ നീറ്റലനുഭവപ്പെട്ടു. എങ്ങനെയെങ്കിലും ക്യാമ്പിലെത്തണം. ഓടുന്ന വേഗത്തിനുമപ്പുറത്ത് കാറ്റിന്റെ ശക്തിയായ തള്ളൽ. മറികടക്കാനാവാത്തത്ര പ്രതിരോധം. രോഷം. ഇത്ര ക്രൗര്യമോ. കൂടാരങ്ങളുടെ സമൃദ്ധിയിലേക്ക് മണൽത്തിട്ടുകൾ കയറിക്കിടന്നു. ചവിട്ടടികൾ ക്ഷണത്തിൽ മറയ്ക്കപ്പെട്ടു. അടയാളങ്ങളൊന്നും അവശേഷിപ്പിച്ചില്ല. മണൽ എല്ലാത്തിനും മുകളിൽവന്നു വീഴുകയാണ്. കൂടാരത്തിന്റെ വെണ്മ ക്ഷണ

ത്തിൽ മാഞ്ഞ് ഇളംമഞ്ഞ വിരിപ്പായിക്കിടന്നു.

അല്പനേരം കാത്തുനിന്ന് കണ്ണുതുറക്കാമെന്നായപ്പോൾ ഇറക്കമിറങ്ങി. വഴിയിലുടനീളം ആളുകൾ എതിരെ വരുന്ന കാഴ്ചയാണ് കണ്ടത്. അവരോരോരുത്തരും തങ്ങളുടേതായ മാറാപ്പുകൾ കരുതിയിട്ടുണ്ട്. ഒരുതരം കുടിയേറ്റം. എങ്ങോട്ടാണ് ഇത്രയേറേപ്പേർ എന്ന് സംശയിച്ചു. എല്ലാം വലിച്ചുവാരി കെട്ടും മാറാപ്പുമായി നീങ്ങുകയാണ്.

“അരേ ഭായി, നിങ്ങൾ ഇതെങ്ങോട്ടാണ്” വാസു വിസ്മയത്തോടെ അന്വേഷിച്ചു.

“അടുത്ത ക്യാമ്പിലേക്ക്.”

കൂടാരങ്ങൾക്കിടയിൽ അതിരുകൾ വന്നു തുടങ്ങിയിരിക്കുന്നു. കൂടുതൽ ആളുകൾ എത്തുന്നതോടെ കൂടാരങ്ങളുടെ എണ്ണവും വർദ്ധിച്ചു വന്നു. പല ദേശക്കാരും ഭാഷക്കാരും വേഷക്കാരുമാണ് എത്തിക്കൊണ്ടിരിക്കുന്നത്. ആവശ്യങ്ങളും വ്യത്യസ്തമായി. ഭാഷകളുടെ വൈവിദ്ധ്യം. ശീലങ്ങളും ചര്യകളും പെരുമാറ്റവും ഭക്ഷണവും ഭക്ഷണരീതികളും ഒന്നൊന്നിനോട് ചേരാതെ കെട്ടുപിണയാൻ തുടങ്ങിയപ്പോൾ സംഘർഷ സാദ്ധ്യതയും വർദ്ധിച്ചു. അതൊരു ഭീതിയായി വളർന്നു. മുൻകരുതലിന്റെ ഭാഗമാണീ നീക്കം. തരംതിരിക്കാതെ വയ്യെന്നായിരിക്കുന്നു. പാർപ്പിടങ്ങൾക്കൊപ്പം ഭക്ഷണശാലകളും വേർതിരിക്കപ്പെട്ടു. സൗത്ത് ഇന്ത്യൻ ക്യാമ്പ്, പഞ്ചാബി ക്യാമ്പ്, ബംഗാളി ക്യാമ്പ്, കച്ച് ക്യാമ്പ്, ബീഹാറി ക്യാമ്പ്, ശ്രീലങ്കൻ ക്യാമ്പ്, പാകിസ്ഥാനി ക്യാമ്പ് അങ്ങനെയങ്ങനെ വേർതിരിക്കപ്പെട്ടു. ഭാഷയിലും വേഷത്തിലും ആഹാരത്തിലും ജീവിത ശൈലിയിലും എന്തിന് ആശയങ്ങളിൽപ്പോലും വ്യത്യസ്തത പുലർത്തുന്നവരെ ഒരോ കൂട്ടിലിട്ടാൽ അവിടെ സംഘർഷവും സംഘട്ടനവും ഉണ്ടാവാനേ തരമുള്ളു. അതൊഴിവാക്കുകയാണ് ലക്ഷ്യം. തങ്ങൾക്കു കിട്ടിയ ക്യാമ്പുകളുടെ കൂടാരങ്ങളിലേക്ക് തിരിക്കുന്നതിനിടയിലാണ് മണൽക്കാറ്റ് അവരെ വിഴുങ്ങാനൊരുങ്ങിയത്. ഒരു മുന്നറിയിപ്പുമില്ലാതെ.

വാസു ഒന്ന് മാറി നിന്ന് എല്ലാം നിരീക്ഷിക്കുകയായിരുന്നു. മനുഷ്യരുടെ ഒഴുക്ക്. ഒന്നിച്ചൊഴുകിപ്പോകുന്നവർ സാവധാനം വഴി പിരിഞ്ഞ് തങ്ങൾക്കായി ഒരുക്കി വെച്ച താവളങ്ങളിലേക്ക് നീങ്ങുന്നതുകാണാം.

കാറ്റൊന്നു ശമിച്ചിരുന്നു. പൊടി പടലങ്ങൾ അപ്പോഴും അന്തരീക്ഷത്തിൽ തങ്ങി നിന്നിരുന്നു. വെളിച്ചം മങ്ങിത്തുടങ്ങി. പോക്കുവെയിലിന്റെ കിതപ്പ്. തർലോചൻ ഓടി വന്നു.

“നീയെവിടെയാണ്. ഞാനെത്ര തിരഞ്ഞു. നീയിവിടെ കാഴ്ച കണ്ടു നില്ക്കയാണോ.”

“ഒന്നുല്യ. വെറുതെ ഒന്ന് നിന്നുപോയി. എനിക്കറിയില്ലായിരുന്നു ഇത്ര പെട്ടെന്ന് മാറണമെന്ന്.”

“നോക്കൂ, ഞങ്ങൾ പഞ്ചാബി ക്യാമ്പിലേക്ക് മാറിക്കഴിഞ്ഞു” തർലോചൻ തിടുക്കത്തിൽ പറഞ്ഞു.

“അതിന് ശിരോവസ്ത്രമണിയാത്ത നിന്നെ അവർ അംഗീകരി

ക്കുമോ."

"അതില്ലാത്തവരും ഞങ്ങളുടെ കൂട്ടത്തിൽ ഉണ്ട്. ഒരു വൃക്ഷമായാൽ ശാഖകൾ പലതുണ്ടല്ലോ."

"ഓ അങ്ങനെയോ."

"സൂര്യൻ എല്ലാവരുടേതുമാണ്. സൂര്യക്ഷേത്രവും അങ്ങനെതന്നെ ഞങ്ങൾക്ക്."

"നന്നായി."

"നിനക്ക് മാറേണ്ടെന്ന് തോന്നുന്നു. ഇവിടെത്തന്നെയാണ്. ശരി. നമുക്ക് നാളെ കാണാം. വരട്ടെ."

തർലോചൻ അയാളുടെ പുതിയ പഞ്ചാബി ക്യാമ്പിനെ ലക്ഷ്യമാക്കി നടന്നു. വാസു തിരിച്ച് തന്റെ കൂടാരത്തിലേക്കും. ശരിയാണ്. വാസു താമസിക്കുന്ന ഇടം സൗത്ത് ഇന്ത്യൻ ക്യാമ്പായി മാറിയിരുന്നു. അതിനാൽ അയാൾക്ക് എങ്ങോട്ടും മാറേണ്ടിയിരുന്നില്ല.

കൂടാരത്തിലെത്തിയപ്പോൾ കണ്ട കാഴ്ച അയാളെ വല്ലാതെ വിഷമിപ്പിച്ചു. അടുത്ത കട്ടിലിൽ രാംനാഥ് പുതപ്പിനുള്ളിൽ ചുരുണ്ടു കിടക്കുന്നു. ചെമ്മീൻ ചുരുണ്ടപോലെ. അയാൾ കിടന്ന് വിറയ്ക്കുകയാണ്. ആടി കൊട്ടുന്നുണ്ട്. വിളിച്ചിട്ട് മിണ്ടുന്നില്ല. വെറും ഞരക്കം മാത്രം. പുതപ്പ് മാറ്റി നോക്കുമ്പോൾ പൊള്ളുന്ന പനി. ഒരു ദിവസം മുഴുവൻ അയാൾ അങ്ങനെ കിടന്നിരിക്കണം എന്ന് വാസു ഓർത്തു. പുലർച്ചക്ക് എഴുന്നേറ്റു പണിക്കിറങ്ങുമ്പോഴും രാംനാഥ് ഉണർന്നിരുന്നില്ല. വൈകിട്ട് തിരിച്ചെത്തുമ്പോൾ അയാൾ കട്ടിലിൽ കിടന്നിരുന്നെങ്കിലും ഉണർത്തിയില്ല. ഡ്യൂട്ടി കഴിഞ്ഞെത്തി അല്പനേരം കിടന്ന് മയങ്ങുക പലപ്പോഴും പതിവുള്ളതാണ്. അതിൽ അസാധാരണമായൊന്നുമില്ല എന്നതുകൊണ്ട് ഗൗനിക്കേണ്ടതില്ലായിരുന്നു. പിന്നീട് വാസു നടക്കാനിറങ്ങുകയും ചെയ്തു. ഇപ്പോൾ തിരിച്ചെത്തുമ്പോഴാണ് ഈ കാഴ്ച. സ്വഭാവികമെന്നു കരുതി ഇപ്പോഴും ശ്രദ്ധിക്കുമായിരുന്നില്ല. എന്നാൽ അയാൾ പുതപ്പിനുള്ളിൽ കിടന്ന് വിറയ്ക്കുന്നുണ്ടെന്നു തോന്നിയതുകൊണ്ടുമാത്രം നോക്കിയതാണ്. അപ്പോൾ ഒരു രാവും പകലും അയാൾ പനിച്ചു കിടന്നിരിക്കുന്നു എന്ന അറിവ് വാസുവിനെ നടുക്കിക്കളഞ്ഞു.

ഇനിയിപ്പോൾ എന്തുചെയ്യും. മുനിയാണ്ടിയാണെങ്കിൽ എത്തിയിട്ടില്ല. ഏതെങ്കിലും തമിഴന്റെ കൂടാരത്തിൽ കാണും. എവിടെയാണെന്ന് കരുതിയാണ് അന്വേഷിക്കുക. സഹായത്തിന് ആരെങ്കിലും വേണം. രാംനാഥിനെ ക്ലിനിക്കിലേക്ക് കൊണ്ടുപോണം. പുറത്ത് ശക്തിയായ കാറ്റുവീശുമ്പോൾ അതത്ര എളുപ്പമല്ല. മാത്രമല്ല വിറച്ചുതുള്ളുന്ന ഇയാളെക്കൊണ്ട് നടക്കാനുമാവില്ല. എന്തു ചെയ്യണമെന്നറിയാതെ വാസു കുഴങ്ങി. അടുത്ത കൂടാരത്തിന്റെ മുഖശീല ഉയർത്തി വാസു വിളിച്ചു.

"ആരെങ്കിലുമുണ്ടോ- ഒന്നുവരുമോ."

ഒരാൾ ഇറങ്ങിവന്നു. തൊട്ടടുത്ത ടെന്റിലാണെങ്കിലും ഇതുവരെ കാണാത്ത മുഖം. കനത്ത മീശ. ബലിഷ്ഠങ്ങളായ കൈകൾ. ഒത്ത

ഉയരം. നാട്ടുകാരനാണ്. കാര്യമറിഞ്ഞപ്പോൾ അയാൾ ടെന്റിനുള്ളിൽ വന്ന് രാംനാഥിനെ കണ്ടു. രാംനാഥ് അപ്പോഴും കിടന്ന് വിറയ്ക്കുകയാണ്. പൊള്ളുന്ന പനി.

"മെയിൽ നേഴ്സുണ്ട് മുകളിൽ. ദാ വരുന്നു."

അയാൾ ഓടി. വീശിക്കൊണ്ടിരിക്കുന്ന പൊടിക്കാറ്റിൽ മറഞ്ഞു. വാസുവിന് എന്തെങ്കിലും പറയാൻപോലും ഇട കിട്ടിയില്ല.

വാസു കൂടാരത്തിനുള്ളിലേക്ക് വന്ന് രാംനാഥിനെത്തന്നെ നോക്കിയിരുന്നു. വിളിച്ചപ്പോൾ ഞരങ്ങുക മാത്രം ചെയ്തു. തൊട്ടു നോക്കി. തീപറക്കുന്നു.

കടന്നുപോകുന്ന ഓരോ നിമിഷങ്ങൾക്കും യുഗങ്ങളുടെ ദൈർഘ്യമുണ്ടെന്ന് തോന്നി. നാടിന്റെ ഏതോ ഒരു കോണിൽ നിന്നെത്തിയ ഇയാൾ മറ്റൊരു നാട്ടിൽ ആരോരും ആശ്രയമില്ലാതെ ഒരു കൂടാരത്തിനുള്ളിൽ പനിച്ചു വിറച്ചു കിടക്കുക. ആരാരും ശ്രദ്ധിക്കുന്നില്ലെങ്കിൽ എന്താവും ഇയാളുടെ സ്ഥിതി. ആരോഗ്യ സംരക്ഷണം ഉറപ്പു വരുത്താനുള്ള സംവിധാനങ്ങളൊക്കെ എവിടെയാണ്. ആർക്കെങ്കിലും ഇതിന്റെയൊക്കെ ഉത്തരവാദിത്വമുണ്ടോ. ആർക്കറിയാം. എത്ര കഷ്ടമാണ് ഈയൊരവസ്ഥ. ഇതൊന്നും ആരും അറിയുന്നില്ല.

ഓരോന്നിങ്ങനെ ഓർത്തിരിക്കുന്നതിനിടയിൽ പോയ ആൾ തിരിച്ചെത്തി. അയാൾ ഏതാനും മരുന്നുകളുമായാണ് എത്തിയത്. ഉടനെ രാംനാഥിനെ പതുക്കെ പുതപ്പിനുള്ളിൽ നിന്നും വിളിച്ചേഴുന്നേല്പിച്ചു. വിറയ്ക്കുന്ന അയാൾക്ക് ബോധംപോലും നഷ്ടമായെന്ന് സംശയം തോന്നി. മരുന്ന് വായിലേക്കിട്ട് വെള്ളമൊഴിച്ചപ്പോൾ അയാൾ ഒന്ന് പിടഞ്ഞു. വല്ലാത്ത ഞരക്കം. ശ്വാസതടസ്സമുണ്ട്. വീണ്ടും പുതപ്പിച്ചു കിടത്തി. ഒരു വിറകുകൊള്ളിപോലെ ശോഷിച്ചിരുന്നു അയാൾ.

"നോക്കൂ, ഒരേ ടെന്റിലായിട്ട് നിങ്ങളിത് നേരത്തെ ശ്രദ്ധിച്ചില്ലേ" മരുന്നു കൊണ്ടുവന്നയാൾ ചോദിച്ചു.

"ഇല്ല. പകൽ ജോലിക്ക് പോയിരിക്കുമെന്ന് കരുതി."

"വൈകീട്ട് കണ്ടിരുന്നില്ലേ."

"കണ്ടിരുന്നു."

"എന്നിട്ട്."

"ഉറങ്ങുകയായിരുന്നു. സാധാരണ ജോലി കഴിഞ്ഞ് തിരിച്ചെത്തിയാൽ അങ്ങനെ ഒരു പതിവുണ്ട്."

"പിന്നീടോ?"

"ഞാൻ പുറത്തിറങ്ങിയിരുന്നു."

"ഇവിടെ മറ്റൊരാളില്ലേ. അയാളെവിടെ."

"അറിയില്ല. പുറത്തെവിടെയെങ്കിലും കാണും."

വാസുവിനെ തെല്ലൊന്നു ചോദ്യം ചെയ്യുന്ന മട്ടിലായിരുന്നു അയാളുടെ ശബ്ദം. ഒരു കുറ്റപ്പെടുത്തൽ കൂടി അതിലൊളിഞ്ഞിരുന്നോ എന്ന് വാസുവിന് തോന്നി. മാത്രമല്ല ഇപ്പോൾ സ്വയം ഒരു കുറ്റബോധം തോന്നു

കയും ചെയ്തു.

"നോക്കൂ, സ്വന്തം കൂടാരത്തിനുള്ളിൻ എന്തു നടക്കുന്നു എന്നെങ്കിലും ചുരുങ്ങിയ പക്ഷം നമ്മൾ അറിഞ്ഞിരിക്കണം. കൂടെയുള്ളവർ നമ്മെപ്പോലെതന്നെ ജീവിക്കാനെത്തിയവരാണ്. വെറും സാധാരണ മനുഷ്യജീവികൾ. കുറ്റപ്പെടുത്തുന്നെന്ന് കരുതരുത്. സഹജീവി സ്നേഹം. അതുണ്ടാവണംന്നേ അർത്ഥമാക്കേണ്ടൂ."

വാസു ഒന്നും മിണ്ടിയില്ല. അല്പം കുറ്റബോധത്തോടെ തന്നെ കേട്ടിരുന്നു.

പുതപ്പു മാറ്റി അയാൾ രാംനാഥിന്റെ നെറ്റിയിൽ കൈവച്ചുനോക്കി. പനി അല്പം കുറഞ്ഞിട്ടുണ്ട്. വിറയലും നിന്നിരിക്കുന്നു.

"സാരല്യ. ഇനി ലഘുവായെന്തെങ്കിലും കഴിക്കാൻ കൊടുക്കണം."

"ശരി. മെസിൽ നിന്ന് എന്തെങ്കിലും കൊണ്ടുവരാം."

"പിന്നെ താങ്കൾ" മരുന്നു കൊണ്ടുവന്നയാളോട് വാസു അന്വേഷിച്ചു.

"ഞാൻ വിജയഭാസ്കരക്കുറുപ്പ്. കുറുപ്പ് എന്ന് എല്ലാവരും വിളിക്കും. ഇവിടെ മെറ്റീരിയൽ ഇൻചാർജാണ്. സ്റ്റോർ ഓഫീസിലുണ്ടാവും" വാസുവിന്റെ കൈ പിടിച്ചുകുലുക്കി അയാൾ പറഞ്ഞു.

ഇപ്പോൾ അയാളുടെ മുഖത്ത് നേരത്തെയുണ്ടായ ക്രുദ്ധഭാവം മാറിയിരുന്നു. വലിയ മീശ മേലോട്ടു തെറുത്തുകൊണ്ട് അയാൾ മുനിയാണ്ടിയുടെ കട്ടിലിലേക്കിരുന്നു.

"നോക്കൂ. ഇവിടെ ഇങ്ങനെയൊക്കെയാണ്. ഒരോരുത്തരും അവരവരുടെ സുരക്ഷ ഉറപ്പുവരുത്തണം. അതെപ്പോഴും സാധിച്ചെന്നുവരില്ല. നമ്മുടെ പ്രവൃത്തിക്കുള്ളിലാണ് മറ്റുള്ളവരുടെ സുരക്ഷ. അവിചാരിതമായുണ്ടാവുന്ന സാഹചര്യത്തെ നേരിടാനുള്ള മെഷേഴ്സ് ഇവിടെ കുറവാണ്. തുടക്കമെന്നതുകൊണ്ട് പ്രത്യേകിച്ചും ഇല്ല എന്നുതന്നെ പറയാം. ഇതിപ്പോൾ ചെറിയ ഒന്നാണ്. പണിയിടങ്ങളിൽ വെച്ചുണ്ടാവുന്ന അപകടങ്ങൾ. അതിനോട് അധികൃതർ കാണിക്കുന്ന സമീപനം. ഇമ്മീഡിയറ്റ് ആക്ഷൻ വേണ്ടിടത്ത് അതുണ്ടാവുന്നില്ലെങ്കിൽ കഷ്ടമല്ലേ. ഇയാൾക്കിപ്പോൾ പനി വീണ്ടും വഷളാവുന്നെങ്കിൽ ഹോസ്പിറ്റലിൽ കൊണ്ടുപോകേണ്ടി വരും. ഇവിടെയുള്ള ക്ലിനിക്കിൽ അതിനൊന്നും സൗകര്യങ്ങളില്ല. നിങ്ങൾ കണ്ടതല്ലേ. വിവരമറിയിച്ചിട്ട് മെയിൽ നേഴ്സ് ഒന്നുവന്ന് നോക്കിയതുപോലുമില്ല. ഒരു ഡോക്ടർ ഇതുവരെ സൈറ്റിലെത്തിയിട്ടില്ല. ഇതൊക്കെ അവതരിപ്പിക്കേണ്ടതുണ്ട്. ഭയംമൂലം ആരും അത് ചെയ്യുന്നില്ല."

വാസു കേട്ടിരുന്നു. അയാൾക്ക് ശബ്ദമില്ലാതായി. കാര്യങ്ങളുടെ ഗൗരവാവസ്ഥയിലേക്ക് അയാളുടെ ചിന്ത പാഞ്ഞു. തന്റെ മുന്നിലിരിക്കുന്ന വ്യക്തിയുടെയുള്ളിൽ എന്തൊക്കെയോ ഉണ്ടെന്ന് അയാൾ മനസ്സിലാക്കി. നീറുന്ന നെരിപ്പോടിനുള്ളിൽനിന്നും വരുന്ന ചെറിയ അഗ്നിസ്ഫുലിംഗങ്ങളെന്നോളം അവ കുറേശ്ശെ പുറത്തേക്ക് വരുന്നതായി

വാസുവിന് അനുഭവപ്പെട്ടു. എന്തൊരവസ്ഥയാണ്. വേണ്ടത്ര ശുശ്രൂഷ ലഭിക്കാതെ ഒരാൾ കഷ്ടപ്പെടാൻ പാടില്ല. അങ്ങനെയൊന്ന് ലഭ്യമാക്കാനുള്ള സംവിധാനങ്ങൾ തീർച്ചയായും ആവശ്യമാണ്. അത് ലഭിക്കാനുള്ള അവകാശവും ഒരു മനുഷ്യജീവിക്കുണ്ടാകണം. അയാളുടെ അദ്ധ്വാന ശക്തി ആവശ്യപ്പെടുന്നവരുടെ ഉത്തരവാദിത്വമാണ് അത് നല്കേണ്ടത്. അയ്യായിരം പേരുള്ള സൈറ്റിൽ എല്ലാവരും ആരോഗ്യത്തോടെ എപ്പോഴും കഴിയണമെന്നില്ല. ഒരു ഡോക്ടറെങ്കിലും ഇവിടെ ആവശ്യമല്ലേ.

രാംനാഥ് മയങ്ങുകയാണ്. മുഖം ശാന്തം. ശ്വാസഗതിയും നേരെയായിട്ടുണ്ട്.

"ഭയപ്പെടാനില്ല. രാത്രി ഒരുപക്ഷേ, വീണ്ടും പനിച്ചെന്നു വരും. മരുന്ന് തുടർന്ന് കൊടുക്കണം. ഒരു ബുദ്ധിമുട്ടും ഉണ്ടാവില്ലെന്നു കരുതാം. മറിച്ചെങ്കിൽ നാളെ ഹോസ്പിറ്റലിലെത്തിക്കേണ്ടി വരും."

കുറുപ്പ് എഴുന്നേറ്റു. അയാൾ ഇറങ്ങുകയാണ്.

"വാസു എപ്പോഴെങ്കിലും അങ്ങോട്ടു വരൂ. ഫസ്റ്റ് ബ്ലോക്കിൽ നൂറ്റി ഇരുപതിലാണ് ഞാൻ. മടിക്കണ്ട. ഏതു സമയത്തും വരാം. ശരി വരട്ടെ."

ഒന്നുകൂടി രാംനാഥിന്റെ നെറ്റിയിൽ കൈവെച്ചു നോക്കി അയാളിറങ്ങി.

വാസുവിന്റെ മുന്നിൽ അയാളുടെ ഉയരം അങ്ങനെ നിന്നു. സംസാരരീതിയും ശരീരചലനവും വാക്കിന്റെ ശക്തിയും വല്ലാതെ ആകർഷിച്ചു. വാക്കുകൾക്കിടയിൽ നിന്നും പറയാതെ പറഞ്ഞുവെച്ച പലതും ഓർത്തെടുക്കാൻ ശ്രമപ്പെട്ടു.

ഒരർത്ഥത്തിൽ അയാൾ സൂചിപ്പിച്ചതും ശരിയാണ്. തന്റെ ഭാഗത്തു നിന്നും ചെറിയൊരു വീഴ്ച പറ്റിയിരുന്നു. കൂടെയുള്ളവരെക്കുറിച്ച് വേണ്ടത്ര അറിവോ കരുതലോ തനിക്കില്ലാതെപോയി. അല്പം കൂടി ശ്രദ്ധ വെക്കണമായിരുന്നു. കുറഞ്ഞപക്ഷം ഒരന്വേഷണമെങ്കിലും ആവാമായിരുന്നു. കുറെക്കൂടി ജാഗ്രത ആവശ്യമാണ്.

ജീവിക്കാൻവേണ്ടി എത്തിയവരാണ്. ഇവിടെക്കിടന്ന് മരിക്കാനല്ല.

വാസുവിന്റെയുള്ളിൽ ഒരു തീപ്പൊരിയിട്ടിട്ടാണ് കുറുപ്പ് ഇറങ്ങിപ്പോയതെന്ന് അയാൾ നിശ്ചയമായും വിചാരിച്ചു. കൂടാരത്തിലേക്ക് കുനിഞ്ഞ് കയറി വന്ന അയാളുടെ ഉയരംകണ്ട് വാസു തരിച്ചിരുന്നു. മേടയിൽ നിന്നും ആരും തന്നെ താഴെ ടെന്റുകളിൽ വരാറില്ല. ആദ്യമായാണ് ഇങ്ങനെ ഒരാൾ.

ആരും പ്രതീക്ഷിക്കാതെയാണ് അയാൾ എത്തിയത്. ഹെഡ് ഓഫീസിൽ നിന്ന് ഒരു ട്രാൻസ്ഫർ നോട്ടുപോലും വന്നിരുന്നില്ല. ഒരു വലിയ തുകൽപ്പെട്ടി ഓഫീസിന്റെ ഇടനാഴിയിൽ കണ്ടപ്പോഴാണ് ദേവസി അന്വേഷിച്ചത്.

"പുതുതായാരെങ്കിലും?."

"യെസ്. വിജയഭാസ്കരക്കുറുപ്പ്. മെറ്റീരിയൽ എഞ്ചിനീയർ.

സ്റ്റോഴ്സ് ഇൻചാർജ്. ഹഡ്ജിക്രിസ്റ്റോയുടെ ഓഫീസിലുണ്ട്" കുട്ടി അറിയിച്ചു.

ഉടനെ ഇന്റർകോം ശബ്ദിച്ചു. ഹഡ്ജിക്രിസ്റ്റോ ദേവസിയെ വിളിക്കുകയാണ്. ചെന്നു. ഒരാൾ ഹഡ്ജിക്രിസ്റ്റോക്ക് അഭിമുഖമായി ഇരിപ്പുണ്ടായിരുന്നു.

ആദ്യം ശ്രദ്ധയിൽപ്പെടുക വലിയ വളഞ്ഞു കനത്ത മീശയാണ്. സാമാന്യം ആരോഗ്യമുള്ള ശരീരം. ബലിഷ്ഠങ്ങളായ കൈകൾ. തീക്ഷ്ണമായ കണ്ണുകൾ. ചുണ്ടിൽ നില്ക്കുന്ന നേർത്ത പുഞ്ചിരി കനത്ത മേൽമീശ ചെറുതായി മറയ്ക്കുന്നുണ്ട്.

അഡ്മിനിസ്ട്രേറ്റർ പരിചയപ്പെടുത്തി. അയാൾ കൈ കൊടുത്തു. ദേവസിയുടെ കൈ ഒട്ടൊന്നു വേദനിച്ചു.

"ഡു ദി നീഡ്ഫുൾ ദേവാസി."

"യെസ് സർ."

തിരിച്ചെത്തി ദേവസി ക്യാമ്പ് ഫോർമാനെ വിളിച്ച് കുറുപ്പിന് വേണ്ട താമസസൗകര്യം ഏർപ്പാടാക്കാൻ നിർദ്ദേശം നല്കി. നേരത്തെ വിവരങ്ങളൊന്നും കിട്ടാതിരുന്നതിനാൽ എല്ലാം അടിയന്തരമായി ചെയ്യേണ്ടിയിരുന്നു.

നദിയാ സൈറ്റിൽ മെറ്റീരിയൽ സ്റ്റോഴ്സ് പുതുതായി പ്രവർത്തനമാരംഭിച്ചിട്ടേയുള്ളൂ. ഉത്തരവാദിത്വമുള്ള, പ്രാപ്തിയുള്ള ആരുംതന്നെ എത്തിയിരുന്നില്ല. ഉള്ള സൈപ്രസുകാർക്ക് ഒന്നിനെക്കുറിച്ചും വല്യ ധാരണയില്ല. മാൽക്കം ക്ലാവൽ ഇക്കാരണം കാണിച്ച് ഹെഡ്ഓഫീസിലേക്ക് ഗൗരവസ്വഭാവമുള്ള നിരവധി കുറിപ്പുകൾ അയച്ചിരുന്നു. കാര്യശേഷിയുള്ള ഒരു മെറ്റീരിയൽ എഞ്ചിനീയറുടെ ആവശ്യമായിരുന്നു ഉന്നയിച്ചിരുന്നത്. എന്നിട്ടും കാര്യമായ പ്രതികരണമില്ലാതിരുന്നതിനാൽ നേരിട്ട് ഉന്നതതലത്തിൽ സാക്ഷാൽ പരസ്കവൈഡ്സിനെത്തന്നെ വിവരം ധരിപ്പിക്കുകയാണുണ്ടായത്.

മാൽക്കത്തിന് പ്രാപ്തനായ ഒരു മെറ്റീരിയൽ എഞ്ചിനീയറെ കിട്ടിയില്ലെന്നോ. ഉടനെ പി ടി പനയിഡിസിന് ഹെഡ് ഓഫീസിൽ സന്ദേശമെത്തി.

"Company's most efficient Material engineer must be made available to NADIA site immediately."

ഓർഡറായി.

അങ്ങനെയൊരാൾ വിജയഭാസ്കരക്കുറുപ്പേയുള്ളൂ. അയാളാണ് ഇപ്പോൾ എത്തിയിരിക്കുന്നത്. എഞ്ചിനീയറാണ്. നിയമജ്ഞനുമാണ്. ഇനി കോടതിയിലേക്കില്ലെന്നു പറഞ്ഞ് ഇറങ്ങിയവൻ.

അത്യാവശ്യസാധനങ്ങൾ മാത്രമെടുത്ത് ഉടനെ പുറപ്പെട്ടതാണ്. മറ്റു സാധനങ്ങൾ വഴിയേ കമ്പനി എത്തിച്ചുകൊള്ളും.

വന്നപ്പോൾ കുട്ടിക്കുപോലും അറിയില്ലായിരുന്നു. മാൽക്കം വിളിച്ചു പറയുംവരെ. ഹഡ്ജിക്രിസ്റ്റോയോടൊപ്പം കുറുപ്പ് മാൽക്കത്തിന്റെ ഓഫീ

സിലേക്ക് കയറിപ്പോയി. അരമണിക്കൂർ കഴിഞ്ഞ് ഇറങ്ങിവരികയും ചെയ്തു.

രണ്ടുമിനിറ്റുപോലും ആർക്കും അനുവദിക്കാത്ത ആളാണ് മാൽക്കം. ദേവസിയും കുട്ടിയും പരസ്പരം പറഞ്ഞ് അത്ഭുതപ്പെട്ടു.

അങ്ങനെയാണ് കുറുപ്പ് നദിയാ ക്യാമ്പിൽ നൂറ്റി ഇരുപതിൽ താമസമാക്കുന്നത്. ക്യാമ്പിൽ എല്ലാവരും അയാളെ സ്നേഹ ബഹുമാനത്തോടെ കുറുപ്പേട്ടൻ എന്നുവിളിച്ചു. മറ്റു നാട്ടുകാർ ആദരവോടെ കുറുപ്പ് സർ എന്നും.

ഹൃദ്യമായ പെരുമാറ്റം. നല്ല വാക്ക് ചാതുരി. ആരേയും വശീകരിക്കാൻ പോന്ന ലാളിത്യം. കാര്യങ്ങളിലുള്ള ജാഗ്രത. പ്രവൃത്തികളിൽ ചടുലത. ധാർഷ്ട്യം തീരെയില്ല. കനമുള്ള ശബ്ദത്തിനുടമ. സാധാരണക്കാരനിൽ സാധാരണക്കാരൻ എന്നുതോന്നുമെങ്കിലും ഉയർന്ന വ്യക്തിത്വത്തിന്റെ ഉടമയെന്ന് ക്ഷണം തിരിച്ചറിയാനാവും.

നൂറ്റി ഇരുപത് ക്ഷണത്തിൽ തിരക്കാർന്നതായി. കുട്ടി, സ്വാമി, ദേവസി, അബ്ദുൾ സത്താർ എന്നിവർ അവിടുത്തെ നിത്യ സന്ദർശകരായി മാറി. എന്നാൽ അവർക്കൊക്കെ അത്ഭുതമുണ്ടാക്കിക്കൊണ്ട് കുറുപ്പിന്റെ മുറിയിൽ ധാരാളം അപരിചിതർ വന്നും പൊയ്ക്കൊണ്ടുമിരുന്നത് ക്യാമ്പിൽ പരക്കെ ശ്രദ്ധിക്കപ്പെട്ടു. പുതുതായി വന്നെത്തിയ ഒരാൾക്ക് ഇത്രയേറെ അതിഥികളോ.

"അതൊക്കെ കുറുപ്പേട്ടന്റെ കീഴിൽ പല സൈറ്റുകളിൽ ജോലി ചെയ്തിരുന്നവരാണ്" ഒരാൾ പറഞ്ഞു. പലയിടങ്ങളിൽ നിന്ന് ട്രാൻസ്ഫറായ ഒട്ടേറെപ്പേർ നദിയായിലുണ്ട്. അവർക്കൊക്കെ പ്രിയങ്കരനാണ് കുറുപ്പ് എന്ന് ഏതാനും ദിവസങ്ങൾകൊണ്ടുതന്നെ എല്ലാവർക്കും ബോദ്ധ്യമായി. മാത്രമല്ല കുറുപ്പ് മിക്ക ടെന്റുകളിലും സന്ദർശനം നടത്തിയിരുന്നു. ഇതൊക്കെ എപ്പോഴാണെന്നുമാത്രം ആർക്കും മനസ്സിലായില്ല. കുറുപ്പിനെ സന്ദർശിക്കുന്നവർക്കൊക്കെ അയാളെ കിട്ടിയിരുന്നു താനും. നിരവധി പുസ്തകങ്ങളുടെ ശേഖരം അയാൾക്കുണ്ട്. മുറിയിൽ കൂടുതലും അതാണ്. വായിച്ചുകൊണ്ടിരിക്കുന്ന കുറുപ്പിനെയാണ് പലപ്പോഴും മുറിയിൽ ചെന്നാൽ കാണാനാവുക.

"ട്രേഡ്സ്മാൻ ക്യാമ്പുകൾ എവിടെയാണ്" ആദ്യദിവസം തന്നെ കുറുപ്പ് ദേവസിയോട് അന്വേഷിച്ചു. താഴെയുള്ള വിവിധ ക്യാമ്പുകളെക്കുറിച്ച് ദേവസി വിശദീകരിച്ചു കൊടുത്തു.

"ക്യാമ്പുകളിൽ പോയിട്ടുണ്ടോ" കുറുപ്പ് അന്വേഷിച്ചു.

"ഇല്ല."

ഒരിക്കലും അവിടെ പോയിരുന്നില്ലെന്ന് അപ്പോഴാണ് ദേവസി ഓർക്കുന്നതുതന്നെ. കുട്ടി ചിലപ്പോഴൊക്കെ താഴോട്ടുപോകുന്നത് കണ്ടിട്ടുണ്ട്. ഓഫീസ് ബോയ് അശോകൻ അവിടെ ഏതോ ടെന്റിലാണെന്നും കുട്ടി പറഞ്ഞറിയാം. അവിടെയാണ് കുട്ടിയുടെ സന്ദർശനം. ആകെ കിട്ടുന്ന വെള്ളിയാഴ്ച എന്തെങ്കിലുമൊക്കെ ചെയ്യാൻ കാണും. കത്തു

കളെഴുതാനിരിക്കുക അന്നാണ്. പിന്നെ ഒരുറക്കം. ആഴ്ചയുടെ കാത്തിരിപ്പു തന്നെ ഒരു വെള്ളിയാഴ്ചയ്ക്കു വേണ്ടിയാണ്. താഴെക്കിറങ്ങാനൊന്നും സമയം കിട്ടാറില്ല.

"ശരി. നമുക്കൊന്ന് ചുറ്റിയടിക്കണം. വരട്ടെ."

ദേവസി സമ്മതിച്ചു.

താഴെ കമ്പിവേലികെട്ടി വിശാലമായ ഒരു സ്ഥലമാണ് മെറ്റീരിയൽ സ്റ്റോഴ്സ്. അതിലേക്കുള്ള പ്രവേശനം നിയന്ത്രിതമാണ്. കൂറ്റൻ ഗേറ്റിൽ പാറാവുകാരുണ്ട്. ഇതൊക്കെ മറികടന്ന് അതിനുള്ളിൽ പോകേണ്ട ഒരാവശ്യവും വന്നിട്ടില്ല. നീണ്ട ട്രെയ്ലർ വണ്ടികൾ എത്തുന്നതും ചരക്കുകൾ ക്രെയ്ൻ ഉപയോഗിച്ച് ഇറക്കുന്നതും കാണാം. അതൊരു നിത്യ കാഴ്ചയായതിനാൽ അത്ര ശ്രദ്ധിക്കാറില്ല. ഒട്ടേറെ തൊഴിലാളികൾ പണിയെടുക്കുന്ന ഇടമാണ്. ഇരുപത്തി നാലു മണിക്കൂറും സജീവമാണ്. കുറുപ്പ് എത്തിയതിനുശേഷം ദേവസിയും കുട്ടിയും കൂടി സ്റ്റോഴ്സ് സന്ദർശിക്കുകയുണ്ടായി. കുറുപ്പിന്റെ നിർദ്ദേശപ്രകാരം ഗേറ്റിൽ ചോദ്യങ്ങളുണ്ടായില്ല. വിശാലമായൊരിടം. പുറത്തുനിന്ന് കാണുമ്പോൾ അതത്ര തന്നെ വെളിവാകുന്നില്ല. പ്രത്യേകം തരംതിരിച്ച് വെച്ചിരിക്കുന്ന ആയിരക്കണക്കിന് വിവിധങ്ങളായ വസ്തുക്കൾ. കുറുപ്പ് അവരെയും കൊണ്ട് ഒരോട്ട പ്രദിക്ഷണം നടത്തി. അത്ഭുതത്തോടെയാണ് അവരതൊക്കെ നോക്കിക്കണ്ടത്. എണ്ണിയാലൊടുങ്ങാത്ത എത്ര കണ്ടാലും തീരാത്തത്ര വസ്തുക്കൾ. എയർപോർട്ട് നിർമ്മാണത്തിനാവശ്യമായ ഈ വസ്തുക്കളെല്ലാം തന്നെ കടൽ കടന്ന് ലോകത്തിന്റെ പല ഭാഗങ്ങളിൽ നിന്നും കപ്പലിലും വിമാനത്തിലും എത്തിക്കൊണ്ടിരിക്കുന്നു. എല്ലാം ഇനം തിരിച്ച് ആവശ്യങ്ങൾക്കനുസരിച്ച് സൈറ്റുകളിലേക്ക് എത്തിക്കുകയുമാണ്. ഏറെ ബുദ്ധിമുട്ടും പ്രയാസം നിറഞ്ഞതും ഭാരിച്ച ഉത്തരവാദിത്വമുള്ളതുമായ ഒരു പ്രക്രിയ. ഇവിടെയുള്ള ജോലിക്കാർ തന്നെ പലദേശക്കാരും ഭാഷക്കാരുമാണ്. പാകിസ്ഥാനികൾ, പഞ്ചാബികൾ, ഗുജറാത്തികൾ, ബീഹാറികൾ, കച്ചികൾ, രാജസ്ഥാനികൾ, തെലുങ്കർ, തമിഴർ, സിലോണികൾ, മലയാളികൾ, ഗ്രീക്കുകാർ, സൈപ്രസുകാർ, തുർക്കികൾ-

"ചുരുക്കിപ്പറഞ്ഞാൽ ഒരു വലിയ സാമ്രാജ്യത്തിന്റെ അധിപനാണിപ്പോൾ കുറുപ്പ്" തിരിച്ച് കുറുപ്പിന്റെ ഓഫീസിനുള്ളിലേക്ക് കയറുമ്പോൾ കുട്ടി പറഞ്ഞു. "എന്തു സാമ്രാജ്യം. നമുക്ക് സ്വന്തമായുള്ളത് നമ്മുടെ വീടും നാടും. അതിനപ്പുറമൊന്നില്ല. അത് നിലനിർത്താനും അവരെ പോറ്റാനുമല്ലേ ഈ പെടാപ്പാടൊക്കെ."

കുട്ടി ഒന്നും മിണ്ടിയില്ല. എന്തോ ചിന്തയിലേക്കാണ്ടുപോയി കുട്ടി കുറുപ്പിന്റെ മുന്നിലിരുന്നു.

"എന്താ കുട്ടീ ഒരു ചിന്ത."

"ഹേയ് ഒന്നൂല്യ. നാടും വീടും വെറുതെ ഓർത്തുപോയി."

"ആ ചിന്തയാണ് നമ്മളെയൊക്കെ ജീവിപ്പിക്കുന്നത്. കുറെ സ്വപ്ന

ങ്ങൾ വാരിക്കെട്ടിയാണല്ലോ ഓരോരുത്തരും എത്തിയിരിക്കുന്നത്."

"അതിനുമാത്രം മൂലധനം വേണ്ട" ദേവസി പറഞ്ഞു. "പക്ഷേ, നമ്മ ളിവിടെയൊഴുക്കുന്ന വിയർപ്പ് , അദ്ധ്വാനം. അതാണ് മൂലധനം." കുറുപ്പ് ക്ഷണത്തിൽ പ്രതികരിച്ചു.

"അതിനെത്ര വിലയുണ്ടെന്ന് ആർക്കറിയാം."

അല്പനേരത്തെ മൗനത്തിനുശേഷം കുട്ടി എഴുന്നേറ്റു.

"വാ പോകാം. നല്ല വിശപ്പ്."

"വൃകോദരന് വിശപ്പു തുടങ്ങി. ഇനി രക്ഷയില്ല." ദേവസിയും എഴു ന്നേറ്റു.

എല്ലാവരും സ്റ്റോഴ്സിന്റെ പ്രധാന കവാടം കടന്ന് ക്യാമ്പിലേക്ക് നടന്നു കയറി. ഉച്ചസൂര്യൻ കണ്ണു തുറന്നിരുന്നു.

"നമുക്കൊന്ന് കൂടണം കുട്ടി. ആ തീവണ്ടിക്കഥകളൊക്കെ ഒന്നു കേൾക്കണം" കുറുപ്പ് തന്റെ മുറിക്കുമുന്നിലെത്തിയപ്പോൾ പറഞ്ഞു.

കുട്ടിയും ദേവസിയും ഒന്നും പറയാതെ നീണ്ട ഇടനാഴിയിലൂടെ നടന്നുനീങ്ങി.

മെറ്റീരിയൽ സ്റ്റോഴ്സിൽ നിന്നും ദൂരെയുള്ള സൈറ്റ് ഓഫീസിലേക്ക് കുറുപ്പ് അതിരാവിലെതന്നെ ചെന്നു. ഓഫീസ് സജീവമായി വരു ന്നേയുള്ളൂ. പരിമിതമായ സ്റ്റാഫുകൾ.

സീനിയർ സെക്രട്ടറി ശങ്കരൻകുട്ടിയുടെ ഓഫീസിലേക്ക് കുറുപ്പ് കടന്നുചെന്നു.

തിരക്കിലാണ്. മുന്നിലെ കസേര ചൂണ്ടിക്കാട്ടി ഇരിക്കാൻ പറഞ്ഞ് കുട്ടി സൈറ്റ് ഏജന്റിന്റെ മുറിയിലേക്ക് പോയി. അടുത്ത സീറ്റിലെ ദേവസി കുറുപ്പിനോട് കുശലമന്വേഷിച്ചു.

"എന്താ കുറുപ്പേട്ടാ ഈ വഴിക്ക്."

"കാര്യമുണ്ട്. അഡ്മിനിസ്ട്രേറ്ററെ ഒന്നു കാണണം."

"വരാൻ വൈകും."

"സാരല്യ, കാത്തിരിക്കാം."

അപ്പോഴേക്കും കുട്ടി തിരിച്ചെത്തി.

"യെസ്. കുറുപ്പ്. എന്താകാര്യം."

"ഹഡ്ജിക്രിസ്റ്റോയെ ഒന്നു കാണണം. അത്യാവശ്യമാണ്."

"ദെൻ വെയ്റ്റ്. ഹി ഈസ് ഓൺ ദി വേ."

കുട്ടി മറ്റൊന്നും പറയാതെ ജോലിയിലേക്ക് തിരിഞ്ഞു. ഔദ്യോഗി കവൃത്തിയുടെ തിടുക്കം മുഖത്തുണ്ട്. കുറുപ്പ് പുറത്ത് കടന്നു. ചുവന്ന കാർ കിടപ്പുണ്ട്. അപ്പോൾ നിശ്ചയമായും എത്തിയിട്ടുണ്ട്. നന്നായി. കുറുപ്പ് വിചാരിച്ചു. അഡ്മിനിസ്ട്രേറ്ററുടെ മുറിയിലേക്ക് ചെന്നു. സുപ്ര ഭാതം നേർന്നുകൊണ്ട് ഹഡ്ജിക്രിസ്റ്റോ കുറുപ്പിനെ സ്വീകരിച്ചിരുത്തി.

പുതുതായി ചാർജെടുത്തതാണ്. പ്രസന്ന വദനനാണ്. കുറുപ്പിന് നേരത്തെ അറിയാം. മറ്റു പല പ്രൊജക്ടുകളിലും ഒരുമിച്ച് പ്രവർത്തി ച്ചിട്ടുണ്ട്. അമ്പതിനു മുകളിൽ പ്രായംവരും. മുൻ ശുണ്ഠി

യുണ്ട്. കുറുപ്പിനോട് എപ്പോഴും താല്പര്യം കാണിച്ചു പോന്നിട്ടുണ്ട്.

ഇരുവരും പരസ്പരം അഭിവാദ്യം ചെയ്തു. പരിചയം പുതുക്കി. എന്താണ് താങ്കൾക്കായി ചെയ്യേണ്ടത് എന്നായിരുന്നു ഹഡ്ജിക്രിസ്റ്റോക്ക് കുറുപ്പിനോടുള്ള സൗഹൃദപൂർണ്ണമായ തുടക്കംതന്നെ.

"വളരെ വളരെ. പക്ഷേ, ഇപ്പോൾ ചെറിയൊരു കാര്യം. സർ" കുറുപ്പ് വിനയാന്വിതനായി.

"പറയൂ."

തന്റെ മെറ്റീരിയൽ സ്റ്റോഴ്സിന്റെ പ്രവർത്തനങ്ങളെക്കുറിച്ചും ക്ഷണത്തിൽ ചെയ്തുതീർക്കേണ്ടതായ നടപടികളെക്കുറിച്ചും ഒരു ചെറു വിവരണം കുറുപ്പ് നല്കി. ഇരുന്നൂറിൽ കൂടുതൽ വരുന്ന സ്റ്റോഴ്സിലെ ജോലിക്കാരുടെ സുരക്ഷാ രീതികളിൽ ആവശ്യമായ പരിഷ്കരണങ്ങളെക്കുറിച്ച് അയാൾ വിശദമായി ധരിപ്പിച്ചു. ചെറിയ ചെറിയ പരിക്കുകൾക്കാവശ്യമായ മരുന്നുകളുടെ ദൗർലഭ്യം വളരെയുണ്ടെന്ന് കുറുപ്പ് ഓർമ്മിപ്പിച്ചു. അവസാനം പൊതുവെയുള്ള ആരോഗ്യസംരക്ഷണത്തിലേക്ക് കടന്നു.

"സർ, എനിക്കൊരു നെഞ്ചുവേദന വന്നാൽ എന്തു വൈദ്യസഹായമാണിവിടെ ലഭിക്കുക."

"ഹൊ, അങ്ങനെ വരാതിരിക്കട്ടെ" ഹഡ്ജിക്രിസ്റ്റോ ചിരിച്ചുകൊണ്ട് പറഞ്ഞു.

"അങ്ങനെയല്ല സർ, അഥവാ വന്നാൽ?."

കുറുപ്പിന്റെ സ്വരം ഗൗരവപൂർണ്ണമെന്ന് തോന്നിയതു കൊണ്ടാവണം ഹഡ്ജിക്രിസ്റ്റോയുടെ ചിരി മാഞ്ഞു.

"നമുക്ക് ക്ലിനിക്കുണ്ട്. മെയിൽ നേഴ്സുണ്ട്. പിന്നെന്ത്."

"അതുകൊണ്ട് മാത്രമായോ സർ."

"പ്രാഥമിക പരിശോധനക്കുശേഷം ആവശ്യമായാൽ ഹോസ്പിറ്റലിലെത്തിക്കും."

"അതിന്റെ പരിമിതിയെക്കുറിച്ചാണ് സർ ഞാൻ പറഞ്ഞു വരുന്നത്."

ഹഡ്ജിക്രിസ്റ്റോ കുറെക്കൂടി ശ്രദ്ധയോടെ മുന്നോട്ടാഞ്ഞിരുന്നു.

"ഇരുപത്തിയഞ്ച് കിലോമീറ്റർ ദൂരെയുള്ള സിറ്റിയിലാണ് ഹോസ്പിറ്റലുള്ളത്. ഈ ദൂരത്തിനിടയിൽ രോഗം മൂർച്ഛിച്ചുകൂടെന്നില്ലല്ലൊ. മാത്രമല്ല നമുക്ക് സൈറ്റിൽ ആംബുലൻസില്ല. ആവശ്യപ്പെട്ടാൽ പോലും ഇത്രയും ദൂരം താണ്ടിയെത്തി വേണം വീണ്ടും ഹോസ്പിറ്റലിലേക്കെത്താൻ. അപ്പോഴേക്കും പിന്നെ എനിക്ക് ചികിത്സ ആവശ്യം വരുമെന്ന് തോന്നുന്നില്ല. ആവശ്യമായ പരിചരണം ലഭ്യമാകാത്തതുകൊണ്ടു മാത്രം മനുഷ്യർ മരിക്കാനിടവരുന്നത് നീതികരിക്കാനാകുമോ സർ."

"നമുക്കാലോചിക്കാം" അല്പനേരത്തെ മൗനത്തിനുശേഷം ഹഡ്ജിക്രിസ്റ്റോ പറഞ്ഞു.

"എന്തെങ്കിലും ഉടനെ ചെയ്യണം സർ"

"നോക്കാം."

അപ്പോഴേക്കും ഹഡ്ജിക്രിസ്റ്റോയുടെ ടെലഫോൺ മുരണ്ടു. കൂടുതൽ തുടരാൻ കുറുപ്പിന് കഴിഞ്ഞില്ല. ടെലഫോണിൽ സംസാരിക്കുന്നതിനിടയിൽ തന്നെ കുറുപ്പിനോട് പറഞ്ഞു.

"ഓക്കെ വി വിൽ ഡിസ്കസ് ദി മാറ്റർ ഇൻ ഡപ്ത് ലേറ്റർ."

കഴിഞ്ഞ രാത്രി നൂറ്റിപ്പതിനാറാം ടെന്റിലുണ്ടായ അനുഭവം കൂടി കുറുപ്പിന് അവതരിപ്പിക്കണമെന്നുണ്ടായിരുന്നു. യഥാർത്ഥത്തിൽ അക്കാര്യം സൂചിപ്പിക്കാൻ മാത്രമാണ് കുറുപ്പിന്റെ ഈ സന്ദർശനം. അതിന് കഴിഞ്ഞില്ല. എന്നാൽ ഒരർത്ഥത്തിൽ വിഷയം കുറെക്കൂടി ഗൗരവമാർന്ന രീതിയിൽ അവതരിപ്പിക്കാൻ കഴിഞ്ഞു എന്നുതന്നെ പറയാം. കുറുപ്പ് മടങ്ങി.

വൈകിട്ട് പലരും കുട്ടിയുടെ മുറിയിലേക്കെത്തി. കുറുപ്പ്, പിള്ള, ദേവസി, സത്താർ, സ്വാമി, അശോകൻ, ബാലൻ–

"എന്താ എല്ലാവരും കൂടി" കുട്ടി അന്വേഷിച്ചു.

"വിശേഷമുണ്ട്. പറയാം."

കാര്യമായെന്തോ ഉണ്ട്. അല്ലാതെ എല്ലാവരും കൂടി ഇങ്ങനെ ഇറങ്ങിത്തിരിക്കില്ല. കുട്ടി ആകാംക്ഷയോടെ അവരെ നോക്കി. മുഖങ്ങളിലൊക്കെ എന്തെന്നില്ലാത്ത ഉൽക്കണ്ഠയും ഭയവും തങ്ങിനിന്നിരുന്നത് കുട്ടി ശ്രദ്ധിച്ചു.

"നമ്പ്യാര് വരുന്നെന്നു കേട്ടു."

"ശരിയാണ്." കുട്ടി പറഞ്ഞു.

എന്തോ അപകടം സംഭവിക്കാൻ പോകുന്നു എന്ന മട്ടിലാണ് അവരൊക്കെ. ഏതാനും നിമിഷത്തെ മൗനത്തിൽ അവർ മുങ്ങി. ഒരു തരം ഭയം ആ മുറിയിൽ നിറഞ്ഞു.

"അയാൾ വരട്ടെ. അതുകൊണ്ടെന്ത്?"

"അങ്ങനെയല്ല. അയാൾ." പിള്ള മുഴുമിച്ചില്ല.

"അയാൾ...." കുട്ടി പുരികമുയർത്തി.

"കുട്ടിക്ക് അയാളെ നേരിട്ടറിയുമോ" സ്വാമി അന്വേഷിച്ചു.

"ഇല്ല. സെക്രട്ടറിയാണെന്നറിയാം."

"അതല്ല. മറ്റേതെങ്കിലും രീതിയിൽ."

"ഇല്ല. എന്താണ് നിങ്ങളൊക്കെ ഉദ്ദേശിക്കുന്നത്. അയാൾ ഇവിടേക്ക് ട്രാൻസ്ഫർ ആയി വരുന്നു. അത്രതന്നെ. അതിലെന്തു വിശേഷം."

"വിശേഷമുണ്ട്."

"അതെന്ത്."

"അതൊരു വെറും ട്രാൻസ്ഫറായിരിക്കുമോ" സ്വാമി സംശയം പ്രകടിപ്പിച്ചു.

"പുതിയ സൈറ്റല്ലേ. നമുക്ക് കൂടുതൽപേരെ ആവശ്യമുണ്ട്. എക്സസ് റോഡിന്റെ നിർമ്മാണം തുടങ്ങാനിരിക്കുന്നു. സെക്രട്ടറി അയാളായിരിക്കും."

"പക്ഷേ, നമ്പ്യാർ...." ദേവസി എന്തോ പറയാൻ ഭാവിച്ചു. പിന്നെ

സ്വാമിയുടെ മുഖത്ത് നോക്കി ഇടയ്ക്ക് നിർത്തി.

കുട്ടിക്ക് ഒന്നും മനസ്സിലായില്ല.

“എന്താണെന്നു വെച്ചാൽ പറയൂ” അയാൾ ആവശ്യപ്പെട്ടു.

“നമ്പ്യാർ ആളൊരു തീവ്ര ചുവപ്പനാണ്.”

“എന്നുവെച്ചാൽ....”

“എന്നുവെച്ചാൽ അയാളൊരു നക്സലാണ്..”

“ങേ. നക്സലോ” കുട്ടിയുടെ ശബ്ദത്തിൽ അല്പം പരിഭ്രാന്തി കയറിയിരുന്നു.

അല്പനേരം ആരും ഒന്നും മിണ്ടിയില്ല.

“ശരിയാണോ കുറുപ്പേ.” കുട്ടി കുറുപ്പിനോടന്വേഷിച്ചു. അവർ അറിയുന്നവരാണ്.

“അങ്ങനെ ഒരു പശ്ചാത്തലമുണ്ടെന്ന് കേട്ടിട്ടുണ്ട്. കൃത്യമായറിയില്ല.”

“വെറുതെയാവും” അതുവരെ മിണ്ടാതിരുന്ന അശോകൻ പറഞ്ഞു.

“അങ്ങനെയെങ്കിൽ കുട്ടി സൂക്ഷിക്കണം” തമാശയായി സത്താർ പറഞ്ഞു. എല്ലാവരും കേട്ട് ചിരിച്ചു.

“അതെന്താ. അയാളെന്റെ തലയെടുക്കുമോ” കുട്ടിയുടെ സ്വരത്തിൽ ഒരു നേർത്ത ഭയം കടന്നുകൂടിയോ എന്നു തോന്നി.

“അങ്ങനെയൊന്നും ചിന്തിക്കാനില്ല. സാമാന്യത്തിലേറെ അറിവും തെളിഞ്ഞ കാഴ്ചപ്പാടുമുള്ള നല്ല ചോരത്തിളപ്പുള്ള ചെറുപ്പക്കാരനാണയാൾ എന്നറിയാം. നമുക്ക് അങ്ങനെയുള്ളവരും വേണ്ടേ. അയാൾ വരട്ടെ” കുറുപ്പ് അങ്ങനെയാണ് പറഞ്ഞുവെച്ചത്.

“പക്ഷേ, നക്സലിസമൊന്നും ഇവിടെ നടപ്പില്ല. ഇത് നാട് വേറെ” കുട്ടി ആശ്വസിച്ചു.

“എന്തായാലും കണ്ണൂരിന്റെ പാരമ്പര്യം കാണും” ദേവസി പിന്നെയും മുന്നോട്ടാഞ്ഞു.

“എന്തോ ആവട്ടെ. ഇവിടെ എത്തിയാൽ ജോലിചെയ്യണം. അത്ര തന്നെ” കുട്ടി പറഞ്ഞവസാനിപ്പിച്ചു.

ആ ചർച്ച അതോടെ കഴിഞ്ഞ് എല്ലാവരും പിരിഞ്ഞു. എന്നാൽ ക്യാമ്പിൽ ഇതിനകം വാർത്ത പരന്നിരുന്നു.

ശ്രീധരൻ നമ്പ്യാർ വരുന്നുണ്ട്. ആളുകൾ പരസ്പരം പറഞ്ഞു. അയ്യോ ശ്രീധരൻ നമ്പ്യാരോ. ശരിക്കും. മെസിലെ തീൻമേശകളിലും കൂടാരങ്ങളിലെ കൂട്ടുകൂടലുകളിലും അതൊരു സംസാരമായി.

ആരാണീ ശ്രീധരൻ നമ്പ്യാർ?

അറിയാത്തവരും ഇതിനകം കേൾക്കാത്തവരും ഉൽക്കണ്ഠയോടെ തിരക്കി.

ആർക്കാർക്കുമറിയില്ല. എന്നാൽ ഒരു ഭീതിയുടെ സ്വരം എല്ലാവരിലുമുണ്ട്. ചിലർ അല്പം അഭിമാനത്തോടെതന്നെ അക്കാര്യം മറ്റുള്ളവരെ അറിയിച്ചു. അങ്ങനെ വന്നെത്തും മുൻപേ തന്നെ ശ്രീധരൻ നമ്പ്യാർ സൈറ്റിലാകെ അറിയപ്പെട്ടു.

ഖയ്യാമിന്റെ ഗീതങ്ങൾ

മേടയിലെ മഹാന്മാരെല്ലാം ഒത്തുചേർന്നിരിക്കുകയാണ്. നൂറ്റിപ്പതിനെട്ടിൽ. അബ്ദുൾസത്താറിന്റെ മുറിയിൽ ഇടയ്ക്കിടെ വാതിൽ തുറന്നടിഞ്ഞിരുന്നു. ഏതോ രഹസ്യ അറയിലേക്ക് പ്രവേശിക്കുംപോലെ ഓരോരുത്തരും ഇടനാഴിയിലേക്കെത്തി ക്ഷണത്തിൽ നൂറ്റിപ്പതിനെട്ടിലേക്ക് കടക്കുകയാണ്. ഏതാണ്ട് പിറകിലെ ചാക്കുതുണി നീക്കി കള്ളുഷാപ്പിലേക്ക് നൂണ്ട് കടക്കുന്നതിനോടാണ് അതിന് കൂടുതൽ സാദൃശ്യം. പുറം ലോകം കാണരുത്.

സ്വാമി എഴുന്നള്ളാത്തതെന്തേ. ചോദ്യങ്ങളുയരുന്നുണ്ട് തലേന്നത്തെ പിടി വിടണ്ടെ. പള്ളിയുറക്കത്തിന്റെ സുഖമൊന്നു വേറെ. അപ്പോഴേക്കും വാതിൽ വീണ്ടും തുറന്നടഞ്ഞു. ദാ, പറഞ്ഞേയുള്ളു. ആയുസ്സുണ്ട്. സ്വാമി എന്ന ഓമനപ്പേരുള്ള കൃഷ്ണസൗന്ദർ എത്തിക്കഴിഞ്ഞു. ആശ്വാസത്തോടെ എല്ലാവരും സ്വാമിയെ എതിരേറ്റു. അശോകനും കൂടെയുണ്ട്. സ്വാമി വല്യ ഉറക്കക്കാരനാണ്. അശോകൻ ചെന്ന് കുത്തിപ്പൊക്കി വിളിച്ചുകൊണ്ട് വരുന്നതാണ്. അതല്ലെങ്കിൽ വെള്ളിയാഴ്ച മുഴുവൻ വെളിച്ചം കാണാതുറങ്ങിക്കളയും. കുളിച്ച് കുറി തൊട്ടാണെത്തിയിരിക്കുന്നത്.

"ഇതെന്തൊരുറക്കാ സ്വാമി" കുട്ടി ചോദിച്ചു.

"എവിടെ. സമ്മതിക്കണ്ടെ" അശോകനെ നോക്കി സ്വാമി പറഞ്ഞു.

ആട്ടെ ഇനി സമയം കളയണ്ട. കുറുപ്പ് സത്താറിനോടായി പറഞ്ഞു.

സത്താർ ക്ഷണത്തിൽ അലമാരി തുറന്ന് ഒരു പൊതി പുറത്തെടുത്ത് അമൂല്യമായ നിധിപോലെ പ്രദർശിപ്പിച്ചു.

"വരട്ടെ. ഇന്നാരുടെ പ്രഭാഷണമാണ് നമ്മൾ കേൾക്കാനൊരുങ്ങുന്നത്."

അങ്ങനെയാണ് ചിട്ട. എല്ലാ ഒത്തുകൂടലുകൾക്കും തുടക്കം കുറിക്കുക ആരുടെയെങ്കിലും ഒരു ഹ്രസ്വപ്രഭാഷണത്തോടെയായിരിക്കും. അതാർക്കുമാവാം - ആരെങ്കിലും നിർദ്ദേശിക്കപ്പെടുന്നെങ്കിൽ അയാൾ അക്കാര്യം നിർവ്വഹിക്കണം. വിഷയം സ്വയം തെരഞ്ഞെടുക്കുകയുമാവാം. കൂട്ടത്തിലാർക്കും വിഷയം നിർദ്ദേശിക്കുകയോ കൂട്ടിച്ചേർക്കുകയോ ആവാം. വിഷയം പല കോണുകളിൽ നിന്നെത്തും. അക്കാര്യത്തിൽ കുറവില്ല. പക്ഷേ, ഏറ്റെടുക്കാൻ പലപ്പോഴും ആരും മുതിരാറില്ല. അവസാനം സ്വാമിതന്നെ പറയട്ടെ എന്നാവും. അയാൾക്കാണെങ്കിൽ അതേറെ അനായാസവും. ഒരിക്കൽ സ്വാമിതന്നെ കുട്ടിയുടെ പേര് നിർദ്ദേശിക്കുകയുണ്ടായി. മാൽക്കം പറയുന്നതെന്തും കുറിച്ചെടുക്കാനും എഴുതിത്തയ്യാറാക്കി ഭംഗിയായി അവതരിപ്പിക്കാനും കുട്ടിക്ക് കഴിയും. അത് വിട്ടെന്തെങ്കിലും, അതാവില്ല. അതിനൊക്കെ എത്രയോ ലജ്ജാശീലനാണ്. എല്ലാവരും ആർത്തുവിളിച്ചുകൊണ്ട് കുട്ടിയെ പ്രോത്സാഹിപ്പിക്കാൻ തുടങ്ങിയപ്പോഴാണ് ഒരിക്കലയാൾ സഗൗരവം ചിലത് പങ്കുവെക്കാമെന്നായത്. അതായിരുന്നു എന്നും ആരും ഓർത്തുവെക്കുന്ന തീവണ്ടിക്കഥകൾ. അത് തുടർക്കഥയാണ്. എപ്പോഴെങ്കിലുമൊക്കെ കുട്ടി അത് പറയാൻ തുടങ്ങും. ഇന്നു പക്ഷേ, ആവശ്യമുയർന്നത് പുതിയ നദിയാ സൈറ്റിനെക്കുറിച്ചുള്ള ഒരു ചെറുവിവരണം വേണമെന്നാണ്. നമ്മുടെ പണിയിടത്തെക്കുറിച്ച് ആദ്യമായും അറിഞ്ഞിരിക്കേണ്ടത് ആവശ്യമാണ്. അക്കാര്യം സൂചിപ്പിച്ചത് വടകരക്കാരൻ ബാലനാണ്. അങ്ങനെയെങ്കിൽ അത് സ്വാമിതന്നെ ഏറ്റെടുക്കുകയും വേണമെന്നായി. കൃഷ്ണ സൗന്ദർ എന്ന പാലക്കാടൻ പട്ടര്. എല്ലാവരും സ്വാമി എന്നത് ആദരവോടെയും സ്നേഹത്തോടെയും വിളിക്കുന്ന ഇയാൾ നദിയായിൽ പരക്കെ അറിയപ്പെടുന്ന ഒരു ബുദ്ധിജീവിയാണ്. എന്തിനെക്കുറിച്ചും നല്ല ജ്ഞാനം. ആഴത്തിലും പരപ്പിലും. ഏതു വിഷയത്തെക്കുറിച്ചുള്ള സംശയങ്ങൾക്കും സ്വാമിയുടെ അടുത്തെത്തിയാൽ ഉത്തരമായി. ആർക്കും സമീപിക്കാവുന്ന എൻസൈക്ലോപീഡിയ.

ഇപ്പോൾ ഒരാഘോഷത്തിന്റെ അന്തരീക്ഷമുണ്ട്. മേൽ വിളക്കണച്ചുകൊണ്ട് സത്താർ നേർത്ത വെളിച്ചത്തിന് ജീവൻ കൊടുത്തു. അടഞ്ഞ മുറിയുടെ ഒരു മൂലയ്ക്ക് മേശപ്പുറത്ത് ഉടുപ്പണിഞ്ഞ സുന്ദരിയുണ്ട്. വെളിച്ചത്തിന്റെ കുഞ്ഞല അവിടെ പ്രസരിക്കുന്നുണ്ട്. എന്നാൽ പ്രാരംഭ പ്രഭാഷണം ചിട്ടയുടെ ഭാഗമാണ്. പ്രകോപനങ്ങളെ പ്രതിരോധിക്കുന്നതെങ്ങനെയെന്ന പരീക്ഷണവും.

സ്വാമി തുടങ്ങി.

“നദിയാ. അതെത്ര സുന്ദരമായ പദം. അത്രതന്നെ സൗന്ദര്യം നമ്മുടെ പ്രോജക്ടിനുമുണ്ട്. ഇരുപത്തഞ്ച് കിലോമീറ്ററിന്റെ വിസ്തൃതിയിൽ ഒരു കമ്പി വേലിക്കെട്ടിനുള്ളിൽ നദിയാ സൈറ്റിന്റെ കുതിപ്പും കിതപ്പും കേൾക്കാം. നാടിനെ ഒരറ്റം മുതൽ മറ്റെ അറ്റംവരെ ഇപ്പുറത്തെ കടൽ മുതൽ അപ്പുറത്തെ കടൽവരെ ബന്ധിപ്പിക്കുന്ന പ്രധാന പാത

യിൽനിന്നും അഞ്ചു കിലോമീറ്റർ മാറിയാണ് നദിയാ. നാസികൾക്കെതിരെ രണ്ടാം ലോക മഹായുദ്ധത്തിൽ ഫ്രാൻസിനെ നയിച്ച പടനായകൻ ചാൾസ് ഡിഗാളിന്റെ ഓർമ്മ നിലനിർത്താൻ പണികഴിപ്പിച്ച ചാൾസ് ഡിഗാൾ വിമാനത്താവളത്തിന് സമാനമായ ഒന്നാണ് ഇവിടെ നിർമ്മാണത്തിലിരിക്കുന്ന നദിയാ. ഏകദേശം അഞ്ചു കിലോമീറ്ററോളം നീളം വരുന്ന ഇതിന്റെ റൺവേക്ക് ചാഞ്ഞ തൊട്ടിലിന്റെ മട്ടുണ്ടാവുമെന്ന് രൂപകല്പന ചെയ്ത ഏറോപോർട്ട് ഡി പാരീസ് പറയുന്നു. ദൂരക്കാഴ്ചയിൽ ഒരു താരാട്ടിന്റെ ഈണത്തിൽ മയങ്ങിക്കിടക്കുന്ന വിമാനവീഥിയായിരിക്കും. ഇതിന്റെ നിർമ്മാണത്തിന് അയ്യായിരം മനുഷ്യജീവികളും അതിലേറെ യന്ത്രസാമഗ്രികളും നദിയായിൽ എത്തിക്കഴിഞ്ഞു. താമസസൗകര്യങ്ങളും ഭക്ഷണശാലകളും ആതുരാലയങ്ങളും തുറന്ന സിനിമാ തിയറ്ററുകളും കളിസ്ഥലങ്ങളും ആവശ്യമായ വാഹനവ്യൂഹവും ഒട്ടനവധി ബന്ധപ്പെട്ട സംവിധാനങ്ങളും സൗകര്യങ്ങളും ഏതാണ്ട് തയ്യാറായിക്കഴിഞ്ഞു. നാടിന്റെ വിവിധ ഭാഗങ്ങളിലായി ഇരുപതിനായിരം പേർ ജോലി ചെയ്യുന്ന ലോകത്തിലെ വലിയ കപ്പലുടമകളിൽ ഒരാളായ പരസ്കവൈഡ്സിന്റെ ഗ്രീക്ക് കമ്പനിക്കാണ് ഇതിന്റെ നിർമ്മാണം. ഗ്രീസിൽ നിന്നും സൈപ്രസിൽ നിന്നും ആളുകൾ ദിനംപ്രതി എത്തിക്കൊണ്ടിരിക്കുകയാണ്. മറ്റു പല വിമാനത്താവളങ്ങളും നിർമ്മിച്ചിട്ടുള്ളതിന്റെ പരിചയസമ്പന്നതകൊണ്ടും കൂടിയാണ് ഇതിന്റെ നിർമ്മാണം ഇവരെ ഏല്പിച്ചിരിക്കുന്നത്. ഒരു സൂര്യകാന്തിപ്പൂവിന്റെ മനോഹരിതയോടെയുള്ള മുഖമണ്ഡപം ഇതിന്റെ പ്രത്യേകതയാണ്. അതിനുചുറ്റുമുള്ള ദളങ്ങളിലോരോന്നും ഓരോ വിമാനങ്ങളെ സ്വീകരിക്കുകയും പറഞ്ഞയക്കുകയും ചെയ്യുന്നു. അങ്ങനെ ഒരേസമയം പത്ത് വിമാനങ്ങളെ കൈകാര്യം ചെയ്യാൻ ഇതിനു കഴിയും. ലോകത്തിന്റെ വിവിധ നഗരങ്ങളിലേക്ക് പറന്നെത്താനുള്ള വെള്ളിൽ പറവകൾ ഈ മരുപ്പരപ്പിൽ നിന്ന് ചിറകുവിരിച്ച് ഉയരാനൊരുങ്ങുകയാണ്. അതിലേക്കെത്താനുള്ള ഓരോ പ്രവൃത്തികൾക്കുമുള്ള ഊർജ്ജം പകരുകയാണ് നമുക്ക് ചെയ്യാനുള്ളത്. അതിലേവർക്കും അഭിമാനിക്കാം മഹത്തായ ഈ സംരംഭത്തിന് ഭാഗഭാക്കാവുന്നതിൽ നമുക്ക് സന്തോഷിക്കാം - എല്ലാവർക്കും നന്ദി. നമസ്കാരം."

സ്വാമി അവസാനിപ്പിച്ചു.

ഏതാനും നിമിഷങ്ങൾ നിശ്ശബ്ദതയുടെ സംഗീതം മുറിയുടെ തണുപ്പിൽ നിറഞ്ഞുനിന്നു. അതിന്റെ നിറവിൽ സത്താർ എഴുന്നേറ്റ് മേശപ്പുറത്തെ ചെറുവെളിച്ചത്തിൽ മിന്നിനിന്ന ഇളം ചുവപ്പാർന്ന സ്ഫടികക്കുപ്പി ഉയർത്തിക്കാണിച്ച് പറഞ്ഞു.

"നിക്കോഷ്യക്കാരനായ സീനിയർ കോസ്റ്റ് എഞ്ചിനിയർ നിക്കോസ് ടാലിയഡോറോസിന്റെ കരുണയാണിത്. വെള്ളിയാഴ്ചയുടെ കരുതലിലേക്ക് നമുക്കായി ഒരു സൈപ്രസുകാരൻ നീട്ടിയ സൗഹൃദത്തിന്റെ സമ്മാനം."

"ആഘോഷത്തിന്റെ നാളുകളാവണം ഓർമ്മിക്കാനുണ്ടാകേണ്ടത്.."

കുറുപ്പ് കൈയുയർത്തി സത്താറിനെ പ്രോത്സാഹിപ്പിച്ചു.

അപ്പോഴേക്കും സ്ഫടിക ഗ്ലാസുകൾ നിരന്നു കഴിഞ്ഞിരുന്നു. ഗുലാമലി വീണ്ടും ഉണർന്നിരുന്നു. അപൂർവ്വത്തിൽ അപൂർവ്വമായ മുന്തിയ തരം മദ്യമാണ്. ഇങ്ങനെയൊന്ന് കാണുന്നതുതന്നെ ആദ്യമായാണ്. അതിന്റെ ഉൽക്കണ്ഠയും ഭീതിയും എല്ലാവരിലുമുണ്ട്.

“ദിവ്യമായ ചടങ്ങാണിത്. അതിവിശിഷ്ടമായ മദ്യം പാനം ചെയ്യുക. നിങ്ങൾ നിങ്ങളെ കണ്ടെത്തുക. അരസികർക്കുള്ളതല്ല മധുപാനം.”

കുറുപ്പ് കുപ്പിയുടെ അടപ്പ് പൊട്ടിച്ച് സ്വർണ്ണമുരുക്കിയൊഴിക്കുന്ന കരുതലോടെ അല്പാല്പം ഗ്ലാസുകളിലേക്ക് പകർന്നു. തെർമോഫ്ളാസ്കിലെ മഞ്ഞുകട്ടകൾ പെറുക്കിയെടുത്ത് അതിലേക്കിട്ടു. ശീൽ ശീർ ശബ്ദം രസബിന്ദു വിതറിയിട്ടു. ഫ്ളാസ്കിന്റെ കിലുക്കങ്ങളിൽ നിന്നു മഞ്ഞുകട്ടകൾ ശീർ ശീൽ ശബ്ദങ്ങളിൽ സ്ഫടിക ഗ്ലാസുകളിലേക്ക് വീണ് പൊട്ടിത്തെറിച്ചു. സ്കോച്ചിന്റെ ഇളംചുവപ്പിലേക്ക് മഞ്ഞുകട്ടകളിൽനിന്ന് ഊർന്നിറങ്ങി അടിയൊഴുക്കുകളിൽ പടർന്നുകയറി വൈവിദ്ധ്യമാർന്ന നിറങ്ങളിലേക്ക് താണിറങ്ങിത്താണിറങ്ങി പ്രലോഭിപ്പിച്ചുകൊണ്ട് നിന്നു.

നോക്കൂ, ഇതാണ് മധു.
വർഷങ്ങളുടെ തപസ്സിൽ നിന്നുണർന്ന,
സാക്ഷാൽ മധു
ശരാബ്
സ്കോച്ച്
ഇനി കത്തിച്ചോളൂ.
നിങ്ങളുടെ ചുണ്ടുകളുടെ ചൂടിനായിതാ,
കാത്തുനില്ക്കുന്നു.
ചിയേഴ്സ്
ചിയേഴ്സ്

ഗ്ലാസുകളുയർന്നു തണുത്ത വായുവിൽ പുഷ്പദലങ്ങളായി ഒരു നിമിഷം നിന്നു.

പിന്നെ ചിയേഴ്സ് വിളിയിൽ താണുവന്ന് ചുണ്ടുകളെ നനച്ചു പൊള്ളിച്ചു.

ഉടലിനെ ഒന്നാകെയുണർത്തിയെടുത്തു.
ഞാനിതാ നിങ്ങളിലേക്ക് കത്തിപ്പടരുകയാണ്.
എന്നെ സ്വീകരിക്കൂ.
സ്കോച്ചിന്റെ പ്രണയം ഒഴുകി നിറഞ്ഞു.
നോക്കൂ. നിങ്ങളുടെ ശീലങ്ങളെയൊക്കെ മാറ്റിയെടുക്കുക.
മധു ഒരിക്കലും പീഡനം ഇഷ്ടപ്പെടുന്നില്ല.
ധൃതിവെക്കല്ലേ സുഹൃത്തുക്കളെ.
വളരെ സ്നേഹത്തോടെ, പ്രണയത്തോടെ
സാവധാനം അവളറിയാതെ

പൂവിറക്കും പോലെ ചുണ്ടോടു ചേർത്തു
നുണഞ്ഞ് നുണഞ്ഞ് കുടിക്കുക.
മധുവറിയാതെ മധുപാനം.
ഇതാ, ഇങ്ങനെ...

വർണ്ണങ്ങളിളകിക്കളിക്കുന്ന സ്ഫടികഗ്ലാസുയർത്തി ചുണ്ടോടടുപ്പിച്ച്...

അസാധാരണമായ ചില ശബ്ദങ്ങൾ മുറിയിൽ നിറഞ്ഞു. സ്കോച്ചിന്റെ ഗന്ധവും രുചിയും പലർക്കും അപരിചിതമാണ്. അത് മനം മടുപ്പിക്കുന്നു. മത്തുപിടിപ്പിക്കുന്നു. വീർപ്പുമുട്ടിക്കുന്നു. മദിപ്പിക്കുന്നു. തൊണ്ട പൊള്ളിക്കുന്നു. ലഹരിയുടെ തീനാളം ഉള്ളിലേക്കുരുക്കിയൊഴിക്കുന്നു. ശ്വാസഗതി തന്നെ അവതാളത്തിലാക്കുന്നു. പക്ഷേ, അടിമപ്പെടുത്തുന്നു. വിട്ടുപോകാനാവാത്ത വിധം.

സ്കോച്ച് ആദ്യാനുഭവമാണ്. കേട്ടിട്ടേയുള്ളു. നാടൻ വാറ്റുചാരായത്തെ അറിഞ്ഞവരുണ്ട്. തെങ്ങിൻ കള്ള് കുടിച്ചവരുണ്ട്. പക്ഷേ, സ്കോച്ച്. അത് കേൾവിമാത്രം. മാത്രമല്ല അരുതാത്ത ഒരു കൃത്യമാണ് ചെയ്യുന്നത്. വലിയൊരു കുറ്റകൃത്യം ചെയ്യുന്ന ഭാവമായിരുന്നു പലർക്കും. ആരാരുമറിയാതെ ഗോപ്യമായി ചെയ്യണമെന്നുണ്ട്. ഒരു ദുശ്ശാഠ്യത്തിന്റെ തീക്കനൽ എല്ലാ മുഖങ്ങളിലുമുണ്ടുതാനും.

കുറുപ്പിനോ, സ്വാമിക്കോ, സുരേന്ദ്ര പൈക്കോ ഇങ്ങനെ യാതൊന്നുമില്ല. സ്വാഭാവികമായ ഒരു പ്രക്രിയ എന്നേയുള്ളു. എന്നാൽ കുട്ടിക്ക് നുണയാനും സിപ്പ് ചെയ്ത് കാത്തുവെക്കാനുമുള്ള ക്ഷമയില്ല. അയാൾ ഗ്ലാസിലുള്ളതു മുഴുവൻ തന്നെ വായിലേക്കൊഴിച്ചു. ഒറ്റവിഴുങ്ങൽ. മറ്റൊന്നിനും കുട്ടിയെ കിട്ടില്ല. ഒറ്റവലിക്ക് തീർത്ത് കുട്ടി ഒഴിഞ്ഞ ഗ്ലാസ് ശക്തിയോടെ മേശപ്പുറത്തേക്ക് വെച്ചു. തിടുക്കത്തിൽ ഒരു ബാദ്ധ്യത ഒഴിവാക്കും പോലെ.

"അയ്യോ. ഇതെന്ത്" സുരേന്ദ്ര പൈ അത്ഭുതപ്പെട്ടു.

"കാത്തുവെക്കാനൊന്നും എനിക്ക് വയ്യ" കുട്ടി മുഖം തിരിച്ചു.

"നോക്കൂ കൂട്ടുകാരെ, കുട്ടി ഇതാ ഒരുടന്തടിച്ചാട്ടം നടത്തിയിരിക്കുന്നു. അയാളുടെ അക്ഷമയെ നമ്മൾ ചോദ്യം ചെയ്യേണ്ടതില്ല. പകരം ആവേശത്തെ അഭിനന്ദിക്കുക. ആസക്തിയെ അനുമോദിക്കുക. എന്നാൽ കേട്ടോളൂ. ലബനന്റെ മുന്തിരിത്തോട്ടങ്ങൾ ലോകത്തിന്റെ പറുദീസയായിരുന്നു. ഒമർ ഖയ്യാമിന്റെ കവിതകൾ പിറവികൊണ്ട മണ്ണ്. ലോകൈക സുന്ദരികളായ പാരസികത്തരുണികൾ പകർന്നുകൊടുത്ത മധു ചഷകങ്ങൾ ആവോളം പാനം ചെയ്ത് രമിച്ച സുഖലോലുപരുടെ ആവാസഭൂമി."

"ജീവിതം ആസ്വദിക്കാനുള്ളതാണ്. ആസ്വദിക്കാൻ, ആസ്വദിക്കാൻ മാത്രമുള്ളത്."

സ്വാമി തന്റെ ഗ്ലാസ് ചുണ്ടോടടുപ്പിച്ച് ഒന്നുകൂടി നുണഞ്ഞ് തുടർന്നു.

"താഴെ കാണുന്ന കൂടാരങ്ങൾ ഈ പാരസിക കവിയുടെ ഓർമ്മ പുതുക്കുകയാണ്. കൂടാരം തുന്നിക്കെട്ടലായിരുന്നു കവിയുടെ കുലത്തൊ

ഴിൽ. അതാണ് ഖയ്യാം. കൂടാരത്തിൽ നിന്നും ഉയർന്ന് ശാസ്ത്രത്തിന്റെ വഴിക്കായി. ഖഗോള ശാസ്ത്രത്തിൽ വിരുതു കാട്ടി. നക്ഷത്രചക്രത്തെ വരുതിയിലാക്കി. സുൽത്താൻ മാലിക്ക് ഷാ നിഷാപ്പൂർ ഭണ്ഡാരത്തിൽ നിന്ന് അനുവദിച്ചു നല്കിയ വാർഷിക പെൻഷനായ ആയിരത്തി ഇരുന്നൂറ് സ്വർണ്ണ മിത്ത് ഖൽസ് വാങ്ങിച്ച് ശാസ്ത്ര സാങ്കേതികവിദ്യകളിൽ വ്യാപരിച്ചും അമൂല്യ സംഭാവന നല്കിയും ജീവിച്ച ഒമർ ഖയ്യാം അവസാനം കാവ്യരചനയിലേക്ക് തിരിഞ്ഞു. ജീവിതത്തിന്റെ നശ്വരതയെക്കുറിച്ച് പാടി."

"ഇപ്പോൾ നീ ആനന്ദിക്കുക,
ഈ നിമിഷം നിന്റെ ജീവിതമാണ്.
ചിന്തിക്കുന്ന ഹൃദയം
ഏകാന്തതയുടേതാണ്.
വള്ളിക്കുടിലുകളുടെ താഴെ
ഒരു അപ്പക്കഷണവും
ഒരു കുപ്പി വീഞ്ഞും
ഒരു കവിതാ പുസ്തകവും.
ഈ വന്യതയിൽ
നീ എന്റെ അരികിലിരുന്ന്
പാടുന്ന ഗീതകങ്ങളും.
ഈ വന്യതയെ സ്വർഗ്ഗമാക്കാൻ
ഇനിയെന്ത് വേണം.
ഈ വന്യത സ്വർഗ്ഗമാണിപ്പോൾ."

ആർക്കുമറിയില്ല, ഒരാൾ എവിടെ വെച്ചു മരിക്കുമെന്ന്. വടക്കൻ കാറ്റ് പനിനീർപ്പൂക്കളുടെ സൗരഭ്യം വിതറുന്ന ഒരിടത്തായിരിക്കണം എന്റെ ശവകുടീരം.

അങ്ങനെതന്നെ നടന്നു.

നമുക്കാർക്കെങ്കിലും അങ്ങനെയൊരു ചിന്ത ഉണ്ടായിട്ടുണ്ടോ. ഇവിടെ പലരും മരിക്കില്ലെന്ന് വിശ്വസിച്ചാണ് ജീവിക്കുന്നതുതന്നെ. നല്ലതു തന്നെ. പക്ഷേ, കവി. കവിക്ക് ചിന്തിക്കാതെ വയ്യ.

ജീവിതത്തിന്റെ നശ്വരതയെക്കുറിച്ച്, പ്രണയത്തിന്റെ മാധുര്യത്തെക്കുറിച്ച്, മദ്യത്തിന്റെ ലഹരിയെക്കുറിച്ച്, ജീവിതലഹരിയെക്കുറിച്ച്.

വിചാരണ

ഇപ്പോൾ നദിയാ സൈറ്റ് അതിന്റെ പൂർണ്ണരൂപത്തിൽ വികാസം കൊണ്ടുകഴിഞ്ഞു. നീണ്ടു നിറഞ്ഞുകിടന്ന കുന്നിൻ പ്രദേശം ഇടിച്ചും നിരത്തിയും മെരുക്കിയെടുത്ത് സമതലമാക്കിയിരിക്കുന്നു. അയ്യായിരം പേരെ ഉൾക്കൊള്ളാൻ മാത്രം ക്യാമ്പുകൾ ഒരുങ്ങിക്കഴിഞ്ഞു. ഓരോ ക്യാമ്പുകളിലും ആവശ്യമായ പാർപ്പിടങ്ങൾ, ഭക്ഷണശാലകൾ, ശൗചാലയങ്ങൾ രൂപം കൊണ്ടു. ക്യാമ്പ് ഓഫീസ്, ക്ലിനിക്ക്, ടൈം ഓഫീസ്, സുരക്ഷാ ഓഫീസ്, ഫയർ സ്റ്റേഷൻ എല്ലാം സജ്ജമാക്കിയിരുന്നു. വിനോദത്തിനായി സിനിമാ ശാലകൾ പോലുമുണ്ട്.

അഞ്ചു കിലോമീറ്ററോളം നീണ്ടു കിടക്കുന്ന റൺവേയുടെയും അനുബന്ധ ടാക്സിവേയുടെയും മണല്പണി നടന്നുകൊണ്ടിരിക്കുന്നു. വിവിധ യാർഡുകൾ, വർക്കുഷോപ്പുകൾ എല്ലാം സുസജ്ജം. ഇരുപത്തഞ്ചു കിലോമീറ്റർ ചുറ്റളവിൽ എവിടെയും ആളുകൾ പണിയെടുത്തു കൊണ്ടിരുന്നു. വിവിധ തരം ട്രക്കുകൾ, ടിപ്പറുകൾ, വാട്ടർ ബൗസറുകൾ, ക്രെയിനുകൾ, പിക്കപ്പുകൾ, ഭീമാകാരമായ സ്ക്രാപ്പറുകൾ എന്നിവ സദാ ചലിച്ചുകൊണ്ടിരിക്കുന്നു. മണ്ണിനെ വെട്ടിയും പൊളിച്ചും വാരിയും നിറച്ചും നിരത്തിയും ആവശ്യമായ രീതിയിൽ മെരുക്കി ഒരുക്കിയെടുക്കുക എന്ന ശ്രമകരമായ പണിയാണ് ഇപ്പോൾ നടന്നുകൊണ്ടിരിക്കുന്നത്. വർക്ക്ഷോപ്പുകൾ രാവും പകലും പ്രവർത്തനനിരതമാണ്. ലോഹങ്ങൾ അറുത്തും പിരിച്ചും ഇണക്കിച്ചേർത്തും തീപ്പൊരി പാറിച്ചും സദാ ശബ്ദമുണ്ടാക്കിക്കൊണ്ടിരിക്കുന്നു. ഉറങ്ങാത്ത പണിശ്ശാലകൾ, റൺവേ, ടാക്സിവേ പ്രദേശങ്ങളിൽ ഭീമന്മാരായ സ്ക്രാപ്പറുകൾ നീങ്ങിക്കൊണ്ടിരിക്കുന്നത് സ്ഥിരം കാഴ്ചയായിരിക്കുന്നു. അവ പ്രവർത്തിപ്പിക്കുന്ന സർദാർജികൾ കണ്ണുമാത്രം പുറത്ത് കാണുംവിധം കട്ടിക്കണ്ണട വെച്ച്

മണൽക്കാറ്റിനെ ചെറുക്കുന്നുണ്ട്.

പതുങ്ങിക്കഴിഞ്ഞിരുന്ന സൂര്യ മുഖം മറക്കുട ഉപേക്ഷിച്ചിരുന്നു. തണുത്തു കിടന്ന മണല്പരപ്പ് ഇളം ചൂടിലുണർന്നു കണ്ണു മിഴിച്ചു. സാവധാനം വെളിച്ചത്തിന്റെ വന്യതയിലേക്ക് ചാഞ്ഞു കിടന്നു. കാറ്റൊരുങ്ങി വന്നു. ഇളംചൂടാർന്ന മണൽക്കൂമ്പാരങ്ങളെ വാരിയെടുത്ത് നിലത്തിട്ടടിച്ച് മുന്നോട്ടു പാഞ്ഞു. അതോടെ മണൽ വേവാൻ തുടങ്ങി. അനുതാപമില്ലാതെ ചൂടുക്കാറ്റ് വീശിക്കൊണ്ടിരുന്നു. കണ്ണിലും മൂക്കിലും മണൽപ്പൊടിയടിച്ച് ശ്വാസം മുട്ടി. ആളുകളന്തം വിട്ടു. കവറോളിനുള്ളിൽ വിയർപ്പൊഴുകി വീണു. ഇക്കണ്ടതൊന്നുമല്ല മരുഭൂമിയെന്ന് അറിയാൻ തുടങ്ങി.

ഇവിടെയാണ് ഇടിച്ചു നിരത്തിയെടുത്ത മണല്പരപ്പിനെ പിന്നെയും മെരുക്കുന്നത്. താഴോട്ട് താഴോട്ട് മാന്തിപ്പൊളിക്കുകയാണ്. ഭൂമിക്കടിയിൽ ഒരു വലിയ ലോകം തീർത്തിട്ടുവേണം ഉപരിതലത്തിലേക്കെത്താൻ. അതിനുള്ള നീണ്ടു നീണ്ടിടങ്ങൾ കുഴിച്ചെടുക്കുകയാണ്. മണ്ണുമാന്തികൾ തീർത്ത കിടങ്ങുകൾക്കുള്ളിലാണ് വേവലാതികളോടെയെങ്കിലും മനുഷ്യരിറങ്ങിച്ചെന്ന് പണിയെടുക്കുന്നത്. നാനാവിധ പൈപ്പുകൾ മരുഭൂവിന്റെ ഞരമ്പുകളായി വിവിധ രീതിയിൽ പാകിയെടുക്കണം. പ്രാകൃത ഗുഹകളിൽനിന്നും കുഴിച്ചെടുത്തപോലെ നിറംകെട്ട ഭീമാകാരമായ ഇരുമ്പ് കുഴലുകളാണ് ഏറ്റവുമടിയിൽ. വാതകക്കുഴലുകൾ, മാലിന്യക്കുഴലുകൾ, മലിനജലക്കുഴലുകൾ, ശുദ്ധജലക്കുഴലുകൾ അങ്ങനെയങ്ങനെ കണക്കറ്റ നീലിച്ച ഞരമ്പുകൾ മണ്ണടരുകളിൽ പാഞ്ഞുചെല്ലുന്നുണ്ട്.

ജോബിന്റെ കാർമ്മികത്വത്തിലാണ് പണി നടക്കുന്നത്. ഒരിടവുമില്ല പണിക്കാരില്ലാതെ. താഴേക്ക് താഴേക്ക് ഇരുമ്പു കോണികളിലൂടെയാണ് അവർ ഇറങ്ങിപ്പോകുന്നത്. ഫോർമാന്മാർ താഴെയും മേലേയുമായി പല തട്ടുകളിലായുണ്ട്. കവറോളിന്റെ കീശയിലേക്ക് വാക്കിടോക്കികൾ തിരുകി വെച്ചിരിക്കും സന്ദേശങ്ങൾ കൈമാറാൻ. അവരോടൊപ്പം നൂറുക്കണക്കിന് തൊഴിലാളികൾ കിടങ്ങുകളിൽ ചെറു രൂപങ്ങളായി പാതാളലോകത്ത് വസിക്കുന്നവരെപ്പോലെ നീങ്ങുന്നുണ്ട്. വെൽഡിങ്ങിന്റെ ശബ്ദപ്രപഞ്ചം. പൂത്തിരി കത്തുംമട്ടിൽ തീപ്പൊരി പാറുന്നുണ്ട്. കിടങ്ങുകൾ ഇടവിട്ടിടവിട്ട് പ്രകാശ പൂരിതമാവുകയാണ്. അപ്പോൾ തെളിയുന്ന മനുഷ്യ മുഖങ്ങളിൽ വിയർപ്പിൽക്കുതിർന്ന കരിനീല വർണ്ണങ്ങൾ തെളിയുന്നതു കാണാം.

വാസു ആദ്യമായാണ് ജോബിന്റെ മറ്റു സൈറ്റുകളിൽ വരുന്നത്. അങ്ങനെയൊരാവശ്യം ഇതുവരെ ഉണ്ടായിട്ടില്ല. പാതാളത്താഴ്ചയിലെ ഇരുമ്പുചട്ടകളുടെ രൂപകല്പനയിലും നിർമ്മാണത്തിലും വരുന്ന സംശയങ്ങൾക്ക് സൈറ്റിന്റെ സ്വഭാവത്തിന് അനുഗുണമായി ജോലികൾക്കനുസൃതമായി വ്യക്തത വരുത്തിക്കൊടുക്കാൻ മാത്രമാണ് വാസുവിനെ

നിയോഗിച്ചതും അയാൾ സൈറ്റിലെത്തിയതും. ചിലപ്പോൾ അങ്ങനെയാണ്. നിനച്ചിരിക്കാതെ വന്നെത്തുന്ന നിയോഗങ്ങളിൽ ആണ്ടുപോവുകയും പിന്നെ അതിൽ വന്നുചേരുന്ന ദുർഘടകങ്ങൾക്ക് സാക്ഷിയാവുകയും ചെയ്യേണ്ടിവരുന്നത് തികച്ചും യാദൃച്ഛികം മാത്രമാണ്. അതിലേക്ക് എത്തിപ്പെടാൻ മാത്രമുള്ള ഉത്തരവാദിത്വം ഒരുപക്ഷേ, നമുക്കുണ്ടാവണമെന്നില്ല. യാതൊരു തരത്തിലും നമ്മെ ബാധിക്കുന്ന കാര്യമല്ലെങ്കിൽ കൂടിയും അത്തരം പ്രവൃത്തികളുടെ മുഴുവൻ വീഴ്ചകൾക്ക് സാക്ഷിയാവുകയും അവസാനം പ്രതിപോലുമാവുകയും ചെയ്തുകൂടെന്നില്ല.

വാസുവിന് ഭയം തോന്നി. അത്രയും ആഴക്കിടങ്ങുകളാണ് മുന്നിൽ. അതിനുള്ളിൽ നൂറുകണക്കിന് തൊഴിലാളികൾ. വെൽഡിങ്ങിന്റെ തീപ്പൊരികൾ സദാ കിടങ്ങിന് ഒരു നെരിപ്പോടിന്റെ സ്വഭാവം സൃഷ്ടിക്കുന്നുണ്ട്. താഴെ ഫോർമാന്മാരെ മാത്രമെ ബന്ധപ്പെടാനാവൂ. അവരുടെ കൈയിലേ വാക്കിടോക്കിയുള്ളൂ. തീക്ഷ്ണമായ പ്രകാശം ചൊരിയുന്ന പോർട്ടബിൾ ലൈറ്റുകൾ കിടങ്ങിനുള്ളിൽ അവിടവിടെ സ്ഥാപിച്ചിട്ടുണ്ട്.

കിടങ്ങിന്റെ ആഴങ്ങളിലേക്കെത്തും തോറും മണലിന് നിറവ്യത്യാസങ്ങളുണ്ട്. മഞ്ഞച്ചും ചുവന്നും കണ്ട മണ്ണടരുകളും തിട്ടകളും നീലിച്ച കറുപ്പിലേക്കും തിരിച്ചും ഭാവപ്പകർച്ച കൈവരിക്കുന്നുണ്ട്. വായുവിന് കനം കുറഞ്ഞുവന്നു. ശ്വാസഗതിയിൽ അത് ഇടയ്ക്കിടെ മാറ്റങ്ങൾ തീർത്തു. കിടങ്ങിനുള്ളിലെ ചെറു ഗർത്തങ്ങളിൽ ഈർപ്പം പൊടിയാൻ തുടങ്ങിയിരുന്നു. മണ്ണു നീക്കുന്തോറും അതിടമുറിയാതെ സാവധാനം ഗതി തിരിഞ്ഞ് കിനിഞ്ഞിറങ്ങിപ്പരന്നു. പിന്നെ ഒഴുക്കിന് ശക്തി വർദ്ധിച്ച് കിടങ്ങിന്റെ അടിപ്പാളിയിൽ വെള്ളക്കെട്ട് തളം കെട്ടി. കുഴലുകൾ ആഴത്തിലേക്കിറങ്ങി പമ്പുചെയ്തു മാറ്റിയിരിക്കുന്ന ഭൂഗർഭജലത്തിനും പുറമെയായിരുന്നു ഇത്. വീണ്ടും പമ്പുകൾ സ്ഥാപിച്ച് വലിച്ചെടുക്കുകയായിരുന്നു. കിനിഞ്ഞിറങ്ങി ഗർത്തങ്ങളിൽ നിറഞ്ഞുകവിയുന്ന വെള്ളം ഊറ്റി വലിച്ചെടുത്ത് മുകളിലേക്കെത്തിക്കുന്ന പൈപ്പുകൾ യഥേഷ്ടം സജ്ജമാക്കിയിരുന്നു. ശ്വാസം വിടാനിടയില്ലാത്ത വിധം പ്രവർത്തനനിരതമായിരുന്നു സൈറ്റ്. ആരോ താഴെനിന്ന് ആക്രോശിച്ചിരുന്നു. ആർക്കും ഒന്നും തന്നെ കേൾക്കാനാവുന്നില്ല. കിടങ്ങിനുള്ളിൽ ശബ്ദപ്രളയമാണ്. പമ്പുകളുടെ ഉച്ചത്തിലുള്ള ടക് ടക് ശബ്ദം. വെൽഡിങ്ങിന്റെ സീൽക്കാരം. ഇതിനപ്പുറം ഒരു മനുഷ്യജീവിയുടെ ശബ്ദവും ഉയർന്നു കേൾക്കാൻ വഴിയില്ല. താഴെനിന്ന് ആക്രോശിക്കുന്നവരുടെയും കൈയുയർത്തുന്നവരുടെയും നിഴലുകൾ പോലും അവ്യക്തമായിരുന്നു.

പീറ്റർ താഴെ നിന്ന് പിന്നെയും വിളിച്ചു കൂവുന്നുണ്ട്. ആരുടെ ശ്രദ്ധയിലും പെടുന്നില്ല. അയാൾ മറ്റുള്ളവരിൽ നിന്ന് കുറെക്കൂടി ദൂരെയായിരുന്നതുകൊണ്ടുമാവാം. വെൽഡിങ്ങിന്റെ തീപ്പൊരികൾക്കിടയിൽ അയാളുടെ മുഖത്തെ ഭീതി പ്രകടമാണ്.

ഫോർമാൻ തോമസിന് കാര്യം മനസ്സിലായിട്ടാവണം പീറ്ററിനെ ലക്ഷ്യംവെച്ച് നീങ്ങുന്നുണ്ടായിരുന്നു. പീറ്റർ ചൂണ്ടിക്കാണിച്ചി

രുന്നേടത്തേക്കാണ് അയാൾ നീങ്ങിയത്. ഒരു ഭീമൻ പൈപ്പിന്റെ മറവിൽ എന്തുനടക്കുന്നു എന്നുകാണാൻ ബുദ്ധിമുട്ടായിരുന്നു. തൊപ്പിയിലെ വെളിച്ചം ക്രമീകരിച്ച് തോമസ് പൈപ്പിനപ്പുറത്തേക്ക് ആഞ്ഞുനോക്കി. അവിടെ ഒരാൾ വീണു കിടന്നിരുന്നു.

വാക്കിടോക്കിയിൽ ശബ്ദങ്ങൾ കനപ്പെട്ടു വന്നു. അതിന്റെ പ്രകമ്പനം തന്നെ ഭീതിയുണർത്തുന്നതായിരുന്നു. പണികൾ നിർവിഘ്നം നടക്കുകയാണ്. അത് ലോകാവസാനംവരെ നീണ്ടുനിന്നേക്കുമെന്നു തോന്നും. ഭീമൻ പൈപ്പിന്റെ മറവിൽനിന്ന് രണ്ടുപേർ വീണു കിടന്നയാളെ പണിപ്പെട്ട് താങ്ങിയെടുത്ത് മുകളിലെത്തിക്കാൻ ശ്രമിക്കുകയാണ്. അതത്ര എളുപ്പമുള്ള കാര്യമല്ല. പ്രവർത്തനത്തിലുള്ള പലതിനെയും മറികടന്നുവേണം മുകളിലെത്താൻ. ചലനമില്ലാതാവുന്നവന് ഭാരം കൂടും.

ഇതിനിടയിൽ അത്യാഹിതം മണത്ത പലരും പണി നിർത്തി തെല്ലു നേരം ആകാംക്ഷയോടെ ചുറ്റും നോക്കാൻ തുടങ്ങി. എന്താണ് സംഭവിക്കുന്നതെന്നറിയാതെ പകച്ചു. അപകട സാദ്ധ്യതയുണ്ടെങ്കിൽ അവർക്കും മുൻകരുതലെടുക്കേണ്ടതുണ്ട്. എന്നാൽ ഫോർമാൻ തോമസ് അവരോടൊക്കെ പണിതുടരാൻ ആക്രോശിക്കുകയാണുണ്ടായത്. അയാൾക്ക് ഒരു നിമിഷം കളയാനാവില്ല. അത് പ്രോഡക്ഷനെ ബാധിക്കും. യന്ത്രങ്ങളുടെ പ്രവർത്തനം നിലയ്ക്കും. സൈറ്റ് നിശ്ചലമാകും. മനുഷ്യവിഭവ ശേഷി നിഷ്ക്രിയമാവും. പ്രോജക്ടിന് വമ്പിച്ച നഷ്ടം സംഭവിക്കും. അതുണ്ടാവരുത്. അത് തന്റെമാത്രം വീഴ്ചയായി കണക്കാക്കുമെന്ന് തോമസിനറിയാം. ഒരു തടസ്സവുമുണ്ടാവാതെ തന്റെ സൈറ്റ് ചലനാത്മകമാക്കി വെക്കാൻ അയാൾ വെപ്രാളപ്പെട്ടു. ക്രുദ്ധമായ മുഖത്തോടെ പലരും പണിയിലേക്ക് തന്നെ പിന്തിരിയാൻ തുടങ്ങിയിരുന്നു. ഫോർമാന്റെ അതൃപ്തിക്കിരയാവാൻ ആരും നിന്നില്ല. സഹജീവികൾ തൊട്ടടുത്തു പിടഞ്ഞുവീണാലും പണി നിർത്തി അവരെ താങ്ങാനാവാത്ത അവസ്ഥ. വീണവർ വീണു. അതങ്ങനെയാണ്. അപ്പോൾ വീണുപോയവന്റെ സ്ഥിതിയെന്താവും. ആ ഒരാളെ കിടങ്ങിൽ നിന്ന് പൊക്കിയെടുത്ത് മുകളിലെത്തിക്കാനുള്ള സംവിധാനങ്ങൾ കുറവാണ്. ക്ഷണത്തിൽ നടന്നെന്നു വരില്ല. അതു തന്നെയാണ് ഗഫൂറിന്റെ കാര്യത്തിലും സംഭവിച്ചത്. അത്യാഹിത വാഹനമെത്താൻ സമയമെടുത്തു. എല്ലാം കണ്ടു നില്ക്കുന്ന വാസുവിന് എന്തു ചെയ്യണമെന്നറിയില്ല. അവസാനം അയാൾ ജോബിനെ വിളിച്ചു. അയാൾ ദൂരെയാണ്. വാക്കിടോക്കിയിൽ ശബ്ദം മുറിഞ്ഞ് മുറിഞ്ഞ് നഷ്ടപ്പെട്ടു. മറ്റൊന്നിനുംവേണ്ടി കാത്തു നില്ക്കാൻ സമയമില്ലായിരുന്നു. സ്ട്രച്ചറിനുപകരം പോർട്ടബിൾ ലാഡറിൽ വയർമെഷിന്റെ പാളികൾ മടക്കിയെടുത്ത് വിരിച്ച് അതിൽക്കിടത്തി പല കൈകളിലൂടെ ശ്രമപ്പെട്ട് മുകളിലെത്തിച്ച ഗഫൂറിനെ തൊട്ടടുത്ത് നിർത്തിയിട്ടിരുന്ന ഫോർമാന്റെ വണ്ടിയിൽ ക്ലിനിക്കിലെത്തിക്കയാണുണ്ടായത്. വാസു ക്ലിനിക്കിൽത്തന്നെ തങ്ങി. എല്ലാം കഴിഞ്ഞപ്പോഴേക്കും ആൻഡ്രൂയങ്ങിന്റെ "ഇടിവണ്ടി." സൈറ്റിലെത്തി. ജോബിനെ വിളിച്ച്

സംസാരിച്ചു. നിമിഷങ്ങൾക്കകം വന്നവഴിയേ തിരിച്ചുപോവുകയും ചെയ്തു.

ഇതിനിടയ്ക്കാണ് കിടങ്ങിനുള്ളിലെ ഫോർമാൻ ലൂയിസ് വാസുവിനെ അന്വേഷിക്കുന്നത്. അയാൾക്ക് പണിസ്ഥലത്തെ കമ്പി വിന്യാസങ്ങളുടെ ക്രമങ്ങളെക്കുറിച്ചൊക്കെ ചില വിശദാംശങ്ങളും വിശദീകരണങ്ങളും ആവശ്യമായിരുന്നു. അതിനാണ് വാസുവിനെ സൈറ്റിലേക്ക് വിളിപ്പിച്ചതുതന്നെ. എന്നാൽ വാസു ഗഫൂറിനെയും കൊണ്ട് ക്ലിനിക്കിലേക്ക് പൊയ്ക്കഴിഞ്ഞിരുന്നു. ലൂയിസ് അത് ഗൗരവമായി എടുക്കുകയും പരാതിപ്പെടുകയും ചെയ്തു. അയാൾക്ക് പണി തുടരാൻ കഴിയാത്ത അവസ്ഥയുണ്ടായി. തീർച്ചയായും ഒരാക്ഷേപം ഉന്നയിക്കുന്നതിന് മതിയായ കാരണമുണ്ട്. സ്വയരക്ഷയ്ക്കും അതാവശ്യമെന്ന് അയാൾക്ക് തോന്നിയിരിക്കണം. നഷ്ടം കമ്പനിക്കാണ്. ജോലിയുടെ പുരോഗതിക്ക് തടസ്സമുണ്ടായതാണ്. ഉത്തരം പറയേണ്ടിവരുന്നത് ആത്യന്തികമായും സൈറ്റിന്റെ ചാർജുള്ള ജോബാണ്. ജോബാണെങ്കിൽ സമാധാനം ആവശ്യപ്പെടുന്നത് ലൂയിസിനോടും. ആൻഡ്രൂയങ് വന്നതും ജോബിനെ വിളിച്ച് സംസാരിച്ചതും അതായിരിക്കണം. അല്ലാതെ കിടങ്ങിനുള്ളിൽ വീണുകിടന്ന ഗഫൂർ എന്ന തൊഴിലാളിയുടെ ക്ഷേമാന്വേഷണത്തിനാവില്ല.

പരാതിക്കാരൻ : ലൂയിസ്
മുഖ്യപ്രതി : വാസു
കൂട്ടുപ്രതി : ഫോർമാൻ
സാക്ഷികൾ : പലരും

സൈറ്റ് പ്രവർത്തനങ്ങളുടെ മുഴുവൻ ചുമതലയുള്ള മൈക്കിന്റെ ഓഫീസാണിപ്പോൾ കോടതി. അവിടെയാണ് വിചാരണ. ബന്ധപ്പെട്ട എല്ലാവരും എത്തിയിട്ടുണ്ട്.

ഇതിന്റെയൊക്കെ സ്രോതസ്സ് ലൂയിസ് എന്ന ഫോർമാന്റെ നീണ്ട പരാതിയാണ്. അത് ചെന്നെത്തിയത് ആൻഡ്രൂയങ്ങിന്റെ മേശയും കടന്ന് സാക്ഷാൽ മാൽക്കം ക്ലാവലിന്റെ മുന്നിലേക്ക്. അവിടെ പരിഗണനകളൊന്നുമില്ല. സൈറ്റിന്റെ ഇടതടവില്ലാത്ത പ്രവർത്തനം മാത്രം. ഒരു നിമിഷവും കളയാനില്ല.

ഇവിടെ പക്ഷേ, ന്യായാധിപൻ മൈക്കാണ്. നീണ്ട പുരികക്കൊടികളും കനത്ത മേൽമീശയുമുള്ള വെള്ളക്കാരൻ. അയാളാണ് ആൻഡ്രൂയങ്ങിനോടും തുടർന്ന് മാൽക്കം ക്ലാവലിനോടും ഏതു വീഴ്ചയ്ക്കും സമാധാനം ബോധിപ്പിക്കേണ്ടത്. ഉത്തരം പറയേണ്ടത്.

വാസുവിനെ സംബന്ധിച്ച് ഇതാദ്യമാണ് ഇങ്ങനെയൊരനുഭവം. അയാൾക്ക് കാര്യങ്ങളുടെ നിജസ്ഥിതി ഇനിയും മനസ്സിലായിട്ടില്ല. വിളിപ്പിക്കുന്നു എന്നറിവു കിട്ടിയപ്പോൾ ഇങ്ങനെയൊരു വിസ്താരത്തിനും വിചാരണയ്ക്കുമാണെന്ന് പ്രതീക്ഷിച്ചിട്ടേയില്ല. ഇപ്പോൾ ഓരോ നീക്കങ്ങളും തനിക്കെതിരെയുള്ള ഒരു പരാതിയുടെ മേൽ വന്നുചേർന്നിരി

ക്കുന്ന ആസൂത്രണത്തിന്റെ ഭാഗമാണെന്ന് അയാൾ തിരിച്ചറിയാൻ തുടങ്ങിയിരിക്കുന്നു.

എല്ലാവരുമെത്തിയെന്നുറപ്പുവന്നപ്പോൾ അഡ്മിനിസ്ട്രേറ്റർ ഹഡ്ജി ക്രിസ്റ്റോ മുറിയിലേക്ക് വന്നു പറഞ്ഞു.

"ശരി. നിങ്ങൾക്ക് തുടങ്ങാം."

മൈക്ക് ഫയൽ തുറന്നുകൊണ്ട് കട്ടിക്കണ്ണട നേരെയാക്കി. നെറ്റിയിലെ ചുളിവുകൾ സമാന്തരരേഖകളായി തെളിഞ്ഞു നിന്നിരുന്നു.

"ആരാണ് വസു" മൈക്കിന്റെ ആദ്യ ചോദ്യം.

"സർ. വസുവല്ല. വാസു, വാസു" ജോബ് തിരുത്തി.

"ശരി. ആരാണത്."

"സർ" വാസു മുന്നിലേക്ക് നീങ്ങിനിന്നു.

മൈക്ക് അയാളെ അടിമുടി ഒന്നുനോക്കി വീണ്ടും ഫയലിലേക്ക് കണ്ണയച്ചു.

"ലൂയിസ്."

ഹാജരുണ്ട്.

"ലൂയിസ്. എന്താണ് സംഭവിച്ചത്."

മൈക്ക് നേരെ കാര്യത്തിലേക്ക് കടന്നു. ലൂയിസ് മൈക്കിന്റെ മുന്നിൽ കുനിഞ്ഞ് ഭവ്യത നടിച്ച് പറഞ്ഞു.

"സർ, ട്രഞ്ചിലെ റി ഇൻഫോഴ്സ്മെന്റിന്റെ വിന്യാസവും വിശദാംശങ്ങളും വിശദീകരിച്ചു കിട്ടുന്നതിന് വേണ്ടിയാണ് വാസുവിനെ സൈറ്റിലേക്ക് വിളിപ്പിച്ചത്. എന്നാൽ അയാൾ വന്നെങ്കിലും ആവശ്യമായ സമയത്ത് അയാളെ ലഭ്യമായില്ല."

"എന്തുകൊണ്ട്."

"അയാൾ ആ സമയം സ്ഥലത്തുണ്ടായിരുന്നില്ല."

മൈക്ക് ഒരുനിമിഷം സംശയിച്ചു. ഒന്നും മനസ്സിലാവാത്ത മട്ടിലിരുന്നു. പിന്നെ നടന്നതാണ് വിചാരണ.

"വാസുവിന്റെ പണിസ്ഥലം."

"സ്റ്റീൽ യാർഡ്."

"സൂപ്പർവൈസർ."

"തോമസ്."

"ഹാജരുണ്ടോ?."

"ഇല്ല സർ."

"മൂവ്മെന്റ് രജിസ്റ്റർ എന്തു പറയുന്നു?"

"വാസു യാർഡ് വിട്ടത് രേഖപ്പെടുത്തിയിട്ടുണ്ട് സർ."

"സമയം."

"3.30ന്."

"സൈറ്റിൽ."

"4.00ന്."

"വാസു നാലു മണിക്ക് സൈറ്റിലെത്തിയിരുന്നോ."

"എത്തിയിരുന്നു സർ."

"ലൂയിസ്. നിങ്ങൾ പിന്നെന്തേ പരാതിപ്പെടാൻ."

"വാസു ഉണ്ടായിരുന്നില്ല സർ."

"ജോബ്, എന്താണിത്. ഒരാൾ ഒരേ സമയം ഉണ്ടെന്നും ഇല്ലെന്നും വരുന്നതെന്ത്."

"സർ, വാസു എത്തിയെന്നത് ശരിതന്നെ. പക്ഷേ, ഒരത്യാഹിതമുണ്ടായി സർ."

"ആർക്ക് വാസുവിനോ."

"അല്ല സർ. ട്രഞ്ചിനുള്ളിൽ."

"വിശദീകരിക്കൂ."

"ഒരു ജോലിക്കാരൻ വലിയ പൈപ്പിനു പിറകിൽ മറിഞ്ഞു വീണിരുന്നു സർ."

"കാരണം."

"അറിയില്ല സർ."

"സേഫ്റ്റി ഓഫീസർ സ്ഥലത്തുണ്ടായിരുന്നോ."

"ഇല്ല സർ."

"വിവരമറിയിച്ചിരുന്നോ."

"ഉടനെ ഇല്ല സർ."

"എന്തുകൊണ്ട്?."

മൗനം.

"വർക്ക് പെർമിറ്റ് ഉണ്ടായിരുന്നോ?"

"ഉണ്ടായിരുന്നു സർ."

."ഗ്യാസ് ഡിറ്റക്ടർ എന്താണ് കാണിച്ചത്."

"ഗ്യാസ് കണ്ടിരുന്നില്ല സർ."

"ട്രഞ്ച് വാൾ സുരക്ഷിതമായിരുന്നോ."

"ആയിരുന്നു സർ."

"ക്രാക്ക് ഉണ്ടായിരുന്നില്ലെന്ന് തീർച്ചയാണോ?."

"തീർച്ചയാണ് സർ."

"ജോലി നിർത്തിവെക്കുകയുണ്ടായോ?."

"ഇല്ല സർ. ഒരിക്കലുമില്ല."

"ആംബുലൻസ് വിളിച്ചിരുന്നോ. ഇവാക്വേഷൻ."

മൗനം.

"പേഷ്യന്റിനെ മുകളിലെത്തിച്ചു സർ."

"ക്ലിനിക്കിലേക്ക് കൊണ്ടുപോയി."

"ആംബുലൻസ് എത്തിയിരുന്നോ?."

"ഇല്ല സർ."

"പിന്നെ?"

"ഫോർമാന്റെ വണ്ടിയിലാണ് കൊണ്ടുപോയത് സർ" ഫെർണാണ്ടസ് മുന്നോട്ടുകയറിനിന്ന് പറഞ്ഞു. "ഞാനാണ് കൊണ്ടുപോയത്

സർ.”

“ആരുടെ നിർദ്ദേശമാണ്.”

മൗനം.

“പറയൂ. ആരുടെ നിർദ്ദേശമായിരുന്നു.”

മൗനം.

ഈ സമയം വാസു തൊണ്ടയനക്കി. അയാൾ മുന്നോട്ടു വന്നു പറഞ്ഞു.

“സർ, ക്ഷമിക്കണം. ഞാനാണ് അയാളെ വണ്ടിയിൽ കയറ്റിയത്. മാത്രമല്ല, ഞാനാണ് അയാളെ ഫെർണാണ്ടസിന്റെ വണ്ടിയിൽ ക്ലിനിക്കിലെത്തിച്ചതും.”

മൈക്ക് ഒരു നിമിഷം വാസുവിനെ ശ്രദ്ധിക്കയായിരുന്നു.

“ലൂയിസ് അനുവദിച്ചിരുന്നോ.”

“സംഭവസ്ഥലത്ത് എല്ലാവരും ഉണ്ടായിരുന്നു.”

“ഇല്ല സർ. എനിക്കറിയില്ല ഇയാൾ അങ്ങനെ ചെയ്തത്” ലൂയിസ് ഇടക്ക് കയറി പറഞ്ഞു.

“ആരാണ് പേഷ്യന്റിനെ കൊണ്ടുപോകാൻ നിർദ്ദേശിച്ചത്.”

മൗനം.

“പേഷ്യന്റിന്റെ ഫോർമാൻ ആരാണ്.”

“ലൂയിസ്.” ജോബ് പറഞ്ഞു.

“ലൂയിസ് നിങ്ങൾ അറിയാതെ ഈ പേഷ്യന്റ് എങ്ങനെ ക്ലിനിക്കിലെത്തി.”

“സർ, ഞാൻ ട്രഞ്ചിനുള്ളിൽനിന്ന് മുകളിലെത്തിയപ്പോഴേക്കും പേഷ്യന്റിനെ ക്ലിനിക്കിലേക്ക് കൊണ്ടുപോയിരുന്നു” ലൂയിസ് വിശദീകരിച്ചു.

“ഇതെങ്ങനെ സംഭവിക്കുന്നു. വീണു കിടന്ന പേഷ്യന്റിനെ മുകളിലെത്തിക്കാൻ കഴിയുന്നു. എന്നിട്ടും നിങ്ങൾക്കെത്താനാവുന്നില്ല എന്നാണോ.” മൈക്ക് നെറ്റി ചുളിച്ചു.

“അതുപക്ഷേ, സർ വർക്ക് ഇൻ പ്രോഗ്രാണ്. പെട്ടെന്ന് സ്പോട്ട് വിടാനാവില്ല.”

“ശരി. പേഷ്യന്റിനെ കൊണ്ടുപോകാൻ മുൻകൈയെടുത്തത് ആരാണ്.”

ഇത്രയുമായപ്പോൾ വാസു പറഞ്ഞു.

“സർ, ക്ഷമിക്കണം. അതിന്റെ ഉത്തരവാദിത്വം ഞാനേല്ക്കുന്നു. ഒരാളുടെ ജീവൻ രക്ഷിക്കുന്നതാണ് മറ്റെന്തിനേക്കാളും പ്രധാനമെന്ന് ഞാൻ കരുതുന്നു. അതിനാവശ്യമായത് എത്രയുംവേഗം അയാൾക്ക് വൈദ്യസഹായം ലഭ്യമാക്കുക എന്നതാണ്. സംഭവത്തിന് ദൃക്സാക്ഷിയായി എന്നതുകൊണ്ട് അന്നേരം അവിടെ ഉണ്ടായിരുന്ന ഒരു വാഹനം ഉപയോഗപ്പെടുത്തി അങ്ങനെ ചെയ്തു എന്നുമാത്രം.”

ഇത്രയും കാര്യങ്ങൾ ഒരാളിൽനിന്ന് മൈക്ക് പ്രതീക്ഷിച്ചില്ലെന്നു

തോന്നുന്നു. അയാളുടെ തീക്ഷ്ണമായ നോട്ടത്തിൽ അത് പ്രതിഫലിച്ചിരുന്നു.

"ഇക്കാര്യം ചെയ്യാൻ ആരുടെയെങ്കിലും നിർദ്ദേശമുണ്ടായിരുന്നോ."

"ഇല്ല സർ."

"സൈറ്റിന്റെ ചട്ടങ്ങൾക്ക് വിരുദ്ധമാണിത്. അപകടമുണ്ടായാൽ അതിന്റേതായ നിയമങ്ങളുണ്ട്. ചട്ടങ്ങളുണ്ട്. അത് പാലിച്ചേ പറ്റൂ. നിങ്ങളുടെ ഡ്യൂട്ടിയല്ല ചെയ്തത്."

വാസു പിന്നീടൊന്നും പറഞ്ഞില്ല. മനോധർമ്മമനുസരിച്ചു. വെറും സഹജീവി സ്നേഹം. അതേ ചെയ്തുള്ളൂ. അതൊന്നും പക്ഷേ, വിശദീകരിക്കേണ്ടതില്ല എന്നുതന്നെ അയാൾ വിചാരിച്ചു. ഇനി വിശദീകരിച്ചാൽ തന്നെ പരിഗണിക്കണമെന്നുമില്ല.

ഏതാനും നിമിഷങ്ങൾ കടന്നുപോയി.

മൈക്ക് ഫയലിൽ എഴുതാൻ തുടങ്ങി.

എമർജൻസി ചട്ടങ്ങൾ ലംഘിക്കപ്പെട്ടു.

പ്രവൃത്തിസമയം ദുർവിനിയോഗം ചെയ്തു.

ജോലിക്ക് തടസ്സമുണ്ടാക്കി.

ആവശ്യമായ നിർദ്ദേശങ്ങൾ നല്കാൻ ബന്ധപ്പെട്ടവർക്ക് കഴിഞ്ഞില്ല.

പ്രൊഡക്ഷനെ കാര്യമായി ബാധിച്ചില്ലെങ്കിലും ഉൾപ്പെട്ടവർ അപരാധികളാണ്.

അപരാധികൾ ÷

സൈറ്റ് ഫോർമാൻ

സൂപ്പർവൈസർ

സ്റ്റീൽ ഫിക്സർ

ഡ്രൈവർ

മൈക്ക് ഫയലടച്ചു. കോടതി പിരിഞ്ഞു.

പിറ്റേന്ന് രാവിലെ വാസുവിന് വാണിങ് ലെറ്റർ ലഭിച്ചു.

1. ഡ്യൂട്ടിയിൽ വീഴ്ച
2. നിർദ്ദേശങ്ങൾ പാലിച്ചില്ല
3. കമ്പനി സമയം നഷ്ടപ്പെടുത്തി.
4. ഡ്യൂട്ടിക്കപ്പുറത്തുള്ള കാര്യങ്ങൾ നിർദ്ദേശങ്ങളില്ലാതെ ചെയ്തു.
5. സ്വയം തീരുമാനമെടുത്തു.
6. കമ്പനി ചട്ടങ്ങൾക്ക് വിരുദ്ധമായി പ്രവർത്തിച്ചു.

വാസു സ്തംഭിച്ചിരുന്നു.

ദിവസങ്ങളോളം അയാൾ മൗനിയായി.

ഒരു വെളിച്ചം തെളിഞ്ഞുകിട്ടുംവരെ അയാൾ ശബ്ദിച്ചില്ല.

ഇടത്താവളം

വിമാനത്തിൽ നിന്ന് പുറത്തു കടന്നപ്പോൾ ഹരന് ആശ്വാസത്തോടൊപ്പം അമ്പരപ്പും അനുഭവപ്പെട്ടു. ഒരു തീച്ചൂളയിലേക്കിറങ്ങി നിന്നപോലെ. അറിയാതെ കൈത്തലംകൊണ്ട് കവിളു തടവി. മുഖം പൊള്ളിപ്പോയെന്നു സംശയിച്ചു. ചുട്ടു പൊള്ളുന്ന അന്തരീക്ഷം. ചുറ്റും ചുവന്നു തിളങ്ങുന്ന നോക്കെത്താത്ത മണല്പരപ്പ് തീയിൽ കിടന്ന് തുള്ളുന്നു. എന്തിനെയും ഉരുക്കിയെടുക്കാൻ പോന്ന ചുടുകാറ്റ്. ഇതാണോ കാലങ്ങളായി എത്തിപ്പെടാൻ കാത്തിരുന്ന സുവർണ്ണ ഭൂമി. ആറ്റുനോറ്റിരുന്ന സ്വപ്ന തീരം.

പരിശോധനകൾക്കായി എയർപോർട്ട് കെട്ടിടത്തിലേക്ക് കടന്നപ്പോൾ ശീതീകരിച്ച അന്തരീക്ഷം. നല്ല തണുപ്പ്. താഴെ ചുവന്ന പരവതാനി വിരിച്ചിരിക്കുന്നു. ഒരു നാട് സ്വാഗതമോതുകയാണ്. മുകളിൽ വെളുത്ത പാളികളുള്ള കമനീയ മച്ച്. നീണ്ട വസ്ത്രംധരിച്ച അറബികൾ. അതവർക്ക് സാമാന്യത്തിലേറെ ഉയരംകൂട്ടി. യാത്രാരേഖകളുടെ പരിശോധനകൾക്ക് ശേഷം പുറത്ത് കടന്നപ്പോൾ പല വേഷക്കാരും ഭാഷക്കാരും അപരിചിതത്ത്വത്തിന്റെ മൂടൽമഞ്ഞ് സൃഷ്ടിച്ചു. മനുഷ്യരുടെ ചലനങ്ങളിൽ പോലും അസ്വഭാവികത നിഴലിച്ചു. ദേശ വ്യത്യാസങ്ങളുടെ വൈരുദ്ധ്യങ്ങൾ പ്രകടമായി. സമ്പന്നമായ കഷണ്ടിയുള്ള കറുത്ത കണ്ണട ധരിച്ച ഒരാൾവന്ന് ചുമലിൽത്തട്ടി. J&P എന്ന ഒരടയാളം അയാൾ കഴുത്തിൽ തൂക്കിയിട്ടുണ്ട്. ഉദ്ദേശിച്ച കമ്പനിയുടെ ആൾ തന്നെ. എങ്ങനെ തിരിച്ചറിഞ്ഞു. എന്ന് അത്ഭുതം കൂറുമ്പോഴും കൂടെ വന്നവരെ തിരയുകയായിരുന്നു.. അപ്പോഴേക്കും അവരെത്തിക്കഴിഞ്ഞിരുന്നു. എട്ടുപേരുണ്ട്.

“ഞാൻ മേനോൻ” കഷണ്ടിക്കാരൻ സ്വയം പരിചയപ്പെടുത്തി. “എട്ടു പേരുമുണ്ടല്ലോ” എല്ലാവരെയും നിരത്തി നിർത്തി പേരുകൾ നോക്കി

യാത്രാരേഖകൾ വാങ്ങി അയാൾ ഉറപ്പുവരുത്തി. പുറത്തു കടന്ന് എല്ലാവരും നിർത്തിയിട്ടിരുന്ന വണ്ടിയിൽ കയറി. അതിനുള്ളിലും ശീതീകരണ സംവിധാനമുണ്ടായിരുന്നു. തണുപ്പിന്റെ സുഖദമായ തഴുകൽ.

വീതിയേറിയ നിരത്തിലൂടെ വണ്ടി അതിവേഗം നീങ്ങിക്കൊണ്ടിരുന്നു. മേനോൻ ഡ്രൈവറോടൊപ്പം മുൻസീറ്റിലിരുന്നു. വന്നെത്തിയവരൊക്കെ ഒരുമിച്ച് പിറകിലും.

അപരിചിതമായ പുറംകാഴ്ചകളിൽ മുങ്ങി ഹരനിരുന്നു. വിസ്തൃതമായ മണൽക്കാടിന്റെ അവസാനിക്കാത്ത പരപ്പ്. അകലെ ആകാശം ചെരിഞ്ഞ് വീണുകിടക്കുന്നു. തീക്ഷ്ണമായ ചൂടിലേക്ക് കണ്ണയക്കാൻ ഭയം തോന്നി.

"ഒരൊറ്റ മരം പോലുമില്ലല്ലൊ."

അടുത്തിരുന്ന ഗോപാലകൃഷ്ണന്റെ കണ്ണുകളിൽ അത്ഭുതം വിടർന്നു.

"ഇത് മരുഭൂമിയാണ്." ആരോ പറഞ്ഞു.

വളവും തിരിവുമില്ലാതെയൊഴുകുന്ന ഹൈവേ. വാഹനങ്ങളുടെ അവിരാമമായ പ്രവാഹം. ഇരു വശങ്ങളിലും അവിടവിടെയായി ഒട്ടകങ്ങൾ മണലിൽ കാലുകൾ പൂഴ്ത്തി വരിവരിയായി നീങ്ങുന്നു. മണൽക്കാട്ടിലെ കപ്പലുകൾ. സ്കൂൾക്കുട്ടിയുടെ കണ്ണുകളിലേക്ക് ഹരനുണർന്നു.

ദൂരക്കാഴ്ചകൾ നിറഞ്ഞ മണല്പരപ്പും അതിൽ ആകാശം സൃഷ്ടിക്കുന്ന അകലങ്ങളിലെ ഋജുരേഖയും വണ്ടി നീങ്ങുന്തോറും പിടി തരാതെ ഓടിയോടി അകന്നുപോകുന്ന വെള്ളി മിനുക്കവും.

"മിറാഷ്."

അതുവരെ നിശ്ശബ്ദനായിരുന്ന ഭാസ്കരൻ വിളിച്ചു പറയുന്നതു കേട്ടു. അയാൾ ഏതോ കവിയെക്കുറിച്ച് പറയാൻ തുടങ്ങി. അടുക്കും തോറും അകലുകയും അകലും തോറും അടുക്കുകയും ചെയ്യുന്ന മരീചിക. മൃഗതൃഷ്ണ -. ഒരു പെണ്ണിനെപ്പോലെ.

എല്ലാവരും ചിരിച്ചു. അതധികനേരം നീണ്ടുനിന്നില്ല. ഉൽക്കണ്ഠയും ഭീതിയും അന്തരീക്ഷത്തിൽ കനത്തു നിന്നു. ഏറെ ദൂരം പിന്നിട്ടു കാണും. വെയിലും വെള്ളി മിനുക്കവും തന്നെ. വേഗത കുറച്ച് വണ്ടി ഒരരികിലേക്ക് മാറ്റിയിട്ടുകൊണ്ട് ഡ്രൈവർ ചോദിച്ചു.

"വെള്ളം കുടിക്കണോ."

തൊണ്ട വരണ്ടിരുന്നു. വെയിൽ കത്തി നില്ക്കുകയാണ്. പിശാചിന്റെ നൃത്തം പോലെ അത് വാ പൊളിച്ച് നുരച്ച് തുള്ളി. വെള്ളി നുറുങ്ങുകളുടെ തിളച്ചു മറിയൽ. ഓരോരുത്തരും ജഗ്ഗ് കമിഴ്ത്തി വെള്ളം കുടിച്ചു.

"അല്പം ബാക്കി വെച്ചേക്ക്. ഡസർട്ടു വരുന്നതേയുള്ളു."

ഡ്രൈവറുടെ മുന്നറിയിപ്പുണ്ടായി. മനസ്സില്ലാമനസ്സോടെ അല്പം വെള്ളം ബാക്കി വെച്ചു. വണ്ടി വീണ്ടും നീങ്ങിയപ്പോൾ ഡ്രൈവർ അന്വേഷിച്ചു.

"ആട്ടെ. നിങ്ങളൊക്കെ എവിടുന്നുള്ളവരാണ്."

"ഇവൻ ജോർജ് ഇരിങ്ങാലക്കുടക്കാരൻ . പുരാതന തൊമ്മാന കുടുംബത്തിലെ സന്തതി. പക്ഷേ, ബോംബെ നിവാസി."

ഭാസ്കരൻ ഓരോരുത്തരെയും പരിചയപ്പെടുത്തി.

"ഇവൻ ജേക്കബ്. കൊച്ചിക്കാരൻ. ഫ്രാൻസിസ് ലോക്സിലി. മറ്റൊരു കൊച്ചിക്കാരൻ. അതാ മൂലയിലിരിക്കുന്ന തടിയൻ ഗോപാലകൃഷ്ണസ്വാമി. പാലക്കാട്ടുകാരൻ. ഇവൻ ഹരൻ. കൈപ്പമംഗലത്തുകാരൻ. എഴുത്തുകാരനും കൂടിയാണ്."

"അതേയോ" ഡ്രൈവർ താല്പര്യത്തോടെ ഹരന്റെനേരെ നോക്കി.

"ഇതാ ഇക്ബാൽ. യു പി ക്കാരനാണ്. അപ്പുറത്ത് ദാ മലപ്പുറത്തുകാരൻ ശൈതലവി."

"ഞാൻ ഭാസ്കരൻ കരുവന്നൂർക്കാരൻ."

"പിന്നെ നിങ്ങൾ" ഭാസ്കരൻ തിരിച്ച് അന്വേഷിച്ചു.

"ശ്രീകുമാർ. തൃശൂരാ." അത്രയും പറഞ്ഞ് അയാൾ വണ്ടിയോടിക്കുന്നതിൽത്തന്നെ ശ്രദ്ധചെലുത്തി. നിരത്തിനിരുവശവും ചില ചെറു കെട്ടിടങ്ങൾ തെളിയാൻ തുടങ്ങിയിരുന്നു. എന്നാൽ ഒരു മനുഷ്യജീവിയെപ്പോലും കണ്ടിരുന്നില്ല. ഇതെന്തു സ്ഥലം. ഇതുവരെ വെറും മണല്പരപ്പ് മാത്രമായിരുന്നു. തരിശുഭൂമി. ഇപ്പോൾ അപൂർവ്വം ചില ചെറിയ കെട്ടിടങ്ങൾ പ്രത്യക്ഷപ്പെട്ടുതുടങ്ങി. അവ ഭൂമിയുണ്ടായ കാലം മുതൽ അവിടെയുണ്ടായിരുന്നെന്നു തോന്നി. അത്ര കണ്ട് നരച്ചിരുന്നു. ആരുടെയും ഒരു ചലനവും എങ്ങും കണ്ടില്ല. മനുഷ്യവാസമൊട്ടുമില്ലാത്ത ഒരിടമായിരിക്കുമോ ഇത്. ഹരൻ കണ്ണുതുറന്നു തന്നെയിരുന്നു. ഒരു തരം ആർത്തിയോടെ പരതുകയായിരുന്നു. പിന്നിടുന്ന ദൂരങ്ങളിലൂടെ. ഒരു മനുഷ്യജീവിയെ എപ്പോഴായിരിക്കും ആദ്യമായി കാണാനാവുക എന്ന കൗതുകം വർദ്ധിച്ചു വന്നു. ഒരേ കാഴ്ചയുടെ ആവർത്തനം മാത്രം നോക്കിയിരുന്ന് മടുപ്പിലേക്കും പിന്നെ മയക്കത്തിലേക്കും വീണു.

വണ്ടിയുടെ വേഗത കുറഞ്ഞെന്നു തോന്നിയപ്പോഴാണ് മയക്കം വിട്ടുണർന്നത്. ഒറ്റപ്പെട്ട പനമരങ്ങൾ അവടവിടെ കണ്ടു തുടങ്ങിയിരുന്നു. തീയിൽ വാടിക്കരിഞ്ഞ ഒട്ടും ആഹ്ലാദം പകരാത്ത മങ്ങിപ്പോയ പച്ചപ്പിന്റെ പനന്തലപ്പുകൾ. വിട്ടുപോന്ന നാടിന്റെ ഹരിതശോഭ ഉള്ളിലേക്ക് തള്ളിവന്നത് വിഷാദം പടർത്തി. തെങ്ങോലകളുടെ മിനുക്കവും പച്ചപ്പാർന്ന പാടങ്ങളും എങ്ങോ പോയ്മറഞ്ഞല്ലോ എന്ന നിരാശ. പ്രധാന നിരത്തിൽ നിന്നും മാറി വണ്ടി ചെറിയ മൺപാതയിലേക്ക് കടന്ന് കടമ്പ വെച്ച ഒരു ഗേറ്റിനു മുന്നിൽ ചെന്നുനിന്നു. പാറാവുകാരൻ പ്രത്യക്ഷപ്പെട്ടു. ഹരൻ ആശ്വസിച്ചു. ഇപ്പോൾ ഒരു മനുഷ്യജീവിയെ കണ്ടല്ലോ. അയാൾ കടമ്പ പൊക്കി വണ്ടി മേലോട്ടു പോകാനനുവദിച്ചു. കയറ്റം കയറി ഒരു പതിഞ്ഞ കെട്ടിടത്തിനു മുന്നിൽ വണ്ടി നിന്നു.

"എല്ലാവർക്കും ഇറങ്ങാം."

അതുവരെ ശബ്ദിക്കാതിരുന്ന മേനോൻ പിന്നിലോട്ട് നോക്കി പറ

ഞ്ഞു.

എല്ലാവരും വണ്ടിയിൽ നിന്നിറങ്ങി അവരവരുടെ പെട്ടികളെടുത്ത് വെച്ചു. തുരുമ്പ് കയറിയ ഇരുമ്പ് പെട്ടി, നരച്ച തുകൽപെട്ടി, പിടി പൊട്ടാറായ എയർബാഗ്, ഊത കലർന്ന ട്രങ്ക് പെട്ടി, പട്ട തുന്നിപ്പിടിപ്പിച്ച തുണിപ്പെട്ടി, ക്യാൻവാസ് പെട്ടി അങ്ങനെയായിരുന്നു അവയുടെ പ്രകൃതം. വന്നിറങ്ങിയവരുടെ പരാധീനത വിളിച്ചോതുന്ന ഭാണ്ഡങ്ങളായി അവ.

നേരെ ക്യാമ്പ് ഓഫീസിലേക്കാണ് കയറിച്ചെന്നത്.

"ഇതാണ് ക്യാമ്പ് ബോസ് വർഗ്ഗീസ്. വർഗ്ഗീസച്ചായൻ."

ഉയരം കുറഞ്ഞ് മദ്ധ്യവയസ്കനായ ഒരാളെ പരിചയപ്പെടുത്തി മേനോൻ പറഞ്ഞു. അയാൾ ഇരിപ്പിടത്തിൽ നിന്നെഴുന്നേറ്റ് മുന്നോട്ടു വന്നു.

"ഇവർക്ക് റൂം ഇഷ്യു ചെയ്യണം. പുതിയ റിക്രൂട്ട്മെന്റാണ്. ലൊക്കേഷൻ പിന്നീട് അറിയിക്കും."

ക്യാമ്പ് ബോസിന് നിർദ്ദേശം കൊടുത്ത് പുറത്തിറങ്ങുന്നതിനിടയിൽ മേനോൻ തിരിഞ്ഞുനിന്ന് എല്ലാവരോടുമായി ചില കാര്യങ്ങൾ ഓർമ്മിപ്പിക്കുകയും ചെയ്തു.

"ഇത് നമ്മുടെ ബേസ് ക്യാമ്പാണ്. നിങ്ങളുടെ ജോബ് അല്ലൊക്കേഷൻ തീരുമാനിക്കുന്നതനുസരിച്ച് എവിടേക്കാണെന്ന് അറിയിക്കും. അതുവരെ ഈ ക്യാമ്പിൽത്തന്നെ. ഇന്ന് റെസ്റ്റെടുക്കുക. നാളെ രാവിലെ ഓഫീസിലേക്കുള്ള വണ്ടി വരും. അതിൽ പോകാൻ തയ്യാറായി ഇരിക്കണം. മറ്റു കാര്യങ്ങൾ ക്യാമ്പ് ബോസ് പറയും. ഓക്കെ."

ചില കടലാസ്സുകൾ കൂടി ക്യാമ്പ് ബോസിനെ ഏല്പിച്ച് മേനോൻ പോയി. നീല യൂണിഫോം ധരിച്ച രണ്ടുപേർ ക്യാമ്പ് ബോസിന്റെ ആജ്ഞയ്ക്കായി കാത്തുനിന്നിരുന്നു. റൂം ബോയ്സാണ്. ക്യാമ്പ് ബോസ് ഓരോരുത്തരുടെയും പേരുവിളിച്ച് അവരവരുടെ മുറികളുടെ നമ്പർ കൊടുത്തു. മുറികളും മെസ് ഹാളും എവിടെയാണെന്നും വിവരിച്ചു.

"ഇവർക്ക് റൂം കാണിച്ചുകൊടുക്കൂ" അയാൾ റൂം ബോയ്സിനോടായി പറഞ്ഞു.

എല്ലാവരും അവരവരുടെ മുറികൾ കണ്ടെത്താനായി ക്യാമ്പിന്റെ ഇടനാഴികളിലൂടെ റൂം ബോയ്സിനോടൊപ്പം നടന്നു. മുറി കണ്ടുപിടിക്കുന്നതിനിടയിൽ ഏതോ ബ്ലോക്കിൽവെച്ച് ഹരൻ എങ്ങനെയോ മറ്റുള്ളവരിൽനിന്ന് ഒറ്റപ്പെട്ടു. അതെങ്ങനെ സംഭവിച്ചു എന്നറിയില്ല. ബ്ലോക്കുകൾ കയറിയിറങ്ങി മുറികളുടെ നമ്പറുകൾക്ക് പിറകേ പോകുന്നതിനിടയിൽ എവിടെയോ നഷ്ടപ്പെട്ടതാണ്. ഇനിയെങ്ങനെ കണ്ടെത്താനാണ്. നീണ്ട ഇടനാഴിയിലൂടെ നീങ്ങുമ്പോൾ ഇരുവശവും മുറികളാണ്. ഒരു ബ്ലോക്കിൽ തന്റെ നമ്പറില്ലെങ്കിൽ അടുത്ത ബ്ലോക്കിലേക്ക് കടന്ന് വീണ്ടും നീണ്ട ഇടനാഴിയിലേക്കെത്തി അന്വേഷിക്കയാണ്. അങ്ങനെ പല ബ്ലോക്കുകൾ പിന്നിട്ടപ്പോൾ അവിടെങ്ങും ആരെയും കാണുന്നില്ലെന്ന ബോധം ഹരനുണ്ടായി. ദൂരം കുറെ പിന്നിട്ടെന്നു

തോന്നി. ഒരു മനുഷ്യജീവിയുടെ സാന്നിദ്ധ്യം അയാൾ ശരിക്കും ആഗ്ര ഹിച്ചു പോയി. ഒറ്റപ്പെടുന്നവന് നിലനില്പില്ലെന്ന പ്രകൃതിനിയമത്തി ലേക്കുപോലും അയാളുടെ ചിന്ത ചെന്നെത്തി. ക്ഷണത്തിൽ പുറത്ത് ഇടനാഴിക്കപ്പുറം ഒരു നിഴൽ നീക്കം ശ്രദ്ധയിൽ പെട്ടു. അയാൾ ആ വെളിച്ചത്തിലേക്കോടി.

"നാന്നൂറ്റി രണ്ട് എവിടെയാണ്. ഹേ ഒന്നു നില്ക്കണേ" ഹരൻ വിളിച്ചു കൂവി.

"അതിവിടെയല്ല." അപരിചിതൻ ഒട്ടും താല്പര്യമില്ലാതെ പറഞ്ഞു. "നിങ്ങൾ കുറെ ദൂരം പോന്നിരിക്കുന്നു. പുറത്തുകടന്ന് ഇവിടുത്തെ ആറ് ബ്ലോക്കുകൾ കഴിഞ്ഞ് തിരക്കൂ."

ഇത്ര ദൂരം പോന്നോ. ഹരൻ തെല്ലൊന്നമ്പരന്നു. പുറത്തിറങ്ങി ബ്ലോക്കുകൾ പിന്നിട്ടു.

നാന്നൂറ്റി രണ്ടിൽ ആരെയും കണ്ടില്ല. മുറിയിൽ മൂന്ന് പേർക്കുള്ള കട്ടിലുകൾ ഉപയോഗത്തിലാണെന്നു മനസ്സിലാക്കാം. മൂന്നാമത്തേതാണ് തനിക്കുള്ളത് എന്നു കരുതി ഹരൻ തുകല്പെട്ടി അതിനടുത്ത് വെച്ച് ദീർഘനിശ്വാസം വിട്ട് കട്ടിലിലേക്കിരുന്നു. മുറിയാകെ വർണ്ണശബളമാണ്. ചുമരിൽ സുന്ദരികളായ സ്ത്രീകളുടെ അർദ്ധനഗ്ന ചിത്രങ്ങൾ നിറയെ പതിച്ചിട്ടുണ്ട്. മറ്റൊന്നും ചുമരിലില്ല. പെട്ടി തുറന്ന് അത്യാവശ്യം സാധ നങ്ങളൊക്കെ പുറത്തെടുക്കുമ്പോഴേക്കും വാതിൽ തുറന്ന് മുറിക്കുള്ളി ലേക്ക് ഒരാൾ കടന്നുവന്നു. കറുത്തു തടിച്ച ഒരു ചെറുപ്പക്കാരൻ. കൈ ത്തണ്ടയിൽ നിറയെ രോമങ്ങളുള്ള അയാൾ കരടിയെപ്പോലെയിരുന്നു. ഹരൻ ഒരു നിമിഷം ഒന്നു പരുങ്ങി. അയാൾ നേരെ വന്ന് കൈപിടിച്ചു കുലുക്കി. ബലിഷ്ഠമായ കൈക്കുള്ളിൽ വിരലുകൾ ഞെരിഞ്ഞു.

"ഞാൻ ശിവൻ. ഗുമസ്തനാണ്."

അവർ പരിചയപ്പെട്ടു. അന്യോന്യം നാടും വീടും ചോദിച്ചറിഞ്ഞു. ശിവൻ കൊല്ലത്ത് പ്രാക്കുളം സ്വദേശിയാണ്. ബിരുദാനന്തര ബിരുദം. മലയാളം എം എ മൂന്ന് വർഷമായിവിടെ. അതീവ ഹൃദ്യമായിരുന്നു അയാ ളുടെ വാക്കുകൾ. ഏതാനും നിമിഷംകൊണ്ടു തന്നെ ഹരന് അയാളെ ബോധിച്ചു. ശിവന്റെ കട്ടിലിനോട് ചേർന്ന് ധാരാളം പുസ്തകങ്ങൾ അടുക്കിവെച്ചിരുന്നു. വായിച്ചുകൊണ്ടിരിക്കുന്ന ഒന്ന് കമിഴ്ത്തിവെച്ചി ട്ടുമുണ്ട്. അലക്ഷ്യമായിട്ടിരിക്കുന്ന ചില മാഗസിനുകളുമുണ്ട്. മലയാള ത്തിലെ ഏതാനും വാരികകൾ. അപ്പോൾ ഇതൊക്കെ കടൽ കടന്നിവി ടെയെത്തുന്നുണ്ട്. ഹരൻ വിചാരിച്ചു.

അപ്പോഴേക്കും റൂംബോയ് എത്തി.

"ഞാൻ നിങ്ങളെ തിരക്കി നടക്കായിരുന്നു. അതിനിടെ എവിടെ പ്പോയി."

തിടുക്കപ്പെട്ട് അയാൾ കട്ടിലിൽ ബെഡ്ഷീറ്റ് വിരിക്കാൻ തുടങ്ങി. പിന്നെ നിന്നില്ല. മുറിയടച്ച് പുറത്തുപോയി.

"വിശ്രമിച്ചോളൂ. യാത്ര കഴിഞ്ഞെത്തിയതല്ലേ. ക്ഷീണംകാണും."

ശിവൻ പറഞ്ഞു.

ഹരൻ തന്റെ സാധനങ്ങളെല്ലാം അലമാരിയുടെ ഒരു പാളിയിലേക്കെടുത്തു വെച്ചു.

“മടിയൊന്നും വേണ്ട. ആവശ്യങ്ങൾ പറഞ്ഞോളു. പുതുതായെത്തുമ്പോൾ എന്തിനും ഒരു സങ്കോചം കാണും.”

യാത്ര തുടങ്ങിയിട്ട് ഏതാണ്ട് ഒരു ദിവസം പിന്നിടുന്നു. ക്ഷീണമുണ്ട്. ഇട്ടിരിക്കുന്നതൊക്കെ വിയർപ്പിൽ മുങ്ങിയതാണ്. ഒന്ന് കുളിക്കണം. അതെവിടെയാണ്. ബ്ലോക്കിന്റെ ഒരറ്റത്ത് ഏതാനും കുളിമുറികളാണ്. ഒഴിഞ്ഞ ഒന്നിലേക്ക് കയറി. ഉടുത്തതെല്ലാം പാതിയെത്തുന്ന കതകിനു മുകളിൽ ഞാത്തിയിട്ടു. ടാപ്പ് തിരിച്ചപ്പോൾ ഷവറിനുള്ളിൽനിന്നും വെള്ളംചീറ്റി. ശരീരം പൊള്ളിപ്പോയി. അത്രയും ചൂടുണ്ട്. തിളച്ച വെള്ളം തന്നെ. ഹൊ, ഇങ്ങനെയാണോ ഇനിയുള്ള കുളി.

കുളിച്ചിറങ്ങിയപ്പോൾ വിയർത്തു കുളിച്ചിരുന്നു. മുറിയിലെത്തിയപ്പോൾ ആശ്വാസമായി. എയർ കണ്ടീഷന്റെ സുഖദമായ കുളിർമ്മ. വസ്ത്രം മാറി കട്ടിലിലേക്ക് ചാഞ്ഞതേ ഓർമ്മയുള്ളൂ. കണ്ണുകളടഞ്ഞുപോയി.

ശിവൻ വിളിച്ചാണ് ഉണർന്നത്. നേരം കുറെ വൈകിയിരുന്നു. ഇനിയും വൈകിയാൽ മെസിൽ ഭക്ഷണമുണ്ടാകില്ലെന്ന് അയാൾ ഓർമ്മപ്പെടുത്തി. ശിവനോടൊപ്പം മെസിലേക്ക് ചെന്നപ്പോൾ അവിടെ കൂടെ വന്ന എല്ലാവരും തന്നെ ഒരു മേശയ്ക്കുചുറ്റും ഒത്തുകൂടിയിരുന്നതായി കണ്ടു. നീണ്ട മെസ് ഹാൾ. ഒരറ്റത്ത് ഭക്ഷണം നിരത്തി വെച്ചിരിക്കുന്നു. ആവശ്യമനുസരിച്ച് എടുത്ത് കഴിക്കാം. അതാണ് രീതി. ചോറ്, ചപ്പാത്തി, കോഴിക്കറി, കടലക്കറി, പരിപ്പ് എന്നിവയാണ് വിഭവങ്ങൾ. തൊട്ടുകൂട്ടാൻ അച്ചാറുകളുണ്ട്. സമയത്തിനെത്തി കഴിച്ചിരിക്കണം. ഭക്ഷണം കഴിഞ്ഞാൽ കഴിഞ്ഞതുതന്നെ പരാതിപ്പെടാൻ വയ്യ.

ഭക്ഷണമെടുത്ത് കൂട്ടുകാരുടെ സംഘത്തോടൊപ്പം ചേർന്നു. ജേക്കബും ഭാസ്കരനും ഉച്ചത്തിൽ സംസാരിക്കുന്നുണ്ടായിരുന്നു. ബോംബെ ജീവിതത്തിന്റെ മഹത്വത്തെക്കുറിച്ചാണ്. ഫാസ്റ്റ് ലൈഫിന് ഒരു ത്രില്ലൊക്കെയുണ്ട്. ഇനിയിപ്പോൾ ഈ മണൽക്കൂമ്പാരത്തിൽ അതൊക്കെ നഷ്ടപ്പെടുമല്ലൊ എന്ന സങ്കടം പങ്കുവെക്കുകയാണവർ. മൗനിയായിരുന്നു ഭക്ഷണം കഴിക്കുന്ന ജോർജ്ജിനോടായി ഭാസ്കരന്റെ ഒളിയമ്പും.

“ജോർജിന്റെ കാര്യമാണിനി കഷ്ടം. സ്റ്റേഷനിലുള്ള കാത്തുനില്പും ഒരുമിച്ചുള്ള യാത്രയും ബീച്ചിലെ സായാഹ്നങ്ങളും. ഇനി ആ പെൺകുട്ടി എന്തുചെയ്യും.”

“ഇനി കാത്തിരിപ്പിന്റെ കാലം. അതിനും ഒരു സുഖമൊക്കെയുണ്ടല്ലൊ. ആട്ടെ, ആ പൊതി തുറന്നിരുന്നോ.”

എയർപോർട്ടിലെ വിട ചൊല്ലലിന്റെ മുഹൂർത്തത്തെയാണ് ജേക്കബ് സൂചിപ്പിച്ചത്. ജോർജ്ജിന് യാത്രാമംഗളം നേരാനെത്തിയ പെൺകുട്ടി

ആലീസ് ഒരു പൊതി ഏല്പിച്ചിരുന്നു.

ജോർജ്ജ് ഭക്ഷണം പാതിനിർത്തി ഒന്നും പറയാതെ എഴുന്നേറ്റു.

" ജേക്കബ്ബേ, നീയെന്തിന് മറ്റുള്ളവരുടെ സ്വകാര്യതയിലിടപെടുന്നു. അതൊക്കെ തുറന്നു നോക്കാൻ ചില മുഹൂർത്തങ്ങളുണ്ട്."

"സോറി" ജേക്കബിന്റെ ക്ഷമാപണം.

മുറിയിൽ തിരിച്ചെത്തിയപ്പോൾ ശിവൻ പറഞ്ഞു.

"എത്ര ഉല്ലാസത്തിലാണ് എല്ലാവരും."

മെസിൽ കണ്ട ചെറുപ്പക്കാരെക്കുറിച്ചാണ്.

"ഞങ്ങളൊക്കെ വന്നിറങ്ങിയപ്പോൾ വല്ലാത്ത ഉൽക്കണ്ഠയും അമ്പരപ്പുമായിരുന്നു. വീടു വിട്ടുപോന്ന വിഷമം വേറെ."

"ഒക്കെയുണ്ടാവും. അതൊക്കെ മറക്കാനുള്ള ഒരു ശ്രമമായിരിക്കും ഇതൊക്കെ."

ഹരൻ അങ്ങനെയാണ് വിചാരിച്ചത്. സ്വന്തം നാടും വീടും വിട്ട് അന്യദേശത്തെത്തുമ്പോൾ ഓർമ്മകൾ വേട്ടയാടാതിരിക്കുമോ. പ്രിയപ്പെട്ടവരെ വിട്ടുപോന്ന സങ്കടമില്ലാതിരിക്കുമോ.

കാശി എക്സ്പ്രസിലാണ് ബോംബെയിലെത്തുന്നത്. ഗംഗയുടെ തീരം വിട്ട് വാരണസിയുടെ പുണ്യതീർത്ഥങ്ങൾക്ക് വിട പറഞ്ഞു. ഉത്തരേന്ത്യൻ ഗ്രാമങ്ങളിലെ പഴച്ചാറുകളുടെ മധുരമുപേക്ഷിച്ച് ഉരുളക്കിഴങ്ങിന്റെ സമൃദ്ധികളിൽ നിന്ന്, ഉള്ളിയുടെ ഗന്ധത്തിൽ നിന്ന് നിരക്ഷരരുടെ ചങ്ങാത്തങ്ങൾക്ക് നന്ദി പറഞ്ഞു. സഞ്ചാരിയുടെ തീരാത്ത മാറാപ്പ് വീണ്ടും പേറിക്കൊണ്ട്.

എന്തൊരലച്ചിലായിരുന്നു. ചെന്നെത്തുന്നിടത്തൊന്നും അധികനാൾ നിലയുറപ്പിച്ചില്ല. കുരങ്ങിന്റെ ചാഞ്ചാട്ടങ്ങളായിരുന്നു. കൊമ്പുകളിൽനിന്നും കൊമ്പുകളിലേക്ക്. ചെറുമരങ്ങളും വൻമരങ്ങളും താണ്ടി.

നിലയ്ക്കാത്ത പ്രയാണം. ഇടക്കിടെയുള്ള വീഴ്ചകൾ കുടകിന്റെ തണുപ്പിലും ഉള്ളുരുകി നിന്നപ്പോൾ വെറും ശൂന്യതയായിരുന്നു മുന്നിൽ. രാജാസീറ്റിന്റെ സിമന്റ് ബെഞ്ചിലിരുന്ന് ചുറ്റുമുള്ള മലശിഖരങ്ങളുടെ മാറിമറയുന്ന നിറഭേദങ്ങൾ കണ്ട് ജീവിതത്തിന്റെ താളത്തെ അതിനോട് ചേർത്തുകെട്ടി നെടുവീർപ്പിട്ടു. കനത്ത മഞ്ഞുപാളികൾക്കിടയിലൂടെ ഓറഞ്ച് തോട്ടങ്ങൾ ലക്ഷ്യമിട്ടു നടന്നു. മഹാദേവക്ഷേത്രത്തിന്റെ കൽമണ്ഡപങ്ങളിൽ സ്വയം നഷ്ടപ്പെട്ടിരുന്നു. ഒരിക്കൽപ്പോലും ഒന്നു തൊഴുതു വണങ്ങാൻ തോന്നിയില്ല. യാത്രയുടെ പ്രകോപനം ശക്തമാവുമ്പോൾ വീണ്ടും സഞ്ചാരിയുടെ മാറാപ്പ് വലിച്ചുകെട്ടി ഗംഗയുടെ തീർത്ഥ ഘട്ടുകളിലെ പണ്ഡകളുടെ പിടിച്ചുപറിയും കൊലകളും കണ്ടുനിന്നു. കാശി വിശ്വനാഥനോട് അന്വേഷിച്ചു. പ്രഭോ, അങ്ങ് എവിടെയാണ്. സാരനാഥത്തിലെ സമ്രാട്ടിന്റെ തകർന്നടിഞ്ഞ കൊട്ടാരവശിഷ്ടങ്ങളുടെ ശിലാപടങ്ങളിലിരുന്ന് മനസ്സുരുകി. അങ്ങയുടെ ഈ ശിലാചക്രം, നീതിയുടെ സൂര്യചക്രം, എന്നേക്കുമായി നിശ്ചലമായതെന്ത്. ഈ സിംഹമുഖം ആരാണ് തച്ചുടച്ചത്.

വീട് വിട്ടിറങ്ങുന്നത് അർദ്ധരാത്രിയാണ്. യാത്രയ്ക്കുള്ള ഒരുക്കങ്ങൾ നടത്തിയില്ല. അങ്ങനെ ഒന്ന് വിചാരിച്ചിട്ടുപോലുമില്ല. ഇരുട്ടിന്റെ മറവിലാണ് ചെന്നുകയറിയത്. തട്ടിൻമുകളിലിരുന്ന തുകല്പെട്ടി പൊടി തട്ടിയെടുത്തു. അച്ഛന്റെ സഞ്ചാരങ്ങളുടെ ശേഷിപ്പുകളിലൊന്നായിരുന്നു അത്. ശീമപ്പെട്ടി. ഏതാനും വസ്ത്രങ്ങൾ. പിന്നൊക്കെ പുസ്തകങ്ങളായിരുന്നു. കുത്തി നിറച്ചു. സമയമോ സാവകാശമോ ഇല്ല. കൂടെവന്ന സഖാക്കൾ താഴെ തിരക്കുകൂട്ടുന്നു. വേഗം വേഗം. ഏറെ നാൾ പലയിടത്തും ഒളിച്ചു കഴിഞ്ഞിട്ട് വീട്ടിലേക്കെത്തിയതാണ്.

എന്താണിത്. എന്താണ് സംഭവിക്കുന്നത്. അമ്മയുടെ അമ്പരപ്പ്.

ഒന്നൂല്യ. കുറച്ചുനാൾ ഒന്നു മാറി നില്ക്കട്ടെ. ഭയപ്പെടാനൊന്നുല്യ. സഖാക്കളുടെ സാന്ത്വനം. ഉറക്കമുണർന്നു വന്ന അനിയത്തിമാർ ഒന്നും മനസ്സിലാവാതെ അമ്മയുടെ തേങ്ങലിനോടൊട്ടി നിന്നു. ഇറങ്ങി. ഒരു സഖാവ് മുന്നിൽ. മറ്റൊരാൾ പിന്നിൽ. പുലരും മുൻപ് എത്തേണ്ടതുണ്ടെന്ന കർശനം. ഇനിയിപ്പോഴൊന്നും തിരിച്ചുണ്ടാവില്ല. മനസ്സിലുറപ്പിച്ചു.

ഇരുട്ട് എന്തൊരു മറയാണ്. അതിന്റെ ശക്തിയും സുരക്ഷിതത്വവും ഇത്രയേറെ ബോദ്ധ്യപ്പെട്ടിരുന്നില്ല മുൻപെങ്ങും.

വണ്ടികൂവി വിളിച്ച് വന്നുനിന്നു.

ലാൽസലാം.

സഖാക്കൾ യാത്രാമംഗളമോതി. ചുരുട്ടിയ മുഷ്ടികൾക്കു നടുവിൽ നിന്ന് വണ്ടികയറി.

ദൃശ്യങ്ങൾ പിറകോട്ടു പാഞ്ഞു.

ഒരു നാടുവിടുന്നു. പല നാടുകളിലേക്കുള്ള പ്രയാണം. അറിയരുത്. ആരുമറിയരുത്. മോചനമല്ല. പക്ഷേ, പിടികൊടുക്കാൻ മനസ്സില്ല. ഉരുട്ടാനും ചതിക്കാനും നിന്നുകൊടുക്കാൻ മനസ്സില്ല. നാവ് പിഴുതെറിയാനാവില്ല. അതാവാം, കൊന്നിട്ട്.

നദികളായ നദികളൊക്കെ കെട്ടുവള്ളങ്ങളെക്കൊണ്ട് നിറഞ്ഞിരുന്നു. പട്ടു തൊങ്ങലുകൾ ചാർത്തി പുഷ്പാലംകൃതമായി അവയൊഴുകി. അവയ്ക്കുള്ളിൽ നിറച്ചുവെച്ച പിഴുത നാവുകളുടെ കൂമ്പാരംകണ്ട് തീരങ്ങൾ വിറച്ചു.

ഏയ്. ഒന്നുമില്ല. എല്ലാം നാടിനും നാട്ടാർക്കും വേണ്ടിയാണ്. ഉയർന്ന ചത്വരങ്ങളിൽ നിന്ന് ഉച്ചഭാഷിണികൾ മുഴങ്ങി. അടക്കിയ നാവോടെ പണിയെടുക്കുന്നവർക്ക് സ്വർഗ്ഗരാജ്യം വാഗ്ദാനം ചെയ്യുന്നു.

ഇനിയെന്തു വേണം.

ഗ്രാമങ്ങളിലെ ചൂടേറ്റ് നടന്നു. ഗോതമ്പു വയലുകളുടെ സമൃദ്ധികണ്ട് ഞെട്ടി. കൂരകളിലെ വയറൊട്ടിയ കുഞ്ഞുങ്ങളുടെ ചോര നഷ്ടപ്പെട്ട മുഖം ഞരമ്പുകളിൽ കിടന്നു പിടഞ്ഞു.

ഉച്ചഭാഷിണികളിലൂടെ വീണ്ടും ആഹ്വാനങ്ങൾ വന്നെത്തുകയാണ്.

അഖണ്ഡതയ്ക്കും സുരക്ഷിതത്വത്തിനും വേണ്ടി

ഉത്തരദേശങ്ങളോട് വിട പറഞ്ഞ് വീണ്ടും യാത്ര. ബോംബെ നഗര

ത്തിന്റെ അതിവേഗതയിലേക്ക് മൂക്ക് കുത്തിവീണു. ആർക്കും ആരെയും അറിയാത്ത ലോകം. അതിജീവനത്തിന്റെ ആവേഗം. അതിനിടയ്ക്ക് ഒന്നു നില്ക്കാനാവില്ല. ചവിട്ടി മെതിക്കപ്പെടും. വീഴാതെ നോക്കണം. വീണു പോയാൽ തീർന്നു. പിന്നെ എഴുന്നേല്ക്കേണ്ടി വരില്ല. ഓരോ നിമിഷവും ലക്ഷങ്ങൾ വന്നിറങ്ങുന്ന നഗരം, ഏവരേയും കൈനീട്ടി സ്വീകരിക്കും. ഇടം സ്വയം കണ്ടെത്തിക്കൊള്ളണം

നാട്ടുകാർ എവിടെയുമുണ്ട്. മലയാളത്തിന്റെ മാധുര്യം അത്രയേ വേണ്ടൂ. സൗഹൃദത്തിന്റെ ചൂണ്ടുവിരൽ നീട്ടിക്കിട്ടും. ചെമ്മാപ്പിള്ളിക്കാരൻ സുഗതനായിരുന്നു തുണ. രസികനാണ്. സൂര്യനു താഴെ എന്തും വഴങ്ങും. കൃത്യമായ നിലപാടുകളും. അമ്മാവന്റെ സഹവാസത്തിലുണ്ടാവുന്ന മടുപ്പിൽനിന്ന് മോചിതനാവാൻ ഒരു കൂട്ടാളിയെ കിട്ടിയ സന്തോഷത്തിൽ ഒപ്പംകൂട്ടി. പാചകത്തിന്റെ ബാലപാഠങ്ങളിൽ നീന്തിത്തുടിക്കുകയാണെന്നും. പട്ടിണി കിടക്കാതെ കഴിയാൻ സുഗതനായിരുന്നു ആശ്രയം. ഗോതമ്പ് മാവ് കുഴച്ചുപരത്തി ചുട്ടെടുത്ത് പരിപ്പിന്റെ മറ്റാർക്കുമറിയാത്ത കൂട്ടുകൊണ്ട് വിശപ്പിനെ മറികടക്കാൻ ഒന്നിച്ച് പോരാടി. രുചി സുഖമോർത്ത് പരസ്പരം ചിരിച്ചു. പൈപ്പുവെള്ളം തൊണ്ട നനയ്ക്കും. കക്കൂസിനു മുന്നിൽ ഊഴംകാത്ത് നീണ്ട വരിയിൽ ക്യൂ നില്ക്കും. നാടും തടുക്കാം മൂടും തടുക്കാം. ഒന്ന് ശീലിക്കണം. അത്രേയുള്ളു.

സിന്ധിയുടെ മെറ്റൽ കമ്പനിയിൽ ജോലി. കമ്പനിയെന്നാൽ ചെറിയ ഗുദാം. പൂജകളോടെ ഓഫീസ് പ്രവർത്തനം ആരംഭിക്കും. അടുക്കി വെച്ച നോട്ടുകെട്ടുകൾ പൂജിക്കും. മുതലാളി പാല്പതയുള്ള കൊഴുത്ത ചായ കുടിച്ച് കച്ചവടം നടത്തും. പഴയൊരു ടൈപ്പ് റൈറ്ററിൽ കൊട്ടിപ്പാടി. കച്ചവടവിചാരങ്ങൾക്ക് കടലാസ്സു പണികൾ തീർത്തുകൊടുക്കണം. ഭക്ഷണത്തിനുള്ളത് കഷ്ടി തരപ്പെടും. അതിനായി സബർബൻ ട്രെയിനിലെ ഭേദ്യങ്ങളേറ്റുള്ള യാത്രകളും യാത്രാ വിചാരങ്ങളും ഒട്ടേറെ.

ഒരിക്കൽ പ്ലാറ്റ് ഫോമിൽ വീണു കിടന്നു. തല ചുറ്റിയതാണ്. കണ്ണു തുറക്കുമ്പോൾ അഞ്ചാറു പേർ നോക്കി നില്ക്കുന്നു. കൂലിപ്പണിക്കാരാണ്. അവർ ഒരു വശത്തേക്ക് മാറ്റിക്കിടത്തുന്നു അതി വേഗം നീങ്ങുന്നവരുടെ ചവിട്ടേൽക്കാതിരിക്കാൻ. തൊണ്ട വരണ്ടു പൊട്ടാറായിരുന്നു. ഒരിറ്റു വെള്ളം അതു മാത്രം മതി. പ്ലീസ്.

ആരോ ഒരാൾക്ക് കനിവുണ്ടായി. തൊണ്ട നനഞ്ഞു. എഴുന്നേറ്റിരിക്കാമെന്നായി. നോക്കി നിന്നവർ പിരിഞ്ഞു. എന്തേ, എന്തുപറ്റി. സ്വയം വിചാരപ്പെട്ടു.

എന്തെങ്കിലും കഴിച്ചിരുന്നോ ഇന്നലെ. മിനിഞ്ഞാന്ന്. ഓർമ്മയില്ല

ബോംബെ ലൈഫിന്റെ മഹത്ത്വത്തെക്കുറിച്ച്, ഫാസ്റ്റ് ലൈഫിന്റെ ത്രില്ലിനെക്കുറിച്ച് മെസ് ഹാളിലിരുന്ന് ജേക്കബ് ആവേശത്തോടെ സംസാരിക്കുമ്പോൾ ഓർമ്മയിലെത്തിയത് ഒഴിഞ്ഞ വയറോടെ പലപ്പോഴും അതേ നഗരത്തിൽ കഴിഞ്ഞുപോയ രാപ്പകലുകളെയാണ്.

“ദാ, നോക്കിക്കോളൂ. ഇവിടെ ഒരു ചെറുപ്പക്കാരന് ഇതൊക്കയാണാശ്രയം.”

ഉറങ്ങാൻ കിടക്കുമ്പോൾ കനമുള്ള ഒരു മാഗസിൻ ബെഡ്ഡിലേക്കിട്ടു തന്ന് ശിവൻ പറഞ്ഞു.

അതീവ മിനുസമാർന്ന കട്ടിക്കടലാസ്സിൽ നിരവധി ചിത്രങ്ങളടങ്ങിയ മാഗസിൻ. ഓരോ പേജും മറിക്കുമ്പോൾ ഹൃദയമിടിപ്പ് വർദ്ധിച്ചുവന്നു. അതിസുന്ദരികളായ സ്ത്രീകളുടെ പരിപൂർണ്ണ നഗ്നചിത്രങ്ങളായിരുന്നു നിറയെ. വല്ലാത്ത ജാള്യതയോടെയാണ് പേജുകൾ മറിച്ചത്. ഹൃദയം കനം വെച്ച് ശ്വാസഗതി വേഗത്തിലായി. ആദ്യമായിട്ടാണ് സ്ത്രീശരീരത്തിന്റെ ഇത്തരം ഘടനാ വിശേഷം കാണുന്നത്. ചിലത് കുറെയൊക്കെ അറപ്പും ജനിപ്പിച്ചു. നോക്കിക്കഴിഞ്ഞപ്പോൾ അത് തിരിച്ചു കൊടുക്കാനാഞ്ഞു. അപ്പോൾ ശിവന്റെ മുഖത്തു നോക്കാൻ വിഷമം തോന്നി.

വിളക്കണച്ചു കിടന്നപ്പോൾ വീണ്ടും ചിത്രങ്ങൾ വേട്ടയാടിയെങ്കിലും ക്ഷണത്തിൽ അവ മാഞ്ഞുപോയി. പകരം നാടിനെക്കുറിച്ചുള്ള ഓർമ്മകൾ ഒന്നൊന്നായി ചുരുൾ നിവർന്നു. എത്രയോ കാതങ്ങൾ ദൂരെയാണിപ്പോൾ അന്തിയുറങ്ങാൻ കിടക്കുന്നത്. ഏതാനും മണിക്കൂറുകൾ കൊണ്ട് ലോകത്തിന്റെ മറ്റൊരു കോണിലെത്തി ഭക്ഷണം കഴിച്ച് ഉറങ്ങാൻ കിടക്കുന്നു. നിനച്ചിരിക്കാതെ തികച്ചും വ്യത്യസ്തമായ മറ്റൊരു ലോകത്ത് എത്തിപ്പെട്ടിരിക്കുന്നു. എന്നും എപ്പോഴും അങ്ങനെയായിരുന്നു. കാലേക്കൂട്ടി തിട്ടപ്പെടുത്തി ഒന്നും ചെയ്യാനാവില്ല.

വരുംപോലെ ഓരോന്നിലേക്കും പകർന്നാടുകയാണ്. ഇപ്പോൾ ഇവിടെ. അങ്ങനെ ഓരോന്നോർത്ത് തണുപ്പിന്റെ സുഖത്തിൽ മൂടിപ്പുതച്ചു കിടന്നപ്പോൾ ഉറക്കത്തിന്റെ തേരെത്തി.

ശിവൻ തട്ടിയുണർത്തിയപ്പോഴാണ് മുറിയിലെ വെളിച്ചത്തിലേക്ക് കണ്ണു തുറന്നത്. ജനൽ കർട്ടൻ നീക്കിയിട്ടുണ്ട്. സൂര്യവെളിച്ചത്തിന്റെ ആരക്കാലുകൾ മുറിയിലിഴയാൻ തുടങ്ങിയിരുന്നു.

“ഉടൻ റെഡിയായിക്കൊള്ളൂ. ആറരയ്ക്ക് വണ്ടി വരും” ശിവൻ ധൃതി കൂട്ടി.

എല്ലാവരും ജോലിക്ക് പോകാനുള്ള തിരക്കിലാണ്. കുളിമുറിയിൽ തിക്കും തിരക്കും ബഹളവും.

“ഒന്ന് പുറത്തിറങ്ങ് മനുഷ്യാ. ഇനി പിടിച്ചു നില്ക്കാനാവൂല്ല.”

ടോയ്‌ലറ്റിനു മുന്നിൽ കാത്തുനിന്ന് അക്ഷമനായി ആരോ വിളിച്ചു പറയുന്നുണ്ടായിരുന്നു.

എല്ലാം കഴിച്ച് വണ്ടിയിൽ കയറിയപ്പോൾ ആശ്വാസം. കൂടെ വന്നവരൊക്കെ വണ്ടിയിലുണ്ട്. ക്യാമ്പിലെ ആദ്യാനുഭവങ്ങൾ പങ്കുവെക്കുകയാണ്. ക്ഷേമാന്വേഷണം. പൊതുവായ പ്രസന്നമായ മുഖങ്ങൾ. നല്ല ഭക്ഷണം നല്ല കിടപ്പുമുറി. തണുപ്പിൽ മൂടിപ്പുതച്ചുള്ള ഉറക്കം. പിന്നെന്ത്.

“ഇത് സെൻട്രൽ ക്യാമ്പാണ്” ആരോ ഓർമ്മപ്പെടുത്തി.

ഓഫീസിലെത്തിയപ്പോൾ ഉൽക്കണ്ഠയായി. നിരവധി മുറികളുള്ള നീണ്ട ഇടനാഴികളോടെ വിശാലമായ ഓഫീസ്. വീണ്ടും അഭിമുഖമുണ്ടെന്ന് അറിയിപ്പ് വന്നു. മാനേജരുടെ മുറിക്ക് മുന്നിൽ എട്ടുപേരും കാത്തുനിന്നു. അവിടെക്കണ്ട ജോലിക്കാരിൽ ആരുംതന്നെ സംസാരിച്ചു കണ്ടില്ല. കാത്തിരിപ്പിനവസാനമുണ്ടായി. ഒരാൾ പുറത്തു വന്ന് പേരുവിളിച്ചു.

"ജേക്കബ്ബ് തോമസ്."

ജേക്കബ്ബ് അയാളുടെ പിറകേ പോയി.

ഏഴു പേരുടെ ഊഴവും കഴിഞ്ഞപ്പോൾ നേരമേറെയായി. ഉൽക്കണ്ഠ പെരുകി. പോയവരാരും തിരിച്ചു വന്നുകണ്ടില്ല. അവസാനത്തെ ആളായി തനിച്ചങ്ങനെ നിന്നപ്പോൾ എന്തോ ഒരസ്വാസ്ഥ്യം തോന്നി. ഏഴുപേരെയും ആട്ടിയിറക്കി മരുഭൂമിയിലൂടെ നടത്തിക്കൊണ്ടുപോകുന്ന ചിത്രമാണ് ക്ഷണത്തിൽ തെളിഞ്ഞുവന്നത്. ആ നടുക്കത്തിൽ ഭാരം നഷ്ടപ്പെട്ടു നില്ക്കുമ്പോൾ ആരോ വിളിച്ചു.

"ഹരൻ."

വിശാലമായ ഓഫീസ്. നീണ്ട ചില്ലുമേശയ്ക്കു പിറകിൽ സിംഹാസനം പോലുള്ള ഇരിപ്പിടത്തിൽ നീലക്കണ്ണുകളുള്ള വെളുത്തുമെലിഞ്ഞ ഒരാൾ ഇരുന്നിരുന്നു.

" ഗുഡ്മോണിങ് സർ."

ചുണ്ടുകൾ അറിയാതെ താഴ്ന്ന സ്വരമുണ്ടാക്കി. അയാൾ വെറുതെ തലയൊന്നു ചലിപ്പിക്കുക മാത്രംചെയ്ത് ഇരിപ്പിടം ചൂണ്ടിക്കാട്ടി. പതുപതുത്ത ഇരിപ്പിടത്തിൽ പ്രയാസത്തോടെ ഇരുന്നു. ഒരുനിമിഷം അയാൾ തന്റെ പൂച്ചക്കണ്ണുകൾ ഉറപ്പിച്ചുനിർത്തി ചോദ്യങ്ങളിലേക്കും പിന്നെ ഫയലിലേക്കും തിരിഞ്ഞു. എന്തോ കുറിച്ചിട്ടുകൊണ്ട് മുഖമുയർത്തി.

"ദാബിയിലെ ന്യൂ എയർപോർട്ട് സൈറ്റിലേക്ക് കോസ്റ്റിങ് അസിസ്റ്റന്റായി നിയമിക്കുകയാണ്. ഇരുന്നൂറ് മൈൽ അകലെയാണ്. മൂന്ന് മാസം കൊണ്ട് ജോലി വശമാക്കണം. ഗുഡ് ലക്ക്."

മറ്റൊരു വാതിലിലൂടെ മുറി വിട്ടിറങ്ങുമ്പോൾ ഏഴുപേരും കാത്തുനിന്നിരുന്നു. കാണാതായ കുട്ടികളെ കണ്ടെത്തിയ പ്രതീതി. ഏഴുപേരും ഏഴു സ്ഥലങ്ങളിലേക്ക് നിയമിക്കപ്പെട്ടിരുന്നു. ഏറ്റവും ദൂരേക്ക് എട്ടാമനായ ഹരൻ.

രാത്രി ക്യാമ്പിൽ ജേക്കബിന്റെ മുറിയിൽ ഒത്തുകൂടി. ക്യാമ്പിലെ പഴയ അന്തേവാസിയായ സുകുമാരൻ മുറിയിലേക്ക് വന്ന് പരിചയപ്പെട്ടു. വെളുത്ത് മെലിഞ്ഞ് ഉയരംകൂടിയ മൊറയൂർക്കാരൻ.

അയാൾ ക്യാമ്പിനെക്കുറിച്ചും കമ്പനിയെക്കുറിച്ചും രാജ്യത്തെക്കുറിച്ചും വിവരിച്ചു. അതൊരു ചെറിയ പ്രഭാഷണം തന്നെയായിരുന്നു. എല്ലാവരും ശ്രദ്ധയോടെ കേട്ടിരുന്നു. ഇടയ്ക്ക് ഭാസ്കരൻ പറഞ്ഞു. നമ്മളിങ്ങനെ സംസാരിച്ചുകൊണ്ടിരുന്നാൽ മതിയോ. പുലർന്നാൽ ഓരോരുത്തരും ഓരോ വഴിക്ക് പിരിയും. ഈ രാത്രിയുടെ ഓർമ്മയ്ക്ക് ഒന്നു

മില്ലേ. അതുകേട്ട് ജേക്കബ് പറഞ്ഞു. തിർച്ചയായും. അത് ഞാനൊരുക്കിയിട്ടുണ്ട്. അയാൾ അലമാരി തുറന്ന് ഒരു പൊതിയെടുത്ത് വളരെ സൂക്ഷ്മതയോടെ മേശപ്പുറത്ത് വെച്ചു. മലയാളപത്രത്തിന്റെ ഏതാനും തലക്കെട്ടുകൾ പൊതിയിലൊളിച്ചു കളിച്ചിരുന്നു. ഭാസ്കരൻ അത്യുത്സാഹത്തോടെ ചാടിയെഴുന്നേറ്റു. ജോർജ്ജ് പൊതിയഴിച്ച് നിധിപോലെ ഒരു കുപ്പി പുറത്തെടുത്തു. സ്വർണ്ണനിറമുള്ള സ്കോച്ച് വിസ്കി മിന്നിത്തെളിഞ്ഞു. നിമിഷം കൊണ്ട് സ്ഫടിക ഗ്ലാസുകൾ നിരന്നു. അവർ പരസ്പരം നോക്കി. അരുതാത്തതെന്തോ ചെയ്യാനൊരുങ്ങുംപോലെ നിശ്ശബ്ദത പരന്നു.

"ആരാണിതിൽ ഏറ്റവും മാന്യൻ." ഗ്ലാസുകൾ നിറച്ച് ജേക്കബ് ചോദിച്ചു.

"കമോൺ മാൻ. ചിയേഴ്സ്."

ഭാസ്കരൻ ഗ്ലാസുയർത്തി. ചില്ലുകളുടെ ചുംബനസ്വരം. മടിച്ചിരുന്ന ഹരനെ ജോർജ് നിർബ്ബന്ധിച്ചു.

"ചിയേഴ്സ്."

"നമ്മളെട്ടുപേർ ഒരുമിച്ചെത്തി. നാളെ പലയിടങ്ങളിലേക്കും പിരിഞ്ഞു പോകുന്നു. ഈ ദിവസത്തിന്റെ ഓർമ്മക്കാണിത്."

ഗ്ലാസുകളുയർന്നു.

ഒരിറക്ക് തൊണ്ടയെരിച്ചു കൊണ്ട് താഴോട്ടിറങ്ങി. പിന്നെ ഒന്ന്. പിന്നെയും ഒന്ന്.

കണ്ണുകളിൽ ആലസ്യം തൂങ്ങിക്കിടന്നു. ശരീരത്തിന് ഭാരമില്ലാതാവുകയാണ്. പൊന്തിപ്പൊന്തി ഉയരങ്ങളിലെവിടെയോ ചുറ്റിത്തിരിയുന്നു.

ഒരു യോഗിയെപ്പോലെ കട്ടിലിൽ ചമ്രം പടിഞ്ഞിരിക്കയാണ് സുകുമാരൻ. ചെറുപുഞ്ചിരിയോടെ കുറെശ്ശെ മദ്യം നുണയുന്നുണ്ട്. കണ്ണുകളിൽ തിളക്കം.

ജേക്കബ്ബ് അയാൾക്കു മുന്നിൽ നമിച്ചുകൊണ്ട് മുഖമുയർത്തി.

"പ്രഭോ, അങ്ങ് അരുളിച്ചെയ്താലും. ഈ മണൽക്കാട്ടിലേക്ക് എത്തിപ്പെട്ട ഞങ്ങളുടെ ഇനിയങ്ങോട്ടുള്ള യാത്രകൾ എങ്ങനെയൊക്കെയായിരിക്കണം."

സുകുമാരന്റെ മുഖം ഒന്നുകൂടി വിടർന്നു. ഒരു സിപ്പു കൂടിയെടുത്ത് അയാൾ ചുണ്ടനക്കി.

"നല്ലവനായ യാക്കോബേ. മറ്റു കുഞ്ഞാടുകളേ, പണസമ്പാദനത്തിനായി ഇറങ്ങി പുറപ്പെട്ടിരിക്കുന്ന നിങ്ങൾ കേവലം തുച്ഛമായ ചില്ലിക്കാശിനാണ് ഇങ്ങോട്ട് കയറ്റി അയക്കപ്പെട്ടത്. നിങ്ങളുടെ അദ്ധ്വാനത്തിന്റെ നൂറിലൊരംശമേ അതുള്ളു എന്ന് വഴിയേ മനസ്സിലാവും. എങ്കിലും ഇന്ന് പൂർണ്ണ മനസ്സോടെ എത്തി. നാളെ കൂടുതൽ വലിയ ചക്രവാളങ്ങളുണ്ടാവും. അന്ന് അസംതൃപ്തരാകും. പക്ഷേ, എന്തു ചെയ്യാനും മടിയില്ല എന്നു പറഞ്ഞെത്തിയിരിക്കുന്ന ഈ ദിവസത്തെക്കുറിച്ച് അന്നും ഓർക്കേണ്ടതാണ്. ചൂഷണത്തിന്റെ മിന്നലാട്ടം ഇവിടെ ഒളിഞ്ഞിരിപ്പുണ്ട്.

ചൂഷണത്തെക്കുറിച്ച് ബോദ്ധ്യം വരുമ്പോഴേക്കും ഏറെ ചൂഷിതരായി കഴിഞ്ഞിരിക്കും. ധൈര്യമായി കരുതലോടെ മുന്നോട്ടുപോവുക. ആമേൻ.”

അല്പനേരം നിശ്ശബ്ദത പരന്നു. പിന്നെ ആരൊക്കെയോ ഉച്ചത്തിൽ ശബ്ദമുണ്ടാക്കി. പാടി. നൃത്തം വെച്ചു. കുറെയായപ്പോൾ എല്ലാവരും വിയർപ്പിൽ മുങ്ങി. ഒഴിഞ്ഞ കുപ്പി മേശപ്പുറത്ത് കിടന്നു.

“ വരൂ മെസിൽ പോയി ഭക്ഷണം കഴിക്കാം” സുകുമാരൻ എല്ലാവരേയും മെസിലേക്ക് നയിച്ചു.

ഭക്ഷണം കഴിച്ചുകൊണ്ടിരിക്കുമ്പോൾ എതിരെയുള്ള തീൻമേശയ്ക്കു മുന്നിൽ ഒരാൾ വന്നിരുന്നു. അയാൾ ഏറെനേരം ഭക്ഷണത്തിനു മുന്നിലിരുന്നെങ്കിലും ഒന്നും കഴിച്ചതായി കണ്ടില്ല. സിഗരറ്റ് കൊളുത്തി അടുത്ത മേശയിലേക്കും പുകയൂതി വിട്ടുകൊണ്ടിരുന്നു. ജേക്കബ്ബ് ഭക്ഷണം മതിയാക്കി അയാൾക്കുനേരെ ചെന്നു. പിന്നെ അയാൾ നിന്നില്ല.

“ഇങ്ങെത്തിയപ്പോഴേക്കും പിള്ളേരുടെ ഒരാഘോഷം” പുച്ഛത്തോടെ പുറത്തേക്കിറങ്ങുമ്പോൾ അയാൾ പറയുന്നുണ്ടായിരുന്നു.

ജേക്കബ്ബ് വീണ്ടും അയാൾക്കുനേരെ നടന്നപ്പോൾ സുകുമാരൻ തടഞ്ഞു.

“സാരല്യ. ഇതൊക്കെ ക്യാമ്പിലെ സ്ഥിരം രംഗങ്ങളാണ്.”

എല്ലാവരും മുറികളിലേക്ക് മടങ്ങി. ആലസ്യത്തോടെ കട്ടിലിലേക്ക് വീണു.

പ്രയാണം

നേരം പുലർന്നു വരുന്നേയുള്ളൂ. ഹരൻ തുകല്പെട്ടിയും തൂക്കി ക്യാമ്പ് ഓഫീസിനു മുന്നിൽ കാത്തുനിന്നു. മറ്റൊരു യാത്രയ്ക്ക്.

സർദാർജിമാരുടെ തലപ്പാവുകൾ ദൃശ്യമാക്കിക്കൊണ്ട് ഒരു വണ്ടി വന്നു നിന്നു. സഹയാത്രികരാവും. ഡ്രൈവർ എയർപോർട്ടിൽനിന്നും കൂട്ടി വന്ന അതേ ശ്രീകുമാർ. പരിചയം പുതുക്കി.

തുകല്പെട്ടി പിറകിലേക്ക് ഒതുക്കിവെച്ച് മുന്നിലെ ഇരിപ്പിടത്തി ലേക്ക് കയറിയിരുന്നു. പുറംകാഴ്ചയുടെ കൗതുകംതന്നെ. സർദാർജി മാരുടെ കൈയിൽ വെള്ളം നിറച്ച ജഗ്ഗുകൾ. വെള്ളം കരുതണമായിരു ന്നു. ഓർത്തില്ല. സാരല്യ. വെള്ളം വണ്ടിയിലുണ്ടെന്ന് ശ്രീകുമാർ. വെള്ളം കരുതുക ഒരു ശീലമാണിവിടെ. അയാൾ ഓഫീസിലേക്ക് കയറിപ്പോയി. തിരിച്ചിറങ്ങി ഒരു മെയിൽ ബാഗ് കൊണ്ടു വന്നു. അതിന്മേൽ വലിയ അക്ഷരങ്ങളിൽ നദിയാ സൈറ്റ് എന്നെഴുതിക്കണ്ടു. നദിയാ സൈറ്റിനെ ക്കുറിച്ച് ഒരു സങ്കല്പവുമില്ല. രാത്രി ക്യാമ്പിൽ ആരോ പറയുന്നത് കേട്ടിരുന്നു. അതൊരു മണൽക്കാടാണെന്ന്. യാത്രയുടെ കൗതുകം മാത്രം തെളിഞ്ഞു. ഒപ്പം ഒരു ഭീതി ഉള്ളിലെങ്ങോ കിടന്നു വിറകൊണ്ടു. വണ്ടി പതുക്കെ നീങ്ങി. സെൻട്രൽ ക്യാമ്പിനോട് വിട. യാത്രകൾ ഒരി ക്കലും അവസാനിക്കുന്നില്ല. ജീവന്റെ ചലനങ്ങളും.

ദൂരം പിന്നിടുകയാണ്. കണ്ണുകളിൽ അത്ഭുതം വിരിയിച്ചിരുന്നു. വീതിയാർന്ന നെടും പാത. ഇരുവശങ്ങളിലും ഉയർന്നുവരുന്ന ചെറു കെട്ടിടങ്ങൾ. ടവർ ക്രെയ്നുകൾ എഴുന്നു നില്ക്കുന്നു. പാത സാവധാനം താഴോട്ടിറങ്ങി ഒരു ഗുഹയ്ക്കുള്ളിലേക്ക് കടക്കുകയായിരുന്നു. ഇനി തുര ങ്കത്തിലൂടെയാണ്. കടലിനടിയിലൂടെ. കടലും കപ്പലുകളും മുകളിൽ. വശങ്ങളിലെ കനത്ത ഭിത്തികളിൽ ശബ്ദം ഇടിച്ച് തെറിച്ച് ഇരമ്പം

സൃഷ്ടിച്ചു. നിയോൺ വെളിച്ചം പാത കാണിച്ചു. വണ്ടി താഴോട്ടു താഴോട്ടിറങ്ങുകയായിരുന്നു. താഴ്ന്നു ചെന്ന് വീണ്ടും സാവധാനം മുകളിലോട്ട്, മറു കരയിലേക്ക്, സൂര്യ വെളിച്ചത്തിലേക്ക് തുറക്കുകയായിരുന്നു. വിശ്വാസിക്കാനായില്ല. കടലിനടിയിലൂടെ പാതയൊരുക്കി സഞ്ചരിക്കുക. മുകളിലൂടെ കടലും കപ്പലുകളും. എണ്ണപ്പണത്തിന്റെ കരുത്ത്.

വെളിച്ചത്തിലേക്ക് വീണ്ടും കൺതുറന്ന് മുന്നോട്ടു നീങ്ങുമ്പോൾ ലോകത്തെ മുഴുവൻ വെല്ലുവിളിച്ചു കൊണ്ട് നില്ക്കുന്ന കൂറ്റൻ കെട്ടിടം. അംബരചുംബി. ഇന്റർനാഷണൽ ട്രേഡ് സെന്റർ. ഒരൊറ്റയാനായി അത് ഉയരങ്ങളിലേക്ക് കൂർത്തു പോയി ആകാശത്തെ തുളയ്ക്കുംപോലെ. അത്ഭുതം കൂറിയിരുന്നു. ചെറു കെട്ടിടങ്ങളുടെ നിരയും അവസാനിക്കുകയായിരുന്നു. കഴിഞ്ഞു. ഇത്രയേയുള്ളൂ. ഇനിയങ്ങോട്ട് ഒന്നുമില്ല. ശരിയാണ്. വണ്ടിയുടെ ഒഴുക്കിന് ശക്തി കുറഞ്ഞു. മുന്നോട്ടുനീങ്ങുന്തോറും നീണ്ടു പോകുന്ന പാതയുടെ കറുത്ത നൂലിഴ മാത്രം. വീതി കുറഞ്ഞ് എല്ലുന്തിശോഷിച്ച്. ഇരുവശവും അനന്തമായ മരുപ്പരപ്പ്. കാലാതീതമായി കിടക്കുന്ന ഭൂതലം. ഇളം വെയിലിന്റെ സൗമ്യത പരത്തി.

ശ്രമകരമായ ഒരു പ്രക്രിയയായി തോന്നി വണ്ടിയോടിക്കുന്നത്. വശങ്ങളിലെ മണൽക്കുന്നുകളിൽനിന്ന് മണ്ണിടിഞ്ഞ് പലപ്പോഴും വഴിമുട്ടിക്കിടന്നിരുന്നു. മുന്നോട്ടു നീങ്ങുന്തോറും പാത അപ്രത്യക്ഷമാവുകയും വഴി ഒരു സങ്കല്പമാവുകയും ചെയ്തു. കാറ്റിലെളുപ്പം അപ്രത്യക്ഷമായിക്കൊണ്ടിരിക്കുന്ന വണ്ടിച്ചക്രങ്ങളുടെ അവ്യക്തമായ അടയാളങ്ങൾ മാത്രമാണ് ആശ്രയം. കാറ്റിന്റെ സ്വഭാവത്തിലും വൈചിത്ര്യമുണ്ട്. ചിലയിടം ഒരു മണൽത്തരി പോലുമനങ്ങില്ല. അവിടം നിറം മങ്ങിപ്പോയ പാതയുടെ കറുപ്പ് തിരിച്ചും കിട്ടും. പിന്നെയും യാത്ര തുടരും. ഏറെ ചെന്നപ്പോൾ ഒന്നും കാണാതായി. അന്തരീക്ഷം പുക മൂടിക്കെട്ടി. മണലടിച്ചു കയറുകയായിരുന്നു. കാറ്റിന് രൗദ്രഭാവം കൈവന്നിരുന്നു. മുന്നോട്ടു പോകാനാവില്ല. കാഴ്ചയുടെ കാതങ്ങൾ കുറഞ്ഞു വന്ന് ഇല്ലാതായി. ശ്രീകുമാർ വണ്ടി പണിപ്പെട്ട് ഒരു മണൽക്കുന്നിന്റെ മടിയിലേക്ക് ചേർത്തു നിർത്തി. അടിച്ചു കയറുന്ന മണൽക്കാറ്റിനെ പ്രതിരോധിക്കാൻ ചില്ലുകൾ കയറ്റിവെച്ചു. മെയിൽ ബാഗിലെഴുതിയിരുന്ന നദിയാ സൈറ്റ് ഇപ്പോൾ കാണുന്നില്ല. കണ്ണിലും മൂക്കിലും പൊടികയറി. ശ്വാസഗതി തന്നെ നിലയ്ക്കുമെന്ന അവസ്ഥ. ചൂടു പെരുകി. കാറ്റിന്റെ ക്രൗര്യത്തിൽ വണ്ടി പതുക്കെ ആടാൻ തുടങ്ങി.

ഇവിടെ പ്രകൃതി ഇങ്ങനെയാണ്. എഴുപത് ശീലമുള്ള രേവതി. പ്രതിരോധിക്കാനാവില്ല. ക്ഷമയോടെ കാത്തിരിക്കുക. ശ്രീകുമാർ വിശദീകരിച്ചു. അയാൾക്കിത് പരിചിതമാണ്. മാർഗ്ഗം നഷ്ടപ്പെട്ട യാത്രികന്റെ വേവലാതിയൊന്നും അയാളിൽ കണ്ടില്ല.

പിറകിൽ സർദാർജിമാർ എന്തൊക്കെയോ പറഞ്ഞുകൊണ്ടിരുന്നു. അപരിചിതമായ ഭാഷ. അവരുടെ കൂർത്ത ശിരോവസ്ത്രങ്ങളിൽ മണലിന്റെ പുക നിറഞ്ഞിരുന്നു. എങ്കിലും കൂസലില്ലാതെയാണിരുപ്പ്.

ഇതൊക്കെ ചിരപരിചിതം. പല സൈറ്റുകളിൽ പണിയെടുത്തവരാണ്. നേരത്തേ ഇരതേടി പറന്നെത്തിയ പക്ഷികൾ. അപ്പോൾ ഉൽക്കണ്ഠ നിറച്ച് താൻമാത്രം. ഹരനോർത്തു. ഭയംതോന്നി. വണ്ടിപോലും കാറ്റിലാടുന്ന അനുഭവം ആദ്യമാണ്.

കാറ്റൊന്നടങ്ങിയപ്പോൾ ചില്ലുകൾ സാവധാനം താഴ്ത്തിവെച്ചു. ചുട്ടുനീറ്റലിന് ചുടുകാറ്റിന്റെ സാന്ത്വനം. ദൂരെക്കാഴ്ചയ്ക്ക് പിന്നെയും സമയമെടുത്തു. കനംവെച്ച് നിന്നിരുന്ന പൊടിയലകൾ ഭൂമിയിലേക്കു തന്നെ ഉതിർന്നു താഴാൻ തുടങ്ങി. ലൈറ്റിട്ടുകൊണ്ട് എതിരെ ഒരു വണ്ടി ഓടിയടുക്കുന്നുണ്ടായിരുന്നു. അതിലുള്ളവർ പുറത്തേക്ക് കൈവീശി കടന്നുപോയി. അതൊരു സൂചനയായിരുന്നു. മണൽക്കാറ്റടങ്ങിയിട്ടുണ്ട്. ഇനി പോകാം. ശ്രീകുമാർ വണ്ടിയെടുത്തു. വളഞ്ഞും പുളഞ്ഞുമാണ് നീങ്ങിയത്. പാത നിർണ്ണയിച്ചെടുക്കുന്നതിലുള്ള വൈഭവം അപാരം. കടന്നുപോയ വണ്ടിയുടെ അടയാളങ്ങളും വഴി കാട്ടുന്നുണ്ടായിരുന്നു.

“അബി മൗസം ധോഡാ അച്ചാ ഹോഗയാ. ധീരേ ധീരേസെ ചലോ ഭായി” സർദാർജിമാരിലൊരാൾ വിളിച്ചു പറയുന്നുണ്ടായിരുന്നു.

എത്ര ക്ഷണത്തിലാണ് അന്തരീക്ഷം മാറുന്നത്. പ്രകൃതിയുടെ മുഖം തെളിയുന്നത്. ഒരു കുട്ടിയുടെ കവിൾത്തടം പോലെ.

ഒന്നുമില്ല കാഴ്ചയ്ക്കായി. മണല്പരപ്പു മാത്രം. കുന്നുകളുടെ അരികുകൾക്ക് ചെമ്പിന്റെ നിറം. മിനുസമാർന്ന മൺചേലയുതിർന്നു വീഴുന്നു. ധൂളിജ്വാലകൾ അന്തരീക്ഷത്തോട് ലയിക്കുന്നു. മഞ്ഞ വെയിലിന്റെ തരികൾ നിറയുന്നു.

ഇടയ്ക്ക് കറുത്ത പാതയുടെ ഉന്തി നില്ക്കുന്ന എല്ലിൻകൂട് കണ്ട് കിട്ടി. വണ്ടിയുടെ ഞരക്കം മാറി. കുതിപ്പിന് ശക്തികൂടി. ചില്ലുകൾ പാതിയിറക്കിവെച്ച് ചുടുകാറ്റിനോട് സമരസപ്പെട്ടു. നിവൃത്തികേടുകൊണ്ടുള്ള ചങ്ങാത്തം.

ആകാശത്തിന്റെ കണ്ണൻ ചിരട്ട കമിഴ്ന്നു കിടന്നു. ഇത്രയേറെ ആകാശം ഒന്നിച്ചു കാണുന്നത് ആദ്യമാണ്. ഒന്നിന്റെയും മറയില്ലാതെ. ഭൂമിയോടൊട്ടി രക്ഷകനായി. മണൽക്കാടിന് സാന്ത്വനമേകി. കുറെക്കൂടി മുന്നോട്ടു നീങ്ങിയപ്പോൾ പാത തെളിഞ്ഞുവന്നു. വീതി വർദ്ധിച്ചു. മണൽക്കുന്നുകളുടെ ആധിക്യമില്ല. വശങ്ങളൊക്കെ നിരത്തിയിട്ടിരിക്കുന്നു. എങ്കിലും മണലിന്റെ ചെറു വിതാനങ്ങൾ പാതയിലേക്ക് കയറിക്കിടന്ന് ചിത്രങ്ങൾ രൂപപ്പെട്ടിരുന്നു. അകലെ ചെറു കുന്നുകൾക്കു മീതെ ഏതാനും കൂരകൾ പ്രത്യക്ഷപ്പെടാൻ തുടങ്ങിയിരുന്നു. അവ ആരോ ഉപേക്ഷിച്ചുപോയ ചലനമറ്റു കിടക്കുന്ന ഇടത്താവളങ്ങളെ ഓർമിപ്പിച്ചു.

നേർത്ത ചുവപ്പുനിറമുള്ള മണൽക്കാട് കാറ്റ് മിനുസമാക്കിയെടുക്കുന്നു. അതിൽ ഇടയ്ക്കിടെ ഉരുത്തിരിയുന്ന മണൽച്ചുഴികൾ അലയലയായി ഒരിടത്തു തന്നെ വട്ടം കറങ്ങുന്നതു കാണാം. ഭൂമിക്ക് എത്രയെത്ര മുഖങ്ങളാണ്. അതിലൂടെയുള്ള സഞ്ചാരിയുടെ ഈ പ്രയാണം എവിടേക്കാണ്. ദൂരേക്ക് കണ്ണുകൾ ചൂണ്ടിയിരിക്കുമ്പോൾ എന്തൊ

ക്കെയോ എത്തിപ്പിടിക്കാൻ ഓടിയോടിക്കിതയ്ക്കുന്ന സ്വന്തം ചിത്രം ഒരു നിമിഷം മനസ്സിലുടക്കി തെല്ലൊരസ്വാസ്ഥ്യം സൃഷ്ടിച്ചു. പിന്നെ സ്വയം ശാസിച്ചു. ഇവിടെ യാത്രയിലെ മറ്റൊരു പ്രകരണത്തിന് തുടക്കമിടുകയാണ്. ദൂരമിനിയും താണ്ടാനുണ്ട്. ചിന്തിച്ചു മുഷിയണ്ട.

ചൂട് വർദ്ധിച്ചു വന്നതേയുള്ളൂ. ഉടുത്തതൊക്കെ ഏതാണ്ട് വിയർപ്പിലും പൊടിയിലും മുങ്ങിയിരുന്നു. വണ്ടിയിൽ എയർകണ്ടീഷണർ ഇല്ലാത്തതിനെക്കുറിച്ച് ശ്രീകുമാർ പിറുപിറുത്തു. നെറ്റിയിലെ വിയർപ്പ് വടിച്ചു കളഞ്ഞ് അയാൾ അസ്വാസ്ഥ്യം പ്രകടിപ്പിച്ചു. കമ്പനിയുടെ മിക്ക വണ്ടികളിലുമുണ്ട്. എത്ര ചൂടായാലും സുഖമായി യാത്ര ചെയ്യാം. എന്നാൽ മെയിൽ വണ്ടിയിൽ മാത്രം അത് ഘടിപ്പിച്ചിട്ടുണ്ടെങ്കിലും പ്രവർത്തിക്കില്ല. കേടു വന്നിട്ട് നാളുകളേറെയായി. ഇനിയും നന്നാക്കിക്കിട്ടിയില്ല. ഗാരേജിലെപ്പോഴും വലിയവരുടെ വണ്ടികൾക്കാണ് മുൻഗണന. പാവപ്പെട്ട തൊഴിലാളികൾ ചൂട് സഹിക്കേണ്ടവരാണെന്നാണ് പൊതു നിയമം.

ചുടുകാറ്റ് വണ്ടിക്കുള്ളിലേക്ക് ശക്തിയായടിച്ചു കയറിക്കൊണ്ടിരുന്നു. മുഖം പൊള്ളിപ്പോകുമെന്നായി. കണ്ണുകളിൽ വിട്ടുമാറാത്ത നീറ്റൽ. കൺപോളകൾ കനം വെച്ചു. അന്തരീക്ഷം ആകെ കത്തിനിന്നു തുള്ളുന്നു. പുളയുന്ന വെയിലിന്റെ കബന്ധങ്ങൾ.

ഒട്ടകങ്ങളുടെ നിര പ്രത്യക്ഷപ്പെടാൻ തുടങ്ങിയിരുന്നു. അവയുടെ വിറകുകൊള്ളി പോലുള്ള നീണ്ട കാലുകൾ മണലിൽ പൂണ്ടുപോകുന്നിടത്ത് പൊടി പൊന്തുന്നത് കാണാം. ഈ കൊടും ചൂടിൽ ഇവയ്ക്ക് പുറത്ത് സഞ്ചരിച്ചിരുന്ന ദേശവാസികൾ ഇന്ന് ശീതികരിച്ച വാഹനങ്ങളിൽ യാത്ര ചെയ്യുന്നു. കാലത്തിന്റെ കാരുണ്യത്തിൽ വീണുകിട്ടിയ സൗഭാഗ്യം.

ഇതിനൊരറ്റമില്ലേ. വിജനമായ പാത നീണ്ടു നീണ്ടു പോകുന്നത് കണ്ട് ചിന്തിച്ചു പോയി. ഏറെനേരം കണ്ണുകളടച്ചിരുന്നു. പക്ഷേ, ചുടുന്ന കൺതടങ്ങളിൽ വെയിൽത്തിര കുത്തിയലച്ചു. വണ്ടി ക്ഷണത്തിൽ പാത വിട്ട് വലത്തോട്ടിറക്കി മണല്പരപ്പിലെ വഴിയിലേക്ക് തിരിച്ച് ഒരു ചെറു കടയുടെ മുന്നിൽ നിർത്തി. പനയോല കൊണ്ട് മേഞ്ഞ ഒരു ചായക്കട. ലിപ്റ്റൺ ചായയുടെ ഒരു പോസ്റ്റർ കടയ്ക്കു മുന്നിൽത്തന്നെ പതിച്ചു വെച്ചിട്ടുണ്ട്. നിനച്ചിരിക്കാതെ ഇങ്ങനെയൊന്ന് മണൽക്കാടിനുള്ളിൽ പ്രത്യക്ഷപ്പെട്ടതിലെ കൗതുകവും അത്ഭുതവും നിറച്ചിരിക്കുമ്പോൾ ശ്രീകുമാർ പറഞ്ഞു.

"ഇറങ്ങിക്കോ. ഒന്ന് തൊണ്ട നനച്ചിട്ട് പോകാം."

സർദാർജികൾ അതിനു മുൻപേ ചാടിയിറങ്ങി കടയ്ക്കുള്ളിലേക്കു നടന്നിരുന്നു. അവർ ഒഴിഞ്ഞ ജഗ്ഗുകൾ കൈയിലെടുത്തിരുന്നു. വെള്ളം നിറയ്ക്കണം. കരുതലൊക്കെ കുടിച്ചു തീർത്തിരിക്കുന്നു. അകത്തു കയറിയപ്പോൾ ചായക്കടയ്ക്ക് വലുപ്പം വർദ്ധിച്ചതായി തോന്നി. ഏതാനും മേശ കസേരകളുണ്ട്. അവ കാലപ്പഴക്കം കൊണ്ട് നരച്ചിരുന്നു. മണൽ

തല്ലിയുറപ്പിച്ച നിലത്ത് ലിനോലിയത്തിന്റെ വിരിപ്പ് കാല്പെരുമാറ്റം കൊണ്ട് നിറം മങ്ങി കെട്ടുകിടന്നിരുന്നു. ഇരിക്കുമ്പോൾ കസേരകൾ ചെറുതായി ആടിക്കൊണ്ടിരുന്നു. നാട്ടുമ്പുറത്തെ പഴയ ചായക്കടയിലെ പൂഴി മണൽ നിലത്ത് കാലങ്ങൾക്കു മുൻപ് ബഞ്ചിലിരുന്ന ചിത്രം ഓർമ്മയിലെത്തി. മുന്നിൽത്തന്നെ ശിരോ വസ്ത്രമണിഞ്ഞ ഒരു നാടൻ അറബിയിരിപ്പുണ്ട്. അയാൾ വളരെ ഹൃദ്യമായാണ് ചെന്നിറങ്ങുന്നവരെ എതിരേല്ക്കുന്നത്. പണിക്കാരായി രണ്ടുപേരെ കണ്ടു. അതിലൊരാൾ വന്ന് അന്വേഷിച്ചു.

"എന്താ കഴിക്കാൻ" പച്ച മലയാളം.

"ചായ. എന്തെങ്കിലും കടിക്കാനും" ശ്രീകുമാർ പറഞ്ഞു.

സർദാർജികൾ ജഗ്ഗുകളിൽ തണുത്ത വെള്ളം നിറക്കുകയായിരുന്നു.

വിജനമായ ഈ വഴിയിൽ ഇങ്ങനെ ഒരിടത്താവളം കണ്ടെത്തിയതിലെ ആശ്വാസം ചില്ലറയായിരുന്നില്ല. മേശമേൽ ചൂടുള്ള ചായയും സമോസയും നിരന്നു.

"വേറെന്തെങ്കിലും."

"വേണ്ട."

ചായ കുടിച്ചു കൊണ്ടിരിക്കുമ്പോൾ മരുഭൂമിയുടെ അത്ഭുതങ്ങൾ പങ്കുവെക്കുകയായിരുന്നു ശ്രീകുമാർ. ഓരോ യാത്രയിലേയും കൊച്ചു കൊച്ചു സംഭവങ്ങളും രസങ്ങളും. അയാളുടെ സഹൃദയത്വം വെളിവാക്കുന്ന വാക്കുകൾ. ഇടയ്ക്ക് ചായക്കടയ്ക്കുള്ളിൽ നിന്നും ഒരു സ്ത്രീ പ്രത്യക്ഷപ്പെട്ടു. അവർ അല്പംമാറി പിറകുവശത്ത് നില്ക്കുകയാണ്. അത്ഭുതം തോന്നി. ഈ വിജനതയ്ക്കുള്ളിൽ മണൽക്കാടിന്റെ ഒത്ത നടുക്ക് അതിന്റെ ഭീകരതയിലും ഒരു സ്ത്രീ. കറുത്ത അബയയും ശിരോവസ്ത്രവും. എന്നാൽ അറബി സ്ത്രീകളെപ്പോലെ മുഖം മറച്ചിട്ടില്ല. പ്രസന്നമായ മുഖം. യൗവനത്തിന്റെ തുടിപ്പുകൾ പ്രകടമാണ്. എന്തോ തമാശ പറഞ്ഞ് ചിരിച്ചപ്പോൾ അവരുടെ മുഖത്തും ചിരി പരക്കുന്നതു കണ്ടു. ചായ കഴിച്ചെഴുന്നേറ്റപ്പോൾ അവർ അടുത്തു വന്നു.

"ങ്ങള് ഏടെന്നാ. നാട്ടീന്ന് ബന്നേയുള്ളൂ."

തിരിഞ്ഞു നോക്കി. തരിച്ചു നിന്നു പോയി. വടക്കൻ മലബാറിന്റെ തനിമ കലർന്ന ഭാഷ. എവിടെയാണെത്തിപ്പെട്ടിരിക്കുന്നത്. കോഴിക്കോട് മിഠായിത്തെരുവിലോ തലശേരിച്ചന്തയിലോ തിരൂരങ്ങാടിയിലെ ചായക്കടയിലോ.

അവരുടെ മുഖം കറുത്ത ശിരോവസ്ത്രത്തിനുള്ളിൽ നിന്ന് വേർതിരിച്ചെടുക്കാൻ ശ്രമപ്പെട്ടു.

"ഞമ്മള് അങ്ങാടിപ്പുറത്ത്ന്നാ. പെരിന്തൽമണ്ണക്കാരി. പെരുത്ത് വർഷായി ഓന്റെകൂടെ പോന്നിട്ട്. ഓൻ കച്ചോടത്തിന് ബന്നതാർന്ന്."

കുശലം പറഞ്ഞിറങ്ങുമ്പോൾ ക്യാഷിലിരുന്നിരുന്ന "ഓൻ." ചിരിച്ചു.

"സ്ഥിരമായിവിടെ ഇറങ്ങും. ചായ കുടിക്കും. അതുകൊണ്ട് നല്ല

പരിചയം. പുതുതായി ആരെയെങ്കിലും കൂടെക്കണ്ടാൽ അന്വേഷിക്കും. കുശലം പറയും. നാട്ടുകാരെ കാണുമ്പോൾ വല്യ സന്തോഷം" വണ്ടിയിലേക്ക് കയറുമ്പോൾ ശ്രീകുമാർ പറഞ്ഞു.

വീണ്ടും പാതയുടെ നീളങ്ങളിലേക്ക്. പുറപ്പെട്ടിട്ട് മണിക്കൂറുകൾ കഴിഞ്ഞിരിക്കുന്നു. വെയിലിന്റെ കാഠിന്യം കുറേക്കൂടി നിർദ്ദയമായിട്ടുണ്ട്.

"ഇനി അധികമില്ല" ശ്രീകുമാർ ആശ്വസിപ്പിച്ചു. കറുത്ത പാത നീണ്ടു നീണ്ട് എവിടെയോ ഇല്ലാതാവുകയാണ്. അതിന്റെ ഒളിഞ്ഞു കിടക്കുന്ന ഉത്ഭവം തിരക്കിയെന്നോണം വണ്ടി അതിവേഗം നീങ്ങിക്കൊണ്ടിരുന്നു. വീണ്ടും വീണ്ടും എത്തിപ്പിടിക്കാനാവാത്ത ദുരൂഹമായ അനന്തത അകന്നകന്നുപോകുന്നു.

വണ്ടിയുടെ വേഗത കുറഞ്ഞു വന്നപ്പോൾ ശ്രീകുമാറിനെ നോക്കി. അയാൾ അതീവ ശ്രദ്ധയോടെ ഇടംവലം നോക്കി വണ്ടി വലത്തോട്ടു തിരിച്ച് കൊച്ചുകൊച്ചു മണൽക്കുന്നുകൾക്കിടയിലൂടെയുള്ള മണൽവഴിയിലൂടെ സാവധാനം നീങ്ങി. മുന്നിൽ വഴി അത്രയൊന്നും വ്യക്തമല്ല. നല്ല പരിചയം വേണം. വണ്ടി ചാഞ്ഞും ചെരിഞ്ഞും മുന്നോട്ടു നീങ്ങി. മൊട്ടമണൽക്കുന്നുകളുടെ മിനുസമാർന്ന കഷണ്ടിത്തല എവിടെയും കാണാം. പരിസരം ശൂന്യമായി കിടന്നു. കാഴ്ചവട്ടത്ത് മരുപ്പരപ്പിലെ നിമ്നോന്നതങ്ങളല്ലാതെ ഒന്നുമില്ല. വണ്ടി ഏതേതോ വഴികളിലൂടെ കയറിയിറങ്ങുകയാണ്. ക്ഷണത്തിൽ നിരപ്പായൊരിടത്തേക്ക് കയറിയെത്തി അതുവരെ കാണാൻ കഴിയാതിരുന്ന ഒരു കൂറ്റൻ ഗാരേജും തൊട്ടടുത്തായി ഏതാനും കാരവനുകളും പ്രത്യക്ഷപ്പെട്ടു.

"ഇതാണ് സ്ഥലം" ശ്രീകുമാർ വണ്ടി ഒതുക്കിനിർത്തി പറഞ്ഞു.

സൈറ്റ് ഓഫീസ് എന്ന ബോർഡ് തെളിഞ്ഞു. ഇറങ്ങിച്ചെന്നു. കത്തിനില്ക്കുന്ന ചൂടിൽനിന്ന് ശീതീകരിച്ചൊരിടത്തേക്ക് കടന്നപ്പോൾ ആശ്വാസം തോന്നി. ഒപ്പം വിയർപ്പുകൊണ്ട് ഉടുപ്പുകളെല്ലാം നനഞ്ഞ് കുതിർന്നതിന്റെ വിഷമവും ജാള്യതയും. സർദാർജിമാരെ ടൈം ഓഫീസിലേക്കയച്ച് ശ്രീകുമാർ ഹരനെ മറ്റൊരു ഓഫീസിലേക്ക് കൊണ്ടുപോയി. തലനരച്ച് മുഖം നിറച്ചും വസൂരിക്കലകളുള്ള ഇരുണ്ട് പരുക്കനായ ഒരു മദ്ധ്യവയസ്കന്റെ മുന്നിലെത്തി. കൈയിലിരുന്ന മാൽക്കം ക്ലാവൽ, സൈറ്റ് മാനേജർ എന്ന കവർ വാങ്ങി ശ്രീകുമാർ അയാളെ ഏല്പിച്ചു പറഞ്ഞു.

"സർ, പുതിയ അപ്പോയ്ന്റ്മെന്റാണ്. ഹരൻ" ഭാവവ്യത്യാസങ്ങളൊന്നുമില്ലാതെ അയാൾ തലയുയർത്തി നോക്കി. കവർ പൊട്ടിച്ച് അപ്പോയന്റ്മെന്റ് ഓർഡറിലൂടെ കണ്ണുപായിച്ചു. തൊട്ടടുത്ത മുറിയിലേക്ക് പോയി അല്പനേരം കൊണ്ട് തിരിച്ചെത്തി.

"കമോൺ."

ചെന്നു. അകത്തേക്കു കയറി. വിശാലമായ മുറി. ഒരറ്റത്ത് അസാമാന്യമായ തലയെടുപ്പും കൂർത്തിറങ്ങുന്ന നീലക്കണ്ണുകളുമുള്ള വെള്ളക്കാരൻ.

"വെൽക്കം."

അയാളുടെ ചുണ്ടുകളിൽ ഒരു നേർത്ത ചിരിവിടർന്നെന്നു തോന്നി. ഹസ്തദാനം ചെയ്ത് പറഞ്ഞു. "സൈറ്റ് തുടങ്ങുന്നേയുള്ളൂ. സൗകര്യങ്ങൾ പരിമിതമാണ്. വഴിയേ എല്ലാം ശരിയാകും. നാളെ മുതൽ കോസ്റ്റിങ് ഡിപ്പാർട്ടുമെന്റിൽ ജോലി ആരംഭിക്കാം. മി. കുറ്റി വേണ്ടത് ചെയ്തു തരും. ഗുഡ്ലക്ക്."

തിരിച്ചിറങ്ങുമ്പോൾ ആദ്യം കണ്ട ആളായിരിക്കും മി. കുറ്റി എന്ന് മനസ്സിലായി. വീണ്ടും അയാൾക്ക് മുന്നിലെത്തി. ഒന്നു സംശയിച്ച് മി. കുറ്റി എന്ന് പറഞ്ഞുനിർത്തി.

"യെസ്."

അയാൾ മറ്റൊന്നും പറയാതെ അതേ ഗൗരവം സൂക്ഷിച്ചുകൊണ്ട് തൊട്ടടുത്തിരുന്ന ചെറുപ്പക്കാരനോടു പറഞ്ഞു.

"ദേവസി, ക്യാമ്പിൽ ഇയാൾക്ക് വേണ്ടത് ചെയ്തുകൊടുക്കൂ."

"വരൂ."

ഹരൻ ദേവസിയോടൊപ്പം പുറത്തിറങ്ങുമ്പോൾ ശ്രീകുമാർ അവിടെ കാത്തു നിന്നിരുന്നു.

"ശരി. കാണാം. ഞാൻ തിരിക്ക്യാ."

അയാളിറങ്ങി. വന്ന വഴി മുഴുവൻ തിരിച്ചുതാണ്ടാൻ. അതോർത്തപ്പോൾ പിന്നിട്ടുപോന്ന ചുടുപാതയുടെ തീക്ഷ്ണത ഉള്ളിലൊരു മുറിപ്പാടുണ്ടാക്കി. ഹരൻ ക്യാമ്പിലെത്തി. ക്യാമ്പ് ബോസിന്റെ മുന്നിലെത്തിയപ്പോൾ അയാളൊന്നു ചെറുതായി. നാലാളുടെ ശരീരശേഷിയുള്ള ഒരു ഭീമൻ ഖാൻ. ഹൈദരാബാദുകാരൻ. ഒരു മയിലാഞ്ചിത്താടിക്കാരനും അയാളോടൊപ്പമുണ്ടായിരുന്നു. പള്ളിയിലെ മുക്രിയുടെ വേഷം.

"കുട്ടി വിളിച്ചിരുന്നു. വരൂ." ഖാന്റെ രസങ്ങളൊന്നുമില്ലാത്ത മുഖം.

അയാളോടൊപ്പം നടന്നു. മയിലാഞ്ചിത്താടി അനുഗമിച്ചു. ക്യാമ്പിന്റെ "സി." ബ്ലോക്കിലേക്ക് കയറി. മുറി കാണിച്ചു തന്നു. ഇരുന്നൂറ് സി. രണ്ടു കട്ടിലുകൾ. ഒന്നൊഴിഞ്ഞത്. മയിലാഞ്ചിത്താടിക്കാരൻ ഒഴിഞ്ഞ കട്ടിലിൽ കിടക്കയിട്ട് ഷീറ്റ് വിരിച്ചു. പതുത്ത തലയിണ വെച്ചു. താക്കോൽ ഏല്പിച്ചു. ഒരറ്റത്ത് കക്കൂസും കുളിമുറിയും. അതിനുമപ്പുറത്ത് ഒറ്റപ്പെട്ട കെട്ടിടം. അത് മെസ്ഹാൾ. അയാൾ വിവരിച്ചു.

മണൽക്കാട്ടിൽ ഇതൊക്കെത്തന്നെ വലുതാണ്. സൈറ്റെന്നു കേട്ടപ്പോഴുണ്ടായ ഭീതി പതുക്കെ മാഞ്ഞു.

"വിശ്രമിച്ചോളൂ."

അവർ ഇടനാഴിയിലൂടെ നടന്നുനീങ്ങി. ഭീമന്റെ കാൽവെയ്പുകൾ അകന്നകന്ന് പോയി.

നല്ല ക്ഷീണം. ചൂടിന്റെ ആധിക്യംകൊണ്ടാവും തലവേദന. വിശപ്പോ ദാഹമോ ഇല്ല. മുറിക്കുള്ളിൽ തണുപ്പു നിറഞ്ഞു. ഒന്നിനെക്കുറിച്ചും ആലോചിച്ചില്ല. നേരെ കിടന്നു. കണ്ണുകൾ താനേ അടയുന്നു. അറിയാതെ മയക്കത്തിലേക്ക് വീണു. ആശ്വാസത്തിന്റെ കുളിരല. നടുനിവർന്നതിന്റെ

സ്വാസ്ഥ്യം. നീണ്ട യാത്രയുടെ നീർക്കെട്ടുകൾ അഴിഞ്ഞു. ഒന്നുമറിഞ്ഞില്ല. നിദ്രയുടെ മായാവലയം.

കതകിലാരോ മുട്ടുന്നുണ്ടായിരുന്നു. ഉണർച്ചയുടെ ഊഴം വന്നു. കൺപോളകൾ ശ്രമപ്പെടുന്നു. ദൃശ്യങ്ങൾ തെളിയുന്നു. മി. കുറ്റിയും ദേവസിയും. ചാടിയെഴുന്നേറ്റു. ജാള്യത തോന്നി. സമയബോധമില്ലാതെയുള്ള ഉറക്കം.

കുട്ടി ഓഫീസിൽ കണ്ടയാളല്ല. അയാൾ ചിരിക്കുന്നു. അപ്പോൾ അയാൾ ചിരിക്കുകയും ചെയ്യും. ചിരിക്കുമ്പോൾ ഒരു കൊച്ചുകുട്ടിയുടെ നിഷ്കളങ്കതയുണ്ട്. കണ്ണുകൾ ചെറുതാവുന്നു. പരുക്കനായ മനുഷ്യനെവിടെ. അയാളെ അവിടെ വിട്ടിട്ട് പോന്നോ.

"നമസ്കാരം സർ."

"കുട്ടീന്നു വിളിച്ചാമതി. ബോസിന് ഞാൻ കുറ്റ്യാ."

ദേവസി കണ്ണിറുക്കി ചിരിച്ചു. രണ്ടുപേരും അടുത്ത കട്ടിലിലേക്കിരുന്നു. പരസ്പരം നാടും വീടും ചോദിച്ചറിഞ്ഞു. കുട്ടി ഷൊർണ്ണൂർക്കാരൻ. പുരാതന നായർ തറവാട്ടിലെ അംഗം. വിവാഹിതൻ. അച്ഛൻ. ദേവസി വരാക്കരക്കാരൻ. അസ്സൽ തൃശ്ശൂർ നസ്രാണി. പക്ഷേ, പള്ളിയിൽ പോയ ഓർമ്മയില്ല. ഡൽഹിയിൽ സി ബി ഐയിലായിരുന്നു ജോലി.

"നന്നായുറങ്ങിക്കാണും."

"ങും."

ഉറങ്ങിവീർത്ത മുഖവുമായി ഹരനിരുന്നു.

"ശരി. ഒന്ന് ഫ്രഷായിക്കോളൂ. രാത്രി മെസിൽ കാണാം. ഭക്ഷണം ഒരുമിച്ച്."

അവരിറങ്ങി.

മുറിയുടെ ശൂന്യതയിലേക്ക് വീണ്ടും. വെളുത്തു വിളർത്ത ചുമരുകൾ. ഒന്നുമില്ല. ഒന്നും. വിഷാദത്തിന്റെ നേർത്തിരുണ്ട പുകപ്പടർപ്പ് ക്ഷണത്തിൽ അയാളെ പൊതിഞ്ഞു. ഒരേസമയം ഒറ്റപ്പെടലിന്റെ സൗഖ്യവും ഭീതിയും. ഏകാന്തതയുടെ സന്ത്രാസം. ചലനമില്ലാതിരുന്നു പോയി. ദൂരങ്ങൾ താണ്ടി. ഒരു വൻ കടലിനപ്പുറം നാടും വീടും. ഒരു രക്ഷപ്പെടലായിരുന്നു. ഒളിച്ചും തെളിഞ്ഞും എത്രയൊക്കെ എവിടെയൊക്കെ അലഞ്ഞു. ലക്ഷ്യമില്ലാതെ. രോഷത്തിന്റെ നാളുകൾ. ഭീതിയുടെ മുൾമുനയിൽ നിന്ന നിമിഷങ്ങൾ. പ്രതിഷേധിക്കാനും പ്രതിരോധിക്കാനും വേണ്ടി വന്ന സഹനങ്ങൾ. നടുക്കം തോന്നി. വേണ്ട. ഒന്നുമോർക്കണ്ട. ഉള്ളിന്റെയുള്ളിൽ തല്ക്കാലം ഉറക്കിക്കിടത്താം. ആവശ്യം വരും ഇനിയും. അപ്പോൾ തീപെരുക്കിയെടുക്കാം. ഇവിടെ ഇതൊരു പുതിയ അദ്ധ്യായമാവാം. ചെറു തുടക്കം. വഴിമാറി നടന്നവരോടും മുഖം തിരിച്ചവരോടുമുള്ള പക ഇന്നുമുള്ളിലുണ്ട്. മറവി നഷ്ടമായി. ഒന്നിനേയും അത് വന്നു മൂടുന്നില്ല. സൂക്ഷിക്കാം. അനുഭവത്തിന്റെ മുത്തുകളായി. നാളത്തെ സൂര്യോദയത്തിനായി കാത്തിരിക്കാം. കുളിച്ചുവന്നു. പുതിയ ഉടുപ്പുക

ളെടുത്തണിഞ്ഞു. ആളാകെ മാറിയെന്ന് ഹരൻ സ്വയം വിചാരിച്ചു. പുറത്തിറങ്ങി. ചുറ്റും ഇരുട്ട് പരന്നിരുന്നു. ചൂടേറ്റ് വെന്ത മണൽക്കാടിന്റെ മയക്കം. ക്യാമ്പിനുള്ളിൽ എവിടെയാണിത്. വെളിച്ചക്കാലുകളിൽ പ്രകാശത്തിന്റെ ചെറുകണ്ണുകൾ തെളിഞ്ഞിട്ടുണ്ട്. അവ സൃഷ്ടിക്കുന്ന ചുറ്റുവട്ടങ്ങൾ. ഒരു നിമിഷം സ്ഥലകാലവിഭ്രമം അനുഭവപ്പെട്ടു. പുറത്ത് ആരെയും കണ്ടില്ല. ചൂടുരുകി ഈർപ്പം കലർന്ന കനം വെച്ച അന്തരീക്ഷം. ക്ഷണത്തിൽ വിയർപ്പു പൊടിയുന്നു. മയിലാഞ്ചിത്താടി പറഞ്ഞതോർത്തു. മെസ് പിറകിലാണ്. മുന്നും പിന്നുമറിയാതെ കറങ്ങി നടന്നു.

"സ്റ്റാഫ് റെസ്റ്റോറന്റ്." കണ്ടുപിടിച്ചു.

വിശാലമായ ഹാൾ. തീൻ മേശകളിൽ അവിടവിടെ ഏതാനും പേർ. അപരിചിതർ. തലപ്പാവണിഞ്ഞ വെയ്റ്റേഴ്സ്. കൗതുകം തോന്നി. മണൽക്കാടിനു നടുക്ക് ഇങ്ങനെയും.

"ഹലോ. സ്വാഗതം. സുസ്വാഗതം."

ഒഴിഞ്ഞ കോണിലെ മേശക്കു ചുറ്റും കുട്ടി, ദേവസി, പിന്നെയും ചിലർ. മുഖങ്ങൾ തെളിഞ്ഞു. നീണ്ടുവളഞ്ഞ മീശക്കാരൻ ശ്രദ്ധയിലുടക്കി. വശ്യമായ ചിരിയും സംസാരവും. തെക്കൻ കേരളത്തിന്റെ ചുവ. കുറുപ്പേട്ടൻ. ദേവസി പരിചയപ്പെടുത്തി. സുരേന്ദ്ര പൈ. സാമാന്യത്തിൽ ഉയരം കുറഞ്ഞ സുമുഖൻ. കൃഷ്ണസൗന്ദർ, സ്വാമി. സാക്ഷാൽ പാലക്കാടൻ പട്ടർ അബ്ദുൾ സത്താർ, കോയിക്കോട്ടുകാരൻ. പച്ച അരപ്പട്ട കെട്ടിയ മരക്കച്ചവടക്കാരൻ ഹാജിയാരുടെ സന്തതി. അബ്ദുൾ റഹിമാൻ, കൊടുങ്ങല്ലൂരിന്റെ സമ്പത്ത്.

"ഹേയ്, കൊണ്ടുവാടേയ്. റൊമ്പ പശിക്ക്റ്ത്."

ചിരികൾക്കിടയിൽ അടുത്തുനിന്ന വെയിറ്ററോട് കുട്ടി ആജ്ഞാപിച്ചു.

"സർ." തടിയൻ വെയ്റ്റർ പിൻവാങ്ങി.

"തീൻ മേശയിൽ ആദ്യത്തെയും അവസാനത്തെയും ആൾ നമ്മുടെ കുട്ടിയായിരിക്കും." ദേവസി ഹരനോട് പറഞ്ഞു.

ഭക്ഷണം നിരന്നു. ഇടക്കിടെ കുട്ടി ഓരോന്നാവശ്യപ്പെടുകയും വെയ്റ്റർ അതനുസരിച്ച് എത്തിച്ചു കൊടുക്കുകയും ചെയ്യുന്നുണ്ട്. നീണ്ട പകലുകൾക്കറുതി ഇവിടെയാണ്. തീൻമേശക്കു ചുറ്റും ഓരോരോ കൂട്ടങ്ങളൊത്തു കൂടും. വിശേഷങ്ങൾ പങ്കുവെക്കും. പിരിയും. അതാത് മാളങ്ങളിലേക്ക്. പിന്നെ ഉറക്കത്തിന്റെ കെട്ടുകളിൽ അമർന്ന് സൂര്യോദയത്തിനും മുമ്പുണർന്ന് വീണ്ടും ജോലിക്കിറങ്ങുക. വെറും തനിയാവർത്തനം. ഇതിനിടയിൽ പുതുമകൾക്കും കൗതുകങ്ങൾക്കും ഇത്തിരി നേരം വീണുകിട്ടുമ്പോൾ അതുപയോഗപ്പെടുത്തുകയാണ് നമ്മളൊക്കെ. മറ്റൊന്നും ഇവിടെ ചെയ്യാനില്ല. സുരേന്ദ്രപൈ പറഞ്ഞുകൊണ്ടിരുന്നു. ഹരൻ കേട്ടിരുന്നു. തികച്ചും വ്യത്യസ്തമായ ലോകത്തേക്കാണ് താനെത്തിയിരിക്കുന്നതെന്ന് അയാൾ വിചാരിച്ചു. ഇടയ്ക്ക് ഒരു വെയ്റ്റർ ഓടിയെത്തി കുറുപ്പിനോട് പറഞ്ഞു.

"സർ, ആരോ കാണാൻ വന്നിരിക്കുന്നു. പുറത്തുണ്ട്. അർജന്റാ

ണെന്ന്."

കുറുപ്പ് പെട്ടെന്നെഴുന്നേറ്റ് കൈകഴുകി പുറത്തേക്ക് നടന്നു.

പുറത്ത് ഒരാൾ കിതപ്പോടെ കാത്തുനിന്നിരുന്നു. അത് വാസുവായിരുന്നു.

വാസു കിതയ്ക്കുകയായിരുന്നു.

"എന്തുപറ്റി?"

"സ്റ്റോർ യാർഡിൽ ആക്സിഡന്റ്."

കുറുപ്പ് ധൃതിവെച്ച് നടന്നു. അയാൾക്കൊപ്പമെത്താൻ വാസു ശ്രമപ്പെട്ടു.

"ആർക്കെങ്കിലും അപകടം."

"അറിയില്ല."

സ്റ്റോറിൽ മൂന്ന് ഷിഫ്റ്റുകളാണ്. രാവിലെ, വൈകിട്ട്, രാത്രി. വൈകിട്ടുള്ളവർ രാത്രി പതിനൊന്ന് വരെ കാണും. അവരാണിപ്പോൾ. മെറ്റീരിയൽസ് വന്നുകൊണ്ടിരിക്കും. കൂറ്റൻ ട്രെയ്‌ലറുകളിലാണ് അവ എത്തുന്നത്. തുറമുഖങ്ങളിൽ നിന്നും നേരിട്ട് ലോകത്തിന്റെ വിവിധ രാജ്യങ്ങളിൽ നിന്നും കടൽ കടന്നെത്തുന്നത്. അവ സ്വീകരിക്കാനും തരം തിരിക്കാനും സൂക്ഷിക്കാനും ആവശ്യമനുസരിച്ച് സൈറ്റിന്റെ വിവിധ ജോലികൾക്കായി യഥാസമയം നല്കാനും സദാ ആളുകൾ വേണം. രാവും പകലും ഉണർന്നിരിക്കുന്ന സൈറ്റ്. ഒരു നിമിഷം പോലും പണി നിർത്തിവെക്കാനാവില്ല. അനുസ്യൂതം തുടരുന്ന ഈ പ്രക്രിയകൾക്കിടയിൽ എന്തൊക്കെ സംഭവിച്ചേക്കാം. സുരക്ഷാ ക്രമീകരണങ്ങൾ ആവുന്നത്ര കൈക്കൊണ്ടിട്ടുണ്ടെങ്കിലും ചെറിയ പാളിച്ച മതി ജീവൻ പൊലിയാൻ. അനേകം യന്ത്രസാമഗ്രികൾ പ്രവർത്തനനിരതമാകുമ്പോൾ അവിടെ മനുഷ്യൻ ചെറുതായിപ്പോകുന്നു. സ്റ്റോറിന്റെ കൂറ്റൻ കവാടം ഒരു ഭാഗം മാത്രം തുറന്നു വെച്ചിരിക്കുന്നു. അകത്തേക്ക് പ്രവേശിക്കാൻ പാസ് വേണം. അത് നിയമമാണ്. പാറാവുകാരനോട് പറഞ്ഞ് കുറുപ്പ് വാസുവിനെ അകത്തേക്ക് കൂട്ടി. കയറ്റിറക്കൽ നടത്തുന്ന ആദ്യയാർഡിൽ ഏതാനും ജോലിക്കാർ ഒരു വണ്ടിക്കുചുറ്റും നിന്നിരുന്നു. താങ്ങിപ്പിടിച്ച് ഒരാളെ വണ്ടിയിലേക്ക് എടുത്തു കിടത്തുകയാണ്. ഉടുപ്പുകൾ നിറച്ചും ചോര പുരണ്ടിട്ടുണ്ട്. ആരോ ഒരാൾ വെള്ളം നിറച്ച വലിയ ജാർ വണ്ടിയിലേക്ക് കയറ്റിവെച്ചു.

"വേഗാവട്ടെ. വേഗം."

ധൃതിവെച്ച് ഡ്രൈവർ വണ്ടിയെടുത്തു. അത് കവാടം കടന്ന് മുന്നോട്ടു കുതിച്ചു.

"ആരാണ് അപകടത്തിൽ പെട്ടത്."

"രാംനാഥ്."

കുറുപ്പ് കൂടുതൽ അന്വേഷിക്കാൻ നിന്നില്ല. അതിനൊന്നും സമയമില്ല. വാസുവിനെയും കൂട്ടി മറ്റൊരു വണ്ടിയിൽ അയാൾ മുൻപേ പോയ വണ്ടിയെ അനുഗമിച്ചു.

മണൽക്കുന്നുകൾ വഴി മാറിക്കിടന്നു. സൈറ്റ് ക്ലിനിക്കിൽ വെളിച്ചം നിറഞ്ഞു. കുറുപ്പെത്തുമ്പോഴേക്കും ക്ലിനിക്കിനുള്ളിലേക്ക് അപകടം പറ്റിയ ആളെ എടുത്ത് കിടത്തിയിരുന്നു. മെയിൽ നഴ്സും അറ്റന്ററും വേണ്ടതു ചെയ്യുന്നുണ്ട്. കുറുപ്പും വാസുവും പുറത്ത് കാത്തിരുന്നു.

"ഡോക്ടറുണ്ടോ."

"ഇല്ല."

"എവിടെയാണ്.."

"പകലേ വന്നു പോയി."

മെയിൽ നഴ്സ് ശ്രീലങ്കക്കാരനാണ്. രണസിംഹൻ. കുറുപ്പ് അക്ഷമനായി. അയാൾ അകത്ത് കടന്ന് അപകടത്തിൽപെട്ടയാളെ കണ്ടു. രാംനാഥ്. അയാളുടെ സ്ഥിതി ഗുരുതരമെന്നു തോന്നി. ചുമലെല്ല് തകർന്നിട്ടുണ്ടെന്ന് സംശയം. ചോര കട്ടപിടിച്ച് കിടക്കുന്നു. ഇടതുകൈയിലും പരിക്കുകളുണ്ട്. ബോധത്തിലേക്ക് തിരിച്ചു വന്നിട്ടില്ല.

രണസിംഹൻ പുറത്തേക്കു വന്നു.

പ്രാഥമികമായി ചെയ്യാനുള്ളതൊക്കെ ചെയ്തിരിക്കുന്നു. അയാളുടെ മുഖത്ത് പരിഭ്രമം.

"സർ, ഉടനെ പട്ടണത്തിലെ ഹോസ്പിറ്റലിലേക്ക് കൊണ്ടുപോണം. വൈകരുത്. ഇവിടെ സൗകര്യങ്ങൾ പരിമിതമാണ്. അഡ്മിനിസ്ട്രേറ്ററെ വിവരമറിയിക്കണം. ആംബുലൻസ് വിളിച്ചാൽ വൈകും."

അതൊരു മുന്നറിയിപ്പായി കുറുപ്പിന് തോന്നി. പട്ടണത്തിൽ നിന്നും ആംബുലൻസ് എത്താൻ ഒരു മണിക്കൂറെങ്കിലും വേണ്ടി വരും. തിരിച്ച് ഹോസ്പിറ്റലിലെത്താൻ പിന്നെയും അത്രയും സമയം. ആ സമയം ലാഭിക്കാം. സ്ഥിതി മോശമാണ്. നഷ്ടപ്പെടുത്താൻ സമയമില്ല. അഡ്മിനിസ്ട്രേറ്ററെ വിളിച്ചു. രാത്രിയായതിനാൽ കണ്ടെത്താൻ സമയമെടുത്തു. വണ്ടി തയ്യാറാക്കി വന്നപ്പോൾ പിന്നെയും വൈകി. മെയിൽ നഴ്സിനെയും കൂട്ടി ഹോസ്പിറ്റലിലേക്ക് തിരിച്ചു. രാംനാഥിന്റെ ചുമലിൽ നിന്നും രക്തം ബാൻഡേജിനേയും മുക്കി കിനിയാൻ തുടങ്ങിയിരിക്കുന്നു. അയാൾ നേർത്ത ഞരക്കത്തിലാണ്. ബോധം തെളിയുന്നുണ്ട്. അതുകൊണ്ടുതന്നെ വേദനയും അറിയാൻ തുടങ്ങി.

വഴി മോശമായിരുന്നു. മണൽക്കുന്നുകൾക്കിടയിലൂടെയുള്ള മൺപാതയിൽ ഇറക്കങ്ങളും കയറ്റങ്ങളും ഏറെയാണ്. ചാഞ്ഞും ചെരിഞ്ഞുമുള്ള വണ്ടിയുടെ ചലനം പരിക്കുപറ്റിയ ഒരാൾക്ക് കൂടുതൽ വേദനയുണ്ടാക്കും. അത്യാഹിത വിഭാഗത്തിലെത്തിച്ചപ്പോൾ പാതിരയോടടുത്തു കാണും. ചോരയേറെ വാർന്നുപോയതുകൊണ്ടാകാം അനക്കമറ്റ ശരീരം മാത്രമായാണ് അയാളെ കണ്ടത്. വേദനകൊണ്ട് ഞരങ്ങിക്കൊണ്ടിരുന്ന അയാൾക്ക് ഇപ്പോൾ ശബ്ദവും ചലനവും ഏതാണ്ടില്ലാതായിരിക്കുന്നു. അകത്തേക്ക് കൊണ്ടുപോകുമ്പോൾ വെറും മൃതപ്രായം.

ഇനി ചോദ്യങ്ങളാണ്. കൃത്യമായ വിശദീകരണം ആവശ്യമായി വരും. എങ്കിലേ രോഗിക്ക് ആവശ്യമായ ചികിത്സ ലഭിക്കൂ. എന്നല്ല

ഇത്തരം നടപടികൾക്കു ശേഷം മാത്രമേ അപകടം പറ്റിയ ഒരാളെ ശ്രദ്ധിക്കുക തന്നെയുള്ളു. അതുവരെ അവിടെ കിടക്കും. അത്യാഹിതക്കാരെ ശുശ്രൂഷിക്കുന്നതിനും എന്നാൽ വ്യവസ്ഥയുണ്ട്. ജീവന്റെ തുടിപ്പുകൾ അണയും മുൻപ് ചികിത്സ ലഭ്യമാകണം. അതിന് കൂടെ ഉത്തരവാദിത്തപ്പെട്ടവരുണ്ടാകണം. രണസിംഹൻ എല്ലാവിധ രേഖകളും പൂരിപ്പിച്ചു കൊടുത്തു. കമ്പനിയുടെ സീലും ഒപ്പും വെച്ചു. കമ്പനിക്കുവേണ്ടി കുറുപ്പ് എല്ലാ രേഖകളും അധികാരപ്പെടുത്തി ഒപ്പുവെച്ചു കൊടുത്തു. പിന്നെ കാത്തിരിപ്പാണ്.

ആദ്യമായാണ് വാസു ഒരു ഹോസ്പിറ്റൽ സന്ദർശിക്കുന്നത്. അവിടുത്തെ ശുചിത്വപരിപാലനം ശ്രദ്ധയിൽപെട്ടു. എല്ലായിടവും എത്ര വൃത്തിയായാണ് പരിപാലിക്കുന്നത്. ഇടനാഴി ഇടയ്ക്കിടെ വൃത്തിയാക്കിക്കൊണ്ടിരിക്കുന്നു. ഒരാൾക്കും ചവിട്ടിക്കയറി തറ വൃത്തിഹീനമാക്കാൻ തോന്നില്ല. ചുമരുകളിൽ ആരോഗ്യസംരക്ഷണത്തെക്കുറിച്ചുള്ള പോസ്റ്ററുകൾ. ഇബ്ൻസിന എന്ന ഭിഷഗ്വരന്റെ ഒരു രേഖാചിത്രവും കാണാം. ഇസ്ലാമിക സുവർണ്ണ കാലഘട്ടത്തിലെ ആധുനിക വൈദ്യശാസ്ത്രത്തിന്റെ പിതാവും അറേബ്യൻ ലോകത്തെ ആദ്യ ഭിഷഗ്വരനും.

"ആരും പുറത്തേക്ക് വന്നില്ലല്ലോ."

കാത്തിരിപ്പ് അസഹ്യമാവാൻ തുടങ്ങിയപ്പോൾ കുറുപ്പ് അസ്വസ്ഥനായി എഴുന്നേറ്റു. പരിക്കു പറ്റിയ ആളെ കൊണ്ടുപോയ വാതിലിനു മുന്നിലെത്തി. അത് അടഞ്ഞുതന്നെ കിടന്നിരുന്നു. ഇടനാഴിയിൽ തറഞ്ഞു കിടന്ന നിശ്ശബ്ദതയിലും കുറുപ്പ് പതുക്കെ വാതിലിൽ മുട്ടി. ആരും വന്നു കണ്ടില്ല. ഒന്നുകൂടി വളരെ മൃദുവായി. അതിന് ഒരു യാചനയുടെ ധ്വനിയുണ്ടായിരുന്നു. അതിന്റെ ശക്തിയിൽ വാതിൽ തുറന്ന് ഒരു നഴ്സ് പുറത്തേക്കു വന്നു.

"രാംനാഥ് എങ്ങനെയുണ്ട് സിസ്റ്റർ" കുറുപ്പ് അന്വേഷിച്ചു.

"നല്ല പരിക്കുണ്ട്. സർജറി വേണ്ടിവരും" നഴ്സ് തിടുക്കത്തിൽ പറഞ്ഞു.

"അതെപ്പോഴാവും സിസ്റ്റർ" രണസിംഹൻ അന്വേഷിച്ചു.

"ഉടനെയാവും. ഒരുക്കങ്ങൾ നടക്കുന്നു."

മറ്റെന്തെങ്കിലും അന്വേഷിക്കും മുൻപേ വാതിലടഞ്ഞിരുന്നു.

വീണ്ടും കാത്തിരിപ്പ്. ഓപ്പറേഷൻ എന്നറിഞ്ഞപ്പോൾ വാസു ഭയന്നു.

"അത്ര സീരിയസ്സാണോ."

"എന്നല്ല."

"പിന്നെ ഓപ്പറേഷൻ."

"നല്ല പരിക്കുണ്ടയാൾക്ക്. വേണ്ടിവരും."

രണസിംഹന് രോഗിയുടെ അവസ്ഥയും പരിക്കിന്റെ നിജസ്ഥിതിയും അറിയാം. ആരോഗ്യരംഗത്ത് അയാൾ പരിചയസമ്പന്നനാണ്.

രാംനാഥിന്റെ കാര്യമോർത്ത് വാസുവിന് എന്തെന്നില്ലാത്ത പ്രയാസം

അനുഭവപ്പെട്ടു. ഒരേ കൂടാരത്തിൽ കഴിയുന്നവരാണ്. പരമ സാധു. വന്നിട്ട് അധികമായില്ല. ഇടക്കെപ്പോഴോ ഉറക്കം ഞെട്ടിയുണർന്ന ഒരു രാത്രി അയാൾ പറഞ്ഞിരുന്നു. സോൺ നദിയിലെ വെള്ളപ്പൊക്കത്തിൽ കുടിൽ നഷ്ടമായി. ഒരു രാത്രികൊണ്ട് എല്ലാം തീർന്നു. സൂര്യനദി കനിവില്ലാതൊഴുകി. അഭയാർത്ഥി കേന്ദ്രത്തിൽ ശരണം. ഭാര്യക്കും കുട്ടികൾക്കും തണലാവാനാവാതെ വാരാണസിയിലും രേണുസാഗറിലും ജോലിക്കായലഞ്ഞു. കുടുംബം പട്ടിണിയിൽ മുങ്ങി. സിംഗ്രോലി ഖനിയിലെത്തിപ്പെട്ടു. അവിടുത്തെ തൊഴിലാളിയായി. ഭൂമിയുടെ ആഴങ്ങളിലേക്കിറങ്ങി പാതി ശ്വാസത്തിൽ പണിയെടുത്തു. ജീവിതം ഖനിയിലെ ഇരുൾപോലെ കരിപിടിച്ചുതന്നെ കിടന്നു. മാസാന്ത്യങ്ങൾ മുന്നോട്ടും പിറകോട്ടും പോകാനാവാതെ വലിഞ്ഞു മുറുകി. സോനുഭദ്രയുടെ സിരാകേന്ദ്രമായ വാരാണസിയിലെ ഒരു പാണ്ഡയാണ് അയാളെ ദില്ലിയിലേക്ക് കയറ്റിവിടുന്നത്. അവിടുന്ന് തൊഴിലാളികളെ കൂട്ടത്തോടെ വിദേശത്തേക്കയക്കുന്ന കേന്ദ്രത്തിൽ.

പുലർച്ചയോടെ നഴ്സ് വീണ്ടും വാതിൽ തുറന്ന് പ്രത്യക്ഷപ്പെട്ടു.

“ഓപ്പറേഷൻ കഴിഞ്ഞു. തോളെല്ലിന് നല്ല പരിക്കുണ്ടായിരുന്നു. ബോധം തെളിയാൻ സമയമെടുക്കും.”

ആശ്വാസമായി. ഒരു വലിയ കടൽ നീന്തിക്കടന്ന പ്രതീതി. ഉറക്കം തൂങ്ങിയ കണ്ണുകളോടെ കുറുപ്പും രണസിംഹനും വാസുവും തിരിച്ചു പോന്നു.

പുതിയ വിത്ത്

വൈകിട്ട് അഞ്ചുമണിയോടെ ശ്രീകുമാറിന്റെ മെയിൽ വണ്ടിയെത്തി. ഇത്തവണ അയാളോടൊപ്പം ഒരു ചെറുപ്പക്കാരനുമുണ്ട്. വെളുത്ത് മെലിഞ്ഞ് സാമാന്യം ഉയരത്തിൽ. മുഖത്ത് മുഖക്കുരു വന്നതിന്റെ പാടുകൾ. കൗമാരം വിട്ടകന്നിട്ടേയുള്ളൂ. ഇനിയും രൂപപ്പെട്ടിട്ടില്ലാത്ത കിളുന്നു മീശ. ശ്രീകുമാർ അയാളെ കുട്ടിയുടെ ഓഫീസിലേക്ക് കൊണ്ടുപോയി.

"ശ്രീധരൻ നമ്പ്യാർ"

ഹൃദ്യമായി ചിരിച്ചുകൊണ്ട് ചെറുപ്പക്കാരൻ കുട്ടിയുടെ മുന്നിലെത്തി സ്വയം പരിചയപ്പെടുത്തി. നിയമന ഉത്തരവ് ഏല്പിച്ചു.

കുട്ടി അറിയാതെ പെട്ടെന്ന് ഇരിപ്പിടത്തിൽ നിന്നെഴുന്നേറ്റു. ചെറുപ്പക്കാരനെ തെല്ലൊരത്ഭുതത്തോടെ ഒരുനിമിഷം നോക്കിനിന്നു. ജന്മജന്മാന്തരങ്ങളായി തന്നെത്തേടിയെത്തുമെന്ന് കരുതിയ ഒരതിഥിയായി കുട്ടി അയാളെ തിരിച്ചറിയുകയായിരുന്നു. അതോടൊപ്പം തന്നെ നേർത്ത ഭീതിയുടെ പുകച്ചുരുളുകൾ അയാളെ പൊതിഞ്ഞുകെട്ടാനടുത്തെത്തിയെന്ന തോന്നലും. വളരെക്കാലമായി കേട്ടുകൊണ്ടിരിക്കുന്ന പേരാണിത്; പ്രതീക്ഷിക്കുന്നതും. കമ്പനിയുടെ ഹെഡ് ഓഫീസിൽ നിന്നുള്ള സെക്രട്ടറി. അയാളുടെ ട്രാൻസ്ഫറിനെക്കുറിച്ചും ഇന്നെത്തുമെന്നുമൊക്കെ കുട്ടിക്ക് അറിയാമായിരുന്നു. എന്നിട്ടും ആ പേരു കേട്ടപ്പോൾ ചെറിയൊരു ഞെട്ടൽ അനുഭവപ്പെട്ടു. എന്നാൽ ഈയൊരു കിളുന്നു ചെക്കനെക്കുറിച്ചാണോ എല്ലാവരും ഓരോന്ന് പറഞ്ഞ് ഭയപ്പെടുത്തിയിരുന്നത് എന്ന് ഒരു നിമിഷം ചിന്തിക്കാതിരുന്നില്ല. അങ്ങനെ ഒരു ചിന്തയിൽ ദേവസിയുടെ നേരെ കണ്ണയക്കയും ചെയ്തു.

കോഫീബോയ് അശോകൻ ചായയും വെള്ളവും കൊണ്ടുവെച്ച

പ്പോൾ കുട്ടി വെള്ളമെടുത്ത് ഒറ്റശ്വാസത്തിൽ കുടിച്ചുതീർത്തു. ചെറുപ്പക്കാരന് ഇരിപ്പിടം ചൂണ്ടി. നിയമന ഉത്തരവ് നോക്കി ഒന്നുകൂടി ഉറപ്പുവരുത്തുംപോലെ ചുണ്ടനക്കി. ശ്രീധരൻ നമ്പ്യാർ.

ജനൽച്ചില്ലിലൂടെ പുറത്തെ വിശാലമായ സൈറ്റ് നോക്കിയിരുന്ന് ചെറുപ്പക്കാരൻ നെടുവീർപ്പിട്ടു. അയാളുടെ മുഖത്ത് നേർത്ത മ്ലാനത പരന്നു. എന്തൊരു മണൽക്കാട്. പട്ടണത്തിനു നടുവിൽ ഹെഡ് ഓഫീസിൽ ജോലി ചെയ്തുകൊണ്ടിരുന്ന ഒരാളെ ഈ മണൽക്കാട്ടിലേക്ക് ട്രാൻസ്ഫർ ചെയ്യുക ഒരു കടുത്ത ശിക്ഷ തന്നെ. സൈറ്റിന്റെ ദുരിതങ്ങൾ ഒട്ടും പരിചിതമല്ല. മണൽ വഴികളറിയില്ല. മണൽക്കാറ്റിന്റെ തീക്ഷ്ണത അനുഭവിച്ചിട്ടില്ല. ഇത് നാടുകടത്തലിനു തുല്യമാണ്. സൈബീരിയക്കെന്നപോലെ.

ദേവസി അങ്ങനെ വിശേഷിപ്പിക്കും. നാടുകടത്താൻ മാത്രം എന്തപരാധമായിരിക്കും ഇയാൾ ചെയ്തിരിക്കുക.

നിയമനത്തിന്റെ ഔപചാരിക നടപടിക്രമങ്ങളെല്ലാം കഴിഞ്ഞപ്പോൾ കുട്ടി പറഞ്ഞു.

“ക്യാമ്പിലേക്ക് പൊയ്ക്കൊള്ളൂ. എല്ലാം അവിടെ ഏർപ്പാട് ചെയ്തിട്ടുണ്ട്.”

ചെറുപ്പക്കാരൻ ശ്രീകുമാറിനോടൊപ്പം ഇറങ്ങി.

“കേട്ടതൊക്കെ ശരിയാണോ. ഇയാളെക്കുറിച്ചാണോ ഈ കഥകളെല്ലാം.”

ശ്രീധരൻ നമ്പ്യാർ ഇറങ്ങിയപ്പോൾ കുട്ടി വിശ്വാസം വരാതെ ദേവസിയോടന്വേഷിച്ചു.

“ഈ പ്രസ്ഥാനത്തിൽ അധികവും ചെറുപ്പക്കാരാണ്. ഒന്നും പറയാനാവില്ല.”

ദേവസി തന്റെ പരിമിതമായ അറിവ് വെളിപ്പെടുത്തി. തന്റെ സി ബി ഐ കാലത്തെ ഓർമ്മകളിലേക്ക് ചെന്നു. ചെറുപ്പക്കാരെക്കുറിച്ചും അവരുടെ തീവ്രവാദപ്രവർത്തനങ്ങളെക്കുറിച്ചും എത്രയെത്ര റിപ്പോർട്ടുകളാണ് അക്കാലത്ത് ഉണ്ടാക്കിയെടുത്തിട്ടുള്ളത്. അന്ന് അതൊക്കെ ഞെട്ടിപ്പിക്കുന്ന വാർത്തകളായിരുന്നു.

“ഈ ചെറുപ്രായത്തിൽ അങ്ങനെ ഒരു വഴിക്ക്?”

ദേവസി ഓർമ്മകളിൽത്തന്നെ മുങ്ങി. കുട്ടി സർവ്വതിരക്കുകളും മറന്ന് ആലോചനയിൽ മുഴുകിയിരുന്നു. ഇടക്കിടെ ദേവസിയോട് തന്റെ സന്ദേഹങ്ങൾ പുറത്തെടുത്തു. അയാളെ അത്രകണ്ട് അസ്വസ്ഥതപ്പെടുത്തുന്നതെന്തെന്ന് ദേവസിക്കും മനസ്സിലായില്ല. ഇരിപ്പിടത്തിൽ ഇരിക്കാതെ അയാൾ ഓഫീസിന്റെ ഇടനാഴിയിലും മറ്റും അങ്ങോട്ടുമിങ്ങോട്ടും നടന്നു. വീണ്ടും തിരിച്ചെത്തി ദേവസിയുടെ നേരെ തിരിഞ്ഞു.

“നോക്കൂ. അങ്ങനെയാണെങ്കിൽ അയാളിവിടെ വാഴില്ല. ചുവപ്പന്മാർക്ക് ഇവിടെന്തു കാര്യം. അതും ഒരു തീവ്രവാദി. ഒരിക്കലും അനുവദിക്കാനാവില്ല.

"എല്ലാം കേട്ടുകേൾവി മാത്രാണ്. നമുക്ക് അതേക്കുറിച്ച് കാര്യമായൊന്നും അറിയില്ല."

ദേവസി കുട്ടിയെ സമാധാനിപ്പിക്കാൻ ശ്രമിച്ചു.

"അയാൾ ഇവിടെ എത്തിയത് എന്തുകൊണ്ടെന്ന് നമുക്കെങ്ങനെ അറിയാം."

കുട്ടി ഇരിപ്പിടത്തിലിരുന്നു. ശാന്തനായി.

അതും ശരിയാണ്. ഓരോരോ ജീവിതങ്ങൾ ഇവിടെ എത്തിപ്പെടുന്നത് എന്തെന്തു സാഹചര്യങ്ങളിൽ നിന്നാണ്. ദുരിതങ്ങൾക്ക് സമാനതകളില്ല. എത്രയും വ്യത്യസ്തം. തുലനം ചെയ്യാനോ തൂക്കിനോക്കാനോ ആവാത്തവിധം ഓരോരുത്തരുടെ ഉള്ളിലും വേണ്ടത്ര കാണും. ഒരു നെരിപ്പോട് തന്നെ.

ക്യാമ്പിൽ വാർത്ത പരന്നിരുന്നു. ശ്രീധരൻ നമ്പ്യാരെത്തി. ആദ്യമറിഞ്ഞത് കുറുപ്പ് തന്നെ. താഴെ കൂടാരത്തിൽനിന്നും വാസുവിനെയുംകൂട്ടി ശ്രീധരൻ നമ്പ്യാരെ കാണാനിറങ്ങി. നേരത്തെ അറിയും. അടുപ്പവുമുണ്ട്. നല്ല കൂട്ടാളിയായിരുന്നു. ഇണക്കവും പിണക്കവും ഏറെയുണ്ടായിട്ടുണ്ട്.

"നിങ്ങൾ പരിചയപ്പെടേണ്ടതാണ്. ഒരുശിരൻ വിത്താണ്."

നടക്കുന്നതിനിടയിൽ കുറുപ്പ് വാസുവിനോട് പറയുന്നുണ്ടായിരുന്നു. വാസു നടത്തത്തിന് വേഗംകൂട്ടി. എന്താണീ തിടുക്കം. എന്തിനാണീ ഉൽക്കണ്ഠ. അറിയില്ല. വന്നതുമുതൽ കേൾക്കുന്നതാണിത്. ശ്രീധരൻ നമ്പ്യാർ വരുന്നുണ്ട്. അതേക്കുറിച്ച് പറയുമ്പോൾ അന്തരീക്ഷത്തിൽ എന്നും ഒരു ഭീതി നിറഞ്ഞുനിന്നിരുന്നു. അതെന്താണെന്ന് ആരും പറഞ്ഞില്ല. ഇതാ ഇപ്പോൾ അയാൾ എത്തിയിരിക്കുന്നു. ചിരപരിചിതനായ ഒരാളെ കാണാൻ പോകുന്നു എന്നമട്ടേ കുറുപ്പിനുള്ളൂ. എന്നാൽ വാസു അങ്ങനെയായിരുന്നില്ല. കാണണം. തീർച്ചയായും അയാളെ കണ്ടേ മതിയാവൂ. അപ്രതിരോധ്യമായ ഒരുൾത്തിര അയാളെ മുന്നോട്ട് കൊണ്ടുപോവുകയായിരുന്നു.

പുസ്തകം വായിച്ചുകൊണ്ടിരിക്കയായിരുന്നു ശ്രീധരൻ നമ്പ്യാർ. വായനക്കിടയിൽ കുറിപ്പുകളെടുക്കുന്നുമുണ്ട്. അകത്ത് കടന്നത് ക്ഷണത്തിലറിഞ്ഞില്ല.

കുറുപ്പിനെ കണ്ട് അയാൾ അത്ഭുതം പ്രകടിപ്പിച്ചു. കുറുപ്പേട്ടൻ എന്നുപറഞ്ഞ് എഴുന്നേറ്റുവന്ന് നെഞ്ചോടുചേർത്ത് ആശ്ലേഷിച്ചു.

"ഈടര്യാണോ. ടൗണിലാന്നാ കേട്ടത്."

"ഏയ് അത് വെറും കുറച്ചീസം."

"അപ്പോ ഇനീം കൂട്ടായി."

അയാൾ ആവേശത്തോടെ കുറുപ്പിന്റെ കൈ കവർന്നു.

"ഇത് വാസു. ബാർ ബെന്റിങ് യാർഡിൽ സ്റ്റീൽ ഫിക്സർ" കുറുപ്പ് വാസുവിനെ പരിചയപ്പെടുത്തി.

"കാരിരുമ്പെണക്കുന്നോര്യാ മ്മക്ക് വേണ്ടത്."

എല്ലാവരും ചിരിച്ചു. വാസു തുറന്ന് പരിചയപ്പെട്ടു. അയാൾക്ക് നന്നെ ബോധിച്ചു. നല്ല ചോരത്തിളപ്പുള്ള ചെറുപ്പക്കാരൻ. കനമുള്ള ശബ്ദം. പ്രായത്തിൽ കവിഞ്ഞ പക്വതയും പെരുമാറ്റവും. കണ്ണൂരിന്റെ സന്തതി. കണ്ണാടിപ്പറമ്പുകാരൻ. നാടിനെക്കുറിച്ച് പറയുമ്പോൾ എന്തെന്നില്ലാത്ത അഭിമാനം. കണ്ണുകളിൽ തിളക്കം. ചുരുങ്ങിയ സമയം കൊണ്ട് കുറുപ്പു മായുള്ള സംഭാഷണത്തിൽ രാഷ്ട്രീയ സാമൂഹ്യകാര്യങ്ങളിലൊക്കെ നല്ല ധാരണയും നിലപാടുമുണ്ടെന്ന് തോന്നി. വാസു നിശ്ശബ്ദനായി. അവ രെത്തന്നെ കേട്ടുകൊണ്ടിരുന്നു.

"കുറുപ്പേട്ടാ മ്മക്ക് ക്യാമ്പൊക്കെ ഒന്ന് കാണണം. ഈ സ്ഥലത്തെ ക്കുറിച്ച് ഒരു ധാരണില്ല" ശ്രീധരൻ നമ്പ്യാർ പറഞ്ഞു.

"പിന്നെന്താ കാണാം. എന്താണാവോ പ്ലാൻ."

"ഒന്നൂല്യ. ഒരു പുത്യേഭൂമികല്ലേ. മണലും ചൂടും. ഈടൊമൊ ത്തൊന്ന് ചുറ്റണം."

അതിനിടയ്ക്ക് കുട്ടിയും ദേവസിയും കയറി വന്നു. ഓഫീസ് വിട്ട് നേരെ എത്തിയിരിക്കുന്നു. അതേ വേഷം. ശ്രീധരൻ നമ്പ്യാർ അവരെ ഒട്ടും പ്രതീക്ഷിച്ചില്ല.

"വരണം സർ, വരണം."

അയാൾ അവരെ സ്വീകരിച്ചിരുത്തി.

"നോക്കൂ, ഇത് ക്യാമ്പാ. കുട്ടീന്ന് വിളിച്ചാമതി.

"ശരി സർ."

"ദാ വീണ്ടും."

"അങ്ങനെങ്കീ തിരിച്ചും ഒരു നിർദ്ദേശമുണ്ട്. ശ്രീധരൻന്ന് മതി. മ്മക്ക് വാലുപേക്ഷിക്ക."

"ശ്രീധരനൊക്കെ പുറംലോകത്തേള്ളൂ. കണ്ണൂര് ഇയാള് ചീരനാ." കുറുപ്പ് പറഞ്ഞു.

"എങ്കിലതുമതി ചീരൻ."

"ചീരൻന്നാവുമ്പോ ഒരു നാടൻ മട്ടുംണ്ട്."

ചിരികൾക്കിടയിൽ കുറുപ്പിന്റെ നിർദ്ദേശം അംഗീകരിക്കപ്പെട്ടു.

ചീരൻ. ഗ്രാമ്യഭാഷ കണ്ണൂരിന്റെ ജീവനാണ്. ആത്മാവാണ്. അന്നു മുതൽ അയാൾ ശ്രീധരനായി. ശ്രീയായി. അടുത്തവർക്ക് ചീരനായി.

ആരും പിന്നെ നിന്നില്ല. തിടുക്കത്തോടെ ഇറങ്ങി. ഡ്യൂട്ടി കഴിഞ്ഞെ ത്തിയതേയുള്ളൂ. ഇനി മുറിയിലെത്തണം. നീണ്ട പകലിന്റെ ക്ഷീണവും മടുപ്പും കഴുകിക്കളയണം.

"എന്തെങ്കിലും ആവശ്യണ്ടെങ്കി പറഞ്ഞോളൂ ട്ടോ. രാത്രി മെസീ കാണാം" ഇറങ്ങുമ്പോൾ കുട്ടി ചീരനോടായി പറഞ്ഞു.

കൂടിക്കാഴ്ചകൾ മുഴുവനും മെസിലാണ്. എല്ലാവരും അവിടെ യെത്തും. അടുപ്പമുള്ളവരുമായി ഓരോരോ തീൻമേശകൾ പങ്കിടും. തീറ്റയും വെടിപറച്ചിലും തന്നെ. അത് കഴിയുമ്പോഴേക്കും വൈകും. പിന്നെ മാളത്തിനുള്ളിലേക്ക് വലിയും.

സൈറൺ മുഴങ്ങി. യാർഡിൽ ഒരു ഷിഫ്ട് അവസാനിക്കയും മറ്റൊന്ന് തുടങ്ങുകയുമാണ്. ആളുകൾ കൂട്ടമായി ക്യാമ്പുകളിലേക്കൊഴുകി. തിടുക്കമുണ്ട്. നനഞ്ഞ് കുതിർന്നൊട്ടിയ പാപ്പാസിനും കവറോളിനുമുള്ളിൽ നിന്ന് പുറത്തുകടക്കണം. നീണ്ട പകലിന്റെ മാറാപ്പ് വലിച്ച് ദൂരെയെറിയണം. ഭാരമിറക്കിവെക്കണം. ഉപ്പുറച്ച ശരീരത്തിലെ വിണ്ടുതുടങ്ങിയ ചിതമ്പലുകൾ അടർത്തിക്കളഞ്ഞ് ഇത്തിരി ചൂടുവെള്ളം മേലൊഴിക്കണം. പരിചിതവും സുഖകരവുമായ തനിയുടുപ്പുകളിലേക്ക് മടങ്ങണം. ഒന്ന് നടുനിവർത്തണം. മെസിലെ നീണ്ട വരികളിൽ തളികയുമായി കാത്തുനില്ക്കണം. വയറിന്റെ എരിച്ചിലും പിടച്ചിലും ശമിപ്പിക്കണം. കൂടാര ങ്ങളിലെ രാവിന്റെ പുഴുക്കങ്ങളിലേക്ക് കടന്ന് മറ്റൊരു വേവിനായി സ്വയം ഹോമിക്കണം. പുലർച്ചയിലെ പോർവിളിക്കായി വീണ്ടും ചെവികൂർപ്പിച്ച് ഒരുറക്കാമുറക്കം. അതാണീ തിടുക്കം.

അതേ തിടുക്കത്തിനെതിരെ മറ്റൊരൊഴുക്ക് യാർഡുകളിലേക്കും പടർന്നുചെന്നു. ആലസ്യവും മടുപ്പും കലർന്ന മുഖങ്ങൾ. ആരോ അവരെ വലിച്ചുകൊണ്ട് പോവുകയാണ്. കൊല്ലാൻ കൊണ്ടുപോകുന്നവരേക്കാൾ നിരാശ അവരിലുണ്ട്. ഇനിയൊരു രാവു മുഴുവൻ അവർക്കുള്ളതാണ്. ഈർപ്പം തൂങ്ങുന്ന ഭാരിച്ച ചൂടടരുകൾ അന്തരീക്ഷത്തിൽ കുമിഞ്ഞുകൂടാൻ തുടങ്ങിയിരുന്നു. ലോഹങ്ങൾ കൂട്ടിമുട്ടുകയും ഉരുകിയിണങ്ങുകയും ചെയ്യുന്ന ശബ്ദങ്ങൾ ഉയർന്നുതുടങ്ങിയിരുന്നു. കാഴ്ചക്കാരനായി അകലെ ഒഴിഞ്ഞ ആകാശം മാത്രം. നക്ഷത്രങ്ങൾക്ക് ഇതൊന്നും കാണാനേ വയ്യ.

തീൻമേശകൾ സജീവമാവാൻ തുടങ്ങിയിരുന്നു. മുൻകൂട്ടി നിയോഗിക്കപ്പെട്ടവരെപ്പോലെ ഓരോരോ കൂട്ടങ്ങൾ അവരവരുടെ തീൻമേശകളിലേക്ക് എത്തിപ്പെടുന്നു. അവരെ കാത്തുകഴിഞ്ഞ വെയ്റ്റർമാർക്ക് ജീവൻ വെക്കുന്നു. അടുക്കളയിലേക്കും റെസ്റ്റോറന്റ് ഹാളിലേക്കും അവർ ചലിച്ചു തുടങ്ങുന്നു.

ചീരനെത്തുമ്പോൾ കുട്ടിയും സംഘവുമടങ്ങിയ തീൻമേശ സജീവമായിക്കഴിഞ്ഞിരുന്നു. കുറുപ്പ് ചീരനെ വിളിച്ച് സംഘത്തിൽ ചേർത്തു. പുതിയ അതിഥിയെ എല്ലാവരും വരവേറ്റു. സൗഹൃദത്തിന്റെ ഊഷ്മളാന്തരീക്ഷം. ഭക്ഷണം കഴിക്കാൻ തുടങ്ങിയപ്പോൾ ചീരൻ ഓർമ്മകളിലേക്ക് മുങ്ങി. ചോറും കറികളും വിളമ്പിവെച്ച് രാവു മുഴുവൻ കാത്തിരിക്കുന്ന അമ്മ. പലപ്പോഴും ഉണ്ണാനെത്താത്ത മകൻ. ഒളിവിടങ്ങളിലെ മുനിഞ്ഞ ചിമ്മിനി വിളക്കിനുമുന്നിൽ ഇത്തിരി ചോറോ കപ്പയോ കഞ്ഞിയോ. ചെറ്റവാതിൽ കുറുകെയടച്ച് ഉറക്കം കളഞ്ഞ് കാവലിരിക്കുന്ന ചെറുമിപ്പെണ്ണുങ്ങൾ. അവരുടെ ഒരു പേരെങ്കിലും ഓർമ്മയുണ്ടോ. ഇല്ല. ഇല്ലാ.

"എന്തേ ഇഷ്ടായില്ല്യേ."

ചിന്തയിലാണ്ടുപോയ ചീരനെ ദേവസി വിളിച്ചുണർത്തി.

ചീരൻ ഒരു ഭീതിയോടെ തിരിച്ചെത്തി. വേണ്ട. ഒന്നുമോർക്കണ്ട.

ഒന്നും. സ്വയം ശാസിച്ചു. ശബ്ദങ്ങളിലേക്ക് തിരിച്ചുണർന്നപ്പോൾ അവിടം എത്രയോ ദൂരെയാണെന്ന തോന്നൽ അയാളെ പൊതിഞ്ഞു. പതുക്കെ ഭക്ഷണം കഴിച്ചു തുടങ്ങുമ്പോൾ അതുവരെ പരിചിതമല്ലാത്ത രുചികളിലേക്ക് അയാൾ അറിയാതെ ആനയിക്കപ്പെട്ടു.

ഇനിയിതാണ്. അയാൾ സ്വയം ബോദ്ധ്യപ്പെടുത്തി.

എല്ലാവരും ഭക്ഷണം കഴിച്ച് കഴിഞ്ഞിരുന്നെങ്കിലും കുട്ടി ഇനിയും അവസാനിപ്പിച്ചിരുന്നില്ല. എന്നും അങ്ങനെയാണ്. ആ വലിയ വയറിനെക്കുറിച്ച് അയാൾക്ക് ഒരു മതിപ്പുണ്ട്. അല്പം വയറുള്ളത് ഐശ്വര്യമാണ്. ഭക്ഷണം ഇരുത്തി നിറച്ച് കഴിക്കണം. വയറിനെക്കുറിച്ച് ആരും ചിന്തിക്കേണ്ടതില്ല. അതൊരു ഭാഗത്ത് നിറഞ്ഞു വന്നുകൊള്ളും. എന്തുകഴിച്ചാലും ശരീരത്തിൽ കാണാത്ത നിങ്ങളോടെന്തുപറയാൻ. അങ്ങനെ പോകും ആ പ്രഭാഷണം. ഇതിനിടയ്ക്ക് ആരെങ്കിലും ഒരു കുസൃതി ഒപ്പിക്കും. തീറ്റക്കിടയിൽ കുട്ടി അതൊന്നും അറിയാറില്ല. അയാൾ വെയ്റ്റർമാരെ വിളിച്ച് ഓരോന്നാവശ്യപ്പെട്ടുകൊണ്ടിരിക്കും. കുട്ടിക്കു മാത്രമായി രണ്ടുപേരങ്ങനെ നില്ക്കേണ്ടിവരും. വടകരക്കാരനായ കൃഷ്ണൻകുട്ടിയാണ് കുട്ടിക്ക് ഏറ്റവും പ്രിയം. എന്താവശ്യപ്പെട്ടാലും ഉടനെത്തിക്കും. പിന്നെ തമിഴൻ പുച്ചുമുത്തു. അല്പം തമിഴ് വശമുള്ളതുകൊണ്ട് അയാളെ പാട്ടിലാക്കിയിരിക്കയാണ്.

കുട്ടിയുടെ മുഖം വല്ലാതാവുന്നതുകണ്ട് എല്ലാവരും ഉൽക്കണ്ഠപ്പെട്ടു. കഷായം കുടിച്ചപോലെ.

എന്തുപറ്റി.

ഫ്രൂട്ട് സലാഡിന് ഉപ്പുരസം. ആരോ ഒപ്പിച്ചതാവും. കുട്ടി മുഖം ചുളിച്ചപ്പോൾ തീൻമേശയിൽ പൊട്ടിച്ചിരി. എന്നാൽ കുട്ടി ഭക്ഷണം നിർത്തി എഴുന്നേല്ക്കാൻ തയ്യാറായില്ല. ഭക്ഷണത്തിന്റെ എല്ലാ രസങ്ങളും നഷ്ടപ്പെട്ട അയാൾ പുച്ചുമുത്തുവിനെ വിളിച്ച് ചീത്തവിളിക്കാൻ തുടങ്ങി. രണ്ട് കപ്പ് ഫ്രൂട്ട് സലാഡിന് ഓർഡർ ചെയ്തു.

വിശ്വൈക വയറു തന്നെ. നിങ്ങൾ നാട്ടിൽ പോകാതിരുന്നാൽ അവിടെ ഭക്ഷ്യക്ഷാമം പരിഹരിക്കപ്പെടും. ഇങ്ങനെ ഓരോ വൈകുന്നേരങ്ങളിലും എന്തെങ്കിലും നേരമ്പോക്കുകളുണ്ടാവും. കുട്ടി അതൊക്കെ എല്ലാ അർത്ഥത്തിലും ഉൾക്കൊണ്ട് അതിൽ മുഴുകി സ്വയം രസിക്കും. ആരോടും വൈരാഗ്യമോ പരിഭവമോ സൂക്ഷിക്കില്ല. ആരുമായും ഇണങ്ങും. താഴെ ട്രേഡ്സ്മാൻ ക്യാമ്പിലെ ടെന്റുകളിൽ അയാൾ സന്ദർശകനാണ്. അവിടെയും ചില സൗഹൃദങ്ങളുണ്ട്. ക്യാമ്പിൽ എപ്പോഴും കളിച്ചു രസിച്ചുനടക്കും. എന്നാൽ ഓഫീസിൽ മാൽക്കം ക്ലാവലിന്റെ സെക്രട്ടറി കുട്ടി ഇതിൽനിന്നൊക്കെ ഏറെ ദൂരത്താണ്. ഗൗരവം സ്ഫുരിക്കുന്ന മുഖം മാത്രമേ അവിടെ കാണൂ. മറ്റുള്ളവരെ ഭരിക്കാനും ജോലി ചെയ്യിക്കാനും ഒരു പ്രത്യേക മിടുക്കുണ്ട്. എല്ലാം ചെയ്യുന്നത് മാൽക്കത്തിന്റെ പേരിലും പിൻബലത്തിലുമാണ്. ഏറ്റുമുട്ടലുകളും ഉരസലുകളും ഇല്ലാത്ത ദിവസങ്ങളില്ല. അതേറ്റവും കൂടുതലുണ്ടാവുന്നത് ഈയിടെ

ചീരനുമായിട്ടാണ്. അവിടെ ചീരനില്ല. ഇടപെടുന്നത് ശ്രീധരനോടാണ്. അങ്ങനെയേ വിളിക്കൂ. കുട്ടിയുടെ സ്വരം ആജ്ഞയുടേതാണ്. അതിന് അനുസരണയോടെ പ്രതികരിക്കാൻ ശ്രീധരന് കഴിയാറില്ല.

“നിങ്ങൾക്ക് പുലിക്കോടന്റെ സ്വഭാവമുണ്ടല്ലോ. നാട്ടിൽ പോലീസിലായിരുന്നോ” ശ്രീധരൻ ചോദിക്കും.

“തനിക്ക് ജയിലിൽ കിടന്ന പരിചയമേയുള്ളൂ” കുട്ടി തിരിച്ചടിക്കും.

“നിങ്ങൾ നേരത്തെ സ്ഥലംവിട്ടത് നന്നായി” ശ്രീധരനും വിട്ടുകൊടുക്കില്ല.

പിന്നെ വാക്കുതർക്കത്തിലേക്ക്. തീയും പുകയും ഉയരും. കുട്ടി ക്ഷോഭിച്ചിറങ്ങും.

“ഐ വാണ്ട് യു ടു ഗെറ്റ് ഇറ്റ് ഡൺ” കുട്ടിയുടെ അന്ത്യശാസനം. ശ്രീധരന് മറ്റു നിവൃത്തിയില്ലാതാവും.

സമയനിഷ്ഠ കർശനമാണ്. ഓഫീസിലെത്തിയാൽ ജോലിയിലേക്ക് തലപൂഴ്ത്തും. അവിടെ മറ്റൊന്നിനും പ്രസക്തിയില്ല. ജോലി. ജോലി മാത്രം.

കുട്ടി പലതവണ ശ്രീധരന്റെ ഓഫീസിലേക്ക് പോകുന്നതും വരുന്നതും കണ്ടിരുന്നു. അയാൾ ഏറെ അക്ഷമനായി കണ്ടു. ഓരോ തവണ ഇതാവർത്തിക്കുമ്പോഴും ക്ഷോഭം വർദ്ധിച്ചുവന്നു. ശ്രീധരനുമായി വഴക്കിട്ട് കാണുമെന്ന് ദേവസി വിചാരിച്ചു. എങ്കിൽ ഇത് പതിവുള്ളതാണ്. അതത്ര കാര്യമാക്കാനില്ല.

“നിങ്ങളെന്താ കൂട്ടിലിട്ട മെരുപോലെ.” ദേവസി അന്വേഷിച്ചു.

“സമയത്തിന് ഓഫീസിലെത്തുന്ന പതിവില്ലാതായിരിക്കുന്നു. ചില ഡ്രോവിങ്സ് കിട്ടേണ്ടതുണ്ട്. എന്തുചെയ്യാം. അയാളെ ഇതുവരെ ഇങ്ങോട്ട് കെട്ടിയെടുത്തിട്ടില്ല” കുട്ടിയുടെ ക്ഷോഭം പുറത്തുചാടി.

“ക്യാമ്പിൽ അന്വേഷിക്കാം” ദേവസി പറഞ്ഞു.

“ആരെങ്കിലും അയാളെ രാവിലെ കണ്ടിരുന്നോ.”

ഉത്തരത്തിനു കാത്തുനില്ക്കാതെ കുട്ടി പുറത്തിറങ്ങി. ഡ്രൈവറെ വിളിച്ചു. കാർ സ്റ്റാർട്ട്ചെയ്യുന്ന ശബ്ദവും കേട്ടു.

കുട്ടി പിന്നെ തിരിച്ചു വന്നില്ല. ഓഫീസടയ്ക്കും വരെ.

സാന്ത്വനം

ആളൊഴിഞ്ഞ ക്യാമ്പ്. ശബ്ദങ്ങളില്ല. റൂം ബോയ്സ് ഓരോ മുറികളും വൃത്തിയാക്കിക്കൊണ്ടിരിക്കുന്നു.

കുട്ടി ഇടനാഴികൾ കടന്ന് ശ്രീധരന്റെ മുറിക്ക് മുന്നിലെത്തി. വാതിലിൽ മുട്ടി. തുറക്കുകയുണ്ടായില്ല. ഒരു നിമിഷം സംശയിച്ചുനിന്നു. പിന്നെ തള്ളിത്തുറന്നു. കനത്ത ഇരുട്ട്. ജനൽക്കർട്ടൻ മാറ്റിയിട്ടു. വെളിച്ചത്തിന്റെ കുത്തൊഴുക്കുണ്ടായി. ആളനക്കമില്ല. കട്ടിലിൽ ഒരറ്റം ചേർന്ന് മൂടിപ്പുതച്ചുകിടക്കുന്നു ശ്രീധരൻ. ഭയം തോന്നി. പുത പ്പുനീക്കി വിളിച്ചു. അനക്കമില്ല. നെറ്റിയിൽ കൈ വെച്ചുനോക്കി. പൊള്ളുന്ന പനി. തീ പാറുന്നു. പുതപ്പുമാറ്റിയതിലെ അലോസരം കൊണ്ട് ഒന്ന് കുടഞ്ഞ് ഞരങ്ങി. വരണ്ടുണങ്ങിയ ചുണ്ടുകൾ വിറകൊണ്ടു. പനിച്ചൂട് മുറിയാകെ പടർന്നു.

രാവിലെ അയക്കേണ്ടുന്ന ഡ്രോയിങ്ങുകൾ കിട്ടാത്ത ചൂടിലായിരുന്നു കുട്ടി അന്വേഷിച്ച് പുറപ്പെട്ടത്. ഓഫീസിൽ സമയത്തിനെത്താതിരുന്നതിലുള്ള ശകാരവും കരുതിയിരുന്നു. എല്ലാം ആവിയായിപ്പോയി. മറിച്ച് രോഗാവസ്ഥയിൽ ആരുമറിയാതെ പോവുന്ന ഒരാളുടെ ദൈന്യമോർത്ത് ഉള്ള് മുറിഞ്ഞു.

ആരുമറിയുന്നില്ല. ജോലിക്ക് പോകാനുള്ള പുലർച്ചയുടെ തിടുക്കങ്ങളിൽ ആർക്കു നേരം ആരുണർന്നു, ഉണർന്നില്ല എന്നന്വേഷിക്കാൻ.

രാത്രി നന്നായി പനിച്ചിരുന്നു. പുലർച്ചയുടെ ശബ്ദങ്ങളും ഇടനാഴിയിലെ കാലൊച്ചകളും അറിഞ്ഞിരുന്നു. എന്നാൽ എഴുന്നേല്ക്കാനോ വാതിൽ തുറന്ന് ആരെയെങ്കിലും വിളിക്കാനോ കഴിഞ്ഞില്ല. അടുത്ത നിമിഷം എഴുന്നേറ്റ് ജനൽക്കർട്ടൻ വലിച്ചിടാമെന്നും പുറത്തിറങ്ങി ആരെയെങ്കിലും വിളിക്കാമെന്നും വിചാരിച്ചുകൊണ്ട് അയാൾ കിടന്നു. എന്നാൽ ശരീരം വെന്തുപൊള്ളി ബോധമകന്നു. ഒന്നുമറിഞ്ഞില്ല. തണുപ്പിന്റെ

സൂചിക്കുത്തുകളിൽ വിറച്ചുതുള്ളി. ശബ്ദങ്ങളകന്നു. ഇരുട്ട് നീങ്ങിയില്ല. ആളൊഴിഞ്ഞ ക്യാമ്പിൽ ഒന്നുമറിയാതെ പനിച്ചൂടിൽ വെന്തുരുകിക്കിടന്നു.

കുട്ടി ക്ഷണത്തിൽ പുറത്തിറങ്ങി. റൂംബോയ്സ് ഇടനാഴി വൃത്തിയാക്കുന്നുണ്ടായിരുന്നു. ഒരാളെ ക്യാമ്പ് ബോസിനെ വിളിക്കാനയച്ചു. തിരിച്ചുമുറിയിലെത്തുമ്പോഴും ശ്രീധരൻ അതേ കിടപ്പാണ്. പനിയുടെ മൂർദ്ധന്യത്തിൽ ഒന്നുമറിയുന്നില്ല. മുഖം കരുവാളിച്ചിരുന്നു.

ക്യാമ്പ് ബോസ് വരുന്നതുവരെ കാത്തിരിക്കാൻ കുട്ടിക്ക് ഭയം തോന്നി. അയാൾ പുറത്തിറങ്ങി സ്റ്റോഴ്സിലേക്കു നടന്നു. കുറുപ്പിനെ കണ്ടു. മെയിൽ നഴ്സിനെ വിളിക്കാൻ ആളെവിട്ടു തിരിച്ച് ശ്രീധരന്റെ മുറിയിലെത്തുന്നതോടെ മെയിൽ നഴ്സുമെത്തി. അയാൾക്ക് അപ്പോഴും ബോധമുണ്ടായിരുന്നില്ല. ഇഞ്ചക്ഷൻ കൊടുക്കുമ്പോൾ അവ്യക്തമായി എന്തോ പറഞ്ഞിരുന്നു. മെയിൽ നഴ്സ് പോയിട്ടും കുട്ടിക്ക് അവിടുന്ന് അനങ്ങാൻ ധൈര്യം വന്നില്ല. ഈ അവസ്ഥയിൽ അയാളെ ഇങ്ങനെ വിട്ട് എങ്ങനെയാണ് തിരിച്ച് ഓഫീസിൽ പോവുക. എപ്പോഴാണ് ബോധം തെളിയുകയും എന്തെങ്കിലും ആവശ്യം വരികയും ചെയ്യുന്നതെന്നറിയില്ല. ആരും അടുത്തില്ലാതെ തനിച്ച് വിട്ടുപോയാൽ മനസ്സമാധാനം കിട്ടില്ലെന്നോർത്ത് കുട്ടി അയാൾക്ക് കാവലിരുന്നു. എത്രയോ അകലെ നിന്ന് കടൽ താണ്ടി ഈ മരുഭൂവിന്റെ നടുക്ക് ജീവിക്കാനായി വന്നു കിടക്കുന്നു. ഒരു ദിവസം ഉണരാനാവുന്നില്ലെങ്കിൽ ആരും അറിയുന്നില്ല. നാട്ടിൽ ഒരു ജലദോഷപ്പനി വന്നാൽ പോലും ഭാര്യ നിർബ്ബന്ധിക്കും. ഡോക്ടറെ കണ്ട് മരുന്ന് വാങ്ങിക്കാതെ ഒരു സ്വൈരവും തരില്ല. കുട്ടികൾക്കെന്തെങ്കിലും അസുഖം വന്നാൽ വേവലാതിയായി. ഉറക്കമിളച്ച് കാവലിരിക്കും. എപ്പോഴാണ് ഉണർന്ന് എന്തെങ്കിലും ആവശ്യപ്പെടുന്നതെന്ന് അറിയില്ലല്ലോ. ഇവിടെ പക്ഷേ, കരുതലിനാരുണ്ട്. കുട്ടി ഓർത്തു.

തന്റെ കൊച്ചുമോൻ വളർന്നാൽ ഒരുപക്ഷേ, ഇതുപോലുള്ളൊരുധിക്കാരിയായേക്കാം. അവന് പനി പിടിച്ചാലും ഉറക്കമിളച്ച് കാത്തിരുന്ന് ശുശ്രൂഷിക്കും. ശ്രീധരൻ ഒരു കൊച്ചുകുട്ടിയായി അയാൾക്ക് തോന്നി. തൊട്ടിലിൽ കിടക്കുന്ന കുഞ്ഞിനെ നോക്കുന്ന ഒരച്ഛനെപ്പോലെ അയാളിരുന്നു. നിഷ്കളങ്കതയുടെ ഒരു ലോലഭാവം ശ്രീധരന്റെ മുഖത്ത് അയാൾ കണ്ടു. ആരെന്തുപറഞ്ഞാലും അതൊന്നും ശരിയായിരിക്കില്ല. കുട്ടി വിചാരിച്ചു.

അന്നേദിവസം അയാൾ ഓഫീസിലേക്ക് തിരിച്ചുപോവുകയുണ്ടായില്ല. പനിച്ചൂട് കുറഞ്ഞപ്പോൾ ശ്രീധരൻ കണ്ണുതുറന്നു. തന്നെത്തന്നെ നോക്കിയിരിക്കുന്ന കുട്ടിയെ കണ്ടു. വേണ്ടുന്നതെല്ലാം ചെയ്തുകൊണ്ടിരിക്കുന്നു. മരുന്നുകൾ കൃത്യസമയങ്ങളിൽ എടുത്തുതരുന്നു. ഭക്ഷണമെത്തിക്കാൻ വെയ്റ്റർമാരെ ഏർപ്പാടുചെയ്യുന്നു. ലഘുഭക്ഷണമേ ആകാവൂ എന്ന് പ്രത്യേകം ഓർമ്മപ്പെടുത്തുന്നു. കുടിക്കാൻ ചുടുകാപ്പി ഫ്ളാസ്കിലൊഴിച്ചുവെച്ചിട്ടുണ്ട്. ക്ഷീണം മാറാനായി ഹോർലിക്സ് കലക്കി

കുടിപ്പിക്കുന്നു. മുട്ടയും പാലും പ്രത്യേകം ഏർപ്പാടു ചെയ്യുന്നു. റൂംബോയ്സിൽ ഒരാളോട് എപ്പോഴും അവിടേക്ക് ശ്രദ്ധ വേണമെന്ന് പറഞ്ഞുറപ്പിക്കുന്നു. പിന്നീടുള്ള ദിവസങ്ങളിൽ ഓഫീസിൽനിന്നും ഇടക്കെത്തി ആരോഗ്യസ്ഥിതി അന്വേഷിക്കുന്നു.

ഇയാൾ തനിക്കാരാണ്. ശ്രീധരൻ ആലോചിക്കയായിരുന്നു. സൈറ്റിലെത്തിയിട്ട് ചുരുങ്ങിയ നാളുകളേ ആയുള്ളൂ. ആദ്യാദ്യം ഒന്നറച്ചുനിന്നിരുന്നു. അതത്ര നീണ്ടില്ല. എത്രയും ഗൗരവത്തോടെയാണ് എപ്പോഴും പെരുമാറിയിട്ടുള്ളത്. പിന്നെപ്പിന്നെ ക്യാമ്പിലെത്തിയാൽ കാണിക്കുന്ന സ്നേഹവായ്പ് ശ്രദ്ധിച്ചിട്ടുണ്ട്. എങ്കിലും പലപ്പോഴും ഇയാളുമായി വഴക്കടിച്ചിട്ടേയുള്ളൂ. പ്രായത്തെപ്പോലും പരിഗണിക്കാതെ എന്തിനും തർക്കിക്കാൻ തിടുക്കം കാണിച്ചിട്ടുണ്ട്. അപ്പോഴൊക്കെ ശുണ്ഠിയെടുക്കുമെങ്കിലും ക്യാമ്പിലെത്തിയാൽ അങ്ങനെയൊന്നുണ്ടായി എന്നുപോലും ഓർക്കാതെ പെരുമാറും. കൂടുതലെന്തെങ്കിലും പറഞ്ഞുപോയാൽ കുട്ടി പെട്ടെന്ന് നിശ്ശബ്ദനാവാറാണ് പതിവ്.

മുഖത്ത് ഒരുതരം നിസ്സംഗത നിഴലിക്കും. അതൊന്നും പക്ഷേ, അത്ര തന്നെ ശ്രദ്ധിച്ചിട്ടില്ല. അപ്പോഴൊന്നും വാക്കുകളുടെ കാഠിന്യം കുറച്ചിട്ടുമില്ല. ഒരിക്കലും അയാളെ മനസ്സിലാക്കാൻ ശ്രമിച്ചില്ല. മഹാസാധുവാണെന്ന് ദേവസി സൂചിപ്പിക്കാറുണ്ടെങ്കിലും അത്ര വകവെച്ചിട്ടില്ല. ചിലപ്പോഴൊക്കെ അകാരണമായി പകപോലും തോന്നിയിട്ടുണ്ട്.

അതേ മനുഷ്യനിതാ കട്ടിലിനരികിലിരുന്ന് തന്നെ ശുശ്രൂഷിക്കുന്നു. ശ്രദ്ധയോടെ പരിചരിക്കുന്നു. ടൗണിൽനിന്നും ഡോക്ടറെപ്പോലും വരുത്തി പരിശോധിപ്പിക്കുന്നു. വെറുതെ സുഖാന്വേഷണം നടത്തി തിരിച്ചുപോവുകയല്ല.

ഇപ്പോൾ, ഇപ്പോൾ മാത്രം ഈ മനുഷ്യനെ അല്പമെങ്കിലും മനസ്സിലാവുന്നു. ഇനി വീണ്ടും ഓഫീസിലെത്തിയാൽ ഇയാൾ ആജ്ഞാപിച്ചേക്കും. ആജ്ഞാപിക്കട്ടെ. ഇനിയൊരിക്കലും ഇയാളോടെതിരിടില്ല. അമ്മ മാത്രമാണ് ഇങ്ങനെ ശുശ്രൂഷിച്ചിട്ടുള്ളത്. അതോർത്തപ്പോൾ കണ്ണിൽ നീർ പൊടിഞ്ഞു.

നിശ്ശബ്ദനായിരിക്കുന്ന ഈ മനുഷ്യൻ തനിക്കാരാണ്. ജന്മാന്തരങ്ങളിലൂടെ ഏതു കണ്ണിയാണ് തന്നെ ഇയാളുമായി കൂട്ടിയിണക്കുന്നത്. ഒന്നുതീർച്ച. ആലംബമില്ലാതെ രോഗശയ്യയിലാവുമ്പോൾ നിങ്ങളുടെ അടുത്ത് ആരുണ്ടെന്ന് ശ്രദ്ധിക്കുക. അയാളായിരിക്കും നിങ്ങൾക്ക് ഏറ്റവും അടുത്തവൻ.

ശ്രീധരൻ നെടുവീർപ്പിട്ടു കിടന്നു.

ഭാഗം നാല്

മണൽച്ചുഴി

താഴ്‌വാരം

ആലസ്യത്തോടെയാണ് വെള്ളിയാഴ്ചയുടെ തുടക്കം. വൈകിയുണരാനൊരു ദിവസം. വൈകിയുറങ്ങുന്ന വാരാന്ത്യങ്ങളിലെ കനം തൂങ്ങുന്ന രാത്രിയെ നീട്ടിവലിച്ചുറങ്ങുന്ന സുഖം. ഉറക്കം തൂങ്ങുന്ന കണ്ണുകളോടെ പകൽച്ചൂടിനെ പരിഹാസത്തിന്റെ നോട്ടമയച്ച് മുറിക്കുള്ളിലെ തണുപ്പിനുള്ളിൽ കഴിയുക. അക്ഷരങ്ങളിൽ പ്രണയം നിറച്ച് പ്രേമഭാജനത്തിനോ പ്രിയതമയ്ക്കോ കത്തുകളെഴുതുക. കൂട്ടുകാരൊത്ത് വെടി പറഞ്ഞും ഉച്ചയൂണ് കഴിച്ചും അപരാഹ്നത്തിലെ മയക്കം. വൈകുന്നേരങ്ങളിലെ സുഹൃദ്സന്ദർശനങ്ങൾ. അങ്ങനെ നനഞ്ഞും കുതിർന്നും കഴിയുന്ന ഒരു വെള്ളിയാഴ്ചയിലെ വൈകുന്നേരമാണ് ഒരു കൂട്ടം മനുഷ്യജീവികൾ നടക്കാനിറങ്ങുന്നത്. അവർ ഇറക്കമിറങ്ങുകയായിരുന്നു. മേടയിൽനിന്ന് മണൽവഴികളിലൂടെ സമതലങ്ങളിലെ മണൽക്കാറ്റേറ്റ് വെളുത്തു നരച്ച കൂടാരങ്ങളിലേക്ക്.

ഒറ്റക്കണ്ണൻ ചാഞ്ഞെങ്കിലും വെയിലിന്റെ തീക്ഷ്ണത കുറഞ്ഞിരുന്നില്ല. അകലെ മരുഭൂമിയുടെ മണൽ മടക്കുകൾ കിടന്ന് തുള്ളിയിരുന്നു. അരികുകൾക്ക് സ്വർണ്ണവർണ്ണം. സംഘത്തലവൻ കുറച്ച് മുന്നിൽ നടന്നു. പിറകെ അനുചരന്മാരായി കുട്ടി, ദേവസി, ശ്രീധരൻ, സുരേന്ദ്രപൈ, ബാലൻ, ഹരൻ, സത്താർ ഒരു ജാഥ തന്നെ.

"ചിലർ ഇടയ്ക്കിടെ താഴേക്കിറങ്ങുന്നതു കാണാം. കാര്യമെന്താന്നറിയില്ല."

"എവിടെയെങ്കിലും തീറ്റികണ്ടെത്തിക്കാണും."

"പക്ഷികൾ പറക്കുന്നിടം തീറ്റിയും തീർച്ച."

"മനുഷ്യരായി ഇടപഴകാത്തോർക്ക് ഇതൊന്നും വിധിച്ചിട്ടില്ല."

ചീരൻകുട്ടിയുടെ ഭുജത്തിൽ ഒന്നിടിക്കും. അയാളുടെ ചെറിയ തല കൈക്കുള്ളിലാക്കി ഞെരിക്കും. ഇതെന്നും പതിവാണ്. ചീരന്റെ

കസർത്തുകളാണ്. കുട്ടിക്കതിൽ ഇഷ്ടക്കേടൊന്നുമില്ല എന്നല്ല. അയാളത് ആസ്വദിക്കുകയും ചെയ്യും.

“ഇയാൾക്ക് കാളക്കുട്ടന്റെ സ്വഭാവമാണ്.” കുട്ടി പറയും.

“കുട്ടി മുമ്പേ നടക്ക്. നിങ്ങളല്ലേ ഇവിടുത്തെ വത്തിനി.”

ഇറക്കമിറങ്ങുമ്പോൾ കുട്ടി മുമ്പേതന്നെ നടന്നു. താഴെ ക്യാമ്പിന്റെ ദൃശ്യം കണ്ടുതുടങ്ങിയിരുന്നു. നൂറുകണക്കിന് കൂടാരങ്ങളുടെ കൂർത്ത ശിരസ്സ് കൂണുപോലെ തെളിയുന്നു. ചിതറിക്കിടക്കുന്ന പഞ്ഞിക്കെട്ടുകൾ. കുറെക്കൂടി ഇറങ്ങിയപ്പോൾ ട്രേഡ്സ്മാൻ ക്യാമ്പിന്റെ പ്രവേശനകവാടത്തിലെത്തി. ഉള്ളിലേക്ക് ചെന്നുകയറുംതോറും അതിന്റെ വിസ്തൃതി ബോദ്ധ്യപ്പെട്ടുവന്നു. വിവിധ വരികളിലും പല നിരകളിലുമാണ് കൂടാരങ്ങൾ. ഇടയിലൂടെ ചെറിയ നടപ്പാതകൾ. അവ പിന്നെയും പലതായി പിരിയുന്നു. വിവിധ ക്യാമ്പുകൾ രൂപപ്പെട്ടതോടെ വിസ്തൃതിയും വർദ്ധിച്ചു.

“ഈ വഴി നടന്നാൽ അശോകന്റെ ടെന്റിലെത്താം.”

ഒരു നടപ്പാതയിലേക്ക് തിരിഞ്ഞ് കുട്ടി പറഞ്ഞു.

“എങ്കിൽ നടക്കാം.”

പുറത്ത് ആരെയും കണ്ടില്ല. ചൂടിൽ ആരും പുറത്തിറങ്ങുന്നില്ല. ആകെക്കിട്ടുന്ന ഒരു വിശ്രമദിവസമാണ്. ഇടയ്ക്കിടെ പ്രീഫാബുകൊണ്ട് തീർത്ത വിവിധ ദേശക്കാർക്കുള്ള മെസുകൾ കാണാമായിരുന്നു. ഏറെ നടപ്പാതകൾ പിന്നിട്ടപ്പോൾ കുട്ടി നിന്നു. ഒരു കൂടാരത്തിന്റെ മുൻവാതില്പാളിയിൽ തട്ടി. അത് ക്ഷണത്തിൽ തുറന്നുകൊണ്ട് അശോകൻ പുറത്തേക്ക് എത്തിനോക്കി. അയാൾക്ക് അത്ഭുതവും ഒട്ടൊരു പരിഭ്രമവും അനുഭവപ്പെട്ടു. ഇങ്ങനെ ഒരു സംഘത്തിന് ആതിഥേയത്വമൊരുക്കാൻ തന്റെ കൂടാരം മതിയാകില്ലെന്ന ചിന്തയാവാം.

“വരൂന്നേ” അയാൾ ക്ഷണിച്ചു.

ഉയരം കുറഞ്ഞ ചെറിയ പ്രവേശനദ്വാരത്തിൽ തൂങ്ങിക്കിടന്ന കട്ടിത്തുണി മാറ്റി ഒരോരുത്തരും കുനിഞ്ഞ് നൂണ്ട് കടന്നു.

കൂടാരത്തിനുള്ളിൽ വാസു ഉണ്ടായിരുന്നു. അവർ പഴയകാല സുഹൃത്തുക്കളാണ്. എന്നാൽ അടുത്തകാലത്ത് മാത്രമാണ് ഈയൊരിടത്ത് യാദൃച്ഛികമായി കണ്ടുമുട്ടുന്നതും വീണ്ടും ഇരുവരും ഒരേ സ്ഥലത്തു തന്നെ എത്തിപ്പെട്ടെന്ന യാഥാർത്ഥ്യം മനസ്സിലാക്കുന്നതും. കമ്പി വളയ്ക്കാൻ പോയ പഴയ കാലമോർമ്മിക്കാനും അക്കാലത്തെ അനുഭവങ്ങൾ പങ്കുവെക്കാനുമായി വാസു അശോകന്റെ പതിവു സന്ദർശകനായി മാറിയിരുന്നു.

“ഹൊ. എല്ലാരൊന്ന് താഴേക്കെറങ്ങ്യേലോ. അതുമതി. ഒരുപാട് സന്തോഷം.”

മേടയിൽ നിന്ന് താഴേക്കിറങ്ങിച്ചെന്നതിലെ സന്തോഷം പ്രകടിപ്പിക്കുകയായിരുന്നു അശോകൻ. എല്ലാവർക്കും കട്ടിലുകളിൽത്തന്നെ ഇരിപ്പിടമൊരുക്കി അയാൾ നിന്നു. കുറുപ്പും കുട്ടിയും മാത്രമേ അവിടെ എത്താ

റുള്ളു. മറ്റുള്ളവർ ആദ്യമാണ്.

കോൺക്രീറ്റ് തറയിൽ ലിനോലിയം വിരിച്ചിട്ടുണ്ട്. കാല്പെരുമാറ്റം കൊണ്ട് അതിലെ ചിത്രങ്ങൾ നരച്ചു തുടങ്ങിയിരുന്നു. മൂലകളോട് ചേർന്ന് നാല് ഇരുമ്പ് കട്ടിലുകൾ. ബാക്കി മൂന്നുപേരും ഡ്യൂട്ടിയിലാണ്. വെള്ളിയാഴ്ചകളിലും ഒഴിവില്ലാത്തവർ.

മദ്ധ്യത്തിൽ കൂടാരത്തെ ഉയർത്തി നിർത്തുന്ന നട്ടെല്ലായി ഒരിരുമ്പു തൂൺ. ചേർന്നൊരു സ്റ്റൂളിൽ നിർത്തിയിരിക്കുന്ന പെഡസ്റ്റാൾ ഫാൻ. അതിൽനിന്നും അടിച്ചെത്തുന്ന ചുടുകാറ്റിന്റെ ആശ്വാസച്ചൂട്. ഉള്ളിലെത്തി ഏതാനും നിമിഷം കഴിഞ്ഞതോടെ വിയർക്കാൻ തുടങ്ങിയിരുന്നു. സൂര്യൻ പടിഞ്ഞാറ് ചെരിഞ്ഞ സമയത്തിങ്ങനെയാണെങ്കിൽ നട്ടുച്ചയിലെ പുഴുക്കം ഊഹിക്കാവുന്നതേയുള്ളു. അതേക്കുറിച്ചാലോചിക്കാനേ വയ്യ.

എന്തുചെയ്യാം. സഹിച്ചല്ലേ പറ്റൂ. ഒന്നോ രണ്ടോ അല്ല. ആയിരക്കണക്കിനാളുകളാണ് ഇങ്ങനെ കഴിയുന്നത്. അവരൊക്കെ ഈ നെരുപ്പോടിൽക്കിടന്ന് വേവുന്നവരാണ്. ദിവസം മുഴുവൻ കത്തിനില്ക്കുന്ന വെയിലിൽ ശരീരം പൊള്ളിച്ച് വിയർപ്പുചിന്തി തിരിച്ചെത്തുന്നത് ഈ കൂടാരത്തിനുള്ളിലേക്കാണ്. ഫാനിന്റെ ചുടുകാറ്റിൽ വീണ്ടും ശരീരം പൊള്ളിക്കുക. രാവേറെച്ചെല്ലുമ്പോൾ പകൽ മുഴുനീളെ അദ്ധ്വാനിച്ച ക്ഷീണം കൊണ്ട് അറിയാതെ ഉറങ്ങിപ്പോകുക. അശോകൻ ഇതിനിടെ പുറത്തു പോയി ."സെവൻ അപ്പ്." കൊണ്ടുവന്നിരുന്നു. ടിന്നുകളിൽ നിറച്ച ശീതളപാനീയം. കുട്ടി രണ്ടെണ്ണം അകത്താക്കി. അവിടെക്കണ്ട ആപ്പിളെടുത്ത് കടിച്ചുകൊണ്ട് അയാൾ ചോദിച്ചു.

"വേറൊന്നും ല്യേടാ."

"നോക്കൂ, താഴെക്കിറങ്ങുന്നതിന്റെ രഹസ്യം ഇതാണ്."

"തീറ്റി കാണുന്നിടത്തേക്ക് നീങ്ങുന്നത് കുട്ടിയല്ല, വയറാണ്." കുട്ടി ഒരു കള്ളച്ചിരിയോടെ കേട്ടിരുന്നു.

"നാല് പേർക്കുകൂടി ഒരു ചെറിയ ഫാനുണ്ടായിട്ടെന്തു കാര്യം. കണ്ടില്ലേ വിയർക്കുന്നത്." കുറുപ്പ് നെറ്റിയിൽ പൊടിഞ്ഞ വിയർപ്പ് വടിച്ചെടുത്തു.

"ഹേയ്. അത്ര ചൂടൊന്നുല്യ."

വിയർപ്പു തുടച്ചുകൊണ്ട് അശോകൻ പറഞ്ഞു. അയാൾ അതു പറയുമ്പോഴും ചിരിച്ചിരുന്നു. എപ്പോഴും ചൂടിൽക്കഴിയുന്ന അവർക്ക് ഇതൊരു ശീലമായിരിക്കുന്നു.

"സഹനത്തിന്റെ ആദിമന്ത്രം തന്നെ."

കുറുപ്പ് ചീരനെ നോക്കി. കുറച്ചുനേരം ആരും ഒന്നും മിണ്ടിയില്ല. എല്ലാവരും ചിരിയിലൊതുക്കിയ വാക്കുകളിൽ കിടന്ന് വിഷമിക്കയായിരുന്നു. അയാൾ പറഞ്ഞതും ശരിയാണ്. മേടയിലുള്ള സ്റ്റാഫിന് കിടന്നുറങ്ങാൻ തണുപ്പിച്ച മുറികളുണ്ട്. ഓഫീസിലും ജോലി ചെയ്യാൻ വിയർപ്പൊഴുക്കേണ്ടതില്ല. വല്ലപ്പോഴും പുറത്തിറങ്ങുമ്പോളാണ് വെയിലിന്റെ തീക്ഷ്ണത അറിയുന്നതുതന്നെ. അതസ്സഹനീയമായി തോന്നുകയും

ചെയ്യും. എപ്പോഴും വെയിൽച്ചൂടിൽ പണിയെടുക്കുന്നവന് കൂടാരത്തിനുള്ളിലെ ചൂട് ഒന്നുമല്ല. തീയിൽ മുളച്ചവർ.

"ഇതൊന്നും മാറ്റാറില്ലേ" കിടക്കവിരിയും മറ്റും പരിശോധിച്ചുകൊണ്ട് കുറുപ്പ് അന്വേഷിച്ചു.

"ഒന്നേയുള്ളു. മറ്റൊന്നിന് ആവശ്യപ്പെട്ടെങ്കിലും കിട്ടിയില്ല" കുറുപ്പ് ഒന്ന് മൂളുകമാത്രം ചെയ്തു.

"ഈടെ ആരാ."

ഒരു വശത്തെ കട്ടിലിനോട് ചേർന്ന ചുമർത്തുണിയിൽ തൂങ്ങുന്ന ഇ എം എസ്സിന്റെ ചിത്രവും ദേശാഭിമാനി കലണ്ടറും കണ്ട് ചീരൻ ചോദിച്ചു.

"കുഞ്ഞിക്കണ്ണൻ തലശ്ശേരിക്കാരൻ."

ആടെ കേശവൻ. അയ്യപ്പന്റെ പടം തൂങ്ങുന്ന അടുത്ത കട്ടിലിനരികെ ചൂണ്ടി അശോകൻ തുടർന്നു. ഈടെ വിജയൻ. ചില സിനിമാമാസികകൾ ചിതറിക്കിടപ്പുള്ള ഇനിയുമൊരു കട്ടിൽ.

"ഭക്ഷണം." ചീരൻ അന്വേഷിച്ചു.

"മെസുണ്ട്." നീണ്ട ക്യൂവിൽ പാത്രം പിടിച്ച് നില്ക്കും."

അശോകൻ വീണ്ടും ചിരിച്ചു.

"അവിടന്നാണ് പ്രശ്നങ്ങൾ."

ദേവസി പറഞ്ഞു. ഓഫീസിലും അഡ്മിനിസ്ട്രേറ്ററുടെ അടുത്തെത്തുന്ന മിക്ക പരാതികളും മെസിലെ പ്രശ്നങ്ങളാണെന്ന് ദേവസി ഓർത്തു.

"ഹഡ്ജി ക്രിസ്റ്റോക്ക് ഭ്രാന്തുപിടിക്കുമെന്നാണ് തോന്നുന്നത്."

ദേവസി പറഞ്ഞു

"അതാരാ."

"നമ്മുടെ അഡ്മിനിസ്ട്രേറ്റർ."

"എന്തുപറ്റി."

"മെസിലെന്നും പരാതികളാണ്."

"പരിഹരിക്കണം."

"അയാൾ പക്ഷേ, വെള്ളം കുടിക്ക്യാണ്."

"കഴിവ് കാണില്ല."

"എന്തായാലും മെസിലെ പരാതികൾ സൈറ്റിന് ഒരു വെല്ലുവിളി തന്നെയാണ്."

അതുവരെ മിണ്ടാതിരുന്ന വാസു പറഞ്ഞു.

"എല്ലാം വയറിൽ നിന്നുതുടങ്ങുന്നു. അതിനെ തൃപ്തിപ്പെടുത്താനുള്ളതല്ലേ ഈ പെടാപ്പാടൊക്കെ."

ഹരന്റെ ശബ്ദത്തിൽ ഒരു പൊതുതത്ത്വം പുറത്തു ചാടിയെന്നു തോന്നി

"കുറുപ്പേട്ടാ. എന്തെങ്കിലൊന്ന് ചെയ്യണ്ടേ."

"വേണം. തീർച്ചയായും."

“എന്തു ചെയ്താലും സൈറ്റ് നടക്കണം. മാൽക്കത്തിന് അതിൽ കുറഞ്ഞ ഒന്നും സ്വീകാര്യമാവില്ല.”

കുട്ടി തന്റെ ബോസിന്റെ തത്ത്വചിന്ത കൃത്യമായി അവതരിപ്പിക്കയായിരുന്നു.

“അതിനാരും എതിരല്ല. ആവശ്യമായ സംവിധാനങ്ങളും ഉറപ്പുവരുത്തണം” ചീരൻ പ്രതികരിച്ചു.

“ഇതൊക്കെ അവിടെ വന്ന് അവതരിപ്പിക്കാൻ ധൈര്യംവേണം.”

മാൽക്കം ക്ലാവലിനെ ബോദ്ധ്യപ്പെടുത്തുക ശ്രമകരമാണെന്ന മട്ടിലായിരുന്നു കുട്ടിയുടെ സ്വരം.

“അയാൾ ബുദ്ധിമാനാണെന്ന് കേട്ടിട്ടുണ്ട്. അപ്പോൾ വിവേകവും കാണും.”

“തീർച്ചയായും. ഒന്നും കാണാതെ കമ്പനി അയാളെ ഇത്രയും വലിയ പ്രോജക്ട് ഏല്പിക്കുമോ.”

അയ്യായിരം പേർ പണിക്കെത്തുമെന്നു പ്രതീക്ഷിക്കുന്ന 25 കിലോമീറ്റർ ചതുരശ്ര അളവിൽ വേലികെട്ടി തിരിച്ചിരിക്കുന്ന മരുഭൂപ്രദേശം. വിവിധ രാജ്യക്കാരും ദേശക്കാരും ഭാഷക്കാരും. ഇവരെ മേച്ചുകൊണ്ട് പോവുക ചില്ലറക്കാര്യമല്ല. തീർച്ചയായും വൈദഗ്ദ്ധ്യവും പ്രാവീണ്യവും ആവശ്യമാണ്.

ലോകത്തിലാദ്യമുയർന്ന ഉച്ചത്തിലുള്ള ശബ്ദം വിശപ്പിന്റേതാണ്. വിശപ്പിന്റെ നൊമ്പരപ്പെടുത്തുന്ന വിളിയാണ്. എന്തിനും തുടക്കം അതാണ്. അതിനപ്പുറം ഒന്നും പോവില്ല. അതിവിടെയും ഉയരുമോ. ഹരൻ സംശയിച്ചു.

സൈറന്റെ മുഴക്കം കാതിലലച്ചു. രാത്രിയിലേക്കുള്ള ഷിഫ്റ്റ് തുടങ്ങുകയാണ്.

“ശരി. വീണ്ടും വരാം.”

പുറത്തിറങ്ങുമ്പോൾ അന്തിച്ചുവപ്പ് കൂടാരത്തിന്റെ ശിരസ്സുകളിൽ സ്വർണ്ണത്തരികൾ വിതറിയിരുന്നു.

നടപ്പാതകൾ പിന്നിട്ട് മേടയിലെ കൂട്ടംതിരിച്ച് കയറ്റം കയറാൻ തുടങ്ങി.

വേനൽച്ചൂട്

അശോകൻ ചീരന്റെ ഓഫീസിലേക്ക് വന്നു വീഴുകയായിരുന്നു.

"ആകെ പ്രശനായി. ക്യാമ്പില് ബഹളം."

ഒറ്റശ്വാസത്തിലാണ് അയാൾ പറഞ്ഞത്. കിതപ്പാറും മുമ്പുതന്നെ വീണ്ടും എന്തോ പറയാൻ ശ്രമിക്കുന്നുണ്ടെങ്കിലും അതിനു കഴിയാതെ വിഷമിക്കുന്നതു കണ്ട് ചീരൻ ഒന്നന്ധാളിച്ചു. ഈ നട്ടുച്ചക്ക് സൈറ്റിൽ പോകാനും ഇങ്ങനെ വിയർത്തൊലിച്ചെത്താനും മാത്രം എന്തുണ്ടായി.

കിതപ്പുകൊണ്ട് തുടർന്ന് ഒന്നും പറയാനാവാതെ നിശ്ചലനായ അയാളെ കണ്ട് എന്തോ പന്തികേടുണ്ടെന്നും അതെന്തെന്നു മാത്രം മനസ്സിലാവാതെയും ചീരൻ കുഴങ്ങി. അവസാനം ശ്വാസഗതി നേരെയാക്കി തന്റെ കിതപ്പിനും ഭയപ്പാടിനും കാരണമായ സംഭവങ്ങൾ സാവധാനം ചീരനെ ധരിപ്പിക്കാൻ തുടങ്ങി.

കോഫി റൂമിലേക്ക് സാധനങ്ങളെടുക്കാൻ സ്റ്റോറിൽ പോയതായിരുന്നു. ക്യാമ്പിലും ഒന്ന് പോകാമെന്ന് കരുതി ടെന്റിലേക്ക് നടന്നു. പാകിസ്ഥാനി മെസിന് പുറത്ത് അഡ്മിനിസ്ട്രേറ്ററുടെ കാർ കിടന്നിരുന്നു. മെസ് സന്ദർശിക്കാനെത്തിയതായിരിക്കും. ആഴ്ചയിലൊരിക്കൽ ക്യാമ്പും മെസും സന്ദർശിക്കുക പതിവുണ്ട്. ഇത്തരം സന്ദർഭങ്ങളിലാണ് പരാതികൾ കേൾക്കുക. എല്ലാം കേട്ട് കുറിച്ചെടുത്ത് പോരുകയല്ലാതെ കാര്യമായ നടപടികളൊന്നും എടുക്കാറില്ല. അങ്ങനെയൊരു സന്ദർശനമെന്നേ കരുതിയുള്ളൂ.

കൂടാരത്തിൽ കയറുന്നതിനിടയിൽ പുറത്തെവിടെയോ ബഹളം കേട്ടു. വളരെപ്പേർ ഒരുമിച്ചട്ടഹസിക്കുന്ന ശബ്ദം. ചാടി പുറത്തിറങ്ങി ശബ്ദം കേട്ട ദിക്കിലേക്ക് ചെന്നു. പാകിസ്ഥാനി മെസിനുള്ളിലായിരുന്നു ബഹളം. മെസിലേക്കോടിയെത്തുമ്പോൾ കണ്ടത് തറയിൽ വീണ

അഡ്മിനിസ്ട്രേറ്ററെ ഡ്രൈവർ സുക്ക്വിന്ദർസിങ്ങും മറ്റു രണ്ടു സർദാർജിമാരും കൂടിച്ചേർന്ന് താങ്ങിയെടുത്ത് കാറിലേക്കെടുത്ത് കയറ്റുന്നതാണ്. അഡ്മിനിസ്ട്രേറ്ററുടെ പൂർണ്ണമായും കഷണ്ടി കവർന്ന തല വെയിൽ വെട്ടത്ത് ചുവന്നു കണ്ടു. തെറിച്ചുപോയ കണ്ണട ആരോ എടുത്ത് കാറിനുള്ളിലേക്കിട്ടു. വണ്ടി അതിവേഗം മുകളിലേക്ക് കയറിപ്പോയി.

"എന്താണ്ടായത്" ചീരൻ ഉൽക്കണ്ഠപ്പെട്ടു.

ഒന്നും മനസ്സിലായില്ല. മെസിനുള്ളിൽ നിറയെ ആളുകൾ. ഒക്കെ പാകിസ്ഥാനികളും പഞ്ചാബികളും. പലരും രോഷം കൊണ്ട് തുള്ളിയിരുന്നു. പുസ്തുവിലും ഉർദുവിലും അസഭ്യം ചൊരിയുന്നുണ്ട്. തറയിൽ ചപ്പാത്തിയും ചോറും ചിതറിക്കിടന്നിരുന്നു. തമ്മിൽത്തമ്മിൽ ചില വാഗ്വാദങ്ങളും നടക്കുന്നുണ്ട്. ആരോ ഇടയ്ക്ക് വിളിച്ച് പറയുന്നത് കേട്ടു.

"ആ കഴുവേറിയെ ചതച്ചു കൊല്ലണമായിരുന്നു."

പരിചയമുള്ള ഒരു സർദാർജിയുടെ മുഖം അതിനിടയ്ക്ക് കണ്ടു. പൊതുവെ ശാന്തനായ ദിവാൻസിങ്. ഒരു വശത്തേക്ക് മാറി നിന്ന് ഗ്ലിസറിൻ പുരട്ടിയ താടിയിലെ പൊടിയും വിയർപ്പും ഒപ്പിയെടുത്ത് പറയാൻ തുടങ്ങി.

ഭക്ഷണം പാകംചെയ്യാൻ ആവശ്യമായ സൗകര്യങ്ങൾ ഒരുക്കിത്തരേണ്ടത് കമ്പനിയാണ്. അഞ്ഞൂറോളം പേർ ഭക്ഷണം കഴിക്കുന്ന ഈ ക്യാമ്പിലെ ഏറ്റവും വലിയ മെസാണ്. പതിനൊന്നു മണിയോടെ ജോലി കഴിഞ്ഞെത്തുന്നവരും ഒരു മണിയോടെ എത്തുന്നവരും ഭക്ഷണം കഴിക്കുന്നുണ്ട്. പതിനൊന്നുമണിക്കു ശേഷം വീണ്ടും ഭക്ഷണം പാകം ചെയ്യുകയാണ് പതിവ്. ഒന്നിച്ചുണ്ടാക്കാനും പകർത്തിവെക്കാനും ആവശ്യമായ പാത്രങ്ങളില്ലാത്തതാണ് കാരണം. ഇന്ന് പതിനൊന്നുമണിക്കെത്തുന്നവർ സൈറ്റിൽ കൂടുതൽ പണിയുള്ളതിനാൽ ഒരു മണിക്കാണെത്തിയത്. ഒരു മണിക്കാരും അവരും ഒന്നിച്ചെത്തിയപ്പോൾ ആവശ്യമായ ഭക്ഷണമില്ലാതായി. അങ്ങനെയാണ് ബഹളം തുടങ്ങിയത്. നിർഭാഗ്യവശാൽ ആ സമയത്താണ് അഡ്മിനിസ്ട്രേറ്റർ ഹഡ്ജി ക്രിസ്റ്റോ സന്ദർശനത്തിനെത്തിയത്. അല്പം ഇംഗ്ലീഷ് വശമുള്ള മഞ്ജിത്സിങ് അയാളെ വിവരം ധരിപ്പിച്ചു. ആവശ്യമായ കിച്ചൺ എക്യുപ്പ്മെന്റ്സ് തരാതെ കമ്പനി ജോലിക്കാരെ കഷ്ടപ്പെടുത്തുകയാണെന്നും പരിഹാരം കണ്ടില്ലെങ്കിൽ പ്രശ്നം ഗുരുതരമാകുമെന്നും അയാൾ ബോദ്ധ്യപ്പെടുത്തി.

നിലവിലുള്ള സൗകര്യങ്ങളൊക്കെ തരാനേ കമ്പനിക്ക് കഴിയൂ എന്നും ഇത്രയും പേർക്ക് ഇതൊക്കെ ധാരാളമാണെന്നും മറ്റും ഹഡ്ജി ക്രിസ്റ്റോ പറയാൻ തുടങ്ങി. ട്രേഡ്സ്മാന് തരാൻ കഴിയുന്ന സൗകര്യങ്ങൾക്ക് പരിധിയുണ്ടെന്നും ഇതിൽ കൂടുതലൊന്നും പ്രതീക്ഷിക്കേണ്ടതില്ലെന്നും കൂടി അയാൾ വ്യക്തമാക്കി. മഞ്ജിത്സിങ് അക്കാര്യം കൂടിനിന്നവരെ ധരിപ്പിച്ചു. അവിടുന്നാണ് അന്തരീക്ഷം വഷളാവാൻ തുട

ങ്ങിയത്. മഞ്ജിത് സിങ്ങിന്റെ പിറകിൽ നിന്ന് ഒരു കൂട്ടമാളുകൾ മുന്നോട്ടു കുതിച്ചത് ആരും പ്രതീക്ഷിച്ചതല്ല. ഭക്ഷണമില്ലാതെ ഞങ്ങൾ സൈറ്റിലേക്കില്ലെന്നു പറഞ്ഞുകൊണ്ടായിരുന്നു അവർ ആ സൈപ്രസു കാരന്റെ നേരെക്കെടുത്ത് ചാടിയത്.

"വിശന്നെത്തുന്നവന് ഭക്ഷണമാണ് വേണ്ടത്. മറ്റൊന്നും അവൻ കേട്ടെന്നു വരില്ല."

ദിവാൻ സിങ് ഒന്നുനിർത്തി.

"സൈറ്റിൽ ജോലി നടക്കേണ്ടത് കമ്പനിയുടെ ആവശ്യമാണ്. ഭക്ഷണം കിട്ടേണ്ടത് അദ്ധ്വാനിക്കുന്നവന്റെയും." ദിവാൻ സിങ് അതും കൂടി പറഞ്ഞാണ് പിരിഞ്ഞത്.

വണ്ടിയൊന്നും കിട്ടാതെ പൊരിവെയിലത്ത് നടന്നാണ് അശോകൻ തിരിച്ചെത്തിയത്. അശോകൻ ശ്വാസം കഴിക്കാൻ പിന്നെയും ശ്രമപ്പെട്ടു. ആൻഡ്രൂയങ് പുറത്തു നിന്ന് തിടുക്കത്തിൽ ഓഫീസിലേക്കു കയറി മാൽക്കത്തിന്റെ മുറിയിലേക്ക് കടക്കുന്നതു കണ്ടപ്പോൾ അയാൾ പുറത്തിറങ്ങി.

"ഇന്യെന്ത് മാരണാവോണ്ടാവാൻ പോണത്."

വൈകിട്ട് ക്യാമ്പിലെത്തിയ പാടേ ചീരൻ കുറുപ്പിന്റെ മുറിയിലേക്ക് ചെന്നു. ആരെയും കണ്ടില്ല. മുറി ശൂന്യം. കാത്തുനില്ക്കാതെ ഹരനേയും കൂട്ടി താഴേക്കിറങ്ങി.

"വിശപ്പ് കാര്യങ്ങൾ തീരുമാനിക്കുമെന്നാണ് ചരിത്രം" ഇറക്കമിറങ്ങുമ്പോൾ ഹരൻ ഓർമ്മിപ്പിച്ചു.

അവർ തിടുക്കത്തിൽ താഴത്തെ നടപ്പാതയിലേക്ക് തിരിഞ്ഞു. വാസുവിന്റെ കൂടാരത്തിലെത്തിയപ്പോൾ കുറുപ്പ് അവിടെയുണ്ടായിരുന്നു.

"ങാ, എത്തിയത് നന്നായി. നമുക്കൊന്നിറങ്ങീട്ടു വരാം" അവർ ഒന്നിച്ചു പുറത്തിറങ്ങി.

നടപ്പാതകളിൽ ആരെയും കണ്ടില്ല. എന്നാൽ പാകിസ്ഥാനി ക്യാമ്പിനടുത്തെത്തിയപ്പോൾ ചിത്രം മാറി. സിഖുകളും പഠാണികളും അവിടവിടെ ചെറുകൂട്ടങ്ങളായി നിന്ന് അടക്കിയ സ്വരത്തിൽ സംസാരിക്കുന്നതു കണ്ടു. ഓരോ കൂട്ടത്തിനിടയിലേക്കും കുറുപ്പ് കടന്നുചെന്നു. അവരുമായി സംസാരിച്ചു. കാര്യങ്ങളുടെ നിജസ്ഥിതി അറിയുകയായിരുന്നു.

എല്ലാവരും പൊലീസിനെ പ്രതീക്ഷിക്കയായിരുന്നു. കമ്പനി തീർച്ചയായും പൊലീസിനെ വിളിക്കാതിരിക്കില്ല. ഉച്ചയ്ക്ക് നടന്നതിന് ഒരു കൈയേറ്റത്തിന്റെ സ്വഭാവമുണ്ട്. അറബികളുടെ നിയമസംഹിതയിൽ കൈയേറ്റം ചെയ്തവന് കടുത്ത ശിക്ഷയുണ്ട്. ചോര പൊടിഞ്ഞാൽ പിന്നെ പറയാനുമില്ല. കമ്പനിയെ സംബന്ധിച്ചിടത്തോളം സൈറ്റ് അഡ്മിനിസ്ട്രേറ്ററുടെ നേർക്കാണ് കൈയേറ്റം നടന്നിരിക്കുന്നത്. അതും ഒരു സൈപ്രസുകാരൻ. ആരാണ് അതിനുത്തരവാദിയെന്നോ എങ്ങനെയാണ് അയാളുടെ കഷണ്ടിത്തലയിൽ ചോര പൊടിഞ്ഞതെന്നോ ആരും പറയുന്നില്ല. ഓരോരുത്തരും അതേക്കുറിച്ച് അജ്ഞരാണെന്ന മട്ടിലാണ്

പ്രതികരിക്കുന്നത്. കുറുപ്പ് ദിവാൻ സിങ്ങിനെ അടുത്ത് വിളിച്ച് ചോദിച്ചു.

"ആരാണ് തലക്കടിച്ചത്."

"അറിയില്ല."

"നീ അടുത്തുണ്ടായിരുന്നെന്ന് അറിഞ്ഞല്ലോ."

"അടുത്തുണ്ടായിരുന്നെന്നത് ശരി തന്നെ. പക്ഷേ, അടിച്ചതാരെന്നു കണ്ടില്ല."

എല്ലാവർക്കും ഒരേ സ്വരമായിരുന്നു.

എന്തൊക്കെയായാലും പൊലീസെത്തുമെന്നത് തീർച്ച. അക്കാര്യം എല്ലാവർക്കും ബോദ്ധ്യമുണ്ട്. രാത്രിയാവും വരെ ക്യാമ്പ് മുഴുവൻ പൊലീസ് വരുമെന്ന ഭീതിയിൽ തന്നെ കഴിഞ്ഞു.

സിഖുകാരുടെയും പഠാണികളുടെയും കൂടാരങ്ങളിൽ അന്ന് നേരത്തെ വിളക്കണഞ്ഞു. നടപ്പാതകൾക്കരികിലെ അപൂർവ്വം ചില പുറംവിളക്കുകളേ കത്തിക്കണ്ടുള്ളൂ. കൂടാരങ്ങളൊക്കെ ഒഴിഞ്ഞു കിടന്നിരുന്നു. അവരൊക്കെ എവിടെപ്പോയൊളിച്ചു എന്നതിനെക്കുറിച്ച് ആർക്കും ഒന്നും അറിയില്ലായിരുന്നു. ചെറിയൊരു സമയത്തിനുള്ളിൽ ക്യാമ്പ് ശൂന്യമാവുകയായിരുന്നു. വൈകിട്ട് മെസിൽ ഭക്ഷണംവെച്ച് ജോലിക്കാർ കാത്തിരുന്നതല്ലാതെ ആരും എത്തുകയുണ്ടായില്ല.

സംഭവം നടന്ന് നിമിഷങ്ങൾക്കകം സൈറ്റിലെ പൊടി മുഴുവൻ ഏറ്റുവാങ്ങി ആൻഡ്രൂയങ്ങിന്റെ നരച്ച വാഹനം പാകിസ്ഥാനി മെസിനു മുന്നിൽ വന്നുനിന്നു. തിടുക്കത്തിലിറങ്ങി നേരെ മെസിനുള്ളിലേക്ക് ചെന്നു. ഇനിയും പിരിഞ്ഞു പോകാത്ത ആൾക്കൂട്ടം അയാൾക്ക് വഴി മാറിക്കൊടുത്തു. ചപ്പാത്തിയും ചോറും കറികളും ചിതറിത്തെറിച്ച് വൃത്തികേടായിക്കിടന്നിരുന്ന മെസ് ഹാൾ ഒരു നിമിഷം നോക്കിക്കണ്ടു. ഉടനെ തിരിച്ചിറങ്ങി വണ്ടിയിൽ കയറി സ്ഥലം വിടുകയും ചെയ്തു. ക്ലിനിക്കിൽ പ്രവേശിപ്പിച്ചിരുന്ന ഹഡ്ജിക്രിസ്റ്റോയെ കണ്ട ശേഷം ഓഫീസിലേക്ക് കയറി മാൽക്കത്തിന്റെ മുറിയിലേക്ക് പോകുന്ന ആൻഡ്രൂയങ്ങിനെയാണ് വിയർപ്പാറുന്നതിനിടയിൽ അശോകൻ കണ്ടത്. അയാളുടെ പൂച്ചക്കണ്ണുകൾ മാൽക്കത്തിന്റെ മുറിയിലുണ്ടായിരുന്ന കുട്ടിയുടെ നേരെ രൂക്ഷമായി നീളുന്നതു കണ്ട് പന്തികേട് മണത്തറിഞ്ഞ് കുട്ടി ക്ഷണത്തിൽ പുറത്ത് കടക്കുകയാണുണ്ടായത്.

പിന്നീട് ക്യാമ്പ് ബോസ് ഖാൻ, മെസിലെ കുക്കുകൾ, വെയ്റ്റർമാർ, ക്യാമ്പ് ക്ലീനേഴ്സ്, ദിവാൻ സിങ്, മഞ്ജിത് സിങ് ഇവരൊക്കെ ഓഫീസിലേക്ക് വിളിപ്പിക്കപ്പെട്ടു.

"മാൽക്കം ക്ലാവൽ ബുദ്ധിമാനാണ്."

അടുത്ത വൈകുന്നേരം മുറിയിലെത്തിയവരോടായി കുറുപ്പ് പറഞ്ഞു. അക്കാര്യം പിന്നീട് ബോദ്ധ്യപ്പെടുകയും ചെയ്തു.

ഏവരും ഭയപ്പെട്ട പോലെ പൊലീസുകാർ എത്തുകയുണ്ടായില്ല. രണ്ടുദിവസം കഴിഞ്ഞ് പകരം എത്തിയത് മറ്റൊരാളാണ്.

ജോർജ് ഇസ്സയാസ്.

അറുപതിനോടടുത്ത് പ്രായം വരുന്ന ഒത്ത ശരീരമുള്ള ഒരു സൈപ്രസുകാരൻ. കാഴ്ചക്ക് ഗംഭീരൻ. സ്ഫുടം ചെയ്ത ഇംഗ്ലീഷ്.

ഹഡ്ജി ക്രിസ്റ്റോ തിരിച്ചുപോയിരുന്നു. അയാൾ വീടൊഴിഞ്ഞു. പകരമെത്തിയ ജോർജ് ഇസയാസിന്റെ വീട്ടുസാമാനങ്ങൾ നിറച്ച വണ്ടി എത്തിച്ചേർന്നതിനാൽ സൈപ്രസ് ക്യാമ്പിലെ പിള്ള തിരക്കിലായി.

ഹോസ്പിറ്റലിൽനിന്നും തിരിച്ചെത്തിയ ഹഡ്ജി ക്രിസ്റ്റോ ഒട്ടും വൈകാതെ മറ്റൊരു സൈറ്റിലേക്ക് സ്ഥലം മാറി പോവുകയായിരുന്നു. ഒരു പകരക്കാരനെത്തുമ്പോൾ മാത്രമാണ് ഇക്കാര്യം അറിയുന്നതു തന്നെ. അതാണ് കുറുപ്പ് അഭിപ്രായപ്പെട്ടത്. മാൽക്കം ബുദ്ധിമാനാണെന്ന്. മറ്റെന്തിനേക്കാളും പ്രധാനം മാൽക്കത്തിന് സൈറ്റിന്റെ സുഗമമായ പ്രവർത്തനമാണ്. അതിനാവശ്യമായ രീതിയിൽ ക്യാമ്പ് സംവിധാനം ചെയ്യുകയും തൊഴിലാളികളുടെ ഭാഗത്തുനിന്ന് പ്രശ്നങ്ങളില്ലാതിരിക്കുകയും മാത്രമാണ് അയാൾ പ്രതീക്ഷിക്കുന്നത്. ഇക്കാര്യം ഉറപ്പുവരുത്തുന്നതിന് കഴിവും പ്രാപ്തിയുമുള്ള ഒരു അഡ്മിനിസ്ട്രേറ്ററെയാണ് ഇപ്പോൾ കണ്ടെത്തിയിരിക്കുന്നത്. നടന്ന സംഭവത്തെ പ്രതി തൊഴിലാളികളുടെ മേൽ ഉടനെ ശിക്ഷാനടപടികൾ ഉണ്ടായില്ല എന്നത് അത്ഭുതമായാണ് എല്ലാവരും കണ്ടത്. എന്തായാലും കുറച്ചു പാത്രത്തിന്റെ കുറവുകൊണ്ടും മെസിലുണ്ടായ ചെറിയ ചില കശപിശകൊണ്ടും ഒരു വലിയ സൈറ്റ് മുടങ്ങിക്കിടക്കാൻ മാൽക്കം തയ്യാറായില്ല. അയാളുടെ ആവശ്യം പോയത് ഉന്നതങ്ങളിലേക്കാണ്. വലിയ പ്രോജക്ടുകളിലേക്ക് അഡ്മിനിസ്ട്രേറ്ററായി നിയമിക്കപ്പെടുന്നത് പലപ്പോഴും ജോർജ് ഇസയാസിനെയാണ്. തുടക്കം മുതൽ ഇയാൾക്കുവേണ്ടി ആവശ്യപ്പെട്ടിരുന്നെങ്കിലും പല കാരണങ്ങൾ കൊണ്ടും ലഭ്യമായിരുന്നില്ല. ഒമാനിൽ നിന്നും ഇയാളെ വിടുതൽ ചെയ്യാൻ അവിടുത്തെ മാനേജർക്കുണ്ടായ വൈമുഖ്യം ഇങ്ങനെ ഒരു കാലവിളംബത്തിന് കാരണമാവുകയായിരുന്നു. ഇപ്പോൾ മാൽക്കത്തിന്റെ ആവശ്യം നേരെ പോയത് സാക്ഷാൽ പരസ്കവെയ്ഡ്സിനാണ്. ഉടനെ ഉത്തരവായി.

ജോർജ് ഇസ്സയാസാണ് നദിയയിൽ ഉടനെ ചാർജെടുക്കുക. അതിനുമുകളിൽ മറ്റാർക്കും വാക്കുകളില്ല.

എല്ലാം ക്ഷണത്തിലൊരുങ്ങി. കുടുംബസമേതം താമസിക്കാൻ വീട്, വീടിനോട് ചേർന്നും സൈറ്റിലും ഓരോ ഓഫീസ്. യാത്രയ്ക്ക് വണ്ടി, ഡ്രൈവർ, റൂംബോയ്. പിള്ള മുഴുവൻ സമയവും വീടുപണികൾക്കായി നിയമിക്കപ്പെട്ടു.

ചാർജെടുത്ത ദിവസം തന്നെ കോൺഫറൻസ് ഹാളിൽ ഒരു യോഗം വിളിച്ചുകൂട്ടിയത് എല്ലാവരെയും അത്ഭുതപ്പെടുത്തി. ക്യാമ്പ് ബോസ്ഖാൻ, ക്യാമ്പ് അസിസ്റ്റന്റുകൾ, ട്രാൻസ്പോർട്ട് ഓഫീസർ, പ്ലാന്റ് മാനേജർ, സ്റ്റോർസ് & മെറ്റീരിയൽ ഇൻചാർജ് കുറുപ്പ്, സെക്രട്ടറിമാർ ശങ്കരൻകുട്ടി, ശ്രീധരൻ, ദേവസി, ഡോക്ടർ പട്ടേൽ, സൈറ്റ് ഫോർമാന്മാർ, സൂപ്പർവൈസർമാർ തുടങ്ങിയ ഏതാനും പേരെ വിളിച്ചുചേർത്തുകൊണ്ടായിരുന്നു

യോഗം. ഹൃദ്യമായ സംസാരശൈലികൊണ്ട് ജോർജ് ഇസ്സയാസ് എല്ലവരെയും ആകർഷിച്ചു. പങ്കെടുത്ത ഓരോരുത്തരെയും പരിചയപ്പെടാൻ സന്മനസ്സ് കാണിക്കുകയും ചെയ്തു. അങ്ങനെ ഒന്നിതാദ്യമെന്നതു കൊണ്ട് അതൊരനുഭവമായി. ഒരു മേലുദ്യോഗസ്ഥനും ഇങ്ങനെ താഴോട്ടിറങ്ങി വന്നിട്ടില്ലായിരുന്നു. സൗഹൃദാന്തരീക്ഷം സൃഷ്ടിച്ചുകൊണ്ടുതന്നെ യോഗം ആരംഭിച്ചു. എല്ലാവരെയും അഭിസംബോധന ചെയ്ത് ഇസ്സയാസ് സംസാരിക്കാൻ എഴുന്നേറ്റതോടെ അദ്ദേഹത്തെ വരവേൽക്കും മട്ടിൽ ആളുകൾ കൈയടിച്ചു. അതൊരു നല്ല തുടക്കത്തിന്റെ ലക്ഷണമായി.

"സുഹൃത്തുക്കളേ, നമ്മളെല്ലാം വീടും നാടും വിട്ട് ജോലി ചെയ്യാനും നല്ലൊരു ജീവിതം കെട്ടിപ്പെടുക്കാനും വേണ്ടി എത്തിപ്പെട്ടവരാണ്. അദ്ധ്വാനം കമ്പനിക്ക് നല്കി തത്തുല്യമായ വേതനം സമ്പാദിച്ച് തിരിച്ചുപോവുക എന്ന ലക്ഷ്യത്തിൽ ഞാനും നിങ്ങളും സമന്മാരാണ്. ആ ലക്ഷ്യം കൈവരിക്കുമ്പോൾ തന്നെ തിരിച്ച് കമ്പനി ആവശ്യപ്പെടുന്ന കൃത്യമായ സേവനം നല്കുകയും വേണം. ഒന്ന് കൊടുക്കുന്നു. മറ്റൊന്ന് വാങ്ങുന്നു. ഈ പ്രക്രിയ സുഗമമായി മുന്നോട്ടുപോകണം. എങ്കിലേ അഞ്ചു വർഷം കൊണ്ട് കമ്പനി ഏറ്റെടുത്ത ജോലി പൂർത്തിയാക്കാനാവു. സൈറ്റിന്റെ സർവ്വോപരി കമ്പനിയുടെ അവശ്യാനുസരണമുള്ള പ്രവർത്തനത്തിന് എല്ലാവിധ സഹായസഹകരണങ്ങളും അഭ്യർത്ഥിക്കുന്നതോടൊപ്പം കമ്പനിയുടെ ഭാഗത്തുനിന്നും ചെയ്യാൻ കഴിയുന്നതെന്തും പരമാവധി പ്രയോജനപ്പെടുത്താനും ഓരോരുത്തരും സന്നദ്ധത പ്രകടിപ്പിക്കണമെന്നും ഞാൻ നിങ്ങളോട് അഭ്യർത്ഥിക്കുകയാണ്. എന്റെ വാതിൽ എപ്പോഴും നിങ്ങൾക്കായി തുറന്നിട്ടിരിക്കും. എപ്പോഴും സമീപിക്കുന്നതിൽ മടിക്കേണ്ടതില്ല. പരിഹരിക്കാനാവാത്ത യാതൊരു പ്രശ്നങ്ങളും ഈ ലോകത്തില്ല എന്ന് വിശ്വസിക്കുന്നവനാണ് ഞാൻ. പരിമിതികൾക്കുള്ളിൽനിന്നുകൊണ്ടുള്ള പരിഹാരശ്രമങ്ങൾ എന്റെ ഭാഗത്തുനിന്നുണ്ടാകുമെന്ന് ഞാൻ നിങ്ങൾക്ക് ഉറപ്പുതരുന്നു. നിങ്ങളുടെ എല്ലാവിധ പിന്തുണയോടും കൂടി ഞാൻ എന്റെ ജോലി ആരംഭിക്കയാണ്."

അയാൾ ഒന്നുനിർത്തി സദസ്സിനെയാകെ നിരീക്ഷിച്ച് പിന്നെയും തുടർന്നു.

"മി. കുറുപ്പ് ഇവിടെയുണ്ടെന്നുള്ളതിൽ ഞാൻ അതീവ സന്തുഷ്ടനാണ്. അത് തീർച്ചയായും എന്റെ പ്രവൃത്തികൾക്ക് സഹായമാകും എന്നു വിശ്വസിക്കുന്നു. എല്ലാവർക്കും എന്റെ അഭിവാദ്യങ്ങൾ."

ജോർജ് ഇസ്സയാസ് തന്റെ വാക്കുകൾ ഉപസംഹരിച്ച് ഇരിപ്പിടത്തിലേക്ക് തിരിഞ്ഞതോടെ സദസ്സിൽ കൈയടി ഉയർന്നു.

മനസ്സ് കുളിർത്തിട്ടാണ് എല്ലാവരും പിരിഞ്ഞത്.

"ഇയാളിൽനിന്ന് നന്മ പ്രതീക്ഷിക്കുന്നതിൽ തെറ്റില്ലെന്നു തോന്നുന്നു" ചീരൻ അഭിപ്രായപ്പെട്ടു.

"കാലം തെളിയിക്കണം" കുറുപ്പ് പ്രതിവചിച്ചു.

പുറത്ത് അപ്പോഴും ചുടുകാറ്റ് വീശുന്നുണ്ടായിരുന്നു.

കുറ്റവും ശിക്ഷയും

നാളിത്രയായിട്ടും ഒന്നു പുറത്തിറങ്ങിയില്ല എന്ന തോന്നലായിരുന്നു വാസുവിന്. വലിയ ആകാശത്തിനു കീഴെ ഇത്തിരിപ്പോന്ന നദിയയുടെ ചുറ്റുവട്ടങ്ങളിൽത്തന്നെ കിടന്നു കറങ്ങുകയാണ്. രാംനാഥിനെ ഹോസ്പിറ്റലിലേക്ക് കൊണ്ടുപോയതും പിന്നീടൊരിക്കൽ അയാളെ കാണാൻ പോയതുമായിരുന്നു ആകെയുണ്ടായ പുറം യാത്രകൾ. അത് രണ്ടും രാത്രിയിലായിരുന്നു താനും. തെരുവു വിളക്കുകളുടെ പ്രഭയും ഏതാനും കെട്ടിടങ്ങളുടെ നിരയും മാത്രം മനസ്സിൽ അവശേഷിപ്പിച്ച പുറംലോകം. നാട്ടിലേക്ക് പണമയക്കാൻ ടൗണിൽ പോകേണ്ടിവരുന്നത് ഒഴിവാക്കാൻ കമ്പനിതന്നെ മാസത്തിലൊരിക്കൽ ബാങ്കുകാരെ സൈറ്റിലേക്ക് കൊണ്ടുവരുന്ന ഏർപ്പാട് പുതിയ അഡ്മിനിസ്ട്രേറ്ററുടെ വരവോടെ തുടങ്ങിയ നിലയ്ക്ക് അക്കാര്യങ്ങൾക്കായും ടൗണിലേക്കിനി പോകേണ്ടി വരുന്നില്ല. കടിച്ചുപിടിച്ചു ശമ്പളത്തിന്റെ ഭൂരിഭാഗവും നാട്ടിലേക്കയക്കാൻ തുടങ്ങിയപ്പോൾ അതെത്രയും കൂടുതൽ എത്തിക്കാനുള്ള വഴികളും ആരാഞ്ഞു തുടങ്ങിയിരുന്നു. തർലോചനാണത് പറഞ്ഞത്.

"നിന്റെ നാട്ടിലേക്ക് കുഴലുണ്ടല്ലൊ."

"കുഴലോ" വാസുവിന് മനസ്സിലായില്ല.

"ആ, കുഴലുതന്നെ. ഹുണ്ടി, ഹുണ്ടി. മനസ്സിലായോ."

"ഇല്ല."

"അല്ലെങ്കിൽ നീ അതൊന്നും മനസ്സിലാക്കേണ്ടതില്ല. നിന്റെ നാട്ടുകാരനില്ലേ ബീരാൻ. അയാൾ എത്തിക്കും." അങ്ങനെയാണ് വാസു ബീരാന്റെ കൂടാരം തേടിപ്പോയത്. കാര്യം പറഞ്ഞപ്പോൾ ബീരാൻ അയാൾക്ക് നേരെ തിരിഞ്ഞു. നിങ്ങളോടിതാരു പറഞ്ഞു. അനാവശ്യം പറയ്യേ്യ. അയാൾ ചൊടിച്ചു. അങ്ങനെ ഒരു കാര്യത്തെക്കുറിച്ച് അറിയി

ല്ലെന്നു പറഞ്ഞ് വാസുവിനെ മടക്കി അയയ്ക്കുകയും ചെയ്തു. തിരിച്ച് തർലോചനോട് ഇക്കാര്യംപറഞ്ഞ് വാസു കയർത്തു.

"നീ നേരെചൊവ്വേ ചോദിച്ചതും ഭംഗിയായില്ല. ഇതൊക്കെ ആരെങ്കിലും തുറന്ന് സമ്മതിക്ക്യോ. ഒരിടനിലക്കാരനില്ലാതെ ആരും ഇക്കാര്യം ചെയ്യാനൊരുങ്ങില്ല. പിടിക്കപ്പെട്ടാൽ അഴിയെണ്ണേണ്ടിവരും. നീ ഒരു ഒറ്റുകാരനല്ലെന്ന് അയാൾക്കെങ്ങനെ അറിയാം."

അതും ശരിയാണ്. അപരിചിതരുമായുള്ള ഇടപാടുകൾ അപകടകരമാണ്.

"പിന്നെങ്ങനെ."

"കാര്യാക്കണ്ട. ഞാൻ അയാളോട് പറയാം."

അങ്ങനെ തർലോചനെയും കൂട്ടി ബീരാന്റെ കൂടാരത്തിൽ വീണ്ടുമെത്തിയപ്പോൾ പുതിയ ഒരാളായി ബീരാൻ വേഷം മാറിയിരുന്നു. നിമിഷങ്ങൾകൊണ്ട് ഇടപാട് കഴിഞ്ഞു. പണവും മേൽവിലാസവും ഏല്പിച്ച് തിരിച്ചുപോന്നു. അവിടെ തങ്ങിനില്ക്കാനോ കുശലം പറയാനോ അനുവദിച്ചുമില്ല.

ഇസ്സയാസ് ചാർജെടുത്തതോടെ സൈറ്റിലും ക്യാമ്പിലും ചില മാറ്റങ്ങൾ കണ്ടുതുടങ്ങി. അതിലൊന്നായിരുന്നു പട്ടണത്തിൽ പോയിവരാൻ ആഴ്ചയിലൊരിക്കൽ അവസരം. എല്ലാ വെള്ളിയാഴ്ചകളിലും രണ്ടുമണിയോടെ പട്ടണത്തിലേക്ക് വണ്ടിപോകും. ട്രെയ്‌ലർ വണ്ടികൾ. താല്പര്യമുള്ള തൊഴിലാളികൾക്ക് അതുപയോഗപ്പെടുത്തി പട്ടണം ചുറ്റിവരാം. വൈകീട്ട് ഏഴുമണിയോടെ തിരിച്ചു പോരുകയും ചെയ്യും.

നാളുകളോളം സൈറ്റിലെത്തി പണിയെടുക്കുന്നവർക്ക് പുറം ലോകത്തേക്കൊന്നെത്തി നോക്കാൻ അവസരം കിട്ടുകയാണ്. വന്നെത്തിയ നാൾ മുതൽ സൈറ്റിലും കൂടാരത്തിലുമായി കെട്ടിയിടപ്പെട്ട ജീവിതങ്ങൾ പുറം വഴികളിലൂടെ പട്ടണത്തിലേക്കുള്ള യാത്രികരായി. ട്രങ്ക് പെട്ടികളിൽ മടക്കി സൂക്ഷിച്ചിരുന്ന കുപ്പായങ്ങൾക്ക് മോചനമായി. നീണ്ട ട്രെയിലർ വണ്ടികളിൽ അത്യന്തം ആവേശത്തോടെയാണവർ കയറിയിരുന്നത്.

മുമ്പെങ്ങും ഇങ്ങനെയൊന്ന് വാസു കണ്ടിരുന്നില്ല. അത്രയേറെ നീണ്ടതാണ് ട്രെയ്‌ലർ വണ്ടികൾ. പുറപ്പെടുംമുൻപ് പട്ടണത്തിലെ പൊലീസിനെ വിവരമറിയിച്ച് അനുവാദം വാങ്ങണം. ഗതാഗത തടസ്സം സൃഷ്ടിക്കുന്നത് ഒഴിവാക്കാനാണിത്. ഇത്തരം നീളംകൂടിയ വാഹനങ്ങൾക്ക് മാത്രം പോകാനുള്ള നിരത്തുകൾ വേറെയുണ്ടെന്നും കേട്ടിട്ടുണ്ട്.

വെള്ളിയാഴ്ചയുടെ പ്രസരിപ്പാർന്ന അന്തരീക്ഷത്തിലാണ് വാസുവും തർലോചനും ഒരു ട്രെയ്‌ലർ വണ്ടിയിൽ ഇടം പിടിച്ചത്. അന്നേദിവസം അങ്ങനെ മൂന്നു വണ്ടികൾ യാത്ര തിരിച്ചു. അതിന് ഒരു ഘോഷയാത്രയുടെ തിളക്കമുണ്ടായിരുന്നു. ട്രങ്ക് പെട്ടിയിലിരുന്ന നിറം മങ്ങിയ ഉടുപ്പുകളാണ് ആളുകൾ അണിഞ്ഞിരുന്നത്. ശബ്ദമുഖരിതമായിരുന്നു അന്തരീക്ഷം. കാലങ്ങളായി തടവിൽ കഴിഞ്ഞ ശബ്ദത്തെ തിരിച്ചുകിട്ടിയ

പ്പോൾ അത് കഴിയുന്നത്ര ഉച്ചത്തിലുപയോഗിച്ച് ഉറപ്പുവരുത്തുംപോലെ യായിരുന്നു ആളുകൾ തൊണ്ട കീറി വർത്തമാനത്തിൽ മുങ്ങിയത്. തുറന്നുവിട്ട തടവറയിൽ നിന്നും പുറത്ത് കടന്നവരെപ്പോലെ അവർ തിക്കിത്തിരക്കി വണ്ടിയിലേക്ക് കയറുകയായിരുന്നു. ഒച്ചയും അനക്കവും കൊണ്ട് ആദ്യമായി ക്യാമ്പിന് ജീവൻ വെച്ചു. ഉത്സവപ്രതീതി സൃഷ്ടിച്ചുകൊണ്ട് ആളുകൾ തിങ്ങി നിറഞ്ഞു.

ഒരൊറ്റ ഇരിപ്പിടം പോലും ബാക്കിയാവാതെ വണ്ടികൾ നിറഞ്ഞിരുന്നു. വാസുവും തർലോചനും ഏറ്റവും അവസാനത്തെ വരിയിലെ ഇരിപ്പിടങ്ങളിൽ സ്ഥാനം പിടിച്ചു. ഇതൊരു വലിയ കാഴ്ച തന്നെ. വാസു വിചാരിച്ചു. വശങ്ങളിലെ നീണ്ട സീറ്റുകളിൽ നിരയിട്ട് മുന്നേറി വിലങ്ങനെയുള്ളതിൽ തിക്കിത്തിരക്കി തങ്ങളുടെ ഇടം ഉറപ്പാക്കുന്നതിൽ വ്യാപൃതരാവുന്ന വരെ നോക്കി വാസു പിൻസീറ്റിലിരുന്നു. പിൻബഞ്ചിലെ കുട്ടിയെപ്പോലെ, കാലമൊരുക്കിയ മറ്റൊരു പിൻ ബഞ്ച്.

മണൽപ്പാതയിലെ കയറ്റിറക്കങ്ങൾ താണ്ടി നിരവധി ചക്രങ്ങളിൽ മുന്നോട്ടുകുതിക്കുന്ന വണ്ടിയുടെ താളക്രമങ്ങളിൽ വന്നുചേർന്ന ലയം ആസ്വദിച്ച് വാസു ഇരുന്നു. ഏന്തി വലിഞ്ഞ് ഊക്കോടെ ഒരു കുതിപ്പ്. പിന്നെ ശാന്തമായ ഒരൊഴുക്ക്. വീണ്ടും കുതിപ്പ്. അങ്ങനെയായിരുന്നു വണ്ടിയുടെ ഗതിവേഗം. പട്ടണത്തിലെ കറുത്ത നിരത്തിലെത്തിയതോടെ പച്ചക്കുടകളേന്തിയ പനമരങ്ങൾ തെരുവോരങ്ങളിൽ ദൃശ്യമായി. അതിന്റെ ചിതമ്പലുകൾ പൊതിഞ്ഞ തടി ആനക്കാലുകൾ പോലെ തോന്നിച്ചു. അവ പിറകോട്ടു പാഞ്ഞു പോകുന്നുണ്ടോ എന്ന് വാസു തന്റെ പഴയ കണ്ണുകൾ വെച്ച് നോക്കിക്കൊണ്ടിരുന്നു. കുട്ടിയുടെ കണ്ണുകൾ വീണ്ടെടുക്കുക പ്രയാസമെന്നുകണ്ട് ഒട്ടൊന്ന് നിരാശപ്പെടുകയും ചെയ്തു.

പട്ടണത്തിനുള്ളിലും വിജനമായ വെളിമ്പറമ്പുകളുണ്ടെന്ന് വണ്ടികൾ അങ്ങനെയൊരിടം കണ്ടെത്തി ചെന്നു നിന്നപ്പോൾ മനസ്സിലായി. വണ്ടിയോടിച്ച പഠാണികൾ ഇറങ്ങി വന്ന് പറഞ്ഞു.

“ദാ, അപ്പുറത്താണ് സൂക്ക്. എവിടെപ്പോയാലും ഏഴുമണിക്ക് തിരിച്ച് വണ്ടിയിലെത്തിയിരിക്കണം.” ആളുകളിറങ്ങി നടന്നു. പട്ടണക്കാഴ്ചകളിലേക്ക് ഊളിയിട്ടു പാഞ്ഞു. നിശ്ചിത സമയംകൊണ്ട് എല്ലാം കഴിക്കണം എന്ന തിടുക്കം എല്ലാവരിലും കണ്ടു. പഴയ ചന്തസ്ഥലത്തേക്ക് ഒഴുകിപ്പരന്നു.

പഴയകാലത്തെ ഓർമ്മിപ്പിക്കുന്ന പീടികകൾ നിറഞ്ഞ ഒരു തെരുവിലേക്കായിരുന്നു ആദ്യം ചെന്നെത്തിയത്. പോയകാലത്തേക്ക് വഴിതെറ്റി ചെന്നുപെട്ട പ്രതീതി. നിരപ്പലകകൾ പാകിയ ഇടുങ്ങിയ പീടികമുറികൾ. പൊയ്പ്പോയ നാട്ടുസമൃദ്ധിയിലേക്ക് തുറന്നിട്ട വാതിലുകളായി അവ നിന്നു. പീടികയ്ക്കു മുന്നിൽ നിരത്തിവെച്ചിരുന്ന തികച്ചും വിസ്മരിക്കപ്പെട്ട നാടൻ വിഭവങ്ങൾ കൗതുകത്തോടെ നോക്കി നിന്നു. ഉണക്കിയെടുത്ത ചെറുനാരങ്ങ, ചീന ഭരണികളിൽ ഉപ്പിലിട്ട വിവിധ തരം കായ്ക

നികൾ, കക്കും കായ, ഉണക്കിയ ഈന്തപ്പഴം (കജൂർ), വാളമ്പുളി, വെളുത്തുമിനുങ്ങുന്ന പടിക്കാരം, കല്ലുമാലകൾ, ഇത്തിളിന്റെ കുണുക്കുകൾ, ചുണ്ണാമ്പു കരണ്ടം, ചെല്ലപ്പെട്ടി, കത്തി, കഠാര, ഈർച്ചവാൾ, തേക്കുകൊട്ട അങ്ങനെ വിസ്മൃതിയിലാണ്ട ഒട്ടേറെ വസ്തുക്കൾ ഗതകാല ശോഭ പരത്തി. അവിടെ തർലോചനോടൊപ്പംനിന്ന് ക്ഷണത്തിൽ കിട്ടുന്ന വർണ്ണാഭമായ ഒരു പടമെടുപ്പിച്ചു. ഏതോ അന്യഗ്രഹങ്ങളിൽ നടക്കാനിറങ്ങിയവരെപ്പോലെ രണ്ടു ജീവികൾ.

ചന്തയിലെ തിരക്ക് വർദ്ധിച്ചുവന്നു. നീണ്ട കന്തൂറയണിഞ്ഞവർ ആൾക്കൂട്ടത്തിൽ പെരുകിവന്നു. അവയുടെ അഭയത്തിൽ അപൂർവ്വം സ്ത്രീകളും കറുത്ത വസ്ത്രങ്ങൾ വാരിപ്പുതച്ച് മുഖം മറച്ച് ചലിക്കുന്ന ഇരുണ്ട രൂപങ്ങളായി നീങ്ങിയിരുന്നു.

തിരക്കിനിടയിൽ നിന്നും തർലോചൻ വാസുവിനെ മാറ്റിനിർത്തി ഇനി മുന്നോട്ട് പോണ്ടെന്നു പറഞ്ഞു. പകരം വാസുവിന്റെ കൈപിടിച്ച് വേഗത്തിൽ ഇടത്തോട്ടുള്ള പടവുകളിറങ്ങി. തുറന്ന ഒരിടത്തേക്ക് ആളുകൾ ഓടിയെത്തുന്നുണ്ടായിരുന്നു. എന്താണ് സംഭവിക്കുന്നതെന്ന് മനസ്സിലാവും മുൻപ് വലിയ സൈറൺ മുഴക്കി ഇരുണ്ട ചാണകപ്പച്ചനിറത്തിൽ ഒരു വാഹനം ആൾക്കൂട്ടത്തിലേക്ക് കയറിവന്നു. വാഹനത്തിനു വഴിയൊരുക്കി ആളുകൾ ഒഴിഞ്ഞുമാറി. വണ്ടി നിന്നതോടെ ഒഴിഞ്ഞു നിന്നവരൊക്കെത്തന്നെ ആകാംക്ഷയോടെ വാഹനത്തിനു ചുറ്റും ആട്ടിമാറ്റിയ ചണ്ടിപോലെ വീണ്ടും കൂട്ടംകൂടി.

ചന്ത സ്ഥലത്ത് പതിവായി അരങ്ങേറുന്ന ഏതോ മായാജാലപ്രകടനത്തിന് കോപ്പുകൂട്ടുന്നതായാണ് വാസുവും തർലോചനും കരുതിയത്. ദേശാതിർത്തികൾക്കപ്പുറം ഇതൊക്കെ ഏതു ജനതയ്ക്കും പതിവു കൗതുകങ്ങളാണ്. ജാലവിദ്യയുടെ വിസ്മയം ഒന്ന് കണ്ടുകളയാം എന്നുകരുതി അവർ മുന്നിലേക്ക് തള്ളിക്കയറി നിന്നു. വണ്ടിയിൽ നിന്ന് പക്ഷേ, പൊലീസുകാർ ഇറങ്ങുന്നതു കണ്ട് തർലോചൻ വാസുവിന്റെ ചെവിയിൽ ശബ്ദം താഴ്ത്തി പറഞ്ഞു.

"ഇത് അതൊന്നുമല്ല."

"പിന്നെ."

."എന്തോ കുഴപ്പമുണ്ട്. അല്ലെങ്കിൽ പിന്നെ ഈ തോക്കും തൊപ്പിയുമെന്തിന്."

ആയുധധാരികളായ പൊലീസുകാരെ വാസു ഇത്രയുമടുത്ത് മുൻപെങ്ങും കണ്ടിട്ടില്ല. ചാണകപ്പച്ച നിറമുള്ള യൂണിഫോമിലാണവർ. അരപ്പട്ടയിൽ കൈത്തോക്ക് തൂക്കിയിട്ടിട്ടുണ്ട്. കൈയിൽ വലിയ ഗൺ. ചട്ടിത്തൊപ്പിയുടെ സ്ട്രാപ്പ് വെട്ടി നിർത്തിയ കുറ്റിത്താടിയെ വളഞ്ഞു പിടിച്ചിരുന്നു. നെഞ്ചിലും ചുമലിലും പദവിയുടെ ചിഹ്നങ്ങൾ. അവരിൽ രണ്ടുപേർ ഉച്ചത്തിലെന്തോ ആക്രോശിച്ചുകൊണ്ട് ആളുകളെ പിറകോട്ട് മാറ്റിനിർത്തി ഒഴിഞ്ഞ ഒരു വൃത്തം സൃഷ്ടിക്കുകയായിരുന്നു. അപ്പോഴേക്കും മറ്റൊരു വണ്ടികൂടി ആൾക്കൂട്ടത്തിനു പിറകിൽ വന്നുനിന്നു. തൊപ്പിക്കാർ

വീണ്ടും ആക്രോശിച്ചുകൊണ്ട് ആളുകളെ മാറ്റിനിർത്തിയും ആട്ടിപ്പായിച്ചും രണ്ടാമത്തെ വണ്ടിയുടെ പിൻഭാഗം ഒഴിച്ചിട്ട വൃത്തത്തിനരികിലേക്കെത്തിക്കാൻ ശ്രമിച്ചു. അതൊരടഞ്ഞ എന്നാൽ മുകളറ്റത്ത് വായു കടക്കാൻ മാത്രം ചെറിയ ദ്വാരങ്ങളിട്ട പിൻഭാഗം ആട്ടിൻ കൂടുപോലൊരു പെട്ടിയായിരുന്നു. വണ്ടിയുടെ മുൻഭാഗത്തുനിന്ന് ഏതാനും പൊലീസുകാർ ഇറങ്ങി വന്നു. അവരിൽ രണ്ടുപേർ ആട്ടിൻ കൂടിന്റെ പിൻഭാഗത്തുവന്ന് ഇരുവശങ്ങളിലുമായി നിലയുറപ്പിച്ചു. തങ്ങളുടെ നീണ്ട തോക്കുകൾ ചുമലിലേക്ക് ചേർത്ത് ഉയർത്തിപ്പിടിച്ചു. അത് ചട്ടമനുസരിച്ചുള്ള പൊസിഷനായിരുന്നു എന്ന് ക്ഷണത്തിൽ മനസ്സിലാക്കാവുന്നതാണ്. മറ്റൊരു തൊപ്പിക്കാരൻ നിലയുറപ്പിച്ച രണ്ടുപേർക്കും മദ്ധ്യത്തിലേക്ക് വന്ന് ആട്ടിൻ കൂടിന്റെ ആമത്താഴിട്ട് പൂട്ടിയ പുറംവാതിൽ നീണ്ട ഒരു താക്കോലിട്ട് തുറന്നു. ആ സമയം ആൾക്കൂട്ടമൊന്നായി കാന്തശക്തിയിലെന്നപോലെ അങ്ങോട്ട് ചാഞ്ഞും ചെരിഞ്ഞും നീണ്ടു ചെന്നു. ആകാംക്ഷയുടെ മുനയൊടിച്ചുകൊണ്ട് തൊപ്പിക്കാരുടെ ആക്രോശമുയർന്നതോടെ അതേ ചലനവേഗതയിൽത്തന്നെ ആൾക്കൂട്ടം പഴങ്കാലിൽ പിൻവാങ്ങി.

വാസു തർലോചന്റെ കൈയിൽ ബലമായി പിടിച്ചിരുന്നു. ആൾക്കൂട്ടത്തിന്റെ തള്ളിക്കയറ്റത്തിലുണ്ടായ തിക്കിലും തിരക്കിലും പിടിച്ചുനില്ക്കാൻ അതേ വഴിയുണ്ടായിരുന്നുള്ളു. അയാൾ വാസുവിനെ ഒരു ലോഹകവചത്തിലെന്നപോലെ സംരക്ഷിച്ചുനിന്നു. ഒഴിഞ്ഞ വൃത്തത്തിനുള്ളിൽ എന്താണ് സംഭവിക്കുന്നതെന്നു മനസ്സിലാക്കാൻ കഴിയുമായിരുന്നില്ല. ആളുകളുടെ തള്ളിച്ച അത്രയേറെ വർദ്ധിച്ചിരുന്നു. ഒളിഞ്ഞു നോക്കാൻ മാത്രം വിടവ് കിട്ടിയപ്പോൾ വാസു ഒന്നു മുന്നോട്ടാഞ്ഞ് തർലോചനു മുന്നിൽ ആശ്വാസത്തോടെ ഇടം പിടിച്ചുനിന്നു. ഇപ്പോൾ ഏറെ ക്ലേശിക്കാതെതന്നെ ദൃശ്യം വെളിപ്പെടാൻ തുടങ്ങിയിരുന്നു.

കാവൽനിന്ന വണ്ടിയുടെ പുറംവാതിൽ തുറന്നതോടെ ആളുകൾ ഒതുക്കിപ്പിടിച്ച ഭയവിസ്മയങ്ങൾ ഒന്നാകെ പുറത്തെടുത്ത് ദീർഘനിശ്വാസത്തിൽ പൊതിഞ്ഞെടുത്ത ഒരാരവം പുറപ്പെടുവിച്ചു. വാതിൽ തുറന്നതോടെ ഒരു മനുഷ്യജീവിയെ തൊപ്പിക്കാർ ആട്ടിൻ കൂട്ടിൽനിന്നും കൈകൾ ബലമായി പിറകോട്ട് ബന്ധിച്ച നിലയിൽ പുറത്തേക്ക് കൊണ്ടുവരികയായിരുന്നു. തല മുണ്ഡനം ചെയ്തിരിക്കുന്നു. എഴുന്നുനില്ക്കുന്ന കുറ്റിത്താടിയിൽ അല്പം നര കയറിയിട്ടുണ്ട്. മെലിഞ്ഞ് നെഞ്ചുന്തിയ ശരീരം. കണ്ണുകൾ കറുത്ത തുണികൊണ്ട് കെട്ടിയിരുന്നു. അരവട്ടത്തിൽ ഒരു നീണ്ട അടിവസ്ത്രം. മുഴച്ചുനില്ക്കുന്ന നിശ്ചേതനമായ പൗരുഷം. ആൾക്കൂട്ടത്തിന്റെ ഉദ്വേഗം വർദ്ധിക്കുന്നതിനിടയിൽ രണ്ടു തൊപ്പിക്കാർ ഒഴിഞ്ഞ വട്ടത്തിലേക്ക് വണ്ടിക്കുള്ളിൽനിന്നും ഒരിരുമ്പു കട്ടിൽ വലിച്ചിടുന്നുണ്ടായിരുന്നു. ഏതാനും മടക്കുകൾ നിവർത്തി അത് തറയിലുറപ്പിച്ച് തൊപ്പിക്കാർ അയാളെ അതിലേക്ക് വലിച്ചുകൊണ്ടുവന്നു. യാന്ത്രികമായി ചലിക്കുന്ന ഒരു പാവയെപ്പോലെ

അയാൾ കാണപ്പെട്ടു.

ഇരുമ്പു കട്ടിൽ സജ്ജമായപ്പോൾ തൊപ്പിക്കാരിലൊരാൾ ആ മനുഷ്യജീവിയെ കട്ടിലിനൊരറ്റത്തേക്ക് ചേർത്തുനിർത്തി കണ്ണുകെട്ടിയ കറുത്ത തുണിയഴിച്ചുമാറ്റി. കൈകളുടെ കെട്ടഴിച്ചു. ചുമലൊന്നു ചുളുക്കി അയാൾ നിർവ്വികാരതയോടെ നിലയുറപ്പിച്ചു. ആ സമയം ഏതാണ്ട് ശ്വാസം പിടിച്ചു നിന്നിരുന്ന ആൾക്കൂട്ടത്തിൽനിന്നും ഒരാരവമുയർന്നു. കണ്ണുകൾ അനാവൃതമായതോടെ ആളുകൾ അയാളെ ഉറ്റുനോക്കാൻ തുടങ്ങി. ഉറക്കം തൂങ്ങുന്ന തിളക്കം നഷ്ടപ്പെട്ട കണ്ണുകൾ ചുവന്നിരുന്നു. നേരെതന്നെ ദൃഷ്ടിയൂന്നിയാണ് നിന്നിരുന്നതെങ്കിലും അയാൾ ഒന്നും തന്നെ കാണുന്നതായി തോന്നിയില്ല. തികച്ചും നിർവ്വികാരനായി, വെറുമൊരു മരപ്പാവയായി.

ചുമലിൽ കൂടുതൽ വരകളും ചിഹ്നങ്ങളും വഹിച്ചിരുന്ന ഒരുദ്യോഗസ്ഥൻ മുന്നോട്ടു കയറിവന്ന് പ്രതിക്ക് നേരെ നിന്ന് ഒരു ചുരുട്ടിയ തീട്ടൂരം നിവർത്തി എന്തോ ഉച്ചത്തിൽ വായിക്കാൻ തുടങ്ങി. അത് അവിടെ കൂടിയ എല്ലാവർക്കും കേൾക്കത്തക്കവിധത്തിലുമായിരുന്നു. അന്യഭാഷയായതിനാൽ വാസുവിന് അതെന്തെന്നു മനസ്സിലാക്കാനായില്ല. എന്നിരുന്നാലും ഇയാൾ ഒരു കുറ്റവാളിയാണെന്നും കുറ്റങ്ങൾക്കുള്ള ശിക്ഷ വിധിച്ചതിന്റെ പകർപ്പാണ് അയാൾ വായിക്കുന്നതെന്നും വാസു മനസ്സിലാക്കി.

ഒരാക്രോശത്തോടെയാണ് വായന അവസാനിച്ചത്. ക്ഷണത്തിൽ രണ്ടു തൊപ്പിക്കാർ കുറ്റവാളിയെ ഇരുമ്പു കട്ടിലിലേക്ക് പിടിച്ച് കമിഴ്ത്തിക്കിടത്തി. ഇരുകൈകളും വശങ്ങളിലേക്ക് നീട്ടിവെച്ച് കട്ടിലിനോട് ചേർത്തുകെട്ടി. ശരീരം ആവുന്നത്ര വലിച്ച് ഇരുകാലുകളും കട്ടിലിന്റെ ഒരറ്റത്തേക്ക് പിടിച്ചു കെട്ടി. തുടകൾ വരിഞ്ഞു മുറുക്കി കട്ടിലിനിരുവശത്തേക്കും വലിച്ച് ബന്ധിച്ചു. ശിരസ്സ് ഒരു വശത്തേക്ക് ചെരിച്ച് ഇരുമ്പു കട്ടിലിലേക്കമർത്തിവെച്ചു. ഇപ്പോൾ കുറ്റവാളി ഒരു ദിശയിലേക്കും അനങ്ങാനാവാത്തവിധം ബന്ധിതനായി എന്ന് രണ്ടുദ്യോഗസ്ഥന്മാർ പരിശോധിച്ച് ഉറപ്പുവരുത്തി.

അഞ്ചു തൊപ്പിക്കാർ കുറ്റവാളിയെ ബന്ധിച്ച കട്ടിലിനൊരറ്റത്ത് നിലയുറപ്പിച്ചു. അതിൽ ഒന്നാമന്റെ കൈയിൽ കനത്തു നീണ്ട ഒരു ചൂരൽ വടിയുണ്ട്. അയാൾ തന്റെ കൃത്യനിർവ്വഹണത്തിന് തയ്യാറെടുത്തു കഴിഞ്ഞു. കുറ്റവാളിയുടെ ചെരിച്ചു വെച്ച മുഖം ഇപ്പോൾ തൊപ്പിക്കാരുടെ നിഴൽ മറച്ചിരുന്നു.

"നൂറടിയാണ് ശിക്ഷ."

വായനയുടെ ഭാഷ്യം മനസ്സിലാക്കി ആൾക്കൂട്ടത്തിനിടയിൽ നിന്നും ആരോ പറഞ്ഞു.

ഒന്നാമൻ കട്ടിലിന്റെ മദ്ധ്യഭാഗത്തേക്ക് മാറി നിന്ന് പൊസിഷനെടുത്തു. ചൂരൽ വടി കൈയിലുയർത്തിപ്പിടിച്ച് കുറ്റവാളിയുടെ നഗ്നമായ പുറത്ത് ആഞ്ഞടിച്ചു. ഒരു വിറയലോടെ പുളയുന്ന ശരീരത്തിലേക്ക്

അതിശക്തമായി വീണ്ടും മറ്റൊരടി. ബന്ധിതമായ കൈകാലുകൾ വലിഞ്ഞു മുറുകുമ്പോഴേക്കും മൂന്നാമത്തെ പ്രഹരവും ഏറ്റുവാങ്ങി ശരീരത്തിന്റെ പുറം തൊലി വീർത്തുവന്നു. അടുത്തതും ഇനിയടുത്തതും ഏല്ക്കുന്നതോടെ പുറംതൊലി പൊട്ടി ചോര പടർന്നിറങ്ങിയിരുന്നു.

ആവുന്നത്ര ശക്തിയിലാണോരോ അടിയും. അങ്ങനെ ഒരാൾ അയാളുടെ കരുത്ത് മുഴുവൻ അഞ്ചടിയിൽ തീർത്ത് ചൂരൽ വടി രണ്ടാമനെ ഏല്പിച്ച് മാറിനിന്നു. അടുത്തയാൾ അയാളുടെ കൃത്യനിർവ്വഹണത്തിന് മുന്നോട്ടു മാറിനില്ക്കുകയും പൊട്ടി ചോരയൊലിക്കുന്ന പുറം തൊലിയിലേക്ക് അടിക്കാൻ തുടങ്ങുകയും ചെയ്തപ്പോൾ വാസുവിന്റെ ശരീരം അനിയന്ത്രിതമായി വിറക്കാൻ തുടങ്ങി. തർലോചൻ വാസുവിനെ മുറുകെ ചേർത്തുപിടിച്ചു. വാസു കണ്ണുകളടച്ചു. തുടർന്നുള്ള ഓരോ അടിയുടെ ശബ്ദവും ഒരു ഞെട്ടലോടെ കേട്ടു നിന്നു. പുറത്ത് കടക്കാൻ ആഗ്രഹിച്ചെങ്കിലും ആൾക്കൂട്ടത്തിനിടയിൽ നിന്നും പിറകോട്ടു നീങ്ങി രക്ഷപ്പെടുക പ്രയാസമായിരുന്നു.

ഇടയ്ക്ക് വെച്ച് അടിയുടെ ശബ്ദം നിലച്ചു. കുറ്റവാളിയുടെ ശരീരം നിശ്ചലമായി. അയാൾ ബോധരഹിതനായിരുന്നു. ശിക്ഷ അനുഭവിക്കാനുള്ള ബോധം തെളിയും വരെ കാത്തിരുന്ന് വീണ്ടും ശിക്ഷ തുടരുകയോ അതുമല്ലെങ്കിൽ മുറിവുണങ്ങാനുള്ള ചികിത്സ കൊടുത്ത് ശേഷിച്ച അടി ഏറ്റു വാങ്ങാനായി വീണ്ടും പൊതുസ്ഥലത്തേക്കു കൊണ്ടുവരികയോ ആണ് സാധാരണ പ്രക്രിയ എന്നാരോ പറഞ്ഞു. കുറ്റവാളിയുടെ ശരീരം അനക്കമറ്റതോടെ ആൾക്കൂട്ടം ഒന്നാകെ ആടിയുലഞ്ഞു. ദീർഘനിശ്വാസങ്ങളും നേർത്ത ചില സ്വരങ്ങളും സമ്മിശ്രമായി വായുവിലുയർന്നു. പിന്നെ ഭയാനകമായ നിശ്ശബ്ദതയിലേക്ക് വഴുതിമാറി. നാലു തൊപ്പിക്കാരുടെ ഇരുപതടിയേറ്റ ശരീരം നിശ്ചലമാവുകയും കുറ്റവാളി ബോധരഹിതമാവുകയും ചെയ്ത അന്തരീക്ഷത്തിലേക്ക് തൊപ്പിക്കാരുടെ മേലുദ്യോഗസ്ഥൻ ഒരു ദൊക്ത്തൂറിനെ ആനയിച്ചു കൊണ്ടുവന്നു. ദൊക്ത്തൂർ ക്ഷണത്തിൽ കുറ്റവാളിയെ പരിശോധിക്കുകയും മേലുദ്യോഗസ്ഥന് ആംഗ്യഭാഷയിൽ നിർദ്ദേശം കൊടുക്കുകയും ചെയ്തു. പിന്നെ വൈകിയില്ല; മൃതപ്രായമായ കുറ്റവാളിയെ ക്ഷണത്തിൽ കട്ടിലിൽ നിന്നും അഴിച്ചെടുത്ത് വീണ്ടും തടവറയിലേക്ക് കൊണ്ടുപോയി.

ആൾക്കൂട്ടം ഒന്നിളകി ശിഥിലമായി പിരിഞ്ഞുപോകാൻ തുടങ്ങിയപ്പോൾ തർലോചൻ വാസുവിനെ ഏതാണ്ട് താങ്ങിപ്പിടിച്ച് തിരിച്ചുപോകാനുള്ള വണ്ടിയുടെ അടുത്തേക്ക് കൊണ്ടുവന്നു. വാസു അപ്പോഴും വിറച്ചിരുന്നു. ശബ്ദം പുറത്തു വന്നില്ല. തൊണ്ടവരണ്ടു പൊട്ടി.

വണ്ടിയിൽ കയറിയിരുന്നിട്ടും വാസു ഒന്നും ശബ്ദിച്ചില്ല. വാസു ഒന്നും കണ്ടിരുന്നില്ല, കേട്ടിരുന്നില്ല. എവിടെയുമല്ലാതെ ദൃഷ്ടി തറഞ്ഞുപോയിരുന്നു. അത് വീണ്ടെടുക്കാൻ മിനക്കെടാതെ സ്വയം നഷ്ടപ്പെട്ടിരുന്നു. വണ്ടിയുടെ ചലനംപോലും അയാളെ ആ അവസ്ഥയിൽ നിന്നും

ഉണർത്തിയെടുക്കാൻ പര്യാപ്തമായിരുന്നില്ല. വണ്ടിക്കുള്ളിൽ ഭീതി നിറഞ്ഞിരുന്നു. ശബ്ദം നഷ്ടപ്പെട്ടവരായി അവരിരുന്നു. പട്ടണത്തിലേക്ക് തിരിക്കുമ്പോഴുള്ള ഉത്സാഹം കെട്ടടങ്ങിയിരുന്നു. പട്ടണത്തിന്റെ പകിട്ട് അത്രയും മാഞ്ഞുപോയിരുന്നു. പകരം ഉൽക്കണ്ഠകൾ ഉറഞ്ഞുകൂടി നിന്നു. മിണ്ടാട്ടമില്ലാതെ മുനിഞ്ഞിരുന്നു.

തിരിച്ചുള്ള യാത്രയിൽ ഏറെദൂരം പിന്നിട്ട് മണൽപ്പാതയിലേക്കെത്തുമ്പോഴേക്കും വണ്ടിക്കുള്ളിൽ പരിപൂർണ്ണ നിശ്ശബ്ദത.

പിന്നെ വണ്ടിയുടെ ഇരമ്പം ഒരു നിലവിളിയായി ഉയർന്നു.

ആഴത്തിൽ മുറിവേറ്റിരിക്കുന്നു. ഇടക്കിടെ കിനിഞ്ഞിറങ്ങുന്ന നോവിന്റെ നനവ് എവിടൊക്കെയോ പടർന്നു കയറുന്നു. കനം വെക്കുന്ന ഭീതി എപ്പോഴും അലോസരപ്പെടുത്തുന്നു. വിസ്മൃതിയിലേക്ക് തള്ളുമ്പോഴും പിടഞ്ഞെഴുന്നേറ്റുവന്ന് മുന്നിൽ നില്ക്കുന്നു. ഇത് ഭീതിയാണ്. ഈ മണ്ണിൽ ഒരിക്കലും ഒഴിവാക്കാനാവാത്ത ഭീതി. നിഴലായി പിന്തുടരുന്ന സംഭീതി.

വാസുവിന് ഉറക്കം മാത്രമല്ല ഉണർച്ചയും നഷ്ടപ്പെടുന്നു. മറ്റേതോ അവസ്ഥയിലേക്കെത്തിപ്പെട്ടിരിക്കുന്നു. എല്ലാ പ്രവൃത്തികളും യഥാസമയം ചെയ്തുപോരുന്നുണ്ടെങ്കിലും അതൊന്നും വാസു അറിയുന്നില്ല. ഒരു റോബോട്ടിന്റെ ചലന വിശേഷത്തിൽ കവിഞ്ഞ ഒന്നുമല്ലാത്തതാണത്. ചിന്തകളുടെ ലോകം വ്യത്യസ്തവും അനിയന്ത്രിതവുമായിരിക്കുന്നു. കുറ്റവും ശിക്ഷയും കെട്ടുപിണഞ്ഞു കിടക്കുന്ന ഒരു ലോകത്തേക്ക് നിർദ്ദയം ഉപേക്ഷിക്കപ്പെട്ടിരിക്കുന്നു.

ഓരോ വണ്ടിയിലും നിറച്ചും ആളുകളുണ്ടായിരുന്നു. അവരൊക്കെ പുറംലോകത്തേക്കുള്ള യാത്രയുടെ ഉത്സാഹത്തിലുമായിരുന്നു. പട്ടണക്കാഴ്ചകളിലേക്ക് മുങ്ങിനിവർന്ന് തിരിച്ചുപോരുകയും ചെയ്തു. സന്ധ്യക്കുള്ള മടക്കയാത്രയിൽ വണ്ടിക്കുള്ളിൽ അതീവ നിശ്ശബ്ദത വിങ്ങിനിന്നിരുന്നു എന്നത് വാസു കൃത്യമായി ഓർക്കുന്നുണ്ട്. ക്ഷീണിച്ച മുഖങ്ങളിൽ അമ്പരപ്പും ഭീതിയും ഉണ്ടായിരുന്നോ എന്ന് തിട്ടപ്പെടുത്താൻ മാത്രം വെളിച്ചം വണ്ടിക്കുള്ളിലുണ്ടായിരുന്നില്ല. എങ്കിലും വണ്ടിനിറച്ചും മനുഷ്യരായിരുന്നില്ല, അവരുടെ ഭീതിയുടെയും അമ്പരപ്പിന്റെയും ഇരുട്ട് മാത്രമായിരുന്നു എന്ന തോന്നലാണ് വാസുവിനുണ്ടായത്. ആ ഇരുട്ടിന് രൂപമാറ്റം സംഭവിച്ച് വീണ്ടും മനുഷ്യരായി ക്യാമ്പിന്റെ വെളിച്ചത്തിലേക്കിറങ്ങുകയായിരുന്നു. വികാരവിചാരങ്ങളില്ലാത്ത യാന്ത്രിക സത്വങ്ങളായി അവ ഓരോന്നും കൃത്യമായി തങ്ങളുടെ കൂടാരങ്ങളിലേക്ക് ചേക്കേറി. അതിരാവിലെ വീണ്ടും മനുഷ്യരായി ജോലിയിലേർപ്പെടുകയാണുണ്ടായത്. പട്ടണത്തിലുണ്ടായിരുന്ന സമയമൊക്കെയും അവരുടെ മസ്തിഷ്കത്തിലെ ഓർമ്മകൾ സൂക്ഷിക്കുന്ന അറകൾ പ്രവർത്തനക്ഷമമല്ലായിരുന്നു എന്നുവേണം കരുതാൻ. അതാണ് വാസുവിന് എവിടെയും കണ്ട കാഴ്ചകളെക്കുറിച്ചുള്ള ഓർമ്മകൾ പോലുമില്ലാത്ത മനുഷ്യരെ കാണാനിടയായത്. അടുത്ത സുഹൃത്ത് തർലോചൻ പോലും ഒന്നും

പ്രതികരിക്കാതെ വാസുവിനെ കേട്ടുകൊണ്ടിരിക്ക മാത്രമാണുണ്ടായത്.

ഈ മണ്ണിനും മണല്പരപ്പിനും ചില സവിശേഷതകളുണ്ട്. അതറിയുകയും അനുഭവിക്കുകയും വേണം. കണ്ണുള്ളത് കാണാതിരിക്കാൻ കൂടിയാണ്.

തർലോചന്റെ വാക്കുകൾ അവിടെ അവസാനിച്ചു. തുടരാൻ നില്ക്കാതെ അയാൾ നടന്നു നീങ്ങി. കൂടെ പണിയെടുക്കുന്ന ഫെർണാണ്ടസിനോട് വാസു അന്വേഷിച്ചു. അയാൾ വണ്ടിയിലുണ്ടായിരുന്നതാണ്. മാത്രമല്ല, ചന്ത സ്ഥലത്ത് തടിച്ചുകൂടി നിന്നവരിൽ അയാളെ കണ്ടതായി വാസു ഓർക്കുന്നുണ്ട്. എന്നാൽ, ഏയ് ഞാൻ കണ്ടില്ല; എനിക്കറിയില്ല എന്നാണ് അയാൾ പറഞ്ഞത്. വാസു പലരോടും അങ്ങനെ ഒരു ശിക്ഷാവിധി കണ്ട കാര്യം പങ്കുവെക്കാൻ ശ്രമിച്ചെങ്കിലും ആരുമാരും അങ്ങനെയൊന്നിന് ചന്ത സ്ഥലത്ത് സാക്ഷ്യം വഹിച്ചതായി സമ്മതിക്കയോ, ആണെങ്കിൽത്തന്നെ അതേക്കുറിച്ചെന്തെങ്കിലും പറയാൻ തയ്യാറാവുകയോ ഉണ്ടായില്ല. വിസ്മയം ജനിപ്പിച്ചുകൊണ്ട് ആളുകൾക്കുണ്ടായ മറവി എങ്ങനെ സംഭവിച്ചു എന്ന ചിന്തയാണ് വാസുവിനെ ഏറെ വിഷമിപ്പിച്ചത്. (ഇതിന്റെ വിശകലനത്തെക്കുറിച്ച് അന്വേഷിക്കുമ്പോൾ ഫ്രോയിഡും യൂങ്ങും ഓടിയൊളിക്കുന്ന ചിത്രം വാസു കണ്ടു.)

ഏയ്. ഏതു ശിക്ഷ. ഏതടി.

എന്തിനെക്കുറിച്ചാണ് സൂചിപ്പിക്കുന്നത്.

എന്തു കണ്ടുവെന്നാണ് നിങ്ങൾ പറയുന്നത്.

ഏയ്. ഞാനൊന്നും കണ്ടില്ല.

എന്താണത്. എപ്പോഴാണത്. ഇക്കഴിഞ്ഞ വെള്ളിയാഴ്ചയോ. എന്തോ ഓർക്കുന്നില്ല.

മുഖം തിരിച്ച് തുടരാൻ നില്ക്കാതെ നടന്നു നീങ്ങുകയാണവർ. ഓർമ്മകൾ നഷ്ടപ്പെട്ടതായിരിക്കാനിടയില്ല. ഒരു പക്ഷേ, ബോധപൂർവ്വം ഒഴിഞ്ഞുമാറുന്നതായിരിക്കും. അങ്ങനെ ഒന്നിനോട് പ്രതികരിക്കാൻ ഭീതി ആരെയും അനുവദിക്കുന്നില്ല എന്നതുകൊണ്ടുമാവാം. എന്തോ ഇവിടെ കാറ്റിനും ചെവികളുണ്ടോ. വെളിച്ചത്തിനും ഇരുളിനും ഒരു പോലെ കണ്ണുകളുണ്ടോ. വാസുവിന് മറ്റൊരു ചിന്തയും ഇല്ലാതായ നാളുകളിൽ സ്വയം ഉള്ളിലേക്ക് നോക്കാനുള്ള ശ്രമങ്ങളാണുണ്ടായത്. ഈ മണ്ണിൽ ആദ്യമാണ്. അതുകൊണ്ട് അനുഭവങ്ങളും കുറവാണ്. പരിചിതമാവുംവരെ പ്രതികരണങ്ങളിൽ വിസ്മയവും ഭീതിയും നിറഞ്ഞിരിക്കുക സ്വാഭാവികമാണ്. എന്തിനെയും പോയ കാലങ്ങളെ വെച്ച് അളക്കുകയും താരതമ്യം ചെയ്യുകയും മാത്രമാണ് ചെയ്യുന്നത്. അതുപോരാ. ഈ മണ്ണിൽ പിറന്ന ഒരു മനുഷ്യജീവിക്ക് ഇതൊന്നും അസാധാരണമായി തോന്നാൻ വഴിയില്ല. ആ വഴിക്കാണ് നോക്കിക്കാണേണ്ടത്. അങ്ങനെ സമാധാനിക്കുമ്പോഴും വർഷങ്ങൾക്കു മുൻപ് ചെയ്ത കുറ്റവും അതിന് നേരിടേണ്ടിവന്ന ശിക്ഷയുടെ സ്വഭാവവും വാസുവിനെ കുറേക്കൂടി മൗനത്തിലേക്ക് തള്ളിയിട്ടു.

കുട്ടിക്കാലത്തെ മോഹങ്ങളും ആവേശങ്ങളും അതിലേക്ക് നയിച്ച താണ്. സാമ്പത്തിക ഞെരുക്കങ്ങളിലും ഒരു വീട് മുന്നോട്ട് കൊണ്ടു പോകാൻ അമ്മ ഏറെ കഷ്ടപ്പെടുന്ന കാലം. ചുറ്റും കാണുന്ന നിറപ്പകി ട്ടാർന്ന ചിലതൊക്കെ എത്തിപ്പിടിക്കാനുള്ള കുഞ്ഞുമനസ്സിന്റെ മോഹം ഒരു കുറ്റകൃത്യത്തിലേക്ക് നയിക്കുകയാണുണ്ടായത്.

നാട്ടിലാദ്യമായി സിനിമാക്കൊട്ടക വന്ന കാലമായിരുന്നു. നാഷണൽ ടാക്കീസ് എന്ന പേരിൽ പ്രധാന കവലയോട് ചേർന്നുതന്നെ. കുട്ടികൃ ഷ്ണൻ നായരുടെ ഒഴിഞ്ഞുകിടന്ന വിശാലമായ പറമ്പിലായിരുന്നു കൊട്ടക വന്നത്. തുടങ്ങിയ കാലത്ത് അത് ഒരുത്സവത്തിന്റെ പ്രതീതി സൃഷ്ടിച്ചിരുന്നു. കൊട്ടകയ്ക്കുമുന്നിൽ ചെറിയ കച്ചവടക്കാർ പെട്ടിക്കട കളിട്ട് നാരങ്ങവെള്ളവും സർബത്തും സോഡയും ബീഡി, സിഗരറ്റ്, മുറു ക്കാൻ, കടല, കപ്പലണ്ടി സാധനങ്ങളൊക്കെ വില്ക്കാൻ തുടങ്ങിയിരുന്നു.

ദിവസത്തിൽ രണ്ടു ഷോകളാണ് കാണിച്ചിരുന്നത്. ശനി, ഞായർ ദിവസങ്ങളിൽ മൂന്നുമണിക്ക് മാറ്റിനിയും. കുടുംബമായി ആളുകൾ മാറ്റി നിക്കും ഫസ്റ്റ് ഷോക്കും മാത്രമേ പോകാറുള്ളു. സെക്കന്റ് ഷോക്ക് പുരു ഷന്മാർ മാത്രം. അതും മര്യാദക്കാരാരും ഉണ്ടാവില്ല എന്നാണ് പൊതുവെ സംസാരം. സന്ധ്യകളിൽ രണ്ടു ചെണ്ടക്കാർ കൊട്ടിപ്പാടി സിനിമ പോസ്റ്റർ കൊണ്ട് അലങ്കരിച്ച ഉന്തുവണ്ടി നാട്ടുവഴികളിലൂടെ കടന്നുപോകും. കുട്ടി കൾ നോട്ടീസിനായി അതിനു പിറകെ ഓടി മത്സരിക്കും. വൈകുന്നേര ങ്ങളിൽ ഷോ തുടങ്ങുന്നതിനും മുൻപേ പാട്ടുവെക്കും. അത് ഒരു പ്രദേ ശത്തെ മുഴുവൻ ഉണർത്താനുള്ളതാണ്. എ എം രാജ പാടിത്തുടങ്ങും.

ആകാശ ഗംഗയുടെ കരയിൽ
അശോക വനിയിൽ
ആരെയാരെ തേടി വരുന്നൂ
വസന്ത പൗർണ്ണമിയിൽ

പ്രദേശത്തെ മുഴുവൻ കൊട്ടകയിലേക്ക് ക്ഷണിക്കുകയാണ്. ഗ്രാമ ത്തിന്റെ ഘടികാരം പോലെയായിത്തീർന്നിരുന്നു കൊട്ടകയിൽ നിന്നു മെത്തുന്ന ഈ നാദവീചി.

ക്ലാസിലെ ചില കുട്ടികൾ തങ്ങളുടെ അച്ഛനമ്മമാരോടൊപ്പം കൊട്ട കയിൽ പോയി സിനിമ കണ്ട് തിങ്കളാഴ്ച സ്കൂളിൽ വന്നെത്തുമ്പോൾ കണ്ട സിനിമയിലെ കഥ പറഞ്ഞ് മറ്റു കുട്ടികളെ കൊതിപ്പിക്കുക പതി വായി. അത്ഭുതം കൂറി കഥ പറയുന്ന കുട്ടിയുടെ ചുറ്റും കൂടിയുള്ള നില്പ് ലോകം മറന്നുള്ള നില്പായിരുന്നു. ഒരിക്കൽ പാതാള ഭൈരവി യുടെ കഥ പറഞ്ഞ് സൈതാലി എല്ലാവരുടെയും മനസ്സിൽ ഭയം നിറ ച്ചതും ഓർമ്മയുണ്ട്.

സിനിമ കാണാനുള്ള മോഹം നാൾക്കുനാൾ വർദ്ധിച്ചുവരികയാ യിരുന്നു. അച്ഛനമ്മമാരോടൊപ്പം സിനിമക്ക് പോകാൻ കഴിയുന്നത് വലി യൊരു സൗഭാഗ്യം തന്നെയെന്നും തനിക്ക് അതില്ലെന്നും വാസു വിഷാദം കൊണ്ടിരുന്നു. അച്ഛനെക്കുറിച്ച് ഓർമ്മയില്ല. അങ്ങനെ ഒരാളുണ്ടെന്ന്

അമ്മ പറയുന്നതല്ലാതെ ഒരിക്കലും വന്നു കണ്ടിട്ടില്ല. എല്ലാവരുമൊത്ത് ഒരു സിനിമ കാണാൻ പോകാത്തതെന്തെന്ന് ചോദിച്ചാൽ പിന്നീടാവാം എന്നേ അമ്മ പറയൂ. അനിയത്തിമാർക്കും മോഹമുണ്ടെങ്കിലും അവരും ഉള്ളിലൊതുക്കുകയാണ്. എങ്ങനെയും ഒരു സിനിമ കാണണം. തനിക്കും കണ്ട സിനിമയുടെ കഥ മറ്റു കുട്ടികൾക്ക് പറഞ്ഞുകൊടുക്കണം. അത് കലശലായി മനസ്സിനെ മഥിച്ചു. മറ്റൊന്നും ചിന്തിച്ചില്ല. അമ്മയുടെ മേശ വലിപ്പിൽ കുടുംബച്ചെലവിനും മറ്റും സ്വരുക്കൂട്ടി വെച്ചിരിക്കുന്ന കാശുണ്ട്. അങ്ങനെ ഒരു വെളിച്ചം വീണുകിട്ടി. അതോർത്ത് ഏറെ ദിവസം ഉറക്കം വന്നില്ല. ഭയത്തിന്റെ തീയിൽ ഉള്ളുരുകി. ഒരു ഞായറാഴ്ച രണ്ടും കല്പിച്ച് ഉച്ചയൂണുകഴിഞ്ഞ് എല്ലാവരും ഒന്ന് മയങ്ങിയപ്പോൾ പുറത്തു കടന്നു. കൊട്ടകയിലെത്തി. മാറ്റിനിക്ക് കയറി. ശരീരം മുഴുവൻ വിറച്ചിരുന്നു. കൊട്ടകയുടെ ഉൾഭാഗം കണ്ട് അന്തം വിട്ടിരുന്നു. വെളുത്ത സ്ക്രീനിൽ ചിത്രങ്ങൾ തെളിഞ്ഞപ്പോൾ പിന്നെ എല്ലാം മറന്നിരുന്നു കണ്ടു.

പുറത്തു കടന്നപ്പോൾ സന്ധ്യ മയങ്ങിയിരുന്നു. ഭയം ഉള്ളിൽ നിറഞ്ഞു. അമ്മ അന്വേഷിച്ചിറങ്ങും. ഓടി ആവുന്നത്ര വേഗത്തിൽ. പടി കടന്നപ്പോഴേക്കും അനിയത്തിമാർ ഓടി വന്നു.

"അമ്മേ, ദാ ചേട്ടനെത്തി."

അവർ ഒരേശ്വാസത്തിൽ വിളിച്ചു പറഞ്ഞു. അമ്മ ഓടിയെത്തി. കരയുന്നുണ്ട്.

"എവിട്യായിരുന്നു."

"കളിക്കാൻ പോയതാ."

"എവിടെ. ഇത്ര നേരേം."

ചോദ്യങ്ങൾ തുരുതുരെ. നാക്കു പിഴക്കുകയാണോ എന്നു സംശയിച്ചു. കൈയും കാലും വിറയ്ക്കാൻ തുടങ്ങി. കൂട്ടുകാരോടൊപ്പം കളിക്കാൻ പോകാറുണ്ടെങ്കിലും ഇത്രയും വൈകി എത്താറില്ല. അനിയത്തിമാരുടെ കണ്ണുകൾ സഹതാപത്തോടെ നീണ്ടു വന്നിരുന്നു.

നേരെ മുറിക്കുള്ളിലേക്ക് പോയി. ഒന്നും മറച്ചുവെക്കാനാവില്ല. മുഖം തന്നെ വ്യക്തമാക്കും എന്തോ കള്ളം പറയുകയാണെന്ന്. എവിടെയും തന്റെ സ്വത്വത്തെ ഒളിപ്പിക്കാനാവില്ല. അത് വ്യക്തം.

ഭക്ഷണം കഴിഞ്ഞ് ഉറങ്ങാൻ കിടന്നെങ്കിലും ഇരുട്ട് ഭയപ്പെടുത്തി. അത് ചോദ്യങ്ങൾ തുടർന്നു. രാവിലെ ഉണരുമ്പോൾ കണ്ണുകളിൽ പിന്നെയും ഉറക്കം തൂങ്ങിനിന്നിരുന്നു. പ്രഭാത കൃത്യങ്ങൾ കഴിയുന്നതോടെ അമ്മ എവിടെയോ പോകാനൊരുങ്ങി നില്ക്കുന്നത് കണ്ടു. മുറിക്കുള്ളിലേക്ക് പോയി തിരിച്ചുവരുമ്പോൾ അമ്മയുടെ മുഖം മുൻപെങ്ങുമില്ലാത്ത വിധം വീർത്തുനിന്നിരുന്നു.

"വലിപ്പിൽ നിന്നാരെങ്കിലും കാശെടുത്തിരുന്നോ. സരസു, ദേവു എവിടെപ്പോയി ഈ കുട്ടികൾ" അമ്മ ധൃതി വെച്ച് അന്വേഷിച്ചു.

പെൺകുട്ടികൾ ഓടിയെത്തി. അവരാരും കാശെടുത്തില്ല എന്നു

പറഞ്ഞ് നിസ്സഹായരായി നിന്നു.

"അമ്മ വെച്ചിരുന്ന കാശ് മുഴ്വോനില്ലല്ലൊ. ഈശ്വരാ. സമയം വൈകുന്നല്ലൊ."

അമ്മ എവിടെയോ പോകാൻ തിരക്കിട്ടിറങ്ങിയതാണ്. സൂക്ഷിച്ചിരുന്ന പണത്തിൽ കുറവു കണ്ടെത്തിയിരിക്കുന്നു. നെഞ്ചിടിപ്പ് വർദ്ധിച്ചുവന്നു. കാലുകൾ വിറച്ചു തുടങ്ങി.

"വാസു എവിടെ."

"ചേട്ടൻ ഉണർന്നിട്ടേയുള്ളു."

"വാസൂ." അമ്മ നീട്ടി വിളിച്ചു.

വിറച്ചുകൊണ്ടാണ് മുന്നിൽ ചെന്നുനിന്നത്

"നീ കാശെടുത്തിരുന്നോ."

"ഇല്ല."

"പിന്നെ കാശെവിടെ. ഇവിടെ മറ്റാര് വരാനാണ്."

അമ്മയുടെ മുഖം ചുവന്നു. ആ നോട്ടത്തിനു മുന്നിൽ പിടിച്ചുനില്ക്കാൻ ശ്രമപ്പെട്ടു.

"നീ കാശെടുത്തില്ല." അമ്മ പിന്നെയും തറപ്പിച്ച് ചോദ്യം ആവർത്തിച്ചു.

"ഇല്ല."

സമ്മതിക്കാൻ തോന്നിയില്ല. എല്ലാവരുടെ മുന്നിലും കള്ളനായി നില്ക്കാൻ കഴിയില്ല.

അപ്പോഴേക്കും കാലുകൾ വിറച്ചുതുടങ്ങി. ഇല്ല എന്ന് പറയുമ്പോഴേക്കും മുഖത്ത് ഭീതി നിറഞ്ഞിരുന്നു. ശബ്ദം ഇടറിയിരുന്നു.

"എടുത്തിട്ടില്ലെങ്കിപ്പിന്നെ നീയെന്തിനാ നിന്ന് വിറക്ക്ന്."

"വാസു, നീ കാശെടുത്തോ. സത്യം പറയ്യാ നിനക്ക് നല്ലത്. അമ്മക്കതറിയണം. എന്റെ മക്കളാരും കള്ളം പറയരുത്."

അമ്മ ആകെ കലികൊണ്ട് നില്ക്കുകയാണ്.

ട്രൗസറിനുള്ളിൽ നനവനുഭവപ്പെട്ടു. കൈകാലുകൾ നിയന്ത്രിക്കാനാവാത്ത വിധം വിറകൊണ്ടു. കണ്ണുകൾ നിറഞ്ഞൊഴുകി. എന്നിട്ടും അക്കാര്യം സമ്മതിക്കാനാവാതെ ഞാനെടുത്തില്ല, ഞാനെടുത്തില്ല എന്ന് ആവർത്തിച്ചുകൊണ്ടിരുന്നു.

"ഇവിടെ വാ. നിന്നെക്കൊണ്ട് ഞാൻ പറയിപ്പിക്കും. എത്ര കഷ്ടപ്പെട്ടാണ് ഓരോന്നും ചെയ്തുപോരുന്നെന്ന് നിനക്കറിയോ. അതിനിടക്ക് മക്കൾ തന്നെ ഇങ്ങനെ തുടങ്ങിയാൽ-."

അമ്മ ആകെ മാറി. ഇങ്ങനെ ഒരിക്കലും കണ്ടിട്ടില്ല. അമ്മ മുറ്റത്ത് വെയിലിലേക്കിറങ്ങി. വാസുവിനെ പിടിച്ചുവലിച്ച് വെയിലിൽ നിർത്തി. കൈയിലിരുന്ന ടിന്ന് തുറന്ന് അമ്മ തലയിലേക്ക് കമിഴ്ത്തി. മണ്ണെണ്ണയുടെ മണം പരന്നു. ദേഹം മുഴുവൻ മണ്ണെണ്ണ ഒലിച്ചിറങ്ങി. അമ്മ മണ്ണെണ്ണയിൽ കുളിച്ചു നില്ക്കുകയാണ്. തീപ്പെട്ടി കൈയിൽ വെച്ചിട്ടുണ്ട്.

"അമ്മ ഇതോടെ കത്തിക്കോട്ടെ" അമ്മയുടെ കോപം ഇരട്ടിക്കുക

യാണ്. വേദനയുടെ സ്വരംകൂടി അതിലലിഞ്ഞു ചേർന്നു.

"പറയടാ നീ കാശെടുത്തിരുന്നോ."

"സത്യം പറഞ്ഞോളൂ. അല്ലെങ്കിൽ ഞാൻ കത്തിക്കും."

മിണ്ടിയില്ല.

അമ്മ തീപ്പെട്ടി തുറന്ന് കൊള്ളി പുറത്തെടുത്തു.

"കളവു പറയുന്ന മോനെ എനിക്ക് വേണ്ട. അങ്ങനെ എനിക്ക് ജീവിക്കണ്ട."

അമ്മയുടെ ശബ്ദം സങ്കടത്തിൽ മുങ്ങിയിരുന്നു. അമ്മ തീപ്പെട്ടിക്കൊള്ളി ഉരക്കാനൊരുങ്ങുകയാണ്. ഒരു നിമിഷം കൊണ്ട് കത്തിച്ചാമ്പലാവാൻ പോകുകയാണ്. സത്യത്തിനും അസത്യത്തിനുമിടക്ക് ഇത്രയേ ഇടമുള്ളു എന്ന തിരിച്ചറിവിൽ കൊള്ളിയുരയ്ക്കുംമുൻപേ വാസു സ്വയം അകക്കാമ്പ് കത്തി നിന്നു. കരഞ്ഞുകൊണ്ട് ഓടിയെത്തിയ അനിയത്തിമാരെ തള്ളിമാറ്റി അമ്മ കോപംകൊണ്ട് ജ്വലിച്ചു.

"കത്തിക്കല്ലമ്മേ."

നിലവിളിയും തേങ്ങലും നിലവിളിയും. ശ്വാസം കിട്ടാതെ വെപ്രാളപ്പെട്ടു. ഉടലുരുകി ഉള്ളുരുകി തളർന്ന് ബോധം മറിയുകയായിരുന്നു. ഓടിച്ചെന്ന് അമ്മയെ ശക്തിയായി കെട്ടിപ്പിടിച്ച് കരയാൻ പോലുമാവാതെ വെന്തുരുകി കാല്ക്കൽ വീണ് മാപ്പിരന്നു.

"ഇനി ചെയ്യില്ല.

ചെയ്യില്ല. ചെയ്യില്ലാ... ചെയ്യില്ലാാ..."

അന്നത്തെ നിലവിളി മറക്കില്ല.

അമ്മ നിശ്ശബ്ദയായി കണ്ണുനീരൊഴുക്കി തന്നെ കരങ്ങൾക്കുള്ളിൽ ബന്ധിച്ച് വെയിൽച്ചൂടിൽ ഉരുകി നിന്നു.

അത് ആദ്യത്തേതും അവസാനത്തേതുമായ കുറ്റവും ശിക്ഷയുമായിരുന്നു.

പഴങ്കാലങ്ങളുടെ ഓർമ്മപ്പുസ്തകം അടച്ചുവെച്ച് വാസു തിരിച്ചെത്തി.

മൺചെരിവുകളിൽ പടിഞ്ഞാറിന്റെ പൊൻതരികൾ വീഴാൻ തുടങ്ങിയിരുന്നു.

വയറൊട്ടിയ തോൽസഞ്ചി

അതിരാവിലെത്തന്നെ തോൽസഞ്ചികളിൽ തണുത്ത വെള്ളം നിറയ്ക്കുന്നവർ ക്യാമ്പുകളിൽ പതിവു ദൃശ്യങ്ങളായി. പണിക്കിറങ്ങും മുൻപ് അകിടുപോലുള്ള തോൽസഞ്ചിയിൽ നിറച്ചെടുത്ത വെള്ളം അരയിൽ കെട്ടിയിടും. പിന്നെ അതൊരവയവമായി മാറുകയാണ്. പകൽച്ചൂടിൽ വെന്തുരുകി തൊണ്ട പൊട്ടുമ്പോൾ ഒരിറ്റു വെള്ളത്തിന്റെ വില വലുതാണ്. അങ്ങനെ കരുതിവെക്കുന്ന തോൽസഞ്ചിയുടെ കനം കുറയുന്നതോടെ പണികഴിഞ്ഞ് തിരിച്ചെത്തണം. അതാണ് കണക്ക്. അതു പക്ഷേ, അസാദ്ധ്യമായിത്തുടങ്ങി. വേനലിന്റെ തീക്ഷ്ണത വർദ്ധിച്ചുവന്നു. ഉച്ചയോടെ തോൽസഞ്ചി വയറൊട്ടി അരയിലൊതുങ്ങിയിരിക്കും.

ഗഫൂറിന് ഒരു തോൽസഞ്ചി വെള്ളം ഒന്നുമല്ല. കൂറ്റൻ സ്ക്രാപ്പറുകൾ പ്രവർത്തിപ്പിക്കുന്ന ഗഫൂർ മറ്റൊരു തോൽസഞ്ചിക്ക് ആവശ്യപ്പെട്ടിരുന്നെങ്കിലും കിട്ടിയില്ല. അതിനായി അയാൾ ക്യാമ്പ് ബോസിനോട് കയർക്കുക പോലും ചെയ്തിട്ടുണ്ട്. പുലർച്ചെ നാലുമണിക്കുണരുന്ന ഗഫൂർ നാലരയോടെ സൈറ്റിലെത്തും. തന്റെ സ്ക്രാപ്പറിനു മേലേക്ക് കയറും. അത് ഏതാണ്ട് ആനപ്പുറത്ത് കയറും പോലെയെന്നാണ് വാസു ഒരിക്കൽ പറഞ്ഞത്. കണ്ണുമാത്രം ബാക്കി നിർത്തി ശിരസ്സു മുഴുവൻ തുണികൊണ്ട് കെട്ടിച്ചുറ്റി മറയ്ക്കും. തലയിൽ കട്ടിത്തൊപ്പി കമിഴ്ത്തും. സ്ക്രാപ്പറിന്റെ സീൽക്കാരത്തിൽ ഉയർന്നുവരുന്ന മണൽ ധൂളികളെ പ്രതിരോധിക്കാനാണിത്. വലിയ കട്ടികണ്ണടയിലൂടെയാണ് പിന്നെ കാഴ്ച. കൊടുംചൂടിൽ എഴുന്നുനില്ക്കുന്ന വലുതും ചെറുതുമായ മണൽത്തൊപ്പികളെ അടിയോടെ വാരിയെടുത്ത് നീങ്ങുന്ന യന്ത്രത്തിന്റെ ഇരമ്പത്തിൽ ഗഫൂർ മറ്റൊന്നും കേൾക്കാറില്ല. അതുകൊണ്ടാണ് സുഖ്ദേവ് സിങ്ങിന്റെ നിലവിളി കേൾക്കാതെ പോയത്. പാറിപ്പറന്ന മണല്പൊടി കനത്ത

മഞ്ഞുപാളിപോലെ നിന്നിരുന്നു. അതിലൂടെ ഒരു രൂപം കൈകളുയർത്തി തന്റെ സ്ക്രാപ്പറിന്റെ ചലനത്തിലും കടന്നുകയറിയതു മാത്രമാണ്, ശ്രദ്ധയിൽപെട്ടത്.

ഗഫൂർ ഭൂമിയിലേക്കിറങ്ങി. കാലുറയ്ക്കാതെ വീഴും മുൻപ് സുഖ്ദേവ് സിങ്ങിനെ തന്റെ കൈകളിലേക്ക് താങ്ങിയെടുത്ത് മണലിൽ കിടത്തി. അരയിലെ തോൽസഞ്ചി തപ്പി. അതിന്റെ വയറൊട്ടിയിരുന്നു. സുഖ്ദേവ് സിങ്ങിന്റെ അരയിലെ തോൽസഞ്ചിയും ഉണങ്ങിച്ചുരുണ്ടിരുന്നു. ചുറ്റും നോക്കി. അനന്തമായ മണല്പരപ്പും ആകാശച്ചെരിവും മാത്രം. വിളിപ്പാടകലെ ആരുമില്ല. സ്ക്രാപ്പറുകൾ ദൂരെ ഒരു പൊട്ടുപോലെ മാത്രം നീങ്ങിക്കൊണ്ടിരുന്നത് തിളച്ചുതുള്ളുന്ന ചൂടിൽ അവ്യക്തമായി കാണാം. അയാൾ ആവുന്നത്ര ശക്തിയോടെ തോൽസഞ്ചിയെടുത്ത് പിഴിഞ്ഞു. രണ്ടിറ്റുവെള്ളം യുഗദൈർഘ്യങ്ങളെടുത്ത് സുഖ്ദേവ് സിങ്ങിന്റെ തുറന്നുപിടിച്ച വായിലേക്കൊറ്റിച്ചു. എന്നാൽ അയാളുടെ വായ തുറന്നു തന്നെയിരുന്നു. ആകാശം മുഴുവൻ തൊണ്ടയിൽ നിറഞ്ഞപോലെ അത് പിന്നീടടഞ്ഞില്ല. എവിടേക്കോ തുറന്നുവെച്ച ജീവന്റെ ജാലകമായി നിന്നു. കണ്ണുകൾ ഇമവെട്ടിയിരുന്നില്ല. പുതഞ്ഞ മണലിൽ ഭാരിച്ച ഒരു വസ്തുവായി അയാൾ നിവർന്നു കിടന്നു. പിന്നെ പുഴുപോലെ ചുരുളാൻ തുടങ്ങി. വൈകുന്നേരംവരെ തൊഴിലിടങ്ങളിലേക്ക് ഇങ്ങനെയൊരു വാർത്ത എത്തിയിരുന്നില്ല. കാണാമകലങ്ങളിലേക്ക് പരന്നുപടർന്ന സൈറ്റുകളിൽ പണിയെടുക്കുന്നവർ ഒന്നും അറിയാറില്ല. ക്യാമ്പിലെത്തുമ്പോഴേക്കും ഇരുട്ടിയിരിക്കും. പിന്നെ എന്തെങ്കിലും കഴിച്ചും കഴിക്കാതെയും തങ്ങളുടെ കൂടാരങ്ങളിലേക്ക് ഒതുങ്ങിക്കൂടും. രാത്രിയുടെ നെരിപ്പോടിലേക്ക് വേവാൻ കിടന്നു കൊടുക്കും. വെളിച്ചത്തുണ്ട് പിറക്കുമ്പോഴേക്കും വീണ്ടും സൈറ്റിൽ. ഇതിനിടയിൽ ആരെന്തറിയാൻ.

എന്നാൽ ആംബുലൻസ് വന്നതും പോയതും പലരും കണ്ടിരുന്നു. അത് കുന്നുകൾക്കിടയിലേക്ക് മറഞ്ഞ് പട്ടണ പ്രദേശത്തേക്കുള്ള പാതയിലേക്ക് നീങ്ങിയിരുന്നു. ആർക്കെന്തു സംഭവിച്ചു എന്നറിയുക പക്ഷേ, എളുപ്പമുള്ള കാര്യമല്ല.

ഗഫൂർ ക്ലിനിക്കിനുള്ളിലാണ്. ആംബുലൻസെത്തിയതോടെ മറ്റൊരു വാഹനത്തിൽ രണ്ടു പോലീസുകാരും വന്നെത്തിയിരുന്നു. സുഖ്ദേവ് സിങ്ങിനെയുംകൊണ്ട് ആംബുലൻസ് പുറപ്പെട്ടെങ്കിലും പോലീസ് വാഹനം അവിടെത്തന്നെ കിടന്നു. ഗഫൂർ ക്ലിനിക്കിലുണ്ട്. അയാളെ പുറത്തേക്ക് പോകാൻ അനുവദിച്ചിരുന്നില്ല. പകരം പ്രാഥമിക ചോദ്യം ചെയ്യലിനുശേഷം പൊലീസ് വണ്ടിയിൽ കയറ്റി പട്ടണത്തിലേക്ക് കൊണ്ടുപോവുകയാണുണ്ടായത്.

ഒരാഴ്ചക്കാലത്തേക്ക് ഒന്നുമറിഞ്ഞിരുന്നില്ല. സുഖ്ദേവ് സിങ്ങിനെക്കുറിച്ചോ ഗഫൂറിനെക്കുറിച്ചോ യാതൊരു വിവരവും ആർക്കുമില്ലായിരുന്നു. ഇതൊന്നും ആരെയും ബാധിക്കുന്നതോ അലോസരപ്പെടുത്തുന്നതോ അല്ലെന്ന മട്ടിലാണ് സൈറ്റ് പ്രവർത്തിച്ചുകൊണ്ടിരുന്നത്. കൂടാ

രത്തിലെ രണ്ട് ഇരുമ്പു കട്ടിലുകൾ ഒഴിഞ്ഞു കിടന്നിരുന്നു എന്നു മാത്രം. തൊട്ടടുത്ത കട്ടിലിലെ മഞ്ജിത്സിങ്, സുഖ്ദേവ് സിങ് തിരിച്ചെത്തു മെന്നു തന്നെ വിശ്വസിച്ചു.

ഗഫൂറിന്റെ കൂടാരത്തിൽ കഴിഞ്ഞിരുന്ന മറ്റുള്ളവർ അയാളുടെ തിരോധാനത്തെക്കുറിച്ച് അജ്ഞരുമായിരുന്നു. ആരോടെങ്ങനെ അന്വേ ഷിക്കും എന്നുപോലും അവർക്കറിയില്ലായിരുന്നു. സ്ക്രാപ്പറുകൾ പ്രവർത്തിപ്പിക്കുന്ന മറ്റു സർദാർജിമാർ ഇതൊന്നും അറിഞ്ഞിരുന്നില്ല. സൈറ്റിലെ എല്ലാ സ്ക്രാപ്പറുകളും പ്രവർത്തനനിരതമായി നീങ്ങുന്നത് അവർ കണ്ടിരുന്നു. ഒന്നും ഒരിടത്തും അനക്കമില്ലാതെ കിടന്നിരുന്നില്ല എന്ന് അവർ സാക്ഷ്യപ്പെടുത്തി.

"സുഖ്ദേവ് സിങ്ങും ഗഫൂറും പണിചെയ്തിരുന്ന സ്ക്രാപ്പറുകളോ."

രാത്രി മെസിൽ ഭക്ഷണം കഴിച്ചുകൊണ്ടിരുന്ന ഒരാൾ അടുത്തി രുന്ന ഷവൽ ഓപ്പറേറ്ററോട് അന്വേഷിച്ചു.

സ്ക്രാപ്പറുകളൊന്നും നിശ്ചലങ്ങളായി കണ്ടില്ലെന്ന് ഷവൽ ഓപ്പ റേറ്റർ സ്ഥിരീകരിച്ചു. ഒരുപക്ഷേ, കമ്പനിയുടെ മറ്റു സൈറ്റുകളിലേക്ക് അയച്ചിരിക്കും എന്ന് മറ്റൊരാൾ സന്ദേഹിച്ചു. അങ്ങനെ പതിവുണ്ട്. അതൊന്നും ആരും അറിയാറില്ല. ആവശ്യങ്ങൾക്കനുസരിച്ച് ആരെയും എവിടേക്കും അയക്കുകയും മാറ്റുകയും ചെയ്യുക എന്നത് സാധാരണ മാണ്. അങ്ങനെയെങ്കിൽ ഗഫൂറും സുഖ്ദേവും പ്രവർത്തിപ്പിച്ചിരുന്ന സ്ക്രാപ്പറുകളിൽ ഇപ്പോൾ മറ്റാരെങ്കിലും കാണും.

"തീർച്ചയായും. സൈറ്റിൽ ഒന്നുംതന്നെ ഐഡിലാക്കി ഇടാറില്ല."

"അതാരൊക്കെയാണ്."

"ആർക്കറിയാം."

"അവരുടെ കട്ടിലുകളിൽ പകരക്കാരാരും എത്തിയിട്ടില്ല."

"പകരക്കാരെ അവരുടെ കൂടാരത്തിൽ തന്നെ പാർപ്പിക്കണമെന്നില്ല."

"അപ്പോൾ പിന്നെ അവരെവിടെ?"

."അയ്യായിരം പേരുള്ള ക്യാമ്പിൽ എവിടെയുമാവാം."

അങ്ങനെയുള്ള വിചാരങ്ങളിൽ അവർ മൗനികളായി. ദുരൂഹതയുടെ ഒരു കാർമേഘത്തുണ്ട് അവർക്ക് മുകളിൽ തൂങ്ങിക്കിടന്നു. ഓരോരുത്ത രായി ഒന്നുംപറയാതെ പിരിഞ്ഞു.

ആംബുലൻസും പൊലീസ് വണ്ടിയും വന്നതും പോയതും ക്യാമ്പി ലറിയുന്നത് അടുത്ത ദിവസങ്ങളിൽ മാത്രമായിരുന്നു. അതും കുറുപ്പും വാസുവും സുഖ്ദേവ്സിങ്ങിന്റെ കൂടാരത്തിലെത്തുമ്പോൾ മാത്രം. അവർ സുഖ്ദേവ് സിങ്ങിന്റെ ഒഴിഞ്ഞ കട്ടിലിലിരുന്നു. രാത്രി ഷിഫ്റ്റ് ചെയ്യുന്ന മഞ്ജിത് സിങ്ങിന് അയാളെക്കുറിച്ച് കൂടുതലൊന്നും അറിയില്ലായിരുന്നു. അയാളെത്തിയിട്ട് ഏതാനും ദിവസങ്ങളേ ആയുള്ളു. പഞ്ചാബിലെ ഏതോ അന്യഗ്രാമത്തിൽ നിന്നാണ് സുഖ്ദേവ് സിങ് എന്നു മാത്രമ റിയാം. പരസ്പരം അറിയാനോ അന്വേഷിക്കാനോ ഇരുവർക്കും വേണ്ടത്ര സമയമോ സന്ദർഭമോ ഇതിനകം ഉണ്ടായതുമില്ല. പരസ്പരം കണ്ടുമു

ട്ടുന്നതു തന്നെ അപൂർവ്വം. കൂടുതലൊന്നും അറിയില്ല എന്നു പറഞ്ഞ് മഞ്ജിത്സിങ് അയാളുടെ നിസ്സഹായത പ്രകടിപ്പിച്ചു. ഒരേ നാട്ടുകാരായിട്ടുപോലും.

കുറുപ്പും വാസുവും പിന്നീട് ഗഫൂറിന്റെ കൂടാരത്തിലെത്തി. അവിടെ കൂടാരം നിറച്ചും ആളുകളുണ്ടായിരുന്നു. ഒരു കട്ടിലിൽ ചമ്രംപടിഞ്ഞ് ആജാനുബാഹുവായ ഒരാളിരുന്നിരുന്നു. മറ്റുള്ളവർ കൂട്ടംകൂടി അയാൾക്ക് ചുറ്റും.

"അരേ, കുറുപ്പ് ഭായീ ആയിയേ ആയിയേ."

കട്ടിലിൽ ഇരുന്നിരുന്ന ആൾ എഴുന്നേറ്റ് വണങ്ങി ഇരുവരെയും സ്വാഗതം ചെയ്തു. അയാളുടെ ശിരസ്സ് കൂടാരത്തിനോട് ഏതാണ്ട് ചേർന്നുനിന്നു. അത് സയ്യദായിരുന്നു. ഒരു ഭീമസേനൻ തന്നെ. ഒത്ത ഉയരവും അതിനൊത്ത ശരീരവും തലയെടുപ്പും. ഇയാൾ മഹാഭാരതത്തിൽ നിന്നും ഇറങ്ങിവന്നതോ എന്ന് അത്ഭുതപ്പെട്ട് വാസു ഒരു വശത്തേക്ക് ആദരവോടെ മാറിനിന്നു.

"ഞങ്ങളുടെ കൂടാരത്തിലേക്ക് വന്നതിൽ സന്തോഷം. സ്വാഗതം. തസ്‌വീർ രഘിയേ സാബ്. തസ്‌വീർ രഘിയേ." സയ്യദ് ശിരസ്സു കുനിച്ച് അഭിവാദ്യം ചെയ്തു.

കുറുപ്പും വാസുവും മറ്റൊരു കട്ടിലിൽ സയ്യദിനുനേരെ ഇരുന്നു. വാസുവിന്റെ അത്ഭുതം വിട്ടുമാറിയിരുന്നില്ല. അയാളെത്തന്നെ നോക്കിക്കാണുകയായിരുന്നു. കുറുപ്പും സയ്യദും ചിരപരിചിതരാണെന്ന് മനസ്സിലായി. അവർ ഏതാനും സമയം കുശലം പറഞ്ഞിരുന്നു. കുറുപ്പിനോടുള്ള ആദരവ് സയ്യദിന്റെ ഓരോ വാക്കിലും തുടിച്ചുനിന്നിരുന്നു. അയാൾ കാഴ്ചയിൽ എത്ര തന്നെ വലുതാണോ അത്ര തന്നെ ഓരോ വാക്കിലും ചെറുതാവുകയുമായിരുന്നു. അലിവും കനിവും തന്നെ അയാളിൽ നിന്നും പുറത്തുവന്നു. ഗഫൂറിനെക്കുറിച്ച് പറഞ്ഞു തുടങ്ങിയപ്പോൾ പക്ഷേ, അയാളുടെ സ്വരം കടുത്തിരുന്നു.

"നോക്കൂ സർ, എനിക്ക് വളച്ചുകെട്ടില്ല. കാര്യം പറയും. അതറിയാമല്ലോ. ഗഫൂർ ഞങ്ങൾക്ക് പ്രിയപ്പെട്ടവനാണ്. അവനെ പിടിച്ചുവെക്കാൻ ഞങ്ങൾ സമ്മതിക്കില്ല. മുപ്പത്താറ് സ്ക്രാപ്പറുകൾ ഇവിടെ അനങ്ങില്ല."

സയ്യദ് രോഷംകൊണ്ട് പറഞ്ഞു.

കൂടാരത്തിൽ ഒരുനിമിഷം നിശ്ശബ്ദത പരന്നു.

"ഒരു ജീവൻ മറ്റൊരു ജീവനു തുണയാകണം. അതേ അവൻ ചെയ്തുള്ളൂ" സയ്യദിന്റെ ശബ്ദം കനത്തിരുന്നു. "ദയകൊണ്ട് ഒരാൾ ശിക്ഷിക്കപ്പെടരുത്. അവനെനിക്ക് മകനാണ്. അവനെ വിട്ടുതരണം സർ."

"ഇതേക്കുറിച്ച് നിങ്ങൾക്കറിയുന്നതേ എനിക്കുമറിയൂ. കൂടുതലെന്തെങ്കിലും അറിയാനാവുമോ എന്നന്വേഷിക്കേണ്ടതുണ്ട്" കുറുപ്പിന്റെ സ്വരം സാന്ത്വനത്തിന്റേതായിരുന്നു.

"സർ, നിങ്ങളുടെ പഠിപ്പും പദവിയും ഞങ്ങൾക്കില്ല. പക്ഷേ, ഞങ്ങളുടെ ചോര. അതിന് വലിയ തിരിച്ചറിവുണ്ട്."

"അതിനൊന്നും വ്യത്യാസമില്ല സയ്യദ്. ഞാനങ്ങനെ ചിന്തിക്കുന്നുമില്ല. അദ്ധ്വാനിക്കുന്നവന് നീതി ഉറപ്പാക്കണം എന്നേ വിചാരമുള്ളൂ. നമുക്ക് അന്വേഷിക്കാം." കുറുപ്പ് അയാളെ സമാധാനിപ്പിച്ചു.

സയ്യദ് ശാന്തനായി. കുറുപ്പിന്റെ വാക്കുകൾ അയാൾക്ക് സ്വീകാര്യമായി. അതയാളെ ഒട്ടൊന്നു തണുപ്പിച്ചെന്ന് തോന്നി.

വാസു അയാളെത്തന്നെ നോക്കിയിരുന്നു. ഒരതികായൻ. എന്തൊരു ഗാംഭീര്യം.

"സയ്യദ് കരുത്തനാണ്. ആർക്കു മുന്നിലും ശിരസ്സു കുനിക്കില്ല. വളരെക്കാലമായി എനിക്കറിയാം" കൂടാരം വിട്ടിറങ്ങുമ്പോൾ കുറുപ്പ് പറഞ്ഞു.

വടക്കൻ മേഖലയിലെ ദൈദ് മലഞ്ചെരിവുകളിലെ സൈറ്റുകളിൽ പണിയെടുക്കുന്ന കാലം മുതൽ കുറുപ്പിന് അയാളെ അറിയാം.

"യന്ത്രങ്ങൾക്ക് ജീവൻ കൊടുക്കുന്നവരാണ് ഞങ്ങൾ. ഞങ്ങൾ പക്ഷേ, വെറും യന്ത്രങ്ങളാണെന്ന് കരുതരുത്. സയ്യദിന്റെ വാക്കുകൾ കുറുപ്പ് ഓർത്തുവെച്ചിരുന്നു.

അരുതാത്തതെന്തോ പറഞ്ഞതിന് ഒരു ഗ്രീക്കുകാരനെ കഴുത്തിന് പിടിച്ച് ഒരു നിമിഷം വായുവിലുയർത്തിപ്പിടിച്ചതിനാണ് അയാളെ അവിടുന്ന് മാറ്റി ഇങ്ങോട്ടയച്ചത്. തിരിച്ചയക്കാത്തത് അയാൾ ജോലിയിൽ അത്രയും വിദഗ്ദ്ധനായതുകൊണ്ട് മാത്രമാണ്. ഏതു യന്ത്രത്തകരാറും തിരിച്ചറിയാനും റിപ്പയർചെയ്ത് ശരിയാക്കിയെടുക്കാനുമുള്ള വൈദഗ്ദ്ധ്യം ഒന്നു വേറെതന്നെയാണ്. കൂറ്റൻ സ്ക്രാപ്പറുകളുടെ ഉള്ളുകള്ളികളറിയുന്ന കമ്പനിയിലെ ഏകവ്യക്തിയും സയ്യദാണ്.

സയ്യദ് വാസുവിന്റെയുള്ളിൽ ഒരു വടവൃക്ഷംപോലെ വളർന്നുപടർന്ന് പന്തലിക്കുകയായിരുന്നു.

ഇരുവരും കുന്നുകയറുമ്പോൾ താഴെ കൂടാരങ്ങൾ ഇരുളിലേക്ക് മുങ്ങിയിരുന്നു. വായു കനംവെച്ചു തന്നെ നിന്നു.

കരുതലും തലോടലും

ഇസ്സയാസും കുറുപ്പും തമ്മിൽ നടന്ന കൂടിക്കാഴ്ചയിൽ ഒരു കാര്യം തീരുമാനമായി. നദിയായിൽ കൊടുംചൂടിൽ വെന്തുരുകി പണിയെടുക്കുന്നവരുടെ അദ്ധ്വാനത്തെ മാനിച്ച് അർഹിക്കുന്ന പരിഗണന നല്കി അവരുടെ ആവശ്യങ്ങൾ നിവർത്തിച്ചുകൊടുക്കാൻ പുതിയ അഡ്മിനിസ്ട്രേറ്റർ കമ്പനിയിൽ ആവുന്നത്ര സമ്മർദ്ദം ചെലുത്തും. ബന്ധപ്പെട്ട ദൈനംദിന പ്രശ്നങ്ങൾ പഠിച്ച് പരിഹാര നിർദ്ദേശങ്ങൾ സമർപ്പിക്കാൻ ഒരു സമിതിക്ക് രൂപംകൊടുക്കും. അതുവഴി കമ്പനിയുടെ പ്രവർത്തനങ്ങൾ കുറെക്കൂടി സുഗമമാക്കും. ജോലിക്കാരുടെ ദുരിതങ്ങൾ ലഘൂകരിക്കും.

അങ്ങനെയാണ് ഏഷ്യൻ വെൽഫെയർ കമ്മിറ്റി രൂപം കൊണ്ടത്. സൈറ്റിന്റെ എല്ലാ മേഖലയിൽ നിന്നുള്ള ഓരോ പ്രതിനിധികളെ ഉൾപ്പെടുത്തി പതിനഞ്ചു പേരുടെ ഒരു ചെറുകൂട്ടം. അതിന്റെ നെടുനായകത്വം കുറുപ്പിനെത്തന്നെ ഏല്പിച്ചു, ഏകസ്വരത്തിൽ.

അതൊരുത്തരവാദിത്വമായിരുന്നു. അടുത്ത ദിവസങ്ങളിൽ തന്നെ അതു തെളിഞ്ഞു. കുറുപ്പിന്റെ മുറി സദാ ആളുകളെക്കൊണ്ടു നിറഞ്ഞു. ഏറെയും കൂടാരങ്ങളിൽ നിന്നുള്ളവരായിരുന്നു. പരാതികളും വിഷമങ്ങളും സങ്കടങ്ങളും. കുറുപ്പ് ശരിക്കും വിയർത്തു. ഇത്രയേറെ ദുരിതങ്ങളുണ്ടോ മനുഷ്യർക്ക്. കുറുപ്പ് അത്ഭുതപ്പെട്ടു. ഒപ്പം ദുഃഖിതനും. ഓരോ മനുഷ്യരുടെ പരാധീനതകളും സങ്കടങ്ങളും സംഘർഷങ്ങളും ഓർത്തെടുക്കാനേ ഇപ്പോൾ കുറുപ്പിന് നേരമുള്ളൂ. അതയാളുടെ ഉറക്കം കെടുത്തി. സൈറ്റിലെ പ്രശ്നങ്ങൾക്കുപരി വ്യക്തിഗത സംഘർഷങ്ങൾ കൂടി അയാളുടെ മുന്നിൽ അവതരിപ്പിക്കപ്പെട്ടു. കുറുപ്പ് വൈകാതെ ഏവർക്കും ഒരത്താണിയായി മാറുകയായിരുന്നു.

ഉച്ചസൂര്യനു മുൻപേതന്നെ തോൽസഞ്ചികളൊഴിയാൻ തുടങ്ങിയി

രുന്നു. മരുഭൂമിയിലെ ജൈവ പ്രകൃതികളൊക്കെയും സഞ്ചാരികൾ പ്രത്യേകിച്ചും എന്നും എത്തിപ്പിടിക്കാൻ മോഹിച്ച ദാഹജലം.

"പാഴ്മലകളിൽ നദികളും താഴ്‌വരകളുടെ മദ്ധ്യേ ഉറവകളും ഞാനുണ്ടാക്കും. മരുഭൂമിയെ ജലാശയവും വരണ്ടപ്രദേശത്തെ നീരുറവയുമാക്കും. മരുഭൂമിയിൽ ദേവദാരു, കരുവേലകം, കൊളുന്ത്, ഒലീവ് എന്നിവ ഞാൻ നടും. മണലാരണ്യത്തിൽ സരള വൃക്ഷവും പൈൻമരവും പുന്നയും വെച്ചുപിടിപ്പിക്കും." ഇസ്സയ്യാ ബാബിലോണിൽ പ്രവാസത്തിൽ കഴിയുന്നവരെ അഭിസംബോധന ചെയ്തതാണ്. അറേബ്യൻ മണല്പൊത്തുകളിലും മണ്ണിടുക്കുകളിലും മറഞ്ഞിരുന്ന് തൊണ്ട നീറിപ്പൊട്ടി ഒച്ചവെച്ചിട്ടുണ്ട് പഥികർ. കരുതലുള്ളതിൽനിന്ന് പങ്കുവെക്കാൻ യാചിച്ചിട്ടുണ്ട്. അടക്കിവെച്ചവരോട് കയർത്തിട്ടുണ്ട്. നാടൻ തോക്കുകളെക്കൊണ്ട് കരുത്തു കാണിച്ചിട്ടുണ്ട്. ചോര ചീറ്റിക്കൊണ്ട് പിടിച്ചു പറിച്ചിട്ടുണ്ട്. മണ്ണിൽ വീണൊഴുകി ആവിയാവും മുൻപ് വാ പൊളിച്ചോടിയിട്ടുണ്ട്. കൈയേറ്റവും കടന്നു കയറ്റവും കൊല്ലും കൊലയും വരെ നടത്തി തൊണ്ട നനച്ചിട്ടുണ്ട്. ഒരിറ്റു ദാഹജലത്തിനായി മാത്രം. പരിശുദ്ധവും അനുഗൃഹീതവുമായ സംസം വെള്ളത്തിനുവേണ്ടി മാത്രം. അള്ളാഹുവിന്റെ മഹത്തരമായ ദൃഷ്ടാന്തങ്ങൾ ഹാജറിന്റെ ഏഴോട്ടങ്ങൾക്കും കാത്തിരിപ്പിനും ശേഷം അവതരിച്ച ദിവ്യാമൃതത്തിനുവേണ്ടി മാത്രം. സ്വന്തമാക്കി വെച്ചവനുനേരെ ചീറിയടുത്തിട്ടുണ്ട്. ചോര ചിന്തിയിട്ടുണ്ട്. അതല്ല. പങ്കുവെക്കുമെങ്കിൽ സൗഹൃദവും. തൊണ്ട വരണ്ടു കനം വെക്കുമ്പോൾ ഒരിറ്റുദാഹജലത്തിനുവേണ്ടി മാത്രം കൊതിക്കുന്ന മനുഷ്യരുടെ ആർത്തി., അത് കാണാതിരിക്കാനാവില്ല സർ. അവരെ അവഗണിച്ചുകൊണ്ട് നമ്മുടെ സൈറ്റ് ഒരിഞ്ചു മുന്നോട്ടുപോവില്ല സർ.

ഇസ്സയാസ് ഏറെ നേരം നിശ്ശബ്ദനായിരുന്നു.

വൈകിയില്ല. ഉത്തരവിറങ്ങി. ഏഷ്യൻ വെൽഫെയർ കമ്മിറ്റിയുടെ ആദ്യ നിർദ്ദേശത്തിന് ജീവശ്വാസം കിട്ടി. തണുത്ത കുടിവെള്ളം ടാങ്കറുകളുമായി ഏതാനും വണ്ടികൾ സൈറ്റിന്റെ നാനാഭാഗങ്ങളിലും ചുറ്റിയടിച്ച് ആവശ്യക്കാർക്ക് തങ്ങളുടെ തോൾസഞ്ചികളിൽ വെള്ളം നിറച്ചെടുക്കാനുള്ള സംവിധാനമുണ്ടായി. കുറുപ്പിന്റെ തൊപ്പിയിലേക്ക് ഒരു തൂവൽ.

"വലിയവനായ അള്ളാഹുവിന്റെ കാരുണ്യം."

അങ്ങനെയാണ് സയ്യദ് പറഞ്ഞത്.

ഉച്ചവെയിലിലും തോൽസഞ്ചികൾക്ക് കനം വെച്ചപ്പോൾ ആശ്വാസമായി. ചൂടിൽ വെന്തുരുകുമ്പോഴും ഒന്നു തൊണ്ട നനക്കുക. കുളിരിന്റെ സ്പർശമറിയുക. സൈറ്റിന്റെ മണല്പരപ്പിൽ വെള്ളമെത്തിക്കുന്ന വണ്ടി പ്രത്യക്ഷപ്പെടുന്നതു തന്നെ പണിയെടുക്കുന്നവന്റെയുള്ളിൽ കുളിർ കോരിയിട്ടു. ചുടുന്നവർ വിയർപ്പൊഴുക്കി വരണ്ടുണങ്ങുമ്പോഴുണ്ടാവുന്ന സംഭീതിക്കൊരു വിരാമം.

കിടങ്ങുകൾക്കുള്ളിലേക്ക് വെള്ളമെത്തിക്കുക അത്ര തന്നെ എളു

പ്പമായിരുന്നില്ല. കൂറ്റൻ കുഴലുകൾ പാകുന്നത് താഴ്ചയുള്ള കിടങ്ങുകൾ തീർത്താണ്. അതിന്റെ ആഴങ്ങളിലാണ് പണിക്കാർ. വെള്ളമെത്തിക്കുക ശ്രമകരമാണ്. ഏതാനും തോൽസഞ്ചി വെള്ളം നിറച്ച് മുകളിൽത്തന്നെ സൂക്ഷിക്കാൻ ഏർപ്പാടായി. താഴെക്കിറങ്ങുന്നവർ അവ ഓരോ തവണയും എത്തിച്ചു കൊടുക്കണം. കിടങ്ങിനുള്ളിൽ ചെല്ലയ്യ തളർന്നു കുഴഞ്ഞ് വീണത് ഉപ്പ് മുഴുവൻ ചോർന്ന് പോയിട്ടായിരുന്നു. ഉപ്പ് ഗുളികകൾ വിഴുങ്ങാൻ പോലും ജോലിക്കിടയിൽ അയാൾക്ക് കഴിഞ്ഞിരുന്നില്ല. താഴെ വെള്ളമുള്ള തോൽസഞ്ചികൾ ആരുടെ കൈയിലും ശേഷിച്ചിരുന്നുമില്ല. ചെല്ലയ്യയെ താങ്ങിയെടുത്ത നാഗപ്പൻ ആർത്തു വിളിച്ചു കരഞ്ഞെങ്കിലും യന്ത്രങ്ങളുടെ കാതടപ്പിക്കുന്ന ശബ്ദത്തിൽ അതാരും കേട്ടിരുന്നില്ല. ചെല്ലയ്യയുടെ ശരീരം അനക്കമില്ലാതെ കണ്ട് മറ്റൊരാൾ അയാളെ താങ്ങിയെടുത്ത് ഒരു മണൽത്തിട്ടയിലേക്ക് കിടത്തി. ശ്വാസഗതി മന്ദഗതിയിലായിരുന്നു. കണ്ണുകൾ ചുവന്നു തള്ളി. ചുണ്ടുകൾ വരണ്ടു പൊട്ടി. ശബ്ദ പ്രളയത്തിൽ മറ്റൊന്നും ചെയ്യാനില്ല. അകലെയുള്ള ജോലിക്കാരെത്താൻ സമയമെടുക്കും. നാഗപ്പൻ തന്റെ വിയർപ്പിൽ മുങ്ങിയ കവറോൾ അഴിച്ചെടുത്ത് പിഴിഞ്ഞു. വിയർപ്പിന്റെ തുള്ളികൾ ചെല്ലയ്യയുടെ വായിലേക്ക് ഇറ്റിച്ചു കൊടുത്തു. ഒരു ചെറിയ വിദ്യുത് തരംഗം അയാളുടെ ശരീരത്തിലൂടെ കടന്നു പോയിരിക്കണം. ഒരനക്കം. അപ്പോഴേക്കും കനം വെച്ച ഉച്ച വെയിലിനെ പ്രതിരോധിക്കാൻ കൂടിനിന്ന ഓരോ ശരീരവും ചെല്ലയ്യയുടെ മുകളിൽ കുനിഞ്ഞുനിന്ന് തണൽ വിരിച്ചു.

വൈകിട്ട് കുറുപ്പും വാസുവും ക്ലിനിക്കിൽ ചെന്നിരുന്നു. ചെല്ലയ്യയുടെ ശരീരത്തിലേക്ക് ഡ്രിപ് കയറ്റിയിരുന്നു. അയാൾ ഊർജ്ജം വീണ്ടെടുത്ത് കഴിഞ്ഞിരുന്നു. നാഗപ്പനുമുണ്ട് കൂടെ. അവർ പോകാനൊരുങ്ങുകയായിരുന്നു.

നാഗപ്പൻ കുറുപ്പിന്റെ കാല്ക്കൽ വീണു. കുറുപ്പ് അമ്പരന്നു.

“ഇതെന്ത്.” കുറുപ്പ് അയാളെ പിടിച്ചെഴുന്നേല്പിച്ചു.

“റൊമ്പ നൺറി സർ. നീങ്ക പെരിയ ഉദവി ശെയ്തേൻ.”

“സൗഖ്യായില്ലേ. ഇനി ചെല്ല്.”

കുറുപ്പ് അവരെ സാന്ത്വനിപ്പിച്ച് പറഞ്ഞയച്ചു.

“നോക്കൂ, കൃതജ്ഞത കൊണ്ട് അവർ കുനിയുന്നു. നമുക്ക് ഇല്ലാത്തതും അതാണ്.” കുറുപ്പ് പറഞ്ഞു.

“മര്യാദയുടെ കാര്യത്തിലും നമ്മൾ അല്പം പിറകിലാണല്ലോ.” വാസു പറഞ്ഞു.

“ശരിയാണ്.” കുറുപ്പ് വാസുവിനെ നോക്കി.

അവർ നേരെ ചീരന്റെ മുറിയിലേക്കാണ് പോയത്. അവിടെ ഒരു സഭ തന്നെയുണ്ട്.

“നമുക്ക് അതിഥികളുണ്ട്.”

ചീരൻ കുറുപ്പിനെയും വാസുവിനെയും അകത്തേക്ക് ക്ഷണിച്ചു

കൊണ്ട് പറഞ്ഞു.

രണ്ട് അപരിചിത മുഖങ്ങൾ അവിടെ ഉണ്ടായിരുന്നു. "ദൈദിൽ നിന്ന് വന്നവരാണ്. വേണു. ഡാമിയൻ."

ചീരൻ പരിചയപ്പെടുത്തി. "ഇവർക്ക് ഇന്നുതന്നെ മടങ്ങണം."

നീണ്ട് അയഞ്ഞ ജുബ്ബ ധരിച്ചിട്ടുണ്ട് വേണു. ഒതുക്കമില്ലാത്ത തലമുടി. ചെറുപ്പം. പ്രസരിപ്പുള്ള മുഖം. തീക്ഷ്ണതയുള്ള കണ്ണുകൾ. ആരും ശ്രദ്ധിക്കും. ഡാമിയൻ ഒരു മുറിക്കയ്യൻ ഷർട്ടും അയഞ്ഞ പാന്റ്സിലുമാണ്. ചെറുപ്പം വിടുന്നു. പിറകിലല്പം കഷണ്ടിയുടെ ആക്രമണമുണ്ട്. വലിയ മൂക്കും കനത്ത ചുണ്ടും. സംസാരത്തിൽ അതീവ മിതത്വം.

"ധാരാളം കേട്ടിട്ടുണ്ട്. കാണാൻ ആഗ്രഹിച്ചിട്ടുമുണ്ട്."

കുറുപ്പിനെ പരിചയപ്പെട്ടപ്പോൾ അവർ പറഞ്ഞു. എല്ലാവരുമിരുന്നു.

"എന്താണ് വിശേഷിച്ച്" മുഖവുര കൂടാതെ കുറുപ്പ് അന്വേഷിച്ചു.

ഒരു നിമിഷം ആരും ഒന്നും ശബ്ദിച്ചില്ല. ഒരു കനം വെച്ച മൗനം. എന്തോ പൊട്ടിവീഴാൻ തൂങ്ങി നില്ക്കും പോലെ.

"ഒന്നുല്യ. ദൈദിലെ സൈറ്റനുഭവങ്ങൾ ഒന്നുറക്കെ പറയണംന്നുണ്ട് ഇവർക്ക്. അതൊന്ന് പങ്കുവെക്കാൻ വന്നതാണ്."

ചീരൻ അതിഥികൾക്കായി പറഞ്ഞു തുടങ്ങി. അതിഥികൾ ഒന്നും പറഞ്ഞില്ല. അവർ ചീരന്റെ മുഖത്തേക്ക് ഉൽകണ്ഠയോടെ നോക്കിയിരുന്നു.

"അവർ കേട്ടിരിക്കുന്നു നമുക്കിവിടെ ഒരു ഏഷ്യൻ വെൽഫെയർ കമ്മിറ്റി (AWC) യുണ്ടെന്ന്. അതേക്കുറിച്ചറിയാൻ കൂടിയാണവർ എത്തിയിരിക്കുന്നത്." ചീരൻ അതിഥികളുടെ ആഗമനോദ്ദേശ്യം വ്യക്തമാക്കി.

"അതിനെന്ത്. വെൽക്കം" കുറുപ്പ് പറഞ്ഞു. "ഇവിടെ ക്യാമ്പിലും സൈറ്റിലും ചില അടിസ്ഥാന സൗകര്യങ്ങളുടെ അപര്യാപ്തത പരിഹരിക്കാൻ ഉദ്ദേശിച്ച് നല്ലവനായ ഇസയാസിന്റെ പിന്തുണയോടെ രൂപം കൊണ്ടതാണ് AWC. അതിന്റെ പ്രവർത്തനങ്ങൾക്ക് വളരെ പരിമിതമായ വ്യാപ്തിയേയുള്ളു. എന്നാൽ അതിനെ വളർത്തിയെടുക്കാനും സ്വഭാവത്തിൽ സാരമായ മാറ്റം വരുത്താനുമുള്ള സാഹചര്യം ഇപ്പോഴില്ല. നാളെ എന്തുണ്ടാവുമെന്ന് ചിന്തിക്കാവുന്നതാണ്. അതേക്കുറിച്ച് വിശദമായി നമുക്ക് ചർച്ച ചെയ്യുകയുമാവാം" കുറുപ്പ് പറഞ്ഞു നിർത്തി.

"അടിസ്ഥാനസൗകര്യങ്ങൾക്കുപരി മറ്റു പലതുമുണ്ട്. ആ വഴിക്ക് ചിന്തിക്കേണ്ടതില്ലേ" വേണു കനത്ത ശബ്ദത്തിൽ പറഞ്ഞു.

"അതുണ്ട്. എപ്പോഴുമുണ്ട്. പക്ഷേ, പാകമാകാത്ത മണ്ണിൽ വിത്തു വിതയ്ക്കാനാവില്ല."

"പാകപ്പെടുത്തിയെടുക്കണം" അതുവരെ അനക്കമില്ലാതിരുന്ന ഡാമിയന്റെ ശബ്ദമായിരുന്നു അത്. മുറിയിൽ നിമിഷങ്ങളുടെ പരിപൂർണ്ണ നിശ്ശബ്ദത.

"അതിന്റെ സാദ്ധ്യതകൾ ആലോചിക്കേണ്ടി വരും. നമുക്കിനിയും കാണാം."

ഡാമിയൻ എഴുന്നേറ്റു വന്ന് കുറുപ്പിന്റെ കൈപിടിച്ചു കുലുക്കി. ഒപ്പം വേണുവും. ഒരു യോജിപ്പിന്റെ സൂചന. പ്രതീക്ഷയുടെ പ്രകാശം.

വേണു തിടുക്കത്തിലാണ് സംസാരിച്ചിരുന്നത്. അയാളുടെ വാക്കുകൾക്കും ചിന്തകൾക്കും തീക്ഷ്ണതയുണ്ട്. സൈപ്രസുകാർ മറ്റു രാജ്യക്കാരോട് കാട്ടുന്ന ക്രൂരതകളെക്കുറിച്ചാണ് അയാൾ പറഞ്ഞത്.

ആൻഡ്രിയാസ് എന്ന ഫോർമാൻ സൈറ്റിലെ ജോലിക്കാരെ കണക്കറ്റ് പീഡിപ്പിക്കുന്നുണ്ടെന്ന് അയാൾ പറഞ്ഞു. ആയിരത്തോളം വരുന്ന ജോലിക്കാർ അയാളുടെ കീഴിലാണ്. ചെയ്ത മണിക്കൂറുകൾ ടൈം ഷീറ്റിൽ അയാൾ എഴുതിക്കൊടുക്കുന്നില്ല. ഓവർടൈം രേഖപ്പെടുത്താൻ വിസമ്മതിക്കുന്നു. സമയം പാഴാക്കിയെന്ന് കാരണമുന്നയിക്കുന്നു. മാസാവസാനം ശമ്പളം കിട്ടുമ്പോൾ കണക്കുകളൊക്കെ തെറ്റുന്നു. നാട്ടിലേക്ക് തുച്ഛമായ പണമയക്കാൻ പോലും ആളുകൾ കഷ്ടപ്പെടുന്നു. അവരെന്തും സഹിക്കും. വെള്ളവും വെളിച്ചവും ത്യജിക്കും. ഊണും ഉറക്കവും വേണ്ടെന്നു വെച്ച് പണിയെടുക്കും. പക്ഷേ, കുടുംബത്തിന് കാശയക്കാൻ കഴിയാതെ വന്നാൽ സഹിക്കില്ല. പിച്ചച്ചട്ടിയിൽ കൈയിട്ടു വാരുന്നതു എങ്ങനെ നോക്കി നില്ക്കും. ചൂടിൽക്കിടന്നു വേവുന്നത് കുടുംബം പുലർത്താനാണ്. അതിനാവുന്നില്ലെങ്കിൽ പിന്നെന്തു കാര്യം.

"അതുകൊണ്ട് ആൻഡ്രിയാസിനെന്തു കാര്യം."

"കാര്യമുണ്ട്."

"അതെന്ത്.."

"അയാളുടെ ജോലി ഏറ്റവും കുറഞ്ഞ പ്രയത്നംകൊണ്ട് സാദ്ധ്യമാക്കി എന്നു കാണിച്ച് അയാൾക്ക് കമ്പനിയിൽനിന്ന് പ്രത്യേക ആനുകൂല്യങ്ങൾ നേടാനാവും. നല്ലൊരു വർഷാന്ത്യ ബോണസ്. ഒരുദ്യോഗ പ്രമോഷൻ. അതൊക്കെ നേട്ടമല്ലേ. അതിനായി ഇത്രയും പേരെ പിഴിഞ്ഞെടുക്കുന്നു."

"ആരും ശബ്ദിച്ചില്ലേ."

"ശബ്ദിച്ചാൽ എവിടെയെത്താൻ."

"എന്തുകൊണ്ടില്ല."

"വേണ്ടിടത്ത് ശബ്ദമുയർത്തേണ്ടി വരും."

"അതാര് ചെയ്യും."

മൗനം.

"ആയിരങ്ങൾക്ക് അതാവില്ല."

"ആലോചിക്കണം."

"AWC."

"ശ്രമിച്ചു നോക്കാം."

"എങ്കിലങ്ങനെ."

"ഇത് ദൈദിലെ മാത്രം പ്രശ്നങ്ങളാണെന്ന് പറഞ്ഞുകൂടാ, എവിടെയുമുണ്ട്." വാസു തന്റെ ഫീൽഡിലെ അനുഭവങ്ങളിലേക്ക് എത്തിനോക്കുകയായിരുന്നു. ക്ലോസ്റ്റിങ് സെക്ഷനിലെ ഹരന് അതേക്കുറിച്ച്

കൂടുതൽ അറിയാനാകും."

"അതാതു ഫോർമാൻ, സൂപ്പർവൈസർ, എഞ്ചിനിയർമാർക്ക് ചെല വഴിക്കാവുന്നതിന്റെ പരമാവധി മാനവവിഭവശേഷിയും സമയവും കൊടുത്തിട്ടുണ്ട്. അതിനുള്ളിലോ അതിനെത്രയും താഴെയോ സമയമെടുത്ത് ഒരു പ്രത്യേക ജോലി പൂർത്തിയാക്കുകയാണ് ലക്ഷ്യം. വക കൊള്ളിച്ച തുക പരമാവധി കുറച്ചെടുക്കുക. എത്ര കുറച്ചെടുക്കുന്നുവോ അത്രയും നേട്ടമാണ്. അതിന്റെ ഫലം ആനുപാതികമായി കിട്ടുക ഫോർമാനും സൂപ്പർവൈസർക്കും എഞ്ചിനിയർക്കും സർവ്വോപരി സിംഹഭാഗം കമ്പനിക്കുമാണ്. ജോലിക്കാർക്കുമേൽ സമ്മർദ്ദം ചെലുത്തി മാത്രമേ അത് സാദ്ധ്യമാവൂ. അതാണ് സംഭവിക്കുന്നത്. അതാണതിന്റെ രീതി. ചൂഷണത്തിന്റെ ഇരുണ്ട വഴികൾ. ഓരോ മേഖലക്കും ചെലവഴിക്കാവുന്നതിന്റെ പരിധികൾ നിശ്ചയിച്ചിട്ടുണ്ട്. അങ്ങനെയാണ് കമ്പനി പ്രോജക്ടുകൾ ചെയ്ത് ലാഭം കൊയ്യുണത്" ഹരൻ വിശദീകരിച്ചു.

"പിന്നെ വെറുതെയാണോ കമ്പനി നടത്തുന്നത്" ഒരു മൂലയ്ക്ക് മാറിയിരുന്നിരുന്ന സുരേന്ദ്രപൈ ചോദിച്ചു.

"ലാഭമാവട്ടെ. പക്ഷേ, അമിത ലാഭം?."

"അതിനെപ്പോഴും സാദ്ധ്യതയേറുമല്ലൊ."

"അതൊക്കെയുണ്ട്. അതേക്കുറിച്ചൊന്നും വിശകലനം ചെയ്യേണ്ടതില്ല. ഇപ്പോൾ ജോലിക്കാർക്ക് അഭിമുഖീകരിക്കേണ്ടി വരുന്ന പ്രയാസങ്ങൾ എന്തൊക്കെയെന്ന് മനസ്സിലാക്കി അത് കമ്പനിയുടെ ശ്രദ്ധയിൽ കൊണ്ടുവരാൻ കഴിയുമോ എന്നതേ ചിന്തിക്കേണ്ടതുള്ളു."

"വ്യക്തിപരമായി ആർക്കും അതിനു കഴിഞ്ഞെന്നുവരില്ല."

"അങ്ങനെയെങ്കിൽ ഓരോ സൈറ്റുകളിലും AWC ശ്രമം നടത്തുക. ആ വഴി ഇത്തരം കാര്യങ്ങൾ അവതരിപ്പിക്കാനാവും. ധാർമ്മികപിന്തുണ ഇപ്പോഴേ തരുന്നു" കുറുപ്പ് അതിഥികൾക്ക് വാക്കുകൊടുത്തു.

പുറത്ത് ക്യാമ്പിന്റെ മങ്ങിയ വെളിച്ചം മാത്രം. കനത്തു തൂങ്ങിയ ചുടുവായു അനക്കമില്ലാതെ നിന്നു. ആകാശം അപ്രത്യക്ഷമായിരുന്നു. രാത്രിയുടെ ഭയാനകമായ നിശ്ശബ്ദതയെ ഭേദിച്ച് ദൈദിൽ നിന്നെത്തിയ വണ്ടി മണൽക്കുന്നുകൾക്കിടയിലേക്ക് മറയുന്നതും നോക്കി കുറുപ്പും ഹരനും വാസുവും തെല്ലുനേരം നിന്നു. പിന്നെ വാസു മേടത്തട്ടിൽ നിന്നും താഴേക്കിറങ്ങി തന്റെ കൂടാരത്തിലേക്ക് നടന്നു.

വടക്കുനിന്നൊരു തേങ്ങൽ

വാസു രജ്പതിയുടെ കൂടാരത്തിലാണുള്ളത്.

രജ്പത് സാനി. വടക്കൻ ഗ്രാമമായ ബന്തൽ ഖണ്ഡിൽ നിന്നെത്തിയ കർഷകൻ. ചൂടിലും തണുപ്പിലും വെന്തും മരവിച്ചും കഴിഞ്ഞിരുന്നവൻ. രജ്പതിയുടെ കൂടാരത്തിന്റെ മേല്പാളി സൂര്യതാപം താങ്ങാനാവാതെ ചുടുനിശ്വാസം പോലെ പൊള്ളുന്ന ആവി പരത്തുന്നുണ്ട്. ഗ്രാമത്തിൽ കുടിലിനു പുറത്തെ ചൂടിക്കട്ടിലിന്റെ തണുപ്പിൽ നിന്ന് മണൽക്കാട്ടിലെ കൂടാരത്തിനുള്ളിലെ പൊള്ളുന്ന ഇരുമ്പ് കട്ടിലിലേക്ക് എത്തിപ്പെട്ട രജ്പതി സാനി.

വാസു പലപ്പോഴും രജ്പതിയുടെ കൂടാരത്തിൽ പോയിട്ടുണ്ട് . കത്തുകളെഴുതിക്കൊടുക്കണം. അതാണ് ദൗത്യം. ഇത് കുറച്ചു നാളുകളായി ചെയ്ത് പോരുന്നതാണ്. ഛിട്ടി ലിഖ്നേവാല. കത്തെഴുത്തുകാരൻ എന്ന പേരുകൂടി വാസു ഇതിനകം സമ്പാദിച്ചുകഴിഞ്ഞിരുന്നു. കൂടാരത്തിലുള്ളവർ ഒട്ടൊരു ജാള്യതയോടെയാണ് അയാളെ ആദ്യമാദ്യം സമീപിക്കുക. അക്ഷരബന്ധമില്ല എന്നതിന്റെ ജാള്യത. ഇവർ പള്ളിക്കൂടത്തിൽ പോയിട്ടില്ല. ആ സമയം കന്നുകാലികളെ മേയ്ക്കാനിറങ്ങും. പാടത്തിറങ്ങി പണിയെടുക്കും. കുടുംബത്തെ സഹായിക്കും. ഇതിനൊക്കെയാണ് കുട്ടിക്കാലം. ബാല്യകൗമാര കാലങ്ങളൊക്കെത്തന്നെ അങ്ങനെ കഴിയും. പിന്നെ അതൊരു ജീവിതരീതിയായി മാറും. കുട്ടികളെ പള്ളിക്കൂടത്തിലയക്കുക എന്നത് ആഗ്രഹിക്കാൻപോലും കഴിയില്ല. അഥവാ ആഗ്രഹിക്കുന്നതു തന്നെ പാപം. വിദ്യയുടെ പ്രലോഭനത്തിൽ പള്ളിക്കൂടത്തിലേക്ക് നടന്നവരെയൊക്കെ ജമീന്ദാരുടെ ആളുകൾ തടഞ്ഞിട്ടേയുള്ളു. പാടങ്ങളാണ് നിങ്ങൾക്ക്, പാഠശാലകളല്ല. മുതുകിന് ചവിട്ടി ചെളിനിറഞ്ഞ പാടത്തേക്ക് തള്ളിയിട്ട് ജമീന്ദാരുടെ ആളുകൾ ആക്രോശിച്ച്

മടങ്ങുമ്പോൾ ബന്തൽ ഖണ്ഡിലെ ഏഴക്കുടിലുകളിൽ നിന്ന് താഴ്ന്ന ശബ്ദത്തിലുള്ള കരച്ചിലുകൾ ആകാശച്ചെരുവിൽ പൊട്ടിത്തകർന്നിട്ടുണ്ട്.

രജ്പതിയുടെ കൂടാരം വാസുവിന്റെ പതിവു സന്ദർശനയിടമാണ്. അയാൾക്ക് എന്നും വേവലാതിയാണ്. അതുകൊണ്ടുതന്നെ കത്തുകളെഴുതി അയക്കുന്നത് അയാൾക്ക് ഒരേസമയം ആശ്വാസവും ഉൽക്കണ്ഠയും നല്കി. വികാരങ്ങളൊക്കെ അയാൾ വാസുവിനോട് പങ്കുവെക്കും. സങ്കടപ്പെടും. പരാതിയും വിഷമങ്ങളും വാസു കേട്ടിരിക്കും. പിന്നെ അറിയുന്ന പരിമിതമായ അവരുടെ ഭാഷയിൽ എഴുതിക്കൊടുക്കും. ഇക്കാര്യത്തിൽ ആളുകൾക്ക് വാസുവിനെ വിശ്വാസമാണ്. മറ്റൊരാളെയും അവർ ഇതിനായി സമീപിക്കാറുമില്ല.

ആദ്യത്തെ ആളല്ല വാസു. മുൻപ് മറ്റൊരാൾ ഇക്കാര്യം ചെയ്തിരുന്നു എന്നു കേട്ടിട്ടുണ്ട്. ഇപ്പോൾ പക്ഷേ, അയാളെ ആരും വിളിക്കാറില്ല. വിശ്വാസ്യതയില്ല. അക്കാര്യം ക്യാമ്പിൽ പരസ്യവും നർമ്മം കലർത്തി പലരും പറയുന്ന ചരിത്രവുമാണ്.

നവവരന്മാർക്കിടയിലെ കത്തുകളിലാണ് അലോസരപ്പെടുത്തുന്ന കൃത്യമുണ്ടായതെന്നാണ് ശ്രുതി. കത്തിന് മറുപടി വന്നപ്പോൾ നിങ്ങളയച്ച പതിനായിരം ഉമ്മകൾ കിട്ടി, സന്തോഷം. തിരിച്ചത്രയും തരുന്നു. സ്നേഹത്തോടെ എന്ന തുടക്കം ചെറുപ്പക്കാരനെ ദേഷ്യം പിടിപ്പിച്ചത്രെ. നൂറേ അയച്ചുള്ളൂ എന്നും അതെങ്ങനെ പതിനായിരമായെന്നുമുള്ളതാണ് സംശയം. കത്തെഴുത്തുകാരൻ രണ്ടു പൂജ്യം കൂടി കൂടുതലെഴുതിയിട്ടു എന്ന ക്ഷമാപണമുണ്ടായെന്നാണ് കഥ. തികച്ചും വിശ്വാസ്യതയുടെ പ്രശ്നം. മറ്റെന്തൊക്കെ കൂട്ടിച്ചേർക്കും എന്ന സന്ദേഹം വേറെ. അതോടെ പലരും ഈ ദൗത്യം അയാളെ ഏല്പിക്കാതായി.

അല്ലെങ്കിലും ഇതൊക്കെ അവനവന്റെ ഉള്ളിൽ നിന്നല്ലേ വരേണ്ടത്. അതേക്കുറിച്ച് ജീവിതത്തിലൊരിക്കലും ചിന്തിച്ചിട്ടില്ല. അക്ഷരമറിയാത്തവർ നിറഞ്ഞ ഉള്ളം പകർത്തി വെക്കുന്നതെങ്ങനെ. അവരുടെ ശബ്ദം കടലും ആകാശവും കടന്നെത്തുന്നതെങ്ങനെ.

വൈകിട്ട് രജ്പതി വാസുവിനെ തിരക്കി എത്തിയിരുന്നു. അയാൾ പരിക്ഷീണനായി കണ്ടു. ഉറക്കച്ചടവുള്ള കണ്ണുകൾ.

"ഭായി വരണം. ഛിട്ടി വന്നിട്ടുണ്ട്."

ക്യാമ്പിലെ മെസ് ഹാളിൽ ഒരുകെട്ടു കത്തുകൾ വരാൻ തുടങ്ങിയിരുന്നു. ജോലി കഴിഞ്ഞെത്തിയാൽ ആദ്യം ചെയ്യുന്നത് തപാൽ ഉണ്ടോ എന്നു നോക്കുകയാണ്. ആകാംക്ഷ മുറ്റിനില്ക്കുന്ന മുഖങ്ങൾ വൈകുന്നേരങ്ങളിൽ മെസ് ഹാളിലെ പതിവു ദൃശ്യങ്ങളാണ്. കത്തിന്റെ കെട്ടുകളെടുത്ത് ആരെങ്കിലും ഒരാൾ മേൽവിലാസം ഉറക്കെ വായിക്കും. കേട്ടവർ കേൾക്കാത്തവരെ അറിയിക്കും. അക്ഷരമറിയാത്തവർ കത്തുകിട്ടിയാൽ അതുമായി വാസുവിനെ തേടിയെത്തും. എളുപ്പമല്ലാത്ത ഒരു പ്രവൃത്തിയാണ് വായന. വടിവില്ലാത്ത അക്ഷരങ്ങൾക്കുള്ളിൽനിന്ന് വായിച്ചെടുത്താൽ മാത്രം പോരാ അതിന്റെ വ്യാഖ്യാനങ്ങളും പൊരുളും വരെ

വിവരിച്ചു കൊടുക്കേണ്ടതായും വരും. വാസു അതീവ താല്പര്യ മെടുത്തും സ്വഗൃഹത്തിലെ കാര്യങ്ങളെന്നപോലെ അവരോട് സംവ ദിക്കും. അതുകൊണ്ട് അവർക്കിടയിൽ ഒരു പാലമുണ്ട്. എപ്പോഴും നട ന്നെത്താവുന്ന സൗഹൃദത്തിന്റെ പാലം.

എന്നാൽ ഇത്തവണ കത്തു വായിച്ചുകഴിഞ്ഞിട്ടും രജ്പതി ഒരക്ഷരം പോലും ഉരിയാടാതെ അനക്കമില്ലാതിരുന്നതേയുള്ളു. കൂടാരത്തിൽ വാസുവിന്റെ സാന്നിദ്ധ്യംപോലും വിസ്മരിച്ചുള്ള ശിലാഖണ്ഡമായി അയാൾ. ശ്വാസം നിലച്ച മട്ട്.

"സബ് ഠീക്ക് ഹോ ജായേഗാ ഭായി, സബ് ഠീക്ക് ഹോ ജായേഗാ."

എല്ലാം ശരിയാവും സഹോദരാ എല്ലാം ശരിയാകും. സാന്ത്വന ത്തിന്റെ വാക്കുകളുമായി വാസു ഇരുന്നു. വരൾച്ചയുടെ വറുതികളിലേക്ക് എറിയപ്പെട്ടിരിക്കയാണ് രജ്പതിയുടെ ബന്തൽഖണ്ഡ്. വയലുകളൊക്കെ ചുടുകാറ്റിൽ കത്തിക്കരിയും. ഭൂമി വരണ്ടു വിണ്ടുപിളരും. ചളി നിലങ്ങ ളിൽ ചളിയുണങ്ങിയുതിർന്ന ഗർത്തങ്ങൾ പോലുമുണ്ടാവും. അങ്ങനെ ഉണങ്ങിക്കടിച്ച് വിണ്ടുകീറിയ വിടവുകളിലേക്ക് കന്നുകാലികൾ പോലും ചത്തു കിടക്കും. പാടങ്ങൾ ഉണങ്ങിവരണ്ട് എല്ലിൻകൂടുപോലുള്ള വരമ്പു കളോടെ ആകാശം നോക്കിക്കിടക്കും. ചത്തു മലച്ച പക്ഷിമൃഗാദികളുടെ ജഡങ്ങളെക്കൊണ്ട് ഗ്രാമം മൃത തുല്യമാവും. ഒരു തുള്ളി ദാഹജലത്തി നായി മൈലുകളോളം നടന്നുകയറേണ്ടി വരും. ചെറു കുടങ്ങളേന്തി അയൽഗ്രാമങ്ങളിലെ നീരുറവകൾ തേടി പുലരും മുൻപ് നേർവരയായി നീങ്ങുന്ന ഗ്രാമസ്ത്രീകൾ വരൾച്ചാകാലത്തെ ബന്തൽഖണ്ഡിലെ പതിവു ചിത്രങ്ങളാണ്. ഭീതിദമായ പഞ്ഞകാലത്തിന്റെ മൂടൽമഞ്ഞ് ഗ്രാമത്തിനു മുകളിൽ തൂങ്ങിനില്ക്കും. ജമീന്ദാരുടെ കയ്യാലകൾക്ക് പുറത്ത് നടുവളച്ച് ചെന്നുനില്ക്കും. ഒരു മുഖദർശനത്തിന് രാപ്പകൽ കാത്തുകെട്ടിക്കിടക്കും. അടുത്ത കൊയ്ത്തുകാലത്ത് തിരിച്ചടച്ചോളാം എന്നുകരഞ്ഞു കേണു പറഞ്ഞ് ഒരു കൊട്ട ധാന്യം കടം പേറിപ്പോരും. വറുതിയിലേക്ക് വീണു കിട്ടുന്ന പൊള്ളുന്ന ആശ്വാസം. നിറഞ്ഞ പത്തായങ്ങളുള്ളവർ കുന്നിൻ മുകളിലും ഒഴിഞ്ഞ വയറുള്ളവർ താഴ്വാരങ്ങളിലും കഴിയുന്ന ഒരിടമാണ് ബന്തൽ ഖണ്ഡ്.

വന്ന മെയിലുകളിൽ ഒരു കത്തുമാത്രം മെസ് ഹാളിൽ ദിവസങ്ങ ളോളം ആരാലും ശ്രദ്ധിക്കപ്പെടാതെ കിടന്നിരുന്നു. ക്യാമ്പിൽ അങ്ങനെ ഒരാളില്ലെന്നു വരുമോ എന്ന് വാസുവിന് സംശയം തോന്നിയിരുന്നു. മേൽവിലാസം കൃത്യമായും നദിയായിലേക്ക് തന്നെ. എങ്കിലും വളരെ പണിപ്പെട്ടാലേ വല്ലാതെ ചുളിഞ്ഞു മുഷിഞ്ഞ കത്തിന്റെ മേൽവിലാസം വായിച്ചെടുക്കാനാവൂ. അതിനാരും മിനക്കെടാത്തതിനാലാവാം ഉപേക്ഷി ക്കപ്പെട്ട നിലയിൽ അവിടെത്തന്നെ ദിവസങ്ങളോളം കിടന്നിരുന്നത്. അനാ ഥമായി അവശേഷിച്ച കത്തെടുത്ത് വാസു ടൈം ഓഫീസിൽ ചെന്നു. ടൈംകീപ്പർ റെക്കോർഡുകളെടുത്ത് പേറോൾ പരിശോധിച്ചു. അങ്ങനെ ഒരാളുണ്ടെന്നും അയാളുടെ കൂടാരത്തിന്റെ നമ്പറും ഉറപ്പു വരുത്തി.

വാസു കൂടാരത്തിലെത്തുമ്പോൾ അതിനുള്ളിൽ ആരെങ്കിലുമുണ്ടെന്ന തോന്നലുണ്ടായില്ല. പഴകിപ്പോയ ഒരു വലിയ തുണിക്കെട്ടുപോലെ കൂടാരം നിന്നിരുന്നു. ആളനക്കമില്ല. മുൻവശത്തെ തട്ടിക നീക്കി വാസു ഉള്ളിലേക്ക് നൂണ്ടുകടന്നു. ഒഴിഞ്ഞ മൂന്ന് കട്ടിലുകൾ നാലാമതൊന്നിൽ ചമ്രം പടിഞ്ഞ് ചപ്രത്തലമുടിയും താടിയുമായി ഒരാൾ ധ്യാനത്തിലെന്നപോലെ അനക്കമില്ലാതിരുന്നിരുന്നു. വാസു ചെന്നു കയറി. യാതൊന്നും അയാൾ അറിഞ്ഞില്ല. അല്പനേരം അയാളെത്തന്നെ നോക്കി നിന്നു. മറ്റൊരു ഗ്രഹത്തിൽ ചെന്നു പെട്ടതാണോയെന്ന് ഒരു നിമിഷം സംശയിച്ചു. അയാൾ ഒന്നും അറിയുന്നില്ല. ധ്യാനത്തിന്റെ ആഴങ്ങളിലേക്കാണ്ടു പോയിരിക്കയാണ്. ഭൂമിയിലേക്ക് തിരിച്ചെത്തിക്കാനെന്ന വണ്ണം വാസു മുരടനക്കി വിളിച്ചു.

"ഹേ ഭായ്."

"ഹേ ഭായ്. ദേ ഖോ രജ്പതി സാനി."

"ജീ."

അയാൾ മറുലോകത്തുനിന്നു തിരിച്ചെത്തി കണ്ണുതുറന്നു പെട്ടെന്നെഴുന്നേറ്റ് കൈകൂപ്പി നിന്നു. പരിഭ്രമം മറച്ചുകൊണ്ട് പറഞ്ഞു.

"ബൈഠിയേ സാബ്."

ഒഴിഞ്ഞ കട്ടിലിലേക്ക് വാസു ഇരുന്നു. കൂടാരത്തിന്റെ ചെറു പഴുതുകളിലൂടെ ചുടുകാറ്റ് ചൂളം വിളിച്ചിരുന്നു.

"ആപ്കോ ഏക് ചിട്ടി ആയാ ധാ" വാസു കത്ത് നീട്ടിക്കൊണ്ടു പറഞ്ഞു.

രജ്പതി കത്ത് വാങ്ങി അത് തിരിച്ചും മറിച്ചും നോക്കി. കത്ത് വന്നതിന്റെ സന്തോഷമോ അത് വായിച്ചറിയാനുള്ള ഉൽക്കണ്ഠയോ അയാളുടെ മുഖത്ത് കണ്ടില്ല. തികഞ്ഞ നിർവ്വികാരത മാത്രം. അയാൾ ഈ ഭൂമിയിൽത്തന്നെ ഉണ്ടെന്നുപോലും തോന്നിയില്ല. അയാളെ തനിച്ചു വിടുകയാണ് നല്ലതെന്നു കരുതി വാസു പോകാനായി എഴുന്നേറ്റ് കൂടാരത്തിന്റെ തട്ടിക ഉയർത്തി.

"സാബ്."

രജ്പതി പിന്നിൽനിന്നും വിളിച്ചു. വാസു തിരിഞ്ഞുനിന്നു. അയാൾ കത്ത് വാസുവിന് നേരെ നീട്ടി യാചനയോടെ നിന്നു.

"മെഹർബാനി കരോ സാബ്. യേ പഠ്കേ ബതായിയേ സാബ്." അയാളുടെ ക്ഷീണിച്ച സ്വരം.

വാസു തിരിച്ചുവന്ന് കട്ടിലിലിരുന്നു. കത്ത് വാങ്ങി മുഷിഞ്ഞുപോയ കത്തിന്റെ അഗ്രങ്ങൾ സൂക്ഷ്മതയോടെ പൊട്ടിച്ചു. ഒരു പക്ഷിക്കുഞ്ഞിനെ കരുതലോടെ കൈക്കുള്ളിലൊതുക്കും പോലെയാണ് വാസു അത് ചെയ്തത്. എവിടുന്നോ കീറിയെടുത്ത പഴകി ദ്രവിച്ച ഒരു കടലാസിൽ ഏതാനും വരികളിലായിരുന്നു കത്ത്. വാസു പണിപ്പെട്ട് അത് വായിച്ചു കൊടുത്തു.

"പിതാജി പോയതിന്റെ വിഷമങ്ങൾ ഞങ്ങൾ അറിഞ്ഞു തുടങ്ങി

യിരിക്കുന്നു. പാടങ്ങൾ വരണ്ടുതന്നെ കിടക്കുന്നു. ഇനിയും വർഷിച്ചിട്ടില്ല. അമ്മ പല തവണ മല കയറിപ്പോയെങ്കിലും വെറും കൈയോടെ തിരിച്ചു വന്നു. അമ്മക്ക് പ്രായമായി വരികയാണ്. ഇനി മല കയറിയിറങ്ങാനൊന്നും വയ്യ. മാലിക് അയാളുടെ നല്ല വാക്കുകൾ മാത്രം പുലമ്പി. അവസാനം മനമില്ലാമനസ്സോടെ ഞാൻ തന്നെപോയി. ഒരു കൊട്ട ധാന്യത്തിനായി......." പിതാജിയുടെ ബേട്ടി ദുലാലി.

കത്ത് വായിച്ചു കേട്ട് അയാൾ അനക്കമില്ലാതെ തറയിലെ ലിനോലിയത്തിന്റെ നിറംകെട്ട പരപ്പിലേക്ക് നോക്കിയിരുന്നു. കാഴ്ചയുടെ വെട്ടങ്ങൾക്കുപകരം കണ്ണുകളിൽ നിറഞ്ഞുനിന്നത് ഇരുട്ടിന്റെ പുകക്കെട്ടുകളാണ്. അങ്ങനെ ഒരാൾ അവിടെ ഉണ്ടായിരുന്നില്ല.

വാസു വീണ്ടും അയാളെ തിരിച്ചു വിളിക്കുകയായിരുന്നു. ദൂരങ്ങൾ താണ്ടി വന്നെത്തിയതിന്റെ കിതപ്പ് അയാളിലുണ്ടായി. ഭാരമാർന്ന, പോയ കാലത്തിന്റെ ഭാണ്ഡങ്ങൾ ചുമന്നെത്തുന്ന ഒരു പഥികനെ അയാളെപ്പോഴും ഓർമ്മിപ്പിച്ചു. എന്തേ ഗ്രാമം വിട്ടു പോന്നതെന്ന വാസുവിന്റെ അന്വേഷണത്തിൽ അയാൾ മുങ്ങി നിവർന്നു. സാവധാനം കണ്ണുകളുയർത്തി താഴ്ന്ന ശബ്ദത്തിൽ പറയാൻ തുടങ്ങി.

"രണ്ടു കുട്ടികളുടെ അച്ഛനാണ് ഞാൻ. മകനും മകളും. ഗുർമിത്ത്റാമും ദുലാലിയും. ഞങ്ങൾ പണ്ടേ ഉരുളക്കിഴങ്ങ് കൃഷിക്കാരാണ്. കൂടെ ചോളപ്പാടങ്ങളുമുണ്ട്. കൃഷിപ്പണി ഞങ്ങൾക്ക് ഹരമാണ്. പക്ഷേ, നിലങ്ങളൊന്നും ഞങ്ങളുടേതല്ല. ജമീന്ദാർക്കുള്ളതാണ് എല്ലാം. ഉരുളക്കിഴങ്ങും ചോളവും ഞങ്ങളും. തിരുവായ്ക്കെതിർവായില്ല. ഇത് രാത്രിയെന്നു പറഞ്ഞാൽ അല്ല പകലെന്നു പറയാൻ അവകാശമില്ല. പണിയെടുക്കുക മാത്രമാണ് ഞങ്ങൾക്ക് ചെയ്യാനുള്ളത്. അതിൽ വരുന്ന പിഴവുകൾക്കും കുറ്റങ്ങൾക്കും ശിക്ഷയേറ്റുവാങ്ങാൻ വിധിക്കപ്പെട്ടവരാണ് ഞങ്ങൾ. വെള്ളപ്പൊക്കക്കാലത്ത് കുറെ ചോളക്കറ്റകൾ വെള്ളപ്പാച്ചിലിൽ നഷ്ടമായതിന് അവരെന്നെ മരത്തിൽ കെട്ടിയിട്ട് പുറത്ത് ചാട്ടവാറുകൊണ്ടടിക്കുന്നത് എന്റെ മകൻ ഗുർമിത്ത് റാം കണ്ടു നിന്നിട്ടുണ്ട്. അവൻ ഭയന്നുവിറച്ച് കുറച്ചുനാൾ പനിച്ചു കിടന്നു. വളർന്നപ്പോൾ മേൽത്തട്ടിലെ ഒരു സുന്ദരിക്കുട്ടിയെ കാശി വിശ്വനാഥ ക്ഷേത്രത്തിൽ കൂട്ടിക്കൊണ്ടുപോയെന്നു പറഞ്ഞ് ഗ്രാമത്തിൽ നിന്ന് ആട്ടിയോടിച്ചു. പിറ്റേന്ന് പെൺകുട്ടിയെ കാണാതായി. സത്നയിൽ കൃഷി ചെയ്ത് ജീവിച്ചിരുന്ന അവർക്ക് ഒരു മകനുണ്ടായി. പൊന്നു പോലൊരു മോൻ. കുട്ടിക്ക് നാലു വയസ്സു തികഞ്ഞപ്പോൾ വരൾച്ചയുടെ ചൂടിൽ വെന്തുരുകി ഉരുളക്കിഴങ്ങ് പാടങ്ങളൊക്കെ കരിഞ്ഞുപോയി. സത്ന മൊത്തം തീയാളിപ്പടർന്നു. എല്ലാം നഷ്ടപ്പെട്ട ഗുർമിത്ത്. അവൻ നാലു വയസ്സുചെന്ന കുഞ്ഞിനെ ദേഹത്ത് കെട്ടിവെച്ച് ജമുനയിലേക്ക് ചാടി. അവൻ അവന്റെ കുഞ്ഞിനെ ഒപ്പം കൂട്ടിപ്പോയി. അങ്ങനെ ഒന്നിന് ധൈര്യം വരുന്നില്ല. അതുകൊണ്ടിപ്പോഴും ജീവിച്ചിരിക്കുന്നു. എന്റെ മോൾ ദുലാലിക്കു വേണ്ടിയെങ്കിലും ഞാനത് ചെയ്തുകൂടാ, സാബ്." അയാൾ പതുക്കെ വിറച്ചിരുന്നു. കണ്ണുകൾ

നിറഞ്ഞുവന്നു. കുറച്ചു നേരത്തേക്ക് കൂടാരത്തിൽ പുറത്തെ കാറ്റിന്റെ സീൽക്കാരം മാത്രമേ കേട്ടിരുന്നുള്ളു.

പിന്നെ രജ്പതിക്കുവേണ്ടി വാസു ഒരിക്കൽക്കൂടി കത്ത് വായിച്ചു കൊടുത്തു. അയാൾ അറിയാത്ത വരികൾക്കിടയിലൂടെ സഞ്ചരിക്കയാണെന്ന് അനക്കമില്ലാത്ത ഇരുപ്പുകണ്ട് വാസുവിന് തോന്നി. മറുകുറി എഴുതുന്ന കാര്യം പോലും അയാൾ പറയുകയുണ്ടായില്ല.

രജ്പതിയെ അയാളുടെ ലോകത്തേക്ക് മാത്രം വിട്ട് വാസു പുറത്തിറങ്ങി.

വാസുവിന് മുറിവേറ്റിരുന്നു. ദിവസങ്ങോളം ഉണങ്ങാത്ത മുറിവിന്റെ നീറ്റലും കൊണ്ട് നടന്നു. ജോലി കഴിഞ്ഞെത്തിയാൽ കൂടാരത്തിനുള്ളിൽ കഴിയാതെ അയാൾ ക്ഷണത്തിൽ പുറത്ത് കടന്നിരുന്നു. മണൽക്കുന്നുകൾക്കിടയിലൂടെ നടന്നു. മണലട്ടികളുറച്ച പാറപ്പാളികളിലിരുന്ന് തുറന്ന ആകാശം നോക്കി വിസ്മയംകൊണ്ടു. ഈ ലോക വിസ്തൃതിയിൽ പക്ഷേ, ഒരു ഗ്രാമം എത്ര ചെറുതാണ്. ജമുനയുടെ തീരത്തെ സത്നയുടെ ഹൃദയത്തുടിപ്പ് എത്ര നിസ്സാരം. സ്വന്തം കുഞ്ഞിനെക്കൂടി ശരീരത്തോട് ചേർത്തുകെട്ടി നദിയിലേക്കെടുത്ത് ചാടിയ ഗുർമിത്ത് റാം ഓർക്കപ്പെട്ടതേയില്ല. രജ്പതിയുടെ കുടുംബത്തിന്റെ ദീർഘനിശ്വാസങ്ങളിൽ മാത്രം ഒതുങ്ങുന്ന വെറുമൊരോർമ്മ.

വാസു തിരിച്ചു നടന്നു. ആകാശക്കെട്ടുകൾ നദിയയുടെ മുകളിൽ തൂങ്ങിക്കിടന്നു.

മറ്റൊരു സായാഹ്നത്തിൽ വാസു രജ്പതിയുടെ കൂടാരത്തിലേക്കു ചെന്നു. രജ്പതി വല്ലാതെ അസ്വസ്ഥനായി കണ്ടു. അയാളെ അലോസരപ്പെടുത്തും വിധം വാസു ഒന്നും തന്നെ ചോദിക്കുകയുണ്ടായില്ല. എന്നാൽ പതിവില്ലാതെ രജ്പതി എന്തൊക്കെയോ പരസ്പരബന്ധമില്ലാതെ പറഞ്ഞു കൊണ്ടിരുന്നു. അയാൾ പറഞ്ഞുകൊണ്ടിരുന്നതിനൊക്കെ പക്ഷേ, എവിടെയൊക്കെയോ നേരിയ തുടർച്ചയുണ്ടെന്ന് വാസുവിന് വഴിയേ തോന്നിത്തുടങ്ങി.

"ഒന്നാലോചിച്ചു നോക്കൂ."

രജ്പതി ഗൗരവപൂർവ്വം വാസുവിനെ നോക്കി പറയാൻ തുടങ്ങി.

"ഒന്നാലോചിച്ചു നോക്കൂ, സാബ്."

"ഒരു ഗ്രാമത്തിൽ ആറുമാസക്കാലത്തിനുള്ളിൽ ആയിരം ഡോക്ടർമാർ ആത്മഹത്യ ചെയ്തു എന്നു വിചാരിക്കാം."

"ഏയ്. അങ്ങനെ സംഭവിക്കില്ല." വാസു ക്ഷണത്തിൽ പറഞ്ഞു.

"സംഭവിക്കുമെന്നു വിചാരിക്കൂ സാബ്" രജ്പതി ആവശ്യപ്പെട്ടു.

"ശരി."

"ആരെങ്കിലും ശ്രദ്ധിക്കുമോ."

"തീർച്ചയായും."

"മറ്റൊരു സമയം അതേ ഗ്രാമത്തിൽ ഇനിയും ആയിരം നഴ്സുമാർ ആത്മഹത്യ ചെയ്തെന്ന് കരുതൂ."

“എന്താണിത് രജ്പതീ” വാസു ഉൽക്കണ്ഠയോടെ അന്വേഷിച്ചു.

“അങ്ങനെ കരുതൂ സാബ്.”

“ശരി. കരുതാം.”

“അതൊരു സംഭവമാകുമോ.”

“തീർച്ചയായും.”

“കാരണം അന്വേഷിക്കുമോ.”

“തീർച്ചയായും അന്വേഷിക്കും.”

“ഇനിയുമൊരിക്കൽ ആയിരം വക്കീലന്മാർ ജീവനൊടുക്കി എന്നു വെക്കൂ.”

“അതൊന്നും ഉണ്ടാവില്ല ഭായി. നീയെന്തു ഭ്രാന്താണീ പറയുന്നത് നിനക്കെന്തുപറ്റി.”

വാസുവിന് ക്ഷമ കെട്ടിരുന്നു.

“അങ്ങനെയൊന്നു വിചാരിക്കൂ സാബ്. സംഭവിക്കാതിരിക്കട്ടെ എന്ന് നമുക്ക് പ്രാർത്ഥിക്കാം.”

“ഇങ്ങനെയായാൽ രാജ്യം എങ്ങനെ മുന്നോട്ടുപോകും രജ്പതീ. ഇങ്ങനെയൊന്നും ഉണ്ടാവില്ലെന്ന് ആർക്കാണറിയാത്തത്. നാടിന്റെ താളം തെറ്റില്ലേ” വാസുവിന്റെ ശബ്ദമുയർന്നിരുന്നു.

“അതൊക്കെ ശരി തന്നെ. പ്രയാസമാണ്. പക്ഷേ, അങ്ങനെ സംഭവിച്ചു എന്ന് സങ്കല്പിച്ചു നോക്കണം സാബ്. ഞാൻ അത്രയേ ആവശ്യപ്പെട്ടുള്ളൂ.” താഴ്ന്ന സ്വരത്തിലാണ് രജ്പതി പറഞ്ഞത്.

“ശരി. നിനക്കുവേണ്ടി.” വാസു സമ്മതിച്ചു.

“നോക്കൂ സാബ്, ഇത്രയുമായപ്പോൾ തന്നെ അങ്ങയുടെ അസ്വാസ്ഥ്യം പുറത്തുവന്നു. അങ്ങനെയൊന്ന് സങ്കല്പിക്കാൻ പോലും അങ്ങേക്ക് കഴിയുന്നില്ല. ഉൾക്കൊള്ളാനാവുന്നില്ല. അപ്പോൾ തീർച്ചയായും ഇത്തരം സംഭവങ്ങളുടെ കാര്യകാരണങ്ങൾ അന്വേഷിക്കാതിരിക്കില്ല. അല്ലേ. അധികാരികൾ ഓടിയെത്താതിരിക്കില്ല എന്ന് അങ്ങുതന്നെ സമ്മതിക്കുന്നു.”

“പിന്നില്ലേ. അതെത്ര ഭീകരമാണ് രജ്പതീ.”

അതെ തികച്ചും ഭീകരവും അതേസമയം ദയനീയവുമാണ്. ദൈന്യം ഇരുവർക്കിടയിലും പരന്ന് രൗദ്രവും ബീഭത്സവും പുറത്തെടുക്കുകയായിരുന്നോ.

“സാബ്, എന്റെ മകൻ ഗുർമിത്ത് റാം ജീവനൊടുക്കി. അവന്റെ വിളകളൊക്കെ നശിച്ചിരുന്നു. കടത്തിൽ മുങ്ങിപ്പോയി. ഉള്ളതെല്ലാം നഷ്ടപ്പെട്ടു. അവന് പിന്നെ പണയപ്പെടുത്താൻ അവന്റെ ജീവനേ ഉണ്ടായിരുന്നുള്ളൂ. സമ്പാദ്യമായി അവന്റെ ആ കുഞ്ഞും.”

ഏതാനും നിമിഷം മൗനിയായിരുന്നു. അയാൾ തുടർന്നു.

“അവൻ മാത്രമല്ല സാബ്. അവനെപ്പോലെ എത്രയോ പേർ ഓരോ ഗ്രാമങ്ങളിലും ജീവനൊടുക്കുന്നു. ആയിരമൊക്കെ കുറച്ചു കാണലായിരിക്കും. സാബ് പക്ഷേ, ഇതൊക്കെ ആരെയെങ്കിലും അലോസരപ്പെടു

ത്തുന്നുണ്ടോ സാബ്. അലോസരപ്പെടുത്തുന്നുണ്ടോ. പറയൂ സാബ്. പറയൂ."

അയാളുടെ തൊണ്ടയടഞ്ഞിരുന്നു. ശബ്ദമില്ലാത്തവനായി ഇരുന്നു.

വാസുവിന് ഒന്നും പറയാനുണ്ടായിരുന്നില്ല.

അവർ സ്വയം നഷ്ടപ്പെട്ട് കൂടാരത്തിന്റെ ചൂടിലിരുന്ന് വെന്തു.

തിരിച്ചെത്തുമ്പോൾ വാസുവിന്റെ കൂടാരത്തിനുള്ളിൽ കുറുപ്പും ചീരനും കാത്തിരുന്നിരുന്നു. മറ്റാരുമുണ്ടായിരുന്നില്ല. രാംനാഥും മുനിയാണ്ടിയും പുറത്ത് പോയിരിക്കണം.

ബന്തർഖണ്ഡ് ഗ്രാമത്തിൽ നിന്നായിരുന്നു വാസുവിന്റെ വരവ്. മറ്റൊരു നാടും കാലവും. അതുകൊണ്ടു തന്നെ കാത്തിരിക്കുന്നവരുടെ പുതിയ കാലത്തിലേക്ക് വന്നെത്താൻ പണിപ്പെട്ടു. ചളി നിറഞ്ഞ പാടങ്ങളും വിണ്ടുപൊട്ടിയ പാദങ്ങൾ പതിഞ്ഞ വരമ്പുകളും തീ പുകയാത്ത കൂരകളും ചത്തു വീഴുന്ന മനുഷ്യരുടെയും കന്നുകാലികളുടെയും കബന്ധങ്ങൾ അളിഞ്ഞ ഗന്ധവും വാസുവിനെ വേട്ടയാടിയിരുന്നു.

തട്ടിക നീക്കി കൂടാരത്തിന്റെ ചുടു നിലത്തേക്ക് വന്നെത്തുമ്പോൾ കുറുപ്പും ചീരനും അതീവ ഗൗരവത്തോടെ എന്തോ പറഞ്ഞു കൊണ്ടിരിക്കുകയാണെന്ന് അവരുടെ മുഖഭാവത്തിൽനിന്ന് വാസു മനസ്സിലാക്കി. അവരോടൊപ്പം വാസുവും ചേർന്നു. ഇരുമ്പ് കട്ടിൽ ഒന്നു ഞരങ്ങി. ഒറ്റക്കാലിൽ നിന്നു തിരിയുന്ന പങ്ക തുപ്പുന്ന ചുടുകാറ്റിൽ അവരിരുന്നു വിയർത്തു.

"അവർ വീണ്ടും വന്നിരുന്നു" കുറുപ്പ് പറഞ്ഞു.

"ആര്?"

"ദൈദുകാർ. വേണുവും ഡാമിയനും."

"എന്തിനായിരുന്നു."

"ദൈദിൽ നിന്നും ഏതാനും പേരെ പിരിച്ചു വിട്ടിരിക്കുന്നു. അതറിയിക്കാൻ."

"കാരണം."

"ജോലിക്ക് പോരെന്ന്."

മണൽ വഴികൾ നഷ്ടപ്പെട്ട പഥികരെപ്പോലെയാണ് കഴിഞ്ഞ രാത്രി അവരെത്തിയത്. ഈർപ്പം തൂങ്ങിനിന്ന അന്തരീക്ഷത്തിൽ ചൂട് കനത്തിരുന്നു. ഡ്യൂട്ടി കഴിഞ്ഞയുടനെ പുറപ്പെട്ടതാണ്. മുന്നൂറ് നാഴിക താണ്ടിയാണ് അവരെത്തുന്നത്. കതകിൽ മുട്ടുകേട്ടാണ് കുറുപ്പ് ഉറക്കത്തിന്റെ പിടിവിട്ടുണർന്നത്. വാതിൽ തുറന്നതോടെ ചുടുകാറ്റ് അകത്തേക്ക് അടിച്ചുകയറി. അതോടൊപ്പം വേണുവും ഡാമിയനും. അവർ നന്നായി വിയർത്തിരുന്നു. നെറ്റിയിൽ പളുങ്കുമണികൾ ഉരുണ്ടുകൂടി നിന്നു. മുറിയുടെ തണുപ്പിലേക്ക് കയറിനിന്ന് അവർ കുറുപ്പിന്റെ കൈ പിടിച്ചു കുലുക്കി. കുപ്പായത്തിന്റെ കുടുക്കുകൾ അഴിച്ച് വിയർപ്പാറ്റാൻ തുടങ്ങി. മേശപ്പുറത്തു നിന്ന് വെള്ളക്കുപ്പിയെടുത്ത് കമിഴ്ത്തി ആവോളം കുടിച്ച് ദാഹമകറ്റി. ഇരുവർക്കും ശ്വാസം നേരെയായി.

"എന്തേ ഈ രാത്രിയിൽ."

കുറുപ്പ് സന്ദേഹത്തോടെ തിരക്കി.

ആരും ഒന്നും മിണ്ടിയില്ല. അവർ പരസ്പരം കണ്ണുകളയച്ചു. അസാധാരണമായെന്തോ ഉണ്ടെന്ന് അവരുടെ നോട്ടങ്ങളിൽ നിന്ന് മനസ്സിലാക്കാം.

"പറയൂ എന്തുണ്ടായി." കുറുപ്പ് തിടുക്കപ്പെട്ടു.

"നേരം വെളുക്കാൻ നിന്നില്ല. വൈകിപ്പോകും."

ഡാമിയൻ പറഞ്ഞു തുടങ്ങി.

"ഒന്നും രണ്ടുമല്ല. പത്തോളം പേർക്ക് പിരിച്ചുവിടൽ നോട്ടീസുണ്ട്. അതിന്റെ ഒരു ഗൗരവം കണക്കിലെടുക്കാതെ വയ്യ. അതാണ് പുറപ്പെട്ടത്."

ഡാമിയൻ ശേഷിച്ച കുപ്പായക്കുടുക്കുകളും അഴിച്ചിട്ട് തുടർന്നു.

"കുറുപ്പേട്ടന് നമ്മുടെ ആൻഡ്രിയാസിനെ ഓർമ്മയുണ്ടല്ലോ. നിങ്ങളുടെ ദാബിയ പ്രോജക്ടിലുണ്ടായിരുന്ന ഫോർമാൻ. തുർക്കികളുടെ പാളയത്തിൽ നിന്ന് ഓടി രക്ഷപ്പെട്ട കിഴവൻ. അയാളുടെ കീഴിലുള്ളവരാണ് അവരൊക്കെത്തന്നെ. വേണ്ടത്ര പരിചയമുള്ളവരും കമ്പനിയിൽ വർഷങ്ങളായി പണിയെടുക്കുന്നവരും അവരവരുടെ ജോലികളിൽ പ്രാപ്തരും വൈദഗ്ദ്ധ്യം തെളിയിച്ചിട്ടുള്ളവരുമാണ്. അപ്പോൾപ്പിന്നെ അവരൊന്നും ജോലിക്ക് പോരെന്ന കാരണം അംഗീകരിക്കാനാവില്ല. ഇതിനെതിരെ പ്രതിഷേധിക്കണംന്നുണ്ട്. അവരെ ഉടനെ കയറ്റിവിട്ടേക്കും. അതിനു മുൻപ് എന്തെങ്കിലും ചെയ്തേ പറ്റൂ. ഇക്കാര്യത്തിൽ നിങ്ങളുടെ പ്രതികരണം അറിയാനാണ് ഞങ്ങളീ രാത്രിക്ക് രാത്രി ഓടിയെത്തിയത്."

"ശ്രീധരൻ നമ്പ്യാരെവിടെ. അയാളെക്കൂടി കൂട്ടി ആലോചിക്കണംന്നുണ്ട്" വേണു അഭിപ്രായപ്പെട്ടു.

വേണുവിനെയും ഡാമിയനെയും മുറിയിലിരുത്തി കുറുപ്പ് പുറത്തിറങ്ങി.

"കുറുപ്പ് ഒന്നും പറഞ്ഞില്ല."

വേണു ഡാമിയനെ നോക്കി നെറ്റി ചുളിച്ചു.

"അങ്ങനെ എളുപ്പത്തിൽ പ്രതികരിക്കുന്ന ആളല്ല കുറുപ്പ്."

കുറുപ്പിനെ നന്നായറിയുന്ന ആളെന്ന നിലയിൽ ഡാമിയൻ പറഞ്ഞു.

"ഇത്തരം കാര്യങ്ങളിൽ കൂടിയാലോചനകൾ ആവശ്യമാണ്. ശ്രീധരൻ നമ്പ്യാർ കൂടിയെത്തിയാൽ അതാവാം."

"ശരിയാണ്."

"പിന്നെ ഇതത്ര ചെറിയ കാര്യമല്ലെന്നോർക്കണം. വളരെ കരുതലോടെ മാത്രമേ കൈകാര്യം ചെയ്യാനാവൂ."

അപ്പോഴേക്കും കുറുപ്പ് ചീരനേയും കൂട്ടി തിരിച്ചെത്തി. ഉറക്കത്തിൽ നിന്നുണർത്തിക്കൊണ്ടു വന്നതിന്റെ വല്ലായ്മയൊന്നും ചീരനിൽ കണ്ടില്ല. അയാൾ പ്രസരിപ്പോടെ തന്നെയിരുന്നു. ഇരുവർക്കും കൈകൊടുത്ത്

കുറുപ്പിന്റെ കട്ടിലിലേക്കിരുന്നു

"കുറുപ്പേട്ടൻ കാര്യങ്ങൾ സൂചിപ്പിക്കുകയുണ്ടായി. നിങ്ങൾ അവിടെ ആരുമായും ഇക്കാര്യം ആലോചിച്ചിരുന്നില്ലേ" ചീരൻ അന്വേഷിച്ചു.

"അതുണ്ടായിട്ടില്ല" ഡാമിയൻ പറഞ്ഞു.

"അതുവേണം. എന്നിട്ടേ മറ്റെന്തിനെക്കുറിച്ചും ആലോചിക്കാനാവൂ." ചീരൻ അഭിപ്രായപ്പെട്ടു.

"ആദ്യമായും അതിനൊരു പ്ലാറ്റ്ഫോം വേണം. നിങ്ങൾ AWC രൂപീകരിച്ചിരുന്നോ" കുറുപ്പ് അന്വേഷിച്ചു.

"പേരിനൊന്നുണ്ടാക്കിയിട്ടുണ്ട്." വേണു പറഞ്ഞു. "കമ്പനി പക്ഷേ അതംഗീകരിച്ചിട്ടൊന്നുമില്ല."

"നോക്കൂ, ആദ്യം നിങ്ങൾ ഒരു മേശക്കുമുന്നിൽ വരണം. അവിടുത്തെ അഡ്മിനിസ്ട്രേറ്ററെ അതിലേക്ക് കൊണ്ടുവരണം. അങ്ങനെയേ നമുക്കെന്തെങ്കിലും തുടങ്ങാനാവൂ."

"അതൊക്കെ ശരിയാണ്. പക്ഷേ, അപ്പോഴേക്കും പിരിച്ചുവിടപ്പെട്ടവർ നാടെത്തിയിരിക്കും." വേണു വ്യക്തമാക്കി.

"അവർക്ക് പെട്ടെന്ന് അതിന് കഴിയാത്തവിധം സാദ്ധ്യമായ ഡയലോഗ് തുടങ്ങിവെക്കണം. ഒരു മാസത്തെ നോട്ടീസ് പിരീഡ് കാണുമല്ലോ." ചീരൻ തുടർന്നു.

"വ്യക്തികളെ സംരക്ഷിക്കേണ്ടതുണ്ട്. അതോടൊപ്പം വരുംകാലത്ത് സമാന സംഭവങ്ങൾ ഉണ്ടാവുന്നത് തടയുക എന്നതും പരമപ്രധാനമാണ്."

"ഈ പത്തുപേരെ കുരുതി കൊടുക്കണമെന്നാണോ."

വേണു ചീരന്റെ നേരെ സ്വരമുയർത്തി.

"എന്നല്ല. അതൊഴിവാക്കുകയാണ് വേണ്ടത്. പക്ഷേ, അങ്ങനെ സംഭവിക്കുന്നെങ്കിൽ അത് നമ്മുടെ ചെറുത്തുനില്പിന് കൂടുതൽ ഊർജ്ജം പകരും."

"പത്തു കുടുംബങ്ങൾ വഴിയാധാരമായിട്ടോ."

"അങ്ങനെ ബോധപൂർവ്വം ചെയ്യുന്നതല്ല."

ഇത്രയുമായപ്പോൾ കുറുപ്പ് ഇടപെട്ടു.

"നോക്കൂ, വേണ്ടത്ര മുന്നൊരുക്കങ്ങളില്ലാതെയാണ് നാം ഇതിലേക്കിറങ്ങുന്നത്. അതിന്റെ സ്വാഭാവിക പരിണാമങ്ങളാണിതൊക്കെ. ഈ നാടിന്റെ നിയമം ഒരെടുത്തുചാട്ടത്തിനു പറ്റിയതല്ല. രാജ്യത്തിന്റെ നിയമങ്ങൾ പാലിക്കപ്പെടണം. ഒരു പണിമുടക്കിനോ പ്രതിഷേധ സമരങ്ങൾക്കോ ഇവിടെ സാദ്ധ്യതയില്ല. എന്നാൽ അങ്ങനെ ഒന്നിലേക്കാവും പുതിയ സാഹചര്യത്തിൽ സാവധാനം നമ്മെ കൊണ്ടെത്തിക്കുക. അതൊരു സാദ്ധ്യതയായി കാണുമ്പോഴും സംവാദവും സമന്വയവും കുറച്ചൊക്കെ ആവശ്യമാണെന്നു വരുന്നു. സമാന സ്വഭാവത്തോടെയുള്ള സംഭവങ്ങൾ ഇവിടെയും അരങ്ങേറിത്തുടങ്ങിയിട്ടുണ്ട്. നമുക്ക് ഒന്നിച്ചുതന്നെ മുന്നേറേണ്ടി വരും. അത് നമ്മുടെ അജണ്ട. കമ്പനിക്കു

മുന്നിൽ ആദ്യമാദ്യം നാം അപേക്ഷിക്കുക, ആവശ്യങ്ങൾ ഉന്നയിച്ചു കൊണ്ടുതന്നെ. ശക്തമായിത്തന്നെ. മൂർച്ച കൂട്ടേണ്ട സമയത്തു മാത്രം ആഞ്ഞടിക്കുക. മൊത്തം സൈറ്റുകളിലെ AWC പ്രതിനിധികളെ ഹെഡ് ഓഫീസിൽ വിളിച്ചുകൂട്ടി സംസാരിക്കാൻ തീരുമാനമായിട്ടുണ്ട്. നിങ്ങളുടെ ദൈദിൽ നിന്നും രണ്ടുപേരുണ്ടാവും. അജണ്ടയിൽ ഇക്കാര്യങ്ങൾക്കും ഇടമുണ്ടാകും. അതിനുമുമ്പായി നിങ്ങൾ അഡ്മിനുമായി ചർച്ചക്ക് തുടക്കമിടണം. അതാണ് അടിയന്തിരമായി ചെയ്യേണ്ടത്" കുറുപ്പ് പറഞ്ഞു നിർത്തി.

"ഒരു കാര്യം ശ്രദ്ധിക്കണം. യാതൊരു കാരണവശാലും റേഡിയോ വഴി സന്ദേശങ്ങൾ കൈമാറരുത്. കൺട്രോൾ റൂമിൽ റിക്കാഡ് ചെയ്യപ്പെടും." കുറുപ്പ് ഓർമ്മപ്പെടുത്തി.

"മറ്റൊന്നുകൂടി പറയാം. ദൈദിനു മുൻപ് നദിയായിൽ നിന്നുതന്നെയാവും ആദ്യത്തെ തീപ്പൊരി പൊങ്ങുന്നത്. അതിനുള്ള നെരിപ്പോട് ഇവിടെ തയ്യാറായി വരുന്നുണ്ട് എന്ന തോന്നലാണ് ഞങ്ങൾക്കുള്ളത്."

"അങ്ങനെയോ." വേണുവും ഡാമിയനും ഒന്നിച്ചായിരുന്നു ശബ്ദിച്ചത്. ഒരു സംഘബോധത്തിന്റെ പുറത്തുചാടൽ.

"അതൊക്കെ വഴിയേ."

കുറുപ്പും ചീരനും അവരെ യാത്രയാക്കിയാണ് വാസുവിന്റെ കൂടാരത്തിലേക്ക് ചെന്നത്.

എല്ലാംകേട്ട് വാസു അന്ധാളിച്ചിരുന്നു. കുറുപ്പിന്റെ അവസാന വാക്കുകൾ ഒരു മുഴക്കമുണ്ടാക്കിയോ. ആദ്യ തീപ്പൊരി ഉയരുന്നത് നദിയയിൽ നിന്നായിരിക്കുമെന്നോ. അങ്ങനെ ഒന്നുണ്ടാവുമോ. എന്തായിരിക്കും അതിന്റെ സ്വഭാവം. വാസുവിന് ഉൽക്കണ്ഠയായി.

"ഇതൊക്കെ ഇവിടെ അനുവദിക്ക്യോ." വാസു സംശയിച്ചു.

"ഇല്ല. ഒരിക്കലുമില്ല."

"അപ്പോൾപ്പിന്നെ."

"അത് പ്രസക്തമല്ല" കുറുപ്പ് പറഞ്ഞു. "വാസു ദിവസം മുഴുവൻ അദ്ധ്വാനിക്കുന്നുണ്ടല്ലോ."

"ഉണ്ട്."

"എന്നിട്ടും അത്യാവശ്യങ്ങൾക്കെങ്കിലും വേണ്ടത്ര കാശയക്കാൻ സാധിക്കുന്നുണ്ടോ."

"ഇല്ല."

"എന്തേ."

"തുച്ഛമായ കാശല്ലെ കിട്ടുന്നുള്ളൂ."

"അപ്പോൾ അതാണ് കാര്യം. അദ്ധ്വാനിക്കുന്നു. അതിനൊത്ത് പ്രതിഫലമില്ല. എന്നാൽ കമ്പനിക്ക് പ്രോജക്ടിൽ പണമുണ്ടല്ലോ."

"ഉണ്ട്."

"ന്യായമായതുപോലും കൊടുക്കുന്നില്ലെന്നു മാത്രം. അതല്ലേ ശരി."

"അതെ."

“അതുതന്നെയാണ് പ്രശ്നവും. ശബ്ദമുയർത്തേണ്ടി വരും.”

“അപ്പോൾ നിയമം.”

“മറികടക്കേണ്ടി വരും.”

പിന്നെ ആരും ഒന്നും മിണ്ടിയില്ല.

നേരം ഇരുട്ടിയിരുന്നു. ക്യാമ്പ് വിളക്കുകൾ തെളിഞ്ഞിട്ടുണ്ട്. അടുത്ത ഷിഫ്റ്റിനുള്ള സൈറൺ മുഴങ്ങിക്കഴിഞ്ഞു. അതൊരിടിമുഴക്കം പോലെ വാസുവിന് തോന്നി.

രാജ്യം നഷ്ടപ്പെട്ടവർ

പാസഞ്ചർ ഏപ്രണിലേക്കുള്ള സ്റ്റീൽ കൂട്ടുകളുടെ അനേകം നിർമ്മിതികൾ രൂപം കൊണ്ടുവരുന്നതേയുള്ളു ബാർബെന്റിങ് യാർഡിൽ. ആഴ്ചകളോളം നീണ്ടുപോകുന്ന ശ്രമകരമായ പ്രവൃത്തി. ജോലിക്കിറങ്ങുകയും കയറുകയും ചെയ്യുന്ന സാധാരണ സമയക്രമങ്ങളൊക്കെ അലോസരപ്പെട്ടിരുന്നു. ക്ഷീണിതനായി ഇനിയങ്ങോട്ട് ഒട്ടും മുന്നോട്ടു പോകാനാവില്ലെന്നാവുമ്പോൾ മാത്രമാണ് വാസു ഡ്യൂട്ടി നിർത്തി മടങ്ങിയിരുന്നത്. അടുത്ത ഷിഫ്റ്റിനുള്ളവരെത്തുമ്പോഴും യാർഡിൽത്തന്നെയായിരുന്നു. കണ്ണുകളിൽ ഉറക്കത്തിന്റെ കനം പെരുകി വന്ന ഒരു വൈകുന്നേരം ഫോർമാൻ കിരിയാക്കോസ് ചരലാമ്പിഡിസ് കയറി വന്നു.

"ആദ്രേ കുമ്പാരേ. നീയെന്തേ ഇത്രയും വൈകി പണിയെടുക്കുന്നത്" അയാൾ അന്വേഷിച്ചു.

"എന്നിട്ടുതന്നെ തീരുന്നില്ലല്ലോ" വാസു പറഞ്ഞു.

"അതും ശരിയാണ്. ഇവിടുത്തെ ജോലിഭാരം ഒരിക്കലും തീരുന്നതല്ല. നീ അതേക്കുറിച്ച് ഒരുപാട് വേവലാതിപ്പെടുന്നതെന്തിന്."

"അതുകൊള്ളാം. നീ തന്നെ നാളെവന്ന് എന്തുകൊണ്ട് പ്രോഗ്രസില്ല എന്ന് ചോദിക്കും."

കിരിയാക്കോസ് വാസുവിന്റെ നേരെ നോക്കി ഒരുനിമിഷം നിന്നു.

"അതുപക്ഷേ എന്റെ ഡ്യൂട്ടിയുടെ ഭാഗമല്ലെ."

"അതു തന്നെ ഞാനും ചെയ്യുന്നത്. ജോലി തീർക്കുക എന്നത് എന്റെ ഉത്തരവാദിത്വം കൂടിയാണല്ലൊ."

"മക്കാരിയോസ് വന്ന് ധൃതി വെക്കുന്നത് നീ കണ്ടിട്ടില്ലേ. അയാൾക്ക് എല്ലാം സമയത്തിനു മുൻപേ വേണം. എന്തുപറഞ്ഞും അയാളെ സമാധാനിപ്പിക്കാനാവില്ല" കിരിയാക്കോസ് യാർഡ് മാനേജരെക്കുറിച്ചാണ് പറ

യുന്നത്.

"നിനക്കറിയാമല്ലൊ. നമ്മൾ വളരെ പിറകിലാണ്. നാളെ ചോദ്യം വരും" വാസു തന്റെ ഉൽക്കണ്ഠ പങ്കുവെച്ചു.

"നാളെ, നാളെ." കിരിയാക്കോസ് ചിരിക്കാൻ തുടങ്ങി. "നാളെ. അതോർത്ത് നീ തല പുകക്കണ്ട. പുലരാനിനിയും സമയമുണ്ട്. നീ വാ. നമുക്കൊന്ന് പുറത്തിറങ്ങാം."

വാസു ഒന്ന് മടിച്ചു. ക്ഷീണംകൊണ്ട് അയാളുടെ കണ്ണുകൾ അടയാൻ തുടങ്ങിയിരുന്നു. കിരിയാക്കോസ് വീണ്ടും വീണ്ടും നിർബ്ബന്ധിച്ചു. അവസാനം ഓഫീസടച്ച് രണ്ടുപേരും യാർഡിന്റെ അരികിലൂടെ നീങ്ങി. അവിടെ കിരിയാക്കോസിന്റെ കാർ കിടന്നിരുന്നു. അയാൾ വണ്ടി സ്റ്റാർട്ട് ചെയ്ത് പറഞ്ഞു.

"നീ കയറൂ. ഗെറ്റ് ഇൻ."

വാസു അനുസരിച്ചു.

കിരിയാക്കോസ് മേലേക്ക് ഓടിച്ചു പോവുകയായിരുന്നു. യാർഡിന്റെ വിവിധ വർക്ക്ഷോപ്പുകളിൽ നിന്നും യന്ത്രങ്ങളുടെ മുരൾച്ച വരണ്ടു തൂങ്ങിനിന്ന അന്തരീക്ഷത്തെ കീറിമുറിച്ചിരുന്നു. ഷിഫ്റ്റ് ഡ്യൂട്ടിക്കെത്തുന്നവരുടെ തിരക്കും ബഹളവുമുണ്ട്. രാത്രിയുടെ ഇരുൾപ്പരപ്പ് തെളിഞ്ഞു വരാൻ തുടങ്ങിയിരുന്നു.

കിരിയാക്കോസിനെ വന്ന കാലം മുതലേ വാസുവിനറിയാം. ജോലിക്കാര്യങ്ങളിൽ എല്ലായ്പ്പോഴും വലിയ താങ്ങായി നിന്നിട്ടുണ്ട്. എന്നാൽ ചില നേരങ്ങളിൽ അകാരണമായി അയാൾ ഒച്ച വെക്കും. ആക്രോശിക്കും. അസഭ്യം വരെ വായിൽ നിന്നും പുറത്തുചാടും.

സൈപ്രസിന്റെ ഭൂരിഭാഗം പ്രദേശങ്ങളും തുർക്കികൾ കൈയേറി പിടിച്ചെടുത്ത കാലത്ത് എല്ലാം നഷ്ടപ്പെട്ടവനാണ്. ഒരു കുടിയേറ്റക്കാരൻ. സ്വന്തം മണ്ണിൽ നിന്നും ആട്ടിയോടിക്കപ്പെട്ടവൻ. ഉറ്റവരും ഉടയവരും എങ്ങോ പോയ്മറഞ്ഞെന്നാണ് പറയുക. ആർക്കുമറിയില്ല. നഷ്ടപ്പെട്ടവരെക്കുറിച്ചുള്ള പാട്ടുകൾ മൂളിക്കൊണ്ടാണ് വണ്ടിയോടിക്കുന്നത്. അകലെ കുന്നൻ ശിഖിരങ്ങൾ വെളിച്ചത്തെ ഉപേക്ഷിച്ചു തുടങ്ങിയിരുന്നു.

ചെന്നുനിന്നത് മേൽത്തട്ടിലെ ക്വാർട്ടേഴ്സിന്റെ ക്ലബ്ബിനു മുന്നിൽ. അപൂർവ്വമായി മാത്രം വാസു വന്നിട്ടുള്ള സ്ഥലം. വന്ന കാലത്ത് തർലോചൻ കൊണ്ടു നടന്ന് കാണിച്ചു തന്നിട്ടുള്ള കമ്പനിയുടെ വലിയവർ മാത്രം താമസിക്കുന്ന ഇടം. പുറത്തിറങ്ങി കിരിയാക്കോസ് വാസുവിനെ ക്ലബ്ബിനുള്ളിലേക്ക് ക്ഷണിച്ചു. വാസു മടിച്ചുനിന്നു. സാധാരണ വാസുവിനെപ്പോലുള്ളവർക്ക് അത്തരം സ്ഥലങ്ങളിൽ പ്രവേശനമില്ലെന്നറിയാം. അക്കാര്യം കിരിയാക്കോസിന് ബോദ്ധ്യമുണ്ട്.

"മടിക്കണ്ട. വന്നോളൂ. നീ വരുന്നത് എന്റെ അതിഥിയായിട്ടാണ്. ഒരാളും തടയില്ല."

"ഈ ഡ്യൂട്ടി ഡ്രസിലോ." പെട്ടെന്ന് വാസുവിന് തന്റെ വേഷത്തെ

ക്കുറിച്ചും ക്ഷീണിച്ചു തളർന്ന പ്രകൃതത്തെക്കുറിച്ചും ഓർമ്മ വന്നു.

"നീ വാ. അതൊന്നും സാരല്യ. ഇത് സൈറ്റാണ്."

അവർ അകത്തു കടന്നു. വിശാലമായ ഹാൾ. നേർത്ത വെളിച്ചം തൂങ്ങി നിന്നിരുന്നു. ഏതാനും ചിലർ നിഴലുകൾ പോലെ നീങ്ങുന്നുണ്ട്. അവിടവിടെ അലങ്കരിച്ച ഇരിപ്പിടങ്ങൾ. ഇരിപ്പിടങ്ങളിൽ മച്ചിൽ നിന്നും വൃത്താകൃതിയിലുള്ള ടേബിളിലേക്ക് ഊർന്നിറങ്ങുന്ന നീല വെളിച്ചം. താഴെ വെളിച്ചപ്പൊട്ടുകളുള്ള പരവതാനി. ഒരറ്റത്ത് ബാർ കൗണ്ടർ. ചുവന്ന അക്ഷരങ്ങളിൽ 'റുബായത്ത്.' മിന്നിക്കൊണ്ടിരുന്നു. ഇരിപ്പിടം തിരഞ്ഞെടുത്തപ്പോഴേക്കും കിന്നരിത്തൊപ്പി വെച്ച വെയ്റ്റർ അവരുടെ അടുത്തെത്തി കാത്തുനിന്നിരുന്നു.

"പെർസിഫോണി" കിരിയാക്കോസ് ഓർഡർ കൊടുത്തു.

"സർ."

വെയ്റ്റർ പിൻവാങ്ങി. വീണ്ടുമെത്തും മുൻപ് കിരിയാക്കോസ് വാസുവിന്റെ നേരെ നോക്കി.

"നോക്കൂ, അവളിപ്പോഴെത്തും. സുന്ദരിപ്പെണ്ണ്."

വാസു അന്തം വിട്ടിരുന്നു. കിരിയാക്കോസ് എന്താണ് പറയുന്നതെന്ന് മനസ്സിലാക്കാനായില്ല.

"ആരെക്കുറിച്ചാണ് പറയുന്നത്" വാസു അന്വേഷിച്ചു.

"പെർസിഫോണി."

കിരിയാക്കോസ് ഇതിനോടകം മറ്റൊരാളിലേക്ക് ഭാവപ്പകർച്ച നടത്തിക്കഴിഞ്ഞെന്ന് വാസു അറിഞ്ഞു. യാർഡ് ഓഫീസിൽ നിന്നും പോന്ന ആളല്ല അയാളിപ്പോൾ. അയാളുടെ ശിരസ്സിൽ നീലവെളിച്ചത്തിന്റെ തൊപ്പിയുണ്ട്. കണ്ണുകളിൽ അസാധാരണമായ തിളക്കമുണ്ട്. അതിൽ മിന്നിമായുന്നത് വർണ്ണാഭമായ ഓർമ്മകളുടെ തിരച്ചാർത്തുകളാണ്. സ്വപ്നങ്ങളുടെ ഉന്മാദമാണ്.

"പെർസിഫോണി."

അയാൾ വീണ്ടും ഉരുവിട്ടു. അത് മറ്റാരോടോ ആണെന്ന് വാസുവിന് തോന്നി.

"നിനക്കറിയില്ല വാസു. നീ ഇന്ത്യക്കാരനാണ്."

വെയ്റ്റർ ഒരു വലിയ താലവുമായെത്തി. താലത്തിൽ നിന്നും നീല വളയങ്ങൾ ചുറ്റും ആലേഖനം ചെയ്ത രണ്ടു സ്ഫടികഗ്ലാസുകൾ നിരത്തി. സ്വർണ്ണനിറത്താലലങ്കരിച്ച അതിനിടയിൽ പച്ചപ്പിന്റെ ചരടുകൾ പാകിപ്പൊതിഞ്ഞ ഒരു നീണ്ട് വടിവൊത്ത കുപ്പി ഗ്ലാസുകൾക്ക് മദ്ധ്യേ വെച്ചു. കുപ്പിയുടെ കഴുത്തറ്റത്ത് കിരീടം പോലൊന്ന് ചെമ്പട്ടുപോലെ തിളങ്ങിയിരുന്നു.

പെർസിഫോണി

അക്ഷരങ്ങൾ സ്വർണ്ണനിറത്തിൽ തെളിഞ്ഞുനിന്നു.

"ഇതാണ് നമുക്കായി വന്നെത്തിയ സുന്ദരി. ഇന്നത്തേക്ക് നമുക്കവൾ മതി. ആനന്ദവും സാന്ത്വനവും ഒരുപോലെ തരുന്നവൾ."

കിരിയാക്കോസ് ഒരു യവനഗാനം മൂളാൻ തുടങ്ങി.

"ഞങ്ങൾ യവനന്മാർക്ക് ഇവൾ വസന്തത്തിന്റെ രാജ്ഞിയാണ്. ഭൂമിക്കടിയിലാണ് ഇവളുടെ വാസം. ഇവളെത്തുമ്പോഴാണ് പക്ഷേ, പൂക്കൾ വിരിയുന്നത്. മുന്തിരി തളിർക്കുന്നത്. വസന്തത്തിന്റെ തേരിറങ്ങുന്നത്. ഋതുവിന്റെ പൂമഴയിൽ ഞങ്ങൾ നനഞ്ഞുകുളിക്കുന്നത്. പ്രണയത്തിന്റെ പൂക്കളിൽ തേനൂറുന്നത്. കാമത്തിന്റെ വിദ്യുത്തരംഗങ്ങൾ ഉടൽ നിറയുന്നത്. വരൂ, നമുക്കിന്നിവളുടെ അനുഗ്രഹം തേടാം."

കിരിയാക്കോസ് പെർസിഫോണിയെ എടുത്തു പൊക്കി നെഞ്ചോട് ചേർത്ത് മൂർദ്ധാവിൽ ചുംബിച്ചു. മേനി തഴുകി സാവധാനം അവളുടെ കിരീടമഴിച്ചെടുത്തു.

ശ് ശ് ശ്

സീൽക്കാരമൂതിയുയർന്ന് പതഞ്ഞ് നുരയുന്ന പെർസിഫോണിയെ സ്ഫടികഗ്ലാസിലേക്ക് പകർന്നു.

ശ് ശ് ശ്

സുന്ദരിയുടെ ചെറുപുഞ്ചിരി വിടർന്നു.

"ആദിരേ കുംബാരേ ചിയേഴ്സ്."

അവർ ഗ്ലാസുകളുയർത്തി. സ്ഫടികച്ചുണ്ടുകളുരച്ച് ചെറു ശബ്ദമുണ്ടാക്കി. വാസു മടിച്ച് മടിച്ച് ചുണ്ടുകൾ നനച്ച് കിരിയാക്കോസിനെ അനുകരിച്ചു.

ഇപ്പോൾ മച്ചിൽ നിന്നൂർന്നുവീണിരുന്ന പതിഞ്ഞ നീല വെളിച്ചത്തിന് അനക്കംവെച്ചിരുന്നു. സംഗീതത്തിന്റെ നേർത്ത സ്വകാര്യങ്ങൾ വെളിച്ചത്തെ വിളിച്ചുണർത്തിയതായിരുന്നു. വെളിച്ചത്തിന്റെ കാതിൽ മൃദുവായി ചുണ്ട് ചേർത്ത് മൊഴിഞ്ഞു.

ഉണരൂ, ഉണരൂ, നിന്റെ സമയമായി.

വെളിച്ചമുണർന്നു. പൂക്കൾ വിടർന്നു. കൊയ്ത്തുത്സവം തുടങ്ങി. വിളവെടുപ്പിന്റെ താളത്തിൽ മണ്ണിന്റെ മണം പടർന്നുകയറി വസന്തത്തിന്റെ ഊഞ്ഞാലുകളെ ആട്ടിവിട്ടു.

കിരിയാക്കോസ് പെർസിഫോണിയുടെ മേലങ്കി സാവധാനം അഴിച്ചെടുത്ത് പകർന്ന് വീണ്ടും ചുണ്ടോടടുപ്പിച്ചു. തണുത്ത് നുരഞ്ഞുയർന്നിരുന്ന വീഞ്ഞിന്റെ ഗന്ധം വാസുവിനോട് സ്വകാര്യം പറഞ്ഞു തുടങ്ങിയിരുന്നു. ആദ്യാനുഭവമാണ് ഇങ്ങനെയൊന്ന്. ഒരിക്കലും പ്രതീക്ഷിച്ചിട്ടു പോലുമില്ല. കിരിയാക്കോസിന്റെ കണ്ണുകളിൽ ഒരു വല്ലാത്ത വെളിച്ചം നിറയുന്നതായി വാസു കണ്ടു.

"വസന്തോത്സവത്തിനാണിവളെത്തുക. ഞങ്ങളുടെ കൊയ്ത്തുകാലമാണത്. മുന്തിരിത്തോട്ടങ്ങൾ വിളഞ്ഞ് പാകമാകും. വീഞ്ഞൊഴുകും."

കിരിയാക്കോസ് പെട്ടെന്ന് നിശ്ശബ്ദനായി. സംഗീതത്തിന്റെ അലകൾ അരിച്ചുവന്നിരുന്നു. ഹാളിന്റെ മറ്റൊരറ്റത്തേക്ക് അയാളുടെ കണ്ണുകൾ നീണ്ടു. അവിടെ നൃത്തച്ചുവടുകളിൽ ഏതാനും നിഴലുകൾ ചലനം കൊള്ളുന്നത് കാണാം.

"ഈ പാട്ട് എന്നും എന്റെ നൊമ്പരമാണ്."

കിരിയാക്കോസിന്റെ ശബ്ദമിടറിയിരുന്നു.

"എന്തു പറ്റി." വാസു ഉൽക്കണ്ഠപ്പെട്ടു.

"നിനക്കറിയ്യോ. മുന്തിരി വിളഞ്ഞു കിടന്ന കാലത്താണ് അവരെത്തിയത്. തുർക്കിപ്പട. നാടൊന്നാകെ വെട്ടിപ്പിടിക്കാൻ. കൊള്ള ചെയ്യാൻ."

കിരിയാക്കോസ് സ്ഫടികഗ്ലാസ് ഒന്നുകൂടി നിറച്ചു. വീഞ്ഞിന്റെ വിതാനത്തിൽ നുരഞ്ഞു പൊന്തിയത് അയാളുടെ കണ്ണുകളിൽ തങ്ങി നിന്നു.

ബൂട്ടുകളുടെ പരുപരുത്ത ശബ്ദം എന്റെ മുറ്റത്തെത്തുമ്പോൾ മുന്തിരി പറിക്കുന്ന തിരക്കിലായിരുന്നു ഞങ്ങൾ. തോട്ടത്തിന്റെ തെക്കേ മൂലയിൽ അനക്കം കേട്ടു. നിഴലുകൾ തെന്നി നീങ്ങുന്നതു കണ്ടു. എന്റെ ഭാര്യ ഒഫീലിയ മോൾ കുലയെ ചേർത്തുപിടിച്ചു ഒച്ച വെച്ചു. കിരീ കിരീ എന്നു നിലവിളിച്ചുകൊണ്ട് അവൾ കുഞ്ഞിനെയുംകൊണ്ട് വീട്ടിനകത്തേക്കോടിക്കയറി.

"കിരീ നീ രക്ഷപ്പെട്ടോളൂ. പിസാ പിസാ" അവൾ വിളിച്ചു പറയുന്നുണ്ടായിരുന്നു.

"അപ്പോഴേക്കും അവർ മുന്തിരിത്തോട്ടവും കടന്ന് വീട്ടുമുറ്റത്തേക്കെത്തിയിരുന്നു. മുന്തിരി നിറച്ചു വെച്ച കൂടകൾ തട്ടിമറിച്ചിട്ടു. വിളഞ്ഞ മുന്തിരി വെള്ളാരങ്കല്ലുകൾ പോലെ മുറ്റത്ത് ചിതറിപ്പരന്നു. ബൂട്ടുകൾക്കടിയിൽ അവ ചതഞ്ഞരഞ്ഞു. മുറ്റത്തിന്റെ ഇഷ്ടിക അടുക്കിയ അരികുകളിലേക്ക് മുന്തിരിച്ചാർ ഒഴുകിപ്പരന്നു."

"രണ്ടുപേർ ഇതിനകം വീട്ടിനുള്ളിലേക്ക് കയറിപ്പോയിരുന്നു. മറ്റു രണ്ടുപേർ എന്നെ അടിച്ചുവീഴ്ത്തി. എനിക്ക് തലകറങ്ങി. ഭൂതലം മൊത്തം തിരിയാൻ തുടങ്ങി. മുറ്റത്തൊഴുകിയ മുന്തിരിച്ചാറിലൂടെ അവരെന്നെ വലിച്ചിഴച്ചു കൊണ്ടുപോയി. മുറ്റത്തെ ഒലീവ് മരത്തോട് ചേർത്തു വെച്ച് കൈ രണ്ടും പിറകിലേക്ക് വലിച്ച് വരിഞ്ഞുകെട്ടി."

"നേർത്ത ബോധം തിരിച്ചു കിട്ടിയപ്പോൾ ഒഫീലിയയും കുലയും ചങ്കുപൊട്ടി കരയുന്നതു കേട്ടു. ഏതാനും നിമിഷങ്ങളെ അതുണ്ടായുള്ളു. പിന്നെ ഇടവിട്ടിടവിട്ട് മാത്രം ഒഫീലിയയുടെ നേർത്ത ഞരക്കം കേട്ടിരുന്നു. തുടകളിൽ തോക്കിൻ പാത്തി കൊണ്ടുള്ള അടിയേറ്റ് പിടയുമ്പോൾ ഞാൻ കണ്ടു അവർ ഒഫീലിയയെയും അർദ്ധപ്രാണൻ മാത്രം ശേഷിച്ച മകളേയും വീടിനുള്ളിൽനിന്നും മുറ്റത്തേക്ക് വലിച്ചിഴച്ച് കൊണ്ടുവരുന്നത്. എന്റെ ജീവൻ അപ്പോഴേ പൊയ്ക്കഴിഞ്ഞിരുന്നു."

കിരിയാക്കോസ് വീണ്ടും സ്ഫടികഗ്ലാസ് നിറച്ച് ഒറ്റവലിക്കകത്താക്കി. അയാളുടെ തൊണ്ട വീർത്തു കണ്ടു. കണ്ണുകൾ പതിവിലേറെ ചുവന്നു. വിറച്ചുണ്ടുകളോടെ അയാൾ തുടർന്നു.

"ആദിരേ കുംബാരേ. നീ കുടിക്കൂ. ആവോളം കുടിച്ച് വേണമെങ്കിൽ നൃത്തം ചെയ്തോളൂ. നിനക്ക് ഒന്നും നഷ്ടപ്പെടാനില്ല. നിന്റെ അദ്ധ്വാനം മാത്രം. അത് മഹത്തരമാണ്. അതു നിനക്ക് അവകാശപ്പെട്ട

താണ്. അത് നിഷേധിക്കപ്പെടരുത്. പക്ഷേ, എന്നെ നോക്കൂ. എനിക്കിനി ഒന്നുമില്ല. നഷ്ടങ്ങളുടെ വലിയ ഭാണ്ഡം. രാജ്യം നഷ്ടപ്പെട്ടവൻ. കുടുംബം നഷ്ടപ്പെട്ടവൻ. നെഞ്ചോടു ചേർത്തുപിടിച്ചതൊക്കെ ക്ഷണത്തിൽ ചോർന്നുപോയി. നിമിഷങ്ങൾക്കുള്ളിൽ നിന്നു പുകഞ്ഞു. മുച്ചൂടും കൊള്ള ചെയ്യപ്പെട്ടു. ചൂഷണത്തിനിരയായി. ദയയില്ലാത്ത ഈ ലോകത്തിനു മുന്നിൽ എനിക്കത് വിളിച്ചു പറയണം. പറഞ്ഞു കൊണ്ടേയിരിക്കണം."

കിരിയാക്കോസ് ഒന്നുനിർത്തി ശ്വാസമെടുത്ത് പിന്നെയും ശബ്ദം താഴ്ത്തി എന്നോട് മന്ത്രിച്ചു.

"അവരെന്റെ കുഞ്ഞിനെ മുറ്റത്ത് കൺമുന്നിലിട്ട് തോക്കിനിരയാക്കി. മുറ്റത്തൊഴുകിപ്പരന്ന മുന്തിരിച്ചാറ് ചുവന്നു കനത്തു. ഒരു കുഞ്ഞു മാലാഖയായിരുന്നു എന്റെ മോൾ കുല."

"ബോധം പതുക്കെ നഷ്ടപ്പെടുമ്പോഴും ഞാൻ കേൾക്കുന്നുണ്ടായിരുന്നു അകന്നകന്നു പോകുന്ന ഒഫീലിയയുടെ നിലവിളിയും പട്ടാളക്കാരുടെ ഉച്ചത്തിലുള്ള ചിരിയും."

പെർസിഫോണി ഒട്ടും ശേഷിച്ചിരുന്നില്ല. കിരിയാക്കോസ് ടേബിളിലേക്ക് തല ചായ്ച്ച് കിടന്ന് വിതുമ്പുന്നുണ്ടായിരുന്നു. ഹാളിനുള്ളിൽ അപൂർവ്വം ചില ഇരിപ്പിടങ്ങളിലേ ആരെങ്കിലും ശേഷിച്ചിരുന്നുള്ളു.

ചരിത്രത്തിന്റെ കുറിപ്പ്:

(സൈപ്രസിന്റെ പകുതിയോളം തുർക്കികൾ പിടിച്ചെടുത്ത് കൈവശം വെച്ചു. ഗ്രീക്ക് സിപ്രിയോട്ടിന്റെ ഭാര്യമാരും പെൺമക്കളും തുർക്കികളുടേതായി, കൂടെ മുന്തിരിത്തോട്ടങ്ങളും. ഒരു രാജ്യത്തിന്റെ പാതിയും ശ്മശാനഭൂമിയായി. ജീവൻ ശേഷിച്ച കിരിയാക്കോസിനെ പോലുള്ളവർ ശേഷിച്ച പാതിയിലേക്ക് ഓടി രക്ഷപ്പെട്ടു. അഭയാർത്ഥി ക്യാമ്പിലെത്തി. ഒന്നിച്ചു ജീവിച്ച മനുഷ്യർ ഐക്യരാഷ്ട്ര സഭയുടെ മേൽനോട്ടത്തിലുള്ള നിയന്ത്രണ രേഖയ്ക്കപ്പുറവും ഇപ്പുറവുമായി വിഭജിക്കപ്പെട്ടു. പഴത്തോട്ടങ്ങളിലൊക്കെയും ചോരപ്പുഴയൊഴുകി. പുറംരാജ്യങ്ങളിൽ പണിയെടുക്കാൻ പരസ്ക്ക വൈഡ്സിന്റെ കമ്പനി എല്ലാം നഷ്ടപ്പെട്ട സൈപ്രസുകാരെ കൂടി കപ്പലുകളിൽ കൊണ്ടു പോന്നപ്പോൾ കാൽമുട്ടുകൾ മാറ്റിവെച്ച കിരിയാക്കോസും അതിൽ കയറിപ്പറ്റി.)

"ഇനിയെന്തിതിനപ്പുറമനുഭവിക്കാൻ."

"ഇനിയൊന്നുമിനിനരകമേയല്ല, നരകമേയല്ല."

ഈ കുടിയേറ്റക്കാരുടെ പാട്ട് കിരിയാക്കോസ് ഇടയ്ക്കിരുന്ന് പാടും.

തർലോചൻ ലീവ് കഴിഞ്ഞ് തിരിച്ചെത്തിയിരുന്നു. പതിവിലും നേരത്തേ അയാൾ ഡ്യൂട്ടിക്കെത്തി. ഒഴിവുകാലത്തെ നാട്ടുവിശേഷങ്ങൾ വാസുവിനോടൊപ്പം പങ്കുവെച്ചു നില്ക്കുമ്പോഴാണ് യാർഡ് മാനേജർ മക്കാരിയോസ് കിരിയാക്കോസിനൊപ്പം എത്തിയത്. നല്ലൊരു പ്രഭാതം നേർന്നെങ്കിലും മക്കാരിയോസ് അതിനോട് പ്രതികരിച്ചില്ല. അയാൾ നേരെ

വാസുവിന്റെ ഇരിപ്പിടത്തിലേക്ക് ചെന്നു.

"മറ്റെല്ലാ തയ്യാറെടുപ്പുകളും കഴിഞ്ഞു. ബാർ ബെന്റിങ് യാർഡിലെ പണികൾ മാത്രം പൂർത്തിയായിട്ടില്ല. നിങ്ങളെന്താണിവിടെ ചെയ്തുകൊണ്ടിരിക്കുന്നത്. പ്ലാന്റ് മാനേജർ ദിമിത്രിക്ക് മുകളിൽനിന്നുള്ള സമ്മർദ്ദം ഏറി വരികയാണ്. എനിക്കിനി വിശദീകരണം കൊടുക്കാതെ നിവൃത്തിയില്ല. നിനക്കെന്താണ് പറയാനുള്ളത്."

അയാൾ വാസുവിന്റെ ഇരിപ്പിടത്തിന് ചുറ്റുംനിന്ന് അസ്വസ്ഥനായി. സെക്ഷന്റെ ചുമതലക്കാരനായ വാസുവിനും അതോടൊപ്പം ഫോർമാൻ കിരിയാക്കോസിനും നേരെയാണ് അയാൾ ശബ്ദമുയർത്തുന്നത്.

"എല്ലാ ഷെഡ്യൂളും തെറ്റിയിരിക്കുന്നു. മറ്റെല്ലാ വിഭാഗങ്ങളും ഈയൊരൊറ്റ കാര്യത്തിനായി കാത്തുനില്ക്കുകയാണ്. ഒരുദിവസം വൈകിയാൽ ഭാരിച്ച നഷ്ടം വരുത്തിവെക്കുന്ന പ്രവൃത്തിയാണിത്. ആരാണിതിനുത്തരവാദി എന്നറിയാമല്ലൊ."

ഷെഡ്യൂളിന്റെ കോപ്പി കൂടി കൈയിൽ വെച്ചാണ് മക്കാരിയോസിന്റെ ആക്രോശം. അയാൾക്ക് വിശദീകരണം വേണം. അത് ആദ്യമായി വാസുവാണ് നല്കേണ്ടത്. കിരിയാക്കോസ് മക്കാരിയോസിനും. അയാൾ പ്ലാന്റ് മാനേജർ ദിമിത്രിക്കും."

"എനിക്കിനി കാത്തുനില്ക്കാൻ വയ്യ" മക്കാരിയോസ് തീർത്തു പറഞ്ഞു.

കിരിയാക്കോസ് അയാളെ ശാന്തനാക്കാൻ ശ്രമം നടത്തിയെങ്കിലും അതൊന്നും ഫലിച്ചില്ല. അവസാനം അയാൾ പറഞ്ഞു.

"നീ വാസുവിനെ കൂട്ടി ദിമിത്രിയുടെ ഓഫീസിലേക്ക് വാ. ഞാനവിടുണ്ടാകും" അയാൾ പുറത്തിറങ്ങി. ഇനിയിപ്പോൾ മറ്റു വഴികളൊന്നുമില്ല. വിശദീകരണം നല്കണം. അതിന്റെ അടിസ്ഥാനത്തിൽ മുകളിൽ നിന്ന് തീരുമാനിക്കും. ശിക്ഷാ നടപടികളടക്കം പ്രതീക്ഷിക്കാം. കിരിയാക്കോസ് പലപ്പോഴും വാസുവിനെ ഓർമ്മപ്പെടുത്താറുള്ളതാണ്.

ഒരു ദയവും ആരിൽനിന്നും പ്രതീക്ഷിക്കേണ്ട, എന്നിൽനിന്നുപോലും. കലഹിക്കലും കയർക്കലും ഞങ്ങൾക്ക് ശീലമായിരിക്കുന്നു. എല്ലാവിധ കൊള്ളകൾക്കും നഷ്ടങ്ങൾക്കും സാക്ഷിയായവർക്ക് ആർദ്രത എന്നേ നഷ്ടപ്പെട്ടു കഴിഞ്ഞു. സഹജസ്നേഹവും.

പുറത്ത് വെയിലിന്റെ കനൽക്കട്ടകൾ പാകമായി വന്നിരുന്നു. ഷോപ്പുകളെല്ലാം ഉണർന്നിരിക്കുന്നു. ശബ്ദവും വെളിച്ചവും പ്രളയമായോടിയെത്തി.

ഫയലുകളെല്ലാമെടുത്ത് വാസു കിരിയാക്കോസിനൊപ്പം പ്ലാന്റ് മാനേജർ ദിമിത്രിയുടെ ഓഫീസിലേക്ക് നടന്നു. ദിമിത്രി കട്രാക്കിലിസ്. തുർക്കി പടയോട് പൊരുതിയ സൈന്യത്തിലെ വീര സിംഹം ആജാനബാഹു. കനത്ത ചുമലും വിരിഞ്ഞ മാറും തീക്ഷ്ണമായ കണ്ണുകളും. അടുക്കാൻ ഭയം തോന്നും.

ചെന്നു കയറിയപ്പോൾ തന്നെ ഇരിപ്പിടം ചൂണ്ടിക്കൊണ്ട് സൗമ്യഭാ

വത്തിൽ പറഞ്ഞു.

"വരൂ."

വാസു കിരിയാക്കോസിനൊപ്പം എതിരെ ഇരുന്നു. ദിമിത്രിയുടെ വലതു വശത്തായി മക്കാരിയോസ് ഇരുന്നിരുന്നു. അയാളുടെ ക്ഷോഭം ശമിച്ചിട്ടില്ലെന്നു തോന്നി. വാസുവിന്റെ നേരെ രൂക്ഷമായൊന്നു നോക്കി. സാവധാനം ദിമിത്രിക്കും ആ ഭാവം വന്നെന്നു തോന്നി. പണി പൂർത്തിയാക്കാത്തതിന്റെ ക്ഷോഭം അയാളുടെ കണ്ണുകളിലുമുണ്ടായിരുന്നു. വളഞ്ഞ പുരികങ്ങൾ മേലോട്ട് കൊമ്പു കുത്തി നിന്നു. മക്കാരിയോസിന്റെ ചുവന്നു വീർത്ത മുഖത്തുനോക്കി എന്തോ പിറുപിറുത്തു. പിന്നെ വാസുവിന്റെ നേരെ തിരിഞ്ഞു.

"യാർഡിലെ എല്ലാ പ്രവൃത്തികളും പൂർത്തിയാക്കേണ്ട സമയക്രമങ്ങളെക്കുറിച്ച് നിനക്കറിയാവുന്നതാണല്ലോ."

"അറിയാം സർ."

"ഷെഡ്യൂളുകൾ വെച്ചല്ലേ വർക്കുചെയ്യുന്നത്."

"അതെ സർ."

"എന്നാലിപ്പോൾ ഷെഡ്യൂളുകളൊക്കെ തെറ്റിയിരിക്കുന്നു. ഇത് വീഴ്ചയല്ലാതെ മറ്റെന്താണ്. എന്താണ് നിനക്ക് പറയാനുള്ളത്. കേൾക്കട്ടെ."

ദിമിത്രി ഒന്നമർന്നിരുന്ന് സ്വരം മൃദുവാക്കി.

"അവനൊന്നും പറയാൻകാണില്ല" മക്കാരിയോസ് ഇടയ്ക്ക് കയറി പറഞ്ഞു.

"വരട്ടെ. പറയട്ടെ" ദിമിത്രി മക്കാരിയോസിനെ തടഞ്ഞു.

"നോക്കൂ സർ. ഷെഡ്യൂൾ തന്നിരുന്നു എന്നത് ശരിയാണ്. പക്ഷേ, അതിൽ പറയുന്ന മുറക്ക് മെറ്റീരിയൽ കിട്ടിയിരുന്നില്ല. ഇക്കാര്യം എല്ലാവരെയും അറിയിച്ചിരുന്നു. റിമൈന്ററും അയച്ചിരുന്നു. അഞ്ചു ദിവസം വൈകിയാണ് മെറ്റീരിയൽ യാർഡിലെത്തുന്നത്. ഞാനത് സൂചിപ്പിച്ചിരുന്നു. താമസമുണ്ടാവുമെന്ന് എഴുതിക്കൊടുത്തിരുന്നു. ജോലിക്കാരും ആവശ്യത്തിനുണ്ടായില്ല. ലീവിനു പോയവർക്ക് പകരക്കാരെ തന്നിരുന്നുമില്ല. കൂടുതൽ മാൻപവറില്ലാതെ അഞ്ചു ദിവസത്തെ കാല താമസം മറികടക്കാനാവുമായിരുന്നില്ല."

ദിമിത്രി കിരിയാക്കോസിന്റെ നേരെനോക്കി.

"ആറു പേരെ ആവശ്യപ്പെട്ടിട്ട് രണ്ടുപേരെ മാത്രമേ കിട്ടിയിരുന്നുള്ളു. അതിനു തന്നെ വൈകി." കിരിയാക്കോസ് വിശദീകരിച്ചു.

"ഷിഫ്റ്റിന്റെ സമയം ദീർഘിപ്പിച്ചിരുന്നു. മക്കാരിയോസ് ഇടയ്ക്ക് കയറി സൂചിപ്പിച്ചു.

"അതുകൊണ്ടു മാത്രം കാലതാമസം ഒഴിവാക്കാനാകുമായിരുന്നില്ല സർ. വെറും ഒരു മണിക്കൂർ അധികസമയം ഒന്നിനും പര്യാപ്തമല്ല. പ്രത്യേകിച്ചും കൂടുതൽ മാൻപവറില്ലാതെ. ഷെഡ്യൂൾ മാറ്റണമെന്ന് ആവശ്യപ്പെട്ടിരുന്നു സർ."

"അതു സാദ്ധ്യമല്ല. മറ്റു സെക്ഷനുകളുടെ മുഴുവൻ പ്രവൃത്തികളും താളം തെറ്റും. ഞാനവർക്ക് വാക്ക് കൊടുത്തതാണ്."

മക്കാരിയോസ് എഴുന്നേറ്റു. അയാൾ വാസുവിന്റെ നേരെ വന്നു പറഞ്ഞു.

"നിനക്ക് ചെയ്യാൻ പറ്റുമായിരുന്നു. പക്ഷേ, ചെയ്തില്ല. മന:പൂർവ്വം."

"നോക്കൂ സർ. ഇത് ശരിയല്ല. എന്റെ കഴിവിനെയും ആത്മാർത്ഥതയെയും ചോദ്യം ചെയ്യുകയാണ്. കണ്ടിഞ്ചൻസി പ്രൊവിഷൻ ഷെഡ്യൂളിൽ വേണമെന്ന് ആവശ്യപ്പെട്ടത് താങ്കൾക്കും അറിവുള്ളതാണ്."

വാസു ദിമിത്രിയോടായി പറഞ്ഞു. കിരിയാക്കോസ് ശബ്ദമില്ലാതെ നിന്നതേയുള്ളു. ദിമിത്രി ഒന്ന് ചാഞ്ഞിരുന്നു. മുന്നിലുള്ള ഫയലുകളിൽ കണ്ണോടിച്ചു.

"എന്തൊക്കെയായാലും എനിക്ക് മേലേക്ക് റിപ്പോർട്ട് ചെയ്യേണ്ടി വരും. വസ്തുതകൾ ഞാൻ വിശദീകരിക്കാം. തീരുമാനം അവരുടെതാണ്. ഇപ്പോൾ നിങ്ങൾക്ക് പോകാം."

എല്ലാവരും പിരിഞ്ഞു. അവരവരുടെ ഷോപ്പ് ഫ്ളോറിലേക്ക് നടന്നു.

വൈകുന്നേരം ഡ്യൂട്ടി കഴിഞ്ഞ് വാസു പുറത്തിറങ്ങി. ബാർബെന്റിങ് യാർഡിൽ നിന്നുയരുന്ന ശബ്ദങ്ങൾ അയാൾ കേട്ടില്ല. വെൽഡിങ് സെക്ഷനിൽ നിന്നുയർന്നിരുന്ന തീപ്പൊരികൾ അയാൾ കണ്ടില്ല. ഗേറ്റ് കടന്ന് വഴിവിളക്കുകൾക്ക് കീഴേ തന്റെ കനത്ത പാപ്പാസ് വലിച്ചുവെച്ച് ജീവനില്ലാത്ത രാത്രിയുടെ ഗഹനതയിലമർന്നുപോയ കൂടാരക്കെട്ടുകളുടെ പരപ്പിലേക്ക് അയാൾ നടന്നിറങ്ങി.

അങ്കം കുറിച്ച നാളുകൾ

മെസ് ഹാളിലെ തപാൽ മൂലയിൽ രണ്ടു കത്തുകൾ അനാഥമായി കിടന്നിരുന്നു. ഒന്ന് സുഖ്ദേവ് സിങ്ങിനുള്ളതും മറ്റൊന്ന് ഗഫൂറിനും. എന്നുമെത്തുന്ന ധാരാളം കത്തുകളുമായി കൂടിക്കലരുകയും ഓരോരുത്തരും അവരവരുടെ കത്തുകളെടുത്ത് കൊണ്ടുപോകുകയും ചെയ്താൽ പിന്നെയും സുഖ്ദേവിന്റെയും ഗഫൂറിന്റെയും കത്തുകൾ തപാൽ മൂലയിൽ ശേഷിച്ചിരുന്നു.

ഒരു മാസക്കാലയളവിലാണ് ഒരു കത്ത് വരുന്നതും മറുകുറി എഴുതുന്നതും. പിന്നെയും കാത്തിരിപ്പും നിരാശയും കഴിഞ്ഞായിരിക്കും മറ്റൊരു കത്തുകൂടിയെത്തുക. അങ്ങനെയൊരു കത്തുകൂടി ഇരുവർക്കും ഒരേദിവസം വന്നെത്തിയപ്പോഴാണ് അതൊരു സംസാരമാവുന്നത്. എന്നാൽ ദിവസങ്ങൾ കഴിഞ്ഞ് അവ അപ്രത്യക്ഷമായപ്പോൾ സുഖ്ദേവും ഗഫൂറും തിരിച്ചെത്തിയിരിക്കും എന്നുതന്നെ എല്ലാവരും കരുതി. പക്ഷേ, ക്യാമ്പിൽ അവരെ ആരാരും കണ്ടവരില്ല. കൂടാരങ്ങളിൽ അവരെത്തിയിട്ടില്ല. അവരുടെ കട്ടിലുകളിൽ മറ്റാരോ ആണുള്ളത്. അവർ ജോലി ചെയ്തിരുന്ന സ്ക്രാപ്പറുകളിൽ മറ്റു രണ്ടുപേർ ജോലി ചെയ്യുന്നുമുണ്ട്. എർത്ത് വർക്സ് നടക്കുന്ന സ്ഥലങ്ങളിൽ ഒരിടത്തും അവരെ കാണുകയുണ്ടായില്ല. നേരത്തേ വന്നുകിടന്നതും പിന്നീട് വന്നതുമായ കത്തുകൾ ക്യാമ്പ് ബോസ് എടുത്ത് മാറ്റുകയാണുണ്ടായത് എന്ന് വൈകാതെ അറിയാൻ കഴിഞ്ഞു. അതോടെ സുഖ്ദേവും ഗഫൂറും തിരിച്ചെത്തിയിട്ടില്ല എന്ന കാര്യം ഏതാണ്ട് സ്ഥിരീകരിക്കപ്പെട്ടു. അപ്പോൾപ്പിന്നെ അവർക്കെന്തുപറ്റി. സുഖ്ദേവ് ഇപ്പോഴും ഹോസ്പിറ്റലിൽ തന്നെയാണോ. അപ്പോൾ ഗഫൂറോ.

കത്തുകൾ അപ്രത്യക്ഷമായ ദിവസം രാത്രി വാസു ചീരനേയും കൂട്ടി കൂടാരക്കെട്ടുകൾക്കുള്ളിലേക്ക് നൂണ്ടുചെന്നു. ആകാശം കനത്ത്

തൂങ്ങി നിന്നിരുന്നു. ചുടുകാറ്റ് മേലെരിച്ചുകൊണ്ട് കടന്നുപോയി. മണലടിച്ചു കയറാൻ തുടങ്ങിയിരുന്നു. ചുവന്ന കണ്ണുകളോടെ അവർ സുഖ്ദേവ് സിങ്ങിന്റെ കൂടാരത്തിലെത്തി മഞ്ജിത്സിങ് ഡ്യൂട്ടി കഴിഞ്ഞെത്തി പാപ്പാസിനുള്ളിൽനിന്നും പുറത്തുകടക്കുകയായിരുന്നു. ഇങ്ങനെ രണ്ടുപേരെ അയാളൊട്ടും പ്രതീക്ഷിച്ചിരുന്നില്ല. ഒട്ടൊരു ഭയം അയാളുടെ മുഖത്തുണ്ടായിരുന്നു.

"വരണം സർ." അയാൾ ക്ഷണിച്ചു.

ചീരനും വാസുവും ഇരിക്കാൻ മിനക്കെട്ടില്ല.

സുഖ്ദേവ് സിങ്ങോ ഗഫൂറോ ഇന്ന് സൈറ്റിലുണ്ടായിരുന്നോ എന്നറിയാൻ വന്നതാണ്.

"ഇല്ല സർ. ആരും എത്തിയിരുന്നില്ല."

"അവരുടെ സ്ക്രാപ്പറുകൾ ഓടുന്നുണ്ടോ."

"ഉണ്ട് സർ."

"ആരാണ്."

"മറ്റ് പുതിയ രണ്ടുപേരുണ്ട് സർ."

"ശരി."

"എന്താ സർ. എന്തെങ്കിലും അറിവു കിട്ടിയോ സർ."

"ഇല്ല. ഒന്നുമില്ല."

അവരിറങ്ങി. നിന്നില്ല. മഞ്ജിത് സിങ് പുറത്തിറങ്ങി നിന്നെങ്കിലും അവർ തിരിഞ്ഞുനോക്കാതെ നടന്നു നീങ്ങിയിരുന്നു.

ഇരുൾ തെളിഞ്ഞും മറഞ്ഞും അവരെ ഒളിപ്പിച്ചു.

നേരെ പോയത് കുറുപ്പിന്റടുത്തേക്കാണ്. വഴിക്ക് പഞ്ചാബ് മെസിനരികിൽ ഒരു പറ്റം സർദാർജിമാർ കൂട്ടം കൂടി നിന്നിരുന്നു. വഴിവിളക്കിന്റെ പ്രകാശം അവരുടെ ടർബൻ വ്യക്തമാക്കിയിരുന്നു. അവർ അടക്കിയാണ് സംസാരിച്ചിരുന്നത്. വാസുവും ചീരനും കടന്നുപോയപ്പോൾ ആരോ ഒരാൾ "സസ്റികാൽ ജീ." എന്നുപറഞ്ഞ് അടുത്തേക്ക് വന്നു. അത് വാസുവിന്റെ കൂട്ടാളി തർലോചനായിരുന്നു.

"കണ്ടത് നന്നായി. ഞങ്ങളങ്ങോട്ടിറങ്ങുകയായിരുന്നു."

തർലോചൻ ശബ്ദം താഴ്ത്തി പറഞ്ഞു. അയാളുടെ സ്വരത്തിൽ എന്തോ ഒളിഞ്ഞിരിപ്പുണ്ടെന്നു തോന്നി.

"എന്താ കാര്യം." വാസു അന്വേഷിച്ചു.

തർലോചൻ വെളിച്ചത്തിൽ നിന്നും അല്പം മാറിനിന്നു. വാസുവും ചീരനും അയാളുടെ അടുത്തേക്ക് നീങ്ങി.

"എന്താണെന്നു പറഞ്ഞോളൂ."

"ശ്രീധർജി നാളെ AWCക്ക് പോകുന്നെന്നറിഞ്ഞു. ശരിയാണോ."

"ശരിയാണ്. കുറുപ്പിനോടൊപ്പം. എന്താകാര്യം" ചീരൻ അന്വേഷിച്ചു.

"ഞങ്ങൾ സർദാർജിമാർ ക്ഷുഭിതരാണ്. അവർക്ക് ചില പ്രയാസങ്ങളുണ്ട്" തർലോചൻ ഒന്നു നിർത്തി തുടർന്നു.

"ശ്രീധർജിയോട് പറഞ്ഞ് കുറുപ്പിനെ കാര്യം ധരിപ്പിക്കണം എന്നാണഭിപ്രായം. AWCക്ക് പോകുന്നെങ്കിൽ ഞങ്ങളുടെ കാര്യം കൂടി സൂചിപ്പിക്കണം" തർലോചൻ കീശയിൽ നിന്നും ഒരു കടലാസ്സെടുത്ത് ചീരനെ ഏല്പിച്ചു.

"കുറുപ്പ് സാറിന് കൊടുക്കണം."

"ശരി."

"സുഖ്ദേവ് സിങ്ങിന്റെ സ്ഥിതി എന്താണെന്നറിയണം. അന്ന് ഹോസ്പിറ്റലിൽ കൊണ്ടുപോയതിനുശേഷം ഒന്നുമറിയാൻ കഴിഞ്ഞില്ല. ഗഫൂർ എവിടെയാണെന്നും. അയാൾക്കെന്തു സംഭവിച്ചു. അയാളിപ്പോഴും കസ്റ്റഡിയിലാണോ. അതോ കയറ്റി വിട്ടോ. ഇങ്ങനെയെങ്കിൽ നമുക്കെന്തു സുരക്ഷിതത്വമാണുള്ളത്. ഒരാൾ വീഴുമ്പോൾ താങ്ങുന്നത് കുറ്റകരമാവുന്നതെങ്ങനെ സർ." തർലോചൻ അത്രയും പറഞ്ഞത് ഒറ്റശ്വാസത്തിലായിരുന്നു.

ആരും ഒന്നും മിണ്ടിയില്ല. വാക്കുകൾ നഷ്ടപ്പെട്ടു നിന്നു.

"പിന്നെ ഒരു കാര്യം കൂടി." തർലോചൻ വീണ്ടും ഒന്നുകൂടി സൂചിപ്പിച്ചു.

"സ്ക്രാപ്പറിൽ ജോലി ചെയ്യുന്നവർ സ്ക്രാപ്പറെടുക്കാതിരിക്കാൻ കൂടി ആലോചനയുണ്ട്."

"അയ്യോ അതെന്ത്." വാസു ഉൽക്കണ്ഠപ്പെട്ടു.

അപ്പോഴേക്കും കൂട്ടം കൂടി നിന്നവരിൽ ആരോ തർലോചനെ വിളിച്ചു. അയാൾ പോയി.

വാസുവും ചീരനും കയറ്റം കയറി. വഴിവിളക്കുകൾ തീർത്ത സ്വന്തം നിഴലുകളിലേക്ക് നടന്നു. ആരും ഒന്നും ശബ്ദിച്ചില്ല. രണ്ടു പേരും നേരെ പോയത് കുറുപ്പിന്റെ മുറിയിലേക്കായിരുന്നു.

പിറ്റേന്ന് രാവിലെ യാർഡ് ഓഫീസിലേക്കെത്തുമ്പോൾ തർലോചൻ കാത്തുനിന്നിരുന്നു.

"വാസുവിനോട് കിരിയാക്കോസിനെ കാണാൻ പറഞ്ഞിട്ടുണ്ട്" അയാൾ പറഞ്ഞു.

വാസു നേരെ കിരിയാക്കോസിനെ ചെന്നു കണ്ടു. അയാൾ രാത്രി ഉറങ്ങിയിട്ടേയില്ലെന്നു തോന്നി. ഉറക്കച്ചടവുള്ള കണ്ണുകളുയർത്തി മുഖവുരകളില്ലാതെ നീണ്ട ഒരു കടലാസ് ചുരുളെടുത്ത് വാസുവിന് കൊടുത്ത് പറഞ്ഞു.

"ഷെഡ്യൂൾ നീട്ടിയിട്ടുണ്ട്. പക്ഷേ, അഞ്ചേ അഞ്ചു ദിവസങ്ങൾ. എല്ലാം തീർക്കണം. മാൽക്കം ക്ലാവലിന്റെ ഓർഡറാണ്."

"ഓ നന്നായി. നമുക്ക് തീർത്തു കൊടുക്കാം" വാസു ആശ്വാസം പ്രകടിപ്പിച്ചു.

"നിനക്കറിയ്യോ. ഞാനവരുടെ കാലുപിടിച്ചു. അല്ലെങ്കിൽ നിന്റെ മാത്രമല്ല, അവർ എന്റെയും തല കൊയ്യുമായിരുന്നു. അതിനുള്ള കടലാസ്സ് തയ്യാറാക്കിയിരുന്നു. മാൽക്കം തന്നെയാണ് അത് കൊട്ടയിലിട്ടത്."

വാസുവിന് ശബ്ദമില്ലാതായി. ഒട്ടും പ്രതീക്ഷിക്കാത്ത കാര്യമാണ് കിരിയാക്കോസ് പറഞ്ഞത്.

"പക്ഷേ, ആശ്വസിക്കണ്ട. ഇതൊരു വെല്ലുവിളിയായി കൂടി എടുത്ത് പണി തീർക്കണം."

"ശരി."

ഷെഡ്യൂൾ മാറ്റിയെന്നറിഞ്ഞപ്പോൾ വാസുവിന് മുന്നിലുദിച്ചുവന്ന വെളിച്ചം പതുക്കെ പിൻവാങ്ങി നേർത്ത ഇരുട്ട് പരക്കാൻ തുടങ്ങി.

ഇരിപ്പിടത്തിലേക്ക് തിരിച്ചെത്തിയപ്പോൾ തർലോചൻ അന്വേഷിച്ചു.

"എന്തെങ്കിലും കുഴപ്പം."

"ഒന്നുമില്ല. എന്നാലുണ്ട് താനും."

"അതെന്ത്."

"ഷെഡ്യൂൾ നീട്ടിത്തന്നു. അഞ്ചു ദിവസത്തേക്ക് കൂടി."

"പിന്നെന്താ."

വാസു അല്പസമയം മൗനമായിരുന്നു. തെളിഞ്ഞു വന്ന ഉറവ ഉത്ഭവത്തിലേ വറ്റിപ്പോകുന്നത് കണ്ടു.

"നമ്മുടേതല്ലാത്ത കാരണം കൊണ്ടായാലും വീഴ്ചയുടെ ഉത്തര വാദിത്വം ചാർത്തിക്കിട്ടും. തല കൊയ്യാനത് ധാരാളം." ആരോടെന്നി ല്ലാതെ വാസു പറഞ്ഞു.

"അതങ്ങനെയാണ്. കമ്പനിക്ക് പണി നടക്കണം. നിങ്ങളല്ലെങ്കിൽ മറ്റൊരാൾ. നഷ്ടമാവുന്ന ഓരോ നിമിഷവും പ്രതീക്ഷിച്ച പണം കുറയും എന്നു വെച്ചാൽ ലാഭം. അതവർ ഒരിക്കലും സഹിക്കില്ല ഭായീ."

തർലോചൻ യാർഡിലേക്കിറങ്ങി. വാസു അയാളെ അനുഗമിച്ചു.

AWC യോഗം കഴിഞ്ഞ് പുറത്തിറങ്ങിയപ്പോൾ അതൊരു വൻവിജ യമായിരുന്നെന്നാണ് നദിയാ അഡ്മിനിസ്ട്രേറ്റർ ഇസ്സയാസ് പറഞ്ഞത്. ചാർജെടുത്തതിനു ശേഷം പറയത്തക്ക യാതൊരു പ്രശ്നങ്ങളുമില്ലാതെ സൈറ്റിന്റെ പ്രവൃത്തികൾ അത്യന്തം സുതാര്യമായി നടത്തുന്നതിൽ ഇസ്സയാസിനെ യോഗം പ്രത്യേകം പ്രശംസിച്ചു. തന്റെ പ്രവർത്തന ങ്ങൾക്ക് എല്ലാവിധ പിന്തുണയും നല്കുന്നതിന് അദ്ദേഹം കുറുപ്പിന് നന്ദി പറയുകയും ചെയ്തു. പിരിയാൻ നേരത്ത് ദൈദിൽ നിന്നെത്തിയ ഡാമിയൻ അല്പം ക്ഷുഭിതനായിത്തന്നെ കുറുപ്പിനോട് പറഞ്ഞു.

"എന്തു വിജയം. ഞങ്ങളുന്നയിച്ച പ്രധാന കാര്യത്തിൽ ഒരു തീരു മാനവും ഉണ്ടായില്ല."

"അതൊക്കെ പൊള്ളുന്ന വിഷയമാണ്" വേണു പറഞ്ഞു. "സൈറ്റിലെ ഫെസിലിറ്റീസ് ഒരുക്കിത്തരുന്നത് കമ്പനിയെ സംബന്ധിച്ച് നിസ്സാരമാണ്. അതാണ് അംഗീകരിച്ചത്."

"അതൊന്നുമില്ലെങ്കിലും സഹിക്കും. പോക്കറ്റിൽ എന്തെങ്കിലും വീഴുമെങ്കിൽ. അക്കാര്യം പരിഗണിച്ചതേയില്ല" ഡാമിയന്റെ ശബ്ദത്തിൽ നിരാശ കലർന്നിരുന്നു.

"ആദ്യയോഗമാണ്. ആവശ്യപ്പെട്ടതിൽ പലതും അംഗീകരിച്ചു കിട്ടി.

ഫിനാൻഷ്യൽ സൈഡ് അവർ മാറ്റിവെച്ചു. അതങ്ങനെയാണ്. അതിന്റെ സമയം വൈകാതെയുണ്ടാവും. എത്രസമയം നീണ്ടുപോകും അത്രയും നല്ലത് എന്നേ കമ്പനി കരുതുന്നുള്ളൂ. അതാണിപ്പോൾ സംഭവിച്ചത്." ചീരൻ കാര്യങ്ങൾക്ക് കൂറെക്കൂടി വ്യക്തത വരുത്തി.

"ഇപ്പോൾ തല്ക്കാലം പിരിയാം. വീണ്ടും ബന്ധപ്പെടാം."

കുറുപ്പ് മറ്റൊന്നും പറയാതെ ദൈദുകാരെ യാത്രയാക്കി, ചീരനെയും കൂട്ടി നദിയായിലേക്ക് തിരിച്ചുപോന്നു.

AWC യോഗം കഴിഞ്ഞ് തിരിച്ചെത്തിയതോടെ ഇസ്സയാസ് യോഗ തീരുമാനങ്ങൾ മാൽക്കം ക്ലാവലിന് റിപ്പോർട്ട് ചെയ്തു. ചെയ്യേണ്ടുന്ന കാര്യങ്ങളുടെ ലിസ്റ്റ് തയ്യാറാക്കി സമർപ്പിച്ചു. മാൽക്കം ഒപ്പ് ചാർത്തി. അതിന്റെ പകർപ്പ് കുട്ടിയുടെ മുന്നിലെത്തി.

"മ്മ്ടെ വീരന്മാര് കാര്യം നേടി."

കുറുപ്പിനെയും ചീരനെയും ഉദ്ദേശിച്ച് കുട്ടി ദേവസിയോട് പറഞ്ഞു.

"അവര് ചോപ്പമ്മാരല്ലേ. വീറ് കാട്ടാണ്ടിരിക്കോ."

ദേവസി അഭിമാനത്തോടെ പറഞ്ഞു.

"വീറുകാട്ടി വീറുകാട്ടി ഒള്ളതും കളയാണ്ടിരുന്നാ മതി."

കുട്ടി തന്റെ സന്ദേഹം പ്രകടിപ്പിച്ചു.

മാറ്റങ്ങൾ പ്രകടമായിരുന്നു. സൈറ്റിലും ക്യാമ്പിലും വാട്ടർ ബാഗും ഉപ്പുഗുളികയും കവറോളും പാപ്പാസും സേഫ്റ്റി ഹെൽമറ്റും പണിക്കാവശ്യമായ മറ്റു സാധനങ്ങളും ആവശ്യമനുസരിച്ച് കൊടുത്ത് കൊണ്ടിരുന്നു. സിപ്രിയോട്ട് ഫോർമാന്മാരും സൂപ്പർവൈസർമാരും കുറച്ചുകൂടി മാന്യമായി തൊഴിലാളികളോട് ഇടപെടാൻ തുടങ്ങി. മെസ് ഹാളുകളിൽ കുറെകൂടി മെച്ചപ്പെട്ട ഭക്ഷണം ലഭ്യമാക്കി. പാചകക്കാരും പണിക്കാരും കൂടുതലായെത്തി. സൈറ്റിൽ കൂടെക്കൊണ്ടുപോകുന്ന വെള്ളം നിറച്ച ബാഗിനു പുറമെ ഇടക്കിടെ തണുത്ത വെള്ളവുമായി ഒരു വാട്ടർ ബൗസർ റോന്തുചുറ്റാൻ തുടങ്ങി. യോഗാനന്തരം ഏറ്റെടുത്ത ജോലികൾ എല്ലാം തന്നെ കാലതാമസം കൂടാതെ ഇസ്സ നടപ്പിലാക്കി.

ഇതൊക്കെ വലിയ മാറ്റം തന്നെ. പക്ഷേ, രാത്രികാലങ്ങളിൽ ടെന്റുകളിൽ അങ്ങിങ്ങ് നടന്നിരുന്ന ആലോചനകളിൽ പലരും പതുക്കെയും ഉറക്കെയും ഒരു ശബ്ദമുയർത്തി. "പക്ഷേ."- പല പക്ഷേകൾക്കും പിറകെ പിന്നെന്തുണ്ടായി എന്നാരും കേൾക്കുകയുണ്ടായില്ല. പറയാനാവാത്ത പരമാർത്ഥങ്ങൾ പലരുടെയും നെഞ്ചുരുക്കിയിരുന്നു. ഉറവപൊട്ടി പുറത്ത് ചാടാൻ വെമ്പി നിന്നതെന്തെന്ന് ആരാരുമറിഞ്ഞില്ല.

വാസു ഏറെ നേരമായി ഈയിരിപ്പു തുടർന്നു. ഒന്നും അറിയുന്നില്ല. ഇരുപത്തിയഞ്ച് നാഴികയോളം നീണ്ടു കിടക്കുന്ന സൈറ്റ് ഒന്നാകെ മേലോട്ടു പൊങ്ങി നേരെ കീഴ്മേൽ മറിച്ചിട്ടിരിക്കുന്നതുകണ്ട് ആശ്ചര്യപ്പെട്ടിരിക്കയാണ്. ആകാശത്തേക്കുയർന്നത് അയാൾ വ്യക്തമായി ഓർക്കുന്നുണ്ട്. നക്ഷത്രങ്ങളൊക്കെ കൂടുതൽ വെളിച്ചത്തോടെ ഭൂമിയിലേക്കിറങ്ങി വരുന്നത് അയാൾ കണ്ടതാണ്. അകമ്പടിയായി മേഘക്കെ

ട്ടുകളും ഓരോ നക്ഷത്രങ്ങളോടൊപ്പം കൂടെ കൂടിയിരുന്നു. അവയിൽ ഒഴുകി നടന്ന നീർത്തുള്ളികൾ ഒന്നായി പ്രകാശം ചൊരിഞ്ഞ് നൃത്തച്ചു വടുകളിൽ ഭൂമിയിലേക്കിറങ്ങുന്നതും അയാൾ കണ്ടതാണ്. അങ്ങനെ വർണ്ണാഭമായ ഒരാകാശക്കീറിനു താഴേയാണ് നദിയാ സൈറ്റ് കീഴ്മേൽ മറിഞ്ഞുവീണത്. പാതിപണിയിലെത്തിയ വിമാനത്താവളത്തിന്റെ ടാക്സിവേയും റൺവേയും അപ്പം മറിച്ചിടുംപോലെ മറിച്ചിട്ടുകൊണ്ട് അതിനു മുകളിൽ നക്ഷത്രജാലങ്ങൾ വന്നു വീഴുകയായിരുന്നു. ടെന്റു കളും വർക്ഷോപ്പുകളും മേൽത്തട്ടു മുറികളും മെസ് ഹാളുകളും ക്ലബ്ബും നിലം പൊത്തിയതും അയാൾ കണ്ടിരുന്നു. മണൽക്കാറ്റ് ശക്തിയായി അടിച്ചു കയറിയപ്പോൾ പറന്നു പോകാൻ വെമ്പിയ കടലാസ്സിലെ അക്ഷ രങ്ങളെ വാരിപ്പിടിച്ചു നെഞ്ചോട് ചേർത്ത് കണ്ണുകളിൽ അണഞ്ഞുപോയ തീക്കനലിനെ ഊതിപ്പെരുപ്പിക്കയായിരുന്നു വാസു.

കമലയുടെ അക്ഷരങ്ങളാണ് വാസു നെഞ്ചോടടുപ്പിച്ച് ചേർത്തുപിടി ച്ചിരിക്കുന്നത്.

മകനറിയാൻ അമ്മ എഴുതുകയാണ്. ചാഞ്ഞ വീടിനെ കുത്തുകൊ ടുത്ത് പണിപ്പെട്ട് നിവർത്തിയതും കുളക്കരയിലെ വരിക്കപ്ലാവ് കായ്ച്ചതും പറമ്പിലെ തേന്മാവിൽ നിന്ന് എപ്പോഴും മാമ്പഴം പൊഴിയു ന്നതും എഴുതിയിട്ട് അമ്മ വീടിനുള്ളിലേക്ക് കയറുകയാണ്. അവിടെ സരസ്വതിയുണ്ട്. ശരിക്കും വളർന്നുപോയ ഒരു പെൺകുട്ടി. അവളുടെ തിളക്കം വെച്ചുവരുന്ന കണ്ണുകൾ അമ്മയെ ഭയപ്പെടുത്തുന്നു. വീടിനു സുരക്ഷിതത്വം പോരെന്ന തോന്നലിൽ ഉറക്കമിളച്ച് കാവലിരുന്നു. ആരോ ഏല്പിച്ചു പോയ നിധി കാത്തു സൂക്ഷിക്കുന്നതിന്റെ പരിഭ്രമവും സന്തോ ഷവും അനുഭവിക്കുന്നു. ഇലഞ്ഞിപ്പൂ പെറുക്കി മാല കോർത്തിരിക്കുന്ന ദേവു ഇടയ്ക്കിടെ പടിക്കൽ പോയി പുറത്തെ ആകാശവും നോക്കി ഏറെ നേരം ചെലവഴിക്കുന്നതിലും ആശങ്കപ്പെടുന്ന അമ്മ. മഞ്ഞുപെയ്യുന്ന പുലർകാലേ മേലെ പെട്ടികൾ വെച്ചുകെട്ടി കടന്നുപോകുന്ന ടാക്സി ക്കാറുകൾ കണ്ടില്ലെന്നു നടിച്ചു കഴിയുന്ന അമ്മയുടെ ചിത്രവും ഇട ക്കിടെ തെളിഞ്ഞുവരുന്നുണ്ട്. അങ്ങനെയൊന്ന് എന്നാണ് തന്റെ വീട്ടുമു റ്റത്തെത്തുന്നതെന്നും അമ്മയുടെ ഉൽക്കണ്ഠകളിലൊന്നാണ്.

ചിത്രങ്ങൾ വീണ്ടും മറയുന്നതോടെ വീണുകിടന്ന ആകാശം ഉണർന്നുപൊങ്ങി മേഘപ്പാളികളെ വകഞ്ഞുമാറ്റി നീലപ്പടം പൊഴിച്ച് മേലെ പടർന്നുകിടന്നു. ഒരു രാത്രി കഴിയുമ്പോഴേക്കും നദിയാ സൈറ്റ് വീണ്ടും ആകാശത്തുനിന്ന് ഭൂമിയിലേക്ക് നേരെചൊവ്വേ മറിഞ്ഞുവീഴു മെന്ന് വിചാരിച്ച് വാസു ചൂടറകൾ കനത്തുകയറുന്ന ഇരുമ്പ് കട്ടിലി ലേക്ക് ചാഞ്ഞു. കൂടാരത്തിന്റെ മേൽവിതാനം ആകാശത്തെ മറക്കുന്നു ണ്ടെന്ന ആശ്വാസത്തോടെ അയാൾ അടുത്ത പുലരിയിലേക്ക് നീണ്ടു കിടന്നു.

ദൂരെ ടെർമിനൽ കെട്ടിടങ്ങളുടെ മടക്കുകളിലെവിടെയോനിന്ന് രാത്രി ഷിഫ്റ്റ് കഴിഞ്ഞവർ തിരിച്ച് കൂടണയാൻ തിരക്കു കൂട്ടുന്നതിനിടയിൽ

ധാരമുറിഞ്ഞൊരു മുരൾച്ച കേട്ടിരുന്നെങ്കിലും സൈറ്റുകളിലെ അതാതിടത്തെ സൈറൺ മുഴക്കമെന്നേ കരുതിയുള്ളു. അതിടവിട്ടിടവിട്ട് ആവർത്തിച്ചപ്പോഴാണ് തികച്ചും അസാധാരണമല്ലേ എന്നു ചിന്തിച്ചത്.

"എന്തുണ്ടായി" തർലോചൻ ആകാംക്ഷയോടെ അന്വേഷിച്ചു.

"അറിയില്ല" വാസു അത്ര തന്നെ ശ്രദ്ധകൊടുത്തില്ല. "ടെർമിനൽ ബിൽഡിങ്ങിന്റവിടുന്നാണെന്നാണ് തോന്നുന്നത്."

പറഞ്ഞു തീരുമ്പോഴേക്കും മറ്റൊരു സൈറൺ മുഴക്കംകൂടി വളരെ അവ്യക്തമായി കേൾക്കാനായി. അതിനൊരു നിലവിളിയുടെ മട്ടുണ്ടായിരുന്നു.

"എന്തുപറ്റിയാവോ."

തർലോചൻ യാർഡിന്റെ ഒരു വശത്ത് ഉയർന്നു നില്ക്കുന്ന കുന്നിന്റെ നെറുകയിലേക്കുചെന്ന് താഴോട്ട് നോക്കി. മണ്ണുമലകളുടെ അടിവാരങ്ങളിൽ ചെത്തിവെടിപ്പാക്കിയ മൺപാതയിലൂടെ ഏതാനും ട്രക്കുകൾ ഇഴഞ്ഞു നീങ്ങുന്നത് തീപ്പെട്ടി പോലെ കാണാം. അതെപ്പോഴുമുള്ള കാഴ്ചയാണ്. മണൽച്ചോടുകളെ പിറകോട്ട് തള്ളി ഇഴഞ്ഞിഴഞ്ഞ് മുന്നോട്ട് വലിഞ്ഞുകയറുന്ന കൂറ്റൻ ട്രക്കുകൾ.

തർലോചൻ തിരിച്ചെത്തി ജോലി തുടർന്നു. പിന്നീട് അതേക്കുറിച്ച് ആലോചിച്ച് പോലുമില്ല. ഇടക്കിടെ കേൾക്കുന്ന സൈറണുകൾക്ക് അർത്ഥമില്ലാതായിരിക്കുന്നു. അതങ്ങനെയാണ്. വെറും ആവർത്തനങ്ങൾ കൊണ്ട് കാലം ചെല്ലും തോറും ശീലമായി വന്നതാണ്. ചെറിയ ചെറിയ അപകടങ്ങൾ ഇത്രയും വലിയ സൈറ്റിൽ സ്വാഭാവികം മാത്രം. അയ്യായിരം പേരും സുരക്ഷിതരായിരിക്കുമെന്ന് ഒരിക്കലും പ്രതീക്ഷിക്കുകവയ്യ. ഓരോ പ്രവൃത്തി ചെയ്യുമ്പോഴും അതിന്റെ അപകട സാദ്ധ്യത ഓർമ്മപ്പെടുത്താനും സുരക്ഷിതമാർഗ്ഗം അവലംബിക്കാനും ആവശ്യമായ സംവിധാനങ്ങൾ സൈറ്റിന്റെ വിവിധ ഭാഗങ്ങളിൽ സജീവമാണ്. സുരക്ഷാ ഉദ്യോഗസ്ഥന്മാർ അവസാനമായി ഒപ്പു ചാർത്തിയവർക്കു പെർമിറ്റുകൾ കിട്ടിയാലേ ഓരോ പ്രവൃത്തിയും തുടങ്ങാനാവൂ. എന്നിട്ടു പോലും വീഴ്ചകളുണ്ടാവുന്നു. സുരക്ഷകൾക്കുള്ള കരുതലും വീഴ്ചകളുടെ മുന്നേറ്റവും ഉണ്ടായിക്കൊണ്ടേയിരിക്കുന്നു. ഒരു ദീർഘ നിശ്വാസത്തിൽ ചിന്തകളൊതുക്കി തർലോചൻ മറ്റൊരു പ്രവൃത്തിയിലേക്ക് തിരിഞ്ഞു.

ഉച്ച ചാഞ്ഞപ്പോഴാണ് കിരിയാക്കോസ് എത്തിയത്. അയാൾ വണ്ടിയിൽ നിന്നിറങ്ങി ക്ഷണത്തിൽ ഓഫീസിനുള്ളിൽ കയറി ആർക്കോ റേഡിയോ മെസേജ് കൈമാറുന്നത് ചില്ല് വാതിലിന് പുറത്തുനിന്ന് വാസു കണ്ടു. വാതിലിൽ മുട്ടിയപ്പോൾ വാസുവിനോട് പുറത്ത് കാത്തു നില്ക്കാൻ ആംഗ്യം കാണിച്ചു.

റോജർ, റോജർ.

ചുണ്ടനക്കത്തിൽ നിന്ന് റേഡിയോ വിളി അവസാനിച്ചെന്ന് വാസു മനസ്സിലാക്കി. എന്നിട്ടും വാതിൽ തുറക്കാതെ പിന്നെയും റേഡിയോവിന്റെ മുന്നിൽത്തന്നെ അക്ഷമനായി കാത്തുനില്ക്കുന്ന കിരിയാക്കോസിന്റെ

മുഖത്ത് എന്തോ ഭയപ്പാടുണ്ടെന്ന് വ്യക്തമായി. അയാൾ ആരുടെയോ തിരിച്ചൊരു സന്ദേശത്തിന് കാത്തുനില്ക്കയാണ്. അക്ഷമ അതിന്റെ പാരമൃതയിൽ മുഖത്ത് കുമിഞ്ഞുകൂടി. ഇടക്കിടെ കൈകൾ കൂട്ടിത്തിരുമ്മുകയും പിന്നിലേക്ക് ചേർത്തുവെച്ച് മുഖമുയർത്തി പിൻകഴുത്തിൽ ഇരുകൈത്തലങ്ങളിലും ശിരസ്സുതാങ്ങി നിർത്തുകയും ഇതൊക്കെ പലതവണ ആവർത്തിക്കുകയും ചെയ്യുന്നുണ്ട്. ഇത്തരം ചേഷ്ടകൾ അയാളറിയാതെതന്നെ തുടരുമ്പോഴും റേഡിയോ സെറ്റിനടുത്തുതന്നെ തന്റെ സാന്നിദ്ധ്യമുണ്ടെന്ന് ഉറപ്പുവരുത്തുംവിധം അയാൾ അതിനോട് ചേർന്നുതന്നെ നിലയുറപ്പിക്കുന്നുണ്ട്. വാസു ഒരിക്കൽക്കൂടി ചില്ലുവാതിലൊന്ന് മുട്ടിയെങ്കിലും അയാളത് ഗൗനിക്കപോലും ചെയ്യാതെ മുഴുവൻ ശ്രദ്ധയും റേഡിയോ സെറ്റിലേക്കുതന്നെ കൊടുത്തു നിന്നു. അടുത്ത വിളിയെത്തുമ്പോൾ ഒരു നിമിഷം പോലും പാഴാക്കാതെ അതെടുത്തിരിക്കും എന്ന നിശ്ചയദാർഢ്യത്തോടെ നില്ക്കുന്ന കിരിയാക്കോസിന് ചില്ലുവാതിലിലെ മുട്ട് കേൾക്കാനാവുന്നില്ല എന്നതിൽ അത്ഭുതമൊന്നുമില്ല.

അധികം വൈകാതെതന്നെ റോജർ വിളി മുഴങ്ങി. കിരിയാക്കോസ് റിസീവർ ചാടിയെടുത്ത് അമർത്തിപ്പിടിച്ച് ശ്രദ്ധയോടെ നില്ക്കുന്നതു കണ്ടു. അയാൾ തിരിച്ചൊന്നും പറയാതെതന്നെ ഏതാനും നിമിഷങ്ങൾക്കകം റിസീവറിന്റെ ബട്ടൺ റിലീസ് ചെയ്ത് താഴെ വെച്ചു. ക്ഷണത്തിൽ ചില്ലുവാതിൽ തുറന്ന് പുറത്തുകാത്തുനില്ക്കുന്ന വാസുവിനോട് പറഞ്ഞു.

"ഹേ കുംബാരേ, നീ പുറത്തുപോകരുത്. ഓഫീസിൽ തന്നെയുണ്ടാവണം. ആരന്വേഷിച്ചാലും ഞാൻ പുറത്തുപോയിരിക്കുന്നു എന്ന് പറയണം."

എന്തെങ്കിലും ചോദിച്ചറിയാൻ അവസരംപോലും കൊടുക്കാതെ കിരിയാക്കോസ് വണ്ടിയെടുത്ത് അതി വേഗത്തിൽ താഴോട്ട് മറഞ്ഞു.

ഡ്യൂട്ടി കഴിഞ്ഞ് തിരിച്ചിറങ്ങുമ്പോൾ താഴെ കുന്നുകൾക്കിടയിലൂടെ ടെർമിനൽ കെട്ടിടത്തിലേക്ക് പിരിഞ്ഞ് നീളുന്ന മണല്പാതയിൽ പിറകിലേക്ക് മണൽതെറിപ്പിച്ച് ചുവന്ന ലൈറ്റു കറക്കി ചീറിപ്പാഞ്ഞു കടന്നുപോകുന്ന ആംബുലൻസ് കണ്ടപ്പോൾ വാസുവിന് എന്തോ പന്തികേടുണ്ടെന്നു മനസ്സിലായി. പ്ലാന്റ് ഓഫീസിന്റെ അരികിലൂടെയുള്ള പടികളിറങ്ങി താഴെ ഇഷ്ടിക പാകിയ വഴികളിലൂടെ മേടയിലേക്കുള്ള എളുപ്പ വഴിയിലേക്ക് നടന്നു. കൂട്ടിനാരെയും കണ്ടില്ല. തർലോചൻ നേരത്തെ ഇറങ്ങിയിരുന്നു. വർക്ഷോപ്പുകൾക്ക് മുന്നിൽ പതിവുവണ്ടികളൊന്നും കണ്ടില്ല എന്ന കാര്യം വാസു ഇപ്പോൾ മാത്രമാണോർക്കുന്നത്. അങ്ങനെ സംഭവിക്കാറില്ല. ഡ്യൂട്ടി കഴിഞ്ഞ് പിന്നെയും മാനേജർമാർ അവരവരുടെ ഓഫീസുകളിൽ തങ്ങി വൈകിയാണിറങ്ങാറ്. ഇന്ന് പതിവിന് വിപരീതമായി ആരെയും കാണാതായിട്ടും വാസു അതൊന്നും എന്തേ ശ്രദ്ധിക്കാതിരുന്നത് എന്ന് സ്വയം അത്ഭുതപ്പെട്ട് മേടയിലേക്ക് കയറി നേരെ

ഹരന്റെ മുറിയിലേക്ക് ചെന്നു. ഹരനെ കണ്ടിട്ടും കുറച്ചു ദിവസമായിരുന്നു. അവിടെ സത്താറും സ്വാമിയും ഇരുന്നിരുന്നു. വാസു ചെന്നതോടെ അവർ ക്ഷണത്തിൽ സംസാരം നിർത്തി. അസുഖകരമായ എന്തോ ഒന്ന് അന്തരീക്ഷത്തിൽ ഇരുളായി തൂങ്ങി നിന്നിരുന്നു എന്ന് വാസുവിന് തോന്നി.

"എന്തെങ്കിലും അപകടം" ആബുലൻസ് കണ്ടിരുന്ന ഓർമ്മയിൽ വാസു അന്വേഷിച്ചു.

"യെസ്. ഫേറ്റൽ ആക്സിഡന്റ്."

"ഫേറ്റൽ ആക്സിഡന്റ്." വാസു ഉൽക്കണ്ഠപ്പെട്ടു. അയാൾക്കത് വിശ്വസിക്കാനായില്ല. "എന്തുണ്ടായി. എവിടെ എങ്ങനെ."

ഹരനോ സത്താറോ സ്വാമിയോ അതേക്കുറിച്ച് ഒന്നും പറയാതെ പരസ്പരം നോക്കിയിരുന്നു.

എങ്ങനെയാണ് അക്കാര്യം വാസുവിനെ ധരിപ്പിക്കുക ഒരുപക്ഷേ അതായിരിക്കാം അവരുടെ മൗനത്തിനു കാരണം.

"ഒന്നുമറിയില്ല. ഫേറ്റൽ ആക്സിഡന്റാണെന്നേ അറിയൂ. കുറുപ്പും ചീരനും എത്തിയാലേ കൃത്യമായെന്തെങ്കിലും അറിയാനാവൂ" ഹരൻ പറഞ്ഞു.

"കമ്പനിയുടെ ഏറ്റവും വലുതും കാര്യക്ഷമവുമായി ഓടിക്കൊണ്ടിരിക്കുന്ന സൈറ്റാണ് നദിയാ. ഇവിടെ ഇങ്ങനെയൊന്നുണ്ടായത് എന്തെന്ന് മനസ്സിലാവുന്നില്ല. ഇതിന്റെ പ്രതികരണം എവിടുന്നൊക്കെ എങ്ങനെ വരുമെന്നും പറയാനാവില്ല. പ്രത്യേകിച്ചും വർക്കേഴ്സിന്റെ ഭാഗത്തു നിന്ന്." സ്വാമി തന്റെ വിചാരങ്ങൾ പറയുകയായിരുന്നു.

"എവിട്യാ ഉണ്ടായത്." വാസു ഉൽക്കണ്ഠയോടെ അന്വേഷിച്ചു.

"ടെർമിനൽ ബിൽഡിങ്. സൗത്ത് ബ്ലോക്ക്."

താഴോട്ടിറങ്ങുമ്പോൾ മണല്പാതയിൽ ചീറിപ്പാഞ്ഞുപൊയ്ക്കൊണ്ടിരുന്ന ആംബുലൻസ് വാസു ഓർത്തു.

"ഒരുപക്ഷേ, ഇതിപ്പോൾ മറ്റു പലതിനും തുടക്കം കുറിച്ചേക്കാം. അല്ലെങ്കിലേ സൈറ്റിൽ പലയിടത്തും ചെറിയ ചെറിയ മുറുമുറുപ്പുകൾ തുടങ്ങിയിട്ടുണ്ടെന്നറിഞ്ഞു." ഹരൻ പറഞ്ഞു.

"മോങ്ങാനിരുന്ന നായയുടെ തലയിൽ തേങ്ങ വീണ പോലാകോ."

"ഒന്നും പറയാനാവില്ല. മാൽക്കത്തിനും ആൻഡ്രൂയങ്ങിനും ഇസ്സയാസ്സിനും ഇമേജിന്റെ പ്രശ്നം വരും. അവർക്കിതൊരു ക്ഷീണം തന്നെ."

"അതോടൊപ്പം ജോലിക്കാർക്കും."

അങ്ങനെയാവണമെന്നില്ല. ആക്സിഡന്റ് ആക്സിഡന്റായിത്തന്നെ കാണണം. വീഴ്ച എവിടെയെന്ന് കണ്ടുപിടിക്കാൻ സുരക്ഷാ ഉദ്യോഗസ്ഥന്മാരുണ്ട്. അവരതു ചെയ്യും. പരിഹാരം നിർദ്ദേശിക്കും. പ്രോജക്ട് തുടങ്ങാതെ വയ്യല്ലോ" സ്വാമി വസ്തുതകൾ നിരത്തി.

"അതൊക്കെ ശരി. പക്ഷേ, നഷ്ടം ഏതോ ഒരു കുടുംബത്തിനു മാത്രം. ഒരാളെ മാത്രം കാത്തിരിക്കുന്നവർക്ക്." വാസുവിൽ നിന്ന് ഒരു

ദീർഘനിശ്വാസമുണ്ടായി.

"ഒക്കെ കാത്തിരുന്നു കാണാം."

അങ്ങനെ അവരവരുടെ മനോവ്യാപാരത്തിലൂടെ കടന്നുപോകുമ്പോഴും വാസു മൗനിയായിരുന്നു. അയാൾ ഓർത്തത് നഷ്ടപ്പെട്ട ജീവനെക്കുറിച്ചാണ്. കാത്തിരിക്കുന്ന ജീവിതങ്ങളെ പ്രതി. ഈ വെയിൽച്ചൂടിൽ വെന്തുരുകിയും കൂടംബത്തിനുമേൽ കുളിരുവിതറാൻ പുറപ്പെട്ടവരെ പ്രതീക്ഷാ നിർഭരമായ കണ്ണുകളോടെ കാത്തിരിക്കുന്നവരെ പ്രതി. അവരുടെ വേദന.

വാതിലിലാരോ മുട്ടി. കുട്ടിയും ദേവസിയും കടന്നുവന്നു. രണ്ടു പേരും ഇരുന്നില്ല.

"എന്താണുണ്ടായത്." സ്വാമി തിടുക്കപ്പെട്ടു.

എല്ലാവരും ആകാംക്ഷയോടെ കുട്ടിയുടെ നേരെ തിരിഞ്ഞു.

"നോക്കൂ. ഇറ്റ്സേ ഫാറ്റൽ ആക്സിഡന്റ്. ഇപ്പോൾ ഒന്നും ഡിസ്ക്ലോസ് ചെയ്യരുതെന്നാണ് മാൽക്കത്തിന്റെ കല്പന. എന്നാലും പറയാം. പുറത്തറിയരുത്. രണ്ടുപേരുണ്ട് മോർച്ചറിയിൽ. നമുക്ക് പിന്നീട് സംസാരിക്കാം." കുട്ടി ക്ഷണത്തിൽ വാതിൽ തുറന്ന് പുറത്തിറങ്ങി. കൂടെ ദേവസിയും. വലിയവന്റെ രണ്ടു സെക്രട്ടറിമാരും അവരവരുടെ പരിമിതിയിൽ നിന്നുമാത്രം ശബ്ദിച്ചു. അതിനപ്പുറം അവർക്കും വയ്യ. മുറിയിൽ നിശ്ശബ്ദത പരന്നു. എല്ലാവരും തന്നിൽനിന്നുള്ള ശബ്ദത്തെ ഭയന്നു. അനക്കമില്ലാതിരുന്നു.

രാത്രി ഏറെ വൈകിയിട്ടും കുറുപ്പും ചീരനും തിരിച്ചെത്തിയിരുന്നില്ല. അവരെത്തിയാലെങ്കിലും കാര്യങ്ങൾ വ്യക്തമായറിയാൻ കഴിയും എന്ന പ്രതീക്ഷയിൽ എല്ലാവരും കാത്തിരുന്നു.

മെസ് ഹാളിൽ ആളുകൾ കുറവായിരുന്നു. ഉള്ളവർ തന്നെ നിശ്ശബ്ദരായിരുന്ന് ഭക്ഷണം കഴിച്ചെന്നു വരുത്തി തിരിച്ചിറങ്ങുന്നതു കണ്ടു. ആരുംതന്നെ എന്തെങ്കിലും പറയാൻ ധൈര്യപ്പെട്ടില്ല.

വാസു മെസ് ഹാളിലേക്ക് ചെന്നപ്പോൾ അവിടെ പതിവില്ലാത്ത കനത്ത നിശ്ശബ്ദത അത്ഭുതപ്പെടുത്തി. കൂടെയുണ്ടായിരുന്ന സത്താർ വാസുവിനെ ഓർമ്മപ്പെടുത്തി.

"ആരുമായും ഒന്നും സംസാരിക്കാൻ നില്ക്കണ്ട. ചുമരിനും കാതുകളുണ്ടാവും."

അത്ഭുതം തോന്നി. സഹജീവികളാണ് നഷ്ടപ്പെട്ടത്. ആരെന്നുപോലും അറിയില്ല. അവരുടെ ജീവശ്വാസം നിലച്ചിട്ടും എല്ലാം പതിവുപോലെ. ആകെ മാറ്റം. ആരും ഒന്നും ശബ്ദിക്കുന്നില്ല. തികച്ചും വ്യക്തമായത് ഒന്നുമാത്രം. അകാരണമായ ഒരു തരം ഭീതി.

എന്നാൽ തിരിച്ചിറങ്ങുമ്പോൾ ടെന്റുകൾക്കിടയിലും ക്യാമ്പുകളിലെ നടപ്പാതകളിലും നേർത്ത് ഇരുൾതിങ്ങിയ വഴികളിൽ ചിലരൊക്കെ കൂട്ടം കൂടി നിന്ന് വർത്തമാനം പറഞ്ഞിരുന്നു. അവരുടെ മുഖങ്ങൾ വീർത്തും കവിളെല്ലുകളുന്തിയുമിരുന്നു. തിളക്കം കെട്ടുപോയ കണ്ണുകളോടെ

അവർ നിന്നു.

ഇതിനിടക്ക് ടെന്റുകളിൽ ഡ്യൂട്ടി കഴിഞ്ഞ് തിരിച്ചെത്താത്തവരെക്കുറിച്ച് ആളുകൾ അന്വേഷിക്കാൻ തുടങ്ങി. പലരും വന്നെത്താതെ കണ്ട് പരിഭ്രമിച്ചു. ഓരോരുത്തരും അവരവരുടെ കൂടാരത്തിലെ കൂട്ടുകാരുടെ സാന്നിദ്ധ്യം ഉറപ്പുവരുത്തിക്കൊണ്ടിരുന്നു. കാണാതെ പോയവർ അന്യ ക്യാമ്പുകളിലുണ്ടോ എന്നന്വേഷിച്ച് പലരും കൂടാരങ്ങൾ തോറും രാത്രി ഏറെ വൈകിയിട്ടും കയറിയിറങ്ങിയിരുന്നു. എവിടെയും ഭീതിയും പരിഭ്രമവും സന്ദേഹവും നിറഞ്ഞുനിന്നിരുന്നു

അന്ന് രാത്രി നക്ഷത്രങ്ങളുദിച്ചില്ല. ആകാശംതന്നെ എങ്ങോ പോയൊളിച്ചു. കാറ്റ് നദിയാ സൈറ്റിനെ മൺചിറകൾ കെട്ടിമറച്ചു. ഇരുൾപ്പൊന്തകൾ എല്ലാത്തിനും മുകളിൽ പടർന്നുകയറി.

അലിഖാൻ ദേവസിയെ അന്വേഷിച്ചുവന്നു. മുറിയിൽ ഉണ്ടായിരുന്നില്ല. ക്യാമ്പ് ബോസ് എന്ന നിലയ്ക്ക് ക്യാമ്പുകളുടെ മുക്കും മൂലയും അറിയാവുന്ന അലിഖാൻ ഒരോരുത്തരും സാധാരണയായി എവിടെയൊക്കെയുണ്ടാവും എന്ന് ഊഹിക്കാനാവും. ക്യാമ്പ് നിവാസികളുടെ ചലന പരിമിതി തന്നെ കാരണം. രാത്രി ഭക്ഷണത്തിന് മെസ് ഹാളിലേക്ക് പോകുന്ന സമയം. അതുകൊണ്ട് അലിഖാൻ നേരെ മെസിലേക്ക് നടന്നു. അവിടെ ഓരോ മേശക്കുചുറ്റും ആളുകളിരുന്ന് ഭക്ഷണം കഴിക്കുകയും അപൂർവ്വം ചിലർ സംസാരിച്ചുകൊണ്ടുമിരുന്നു. അയാൾ മെസ് ഹാളിനുള്ളിലേക്ക് കടന്നതോടെ പല കണ്ണുകളും അയാളുടെ നേരെ നീളുകയും ക്ഷണത്തിൽ സംസാരം നില്ക്കുകയും ചെയ്തു. ഏതോ ടേബിളിൽ ആരോ പറയുന്നുണ്ടായിരുന്നു.

“ചുപ് രഹോ ഭായി. വോ ചംച്ചാ ആഗയാ” വായടക്കൂ. ഒറ്റുകാരൻ എത്തിയിട്ടുണ്ട്.

കമ്പനിക്കെതിരായി വീഴുന്ന ഓരോ വാക്കും പിടിച്ചെടുക്കാനും എത്തിക്കേണ്ടിടത്ത് എത്തിക്കാനും അയാൾക്ക് പ്രത്യേക സാമർത്ഥ്യമുണ്ട്. അങ്ങനെ എല്ലാ അർത്ഥത്തിലും ഒരൊറ്റുകാരന്റെ ജോലി സമർത്ഥമായി ചെയ്തുപോരുന്നു.

ദേവസിയെ കാണാതെ അയാൾ മടങ്ങി. പിന്നീട് കയറിച്ചെന്നത് കുട്ടിയുടെ മുറിയിലേക്കായിരുന്നു. അവിടെ ദേവസി കുട്ടിയോട് സംസാരിച്ചിരുന്നിരുന്നു.

“എന്താണീ രാത്രിയിൽ.” കുട്ടി അന്വേഷിച്ചു

“സർ. ദേവസിയോട് ആൻഡ്രൂയങ് വീട്ടിലേക്ക് ചെല്ലാൻ ആവശ്യപ്പെട്ടിട്ടുണ്ട്.”

കുട്ടി ദേവസിയുടെ നേരെ നോക്കി. ദേവസി ക്ഷണത്തിലെഴുന്നേറ്റു. ശരി. പോയേക്കാം എന്നു പറഞ്ഞ് അലിഖാനെ തിരിച്ചയച്ചു. ഒരു നിമിഷം സന്ദേഹത്തോടെ നിന്നു. പിന്നെ ഒട്ടും താല്പര്യമില്ലാതെ പുറത്തിറങ്ങി നടന്നു.

മനമില്ലാമനസ്സോടെയാണ് ദേവസി മുകൾത്തട്ടിലേക്ക് കയറിയത്.

നടപ്പാത ഏറെക്കുറെ വിജനമായിരുന്നു. മുകളിൽ വെള്ളക്കാരുടെ ക്വാർട്ടേഴ്‌സിൽ നിന്നുമെത്തുന്ന പ്രകാശം ചെറുകുന്നുകളെ തഴുകിയിറങ്ങുന്നതു കാണാം. ഇത് മൂന്നാം തവണയാണ്. ആൻഡ്രൂയങ്ങിന്റെ സെക്രട്ടറിയായി ചാർജെടുത്തപ്പോൾ സന്തോഷിച്ചു. എല്ലാവരും അഭിനന്ദിച്ചു. സൈറ്റിലെ രണ്ടാമനാണയാൾ. മാൽക്കം ക്ലാവൽ കഴിഞ്ഞാൽ ഏറ്റവും ശക്തനും അധികാരമുള്ളവനും. ഡൽഹിയിൽ സി ബി ഐ ഓഫീസിലെ മുൻ പരിചയം കൂടി മനസ്സിലാക്കിയാണ് മാൽക്കം ദേവസിയെ ആൻഡ്രൂയങ്ങിന്റെ സെക്രട്ടറിയായി നിയമിക്കുന്നത്. അങ്ങനെയുള്ള ദേവസിയെയാണ് രാത്രികാലങ്ങളിൽ ആൻഡ്രൂയങ്ങ് തന്റെ ബേബി സിറ്ററായി വീട്ടിലേക്ക് വിളിക്കുന്നത്. ബോസ് എന്ന നിലയ്ക്കും ഒരുതരം വിധേയത്വത്തിന്റെ പേരിലും "നോ." പറയാനുള്ള വൈമുഖ്യത്താലും ദേവസിക്ക് നിരസിക്കാനും കഴിയുന്നില്ല. ആദ്യതവണ വിളിച്ചപ്പോൾ വല്ലാത്ത മാനസിക സംഘർഷം അയാൾ അനുഭവിച്ചു. നാട്ടിൽ ഇത്രയും മെച്ചപ്പെട്ട ജോലിയിലിരുന്ന തന്നെ വെറും ഒരു ബേബി സിറ്ററായി കുട്ടിയെ നോക്കാൻ വിളിച്ചിരുത്തുന്നതിലെ ഔചിത്യം മനസ്സിലാവാതെ അയാൾ വിഷമിച്ചു. ആൻഡ്രൂയങ്ങും മദാമ്മയും ക്ലബ്ബിൽ പോകുന്ന സമയം കുട്ടിയെ നോക്കാനാണ് സ്വന്തം സെക്രട്ടറിയെ ഏല്പിക്കുന്നത്. എന്തൊരു ഗതികേടും അതിലേറെ നാണക്കേടുമാണ്. ഓഫീസിൽ കുട്ടിക്ക് മാത്രമേ ഇക്കാര്യം അറിയുമായിരുന്നുള്ളൂ.

"വിഷമംണ്ട്ന്നറിയാം. സാരല്യ. നമ്മളെന്തായാലും നാടും വീടും വിട്ട് വന്നതല്ലേ. നിവൃത്തികേടുകൊണ്ട് പലതും ചെയ്യേണ്ടിവരുന്നു എന്നു കരുതിയാൽ മതി."

കുട്ടി ദേവസിയെ സമാധാനിപ്പിച്ചു.

രാത്രി രണ്ടു മണി കഴിയാതെ സായ്പും മദാമ്മയും തിരിച്ചെത്തിയെന്നു വരില്ല. അതുവരെ കുട്ടിക്ക് കാവലിരിക്കണം. ആദ്യ തവണ കഴിഞ്ഞു. രണ്ടാമതും അതാവർത്തിച്ചു. അതിജീവനത്തിന്റെ ഭാഗമെന്നു കരുതി സമാധാനിച്ചു. ഇപ്പോഴിതാ ഒരിക്കൽ കൂടി. ഇനിയൊരിക്കലും ഇതിൽനിന്ന് മോചനമില്ലെന്ന് അയാൾ വിഷമത്തോടെ ഓർത്തു.

ഇന്നത്തെ രാത്രി പക്ഷേ, തന്നെ ക്യാമ്പിൽനിന്നും ബോധപൂർവ്വം അകറ്റിനിർത്താനുള്ള തന്ത്രമായി ഇതിനെ ദേവസിയിലെ സി ബി ഐക്കാരൻ മനസ്സിലാക്കി. ഇന്ന് സൈറ്റിൽ നടന്ന സംഭവങ്ങളുടെ വിശദാംശങ്ങൾ അറിയുന്ന വ്യക്തികൾ കുട്ടിയും ദേവസിയും മാത്രമാണ്. ആരുമായും അക്കാര്യങ്ങൾ അവർ പങ്കുവെക്കാൻ പാടില്ല. കുട്ടിയാണെങ്കിൽ ഔദ്യോഗിക കാര്യങ്ങൾ യാതൊരു കാരണവശാലും പുറത്ത് വിടാത്തയാളും. ദേവസിയുടെ കാര്യത്തിൽ ഒരുപക്ഷേ, അത്രതന്നെ ഉറപ്പുകാണില്ല.

പുറത്ത് വണ്ടി വന്നുനിന്ന ശബ്ദം. അടഞ്ഞുപോകുന്ന കണ്ണുകളെ വീണ്ടെടുത്ത് ദേവസി എഴുന്നേറ്റു. സായ്പും മദാമ്മയും കയറി വന്ന് നേരെ കിടപ്പുമുറിയിലേക്ക് നടന്നു. ഏതാനും നിമിഷം ദേവസി

കാത്തുനിന്നു. സായ്പ് വീണ്ടും പുറത്തുവന്ന് ദേവസിക്ക് നന്ദി പറഞ്ഞു. ശുഭരാത്രി നേർന്നു. ദേവസി പടിയിറങ്ങി താഴോട്ട് നടന്നു. ആകാശം വെളിച്ചത്തിന്റെ പൂക്കൾ വിതറിനിന്നിരുന്നു. താഴെ മണൽക്കുന്നുകളുടെ നിഴൽച്ചിറകിലേക്ക് അമർന്നുകിടന്നിരുന്നു ഏഷ്യൻ ക്യാമ്പ്. ഒരു ഭൂമിയുടെ ജീവശ്വാസമായി ചുടുകാറ്റ് ഒഴുകിപ്പോയിരുന്നു. ക്യാമ്പ് ഓഫീസിനു മുന്നിലുള്ള പാതയോരത്ത് ചുവപ്പുരാശി കലർന്ന വെളിച്ചത്തരികൾ ചിതറി വീഴുന്നത് കണ്ട് ദേവസി അങ്ങോട്ടു തിരിഞ്ഞു. ക്യാമ്പ് മുഴുവൻ ഉറക്കത്തിലമർന്ന രാത്രിച്ചന്തത്തിനിടയ്ക്ക് ഇങ്ങനെയൊരു ചോപ്പുരാശി മിന്നുന്നതെന്തേ എന്നതദ്ഭുതപ്പെട്ടു. അടുത്തെത്തിയപ്പോഴാണ് അതൊരു പൊലീസ് വണ്ടിയാണെന്ന് തിരിച്ചറിഞ്ഞത്. കുറെക്കൂടി അടുത്തെത്തുമ്പോഴേക്കും അതകന്നുപോയി. ക്യാമ്പ് ഗേറ്റും കടന്നിരുന്നു. ചോപ്പുരാശി ഉയർന്നും താഴ്ന്നും ചുരു ങ്ങിച്ചുരുങ്ങി പിന്നെ അകലെ അപ്രത്യക്ഷമായി.

ക്യാമ്പ് ഓഫീസിനു മുന്നിലേക്കെത്തുമ്പോഴേക്കും അലിഖാൻ താമസസ്ഥലത്തേക്ക് തിരിഞ്ഞിരുന്നു. ദേവസി മുകളിൽ നിന്നെത്തുന്നതൊന്നും അയാളറിഞ്ഞില്ല. ക്യാമ്പിലുള്ള ആരെയോ പൊലീസിനു കൈമാറിയെന്ന ചാരിതാർത്ഥ്യത്തോടെ ഉറങ്ങാൻ പോകുകയായിരിക്കും അയാൾ. അങ്ങനെയുള്ള അവസരങ്ങളിലാവും അയാൾ സുഖമായുറങ്ങുക എന്ന് പറച്ചിലുണ്ട്. ഇതിപ്പോൾ ആരാണിരയെന്നാർക്കറിയാം.

ദേവസി മുറിയിലേക്കു കയറാതെ ഇടനാഴിയിൽ അങ്ങോട്ടു മിങ്ങോട്ടും നടന്നു. കണ്ണുകളിൽ തൂങ്ങിനിന്ന ഉറക്കത്തിന്റെ ഊഞ്ഞാൽ അനക്കമില്ലാതെ നിന്നു. ആരാണാവോ ആ വണ്ടിക്കുള്ളിലേക്ക് തള്ളപ്പെട്ടത്. ഏത് ഹതഭാഗ്യവാനായിരിക്കും. സൈറ്റിൽ അപകടമുണ്ടായതാണ്.

തീർച്ചയായും അതുമായി ബന്ധപ്പെട്ടായിരിക്കണം ഈ വണ്ടിയുടെ വരവ്. എന്നാലും ഇങ്ങനെ ഒരപകടത്തിൽ ആരെങ്കിലും പിടിക്കപ്പെടാനുള്ള സാദ്ധ്യത വളരെ വിരളമാണ്. കാരണം അപകടം അപകടമാണ്. മന:പൂർവ്വം അതാരെങ്കിലും വരുത്തിവെക്കുമോ. പറയാനാവില്ല. ഓരോ നാട്ടിലും അതിന്റേതായ നിയമങ്ങളുണ്ടല്ലോ. അതാണ് ഇരയാരെന്ന് തീരുമാനിക്കുന്നത്. പുറത്തുനിന്ന് വന്നവർക്ക് അതുൾക്കൊള്ളാൻ കഴിയണമെന്നില്ല.

പുറത്ത് ചുടുകാറ്റിന് ശക്തിയേറിയിട്ടുണ്ട്. ഇടനാഴിയുടെ അറ്റത്തെ വാതില്പാളി വിറകൊള്ളുന്നുണ്ട്. വാതിലിനടിയിലൂടെ മണലടിച്ചുകയറുന്നുണ്ട്. ദേവസി മുറിയിലേക്ക് തിരിച്ചു.

പുലർച്ച ശാന്തമായിരുന്നു. മണൽക്കാറ്റടങ്ങിയിരുന്നു. സൂര്യമുഖം കത്തി നിന്നു.

കുറുപ്പും ചീരനും ഓഫീസിലെത്തിയിട്ടുണ്ട്. കുറുപ്പ് തിരിച്ചെത്തിയിട്ട് ആരുമായും ബന്ധപ്പെട്ടില്ല. മെറ്റീരിയൽ സ്റ്റോഴ്സിന്റെ അടിയന്തിര ജോലികളിൽ തല പൂഴ്ത്തിയിരിക്കയാണ്. ആരോ കാണാൻ കാത്തിരി

പ്പുണ്ട് എന്നറിഞ്ഞപ്പോൾ മാത്രമാണ് പുറത്തേക്ക് വന്നത്.

ഓഫീസിന്റെ സ്വീകരണ മുറിയിൽ അലക്സാണ്ടർ കാത്തിരുന്നിരുന്നു. അയാളെ തന്റെ ഓഫീസിലേക്ക് കൂട്ടി ക്കൊണ്ടു പോയി. അലക്സാണ്ടർ ഏറെ അസ്വസ്ഥനായിക്കണ്ട് കുറുപ്പ് അന്വേഷിച്ചു. എന്താണൊരു ബദ്ധപ്പാട്.

"സർ എനിക്ക് നോട്ടീസ് കിട്ടി. ടെർമിനേഷൻ നോട്ടീസ്."

അലക്സാണ്ടർ നോട്ടീസെടുത്ത് കുറുപ്പിനെ കാണിച്ചു. പിരിച്ചുവിട്ടിരിക്കുന്നു. കാരണം കാണിച്ചിട്ടില്ല. ഉടനെ പിരിഞ്ഞു പോണം. അതാണുത്തരവ്.

കഞ്ഞിക്കുഴിക്കാരനാണ്. ഇത്തവണ അലക്സാണ്ടർ കഞ്ഞിക്കുഴിയിലാണ് ജനിച്ചതെന്ന് ആളുകൾ കളി പറയും. നദിയായിലെ റേഡിയോ ഓപ്പറേറ്ററാണ്. പല സുപ്രധാന വിവരങ്ങളും വിവിധ സൈറ്റുകളിൽ നിന്നും തിരിച്ചും അറിയിക്കുന്നത് റേഡിയോ മുഖേനയാണ്. തത്സമയം വിവരങ്ങൾ കൈമാറാൻ കഴിയും. കമ്പനി ഉദ്യോഗസ്ഥന്മാരുമായി നേരിട്ട് ബന്ധപ്പെടാൻ അവസരമുള്ള ജോലിയാണ്. അതിനാൽത്തന്നെ ഏറ്റവും വിശ്വസ്തനുമായിരിക്കണം. എന്നിട്ടിപ്പോൾ ഒരു പിരിച്ചുവിടൽ. അതും ഉടനെ. എങ്ങനെ സംഭവിച്ചു എന്നറിയില്ല. പ്ലാന്റ് മാനേജർ നേരിട്ട് വിളിപ്പിച്ച് നോട്ടീസ് സർവ്വ് ചെയ്യുകയായിരുന്നു. ഉടനെതന്നെ പിരിഞ്ഞുപോകാനുള്ള ഉത്തരവായതിനാൽ ഒരു നിമിഷം പോലും ഓഫീസിൽ തങ്ങാൻ അനുവദിക്കില്ല. നോട്ടീസ് നല്കിയ ഉദ്യോഗസ്ഥന്റെ സാന്നിദ്ധ്യത്തിൽത്തന്നെ അവശ്യസാധനങ്ങൾ മാത്രം കൈയിലെടുത്ത് ഓഫീസിന്റെ താക്കോൽ ഏല്പിച്ച് പുറത്തിറങ്ങണം. ഏതാണ്ട് ഒരു കുറ്റവാളിയെ കൈയോടെ പിടിച്ച് നാടു കടത്തുന്നതിന് സമാനമാണ് ഈ പിരിച്ചുവിടൽ. ചോദ്യങ്ങൾക്കോ വിശദീകരണങ്ങൾക്കോ അവസരമില്ല. അക്കൗണ്ട് ഓഫീസിൽ നിന്ന് കിട്ടാനുള്ള പണം, തീർച്ചയായും അങ്ങനെ എന്തെങ്കിലുമുണ്ടെങ്കിൽ വാങ്ങാം. വിസ ഡിപ്പാർട്ട്മെന്റിൽ നിന്ന് പാസ്പോർട്ടും മറ്റും പോകുന്ന സമയം എയർപോർട്ടിൽ വെച്ചു മാത്രം കൈമാറും. ഗൗരവമാർന്ന എന്തെങ്കിലും കുറ്റം ചെയ്താൽ മാത്രമേ ഇങ്ങനെയൊരു നടപടി കമ്പനിയുടെ ഭാഗത്തു നിന്നുണ്ടാവൂ. എന്നാൽ അലക്സാണ്ടറുടെ കാര്യത്തിൽ അയാളെന്താണ് ഇതിനുമാത്രം ഗൗരവമാർന്ന കുറ്റകൃത്യം ചെയ്തെന്നും മനസ്സിലാവുന്നില്ല.

പിരിഞ്ഞു പോകുന്നവരുടെ ക്ലിയറൻസ് കുറുപ്പ് ഒപ്പിട്ടു കൊടുക്കേണ്ടതുണ്ട്. കമ്പനിയുടേതായ എല്ലാ വസ്തുക്കളും തിരിച്ചേല്പിച്ചിട്ടുണ്ട് എന്നതിന്റെ സാക്ഷ്യപത്രം. അതിനുകൂടിയാണ് അയാൾ കുറുപ്പിന്റെ ഓഫീസിലെത്തിയത്. അതോടൊപ്പം അയാൾ കുറുപ്പിനോട് അടഞ്ഞ വാതിലിൽ ഏറെനേരം സംസാരിക്കുകയുമുണ്ടായി. യാത്രയാകുമ്പോൾ കുറുപ്പ് പറഞ്ഞു.

"ശരി. ഞാൻ ബന്ധപ്പെടാം."

അലക്സാണ്ടർ നടന്നകന്നു.

ഉച്ചഭക്ഷണത്തിനുശേഷം കുറുപ്പും ചീരനും അഡ്മിനിസ്ട്രേറ്റർ ഇസ്സയാസിന്റെ ഓഫീസ് മുറിയിൽ മണിക്കൂറുകളോളം അടച്ചിരുന്ന് സംസാരിച്ചിരുന്നു. വൈകിട്ട് കുട്ടിയും ദേവസിയും ഡ്യൂട്ടി കഴിഞ്ഞ് മടങ്ങുമ്പോഴും അവർ പുറത്തിറങ്ങിയിരുന്നില്ല. രാത്രി ഏറെ വൈകിയാണ് ഇരുവരും ക്യാമ്പിലെത്തുന്നത്. അവർ നേരെ വാസുവിനെയും കൂട്ടി വണ്ടിയിൽ കയറി സൈറ്റിനു പുറത്തെ മണ്ണുമലയുടെ അടിവാരത്തുപോയി പാതിരാവരെ ചെലവഴിച്ചു. മൂവരും പിരിയുമ്പോൾ കുറുപ്പ് പറഞ്ഞു.

"നാളെ അത് സംഭവിക്കും."

അത് സംഭവിച്ചു.

അങ്ങനെ ഒന്ന് നാടിന്റെ ചരിത്രത്തിലേ ഉണ്ടായിട്ടില്ല. അതിനുമാത്രം പ്രകോപനം എന്തുണ്ടായി എന്നറിയില്ല. പ്രഭാതത്തിൽ പതിവു ചിട്ടകളോടെതന്നെ സൈറ്റ് ആരംഭിച്ചു. സൈറ്റിന്റെ എല്ലാ സ്ഥലങ്ങളിലും തകൃതിയായി ഓരോരോ ജോലികൾ നടന്നുകൊണ്ടിരിക്കുന്നു. കഴിഞ്ഞ അപകടത്തിന്റെ പശ്ചാത്തലത്തിൽ സുരക്ഷാ മുൻകരുതലുകൾ കൂറെക്കൂടി കർശനമാക്കിയിട്ടുണ്ട്. ആൻഡ്രൂയങ്ങിനു പുറമെ സാക്ഷാൽ മാൽക്കം ക്ലാവൽ സുരക്ഷാബൂട്ടും തൊപ്പിയും ധരിച്ച് സൈറ്റിന്റെ വിവിധ ഭാഗങ്ങൾ സന്ദർശിച്ച് പണിനടക്കുന്നതിന്റെ സൂക്ഷ്മതയും കൃത്യതയും കാര്യക്ഷമതയും പുരോഗതിയും വിലയിരുത്തിയും ഉറപ്പുവരുത്തിയുമാണ് തിരിച്ച് ഓഫീസിലെത്തിയത്. പതിവിലേറെ സന്തോഷവും സംതൃപ്തിയും മുഖത്ത് പ്രകടമായിരുന്നെന്ന് കുട്ടി ദേവസിയോട് പറയുകയുണ്ടായി.

എന്നാൽ ഉച്ചച്ചൂട് കത്തിയമർന്നപ്പോൾ ആൻഡ്രൂയങ്ങിന്റെ വണ്ടി ഓഫീസ് പാർക്കിങ്ങിൽ ഒരിരച്ചിലോടെ വന്നു നിന്നു. എന്തോ അത്യാഹിതം സംഭവിച്ച മട്ടിൽ മാൽക്കത്തിന്റെ ഓഫീസിലേക്ക് തള്ളിക്കയറി അസാധാരണ ശബ്ദത്തിൽ വാതിൽ തന്റെ പിറകിൽ വലിച്ചടച്ചു. കുട്ടിയും ദേവസിയും ഒന്നു ഞെട്ടി. ഇസ്സയാസ്സ് കുട്ടിയുടെ ഓഫീസിലേക്ക് ഓടി വന്ന് അന്വേഷിച്ചു.

"എന്തുണ്ടായി."

"അറിയില്ല." കുട്ടി പറഞ്ഞു

"എന്തോ കുഴപ്പമുണ്ടെന്നു തോന്നുന്നു. ആൻഡ്രൂയങ് അകത്തുണ്ട്." ദേവസി ആശങ്കയോടെ പറഞ്ഞു. ഇസ്സയാസിന് പക്ഷേ, മാൽക്കത്തിന്റെ ഓഫീസിലേക്ക് പോകാൻ ധൈര്യമുണ്ടായില്ല. എന്തോ അസ്വാസ്ഥ്യം അന്തരീക്ഷത്തിൽ തൂങ്ങുന്നുണ്ടെന്ന ബോദ്ധ്യം അയാളെ പിന്തിരിപ്പിച്ചു.

ടെർമിനൽ ബിൽഡിങ്ങിന്റെ മുൻവശം പാസഞ്ചർ ഏപ്രണിന്റെ കോൺക്രീറ്റ് നടന്നിരുന്നു. ഇടമുറിയാതെ നീണ്ട മണിക്കൂറുകളോളം ഓരേ ക്രമത്തിൽ ചെയ്യേണ്ടുന്ന പ്രവൃത്തിയാണ്. ഒരേ സമയം പത്ത് വിമാനങ്ങൾ വന്നു നില്ക്കുന്ന ഇടമാണ്. ടെർമിനൽ ബിൽഡിങ്ങിനോട്

ചേർന്ന് നേരെ മുന്നിൽ വൃത്താകൃതിയിലുള്ള പാസഞ്ചർ ഏപ്രൺ. ഇതിനു മദ്ധ്യത്തിലെ കുംഭഗോപുരാകൃതിയുള്ള താമരമുകപ്പിനടിയിലെ വിസ്തൃതമായ ഇടങ്ങളിലാണ് യാത്രികർ വിമാനത്തിലേക്ക് കയറാൻ കാത്തിരിക്കുക. വിമാനം പാസഞ്ചർ ഏപ്രണിൽ നിന്ന് ടാക്സിവേയിലേക്കും പിന്നീട് റൺവേയിലേക്കും കടന്നാണ് പറന്നുയരുക. അത്രമേൽ ഭാരം താങ്ങാവുന്ന പാസഞ്ചർ ഏപ്രണിനും താഴെ ട്രക്കുകൾ വന്നു നില്ക്കാനുള്ള കൂറ്റൻ നിലവറകളോടുകൂടിയ കാർഗോ സംവിധാനമുണ്ട്. അങ്ങനെ ഏറെ പ്രാധാന്യമുള്ള ടൺ കണക്കിനു ഭാരം താങ്ങേണ്ടുന്ന ഏപ്രണിന്റെ കോൺക്രീറ്റിങ്ങാണ് നടക്കുന്നത്. ആദ്യ സംരഭത്തിൽത്തന്നെ നേർത്ത വളരെ സൂക്ഷ്മമായ തലനാരിഴക്ക് സമാനമായ വിള്ളലുകൾ പ്രത്യക്ഷപ്പെട്ടതിനാൽ പണികൾ നിർത്തിവെച്ച് അതിനായി പ്രത്യേക വൈദഗ്ദ്ധ്യമുള്ള ഒരു കോൺക്രീറ്റ് എഞ്ചിനീയറെ ലണ്ടനിൽ നിന്നും വരുത്തി വീണ്ടും ആരംഭിച്ച പ്രവൃത്തിയാണ്. ഇക്കാര്യങ്ങളിൽ പ്രത്യേക പരിചയമുള്ള കമ്പനിയിലെ പ്രമുഖ എഞ്ചിനീയർമാരും സംഘവും ചേർന്നാണ് ഇതാരംഭിച്ചതും.

അതാണിപ്പോൾ അപ്രതീക്ഷിതമായി അനിശ്ചിതത്വത്തിലായിരിക്കുന്നത്.

ഏപ്രണിനു ചുറ്റും വിവിധതരത്തിലുള്ള മെഷീനുകളും വാട്ടർ ബൗസറുകളും കോൺക്രീറ്റ് മിക്സ്ചറുകളും മറ്റനവധി ബന്ധപ്പെട്ട ഉപകരണങ്ങളും സംവിധാനങ്ങളും കൃത്യം മൂന്നുമണിക്ക് ക്ഷണത്തിൽ നിശ്ചലമായി. മെഷീനുകൾ പ്രവർത്തിപ്പിക്കുന്ന ഓപ്പറേറ്റർമാർ അടക്കം വിവിധസംവിധാനങ്ങളിൽ പ്രവൃത്തിയെടുക്കുന്നവരൊന്നായി അവരവരുടെ ജോലി നിർത്തിവെച്ച് പോകാനിറങ്ങി. അതോടെ ഏപ്രണിന്റെ മറ്റു ഭാഗങ്ങളിലുള്ള വർക്കേഴസ് ഒന്നടങ്കം അവരോടൊപ്പം ചേർന്നു. ഏപ്രൺ സൈറ്റ് അക്ഷരാർത്ഥത്തിൽ നിശ്ചലമായി. നിശ്ശബ്ദമായി.

സൈറ്റ് എഞ്ചിനീയർമാർ അതാതു സൂപ്പർവൈസർമാരോടും അവർ അതാതു ഫോർമാന്മാരോടും പിന്നെയങ്ങോട്ട് ചാർജ് ഹാന്റിനോടും താഴോട്ട് താഴോട്ട് അമ്പരപ്പോടെ അന്വേഷിക്കാൻ തുടങ്ങി.

"എന്താണിത്. എന്താണ് സംഭവിക്കുന്നത്."

അവർ പലരും കീഴ്ജീവനക്കാരുടെ നേരെ ആക്രോശിക്കുകയും അത്യധികം ക്രുദ്ധതയോടെ എന്താണ് സംഭവിച്ചതെന്നന്വേഷിക്കുകയും ചെയ്യുന്നുണ്ട്. അത്ര കണ്ട് ഗൗരവമാർന്നതായിരുന്നു അവിടെയുണ്ടായ അനിശ്ചിതത്വവും നിശ്ചലതയും. ആർക്കുമൊന്നും അറിയില്ലായിരുന്നു. പല തട്ടുകളിലുള്ള സാധാരണ ജോലിക്കാരും ഓപ്പറേറ്റർമാരും എല്ലാം തന്നെ അസാധാരണമായി ഒന്നും സംഭവിച്ചില്ലെന്ന മട്ടിൽ പതിവുപോലെ ജോലി നിർത്തി മടങ്ങുകയായിരുന്നു. അവരെ ക്യാമ്പുകളിലെത്തിക്കാൻ ഡ്രൈവർമാരും എന്നുമെന്ന പോലെ വണ്ടിയെടുത്തു. അവരാരും തന്നെ പരസ്പരം സംസാരിച്ചിരുന്നില്ല. മൗനം കൊണ്ടുതന്നെ അവർ ചോദ്യങ്ങളെ തടഞ്ഞു. ഏറ്റവും അവസാനത്തെ തൊഴിലാളികളിൽനിന്നും

ഉയർന്നുവന്ന ഒരു ശബ്ദം മേലോട്ട് മേലോട്ട് പടർന്നുകയറി എഞ്ചിനീയർമാർ വരെ എത്തി നിന്നപ്പോൾ അതിങ്ങനെയായിരുന്നു.

"ഞങ്ങൾ എട്ടു മണിക്കൂർ മാത്രമേ ജോലി ചെയ്യുന്നുള്ളു. രാജ്യത്തെ നിയമം അനുശാസിക്കുന്നതും അതാണ്. എട്ടു മണിക്കൂർ ജോലി ചെയ്തിരിക്കണം. അതിനപ്പുറം നിർബ്ബന്ധിക്കാനാവില്ല. സമ്മതത്തോടെ കൂടുതൽ സമയം ജോലി ചെയ്യിക്കാം. പക്ഷേ, നിർബ്ബന്ധിക്കുന്നത് കുറ്റകരമാണ്."

"നോൺസെൻസ്."

കനമാർന്ന പ്രതികരണം. എന്താണിത്. എന്തുകൊണ്ടിങ്ങനെ. പ്രശ്നമെന്തെന്നും വ്യക്തമല്ല. അധിക സമയം പണിയെടുപ്പിക്കുന്നതിന് കമ്പനി പ്രതിഫലം കൊടുക്കുന്നുണ്ടല്ലൊ. പിന്നെന്ത്.

അറിയില്ല

അതിനൊന്നും ഉത്തരമില്ല.

ഭീതിദമായ മൗനം എല്ലാവരെയും ശ്വാസം മുട്ടിച്ചു.

വിശാലമായ ഏപ്രണിൽ പമ്പ് ചെയ്ത് ചൊരിഞ്ഞ കോൺക്രീറ്റ് മുഴുവനുറച്ച് കട്ടകുത്തിക്കിടക്കാൻ തുടങ്ങിയിരുന്നു

"It is a major disaster. What is going on here."

അങ്ങനെയാണ് ലണ്ടനിൽ നിന്നെത്തിയ കോൺക്രീറ്റ് സ്പെഷലിസ്റ്റ് പ്രതികരിച്ചത്.

വളരെ പണിപ്പെട്ടാണ് കമ്പനി ഇങ്ങനെ ഒരു വിദഗ്ദ്ധനെ കൊണ്ടുവന്നിരിക്കുന്നത്. ഭാരിച്ച ചെലവിലും ജോലി സമയത്തിനു തീർക്കുക എന്നതാണ് മുഖ്യം. ആസൂത്രണത്തിന്റെ പിഴവുകൊണ്ട് പ്രോജക്ടിന് കാലതാമസം വരാൻ പാടില്ല. അങ്ങനെയായാൽ കമ്പനി വമ്പിച്ച പിഴയൊടുക്കേണ്ടി വരും. കണക്കു പറയേണ്ടി വരും. ഭാവി ഇരുൾ പരക്കും.

നദിയാ സൈറ്റിലേക്കും പുറത്തോട്ടും വണ്ടികൾ കണക്കിലേറെ വന്നും പോയുമിരുന്നു. ആരൊക്കെ വരുന്നു പോകുന്നു എന്ന് മാൽക്കത്തിന്റെ സെക്രട്ടറിക്കുപോലും അറിയാൻ കഴിയുന്നില്ല. മാൽക്കവും ആൻഡ്രൂയങ്ങും ഇസയാസും അടച്ചിട്ട മുറിയിൽ മണിക്കൂറുകളോളം ചർച്ച നടന്നു. റേഡിയോക്ക് മുന്നിൽ പുതിയ ഒരു സൈപ്രസുകാരൻ പ്രത്യക്ഷപ്പെട്ടു. ഇനിമുതൽ അയാളായിരിക്കും സന്ദേശങ്ങൾ കൈമാറുക. വിവരങ്ങൾ ചോർത്തി നല്കുന്നതിനാണ് അലക്സാണ്ടറെ രായ്ക്ക് രാമാനം തിരിച്ചയച്ചത് എന്നും കേൾക്കുന്നുണ്ട്.

രാത്രി പതിനൊന്ന് മണിയോടെ കമ്പനിയുടെ പ്രത്യേക ദൂതൻ എന്ന നിലയിൽ ഹെഡ് ഓഫീസിൽനിന്നും ക്രിസ്റ്റോസ് നദിയായിലെത്തി. ഇസയാസിനെ കണ്ടു.

കുറുപ്പും ചീരനും വാസുവും ക്രിസ്റ്റോസുമായുള്ള കൂടിക്കാഴ്ചയ്ക്ക് വിളിപ്പിക്കപ്പെട്ടു.

"നോക്കൂ. മാനേജ്മെന്റിന്റെ നിർദ്ദേശമനുസരിച്ചാണ് ഞാനെത്തിയിരിക്കുന്നത്. നമുക്ക് നേരേചൊവ്വേ കാര്യങ്ങൾ സംസാരിക്കാം. വളച്ചു

കെട്ടലില്ലാതെ" ക്രിസ്റ്റോസ് ഹ്രസ്വമായ മുഖവുര കൊണ്ട് തുടങ്ങി.

"നദിയായിൽ സൈറ്റിന്റെ ഒരു ഭാഗത്ത് ജോലി തടസ്സപ്പെട്ടിരിക്കുന്നു. ഇത് അതീവ ഗൗരവമാർന്ന അന്തരീക്ഷം സൃഷ്ടിച്ചിട്ടുണ്ട്. അത്യന്തം ഉൽക്കണ്ഠ ജനിപ്പിക്കുന്നതാണിത്. ഇതേക്കുറിച്ച് നിങ്ങളുടെ അറിവുകൂടി പങ്കുവെക്കാൻ ആഗ്രഹമുണ്ട്."

ആരും പ്രതികരിക്കുകയുണ്ടായില്ല. ക്രിസ്റ്റോസ് തുടർന്നു.

"ജോലി നിർത്തിവെക്കേണ്ടുന്ന സാഹചര്യത്തിലേക്ക് നദിയാ വർക്കേഴ്സിനെ നയിച്ച കാരണങ്ങൾ അന്വേഷിക്കയാണ് എന്റെ പ്രധാന ദൗത്യം. അതിലേക്ക് വെളിച്ചം വീശുന്ന എന്തെങ്കിലും ഞാൻ നിങ്ങളിൽ നിന്നു പ്രതീക്ഷിക്കുന്നു."

ആരും തന്നെ മൗനം വെടിഞ്ഞില്ല. ഒരു ചെറു ചലനംപോലും ആരുടെ ഭാഗത്തു നിന്നും ഉണ്ടായില്ല എന്നത് ക്രിസ്റ്റോസിനെ വല്ലാതെ അസ്വസ്ഥനാക്കുന്നുണ്ടായിരുന്നു.

"ഞാൻ ഇക്കാര്യത്തിൽ നിങ്ങളുടെ സഹകരണം പ്രതീക്ഷിക്കുന്നു. ഒരു ചർച്ചക്കുള്ള സാദ്ധ്യത അടച്ചുകളയരുത്."

ഇത്തവണ ഇസയാസ് കുറുപ്പിനേയും ചീരനേയും മാറി മാറി നോക്കി. അവരിൽനിന്നും ഒരു പ്രതികരണം പ്രതീക്ഷിക്കും വിധം.

"ആദിരേ കുംബാരേ. മി. കുറുപ്പ്. കമോൺ" ഇസയാസ് പ്രോത്സാഹിപ്പിച്ചു.

ക്രിസ്റ്റോസ് കുറുപ്പിനെത്തന്നെ പ്രതീക്ഷയോടെ നോക്കിയിരുന്നു.

കുറുപ്പ് ചുമലുകുലുക്കി നേരെയിരുന്നു. അയാളുടെ കണ്ണുകൾ ചുമരിൽ തൂങ്ങുന്ന നദിയാ സൈറ്റിന്റെ ഡ്രോയിങ്ങിൽ തറച്ചു നിന്നു. അതിൽ ടെർമിനൽ ബിൽഡിങ്ങിന്റെ ഭാഗത്തേക്ക് വിരൽചൂണ്ടി പറയാൻ തുടങ്ങി.

"നോക്കൂ. ഇതേക്കുറിച്ച് എന്തെങ്കിലും പറയാൻ ഞാൻ ആളല്ല. എങ്കിലും മനസ്സിലാക്കുന്നത് വിസ്തൃതമായ നദിയായുടെ ഒരു ചെറു കോണിലുണ്ടായ തൊഴിലാളികളുടെ അധികസമയം പണിയെടുക്കാനുള്ള വൈമുഖ്യമാണ് ഇവിടെ പരാമർശം എന്നാണ്. നോർമൽ സമയം പണിയെടുക്കാൻ അവർ തയ്യാറുമാണ്. അപ്പോൾ തീർച്ചയായും അധികസമയത്തിന്റേതാണ് അവരുടെ പ്രശ്നം. ഇക്കാര്യം അവരുമായി വിശദമായ ചർച്ച കൂടാതെ പ്രശ്നത്തിന്റെ സ്വഭാവം നിർണ്ണയിക്കാനാവില്ല. അതിലൂടെ മാത്രമേ ഇക്കാര്യത്തിൽ ഒരു പരിഹാരം കണ്ടെത്താൻ കഴിയൂ."

"അധിക സമയത്തിന് പ്രതിഫലം നല്കുന്നുണ്ട്. പിന്നെന്തുകൊണ്ട് തയ്യാറാകുന്നില്ല" ക്രിസ്റ്റോസ് അന്വേഷിച്ചു.

"തൃപ്തരല്ലായിരിക്കാം. പ്രതിഫലം പര്യാപ്തമല്ലെന്നും വരാം" അതുവരെ ശബ്ദിക്കാതിരുന്ന ചീരൻ ക്ഷണത്തിൽ പറഞ്ഞു.

"വേതന വ്യവസ്ഥകൾ അംഗീകരിച്ചുകൊണ്ടാണ് അവർ ജോലിയിൽ പ്രവേശിച്ചത്" ക്രിസ്റ്റോസ് ചൂണ്ടിക്കാട്ടി.

"സൈറ്റിന്റെ തീവ്രത നേരത്തേ മനസ്സിലായിക്കാണില്ല" വാസു

താഴ്ന്ന ശബ്ദത്തിൽ പറഞ്ഞുതുടങ്ങി.

"അധികസമയം തീക്ഷ്ണമായ ചൂടിൽ പണിയെടുക്കാനായെന്നു വരില്ല. ഇന്നലെ 50^0C ചൂട് രേഖപ്പെടുത്തിയിട്ടുണ്ട്."

"ഇതുവരെ ജോലി ചെയ്തതിൽ നിന്ന് അത് സഹനീയമെന്നു തന്നെ കരുതണം."

ക്രിസ്റ്റോസ് അക്കാര്യം ഉറപ്പിക്കുന്ന സ്വരത്തിലാണ് പറഞ്ഞത്. അയാളുടെ നീല കൃഷ്ണമണികൾ വാസുവിന്റെ നേരെ കുതിച്ചു.

"ഇതുവരെയില്ലാതിരുന്ന ഒരു സാഹചര്യത്തെക്കുറിച്ചാണ് ഇവിടെ സൂചിപ്പിക്കുന്നത്. പതിവുരീതികളെ അവലംബിക്കാനാവില്ല."

ചീരനാണതു പറഞ്ഞത്. അയാളുടെ ശബ്ദം പതിവിലും ഉയർന്നിരുന്നു. ഇരിപ്പിടത്തിൽ നിന്നും എഴുന്നേല്ക്കുമോ എന്നുപോലും സംശയിക്കേണ്ടതായിരുന്നു.

ക്രിസ്റ്റോസ് തന്റെ ഡയറിയിൽ കുറിപ്പുകൾ എടുത്തുകൊണ്ടിരുന്നു.

"അപ്പോൾ നിങ്ങൾക്കാർക്കുംതന്നെ ഈ സംഭവത്തിൽ പങ്കില്ലെന്നാണോ." ക്രിസ്റ്റോസ് സംശയം പ്രകടിപ്പിച്ചു. കുറുപ്പ് ക്രിസ്റ്റോസിനെ ഒന്നിരുത്തി നോക്കി.

"അതിലൊരു ദുസൂചനയുണ്ടല്ലോ മി. ക്രിസ്റ്റോസ്." കുറുപ്പ് അല്പം നീരസത്തോടെ പ്രതികരിച്ചു. ക്രിസ്റ്റോസിനു പക്ഷേ, കുലുക്കമില്ലായിരുന്നു.

"വിളിച്ചതുകൊണ്ടുവന്നു. അതാണ് രീതി. എന്താണ് വിഷയമെന്നുപോലും അറിഞ്ഞിരുന്നില്ല. അതുകൊണ്ടുതന്നെ മുന്നൊരുക്കങ്ങളില്ലാതെയാണ് ഇവിടെയിരിക്കുന്നത്. പറഞ്ഞുവന്നത് തൊഴിലാളികൾ എട്ടുമണിക്കൂറിൽ ജോലി നിർത്തിവെച്ച വിഷയമാണ്. ഇക്കാര്യം അവരുമായി ബന്ധപ്പെട്ട് സംസാരിക്കേണ്ടതുണ്ട്. അങ്ങനെ ഒന്നുണ്ടായിട്ടില്ല. ഞങ്ങൾക്കതിൽ ഒന്നും ചെയ്യാനാവില്ല. എങ്ങോട്ടും ഒരേ ദൂരമാണ്."

ക്രിസ്റ്റോസിന്റെ മുഖം ചുരുണ്ടു. അയാൾ നിശ്ശബ്ദനായി. കുറിപ്പുകളെടുത്തു. ഏതാനും നിമിഷങ്ങൾ ഇഴഞ്ഞുനീങ്ങി. അനിശ്ചിതത്വം അന്തരീക്ഷത്തിൽ തൂങ്ങിയാടി. വാക്കുകൾ വഴിമുട്ടി.

"വർക്കേഴ്സാണ് എട്ടുമണിക്കൂർ പണിയെടുത്ത് ഡ്യൂട്ടി നിർത്തിപോയത്. അക്കാര്യം അവരുമായി ചർച്ചചെയ്യണം. അവർക്ക് പറയാനുള്ളത് കേൾക്കണം" ചീരൻ ഓർമ്മപ്പെടുത്തി.

"പണിയെടുക്കാൻ വിസമ്മതിക്കുന്നത് നിയമവിരുദ്ധമാണെന്നറിയാമല്ലൊ. കമ്പനി വേണ്ട നടപടികളിലേക്ക് നീങ്ങാൻ നിർബ്ബന്ധിതരായേക്കും."

ക്രിസ്റ്റോസ് കടുത്ത സ്വരത്തിലാണ് പറഞ്ഞുവന്നത്. അതിൽ ഒരു താക്കീതിന്റെ ധ്വനി ഒളിഞ്ഞിരുന്നിരുന്നു. അയാൾ തുടക്കത്തിലുണ്ടായ സൗമ്യഭാവം ഇതിനകം വെടിഞ്ഞിരുന്നു.

"നടപടികളാവാം. അത് ലളിതമാണ്. വസ്തുതകൾ പരിശോധിച്ച്

പ്രശ്നം പരിഹരിക്കുക സങ്കീർണ്ണവും. രണ്ടാമത്തേതിനാണ് മുൻതൂക്കം കൊടുക്കേണ്ടത്" കുറുപ്പ് തന്റെ നിലപാട് വ്യക്തമാക്കി.

ക്രിസ്റ്റോസ് എന്തോ കുറിച്ചുവെച്ച് ഡയറി അടച്ചു.

"നല്ലത്. നമുക്ക് വീണ്ടും കാണാം" അയാൾ എഴുന്നേറ്റു.

എല്ലാവരും പിരിഞ്ഞു.

പുറത്തുകടന്ന് കുറുപ്പ് നേരെ വണ്ടിയിൽ കയറി. ചീരനും വാസുവും എത്തിയപ്പോൾ വണ്ടിവിട്ടു. ഓഫീസ് കോംപ്ലക്സ് വിട്ട് സൈറ്റിന്റെ മൺപാതയിലേക്കെത്തും വരെ ആരും ഒന്നും ശബ്ദിച്ചില്ല. കഴിയുന്നത്ര മണൽ പിറകോട്ട് തെറിപ്പിച്ച് വേഗത കൂട്ടിക്കൊണ്ടാണ് കുറുപ്പ് വണ്ടിയോടിച്ചത്. അതിന്റെ മുരൾച്ചമാത്രമേ അവരുടെ മൗനത്തെ തകർത്തിരുന്നുള്ളൂ. ഓരോരുത്തരും എങ്ങനെ പ്രതികരിക്കും എന്നറിയാത്ത ബുദ്ധിമുട്ട് മൂവരിലുമുണ്ട്. മൺപാത മേലെ കുന്നിൻചരിവിലേക്ക് കടന്നപ്പോഴേക്കും നിറഞ്ഞ നിശ്ശബ്ദതയുടെ ഭാരം അസ്സഹനീയമായി തോന്നിയിട്ടാവണം വാസു ശബ്ദിച്ചു.

"ഇനിയെന്ത്."

"അങ്കം. മറ്റെന്ത്."

കുറുപ്പ് വേഗതകുറച്ച് കുന്നിൻചെരിവിലേക്ക് ചേർത്തുനിർത്തി പിൻസീറ്റിലിരുന്നിരുന്ന വാസുവിനെ റിയർ ഗ്ലാസിലൂടെ നോക്കി.

"എന്താ ഭയം തോന്നുന്നുണ്ടോ." കുറുപ്പ് അന്വേഷിച്ചു.

"ഇല്ല. പക്ഷേ...." വാസു നിർത്തി.

"വീർപ്പുമുട്ടി നില്ക്കുന്ന വെള്ളക്കെട്ടിന് ഒരു ചെറിയ സുഷിരം മതി. പിന്നെ അത് അതിന്റെ വഴിനോക്കിക്കൊള്ളും" കുറുപ്പ് പറഞ്ഞു.

"അതായത് അണക്കെട്ട് പൊട്ടുമെന്ന്."

ചീരൻ മുഷ്ടി ചുരുട്ടി ആവേശത്തോടെ മുന്നിലെ ഡാഷ് ബോർഡിലിടിച്ചു.

കുറുപ്പ് വണ്ടിയെടുത്തു.

കാർമേഘം

സുഖ്ദേവ് സിങ്ങിന്റെ അവസ്ഥക്ക് നേരിയ മാറ്റം വന്നിട്ടുണ്ട്. വെന്റിലേറ്ററിന്റെ സഹായം കൂടാതെ സ്വതന്ത്രമായി ശ്വസിക്കാമെന്നായി. തീവ്രപരിചരണ വിഭാഗത്തിൽനിന്ന് അയാളെ മുറിയിലേക്ക് കൊണ്ടുവന്നു. ഇനി ഭയക്കാനില്ല. അപകട സാദ്ധ്യതയില്ല.

ഇതോടെ ഗഫൂറിന്റെ മോചനം ഉറപ്പായെന്നു കരുതണം. കുറുപ്പ് ബന്ധപ്പെട്ടവരെ കാണാൻ ഓടിനടന്നിരുന്നു. എളുപ്പം സാധിക്കുന്നതല്ല അത്. സുഖ്ദേവ് സ്ക്രാപ്പറിൽ നിന്നുവീണ് അബോധവാസ്ഥയിലായതു മുതൽ തുടരുന്നതാണ് ഈ അനിശ്ചിതത്വം. ചുട്ടുപൊള്ളുന്ന വേനലിൽ പ്രവർത്തനത്തിലായിരുന്ന ഭീമാകാരമായ സ്ക്രാപ്പറിൽനിന്ന് പിടഞ്ഞുവീഴുകയായിരുന്നു. മണൽക്കാറ്റിന്റെ കനത്ത പുകച്ചുഴിയിൽ അവ്യക്തമായി മാത്രമേ അധികം ദൂരത്തല്ലാത്ത സ്ക്രാപ്പറിൽ പണിയെടുത്തിരുന്ന ഗഫൂറിന് അയാളുടെ രൂപം തെളിഞ്ഞിരുന്നുള്ളു. എന്തോ ഒരു വസ്തു കാറ്റടിച്ച് അന്തരീക്ഷത്തിൽ പറന്നുവന്നുവെന്ന സന്ദേഹം മാത്രമേ ആദ്യം തോന്നിയുള്ളൂ. നിവർന്നുകിടന്ന അത് ഒന്നു ചുരുണ്ടുവന്നല്ലോ എന്ന തോന്നൽ കൊണ്ടാണ് ഗഫൂർ മണൽക്കാറ്റിനെ പണിപ്പെട്ട് മുറിച്ചുകൊണ്ട് തന്റെ ശരീരം കൊണ്ട് അയാളെ പൊതിഞ്ഞുവെച്ചത്. ചുരുണ്ട് ചുരുണ്ട് ചെറുതാവുന്ന മണലിൽ മുങ്ങിയ ഒരു മനുഷ്യശരീരം അയാൾ കണ്ടെടുക്കുകയായിരുന്നു. ശ്വാസഗതി ഏതാണ്ട് നിലച്ചുപോയ ഒരു മനുഷ്യൻ. ഒരു തുള്ളി വെള്ളത്തിന്റെ വിലയറിഞ്ഞ നിമിഷങ്ങൾ. തോൽസഞ്ചി വയറൊട്ടിക്കിടന്നിരുന്നു. രണ്ടാമതൊരു തുള്ളി വെള്ളം അതിലില്ലായിരുന്നു. വിയർത്തു കുളിച്ച സ്വന്തം കവറോൾ ഊരിപ്പിഴിഞ്ഞാണ് ഗഫൂർ ഒരു തുള്ളി നനവൊറ്റിച്ചുകൊടുത്തത്. ജീവന്റെ തുടിപ്പിനായി കാത്തുനിന്നത്. ഒരു സഹജീവിയുടെ രക്ഷയ്ക്കായി ഉള്ളുരുക്കിയത്.

അങ്ങനെയൊരു കുറ്റത്തിനാണ് ഗഫൂർ തടവറയിലടയ്ക്കപ്പെട്ടതും. രക്ഷിക്കപ്പെട്ടവൻ രക്ഷപ്പെട്ടാലേ രക്ഷിച്ചവന് മോചനമുള്ളൂ.

സുഖ്ദേവ് സിങ് അപകടാവസ്ഥ തരണം ചെയ്തെന്നും സുഖം പ്രാപിച്ച് വരികയാണെന്നും തീർച്ചയായും പതിവു ജീവിതത്തിലേക്ക് തിരിച്ചെത്താൻ കഴിയുമെന്നുമുള്ള റിപ്പോർട്ടുകൾ പലതുണ്ടായിട്ടും ഗഫൂർ മോചിതനായിരുന്നില്ല. പിന്നെയും നൂറ് നൂറ് കടമ്പകൾ കടന്നുവേണം ആ ഇരുമ്പഴിക്കൂട് തുറന്നുകിട്ടാൻ.

ഗഫൂർ മോചനത്തിനായി കാത്തുകിടക്കുമ്പോഴായിരുന്നു ടെർമിനൽ ബിൽഡിങ്ങിന്റെ സൗത്ത് ബ്ലോക്കിലെ കോൺക്രീറ്റ് സ്ലാബ് തകർന്നു വീണതും രണ്ടു തൊഴിലാളികൾ അതിനടിയിൽപെടുന്നതും. അപകടം നടന്നെങ്കിലും ആരായിരുന്നു ആ ഹതഭാഗ്യർ എന്ന് മനസ്സിലാക്കാനായിരുന്നില്ല. അനേകം പേർ പണിയെടുത്തിരുന്ന ഒരിടത്ത് ക്ഷണത്തിലൊരു കാതടപ്പിക്കുന്ന ശബ്ദത്തോടെ ഒരു ഭാഗം പൊട്ടിത്തകർന്നുവീഴുന്നതോടെ തൊഴിലാളികളൊന്നാകെ നാനായിടങ്ങളിലേക്കും സുരക്ഷിത സ്ഥാനങ്ങൾ തേടി ഓടിയകലുകയായിരുന്നു. അതിലാരാണ് പിറകിലായതെന്നോ അടർന്നുവീണ സ്ലാബിനടിയിലാരാണ് അമർന്നുപോയതെന്നോ അറിയാനുള്ള സമയമോ സന്ദർഭമോ ആർക്കുമുണ്ടായില്ല. ഓരോരുത്തരും അത് തന്റെ ശിരസ്സിലാണ് നിപതിച്ചത് എന്നു കരുതിയ സംഭ്രമത്തിൽ അകപ്പെടുകയായിരുന്നു. പരിചിതമല്ലാത്ത ഒരനുഭവത്തിൽ നിന്ന് മുക്തി നേടാതെ ഭയത്തിൽ മുങ്ങിപ്പോയ മനുഷ്യർ തന്നോടൊപ്പമാരെല്ലാമുണ്ടായിരുന്നെന്ന് ഓർക്കുന്നുപോലുമില്ലായിരുന്നു. ഏപ്രൺ സൈറ്റിലേക്ക് വന്നവർ ഭൂരിഭാഗവും പലയിടങ്ങളിൽ താമസിക്കുന്നവരും പല പല ദേശക്കാരും ഭാഷക്കാരുമായിരുന്നു. പരിചിതരാവാനോ അടുത്തറിയാനോ ആർക്കും തന്നെ വേണ്ടത്ര സമയവും കിട്ടിയിരുന്നില്ല. മറ്റു സൈറ്റുകളിൽ നിന്ന് ഈയിടെ എത്തിയവരും അതോടൊപ്പം വിവിധ ക്യാമ്പുകളിൽ താമസിക്കുന്നവരുമായതിനാൽ കൂടെ പണിചെയ്യുന്നവരെക്കുറിച്ചുപോലും പലർക്കും അധികമൊന്നും അറിയുമായിരുന്നില്ല. മുഖപരിചയം പോലും കൃത്യമായുറച്ചിരുന്നില്ല. അതുകൊണ്ടുതന്നെ അപകടത്തിൽ ആരൊക്കെ അകപ്പെട്ടു എന്ന് അറിയാൻ പ്രയാസമായിരുന്നു. ഇനി അപകടത്തിൽ ആരെങ്കിലും ഉൾപ്പെട്ടിരുന്നോ എന്നുപോലും തീർച്ചയില്ലാത്ത അവസ്ഥയിലായിരുന്നു പലരും. എന്നാൽ രണ്ടു പേരെ അപകടസ്ഥലത്തു നിന്ന് നീക്കം ചെയ്തിരുന്നെന്ന് ആരോ പറഞ്ഞറിഞ്ഞതായി ക്യാമ്പിൽ സംസാരമുണ്ടായി. അത് ശരിയുമായിരുന്നെന്ന് കുട്ടി വന്നു പറഞ്ഞപ്പോൾ ബോദ്ധ്യപ്പെടുകയും ചെയ്തു.

ഇപ്പോൾ എട്ടു മണിക്കൂർ മാത്രം പണി ചെയ്ത് മടങ്ങാനുള്ള തൊഴിലാളികളുടെ തീരുമാനവും ഈ സംഭവം കൊണ്ടുതന്നെ. സുരക്ഷിതത്വമില്ലാത്തിടത്ത് പണിയെടുക്കുന്നതിലെ അപകടത്തെക്കുറിച്ചുള്ള ബോദ്ധ്യം കൊണ്ടാണ് അവരങ്ങനെ ചെയ്യാനൊരുങ്ങിയത്. ജീവന് സംരക്ഷണം വേണം. അപകടസാദ്ധ്യതയുള്ളിടത്ത് എങ്ങനെ പണിയെടുക്കും

എന്ന സന്ദേഹം എല്ലാവരിലുമുണ്ട്. ഇക്കാരണം കൊണ്ടുതന്നെ മറ്റു സൈറ്റുകളിൽ തങ്ങളെയിട്ടാൽ പണിയെടുക്കാം എന്ന നിലപാടും പലർക്കുമുണ്ട്. ഇതൊരു സാംക്രമികരോഗം പോലെ പടരുന്ന കാഴ്ച യാണ് പിന്നീട് നദിയായിൽ കാണാൻ കഴിഞ്ഞത്. തർലോചനാണ് വാസു വിനോട് പറഞ്ഞത്, മുപ്പത്തിയാറ് സ്ക്രാപ്പറുകൾ അനങ്ങാതെ കിടക്കു ന്നെന്ന്.

"ഏയ്. അതുണ്ടാവില്ല" വാസുവിന് വിശ്വസിക്കാനായില്ല.

"നിന്നോടിതാരു പറഞ്ഞു" വാസു അന്വേഷിച്ചു.

"ടാക്സിവേയിലെ എർത്ത്വർക്സ് സൈറ്റിൽനിന്ന് കിട്ടിയ വിവര മാണ്. വെള്ളത്തിന്റെ ബൗസർ ഡ്രൈവർ സൈറ്റിൽനിന്നും തിരിച്ചെത്തി അറിയിച്ചതാണ്."

"എന്താണ് കാര്യം."

"സുഖ്ദേവ് സിങ് സുഖം പ്രാപിച്ച നിലയ്ക്ക് ഗഫൂറിനെ മോചിപ്പി ക്കണം. കൂടാതെ വേതനം മെച്ചപ്പെടുത്തിക്കിട്ടണം."

"അങ്ങനെയെങ്കിൽ സൈറ്റ് നിശ്ചലമാകില്ലേ."

"തീർച്ചയായും."

മുൻപ് AWC യോഗത്തിനു പോകും മുൻപ് സ്ക്രാപ്പർ ഓപ്പറേറ്റർമാർ തർലോചൻ വഴി കുറുപ്പിന് കൊടുത്തയച്ച കുറിപ്പിലെ ആവശ്യങ്ങൾ വാസു ഓർമ്മിച്ചു.

സ്ക്രാപ്പർ ഓപ്പറേറ്റർമാർ എല്ലാവരും തന്നെ പഞ്ചാബിൽ നിന്നുള്ള സർദാർജിമാരും പഠാൺ മേഖലയിൽ നിന്നുള്ള പാകിസ്ഥാനികളുമാണ്. അവരിതിൽ പ്രത്യേക വൈദഗ്ദ്ധ്യം നേടിയവരാണ്. മാറ്റി വെക്കാനില്ലാ ത്തവരും. അപൂർവ്വമെന്നുതന്നെ പറയാം. ഗഫൂർ ഇവരിലൊരാളാണ്. പാകിസ്ഥാനിൽ നിന്നുള്ള പഠാൺ വംശജൻ. അയാൾ തടവിലാക്കപ്പെട്ട പ്പോൾ സെയ്ദിനെ പകരക്കാരനായി മറ്റൊരു സൈറ്റിൽ നിന്നും കൊണ്ടു വന്നതാണ്.

സ്ക്രാപ്പറുകൾ എല്ലാംതന്നെ അതാതുസ്ഥലത്ത് നിരനിരയായി കിട പ്പുണ്ട്. അതോടു ചേർന്ന് എല്ലാ ഓപ്പറേറ്റർമാരും ഡ്യൂട്ടിയിലുമുണ്ട്. പക്ഷേ, അവരാരും സ്ക്രാപ്പറിലേക്ക് കയറാനോ അവ പ്രവർത്തിപ്പി ക്കാനോ തയ്യാറാവുന്നില്ല. ജനറൽ ഫോർമാൻ മി. മൈക്ക് രാവിലെ തന്നെ സൈറ്റിലെത്തി അവരെ കാണുകയും കാര്യമന്വേഷിക്കയും ചെയ്തു.

"ഗഫൂറിനെ മോചിപ്പിക്കണം. അതാണാവശ്യം. വഴിയേ വേതനം പരിഷ്കരിക്കണം."

മൈക്ക് യഥാവിധി മാൽക്കം ക്ലാവലിന് റിപ്പോർട്ട് ചെയ്തു.

ആദ്യദിവസം ഒന്നും സംഭവിച്ചില്ല. സ്ക്രാപ്പറുകൾ മുഴുവൻ അന ങ്ങാതെ കിടന്നു. ഓപ്പറേറ്റർമാർ എട്ടുമണിക്കൂറും സ്ക്രാപ്പറിനു ചുറ്റുമി രുന്ന് ക്യാമ്പിലേക്ക് തിരിച്ചുപോയി. ടെർമിനൽ ബിൽഡിങ്ങിന്റെ ഏപ്രൺ സൈറ്റിലും സ്ഥിതി വ്യത്യസ്തമായിരുന്നില്ല. തലേന്ന് ക്ഷണത്തിൽ

പണിനിർത്തിവെച്ചതിനാൽ ഉറച്ചുപോയ കോൺക്രീറ്റു മുഴുവൻ കുത്തിപ്പൊട്ടിച്ചെടുക്കലായിരുന്നു. ജാക്ക് ഹാമ്മറുകളുടെ ഗർജ്ജനംകൊണ്ട് സൈറ്റ് പതിവിലും ശബ്ദമുഖരിതമായി. ഏറെ ശ്രമകരമായ ജോലിയാണ്. കമ്പനിക്ക് കനത്ത നഷ്ടവും. അത് കഴിഞ്ഞുവേണം വീണ്ടും കോൺക്രീറ്റിങ് ആവർത്തിക്കാൻ. എട്ടു മണിക്കൂർ പണിയെടുത്തു കൊണ്ട് തീരുന്ന പ്രവൃത്തിയല്ല ഇത്. തുടർച്ചയായി ചെയ്തു തീർക്കേണ്ടതാണ്. ഇതിങ്ങനെ ആവർത്തിച്ചാൽ കമ്പനി പൂട്ടേണ്ടി വരുമെന്ന് മാൽക്കത്തിനറിയാം. എവിടെയും തീപിടിച്ച ആലോചനകളാണിപ്പോൾ.

രാത്രി ഏറെ വൈകിയാണ് വാസു തന്റെ കൂടാരത്തിലേക്ക് തിരിച്ചെത്തിയത്. കുറുപ്പിന്റെ മുറിയിലായിരുന്നു. വാതിലടച്ചു കുറ്റിയിട്ടാണ് ഉള്ളിലിരുന്നിരുന്നത്. ചീരനും കുറുപ്പും ഹരനും വാസുവും. അവരാണ് നദിയാ സൈറ്റിന്റെ നാല്വർ എന്നറിയപ്പെടുന്നത്. അങ്ങനെ അറിയപ്പെടാൻ പ്രത്യേക കാരണങ്ങളൊന്നുമില്ല. എങ്കിലും നാല്വർ എന്ന് എല്ലാവരും ചുരുക്കിപ്പറയും. കുട്ടി ഇവരെ ചോപ്പന്മാർ എന്നാണ് വിളിക്കുക. ചോപ്പമാരുടെ കൊള്ള സംഘമെന്നും കളിയായി പറയും.

വാസു തിരിച്ചെത്തി ഉറങ്ങാനുള്ള ഒരുക്കത്തിലായിരുന്നു. കൂടാരത്തിനു പുറത്ത് ആരുടേയോ ശബ്ദം കേട്ടു.

“ഭായ് സാബ്, ഭായ് സാബ്.”

ആരോ വിളിക്കുന്നു. വാസു പുറത്തിറങ്ങി. ക്യാമ്പിന്റെ താഴ്ന്ന വെളിച്ചത്തിൽ ആരോ നിന്നിരുന്നു.

“കോൻ ഹേ ആപ്പ്” വാസു വിളിച്ചു ചോദിച്ചു.

“മേം രജ്പതി ഹും”

അടുത്തുചെന്നു. കൈകൂപ്പി നില്ക്കുന്ന ഒരാൾ. ക്ഷണത്തിൽ വാസു അയാളെ ഓർത്തെടുത്തു. ആദ്യമായി യാർഡ് ഓഫീസിലെത്തി പരിചയപ്പെട്ടത്. പിന്നീട് പതിനാറാം നമ്പർ കൂടാരം കണ്ടുപിടിച്ചെത്തി തന്റെ കൂടാരത്തിലേക്ക് ക്ഷണിച്ചു. വീട്ടിലേക്ക് കത്തെഴുതിക്കൊടുക്കണമെന്നപേക്ഷിച്ചു. പിന്നെയങ്ങോട്ട് ബന്ദൽഖണ്ഡ് ഗ്രാമത്തിന്റെ കഥകൾ പറഞ്ഞു തന്നു. നിരവധി കത്തുകളെഴുതിക്കൊടുത്തു.

“വരൂ രജ്പതി. എന്താണ് പ്രത്യേകിച്ച്.”

അയാളെ കൂടാരത്തിനുള്ളിലേക്ക് ക്ഷണിച്ചു. ഇരിപ്പിടം ചൂണ്ടിയിട്ടും രജ്പതി ഇരുന്നില്ല. അയാൾ കുറെശ്ശെ വിറച്ചിരുന്നു. എന്തോ പന്തികേടുണ്ടെന്ന് വാസു ഊഹിച്ചു.

“പറയൂ.” വാസു വീണ്ടും ആവശ്യപ്പെട്ടു.

രജ്പതിയുടെ കണ്ണുകളിൽ ഭയം തിങ്ങിനിറഞ്ഞിരുന്നു. വാസു അയാളെ കട്ടിലിലേക്കു പിടിച്ചിരുത്തി. അയാൾ ഒരറ്റത്ത് ഒതുങ്ങിയിരുന്നു.

“എന്താണ് പതിവില്ലാതെ അസമയത്ത്” വാസു തിരക്കി.

“ഭായ് സാബ്.” അയാൾ ചുണ്ടനക്കി.

“ഭായ് സാബ്. ശരിയല്ലെങ്കിൽ ക്ഷമിക്കണം. എന്റെ ഒരു സംശയം.

ശരിയാണെന്നു തന്നെയാണ് എന്റെ ബോദ്ധ്യം."

അയാൾ ഒന്നു ശ്വാസമെടുത്തു. വാസു അയാളെ പ്രതീക്ഷയോടെ നോക്കിയിരുന്നു.

"ഇജാസ്. എന്റെ ഗ്രാമത്തിൽനിന്ന് തന്നെയുള്ളതാണ്. എന്റെ അടുത്ത കട്ടിലിൽ എന്നോടൊപ്പം താമസം. പക്ഷേ, രണ്ടു ദിവസമായി അയാളെ കാണുന്നില്ല. ഞങ്ങൾ ഒരേ ഷിഫ്റ്റല്ലാത്തതിനാൽ അപൂർവ്വമായേ കാണാറുള്ളു. എങ്കിലും ഞാൻ ഡ്യൂട്ടിക്ക് പോകുമ്പോൾ പലപ്പോഴും അയാൾ ഷിഫ്റ്റ് കഴിഞ്ഞെത്തി ഉറങ്ങാൻ കിടക്കുമായിരുന്നു."

."എന്തുണ്ടായെന്നു പറയൂ." വാസു തിടുക്കം കൂട്ടി.

"പറയാം സാബ്. ഇപ്പോൾ അയാളുടെ സാധനങ്ങളൊന്നും കൂടാരത്തിൽ കാണുന്നില്ല. ട്രങ്ക് പെട്ടിയടക്കം അപ്രത്യക്ഷമായിരിക്കുന്നു."

"സൈറ്റ് ട്രാൻസ്ഫറാകാം" വാസു പറഞ്ഞു.

"എങ്കിൽ പറയുമായിരുന്നല്ലോ."

"ഷിഫ്റ്റ് ആയതിനാൽ നിങ്ങൾ പരസ്പരം കാണുന്നില്ലല്ലോ. അതാവും കാരണം."

"അങ്ങനെയല്ല സർ."

"പിന്നെന്താണ്."

"എന്റെ സംശയം." അയാൾ ഒന്നുനിർത്തി. തന്റെ വിചാരങ്ങളെ പുറത്തെടുക്കാൻ വിഷമിക്കും പോലെതോന്നി.

"ഇജാസിന് ടെർമിനൽ ബിൽഡിങ്ങിലെ ഏപ്രൺ സൈറ്റിലായിരുന്നു ജോലി."

"അതുകൊണ്ട്."

"അവിടെ രണ്ടുപേർക്ക് അപകടം പറ്റിയല്ലോ."

"ശരിയാണ്."

"അതിലൊരാൾ ഇജാസായിക്കൂടേ."

വാസു രജ്പതിയെ അവിശ്വാസത്തോടെ നോക്കി. ഒരുനിമിഷം ശബ്ദമടഞ്ഞു.

"അതെങ്ങനെ പറയാൻ കഴിയും."

"കഴിയും സർ."

"എങ്ങനെ."

"അയാളുടേതായി ഒന്നും ഇവിടെ ശേഷിക്കുന്നില്ല. അതെല്ലാം ആരോ എടുത്ത് മാറ്റിയിരിക്കുന്നു. അയാളെ ആരും തന്നെ കഴിഞ്ഞ ദിവസങ്ങളിൽ കണ്ടവരുമില്ല. ഒപ്പം പണിയെടുക്കുന്നവർ പോലും. ഷിഫ്റ്റ് കഴിഞ്ഞാലെങ്കിലും അയാൾ കൂടാരത്തിലെത്താതിരിക്കുമോ സാബ്."

വാസു സ്തംഭിച്ചിരുന്നു. വാക്കുകളില്ലാതായി.

"ഇനിയും ഒരാൾ കൂടിയുണ്ട് സർ. ഈ നദിയാ ക്യാമ്പിലെവിടെയോ ഒരാൾ കൂടി അപ്രത്യക്ഷനായി കാണും. ആരാരുമറിയാതെ, ഒരാൾ കൂടി."

വാസു അനക്കമില്ലാതിരുന്നുപോയി. ഈ വഴിക്ക് ചിന്തിച്ചിരുന്നില്ല.

തീർച്ചയായും അപകടത്തിൽപെട്ടത് ആരാണെന്ന അഭ്യൂഹം ക്യാമ്പിലൂടനീളം രണ്ടു ദിവസമായുണ്ട്. ആരെന്ന് ആർക്കും പറയാൻ കഴിയാത്ത വിധം ദുരൂഹമായി അത് ശേഷിക്കയാണ്. അയ്യായിരത്തോളം പേർ പണിയെടുക്കുന്ന ഒരു സൈറ്റിന്റെ പാർപ്പിടത്തിൽ പെട്ടെന്ന് കാണാതായ രണ്ടുപേരെ കണ്ടുപിടിക്കുക ശ്രമകരമാണ്. പ്രത്യേകിച്ചും എത്രയോ പേർ ഓരോ ദിവസവും ലീവിനു പോകുമ്പോൾ. മറ്റു സൈറ്റുകളിലേക്ക് പെട്ടെന്ന് പോകേണ്ടിവരുമ്പോഴും കട്ടിലുകൾ ഒഴിഞ്ഞു കിടക്കാറുണ്ട്. ഡ്യൂട്ടി കഴിഞ്ഞ് ക്ഷീണിച്ചെത്തുന്നവർക്ക് ഇതൊക്കെ അന്വേഷിക്കാൻ എവിടെ നേരം. ഉറക്കമുണരുമ്പോൾ അടുത്ത ഡ്യൂട്ടിക്ക് സമയമായി കാണും. പുതിയ സൈറ്റായതിനാൽ ഒരേ കൂടാരത്തിലെ ആളുകൾ പോലും വേണ്ടത്ര ബന്ധം ഉണ്ടായിക്കൊള്ളണമെന്നില്ല. ഷിഫ്റ്റ് ഡ്യൂട്ടിയിലുള്ളവർ പരസ്പരം കാണുന്നതുതന്നെ വിരളമാണ്. ആ നിലയ്ക്ക് രജ്പതിയുടെ സന്ദേഹം അവഗണിക്കാവുന്നതല്ല. തീർച്ചയായും അയാൾ പറയുന്നതിന് സാദ്ധ്യത ഏറെയാണ്. എന്തുകൊണ്ട് ഈ വഴിക്ക് ആരും ചിന്തിച്ചില്ല. ഇതാരുടെയും ശ്രദ്ധയിൽ പെടാത്തതാണെന്നോ.

"അല്ല സർ. ഭയംകൊണ്ടാണ്. കമ്പനിക്കെതിരായ പ്രചാരണമാണെന്നു വന്നാൽ ജോലി നഷ്ടപ്പെടുമെന്ന ഭയം. അവനവന്റെ നിലനില്പ് വലുതല്ലേ സാബ്."

രജ്പതിയുടെ കണ്ണുകളിലും ഭയത്തിന്റെ ഇരുൾ നിറഞ്ഞിരുന്നു.

"ഇജാസ് എന്റെ ഗ്രാമക്കാരനായിരുന്നു. അയാൾ നാട്ടിലേക്ക് ലീവിനു പോകാനിരുന്നതാണ്. മകൾ ദുലാലിക്ക് കൊടുത്തയക്കാൻ ഉടുപ്പും ഞാൻ വാങ്ങി വെച്ചിരുന്നു."

രജ്പതി ഒന്നുവിതുമ്പി. കണ്ണുകൾ കലങ്ങി. ഇരുവരും മൗനത്തിന്റെ കൊടുമുടി കയറുമ്പോൾ അയാൾ എഴുന്നേറ്റ് കൂടാരത്തിന് പുറത്ത് കടന്നു. വാസു അപ്പോഴും അതേ ഇരുപ്പിരുന്നു.

ഒന്നും സംഭവിക്കാത്ത ശാന്തമായ രണ്ടു ദിവസങ്ങൾക്കു ശേഷം ഏപ്രൺ സൈറ്റിൽ പണിയെടുത്തിരുന്ന പത്തുപേർക്ക് ഒന്നിച്ച് പിരിച്ചുവിടൽ നോട്ടീസ് കൊടുത്തു. വലിയൊരപകടത്തെ അതിജീവിച്ചവരിൽ ചിലർ.

എർത്ത്‌വർക്സ് ഡിവിഷൻ ഗഫൂറിനെ തടവിൽ നിന്ന് മോചിപ്പിക്കണമെന്ന് ആവശ്യപ്പെട്ടവരിൽ രണ്ട് ഓപ്പറേറ്റർമാർക്ക് പിരിച്ചുവിടൽ നോട്ടീസ് കിട്ടി. റൺവേ സൈറ്റിൽ അസ്ഫാൾട്ടിന്റെ ബ്ലോനോക്സ് മെഷീനിൽ പണിയെടുത്തിരുന്ന മൂന്നുപേരെയും പിരിച്ചുവിടുകയുണ്ടായി. ആർക്കും സമയം കൊടുക്കാതെ, താക്കീതു പോലുമില്ലാതെ ഉടനെ പിരിഞ്ഞുപോണം എന്ന നിബന്ധനയിലാണ് പിരിച്ചു വിടൽ. സൈറ്റിൽ നിന്ന് നേരെ എയർപോട്ടിൽ കൊണ്ടു വിടും. അവിടുന്ന് സ്വരാജ്യത്തേക്ക്. രേഖകൾ അവിടെ വെച്ചു മാത്രം കൈമാറും. കൈയോടെ നാടു കടത്തുക.

നദിയാ സൈറ്റിന്റെ അന്തരീക്ഷത്തിൽ കാർമേഘക്കെട്ടുകൾ ഉരുണ്ടുകൂടി നിന്നു. ഭീതിദമായ ചുറ്റുപാടിലാണിനി പണിയെടുക്കേണ്ടി

വരിക. എല്ലാരിലും ഭയം നിറയ്ക്കുക. അതാണ് രീതി. കമ്പനി ആവശ്യപ്പെടുന്നതനുസരിച്ച് പണിയെടുക്കുക. നിബന്ധനകൾ കൃത്യമായും അനുസരിക്കുക. വായടക്കുക. അങ്ങനെ ഓരോരുത്തരും അവരവരുടെ നിലനില്പിനെക്കുറിച്ചു മാത്രം ചിന്തിച്ച് കഴിയുക, പണിയെടുക്കുക. ഇടത്തും വലത്തും എന്തുണ്ടായി എന്ന് ചിന്തിക്കുന്നതിനു പകരം അവനവന്റെ കാര്യങ്ങളിൽ മാത്രം ശ്രദ്ധ ചെലുത്തുക. അങ്ങനെയെങ്കിൽ മാത്രം നിങ്ങൾക്ക് തുടരാം.

സന്ദേശം വ്യക്തമാണ്. സന്ദേഹത്തിനിടമില്ല.

വൈകിട്ട് മെസ് ഹാളിൽ ഭക്ഷണത്തിനെത്തുമ്പോൾ ആരും ശബ്ദിച്ചിരുന്നില്ല. വികാരങ്ങളൊന്നും തന്നെയില്ലെന്ന് വിളിച്ചു പറയുന്ന വിളറിയ മുഖങ്ങൾ. എന്നാൽ കണ്ണുകളിൽ ഭീതിയുടെ ആഴക്കടൽ. ഒരുമിച്ചെത്തി ഒരേ മേശ പങ്കിടുന്ന പല കൂട്ടങ്ങളും ശിഥിലമായി ഒറ്റക്കൊറ്റക്കെത്തി നിശ്ശബ്ദമായി ഭക്ഷണം കഴിച്ച് പോകുന്നതും കണ്ടു. എന്നാൽ ക്യാമ്പ് ബോസ് അലിഖാൻ പതിവില്ലാതെ ഏതാനും പേരോടൊപ്പം വരികയും ഫലിതങ്ങൾ പറഞ്ഞ് ചിരിക്കയും ആഹ്ലാദത്തോടെ ഭക്ഷണം കഴിക്കാനിരിക്കയും ചെയ്തിരുന്നു. എന്തിന്റെയോ വിജയാഹ്ലാദമായിരുന്നു അവരൊക്കെ പ്രകടിപ്പിച്ചത്.

എന്നാൽ കുറുപ്പും ചീരനും ഹരനും താഴെ വാസുവും അന്നുരാത്രി ഭക്ഷണത്തിനേ ചെന്നില്ല. അവർ ക്യാമ്പിലേ ഉണ്ടായിരുന്നില്ല എന്നു വേണം കരുതാൻ.

പിറ്റേന്നറിഞ്ഞു ദൈദിൽ തൊഴിലാളികൾ എട്ടുമണിക്കൂർ മാത്രം ഡ്യൂട്ടിയിലേക്ക് പോയിരിക്കുന്നു എന്ന്. ആൻഡ്രിയാസിന്റെ യാർഡ് വർക്ക്ഷോപ്പിൽ പത്തുപേർക്ക് ഒരുമാസത്തെ നോട്ടീസ് കൊടുത്തിരുന്നു. അവരുടെ ഒരു മാസക്കാലം അവസാനിക്കയാണ്. അവരെ പറഞ്ഞയക്കുന്നതിൽ പ്രതിഷേധിച്ച് യാർഡിലെ തൊഴിലാളികൾ ഒന്നടങ്കം അധികസമയം പണിയെടുക്കാതെ തിരിച്ചുപോകാൻ തുടങ്ങി. ദൈദ് പ്രോജക്ടിന്റെ പണികൾ അതിന്റെ മൂർദ്ധന്യാവസ്ഥയിൽ എത്തിനില്ക്കുന്ന സമയം. ഷെഡ്യൂൾ അനുസരിച്ച് പണി പൂർത്തിയായില്ലെങ്കിൽ കമ്പനി വമ്പിച്ച പിഴയൊടുക്കേണ്ടതായുണ്ട്. അങ്ങനെ വന്നാൽ കമ്പനിക്ക് വലിയ നഷ്ടം സംഭവിക്കും. ഇത്രയും തൊഴിലാളികൾക്ക് പകരക്കാരായി ക്ഷണത്തിൽ ആരെയും റിക്രൂട്ട് ചെയ്തെടുക്കാനും കഴിയില്ല. എവിടെയും സ്ഥിതി അതാണ്.

പുതിയ അന്തരീക്ഷത്തിൽ സ്ഥിതിഗതികൾ മനസ്സിലാക്കി ഭാവി നടപടികളെക്കുറിച്ച് കൂടിയാലോചിക്കാൻ ദൈദിൽനിന്ന് ഡാമിയനും വേണുവും വന്നിരുന്നതിനാലാണ് നദിയായിലെ നാല്വർ സംഘത്തെ അന്നുരാത്രി മെസ് ഹാളിൽ കാണാതിരുന്നത്.

കുട്ടി മാൽക്കത്തിന്റെ ഓഫീസിൽ നിന്നും തിരിച്ചുവന്ന് ദേവസിയോട് പറഞ്ഞു.

“മാൽക്കം ക്ഷോഭിച്ചിരിക്കുന്നു. ആൻഡ്രൂയങ്ങിനു നേരെയാണ്

കലിതുള്ളുന്നത്. സൈറ്റ് നോക്കി നടത്തുന്നതിൽ വീഴ്ചയുണ്ടായി. ജാഗ്ര തക്കുറവ്. ഞാൻ അധികം നിന്നില്ല. പുറത്ത് കടന്നു. വേഗം മീറ്റിങ് റൂം റെഡിയാക്കൂ, പത്തു മണിക്ക് മീറ്റിങ്ങുണ്ട്. തയ്യാറായിക്കോളൂ."

കുട്ടി തിടുക്കത്തിൽ ഇടനാഴിയിലൂടെ നടന്നു. ഓഫീസ് ബോയ് അശോകനെ വിളിച്ചു.

"മീറ്റിങ്ങിന് എട്ടു പേരുണ്ടാകും. നീ വേഗം പ്രൊജക്ടർ എടുത്തു വെയ്ക്കൂ. കണക്ഷൻസ് കൃത്യമാകണം. ചെക്ക് ചെയ്യണം. ഹറി അപ്പ്."

കുട്ടി ധൃതി കൂട്ടി. അടുത്ത ഓഫീസുകളിലേക്ക് ചെന്ന് ആവശ്യ മായ തെയ്യാറെടുപ്പുകൾക്കുള്ള നിർദ്ദേശം കൊടുത്ത് വീണ്ടും ഇരിപ്പിട ത്തിലേക്ക് തിരിച്ചെത്തി.

"ഇത് നിർണ്ണായകമാണ്. രണ്ടിലൊന്ന് തീരുമാനിച്ചേക്കും" കുട്ടി ഗൗരവം വിടാതെ പറഞ്ഞു.

"എന്നുവെച്ചാൽ" ദേവസി സംശയം പ്രകടിപ്പിച്ചു.

"ക്ലീൻ അപ്പ്."

"എങ്ങനെയുള്ള ക്ലീൻ അപ്പ്."

"ആവശ്യമില്ലാത്തതിനെയൊക്കെ ഒഴിവാക്കും."

അപ്പോഴേക്കും ചീരൻ കടന്നു വന്നു.

"ശ്രീധരൻ, നിങ്ങൾ മീറ്റിങ്ങിനുണ്ടാവേണ്ടതില്ല."

കുട്ടിയുടെ മുഖം ഗൗരവം കൊണ്ട് വീർത്തിരുന്നു.

"അതെന്താ." ചീരൻ അന്വേഷിച്ചു.

"മിനിറ്റ്സ് ഞാൻ തയ്യാറാക്കുന്നുണ്ട്."

"എന്തുപറ്റി പതിവില്ലാതെ."

"അതറിയില്ല. മാൽക്കത്തിന്റെ ഓർഡറാണ്."

ചീരൻ കുട്ടിയുടെ നേരെ സൂക്ഷിച്ചൊന്നു നോക്കി. ഒരു നിമിഷം നിന്നു. പിന്നെ ഒരു കനത്ത മൂളലോടെ തിരിച്ചു പോയി.

അങ്ങനെയൊരു പതിവില്ല. ഡിപ്പാർട്ട്മെന്റുകൾ തമ്മിലുള്ള മീറ്റിങ്ങു കളെല്ലാം ചീരനാണ് സംബന്ധിക്കാറ്. മിനിറ്റ്സ് തയ്യാറാക്കാറ്. ചീരന്റെ ബോസായ ആൻഡ്രൂയങ് പങ്കെടുക്കുന്നെങ്കിൽ പ്രത്യേകിച്ചും. കുട്ടി മാൽക്കത്തിന്റെ പ്രൈവറ്റ് സെക്രട്ടറിയും ഓഫീസ് അഡ്മിനുമാണ്. എല്ലാ സെക്രട്ടറിമാരും കുട്ടിയുടെ കീഴിലും. ചീരനടക്കം. ഇതിപ്പോൾ മാൽക്കത്തിന്റെ പ്രത്യേക നിർദ്ദേശമാണ്. ഏറെ സുപ്രധാന യോഗവും.

മീറ്റിങ് തുടങ്ങിയപ്പോൾ ചീരൻ വീണ്ടും കുട്ടിയുടെ ഓഫീസി ലെത്തി. കുട്ടി മീറ്റിങ്ങിലും. ദേവസി മാത്രമേയുള്ളു.

"ദേവസി. എന്താണിവർ ചുടുന്നത്. പതിവില്ലാത്ത മണം."

"ഏയ്. ഒന്നൂല്യ."

"അതല്ല. എന്തോ ഉണ്ട്. ഡെന്മാർക്കിലെന്തോ..."

ചീരൻ മുഴുമിക്കാതെ നിർത്തി.

ദേവസി എഴുന്നേറ്റ് വാതിലടച്ചു. ശബ്ദംതാഴ്ത്തി പറഞ്ഞു.

"ക്ലീൻ അപ് എന്നാണ് കുട്ടി പറഞ്ഞത്."

"ആരൊക്കെയാവും" ചീരൻ സംശയമുന്നയിച്ചു.

"ആരുമാവാം."

"അതത്ര നല്ല നീക്കാവില്ല."

"പക്ഷേ, ഏതാനുംപേരെ ഇരകളാക്കാലോ."

"മുഴുവൻ പേരെയും ആവില്ലല്ലൊ."

"വേണ്ട. റിപ്ലേസ് ചെയ്താപ്പോരെ."

"അതെളുപ്പമല്ല" ചീരൻ ഉറപ്പിച്ചു പറഞ്ഞു. "പകരം മാൻ പവർ കണ്ടെത്തുക കീറാമുട്ട്യാവും."

"എന്തായാലും ചീരൻ ശ്രദ്ധിക്കണം" ദേവസി ആശങ്ക പങ്കുവെച്ചു.

"അറിയാം. എനിക്കറിയാം. ഇപ്പോത്തന്നെ മീറ്റിങ്ങീന്ന് ഒഴിവാക്കി. പക്ഷേ, സാരല്യ. നോക്കാം."

ചീരൻ തിരിച്ചുപോയി. ഇന്നത്തെ മീറ്റിങ്ങിൽ നിന്ന് തന്നെ ബോധപൂർവ്വം ഒഴിവാക്കിയതാണെന്ന തോന്നൽ ചീരനുണ്ടായി. അക്കാര്യം ക്യാമ്പിലെത്തിയ ഉടൻ കുറുപ്പിനോട് പങ്കുവെക്കുകയും ചെയ്തു.

"അത് പെട്ടെന്നുണ്ടാവില്ല" കുറുപ്പ് പ്രതികരിച്ചു.

"കാരണം."

"കാരണം ആദ്യാക്രമണം താഴെത്തട്ടിലാവും. ഏതാനും ഇരകളെ സൃഷ്ടിച്ചു കഴിഞ്ഞാൽ ഭയത്തിന്റെ അന്തരീക്ഷം നിലനിർത്താൻ കഴിയും. ജോലിയിലെ സുരക്ഷിതത്വം എല്ലാവർക്കും പ്രധാനമാണല്ലൊ. പ്രത്യേകിച്ചും അന്യനാട്ടിൽ."

"ഇതിനർത്ഥം നമ്മുടെ നീക്കങ്ങൾ അവർ മനസ്സിലാക്കിയിരിക്കുന്നു എന്നല്ലേ."

"തീർച്ചയായും."

"അപ്പോൾ നമുക്കിടയിൽ ചാരന്മാരുണ്ട്."

"അതെപ്പോഴും പ്രതീക്ഷിക്കാം."

"ആ നിലയ്ക്ക് നമ്മുടെ ദൈദ് യാത്ര അവരറിഞ്ഞിരിക്കണം."

ഇതിനിടയിൽ രാത്രിക്കു രാത്രി നാല്വർ സംഘം ദൈദിൽ പോയി ഡാമിയനും വേണുവുമായി ചർച്ച നടത്തി തിരിച്ചുവന്ന കാര്യമാണ് ചീരൻ സൂചിപ്പിച്ചത്. അവരുടെ നദിയാ യാത്രകളും വേണ്ടിടത്ത് എത്തിക്കാണും.

"സാദ്ധ്യതകളൊന്നും തള്ളിക്കളയാനാവില്ല."

അല്പനേരത്തെ മൗനത്തിനുശേഷം കുറുപ്പ് ചീരന്റെ കണ്ണുകളിലേക്ക് നോക്കി ചോദിച്ചു.

"ആട്ടെ ഭയം തോന്നുന്നുണ്ടോ."

"ഇല്ല. തിരിച്ചു ചെല്ലുമെന്ന് ആർക്കും വാക്കു കൊടുത്തിട്ടുമില്ല."

"സബാഷ്" കുറുപ്പ് ക്ഷണത്തിലെഴുന്നേറ്റ് ചീരനെ അടക്കിപ്പിടിച്ച് നെഞ്ചത്ത് തട്ടി.

പിറ്റേന്ന് രാവിലെ ഹെഡ് ഓഫീസിൽനിന്ന് പുതിയ സർക്കുലർ ഇറങ്ങി. എല്ലാ നോട്ടീസ് ബോർഡുകളിലും അത് പ്രത്യക്ഷപ്പെട്ടു. വളരെ

ഹ്രസ്വമായ ഏതാനും വരികൾ മാത്രമുള്ള ജനറൽ മാനേജരുടെ ഒപ്പോടു കൂടിയ സർക്കുലർ.

"കമ്പനിയിലെ എല്ലാ ജോലിക്കാർക്കും അവരവരുടെ അടിസ്ഥാന ശമ്പളത്തിന്മേൽ അഞ്ചു ശതമാനം വർദ്ധനവ് പ്രഖ്യാപിക്കുന്നു. തുടർന്നും കമ്പനിയുടെ പ്രവർത്തനങ്ങളിൽ ആത്മാർത്ഥവും വിശ്വസ്തവുമായ സഹകരണം പ്രതീക്ഷിക്കുന്നു."

അതാണ് ചുരുക്കം.

ഒരേസമയം തല്ലലും തഴുകലും. എത്ര കൃത്യമായി പുതിയ അന്തരീക്ഷത്തിൽ ആളുകളെ കൈയിലെടുത്തിരിക്കുന്നു.

വാസു തർലോചനുമായി തന്റെ വിചാരങ്ങൾ പങ്കുവെക്കുകയായിരുന്നു.

ടെർമിനൽ ബിൽഡിങ്ങിന്റെ പാസഞ്ചർ ഏപ്രൺ സൈറ്റിൽ വലിയൊരപകടം സംഭവിച്ചു. രണ്ടു തൊഴിലാളികൾ കൊല്ലപ്പെട്ടു. സ്ക്രാപ്പറിൽ നിന്ന് ഒരാൾ ചൂടിൽ വെന്തുരുകി കുഴഞ്ഞുവീണ് അബോധാവസ്ഥയിൽ ഐസിയുവിലാണിപ്പോഴും. അയാൾ അപകടനില തരണം ചെയ്യും വരെ രക്ഷിച്ചവനെ പിടിച്ച് തടവിലാക്കിയിരിക്കയാണ്. ഗഫൂർ. അയാളെ ഇനിയും മോചിപ്പിച്ചിട്ടില്ല. അസ്ഫാൾട്ടിങ്ങിൽ അകാരണമായി മൂന്നു പേരെ പിരിച്ചു വിട്ടു. സ്ക്രാപ്പർ ഓപ്പറേറ്റർമാരിൽ രണ്ടുപേരെ തിരിച്ചയച്ചു. എന്തിനായിരുന്നെന്ന് ആർക്കുമറിയില്ല. രായ്ക്കുരാമാനം റേഡിയോ ഓപ്പറേറ്റർ അലക്സാണ്ടറെ പറഞ്ഞയച്ചു. എല്ലാം ക്ലീൻ അപ്പിന്റെ തുടക്കം.

പണിയെടുക്കുന്നവർ പരിഭ്രാന്തിയുടെ ലോകത്തേക്ക് വഴുതി വീണുകൊണ്ടിരിക്കുന്നു. അരക്ഷിതത്വത്തിന്റെ മൂടൽമഞ്ഞ് നദിയാ സൈറ്റിനെ പൊതിഞ്ഞിരിക്കുന്നു. അപ്പോഴാണ് അഞ്ചു ശതമാനത്തിന്റെ ശമ്പള വർദ്ധന. ആളുകളെ പിടിച്ചുനിർത്താനും താല്ക്കാലികാശ്വാസം പകരാനും സംതൃപ്തരെയും അസംതൃപ്തരെയും വെവ്വേറെ തട്ടുകളിലിട്ട് തൂക്കി നോക്കാനും സഹായിക്കും.

കുരച്ചു ചാടുന്നവരെ വായടപ്പിക്കാൻ ഏതാനും അപ്പക്കഷണങ്ങൾ എറിഞ്ഞു കൊടുത്തിരിക്കുന്നു.

"ഇതിനപ്പുറം എന്തുവേണം" കൃഷ്ണ സൗന്ദറാണ് അതു പറഞ്ഞത്. അതോടെ സ്വാമി ഏതു വഞ്ചിയിലാണെന്ന് സ്ഥാപിച്ചു കഴിഞ്ഞു.

"ആ പഴയ തന്ത്രം തന്നെ. ഭിന്നിപ്പിച്ച് ഭരിക്കുക" വാസുവിന് പ്രതികരിക്കാതെ വയ്യെന്നായി.

"അങ്ങനെ കാണാനാവില്ല. കഷ്ടപ്പെടുന്നവർക്ക് ഇതൊരാശ്വാസമായി കണ്ടുകൂടേ."

"കൊടും ചൂടിൽ മണൽത്തീയിൽ ഒരു തുള്ളി വെള്ളം ഒന്നുമല്ല" വാസു പറഞ്ഞു.

"തല്ക്കാലം അമർഷത്തിന്റെ മുനയൊടിക്കാം. വെറും തന്ത്രങ്ങൾ." ഹരൻ സ്വാമിയുടെ അടുത്തേക്ക് നീങ്ങി.

"നമ്മുടെ സൈറ്റിൽ ഏറ്റവും താഴെയുള്ള തൊഴിലാളിക്ക് എന്തു കിട്ടുന്നുണ്ട്. അതിലും താഴെയാണവന്റെ അടിസ്ഥാന ശമ്പളം. അതിന്റെ അഞ്ചു ശതമാനം അയാളെ ഒന്നു കൂടി കരയിപ്പിക്കും. വീട്ടുകാർക്ക് ഭക്ഷണത്തിനുള്ള വകയെങ്കിലും അയച്ചു കൊടുക്കാൻ കഷ്ടപ്പെടുന്നവനാണയാൾ. സ്വാമി എന്തു മനസ്സിലാക്കി" ഹരൻ സ്വാമിയുടെ നേരെ തിരിഞ്ഞു. "നമ്മളൊക്കെ എവിടെ നില്ക്കുന്നു എന്നതാണ് പ്രശ്നം. സ്വാമിയുടെ വള്ളത്തിൽ ഞാൻ കയറാതിരിക്കലും കമ്പനിയുടെ ആവശ്യമാണ്. എന്റെ ശബ്ദം അവർക്ക് തിരിച്ചറിയണം. അങ്ങനെ എത്ര പേരുണ്ടെന്ന് എണ്ണി തിട്ടപ്പെടുത്തണം. ക്ലീൻഅപ്പിന്റെ ഭാഗമാണത്. എന്റെ വള്ളം മുക്കാനുള്ള എഴുപ്പവഴിയാണ് അവരന്വേഷിക്കുന്നത്. എന്തെങ്കിലും നഷ്ടപ്പെടാനുള്ളവർക്കേ ഉത്കണ്ഠയുണ്ടാവൂ. ഭയമുണ്ടാവൂ. അല്ലാത്തവർക്കെന്ത്. സ്വപ്നങ്ങൾ കെട്ടിപ്പിടിച്ചു വന്നവർക്ക് സ്വപ്നങ്ങൾ മാത്രം ബാക്കി" സ്വാമി നിശ്ശബ്ദനായി. മറ്റുള്ളവരാരും തന്നെ പ്രതികരിച്ചില്ല. അന്തരീക്ഷം ക്ഷണത്തിലിരുണ്ടു. ഒരുതരം അരക്ഷിതത്വത്തിന്റെ പുകച്ചുരുളുകൾ പടർന്നു കയറി.

വാരാന്ത്യത്തിന്റെ ഉശിരും ഊർജ്ജവുമായി ഓരോരുത്തർ വാസുവിന്റെ പതിനാറാം നമ്പർ കൂടാരത്തിലേക്ക് എത്തിക്കൊണ്ടിരുന്നു. കുട്ടി ദേവസിയോടൊപ്പം എത്തിയപ്പോൾ അവർക്കിരിപ്പിടമൊരുക്കി കുട്ടിയോടായി വാസു പറഞ്ഞു.

"നോക്കൂ സർ, നിങ്ങളെയിപ്പോൾ ഞങ്ങൾക്കൊക്കെ പേടിയാണ്."

"അതെന്താ ഞാൻ ആളുകളെ പിടിച്ചു തിന്നോ."

"അതല്ല സർ. മാൽക്കവുമായി അടുത്തിടപഴകുകയും അയാളുടെ വിശ്വസ്തനും എന്ന നിലയിൽ."

"അതൊക്കെ വെറുതെ. ഓഫീസിൽ മാൽക്കത്തിന്റെ ജോലികൾ ചെയതുകൊടുക്കുന്നു. അതെന്റെ ഉത്തരവാദിത്വവും ജോലിയുടെ ഭാഗവുമാണ്. ഓഫീസ് വിട്ടാൽ ഞാനെന്റെ പണി നോക്കുന്നു. അത്രയേയുള്ളു. പക്ഷേ, ഞാനെപ്പോഴും മനസ്സുകൊണ്ട് നിങ്ങളോടൊപ്പമുണ്ട്."

"അതുമതി."

"കുട്ടി മനസ്സ് തുറക്കുന്നു. ചിയേഴ്സ്."

ദേവസി തന്റെ സ്ഫടികഗ്ലാസുയർത്തി. അതിൽ ഐസ് ക്യൂബിലേക്ക് സ്വർണ്ണനിറം പടർന്നു കയറാൻ തുടങ്ങിയിരുന്നു. കുട്ടിയും തന്റെ ഗ്ലാസുയർത്തിയതോടെ ശേഷിച്ചവരും അതാവർത്തിച്ചു.

സ്വാമി ഒരു ഐസ്കട്ട കൂടി ഗ്ലാസിലേക്കിട്ട് അതിന്റെ ഛിൽ ശബ്ദം കേട്ട് രസിച്ച് ഒരു കവിളെടുത്ത് കൊണ്ട് പറഞ്ഞു.

"നിങ്ങൾ ചിന്തിക്കുന്നതും പ്രവർത്തിക്കുന്നതും ശരിയാണെന്നു തന്നെ ഞാൻ സമ്മതിക്കാം. നൂറു ശതമാനവും. അതുപക്ഷേ, ആർക്ക് ഗുണം ചെയ്യുമെന്നാണ്. ഇവിടുത്തെ നിയമങ്ങൾ ഒരു നിലക്കും ഇങ്ങനെയുള്ള നീക്കങ്ങളെ പിന്തുണയ്ക്കില്ല. ആ ഒറ്റ വടികൊണ്ട് തന്നെ അവർക്ക് നിങ്ങളെ പ്രഹരിക്കാനാവും."

അപ്പോഴേക്കും കുറുപ്പ് കൂടാരത്തിലേക്കെത്തി. നിറച്ചും ആളുകളെ കണ്ട് അത്ഭുതപ്പെട്ടു.

"എന്താ താവളം മാറ്റിയോ."

"ഇനി കണ്ടെത്താനാവാത്ത ഏതെങ്കിലും ഗുഹ അന്വേഷിക്കേണ്ടി വരും." ദേവസി ചുണ്ടു നനച്ചുകൊണ്ട് പറഞ്ഞു.

"മണൽക്കാട്ടിൽ ഒട്ടകങ്ങൾ മാത്രമല്ല ചെറുജീവികൾ കൂടിയുണ്ട്. മുയലിന്റെയും മറ്റും മാളങ്ങൾ കാണാനില്ലേ."

ഹരൻ ഒന്നിളകിയിരുന്നു. ഒളിവിലിരുന്ന ചെറ്റക്കുടിലുകളുടെ സുരക്ഷിതത്വം ലോകത്തെവിടെയുമില്ലെന്ന് വെറുതെ ഓർത്തു. ആകാശം മാത്രം മറയായുള്ള മണല്പരപ്പിൽ ഒളിവ് ഒരായുധമാവില്ല.

"ഒട്ടകങ്ങളുടെ ആലസ്യവും മുയലിന്റെ കുതിപ്പും ഇവിടെ ഒരു പോലെയാണ്. രണ്ടായാലും പിടിക്കപ്പെടും" സ്വാമി പറഞ്ഞു.

അതുവരെ മൗനം കൊണ്ട കുറുപ്പ് എഴുന്നേറ്റ് ഒരിക്കൽ കൂടി ഗ്ലാസ് നിറച്ച് ഒരിറക്കിൽ തൊണ്ട നനച്ച് കൂടാരത്തിന്റെ നെടും തൂണിൽ കൈവെച്ച് പറഞ്ഞു.

"ഉടവാളൂരുന്നവർ ചങ്കുറപ്പുള്ളവരാണ്. അവർ ചൂതു കളിക്കാരല്ല. പടവെട്ടുന്നവരാണ്."

അയാളുടെ കനത്ത ശബ്ദം കൂടാരത്തിനുള്ളിൽ നിറഞ്ഞ പ്രതീക്ഷയുടെ പ്രകമ്പനം സൃഷ്ടിച്ചു.

വാസു കുറുപ്പിനെത്തന്നെ നോക്കിയിരുന്നു. അയാളുടെ കണ്ണുകളിൽ കാർക്കശ്യത്തിന്റെ ഉള്ളുരുക്കിയെടുക്കുന്ന ഒരു സൂര്യൻ കത്തിനില്ക്കുന്നതു കണ്ടു. ഉശിരിന്റെ ഉൾക്കരുത്ത് നിഴലിട്ടു.

ഗ്ലാസുകൾ ഒന്നാകെ ചുണ്ടുകൾ മുട്ടിച്ച ഛിൽഛിൽ ശബ്ദമല്ലാതെ മറ്റൊന്നും കേട്ടിരുന്നില്ല. കൂടാരത്തിന്റെ നെടുംതൂണിൽ എല്ലാവരും ഒരു കൈയുറപ്പിച്ച് കനം വെച്ച തൊണ്ടകൾ ഒറ്റശ്വാസത്തിൽ ശബ്ദമുതിർത്തു.

"ലാൽസലാം. ചിയേഴ്സ്."

ജൂണിന്റെ നെറുകയിൽ സൂര്യൻ കത്തിനിന്നു. ആകാശത്തിന്റെ ആഴം പിന്നെയും അപ്പുറത്തായിരുന്നു. തീച്ചൂടിൽ വെന്തുരുകി ഉപ്പ് ഗുളികകൾ വിഴുങ്ങിയും തോൽസഞ്ചികളിൽ അമൂല്യനിധിയായി സൂക്ഷിക്കുന്ന വെള്ളം കുടിച്ചും നദിയാസൈറ്റിലെ തൊഴിലാളികൾ മണല്പരപ്പിൽ കണ്ണും മൂക്കും വായും കെട്ടി പണിയെടുത്തു. അവരുടെയുള്ളിൽ കനം തിങ്ങി നിറഞ്ഞിരുന്നത് ആ ദിവസങ്ങളിലുണ്ടായ കാറ്റും കോളും മാത്രം. ഉറവപൊട്ടിപ്പരക്കുന്ന പ്രതിഷേധത്തിന്റെ ഈൗർച്ചവാൾ മാത്രം.

പിടഞ്ഞൊടുങ്ങിയ രണ്ടു മനുഷ്യ ജീവികളെ തിരിച്ചറിയുന്നതുതന്നെ ഇപ്പോൾ മാത്രം. ബന്ധൽഖണ്ഡിലെ ഇജാസും തമിഴകത്തെ മാരിമുത്തും. ടെർമിനൽ ബിൽഡിങ്ങിന്റെ സൗത്ത് ബ്ലോക്കിലെ അത്യാഹിതം. പൊട്ടിത്തകർന്ന് സ്ലാബ് നിലം പതിച്ച ശബ്ദം ഏപ്രണിൽ പണി

യെടുത്തവരെയെല്ലാം ഞെട്ടിച്ചു. ആർക്കും ക്ഷണത്തിലൊന്നും മനസ്സി ലാക്കാനായില്ല. സൈറ്റിലെ അപായസൈറൺ മുഴക്കത്തിൽ ഓടിയെ ത്തേണ്ടുന്ന അസംബ്ലി പോയന്റ് പോലുമറിയാതെ ആളുകൾ പരക്കം പായാൻ തുടങ്ങി. പരിഭ്രമവും ജീവഭയവും കൊണ്ടുണ്ടായ ഓട്ടത്തിനിട യിൽ പരിചിതയിടങ്ങൾ പോലും അപ്രാപ്യമായി തോന്നിയതാവണം. അപകടങ്ങളുണ്ടായാൽ സുരക്ഷാചട്ടങ്ങളനുസരിച്ച് ഏറ്റവും അടുത്ത അസംബ്ലി പോയന്റിലേക്കെത്തിയിരിക്കണം. അവിടുന്നുള്ള നിർദ്ദേശമ നുസരിച്ചായിരിക്കും പിന്നീടുള്ള നീക്കങ്ങൾ. മുൻപരിചയം കുറവായ തിനാൽ പലരും ഭീതികൊണ്ട് വിറകൊണ്ടു നില്ക്കയും തുടർന്ന് എവി ടേക്കെന്നില്ലാതെ ഓടിയകലുകയുമാണുണ്ടായത്. എന്നാൽ അടിയ ന്തരഘട്ടങ്ങളിലേക്ക് നിയോഗിക്കപ്പെടുന്ന ഓക്സിലറി ടീമിലെ ഏതാനും പേർ ഫോർമാൻ ആന്റോണിയോയോട് ഉടനെ ക്രെയിൻ കൊണ്ടുവന്ന് സ്ലാബ് മാറ്റാൻ ആവശ്യപ്പെട്ടെങ്കിലും അയാൾ അതിന് വിസമ്മതിക്കയും അവർ അയാളെ കൈയേറ്റം ചെയ്യാനൊരുങ്ങുകയും സംഘർഷം സൃഷ്ടി ക്കയും ചെയ്തു. സ്ലാബിനടിയിൽ ആരും അകപ്പെട്ടിരിക്കില്ല എന്നുതന്നെ ശഠിക്കുകയായിരുന്നു അയാൾ. അതിനാൽ ക്രെയിൻ വരുത്തേണ്ടതില്ല. അവിടെ പണികളൊന്നും നടന്നിരുന്നില്ല. ആ നിലക്ക് ആളപായമുണ്ടാ യിട്ടില്ല. അയാൾ ഉറപ്പിച്ചുപറയുകയായിരുന്നു. എന്നാൽ ഒഴിഞ്ഞ തോൽസഞ്ചിയിൽ വെള്ളം നിറയ്ക്കാനായി ആരോ ആ ഭാഗത്തേക്ക് പോയിരുന്നു എന്ന് പാകിസ്ഥാൻകാരനായ സാജിദ്വാസി വിളിച്ചു പറ യുന്നുണ്ടായിരുന്നു.

"ക്രെയിൻ ലേക്കി ആവോ ഭായീ. ജൽദി ജൽദി. സ്ലാബ് കാ നിചേ കോയി ഹേ മേരാ ഖ്യാൽ സേ" അയാൾ ആവുന്നത്ര ഉച്ചത്തിൽ ശബ്ദ മുണ്ടാക്കി. ആന്റോണിയോയുടെ നേരെ ചീറിയടുത്തു.

"ഉസ്കോ മാരോ."

കേൾക്കേണ്ട താമസം ആരോ ആന്റോണിയോയുടെ മുതുകിന് ചവിട്ടി മറിച്ചിട്ടു.

ക്രെയിൻ കൊണ്ടുവന്നു മാറ്റുമ്പോഴേക്കും കഴിഞ്ഞിരുന്നു. ചതഞ്ഞ മർന്ന് രണ്ടു ശരീരങ്ങൾ. പൊട്ടിപ്പൊളിഞ്ഞ കോൺക്രീറ്റിൽ ചിതറിപ്പ ടർന്ന ചോര. ശബ്ദങ്ങളൊക്കെയകന്നു. ചലനങ്ങളൊക്കെ നിലച്ചു. ആംബുലൻസിന്റെ ചുവന്ന വെളിച്ചം പരിസരം മുഴുവൻ ചോര ചീറ്റും പോലെ നിന്നുതിരിഞ്ഞു. അകന്നുപോയ ആംബുലൻസ് നോക്കി ഏതാനും പേർ മണ്ണുമലകളുടെ ഉച്ചിയിൽ ഏറെനേരം നിന്നിരുന്നു. മരു ഭൂമിയിൽ ജീവജാലങ്ങളെല്ലാം ഒടുങ്ങിയ മട്ട്. ക്യാമ്പ് നടുങ്ങി. ശബ്ദി ക്കാൻ ഭയന്നു. അടിമുടി വിറങ്ങലിച്ചു.

രാത്രി ജാരനെപ്പോലെ പതുങ്ങിവന്നു. കൂടാരങ്ങൾ അനിശ്ചിതത്വ ത്തിന്റെ കാവല്ക്കാരായി. ആരാണകപ്പെട്ടതെന്ന് ആർക്കുമറിയില്ല. ആരും ശബ്ദിക്കുന്നില്ല. ശബ്ദങ്ങൾ ശബ്ദങ്ങളെ ഭയന്നു. വന്നെത്താത്ത സഹ ജീവികളെ അന്വേഷിച്ച് പലരും കൂടാരങ്ങൾ കയറിയിറങ്ങി. മെസ് ഹാളു

കൾ ഭക്ഷണംവെച്ച് കാത്തിരുന്നു. ആരുമെത്തിയില്ല.

രാവേറെച്ചെന്നപ്പോൾ വടക്കൻ മേഖലയിലെ ചെറുതും വലുതുമായ സൈറ്റുകളിൽനിന്ന് അപകടമറിഞ്ഞ് ആളുകൾ എത്താൻ തുടങ്ങി. ദൈദിൽ നിന്ന് ഡാമിയനും വേണുവും മറ്റ് അഞ്ചോളം പേരും എത്തിച്ചേർന്നു. വന്നവരൊക്കെ നദിയായിലെ നാല്‌വർ സംഘത്തെ കാണാനാണെത്തുന്നത്. അവരൊന്നും പക്ഷേ, അവരവരുടെ ഇടങ്ങളിൽ ഇല്ലായിരുന്നു. മെസ് ഹാളിൽ ഭക്ഷണത്തിനും അവർ എത്തിയിരുന്നില്ല. കൂടാരങ്ങൾപോലും സുരക്ഷിതമല്ല എന്നുകണ്ട് ഏതോ മണ്ണുമലയുടെ താഴ്‌വാരത്തിലുള്ള ഗുഹയിൽ മുയലുകളെ ആട്ടിപ്പായിച്ച് അവർ കയറിക്കൂടിയിരുന്നു. മണലിനും കാറ്റിനും വരെ ഒറ്റുകാരുടെ മണമുണ്ടായിരുന്നു. പിടിക്കപ്പെടാനും ചതിക്കപ്പെടാനും സാദ്ധ്യതകൾ ഏറെയാണ്. ഒളിവിടങ്ങൾ എപ്പോഴും ആവശ്യമായി വന്നു.

വടക്കൻ മേഖലയിൽ നിന്നെത്തിയവർ ദൈദിലെ പ്രതിനിധികളടക്കം ആവശ്യപ്പെടുന്നത് എത്രയും വേഗം ഇന്നത്തെ സ്ഥിതിയിൽ പ്രതിഷേധിക്കണം എന്നാണ്. ഇനിയും വൈകിക്കൂടാ. സുരക്ഷിതത്വം ഉറപ്പുവരുത്തണം. ജീവൻ നഷ്ടപ്പെട്ടവരുടെ കുടുംബത്തിന് നല്ലൊരു തുക നഷ്ടപരിഹാരം നല്കണം. കുടുംബത്തിലെ ആർക്കെങ്കിലും ജോലി നല്കണം. അങ്ങനെയുള്ള ആവശ്യങ്ങൾ ഉന്നയിക്കാൻ AWC തയ്യാറെടുക്കണം.

ചർച്ച ചെയ്ത വിഷയങ്ങളോടൊക്കെ യോജിക്കയും എന്നാൽ പ്രതിഷേധങ്ങൾക്ക് അല്പംകൂടി സമയമെടുത്തിട്ടു മതി എന്ന നിലപാടിൽ കുറുപ്പ് ഉറച്ചുനിന്നു. കമ്പനിയുടെ ഇനിയങ്ങോട്ടുള്ള സമീപനം എന്തായിരിക്കുമെന്ന് കാണണം. അതിന്റെ സ്വഭാവം നമ്മുടെ നീക്കങ്ങളെ രൂപപ്പെടുത്തും. ഏതു സാഹചര്യത്തിലും ഒന്നിച്ചു നില്ക്കാൻ പ്രതിജ്ഞയെടുത്തുകൊണ്ട് എല്ലാരും പിരിഞ്ഞു. എന്നിട്ടും നാല്‌വർ സംഘം അതേ ഇരിപ്പിരുന്നു. ഇനിയെന്ത് എന്ന ചിന്തയിൽ കുരുങ്ങിക്കിടക്കും പോലെ, ശബ്ദമില്ലാതെ.

"വടക്കൻ മേഖല മുഴുവൻ നമ്മിലേക്കാണ് ഉറ്റുനോക്കുന്നത്. നമ്മുടെ നീക്കങ്ങൾ അവർക്ക് പ്രധാനമാണ്. അതിന്റെ ചുവടുപിടിച്ചേ അവരെന്തും ചെയ്യൂ."

വാസു നിശ്ശബ്ദതയെ ഭഞ്ജിച്ചു.

"ചുട്ടുപഴുക്കുമ്പോൾ അടിക്കണം."

"ചുട്ടു പഴുത്തെന്നു തോന്നുന്നുണ്ടോ."

"തീർച്ചയില്ല. അതാണ് പ്രശ്നം."

"അല്പംകൂടി കാത്തിരിക്കേണ്ടി വരും."

"എന്താണ് കൂടാരത്തിലെ സ്ഥിതി" ഹരൻ വാസുവിനോടന്വേഷിച്ചു.

"വെറും അഞ്ചു ശതമാനംകൊണ്ട് ആരും തൃപ്തരല്ല. പ്രത്യേകിച്ചും തുച്ഛമായ ശമ്പളത്തിനെത്തിയതിനാൽ. അതിനാൽ എത്രയും വേഗം എന്തെങ്കിലും ചെയ്തേ പറ്റൂ. ഇവിടെ ചെലവിടുന്ന അദ്ധ്വാനത്തിനും

സമയത്തിനും ഗുണഫലങ്ങളൊന്നുമില്ലെങ്കിൽ തിരിച്ചു പോകുന്നതല്ലേ നല്ലത് എന്നാണവരുടെ ചോദ്യം. അതിന് തയ്യാറെടുക്കുന്ന ഒട്ടേറെ പേരുണ്ട്. അതായത് കൂട്ടരാജിക്ക്."

കൂടാരങ്ങളിലെ തുടിപ്പുകൾ നന്നായറിയുന്ന വാസു പറഞ്ഞു.

"അതങ്ങനെയാണ്. കിട്ടുന്നതുകൊണ്ട് കുടുംബം പോറ്റാൻ കഴിയുന്നില്ലെങ്കിൽ പിന്നെ ജീവിതം ഇവിടെ ഹോമിക്കുന്നതെന്തിന്" ഹരൻ പിന്താങ്ങി.

ചീരൻ കുറെക്കൂടി യാഥാർത്ഥ്യത്തിലേക്ക് കടന്നു.

കടൽ താണ്ടിയെത്തിയത് മറ്റൊന്നുമല്ല, കഷ്ടപ്പാടു കൊണ്ട് തന്നെയാണ്. കാത്തിരിക്കുന്നവരുടെ കണ്ണുകളിൽ നിറയെ പ്രതീക്ഷകളാണ്. മോഹങ്ങളാണ്. അതൊക്കെ നിവർത്തിക്കാനാണ് ഇറങ്ങിത്തിരിച്ചത്. കഷ്ടപ്പാടുകൾക്കറുതി വരുത്താനാണ് ഓരോരുത്തരും ഈ കൊടും ചൂടിൽ വേവുന്നത്. എന്നിട്ടും അതിനാവുന്നില്ലെങ്കിൽ പിന്നെന്താണ്. അടുപ്പിൽ തീ കത്തണം. മോന്തായത്തിൽ നിന്നും പുകച്ചുരുളുകളുയരണം. വയറെരിയാതെ കാക്കണം. ഓരോ കൂടാരത്തിനുള്ളിലും ഒരുപാട് ജീവിതങ്ങളാണുള്ളത്. അവർക്ക് ആശ്വാസം പകരുന്നതായിരിക്കണം നമ്മുടെ ഓരോ നീക്കവും. കരുതലോടെ വേണം."

ചീരൻ പറഞ്ഞു നിർത്തി.

കഴിഞ്ഞ ദിവസം പട്ടണത്തിൽ പോയിരുന്ന കാര്യം കുറുപ്പ് വിവരിച്ചു.

"കൺസുലേറ്റ് ജനറലിനെ കണ്ടിരുന്നു. ഇവിടുത്തെ സ്ഥിതിഗതികൾ ബോദ്ധ്യപ്പെടുത്തി. ആവുന്നത്ര പിന്തുണ ഉറപ്പാക്കിയിട്ടുണ്ട്. തികച്ചും ഔദ്യോഗിക ഭാഷയിൽ. ഒന്നും പ്രതീക്ഷിക്കണ്ട. എങ്കിലും എപ്പോഴെങ്കിലും ഉപകാരപ്പെടുമെങ്കിൽ. അങ്ങനെ ചിന്തിച്ചാൽ മതി."

"നോക്കൂ, നമ്മളെന്തു ചെയ്യാനൊരുങ്ങുന്നു എന്നിനിയും വ്യക്തമായില്ല. ഒരുകാര്യം തീർച്ചയാണ്. കൺസുലേറ്റിനൊക്കെ ഒരുപാട് നിയമ പരിമിതികൾ കാണും. അതൊന്നും നമുക്ക് തുണയാകണമെന്നില്ല." വാസു ഇടയ്ക്ക് കയറി.

"അതും ശരിയാണ്. അത് സൂചിപ്പിക്കയും ചെയ്തു." കുറുപ്പ് യോജിച്ചു.

"ഒരു ഭീമൻ കമ്പനിയോടാണ് നമുക്ക് പൊരുതേണ്ടി വരുന്നത്. അതും രാജ്യത്തെ നിയമം അനുവദിക്കും വിധം മാത്രം. പക്ഷേ, അതുകൊണ്ടാവില്ല. ചിലതൊക്കെ മറികടക്കേണ്ടി വന്നേക്കാം. അങ്ങനെയെങ്കിൽ അതൊക്കെ ഒരു ചരിത്രം കുറിക്കലാകും."

ചീരൻ ഇരിപ്പിടത്തിൽ നിന്നെഴുന്നേറ്റു. കണ്ണുകളിൽ ഉറക്കം തൂങ്ങിയിരുന്നു. മുഖം തുടച്ച് ഉന്മേഷം വീണ്ടെടുത്തുകൊണ്ട് പറഞ്ഞു.

"നിലവിലെ നിയമത്തിനുള്ളിൽ നിന്നുകൊണ്ടുതന്നെ തുടങ്ങാം. അതിനേ അംഗീകാരമുണ്ടാവൂ. എന്നിട്ടും ആവശ്യങ്ങളിൽ തീരുമാനമായില്ലെങ്കിൽ അതിരുകടക്കേണ്ടി വരുമെന്നു തന്നെയാണ് എന്റെ ഭയം."

“അടുത്ത AWC കഴിയുന്നതോടെ ചിത്രം വ്യക്തമാകും. നിലപാടുകൾ പുറത്തുവന്നാൽ മാത്രമേ എന്തിനും വ്യക്തത വരൂ. അതുവരെ നമ്മൾ വെറുതെയിരിക്കരുത്. ആവുന്നത്ര ആളുകളെ ബന്ധപ്പെടണം. അവരുടെ കാഴ്ചപ്പാടറിയണം. സമയം പരിമിതമാണ്. ദൈദിൽനിന്നും ആളുകൾ പുറത്ത്പോകാറായി. തീരുമാനം AWCക്കു ശേഷമാവും. പ്രതീക്ഷയ്ക്ക് വിരുദ്ധമായാൽ നമ്മുടെ ജോലി വർദ്ധിക്കും. ചുമരുകൾക്കും മണൽക്കാറ്റിനുംവരെ ചെവിയുണ്ടെന്ന് മറക്കണ്ട.”

“ലാൽസലാം.”

എല്ലാവരും പിരിഞ്ഞു. ഓരോരുത്തരും അവരവരുടെ താവളങ്ങളിലേക്ക് മടങ്ങി.

രാത്രി മറയല്ലെന്നോർത്തു കൊണ്ടുതന്നെ.

കാറ്റ് വീശുന്നു

എത്ര നാളായുണ്ണീ നിന്റൊരു കത്തു വന്നിട്ട്. ആ അക്ഷരങ്ങൾക്കായി എന്നെന്നും കാത്തിരിക്കുന്ന അമ്മയെ എന്തേ ഇങ്ങനെ വേദനിപ്പിക്കുന്നത്. എഴുതാൻ പറ്റാത്തവിധം എന്തിത്ര ജോലിത്തിരക്ക്. അമ്മ ആധികൊണ്ടിരിക്യാ. ഒരു സമാധാനോംല്യ. നിനക്ക് സുഖാണെന്നു മാത്രം അറിഞ്ഞാൽ മതി. ഇനിയും ഈ കാത്തിരിപ്പ് വയ്യെന്റെ കുട്ടീ - അമ്മയുടെ കത്ത് നീണ്ടുപോകുന്നു. കൂടെക്കൂടെ എഴുതാറുണ്ടായിരുന്നു. അതുപക്ഷേ, ഇടക്കെപ്പോഴേ നിന്നുപോയി. മന:പൂർവ്വമല്ല. എഴുതണം എഴുതണം എന്ന് വിചാരിക്കും. എന്നിട്ടോ വിചാരം മാത്രം ബാക്കി. എന്താണ് സംഭവിച്ചത് എന്നറിയില്ല. രണ്ടക്ഷരം എഴുതി അയയ്ക്കാൻ പറ്റാത്ത വിധം എന്തു ജോലിത്തിരക്കായിരുന്നു ഇവിടെ. ഇടയ്ക്കുവെച്ച് കുടുംബത്തിന്റെ ഓർമ്മ മനസ്സിൽ നിന്നും മാഞ്ഞുപോയിരുന്നു. അതെന്തൊരു വീഴ്ചയായിപ്പോയി. അമ്മയും സരസ്വതിയും ദേവുവും എന്തു മാത്രം വിഷമിക്കുന്നുണ്ടാവും. കുറ്റബോധം കൊണ്ട് വാസുവിന്റെ ഉള്ള് വിങ്ങി.

കഴിഞ്ഞ ഏതാനും നാളുകളിലെ സംഭവങ്ങൾ സമാധാനം കെടുത്തിയിരുന്നു എന്നത് നേരു തന്നെ. സുഖ്ദേവ് സിങ്ങിനുണ്ടായ അപകടം. ഗഫൂറിന്റെ അറസ്റ്റ്. സ്ക്രാപ്പർ ഓപ്പറേറ്റർമാരുടെ പ്രതിഷേധം. റൺവേയിൽ അസ്ഫാൾട്ടിങ് ചെയ്തിരുന്ന മൂന്നുപേരുടെ പിരിച്ചു വിടൽ. ടെർമ്മിനൽ ബിൽഡിങ്ങിലെ അപകടവും രണ്ടു ജീവൻ പൊലിഞ്ഞതും. തുടർന്നുള്ള നടപടികൾ. ആന്റോണിയോയുടെ നേരെയുണ്ടായ കൈയേറ്റം. കയറ്റി വിടൽ. റേഡിയോ ഓപ്പറേറ്റർ അലക്സാണ്ടറുടെ പിരിച്ചു വിടൽ. ഇങ്ങനെ തുടരെത്തുടരെയുണ്ടായ സംഭവങ്ങൾ, അതേക്കുറിച്ചുള്ള ചർച്ചകൾ, കൂടിയാലോചനകൾ. കുറച്ചുനാളായി ഇതിലൊക്കെ മനസ്സും ശരീരവും മുങ്ങിപ്പോയിരുന്നു. വാസു ഓർത്തെടുത്തു.

ശരിയാണ്. മകന്റെ അക്ഷരങ്ങൾക്കായി കാത്തിരിക്കുന്ന ഒരമ്മക്ക് ഇതൊക്കെ എന്തിനറിയണം.

വാസു കടലാസ്സും പേനയുമെടുത്ത് എഴുതാനിരുന്നു. അമ്മ അറിയാൻ, കൂടാരത്തിന്റെ കട്ടിത്തുണി മാറ്റി ആരോ കടന്നുവന്നു. എഴുതാനിരുന്ന വാസു ശബ്ദം കേട്ട് തലയുയർത്തി. രജ്പതിയാണ്. വല്ലാത്ത പരിഭ്രമം. കണ്ണുകളിൽ ഭയം തിങ്ങി നിറഞ്ഞിരുന്നു. അയാൾ പതുക്കെ വിറയ്ക്കുന്നുണ്ട്.

“എന്താ, എന്താ, എന്തുണ്ടായി” വാസു അന്വേഷിച്ചു.

“സർ, ക്യാമ്പിൽ പൊലീസെത്തിയിട്ടുണ്ട്. ആരെയോ തിരക്കുകയാണ്. സാർ ഏതായാലും പുറത്തിറങ്ങണ്ട” രജ്പതി പിന്നെ നിന്നില്ല. അയാൾ ഡ്യൂട്ടികഴിഞ്ഞ് വരികയാണ്. കവറോൾ അഴിച്ചിട്ടില്ല. ഒരു മുൻകരുതൽ എന്ന നിലയ്ക്ക് ഓടിവന്ന് അറിയിച്ചതാവും.

പൊലീസ് പിടിക്കാൻ മാത്രം കുറ്റമൊന്നും ചെയ്തിട്ടില്ല. പിന്നെന്ത്. വാസു അങ്ങനെയാണ് ചിന്തിച്ചത്. ഇവിടെ സുഖമാണെന്ന് അമ്മക്കെഴുതുകയായിരുന്നു. അമ്മമാർക്ക് മക്കളെപ്പോഴും സുഖമായിരിക്കണമെന്നല്ലേ. എന്തൊക്കെപ്പറഞ്ഞാലും അമ്മനെഞ്ചിൽ വേവലാതി ബാക്കിയുണ്ടാവും. മക്കളെച്ചൊല്ലി ഉൽക്കണ്ഠപ്പെടാത്ത അമ്മമാരുണ്ടാവുമോ.

ഇവിടെ സുഖമാണ്. അല്ലാതെ അമ്മക്കെഴുതാനാവുമോ ഇവിടെ ക്യാമ്പിൽ പൊലീസ് വണ്ടി കാത്തുകിടപ്പുണ്ടെന്ന്. ആരൊക്കെയോ പിടിക്കപ്പെടാൻ പോകുന്നെന്ന്. ഒരുപക്ഷേ, അമ്മയുടെ മോനും അതിലുണ്ടായേക്കാമെന്ന്. അതുമല്ലെങ്കിൽ ഇവിടുത്തെ വിശേഷങ്ങൾ നിറയെ എഴുതാനാവുമോ. ഇവിടെ അപകടങ്ങളുണ്ടായെന്ന്. ഈയിടെ രണ്ടു പേർ കൊല്ലപ്പെട്ടെന്ന്. തൊഴിലാളികൾ ചൂടിൽ വെന്തെരിയുന്നെന്ന്. തൊണ്ട വരണ്ടുപിടയുന്നെന്ന്. ആശുപത്രിയിൽ കോമയിൽ കിടപ്പുണ്ടെന്ന്. ആളുകളെ അകാരണമായി പിരിച്ചുവിടുന്നെന്ന്. ജോലി ചെയ്തിട്ടും കുടുംബം പോറ്റാനാവില്ലെന്ന്. പ്രതിഷേധിക്കാനാവാതെ വീർപ്പുമുട്ടുന്നെന്ന്. വയ്യ. അതൊന്നും എഴുതാൻ വയ്യ.

എഴുതാം. ഇവിടെ സുഖമാണെന്നു മാത്രം. കണ്ണുനിറയുന്നത് കാണാൻ അമ്മയ്ക്കാവില്ല എന്ന് സമാധാനിച്ചുകൊണ്ട്.

അകലം ഒരു കവചം തന്നെ. കടലും കരയും താണ്ടിയെത്തുമ്പോഴും ഓർക്കാനൊരു കൂരയുണ്ടെനിക്ക് എന്ന തോന്നൽ വലുതായിരുന്നു.

ആയിരം കൂടെയുണ്ടെന്നാകിലും
ആരാരും കാണാതൊരിടം
എങ്കിലുമാവതില്ലല്ലൊ നമുക്ക്
ആരെയും കാണാതൊളിക്കാൻ

സ്വന്തമല്ലാത്തൊരിടം. കൂടാരത്തിനുള്ളിലെ ഇത്തിരിപ്പോന്നൊരിടം. ഒരിരുമ്പു കട്ടിൽ. ഒരിരുമ്പു തൂണിന്റെ ബലത്തിൽ കൂർത്തൊരു കൂടാരം. ഇജാസിനും മാരിമുത്തിനും ഇനിയൊരിടമേ വേണ്ടു. കാത്തിരിക്കുന്നവർക്ക് ചെന്നെത്തുക നീണ്ട നാളുകൾക്കുശേഷം ഒരു പെട്ടിക്കുള്ളിൽ

പൊതിഞ്ഞു കെട്ടിയ വെറുമൊരു ജഡം മാത്രം.

പുറത്ത് ഒറ്റപ്പെട്ട ശബ്ദമുയർന്നിരുന്നു. വാസു കൂടാരത്തിന്റെ കട്ടിത്തുണി മാറ്റി പുറത്തു കടന്നു. രജ്പതി വന്നുപോയിട്ട് അധികനേരമായിരുന്നില്ല. വെളിച്ചം പൂർണ്ണമായും മറഞ്ഞിട്ടില്ല. ഏതാനും രൂപങ്ങൾ ക്യാമ്പിനു മുകളിൽ നിർത്തിയിട്ടിരുന്ന വണ്ടിക്കുള്ളിലേക്ക് കയറുന്നതു കണ്ടു. ചുറ്റും ആരേയും കണ്ടില്ല. ശബ്ദങ്ങളില്ല. വണ്ടി നീങ്ങി. അത് ക്യാമ്പിന്റെ കവാടം കടന്ന് പുറത്തെ മൺപാതയിലേക്ക് തിരിഞ്ഞ് മറഞ്ഞു. കൂടാരങ്ങൾ മിഴി തുറന്നിരുന്നു. പൊലീസ് വണ്ടിയാണ് വന്നുപോയത്. ആരെയൊക്കെയോ പിടിച്ചുകയറ്റി വണ്ടി നിറച്ചിരുന്നു. പിടിക്കപ്പെട്ടവരാണെന്നറിയില്ല.

അപ്പോൾ ഒന്നുമവസാനിക്കുന്നില്ല. വാസു വിചാരിച്ചു. എല്ലാം തുടങ്ങിയിട്ടേയുള്ളു. ഉന്നതരറിയാതെ പൊലീസ് ഒരിക്കലും ക്യാമ്പിൽ കടക്കില്ല. ആ നിലയ്ക്ക് ഇതെല്ലാം കൃത്യമായും ആസൂത്രണം ചെയ്തതിന്റെ ഭാഗമാണെന്നു വേണം വിചാരിക്കാൻ. ഇസയാസിന്റെ വാഗ്ദാനങ്ങളെല്ലാം വെറും പാഴ്വാക്കുകളായിരുന്നു. ജോലിക്കാർക്ക് സുരക്ഷിതത്ത്വം, സംരക്ഷണം, ക്ഷേമം, സൗഖ്യം, സന്തോഷം, സംതൃപ്തി. മണ്ണാങ്കട്ട.

ഇതൊക്കെ അമ്മക്കെഴുതാനാവുമോ.

പിറ്റേന്ന് സന്ധ്യ ചാഞ്ഞതോടെ കുറുപ്പും ചീരനും ഹെഡ് ഓഫീസിൽ നിന്നും AWC യോഗം കഴിഞ്ഞ് തിരിച്ചെത്തി. വാസു അവരുടെ വരവും കാത്ത് അക്ഷമനായി നിന്നിരുന്നു. യോഗ തീരുമാനങ്ങളറിയണം. ഇനിയങ്ങോട്ടുള്ള സൈറ്റിന്റെ ഗതി നിർണ്ണയിക്കുന്നത് ഈ യോഗ തീരുമാനങ്ങളായിരിക്കും. കമ്പനി എവിടെ നില്ക്കുന്നു എന്നറിയാം. ഉൽക്കണ്ഠകളൊതുക്കിയാണ് വാസു കാത്തുനിന്നിരുന്നത്.

വന്നിറങ്ങിയപ്പോഴേ വാസു ചെന്നു. രണ്ടുപേരും ക്ഷീണിതരും അസ്വസ്ഥരുമായിരുന്നു. യാത്രയുടെ ക്ഷീണം കാണും. ഏറെനേരം മണൽക്കാറ്റ് വീശിയിരുന്നു. വാസു ഒന്നും അന്വേഷിച്ചില്ല. പ്രതീക്ഷയോടെ പോയവരല്ല തിരിച്ചെത്തിയിരിക്കുന്നത്. അസ്വാസ്ഥ്യം മുഖത്ത് പ്രകടമാണ്.

ഞങ്ങളൊന്നു ഫ്രഷാവട്ടെ. രാത്രി കാണാം എന്നുപറഞ്ഞ് ഇരുവരും മേലോട്ടുകയറി.

വാസു വീണ്ടും കൂടാരക്കെട്ടുകളിലേക്കിറങ്ങി. നേരെ രജ്പതിയുടെ കൂടാരത്തിലേക്ക് ചെന്നു. അയാളെ കണ്ടില്ല. തിരിച്ച് തർലോചന്റെ കൂടാരവും കയറിയിറങ്ങി. ആരെയും കണ്ടില്ല. എങ്ങും ശൂന്യത. വീണ്ടും കൂടാരങ്ങൾക്കിടയിലേക്ക് നടന്നു. പരിചയക്കാരിൽ പലരെയും അന്വേഷിച്ചു. ആരുമാരും കൂടാരങ്ങൾക്കുള്ളിൽ ഉണ്ടായിരുന്നില്ല. എല്ലാം ഒഴിഞ്ഞു കിടന്നു. ഭീകരമായ നിശ്ശബ്ദതയിൽ മുങ്ങി ജീവനില്ലാത്ത പേക്കോലങ്ങളായി മണലടിച്ചു കയറിയ നരച്ച വെളുപ്പിൽ കൂടാരക്കെട്ടുകൾ മുങ്ങിക്കിടന്നു. സാവധാനം അയാൾക്കുള്ളിൽ ഭീതി നിറഞ്ഞു.

അവിടമാകെ ചുറ്റിയടിച്ചെങ്കിലും ആരുടെയും ആളനക്കം പോലും അനുഭവപ്പെട്ടില്ല. നടപ്പാതകൾ ശൂന്യം. കൂടാരങ്ങളൊക്കെയും ശൂന്യം. ഭയം വർദ്ധിച്ചു വന്നു. ഇത്ര വലിയ ക്യാമ്പിനുള്ളിൽ കൂടാരമുനകളുടെ സമൃദ്ധിയിൽ ഒറ്റപ്പെട്ടവനായി മാറിയതിന്റെ ഉൽക്കണ്ഠയും ഭീതിയും ഉള്ളിലടക്കി വാസു ദിക്കറിയാതെ ഓടിക്കൊണ്ടിരുന്നു. അയാളിൽ തൊണ്ട കീറിയ ഒരു കരച്ചിലുണ്ടായി. അവസാനം കുറുപ്പിന്റെ മുറിയിൽത്തന്നെ ചെന്നു പെട്ടു. ദിക്കറിയാതെ ഓടി നടന്നിരുന്ന അയാളെ ആരോ കൂട്ടിക്കൊണ്ടു വന്നതാണെന്നാണ് കുറുപ്പ് പിന്നീട് ഹരനോടു പറഞ്ഞത്.

രാവേറെയായപ്പോഴാണ് നാല്വർ സംഘത്തിന്റെ കോർ തികഞ്ഞത്. വാസു ആലസ്യം വിട്ടുണർന്നിരുന്നു. മുഖത്ത് വെള്ളം തെളിച്ച് ഹരൻ അയാളെ പിടിച്ചിരുത്തുകയായിരുന്നു. അവരങ്ങനെയാണ്. പരസ്പരമുള്ള കരുതലും ജാഗ്രതയും എപ്പോഴുമുണ്ട്.

കുറുപ്പ് എന്താണ് പറയുന്നതെന്നു കാത്ത് എല്ലാരുമിരുന്നു. ഏതാനും നിശ്ശബ്ദ നിമിഷങ്ങൾക്കുശേഷം തൊണ്ട കനപ്പിച്ച് പറഞ്ഞു.

“ചർച്ച പരാജയപ്പെട്ടു. ഇനി പ്രതീക്ഷക്ക് വകയില്ല.”

വാസുവും ഹരനും മുന്നോട്ടാഞ്ഞ് കുറുപ്പിനെത്തന്നെ നോക്കിയിരുന്നു. അവിശ്വാസത്തോടെ.

ആരും ഒന്നും മിണ്ടിയില്ല. ശബ്ദം നഷ്ടപ്പെട്ടപോലെ. ചീരൻ തൊണ്ടയനക്കി.

“അഞ്ചു ശതമാനം വർദ്ധനവ്. അതിൽ കൂടുതൽ കമ്പനിക്ക് ഒന്നും ചെയ്യാനില്ല. താല്പര്യമുള്ളവർക്ക് തുടരാം. അല്ലാത്തവർക്ക് തിരിച്ചു പോകാം. നിയമപ്രകാരം ഇപ്പോൾത്തരുന്ന വർദ്ധനവു തന്നെ കമ്പനിക്ക് ബാദ്ധ്യതയില്ലാത്തതാണ്. ജീവനക്കാരുടെ ക്ഷേമം കണക്കിലെടുത്ത് ചെയ്യുന്ന ആശ്വാസ നടപടിയായി കണ്ടാൽ മതി.”

ചീരൻ ഒന്നു നിർത്തി. ഏതാനും നിമിഷം ആരും ശബ്ദിച്ചില്ല. അയാൾ വീണ്ടും തുടർന്നു.

“പണിമുടക്കുന്നത് രാജ്യത്ത് നിയമവിരുദ്ധമാണ്. അങ്ങനെ ചെയ്യുന്നവർക്കെതിരെ കർശന നടപടികളുണ്ടാകും. ഇരുപതിനായിരം തൊഴിലാളികളാണ് കമ്പനിക്ക് ഈ രാജ്യത്ത് വിവിധ സൈറ്റുകളിലായുള്ളത്. പ്രൊജക്ടുകൾ സ്തംഭിപ്പിക്കാനുള്ള സംഘടിത ശ്രമങ്ങളെ രാജ്യസുരക്ഷക്ക് ഭീഷണിയായിക്കാണും. അതിനാൽ എല്ലാവരുടെയും സഹകരണം ആവശ്യപ്പെടുന്നു. കമ്പനിക്ക് മറ്റൊന്നും ചെയ്യാനില്ല. ഇതാണ് കമ്പനി നിലപ്പാട്.”

ചീരൻ പറഞ്ഞു നിർത്തിയപ്പോൾ കുറുപ്പ് തുടർന്നു.

“അവർ നിലപാട് വ്യക്തമാക്കി കഴിഞ്ഞു. തുടർ ചർച്ചകൾക്കുള്ള പഴുതുകളും അടച്ചു. ഇനിയൊരു AWC വിളിക്കില്ല എന്ന് വ്യക്തമാക്കി. ആവശ്യങ്ങൾ പരിഗണിക്കാൻപോലും മിനക്കെടുന്നില്ലെന്ന് അറിയിച്ചു കഴിഞ്ഞു. ഉറച്ചു തന്നെയാണെന്ന് മനസ്സിലാക്കണം.”

“ഇതിലൊക്കെ ഭീഷണിയുടെ സ്വരമില്ലേ” വാസു ചോദിച്ചു.

“തീർച്ചയായും. ഭീഷണിയും താക്കീതും” ഹരൻ പറഞ്ഞു.

“AWC കഴിഞ്ഞിറങ്ങി വടക്കൻ മേഖലയിലെ മറ്റു സൈറ്റുകളിലെ പ്രതിനിധികളും ദൈദദിൽ നിന്നുള്ളവരും കൂടി നമ്മൾ ഒരാലോചന നടത്തിയിട്ടുണ്ട്” കുറുപ്പ് വിവരിച്ചു.

“കമ്പനിയുടെ ഭീഷണിക്ക് വഴങ്ങരുതെന്നാണ് ഏകകണ്ഠമായ അഭിപ്രായം. അതിനാൽ നിയമത്തിനുള്ളിൽ നിന്നുകൊണ്ടുതന്നെ ജോലി ചെയ്യുന്നതോടൊപ്പം പ്രതിഷേധ നടപടികൾ സ്വീകരിക്കാനാണ് തീരുമാനം. രണ്ടു ദിവസത്തിനുള്ളിൽ അതുണ്ടാവും. അതിന്റെ സ്വഭാവം എന്തായിരിക്കണം എന്നതു കൂടി പറയാം.”

അടച്ചിട്ട മുറിയിൽ ശബ്ദം താഴ്ത്തിയാണ് അവർ സംസാരിച്ചിരുന്നത്. കൂടിയാലോചനകൾ രാവേറെ നീണ്ടു. ഏതാണ്ട് പുലർച്ചയോടെ ഉറക്കം തൂങ്ങുന്ന കണ്ണുകളോടെയാണ് എല്ലാവരും പിരിഞ്ഞത്.

ഒന്നും സംഭവിക്കാത്ത മട്ടിൽ പതിവുപോലെ നദിയായുടെ ശബ്ദവും വെളിച്ചവും പുറത്ത് വന്നു കൊണ്ടിരുന്നു. തെളിഞ്ഞ ആകാശം. എല്ലാം ശാന്തം.

രാവിലെ ചെഞ്ചായത്തരികൾ വിതറിയ മണല്പരപ്പിലേക്ക് നീണ്ട നിഴലുകൾ വളർന്നു ചെന്നു. പതിവു സൈറൺ മുഴങ്ങിയപ്പോൾ മുൻപൊരിക്കലും അതുണ്ടായിട്ടില്ലെന്നും ആദ്യമുഴക്കമാണതെന്നും വാസു വിചാരിച്ചു. മണൽക്കുന്നുകളെ മുഴുവൻ വാരിയെടുത്ത് ഞെരിക്കുന്ന ശബ്ദം. തികഞ്ഞ അപരിചിതത്വത്തിൽ പാപ്പാസിനുള്ളിൽ കയറി വാസു നടന്നു. നടത്തത്തിനും ശബ്ദമുണ്ടെന്ന് ആദ്യമായറിഞ്ഞു. ബൂട്ടുകൾക്ക് പതിവിലേറെ ഭാരം തോന്നി. അവ മണലിലമർന്ന് പൂണ്ടുപോയിരുന്നു. അമിതഭാരം അനുഭവപ്പെട്ടതിനാൽ അവ വലിച്ചുവെച്ചു കൊണ്ടാണ് വാസു നടന്നു നീങ്ങിയത്. പാപ്പാസിനുള്ളിൽ കുറെക്കൂടി ചൂട് പെരുകി. പാദങ്ങൾ തീപ്പെരുക്കത്തിൽ മുങ്ങി. വർക്ഷോപ്പുകളിലെ ശബ്ദവും തീപ്പൊരിയും ഭീഷണി വിളിച്ചോതി. വഴിയുടെ അരികുപറ്റി നടന്നിരുന്ന അയാൾ എതിരെ വന്ന വണ്ടിക്ക് കുറെക്കൂടി ഒതുങ്ങിക്കൊടുത്തു. അതയാളുടെ മേൽ കയറിയിറങ്ങിപ്പോകുമെന്നു തന്നെ ഭയന്നു.

യാർഡ് ഓഫീസിനു മുന്നിൽ കിരിയാക്കോസിന്റെ വണ്ടിയുണ്ടായിരുന്നില്ല. അയാൾ എത്തിക്കാണില്ല. ചില ദിവസങ്ങളിൽ അങ്ങനെയാണ്. രാത്രി ക്ലബ്ബിൽ നിന്നിറങ്ങാൻ വൈകും. രാവിലെ ഉണരാനാവില്ല. തലയ്ക്ക് കനം വെച്ചിരിക്കും.

തർലോചൻ പക്ഷേ, നേരത്തെ എത്തിയിട്ടുണ്ട്. അയാൾ വാസു വരുന്നതും കാത്ത് നിന്നിരുന്നു.

“രാത്രി ഉറങ്ങിയില്ലേ.”

വാസുവിന്റെ തൂങ്ങിയ കണ്ണുകളിലേക്ക് നോക്കി തർലോചൻ അന്വേഷിച്ചു.

“ഇല്ല.”

ഉറക്കം വിടാത്ത കണ്ണുകളുയർത്തി വാസു ചെന്നു കയറി.

"അവരെത്തിയോ."

"എത്തി."

"തീരുമാനം എന്തായി."

"ഒന്നുമായില്ല."

"എന്നുവെച്ചാൽ."

"ചർച്ച പരാജയം. എല്ലാം പഴയ പോലെ. നമ്മുടെ ആവശ്യങ്ങളൊക്കെ നിരസിക്കപ്പെട്ടു."

"അപ്പോൾ ഇനി?" തർലോചൻ പുരികമുയർത്തി.

"ആലോചിക്കണം."

"ഗോദയിലിറങ്ങേണ്ടി വരുമല്ലോ."

"അങ്ങനെ വിചാരിക്കണം."

"അത്ര ലളിതമല്ല. ഗൗരവമേറിയ നീക്കമാവും."

"ആയിരിക്കും."

തർലോചൻ പിന്നീടൊന്നും അന്വേഷിച്ചില്ല. വാസുവും തുടർന്നൊന്നും പറയാൻ നിന്നില്ല. ഇരുവരും ജോലികളിലേക്ക് മുഴുകി.

ഏറെക്കഴിഞ്ഞും പിന്നീട് പലപ്പോഴും തർലോചൻ വാസുവിന്റടുത്തെത്തും. സംശയങ്ങളുന്നയിക്കും. തിരിച്ചുപോവും. വീണ്ടും അതാവർത്തിക്കും. അയാൾക്ക് ജോലിയിൽ ശ്രദ്ധ കിട്ടിയിരുന്നില്ല. അസ്വസ്ഥനായിരുന്നു.

കിരിയാക്കോസ് പതിവിലും വൈകിയാണെത്തിയത്. ആരോടും ഒന്നും പറയുകയുണ്ടായില്ല. നേരെ ഓഫീസിലേക്ക് കയറി. ഏതാനും സമയം ചെലവഴിച്ച് ഇറങ്ങിപ്പോകുകയും ചെയ്തു. അന്നേദിവസം പിന്നെ തിരിച്ചു വന്നതുമില്ല.

ഇന്നോളം അങ്ങനെ ഉണ്ടായിട്ടില്ല. മൗനത്തിന്റെ നിർവ്വചിക്കാനാവാത്ത ഒരു കോട്ട അവിടെ ഉയർന്നു വരുന്നെന്ന് ഭീതിയോടെ ഓർത്തു. അന്തരീക്ഷം കനം വെച്ചു തന്നെ നിന്നു. എന്തിനോ വേണ്ടിയുള്ള ഒരുക്കങ്ങളുണ്ടെന്നു തോന്നും. വിറകെടുക്കുന്നത് കത്തിക്കാനാണ്. ദിവസത്തിന് നീളം കൂടിക്കൂടി വന്നു. അതവസാനിക്കില്ലേ എന്നു പോലും സംശയിച്ചു. സൈറൺ മുഴങ്ങാൻ കാത്തിരുന്നു. അക്ഷമ പെരുകി നിറയുമ്പോൾ ആൻഡ്രൂയങ്ങിന്റെ വണ്ടി വന്നുനിന്നു. അയാൾ ജോബിനോടൊപ്പം ഇറങ്ങി വന്നു. ഒരു ചുറ്റിയടി നടത്തി ഓഫീസിനുള്ളിലേക്കു കയറി അല്പനേരം ചെലവഴിച്ചു. ജോബ്‌യങ്ങിന്റെ മുന്നിൽ ഭവ്യതയോടെ നില്ക്കുന്നത് ചില്ലു ജാലകത്തിലൂടെ കാണാം. പിന്നെ അവരിറങ്ങി വണ്ടി വിട്ടു. യാർഡിലെ ഓരോ വർക്ഷോപ്പിന്റെ മുന്നിലും വണ്ടി നില്ക്കുന്നുണ്ടായിരുന്നു.

കാത്തിരിപ്പിനറുതി വരുത്തി സൈറൺ ഗർജ്ജിച്ചു. നടപ്പാത ദിവസം മുഴുവൻ വിയർപ്പൊഴുക്കിയവരെക്കൊണ്ട് നിറഞ്ഞൊഴുകി നിമിഷങ്ങൾക്കകം ശൂന്യമായി. ആൻഡ്രൂയങ്ങിന്റെ വണ്ടി പിന്നെയും യാർഡിൽ

ത്തന്നെ കിടന്നിരുന്നു.

മറ്റൊരു പ്രഭാതം ഇറങ്ങിവരും മുൻപ് അലിഖാൻ ക്യാമ്പ് ഓഫീസിലേക്ക് പോയിരുന്നു. വെളിച്ചത്തിന് ജീവൻ വെച്ചപ്പോഴേക്കും ഏതാനും വണ്ടികൾ മൺപാത ഇളക്കി മറിച്ചുകൊണ്ട് കവാടം കടന്ന് ക്യാമ്പ് ഓഫീസിനു മുന്നിൽ നിലയുറപ്പിച്ചു. വണ്ടികൾ ഏറെ നേരം അങ്ങനെ കാത്തു കിടന്നു. ആരും തന്നെ ഇറങ്ങിക്കണ്ടില്ല. അലിഖാൻ മറ്റു രണ്ടു പേരോടൊപ്പം വാഹനങ്ങൾക്കരികിൽ വന്നു നിന്നു. അയാൾ കൈകളുയർത്തിയപ്പോൾ തടയണ തുറന്നപോലെ ആളുകൾ താഴെയിറങ്ങാൻ തുടങ്ങി. പലവിധ വേഷങ്ങളോടെ ക്ഷണത്തിൽ അവിടെയാകെ പരന്നു. ഷിഫ്റ്റ് ഡ്യൂട്ടിയുടെ ശബ്ദം മുഴങ്ങിയതോടെ കൂടാരങ്ങളിൽ നിന്നുള്ള ഒഴുക്ക് തുടങ്ങി. പാപ്പാസുകളുടെ നിരനിരയായുള്ള പടപ്പുറപ്പാടുകൾ കണ്ട് വന്നിറങ്ങിയ വേഷക്കാർ കണ്ണന്തിച്ചു നിന്നു. തുറന്ന വാഹനങ്ങളിൽ ആളുകളെ കയറ്റിയടുക്കി ഓരോരോ ഭാഗങ്ങളിലേക്ക് നീങ്ങി. ചലനങ്ങൾ നിലച്ചപ്പോൾ വേഷക്കാർ കൂട്ടം കൂടിനിന്നു, അവർക്ക് പോകാനുള്ള വഴികളും കാത്ത്. അടുത്ത പ്രഭാതം അവരുടേതും കൂടിയായിരിക്കും എന്നോർത്ത്.

രാവേറെ വൈകിയിട്ടും കൂടാരങ്ങൾ കണ്ണടച്ചിരുന്നില്ല. ഉറക്കത്തിന്റെ തേരിറങ്ങിയിരുന്നില്ല എന്നു വേണം കരുതാൻ. മേൽത്തട്ടിലും ഏതാനും മുറികളിൽ വെളിച്ചം കെട്ടിരുന്നില്ല.

ആകാശത്തിന്റെ ആഴം വർദ്ധിച്ചിരുന്നു. നക്ഷത്രങ്ങൾ തെളിമയോടെ പ്രകാശം ചൊരിഞ്ഞു. നിലാക്കാറ്റ് സൗമ്യമായി കടന്നുപോയി. പതിവില്ലാത്ത ശോഭ ചൊരിഞ്ഞ് രാവൊടുങ്ങി.

പിന്നെ സൂര്യതാലം സാവധാനം വന്നിറങ്ങുകയായിരുന്നു. പാപ്പാസുകൾ ചലനം കൊണ്ടു. നദിയാക്ക് ജീവൻ വെച്ചു. യന്ത്രങ്ങൾ ശബ്ദിച്ചു. ചക്രങ്ങളുരുണ്ടു കയറി. മണ്ണട്ടികളിൽനിന്ന് ജന്മാന്തരങ്ങളായി ഉറങ്ങിക്കിടന്നിരുന്ന ഗന്ധം പുറത്തുവന്നു. ചിലയിടങ്ങളിൽ അസ്ഥികൂടങ്ങൾ എഴുന്നേറ്റുവന്ന് കഥകൾ പറഞ്ഞു. പഴങ്കഥകളെ ആഴത്തിലൊളിപ്പിച്ച് മൺതടങ്ങളെ സാന്ത്വനിപ്പിച്ച് സാന്ത്വനിപ്പിച്ചുറക്കിക്കിടത്തി. കല്ലട്ടികളും കരിഞ്ചില്ലുകളും കരിമണൽക്കൂട്ടുകളും പാകത്തിനു നിരത്തി മുകളറ്റത്തെത്തി. നീണ്ടു നിവർന്നു കിടക്കുന്ന റൺവേ വടക്കേ അറ്റം 35L ൽ നിന്ന് അലെസാന്ദ്രോ തെക്കെ അറ്റം 17Rലെ ഡെന്നീസിനെ വാക്കിടോക്കിയിൽ വിളിച്ചന്വേഷിച്ചു.

“ഹെയ് കുമ്പാരെ, നിന്റെ അസ്ഫാൾട്ടിങ് എങ്ങനെ പോകുന്നു.”

“നന്നായി നടക്കുന്നു. അവിടെ എങ്ങനെ.” ഡെന്നീസ് തിരിച്ചന്വേഷിച്ചു.

“മോശമില്ല. പക്ഷേ, എന്തോ, ഉച്ചയാവാറായിട്ടും വിചാരിച്ച പുരോഗതിയില്ലെന്ന തോന്നൽ.”

അലെസാന്ദ്രോവിന്റെ ശബ്ദത്തിൽ നേരിയ അതൃപ്തി നിറഞ്ഞിരുന്നു.

“സാരമാക്കണ്ട. തുടക്കം അങ്ങനെയാണ്. ഇനിയങ്ങോട്ട് വേഗത്തിലാവും” ഡെന്നീസ് സമാധാനിപ്പിച്ചു.

വാക്കിടോക്കി തിരിച്ചുവെച്ച് അലെസാന്ദ്രോ ബ്ലോനോക്സ് മെഷീന്റെ ചലനം ശ്രദ്ധിക്കാൻ തുടങ്ങി. ഇതെത്ര പതുക്കെയാണ്, ഒച്ചിഴയും മട്ടിൽ എന്നുതന്നെ അയാൾക്കു തോന്നി. പക്ഷേ, അങ്ങനെയാവാൻ വഴിയില്ല. ഓപ്പറേറ്റർ രത്തൻ സിങ്ങാണ്. അസ്ഫാൾട്ട് വിരിക്കുന്നതിൽ വിദഗ്ദ്ധനാണ്. ഒരുപാട് പ്രൊജക്ടുകളിൽ പണിയെടുത്ത് പരിചയമുള്ളവനാണ്. അയാളെക്കഴിഞ്ഞേ ആരുമുള്ളൂ ഇക്കാര്യത്തിൽ. പിന്നെന്ത്. തന്റെ തോന്നലാവാം എന്നുകരുതി അലെസാന്ദ്രോ വണ്ടിയിൽ കയറിയിരുന്ന് ദൂരക്കാഴ്ചകളിൽ മുങ്ങി. നാലു നാഴിക നീണ്ടുപോകുന്ന റൺവേയുടെ അങ്ങേത്തലക്കൽ 17Rൽ ഡെന്നീസുണ്ട്. അവിടെയും ദിവസങ്ങളായി അസ്ഫാൾട്ടിങ് നടക്കുന്നു. 35Lൽ പക്ഷേ, തുടങ്ങിയിട്ടേയുള്ളൂ. ഒന്നു ചെന്നുനോക്കിയാലോ. അലെസാന്ദ്രോ വണ്ടിയെടുത്ത് ബേസ്കോഴ്സിട്ട് പാകപ്പെടുത്തിയ റൺവേയിലൂടെ അതിവേഗം വണ്ടിയോടിച്ചു. കൂറ്റൻ മണൽക്കുന്നുകളും ഓരങ്ങളിൽ ഉടയാതെ എഴുന്നുനില്ക്കുന്ന മണൽത്തിട്ടകളും അകലെ ചൂടിൽ നിന്ന് വിറകൊള്ളുന്നതു കാണാം. മിന്നിമിന്നി തുള്ളി നില്ക്കുന്ന അന്തരീക്ഷം. കാറ്റുണർന്നിട്ടുണ്ട്. ഇനി കണ്ണും മൂക്കും വായും ചെവിയും പൊത്തണം. വണ്ടിയുടെ ബോണറ്റ് പൊടി മണ്ണടിച്ച് തവിട്ടുനിറമണിഞ്ഞിട്ടുണ്ട്.

അലെസാന്ദ്രോ 17Rൽ വണ്ടിനിർത്തി ഡെന്നീസിനടുത്തേക്ക് നടന്നു. അയാൾ സൈറ്റിന്റെ അസ്ഫാൾട്ടിങ് നടക്കുന്ന ഭാഗത്തുതന്നെ നിലയുറപ്പിച്ചിരിക്കയാണ്. മണൽക്കാറ്റിൽ അവ്യക്തമായേ അയാളെ കാണാൻ കഴിയുമായിരുന്നുള്ളൂ. അലെസാന്ദ്രോ വാക്കിടോക്കിയെടുത്ത് വിളിച്ചു. ഏതാനും നിമിഷങ്ങൾക്കുള്ളിൽ അന്തരീക്ഷത്തിൽ നിന്നും ഭൂതം ഇറങ്ങിവരും പോലെ ഡെന്നീസ് നടന്നടുത്തു. അയാൾ മണൽപ്പൊടിയിൽ കുളിച്ചിരുന്നു. കവറോളിൽ അങ്ങിങ്ങ് അസ്ഫാൾട്ടിന്റെ കറുത്തതരികളും കണ്ടു.

“ഹെയ് കുമ്പാരേ, നിന്റെ സൈറ്റ് കാണാൻ വന്നതാണ്” അലെസാന്ദ്രോ അറിയിച്ചു.

“വെൽക്കം. പണി നടക്കുന്നുണ്ട്. പക്ഷേ, കാറ്റ് തുടങ്ങി” ഡെന്നീസ് മുഖകവചം പതുക്കെയുയർത്തി ആവുന്നത്ര ശബ്ദത്തിൽ പറഞ്ഞു. പാതിശബ്ദം കാറ്റ് കൊണ്ടുപോയെങ്കിലും അലെസാന്ദ്രോ കേട്ടുനിന്നു.

“അവിടെ വിചാരിച്ച പുരോഗതി കണ്ടില്ല. എന്താണെന്നറിയില്ല. അതാണ് നിന്റെ സൈറ്റ് കാണാൻ വന്നത്.”

“പക്ഷേ, കാറ്റുതുടങ്ങി. ഒന്നും കാണാൻ വയ്യ.”

ഡെന്നീസ് കവറോളിൽ പുരണ്ട മണൽ തട്ടിത്തെറിപ്പിച്ച് പറഞ്ഞു.

“കാര്യമാക്കണ്ട. കാറ്റടങ്ങട്ടെ. വൈകിട്ടേക്ക് നോക്കാം. അധികം നില്ക്കണ്ട.”

ഇരുവരും വണ്ടികളിലേക്ക് ഓടിക്കയറി. കാറ്റിന് വേഗം കൂടിയിരുന്നു.

അലെസാന്ദ്രോ കാറ്റിനെ ഒരുവിധം ഉന്തിത്തള്ളി സാവധാനം തിരിച്ച് വണ്ടിയോടിച്ചു. കാഴ്ച പൂജ്യമായിരുന്നു. അവിടവിടെ വണ്ടി നിർത്തി കാഴ്ചവെട്ടത്തിൽ പാതയുടെ ഋജുരേഖ ഉറപ്പുവരുത്തി മുന്നോട്ടുനീങ്ങി. 35Lൽ എത്തുമ്പോഴേക്കും കാറ്റിന്റെ ശക്തി കൂടിയിരുന്നു. മണലടിച്ചു കയറി അസ്ഫാൾട്ടിങ് തുടരാനാവാതെ നിർത്തിവെച്ചിരുന്നു. ആളുകൾ മെഷീന്റെ അരികുപറ്റി ഓരോ മൺകൂനകളായ മനുഷ്യജീവികളായി മാറിയിരുന്നു. ഇടയ്ക്കിടെ തങ്ങളെ വന്നുമൂടുന്ന മണൽത്തരികളെ കുടഞ്ഞുകളയാൻ ശ്രമപ്പെട്ടിരുന്നു. അവർ ജന്മാന്തരങ്ങളായി മണ്ണടരുകളിൽ വസിച്ചുപോന്ന പ്രേതാത്മക്കൾ എഴുന്നുവന്ന പോലെ തോന്നി.

അലെസാന്ദ്രോയുടെ നേരെ മൺപൊടിയിലും അസ്ഫാൾട്ട് ശകലങ്ങളിലും പൊതിഞ്ഞ ഒരാൾ ഭൂതത്തെപ്പോലെ നടന്നു വന്നു. അയാളുടെ ഓരോ കാൽവെപ്പിലും ശരീരത്തിൽ നിന്നും മൺധൂളികൾ പൊഴിഞ്ഞുവീണിരുന്നു. പാപ്പാസുകൾ കറുത്ത കീലുരുകി കട്ടപിടിച്ച് കനം വെച്ചിരുന്നു. കവറോളിന്റെ ഓരോ കീശകളിലും നിറഞ്ഞുകൊണ്ടിരുന്ന മണൽ വാരികളഞ്ഞ് അയാൾ അലെസാന്ദ്രോയുടെ നേർക്ക് നടന്നടുത്ത് കാറ്റിനെ പ്രതിരോധിച്ച് അത്യുച്ചത്തിൽ വിളിച്ചു പറഞ്ഞു.

“സർ, കാലാവസ്ഥ മോശം. ഇനി തുടരാൻ വയ്യ. ശ്വാസം മുട്ടുന്നു. ഒരുപാട് മണ്ണ് തിന്നേണ്ടി വരും. തിരിച്ചു പോകാൻ വണ്ടി വിളിക്കൂ.”

അലെസാന്ദ്രോ ചെവി വട്ടംപിടിച്ചു കേട്ടു. അയാൾ കവറോളിനുള്ളിലെ വാച്ചെടുത്ത് നോക്കി. കാറ്റു തുടങ്ങിയപ്പോൾ അഴിച്ചുവെച്ചതായിരുന്നു. ഇനിയുമുണ്ട് മണിക്കൂറുകൾ. സംശയിച്ചു നിന്നപ്പോൾ രത്തൻ സിങ് പറഞ്ഞു.

“തുടരാനാവില്ല സർ. വണ്ടി വിളിക്കൂ.”

“പക്ഷേ, ഇനിയും സമയമുണ്ട്.”

“കാലാവസ്ഥ മോശമെങ്കിൽ സമയം കൊണ്ടെന്തു കാര്യം” രത്തൻ സിങ്ങിന്റെ സ്വരം കനത്തിരുന്നു.

അലെസാന്ദ്രോ പിന്നെയും സമയത്തെക്കുറിച്ച് സൂചിപ്പിച്ചപ്പോൾ രത്തൻസിങ് ക്രുദ്ധനായി കുറെക്കൂടി അടുത്തുചെന്നു.

“ആളുകൾ കുഴഞ്ഞുവീഴുംവരെ കാത്തുനില്ക്കാനാണോ ഭാവം. മനുഷ്യജീവനാണ് ആദ്യം സുരക്ഷ വേണ്ടത്, സർ.”

അപ്പോഴേക്കും ശക്തമായ മണൽക്കാറ്റിൽ പിടിച്ചുനില്ക്കാനോ ശ്വാസം കഴിക്കാനോ ആവാതെ മണലിൽ കുളിച്ചുനിന്ന പണിക്കാർ ഒന്നടങ്കം കയറിവന്ന് അലെസാന്ദ്രോയെ പൊതിഞ്ഞു. അവർ മണ്ണടരുകളിൽ നിന്നു പൊങ്ങിവന്നവർ തന്നെ. അതിൽ ഏതാനും പേർ ആക്രോശിക്കാൻ തുടങ്ങി. ശബ്ദത്തോടൊപ്പം അന്തരീക്ഷത്തിൽ മണലിന്റെ പുക നിറയാൻ തുടങ്ങി.

കാറ്റിന്റെ ക്രൗര്യം കുറെക്കൂടി ശക്തിയാർജ്ജിച്ചതോടെ അവർ കൂട്ടമായി ചേർന്ന് കൈകൾ തമ്മിൽത്തമ്മിൽ കോർത്തുപിടിച്ചു നിന്നു. ഉന്തിമാറ്റുന്ന കാറ്റിനെ പ്രതിരോധിക്കാൻ അവർ ശ്രമപ്പെട്ടു. മണൽച്ചുഴിക

ളിൽ പിടഞ്ഞൊതുങ്ങാതിരിക്കാൻ ബൂട്ടുകളെ പാകപ്പെടുത്തി നിർത്തി.

"നോക്കൂ സർ, ഞങ്ങളുടെ ഇന്നത്തെ ഡ്യൂട്ടി കഴിഞ്ഞു" രത്തൻ സിങ് കവറോളിലെ പൊടി കുടഞ്ഞു കളയുന്നതിനിടയിൽ പറഞ്ഞു.

"അതെന്ത്. സമയം ഇനിയുമില്ലേ. കാറ്റടങ്ങിയാൽ വീണ്ടും തുടങ്ങാം" അലെസാന്ദ്രോ അത്ഭുതപ്പെട്ടു നിന്നു.

"ഇനിയങ്ങോട്ട് അങ്ങനെയാണ് സർ. ഈ കാലാവസ്ഥയിൽ നോർമൽ സമയം തന്നെ അധികമാണ്. വേണ്ടതിലധികം മണ്ണ് തിന്നുന്നുണ്ട്. ശ്വാസം നിലച്ചാൽ എന്തുചെയ്യും സർ."

"അതെങ്ങനെ ശരിയാവും. പണി നിർത്തിവെക്കാനാവില്ല." അലെസാന്ദ്രോ ശബ്ദമുയർത്തി.

"ഇല്ല സർ. വണ്ടി വിളിക്കുന്നില്ലെങ്കിൽ ഞങ്ങൾ നടക്കുകയാണ്. വഴിയിൽ വീഴുന്നെങ്കിൽ വീഴട്ടെ."

രത്തൻ സിങ് പണിക്കാരെ മുഴുവൻ വിളിച്ചുകൊണ്ട് റൺവേയിൽ നിന്നിറങ്ങി ടാക്സിവേയിലേക്ക് നടക്കാൻ തുടങ്ങി.

"ഓ അങ്ങനെയാണോ."

അലെസാന്ദ്രോ കുപിതനായി വണ്ടിയിൽ കയറി ഓടിച്ചുപോയി. അയാളുടെ വാക്കിടോക്കി ശബ്ദിച്ചുകൊണ്ടിരുന്നു.

സൈറ്റിന്റെ വിവിധ ഭാഗങ്ങളിൽ ഇതാവർത്തിച്ചു. പൊടിമണൽ അടിച്ചുകയറ്റിയ ശക്തമായ മണൽക്കാറ്റിൽ ആർക്കും ഒന്നും ചെയ്യാൻ കഴിയുമായിരുന്നില്ല. സുരക്ഷാ ഉപകരണങ്ങൾ കൊണ്ടൊന്നും ഒരു പ്രയോജനവുമുണ്ടായില്ല. ഗോഗ്ൾസിന്റെ ചില്ലുകൾ പൊടിക്കാറ്റിൽ തവിട്ടുചായം കൊണ്ട് മൂടി കാഴ്ചയെ മറച്ചു. തൊപ്പിയുടെ ഭാരം വർദ്ധിച്ചു. പാപ്പാസ് മുഴുവൻ മണല്പൊടി നിറഞ്ഞ് ഭാരം കൂടി. കവറോൾ മൺനിറമാർന്ന് ക്ഷണത്തിൽ നരച്ച് മണ്ണുമനുഷ്യരെ സൃഷ്ടിച്ചു. ശ്വാസഗതി തടസ്സപ്പെട്ടു വന്നു. ശരീരത്തെ കാറ്റിൽ പിടിച്ചു നിർത്താനാവാതെ വലഞ്ഞു. എന്നിട്ടും അവർ പണിപ്പെട്ട് കാറ്റിനും കാഴ്ചയ്ക്കും നേരെ ശ്വാസം പിടിച്ച് ഏന്തി വലിച്ചു നടന്നു.

സൈറ്റ് വിട്ടുപോകാനോ പണി നിർത്തിവെക്കാനോ മുകളിൽ നിന്ന് ഓർഡറില്ലെന്ന കാരണം പറഞ്ഞ് ഫോർമാന്മാർ ജോലിക്കാരെ തിരിച്ചയക്കാൻ വിസമ്മതിച്ചു. പലരും ക്രുദ്ധരായി മണ്ണിൽ പൊതിഞ്ഞു നില്ക്കുന്നവരുടെ നേരെ ആക്രോശിച്ചു. എന്നാൽ സൈറൺ മുഴങ്ങുന്നതിനും ഏറെ മുൻപുതന്നെ സൈറ്റ് ആളുകളൊഴിഞ്ഞ് ശൂന്യമായി. മണൽത്തിര ഉരുണ്ടുരുണ്ടു കയറി വന്ന് എല്ലാത്തിനെയും മറച്ചു. അന്തരീക്ഷം മണല്പൊടിയുടെ പുക നിറഞ്ഞു. മൺപാതകളൊക്കെ അടഞ്ഞു പോയിരുന്നു.

സൈറ്റിന്റെ ചലനഗതി നഷ്ടമായി. നദിയായുടെ ചരിത്രത്തിൽ ഇന്നുവരെ എല്ലായിടങ്ങളിലും ഒരു പോലിങ്ങനെ പ്രവൃത്തികൾ നിർത്തിവെക്കേണ്ടതായി വന്നിട്ടില്ല. ഇതിപ്പോൾ എല്ലാം തകിടം മറിച്ചു കളഞ്ഞു. മണൽക്കാറ്റ് യാർഡിലെ വിവിധ യന്ത്രസാമഗ്രികളെയും മണൽകൊണ്ട് മൂടിക്കളഞ്ഞു. ഷെൽട്ടറുകളൊക്കെ വലിച്ചുകീറി. സുരക്ഷാ മുൻകരുത

ലുകളൊക്കെ നിഷ്ഫലമായി. പ്ലാന്റ് ഓഫീസ് അടച്ചു.

കാറ്റ് വീശിക്കൊണ്ടിരുന്നു.

വാസു തർലോചനോടൊപ്പം ഓഫീസിനുള്ളിൽ കിരിയാക്കോസിനെയും പ്രതീക്ഷിച്ച് ജനലുകളും വാതിലുകളും കൊട്ടിയടച്ച് കാത്തിരുന്നു. അയാൾ വന്നതിനുശേഷം തിരിച്ചുപോകാം എന്നാണ് കരുതിയത്. പുറത്തിറങ്ങാൻ വയ്യാത്തവിധം മണൽക്കാറ്റ് വന്നടിച്ചുകൊണ്ടിരുന്നു. ചില്ലുവാതിലിലൂടെയുള്ള പുറംകാഴ്ച മങ്ങിപ്പോയിരുന്നു. കിരിയാക്കോസ് പക്ഷേ, വരികയുണ്ടായില്ല. പകരം മറ്റൊരാൾ വണ്ടിയോടിച്ചെത്തി. കയറി വന്നപ്പോൾത്തന്നെ അയാൾക്ക് ശ്വാസം മുട്ടലനുഭവപ്പെട്ടു. സുരക്ഷാകവചങ്ങളൊക്കെ അഴിച്ചുമാറ്റി മണല്പൊടി തുടച്ചു നീക്കി ചുവന്ന കണ്ണുകളോടെ വാസുവിന്റെ നേരെ ഒരു നിമിഷം നോക്കി. അത് അടുത്ത ഷോപ്പ് ഫ്ളോറിലെ വിശ്വനാഥനായിരുന്നു. അപൂർവ്വമായേ വിശ്വനാഥനെ കാണാറുള്ളൂ. എന്നാൽ കാണുമ്പോൾ ഏറെനേരം വർത്തമാനം പറയും. മനസ്സുകൊണ്ട് വാസുവിന് അടുപ്പമുള്ളൊരാൾ. മണൽക്കാറ്റിന്റെ ധൂളികൾ തുടച്ചു നീക്കുന്നതിനിടയിൽ വിശ്വനാഥൻ പറഞ്ഞു.

"സൈറ്റിൽ അസാധാരണമായി എന്തോ സംഭവിച്ചിട്ടുണ്ടെന്നറിഞ്ഞു."

വാസുവിന് ഒന്നും മനസ്സിലായില്ല.

"എന്താണ് സർ. എന്തുണ്ടായി" വാസു അന്വേഷിച്ചു.

"ഇന്ന് സൈറ്റ് മൊത്തം മുടങ്ങി" വിശ്വനാഥൻ പറഞ്ഞു.

"കാലാവസ്ഥ മോശമായതുകൊണ്ടാവും" വാസു പ്രതികരിച്ചു.

"കാലാവസ്ഥ മോശംതന്നെ. അത് സ്വാഭാവികം മാത്രം. പക്ഷേ അതോടൊപ്പം മറ്റെന്തോ നീക്കത്തിന്റെ സൂചനയുണ്ടെന്നു കേട്ടു. ശര്യാണോ."

വിശ്വനാഥൻ വാസുവിനെത്തന്നെ നോക്കിയിരുന്നു.

"ഒന്നുമറിയില്ല സർ. എന്താണ് പറഞ്ഞു വരുന്നത്."

"നോർമൽ സമയമേ പണിയെടുക്കൂ എന്നൊരു സൂചനയുണ്ട് എന്നാണറിഞ്ഞത്."

"അങ്ങനെയൊന്നും അറിഞ്ഞില്ല സർ" വാസു പറഞ്ഞു.

"അങ്ങനെയെങ്കിൽ അതൊരു തുടക്കമാവും."

വാസുവും തർലോചനും ഒന്നും മനസ്സിലാവാതെ നോക്കിനിന്നു.

"എന്താണുദ്ദേശിച്ചത്" വാസു ചോദിച്ചു.

"കാറ്റിന്റെ മറവിൽ കൃത്യമായും ഒരു മെസ്സേജ് കൺവേ ചെയ്തിരിക്കുന്നു."

"അങ്ങനെ ചെയ്യാമോ സർ." തർലോചൻ സംശയം പ്രകടിപ്പിച്ചു.

"എന്തുകൊണ്ട് വയ്യ. നിയമം അതേ പറയുന്നുള്ളൂ."

"എന്താണത്."

"നോർമൽ സമയം. എട്ടുമണിക്കൂർ. അതുപക്ഷേ, ചെയ്തിരിക്കണം."

“അങ്ങനെയായാൽ പ്രൊജക്ട് ഉദ്ദേശിച്ച സമയം തീർക്കാനാവുമോ.”

“തീർച്ചയായും കഴിയില്ല. അതു പക്ഷേ, കമ്പനിയാണ് ആലോചിക്കേണ്ടത്.”

വിശ്വനാഥൻ തുടർന്നു.

“എന്തായാലും ഒരു തീപ്പൊരി വീണിട്ടുണ്ട്. നല്ല കാറ്റും. പടർന്നു കത്താതെ നോക്കണം.”

വിശ്വനാഥൻ തൊപ്പിയെടുത്തുവെച്ച് ഗോഗ്ൾസുകൊണ്ട് കണ്ണുമറച്ച് പുറത്തിറങ്ങുന്നതിനിടയിൽ വാസുവിന്റെ നേരെ നോക്കി പറഞ്ഞു.

“സൂക്ഷിക്കണം. കാറ്റിന്റെ ദിശ പലപ്പോഴും പ്രവചിക്കാൻ കഴിയില്ല. പ്രത്യേകിച്ചും മരുഭൂമിയിൽ.”

വിശ്വനാഥൻ പുറത്തിറങ്ങി. കാറ്റിനെ വകഞ്ഞു മാറ്റാൻ ശ്രമപ്പെട്ട് ക്ഷണത്തിൽ വണ്ടിയിൽ കയറി പാതയിലേക്കിറങ്ങി മറഞ്ഞു.

വാസുവും തർലോചനും പരസ്പരം നോക്കി. കണ്ണുകളിലുണ്ടായ തിളക്കത്തെ മറയ്ക്കാൻ പാടുപ്പെട്ടു. കാറ്റിൽ നിന്നും ഇറങ്ങി വന്ന വിശ്വനാഥൻ പറയാൻ ബാക്കി വെച്ചതെന്തെന്ന് ആലോചിക്കയായിരുന്നു ഇരുവരും.

രണ്ടും കല്പിച്ചുള്ള കളി

ഇരുപത്തിനാല് കൂറ്റൻ സ്ക്രാപ്പറുകളും പന്ത്രണ്ട് ഇടത്തരം സ്ക്രാപ്പറുകളും നദിയായുടെ ഊഷരഭൂമിയിൽ പടയണിച്ചന്തത്തോടെ നിരന്ന് കുന്നും കുഴിയും മൺത്തിട്ടകളും മൺകോട്ടകളുമായി കിടന്ന ഒരു പ്രദേശം മുഴുവൻ ഇടിച്ചുനിരത്തിയും തൂർത്തെടുത്തും മൺപരപ്പിനെ സുതാര്യമായ പട്ടുചേല വിരിപ്പാക്കിയെടുക്കാൻ തുടങ്ങിയിട്ട് നാളേറെയായി. ശ്രമകരമായ, ഒത്തുപിടിച്ചെടുക്കേണ്ട കൃത്യം. ഇന്നലെ മുഴുവൻ വീശിക്കൊണ്ടിരുന്ന ശക്തമായ കാറ്റിൽ സ്ക്രാപ്പറുകളുടെ കൂറ്റൻ ചക്രങ്ങൾ പാതിയും മണൽ മൂടിക്കിടന്നിരുന്നു. രാവിലെ ഓപ്പറേറ്റർമാരെത്തി മണലിൽ മുങ്ങിക്കിടക്കുന്ന സ്ക്രാപ്പറുകൾ കണ്ട് എ ങ്ങനെ ഇവയ്ക്ക് ജീവൻ വെപ്പിക്കേണ്ടു എന്നാലോചിച്ചു നില്ക്കുമ്പോഴാണ് സയ്യദ് എത്തിയത്. അതോടെ സൈറ്റുണർന്നു. അയാളാണ് സ്ക്രാപ്പർ പടയണിയുടെ സർവ്വസൈന്യാധിപൻ. അയാളുടെ വിരലറ്റത്തുണ്ട് മൺവേലയുടെ കടിഞ്ഞാൺ. അപകടത്തെത്തുടർന്ന് സുഖ്ദേവ് സിങ് ആശുപത്രിയിലായതോടെ, ഗഫൂർ തടവിലാക്കപ്പെട്ടതോടെ പകരക്കാരനായി കമ്പനി പ്രത്യേകം കൊണ്ടുവന്നതാണ് സയ്യദിനെ. സ്ക്രാപ്പറുകളുടെ അവസാന വാക്കാണ് സയ്യദ്.

കുമിഞ്ഞുകൂടിയ മൺപൊടിയിൽ പൂണ്ടുകിടന്നിരുന്ന ഭീമൻ ശകടങ്ങളെ വീണ്ടെടുത്ത് സയ്യദ് പറഞ്ഞു.

“ആജ്സേ സബ് ലോഗ് ആരാം സേ കാം കരോ.”

അങ്ങനെയാണ് അന്നത്തെ ദിവസം തുടങ്ങിയത്. എന്നത്തെക്കാളും സാവധാനം സ്ക്രാപ്പറുകൾ തരിശുനിലങ്ങളെ മുറിവേല്പിച്ച് നീങ്ങിത്തുടങ്ങി. എന്നിട്ടും പൊടിയുടെ കുഞ്ഞുമേഘങ്ങളെ ഭൂമിയോട് ചേർത്തു നിർത്തി ആകാശത്തെ മറച്ച് ഭീമന്മാർ മുന്നേറി.

ഇതിനിടയിൽ ജനറൽ ഫോർമാൻ മൈക്കിന്റെ റേയ്ഞ്ച് റോവർ അകലെ ഒരു പൊട്ടുപോലെ പ്രത്യക്ഷപ്പെട്ടു. അല്പനേരം കഴിഞ്ഞ് അത് അപ്രത്യക്ഷമാവുകയും ചെയ്തു. ആകാശത്തുനിന്ന് പൊട്ടിവീണ് ക്ഷണത്തിൽ മണലിൽ താഴ്ന്നില്ലാതാവുകയായിരുന്നു.

മൈക്ക് നേരെ പോയത് റൺവേയുടെ വാലറ്റങ്ങളിലേക്കാണ്. തൊട്ടിലാട്ടത്തിന്റെ രൂപകല്പനയിൽ ജീവൻ വച്ചുവരുന്ന ഓട്ടപ്പാത ആകാശത്തെ തൊടാനൊരുങ്ങുകയാണ്. അസ്ഫാൾട്ടിങ്ങിനുള്ള ബ്ലോനോക്സും ട്രക്കുകളും മറ്റു ചെറുവാഹനങ്ങളും ഇടതടവില്ലാതെ റൺവേയിൽ നിറഞ്ഞോടുന്നുണ്ടെങ്കിലും ഒന്നിനും ജീവനില്ലെന്നും ആലസ്യം പൂണ്ട് ഇഴഞ്ഞിഴഞ്ഞാണ് നീങ്ങുന്നതെന്നും മൈക്കിനു തോന്നി. കറുത്ത മേലുടുപ്പ് ചാർത്തിവരുന്ന പാതയ്ക്ക് മുഴുനീളമൊരിക്കലും അവയെത്തുന്നില്ലെന്നുതന്നെ അയാൾ നോക്കിക്കണ്ടു. കുറച്ചുകൂടി അടുത്തേക്ക് വണ്ടിയോടിച്ച് ഏതാണ്ട് അസ്ഫാൾട്ടിങ് മേഖലയുടെ അതിർവരമ്പോളമെത്തി അയാൾ. പാതയിലെ മുഴുവൻ പ്രവൃത്തി ചലനങ്ങളും ഉറപ്പുവരുത്തുകയായിരുന്നു. ഒരു മാറ്റവും അയാൾക്ക് കാണാൻ കഴിഞ്ഞില്ല. അവ ചലിക്കുന്നേയില്ലായിരുന്നു. എന്നാൽ ചലിക്കുന്നുണ്ടു താനും. അതെങ്ങനെ സംഭവിക്കാനാണ്. ഇന്നോളമുള്ള അനുഭവജ്ഞാനം വെച്ചുകൊണ്ട് അയാൾ തന്റെ മനക്കണ്ണുകൊണ്ടളന്നു. ഒരിക്കലും അങ്ങനെ ഒരു സാദ്ധ്യത ഓർമ്മയിലില്ല. ഒരേസമയം ചലിച്ചും ചലനരഹിതമായും ഒരു കൂട്ടം പണിയെടുക്കുക. അയാൾക്ക് മതിഭ്രമം വന്നുപെടുകയായിരുന്നോ. ഉച്ചത്തിൽ ശബ്ദമുണ്ടാക്കി അയാൾ വണ്ടി തിരിച്ചു. നേരെ ടെർമിനൽ ബിൽഡിങ്ങിൽ ഏപ്രൺ സൈറ്റിലെത്തി. ജോലിസ്ഥലത്ത് മുങ്ങിനില്ക്കുന്ന ജോബിനെ വിളിച്ചു. പുരോഗതി അന്വേഷിച്ചു.

"പണി നടക്കുന്നു. അതെ എല്ലാം നന്നായി നടക്കുന്നു. പക്ഷേ,"

"എന്താണ് പക്ഷേ..." മൈക്ക് ജോബിന്റെ പരിഭ്രമം ശ്രദ്ധിക്കയായിരുന്നു.

"പ്രതീക്ഷിച്ച പുരോഗതിയില്ല."

"എന്നുവെച്ചാൽ എന്താണുദ്ദേശിക്കുന്നത്."

"എന്തും സാവധാനത്തിലേ നീങ്ങുന്നുള്ളൂ."

"അതെന്തുകൊണ്ട്" മൈക്കിന്റെ കണ്ണുകൾ ചുവപ്പുരാശി പടർന്ന് പുറത്തേക്കുന്തി.

ജോബ് ശബ്ദമില്ലാതെ നിന്നു.

"ജോലിക്കാർ മെല്ലെപ്പോവുകയാണെന്നല്ലേ നീ ഉദ്ദേശിച്ചത്."

മൈക്കിന്റെ ശബ്ദം താഴ്ന്നുവന്ന് കനം വെച്ചുനിന്നു. ജോബിന് ഒന്നും പറയാനുണ്ടായിരുന്നില്ല. അയാൾ തന്റെ മൗനത്തെത്തന്നെ മെരുക്കി നിർത്താൻ പാടുപെട്ടു.

"അതായത് അവർ "ഗോ സ്ലോ." പ്രഖ്യാപിച്ചു കഴിഞ്ഞെന്ന്. ശരിയാണോ."

മൈക്കിന്റെ നീണ്ടുവളഞ്ഞ പുരികങ്ങൾ കൊമ്പുകുത്തിനിന്നു.

കണ്ണുകൾ ചെറുതായി വന്നു. ക്രൗര്യം മുഖത്തുരുണ്ടു കൂടി. ജോബ് എന്തെങ്കിലും പറയുംമുൻപ് അയാൾ വണ്ടിയെടുത്ത് നേരെ താഴേക്കിറങ്ങി അതിവേഗം ഓഫീസിലേക്കുള്ള മൺപാതയിലേക്ക് മറഞ്ഞു.

മാൽക്കം തന്റെ ഓഫീസിൽത്തന്നെ അടിയന്തരയോഗം വിളിച്ചിരിക്കയാണ്. ഉച്ചയോടെ വാതിലടച്ചു കഴിഞ്ഞു. ഉള്ളിൽ എല്ലാരുമുണ്ട്. മാൽക്കത്തിനു പുറമെ ആൻഡ്രൂയങ്, ഇസ്സയാസ്, ഡിപ്പാർട്ട്മെന്റ് തലവന്മാർ, പ്ലാന്റ് മാനേജർ, ജനറൽ ഫോർമാൻ ഏഷ്യൻസ് ഒഴികെ.

കുട്ടി ഓഫീസ് കെട്ടിടത്തിന്റെ സെക്യൂരിറ്റിയിലേക്ക് വിളിച്ച് ആരെയും അകത്തേക്ക് പ്രവേശിപ്പിക്കരുതെന്ന് ആജ്ഞ കൊടുത്തു. പ്രവേശനകവാടം അടച്ചിടുകയും ചെയ്തു.

“മീറ്റിങ് കഴിയുംവരെ ആരുമായും ബന്ധപ്പെടേണ്ടതില്ല.” കുട്ടി ദേവസിക്ക് മുന്നറിയിപ്പ് നല്കി.

ആ സമയം ശ്രീധരൻ കുട്ടിയുടെ ഓഫീസിലേക്ക് വന്നു. അയാൾ ഏതോ അത്യാവശ്യ ഫയൽ ആൻഡ്രൂയങ്ങിനെ ഏല്പിക്കാൻ വന്നതാണ്. എന്നാൽ കുട്ടി അതിനനുവദിച്ചില്ല. അയാൾ കാർക്കശ്യത്തോടെയാണ് പെരുമാറിയത്.

“മാൽക്കത്തിന്റെ ഓർഡറാണ്. മീറ്റിങ് കഴിയുംവരെ ആരെയും അകത്തു വിടരുതെന്ന്?”

“കുട്ടീ, ഇത് മീറ്റിങ്ങിന് ആവശ്യമായ വിവരങ്ങളടങ്ങിയ ഫയലാണ്. ആൻഡ്രൂസ്യങ് ഇതിനായി കാത്തിരിക്കയാണ്.” ശ്രീധരൻ ആവശ്യം വ്യക്തമാക്കി.

“എന്തുതന്നെയായാലും എനിക്ക് അകത്തുപോയി അവരെ ഡിസ്റ്റർബ് ചെയ്യാനാവില്ല. അതാണ് നിർദ്ദേശം.”

ചീരൻ ശബ്ദത്തോടെ ഫയൽ കുട്ടിയുടെ മേശപ്പുറത്തേക്കിട്ട് പുറത്തിറങ്ങാൻ ഭാവിക്കുമ്പോൾ മാൽക്കത്തിന്റെ ഓഫീസിൽ നിന്നും ആൻഡ്രൂയങ് ഇറങ്ങിവന്ന് ശ്രീധരൻ കൊണ്ടുവന്ന ഫയലെടുത്ത് ഉടനെ തിരികെപ്പോയി വാതിലടച്ചു.

“നിങ്ങൾക്കിപ്പോൾ ബോദ്ധ്യമായില്ലേ, അത് അത്യാവശ്യമുള്ള ഫയലായിരുന്നെന്ന്.” ചീരൻ തിരിഞ്ഞുനിന്ന് കുട്ടിയുടെ നേരെ ശബ്ദമുയർത്തി.

കുട്ടി ചീരനു മുഖം കൊടുക്കാതിരുന്നു. ചീരൻ പിന്നീടൊന്നും പറയാതെ ഇറങ്ങിപ്പോവുകയും ചെയ്തു. ചീരൻ തന്റെ ഓഫീസിലേക്ക് തിരികെ എത്തുമ്പോഴേക്കും അശോകൻ ഓടിവന്നു.

“നിങ്ങളെവ്ട്യാ.” അശോകൻ തിടുക്കത്തോടെ വാതിൽചാരി ചീരന്റെ അടുത്തുവന്നു.

“ഈടിണ്ട്. എന്താണ് നിന്റെ ബേജാറ്” അശോകന്റെ പരിഭ്രമം കണ്ട് ചീരൻ തിരക്കി.

“നിങ്ങളറിഞ്ഞോ സൈറ്റ് മൊത്തം ഒച്ചിഴയുംപോല്യാ.” അശോകൻ ഒന്ന് ശ്വാസമെടുത്ത് തുടർന്നു.

“എല്ലാത്തിനും പിന്നില് അമ്മിക്കല്ല് കെട്ടിയപോല്യാ ഒന്നും നീങ്ങുന്നില്യാന്നേ, ഇഴഞ്ഞിഴഞ്ഞങ്ങനെ.”

‘‘ഇഴയട്ടെ, ഇഴയട്ടെ.’’ ചീരൻ വികാരങ്ങളൊന്നുമില്ലാതെ പ്രതികരിച്ചു.

‘‘എന്താപ്പോണ്ടാവ്വാ’’ അശോകന്റെ ശബ്ദത്തിൽ ഭീതിയും ഉൽക്കണ്ഠയും നിറഞ്ഞിരുന്നു.

“ഒന്നും ണ്ടാവില്ല. ആദ്യാദ്യം ഇഴഞ്ഞുനീങ്ങും. പിന്നെ ഇഴയാൻ പോലുമാവാതെ നിന്നേക്കും. അത്രേള്ളൂ.”

“എന്ന്വെച്ചാ പണിനടക്കാണ്ടായാ വല്യ പ്രശ്നാവില്ലേ” അശോകൻ സംശയിച്ച് ചീരന്റെ ടേബിളിനോടുതന്നെ ചേർന്നുനിന്നു.

“പണി നടക്കണം. പണി ചെയ്യുന്നോനും അവന്റെ അദ്ധ്വാനത്തിനുള്ള പ്രതിഫലോം കിട്ടണം. അത്രേള്ളൂ. സംഗതി ലളിതം. അതു പക്ഷേ, സങ്കീർണ്ണാക്കാണ്ടിരുന്നാ മതി.”

അശോകൻ പിന്നെ ഒന്നും പറഞ്ഞില്ല. ആലോചനയിൽ മുങ്ങി അല്പനേരം കൂടി നിന്ന് തിരിച്ചുപോയി.

രണ്ടുദിവസം സൈറ്റ് നിരങ്ങി നീങ്ങി. ആശങ്കകളും ആവലാതികളും അതിലേറെ ഉൽക്കണ്ഠകളും ഏറെയുണ്ടായി. മൊത്തം സൈറ്റുകൾ എട്ടുമണിക്കൂർ മാത്രം ചലിച്ചു. പിന്നെ നിശ്ചലം. മൂന്നാം ദിനം മുതൽ മെല്ലെപ്പോക്കുനയം. അതു പക്ഷേ, നദിയായിൽ മാത്രം ഒതുങ്ങിയില്ല. വടക്കേയറ്റത്ത് ദൈദ് മലഞ്ചെരുവുകളിലെ സൈറ്റ് മുതലിങ്ങോട്ട് നദിയാവരെയുള്ള എല്ലായിടങ്ങളിലും കാറ്റ് വീശാൻ തുടങ്ങി. അനക്കങ്ങളൊക്കെ പേരിന് മാത്രമായി. അതോടെ ഒരു സൈറ്റിലും പ്രതീക്ഷിച്ചതിന്റെ പകുതിപോലും പണികൾ നടക്കാതെയായി.

ഭീതിദമായ അന്തരീക്ഷം. ആൻഡ്രൂയങ്ങിന്റെ റേയ്ഞ്ച് റോവർ എവിടെയും കാണാം. കമ്പനിയുടെ ഉയർന്ന ഉദ്യോഗസ്ഥന്മാർ സൈറ്റുകൾ സന്ദർശിച്ച് പുതിയ അന്തരീക്ഷം നോക്കിക്കാണാനും വിലയിരുത്താനും തുടങ്ങി. പുതിയ നടപടികളൊന്നും തന്നെ കമ്പനിയുടെ ഭാഗത്തുനിന്നുണ്ടാകാത്തത് ജോലിക്കാർക്കിടയിൽ കൂടുതൽ ആശങ്കക്ക് കാരണമായി. അപകടകരമായ നിശ്ശബ്ദതയും അനിശ്ചിതത്വവും ഭീതി പരത്തി. മണ്ണുമലകളുടെ താഴ്വാരം അശാന്തിനിറഞ്ഞു. ആകാശം വെളുത്ത് വിളറിക്കിടന്നു.

ഉദ്വേഗങ്ങൾക്കൊക്കെ വിരാമമിട്ട് ഒരു ദിവസം അതുണ്ടായി. നേരം പുലരും മുൻപേ അവരെത്തിയിരുന്നു. തൊപ്പിക്കാർ. ചാരപ്പച്ചപ്പുള്ള വണ്ടികൾ മൺപാത കയറിവന്നു. നദിയായുടെ മുക്കിലും മൂലയിലും നിരന്നു കിടന്നു. അതിനുള്ളിൽ നിന്നും തൊപ്പിക്കാർ ഇറങ്ങിവന്ന് കാവൽ നിന്നു. അവരുടെ വീതിയേറിയ അരപ്പട്ടയിൽ തൂങ്ങിയാടുന്ന കൈത്തോക്കുകൾ അധികാരത്തിന്റെ ചിഹ്നമായി തുകൽക്കൂട്ടിൽ ഒളിച്ചിരുന്നു. അവ പുറത്തെടുക്കാൻ പ്രത്യേക കല്പനകളൊന്നും ആവശ്യമില്ല. സ്വന്തം നീതിബോധത്തിന്റെ കവചത്തിനുള്ളിലാണത്. വെറും കാഴ്ചവസ്തുവോ

അലങ്കാരമോ അല്ല.

രാത്രി ഷിഫ്ട് കഴിഞ്ഞിറങ്ങിയവരെ എതിരേറ്റത് മണ്ണുമലകൾക്കും മേലെ പൊങ്ങിവന്ന ചെഞ്ചായക്കൂട്ടിനൊപ്പം ചാരപ്പച്ചപ്പിനുള്ളിൽ നിന്നുമിറങ്ങിവന്ന തൊപ്പിക്കാരുടെ നീണ്ട നിരയായിരുന്നു. അവർ ചിതറി പ്പരക്കുന്നതോടെ ക്യാമ്പുകളിലേക്ക് കയറിപ്പോയ രാത്രി ഷിഫ്റ്റുകൾ എതിരേ വരുന്ന പകൽ ഷിഫ്റ്റുകാരെ ഓർമ്മപ്പെടുത്തി.

"അവരെത്തിയിട്ടുണ്ട്."

"ആരാ....."

"ആരാ....."

ചോദ്യങ്ങൾക്ക് ചെവികൊടുക്കാതെ രാവുറക്കത്തിന്റെ കനം പേറി വന്നവർ കൂടാരങ്ങളിലേക്ക് കയറി ഒളിച്ചു. സൈറ്റിന്റെ ഓരോയിടങ്ങ ളിലെത്തിപ്പരന്നവരൊക്കെയും തങ്ങളുടെ പിറകിലൊരു നിഴലുണ്ടെന്ന് ഭീതിയോടെയോർത്ത് നടുങ്ങി. ചരിത്രപാഠങ്ങളിൽ മാത്രം കണ്ടുമറന്ന ചാട്ടവാറിന്റെ ഭീതിയിലേക്ക് എത്ര ക്ഷണത്തിലാണ് എത്തിപ്പെടുന്നത്. ഉച്ചിയിലേക്കുയർന്നെത്തുന്ന അനുതാപമില്ലാത്ത തീഗോളവും പോരെന്ന് ഭീതിയുടെ നിഴലുകൾ സാക്ഷ്യപ്പെടുത്തുകയാണ്.

മരുക്കാറ്റ് വീശിത്തുടങ്ങിയിരുന്നു.

രാവിലെ ഓഫീസിലേക്കുള്ള യാത്രയിൽ വണ്ടിയിലിരുന്ന് അകലെ സൈറ്റിന്റെ പലയിടത്തും മണൽക്കാറ്റുയർത്തിവിടുന്ന പൊടിമേഘങ്ങൾ കണ്ട് ഹരൻ വിചാരപ്പെട്ടു. വീണ്ടും കാറ്റുണർന്ന് ശക്തിപ്പെടുകയാണ്. പണിയെടുക്കുന്നവനെ പുറംലോകത്തുനിന്നും മറച്ചുപിടിക്കുകയാണ്. അകലെ കഴിയുന്നവർക്ക് വിദൂരദൃശ്യത്തിനുപോലും സാദ്ധ്യതയി ല്ലാത്തവിധം പൊതിഞ്ഞുവെക്കുകയാണ്. ഒന്നും കാണരുത്. കേൾക്ക രുത്. അറിയരുത്. പറയരുത്.

ഓഫീസിന്റെ പ്രവേശന കവാടത്തിൽ പതിവ് സെക്യൂരിറ്റിക്കാരെ മാത്രമേ കണ്ടിരുന്നുള്ളൂ. അസാധാരണമായി അവിടം ഒരോർമ്മപ്പെ ടുത്തലും ബാക്കിവെച്ചിരുന്നില്ല. പൊടിക്കാറ്റിന്റെ തിരച്ചാർത്ത് പടിക്കെ ട്ടുകളിൽ ചിത്രങ്ങളൊരുക്കിയിരുന്നു. എന്നാൽ ഇടനാഴിയിലേക്ക് കടന്ന പ്പോൾ കാലടികളിൽ നിന്നും ശിരസ്സുവരെ ക്ഷണത്തിലൊരു ഭീതിയുടെ മിന്നല്പിണർ അടിമുടി വിറപ്പിച്ചുകൊണ്ട് പാഞ്ഞുകയറി. ഇടനാഴിയിലു ടനീളം തുല്യ അകലത്തിൽ ഏതാനും തൊപ്പിക്കാർ ചുമലും വിട്ടുനില് ക്കുന്ന തോക്കേന്തി നിലയുറപ്പിച്ചിരുന്നു.

ചീരൻ ഹരന്റെ കൈമുട്ടിൽ ബലമായമർത്തി ശബ്ദം താഴ്ത്തി പറഞ്ഞു.

"തടവറ."

ആരുമാരും ശബ്ദിച്ചിരുന്നില്ല. ഉണ്ടായ നടുക്കത്തിൽനിന്നും രക്ഷപ്പെടാൻ ഓരോരുത്തരും അവരവരുടെ ഓഫീസുകളിലേക്ക് കയറി ശബ്ദമുണ്ടാക്കാതെ കതകടച്ചു. നെഞ്ചിടിപ്പുകൾ കേട്ടിരുന്നു. ഒരിക്കലും ഒരിടത്തും കേട്ടുകേൾവിപോലുമില്ലാത്തവിധം ഓഫീസ് മുറികൾക്ക്

പുറത്ത് കാവല്ക്കാരായി തോക്കേന്തിയ തൊപ്പിക്കാർ. എന്താണിവരുടെ ദൗത്യമെന്നുപോലും മനസ്സിലായില്ല.

ഒന്നുമില്ല വെറും നിരീക്ഷണം. സംരക്ഷണവും.

ജോലിയിൽ അനാസ്ഥ കാണിക്കുന്നവർക്കും സംശയകരമായ നീക്കങ്ങൾക്കും നേരെ നടപടിയെടുക്കും. ചെറിയ ചലനങ്ങളിൽപോലും ശ്രദ്ധാലുവായിരിക്കണം. പിടിക്കപ്പെടാൻ മാത്രം കുറ്റക്കാരായി മാറാം. അതെങ്ങനെയുമാകാം. നിങ്ങളറിഞ്ഞും അറിയാതെയും അത് സംഭവിക്കാം. കരുതലുണ്ടായാൽ നന്ന്. താക്കീതാണ്.

ഓഫീസ് മുറികളെല്ലാം അടഞ്ഞുതന്നെ കിടന്നു. ആരും ഇടനാഴിയിലേക്കിറങ്ങുകയുണ്ടായില്ല. നേരെ ജോലിയിലേക്ക് തിരിഞ്ഞു. മുഖം താഴ്ത്തിയിരുന്നു. ഇടക്കൊന്നു മുഖമുയർത്താൻ പോലും ഭയപ്പെട്ടു. രാവിലെ പതിവുള്ള കോഫി പോലും അശോകൻ കൊണ്ടു വന്നു കണ്ടില്ല. ആരും അതിനായി അയാളെ അന്വേഷിച്ച് കോഫീറൂംവരെ പോകാനോ ഓർമ്മപ്പെടുത്താനോ തുനിഞ്ഞില്ല. ഇടനാഴിയിൽ നിലയുറപ്പിച്ചിരിക്കുന്ന തോക്കുധാരികളായ തൊപ്പിക്കാരെ കാണുന്നത് ഒഴിവാക്കൽ തന്നെ. കോഫീബോയും ഓരോ മുറിയിലും കോഫിയുമായി പോകാനും ഭയന്നു. ഇടനാഴിയിലൂടെയുള്ള സഞ്ചാരം ഒഴിവാക്കൽ തന്നെ. കോഫിയെത്താൻ വൈകിയാൽ ബുദ്ധിമുട്ടിക്കുന്ന കുട്ടിപോലും അക്കാര്യം മറന്നിരുന്നു. പുറത്തിറങ്ങാൻ മടിച്ചു. മാൽക്കത്തിന്റെ വിളി എപ്പോഴുണ്ടാവുമെന്നൂഹിക്കാൻ വയ്യ. മുന്നിലിരിക്കുന്ന ഇന്റർകോമിൽ വിരൽത്തുമ്പമരുന്ന നിമിഷം കുട്ടി അയാൾക്കു മുന്നിൽ ഉണ്ടായിരിക്കണം. അതാണ് ചിട്ട. പതിവും. ഇനിയിപ്പോൾ പ്രത്യേകിച്ചും.

കോസ്റ്റിങ് ഡിപ്പാർട്ട്മെന്റിലെ നിക്കോസ് ടാലിയാ ഡോറോസ് വൈകിയാണെത്തിയത്. അയാൾ ഇടനാഴിയിലേക്കുകടന്ന് ഒരുനിമിഷം സംശയിച്ചുനിന്നു. വഴിതെറ്റി മറ്റേതോ ഓഫീസിലേക്ക് കയറിയോ എന്ന് തോന്നി. തുർക്കിപ്പട കൈയേറിയ സൈപ്രസിന്റെ നിക്കോഷ്യയിലുള്ള മിലിറ്ററി ഓഫീസിലേക്കാണോ എത്തിപ്പെട്ടതെന്ന് ഒരു നിമിഷം നിനച്ചു. ഇടനാഴി മുറിച്ച് ഓഫീസിലെത്തിയപ്പോൾ ഹരനും അബ്ദുൾസത്താറും ഏതോ അപരിചിതനെയെന്നപോലെ അയാളെ തുറിച്ചുനോക്കി. നിക്കോസ് തന്റെ നദിയായിൽത്തന്നെയെന്ന് ഉറപ്പുവരുത്തി ദീർഘമായൊന്ന് നിശ്വസിച്ചു. അയാൾക്കു പക്ഷേ, ഒന്നും ചെയ്യാനായില്ല. മനസ്സ് നില്ക്കുന്നില്ല. ശ്രദ്ധ കിട്ടുന്നില്ല. ഫയലുകളെടുത്ത് വെറുതെ മറിച്ചുനോക്കി വീണ്ടും വീണ്ടും അടച്ച് മാറ്റിവെച്ചു. അയാളെ കൂടുതലും അലോസരപ്പെടുത്തിയത് പുറത്ത് കാവൽനില്ക്കുന്ന തൊപ്പിക്കാർ മാത്രമല്ല ഓഫീസിനുള്ളിൽ ഉറഞ്ഞുകൂടിയ കനത്ത മൗന ത്തിന്റെ കൊടുമുടി കൂടിയാണ്. വൈകി വന്നപ്പോഴുണ്ടായ ഉൽക്കണ്ഠ മാഞ്ഞപ്പോൾ എല്ലാരും മുഖം താഴ്ത്തി അവരവരുടെ ജോലികളിലേക്ക് തികച്ചും യാന്ത്രികമായി തിരിയുകയാണുണ്ടായത്. എന്നാൽ അവരെന്തെങ്കിലും ചെയ്തുകൊണ്ടിരിക്കയാണോ എന്നയാൾ സംശയിച്ചു. ആരാരും ഒന്നു

മുരിയാടാതെ മൗനം കൊണ്ട് മുഖം മറച്ച് സ്വയം ഒളിവിലിരിക്കയാണെന്നുതന്നെ അയാൾ കരുതി.

യൗവനത്തിന്റെ നല്ലൊരുഭാഗം ചൂണ്ടിയ തോക്കിനുമുന്നിൽ ചെലവഴിച്ച, തുർക്കിപ്പടയുടെ പീഡനങ്ങൾ സഹിച്ച നിക്കോസിന് ഇടനാഴിയിൽ നില്ക്കുന്ന ഏതാനും തൊപ്പിക്കാർ അത്രയൊന്നും ഉൽക്കണ്ഠകൾ സൃഷ്ടിക്കുകയുണ്ടായില്ല. അമ്മയെ ബലമായി പിടിച്ചുകൊണ്ടുപോകുന്നത് നോക്കിനില്ക്കേണ്ടിവന്ന ദൈന്യം ഉള്ളിലിട്ടുരുക്കി നടന്ന ഒരു കുട്ടിയെ അയാളോർത്തു. എല്ലാം നഷ്ടപ്പെട്ട് കുടിയേറ്റക്കാരനായെത്തിയിടത്തും ചാരനിറങ്ങളും നരച്ച തോക്കുകളും തന്നെ കാണേണ്ടിവരുന്നത് എന്തുമാത്രം ദുഃസ്സഹമാണ്. ലോകത്തിലെവിടെപ്പോയാലും ഇതിൽ നിന്നൊന്നും മനുഷ്യന് രക്ഷപ്പെടാനാവുന്നില്ലെന്നോ.

ഹരൻ മുഖമുയർത്തി ഇടയ്ക്കിടെ നിക്കോസിനുനേരെ കണ്ണയച്ചിരുന്നു. നിക്കോസ് അതിന്റെ മിനുക്കത്തിൽ ശബ്ദം താഴ്ത്തി പറഞ്ഞു.

“നാടുവിട്ടപ്പോൾ കരുതി ഇനിയെങ്കിലും തോക്കിൻകുഴൽ കാണേണ്ടതില്ലെന്ന്. പക്ഷേ, ഇപ്പാളറിയുന്നു. അതെവിടെയുമുണ്ട്. എവിടെയുമുണ്ട്.”

“നീയെന്തിന് ഭയപ്പെടണം. നിന്റെ ആളുകൾ തന്നെ ഏർപ്പാടാക്കിയതല്ലേ. ഇവിടെ ഞങ്ങൾ ഏഷ്യാക്കാരാണ് ശത്രുനിരയിൽ” ഹരൻ നിക്കോസിനെ സമാധാനിപ്പിച്ചു.

“അത് നിന്റെ തോന്നലാണ് ഹരൻ.”

“എന്തൊക്കെയായാലും രാജ്യസ്നേഹം കാണാതിരിക്കുമോ.”

“അത് രാജ്യമുള്ളവർക്കല്ലേ.”

“എങ്കിലും ചോരയിലുണ്ടല്ലോ.”

“തോന്നലാണ്. ഒരുപക്ഷേ, അവരിൽ നിന്നായിരിക്കും കൂടുതൽ പീഡനം. ലാഭക്കൊതിയന്മാരാണവർ. നിനക്ക് അവരെ അറിയാഞ്ഞിട്ടാണ്.”

ഹരൻ നിക്കോസിനെത്തന്നെ നോക്കിയിരുന്നു. ഇടയ്ക്ക് വാക്കുകൾക്കുമറ്റത്ത് മറ്റേതോ ലോകത്തുപോയി അയാൾ തിരിച്ചെത്തുകയായിരുന്നു. കണ്ണുകളിൽ നനവു പടരുന്നത് കാണാം.

“ഇപ്പോൾ പക്ഷേ, ലാഭ പ്രതീക്ഷയിൽ വിള്ളൽ വീഴുകയാണെന്ന് തിരിച്ചറിഞ്ഞിരിക്കുന്നു. കാരണം ഏഷ്യക്കാരാണെന്നും. ഇന്ത്യക്കാരും പാകിസ്ഥാനികളും ശ്രീലങ്കക്കാരും. ഏറെ ദുരിതമനുഭവിക്കുന്നവരും അവരാണല്ലോ.”

നിക്കോസ് ഹരനെ ശ്രദ്ധയോടെ കേട്ടിരുന്നു. അസ്വാസ്ഥ്യം പ്രകടിപ്പിച്ചുകൊണ്ട് അയാൾ പറഞ്ഞു.

“ദേശാതിർത്തികൾകൊണ്ട് ഇതൊന്നും വേർതിരിക്കാനാവില്ല. പീഡനവും സഹനവും എവിടെയും ഒരുപോലെയാണ്. സാവധാനം ചൂഷണത്തിന്റെ മുഖം തെളിയും. അത് ക്രൂരവുമാണ്” തീക്ഷ്ണമായ കണ്ണുകൾ ഏവിടെയോ തറപ്പിച്ച് നിക്കോസ് പറഞ്ഞുകൊണ്ടിരുന്നു

പെട്ടെന്ന് കതക് തുറന്ന് കുട്ടി അകത്തേക്ക് വന്നു. അയാളുടെ ചുമലിനു മേലെ, തുറന്ന വാതിലിൽ ഇടനാഴിയിലെ തൊപ്പിയുടെ മേലറ്റവും നീണ്ടുനില്ക്കുന്ന തോക്കിൻകുഴലും ഹരന് കാണാമായിരുന്നു.

"നിക്കോസ്. യു ആർ കാൾഡ്."

കുട്ടിയുടെ ശബ്ദം കനത്തിരുന്നു. അയാൾക്ക് അധികാരത്തിന്റെ സ്വരമുണ്ടായിരുന്നു.

മറ്റൊന്നും പറയാതെ കുട്ടി കതകടച്ച് പുറത്തേക്ക് പോയി.

നിക്കോസിനെ വിളിപ്പിച്ചിരിക്കുന്നു, മാൽക്കത്തിന്റെ ഓഫീസിലേക്ക്.

നിക്കോസ് പിടഞ്ഞെഴുന്നേറ്റ് ഏതാനും ഫയലുകൾ തിടുക്കത്തിലെടുത്ത് പുറത്തിറങ്ങി.

ഇത് പതിവാണ്. മാൽക്കം പലപ്പോഴും വിളിപ്പിക്കും. എന്തെങ്കിലും ജോലി കൊടുക്കാനാവും. ഉടനെ ചെന്നിരിക്കണം. വൈകിക്കൂടാ.

അതുവരെ ജോലിയിൽത്തന്നെ മുഴുകിയിരുന്ന സത്താർ മുഖമുയർത്തി ചുറ്റുംനോക്കി. അയാൾക്ക് പുറത്തു പോകണമെന്നുണ്ടായിരുന്നു. എന്നാൽ ഇടനാഴി കടന്നു വേണം വാഷ് റൂമിലേക്കു പോകാൻ. അത് വേണ്ടെന്നു വെച്ച് അസ്വസ്ഥനായി ഇരിപ്പിടത്തിൽത്തന്നെ കഴിഞ്ഞു.

പുറത്ത് എന്താണ് നടക്കുന്നതെന്ന് അറിയാൻ കഴിഞ്ഞില്ല.

"ഈ നാശങ്ങൾ എന്തിനാണാവോ ഇങ്ങനെ കാവൽ നില്ക്കുന്നത്. ഇതൊരു ജയിൽ മുറിയായിരിക്കുന്നു."

ഹരനും പുറത്തിറങ്ങണമെന്നുണ്ട്. അതിനു തുനിയാതെ അവിടെത്തന്നെയിരുന്നു.

വൈകാതെ നിക്കോസ് തിരിച്ചെത്തി. ഒരുകെട്ട് ഫയലുകളിൽ നിന്ന് ചിലതെടുത്ത് സത്താറിനും ഹരനും പങ്കുവെച്ചു കൊടുത്തു.

"നമ്മുടെ കോസ്റ്റിങ് സെക്ഷൻ ഇന്ന് അധികസമയം ജോലിചെയ്യാൻ പറയുന്നുണ്ട് മാൽക്കം. അതിനുള്ള ജോലിയും തന്നിട്ടുണ്ട്" നിക്കോസ് ഫയലുകൾ പങ്കുവെച്ചുകൊണ്ട് പറഞ്ഞു.

"ഇത് ഇന്നേക്ക് മാത്രമാണോ" ഹരൻ അന്വേഷിച്ചു.

"അതറിയില്ല" നിക്കോസ് പറഞ്ഞു. "നാളെയുമാവാം, ആവാതിരിക്കാം. എന്തുപറയുന്നു."

"ആരും ഒന്നും മിണ്ടിയില്ല. മാൽക്കം വളരെ അപൂർവ്വമായേ ഇങ്ങനെ ആവശ്യപ്പെടാറുള്ളു. അടുത്തൊന്നും ഉണ്ടായതായും ഓർമ്മയില്ല. ഇപ്പോഴാണെങ്കിൽ പിന്നെ അത്രതന്നെ തിരക്കുപിടിച്ച് തീർക്കേണ്ടുന്ന ജോലികളില്ല താനും. പിന്നെന്താണാവോ.

എന്തായാലും അന്നേദിവസം അധികസമയം കൂടിയിരുന്ന് ആവശ്യപ്പെട്ട ജോലികൾ പൂർത്തിയാക്കിയിട്ടാണ് എല്ലാവരും ഓഫീസ് വിട്ടത്. ക്യാമ്പിലെത്തുമ്പോൾ സൈറ്റിലെ രാത്രി ഷിഫ്റ്റിനുള്ള സൈറൺ മുഴങ്ങിയിരുന്നു.

"എവിട്യാ" വാസു ഹരനെ തിരക്കിയെത്തി.

"ദാ എത്തിയതേയുള്ളു. വൈകിപ്പോയി."

"പതിവില്ലല്ലോ."

"അധിക സമയമിരുന്ന് ജോലി തീർക്കാൻ ആവശ്യപ്പെട്ടിരുന്നു."

"എന്നിട്ട്."

"ഇരുന്നു."

"നന്നായി."

"എന്തേ."

"മനസ്സിലായില്ലേ?"

"ഇല്ല."

"അതൊരു ടെസ്റ്റ് ഡോസായിരുന്നു. ചെയ്തിരുന്നില്ലെങ്കിൽ ജോലി നിരസിച്ചു എന്ന കാരണംകൊണ്ട് നോട്ടീസ് കിട്ടിയേനെ. അതാണിപ്പോഴത്തെ രീതി."

ഹരൻ അന്തംവിട്ടു നിന്നു. അതിനും സാദ്ധ്യതയുണ്ട്. ഒരു വെളിച്ചം മിന്നി.

"ഏതായാലും നന്നായി. നീ വാ. നമുക്ക് കുറുപ്പിനെയും ചീരനെയും കാണേണ്ടതുണ്ട്. അവര് കാത്തിരിക്ക്യാ." അവർ തിടുക്കത്തിൽ കുറുപ്പിന്റെ മുറി ലക്ഷ്യമാക്കി നടന്നു.

ആളുകൾ മെസിലേക്ക് ഒഴുകിത്തുടങ്ങിയിരുന്നു. പാപ്പാസിനുള്ളിൽ നിന്നും വിടുതലാണത്. സുരക്ഷാത്തൊപ്പിയും ബൂട്ടുമില്ലാതെ സ്വതന്ത്രമായി നടക്കാവുന്ന ദിനാന്ത്യ വിടുതൽ. അവർക്കിടയിലൂടെ കുറുപ്പിന്റെ മുറിയിലേക്ക് ചെന്നുകയറുമ്പോൾ ഇടനാഴിയിലെ തുറിച്ച കണ്ണുകളെ അവഗണിച്ചു. മുറിക്കുള്ളിൽ തണുപ്പിന്റെ ചെറുചീളുകൾ ഒഴുകി നടന്നിരുന്നു. ചെന്നിരുന്ന പാടേ മുഖവുരകളൊന്നുമില്ലാതെ കുറുപ്പ് പറയാൻ തുടങ്ങി.

അപൂർവ്വം ചില ചെറുസൈറ്റുകൾ മാറ്റിനിർത്തിയാൽ ഇന്ന് എല്ലാ സൈറ്റുകളിലും അധികസമയം പണിയെടുക്കാൻ ആവശ്യപ്പെട്ടിരിക്കയാണ്. ഭൂരിഭാഗം സ്ഥലങ്ങളിലും അങ്ങനെ ചെയ്തിട്ടുമുണ്ട്. കുറച്ചു ദിവസങ്ങളായി നോർമൽ സമയം മാത്രം പണിയെടുത്ത് സൈറ്റ് വിട്ടിരുന്ന സാഹചര്യത്തിലാണ് ഇങ്ങനെ ഒരു നീക്കം കമ്പനി നടത്തുന്നത്. ഇത് തീർച്ചയായും ലംഘിക്കപ്പെടുന്ന പ്രതീക്ഷയായിരുന്നു. അങ്ങനെയെങ്കിൽ ആ സാഹചര്യം മുതലെടുത്ത് അങ്ങനെ ചെയ്തവർക്കെതിരെ നടപടികൾ സ്വീകരിക്കാനായിരുന്നു ലക്ഷ്യം. അതുവഴി ഏതാനും പേരെ ഇരകളാക്കി ഒഴിവാക്കാനും അല്ലാത്തവരെ ഭയപ്പെടുത്തിയും ഭീഷണിപ്പെടുത്തിയും പണിയെടുപ്പിക്കാനും കഴിയുമെന്നുള്ള തന്ത്രപരമായ നീക്കമായിരുന്നു ഇന്ന് നടന്നത്. ഒഴിവാക്കുന്നവരുടെ ഇടങ്ങൾ പുതുതായി കൊണ്ടുവന്ന് നിർത്തിയിരിക്കുന്നവരെക്കൊണ്ട് നിറയ്ക്കാനും അവശ്യമായ ലേബർഫോഴ്സിനെ എല്ലായ്പ്പോഴും ഒരേപോലെ സൈറ്റിൽ നിലനിർത്താനും സാധിക്കും. ആ നിലയ്ക്കാണ് ഇന്നത്തെ നീക്കത്തെ മനസ്സിലാക്കേണ്ടത്. ഇതൊരു ടെസ്റ്റ് ഡോസായിരുന്നു. ശുദ്ധീകരണ പ്രക്രിയയുടെ ആദ്യ ചുവട്.

കുറുപ്പ് നിർത്തിയേടത്തു നിന്ന് ചീരൻ തുടർന്നു.

എന്നാൽ കമ്പനിയെ നിരാശപ്പെടുത്തിക്കൊണ്ട് എല്ലാവരും അധിക സമയംകൂടി പണിയെടുത്തു. ഇതുപക്ഷേ, എന്നും തുടരണമെന്നില്ല. കമ്പനിയുടെ ആവശ്യത്തിനനുസരിച്ച് പണിയെടുക്കുമെന്ന് സമ്മതപത്രം ഒപ്പിട്ടിട്ടുണ്ടെന്ന വാദം കൊണ്ടുവരും. അതുപക്ഷേ, നിലനില്ക്കുന്നതല്ല. മറിച്ച് രാജ്യത്തെ നിയമത്തിന് വിരുദ്ധമായതൊന്നിനും നിയമസാധുതയില്ല. വസ്തുതകൾ ഇതായിരിക്കേ നോർമൽ സമയം മുറുകെ പിടിച്ച് പണിയെടുക്കുന്നവർക്കെതിരെ ശിക്ഷാനടപടികൾ കൈക്കൊള്ളാനാവില്ല. ഇവിടെയാണ് പണിയെടുക്കുന്നവരുടെ ആവശ്യങ്ങൾ പരിഗണിക്കേണ്ടി വരിക. കമ്പനി അതിന് നിർബ്ബന്ധിതരാകും എന്നുറപ്പുണ്ട്. വഴിവിട്ട അതിക്രമങ്ങൾക്ക് കമ്പനി മുതിരാതിരിക്കുമെങ്കിൽ തൊഴിലാളികളുടെ വിജയം സുനിശ്ചിതമാണ്.

"അതുപക്ഷേ, എങ്ങനെ പ്രതീക്ഷിക്കാനാവും. അവർക്ക് ആളും അർത്ഥവുമുണ്ട്." വാസു പ്രതികരിച്ചു.

"ഒരു കാര്യം മനസ്സിലാക്കണം. പ്രൊജക്ടിനെ ബാധിക്കുന്ന ഒന്നും തന്നെ കമ്പനി ചെയ്യാൻ തയ്യാറാവില്ല. ചെറിയതോതിൽ വേണ്ടിടത്ത് പകരക്കാരെ കൊണ്ടുവരാനായേക്കും. മൊത്തംപേരെ മാറ്റി പകരം വെക്കാനുള്ള ശ്രമം വിജയിക്കില്ല. അതുകൊണ്ട് വലിയ രീതിയിലുള്ള പിരിച്ചുവിടൽ പ്രതീക്ഷിക്കേണ്ടതില്ല." അങ്ങനെയാണ് ഹരന്റെ ചിന്ത പോയത്. അക്കാര്യം വിശദമായി ചർച്ചചെയ്യുകയും ചെയ്തു. വാസുവിന് പക്ഷേ, വിയോജിപ്പുണ്ടായിരുന്നു. അയാൾ അത് തുറന്നുപറയാനും മടിച്ചില്ല.

"കമ്പനിക്ക് ഇത്തരം പരീക്ഷണങ്ങൾക്ക് സമയം കൊടുക്കുന്നത് തന്നെ ആത്മഹത്യപരമാണ്. അതിലൂടെ അവർക്ക് പടിപടിയായി നമ്മുടെ മനോവീര്യം കെടുത്താനും അന്തരീക്ഷം പഠിച്ചും നിരീക്ഷിച്ചും അടുത്ത നടപടികളിലേക്ക് ബുദ്ധിപൂർവ്വം തിരിയാനും അവസരം ലഭിക്കും. ചെറിയ ചെറിയ ഗ്രൂപ്പുകളെ വരുതിയിലാക്കാനും അത് സാവധാനം മൊത്തം പേരുടെ വികാരമാക്കി മാറ്റാനും എളുപ്പം കഴിഞ്ഞെന്നിരിക്കും. അങ്ങനെയായാൽ നമ്മുടെ മനോവീര്യം ചോർന്നുപോവുകയും കമ്പനി പുതുതായി ആവിഷ്കരിക്കുന്ന നിബന്ധനകളിലേക്ക് ചായാൻ ഭൂരിഭാഗത്തെ പ്രേരിപ്പിക്കാനും കഴിഞ്ഞേക്കും. അതോടെ നാം തോല്‌വി സമ്മതിക്കുകയും ഏറെപ്പേർക്ക് ജോലി നഷ്ടപ്പെടാനിടവരികയും ചെയ്യും."

വാസു ഒന്നു നിർത്തി. അയാൾ പക്ഷേ, പറഞ്ഞു കഴിഞ്ഞില്ല. ഇടക്കിടപെട്ട ചീരനെ തടഞ്ഞുകൊണ്ട് തുടർന്നു.

"ഇപ്പോൾ എത്രയും വേഗം കമ്പനിക്ക് ഒരു ഷോക്ക് ട്രീറ്റ്മെന്റ് കൊടുക്കയാണ് വേണ്ടത്. ഒന്നിനും സാവകാശം കൊടുക്കരുത്. പെട്ടെന്നുണ്ടാവുന്ന ആഘാതം അവർക്ക് താങ്ങാൻ പറ്റിയെന്നു വരില്ല. ഗത്യന്തരമില്ലാതെ ആവശ്യങ്ങളിൽ നല്ലൊരു ശതമാനമെങ്കിലും അംഗീകരിക്കാൻ നിർബ്ബന്ധിതരാകും. അപ്രതീക്ഷിതമായ ആക്രമണം. ഇവിടുത്തെ

പ്രത്യേക സാഹചര്യത്തിൽ ക്ഷണത്തിൽ എല്ലാം നിശ്ചലമാക്കുക. അതായിരിക്കണം കുറെക്കൂടി ശക്തമായ സമ്മർദ്ദത്തിന് കാരണമാവുക. പ്രശ്ന പരിഹാരത്തിന് തെയ്യാറാവുന്ന സ്ഥിതിയുണ്ടാകണം."

വാസു ഒന്ന് ശ്വാസമെടുത്ത് ഓരോരുത്തരുടെ നേരെയും കണ്ണയച്ചു. മൂവർക്കും ചെറിയ രീതിയിലെങ്കിലും ഷോക്കുണ്ടായോ എന്ന് സംശയിച്ചു. ആരും ഒന്നും ശബ്ദിച്ചില്ല. മൗനം ഭീതിദമായി കനത്തു കിടന്നു. ചലനം നഷ്ടപ്പെട്ട നാല്വർ. ഹരന് പക്ഷേ, ചെറിയ അനക്കമുണ്ടായി. മൗനം മുറിക്കാൻ ധൈര്യം കാണിക്കുക പലപ്പോഴും അയാളാണ്.

വാസുവിനോട് യോജിപ്പോ വിയോജിപ്പോ എന്നതല്ല. അത് മറ്റൊരിക്കലാകാം. ഷോക്ക് ട്രീറ്റ്മെന്റിനെക്കുറിച്ച് ചിന്തിക്കുമ്പോൾ അതൊരവസാന കളിയാണെന്നു കൂടി മനസ്സിലാക്കണം. ആവനാഴി ഒഴിച്ചെടുക്കുന്നതിനു തുല്യം. മൊത്തം സൈറ്റുകളും നദിയായിലേക്കാണിപ്പോൾ ഉറ്റുനോക്കുന്നത്. ഇവിടെ നടക്കുന്നതെന്തും പിന്തുടരാൻ അവരൊക്കെ തെയ്യാറെടുത്തിരിക്കുന്നു എന്നു വ്യക്തം. അത് നമ്മുടെ ഉത്തരവാദിത്വം വർദ്ധിപ്പിക്കയാണ്. അതായത് ഇരുപതിനായിരം ആളുകൾ നമ്മോടൊപ്പം നില്ക്കുന്നു എന്നത് ഒരു ചെറിയ കാര്യമല്ല. അതിനു കാരണം അവർക്കൊക്കെ മടുത്തിരിക്കുന്നു. ചുറ്റുമുള്ള കമ്പനികളിലെ തൊഴിലാളികൾ മാന്യമായ വേതനം പറ്റി കുടുംബത്തെ മേൽഗതിയിലേക്കെത്തിക്കുമ്പോൾ നമ്മളിവിടെ രണ്ടറ്റവും മുട്ടിക്കാനാവാതെ കുടുംബത്തിന്റെ ശാപവാക്കുകൾ ഏറ്റുവാങ്ങുകയാണ്. ഒന്നും നേടാനാവുന്നില്ലെങ്കിൽ പിന്നെന്തിനിവിടെ കഷ്ടപ്പെട്ട് കഴിയണം. സ്വന്തം മണ്ണിലേക്ക് തിരിച്ചു വന്നുകൂടേ എന്ന ചോദ്യം എല്ലാവർക്കും നേരെയുണ്ട്. അതാണ് മടുപ്പിന്റെ കാരണം. ആ സ്ഥിതിയിൽ അവസാനകളിക്ക് നില്ക്കക്കെള്ളിയില്ലാതെ കമ്പനി അടച്ചുപൂട്ടിയാൽ അതിനർത്ഥം ഇരുപതിനായിരം പേർ തിരിച്ചുപോവുക എന്നതാണ്. നദിയാ അതിന് പെട്ടെന്ന് വഴി മരുന്നിടണോ എന്നാണ് ആലോചിക്കേണ്ടത്. നിലവിലെ സ്ഥിതി മെച്ചപ്പെടുത്തിക്കിട്ടാനുള്ള ശ്രമത്തിൽ എല്ലാം നഷ്ടപ്പെടുന്ന അവസ്ഥയാവും. നേരായ ദിശാബോധത്തിന്റെ അഭാവം ഒരു വലിയകൂട്ടം പലവഴിക്ക് ചിതറിപ്പോകലായിരിക്കും.

വീണ്ടും കനത്ത നിശ്ശബ്ദതയുടെ കരിമ്പടക്കെട്ട് വന്നുവീണു. ആരും പരസ്പരം നോക്കിയില്ല. വികാര വിചാരങ്ങളൊന്നുമില്ലാത്തവരായി ഇരുന്നു. അവസാനം കുറുപ്പ് എഴുന്നേറ്റു. കുറുപ്പിനു നേരെ ഉൽക്കണ്ഠയോടെ മൂവരും മുഖമുയർത്തി.

"ആലോചിക്കണം. ആഴത്തിലാലോചിക്കണം."

കുറുപ്പ് പറഞ്ഞു.

"എന്തായാലും ഇപ്പോഴത്തെ വേതനവ്യവസ്ഥയിൽ തുടരാനാവില്ല. അതിനൊരു മാറ്റംവേണം. അതല്ലെങ്കിൽ ആയുസ്സിന്റെ നല്ലൊരു ഭാഗം ഒന്നിനുമല്ലാതെ ഇവിടെ ഹോമിക്കേണ്ടി വരും."

"പ്രതിഷേധിക്കുകയേ മാർഗ്ഗമുള്ളു. അതേതു വിധമായാലും."

ചർച്ച വീണ്ടും തുടർന്നു.

മെസ്സടച്ചിരുന്നു. ഓരോ ആപ്പിളിൽ വിശപ്പടക്കി. ക്യാമ്പുറങ്ങിയിരുന്നു. അനക്കമില്ല. വാസു പുറത്തിറങ്ങി താഴെ കൂടാരക്കെട്ടുകളിലേക്ക് നടന്നു.

"നാളെ വീണ്ടും കൂടണം." ഇറങ്ങും മുൻപ് ചീരൻ ഓർമ്മപ്പെടുത്തി.

ആകാശവിതാനം അനക്കമില്ലാതെ നിന്നു. നക്ഷത്രക്കുരുന്നുകൾ തെളിഞ്ഞു തുടങ്ങിയിരുന്നില്ല. കാറ്റടങ്ങിയ അന്തരീക്ഷം. ഈർപ്പം കനത്ത് നിന്ന് വിയർപ്പ് പൊഴിച്ചു.

അടുത്ത ദിവസങ്ങളിലൊക്കെ സൈറ്റുകൾ പ്രവർത്തിച്ചെങ്കിലും തികച്ചും മന്ദഗതിയിലായിരുന്നു. ചാരപ്പച്ചപ്പുള്ള വണ്ടികൾ എവിടെയും കാണാമായിരുന്നു. ഓരോ പ്രവൃത്തിയും നിരീക്ഷിക്കപ്പെട്ടിരുന്നു. ഓരോരുത്തരെയും ശ്രദ്ധയോടെ വിലയിരുത്തിയിരുന്നു. ഓരോ ചലനത്തിനും അളവുകളുണ്ടായി. സ്വീകാര്യമായ അളവുകൾക്കുള്ളിൽ വരുന്നില്ലെങ്കിൽ മാറ്റി നിർത്തപ്പെടും. ചരിത്രത്തെ മാന്തിയെടുത്ത് പുറത്തിടുകയായിരുന്നു. ഇത്ര മണ്ണ് വാരിയിരിക്കണം. ഇത്ര മണ്ണ് തിന്നിരിക്കണം. ഇത്ര വിയർപ്പ് ഒഴുക്കിയിരിക്കണം. അടിമകൾക്ക് വിലയിട്ട് വിറ്റിരുന്ന കാലത്തിലേക്ക് സൈറ്റുകളെ പകർത്തി വെക്കുകയായിരുന്നു. പിറകിൽ ചാട്ടവാറുകൊണ്ടുള്ള അടിമാത്രം ഒഴിവാക്കിയിരുന്നു. പകരം ഭീതിയുടെ കുന്തമുനകൾ.

അസ്ഫാൾട്ടിങ് സൈറ്റിൽ റൺവേ 35Lൽ പണിയെടുത്തിരുന്ന പതിനാറുപേരെ മാറ്റിനിർത്തുകയും വിളിപ്പിക്കയും ചെയ്തു. അവരെ സൈറ്റിൽ നിന്നും കൊണ്ടുപോയത് തൊപ്പിക്കാരായിരുന്നു. ചൂണ്ടിക്കാണിച്ചു കൊടുക്കണം. ബാക്കി ജോലികൾ തൊപ്പിക്കാർ നോക്കിക്കൊള്ളും. അവിടവിടെ അസ്ഫാൾട്ട് കോൺക്രീറ്റ് മിശ്രിതത്തിന്റെ കറുപ്പിൻ പശ പറ്റിയ കവറോളിലായിരുന്നു പതിനാറുപേരും. ഒരുകൂട്ടം ഭൂതങ്ങൾ തങ്ങളെ മണൽക്കാട്ടിലൂടെ നടത്തിക്കുകയായിരുന്നു എന്ന തോന്നലിൽ തൊപ്പിക്കാർക്ക് നേർത്ത ഉൾക്കിടിലമുണ്ടായിരിക്കണം.

ഉച്ചസൂര്യൻ പൊങ്ങിയിരുന്നു. ആൻഡ്രൂയങ്ങിന്റെ റേയ്ഞ്ച് റോവർ റൺവേയുടെ 35Lൽ വന്നുനിന്നു. യങ് വണ്ടിയിൽ നിന്നുമിറങ്ങി അസ്ഫാൾട്ട് പ്ലാന്റിൽ നിന്നെത്തിക്കൊണ്ടിരുന്ന ട്രക്ക് തടഞ്ഞുനിർത്തി. ഏറെ സാവധാനത്തിലായിരുന്നു ട്രക്ക് വന്നുകൊണ്ടിരുന്നത്. അസ്ഫാൾട്ട് പ്ലാന്റിൽ നിന്നുള്ള അസ്ഫാൾട്ട് നിറച്ച ഭാരമേറിയ ക്യാരിയറുമായി നിരങ്ങി നീങ്ങിയായിരുന്നു അതിന്റെ വരവ്. ആൻഡ്രൂയങ് വണ്ടിയുടെ മുന്നിൽ കയറിനിന്ന് വണ്ടിനിർത്തുകയായിരുന്നു.

"സ്റ്റോപ്പ് ആന്റ് ഗെറ്റ് ഡൗൺ." ശബ്ദം ചുടുകാറ്റ് ഏറ്റുവാങ്ങി.

യശ്വന്ത് സിങ്ങായിരുന്നു ഡ്രൈവർ. അയാൾ ക്ഷണത്തിൽ വണ്ടിനിർത്തി താഴെയിറങ്ങി.

"യു ആർ ബ്ലഡി സ്ലോ."

ആൻഡ്രൂയങ് യശ്വന്ത് സിങ്ങിന്റെ നേരെ ആക്രോശിച്ചു. ഭാരം കയ

റ്റിയ വണ്ടിയാണ്. അങ്ങനെയേ വരാനൊക്കൂ എന്ന് യശ്വന്ത്സിങ് വിശദീകരിച്ചു.

"നോ. യൂ വേർ ഓൺ ഫസ്റ്റ് ഗീർ, ആൾവേയ്സ്."

അയാളുടെ നീലക്കണ്ണുകളിൽ ചുവപ്പ് പടരാൻ തുടങ്ങി. അപ്പോഴേക്കും ഓടിയെത്തിയ മൈക്കിനെ വിളിച്ച് യശ്വന്ത്സിങ്ങിനെ അയാളെ ഏല്പിച്ചുകൊണ്ട് പറഞ്ഞു.

"ടേക്ക് ഹിം എവേ."

മൈക്ക് അയാളെ കൂട്ടിക്കൊണ്ടുപോയി. പിറകേ വന്നിരുന്ന മറ്റുരണ്ട് ട്രക്കുകൾകൂടി ആൻഡ്രൂയങ് തടഞ്ഞുനിർത്തുകയും ഡ്രൈവർമാരെ മൈക്കിനെ ഏല്പിക്കുകയും ചെയ്തു. അഫ്സലും റഹീമും യശ്വന്ത് സിങ്ങിനോട് ചേർന്നു.

ആൻഡ്രൂയങ് പിന്നീട് പോയത് അസ്ഫാൾട്ടിങ്ങിന്റെ ലെയിങ് ഏരിയയിലേക്കാണ്. അവിടുന്ന് പതിമൂന്ന് പേരെ തെരഞ്ഞുപിടിച്ച് മാറ്റി നിർത്തി ഡ്രൈവർമാരോട് ചേർത്തു. അതിൽ രജ്പതിയുണ്ടായിരുന്നു.

പതിനാറുപേരെയും ചാരപ്പച്ചപ്പുള്ള വണ്ടിയിൽ കയറ്റിയിരുത്തി. ഏതാനും തൊപ്പിക്കാരുടെ അകമ്പടിയോടെ വണ്ടി ദൂരേക്ക് പാഞ്ഞു.

വൈകിട്ട് ക്യാമ്പിലെത്തിയപ്പോഴാണ് യഥാർത്ഥ വിവരമറിഞ്ഞത്. ഏകദേശം നാന്നൂറ് പേരെ നദിയാ സൈറ്റിൽ നിന്നുമാത്രം അറസ്റ്റ് ചെയ്ത് നീക്കിയിരുന്നു. കാരണം: കൃത്യവിലോപം. ജോലിയിൽ ശുഷ്കാന്തി കാണിക്കുന്നില്ല. കമ്പനി മെഷീനുകൾ അശ്രദ്ധമായി ഉപയോഗിച്ച് പ്രവർത്തനരഹിതമാക്കുകയും അതുവഴി നശിപ്പിക്കയും ചെയ്യുന്നു. കമ്പനിക്ക് ഭീമമായ നഷ്ടം വരുത്തിവെക്കുന്നു. മറ്റുള്ളവരെക്കൂടി ഇത്തരം പ്രവർത്തനങ്ങൾക്ക് പ്രേരിപ്പിക്കുന്നു.

ക്യാമ്പ് നിശ്ശബ്ദമായിരുന്നു. ഓരോ ബ്ലോക്കും അനക്കമില്ലാതെ നിന്നു. കൂടാരക്കെട്ടുകളിലെ നടപ്പാതകൾ ഒഴിഞ്ഞുകിടന്നു. രാത്രി ഏറെ വൈകിയിട്ടും പല കൂടാരങ്ങളിലെയും വിളക്കുകൾ അണഞ്ഞിരുന്നില്ല. കൂടാരങ്ങൾ തിരിച്ചെത്താത്തവർക്കായി കാത്തിരുന്നു. രാവേറെച്ചെന്നിട്ടും കാണാതായവരെ അന്വേഷിച്ച് കൂടാരങ്ങൾ തോറും കയറിയിറങ്ങുന്നവരെയും കാണാമായിരുന്നു. വാസു തന്റെ കൂടാരത്തിലുണ്ടായിരുന്നില്ല. അയാളെ മറ്റു കൂടാരങ്ങളിൽ കണ്ടവരുണ്ട്. കുറുപ്പോ ഹരനോ ചീരനോ എവിടെയാണെന്ന് ആർക്കുമറിയില്ലായിരുന്നു. അവരുടെ മുറികൾ അടഞ്ഞുതന്നെ കിടന്നു. ദേവസിയും കുട്ടിയും അവരെ അന്വേഷിച്ചു നടന്നെങ്കിലും കണ്ടെത്താനായില്ല.

"ഇവരൊക്കെവ്ടെപ്പോയാവോ. ഒന്നിനീം കാണുന്നില്ലല്ലോ" ദേവസി ഉൽക്കണ്ഠപ്പെട്ടു.

"മുറീലിരിക്കാൻ ഭയംകാണും" കുട്ടി പറഞ്ഞു.

"അതെന്ത്."

"പിടിക്കപ്പെടുംന്നൊള്ള തോന്നല് തന്നെ."

"സൈറ്റിലുണ്ടായ സംഭവങ്ങൾക്ക് ഇവരെയെന്തിന് പിടിക്കണം."

"സൂത്രധാരന്മാർ ഇവരാണെന്ന നിലക്ക്."

"എന്നാരു പറഞ്ഞു."

"കമ്പനിക്കറിയാം."

"അത് വെറും ഊഹല്ലേ."

"കമ്പനിക്ക് തെളിവുണ്ടാവും."

"തെളിവിന് ഇവരൊന്നും നേരിട്ട് ഒന്നിലും പങ്കെടുത്തിട്ടില്ലല്ലൊ."

"അതൊക്കെ നമ്മുടെ തോന്നലാ."

"സൈറ്റിലെ കുഴപ്പങ്ങൾക്ക് കാരണം ഇവരാണെന്നാണോ."

"കമ്പനി മനസ്സിലാക്കുന്നത്."

ദേവസി പിന്നീടൊന്നും പറഞ്ഞില്ല. അയാൾ എന്തോ ആലോചന യിൽ മുങ്ങി.

"നോക്കൂ. അന്തരീക്ഷം അതീവ ഗുരുതരമാണ്. അതിന്റെ ആഴം ഐ മീൻ ഡെപ്ത് എത്രയുണ്ടെന്ന് പലർക്കും അറിയില്ല. എന്നാൽ അത് പ്രതീക്ഷിച്ചതിലും വലുതാണ്. ആ നിലക്ക്തന്നെ കമ്പനി അതിനെ കൈകാര്യം ചെയ്യണമെന്ന തീരുമാനവുമുണ്ട്. അക്കാര്യം ഒന്നു സൂചി പ്പിക്കാനാണ് ഞാനിവരെ അന്വേഷിക്കുന്നത്. ഒരു മുൻകരുതൽ എന്ന നിലക്ക്. മറ്റൊന്നും എനിക്കാവില്ല. എന്റെ പൊസിഷൻ അതാണ്."

ദേവസി കേട്ടിരുന്നു. കുട്ടി വീണ്ടും പറഞ്ഞുകൊണ്ടിരുന്നു.

"നമ്മള് മറ്റൊരു രാജ്യത്താണ്. ഇവ്ടത്തെ നിയമംനോക്കി പണി യെടുത്ത് നാലു കാശുണ്ടാക്കാനാ വന്നത്. അല്ലാതെ കൊടിപിടിക്കാനും കൊഴപ്പണ്ടാക്കാനുമല്ല. ആരും നിർബ്ബന്ധിച്ച് കൊണ്ടുവന്നതല്ല. നമ്മള് കേറി വന്നതാ. അവര് ജോലിതന്നു. താല്പര്യല്ലെങ്കീ വിട്ടുപോവാം. അല്ലാതെ ഇവ്ടെക്കിടന്ന് ബഹളം വെച്ചോണ്ട് വല്ല കാര്യംണ്ടോ." കുട്ടി വളരെ ഗൗരവത്തോടെയാണ് അത്രയും പറഞ്ഞത്. അയാളുടെ ശബ്ദം വല്ലാതെ കനത്തിരുന്നു. വളരെ അപൂർവ്വമായേ ഇങ്ങനെ സംസാരിക്കാ റുള്ളൂ.

ഏതാനും നിമിഷങ്ങൾ കടന്നുപോയി. ആരും ഒന്നും ശബ്ദിച്ചില്ല. പിന്നെയും കുട്ടി പറയാൻ തുടങ്ങി.

"മാൽക്കം വല്ലാതെ ക്ഷോഭിച്ചിരിക്ക്യാ. സായ്പിന് എന്തൊക്കെയോ വിവരങ്ങൾ കിട്ടീട്ടുണ്ട്. പ്രൊജക്ട് നന്നായി നടന്നില്ലെങ്കിൽ അതയാ ളുടെ കഴിവുകേടായി മുദ്രകുത്തും. അതൊടൊപ്പം കമ്പനിക്ക് വല്യ നഷ്ടാവും. ഇവ്ടെ അധികാരികൾ കമ്പനിയെ മാത്രേ സപ്പോർട്ട് ചെയ്യൂ. രാജ്യതാല്പര്യാണ് പ്രധാനം."

"എന്തായാലും സംഗതികളുടെ ഗൗരവം സൂചിപ്പിക്കണം. ആരും അപകടത്തിൽ ചെന്നു ചാടരുത്."

ദേവസി പറഞ്ഞു.

"ഇവ്ടെ ചാരപ്പണി നല്ലോണംണ്ട്. അല്ലാതെ ക്യാമ്പിലെ നീക്ക ങ്ങളൊക്കെ മാൽക്കത്തിന്റെ ചെവീലെത്തുന്നതെങ്ങന്യാ" കുട്ടി സംശ യിച്ചു.

“കാര്യസാദ്ധ്യത്തിനാവും. അതോണ്ട് നേട്ടം കൊയ്യുന്നോരുംണ്ട ല്ലോ” ദേവസി പറഞ്ഞു.

“ഒറ്റ്. അതുതന്നെ” കുട്ടി പുച്ഛത്തോടെ പറഞ്ഞു.

ഇരുവരും മെസ്ഹാളിലേക്ക് കയറി. വൈകിയെത്തി ഭക്ഷണം കഴി ക്കുന്ന ഏതാനും ചിലരെമാത്രം കണ്ടു. കുട്ടി ഒരു വല്ലായ്മയോടെ പറഞ്ഞു.

“വിശപ്പില്ല.”

“ലൈറ്റായി എന്തെങ്കിലും കഴിക്കാം” ദേവസി മെനു നോക്കി വെയ്റ്ററെ വിളിച്ചു.

പുച്ചുമുത്തുവാണ് വന്നത്.

“നമ്മ നാല്വർ സംഘം വന്താച്ചാ. ശാപ്പിട്ടാച്ചാ” കുട്ടി പുച്ചുമുത്തു വിനോട് അന്വേഷിച്ചു.

“വന്തില്ല സർ.” പുച്ചുമുത്തു പറഞ്ഞു.

ആരുംതന്നെ ഭക്ഷണത്തിനെത്തിയിട്ടില്ല. എന്തൊക്കെയോ ദുരൂഹ തയുണ്ട്. മെസ്ഹാൾ ഏതാണ്ട് ശൂന്യമാണ്. ഈ സമയം എല്ലാ ടേബി ളുകളും നിറഞ്ഞിരിക്കാറാണ് പതിവ്.

ഭക്ഷണം കൊണ്ടുവെച്ച് പുച്ചുമുത്തു തിരിഞ്ഞപ്പോൾ കുട്ടി ദേവസി യോട് പറഞ്ഞു.

“ഈ ക്യാമ്പില് എന്തൊക്കെയോ നടക്ക്ണ്ണ്ടെന്ന തോന്നലാ എനിക്ക്. ശരിക്കും പറഞ്ഞാ നമുക്കൊന്നും അറീല്ല.”

“എന്താപ്പോ അങ്ങനെ തോന്നാൻ” ദേവസി ചോദിച്ചു.

“നമ്മളെന്നും ഓഫീസിപ്പോണ്. ജോലി ചെയ്യണ്. തിരിച്ചുവര്ണ്. ഭക്ഷണം കഴിക്ക്ണ്. ഒറങ്ങ്ണ്. വീണ്ടും ഓഫീസിപ്പോണ്. അത്രതന്നെ. വേറെന്താ മ്മക്കറ്യ” കുട്ടി ദേവസീടെ നേരെ നോക്കി വീണ്ടും തുടർന്നു. “ഇപ്പോ ദാ ഭക്ഷണത്തിനുപോലും എത്താതെ ചിലര് എവിടൊക്ക്യോ കറങ്ങ്വാ. എന്താകാര്യം. അറീല്ല. അപ്പോ മ്മളെന്തെങ്കിലും അറീന്ണ്ടോ.”

“എവ്ടേങ്കിലും കറങ്ങ്വാന്ന്വെച്ചോ. അതിനിപ്പെന്താ” ദേവസി നിസാ രമായി അത് തള്ളിക്കളഞ്ഞു.

“കാര്യംണ്ട്. കമ്പനി സംശയിക്കുന്നതിലും കാര്യംണ്ട്ന്ന് തോന്ന്വാ.”

കുട്ടി ഗൗരവം വിടാതെയാണ് പറയുന്നത്.

“ഒന്നുംരണ്ട്വല്ല. നാന്നൂറ് പേരെയാ നദിയേന്ന് പൊക്ക്യേത്. ങനെ എവ്ടേങ്കിലും കേട്ടുകേൾവിണ്ടോ. ടെർമിനേറ്റ് ചെയ്തതല്ല. അറസ്റ്റ് ചെയ്തതാ. അതും വർക്കുസൈറ്റീന്ന്. നിസ്സാരകാര്യംല്ല. കമ്പനി അത്ര ധൈര്യം കാട്ടീട്ടുണ്ടെങ്കീ അതിന് തക്കതായ കാരണംകാണും. സർക്കാ രിന്റെ പ്രൊജക്ടാ നടക്ക്ണ്. അതിന് തുരങ്കംവെച്ചൂന്നൊള്ള ഒറ്റക്കാരണം മതി. വല്യ കുറ്റാവും.”

ദേവസി ഭക്ഷണം നിർത്തി കുട്ടിയെത്തന്നെ കേട്ടിരുന്നു.

നദിയേല് മാത്രല്ല ഇങ്ങനിണ്ടായത്. മറ്റു സൈറ്റുകളിലും ഇത്രില്ലെ ങ്കിലും അറസ്റ്റുണ്ടായിട്ടുണ്ട്. അപ്പോ ഇതൊക്കെ കാലേക്കൂട്ടി ആസൂ

ത്രണം ചെയ്യാണ്ട് എല്ലാടത്തും ഒരേസമയം നടക്ക്വോ. കമ്പനിക്കും അവ ർടേതായ പ്ലാനുണ്ടാവും, ഇതൊക്കെ നേരിടാൻ. അതാണ്ടായത്."

ദേവസി മെസ്ഹാൾ ആകെയൊന്നു നിരീക്ഷിച്ചു. എല്ലാവരും പൊയ്ക്കഴിഞ്ഞിരിക്കുന്നു. അതീവ ഗൗരവമാർന്ന കാര്യമാണ് കുട്ടി സംസാരിച്ചുവരുന്നത്.

"താനൊരു പഴയ സി ബി ഐക്കാരനല്ലേ. ഇതൊക്കെ അറിഞ്ഞിട്ട് ഒന്നും തോന്നുണില്ലേ" കുട്ടി ചോദിച്ചു.

"കേട്ട നിലക്ക് സംഗതി ഗൗരവാണ്. എന്തുണ്ടാവുംന്ന് കണ്ടറി യണം. ഫീൽഡില് മാത്രം ഒതുങ്ങുന്ന് തോന്നുന്നില്ല. ഓഫീസിലും കൈവെക്കാം. അതിനും സാദ്ധ്യതിണ്ട്."

"അയ്യോ. ഇനിപ്പോ അതും ണ്ടാവ്വോ" കുട്ടി അല്പം ഭീതിയോടെ യാണ് ചോദിച്ചത്.

"എന്തുകൊണ്ടില്ല. ഇതിന്റെ പിന്നിൽ ആരായിരിക്കും എന്നന്വേഷി ക്കാണ്ടിരിക്ക്യോ. ആസൂത്രിതമാണെങ്കീ പിന്നിലൊരു ബുദ്ധികേന്ദ്രം ഇല്ലാ ണ്ടിരിക്കില്ല. സംശയം തോന്ന്യാലും മതി. അവര് പിന്നൊന്നും നോക്കില്ല. നേരെ ഉള്ളിലിടും."

ഇപ്പോൾ കുട്ടിക്ക് ശരിക്കും ഭയം തോന്നി. മാൽക്കത്തിന്റെ പ്രൈവറ്റ് സെക്രട്ടറിയായിരിക്കുന്ന സ്ഥിതിക്ക് താനൊരിക്കലും ഇത്തരം കാര്യങ്ങൾ മറ്റൊരാളുമായി പങ്കുവെക്കാനേ പാടില്ല. കൂടെ പണിയെടുക്കുന്നവരായി പ്പോലും. പിന്നീട് ആപത്തായിക്കൂടെന്നില്ല. ആ വഴിക്ക് ചിന്ത കയറിയ പ്പോൾ കുട്ടി ഭയന്നു. കുട്ടി ക്ഷണത്തിലെഴുന്നേറ്റു.

"വാ പോകാം."

"എന്തുപറ്റി."

"ഒന്നുല്യ. സ്വസ്ഥതിണ്ടാവൂല്യ ഇങ്ങനെ ഓരോന്നാലോചിച്ചാ."

"ഒന്നുംണ്ടാവൂല്യ. മ്മള് കൊഴപ്പത്തിനൊന്നും പോണില്ലല്ലൊ." ദേവസി സമാധാനിപ്പിച്ചു.

"എന്തൊറപ്പ്."

"കുട്ടി മാൽക്കത്തിന്റെ സ്വന്താളല്ലേ. പിന്നെന്തിന് ഭയപ്പെടണം."

"അതാണ് കൂടുതൽ ഭയം." കുട്ടി പറഞ്ഞു.

അവർ പുറത്തിറങ്ങി. കുട്ടി പിന്നെ നിന്നില്ല. നേരെ മുറിയിലേക്ക് നടന്നു.

വാസു കൂടാരത്തിലെത്തുമ്പോൾത്തന്നെ പാതിര കഴിഞ്ഞിരുന്നു. ഗേറ്റ് കടക്കുമ്പോൾ പാറാവുകാരൻ ഉറക്കംതൂങ്ങിയ കണ്ണുകളോടെ സൂക്ഷിച്ചു നോക്കിയിരുന്നു. അതൃപ്തിയോടെയാണ് ചെറിയ ഗേറ്റ് തുറന്നുകൊടുത്തത്. എവിടെയും കർശനമായ നിയന്ത്രണങ്ങൾ ഏർപ്പെ ടുത്തിയിരിക്കുന്നു. ഓരോ ചലനങ്ങളും ശ്രദ്ധിക്കപ്പെടുകയാണ്.

ഉത്തരമേഖലയിൽ നിന്നും ഡാമിയനും വേണുവും എത്തിയിരുന്നു. അവർ ക്യാമ്പിനുള്ളിൽ വരുന്നതിനു പകരം പുറത്ത് നിന്നു. ഇവി ടുന്നുള്ളവർ പുറത്തുചെന്ന് അവരെ കൂട്ടി മറ്റൊരിടത്തേക്ക് നീങ്ങുകയാ

യിരുന്നു. മരുഭൂവിന്റെ ആരുമറിയാത്ത ഒരൊളിത്താവളത്തിലായിരുന്നു കൂടിക്കാഴ്ച. കാലങ്ങളായി മണ്ണുറച്ച തിട്ടകളിലെ ചെറിയൊരു ഗുഹ യായിരുന്നു അത്. ആശങ്കകളും മുന്നോട്ടുള്ള നീക്കങ്ങളും പരസ്പരം പങ്കുവെക്കാനും ആലോചിക്കാനുമാണ് കൂടിക്കാഴ്ച തീരുമാനിച്ചത്.

വിവിധ സൈറ്റുകളിലുണ്ടായ ആസൂത്രിത അറസ്റ്റുകൾ എല്ലായി ടത്തും പരിഭ്രമം സൃഷ്ടിച്ചിരിക്കയാണ്. മാത്രമല്ല അങ്ങനെ ഒന്ന് തികച്ചും അപ്രതീക്ഷിതവുമായിരുന്നു. വളരെ പെട്ടെന്നുതന്നെ അധികാരികളുടെ ഭാഗത്തുനിന്നുണ്ടായ ഇങ്ങനെയൊരു നീക്കം ഇനിയങ്ങോട്ടുള്ള ആപ ല്ക്കരമായ അന്തരീക്ഷത്തെ സൂചിപ്പിക്കുന്നതാണ്. അതായിരുന്നു കൂടു തൽ സംഭ്രമത്തിനു കാരണം. മണൽത്തിട്ടിലേക്ക് ചാരിയിരുന്ന് വേണു വ്യക്തമാക്കി.

“ഇരുപത്തിയാറുപേരെ ദൈദിൽ നിന്ന് കൊണ്ടുപോയതടക്കം ഉത്ത രമേഖലയിൽനിന്ന് എഴുപത്തിയാറുപേരെ അറസ്റ്റ് ചെയ്തിരുന്നു. ഇത്രയുംപേരെ പറയത്തക്ക കാരണങ്ങളൊന്നുമില്ലാതെ മൃഗീയമായി ജോലി സ്ഥലത്തുനിന്ന് അറസ്റ്റു ചെയ്യുക എന്നത് തികച്ചും അസ്സാധാര ണമായ നീക്കമാണ്. അത് ശേഷിക്കുന്ന മറ്റുള്ളവരുടെ ജോലി ചെയ്യാ നുള്ള ഉത്സാഹവും ആത്മവിശ്വാസവും പോലും തകർത്തുകളഞ്ഞു. ഇനി പിറകോട്ടു പോകാനാവില്ല. അതേ നാണയത്തിൽ പ്രതിഷേധിക്കേണ്ട തുണ്ട്. നദിയായുടെ നീക്കം ഏറെ പ്രധാനമാണ്. പ്രത്യേകിച്ചും നാന്നൂറ് പേരെ ഇവിടുന്ന് അറസ്റ്റുചെയ്ത് നീക്കിയ സ്ഥിതിക്ക്. അതാണ് വിഷയം.”

വേണു പ്രതീക്ഷയോടെ നദിയായിലെ നാല്‌വർ സംഘത്തെ നോക്കി.

“ഒരു തീരുമാനമുണ്ടാകണം. അതനുസരിച്ച് മുന്നോട്ടു പോകാം” ഡാമിയൻ ഒന്നുകൂടി നിലപാട് വ്യക്തമാക്കാൻ ആവശ്യപ്പെടുകയായി രുന്നു.

“വ്യക്തമാണ്. നദിയായിൽ നാന്നൂറ് പേരെയാണ് അവർ ഇരകളാ ക്കിയത്. അതീവ ഗൗരവമാണത്. അതിനിയും അടുത്ത ദിവസങ്ങളിൽ കൂടി ഉണ്ടാവാൻ തന്നെയാണ് സാദ്ധ്യത. ഒരുങ്ങിത്തന്നെയാണ് നീക്ക ങ്ങൾ എന്നുവേണം മനസ്സിലാക്കാൻ. അതുകൊണ്ട് പ്രതിരോധം ശക്തി പ്പെടുത്തേണ്ടതുണ്ട്. അതിന് എല്ലാവരും തെയ്യാറാണോ എന്നതാണ് പ്രധാനം. അങ്ങനെയെങ്കിൽ, അങ്ങനെ തയ്യാറാണെങ്കിൽ മാത്രം ഒറ്റയ ടിക്ക് എല്ലാം നിശ്ചലമാക്കുക. ഒന്നും ചലിക്കരുത്. ഒന്നിനെക്കുറിച്ചും ഒരാളും എന്തു പ്രകോപനമുണ്ടായാലും ശബ്ദിക്കരുത്. ഫലം എന്താ യാലും” കുറുപ്പ് വ്യക്തമാക്കി.

ചെറുകാറ്റിൽ മൺഗുഹയുടെ ഓംകാരമൊഴിച്ചാൽ പരിപൂർണ്ണ നിശ്ശ ബ്ദതയിൽ എല്ലാവരും ഇരുന്നു. ഡാമിയൻ ഒരു സിഗരറ്റിനു തീകൊളു ത്താനൊരുങ്ങിയെങ്കിലും ചീരനതു വിലക്കി. അപകടം ക്ഷണിച്ചു വരു ത്തേണ്ട.

“രണ്ടും കല്പിച്ചുള്ള കളിയാണ്. ഒന്നുകിൽ നല്ലൊരു ഒത്തുതീർപ്പുണ്ടാവും. അല്ലെങ്കിൽ പ്രൊജക്ടുകൾ ഒന്നാകെ നിർത്തിവെക്കേണ്ടിവരും. സ്തംഭനാവസ്ഥ. തിരിച്ചുപോക്കിന് തെയ്യാറെടുക്കണമെന്ന് സാരം.”

ചീരൻ നിലപാട് കുറെക്കൂടി ഉറപ്പിച്ചു.

“ഇന്നുണ്ടായ അറസ്റ്റിനുശേഷം ഫീൽഡ് വർക്കേഴ്സ് പൊതുവെ ഭയപ്പെട്ടിരിക്കയാണ്. കൂട്ടരാജിക്ക്വരെ തയ്യാറെടുക്കയാണ്. ഭീതിദമായ ഇത്തരം അന്തരീക്ഷത്തിൽ തുടരുന്നതിലും ഭേദം തിരിച്ചുപോക്കാണ് നല്ലതെന്ന് വിചാരിക്കുന്നു. അതിനാൽ ഒട്ടേറെപ്പേർ ഇതിനകം അവരുടെ സാധനങ്ങൾ പാക്ക്ചെയ്തു വെച്ചു കഴിഞ്ഞു.” വാസു വിശദീകരിച്ചു.

“അതൊരു സ്വാഭാവിക പരിണാമമാണെന്നു വേണം കരുതാൻ. ആരുടെയും സമ്മർദ്ദമില്ലാതെ ഇടപെടലുകളില്ലാതെ ആളുകൾ അവരുടെ ഇച്ഛക്കനുസരിച്ച് സ്വയം പ്രതികരിക്കുന്നെങ്കിൽ ആ മുന്നേറ്റത്തിന് ഒരു പൊതുസമവായം കൈവന്നു എന്നുകരുതാം. മറ്റെന്തിനേക്കാളും അതിനെ വിലമതിക്കണം. കാരണം ജീവിതം കരുപ്പിടിപ്പിക്കാൻ ഇറങ്ങിപ്പുറപ്പെട്ടവരാണ്. അതിനുള്ള സാദ്ധ്യത മങ്ങുന്നു എന്നുകണ്ടാൽ തീരുമാനമെടുക്കാനുള്ള അവകാശം നിഷേധിക്കാനാവില്ല. പരപ്രേരണ കൂടാതെ നേരായ വഴി തെരഞ്ഞെടുക്കണമെന്നു മാത്രം. അതുണ്ടാവുന്നില്ലെങ്കിൽ തീർച്ചയായും ഒരിടപെടൽ ആവശ്യമായി വരും. അന്നേരം ഒരു തീരുമാനത്തിലെത്താം. ഒരിക്കൽക്കൂടി സംയമനം പാലിക്കാം. ഒരിക്കൽക്കൂടി മാത്രം.

കുറുപ്പ് സുചിന്തിതമായ അഭിപ്രായത്തിലേക്കാണ് എത്തിയിരിക്കുന്നതെന്ന തോന്നലാണ് എല്ലാവരിലും ഉണ്ടാക്കിയത്. അതോടൊപ്പം വീണ്ടും ഒരനിശ്ചിതത്വത്തിന്റെ വാൾമുന മുകളിൽ തൂങ്ങിനിന്നു.

വാസു ക്യാമ്പിൽ തിരിച്ചെത്തിയപ്പോൾ കൂടാരങ്ങൾ രാവിന്റെ ചുട്ടുനീറുന്ന പുഴുക്കത്തിൽ തളർന്നുറങ്ങിക്കഴിഞ്ഞിരുന്നു. കൂടാരത്തിന്റെ മുഖപടം മാറ്റി ശബ്ദമുണ്ടാക്കാതെ കടന്നുചെന്നു. നേർത്ത വെളിച്ചം നടപ്പാതയിലെ വിളക്കുകാലിൽ നിന്ന് എത്തിനോക്കുന്നുണ്ട്. അടുത്ത കട്ടിലിൽ രാംനാഥ് ഗാഢനിദ്രയിലാണ്.

രണ്ടു കത്തുകൾ കാത്തുകിടപ്പുണ്ട്. രാംനാഥ് മെസിൽനിന്നും എടുത്തു കൊണ്ടുവന്നതാവും. ഒന്ന് അമ്മയുടേതാണ്. അമ്മക്കെഴുതിയിട്ടും കുറച്ച് നാളായി. പരിഭവങ്ങളും പരാതികളും ഏറെ കാണും. മറ്റൊന്ന് രജ്പതിക്കുള്ളതാണ്. അതെങ്ങനെ ഇവിടെയെത്തി എന്നന്തുതപ്പെട്ടു. അയാൾക്ക് കത്തെഴുതിക്കൊടുക്കുന്നത് വാസുവാണെന്ന നിലയ്ക്ക് രാംനാഥ് ഇങ്ങോട്ടുകൊണ്ടുവന്നതാവും. രജ്പതിയെ പിടിച്ചുകൊണ്ടുപോയിരിക്കയാണെന്ന് എല്ലാവർക്കുമറിയാം. അവരിലാരെയും ഇതുവരെ വിട്ടയച്ചിട്ടുമില്ല. അതിന്റെകൂടി പ്രതികരണമാവും ഇനി സൈറ്റിൽ ഉണ്ടാവാനിരിക്കുന്നത്. രജ്പതിക്കുള്ള കത്ത് തിരിച്ചും മറിച്ചും നോക്കി എന്തു ചെയ്യണമെന്നറിയാതെ വാസു വിഷമിച്ചു. അയാളുടെ

കുടുംബം കാത്തിരിക്കയാവും, മറുപടിക്കുവേണ്ടി. ഇജാസ് വശം കൊടുത്തയക്കാൻ ഉടുപ്പുകൾ പോലും വാങ്ങി സൂക്ഷിച്ചിരുന്നതാണ്. അപ്പോഴാണ് ഇജാസ് അപകടത്തില്പെടുന്നത്. ഇനിയിപ്പോൾ എന്തുചെയ്യും. കത്ത് പൊട്ടിച്ച് വായിച്ച് മറുപടി അയക്കണോ എന്ന് ഒരു നിമിഷം വാസു ആലോചിച്ചു. പിന്നീട് വേണ്ടെന്നു തോന്നി. കത്ത് സൂക്ഷിച്ചുവെച്ചു. എന്തെന്തു വേദനകൾ അതിലെ അക്ഷരങ്ങളിൽ തുടിക്കുന്നുണ്ടാവും എന്നോർത്ത് വാസുവിന് ദു:ഖം തോന്നി.

കൂടാരത്തിനുള്ളിലെ മങ്ങിയ വെളിച്ചത്തിൽ വാസു അമ്മയുടെ കത്ത് വായിച്ചു. പതിവു വിശേഷങ്ങളും പരാതികളുമുണ്ട്. അതോടുകൂടി മറ്റൊന്നും സൂചിപ്പിച്ചിരുന്നു. സരസ്വതിയെക്കുറിച്ച് അമ്മക്ക് അത്രയൊന്നും വേവലാതിയില്ല. വൈകാതെ അവളെ കെട്ടിച്ചയക്കണം. പക്ഷേ, ഇളയവൾ ദേവു. ദേവുവിനെച്ചൊല്ലി വല്ലാത്ത ഉൽക്കണ്ഠയിലാണ് അമ്മ. കുട്ടി സദാ ഒഴിഞ്ഞു മാറിയാണിരിപ്പും നടപ്പും. അധികം സംസാരമില്ല. ഉത്സാഹമില്ല. തനിച്ചിരുന്ന് ഏതോ ലോകത്തിലാണ് സഞ്ചാരം. ക്ലാസുകഴിഞ്ഞെത്തുന്നതും സരസ്വതിയോടൊപ്പം പോലുമല്ല. എന്റെ കുട്ടിക്ക് എന്തുപറ്റിയെന്ന് മനസ്സിലാവുന്നില്ല എന്നാണ് അമ്മ എഴുതുന്നത്. തൃത്തറയിലെ വിശേഷങ്ങൾ ഒന്നുംതന്നെ എഴുതിയിട്ടില്ല. കുറെ നാളായി അങ്ങനെ. അതൊരടഞ്ഞ അദ്ധ്യായമായി അമ്മ കരുതുന്നുണ്ടാവും. ഹരനുമായും വാസു ഒന്നുംതന്നെ പങ്കുവെക്കാറില്ല.

ദേവുവിന്റെ കാര്യത്തിൽ ഉൽക്കണ്ഠയായി. പെൺകുട്ടികളുടെ കാര്യാണ്. മനസ്സുറയ്ക്കാത്ത പ്രായം. മരഞ്ചാടി പോലെയാവും. ചാഞ്ചാട്ടങ്ങൾ തന്നെയാവും. പോണം. നാട്ടിലെത്തണം. സരസ്വതിയെ കെട്ടിച്ചയക്കണം. അതിനിനിയും പണിയെടുക്കണം. ഒഴിഞ്ഞ കൈയാണിപ്പോൾ. ഇങ്ങനെ പോയിട്ടെന്തു ചെയ്യാനാവും. എന്തെങ്കിലും കരുതലുണ്ടാവണം. അതിനിനിയും എത്രനാളെടുക്കുമെന്നറിയില്ല. അപ്പോഴാണീ അനിശ്ചിതത്വം. അനീതി നോക്കിനില്ക്കാൻ കഴിയുന്നുമില്ല. നിശ്ശബ്ദമായി കിട്ടുന്നതു വാങ്ങി ചുറ്റും നടക്കുന്നതൊന്നുംതന്നെ ശ്രദ്ധിക്കാതെ മുന്നോട്ട് പോകാൻ കഴിയില്ല. അങ്ങനെ എന്തിനു ജീവിക്കണം സ്വയം പണയപ്പെടുത്താനാവില്ല. ചൂഷിതന്റെ സ്വരമുയരണം മൗനം എന്തുകൊണ്ടും അപമാനമാണ് .

ഒരോന്നോർത്തു കിടന്ന് വാസു ഉറക്കത്തിലേക്ക് ചാഞ്ഞിറങ്ങി.

അടുത്ത നാലു നാളുകളിൽ നദിയാ വെന്തുരുകി നിന്നു. എന്താണ് സംഭവിച്ചുകൊണ്ടിരിക്കുന്നതെന്ന് ആർക്കും കൃത്യമായി അറിയില്ലായിരുന്നു. സൈറ്റിന്റെ പല ഭാഗങ്ങളിലും കൂടെയുണ്ടായിരുന്നവരുടെ അഭാവം തന്നെ ആളുകളുടെ പണിയെടുക്കാനുള്ള ഊർജ്ജവും ഉത്സാഹവും ചോർത്തിക്കളഞ്ഞു. ഭയം വർദ്ധിപ്പിച്ചു. സ്ക്രാപ്പറുകൾ അനങ്ങാൻ തന്നെ സമയമെടുത്തു. അവയ്ക്ക് ജീവൻ വെച്ചിരുന്നു. അതുകൊണ്ടു തന്നെ അവ മെരുങ്ങാതെ ഒന്നിനും വഴങ്ങാതെ ഒറ്റനില്പായിരുന്നു.

സ്ക്രാപ്പറുകൾക്ക് പോലും ഹൃദയമുണ്ടായെന്ന് സയ്യദ് പറഞ്ഞു.

അവ അനങ്ങാൻ കൂട്ടാക്കുന്നില്ല. ആലസ്യം പൂണ്ടുകിടക്കുകയാണ് അവക്ക് തൊപ്പിക്കാരെ ഭയമാണ്. ചാരപ്പച്ചപ്പ് ചതുർത്ഥിയാണ്. ഹൃദയം നിന്നുപോകും. പിന്നെങ്ങനെ ചലിക്കും. സ്ക്രാപ്പർപ്പട നിരങ്ങിയും നീങ്ങിയും മണ്ണിനോടു കലഹിച്ചും പ്രതിഷേധിച്ചു. യന്ത്രങ്ങൾ ഉള്ളുരുക്കത്തോടെ ഗർജ്ജിക്കാൻ തുടങ്ങി.

റൺവേയുടെ അസ്ഫാൾട്ടിങ് ഒരിടത്തുമെത്തിയിരുന്നില്ല. പണിയെടുക്കുന്തോറും പണിക്കാരില്ലാതാവുകയായിരുന്നു. ഒരുകൂട്ടം ആളുകൾ പണിക്കിറങ്ങിപ്പോകും. കൂട്ടങ്ങൾ റൺവേയിലേക്ക് പടർന്നിറങ്ങും. പണിയിലേർപ്പെടുമ്പോഴേക്കും കൂട്ടങ്ങളുടെ എണ്ണം കുറഞ്ഞുവരും ഒരോരുത്തർ അവിടവിടെ അപ്രത്യക്ഷരാകും. ശേഷിക്കുന്നവർ റൺവേ മിനുക്കിയെടുക്കുമ്പോഴേക്കും റൺവേയുടെ ഉടലിന് നീളംവെക്കും. പണിക്കാർ നീളത്തിനു പിറകേ ഓടി വശംകെടും. ശ്വാസം കിട്ടാതാകും. കൈകാലുകൾ തളരും. വീണുകിടക്കും. ഓട്ടപ്പാതയിൽ ശരീരങ്ങൾ നിറയും. ചാരപ്പച്ചപ്പുള്ള വണ്ടികൾ വന്നു വീണുകിടക്കുന്ന ശരീരങ്ങളെ പെറുക്കിയെടുത്ത് വണ്ടിയിലിട്ട് കൊണ്ടുപോകും. അഞ്ചാംനാൾ വണ്ടികൾ പോരാതെ വന്നു. സൈറ്റുണരുന്നതുതന്നെ ഓരോ സ്ഥലത്തും ആൾക്കൂട്ടങ്ങളുടെ അനക്കമില്ലായ്മയിലേക്കായിരുന്നു. ഒന്നും തന്നെ ചലിച്ചിരുന്നില്ല. എല്ലാം നിശ്ചലം. പണിയെടുക്കുന്നവരെയൊക്കെ ഭയം ഗ്രസിച്ചിരുന്നു. ആരുമാരും അനങ്ങാതായി. എങ്ങും മൂകത. ആരും ശബ്ദിച്ചിരുന്നില്ല. നിന്നിടത്ത് തന്നെ നിന്നു. നദിയായുടെ മുഖം മാറിപ്പോയി. എന്തെന്തു ശബ്ദങ്ങളിൽ മുങ്ങിയാണ് നദിയാ വളർന്നുവന്നത്. ഇത്രകാലം തളർച്ചയെന്തെന്നറിഞ്ഞില്ല. ഇപ്പോഴിതാ എല്ലാ നാഡി ഞരമ്പുകളും തളർന്ന് ജീവച്ഛവമായി നിരാശ്രയയായി കേഴുന്നു. ഊർജ്ജം പകർന്നവരൊക്കെ ശ്വാസം നിലച്ച മട്ടായി. ഭയംകൊണ്ട് വിറകൊണ്ട് ചലിക്കാനാവാതായി. നിശ്ശബ്ദതയ്ക്കും നിശ്ചലതയ്ക്കും ഇത്രയും ഭീകരത സൃഷ്ടിക്കാനാവുമോ. ഉണ്ടെന്നു തോന്നും.

ടെർമിനൽ ബിൽഡിങ്ങിൽ എല്ലാവരുമെത്തിയിരുന്നു. കെട്ടിപ്പൊക്കിയതിനും മുകളിൽ അവരൊക്കെ കയറിയിരുന്നു. കൂടെയുണ്ടായിരുന്നവരെക്കൂടി കൂടെ കൂട്ടണം എന്നുപറഞ്ഞാണ് അവരെല്ലാം മുകളിൽ കയറി ഇരിപ്പുറപ്പിച്ചത്. അതുമല്ലെങ്കിൽ സ്വദേശത്തേക്ക് കയറ്റിവിടുക. അധികം വൈകാതെ ജനറൽ ഫോർമാൻ മുതൽ താഴോട്ടുള്ളവരെയെല്ലാം ആൻഡ്രൂയങ്ങിന്റെ ഓഫീസിലേക്ക് വിളിപ്പിക്കുകയുണ്ടായി. ചീരനായിരുന്നു ചാർജ്. ആൻഡ്രൂയങ്ങിന്റെ സെക്രട്ടറി അയാളാണ്. മൈക്ക് മുതലുള്ളവരെ വിളിച്ചുവരുത്തി. ക്യാമ്പ് ബോസ് അലിഖാനെയും വിളിക്കാൻ മറന്നില്ല. കോൺഫറൻസ് ഹാൾ തയ്യാറാക്കാൻ അശോകനോട് ആവശ്യപ്പെട്ടു. എല്ലാം ക്ഷണത്തിൽ ചെയ്തുതീർത്തു. സൈറ്റുകളിൽ നിന്ന് ബന്ധപ്പെട്ടവർ ഓരോരുത്തരായി എത്തിത്തുടങ്ങി. ഓഫീസ് കെട്ടിടത്തിൽ ആരും ശബ്ദിച്ചിരുന്നില്ല. ഭയം കൊണ്ടുതന്നെ. ഇടനാഴിയിൽ ഇപ്പോഴും തൊപ്പിക്കാർ ഡ്യൂട്ടിയിലുണ്ട്. അവരെ കടന്നുവേണം ആർക്കും തങ്ങ

ളുടെ മുറിയിലെത്താൻ. സൈറ്റിന്റെ പല ഭാഗങ്ങളിലും ഈയിടെയായി അവർ സ്ഥാനമുറപ്പിച്ചിരുന്നതിനാൽ മീറ്റിങ്ങിനെത്തിയ ഫോർമാന്മാർക്ക് അസാധാരണമായി ഒന്നും തോന്നാനിടയില്ല.

സമയം പതിനൊന്ന്. കൃത്യസമയംതന്നെ മീറ്റിങ് ആരംഭിച്ചു. ചീരൻ ആവശ്യമായ ഫയലുകളുമായി മീറ്റിങ് ഹാളിലെത്തിയെങ്കിലും ആൻഡ്രൂയങ് അയാളോട് മീറ്റിങ്ങിൽ പങ്കെടുക്കേണ്ടെന്ന് പറഞ്ഞ് തിരിച്ചയച്ചു. ഫയലുകൾ മുഴുവൻ ആൻഡ്രൂയങ്ങിനെ ഏല്പിച്ച് ചീരൻ ക്ഷണത്തിൽ തന്റെ ഓഫിസിലേക്ക് തിരിച്ചുപോന്നു.

"ഒഴിവാക്കിയതാണ്." ചീരൻ വിചാരിച്ചു. ഇനി കരുതലോടെ വേണം ഏതൊരു നീക്കവും.

അടച്ചിട്ട കോൺഫറൻസ് ഹാളിൽ ഒരു ശബ്ദംപോലും കേട്ടിരുന്നില്ല. അതിനുള്ളിൽ ആരുംതന്നെയില്ലെന്നു തന്നെ വിചാരിക്കും. ഓരോരുത്തരും തങ്ങളുടെ ശബ്ദം തന്നെയാണ് ഏറെ ഭയന്നത്. നിങ്ങൾ പത്ത് വാക്യങ്ങളെഴുതൂ. അതിൽനിന്ന് നിങ്ങളെ തൂക്കിക്കൊല്ലാനുള്ള വകുപ്പ് കണ്ടെത്താൻ കഴിയും എന്നുപറഞ്ഞ ന്യായാധിപൻ ത്രിമാൽക്കയോണിനെ കുറിച്ചൊന്നും മീറ്റിങ്ങിൽ പങ്കെടുക്കുന്നവർ കേൾക്കാനിടയില്ല. എന്നാൽ തങ്ങളുടെ വാക്കുകളിൽ കുറ്റാരോപണത്തിനുള്ള തെളിവുകൾ കണ്ടെത്തിയേക്കാം എന്ന ഭയമുണ്ടായിരുന്നു. ശ്രദ്ധയോടെ, കരുതലോടെ അളന്നുമുറിച്ചു മാത്രം വാക്കുകൾ ഉപയോഗിക്കാൻ എല്ലാവരും ശ്രദ്ധിച്ചു.

ആൻഡ്രൂയങ്ങിന്റെ ചോദ്യങ്ങൾക്കുമാത്രം മറുപടി പറയുന്ന രീതിയായിരുന്നു മീറ്റിങ്ങിലുടനീളം കണ്ടത്. വിശദമായ ചർച്ചകൾക്ക് ഇടമുണ്ടായില്ല. സൈറ്റ് മുടങ്ങിയതിന്റെ കാരണങ്ങൾ ചുരുക്കിപ്പറയാൻ ആവശ്യപ്പെട്ടപ്പോൾ ജോബ് പറഞ്ഞു.

"പരമാവധി പ്രൊഡക്ഷൻ തരുന്ന വർക്ക്ഫോഴ്സേ നമുക്കുള്ളു. മോശപ്പെട്ട ഒരാൾ പോലുമില്ല. നമ്മുടെ റിക്രൂട്ട്മെന്റ് ക്വാളിറ്റി പ്രശംസനീയമായിരുന്നു."

"പിന്നെന്താണ് കാരണം" മൈക്ക് അന്വേഷിച്ചു.

"വേതനക്കുറവ്. ജോലി സ്ഥിരതയെക്കുറിച്ചുള്ള സന്ദേഹം. നാളെയെക്കുറിച്ചുള്ള വേവലാതിയും അനിശ്ചിതത്വവും. ജോലി ഭാരം. നീണ്ട ജോലി സമയം. ഈയിടെയുണ്ടായ അറസ്റ്റുകൾ സൃഷ്ടിച്ച ഭയം."

ജോബ് പറഞ്ഞുനിർത്തി. പറഞ്ഞതത്രയും കൂടുതലായോ എന്ന തോന്നലുണ്ടായി. ഇത്രയും മതിയാകും തന്നെ അളന്നുനോക്കി എവിടെയെങ്കിലും തറയ്ക്കാൻ.

മൈക്ക് ആൻഡ്രൂയങ്ങിനെ നോക്കി. നോട്ട്പാഡിലെന്തോ കുറിച്ച് കൈമാറി. ആൻഡ്രൂയങ് കുറിപ്പ് നോക്കി അല്പനേരം മൗനിയായിരുന്നു.

"ക്യാമ്പിൽ പുതിയ റിക്രൂട്ട്മെന്റിൽ എത്രപേരെത്തിയിട്ടുണ്ട്."

ക്യാമ്പ് ബോസിനോടായിരുന്നു അന്വേഷണം.

"എണ്ണൂറ്റി അമ്പത് സർ" അലിഖാൻ പറഞ്ഞു.

"അവരെ പെട്ടെന്ന് മൊബിലൈസ് ചെയ്യാൻ കഴിയില്ലേ."

"തീർച്ചയായും സർ" അലിഖാൻ പറഞ്ഞു.

വീണ്ടും ഫയലുകളിൽ പരതി മുഖമുയർത്തി ആൻഡ്രൂയങ് ശബ്ദമുയർത്തി.

പറയുന്ന കാരണങ്ങളൊന്നും സ്വീകാര്യമല്ല. വിട്ടുവീഴ്ചകൾക്ക് കമ്പനി തയ്യാറല്ല. നിലവിലുള്ള വ്യവസ്ഥകൾക്കും മാറ്റം പ്രതീക്ഷിക്കേണ്ട. ജോലി ആവശ്യമുള്ളവർക്ക് തുടരാം. അല്ലാത്തവർക്ക് തിരിച്ചുപോകാം. ജോലി ചെയ്യാതിരിക്കുന്നത് കുറ്റകരമാണ്. നടപടികളുണ്ടാകും. അതറിയിക്കുക.

മൈക്ക് അക്കാര്യം കുറിച്ചുവെച്ചു.

മറ്റൊന്നും സംഭവിച്ചില്ല. എല്ലാം ക്ഷണത്തിൽ അവസാനിച്ചു. ആൻഡ്രൂയങ് ഫയൽ മടക്കി എഴുന്നേറ്റ് പുറത്തിറങ്ങി.

മീറ്റിങ് അവസാനിച്ചതായി മൈക്ക് അറിയിച്ചു. ഒരു ശബ്ദംപോലും ആ ഹാളിലുയർന്നില്ല.

ആൻഡ്രൂയങ് നേരെ മാൽക്കത്തിന്റെ ഓഫീസിലേക്ക് കയറി. ഹെഡ് ഓഫീസിൽ നിന്നെത്തിയ ഏതാനുംപേർ മാൽക്കത്തിനോടൊപ്പമുണ്ടായിരുന്നു. വാതിലടഞ്ഞു. ഓഫീസ് വിട്ട് ജോലിക്കാരെല്ലാം പോയിട്ടും അതടഞ്ഞുതന്നെ കിടന്നു. സെക്യൂരിറ്റിയിലുള്ളവരും ഡ്യൂട്ടിയിലുള്ള തൊപ്പിക്കാരും അവർ പുറത്തിറങ്ങുന്നതും നോക്കി കാത്തുകിടന്നു.

തുടർന്നുള്ള ദിവസങ്ങളിലും അറസ്റ്റുകളുണ്ടായി. അലസത, താല്പര്യക്കുറവ്, പ്രതിഷേധം എന്നീ കാരണങ്ങൾ ആരോപിച്ച് പലരെയും തൊപ്പിക്കാരെ ഏല്പിക്കയാണുണ്ടായത്. ദിനം ചെല്ലുന്തോറും എന്നാൽ അങ്ങനെയുള്ളവരുടെ എണ്ണം വർദ്ധിച്ചു വരികയാണുണ്ടായത്. മറ്റു മേഖലകളിലും ഇതാവർത്തിച്ചു. ഇതിലൂടെ കമ്പനിയുടെ നീക്കം ഏതു വഴിക്കാണെന്ന് മനസ്സിലാക്കാൻക്കൂടി പ്രയാസം നേരിട്ടു.

"കിരിയാക്കോസ് വാസുവിനോട് അന്വേഷിക്കയായിരുന്നു ഇന്ത്യക്കാരും പാകിസ്ഥാനികളും ശ്രീലങ്കക്കാരും ഈ കമ്പനി അടച്ചുപൂട്ടിക്കുമെന്ന് കേട്ടല്ലോ. ശരിയാണോ."

"എന്തിനങ്ങനെ ചെയ്യണം" വാസു തിരിച്ചു ചോദിച്ചു.

"പിന്നെ എന്താണ് നിങ്ങളുടെ ഉദ്ദേശ്യം."

"അദ്ധ്വാനത്തിനു മാന്യമായ വേതനം. പീഡനമില്ലാത്ത അന്തരീക്ഷം."

"അതുണ്ടല്ലോ."

"നിങ്ങൾക്കുണ്ട്. കാരണം നിങ്ങളുടെ സ്കിൻ അതാണ്."

കിരിയാക്കോസ് വാസുവിന്റെ നേരെ കണ്ണിറുക്കി.

"കമ്പനി അടച്ചുപൂട്ടിയാൽ" കിരിയാക്കോസ് ചോദിച്ചു.

"ഒന്നുമില്ല. തിരിച്ചുപോകും. ഞങ്ങൾക്ക് സ്വന്തമായൊരു നാടും വീടുമുണ്ട്."

"പിന്നെന്തിനു വന്നു."

"മെച്ചപ്പെട്ട ജീവിതമുണ്ടാക്കാൻ."

"ജോലി."

"മറ്റൊന്ന് കണ്ടുപിടിക്കും. ഈ ലോകം വിശാലമാണ്."

"നിന്നോടെനിക്ക് ബഹുമാനമുണ്ട്. പക്ഷേ, ഇപ്പോഴത്തെ സ്ഥിതിയിൽ ദുഃഖമുണ്ട്" കിരിയാക്കോസിന്റെ വാക്കുകളിൽ ആത്മാർത്ഥത തുളുമ്പി.

"നിന്റെ നല്ല വാക്കുകൾക്ക് നന്ദി." വാസു പറഞ്ഞു.

"നിനക്കറിയോ. ഈ കമ്പനിയുടെ നിലനില്പ് ഞങ്ങളുടെ കൂടി ആവശ്യമാണ്. ഞങ്ങൾ കുടിയേറ്റക്കാർ നിങ്ങളെപ്പോലെയല്ല. നിങ്ങൾക്ക് നാടും വീടുമുണ്ട്. ഞങ്ങളത് നഷ്ടപ്പെട്ടവരാണ്. തിരിച്ചുചെന്നാൽ അഭയാർത്ഥി ക്യാമ്പിൽ പോലും ഒരിടം കിട്ടുകയില്ല. തുർക്കികളുടെ പീഡനം ഇനിയുമനുഭവിക്കേണ്ടിവരും."

കിരിയാക്കോസിന്റെ മുഖം നിർവ്വികാരതയിൽ മുങ്ങി. കണ്ണുകൾ ദൂരെയെങ്ങോ നഷ്ടമായി. അതിൽ നൈരാശ്യത്തിന്റെ ചെറുതോണി ഉഴറി നടന്നു. അധിനിവേശത്തിന്റെ ഇരുണ്ട നാളുകളുടെ ഭയ ചിന്തയിലേക്ക് അയാളിറങ്ങിയിരിക്കണം.

"മനസ്സിലാവുന്നുണ്ട് സർ. പക്ഷേ, ഞങ്ങളുടെ ചുമലുകളിൽ കടമകളും ബാദ്ധ്യതകളുമാണ് കൂടുതൽ ഭാരമേല്പിക്കുന്നത്. അതൊരിക്കലും തീരില്ല."

കിരിയാക്കോസ് തന്റെ ദൃഷ്ടികൾ പോയ കാലങ്ങളിൽ നിന്ന് പിൻവലിച്ച് വാസുവിലേക്ക് തിരിച്ചുവിട്ടു.

"പിന്നെയീ പ്രതിഷേധം." കിരിയാക്കോസ് മുഖം വിടർത്തി ചോദിച്ചു.

"അതുണ്ട്. അനീതിയോട് പൊരുത്തപ്പെടാൻ ബുദ്ധിമുട്ടുണ്ട്."

"നിങ്ങൾ സ്വാതന്ത്ര്യത്തിൽ മുങ്ങിക്കുളിച്ചവരാണ്. ഞങ്ങളതനുഭവിച്ചിട്ടേയില്ല. ഒരുപക്ഷേ, നിങ്ങളുടെ പിതാക്കന്മാർക്കേ ഞങ്ങളെ മനസ്സിലാക്കാൻ കഴിയൂ."

കിരിയാക്കോസിന്റെ സ്വരത്തിൽ വേദന കലർന്നിരുന്നു. അയാൾ നിശ്ശബ്ദനായി ഏറെനേരം അങ്ങനെയിരുന്നു. വിങ്ങിനിന്ന അന്തീക്ഷത്തെ പൊട്ടിച്ചെടുക്കാൻ വാസുവിനും ധൈര്യം വന്നില്ല. സൈറൺ മുഴങ്ങിയപ്പോൾ ഇരുവരും തങ്ങളുടെ ജോലികളിലേക്ക് തിരിഞ്ഞു.

അന്നുച്ചയോടെ ചാരപ്പച്ച നിറമുള്ള വണ്ടിയൊന്ന് മെറ്റീരിയൽ സ്റ്റോറിന്റെ ഗേറ്റിനു മുന്നിൽ ഏറെനേരം കാത്തു കിടന്നിരുന്നു. അതേ നിറക്കൂട്ടുള്ള മറ്റൊരു വണ്ടികൂടി എത്തിയ ശേഷം രണ്ടും ഒരുമിച്ച് സെക്യൂരിറ്റി ഗേറ്റ് കടന്ന് സ്റ്റോർ ഓഫീസിന്റെ മുന്നിലെത്തി നിന്നു. ഏതാനും തൊപ്പിക്കാർ വണ്ടിയിൽനിന്നും ഇറങ്ങിവന്നു. രണ്ടാമതെത്തിയ വണ്ടിയിലെ ഒരാൾ, ചുമലിൽ ഏറെ നക്ഷത്ര ചിഹ്നങ്ങളുള്ള ഒരാൾമാത്രം ഓഫീസിനുള്ളിലേക്ക് കയറിപ്പോയി. മറ്റുള്ളവർ പുറത്തു കാത്തു

കിടന്നു.

സൈറൺ മുഴങ്ങിയതിനുശേഷമുള്ള ചെറിയ ഇടവേളക്കുള്ളിലാണ് ഇവർ അകത്തേക്ക് കടന്നത്. ഷിഫ്റ്റ് കഴിഞ്ഞിറങ്ങുന്നവരുടെയും കയറുന്നവരുടെയും തിരക്ക് തുടങ്ങിയിരുന്നു. അകത്തോട്ടും പുറത്തോട്ടുമുള്ള ഗേറ്റുകൾ മലർക്കെ തുറന്നുവെച്ച് സെക്യൂരിറ്റിക്കാർ പരിശോധനക്ക് തയ്യാറായി നിന്നു. അസ്സാധാരണമായി ചാരപ്പച്ച നിറമുള്ള വണ്ടികളും തൊപ്പിക്കാരും സ്റ്റോറിനുള്ളിലേക്ക് കടന്നെത്തിയിരിക്കുന്നതുകണ്ട് അകത്തുകടന്നവരും പുറത്തിറങ്ങിയവരും ഒട്ടൊന്നു നടുങ്ങിയിരുന്നു. ഏറെ ഭീതി ഉള്ളിലൊതുക്കിയാണ് ഈയിടെയായി ആളുകൾ പണിക്കിറങ്ങിയിരുന്നത്. എപ്പോഴാണ് തങ്ങൾ പിടിക്കപ്പെടുക എന്നതിന് ഒരു നിശ്ചയവുമില്ല. ഇങ്ങനെയൊരു ചാരപ്പച്ചപ്പ് കാണുന്ന മാത്രയിൽ അവസാനം തങ്ങളുടെ ഊഴവും വന്നെത്തിയോ എന്നാണ് ചങ്കിടിപ്പോടെ അവർ തിരിച്ചറിയുക.

അടുത്ത ഷിഫ്റ്റ് തുടങ്ങിയതോടെ സെക്യൂരിറ്റിഗേറ്റുകൾ അടഞ്ഞു. തൊപ്പിക്കാർ അകത്തുതന്നെ നിലയുറപ്പിച്ചു. അവർ പ്രതിമകണക്കെ അനക്കമില്ലാതെ ആജ്ഞകൾക്കായി കാത്തുനിന്നു.

അധികം വൈകാതെ അകത്തുപോയ ഏറെ നക്ഷത്ര ചിഹ്നങ്ങളുള്ള, തൊപ്പിയിൽ ചെമ്പുതകിടിന്റെ മിനുപ്പുള്ള ഓഫീസർ പുറത്തിറങ്ങി വന്നു.

അയാളോടൊപ്പം കൂടെ നടന്നുവന്നത് കുറുപ്പായിരുന്നു. വിജയഭാസ്കരക്കുറുപ്പ്. അയാൾ കൈകൾ മുന്നിലേക്ക് കൂട്ടിപ്പിടിച്ചിരുന്നു, വിലങ്ങിന്റെ ഭാരം താങ്ങാനാവാതെ.

വണ്ടികൾ രണ്ടും ക്ഷണത്തിൽ ഗേറ്റുകടന്ന് വേലിക്കപ്പുറമുള്ള മൺപാതയിലേക്ക് മറഞ്ഞു.

ശബ്ദങ്ങളൊഴിയുന്നു

ഇരുൾ പരന്നിട്ടും ചീരൻ എത്തിയിരുന്നില്ല. കൃത്യസമയത്തുതന്നെ ഓഫീസിൽ നിന്നിറങ്ങാറുള്ളതാണ്. വൈകിയെത്തുന്ന പതിവില്ല. വാസു ചീരനെ അന്വേഷിച്ചിറങ്ങിയതാണ്. ഏറെനേരം സത്താറിന്റെ മുറിയിലിരുന്നു. അയാൾ പോരുമ്പോൾ ചീരൻ ഓഫീസിൽത്തന്നെയുണ്ടായിരുന്നു. എന്തേ വൈകുന്നതെന്നറിയില്ല.

ഇന്നലെ കുറുപ്പിന്റെ അറസ്റ്റിനുശേഷം ക്യാമ്പിലൊക്കെ പരിഭ്രാന്തി പടർന്നിട്ടുണ്ട്. സ്റ്റാഫ്ബ്ലോക്ക് ആകെ വിറങ്ങലിച്ചു നില്പാണ്. ആളും അനക്കവുമില്ല. ആരും പിടിക്കപ്പെടും എന്നൊരവസ്ഥ. ഡ്യൂട്ടി കഴിഞ്ഞെത്തിയാലുടൻ മുറിയിൽ കയറി കതകടച്ചിരിക്കും. ചെറിയ ശബ്ദംപോലും ഞെട്ടലുണ്ടാക്കുന്നുണ്ട്. ഭക്ഷണത്തിനുപോലും പുറത്തിറങ്ങാൻ ഭയം. മുറി ഒരു സുരക്ഷിത കവചമല്ലെന്നറിയാം. എന്നാലും ഒട്ടകപ്പക്ഷിയുടെ മനസ്സാണിപ്പോൾ. തല മണലിൽ പൂഴ്ത്തിയാൽ തന്റെ വലിയ ഉടൽ ആരും കാണില്ലെന്ന മൗഢ്യം. എത്ര ക്ഷണത്തിലാണ് ഭയത്തിന്റെ ചരടുകൾ മനുഷ്യനെ കെട്ടിമുറുക്കുന്നത്.

വാസു പലതവണ ചീരന്റെ മുറിവരെ പോയി. അതടഞ്ഞുതന്നെ കിടന്നിരുന്നു. പുറത്തെ ഒഴിഞ്ഞ ഷൂറാക്ക് ആളെത്തിയില്ലെന്ന സൂചനയാണ്. നേരെ കുട്ടിയെ അന്വേഷിച്ച് അടുത്ത ബ്ലോക്കിലേക്ക് കടന്നു. പുറത്ത് ചൂടുകാറ്റ് വീശിയിരുന്നു. ഇരുളിനും കനം വെച്ചുവരികയാണ്. ആളനക്കമില്ലാത്ത പരിസരം. ഇടനാഴി ശൂന്യമായിരുന്നു. കുട്ടി വാതിൽ തുറന്നു. മുഖത്ത് ക്ഷീണമുണ്ട്. ഓഫീസിൽ നിന്നെത്തിയിട്ട് അധികമായില്ല. ഡ്രസ് മാറിയിട്ടുപോലുമില്ല. വൈകുന്നേരത്തെ ചായയിലേക്ക് കടന്നിട്ടേയുള്ളൂ. തിരിച്ചില്ലാത്ത പകലൊടുക്കമറിയാതെ.

വാസു കുട്ടിക്കഭിമുഖമായി കസേര വലിച്ചിട്ടിരുന്നു. കുട്ടി ചായയുണ്ടാക്കാൻ തുനിഞ്ഞെങ്കിലും വേണ്ടെന്നു പറഞ്ഞു.

"എന്താ വിശേഷിച്ച്." കുട്ടി അന്വേഷിച്ചു.

"വിശേഷിച്ചെന്തെങ്കിലും ഉണ്ടായോന്നറിയാൻ വന്നതാ" വാസു പറഞ്ഞു.

കുട്ടി ഒന്നും പറഞ്ഞില്ല. വാസുവിന്റെ മുഖത്തേക്കുതന്നെ നോക്കിയിരുന്നു.

"എന്താണ് സർ" വാസു ഉൽക്കണ്ഠപ്പെട്ടു.

"ഇനിപ്പോ എന്തുണ്ടാവുംന്നാർക്കറിയാം."

ഭീതിയുടെ പുകച്ചുരുളുകൾ കുട്ടിയുടെ മുഖത്ത് പടർന്നിരുന്നു. അയാളുടെ നോട്ടം ജനല്പാളിയും കടന്ന് ദൂരേക്ക് നീണ്ടു. ചുടുകാറ്റിൽ മണൽ ധൂളിയിൽ മുങ്ങി മോഹാലസ്യപ്പെട്ടു കിടക്കുന്ന മണ്ണുമലകൾ അകലെ അവ്യക്തമായി കാണാം.

"ഒന്നിനും ഒരു നിശ്ചയോംല്യ. മണ്ണുമലപോലും നാളേക്ക് സ്ഥാനം തെറ്റി കാണാം."

മുറിയാകെ കനംവെച്ച് തിങ്ങിനിറഞ്ഞ ഒരസ്വാസ്ഥ്യം വാസുവിന് അനുഭവപ്പെട്ടു. ഏതാനും നിമിഷങ്ങളുടെ ചുരുൾ നിവർത്തി വാസു അന്വേഷിച്ചു.

"ചീരനെ കാണുന്നില്ലല്ലൊ."

കുട്ടി മൗനം കൈവിടാതിരുന്നതേയുള്ളു. വാസുവിന്റെ നെഞ്ചിടിപ്പ് അയാളെത്തന്നെ ഭയപ്പെടുത്തി. മൗനത്തിന്റെ തിടുക്കമകന്ന അലോസരം അക്ഷമ പെരുക്കിയെടുത്തു.

"ചീരൻ." കുട്ടി അർത്ഥഗർഭമായൊന്നു നിർത്തി.

"ചീരൻ." വാസു മുന്നോട്ടാഞ്ഞിരുന്നു.

"ഞാനും കാത്തിരിക്യാണ്."

"അയാളെവ്ട്യാ."

"ഓഫീസിലുണ്ടായിരുന്നു. ഞാൻ പോരുംവരെ."

"പിന്നെന്തേ ഇറങ്ങാതിരുന്നത്."

"അതാണ് മനസ്സിലാവാത്തത്."

വാസു അന്ധാളിച്ചു. സാധാരണ വൈകിയിറങ്ങാറുള്ള കുട്ടി പോലും പോന്നുകഴിഞ്ഞിട്ടും ചീരൻ ഓഫീസിൽത്തന്നെ തങ്ങുന്നതെന്ത്.

"ചീരനിങ്ങനെ വൈകാനെന്തേ" ഉൽക്കണ്ഠ പെരുകി വാസു വീണ്ടും അന്വേഷിച്ചു.

കുട്ടിയുടെ മുഖമിരുണ്ടു. അയാൾക്കുള്ളിൽ അകാരണമായ ഭയം തിങ്ങി നിറയുന്നുണ്ടെന്നു തോന്നി.

"ഞാനിറങ്ങുമ്പോ അയാൾ ഇസയാസിന്റെ മുറീലിരുപ്പുണ്ട്. ഏറെ നേരായിട്ട് അവിടെത്തന്നെയിരിപ്പാണ്. ആദ്യാദ്യം അവർ സംസാരിച്ചു കൊണ്ടിരിക്ക്യായിരുന്നു. പിന്നെ അവരൊന്നും മിണ്ടാതായി. ചീരൻ കാത്തിരിക്യാണ്. മാൽക്കത്തിന്റെ വിളികാത്ത്. ഇസയാസിന്റെ ഓഫീസിൽ കാത്തിരിക്കാൻ പറഞ്ഞ് ആൻഡ്രൂയങ് മാൽക്കത്തിന്റെ ഓഫീസിനുള്ളിൽ കയറിയിട്ടുതന്നെ മണിക്കൂറൊന്നായിക്കാണും. ഞാനിടക്ക്

ഇസയാസിന്റെ മുറിയിൽ പോയിരുന്നു. ചീരൻ നിശ്ശബ്ദനായി എവിടെയോ നഷ്ടപ്പെട്ട് ഇരിക്കുന്നുണ്ടായിരുന്നു. ആൻഡ്രൂയങ് യഥാർത്ഥത്തിൽ എന്താണ് അയാളോട് പറഞ്ഞതെന്നൊന്നും അറീല്ല. എന്തായാലും അതെത്രയും ഗൗരവമേറിയ എന്തോ ഒന്നാണ്. ചീരനെ വിളിച്ചിരുത്തിയിരിക്കുന്നത് തന്നെ തടവിൽ വെച്ചിരിക്കുന്നതുപോലായിട്ടാ തോന്നിയത്. മൂന്നു പേർക്കുമിടയിൽ എന്തു കെണിയാണെന്നൊന്നും അറീല്ല. ചീരനെക്കുറിച്ച് ഇപ്പഴാ എനിക്ക് കൂടുതൽ വേവലാതി തോന്ന്ണ്. എന്ത് പുലിവാലൊക്ക്യാണാവോ അയാളിനി വരുത്തി വെക്ക്യാ."

"എന്താ ഉദ്ദേശിച്ചത്" വാസുവിന്റെ ഉൽക്കണ്ഠ പെരുകി.

"സൈറ്റിലെ കുഴപ്പങ്ങൾക്കൊക്കെ പിന്നിൽ ചിലരുണ്ടെന്ന സംശയം കമ്പനിക്കുണ്ട്. അതിൽ പ്രധാന റോൾ കുറുപ്പിനാണെന്നു കരുത്യാ അയാളെ പൊക്ക്യേത്. ഇനിപ്പോ ഇയാളെക്കുറിച്ചും അങ്ങനെയെന്തെങ്കിലും തോന്നലുണ്ടോന്നാ എന്റെ സംശയം. അല്ലാതെ അയാളെ ഈ രാത്രീല് പിടിച്ചുവെക്കേണ്ട കാര്യെന്താ. എന്തൊക്ക്യായാലും ചീരൻ മ്മടെ ചെക്കനെല്ലേ" കുട്ടിയുടെ കണ്ണുകളിൽ നനവു പടരുന്നത് വാസു കണ്ടു.

"അങ്ങനെ തോന്നാൻമാത്രം എന്തെങ്കിലുംണ്ടായോ."

വാസു സംശയം പ്രകടിപ്പിച്ചു.

"മ്മള് വിചാരിക്കും പോലല്ല കാര്യങ്ങള്. കമ്പനീന്ന് പറഞ്ഞാ അത്ര നിസ്സാരാന്നാണോ. ഇവ്ടെത്തന്നെ അയ്യായിരം പേരെ വെച്ച് ചെയ്യ്ണ പണിയാ. കുട്ടിക്കള്യല്ല. കോടികളുടെ കാര്യാ. അതിന് തടസ്സം വര്ണ എന്തായാലും അവര് കാണാണ്ടിരിക്ക്യോ. ചെറ്യേ നീക്കായാലും അതൊക്കെ ശ്രദ്ധിക്കാൻ ആള്ളോള്ണ്ട്. ഓരോ വാക്കും നീക്കോം ചോർത്തിക്കൊടുക്കും. മ്മടെ മണ്ണല്ലാന്ന് എപ്പഴും ഒരു വിചാരംണ്ടാവണം."

വാസു കേട്ടിരുന്നു.

"ങ്ങള് കൂട്ടം കൂട്ണതും രാത്രീലെ ഓരോര്ത്തര്ടെ സന്ദർശനോം ചർച്ചീം ഒക്കെ മത്യാവും ഓരോരോ സംശയത്തിന് വഴിവെക്കാൻ. കൊറച്ച് കരുതലൊക്കെ വേണായിരുന്നു. ഞാനെപ്പഴും അത് സൂചിപ്പിക്കാറുണ്ട്. വൈക്കോൽത്തുറു തിന്ന്വായാലും ഒരു ചെറുവിരലെങ്കിലും മറ വേണം. മ്മളീ നാട് നന്നാക്കാൻ വന്നോരല്ല. മ്മടെ കുടുംബം നന്നാക്കാനാ."

കുട്ടിയുടെ ഉള്ളുരുക്കത്തിന്റെ ആഴം വാക്കുകളിൽ പുരണ്ടിരുന്നു. പ്രത്യേകിച്ചും ചീരന്റെ കാര്യത്തിൽ അയാൾ പിതൃസഹജമായ അടുപ്പം കാണിക്കും. ചീരൻ നദിയായിൽ വന്ന അന്നുമുതൽ അങ്ങനെയായിരുന്നു. പലപ്പോഴും അധികാരത്തോടെ ശകാരിക്കും. വാത്സല്യത്തോടെ തഴുകും. ചീരന് അസുഖമായപ്പോൾ കുട്ടി ലീവെടുത്തിരുന്ന് ശുശ്രൂഷിച്ചിട്ടുണ്ട്. എപ്പോഴും ഒരു കരുതലുണ്ടായിരുന്നു. ഇപ്പോൾ ചീരന്റെ കാര്യത്തിൽ ഏറ്റവുമധികം ഉൽക്കണ്ഠപ്പെടുന്നതും വികാരാധീനനാവുന്നതും കുട്ടി തന്നെ.

ദേഷ്യവും സങ്കടവുംകൊണ്ട് ഒട്ടൊന്ന് ചീർത്ത മുഖവുമായി കുട്ടി ഇരുന്നു. വാസുവിന് ഒന്നുംതന്നെ പറയാനുണ്ടായിരുന്നില്ല. കാറ്റഴിച്ചുവിട്ടിരിക്കുന്നു. ഇനിയൊന്നും ചെയ്യാനില്ല. അതിങ്ങനെ വീശിക്കൊണ്ടിരിക്കും. മരുപ്പരപ്പ് നീണ്ടുനിവർന്ന് എന്തിനും പോന്ന കിടപ്പാണ്. അതിന്റെ ധൂളികൾ എന്തെന്തു മേഘക്കെട്ടുകളുയർത്തുമെന്ന് പറയാൻ വയ്യ. പിടിച്ചുകെട്ടാനൊരു മാന്ത്രികനായ സഞ്ചാരി ബദുവോ ഒട്ടകക്കൂട്ടങ്ങളോ ആകാശം ചുറ്റുന്ന നക്ഷത്രക്കണ്ണുകളോ വന്നെന്നു വരില്ല.

"ശരി സർ, ഞാനിറങ്ങുന്നു."

വാസു എഴുന്നേറ്റു. കുട്ടി ഒന്നും മിണ്ടിയില്ല. ശൂന്യമായ ഇടനാഴിയിലേക്കിറങ്ങി. പുറത്തു കടന്നപ്പോൾ വാസുവിന് എന്തെന്നില്ലാത്ത ഒറ്റപ്പെടലിന്റെ അസ്വാസ്ഥ്യം അനുഭവപ്പെട്ടു. ഇരുൾ കനത്തു കിടന്നിരുന്നു. ഒരിക്കൽക്കൂടി അടുത്ത ബ്ലോക്കിൽ കയറി ചീരൻ ഇനിയും തിരിച്ചെത്തിയില്ലെന്ന് ഉറപ്പുവരുത്തി. ഇപ്പോൾ എത്രയോ വൈകിക്കഴിഞ്ഞു. ഇന്നിനി വരാൻ കഴിയാത്തവിധം അയാൾക്കെന്തു സംഭവിച്ചു. കാരണങ്ങൾ എന്തൊക്കെയായാലും ഒരാളെ അങ്ങനെ തടഞ്ഞുവെക്കാൻ കഴിയ്യോ. അതുതന്നെ ഇത്രയുംകാലം ജോലി ചെയ്തുകൊണ്ടിരിക്കുന്ന ഒരിടത്ത്. ഈ രാത്രിയിലിനി എന്തെങ്കിലും വിവരം കിട്ടുമെന്നും തോന്നുന്നില്ല.

വാസു തിരിച്ച് കൂടാരത്തിലേക്ക് നടന്നു. ചുടുകാറ്റ് അനേകം ഫണങ്ങൾ വിടർത്തി മുന്നേറുന്നുണ്ട്. മുൻപൊരിക്കലും അനുഭവപ്പെടാത്ത നെഞ്ചുരുക്കത്തോടെ അയാൾ തന്റെ കൂടാരത്തിലേക്ക് നൂണ്ടു കയറി.

പിറ്റേന്ന് രാവിലെ സെക്യൂരിറ്റി ഗാർഡ് പറഞ്ഞാണറിയുന്നത് ചീരൻ രാത്രിതന്നെ തിരിച്ചെത്തിയിരുന്നെന്ന്. എന്നാൽ പിന്നീട് പുറത്ത് പോയിരുന്നോ എന്ന് അറിയില്ലായിരുന്നു. കാരണം അടുത്ത ഷിഫ്റ്റിനുള്ളവർ എത്തിയപ്പോൾ അയാൾ ഡ്യൂട്ടി കഴിഞ്ഞ് പോയിരുന്നു. പുതുതായി വന്നവരായിരുന്നു അടുത്ത ഷിഫ്റ്റിൽ. അവർക്ക് ചീരനെ അറിയില്ലായിരുന്നു.

അതൊരു വിസ്മയമായിത്തന്നെ അവശേഷിച്ചു. ചീരൻ വൈകിയാണെങ്കിലും രാത്രിതന്നെ ക്യാമ്പിൽ തിരിച്ചെത്തിയെങ്കിൽ രാവിലെ ഡ്യൂട്ടിക്കെത്തേണമായിരുന്നു. എത്തിയില്ലെന്നു മാത്രമല്ല അയാളെ ആരുംതന്നെ ക്യാമ്പിൽ കാണുകയുമുണ്ടായില്ല. മുറിയിൽ തീർച്ചയായും എത്തിക്കാണണം. കാരണം അടഞ്ഞുകിടന്നിരുന്ന മുറി തുറന്നിട്ടുണ്ട്. അതിപ്പോഴും തുറന്നുതന്നെ കിടപ്പുണ്ട്. ഓഫീസിലെത്താത്തതിനാൽ കുട്ടി ക്യാമ്പ് ബോസിനെ വിളിച്ച് ചീരന്റെ മുറി ചെക്ക്ചെയ്യാൻ ആവശ്യപ്പെട്ടിരുന്നു. അയാളുടെ അന്വേഷണത്തിൽ ചീരൻ ക്യാമ്പിലില്ലെന്നും എന്നാൽ അയാളുടെ മുറി തുറന്ന നിലയിലെന്നും വിവരം ലഭിച്ചു. അയാൾ പക്ഷേ, ക്യാമ്പ് വിട്ട് പുറത്ത് പോയതിന് യാതൊരു തെളിവുമില്ല. അയാളെ കണ്ടവരായും ആരും തന്നെയില്ല.

അപ്പോൾപ്പിന്നെ ചീരനെന്തു സംഭവിച്ചു എന്ന ചിന്ത എല്ലാവരെയും നടുക്കിക്കളഞ്ഞു. ഒന്നുമാത്രമറിയാം. ചീരനെ എങ്ങും കാണുന്നില്ല.

അയാൾ അപ്രത്യക്ഷനായിരിക്കുന്നു. ജസ്റ്റ് മിസിങ്.

മരുഗന്ധം പേറിയെത്തിയ പുലർച്ചയുടെ നേർത്ത കാറ്റിൽ അമ്പരപ്പിക്കുന്ന ഒരു സന്ദേശമുണ്ടായിരുന്നു.

സൈറ്റിന്റെ വിവിധ ഭാഗങ്ങളിൽ പതിവുപോലെ ജോലിക്കാരെല്ലാം എത്തിയിരുന്നെങ്കിലും ആരുംതന്നെ ജോലിക്കിറങ്ങിയില്ല. റൺവേയുടെ ഉടൽ മുഴുവൻ അവർ നിറഞ്ഞു നിന്നു. ടാക്സിവേയുടെ മടക്കുകളിലൊക്കെയും അവർ കൂട്ടംകൂടി നിന്നു. ഇടപ്പാതകളിൽ നിരന്ന് കുത്തിയിരുന്നു. ടെർമിനൽ ബിൽഡിങ്ങിനു ചുറ്റും കാവലിരിക്കുംപോലെ താഴെയും പടിക്കെട്ടുകളിലും നടപ്പാതകളിലും അവർ നിരന്നിരുന്നു. സ്ക്രാപ്പറുകളെല്ലാം തന്നെ ഒന്നായി ഒരു പടയണിപോലെ ക്രമത്തിൽ നിരന്ന് യുദ്ധസന്നദ്ധരായി അനക്കമില്ലാതെ കിടന്നു. മെറ്റീരിയൽ സ്റ്റോറിൽ അകത്തേക്കോ പുറത്തേക്കോ ഒന്നും വന്നുംപോയുമില്ല. തികച്ചും നിശ്ശബ്ദമായ പ്രതികരണം. ഒരു ചെറുചലനം പോലുമില്ലാതെ ഒരു നേർത്ത ശബ്ദം പോലുമുയർത്താതെ ഇത്രയേറെ ചിട്ടയോടുകൂടി നദിയായുടെ വിസ്തൃതമായ മരുപ്പരപ്പിൽ ഒഴുകിപ്പടർന്ന ജനവിന്യാസം അത്ഭുതം സൃഷ്ടിച്ചു. രോഷത്തിന്റെ ചിമിഴിൽ മനനം ചെയ്തെടുത്ത മനക്കരുത്തിലുറഞ്ഞു കൂടിയ മൗനത്തിന്റെ പ്രഹരമായിരുന്നു അത്. ഒട്ടും ചെറുതല്ലാത്ത സന്നാഹങ്ങളില്ലാതെ ഇതിനെ നേരിടുക പ്രയാസമെന്ന് കമ്പനിക്കറിയാം. തിരക്കുപിടിച്ച കൂടിയാലോചനകളും ഒരുക്കങ്ങളും അണിയറയിൽ തകൃതിയായി നടക്കുന്നെന്ന ലക്ഷണങ്ങൾ അധികം വൈകാതെ കാണാനായി.

മൺപാതകളിളക്കി മറിച്ചുകൊണ്ട് നദിയായിലേക്ക് ചെറുതും വലുതുമായ വാഹനങ്ങൾ എത്താൻ തുടങ്ങി. മുന്നണിപ്പടയായി വന്നു നിരന്നത് ചാരപ്പച്ചപ്പുള്ള വാഹനങ്ങളായിരുന്നു. അതിൽനിന്നും തോക്കുധാരികളായ തൊപ്പിക്കാരിറങ്ങിവന്ന് നദിയായുടെ കലുഷമായ ഞരമ്പുകളിലേക്ക് ഇരച്ചുകയറി. പിറകെയായി മെഡിക്കൽ വാഹനങ്ങളും ആംബുലൻസുകളുമെത്തി. അതിനു ചേർന്നായി ഫയർഫോഴ്സിന്റെ ചുവപ്പുനിറം ചാർത്തിയ പമ്പിങ് വാഹനങ്ങളും കൂറ്റൻ വാട്ടർ ബൗസറുകളും വന്നു തുടങ്ങി. ഏറ്റവുമൊടുവിൽ അനേകം ചക്രങ്ങളിലുരുണ്ടെത്തുന്ന നീണ്ട ട്രെയ്‌ലറുകളും. പിന്നെയും പിന്നെയും വന്നുചേർന്നത് തോക്കുധാരികളായ തൊപ്പിക്കാർ തന്നെയായിരുന്നു.

ഇതിനിടയിൽ കുട്ടി ഓഫീസിൽനിന്നും പുറത്തിറങ്ങി സെക്യൂരിറ്റി ഗേറ്റ് വരെ ചെന്നു. തല്ക്കാലം ആർക്കും പുറത്തുപോകാൻ അനുവാദമില്ലെന്ന് അറിയിപ്പു കിട്ടിയതോടെ തിരിച്ചുപോന്നു. ചീരൻ ഇനിയും ഓഫീസിലെത്തിയിരുന്നില്ല. അയാൾ കഴിഞ്ഞ രാത്രി വൈകിയാണെങ്കിലും ക്യാമ്പിലെത്തിയിട്ടുണ്ടെന്നാണ് സെക്യൂരിറ്റിയിൽ നിന്ന് സ്ഥിരീകരിച്ചത്. അങ്ങനെയെങ്കിൽ തീർച്ചയായും അയാൾ ക്യാമ്പിൽ എവിടെയെങ്കിലും ഉണ്ടായിരിക്കണം. അതേസമയം ക്യാമ്പ് ബോസിന്റെ റിപ്പോർട്ട് അയാൾ മുറിയിലില്ലെന്നുമാണ്. ക്യാമ്പ് വരെ പോയി വരാമെന്നു കരുതിയാണ്

കുട്ടി പുറത്തിറങ്ങിയതും.

"പുറത്ത് പോകാനാവില്ല. സെക്യൂരിറ്റിക്കു മുന്നിൽ അത്രയും തൊപ്പിക്കാരുണ്ട്."

തിരിച്ചുവന്ന കുട്ടി ദേവസിയോട് പറഞ്ഞു.

"എങ്ങും പോണ്ട. ആകെ കുഴപ്പാന്നാ കേട്ടത്."

"ഇതെന്താ കഥ" കുട്ടി അസ്വസ്ഥത പുറത്തുകാട്ടി.

"ഒന്നുല്യ. വർക്കേഴ്സ് ആരുംതന്നെ ജോലിക്കിറങ്ങാൻ തയ്യാറല്ല. ജോലിക്കിടയിൽ സൈറ്റീന്ന് അറസ്റ്റ് ചെയ്ത് കൊണ്ടുപോണെങ്കിൽ അതിന് നിന്നുകൊടുക്കാൻ വയ്യ. അങ്ങനെയെങ്കിൽ അവരെ നാട്ടിലയച്ചാൽ മതി. അങ്ങനെ ഒരുറപ്പുകിട്ടാതെ അവരാരും ജോലിക്കിറങ്ങില്ല. അതാ കാര്യം."

"ഇനിപ്പോ എന്താവും" കുട്ടി ചോദിച്ചു.

"അത് കമ്പനി തീരുമാനിക്കും. അടച്ചുപൂട്ടണോ നിലനിർത്തണോന്ന്" ദേവസി പറഞ്ഞു.

"സർവ്വത്ര പ്രശ്നായയീന്നർത്ഥം." കുട്ടി തലക്ക് കൈവെച്ചിരുന്നു പോയി.

"തീയില് നിന്ന് പണിയെടുക്കുന്നോർക്ക് പിന്നെന്തു പൊള്ളാൻ." ദേവസി വാക്കുകൾക്ക് മുന കൂർപ്പിച്ചു. അതോടെ കുട്ടി നിശ്ശബ്ദനായി. ഏറെനേരം അങ്ങനെയിരുന്നു. അയാൾ നദിയായുടെ മരുപ്പരപ്പിലൂടെ ഒന്നു ചുറ്റിയടിച്ചു. ശരിയാണ്. എരിയുന്ന വെയിലിൽ പൊള്ളുന്ന ചൂടിൽ വെന്തുരുകുന്ന മനുഷ്യരാണ്. അവർക്കും സ്വപ്നങ്ങളുണ്ട്. പ്രതീക്ഷകളുണ്ട്. മോഹങ്ങളുണ്ട്. അതൊക്കെ കശക്കി എറിയപ്പെട്ടാൽ പിന്നെ ശേഷിക്കുന്നത് ശൂന്യത മാത്രമാണ്. തടവറയെക്കാൾ അഭികാമ്യം സ്വന്തം നാട്ടിലെ ചെറു കൂരയാണ്.

"സൈറ്റൊക്കെ മൊടങ്ങീരിക്യാ. എല്ലാരീം കേറ്റിക്കൊണ്ടുപൂവ്വാന്ന് കേട്ടു" ചായ കൊണ്ടുവന്നപ്പോൾ അശോകൻ പറഞ്ഞു.

"എവിടേക്കാ." കുട്ടി ചോദിച്ചു.

"മുൻപ് കൊണ്ടുപോയേടത്തേക്ക് തന്നെ. ഇനിപ്പോ ഇങ്ങടും വരാവോ" അല്പം പരിഭ്രമത്തോടെ അശോകൻ പറഞ്ഞു.

മേശപ്പുറത്തെ ഇന്റർകോം ശബ്ദിച്ചു. കുട്ടി ചെറുപുസ്തകമെടുത്ത് മാൽക്കത്തിന്റെ മുറിയിലേക്ക് പോയി.

"എന്തുംണ്ടാവാം. കരുതിയിരിക്കണം" ദേവസി പറഞ്ഞു. അശോകൻ അല്പനേരം ഒന്നും മിണ്ടിയില്ല. പിന്നെ ട്രെയുമെടുത്ത് കോഫീറൂമിലേക്ക് നടന്നു.

സൈറ്റിന്റെ പല ഭാഗങ്ങളിലും കഴുകൻ കണ്ണുകളോടെ കൊത്തിവലിക്കാൻ പാകത്തിൽ നീണ്ട ഉടലോടെയുള്ള ട്രെയ്ലറുകൾ വന്ന് കാത്തുകിടന്നിരുന്നു. അതോടെ നിശ്ശബ്ദരായി നിന്നിരുന്ന ജോലിക്കാർ ക്ഷണത്തിൽ പലവിധ ശബ്ദങ്ങളുണ്ടാക്കാൻ തുടങ്ങി. എന്നാൽ അതെത്ര ഉച്ചത്തിലായിരുന്നാലും ആ ബഹളങ്ങളൊക്കെ വാരിക്കൂട്ടിയെ

ടുത്ത് പായാൻ മാത്രം ചുടുകാറ്റ് ശക്തമായി വീശിക്കൊണ്ടിരുന്നു.

സ്ക്രാപ്പർ പടയുടെ മുന്നിലേക്കും ഒരു ട്രെയ്ലർ കയറ്റിയിട്ടിരുന്നു. വെയിലേറി ചുടുകാറ്റിന്റെ തീക്ഷ്ണതയിൽ അന്തരീക്ഷം നിന്നു തുള്ളാൻ തുടങ്ങിയപ്പോൾ ഏതാനും തൊപ്പിക്കാർ സ്ക്രാപ്പറുകൾക്ക് മുന്നിൽ വന്നുനിരന്നു. അതിലൊരു പൊലീസ് ഓഫീസർ മുന്നോട്ടുകയറി കുറെക്കൂടി അടുത്തുചെന്ന് നിങ്ങൾ ജോലിക്കിറങ്ങുന്നുണ്ടോ എന്ന് വിളിച്ചു ചോദിച്ചു. അവരാരുംതന്നെ പ്രതികരിക്കാതായപ്പോൾ ഓഫീസർ കുറെക്കൂടി ഉച്ചത്തിൽ ചോദ്യം ആവർത്തിച്ചു.

"പ്രശ്നങ്ങൾ തീർപ്പാക്കിയാൽ, സാബ്" സയ്യദ് മുന്നോട്ടുചെന്ന് വിളിച്ചു പറഞ്ഞു.

ഓഫീസർ ഉടനെ തിരിഞ്ഞുനിന്ന് തന്റെ അനുചരരോട് ശബ്ദമുയർത്തി.

"യെല്ലോ."

അതൊരാജ്ഞയായിരുന്നു.

തൊപ്പിക്കാർ മുന്നോട്ടിരച്ചു കയറി സ്ക്രാപ്പർ ഓപ്പറേറ്റർമാരോടും മറ്റു ജോലിക്കാരോടും ട്രെയ്ലറിലേക്ക് കയറാൻ ആവശ്യപ്പെട്ടു. ആരാരുമനങ്ങിയില്ല

"യെല്ലാ, യെല്ലാ" തൊപ്പിക്കാർ ധൃതിവെച്ചു.

"ചലോ ഭായീ." സയ്യദ് എല്ലാവരോടുമായി വിളിച്ചുപറഞ്ഞു.

സ്ക്രാപ്പറിലേക്ക് കയറുന്ന പ്രയാസം ട്രെയ്ലറിലേക്ക് കയറാനില്ലായിരുന്നു. കയറുന്നതിനിടയിൽ അതിലൊരു സർദാർജി ഒരു മുഴുത്ത തെറി വിളിയോടെ പറയുന്നുണ്ട്.

"ഏതു നരകത്തിലേക്കാണാവോ ഇവർ കൊണ്ടുപോകുന്നത്."

അയാൾ നദിയായുടെ അഭിശപ്ത മണ്ണിലേക്ക് കാർക്കിച്ചു തുപ്പുന്നുണ്ടായിരുന്നു. അടങ്ങാത്ത രോഷംകൊണ്ട് അയാൾക്ക് നിലതെറ്റിയിരുന്നു.

ട്രെയ്ലർ നീങ്ങിയപ്പോൾ റൺവേയുടെ നീണ്ട ഉടൽ തെളിഞ്ഞു. അവിടവിടെ തുല്യ അകലത്തിൽ തൊപ്പിക്കാർ നിലയുറപ്പിച്ചുകൊണ്ട് നിരനിരയായിട്ടിരിക്കുന്ന നീണ്ട ട്രെയ്ലറിലേക്ക് ആളുകളെ കയറ്റുന്നതു കണ്ടു. റൺവേയുടെ കറുത്തിരുണ്ട ഉടൽ വെയിൽച്ചിറകുകളിൽ കിടന്ന് വിറകൊള്ളുന്നത് കാണാമായിരുന്നു. ഓരോ സൈറ്റും കടന്നുപോകുമ്പോഴേക്കും വരിവരിയായി നീങ്ങിയ ട്രെയ്ലറുകളുടെ പിൻനിരയിലേക്ക് പുതിയ ട്രെയ്ലറുകൾ ചേരുന്നുണ്ടായിരുന്നു. അതിന്റെ എണ്ണം വർദ്ധിച്ചതോടെ മൗനം വെടിഞ്ഞ് ആളുകൾ ആർത്തുവിളിക്കാൻ തുടങ്ങി. തൊപ്പിക്കാരുടെ കൂർത്ത നോട്ടങ്ങളിലടങ്ങിയ ക്രൗര്യം എന്തുകൊണ്ടോ അവരെ ഭയപ്പെടുത്തിയിരുന്നില്ല. തങ്ങളുടെ ജോലികൾ ഇവിടെ തീരുന്നു എന്ന ഭീതിദമായ ബോദ്ധ്യത്തിൽ നിന്നുണ്ടായതാവാം അവരുടെ ധീരമായ ശബ്ദങ്ങൾ. കൂട്ടുപണിക്കാരുടെ അത്ഭുതകരമായ പെരുക്കങ്ങളും ആദിജൈവസംഘബോധവും അവരെ സ്വാഭാവികമായും ഉൾക്കാമ്പിലു

ണർത്തിയിരിക്കണം.

നദിയാ ഇവിടെ അവസാനിക്കുകയാണ്. ട്രെയ്ലറുകൾ ഒന്നിനു പിറകേ ഒന്നായി നീങ്ങിയപ്പോൾ തീവണ്ടിക്കോച്ചുകൾ കൂട്ടിക്കെട്ടി കൊണ്ടുപോകുന്നെന്നേ തോന്നിയിരുന്നുള്ളു. ആ വാഹനവ്യൂഹം നദിയായുടെ പുറംവേലിയും വിട്ട് മണല്പാതയിലേക്കിറങ്ങിയപ്പോൾ തങ്ങളുടെ കുതിപ്പും കിതപ്പും ഇവിടെ അവസാനിക്കുകയാണെന്ന ബോദ്ധ്യത്തിൽ എല്ലാവരും ക്ഷണത്തിൽ നിശ്ശബ്ദരാവുകയും ഭൂതകാലത്തിന്റെ കെടുതികളിലേക്ക് ആണ്ടിറങ്ങുകയും ചെയ്തു. മരുപ്പരപ്പിന്റെ അനന്തമായ കിടപ്പും വീശിയടിക്കുന്ന ചുടുകാറ്റും വന്നകാലങ്ങളിലെ നിഷ്കളങ്കമായ പകപ്പിനെ പുറത്തെടുക്കുകയായിരുന്നു. ഇവിടെയെങ്ങനെ പുലരാനെന്ന് സന്ദേഹിച്ച ആദ്യ നാളുകൾ, പിന്നെപ്പിന്നെ വെറുമൊരു കടങ്കഥയാക്കി തള്ളിയ തുടർകാലങ്ങളോട് ചേർത്തുവെക്കുമ്പോഴാണ് എല്ലാം വെറുമൊരു സ്വപ്നതുല്യമായ നീണ്ട ട്രെയ്ലറിലൊരിടത്തേക്ക് ഒതുങ്ങാൻ മാത്രമായിരുന്നെന്നറിയുന്നത്. എങ്കിലും ഉള്ളുരുക്കത്തിന്റെ കെട്ടുമാറാപ്പിലും അടിയറവുപറയാതെ, ഒന്നും പണയപ്പെടുത്താതെ സ്വച്ഛമായ നീരൊഴിക്കിലേക്കാണിറങ്ങി നിന്നത്. എല്ലാം കഴുകിക്കളയാൻ.

അതായിരുന്നു ഒടുക്കം.

ഇപ്പോൾ വിജനമായ നദിയായുടെ നെടുവീർപ്പ് കേൾക്കാം. ഉറവ വറ്റിയുണങ്ങി വന്ധ്യമായ നദീതടംപോൽ ജീവൻ നഷ്ടപ്പെട്ട വെറും മണല്പരപ്പ്. അനന്തമായ മരുപ്പൂഴിയുടെ നിതാന്ത വന്ധ്യത. അകലെയെങ്ങും കുലുങ്ങിത്തെളിയുന്ന മൃഗതൃഷ്ണ അടുത്താലോടിയകലാൻ വെമ്പൽകൊണ്ടു കിടന്നു.

സൈറ്റുകളൊഴിഞ്ഞു തുടങ്ങി. വിജനതയുടെ ഭീതിനിറഞ്ഞ അന്തരീക്ഷം. ശബ്ദങ്ങൾ ഒളിച്ചുപാർക്കുന്ന യാർഡുകൾ. പ്ലാന്റിന്റെ ഗർജ്ജനമില്ല. വർക്ഷോപ്പുകളുടെ സീൽക്കാരമില്ല. ഇരുമ്പുരുക്കിച്ചേർക്കുന്ന ഷോപ്പിടങ്ങളിൽ തീപ്പൊരികളില്ല. ശവപ്പറമ്പിന്റെ മൂകതയാർന്ന ബാർബെന്റിങ് യാർഡ്. ക്ഷണത്തിൽ നഗ്നമാക്കപ്പെട്ട ടാക്സിവേകളും റൺവേയും. മരവിപ്പാർന്ന മൺപാതകൾ. ബാച്ചിങ് പ്ലാന്റിന്റെ കൂനകൾ എല്ലാത്തിനും സാക്ഷിയായി അനക്കമില്ലാതെ നില്പുണ്ട്. നെടുവീർപ്പുകളോടെ ഹരനും വാസുവും നോക്കിനിന്നു.

“തിരിച്ചുപോക്കായി. ഇനി സമയം കിട്ടിയെന്നു വരില്ല. അതിനു മുൻപ്.” വാസു സംശയിച്ചു.

“അതിനുമുൻപ്.” ഹരൻ തിരക്കി.

“ഒന്നന്വേഷിക്കണം. കഴിയുമെങ്കിൽ ഒന്നുകാണണം.”

“ആരെ.”

“മറ്റാരെ. കുറുപ്പിനെ.”

“അതൊക്കെ എളുപ്പാണോ.”

“ആയിരിക്കില്ല.”

“അതിനു കുറെ കടമ്പകൾ കാണും.”

"സാരല്യ. വേഗംവേണം. ഒരുപക്ഷേ, ഇനിയൊരിക്കലും ജീവിതത്തിൽ കണ്ടെന്നു വരില്ല."

"ഒരുമിച്ചോ."

"അതുവേണ്ട. അപകടമാണ്."

"എങ്കിൽ ഞാൻ പോകാം."

"വേണ്ട. ഒരാളെങ്കിലും വീടെത്തണം. നിന്റെ കാര്യത്തിൽ എന്തെങ്കിലും പ്രശ്നംണ്ടാവുംന്ന് തോന്നുന്നില്ല. എന്റെ കാര്യം പക്ഷേ, തീർച്ചയാണ്."

അല്പനേരം ആർക്കും ശബ്ദമില്ലാതായി.

"അങ്ങനെയെങ്കിൽ വൈകണ്ട."

കിരിയാക്കോസാണ് വാസുവിനെ ക്യാമ്പിനപുറത്ത് നഗരത്തിലേക്കുള്ള പ്രധാന പാതയിൽ കൊണ്ടുവിട്ടത്. ഒരു സൈപ്രസുകാരനെ ആരും സംശയിക്കില്ല.

പാതക്കരികിൽ കാത്തുനിന്നു. ഇടതടവില്ലാതെ വാഹനങ്ങളുടെ പ്രവാഹം. കത്തിനില്ക്കുന്ന വെയില്പരപ്പ്. പൊള്ളുന്ന കനൽത്തരികൾ. വിയർപ്പിൽ മുങ്ങിക്കുളിച്ചിരുന്നു. അതിവേഗം കടന്നു പോകുന്ന വാഹനങ്ങൾക്കുനേരെ കൈവീശി നിന്നു. ഇത്തിരി കനിവ്. ചൂടിൽ വേവുന്നവനു നേരെ നീട്ടുന്ന ഒരു കൈ. ഒരു ട്രക്ക് വേഗത കുറച്ച് പാതക്കരികിലേക്ക് ചേർത്തുനിർത്തി. അതിന്റെ സാരഥി സർദാർജിയുടെ തലപ്പാവ് തെളിഞ്ഞു. അയാൾ തല പുറത്തിട്ട് എവിടേക്കെന്നന്വേഷിച്ചു. നഗരത്തിലേക്കെന്നു പറഞ്ഞപ്പോൾ "ആവോ ഭായ്." എന്നു പറഞ്ഞ് ക്ഷണിച്ചു. അയാൾക്കൊരു കൂട്ടു വേണമെന്നു തോന്നി. അതിൽ കയറിപ്പറ്റി.

വണ്ടി മുന്നോട്ടു നീങ്ങി. പാതയിലെ വെളുത്ത നേർവരകൾ പിറകോട്ടു മറഞ്ഞുകൊണ്ടിരുന്നു.

"നഗരത്തിലെവിടെ" സർദാർജി അന്വേഷിച്ചു.

"ജയിലിൽ" വാസു നിർവ്വികാരനായി പറഞ്ഞു.

"ജയിലോ."

സർദാർജി ക്ഷണത്തിൽ വണ്ടി പാതയോരത്തേക്ക് ഒതുക്കി നിർത്തി. ഉൽക്കണ്ഠയോടെ വാസുവിന്റെ നേരെനോക്കി.

"അതെ. ഒരാളെ കണ്ടുപിടിക്കണം."

വാസു കാര്യങ്ങൾ വിശദീകരിച്ചു.

ഇവിടെ അതെപ്പോഴും ഭൂമിക്കടിയിലെ ഒരു കറുത്ത ലോകമാണെന്ന് സർദാർജി പറഞ്ഞു. പ്രധാന സ്റ്റേഷനിൽ അന്വേഷിക്കേണ്ടി വരും. അതനുസരിച്ച് ഒരിടത്ത് വണ്ടി നിർത്തിക്കൊടുക്കുകയും ചെയ്തു. നഗരത്തിന്റെ തിരക്കുപിടിച്ച വൻവീഥികളിലൂടെ വാസു സ്റ്റേഷനുകൾ തിരക്കി നടന്നു. ഓരോ സ്ഥലത്തും പാസ് കാണിച്ച് ആവശ്യം പറഞ്ഞു. അപ്പോഴൊക്കെ മറ്റൊരിടത്തേക്ക് പറഞ്ഞുവിട്ടു. അങ്ങനെയാണ് നാലാമത്തെയിടമായ ഖസബ സ്റ്റേഷനിലെത്തിയത്. അതൊരിടുക്കു പ്രദേശമായി തോന്നി. നഗരത്തിന്റെ മുഖച്ഛായ ഒട്ടും പ്രതിഫലിച്ചില്ല. പ്രധാന

തെരുവിൽനിന്നും അല്പം മാറി ദൂരെ മണല്പരപ്പിൽ ഒറ്റപ്പെട്ട ചെറിയൊരു കെട്ടിടം എന്നേ തോന്നിയുള്ളൂ. അടുത്തെത്തിയപ്പോൾ പക്ഷേ, അതിന്റെ ഗാംഭീര്യവും ഭീകരതയും അനുഭവപ്പെട്ടു. പ്രധാന കവാടത്തിൽത്തന്നെ ഏതാനും തോക്കുധാരികൾ നിലയുറപ്പിച്ചിരുന്നു. രേഖകൾ പരിശോധിക്കുന്നയാൾ അടിമുടി ചുഴ്ന്നുനോക്കി മറ്റൊരാൾക്ക് കൈമാറി. അയാൾ കവാടത്തിനോട് ചേർന്നുള്ള ഒരിടുങ്ങിയ മുറിയിലേക്ക് കൊണ്ടുപോയി. ശീതീകരിച്ച മുറി. ക്ഷണത്തിൽ വിയർപ്പിനെ നക്കിത്തുടച്ച് കുളിരുപാകുന്ന അനുഭവം. ഭയത്തിന്റെ കുളിരിൽ വീണ്ടും വിയർപ്പുപൊടിഞ്ഞു. തടിച്ച പുസ്തകത്തിൽ താളുകൾ മറിച്ച് മറിച്ച് കവാട സൂക്ഷിപ്പുകാരൻ ചൂണ്ടുവിരൽ കുത്തി ഒരിടത്തു നിർത്തി.

"വിജ് യബ സക്കര കുരുപ്പ്."

അയാൾ ചൂണ്ടുവിരൽ നീക്കി അക്ഷരങ്ങളിൽ തപ്പിത്തടഞ്ഞു.

"ഹിൻഡി. ഹിന്റി" തോക്കുധാരികളിൽ ചിലർ പറയുന്നുണ്ടായിരുന്നു.

അവരിലൊരാൾ വന്ന് വാസുവിനെ കൂട്ടി പരിശോധനാ മുറിയിലേക്ക് കൊണ്ടുപോയി ഒരു പീഠത്തിൽ കയറ്റി നിർത്തി. ചുവന്ന വെളിച്ചപ്പൊട്ടുള്ള ഒരു കോലുകൊണ്ട് ശരീരമാസകലം ഉഴിഞ്ഞു. പരിശോധനയിൽ തൃപ്തിവരുത്തി അകത്തേക്ക് പറഞ്ഞയച്ചു.

അതൊരിടനാഴിയായിരുന്നു. മുന്നോട്ടു നീങ്ങുന്തോറും ചെറുതായി വന്നൊരിടനാഴി അവസാനം ഒരാൾക്കുമാത്രം കടന്നുപോകാൻ കഴിയുന്നത്ര ചുരുങ്ങിവന്നു. പിന്നെ തുറന്നുകിട്ടിയത് സാമാന്യം വലുപ്പമുള്ള ഒരു ചെറുഹാളിലേക്കായിരുന്നു. അതിനുള്ളിൽ മുൻപത്തേക്കാൾ തണുപ്പനുഭവപ്പെട്ടു. മച്ചിൽ നിന്നുതൂങ്ങുന്ന മണിവിളക്കുകൾ. നഗ്നമായ വെളുത്തു വിളറിയ ചുമരുകൾ. തണുത്ത കണ്ണാടി നിലം. വിജനമായ മുറിയുടെ തണുപ്പും വിളർച്ചയും ഭീതിയുണർത്തി.

മറ്റൊരറ്റത്തുകണ്ട കറുത്ത ചായംതേച്ച വാതിൽ ലക്ഷ്യമാക്കി നടന്നു. അളക്കാനാവാത്ത ദൂരമുണ്ടെന്ന തോന്നലിൽ കാലുകൾ നീങ്ങാതായി. അതൊരടഞ്ഞ വാതിലായിരുന്നു. തുറന്നുകിട്ടുമെന്ന പ്രതീക്ഷയിൽ കാത്തുനിന്നു. കറുത്ത വാതിൽ വെളിച്ചത്തെ മുഴുവനായും വിഴുങ്ങി നില്ക്കയാണെന്നു തോന്നി. ശബ്ദമില്ലാത്തൊരിടം. എപ്പോഴും കാഴ്ചപ്പുറത്തുണ്ടായിരുന്നൊരാളെ കണ്ടുകിട്ടാനുള്ള കാത്തുനില്പ്.

ഒരു തോക്കുധാരി വന്ന് ഒട്ടും ശബ്ദമില്ലാതെ ക്ഷണത്തിൽ വാതിൽ തുറന്ന് പറഞ്ഞു.

"യെല്ല."

കൂടെച്ചെന്നു. വാതിൽ താനേ പിറകിലടഞ്ഞു. താഴോട്ട് നീണ്ടിറങ്ങുന്ന ഒരു കോണിപ്പടിയുടെ മുന്നിലെത്തി നിന്നു.

"യെല്ലാ. ജൽദി ജൽദി" തോക്കുധാരി താഴോട്ടു ചൂണ്ടിപ്പറഞ്ഞു.

ഭയം തോന്നി. അനന്തമായ പടികൾ താഴോട്ടിറങ്ങി ഇരുളിൽ ലയിക്കുന്നു. അന്ധകാരക്കുഴി.

നെഞ്ചിടിപ്പോടെ പടികളിറങ്ങി. താഴോട്ട് താഴോട്ട് പെരുകിവരുന്ന പടികൾ പാതാളത്തിലേക്കെന്നുതോന്നി. പടികളിറങ്ങുന്തോറും തണുപ്പകന്ന് ചൂടേറിത്തുടങ്ങി. നെരുപ്പോടിലേക്കിറങ്ങിച്ചെല്ലുന്ന പ്രതീതി. കാൽവണ്ണകളിൽ തീയാളിവന്നു. ഇറങ്ങുന്തോറും തീച്ചൂളയുടെ ചൂടും ഗന്ധവുമുയർന്നു. വെളിച്ചത്തിന്റെ നൂലിഴകൾ തേടി ഇരുളിലേക്കുള്ള ഇറക്കം. പടികൾ പിന്നിടുംതോറും വെളിച്ചത്തിന്റെ നേർത്ത ചീളുകൾ താഴെനിന്ന് മടിച്ചുമടിച്ചെങ്കിലും എത്തിനോക്കാൻ തുടങ്ങിയിരുന്നു. പ്രതീക്ഷയുടെ ചെറുമുകുളങ്ങൾ മുളച്ചുപൊങ്ങി. അവസാനം പടികൾ താഴ്ന്നിലത്തെത്തി നിന്നു. ഇറങ്ങിച്ചെന്നു. ചൂടുപെരുകി വന്ന് മുഖം പൊള്ളിച്ചു. മുന്നിൽ ഇഷ്ടിക വിരിച്ചൊരു മുറ്റം. പാതി മുറ്റത്തേക്കിറങ്ങിയാൽ ഇരുമ്പഴികൾ പാകിയ വേലി. അതിന്റെ ചെറിയ വിടവിലൂടെ ചുടുകാറ്റ് വീശിയിരുന്നു. മുറ്റത്തിനപ്പുറം ഇരുമ്പഴികൾ മച്ചിലേക്ക് കോർത്തുകെട്ടിവെച്ചിട്ടുണ്ട്. അഴിക്കുള്ളിൽ ഏറെപ്പേർ തിക്കിത്തിരക്കി ശബ്ദമുണ്ടാക്കുന്നുണ്ട്. അവരെ കാണാനായി പടികളിറങ്ങി മുൻപേയെത്തി കാത്തു നില്ക്കുന്നവർ ഇപ്പുറത്തുമുണ്ട്. അവരിലൊരാളായി വാസു ചേർന്നു. അവരൊക്കെ ഉറ്റവരെ തിരിച്ചറിയാനുള്ള ബദ്ധപ്പാടിലാണ്. അതൊട്ടും എളുപ്പമല്ല. അപ്പുറത്ത് ഇരുമ്പഴിക്കുള്ളിൽ നഗ്നമായ വെറും മനുഷ്യക്കോലങ്ങളെയാണ് കാണാൻ കഴിയുന്നത്. അവർക്ക് അടിവസ്ത്രമുണ്ടെന്ന് തന്നെ വിശ്വസിക്കാം. അരയ്ക്ക്മീതെ മാത്രമാണ് കാണാനാവുന്നത്. നഗ്നമായ ഉടലുകൾ വിയർപ്പിൽ മുങ്ങിനില്ക്കുന്ന കാഴ്ച. തങ്ങളെ കാണാനെത്തിയവർക്കുനേരെ അവർ കൈകളുയർത്തി ഒച്ച വെക്കുന്നുണ്ട്. കാണാനെത്തിയവർക്കും അവർക്കുമിടയിലെ ദൂരം ശബ്ദങ്ങളെ വിഴുങ്ങുന്നതിനാൽ പരസ്പരം തിരിച്ചറിഞ്ഞാൽത്തന്നെ ഒന്നും കാതുകളിലേക്കെത്തിയിരുന്നില്ല. ഭാഷകളുടെ വൈവിദ്ധ്യംകൊണ്ടും ശബ്ദങ്ങളെ തിരിച്ചെടുക്കുന്നതും ശ്രമകരമായിരുന്നു. ഓരോരുത്തരും കഴിയുന്നത്ര ഉച്ചത്തിൽ വിളിച്ചു പറഞ്ഞിരുന്നതിനാൽ ശബ്ദങ്ങൾ കുഴഞ്ഞു മറിഞ്ഞ് എവിടൊക്കെയോ വീണുടഞ്ഞിരുന്നു.

തിക്കിത്തിരക്കി ഇരുമ്പഴി പിടിച്ചുനിന്നെങ്കിലും കുറുപ്പിനെ തിരിച്ചറിയാൻ നന്നെ കഷ്ടപ്പെട്ടു. ഏറെ ഉടലുൾക്കിടയിൽ, മുഖങ്ങളുടെ പ്രകൃതങ്ങളിൽ നീണ്ടെത്തിയ മീശ കുറുപ്പിന്റേതാകാനേ തരമുള്ളൂ എന്ന നിഗമനത്തിൽ വാസു കൈകളുയർത്തി മുഷ്ടിചുരുട്ടി ഏതാനും നിമിഷം അങ്ങനെ നിന്നു. വാക്കും ശബ്ദവും പടം മടക്കിവെക്കുന്ന മുഹൂർത്തങ്ങൾ. പറയാനുള്ളതെല്ലാം ദൃഷ്ടികൾ തമ്മിൽ കൈമാറി എന്ന വിശ്വാസത്തിൽ, ആത്മസംതൃപ്തിയിൽ ഇനിയൊരിക്കലും അതുണ്ടായില്ലെങ്കിലോ എന്ന് സന്ദേഹപ്പെട്ട് വിടചൊല്ലാമെന്നുറച്ച് ഏതാനും നിമിഷങ്ങൾ കൂടി കണ്ണയച്ചു.

പിന്നെ, അറിയാതെ കൈവീശി പിൻവാങ്ങി. തിരിച്ചുള്ള യാത്രയിൽ വാസു മറ്റൊരു ലോകത്തായിരുന്നു. ചുറ്റുമുള്ളതൊന്നും കണ്ടില്ല, കേട്ടില്ല. കൂടെച്ചേർന്നു നിന്നിരുന്നപ്പോഴൊക്കെ കാഴ്ചയ്ക്കും കേൾവിക്കും

അർത്ഥമുണ്ടായിരുന്നു. ഒരുമയ്ക്ക് ശക്തിയുണ്ടായിരുന്നു. ഇപ്പോൾ പരീക്ഷണത്തിന്റെ ഇരുൾക്കോട്ടയിൽ തളയ്ക്കപ്പെട്ടു. ചോർന്നുപോയതൊക്കെ തടവറക്കുള്ളിൽ ഉരുക്കിയെടുക്കണം. കരുത്ത് നേടണം. കനിവില്ലാത്തിടത്തും വീണുപോകരുത്. തിളയ്ക്കുന്ന വെയിൽതാണ്ടി ചെന്നു കണ്ടത് കാരിരുമ്പിന്റെ കട്ടിയുള്ളൊരാളെയാണ്. ഒന്നും പറഞ്ഞില്ല. മേലോട്ടു പിരിച്ചുവെച്ച മീശയും ചുരുട്ടിപ്പിടിച്ച മുഷ്ടിയും കണ്ടു പറഞ്ഞതു മാത്രംമതി. അത്ര മതി.

ശബ്ദങ്ങളൊടുങ്ങിയ നദിയായിൽ തിരിച്ചെത്തിയപ്പോൾ അത് മറ്റൊരിടമായും തികഞ്ഞ അപരിചിതത്വവും വാസുവിനെ വലച്ചു. മണൽത്തിരകയറി വന്നപ്പോൾ മാത്രം തന്റെ യാർഡിന്റെ ഓർമ്മകളും വഴികളും തെളിഞ്ഞു. കൂടാരക്കെട്ടുകളിലേക്കിറങ്ങിയപ്പോൾ ആളും അനക്കവും കണ്ടില്ല. കൂടാരങ്ങൾ കാറ്റിലുലഞ്ഞു ചായുന്നുണ്ട്. നടപ്പാതകളിൽ മണലട്ടികൾ കുമിഞ്ഞുറച്ചു കിടപ്പുണ്ട്. വാസു തന്റെ കൂടാരത്തിന്റെ മുന്നിലടിഞ്ഞു കൂടിയ മണൽ മാറ്റി കടന്നുചെന്നപ്പോൾ അതിനുള്ളിൽ വെറും മണൽക്കൂനകൾ സർവ്വവും വിഴുങ്ങിയിരിക്കുന്നതു കണ്ടു. ഏറെക്കാലത്തിനുശേഷമാണ് താൻ തിരിച്ചെത്തുന്നതെന്ന് അയാൾ വിചാരിച്ചു. കട്ടിൽക്കാലുകൾ മണല്പുറ്റു പൊതിഞ്ഞിരിക്കുന്നു. കൂടാരത്തൂണ് മണല്പൊടി പറ്റി നരച്ചിരിക്കുന്നു. അയാൾ ഒരു ഭൂതത്തെപ്പോലെ പുറത്തേക്കിറങ്ങി വന്നു. അപ്പോഴും പൊടിക്കാറ്റ് വീശിക്കൊണ്ടിരുന്നു.

വാസു മേലോട്ടു കയറി. സ്റ്റാഫ് ക്വാർട്ടേഴ്സിന്റെ ഇടനാഴിയിലേക്ക് കടന്നു. ഹരന്റെ മുറി ലക്ഷ്യമാക്കി നടന്നു. മുറി അടഞ്ഞുകിടന്നിരുന്നു. കുറുപ്പിന്റെ മുറിയുടെ മുന്നിലെത്തി അല്പനേരം വെറുതെ നിന്നു. ഇരുമ്പഴിച്ചട്ടയുടെ മുന്നിൽ നിന്നെത്തിനോക്കിയതാണ് ഓർമ്മയിലെത്തിയത്. ഇടിഞ്ഞ മനസ്സോടെ തിരിച്ചുനടന്നു. കുട്ടിയുടെ മുറിയും അടഞ്ഞുതന്നെ കണ്ടു. അവിടെങ്ങും ആരെയും കണ്ടില്ല. എല്ലാമുറികളും അടഞ്ഞു കിടന്നിരുന്നു. വാതിലുകൾക്കു മുന്നിൽ മണൽപൊടിയടിഞ്ഞു കൂടിക്കിടന്നിരുന്നു. അയാൾ ക്ഷണത്തിൽ ഭീതിയോടെ പുറത്തിറങ്ങി. നേരെ തന്റെ യാർഡ് ഓഫീസിലേക്ക് നടന്നു.

ശബ്ദങ്ങളും ചലനങ്ങളുമൊഴിഞ്ഞ നദിയാ.

നേരെ പോയത് കിരിയാക്കോസിന്റെ ഓഫീസിലേക്കായിരുന്നു. കണ്ണുമിഴിച്ചു കിടന്നിരുന്ന ഫാക്ടറി ഷോപ്പ് ഫ്ളോറുകളിൽനിന്ന് ഏതാനും സൈപ്രസുകാർ വാസു നടന്നുകയറിയ നടപ്പാതയിലേക്ക് ഉറ്റുനോക്കി നിന്നിരുന്നു. ഒഴിഞ്ഞ നടപ്പാതയിൽ ഒറ്റക്കൊരാൾ അസാധാരണമായി തോന്നിയിരിക്കണം. പൊടിക്കാറ്റ് കൈയേറിക്കഴിഞ്ഞ യാർഡിന്റെ ശൂന്യമായിടങ്ങൾ കടന്ന് മേലറ്റത്ത് ഒരോർമ്മത്തെറ്റായി നിന്നിരുന്ന ഓഫീസിലേക്ക് കയറിച്ചെന്നു. മുൻപൊന്നും എത്തിപ്പെട്ടിട്ടില്ലാത്തൊരിടത്തേക്കാണ് ചെന്നുകയറിയതെന്ന തോന്നലായിരുന്നു അയാൾക്ക്. എന്നാൽ ഏറെനേരം കാത്തിരുന്നൊരാളെ സ്വീകരിക്കുന്ന മട്ടായിരുന്നു കിരിയാക്കോസിന്. പടയാളിയുടെ വീര്യവും കരുത്തുമു

ള്ളൊരാളെയാണ് കാത്തിരുന്നതെന്ന് അയാൾ വിചാരിച്ചു. മുറിയുടെ തണുപ്പിൽ വിയർപ്പാറ്റിനിന്ന വാസുവിന്റെ നേരെ മുൻപെങ്ങുമില്ലാത്ത വിധം ഉൽക്കണ്ഠയോടെ ഇരിപ്പിടത്തിൽ നിന്നെഴുന്നേറ്റുവന്ന് വാസുവിന്റെ കൈപിടിച്ച് പറഞ്ഞു.

"ഞാൻ കാത്തിരിക്യായിരുന്നു. എനിക്ക് പ്രയാസമുണ്ട്."

"എന്താണ്" ഒന്നും മനസ്സിലാവാതെ വാസു ചോദിച്ചു.

"വരൂ പറയാം."

അവർ ഒരു മേശയ്ക്ക് ചുറ്റുമിരുന്നു. ഒരു കടലാസ്സെടുത്തു നീട്ടി കിരിയാക്കോസ് പറഞ്ഞു.

"എന്റെ കൈകൊണ്ടുതന്നെ നിനക്കിതു തരേണ്ടി വന്നതിൽ ദുഃഖമുണ്ട്. മുകളിൽനിന്നുള്ള കല്പനയാണ്. എനിക്ക് അനുസരിച്ചേ പറ്റൂ."

വാസു കടലാസ്സ് വാങ്ങി നോക്കി. പ്രതീക്ഷിച്ചതുതന്നെ. ടെർമിനേഷൻ. രാത്രിതന്നെ പോയിരിക്കണം. യാത്രാ രേഖകൾ അടക്കമുള്ള മറ്റെല്ലാം എയർപോട്ടിൽ വെച്ചുമാത്രം കൈമാറുന്നതായിരിക്കും.

വലിയ ഔദാര്യമാണ്. കൈവിലങ്ങണിയാതെ, സിരകളിൽ ചോരയുറഞ്ഞുപോകുന്ന ഇരുമ്പിന്റെ തണുപ്പനുഭവപ്പെടുത്താതെ, ചുടുനിലത്ത് അഴികൾക്കുള്ളിൽ പാർപ്പിക്കാതെ തികച്ചും സ്വതന്ത്രമായി, മാന്യമായി നാടുകടത്തുക. ഇതിനപ്പുറം എന്തുവേണം.

വാസു മൗനത്തിന്റെ കൂട് തകർക്കാതെ അല്പനേരം അങ്ങനെയിരുന്നു.

ഇരുൾമൂടിയ ആകാശം നദിയായെ പൊതിഞ്ഞ് ചുരുട്ടിക്കെട്ടി പാഴ്മണ്ണിലുപേക്ഷിച്ചിരുന്നു. മണൽപ്പാതയ്ക്കരികിൽ ജീവനുറങ്ങുന്ന പുൽനാമ്പുപോലും കിളിർക്കാതെ ഭയന്നു വിറച്ചിരുന്നു.

ഒഴിഞ്ഞ കൈയോടെ യാത്രയാവുക.

കിരിയാക്കോസ് വാസുവിന്റെ കൈ മുറുകെപ്പിടിച്ചു. അനുതാപത്തിന്റെ ഊഷ്മളസ്പർശം അയാളറിഞ്ഞു.

"എനിക്ക് അതിയായ ദുഃഖമുണ്ട്. നിനക്ക് നല്ലത് വരട്ടെ, കുംബാരേ. ആന്തിയോ സാസ്."

"ആന്തിയോ സാസ്."

യവനന്റെ സ്വതസിദ്ധമായ ഭാവത്തോടെ വാസുവിന് വിടചൊല്ലി.

വിട.

വാസു പടിയിറങ്ങി.

ഇത്തിരി വെട്ടം ബാക്കിവെച്ച് പടിഞ്ഞാറ് ചുവന്നു നിന്നിരുന്നു.

വിട

പാസഞ്ചർ ലോഞ്ച്. ലോകം ഇവിടെ അവസാനിക്കുന്നില്ലെന്നോർത്ത് വാസു ഇരുന്നു.

ചില്ലു ചുമരിനപ്പുറം ദൂരേക്ക് നീണ്ടുകിടക്കുന്ന ഓട്ടപ്പാതയുടെ കരിനാട ആകാശത്തിന്റെ ചുവടറ്റത്തേക്ക് ലയിക്കുന്നു. പറന്നുയരുന്ന പറവകൾ ക്ഷണത്തിൽ അപ്രത്യക്ഷമാകുന്നു. ഇങ്ങനെയൊന്ന് തീർക്കാനായിരുന്നു ഇക്കാലമത്രയും മണൽ തിന്നുകൂട്ടിയത്. ചുടുമണലിൽ പൊള്ളി നടന്നത്. പൊടിക്കാറ്റിൽ ഭൂതങ്ങളായത്. കൂടാരങ്ങളിൽ വിയർപ്പിൽ മുങ്ങിക്കിടന്നു മയങ്ങിയത്. ഉറക്കത്തെ വിളിച്ചുണർത്താൻ പുലരുംവരെ കാത്തുകിടന്നത്. ശവത്തിനു ജീവൻ വെക്കുംപോലെ സൈറൺ മുഴക്കത്തിൽ ഞെട്ടിയുണർന്നത്. അതിജീവനത്തിന്റെ കുതിപ്പുകളിൽ മുങ്ങിയെരിയുന്ന തീക്കനലിന്റെ ചൂടറിയാതെ അപ്രതിരോദ്ധ്യമായ സന്ത്രാസങ്ങളിൽ നീന്തിത്തുടിച്ചത്. എല്ലാമെല്ലാം വാരിപ്പിടിക്കാമെന്നു മോഹിച്ച് അവസാനം ഒന്നുമില്ലാതുള്ള മടക്കയാത്രയിലേക്കെത്തിയത്. അകലെ നീലപ്പച്ചപ്പിലേക്ക് ചേരുന്ന വിമാനത്തിന്റെ ചിറകുകൾ പറന്നെത്തുന്നത് കടലറ്റത്ത് കാത്തിരിക്കുന്നവരുടെ കനവുകളിലേക്കാണെന്ന ചിന്ത ഇതുവരെ സ്വരുക്കൂട്ടിയ കരളുറപ്പിനെ ചോർത്തിക്കളഞ്ഞു.

അറിയിപ്പുണ്ടായി. ബോർഡിങ്ങിനു സമയമായി. യാത്രികരൊരുങ്ങിക്കഴിഞ്ഞു. വരിയിൽ ചേർന്നു നീങ്ങി. ലോഹപ്പടികളിൽ അടികളൊപ്പിച്ച് കയറി നിന്നു. ഇരിപ്പിടങ്ങൾ സജ്ജമാക്കിവെച്ച വലിയൊരു കുഴലിനുള്ളിലേക്ക് കയറിച്ചെല്ലുന്ന പ്രതീതി. ചുണ്ടുകൾ ചുവപ്പിച്ച സുന്ദരികളുടെ സ്വാഗതം. തണുപ്പിന്റെ കുഞ്ഞലകൾ തഴുകിനിന്നു. ഇരിപ്പിടം ചൂണ്ടി സുന്ദരികളിലൊരാൾ ആനയിച്ചു. 23B. ഇരിപ്പിടങ്ങളുടെ അവസാന നിര. അറ്റത്ത് ചില്ലുജാലകത്തോട് ചേർന്ന് 23A ഒഴിഞ്ഞു കിടന്നിരുന്നു.

അധികം വൈകാതെ ഇരിപ്പിടങ്ങൾ നിറഞ്ഞു. യാത്രികർ അവരുടെ ഭാണ്ഡങ്ങൾ കരുതലോടെ മുകളിലെ ഓരോ പൊത്തുകളിലേക്ക് തള്ളി വെച്ച് ഇരിപ്പിടങ്ങളിലമർന്നിരുന്ന് ആശ്വാസംകൊണ്ടു. എന്നാൽ തന്റെ തൊട്ടടുത്ത 23A ഇരിപ്പിടംമാത്രം അപ്പോഴും ഒഴിഞ്ഞുകിടന്നത് എന്തു കൊണ്ടെന്ന് വാസുവിന് മനസ്സിലായില്ല. ഒഴിവാക്കാനാവാത്ത എന്തെ ങ്കിലും കാരണംകൊണ്ട് എത്തിച്ചേരാനാവാത്ത ഒരു യാത്രക്കാരന്റേതായി രിക്കും. മനുഷ്യർക്ക് ജീവിതത്തിൽ എന്തെന്തു ബദ്ധപ്പാടുകൾ കാണും. ഓരോ യാത്രികന്റെ മുഖഭാവവും മറ്റൊരാളിൽനിന്ന് വ്യത്യസ്തമാണ്. വികാരങ്ങളുടെ വൈവിദ്ധ്യവും സങ്കീർണ്ണതകളും തന്നെ. വ്യത്യസ്താ നുഭവങ്ങളിലൂടെ കടന്നുവരുന്നവർ. അവരെല്ലാം കൃത്യമായി ഒരിടത്ത് എത്തിക്കൊള്ളണമെന്നില്ല. അങ്ങനെയെങ്കിൽ ഈ ഭൂമിയിലെ ജീവിതം എന്തുമാത്രം വിരസമായേനെ. അപ്പോൾ ഓടിയെത്താൻ കഴിയാത്ത ഒരാ ളുണ്ട്, എവിടെയും. കാലിടറി വഴിയിൽ വീണുപോയ ഒരു കുഞ്ഞാട്. ഈ ഒഴിഞ്ഞുകിടക്കുന്ന ഇരിപ്പിടവും അങ്ങനെയൊരാളുടേതാവാം. യാത്രി കരെല്ലാവരുംതന്നെ അവരവരുടെ ഇരിപ്പിടങ്ങളിലേക്കമർന്നിരുന്ന് ആശ്വാസം കൊള്ളുകയും അന്തരീക്ഷം തണുപ്പിന്റെ സൂചികൾകൊണ്ട് കോർത്തുകെട്ടുകയും ശബ്ദങ്ങളില്ലാതാവുകയും ചെയ്തപ്പോൾ സുന്ദ രികളിലൊരാൾ വാസുവിന്റെ അടുത്തുള്ള ഒഴിഞ്ഞ സീറ്റിലേക്കൊന്ന് കണ്ണയച്ച് ഒരാളെത്തിയില്ലെന്നുറപ്പു വരുത്തി തിരിച്ചുപോയി. ഇനിയുമട ഞ്ഞിട്ടില്ലാത്ത വിമാനത്തിന്റെ പുറംവാതിലിലേക്ക് എത്തിനോക്കി. ക്ഷണ ത്തിൽ ഒരു തോക്കുധാരി കണ്ണുകൾ കറുത്ത നാടകൊണ്ട് മൂടിക്കെട്ടിയ ഒരാളെയുംകൊണ്ട് സുന്ദരി ചൂണ്ടിക്കാണിച്ച ഇരിപ്പിടങ്ങൾക്കിടയിലെ നട പ്പാതയിലേക്കുവന്ന് ഒഴിഞ്ഞുകിടന്ന ഇരിപ്പിടത്തിൽ അയാളെ ഇരുത്തി പറഞ്ഞു.

"ബൈഠോ, ബൈഠോ."

വാസു അല്പം ഭയപ്പാടോടെ എഴുന്നേറ്റുമാറി അവർക്ക് ഇടമുണ്ടാ ക്കിക്കൊടുത്തു.

"ശുക്രൻ" തോക്കുധാരി പറഞ്ഞു.

ഇതിനിടയിൽ വെള്ളവസ്ത്രം ധരിച്ച് മാറിൽ അധികാര ചിഹ്നങ്ങ ളുള്ള രണ്ടുപേർ തോക്കുധാരിയുടെ പിറകേ എത്തിയിരുന്നു. അവർ ഇരി പ്പിടത്തിലിരുന്ന യാത്രികന്റെ കറുത്ത നാട അഴിച്ചുമാറ്റി അയാളുടെ കണ്ണുകളെ സ്വതന്ത്രമാക്കി. പിന്നെ നിന്നില്ല. മൂവരും ക്ഷണത്തിൽ പുറ ത്തിറങ്ങുകയും വിമാനത്തിന്റെ പുറംവാതിൽ ശബ്ദമില്ലാതെ അടയു കയും ചെയ്തു. വാസു നിന്നു വിറകൊണ്ടു. അയാൾ തന്റെ ഇരിപ്പിട ത്തിലേക്ക് വന്ന് വീഴുകയായിരുന്നു. തിരിച്ചറിയാനുള്ള ആദ്യപാഠങ്ങളി ലേക്ക് സാവധാനം പിടിച്ചുകയറി. കണ്ണുകളുടെ ചുവപ്പുരാശിയും വീർത്തുകെട്ടിയ കൺപോളകളും ഒരറ്റത്ത് ചോര കട്ടപിടിച്ച ചുണ്ടുകളും മുണ്ഡനം ചെയ്ത തലയും ശോഷിച്ച ശരീരവും അയാളെ അന്ധാളി പ്പിച്ചു. വാസുവിന് പെട്ടെന്ന് ചോരമണം അനുഭവപ്പെട്ടു. മുഷിഞ്ഞ

വസ്ത്രത്തിൽനിന്ന് അലോസരപ്പെടുത്തുന്ന ഗന്ധമുയർന്നു. യാത്രികന്റെ ശോഷിച്ച ദുർബ്ബലമായ കൈ മുന്നിലേക്ക് നീണ്ടുവരുന്നത് ഒരുൾക്കിടിലത്തോടെ അയാൾ കണ്ടു.

"ഭയപ്പെടേണ്ട. ഇത് ഞാൻ തന്നെ."

മുഴക്കമാർന്ന ശബ്ദം പുറത്തുവന്നതോടെ വാസുവിന്റെ ശ്വാസം നിലച്ച മട്ടായി. ഒപ്പം നെഞ്ചിൻകൂട് തകർത്തെത്തുന്ന കുറുങ്ങിക്കുറുങ്ങിയുള്ള ചുമ വല്ലാതെ ഭയപ്പെടുത്തി. ശബ്ദത്തെ പുറത്തെടുക്കാൻ അയാൾ ശ്രമപ്പെട്ടു.

"അവരെന്നെ തളച്ചു."

ശബ്ദം ചിതറിവീണു. ശ്വാസമെടുക്കാൻ പാടുപെട്ടു. ഇരുമ്പിന്റെ തുരുമ്പിച്ച മണം അയാളുടെ വായിൽനിന്നും പുറത്തുവന്നു.

വാസു നടുക്കത്തിൽനിന്നും വിട്ട് അയാളുടെ കൈപിടിച്ച് താഴ്ന്ന ശബ്ദത്തിൽ പറഞ്ഞു.

"പറയൂ."

"ഒന്നുല്യ. ഇവിടെത്തിച്ച് ഇരുട്ട് മുറ്റിയ സെല്ലിലിട്ടു. കണ്ണുകെട്ടി പുറത്തിറക്കി. ഇപ്പോ ദാ നാടുകടത്തുന്നു."

ഏറെ പ്രയാസപ്പെട്ടാണ് അത്രയും പറഞ്ഞൊപ്പിച്ചത്. നെഞ്ചുരുക്കത്തിൽ ഇടനെഞ്ച് പൊട്ടുംപോലെ ഇടയ്ക്ക് ഒരു പിടച്ചിൽ. ഇരിപ്പിടം ചായ്ച്ചുവെച്ച് ചാരിക്കിടക്കുമ്പോൾ ശരീരം ഒന്ന് വിറച്ചു. വാസുവിന്റെ ഭയം വർദ്ധിച്ചു. സഹായ ബട്ടണമർത്താൻ കൈയുയർത്തിയപ്പോൾ കുറുപ്പ് തടഞ്ഞു.

"വേണ്ട. വിളിക്കണ്ട. ഇതിപ്പോൾ പതിവായിരിക്ക്യാണ്. കുനിച്ചുനിർത്തി കൈമുട്ടു മുതുകിൽക്കുത്തി പുറംകൈ കഴുത്തേറ്റംവരെ നീട്ടിയടിച്ചതിന്റെ മിന്നലാണ്. മാറില്ല."

അയാൾ ചാഞ്ഞുകിടന്നു. വാസുവിന് ശബ്ദം പുറത്തുവന്നില്ല. വീണ്ടുമെന്തോ പറയാൻ തുടങ്ങിയപ്പോൾ വാസു കൈയുയർത്തി.

"മതി. വേണ്ട. ഒന്നും പറയണ്ട. ചാരിക്കിടന്നോളൂ."

വാസു അയാളെ വിലക്കി. മുറിഞ്ഞുവീഴുന്ന ശബ്ദത്തിൽ പീഡനങ്ങളുടെ കഥകളിനിയും കാണുമെന്ന് ഭയപ്പെട്ടു. വിമാനം റൺവേ വിട്ട് കടൽവിതാനങ്ങളിലേക്ക് പറന്നുയർന്ന് മേഘക്കെട്ടുകളെ പിന്നിലാക്കി നീലപ്പരപ്പിലേക്ക് നീന്താൻ തുടങ്ങിയിരുന്നു.

അയാൾ തന്റെ നഷ്ടമായ മീശയുടെ സ്ഥാനത്ത് വിരലോടിച്ച് അത് വീണ്ടും കിളിർത്തുവരുന്നുണ്ടെന്നു കണ്ട് ചുണ്ടിലൊരു ചെറു ചിരി പടർത്തി ഒന്നുകൂടി ചാഞ്ഞുകിടന്നു.

www.ingramcontent.com/pod-product-compliance
Lightning Source LLC
LaVergne TN
LVHW060313051026
849517LV00004B/1093
* 9 7 8 9 3 9 3 4 6 8 9 2 5 *

ஆகாயம் அருகில் வரும்

ஆகாயம் அருகில் வரும்

வித்யா சுப்ரமணியம்

Pustaka
EBooks | Audiobooks | Paperback

முதற்பதிப்பு: 2023

First Edition: 2023

Aagayam Arugil Varum

ஆகாயம் அருகில் வரும்

Vidya Subramaniam

வித்யா சுப்ரமணியம்

ISBN: 978-93-94505-94-0

Pustaka
EBooks | Audiobooks | Paperback

Pustaka Digital Media Pvt. Ltd.
#7-002, Mantri Residency,
Bannerghatta Main Road, Bengaluru - 560 076
Karnataka, India
+91 7418555884

ஆகாயம் அருகில் வரும்

வாழ்க்கை... ஒரு தேடல்தானே...

வெ. இறையன்பு இ.அ.ப.
மதுரை
2003
Present Chief Secretary

'ஆகாயம் அருகில் வரும்' என்கின்ற வரிகளை உச்சரிக்கும் பொழுது கவித்துவத்தையும் மீறியதாய் ஒளிரும் நம்பிக்கைப் பிழம்பு நம்மை ஆட்கொள்ளும் ஒரு மெல்லிய அதிர்வு.

கதை என்று தனியாய் எதுவும் இருப்பதில்லை. வாழ்க்கை நம் விழிகளின் முன்பாக நம் அனுபவ ஆழத்திற்கேற்ப விரித்து வைத்திருக்கும் அசாதாரணமான நிகழ்வுகள் எல்லாமே கதைக்கான கருவை உள்ளே ஒளித்து வைத்திருக்கின்றன. 'இதை எழுதலாமே' என்ற எண்ணத்தைக் காட்டிலும் 'இதை எழுதித்தான் தீரவேண்டும்' என்கிற தீர்மானத்தின் நடுவே நின்று எழுதப்படும் பொழுது நாமே காகிதத்தில் கரைந்துபோன ஒரு திருப்தி தென்படுகிறது. நமக்கு திருப்தி தராத படைப்பு யாரால் பாராட்டப்பட்டாலும் நமக்கு அது மகிழ்ச்சியை அளிக்காமலேயே ஒதுங்கி நின்றுவிடுகின்றது.

இந்தப் புதினத்தைப் படித்து முடித்தபொழுது யாருடைய அண்டை வீட்டிலோ அமர்ந்து கொண்டு அவர்கள் வாழ்க்கையைத் தாமரை இலை மீது படிந்த தண்ணீராய் ஒட்டாமல் எட்ட நின்று பார்த்த ஒரு உணர்வு. அதில் சோகம், மகிழ்ச்சி, சுகம், இரக்கம் எல்லாவுமாய்த் தெறித்து வாழும் இயல்பு. அந்த வகையில் காட்சியமைப்பிற்கு ஏற்றதாய் இதன் உரையாடல்கள் இதை உயர்த்தி விடுகின்றன.

'இன்னும் கொஞ்சம் எழுதியிருக்கலாமே', 'இன்னும் சற்று அளவு குறைந்திருந்தால் நன்றாக இருந்திருக்குமே' எனும்படியான எண்ணங்களுக்கப்பால் வாசித்து முடித்தபின் நேசிக்கிற அளவிற்குப் பொருத்தமாய் எழுதப்பட்டிருக்கிறது. கச்சிதமான கட்டமைப்புடன் வரிகள் ஜீவித்திருக்கும்படியான உள்ளடக்கத்துடன் ஒரு சராசரிக் குடும்பத்தின் நிகழ்வுகள் நீரோடையைப் போல் சீரான ஓட்டத்துடன் எழுதப்பட்டிருக்கின்றன.

'இங்கு சற்று இளைப்பாறிவிட்டு மேலே செல்லலாம்' என்று தோன்றாதபடி சுவாரசியமான சம்பவங்கள் நம்மைக் கதையின் கடைசிவரி வரை அழைத்துச் செல்கின்றன.

வாழ்க்கை என்பது தீர்வை நோக்கிச் செல்கிற ஒரு பிரச்சனையா? இல்லை. அது ஒரு விடுகதை. வாழ்ந்து பார்த்துக்கொண்டே ஒவ்வொரு கணத்தையும் ரசிக்கிற பக்குவத்துடன் நம்மை உருவாக்கிக் கொள்ளுகிற ஒரு விந்தை. தீர்வுகளை நோக்கி நாம் பயணித்து என்ன பயன்? ஒவ்வொரு தீர்விலும் ஒரு பிரச்சினை அடங்கியிருக்கிறது. நாமாக முடிவு செய்துகொண்ட விடையைத் தேடித்தான் நாம் பயணப்பட முற்படுவோம். ஒரு சருகாய் நம்மை வாழ்க்கை நதியில் அடித்துச் செல்ல சம்மதித்துவிட்டால் பசியைக்கூட உற்று நோக்கமுடியும். பழைய சோற்றைக்கூட சுவைத்து உண்ணமுடியும்.

என்றேனும் ஒருநாள் இந்த நிலை மாறிவிடும் என்கிற நினைப்பு மட்டும் உயிரில் ஊறாமல் இருந்தால் மனிதர்களுடைய விழிகள் இருண்டு போயிருக்கும். ஒவ்வொருவரும் அப்படியொரு நாளுக்காகக் காத்துக் கொண்டுதான் உயிர் வாழ்ந்து கொண்டிருக்கிறார்கள்.

நமது வெற்றிகளுக்கு நம்மை மட்டுமே சுட்டி பெருமையை யாரும் பகிர்ந்தெடுத்துக் கொள்ளாதபடி பார்த்துக் கொள்ளுகிற நாம், தோல்விகளை மாத்திரம் அடுத்தவர்கள் தோள்களில்

தொங்கப்போட்டு விடுகிறோம். நம்மில் இருந்துதான் நமது பிரச்சனைகள் ஆரம்பமாகின்றன என்பதை நாம் நம்ப மறுக்கின்றோம்.

'வேலையில்லாத திண்டாட்டம்' என்பது ஒரு பொதுவான பிரச்சனையாக எழுப்பப்பட்டு வந்தாலும் அது தனிப்பட்ட பிரச்சனைதான் என்பதை ஆழ்ந்து கவனிப்பவர்கள் அறிந்து கொள்ளலாம். 'நாம் நமக்கான வேலை இதுதான்' என்று முன்கூட்டித் தீர்மானித்து அதை விடாப்பிடியாய்ப் பிடித்துக் கொண்டிருப்பதால்தான். இந்தப் பிரச்சனை போஷாக்குடன் வளர்ந்து வருகிறது. இருக்கிற வேலைகளுக்கு ஏற்ற மாதிரி நம்மை செதுக்கிக்கொள்ள முற்படாதவரை இந்தப் புலம்பல் நம் செவிப்பறைகளை சேதப்படுத்தக்கூடும்.

வித்யா சுப்ரமணியம் இந்தப் பிரச்சனை பொதுவானதல்ல; தனிப்பட்டது என்று அணுகியிருக்கிறார். கதையின் முக்கிய பாத்திரம் திடீரென அரசு அலுவலகத்தில் அமர்ந்தோ திரைப்படத்தில் சேர்ந்தோ பெரும்புள்ளியாக ஆவதாகக் காட்டும் நாடகத்தன்மை ஏதும் இல்லாமல் யதார்த்தமாய் ஒரு சுயவேலை வாய்ப்பைத் தேடிக் கொள்வதாய் நிற்கும் கதையாய் இது அமையும் பொழுது நமக்கு மகிழ்ச்சி தோன்றுகிறது.

வாழ்க்கை வறண்ட பாலைவனப் பயணமாய்ச் சித்தரிக்கப்பட்டு, எதிர்ப்படும் ஒற்றைப் பனைமரமும் பட்டுப்போய் நிற்பதாய் உருவகப்படுத்தப்படும் விரக்தியை விநியோகிக்கும் இலக்கியங்களிலிருந்து துண்டித்துக்கொண்டு நம்பிக்கையளிப்பதாய் நிற்கிறது. இதில் எல்லாம் உண்டு. காதல், பாசம், அன்பு ஏமாற்றம், விரக்தி, நட்பு என்று மனிதனை கணத்துக்கு கணம் மாற்றிக்கொண்டிருக்கும் உணர்ச்சிகள் அவை யாவும் மெல்லிய அதிர்வுகளாய்ப் பதிவு செய்யப்பட்டிருக்கின்றன.

"பெண் தண்ணீர் மாதிரி இருக்கணும். எந்தப் பாத்திரத்துல இருக்கோமோ அந்தப் பாத்திரத்தோட வடிவம், நிறமா

மாறிடணும். அதேநேரம் சுயதன்மையையும் இழக்காம இருக்கணும். பொம்மனாட்டியோட வாழ்க்கை அப்படித்தான். அஞ்சுலேர்ந்து பத்து வரை பயந்தெரியாம ஓடற காட்டாறு மாதிரி. பத்துலேர்ந்து பதினைஞ்சு வரை பொங்கிப் பிரவாகமா கொட்டற மலையருவி. பதினைஞ்சுலேர்ந்து இருபதுவரை ஒய்யாரமா நடைபோடற அழகான நதி. அதுக்கப்புறம் கல்யாணம்ங்கற கடல்ல நடந்து தன்னை இழக்கற நிலை. உற்பத்தியாகறதுலேர்ந்து கடல்ல கலக்கிறவரை நதி போற இடமெல்லாம் செழிப்புதான்''

என்று வித்யா சொல்கிற கருத்தில் எனக்கும் உடன்பாடுதான். ஒரே ஒரு சின்னத் திருத்தம். தேடுதலில் இருக்கிற எல்லோருக்குமே இது பொருந்தும். தன்னை முழுவதுமாய் இழக்கச் சம்மதிக்கும் பொழுதுதான் பனித்துளி பாற்கடலில் கலக்கமுடியும்.

வாழ்த்துக்களுடன்,
வெ. இறையன்பு

——————

1

சித்தி விநாயகருக்கு ஐந்தாறு தோப்புக்கரணம் போட்டுவிட்டு அவரைச் சுற்றிக்கொண்டு நடந்தான் அரவிந்தன். மெயின் ரோடுக்கு வந்து இடதுபுறம் திரும்பினால் பஸ்ஸ்டாண்டு. அதை ஒட்டி ஒரு பாழடைந்த வீட்டின் முன்னால் காம்பவுண்டுச் சுவர் சிதிலமடைந்து குட்டிச்சுவராய் மாறியிருந்தது.

பஸ்ஸ்டாண்டை ஒட்டி மறுபுறம் பங்க் கடை ஒன்றும் உண்டு. வழக்கமாக அவர்கள் அங்கேதான் கூடுவார்கள். பங்க் கடையில் கடனுக்கு சிகரெட் வாங்கிப் பற்றவைத்துக் கொண்டு குட்டிச்சுவரில் உட்கார்ந்தால் இரவு எட்டு மணிவரை அரட்டைக் கச்சேரி. அந்த வழியாகப் போகும் இளசுகளை வெறித்துப் பார்ப்பது, குசுகுசுவென்று கிண்டலடித்துச் சிரிப்பது என்று பொழுது விரைந்துவிடும்.

குட்டிச்சுவர் காலியாக இருந்தது. இன்னும் யாரையும் காணவில்லை. அரவிந்தன் சிகரெட் பிடிக்கமாட்டான். ஒரே ஒருமுறை நண்பர்களின் வற்புறுத்தல் காரணமாக ஒரே ஒரு சிகரெட் பிடித்துவிட்டு புகை வாசனையோடு வீட்டுக்குப் போனதுமே அம்மா

கண்டுபிடித்துவிட்டாள், ''தேவலைடாப்பா! வேலைவெட்டிக்கு போகாட்டாலும் ஏதோ இந்த வரைக்கும் சிகரெட்டாவது பிடிச்சுட்டு வரயே, சந்தோஷம்! அப்டி உக்காரு சுத்திப் போடறேன்.''

அரவிந்தன் கூசிப்போனான். 'சிகரெட் பிடிப்பது தப்புடா அம்பி' என்று அம்மா ஒரு வார்த்தை சொல்லியிருந்தால் அவள் காலில் விழுந்து மன்னிப்பு கேட்டிருப்பான். ஆனால் வேலைவெட்டிக்கு போகிறவனுக்குதான் சிகரெட் பிடிக்கும் யோக்யதை உண்டு என்கிற ரீதியில் அவள் பேசியதில் மிகவும் நொந்துபோனான். அதற்குப்பிறகு மறந்தும் புகைபிடிக்கவில்லை.

ஆனாலும் அம்மாவின் சந்தேகம் சந்தேகம்தான். மூக்கைச் சுருக்கி சுவாசத்தை உள்ளிழுத்து சிகரெட் வாடை அடிக்கிறதா என்று பார்ப்பது அவளுக்கு அனிச்சைச் செயலாகிவிட்டது. முதல் கொஞ்சநாட்களுக்கு அவள் அப்படிச் செய்தது அரவிந்தனுக்குக் கஷ்டமாக இருந்தது; போகப்போகப் பழகிவிட்டது.

பங்க் கடையில் நாலணா கொடுத்து ஒரு சுபாரி பொட்டலம் வாங்கிப் பிரித்துப் போட்டுக்கொண்டு குட்டிச்சுவர் மீது உட்கார்ந்தான். நண்பர்கள் யாரும் இன்னும் வராததால் போரடித்தது. வாகனங்கள் விரைந்து செல்வதை வேடிக்கை பார்த்தான். சற்று நேரத்தில் மரகதமணியும் விஸ்வநாதனும் வந்தார்கள். பங்க் கடையில் சிகரெட் வாங்கிப் பற்றவைத்துக் கொண்டான் மரகதமணி. விஸ்வநாதனும் சிகரெட் பிடிப்பதில்லை. ஒருக்கால் அவனுக்கும் அம்மா என்றால் பயமோ என்னமோ?

''என்னடா ஏதாவது கார்டு வந்துச்சா?'' விஸ்வநாதன் கேட்டான்.

''ப்ஸூ!'' சலித்துக் கொண்டான் அரவிந்தன்.

"எனக்கொரு கார்டு வந்திருக்கு" மரகதமணி ஷர்ட் பாக்கெட்டிலிருந்து அதை எடுத்துக் கொடுத்தான்.

'தற்சமயம் எங்கள் கம்பெனியில் பியூன் வேலை ஒன்றுதான் காலியாக உள்ளது. தங்களுக்கு விருப்பமிருந்தால் நாளை முதலே சேர்ந்து கொள்ளலாம். நேர்முகத்தேர்வு தேவையில்லை. தங்கள் விருப்பத்தை நேரில் வந்து தெரியப்படுத்துமாறு கேட்டுக்கொள்ளப்படுகிறது.'

"போகப் போறயா?" விஸ்வநாதன் கேட்டான்.

"நானா... ப்யூன் வேலைக்கா? ரொம்பத்தான் கொழுப்புடா மச்சி உனக்கு. வேணும்னா இந்த கார்டை எடுத்துக்கிட்டு நீ போய் வேலைல சேரு!"

"ம்க்கும்... இதுக்குதான் எம்.ஏ. படிச்சேன் பாரு."

"அப்பொ நாமட்டும் இதுக்குதான் படிச்சேன்றயா?"

"டேய் விடுங்கடா..." அரவிந்தன் அவர்கள் பேச்சை நிறுத்தினான். அம்மாவிடம் பேச்சுக் கேட்பதைவிட பியூன் வேலை தேவலையோ என்று தோன்றியது அவனுக்கு. அட்லீஸ்ட் போஸ்டல் செலவுகளுக்காவது அப்பாவிடம் கைகட்டி நிற்கவேண்டாமே. அப்பா பாவம், அவன் கேட்கும் அளவுக்கு வைத்துக் கொள்வதில்லை. சம்பளம் வாங்கிய மறுநாளே அவன் பாக்கெட் செலவுகளுக்கு என்று நூற்றி ஐம்பது ரூபாய் கொடுத்துவிடுவார்.

சில சமயங்களில் அதுவும் தீர்ந்துபோய் அவசரத்திற்கு மறுபடியும் அவர் முன்னால் தயங்கி நிற்பான். அவன் கேட்பதற்குள் அப்பாவே புரிந்துகொண்டு அம்மாவுக்குத் தெரியாமல் ஐம்பது ரூபாயை மடித்து அவன் பாக்கெட்டில் செருகிவிட்டுப் போவார். அம்மாவைப் போல் இல்லை அப்பா என்பதுதான் அரவிந்தனுக்குப் பெரிய ஆறுதல். சின்ன

வயசிலிருந்தே அப்பா, குழந்தைகளைக் கடிந்து கொண்டு அவன் பார்த்ததில்லை. அவனிடமும் சரி, சந்தியாவிடமும் சரி, அதிகம் செல்லம் கொண்டாடவும் மாட்டார். அதே நேரம் 'ச்சீ' என்று அதட்டவும் மாட்டார்.

சமயத்தில் அவர் இவர்களிடம் பேசுவதைப் பார்த்தால் அப்பா என்பது மறந்து போய் நல்ல சிநேகிதரோ என்றுதான் நினைக்கத் தோன்றும். அப்போதும் சரி இப்போதும் சரி, அம்மா என்றால்தான் சந்தியாவுக்கும் அவனுக்கும் பயம். அம்மாவின் உருவத்தைவிட, குரல்தான் அதிகம் பயமுறுத்தும். உருவத்தை கெச்சலாக வைத்துவிட்டு உடம்பின் ஆகிருதியையும் சேர்த்து அவள் குரலில் வைத்துவிட்டிருந்தான் பகவான்.

"என்னடா யோசனை?" விஸ்வநாதன் உலுக்கினான்.

"ம்...? இல்ல... பேசாம நா போகலாமான்னு யோசிக்கறேன். டேய் மரகதம், அந்தக் கார்டை கொடுடா. எங்கப்பாகிட்ட ஒரு வார்த்தை சொல்லிட்டு நாளைக்கே போய் பார்க்கறேன்."

"என்னடா... நிஜமாதான் சொல்றயா?" இருவரும் ஏககாலத்தில் வியந்தனர்.

"ஏன்டா இப்படி கேக்கறீங்க? இப்டி குட்டிச்சுவர்ல உட்கார்ந்து பொழுதைக் கழிக்கறதைவிட இந்த பியூன் வேலை பெட்டர்னு படறது எனக்கு!"

"எம். ஏ. எக்கனாமிக்ஸ்டா நீ!"

"அதுசரி, அதுக்காக மன்மோகன்சிங் உத்யோகமா கிடைக்கும்? இப்போதைக்கு என் ஒருத்தன் எக்கனாமிக்ஸை முதல்ல பார்த்துக்கறேன்." அரவிந்தன் கீழே இறங்கினான். மரகதமணியிடமிருந்து கார்டை வாங்கிப் பாக்கெட்டில் செருகிக் கொண்டான்.

"டேய் டேய், வண்டிங்க வருது, கொஞ்சம் நேரம் உக்காருடா" மரகதமணி அவனைத் தடுத்தான். வண்டிங்க

என்றால் அவன் பாஷையில் பெண்கள் என்று அர்த்தம். புதுசாய் யாராவது பெண்கள் போனால் 'புது வண்டிங்கடா எல்லாம் பளபளன்னு இருக்கு' என்பான். அல்லது பார்த்துப் பழகின முகங்கள் என்றால் 'என்னடா இது, டயர்ல காத்திறங்கி போச்சு' என்பான்.

அதற்கு அர்த்தம் யாரோ கொஞ்சம் இளைத்து விட்டார்கள் என்பது. 'போய் காத்தடிப்போமா' என்று அவர்கள் அருகில் வரும்போது அவர்கள் காதுபடச் சொல்லிச் சிரிப்பான். அவர்கள் முறைத்துவிட்டுச்சென்றால் 'யப்பா, ஹெட்லைட் எவ்ளோ சூடு பார்டா' என்பான்.

இதையெல்லாம் வைத்து மரகதமணியை பெண் பித்தன் என்றோ பொறுக்கி என்றோ சொல்லிவிட முடியாது. அவர்கள் அவனைத் தாண்டிச் சென்றதுமே அவன் பேச்சு வேறு விஷயத்திற்குத் தாவிவிடும். வண்டி வண்டி என்று பெண்களை கிண்டலடிக்கும் அதே வாய் ஜேகேயைப் பற்றியும் அருமையாகப் பேசும். "ஈவ்டீஸிங்' வேணாண்டா மரகதம். எவளாவது ஒருநாள் உன்னைப் பளார்னு அறையப் போறா பார்" என்பான் விஸ்வநாதன்.

"அறைஞ்சுடுவாளா என்னை...? அப்டி எவ என்னை அறையறாளோ அவதான் என் பொண்டாட்டின்னு நினைச்சுக்கோ" என்பான் படு கேஷுவலாக.

அவர்கள் மெல்ல நடந்து வந்து இவர்களை நெருங்கிக் கடந்து சென்றார்கள். "என்னடா இது பின் டயர் ரெண்டும் இப்டி குலுங்குது?" மரகதம் எப்போதும் போல தன் கிண்டலை ஆரம்பித்தான்.

அவர்கள் சட்டென்று நின்று திரும்பினார்கள். மூவரையும் சேர்த்து முறைத்தார்கள். யார் கிண்டலடித்தது என்று அவர்களுக்குத் தெரியாததால் மூவரையுமே முறைத்தனர்.

"என்னங்க பார்க்கறிங்க...?"

"கொஞ்சம் முன்னால என்னவோ கமெண்ட் காதுல விழுந்தது, அதான் நின்னு பார்க்கிறோம்."

"அதுவா...? புது கார் ஒண்ணு போச்சே இப்போ, நீங்க வரும்போதுதான் போச்சு. பின் வீல் சரியா ஃபிக்ஸ் பண்ணல போலருக்கு தடதடன்னு ஆடிச்சு. அதான் சொன்னோம் உங்களை எதுவும் சொல்லலையே! நாங்க எப்பவுமே இங்க உட்கார்ந்து போற வர வண்டிங்களை எல்லாம் கணக்கு பண்ணுவோம். நீங்க போங்க."

"சரி வாங்கடி மூணு பேரும். வி.ஐ.பி.ஸ்னு நினைக்கறேன், அதுங்களுக்கு இதுதான் வேலை. போனால் போகட்டும் வாங்க" ஒருத்தி சொல்ல அவர்கள் சிரித்துக் கொண்டே போனார்கள்.

"என்னடா இது நம்பளைப் போய் வி.ஐ.பின்னு சொல்லிட்டு போறாங்க," விஸ்வநாதன் வியந்தான்.

"மடையா மடையா! வி.ஐ.பி.ன்னா வேலை இல்லாத பசங்கன்னு அர்த்தம். அவ நம்பளை பதிலுக்கு கிண்டலடிச்சிட்டு போறா. உனக்கு சிலிர்த்துப் போச்சாக்கும்" மரகதமணி பல்லைக் கடிக்க, வி.ஐ.பி.யின் அர்த்தம் புரிந்ததும் உண்மையிலேயே வலித்தது அரவிந்தனுக்கு.

"நா போறேண்டா" என்றபடி கிளம்பினான்.

வரும் வழியில் சித்தி வினாயகருக்கு மறுபடியும் நாலைந்து தோப்புக்கரணம் போட்டு தலையில் குட்டிக்கொண்டு வீட்டுக்கு வந்தான்.

என்றுமில்லாத அதிசயமாக வீட்டு வாசலில் பெரிசாக கோலம் மலர்ந்திருந்தது. வாசல் விளக்குகூட எரிந்து கொண்டிருந்தது. இரண்டு கதவுகளும் விரியத் திறந்திருந்தது. நடையில் நிறைய செருப்புகளிருந்தது. என்ன விசேஷம், வீட்டில் யார் வந்திருக்கிறார்கள்? எதற்கு? என்ற யோசனையோடு உள்ளே நுழைந்தான் அரவிந்தன். கூடம் முழுக்க பட்டுப்புடவைகளும்

வேட்டி அங்கவஸ்திரமுமாய் அமர்ந்திருக்க அவர்களுக்கு எதிரில் பட்டுப்புடவையும் தலைநிறையப் பூவுமாய் முகம் தாழ்த்தி லேசான கன்னச்சிவப்போடு நின்றிருந்தாள் சந்தியா. அம்மாவின் முகம் திடுதிப்பென்று வந்து நின்ற அரவிந்தனைப் பார்த்ததும் சுருங்கியது. சாதாரணமாக எட்டு அல்லது ஒன்பது மணிக்குத்தான் வருவான். அவன் இன்று சீக்கிரமே வந்திருந்தான்.

"இதுதான் பிள்ளையா...?" யாரோ கேட்டார்கள்.

"ஆமா..."

"எங்க வேலை பார்க்கறார்?"

"அது... வேலை..." அப்பா தயங்க அம்மா குறுக்கிட்டாள்.

"டெல்லில வேலையார்க்கான். அங்க பெரிய சோப்புக் கம்பெனில சேல்ஸ் மானேஜரா இருக்கான். ஒரு வார லீவுல வந்திருக்கான்! எங்கடா அரவிந்தா போய்ட்ட? இன்னிக்கு ஒருநாள் கூட ஓய்வு கிடைக்காதா உனக்கு? சரி உள்ள வா, காப்பி தரேன்."

அரவிந்தன் மலைத்துப் போனான்.

அப்பாவை பரிதாபமாகப் பார்த்தான். அவரும் அதே பரிதாபத்தோடு அவனைப் பார்க்க அரவிந்தன் அம்மாவைப் பின்தொடர்ந்து உள்ளே சென்றான். சந்தியாவைப் பெண்பார்க்க அன்று வருகிறார்கள் என்ற செய்தியை அவனிடம் சொல்லாததில்கூட வருத்தமில்லை அவனுக்கு, அதைவிட அதிக வருத்தம் தந்தது, பலபேருக்கு முன்னிலையில் அம்மா சொன்ன அந்தப் பொய்தான்.

———

2

வீடு நிசப்தமாக இருந்தது. வந்தவர்கள் அனைவரும் போய்விட்டிருந்தனர். கூடத்தில் விரித்திருந்த பாய்களை சுருட்டி வைத்துவிட்டு இறைந்து கிடந்த பூக்களையும் குழந்தைகள் இறைத்திருந்த கல்கண்டுச் சிதறல்களையும், பெருக்கி மூலையில் சேர்த்து பேப்பரில் வாரி எடுத்தாள் சந்தியா. பட்டுப்புடவையிலிருந்து சாதாரண வாயில் புடவைக்கு மாறியிருந்தாள்.

"அப்புறம் என்னதான் உத்தேசம் உங்களுக்கு?" அம்மா கேட்க அப்பா நிதானமாக அவளைப் பார்த்தார்.

"எல்லாம் உன்னாலதான் ரங்கம்! உன்னை யார் பொய் சொல்லச் சொன்னது! நீ சொன்ன பொய் ஒரு நிமிஷத்துல அவாளோட மனசுல, சரியான அளவுல இருந்த ஆசையை கிடுகிடுன்னு உயர்த்தி விட்டுடுத்து."

"அப்டின்னா இவன் வேலையில்லாதவன்னு சொல்லியிருக்கணுங்கறேளா? அது கேவலமில்லையா? இவனுக்கு கேவலமிருக்கோ இல்லையோ, பிள்ளைக்கு வேலையில்ல... சும்மாதான் வீட்டுல இருக்கான்னு சொல்லிக்க எனக்கு அசிங்கமா

இருக்கு. அதான் அப்டி ஒரு பொய் சொன்னேன். பொய்யில்ல! இவனுக்கு மரியாதைதான் தேடிக் கொடுத்திருக்கேன்''

“அவாளுக்கு விஷயம் தெரிஞ்சா உள்ள மரியாதையும் போய்டும்னு நினைச்சு பார்த்தயோ நீ?''

“உள்ள மரியாதை நிலைச்சு நிக்கணும்னா பொய்யை நிஜமாக்க முயற்சி எடுக்கணும்'' ரங்கம் வெடுக்கென்று சொல்லியபடி இருவருக்கும் தட்டு வைத்து உப்புமாவும் கேசரியும் பரிமாறினாள்.

“சீக்கிரம் சாப்ட்டா எனக்கு வேலையாகும். ஏகப்பட்ட பாத்திரம் கிடக்கு! தேய்க்கணும். நாளைக்கு வெள்ளிக்கிழமை வேற''

“எனக்கு பசியில்ல'' அரவிந்தன் முனகினான்.

“சந்தியா! அவனுக்கு வெச்சதை நீ சாப்டு.''

அரவிந்தன் எழுந்து மொட்டை மாடிக்கு வந்தான்.

வெறுந்தரையில் கையை தலைக்கடியில் வைத்து மல்லாந்து படுத்தான்.

அட விஜபி! நட்சத்திரங்களும் கிண்டலடித்துச் சிரிப்பது போலிருந்தது. அரவிந்தன் கண்களை மூடிக்கொண்டான்.

சில்லென்ற காற்று வீசியடித்தது, மனசின் புழுக்கத்திற்கு இதமாயிருந்தது. அம்மாவின் பார்வையில் அலையடிக்கும் போதெல்லாம் இந்த மாடியில்தான் தஞ்சம் புகுவான்.

அவன் அப்பாவுக்கு அக்ரிகல்சுரல் டிபார்ட்மெண்ட்டில் கண்காணிப்பாளர் வேலை. லஞ்சம் வாங்கத் தெரியாது. பொய் சொல்லத் தெரியாது. லேட்டாய் ஆபீசுக்கு போகத் தெரியாது. சீக்கிரமாக வீட்டுக்கு வரவும் தெரியாது. இந்த காரணங்களினாலேயே பலபேருக்கு அவரிடம் மரியாதை அதிகம் என்றால் இதே காரணங்களால் சிலர் அவரை பிழைக்கத் தெரியாதவர் என்றும் சொல்வதுண்டு.

இந்த வீடுகூட அப்பாவின் நேர்மைக்கு கிடைத்ததுதான். இந்த விலைவாசியில் பட்டணத்தில் அதுவும் தி.நகரில் ஒரு தனி வீடு ஐநூறு ரூபாய் வாடகையில் யாருக்குக் கிடைக்கும்? வீட்டுக்காரரர் பணக்காரரர். காரைக்குடி செட்டியார். காரைக்குடியிலும் சென்னையிலும் அவருக்கு இருந்த வீடுகள் கணக்கிலடங்காதவை. இரண்டே இரண்டு பிள்ளைகள்தான் செட்டியாருக்கு. இருவரும் சிங்கப்பூரில் வியாபாரம் செய்யப் போய்விட செட்டியாரும் அவர் சம்சாரமும் இந்த வீட்டில் தனியாக இருந்தபோதுதான் அப்பா அவர்களிடம் வாடகைக்கு இடம் கிடைக்குமா என்று கேட்டார்.

அப்பாவைப் பார்த்ததுமே செட்டியாருக்கு பிடித்து விட்டது. “மனுஷங்க எப்டிப் பட்டவங்கன்னு அவங்க கண்ணைப் பார்த்தே சொல்லிடுவேன் நான். உங்க கண்ணைப் பார்த்ததுமே தெரிஞ்சுபோச்சு அய்யரே, நீங்க யாருக்கும் பாதகம் செய்யத் துணியாத பிராமணன்னு. அதுசரி எப்பொ குடி வரிங்க?”

அப்பாவின் முகம் மலர்ந்தது.

ஆவணி பிறந்ததும் பால் காய்ச்சிக் குடித்தார்கள். மாடியில் இவர்களும் கீழே செட்டியார் குடும்பமும் இருந்தது. செட்டியார் அப்பாவைவிட நல்லவராய் இருந்தார்.

‘பசங்க அனுப்பினாங்க’ என்று அடிக்கடி சிங்கப்பூர் இனிப்பு வகைகளையும், பேனா, சென்ட் பாட்டில், நகப்பாலிஷ் என்று எதையாவது கொடுத்துக் கொண்டே இருப்பார். அரவிந்தனுக்கு டிஷர்ட்டுகள்கூட கொடுப்பார். ஒண்ணாம் தேதி காலை ஏழு மணிக்கு டாணென்று வாடகைப்பணத்தை கொடுத்துவிடுவார் அப்பா. அன்றைக்கு செட்டியார் வீட்டில் ஸ்பெஷல் காப்பி கிடைக்கும் அவருக்கு.

“என்னவோ போங்க அய்யரே, என்ன சொத்து சுகம் இருந்தென்ன! பசங்க எங்கயோ போயிட்டாங்க.... நானும் இவளும் எதிரும் புதிருமான்னு கிடந்து அல்லாடறோம். இருக்கற

சொத்துக்களை பார்த்துக்கிட்டாலே போதும், ஏழு தலைமுறைக்கு உக்காந்து தின்னலாம். பொன்னாசை யாரை விடுது! இன்னும் இன்னும் இல்ல தேடச் சொல்லுது! கடல் கடந்து ஓடச் சொல்லுது! பணமிருந்தென்ன? பக்கத்துல பசங்க இல்லாம என்னாத்துக்கு பணம் சொல்லுங்க'' செட்டியார் அலுத்துக் கொள்வார்.

அம்மா அவர்களிடம் மரியாதையாய்தான் பேசுவாள். செட்டியார் கீழே இருக்கிறார் என்று தெரிந்தால் கத்திக்கூட பேசமாட்டாள். ஸ்பெஷலாக எது செய்தாலும் சந்தியாவிடம் கொடுத்தனுப்பிவிடுவாள் அவர்களுக்கு. நாள் கிழமை என்றால் மாடியில்தான் அவர்களுக்கும் சாப்பாடு. ''என்ன சொல்லுங்க, உங்களவங்க கைப்பக்குவமே தனிதான்'' செட்டியார் வாய்விட்டுப் பாராட்டியபடி ஒரு பிடி பிடிப்பார். சாப்பிட்டதோடு சும்மா இருந்து விடமாட்டார்கள் இருவரும். உடனே இல்லாமல் நாலைந்து நாள் கழித்து செட்டியாரம்மா தன் நூற்றுக்கணக்கான பட்டுப்புடவைகளில் பழைய ஆனால் பளிச்சென்றிருக்கும் ஒன்றை அம்மாவுக்கு கொடுப்பாள்.

''எனக்கெதுக்கு?'' அம்மா லேசில் வாங்கிக்கொள்ள மாட்டாள். அந்த விஷயத்தில் அம்மா மிகவும் ரோஷக்காரி. யாரிடமும் எதுவும் லேசில் வாங்கிக்கொள்ள மாட்டாள்.

''என்னங்க மாமி, நீங்க எனக்கு தங்கச்சி மாதிரி. இதுபோல ஏகப்பட்டது கிடக்கு. கட்டிக்க முடியாம உள்ள தூங்குது. வயசாவுது. வெளிய வாசல்ல எங்க போறோம்? வீட்டுக்கு கட்டிக்கிட்டாகூட தீராது போலிருக்கு. இந்த கலர் நீங்க கட்டிக்கிட்டா நல்லார்க்குமேன்னு ஆசையா கொண்டு வந்தேன். இப்படி நிர்த்தாட்சண்யமா வேணான்னு சொல்லி என் மனசை நோகப்படுத்தறிங்களே!'' அதன் பிறகுதான் அம்மா கூச்சமும் தயக்கமுமாக அதை வாங்கிக் கொள்வாள். செட்டியாரம்மா கொடுத்த புடவைகளே ஐந்தாறு அவள் பீரோவில் இருக்கிறது. வாங்கிக் கொண்டாளே தவிர அவள் அதை உடுத்திக் கொண்டு யாரும் பார்த்ததில்லை.

ஒருநாள் செட்டியார் குஷியாக அப்பாவை அழைத்தார். "அய்யரே, எம் பசங்க லெட்டர் போட்டிருக்காங்க அவங்களுக்கு கல்யாண ஆசை வந்திருச்சாம். எங்க ஜாதிக்காரவங்க ரெண்டு மூணுபேர் ரெண்டு தலைமுறையா சிங்கப்பூர்ல இருக்காங்களாம். ரொம்ப தெரிஞ்சவங்களாய்ட்டாங்களாம். அவங்க வீட்ல இவனுங்களுக்கு ஏத்த பொண்ணுங்க இருக்காம். எங்களை வந்து பொண்ணுங்களை பார்த்து முடிச்சு நல்லபடியா கல்யாணத்தை நடத்தி வையுங்கன்னு எழுதியிருக்காங்க. அதோட அங்கயும் வீடு வாங்கிட்டாங்களாம். இனிமே தனியா கஷ்டடப்பட வேணாம். மருமகள்ங்க வந்தப்பறம் ஒண்ணாவே இருப்போம். நீங்களும் இங்கயே வந்துடுங்கன்னு எழுதியிருக்காங்க. அதுக்கான ஏற்பாடுகளைக்கூட அவனுங்களே செஞ்சுட்டானுங்களாம். காரைக்குடில நம்ம பரம்பரை வீட்டைத் தவிர மிச்ச நிலபுலன்கள் வீடுகளை எல்லாம் வித்துடலாம்னு இருக்கேன். மெட்ராஸ்ல எதையும் விக்கப்போறதில்ல. ஏன்னா என்னிக்கு திரும்ப வந்தாலும் இங்க வீடு கிடைக்கறது கஷ்டமாச்சே! அதனால மத்த வீடுங்களை எல்லாம் பாங்க்கு, சீட்டுக் கம்பெனின்னு வாடகைக்கு விடப்போறேன். அட்வான்ஸே லட்சக்கணக்குல கிடைக்கும். வாடகை விஷயமெல்லாம் நம்ம வக்கீல் பார்த்துப்பாரு."

அவர் சொல்லச் சொல்ல அப்பாவின் முகம் கவலையால் வாடத் துவங்கியது. இதுபோல் வீடு இனி எங்கே கிடைக்கும் என்ற பயம் வந்தது.

"என்ன அய்யரே, முகம் ஒரு மாதிரியாய் போச்சு... இந்த வீட்டையும் ஏதாவது கம்பெனிக்கு கொடுத்துடுவேன்னா...? நிச்சயம் மாட்டேன். இது உமக்குதான். நீங்க இப்பொ குடுக்கற வாடகையே போதும். ஆனா இனிமே மொத்தவீடும் உங்களுக்குத்தான். வாடகையை மட்டும் மாசா மாசம் கரெக்டா எம்பொண்டாட்டி அக்கவுண்ட்டுல போட்டுடுவீங்களாம். உங்க பேர்ல எனக்கு நம்பிக்கை இருக்கு அய்யரே.."

“நீங்க நாணயமானவர், இந்த வீட்டை விட்டு என்னிக்கு நீங்களா போணும்னு நினைக்கறிங்களோ அதுவரை இருக்கலாம். ஒத்தை பைசா வாடகை நா ஏத்தமாட்டேன். வீட்டை மட்டும் நல்லா பார்த்துக்கோங்க. ஏதாவது ரிப்பேர்னா நீங்களே பழுது பார்த்துக்கங்க, வாடகைல கழிச்சுக்கங்க. அதிகமாச்சுன்னா நம்ம வக்கீல்கிட்ட சொன்னிங்கன்னா அவர் பாத்துக்குவார். போனதும் என் விலாசம் தெரியப்படுத்தறேன். அடிக்கடி கடுதாசி போடுங்க. பாப்பாக்கு கல்யாணம் நிச்சயம் பண்ணினீங்கன்னா தெரியப்படுத்துங்க. பணம் கிணம் வேணும்னாலும் கூச்சப்படாம கேளுங்க, அனுப்பித்தரேன்.”

அடுத்த நான்காம் மாதம் செட்டியாரும் அவர் மனைவியும் சிங்கப்பூருக்குப் புறப்பட்டுப் போனார்கள். தங்கள் சாமான்களை எல்லாம் மட்டும் ஒரு அறையில் போட்டு பூட்டிச் சென்றனர். அந்த ஒரு அறை தவிர மொத்த வீடும் புழங்குவதற்குக் கிடைத்தது. “நமக்கெதுக்கு இவ்ளோ இடம்? பேசாம கீழ் போர்ஷனை வாடகைக்கு விட்டா என்ன? தாராளமா ஐநூறு கிடைக்கும். அப்டியே செட்டியார் அக்கவுண்ட்டுல போட்டுட்டோம்னா நமக்கு வாடகையே இல்லாம் கழியும்!” அம்மா யோசனை சொல்ல அப்பா தீர்மானமாக மறுத்துவிட்டார்.

“அது செட்டியாருக்கு நாம் செய்யற துரோகம். ஏன், அவருக்கே இன்னோரு குடித்தனம் கீழ வெச்சுட்டுப் போகத் தெரியாதா? சுளையா ஆயிரம் ரூபா அவருடைய அக்கவுண்ட்டுல சேராதா என்ன? நம்ம மேல இருக்கற அன்புலதான அதே வாடைக்கு முழு வீட்டையும் ஒப்படைச்சுட்டு போயிருக்கார்... அந்த உதவிக்கு கால்ல செருப்பா இருக்கணுமே தவிர கழுத்துக்கு கத்தியா மாறிடப்படாது!” அம்மா மட்டுமில்லை, தெரிந்தவர்கள் சிலர்கூட பணத்தைக் காட்டி அப்பாவின் ஆசையைத் தூண்டி குடிவர முயற்சி செய்தார்கள். ஆனால் அப்பாவை அசைக்க யாராலும் முடியவில்லை.

அரவிந்தன் புரண்டு படுத்தான்.

படிக்கட்டில் யாரோ ஏறிவரும் ஓசை கேட்டது.

சற்று நேரத்தில் அப்பாவின் உருவம் தெரிய எழுந்து உட்கார்ந்தான். அப்பா அவனருகில் வந்து அமர்ந்தார்.

"நிஜமாவே பசியில்லையா உனக்கு?"

"ஏம்ப்பா...?"

"எனக்கு தெரியும், நீ பசி தாங்கமாட்டன்னு. இந்தா, இதைச் சாப்பிடு... ம்..." அப்பா வேஷ்டி மடிப்பைப் பிரித்து வாழைப்பழங்களையும் ஒரு மில்க் பிஸ்கெட் பாக்கெட்டையும் நீட்டினார்.

"எதுக்குப்பா?"

"அம்மா பேசறதுக்கெல்லாம் பட்னிதான் கிடக்கணும்னா வருஷம் முழுக்க நாம் பட்டினிதான் கிடக்கணும் அரவிந்தா."

"அதில்லப்பா, நா என்ன வேணும்னா வீட்டுல இருக்கேன்? நானும் எப்டியெல்லாம் வேலைக்கு அலையறேன், முயற்சி எடுக்கறேன்னு அம்மாக்குத் தெரியாதா? வேலை கிடைக்காதது என் குத்தமா? வெறும் பி.ஏ எம்.ஏ.க்கு எல்லாம் இப்போ மதிப்பில்லப்பா. தொழிற்கல்விக்குதான் இப்போ வாய்ப்பு அதிகம். கம்பயூட்டர்ஸ் தெரிஞ்சிருந்தா இன்னும் வேல்யூ. ஹோட்டல்ல தட்டு எடுக்கற வேலைக்குகூட தட்டு அலம்ப ஒரு டிப்ளமோ வாங்கியிருக்கயான்னு கேக்கற காலம் இது.

தனியார் துறையில் இப்படின்னா அரசாங்கமோ கேக்கவே வேண்டாம். இட ஒதுக்கீடுங்கற பேர்ல நமக்கு வாசலை அடைச்சுட்டாங்க. இரண்டு தரம் சர்வீஸ் கமிஷன் எழுதினேன், என் அதிர்ஷ்டம் எனக்கு முன்னால நிக்கறது. ஈபிலகூட டிரை பண்ணினேம்ப்பா, அவங்க கேட்ட பணம் எனக்கு மலைப்பா இருந்தது. அவ்ளோ பணம் இருந்தா எனக்கெதுக்குப்பா வேலை...? பேசாம ஒரு பொட்டிக்கடை போட்டு பிழைச்சுக்க மாட்டேன்?" அரவிந்தன் நிறுத்தினான்.

“இதெல்லாம் சொன்னா உங்கம்மாக்கு புரியாது அரவிந்தா! அவளைப் பொறுத்தவரை எதிர்வீட்டுப் பிள்ளை வேலைக்குப் போனான், பக்கத்து வீட்டுப் பையன் கை நிறைய சம்பாதிக்கறான். தெருவுல இருக்கற எல்லாருமே நேத்து படிப்பை முடிச்சுட்டு வேலைக்குப் போகும்போது உனக்கு மட்டும் நல்ல வேலை ஏன் கிடைக்கலன்னுதான் திருப்பிக் கேட்பா. எல்லாருமே நல்ல வேலைக்குதான் போறதா அம்மா தப்பா நினைச்சுண்ருக்கா. எனக்கு தெரியும் நாள்முழுக்க உழைச்சுட்டு அவா எவ்ளோ கூலி வாங்கிண்டு வரான்னு. உங்கம்மாட்டா சொன்னா ஒத்துக்க மாட்டா!”

“அப்டின்னா நா என்ன செய்யட்டும்ப்பா?”

“இது அன்எம்ப்ளாய்மெண்ட் பிரச்சனை அரவிந்தா. படிச்சு முடிச்சுட்டு நல்ல உத்யோகம் கிடைக்கறவரைக்கும் ஒரு இளைஞனுக்கு ரொம்ப சோதனையான நேரம். நீ மட்டும் இல்ல, உன்னை மாதிரி எத்தனையோ லட்சம்பேர் இருக்காங்க. இந்த மாதிரி நேரத்துல நம்பிக்கைதான் முக்கியம்.

நம்பிக்கை அறுந்து போச்சுன்னா வாழ்க்கையே ஊசலாடும். நா இருக்கற வரை நீ எதுக்கும் கவலைப்படக்கூடாது. நா ரிடையராகும்போது நீ பாரம் சுமக்கத் தயாரானா போதும். அதுவரை உன்னை நா சப்போர்ட் பண்றேன். மனசைத் தளரவிடாம வேலை தேடு. அதுக்குன்னு அஞ்சுக்கும் பத்துக்கும் லோல்படாத. நிச்சயம் உனக்கு வேலை கிடைக்கும். உற்சாகத்தை இழக்காதே. உன் தனிப்பட்ட ஆசைகளையும் உத்யோகமில்லன்னு பொசுக்கிக்காத. சினிமா போகணும்னு நினைச்சா போய்ட்டு வந்துடு. புது ஷர்ட் வாங்கிக்கணும்னு தோணித்துன்னா வாங்கிக்கோ. ஆசைகள் அதிகமாதான் ஆகக்கூடாதே தவிர, ஆசைகள் இருக்கிறதே தப்புன்னு யார் சொன்னா? இந்த வயசுலயும் எனக்கு ஆசைகள் உண்டு. சொன்னா சிரிப்ப!”

அப்பா பேசப் பேச அரவிந்தனின் மனப்புழுக்கம் குறைந்தது. அப்பாவைப் பார்த்துச் சிரித்தான்.

"சொல்லுங்கோ. சிரிப்பு வரதான்னு பார்க்கறேன்."

"சின்ன வயசுலேர்ந்து கோட்டு சூட்டையெல்லாம் போட்டுக்கணும்னு ஆசை. ஆனா, என் கல்யாண ஜானவாசத்துலகூட எனக்கு எங்கப்பா கோட்டு சூட்டு தைக்கல."

"நம்ம வெதர்க்கு அது எப்போதும் உபயோகப்படாதுன்னு நினைச்சிருப்பார் தாத்தா."

"இருக்கலாம். ஆனா எனக்கென்னமோ அதுமேல கொஞ்சம் ஆசை உண்டு!"

"அப்புறம்....?"

"அப்பறம் பெரிய ஸ்டார் ஓட்டல்ல போய் நினைச்சதெல்லாம் ஆர்டர் பண்ணி ஒரு நாளாவது சாப்டணும்னு தோணும், நம்ம பொருளாதாரம் எங்க அதுக்கு இடம் கொடுக்கறது..? எனக்குத் தெரியும், என்னோட ஆசையெல்லாம் பேராசைன்னு. அதான் நானே தூக்கியெறிஞ்சுட்டேன் வேண்டாம்னு."

அரவிந்தன் சிரித்தான். "எனக்கு நல்ல வேலை கிடைச்சதும் முதல்ல உங்க ஆசைகளைத்தான் பூர்த்தி செய்வேம்ப்பா."

"டேய் எனக்கு இன்னும் வயசாய்ட்டா ஜீரணசக்தி குறைஞ்சுடும்டா... இது ஜோக்குக்குதான் சொன்னேன், வருத்தப்படாத என்ன...?"

அப்பா சிரிக்க அரவிந்தனும் சிரித்தான்.

———

3

மூன்று மணிக்கெல்லாம் விழிப்பு வந்துவிட்டது ரங்கத்திற்கு. உள்ளங்கை விரித்து, கண்விழித்த பிறகு கொஞ்சநேரம் அப்படியே உட்கார்ந்திருந்தாள். உள்ளே பழனி முருகனை நிறுத்திப் பேச ஆரம்பித்தாள்.

"படபடன்னு என்னத்துக்கு இப்டி பேசறேன் நான்? எனக்கு என்னத்துக்குடாப்பா நாக்கைக் கொடுத்த! எல்லாரையும் கரிச்சுக் கொட்டறதுக்கா? எதனால இப்டி ராட்சஸியாப் போய்ட்டேன்..? நானும் தினமும் விடியும்போது இன்னிக்கு வாயைத் திறக்கப்படாதுன்னு நினைச்சுண்டுதான் எழுந்துக்கறேன். ஆனா படபடன்னு வந்துடறதே! நா என்ன செய்யட்டும்! அம்மா ராட்சசின்னுதானே எம் பிள்ளை நினைச்சுப்பான்! பிள்ளை சம்பாதிச்சுப் போட்டு எனக்கு வைரத்துல அட்டிகை வாங்கிக்க முடியலன்னா அவனைத் திட்டறேன்? இல்ல, இந்த வீட்டுல சோத்துக்கு பஞ்சம்னு திட்டறேனா? இல்லையே! உத்யோகம் புருஷலட்சணமாச்சே, இன்னும் அந்த லட்சணம் இவனுக்கு கிடைக்கலையே, அதை வெச்சுத்தானே நாளைக்கு கல்யாணம் கார்த்தின்னு அவனுக்கு நடத்த முடியும்... உத்யோகமில்லாதவனுக்கு

எவன் பெண்ணைக் கொடுப்பான்? அந்தக் கவலைதானே எனக்கு! 'பரவால்லடா அம்பி, வேலையில்லாட்டா என்ன'ன்னு நா கொஞ்சம் அன்பாயிருந்தேன்னா அவனுக்கு வேலை தேடற எண்ணம்கூட குறைஞ்சுடுமே! அதுக்குதானே அப்பப்பொ கத்தறேன். நா மட்டும் இப்படி கத்தலன்னா 'வேலைதான் இல்லையே, இன்னும் கொஞ்சம்நேரம் தூங்கலாமே'ன்னு தூங்குவான். அப்பறம் வேலைதான் இல்லையேன்னு கூடக் கொஞ்சநாழி குளிப்பான். சோப்பைக் கரைப்பான். தண்ணியை வீணாக்குவான். அதுக்குள்ள வெயில் ஏறிடுத்துன்னா வெளில போகத்தோணாது. உண்ட மயக்கத்துக்கு ஃபேனுக்கடில தூங்கலாமேன்னு தோணும். நா அனுசரணையா இருந்தா எம் பிள்ளை சோம்பேறியா ஆய்டுவான்னுதான் அனுசரணையா இருக்காம அப்பப்பொ கத்தறேன். இதுகூட அவன்மேல இருக்கற அக்கறைதான்னு அவன் புரிஞ்சுக்காட்டா போகட்டும். ஆனா உனக்குப் புரியறதா? இதுவும் ஒரு மாதிரியான அன்புதான்னு...?''

ரங்கம் எழுந்தாள். பல் தேய்த்துக் குளித்துவிட்டு வந்து ஸ்வாமி விளக்கை ஏற்றினாள். குத்துவிளக்கொளியில் பழனி முருகன் சிரித்தான். 'எல்லாத்தையும் கேட்டுட்டு சிரிக்கறயா நீ... மகா பொல்லாதவண்டா நீ! இரு இரு... இன்னிக்கு உனக்கு லேட்டாதான் நைவேத்யம். ராத்திரி எம்பிள்ளையை பட்னி போட்டயோன்னோ? இன்னிக்கு நீ பசியால துடிக்கப்போற பார். எம் பிள்ளைக்கு அரிசி உப்புமான்னா ரொம்ப ரொம்பப் பிடிக்கும். அவனுக்கு அதை முதல்ல பண்ணிக் குடுத்துட்டுதான் இன்னிக்கு உனக்கு சமையல் ஆரம்பம் அதுவரை பட்னி கிட!'

ரங்கம் கூடத்தில் தூங்கும் அரவிந்தனிடம் வந்தாள். அவனையே சற்றுநேரம் பார்த்தாள். அவன் கேசத்தை இடதுகையால் ஒதுக்கிவிட்டு நகர்ந்தாள். ஃப்ரிஜ்ஜிலிருந்த முதல்நாள் பாலைக் காய்ச்சிவிட்டு ஃபில்டரில் நீர் ஊற்றினாள். காய்கறிக் கூடையிலிருந்து காய்கறிகளை எடுத்து நறுக்கி வைத்தாள்.

உப்புமாவுக்கு அரிசியைக் களைந்து உலர்த்தினாள். எல்லாரும் தூங்கி எழுந்து விட்டால் மிக்ஸியிலேயே உடைத்து விடலாம். இப்போது மிக்ஸி போட்டால் விடிந்தும் விடியாத வேளையில் நாராசமாய் சத்தம் கேட்கும். எல்லார் தூக்கமும் கெடும். முதல் டிகாக்ஷனில் அரை டம்ளர் காப்பி கலந்து நுரையோடு ஆற்றிக் குடித்துவிட்டு பூஜை உள்ளில் அமர்ந்து குட்டி குட்டி ஸ்தோத்திர புத்தகங்களைப் பிரித்துப் படிக்க ஆரம்பித்தாள். அத்தனை ஸ்லோகமும் முடிந்து அவள் வெளியில் வந்தபோது சந்தியா எழுந்து குளித்திருந்தாள். அப்பாவுக்கு காப்பி போட்டுக் கொடுத்திருந்தாள், வீடு பெருக்கித் துடைத்திருந்தாள்.

"அடடா, நேரமாயிடுத்தே" என்றபடி ரங்கம் அரிசியை மிக்ஸியில் போட்டு உடைத்து அரிசி உப்புமா செய்து இறக்கும்போது மணி எட்டேகால்,

"சுடச்சுட அரவிந்தனுக்கு கொடேன்" என்று சந்தியாவிடம் சொன்னாள். 'அவன் அப்பவே எங்கயோ கிளம்பிப் போய்ட்டானே' என்று சந்தியா சொன்னதும் ரங்கத்தின் முகம் வாடிச்சுருங்கியது.

"எங்கே போனான்?"

"யாருக்குத் தெரியும்? பேண்ட் ஷர்ட்தான் போட்டுண்டு போனான். ஒண்ணும் சொல்லிக்கல. ஆனாலும் நீ அவனை ரொம்ப திட்டறம்மா" கடைசி வரியை கொஞ்சம் பயத்தோடுதான் சொன்னாள் சந்தியா. ரங்கம் பெண்ணை விழித்துப் பார்த்துவிட்டு உள்ளே போனாள். பிள்ளை சாப்பிடாமல் போய்விட்ட ஆத்திரத்தை மறுபடியும் பழனி முருகனிடம் காட்டினாள்.

☆☆☆

பாரிஸ் கார்னரில் அந்தக் கம்பெனியைத் தேடி அலைந்து கொண்டிருந்தான் அரவிந்தன். சென்னை நகரின் பாதி

ஜனத்தொகை பாரிஸ் கார்னரில்தான் இருக்கிறதோ என்று எண்ணும் அளவுக்கு ஜனக்கூட்டம் அங்கே நிரம்பி வழிந்தது. நடப்பதே சிரமமாக இருந்தது. கடைக்காரர்களிடமெல்லாம் வழி கேட்டு ஒருவழியாக கம்பெனியைப் பிடித்துவிட்டான்.

சுமாரான கம்பெனிதான். ஒரு பழைய பில்டிங்கில் இயங்கிக் கொண்டிருந்தது. மொத்தமே பத்து பேருக்குள்தான் வேலை பார்த்தனர். அரவிந்தன் ஒரு வழுக்கைத் தலை ஆசாமியிடம் கார்டைக் காட்டி மானேஜரிடம் பேச வேண்டும் என்றான்.

"ஓஹோ, நீங்கதான் மரகதமணியா, உள்ள போங்க" என்று காட்டினார். அங்கே ஒரு அறைக்கதவு மூடியிருந்தது.

கதவை லேசாகத் தட்டி அனுமதி கிடைத்தபிறகு உள்ளே போனான் அரவிந்தன். உள்ளே அமர்ந்திருந்த மானேஜருக்கு அவன் வயதுதான் இருக்கும். ஜம்மென்று இருந்தான். ஏனோ அரவிந்தனுக்கு கூச்சம் வந்தது. தன் வயதொத்த இவனுக்கு எப்படி இவ்வளவு பெரிய வேலை கிடைத்தது? தனக்கு மட்டும் ஏன் கிடைக்கவில்லை?

'யெஸ்' தலை நிமிர்ந்த மானேஜர் இளைஞனின் கண்கள் இவனைப் பார்த்ததும் லேசாக வியப்பைக் காட்டியது. "நீ.... நீங்க.... ரங்கம் அத்தையோட பிள்ளைதானே...?"

"ரங்கம் அத்தை...!" அரவிந்தன் வியந்தான்.

"ஆமா நீங்க... ஓ... அம்மாவின் ஒன்றுவிட்ட அண்ணாவின் பையன் மதுவா...?"

"மதுதானே...?"

"மதுவேதான்."

"உட்காரு அரவிந்தா எங்க திடீர்னு இங்க...?"

"அது..." அரவிந்தன் தயங்கினான். சொல்வதா வேண்டாமா என்று யோசித்தான். பிறகு இதில் என்ன கேவலம்? நான் என்ன திருடவா வந்திருக்கிறேன் என்று தோன்றியது.

"வந்து... இங்க ஒரு பியூன் வேலை காலியிருக்கறதா கேள்விப்பட்டேன்."

"ஆமா... உனக்கு தெரிஞ்ச யாருக்காவது போட்டுத் தரணுமா?"

"இல்ல... எனக்கே போட்டுத் தரணும்"

"எ... என்ன...? உனக்கா...? ஓ... கமான் அரவிந்தா, விளையாடாதே"

"இல்ல விளையாடல மது, நிஜமாதான்."

"உன் தகுதி என்ன?"

'எம் ஏ எகனாமிக்ஸ்.'

"ப்ஸு! என்ன அரவிந்தா... இப்பல்லாம் வெறும் எம் ஏ.எகனாமிக்ஸ் மட்டும் வேலை வாங்கிக் கொடுக்கும்னு யார் சொன்னா? ஒரு எம்.பி.ஏ, அல்லது ஏதாவது டிப்ளமா அல்லது எம்.சி.ஏ! எம்.ஏ. எக்கனாமிக்ஸ்னா உடனே வேலை போட்டுக் கொடுத்ததெல்லாம் அந்தக் காலம்ப்பா."

"அதுக்கென்ன பண்றது மது? நா இதைத்தானே படிச்சேன். இனிமே மாத்திப் படிக்க முடியுமான்ன?"

"அதில்ல அரவிந்தா! எம்.ஏ. மட்டம்னு சொல்லலை. போறாதுன்னு சொன்னேன்."

"நா இங்க வந்தது பியூன் வேலை கிடைக்குமான்னு பார்க்கத்தான்."

"கிடைக்கும் அரவிந்தா... ஆனா உன்னை எப்டி விரட்டி வேலை வாங்க முடியும்னு யோசிக்கறேன்."

"நீ விரட்டவே வேண்டாம். நானே செய்யறேன்."

"எல்லாரும் உன்னைக் கேவலமாக நடத்தினா எனக்கு கஷ்டமார்க்கும் அரவிந்தா. அதுவும் நீ என் உறவுன்னு..."

அரவிந்தன் எழுந்துகொண்டான்.

"நன்றி மது. ஒரு பியூனை உன் உறவுக்காரன்னு சொல்லிக்க உனக்கு அவமானமார்ந்தா உன்னை சங்கடப்படுத்த மாட்டேன். நா வரேன்."

மது தர்மசங்கடத்தோடு நெளிய அரவிந்தன் வேகமாக வெளியில் வந்தான்.

ச்சட்! எவ்வளவு நம்பிக்கையோடு வந்தான்! உறவு ரூபத்தில் இப்படியா இடைஞ்சல் வரும்! மதுவின் குடும்பம் எத்தனையோ காலமாக டெல்லியில் தான் இருந்தது. மதுவும் அரவிந்தனும் பள்ளியிறுதி படித்தபோது ஒரே ஒருமுறை சென்னையில் ஒரு திருமணத்திற்காக வந்தபோது மதுவைப் பார்த்ததுதான். அதற்குப்பிறகு இப்போதுதான் பார்க்கிறான். எப்போது இவன் சென்னைக்கு வந்தான்? இவன் மட்டும்தான் வந்திருக்கிறானா, அல்லது, மொத்தக் குடும்பமும் வந்துவிட்டதா?

அரவிந்தன் யோசித்தபடியே பீச் ஸ்டேஷன் வந்து டிரெயின் ஏறினான்.

அடுக்களை வாசற்படியில் தலைவைத்துப் படுத்திருந்த ரங்கம் கூடத்து கடிகாரத்தில் மணி பார்த்தாள். இரண்டு! எங்கேதான் போயிற்று இந்தப் பிள்ளை? எத்தனை நாழிதான் பசி தாங்கும்? இலுப்பச் சட்டியில் அரிசி உப்புமா அப்படியே இருந்தது. அவளும் காலையிலிருந்து எதுவும் சாப்பிடவில்லை. வெள்ளிக்கிழமை என்று கொஞ்சம் சர்க்கரைப் பொங்கல் பண்ணியிருந்தாள். அதுவும் தொடுவாரின்றி இருந்தது. பசி வயிற்றைக் குடைய கொஞ்சம் உப்புமாவும் சர்க்கரைப் பொங்கலும் சாப்பிடலாம் என்று எழுந்தபோது வாசற்கதவு தட்டப்பட்டது.

சோர்வோடு நின்றிருந்தான் அரவிந்தன்.

"காலங்கார்த்தால போனவன் இப்பதான் வர... எங்கடா போய்ட்ட?"

"ஒரு வேலை விஷயமா"

"கிடைச்சுதா?"

"ப்ஸு"

"இதைச் சொல்லவா இவ்ளோ தூரம் அலைஞ்சு களைச்சு வந்த? சரி சரி சோத்தை தின்னுட்டு போ."

அரவிந்தன் கைகால் அலம்பிக் கொண்டு வந்து உட்கார்ந்தான்.

"எந்த கம்பெனிக்குப் போன?" சாதத்தை போட்டபடி கேட்டாள்.

"ஏதோ ஒரு கம்பெனி?"

"ரொம்ப போட்டியோ?"

"போட்டி பெரிசால்ல. ஆனா டெபாஸிட் கட்டணும்னாங்க. அதான் வந்துட்டேன்."

"எவ்ளோவாம்? என்ன வேலைக்கு?"

"கிளார்க் வேலைதான். இருபதாயிரம் கட்டச் சொன்னான். இருபதாயிரம் கட்டறதுக்கு சம்பளமும் பெரிசில்ல. ஐநூறுதான் தருவானாம். அதான் வந்துட்டேன்."

"ஹ்ம்! உன்னைச் சொல்லி என்ன? என் தலையெழுத்துதான் நன்னால்ல! அவாவா பிள்ளை டாக்டர்ங்கறா, இன்ஜினியர்ங்கறா, மானேஜர்ங்கறா, ஏழாயிரம் சம்பளம் எட்டாயிரம் சம்பளம், ஃபாரின்ல வேலையா இருக்கான் அப்டின்னெல்லாம் பீத்திக்கும்போது எம்பிள்ளை காலம் முழுக்க வேலை தேடிண்டிருக்கான்னு நானும் சொல்லிக்க வேண்டியதுதான். இந்த ஜென்மத்துல உன்னைப்பத்தி பீத்திக்க எனக்கு நீ சந்தர்ப்பமே தரப்போறதில்லன்னுதான் தோண்றது எனக்கு. நீ சாப்டு. சாப்பாட்டை எதுக்கு அளையற! வேலை கிடைச்சாலும் கிடைக்காட்டாலும் வயிறு கொண்டா கொண்டான்னுதானே சொல்லும்! இன்னும் கொஞ்சம் சர்க்கரைப் பொங்கல் போடவா?"

“வேண்டாம்...!” அரவிந்தனுக்குப் பசியடைத்துவிட்டது. சாம்பார் சாதத்திலேயே எழுந்துவிட்டான். வேகமாய் மாடிக்குச் சென்றுவிட்டான். அவன் போனபிறகு பூஜை உள்ளில் வந்து உட்கார்ந்து அழ ஆரம்பித்தாள்.

‘என்ன தெய்வம்டா முருகா நீ! எதுக்கு எம்பிள்ளையை இத்தனை லோல்படுத்தறியோ தெரியல! இன்னும் நாலஞ்சு மாசத்துல அவனுக்கு நல்ல வேலையைக் கொடுக்கல... நிச்சயமா உன்னை நா ஏறெடுத்தும் பார்க்க மாட்டேன்... சொல்லிட்டேன். ஒண்ணுல்ல ரெண்டில்ல மூணு வருஷமா அலையறதுடா அந்தக் கொழந்த! யார் யார்க்கோ என்னென்னமோ செய்யறயே! எம் பிள்ளை என்ன எளப்பமாய் போய்ட்டான் உனக்கு?

அவனுக்கு நா கல்யாணம் பண்ண வேண்டாமா, கார்த்தி பண்ண வேண்டாமா? பேரன் பேத்தின்னு நா மட்டும் கொஞ்ச வேண்டாமா? பன்னண்டு கண்ணுல அரைக் கண்ணையாவது திறந்து அவனையும் கொஞ்சம் பாரேன்! குறைஞ்சா போய்டுவ?’ ரங்கம் முருகனையே வெறித்துப் பார்த்தாள்.

இரவு ஏழு மணிக்கு வீடு திரும்பின புருஷனிடம் பிள்ளை வீட்டில் என்ன சொன்னார்கள் என்று கேட்டாள்.

வேற இடம் பார்க்க வேண்டியதுதான் என்றார் அவர்.

ரங்கத்தின் முகம் சிவந்தது.

“கடங்காரன் அன்னிக்கு மட்டும் சீக்கிரமே வந்து தொலைக்காம இருந்திருந்தா இந்த இடம் முடிஞ்சிருக்கும்! நல்ல பிள்ளை! எனக்குன்னு வந்து வாய்ச்சிருக்கு. தானும் வாழாது பிறத்தியார் வாழ்வையும் கெடுக்கும்னு” அம்மாவின் வார்த்தைகள் ஏற்படுத்திய வலியில் துடித்துப் போனான் அரவிந்தன்.

———

4

பணக்காரர்கள் எதற்கும் அஞ்சுவதில்லை. வாழ்தல் பற்றிய பயங்கள் அவர்களுக்கு இருப்பதில்லை. பணம் மிகப் பெரிய ஆயுதம் அவர்களுக்கு. எல்லாப் படிப்புக்கும் இங்கே பணம் நிறைய தேவைப்படுகிறது. எவ்வளவு பணம் என்றாலும் செலவிட்டு அந்தப் படிப்பைப் படித்து மேலே உயர பணக்காரனுக்கு அவனுடைய பணம் உதவுகிறது. அப்பா பிஸினஸ்மேன் என்றால் பிள்ளை டாக்டரோ என்ஜினியரோ, எம்.பி.ஏ.வாகவோ ஆகி இன்னும் நிறைய சம்பாதிக்க அவர்கள் வீட்டில் இன்னும் பணம் குவிகிறது. பரதம் என்ற அரிய கலை இன்று பணக்காரர்கள் மட்டுமே பயிலமுடியும் என்றாகிவிட்டது. வாய்ப்பாட்டும் அப்படித்தான்.

பாடவேண்டும் என்ற ஆர்வமிருக்கும் ஏழைக்கு எந்த வித்வானும் சும்மா கற்றுத்தர முன்வருவதில்லை. நிதிசால சுகமா என்று தியாகராஜன் நிதியை துச்சமாக நினைத்து பாடிவிட்டுப் போனான் என்றால் இன்று அதே நிதிசால சுகமாவை காசுக்கு மட்டுமே பாடுகிறார்கள். ஆக எல்லாப் படிப்பும் எல்லாக் கலைகளும் பணக்காரர்களுக்கு சுலபமாய்க் கிடைத்துவிடுகிறது.

ஏழைக்கோ எதைப்பற்றியுமே கவலை இல்லை. தான் ஏழையாயிருப்பதில் எந்த வருத்தமும் அவர்களுக்கு இல்லை. காசிருந்தால் கஞ்சி, இல்லாவிட்டால் கார்ப்பரேஷன் தண்ணி என்று நிம்மதியாய் பிளாட்பாரத்தில் படுத்து உறங்கிவிடுகிறார்கள். அதேநேரம் எந்த வேலை செய்யவும் அவர்கள் யோசிப்பதோ தயங்குவதோ இல்லை.

இன்று காய்கறி வியாபாரம் என்றால் மற்றொரு நாள் கட்டிடவேலை. சில நேரம் வீட்டு வாசலில் பாட்டில் பாட்டிலாய் வைத்து பெட்டிக்கடை போட்டு விடுவான். இன்னும் சிலபோது மூட்டை சுமக்கவும் அஞ்சுவதில்லை. ஆக உழைப்பு என்பது அவர்களுக்கு வரப்பிரசாதம். எதற்கும் கூச்சமோ கேவலமோ படுவதில்லை ஏழை.

இதற்கு நடுவில் எல்லாவிதமான அவதியும் மத்திய வர்க்கத்திற்குத்தான். எல்லாவற்றையும் அறிந்து கொள்ளவேண்டும் என்ற ஆர்வமும் துடிப்பும் இந்த வர்க்கத்திற்கு அதிகம். ஆனால் பணம்தான் இங்கே கௌரவப் பிரச்சனை.

பணமில்லை என்று பட்டவர்த்தனமாக சொல்லிக் கொள்ளவும் இந்த வர்க்கம் கூச்சப்படும். பணமிருப்பதாக ரொம்ப பந்தா செய்யவும் முடியாது.

குடிசையும் இல்லாமல் பங்களாவும் இல்லாமல் இவர்கள் வசிக்கும் வீடுகளும் இவர்களைப்போல் நடுத்தரமாய் இருக்கும்.

மாதாந்திர சம்பளம் என்ற கேடயத்தால் அத்தனை செலவுகளையும் சமாளித்தாக வேண்டிய நிர்ப்பந்தம் இவர்களுக்கு. எதை வேண்டாம் என்று வைப்பது, எதை வேண்டும் என்று வைப்பது என்று புரியாமல் குழம்பும், தடுமாறும்.

நல்ல உடை உடுத்து, நல்ல பள்ளியில் படித்து, நல்ல உத்யோகத்தில் சேர்வதே இவர்கள் வாழ்க்கைப் பிரச்சனை. இருக்கிறதோ இல்லையோ தினம் சாப்பிட்டாக வேண்டும்

இவர்களுக்கு. சாமான் இல்லை சமைக்கவில்லை என்று வெளியில் சொல்லிக்கொள்ள அச்சம்.

இருப்பதைப் போட்டு எதையேனும் சமைத்துச் சாப்பிட்டே தீரவேண்டும். இல்லாவிட்டால் அக்கம் பக்கம் மதிக்காது. அய்யோ பாவமே, என்று தன்னை யாரும் பார்ப்பதையோ, உதவி செய்வதையோ இந்த வர்க்கம் விரும்பவும் விரும்பாது. ஒயிட் காலர் வேலையைத் தவிர இந்த வர்க்கத்திற்கு வேறு வேலையும் செய்யத் தெரியாது. எல்லாவற்றிற்கும் பயம்.

பிஸினஸ் செய்து பணத்தை அள்ளும் சாமர்த்தியமும் இல்லை, காய்கறி விற்றுப் பிழைப்பு நடத்தும் துணிவும் இல்லை. ஒன்றிற்கு பயம், மற்றதற்கு கூச்சம்; இவையிரண்டோடும் அல்லாடும் கூட்டம் இது.

படிப்பு வேண்டாம் என்று வைக்கவும் முடியாது. அதேநேரம் லட்சக்கணக்கில் செலவழித்துப் படிக்கவைக்கவும் முடியாமல், திண்டாடும் வர்க்கம் இது. ஏதோ ஒரு பட்டம், கூடவே டைப்பிங், ஷார்ட்ஹாண்ட். இதெல்லாம் வைத்துக்கொண்டு ஏதாவது அரசாங்க ஆபீஸில் குமாஸ்தா வேலை கிடைத்து விடாதா என்று அலைபாயும் வர்க்கம். ஏதோ லஞ்சம் கிஞ்சம் வாங்கி வசதிகளைப் பெருக்கிக் கொள்கிறவர்கள்தான் துணிந்து தங்கள் வாரிசுகளை, பணத்தைப்பற்றி யோசிக்காமல் பெரிய படிப்பு படிக்கவைக்கிறார்கள்.

இந்த லட்சணத்தில், அப்பாவைப் போல மிக நேர்மையானவருக்குப் பிறந்து விட்டதால் அரவிந்தனின் பாட்டுக்குக் கேட்கவா வேண்டும்? சின்ன வயதில் அவனுக்கும் கனவுகள் நிறைய இருந்தது. ஒருநேரம் ஏதாவது டியூபில் விக்ஸ் டப்பாவைக் கட்டி டியூபை காதில் மாட்டிக்கொண்டு விக்ஸ் டப்பாவை சந்தியாவின் நெஞ்சில் வைத்து 'எழுதித்தரேன், வாங்கி சாப்பிடு, சரியாப் போய்டும்' என்று சொல்லும் டாக்டராக இருந்திருக்கிறான்.

இன்னொரு சமயம், வீடு கட்டும் இன்ஜினியராக, இன்னொரு சமயம் விஞ்ஞானியாக, இன்னொரு சமயம் விமானம் ஓட்டும்

பைலட்டாக, இன்னொரு சமயம் வெளிநாடுகளுக்கெல்லாம் போய்க் கச்சேரி செய்யும் பிரபலமான பாடகனாக... இன்னும் என்னென்னவோ ஆக....

ஆனால் எல்லாமே நிஜத்தில் நீர்க்குமிழிகளாக உடைந்துவிட்டன. ஒருசமயம் அப்பாவிடம் 'நா பாட்டு கத்துக்கறேம்பா. எனக்கு ரொம்ப ஆசையாயிருக்கப்பா' என்று கெஞ்ச, அவரும் அவன் ஆர்வத்தை தடைசெய்ய விரும்பாமல் அருகிலிருந்த ஒரு பாட்டு டீச்சரிடம் அனுப்பி வைத்தார். சரளி வரிசை ஜண்டை வரிசை என்று நன்றாகத்தான் கற்றுத் தந்தாள் அந்தப் பெண்மணி.

ஒன்றிரண்டு கீர்த்தனங்கள்கூட வந்தாகிவிட்டது. அதன்பிறகு திடீரென்று தன் ஃபீஸை உயர்த்திவிட்டாள். அப்பா தன்னால் அவ்வளவு முடியாது கொஞ்சம் தயவு பண்ணக் கூடாதா என்று கெஞ்ச, முடியாது என்று தீர்மானமாகச் சொல்லாமல் 'சரி சரி அனுப்புங்க பார்த்துக்கறேன்' என்று அலட்சியமாகச் சொன்னாள்.

அதன்பிறகு அரவிந்தனை அவள் கவனிக்கவில்லை. நாலைந்து பணக்கார வீடுகளுக்குப் போய்க் கற்றுக்கொடுக்க ஆரம்பித்ததில் அவளுக்குப் பணம் அதிகம் கிடைத்தது. அரவிந்தன் போகும் நேரமெல்லாம் வீடு பூட்டியிருக்கும், இத்தனைக்கும் அப்பா தன் வழக்கமான ஃபீஸை கொடுக்கத்தான் செய்தார். ஆனால் பாடம் மட்டும் நடத்தாமல் அந்த வாத்யாரிணி டிமிக்கி கொடுக்க அம்மா கத்திய கத்தலில் அப்பா சங்கீதமே நமக்கு வேண்டாம்டா என்று கூறிவிட்டார்.

நாலைந்து கீர்த்தனங்களோடு சங்கீதமும் அரைகுறையாக நின்று போயிற்று. இவன்பாடுதான் இப்படி என்றால் சந்தியா பரதநாட்டியம் கற்றுக்கொள்ள மிகவும் துடித்தாள். எப்போதும் தானாக எதையாவது பாடி ஆடிக் கொண்டேயிருப்பாள்... பாட்டுச் சத்தம் கேட்டால் போதும், அவள் உடம்பு தானாக ஆடும். ஆனால் எந்த இடத்தில் சும்மா கற்றுத் தருவார்கள்? இருநூறு ரூபாய்

வைத்தால் மாதத்தில் நாலு கிளாஸ் என்றார்கள். அப்படியானால் ஒரு கிளாஸ்க்கு ஐம்பது ரூபாயா? வெறும் ரெண்டுமணிநேர வகுப்புக்கு ஐம்பது ரூபாய் என்றால், பெண் இந்த பரதம் கற்று முடிக்க எவ்வளவு வகுப்புகள் தேவைப்படும்... அதன்பிறகு அரங்கேற்றத்திற்கு எத்தனை ஆயிரம் தேவைப்படும்.... அப்பா கணக்குப் போட்டுப் பார்த்து மலைத்தார்.

அப்படியே செலவழித்துக் கற்றுக் கொடுத்தாலும் எத்தனை காலம் ஆடிக் கொண்டிருக்க முடியும்? நாளைக்கு புருஷன், வேண்டாம் என்றால் அத்தனை செலவும் வீண்தானே? பிறகெதற்கு இத்தனை செலவு செய்ய வேண்டும்? இந்தப் பணத்தை சேமித்துவந்தால் பெண்ணின் கல்யாணத்திற்காவது உதவுமே!

சந்தியாவின் பரதநாட்டிய ஆசையும் மண்ணோடு மண்ணாகப் புதைக்கப்பட்டது. அப்பா நல்லவர்தான். ஆனால் அவர் நிலைமை அப்படி, என்ன செய்ய? மத்தியதர வகுப்புகூட இப்போது மூன்று பிரிவாகிவிட்டது. மேல்தட்டு மத்தியதரவகுப்பு, கீழ்த்தட்டு, நடுத்தட்டு என்று அதிலும் பிரிவு. கீழ்த்தட்டு என்பது குடிசையைவிட கொஞ்சம் மேலே, ஒண்டுக்குடித்தனத்தில் வாழ்பவர்கள். மேல்தட்டு என்பது பணக்காரர்களுக்குக் கொஞ்சம் கீழே. சொந்த ஃப்ளாட், அல்லது ஆயிரத்திற்கு மேல் வாடகை கொடுத்து நல்ல வீட்டில் வசிப்பவர்கள். இதிலும் நடுத்தட்டு பாடுதான் திண்டாட்டம். ஒண்டுக்குடித்தனத்தின் மிகச்சிறிய வீடும் சரிப்படாமல் ஆயிரம் ரெண்டாயிரம் வாடகை கொடுக்கவும் வசதிப்படாமல் ஐநூறு அறுநூறு என்று கொஞ்சம் வசதியைத் தேடி அலையும். அப்பாவின் நிலை இந்த நடுத்தட்டில்தான் இருந்தது. இதிலிருந்து முன்னேறவும் முடியாமல் கீழிறங்கவும் முடியாமல் குடும்பமே அல்லாடுகிறது.

அரவிந்தன் பெருமூச்சு விட்டான். என்றைக்கு இந்தக் கஷ்டம் தீரும்? எல்லோரிடமுமே பணமிருக்கும் காலம் எப்போது வரும்? இதற்கு பதில் யாராலும் சொல்ல முடியாது.

அரவிந்தன் குட்டிச்சுவரில் ஏறி அமர்ந்தான். நண்பர்கள் இருவரையும் காணவில்லை. மாலைநேரம் அலுவலகம் முடிந்து பஸ்கள் முழுக்க பிதுங்கி வழிந்த பயணிகள். தோளில் பை மாட்டிய வேலைக்குச் செல்லும் பெண்கள் கூட்டம்தான் அதிகம். அத்தனை முகத்திலும் சோர்வையும் மீறி ஒரு கர்வம் சம்பாதிக்கும் கர்வம். சம்பாதித்த காரணத்தால் பயமற்ற நிலை.

பணக்கார இளைஞர்கள் சுலபமாக காதலிக்கப்படுகிறார்கள். அதேபோல் வேலைக்குச் செல்லும் பெண்களுக்கும் சுலபமாகத் திருமணம் கூடிவிடுகிறது. சந்தியாவும் வேலைக்குச் செல்பவளாயிருந்தால் அவள் திருமணமும் இந்நேரம் நிச்சயிக்கப்பட்டிருக்கும், இப்படி திடுதிப்பென்று சீர் சினத்திகளை அதிகம் கேட்டு அலைக்கழிக்க மாட்டார்கள். வேண்டாம் என்று நிர்த்தாட்சண்யமாக சொல்லமாட்டார்கள்.

சந்தியாவுக்கு அழகுக்கு குறைச்சலா, குணத்திற்குத்தான் குறைச்சலா? நல்ல நிறம், சுருண்ட முடி, பருக்களற்ற முகம், கோணல் இல்லாத பற்கள், அமைப்பான நாசி, சின்ன உதடுகள், ஒல்லியும் இல்லாத பருமனும் இல்லாத உடல்வாகு, அளவான உயரம், என்ன குறை? அம்மாவைவிட நன்கு சமைக்கத் தெரியும்.

அவள் செய்யும் எல்லா வேலைகளிலுமே ஒரு கச்சிதமும் தெரியும். தோசை வார்ப்பதில்கூட அழகு இருக்கும். ஓரம் விள்ளாமல், கிண்டாமல் குதறாமல் மெலிசாக மொறு மொறுவென்று வட்ட வடிவமாக எண்ணை பளபளப்போடு அவள் தோசை வார்த்தால் எப்பேர்ப்பட்டவரும் கூட ரெண்டு சாப்பிடுவார்கள்.

முன்பெல்லாம் பெண் நன்றாயிருக்க வேண்டும், வீட்டு வேலை செய்யத் தெரிய வேண்டும் என்று மட்டும்தான் எதிர்பார்ப்பார்கள். இப்போது பெண் எப்படியிருந்தாலும் பரவாயில்லை. வரதட்சணையும் சீரும் எவ்வளவு கிடைக்கிறது என்று பார்ப்பதும், பெண் வேலைக்குப் போய் சம்பாதிக்கிறவளா

என்று பார்ப்பதும்தான் பிள்ளையைப் பெற்றவர்களின் குணமாகிவிட்டது.

வெறும் அழகும் நற்குணமும் மட்டும் பெண்ணின் வாழ்க்கையை நிச்சயித்து விடுவதில்லை; கூடவே வெள்ளிப்பணமும் இருந்தால்தான் விலை போகிறாள். பாவம் சந்தியா, அவளுக்குள் எத்தனை கனவுகளோ? எத்தனை அழகாக இருந்தாள் அன்று. அந்தப் பையனோடு கற்பனையில் கைகோர்த்து ஓடியாடி மகிழ்ந்திருப்பாளோ?

நல்லகாலம், அந்தப் பணப்பேய்களின் கையில் இவள் சிக்காமல் இருந்தாளே... அந்தவரை நல்ல காலம் என்றுதான் சொல்ல வேண்டும். ஆனால் அம்மா அப்படி நினைக்க மறுக்கிறாள். எல்லாமே அவனால்தான் குட்டிச்சுவராகி விட்டது என்று நினைக்கிறாள், 'தானும் வாழாமல் பிறத்தியார் வாழ்வையும் கெடுக்கவென்று பிறந்த பிள்ளை'? 'ச்சப்'. அரவிந்தனுக்கு அழுகை வந்தது.

——————

5

அரவிந்தன் நிமிர்ந்து பார்த்தான் ஐந்து மாடிகளைக் கொண்ட அடுக்குமாடிக் குடியிருப்பு அது. 'ஆனந்தா ஃப்ளாட்ஸ்' என்று பெயர்ப்பலகை தெரிந்தது.

உள்ளே நுழைந்து படி ஏறினான்.

இரண்டாவது மாடியில் இடது பக்கம் இரண்டாவது வீட்டின் கதவில் ராமச்சந்திரன் என்று பொறித்திருந்தது. அழைப்பு மணியை அழுத்தினான்.

யாரோ நடந்துவந்து கதவைத் திறந்தார்கள்.

"யாரு? நீங்க... ஓ... அன்னிக்கு பெண் பார்க்க வந்தோமே, பெண்ணுக்குத் தம்பி இல்ல? டெல்லியில் பெரிய வேலைல கூட...?"

"அதைப்பத்தி பேசத்தான் வந்தேன். மிஸ்டர் ராமச்சந்திரன்...?"

"யாரு என் பிள்ளையா...? அவன் வேலை விஷயமா ஹைதராபாத் போயிருக்கான். ஏன் தம்பி, அதென்ன நல்ல வேலைலதானே இருக்கிங்க? அப்பறம் என்ன அக்காவுக்கு சீர் செய்ய இவ்ளோ தயக்கம்...? அப்டி என்ன நாங்க கேட்டுட்டோம்? பத்து பவுன் சொன்ன இடத்துல பதினெட்டு பவுன் போடச்

சொல்றோம். பத்தாயிரம் வரதட்சணைக்கு பதிலா இருபது கேக்கறோம். இது ஒரு பெரிய விஷயமா? முடியாதுன்னுட்டு போய்ட்டாரே உங்கப்பா. எனக்குத் தெரியும். முடியும்னு சொல்ல நீங்க வருவீங்கன்னு''

அந்த அம்மாள் பேசும்போது அடிக்கடி தன் வைரத்தோட்டையும் வைர மூக்குத்தியையும் கர்ச்சிப்பால் துடைத்துக்கொண்டே பேசினாள்.

அரவிந்தன் அவளை நேருக்கு நேர் பார்த்தான்.

''நீங்க நினைக்கறாப்பல முடியும்னு சொல்ல நா இங்க வரல. ஒரு உண்மையைச் சொல்லிட்டு போகத்தான் வந்தேன். டெல்லியில் எனக்கு பெரிய உத்யோகமும் இல்ல. கை நிறைய சம்பளமும் இல்ல. நா ஒரு அன் எம்ப்ளாய்டு. வேலை தேடற எத்தனையோ பேர்ல ஒருத்தன்.''

''அப்டின்னா உங்கம்மா சொன்னது?''

''பொய்...''

''பொய்யா... இன்னும் எவ்ளோ பொய் சொல்லியிருக்கா உங்கம்மா?''

''எந்தவித நோக்கமும் இல்லாம சொல்லப்பட்ட பொய் இது. நீங்க புரிஞ்சுக்கணும். ஒரே ஒரு வாக்கு மட்டும் என்னால தரமுடியும். இன்னிக்கு வேணா நா வேலையில்லாம இருக்கலாம். ஆனா நிச்சயம் எனக்கும் நல்ல வேலை கிடைக்கும். அப்படி கிடைச்சதும் நிச்சயமா எங்கக்காவுக்கு பாக்கி எட்டு பவுன் நகையும், பத்தாயிரம் ரூபா பணத்தையும் கொண்டு வந்து கொடுக்க முடியும். இதை சத்தியமா வேணும்னாலும் பண்ணித்தரத் தயாரா இருக்கேன். இதைச் சொல்லிட்டுப் போகத்தான் வந்தேன்.

தயவுசெய்து எங்கம்மா வெகுளித்தனமா சொன்ன பொய்யை மனசுல வெச்சுக்காம ஒரு நல்ல முடிவை நீங்க சொல்லணும் இன்னும் ஒரு வாரத்துல உங்களை நா ரொம்பவும் எதிர்பார்ப்பேன்.''

அரவிந்தன் எழுந்து கொண்டான். அந்த அம்மாள் ஒரு திகைப்போடு அவனை வழியனுப்பி வைத்தாள்.

அவன் படியிறங்கிக் கீழே வந்தபோது லிஃப்ட் மூலம் ஒரு பெண் வேகமாக வெளியில் வந்து 'ஹலோ' என்றழைத்து அவனை நிறுத்தினாள்.

"நா ராமச்சந்திரனோட தங்கை. பேர் மைதிலி. நீங்க பேசினதெல்லாம் உள்ளேர்ந்து நானும் கேட்டேன். உங்க வெளிப்படையான பேச்சு எனக்கு ரொம்ப பிடிச்சுது... என்ன யோசனை...? ஓ... அன்னிக்கு பொண்ணு பார்க்க நா வரல... என் ஃபிரண்டோட டான்ஸ் புரோக்ராம் இருந்துன்னு போய்ட்டேன். அதனால நீங்க என்னை இப்பதான் முதல் முறையா பார்க்கறீங்க! எனக்கு ஒரே ஒரு வருத்தம் மிஸ்டர்...?".

'அரவிந்தன்'

"இப்டி வாக்கு கொடுத்தாவது எங்க குடும்பத்தோட சம்பந்தம் வெச்சுக்கணுமா நீங்க?"

அரவிந்தன் புருவம் சுருக்கினான்.

"நீங்க நினைக்கறா மாதிரி தங்கமான குடும்பம் இல்ல சார் இது. எங்கண்ணா ஒரு அம்மா கோண்டு. அம்மா நில்லுன்னா நிப்பான், உக்காருன்னா உக்காருவான். அப்பாவைக்கூட லட்சியம் கிடையாது அவனுக்கு. ஏதோ சொல்லணும்னு தோணித்து சொல்லிட்டேன். உங்கக்கா இங்க வந்து சந்தோஷமா வாழ்வான்னு என்னால் நிச்சயம் காரண்ட்டி குடுக்க முடியாது. தப்பு நடந்தப்பறம் நினைச்சு நினைச்சு வருத்தப்படறதைவிட முன்னாலயே பளிச்சுனு சொல்லிடறது பெட்டர்னுதான் அம்மாக்கு தெரியாம ஓடி வந்தேன். எதுக்கும் நீங்க உங்க முடிவை மறுபரிசீலனை பண்றது நல்லது. நா இப்டி எல்லாம் சொன்னேன்னு யாருக்கும் தெரிய வேண்டாம் ப்ளீஸ்...."

அவள் மறுபடியும் லிஃப்ட்டில் நுழைந்து கொள்ள, அரவிந்தன் அவளையே பார்த்தபடி திகைத்துப்போய் நின்றான்.

இது என்னடா இது புது வம்பு! எந்தப் பெண்ணாவது தன் குடும்பத்தைப்பற்றி தானே மட்டமாகப் பேசுவாளா? ஏன்? என் அம்மா இல்லையா? அவள் கூடத்தான் சிலநேரம் அவனை மாற்றாந்தாய் போல் நடத்துகிறாள்! இது கலியுகம்! மனிதர்கள் மிகவும் மாறிவிட்டனர். எது வேண்டுமானாலும் நடக்கும் காலம் இது. இருந்தாலும் இப்போது என்ன செய்யப் போகிறேன் நான்? சந்தியாவுக்கு இது நல்ல வரனா அல்லது.... ச்சட்..... இந்தப் பெண் இப்படிக் குழப்பிவிட்டுப் போய்விட்டாளே! ஒருக்கால் அவள்.. உண்மையிலேயே ராமச்சந்திரனின் தங்கைதானா.... அல்லது அக்கம்பக்கத்து ஃப்ளாட்டில் குடியிருந்து கொண்டு அவனை நேசிக்கும் பெண்ணா... எதற்கும் மறுபடியும் மேலே போய்ப் பார்த்தால் என்ன?

அரவிந்தன் மறுபடியும் படியேறி மேலே வந்தான். கதவு மூடியிருந்தது. ஆனால் தாளிடப்படவில்லை. கீற்றாக இடைவெளி தெரிந்தது. அந்த இடைவெளி வழியே அந்தப் பெண்ணின் அலறல் கேட்டது. "அந்தப் பையன்கிட்ட போய் என்னடி சொன்ன...? என்ன சொல்லிட்டு வந்த? வழக்கம் போல இந்த வரனையும் கெடுத்து அனுப்பிட்டயா? உன்னை... உன்னை என்ன பண்றேன் பார்..."

அடுத்தநிமிடம் அந்தப் பெண் அலறின அலறலில் அரவிந்தன் உறைந்து போனான். வேகமாகக் கீழே இறங்கி விட்டான்.

☆☆☆

குட்டிச்சுவரில் அமர்ந்து பொழுதைப் போக்கிவிட்டு அரவிந்தன் வீட்டுக்கு வரும்போது மணி ஒன்பதைத்தாண்டி விட்டது. உள்ளே நுழைந்ததுமே அம்மா தன் கொடுக்கை அவிழ்த்துவிட்டாள்...

"வாடாப்பா... என்ன இவ்ளோ சீக்கிரமா வந்துட்ட? ஆபீஸ்ல வேலை ரொம்ப அதிகமோ? அல்லது ஓவர்டைமா?

வா வந்து சாப்டு. களைச்சுப் போய் வந்திருக்க. கூட ரெண்டு ஸ்பூன் நெய் வேணா ஊத்திக்கோ. அப்படியே ஒரு பிடி உப்பும் போட்டுண்டு சாப்டு... அப்றமாவது வேணுங்கறதெல்லாம் வரதான்னு பார்ப்போம்.''

''நிறுத்து ரங்கம்... எதுக்கு அவனை இப்டி நாக்காலயே கொல்ற!''

''பின்ன...? இவன் பண்ணிட்டு வந்திருக்கற காரியத்துக்கு கொஞ்சவா சொல்றேள்?''

''அப்டி என்ன பொல்லாத தப்பு பண்ணிட்டான் அவன்?''

''அவனையே கேளுங்கோ!''

''எண்டா அரவிந்தா, என்னடா இதெல்லாம்?''

''எனக்கு ஒண்ணும் புரியலப்பா. அம்மா எதுக்கு கத்தறான்னே புரியல!''

''புரியலையா...? இன்னிக்கு சாயங்காலம் மதுவை, கோயில்ல பார்த்தேன். இப்பொ புரியறதா?''

அரவிந்தனுக்கு க்ஷணத்தில் புரிந்தது. அப்பாதான் குழப்பத்தோடு அவளைப் பார்த்தார். மது அம்மாவிடம் என்ன சொன்னானோ? பியூன் வேலை கேட்டதைப்பற்றிச் சொல்லியிருப்பான்.

''ஒரு நிமிஷத்துல என் உறவு முழுக்க என் மானம் பூரா போக்கியாச்சு.''

''என்னடா சொல்றா உங்கம்மா?''

''மது ஒரு கம்பெனில மானேஜரா இருக்காம்பா. அதே கம்பெனில ஒரு பியூன் வேலை காலியா இருக்குன்னு நா கேட்கப் போனேன். எதேச்சையாதான் மதுவை அங்க பார்த்தேன். தான் மானேஜரா இருக்கற இடத்துல தன் உறவுன்னு சொல்லிண்டு நான் பியூனா வேலை பார்க்கறதுல மதுவுக்கு இஷ்டமில்லை. நானும் திரும்பி வந்துட்டேன். பியூன் வேலை

பார்க்கறதுல எனக்கு ஒண்ணும் அவமானமில்லப்பா, ஆனா மது வேற மாதிரி ஃபீல் பண்ணினா அதுக்கு நா என்ன பண்ண?''

''இவளோதானே? இதுல நீ கோச்சுக்கற அளவுக்கு என்ன இருக்கு ரங்கம்?''

''என்னவா? மது என்ன கேட்டான் தெரியுமா? ஏன் அத்தை இப்டி பியூன் வேலைக்கெல்லாம் அலையறான் அரவிந்தன்! இதைவிட ஏதாவது ஜாப் டைப்பிங் பண்ணி பிழைக்கலாமேங்கறான். எத்தனை பேர்கிட்ட இந்த அசிங்கத்தை அவன் சொல்லிண்டு அலையறானோ...?''

''இதுல அசிங்கம் என்ன இருக்கு ரங்கம்?''

''அசிங்கம்தான்! எனக்கு அசிங்கம்தான். எம் பிள்ளை பியூனா இருக்கான்னு சொல்லிக்கறதுல எனக்கு அசிங்கம். அதைவிட, இதோ பாருடா, நீ இப்டி சும்மாவே இரு போதும். பெத்த கடனுக்கு உனக்கு வடிச்சுக் கொட்ட நா தயாரா இருக்கேன்.''

அரவிந்தன் பரிதாபமாக அப்பாவைப் பார்த்துவிட்டு சாப்பிடாமலே மாடிக்கு வந்தான்.

————

6

'இதோ பாருடாப்பா, இன்னிலேர்ந்து வியாழக்கிழமை வியாழக்கிழமை நா பச்சைத்தண்ணிகூடக் குடிக்க போறதில்ல, முழு விரதம் சொல்லிட்டேன்.' ஊதுபத்தியைக் கொளுத்திச் சொருகியபடியே தன் தெய்வ சிநேகத்திடம் பேச ஆரம்பித்தாள் ரங்கம்.

'என்ன பார்க்கற? எதுக்கு விரதம்னா? எல்லாம் என் பிள்ளையாண்டானுக்காகத்தான். பியூன் வேலை கேட்டானாம், பியூன் வேலை! இதுக்கா இத்தனை கஷ்டப்பட்டானாம்? நா ஒண்ணும் பியூன் வேலை மட்டம்னு சொல்லலை. அதுக்குன்னே படிப்பறிவில்லாம அலையற எத்தனை பேர் இல்ல? அவாளுக்கு போட்டியா இவன் போகலாமோ? உயர உயர போறதுக்குதானே மனுஷா முயற்சி எடுக்கணும்? இவன் தாழப்போறேன்னா விட்டுட முடியுமா? அடடா! எம்பிள்ளை எவளோ உயர்ந்தவன், பியூன் வேலைக்குக்கூட கேவலம் பார்க்காம போறேன்றானேன்னு உச்சி குளிர்ந்துபோய் நானும் ஆசீர்வாதம் பண்ணி, சரிடாப்பான்னு அனுப்பி வெச்சேன்னா என்ன ஆகும்? இதே போதும்னு

அவனும் இதுலயே நின்னுடுவான். உயரப்பறக்க முயற்சி எடுக்க மாட்டான் இறக்கையை முடக்கி வெச்சுண்டுடுவான். நா மட்டும் நேத்திக்கு அப்டி இளக்காரமா பேசலைன்னு வெச்சுக்கோ, வேற எங்கயாவது அவன் பியூன் வேலைக்கு முயற்சிப்பான். இதெல்லாம் அவனுக்கு புரியவே வேண்டாம். அம்மா அரக்கின்னே நினைச்சுக்கட்டும் அவன்! எனக்கு ஒண்ணுமில்ல, எம்பிள்ளை நன்னார்க்கணும் எனக்கு. அவன் லட்ச லட்சமா சம்பாதிச்சு எனக்கு அபிஷேகம் பண்ணணும்னு நா ஒண்ணும் ஆசைப்படல.

எம்புருஷன் ஊத்தற கஞ்சியே தேவாம்ருதம் எனக்கு. அதுக்கு மேல ஒரு ஊறுகாய்க்கு கூட நா ஆசைப்படல. ஆனா பிள்ளை நல்ல வேலைல இருக்கான். கை நிறைய சம்பாதிக்கறான். வீடு வாசல் வாங்கிட்டான்னு சொல்லிக்க எந்த அம்மாதான் ஆசைப்படமாட்டா? இயல்புதானே அது! எதுக்கு இதெல்லாம் உன்னண்ட சொல்றேன்னு புரியறதா? சீக்கிரமே நீ அவனுக்கு ஒரு வழி காட்டுவங்கற நம்பிக்கைலதான் சொல்லிருக்கேன். நீ கண் தொறக்கற வரைக்கும் நா வியாழக்கிழமை விரதம் இருப்பேன். உண்ணாவிரதம் மட்டுமில்ல மௌன விரதமும் கூடத்தான்! அன்னிக்கு ஒரு நாளாவது எம் பிள்ளையக் கரிச்சு கொட்டாம இருக்கேன்!'

ரங்கம் விளக்கேற்றி பாலிட்டு நமஸ்காரம் பண்ணிவிட்டு எழுந்தவள் வாசற்படியில் சாய்ந்து நின்றிருந்த சந்தியாவைப் பார்த்ததும் ஒரு கணம் திகைத்தாள்.

☆ ☆ ☆

திடீர் திடீரென்று மனசுக்குள் அந்த அலறல் எதிரொலிக்க, தூக்கத்தில் கூட தூக்கிவாரிப் போட எழுந்து அமர்ந்தான் அரவிந்தன். என்னதான் ஆயிற்று அந்தப் பெண்ணுக்கு? என்ன நடக்கிறது அந்த வீட்டில்? அவனுக்கும் புரியவில்லை.

ஆனால் அந்தப் பெண் சொல்லிச் சென்றபிறகு சந்தியாவை ராமச்சந்திரனுக்கு கல்யாணம் பண்ணி வைக்கும் எண்ணம் சுத்தமாய் அகன்றுவிட்டது. தான் ராமச்சந்திரன் வீட்டுக்குப் போனதையோ அவன் தாயாரிடம் பேசியதையோ யாரிடமும் சொல்லவில்லை.

ஒரு வாரம் கழித்து மரகதமணி, விஸ்வநாதனோடு குட்டிச்சுவரில் உட்கார்ந்து பேசிக் கொண்டிருக்கும்போது தூரத்தில் நாலைந்து இளம்பெண்கள் வருவதைக் கண்டதும் மரகதமணி சின்ன சீட்டி ஒலியோடு தன் கேசத்தை சரி செய்து கொண்டான்.

"புது வண்டிங்க போலருக்குடா!"

"ஆண்டவா! இந்த கொடுமைக்காவது இவனுக்கு ஒரு வேலை கிடைச்சு தொலையட்டுமே!" விஸ்வநாதன் வானத்தைப் பார்த்து கைகூப்பினான்.

அவர்கள் அருகில் நெருங்கி வர, அதில் ஒருத்தி மைதிலி என்று புரிய அரவிந்தன் சட்டென்று கீழே இறங்கினான்.

"என்னடா...?"

"டேய், எனக்கு தெரிஞ்ச பொண்ணு. இன்னிக்கு ஒரு நாளாவது வாயை மூடிண்டு நல்ல பிள்ளையா இரு, சொல்லிட்டேன்."

"எந்த வண்டிடா? எப்பொ வாங்கின கண்ணு? ஓட்டிப் பார்த்துட்டயா? இல்ல பூஜை கீஜை பண்ணினப்பறம்தானா?"

"டேய் டேய், வேலை இல்லாதவண்டா... வேலை கிடைச்சதும் பூஜை பண்ணி மாலை போடுவான். அப்புறம் என்ன? ஓட்ட வேண்டியதுதான்."

அரவிந்தனின் முகம் சிவந்தது. ஏதோ சும்மா தமாஷ் செய்கிறார்கள் என்று இத்தனை நாளும் அவர்கள் பெண்களை கேலி செய்தபோதெல்லாம் மனசுக்குப் பிடிக்காவிட்டாலும்

சகித்துக் கொண்டு அவர்களோடு பழகி வந்தான். ஆனால் இப்படியே இவர்கள் ஆபாசமாக பேசிக் கொண்டிருந்தால் அவன் பேரும் சேர்ந்து கெட்டுவிடும். இனி கூடியவரை இந்த குட்டிச்சுவர் பக்கம் வருவதை நிறுத்திவிட வேண்டும் என்று நினைத்துக் கொண்டான் அவன்.

பெண்கள் நால்வரும் இன்னும் நெருங்கி வர, விஸ்வநாதனும் மரகதமணியும் அவர்களை வெறித்துப் பார்த்தனர். அந்தப் பெண்களின் முகத்தில் இவர்களது பார்வை சங்கடத்தை ஏற்படுத்தியது. மைதிலி மட்டும் அரவிந்தனைப் பார்த்து ஒரு வினாடி வியந்தாள்.

"ஹலோ நீங்களா?" என்றாள்.

"எங்க இந்த பக்கம்?"

"சும்மா ஃப்ரண்ட்ஸோட வந்தேன்."

"வீட்டுக்கு வந்துட்டு போலாமே."

"உங்க வீட்டுக்கா?"

அவள் வியந்தாள்.

"ஆமா! வாங்களேன். அம்மா உங்களைப் பார்க்கணும்னு சொல்லிண்டிருந்தா."

"என்னையா...?" அவள் புரியாத புதிரோடு அவனை நோக்க, "ஆமா வாங்களேன்." அரவிந்தன் நடக்கத் தொடங்கினான். அவள் ஒரு வினாடி தயக்கத்திற்குப் பிறகு சிநேகிதிகளை அனுப்பிவிட்டு அவன் பின்னால் நடந்தாள். மரகதமணியும் விஸ்வநாதனும் ஒருவரை ஒருவர் பார்த்துக் கொண்டு சற்று தூரத்தில் நடந்து செல்லும் இருவரையும் ஒரு மாதிரி பார்த்தனர்.

சித்தி வினாயகரைக் கடந்து நண்பர்களின் பார்வையிலிருந்து மறைந்து வந்ததும் அரவிந்தன் நின்றான்.

"பயந்துட்டீங்க இல்ல?"

"இல்லவே இல்ல."

"உங்களோட கொஞ்சம் பேசணுமார்ந்துது. அதான் அம்மா பேரைச் சொல்லி கூட்டிண்டு வந்துட்டேன்."

"சொல்லுங்கோ, என்ன பேசணும்?"

அரவிந்தன் ஒரு வினாடி அவளைக் கூர்ந்து பார்த்தான். மாநிற தேகம். சுருண்ட கேசம், மூக்கு தீர்க்கமில்லை என்றாலும் முக அழகைக் கெடுக்கவில்லை. லேசாய் சிவந்திருந்த அதரங்கள், சிரிக்கும்போது தெரிந்த தெற்றுப்பல், கொஞ்சம் பிரவுன் கலந்த விழிகள், மொத்தத்தில் அமைதியான அழகு. ஆனால் அன்றைய அலறலின் வேதனை கொஞ்சம்கூட காட்டிக் கொள்ளாத முகம். அவளுடைய சிரிப்புக்குப் பின்னால் அடர்த்தியாய் ஏதோ சோகமிருக்கிறது என்பது நன்றாகவே புரிந்தது அரவிந்தனுக்கு. என்ன என்பதுதான் புரியவில்லை. கேட்டால் சொல்லிவிடுவாளா என்றும் தெரியவில்லை.

"என்னாச்சு...? என்னமோ நீளமா யோசனை!"

"ஆமா... எதுக்காக அன்னிக்கு அப்டி சொல்லிட்டு போன?"

"எப்டி?"

"உங்களோட சம்பந்தம் வெச்சுக்க வேண்டாம்னு."

"உங்க நல்லதுக்குதான் சொன்னேன். சந்தியாவும் என்னை மாதிரி பெண்ணாச்சே. அதனால சொன்னேன்."

"அதுக்கு என்ன காரணம் மைதிலி?"

மைதிலி ஒரு நிமிடம் மௌனமாக இருந்தாள். பிறகு வாய் திறந்தாள்.

"இதுக்கு நா பதில் சொல்லணும்னா, வெறும் அஞ்சு நிமிஷம் பத்தாது அரவிந்தன்! நாளைக்கு கிண்டி ஸ்டேஷன்ல

இருக்கேன். முடிஞ்சா இந்த நேரத்துக்கு அங்கு வாங்க. தாம்பரம் வரைக்கும் எலக்ட்ரிக் டிரெயின்ல போயிண்டே பேசுவோம்."

"தாம்பரத்துல ஏதாவது வேலையா?"

"வேலை எல்லாம் எதுவும் இல்ல. ரொம்ப நாழி கிண்டி ஸ்டேஷன்ல உட்கார்ந்து பேசமுடியாது. பத்து நிமிஷத்துக்கு மேல பேசினோம்னா பாக்கறவங்க கதைகட்ட ஆரம்பிச்சுடுவாங்க. அதான் டிரெயின்ல போயிண்டே பேசலாம்னேன்".

அரவிந்தன் சிரித்தான் "ரொம்ப சாமர்த்தியம்தான்" என்றான்.

"அப்பொ நா வரட்டா?" அவள் கிளம்பிச் செல்ல அரவிந்தன் வீடு நோக்கிச் சென்றான்.

அவர்கள் இருவரும் அதுவரை பேசியதையும் பிரிந்து சென்றதையும் ஒரு ஜோடிக் கண்கள் பார்த்துவிட்டு முதல் காரியமாக ரங்கத்திடம் சென்று சேதி சொல்லியது.

"படா ஆளும்மா உம் பையன்!" வேலைக்காரி திடீரென்று சொல்ல ரங்கம் நிமிர்ந்து பார்த்தாள்.

"என்னடி சொல்ற?"

"சாது சாதுன்னு நினைச்சேன் நான்."

"விஷயத்தை சொல்லித் தொலை!"

"பொழுது விடிஞ்சு பொழுது போனா எதுக்கு இந்த பிள்ளை குட்டிச்சுவராண்ட நிக்குதுன்னு யோசிப்பேன். இன்னிக்குத்தான் காரணம் புரிஞ்சுது எனக்கு".

ரங்கம் முறைத்தாள்.

"தம்பிக்கு பொம்பளை சிநேகம் உண்டும்மா. இன்னிக்கு எங்கண்ணால் பார்த்தேன் நான். குட்டிச்சுவர்லேர்ந்து படபடப்பா இறங்கி தனியா தள்ளிக்கினு வந்து புள்ளையார் கோயிலாண்ட நின்னு அரைமணி நேரம் பேசியிருக்குன்னா பார்த்துக்க!"

அவள் சொல்ல சொல்ல ரங்கத்தின் முகம் ரத்தக்குழம்பாகியது. விழிகள் ரெண்டும் நெருப்புத் துண்டங்களாக ஜொலித்தன. வாசலில் அரவிந்தன் தலை தெரிந்தது.

"எம்மாடி! நீ எதுவும் கேட்டுகீட்டு வெச்சுடாத." வேலைக்காரி முணுமுணுத்துக் கொண்டே பின்பக்கம் சென்றாள்.

——————

7

மாலை மூன்று மணிக்கு கிண்டி ஸ்டேஷனில் தாம்பரத்திற்கு இரண்டு டிக்கெட் எடுத்துக் கொண்டு நின்றிருந்தான் அரவிந்தன். அதிக நேரம் காக்க வைக்காமல் ஆரஞ்சு நிற சுரிதாரில் தேவதையாக படிக்கட்டுகளில் இறங்கி வந்தாள்.

"ரொம்ப நேரமாச்சா?"

"இல்ல இப்பதான் வந்தேன்." தூரத்தில் மின் வண்டியின் வெளிச்சம் தெரிந்தது.

அதிகம் ஆளில்லாத ஒரு பெட்டியில் இருவரும் ஏறி அமர்ந்தார்கள்.

"உங்க வீட்டுக்கு வந்து பொண்ணு பார்த்தது யார் யார்?"

"உங்கப்பா, உங்கம்மா, உங்கண்ணா. அப்பறம் ரெண்டு மூணு உறவுக்கார பெண்கள்னு நினைக்கறேன்."

"அதுல எங்கப்பா மட்டும்தான் ரத்தபந்தமுள்ளவர்."

"என்ன சொல்ற நீ?"

"உண்மைதான் அரவிந்தன். அது என் சொந்தத்தாய் இல்ல. எங்கம்மா செத்துப் போய் ரொம்ப வருஷமாச்சு."

அரவிந்தன் விழி விரித்தான்.

"கல்யாணமான புதுசுல எங்கப்பாவும் அம்மாவும்

மதுரைலதான் இருந்தாங்க. நான் பிறந்த ஒரு வயசு வரைக்கும் அப்பா ஒழுங்காதான் இருந்திருக்கார். அதுக்கப்பறம் எங்களுக்கு அடுத்த வீட்டுல அப்பாவோட சிநேகிதர் ஒருத்தர் தன் மனைவி மற்றும் நாலுவயசுப் பிள்ளையோட குடி வந்தார். அப்பாவுக்கு சிநேகிதர்ங்றதால ரெண்டு குடும்பமும் ரொம்ப நெருங்கிப் பழகியிருக்கு. நாள் கிழமைன்னா ஒண்ணாவே சமைச்சு சாப்பிடறதும் உண்டு. திடீர்னு அப்பாவோட சிநேகிதர்க்கு வடக்கே ஏதோ ஒரு ஊருக்கு டிரான்ஸ்பர் ஆயிடுத்து. அது ரொம்ப பின்தங்கிய ஒரு வசதியில்லாத கிராமம்ங்கறதால மனைவி குழந்தையை மதுரைல அப்பாவோட பொறுப்புல விட்டுட்டு அவர் மட்டும் போனார். அதுக்கப்பறம் அந்த பெண்ணுக்கு உதவி செய்யறதே அப்பாவோட தலையாய கடமையாச்சு. ஆபீஸ் விட்டு வந்ததும் எங்க வீட்டுக்குகூட வராம நேரா அவங்க வீட்டுக்குத்தான் போவாராம். சில நேரம் 'அவங்களுக்கு என்னென்னவோ வாங்கணுமாம், அதெல்லாம் லேடீஸ் விவகாரம், துணைக்கு நீ போறயா'ன்னு அம்மாட்ட கேப்பார். அம்மா 'வேலையாயிருக்கேன் நீங்களே போங்களேன்'னு கல்மிஷமில்லாம சொல்லுவாங்க."

'வண்டிலயே போறேன். மாசக்கடசி. ஆட்டோ வெச்சா நாந்தான் குடுக்கணும் பொம்பளைகிட்ட போய் எப்டி கணக்கா கேக்கறது'ன்னு சொல்லிட்டு தன்னோட ஸ்கூட்டர்லயே அவங்களைக் கூட்டிட்டு போவார். அவங்க பையன் எங்க வீட்டுல விளையாடிண்டிருப்பான்.

ஆரம்பத்துல அம்மா எந்த சந்தேகமும் படல. அப்பறம்தான் அக்கம்பக்கம் எல்லாரும் அப்பாவையும் அவங்களையும் சேர்த்து வெச்சு கிசுகிசுக்க ஆரம்பிச்சது அரசல்புரசலா அம்மா காதுக்கும் எட்ட, முதல்ல அம்மா நம்பல. 'எம்புருஷன் ஸ்ரீராமன்'னு பீத்திக்கிட்டாங்க. ஆனா நாளாக ஆக அப்பாவோட நடத்தை அந்தம்மாவோட நடத்தை எல்லாம் அம்மாக்கு ரொம்ப சந்தேகத்தைக் கொடுக்கவும் அப்பாவோட சண்டை போட்டாங்க.

முதல்ல அப்பா இல்லவே இல்லைன்னு மறுத்தார். ஆனா எத்தனை நாளைக்கு மறைக்க முடியும்? ஒருநாள் ரெண்டு பேரையும் கையும் களவுமாக பிடிச்சு கத்துகத்துன்னு கத்த, அப்பா அம்மாவை அடிக்க, அப்போ எனக்கு நாலு வயசு. அன்னிக்கு ராத்திரி அம்மா தூக்கு போட்டுண்டு செத்துட்டா. அம்மாவோட அம்மா என்னைக் கூட்டிண்டு போய் தன் பொறுப்புல வளர்க்க ஆரம்பிச்சாங்க. இவ்ளோ ஆனதுக்குப் பிறகும் அவங்க திருந்தல. இன்னும் தைரியமா, சேர்ந்தே வாழ ஆரம்பிச்சாங்க.

அப்பாவோட சிநேகிதருக்கு யாரோ லெட்டர் எழுதிப்போட, அவர் மதுரைக்கு வரும்போது அப்பாவும் அந்தம்மாவும் மெட்ராஸுக்கு மூட்டை கட்டிக்கிட்டு போய்ட்டாங்க... பாட்டி வீட்டுக்கு வந்து என்னை தூக்கி வெச்சுண்டு ரொம்ப நாழி அவர் அழுதது இன்னும் எனக்கு மறக்கல. அவர் ஏன் அழுதார்னு அப்பொ புரியல. அப்பறம் அப்பறம் பாட்டி சொன்னப்பறம்தான் எனக்கு எல்லாம் புரிஞ்சுது.

ரெண்டு வருஷம் முந்தி பாட்டியும் செத்துப்போக, நா வேற வழியில்லாம அப்பாகிட்ட வந்தேன். வந்ததுலேர்ந்து நா அனுபவிக்கற கொடுமைகளுக்கு அளவேயில்ல. அவங்க என் சொந்த தாயுமில்ல. அவங்க பிள்ளை என் அப்பாவுக்கு பொறந்தவனுமில்ல. ஆனா அவங்க ராஜ்யம்தான் வீட்டுல நடக்கறது. அப்பா இப்பொ பல்லு பிடுங்கின பாம்பு.

அவரால அவங்களை எதிர்த்து பேச முடியல. அதுக்கப்பறம் வாங்கின சொத்துக்கள் நகை எல்லாத்தையும் தன் பேர்ல வேற வாங்கிண்டாச்சு. இன்னிக்கு அப்பா வெளில வந்தா சம்பளம் தவிர சல்லிக்காசு கிடையாது அவர்கிட்ட. இன்னும் ஏழெட்டு மாசத்துல ரிடயர்மெண்ட் வேற! அதனால வாய மூடிண்டு அவங்க அக்கிரமத்துக்கெல்லாம் துணை போயிண்ருக்கார். பிள்ளைக்கு கல்யாணம் பண்ணணும்ங்கற ஆசையைவிட பிள்ளையைக் காட்டி பணம் பிடுங்கணுங்கறது மட்டும்தான்

அவங்க குறிக்கோள். இது வரைக்கும் ரெண்டு கல்யாணம் நடந்தாச்சு அந்தப் பிள்ளைக்கு.''

அவள் நிறுத்த. அரவிந்தன் அதிர்ந்து போனான்.

'என்ன... நிஜமாவா?' என்றான் நம்ப முடியாமல். டிரெயின் தாம்பரத்தில் நிற்க இருவரும் இறங்கினார்கள்.

டீக்கடை ஒன்றில் டீ வாங்கிக்கொடுத்தான் அரவிந்தன்.

''முதல்ல ஒரு கிராமத்துப் பொண்ணை அவனுக்கு பண்ணி வெச்சாங்க. அவன் பேருக்கு நிலம் நீச்சுன்னுகூட எழுதி வாங்கிண்டாங்க. அந்தப் பொண்ணு எங்க வீட்டுல பட்டபாடு சொல்லி முடியாது. ஒருநாள் சொல்லிக்காமயே பிறந்த வீட்டுக்கு போனவதான். இவனோட வாழ மாட்டேன்னுட்டா. நகை நட்டை எப்படியோ திருப்பி வாங்கின அவங்களால எழுதி வெச்ச நிலத்தை திரும்ப வாங்க முடியல. 'ச்சே' போன்னு விட்டுட்டாங்க.

அடுத்தாப்பல ஒரு பொண்ணை மறுபடியும் சீர் சினத்தின்னு பேரம் பேசி கல்யாணம் பண்ணினாங்க.

அவளுக்கும் அதே கொடுமைதான். அந்தப் பொண்ணும் பிறந்த வீட்டுக்கு போச்சு. ஆனா பைத்தியம் மாதிரி அங்க போய் விஷத்தை குடிச்சுட்டு செத்துப் போச்சு. பிறந்த வீட்டுக்குப் போய் தற்கொலை பண்ணிண்டதும் இவங்க ரெண்டு பேரும் கதையையே மாத்திட்டாங்க, பெண்டாட்டியை என்னோட வாழ விடாம என் மாமனார் தன் பெண்ணைக் கூட்டிண்டுபோய் கொன்னுட்டார்னு போலீஸ்ல கம்ப்ளெயிண்ட் குடுத்துட்டாங்க. அந்த கேஸ் இன்னும் வாயிதா கேஸா ஓடிண்டிருக்கு.

அதுக்குள்ள அடுத்த கல்யாணத்துக்கு பார்க்க ஆரம்பிச்சாச்சு. எனக்கு இதெல்லாம் பொறுக்க முடியல. கல்யாண விஷயமா யார் வீட்டுக்கு வந்தாலும் உங்ககிட்ட சொன்னாப்பல ஓடிப்போய் சொல்லிடுவேன். ரெண்டு மூணு இடம் இதனால் தட்டிப் போச்சு. மூணாவது இடம் தட்டிப்

போனது என்னாலதான்னு அவங்களுக்குத் தெரிஞ்சு போச்சு. அதனால எனக்கே தெரியாம உங்க வீட்டுக்கு பொண் பார்க்க வந்திருக்காங்க. சீர் சினத்தி சரிப்படலன்னு வேண்டாம்னு சொல்லியிருக்காங்க. ஆனா நீங்க மறுபடியும் வந்து பேசினீங்க. நானும் உங்ககிட்ட உண்மையை உடைச்சுட்டேன். இதான் நடந்தது.''

''என்கிட்ட சொல்லிட்டு போனது அவங்களுக்குத் தெரியுமா?''

''தெரியாது'' அரவிந்தன் அவளை உற்றுப் பார்த்தான்.

''பொய்! நா மறுபடியும் மாடிக்கு வந்தேன். உன் அலறலைக் கேட்டேன்.''

அவள் முகம் சட்டென்று மாறியது. மெல்லிய வேதனை முகத்தில் படிந்தது.

''அடிச்சாங்களா உன்னை...?''

''இல்ல''

''பின்னே?''

''சூடு வெச்சாங்க!'' அவள் மணிக்கட்டுவரை நீண்டிருந்த டாப்ஸின் கைப்பகுதியை சற்றுத் தூக்கிக் காட்ட முழங்கையில் இரண்டு விரல் நீளத்திற்கு பழுத்துப் புண்ணாகியிருந்தது.

உறைந்து போய்விட்டான்.

இத்தனை பெரிய நரகத்திலிருந்தும் எப்படி இவளால் சிரித்துப் பேச முடிகிறது! முகத்தில் துளிக்கூட வேதனை காட்டாமல் எப்படி நடமாட முடிகிறது!

அரவிந்தனுக்கு இரக்கம் பிறிட்டது. கூடவே அவள் மீதிருந்த மரியாதையும் உயர்ந்தது. மரியாதையோடு மிகச்சிறிய அளவில் அவனுக்கே தெரியாமல் அவள் மீது அன்பும் அவன் மனசில் புகுந்து கொண்டது.

"சரி போலாமா?" அவர்கள் மறுபடியும் டிரெயின் ஏறினார்கள். கிண்டியில் அவள் இறங்கிக் கொண்டாள். கூடவே அவனும் இறங்கினான்.

"இன்னும் ஒரே ஒரு விஷயம். நா இன்னும் சொல்லலை. எப்டி சொல்றதுன்னு தெரியல. ஆனா உங்ககிட்ட சொல்லணும் போலவும் இருக்கு."

"சொல்லேன்" திடீரென்று அவன் பேச்சு ஒருமைக்கு தாவியது.

"ஒரே அப்பாவுக்கு பிறந்திருந்தா தங்கைன்னு ஒரு பயம் இருக்கும், பாசம் இருக்கும். இங்க அப்டியில்லையா... அந்த கடங்காரன் யாருமில்லாதப்பொ என்னையும் இம்சை பண்றான்..."

அவள் சட்டென்று அழ ஆரம்பிக்க, அரவிந்தன் பதறிப் போனான்.

"நீ இதை உங்க அப்பாட்ட சொல்லலையா?"

"அப்பா அம்மா எதிர்க்க பாசத்தைப் பொழிவான் ராஸ்கல். நா சொன்னாகூட நம்பமாட்டா ரெண்டு பேரும்."

கடவுளே...! இது பெரிய ஹிம்சை ஆயிற்றே! பெண்மைக்கே பாதுகாப்பில்லாத வீடு நரகத்திலும் மோசமாயிற்றே! அரவிந்தன் பரிதவித்தான்.

"உனக்கு வேற சொந்தக்காரங்க யாரும் இல்லையா?"

"அம்மா வழில யாரும் இல்ல, அப்பா வழில யாரும் என்னை கூட்டிட்டு வெச்சுக்க மாட்டாங்க. ஆனா எப்டியாவது இந்த நரகத்துலேர்ந்து தப்பிச்சே ஆகணும் அரவிந்தன்! பி.எஸ்.சி முடிச்சுட்டேன். ஏதாவது ஒரு வேலை தேடிக்கணும். இங்கேர்ந்து போய்டணும்னு பார்க்கறேன். சோதனையா வேலையும் கிடைக்க மாட்டேங்கறது"

அரவிந்தன் சிரித்தான்.

"நீ பி.எஸ்.சி... நா எம்.ஏ. மூணு வருஷமா வேலை தேடி, இன்னமும் கிடைச்ச பாடில்ல."

"வீட்ல யாரும் இல்லன்னா அவனுக்கு பயந்துண்டு நானும் வெளியவந்து ஊரை சுத்தறேன். எத்தனை நாளைக்கு இப்டி விட்டேத்தியா ஊரை சுத்தப் போறேன்னு தெரியல."

"தெய்வம் இருக்கு மைதிலி. அந்த நம்பிக்கையைக் கைவிட்டுடாத. பாரத்தை அவன் பேர்ல இறக்கி வெச்சுடு. நிச்சயம் ஏதாவது மனுஷ ரூபத்துல வந்து உனக்கு வழி காட்டுவான்."

அரவிந்தன் அவளுக்கு ஆறுதல் சொன்னான்.

அவன் வாக்கு பலித்தது.

தெய்வம் மனுஷ்ய ரூபத்தில் வடக்கிலிருந்து வண்டியேறிப் புறப்பட்டது.

————

8

"துணி கொஞ்சம் இருக்கு தோய்ச்சு குடுத்துடேன் பொன்னம்மா. என்னமோ இன்னிக்கு உடம்பெல்லாம் வலிக்கறது. களைப்பார்க்கு."

ரங்கம் சர்ஃப் டப்பாவை வேலைக்காரியிடம் நீட்டினாள்.

"அதுக்கென்ன நா துவைக்கமாட்டேன்னா சொன்னேன்?"

வேலைக்காரி பக்கெட் நீரில் சர்ஃப் போட்டு கலக்கித் துணிகளை ஊற வைத்தாள்.

"ஏம்மா, இந்த சந்தியா பெண்ணுக்கு அப்பறம் வரன் ஏதாவது வந்துச்சா?"

"ப்ஸூ... எங்க வரது? வேலை பார்க்கற பொண்ணு வேணுங்கறாளே... ஒரே ஒரு வரன் வேலையில்லாட்டாலும் பரவால்லன்னு வந்து பொண்ணு பார்த்து அதுவும் இந்த வீட்டு வேலையில்லாத தடியனால நின்னு போச்சு."

"யாரு தம்பியையா சொல்றீங்க தடியன்னு...?"

"பின்ன வேற யாரை?"

"ஏம்மா, நா அன்னிக்கு சொன்னேனே ஒரு விஷயம், அதை கேட்டுட்டீங்களா தம்பிகிட்ட?"

''எதை? அந்தப் பொண்ணு விவகாரத்தையா? நீ போடி பொன்னம்மா. எம் பிள்ளைக்கு அவ்ளோக்கெல்லாம் துணிச்சல் இல்ல, ஏதாவது தெரிஞ்ச பொண்ணா இருந்திருக்கும். சாதாரணமா பேசியிருப்பான், ரெண்டு பேர் பேசினாலே குத்தமா படுமே உனக்கு!''

''சரி... அன்னிக்கு சாதாரணமா பேசினாங்கன்ற நீ! ஒத்துக்கறேன். அப்பறம் கிண்டிலேர்ந்து ஒண்ணா ரயிலேறி எங்கயோ போற அளவுக்கு என்ன சிநேகிதம்மா ரெண்டு பேருக்கும்?''

ரங்கம் துணுக்குற்று அவளைப் பார்த்தாள்.

''என்னடி சொல்ற?''

''ஆமாம்மாங்கறேன்! கிண்டி ஸ்டேஷன்ல மறுபடியும் ரெண்டு பேரைப் பார்த்தேன் நான். என்னமோ பேசினாங்க, அப்புறம் ரயிலேறி தாம்பரம் பக்கம் போனாங்க. ரயில்லகூட ஒண்ணாதான் உட்கார்ந்துக்கிட்டாங்க, பக்கத்து பக்கத்துல. அதென்னமோ இதெல்லாம் என் கண்ணுலயே படுது பாரேன். நீ என்னடான்னா நம்ப மாட்டேன்ங்கற! அதான் கேட்டேன். வீட்டுல கல்யாணத்துக்கு ஒரு பொண்ணு இருக்கசொல்ல, தம்பி பாட்டுக்கு ஒரு பொண்ணை இழுத்துக்கிட்டு வந்து கட்டி வையிங்கப் போவது. அதுக்குள்ள சந்தியாவைக் கட்டிக் கொடுத்துடுங்க.''

ரங்கத்தின் முகம் மாறியது. முதல்முறை வேலைக்காரி சொன்னபோது அவள் நம்பவில்லை. ஆனால் இப்போது உள்ளே மெல்ல மெல்ல சந்தேகமும் கூடவே கோபமும் துளிர்விடத் துவங்கியது. 'அட, தறுதலைப்பிள்ளையே! நீயே இன்னும் பூமியில் வேர்விட்டு நிலைக்கத் துவங்கவில்லை. அதற்குள் பூப்பூத்து காய் காய்க்க விரும்புகிறாயா? காலத்தில் எது நடக்கிறதோ இல்லையோ! இந்தக் காதல் மட்டும் எப்படித்தான் சரியாக வந்துவிடுமோ தெரியவில்லை.

வரட்டும்! இன்று அவன் வரட்டும்!' ரங்கம் மனசுக்குள் கறுவினாள்.

☆☆☆

"டேய் அரவிந்தா! என்னடா... எங்க போய்ட்ட உன்னைக் காணவே காணும்?" மரகதமணி அவனைக் கண்டதும் கூவினான்.

"ஏதாவது இன்டர்வியூவா?" விஸ்வநாதன் கடலையைக் கொறித்தபடி கேட்டான்.

"இல்ல. உடம்பு சரியில்ல, தூங்கிட்டேன்."

"ஓஹோ... உனக்கு தூக்கத்துல நடக்கற வியாதி உண்டோ?"

அரவிந்தன் விழித்தான்.

"ஆமாண்டா... இவன் தூக்கத்துலயே நடப்பான், கிண்டி ஸ்டேஷனுக்குப் போவான், அப்பறம் பொண்ணுங்களோட டிரெயின் ஏறி எங்கயாச்சும் போவான், அப்பறம் தூக்கத்துலயே திரும்பி வந்துடுவான்! இல்லடா?"

"ஓ...! அந்தப் பெண்ணோட என்னைப் பார்த்தாயா?"

"யப்பா! ஒத்துண்டாம்பா!"

"ஏன்டா, எந்த தைரியத்துல லவ் பண்ற?"

"லவ்...!" அரவிந்தன் திகைத்தான்.

"வேலையில்லாம பொழுது போகலன்னு இதுல இறங்கிட்டயா?"

"எல்லாரும் வேலை கிடைச்சப்பறம்தான் கல்யாணம் கட்டிப்பாங்க. இவன் கல்யாணம் பண்ணிண்டு வேலையைத் தொடர்ந்து தேடுவாண்டா."

"கல்யாணம் பண்ணிண்டா, வேற வேலை இல்ல பண்ணுவாங்க!"

“ஷட் அப்...!” அரவிந்தன் கத்தினான். “வார்த்தையை நிதானமா யூஸ் பண்ணுங்கடா... இஷ்டத்துக்கு பேச வேண்டாம்.”

“கோவம் வந்திருச்சுடா அண்ணனுக்கு!”

“அப்டின்னா லவ் இல்லையா? தங்கச்சி மாதிரி பழகறயா?”

அரவிந்தன் எரிச்சலோடு அவர்களைப் பார்த்தான்.

“அது காதலோ கத்திரிக்காயோ, உங்களுக்கு எதுக்குடா? என் சொந்த விஷயத்துல யாரும் அனாவசியமா தலையிட வேண்டாம், சொல்லிட்டேன்.”

“டேய்... டேய் என்னடா இவ்ளோ கோவப்பட்டா எப்டி? சும்மா ஜாலிக்குத்தானே பேசறோம். உன்னைக் கேலி செய்ய எங்களுக்கு உரிமையில்லயா? உனக்கு உதவலாம்னுதாண்டா நினைக்கறோம். நாங்க நல்லவங்கடா, உன் காதலுக்கு உதவி செய்ய எங்களுக்கு சந்தர்ப்பம் கொடுக்கலையேன்னுதான் கிண்டலடிச்சோம். உனக்குப் பிடிக்கலன்னா சாரிடா.”

“அய்யோ, அவள் மீது காதல் இல்லடா முட்டாள் பசங்களா!”

“அப்பொ...”

“தெரியாது. அந்தப் பெண்ணோட அண்ணன் என் தங்கையைப் பெண் பார்க்க வந்தான்...”

அரவிந்தன் குட்டிச்சுவரில் உட்கார்ந்து நடந்ததை எல்லாம் நண்பர்களுக்கு விவரித்தான். அவர்கள் முகம் ஒரு வினாடியில் இரக்கத்தில் தோய்ந்தது. அடப்பாவமே, இப்டிக்கூட எங்கயாவது நடக்குமா என்று வருந்தினார்கள்.

“டேய் அரவிந்தா, இவ்ளோ நாழி சும்மா கிண்டல்தான் பண்ணினேன். இப்பொ நிஜமாவே சொல்றேன். அந்தப் பொண்ணை நீ லவ் பண்றது பெட்டர்னு தோணுதுடா.”

''என்னடா சொல்றீங்க?''

''ஆமாண்டா! நீ மனசு வெச்சா உன்னால அவளைக் காப்பாத்த முடியும். நல்ல வாழ்வு கொடுக்க முடியும்.''

''டேய், நானே வேலையில்லாதவன்டா!''

''ஸோ வாட்? வேலையில்லாதவன் காதலிக்கக் கூடாதுன்னு எந்த சட்டத்துல சொல்லியிருக்கு!''

''வேலை கிடைக்கறவரை காதலி; கிடைச்சப்பறம் கல்யாணம் பண்ணிக்கோ, அவ்ளோதானே.''

''அதுவரைக்கும் அவ வீட்டுல அவளுக்கு பாதுகாப்பு இருக்காது போலருக்கே!''

''ஏன்டா, எதுக்குடா இன்னும் ஒயிட் காலர் வேலையை நம்பிட்ருக்க? உலகத்துல சம்பாதிக்க வழியா இல்ல. ஏதாவது தொழில் ஆரம்பிடா. சுயமா சம்பாதிக்க முடியுமான்னு முயற்சி பண்ணிப்பாரேன்.''

''சுயமாவா! எனக்கு என்னடா தெரியும்?''

''யோசிச்சுப் பாரு! உனக்குத் தெரியாமயே உனக்குள்ள எத்தனையோ தெரியும்!''

''அது சரி! உபதேசம் ஊருக்கு சொல்றது ரொம்ப சுலபம்தான்.''

''ஓஹோ கிண்டலா. நாங்க ஏன் இன்னும் இப்டியே குட்டிச்சுவர்ல முட்டிக்கிட்டு இருக்கோம்னு கேக்கறயா? ஓகேடா மச்சி! இந்த நிமிஷம் முதல் நாங்களும் வேலை தேடறதை விட்டுடறோம். ஒரு டீக்கடை வெச்சாவது காட்டறோம். என்னடா சொல்ற?'' மரகதமணி விஸ்வநாதனிடம் கேட்க,

''ஏன்டா முதலுக்கு எங்க போக?'' விஸ்வநாதன் கவலைப்பட்டான்.

“போவோண்டா, பாங்க் பாங்க்கா ஏறிப்போய் லோன் கேப்போம். கிடைக்கலன்னா ‘வேலை கொடு அல்லது சுயமா தொழில் செய்ய மூலதனம் கொடுத்து உதவு’ன்னு பீச் ரோடுல நம்மை மாதிரி நூறு பேரை சேர்த்துக்கிட்டு உண்ணாவிரதம் இருப்போம். துணிஞ்சுட்டா உலகம் நம்ம காலடில கண்ணா, நீ எதுக்கு பயப்படற.. நா இருக்கேன் எம் பின்னால வா போதும்!”

மரகதமணி தைரியம் கொடுத்தான். அவர்கள் பேசிக்கொண்டிருந்தபோது இரண்டு மூன்று பெண்கள் கடந்து சென்றதைக்கூட அவன் கவனிக்கவில்லை. ஒரு நிமிஷத்தில் ஆளே மாறியிருந்தான். அரவிந்தனுக்கு சந்தோஷமாக இருந்தது. மரகதமணியின் பேச்சு உடம்பில் புது உற்சாகத்தையும் நம்பிக்கையையும் தோற்றுவித்திருந்தது.

அவர்கள் ஒருவருக்கொருவர் கைகுலுக்கி வாழ்த்திக் கொண்டு பிரிந்தார்கள். அரவிந்தன் புதுத்தெம்போடு வீட்டுக்கு வந்தான். என்ன தொழில்...? என்ன தெரியும் எனக்கு? யோசித்தான். தனக்குள் தன்னைத் தேடத் துவங்கினான்.

அவன் உள்ளே நுழையும் போது அம்மா கூடத்தில் இரவுச் சாப்பாட்டுக்கு தட்டு வைத்துக் கொண்டிருந்தாள்.

சந்தியா டம்ளரில் தண்ணீர் வைத்துவிட்டு அப்பாவின் அருகில் அமர்ந்தாள்.

உள்ளே நுழைந்த பிள்ளையைப் பார்த்ததும் ரங்கத்திற்கு எரிச்சல் மேலிட்டது.

“கையக் காலை அலம்பிண்டு அப்டியே சாப்பிட்டுட்டு போய்டு. எனக்கு வேலையாகணும்.”

அரவிந்தன் அவள் சொன்னபடியே வந்து சாப்பிட அமர்ந்தான். மனசுக்குள் ஏற்பட்டிருந்த புதிய யோசனைகளும் தேடல்களும் பசியை அடைத்திருந்தன.

“என்னடா கொறிக்கற?” அப்பா கேட்டார்.

''பசியில்லப்பா!''

''எப்படியிருக்கும்? புத்தி ஊர்மேயப் போனா பசி எங்கேர்ந்து வரும்? கண்ட எண்ணங்களும்தான் வயித்தை அடைச்சுண்டு இருக்கே! அப்பறம் எப்டி சாப்டுவான் அவன்?''

அப்பா மனைவியை முறைத்தார்.

''என்னை எதுக்கு முறைக்கறேள்?''

''எதுக்கு இப்டி பூடகமா பேசற நீ?''

''நா ஒண்ணும் பூடகமா பேசல''

''அப்படி என்ன கண்ட எண்ணங்கள் அவன் மனசுல ஓடறதைக் கண்டுட்ட நீ?''

''ஊர்ல ஓடற எலக்ட்ரிக் டிரெயினை எல்லாம் கேளுங்கோ. அது சொல்லும் இதுக்கு பதில்''

அரவிந்தன் திடுக்கிட்டவனாய் அம்மாவை ஏறிட்டுப் பார்த்தான்.

——————

9

மல்லாந்து படுத்திருந்த பிள்ளையின் கேசத்தை மெல்லத் தடவிக்கொடுத்தார் அப்பா. அரவிந்தன் கண்திறந்து அவரைப் பார்த்தான்.

"என்னடா அரவிந்தா? அம்மா சொல்றதெல்லாம் நிஜமா? என்னால் நம்ப முடியலடா!"

"பாதி நிஜம். பாதி கற்பனைப்பா."

"சரி, எது நிஜம்? சொல்லேன்!"

"நா ஒரு பொண்ணோட பேசினது, அவளோட தாம்பரம் வரைக்கும் எலக்ட்ரிக் டிரெயின்ல பேசிண்டு போனது எல்லாம் நிஜம்தாம்ப்பா. ஆனா அதைக் காதல் கீதல்னு தீர்மானம் பண்ணிண்டா அது அவளோட கற்பனைன்னு சொல்லாம என்னப்பா சொல்றது!"

"அந்தப் பொண்ணு யாருடா அரவிந்தா."

"சந்தியாவைப் பொண் பார்த்துட்டு போச்சே ஒரு கும்பல்! அந்த வீட்டுப் பெண்தான்."

அப்பா புருவம் சுருக்கி அவனைப் பார்த்தார்.

"சொல்ல வேண்டாம்னுதான் நினைச்சேம்ப்பா. ஆனா இப்ப சொல்லியே ஆக வேண்டிய

கட்டம் வந்துடுத்து. அதனால நா எல்லாமே சொல்லிடறேன். இனிமே நா என்ன செய்யணும்னு நீங்கதான் எனக்கு வழி காட்டணும்.''

அரவிந்தன் நடந்தது எல்லாவற்றையும் அப்பாவிடம் ஒருமுறை விவரித்தான்.

முழுக்கக் கேட்டு முடித்ததும் ஒரு நிமிடம் கண்மூடி அமர்ந்துவிட்டார் அவர். 'கடவுளே! கடவுளே!' என்று அவர் வாய் முணுமுணுத்தது. மூடின இமை வழியே கண்ணீர் கசிந்து வழிந்தது. முருகா! இத்தனை கஷ்டமா!

''அந்தப் பெண்ணுக்கு நீ என்னடா செய்யணும்னு நினைக்கற?''

''தெரியலப்பா! எனக்கு ஒண்ணும் புரியல.''

''அவளை உனக்குப் பிடிச்சிருக்கா?''

''திடீர்னு என்ன கேள்விப்பா இது? பிடிச்சிருக்கா? வெறுக்கத் தோணலை.''

''அப்பொ உறுதியா இரு! அவதான் உனக்குன்னு தீர்மானம் பண்ணிக்கோ. வேலை கிடைச்சு நீ தாலி கட்டறவரை காத்துண்டுருக்க முடியுமான்னு கேட்டுடு அவகிட்ட'' அரவிந்தன் திகைப்போடு அவரை நிமிர்ந்து பார்த்தான்.

''என்னடா பார்க்கற? எந்த அப்பனாவது பிள்ளைகிட்ட இப்படி பேசுவானான்னு யோசிக்கறயா?'' அவர் சிரித்துவிட்டுத் தொடர்ந்தார்.

''உன் நிலமைல இருந்தா நா என்ன செய்வேனோ, அதைத்தான் உனக்கு சொன்னேன். அப்பா பிள்ளைங்கறதெல்லாம் அப்பறம்தான்.''

அரவிந்தன் இன்னும் வியந்தான். இதுபோல் அப்பா யாருக்குக் கிடைப்பார்கள். இந்த இரு உறவுகளுக்குமிடையில் புரிந்துகொள்ளல் என்பதும் பரஸ்பர சிநேகம் என்பதும் மிக

முக்கியம். அப்படிப்பார்த்தால் அப்பா எவ்வளவு அழகாக அவனைப் புரிந்து கொண்டிருக்கிறார்! எத்தனை தெளிவாக வழி காட்டுகிறார்!

"இனிமே நீ முன்னைவிட ஜரூரா வேலைக்கு முயற்சிக்கணும்."

"அதுலயும் எனக்கு வேற ஒரு எண்ணம் வந்திருக்குப்பா."

"என்ன அது?"

"ரெவின்யூ ஸ்டாம்ப்ல முப்பதாம் தேதியானா கையெழுத்துப் போட்டு சம்பளம் வாங்கினாதான் இந்த உலகத்துல வாழ முடியும்னா நூத்துக்கு எண்பது பேர் எப்பவோ செத்திருக்கணும்ப்பா. அந்த எண்பது பேர் எப்டி சாகாம எதிர்நீச்சல் போடறான்னு யோசிச்சு பார்த்தேன். அப்புறம்தான் புரிஞ்சுது. அந்த சாகசம் எல்லாராலயும் புரியக்கூடிய சாகசம்தான்னு."

"யூ மீன் செல்ஃப் எம்ப்ளாய்மெண்ட்?"

"அதேதாம்ப்பா."

"என்ன செய்யப் போற? ஏன்னா, அதுலயும் எத்தனையோ இருக்கு! எல்லாத்துக்கும் நெளிவு சுளிவு தெரியணும்."

"இன்னும் நா தீர்மானம் பண்ணலைப்பா. இனிமேதான் அது என்னன்னு யோசிக்கணும்."

"இந்த எண்ணம் உன் விஷயத்துல எனக்கு எப்பவோ தோணியிருக்குடா அரவிந்தா. ஆனா உங்கிட்ட சொன்னதில்ல."

"ஏம்ப்பா?"

"இந்த முடிவுக்கு நீயா வரணும்னு நினைச்சேன். வருவன்னும் எனக்கு நம்பிக்கையிருந்தது. எந்த ஒரு முடிவும் சுயமா சிந்திச்சு எடுக்கும்போதுதான் அந்தக் காரியத்துல ஆர்வம் வரும். ஆர்வம் வர, சிரத்தை கூடும். சிரத்தையோட செய்யற

தொழில்லதான் லாபம் பார்க்க முடியும். எந்தக் காரியத்தையும் பிறத்தியாருக்காக செய்யப்படாது. முழு மனசையும் ஈடுபடுத்தி செய்யற காரியம்தான் வெற்றியைத் தேடித்தரும். இன்னிக்கு நீயே இந்த முடிவுக்கு வந்ததைப்பத்தி நா ரொம்ப பெருமைப்படறேன். ஒரு தகப்பன்ங்கற ஸ்தானத்துல உனக்கு என்ன உதவி செய்யணுமோ அதையும் நிச்சயம் செய்வேன்.

முதலீட்டை பத்தி கவலைப்படாம நீ முதல்ல போற வழியைத் தேர்ந்தெடு. அதுல பாதையை நா போட்டுத்தரேன்... ஓரளவுக்கு நீ தடுக்கி விழாம உனக்கு வலிக்காம இருக்க என்னாலான உதவிகளை நா செய்து கொடுப்பேன்''

அரவிந்தன் சட்டென்று அவர் மடியில் தலை சாய்த்துக் கொண்டான்.

''போதும்ப்பா. எனக்கு இதுபோதும்! உங்களுக்கு பிள்ளையா பொறக்க நா ரொம்ப புண்ணியம் பண்ணியிருக்கணும்ப்பா!''

அவர் கரங்கள் பரிவோடு அவன் முதுகைத் தடவிக் கொடுத்தன.

''அப்பா...'' பின்னால் குரல் ஒலிக்க இருவரும் ஏக காலத்தில் திரும்பிப் பார்த்தார்கள். சந்தியா நின்றிருந்தாள்.

''வாம்மா...''

''ரொம்ப நாழியாச்சேன்னு அம்மா பால் கொடுத்தனுப்பினாப்பா. அரவிந்தனுக்கும் ஒரு டம்ளர் கொடுக்கச் சொன்னா.''

''எதுக்கு? லட்சார்ச்சனை பண்ணினதுக்கப்பறம் பாலபிஷேகம் பண்றாளாமா?''

''நீங்க நினைக்கற அளவுக்கு அம்மா ஒண்ணும் பொல்லாதவ இல்லப்பா!'' சந்தியா பால் செம்போடு அவர் அருகில் அமர்ந்தாள்.

''ஆமாமா! ரொம்ப நல்லவதான். யாரில்லைன்னா?''

"ஒரு உதாரணம் சொல்லவாப்பா?"

"என்ன?"

"தெய்வத்துல் பலவிதம் இருக்கு. சாந்த ஸ்வரூபமா கருணையே வடிவா இருக்கற அம்பிகைகள், நாக்கை தொங்கப் போட்டுண்டு கண்ணை உருட்டி விழிக்கற எல்லைக் காளிகள், குழந்தை வடிவமா காட்சிதரும் தெய்வங்கள்னு தெய்வமே பலவிதத்துல இருக்கு. குருவாயூர்ல கிருஷ்ணன், குழந்தை வடிவம்! அதே பகவான் போர்க்கோலத்தோட பார்த்தசாரதியா நிக்கறான், திருவல்லிக்கேணில... கல்யாண கோலத்துல நிக்கறான் திருப்பதில! தெய்வமே பலப்பல ரூபத்தோட பலப்பல குணங்களோட பல இடத்துல இருக்கும்போது மனுஷாளுக்கு கேக்கணுமா? சில அம்மாக்கள் அன்பை வெளிப்படையா அள்ளித் தெளிச்சு திக்குமுக்காட வைப்பா, சில பேர் அன்பை மிதமா காட்டுவா, சில பேர் சின்னக் குழந்தை மாதிரி வெகுளித்தனமா அன்பைக் காட்டுவா. அம்மா எல்லைக்காளி மாதிரி உக்கிரமா காட்டறா, அவ்ளோதான். எல்லைக்காளியும் தெய்வம்தான். அம்மாவோட உக்கிரத்துலயும் அன்பிருக்கு. அதைப் புரிஞ்சுக்கற சக்திதான் நமக்கில்ல."

அப்பா பிரமித்துப் போய் மகளைப் பார்த்தார். அவர் முகத்தில் பெருமிதம் சுடர்விட்டது. இதழ்களில் இளநகை படிந்தது. இடது கையால் அவளை அணைத்துத் தோளில் சாய்த்துக் கொண்டார்.

சந்தியாவின் பேச்சு அரவிந்தனுக்குகூட பிரமிப்பாகத்தான் இருந்தது, அவள் சொல்வதுபோல் நாம்தான் புரிந்து கொள்ளவில்லையோ? ஆனால் அன்பை ஏன் உக்கிரமாகக் காட்ட வேண்டும்? அவனுக்குப் புரியவில்லை.

"ஒரு இடம் இப்டி தட்டிப் போச்சேன்னு உனக்கு வருத்தம் இருக்கா தாயி?" அப்பா சட்டென்று பேச்சை கல்யாணத்திற்கு மாற்றினார்.

"ப்சு... விடுங்கோப்பா. தாலி கட்டறவரைக்கும் யாரையும் ஆம்படையான்னு தீர்மானம் பண்ணிட முடியாது. எத்தனை பேர் வந்து என்னைப் பார்த்தாலும் சலனப்படாம பொம்மை மாதிரிதான் நிப்பேன். கழுத்துல தாலி ஏறினதுக்கப்பறம்தான் சலனமும் சந்தோஷமும் காதலும் வரும் எனக்கு. ஸோ... தட்டிப் போனதுல எந்த துக்கமும் இல்ல. தைரியமா நீங்க அடுத்த வரனைக் கூட்டிண்டு வரலாம்" சந்தியா சிரித்தாள்.

"சலனமில்லாம இருக்கலாம், ஆனால் கல்யாண ஆசை உண்டுன்னு ஒத்துக்கற இல்ல?" அரவிந்தன் அவளைச் சீண்டினான்.

"ஒய் நாட்! கன்னியாஸ்த்ரீயா ஆகணும்னு சொல்லிக் கொடுத்தா என்னை வளர்த்தேள்? கல்யாண ஆசையை மூட்டி மூட்டிதானே பொதுவா எல்லாருமே பெண்களை வளர்க்கறா! கல்யாணம்கூட பொண்ணுக்கு செமிகோலன்தான். தாய்மைதான் முற்றுப்புள்ளின்னு இல்ல இந்த சமுகம் சொல்றது. பெண் பிறப்பதே இன்னோரு உயிரைப் படைக்கத்தான்னு ஆனப்பறம் செமிகோலன் போட்டு முற்றுப்புள்ளி வைக்க எனக்கு மட்டும் ஆசையிருக்கக் கூடாதா என்ன? மனுஷன் சராசரி ஆசைகளோட இல்லன்னா ஆதாம் ஏவாளோட மனுஷ ஜென்மம் அஸ்தமிச்சு போயிருக்கும் தெரியுமோ!"

அடேயப்பா! என்று வியந்தார்கள் அப்பாவும் பிள்ளையும்.

"ஏன் சந்தியா, நீ ஆசைப்படறது தப்பில்ல... ஆனா சில பேர் சொல்லியிருக்கா, ஆசைதான் துன்பத்துக்கெல்லாம் காரணம்னு. இதுல எது சரி, எது தப்பு?"

அரவிந்தன் சந்தேகம் கேட்க, அப்பா 'சபாஷ், சரியான போட்டி' என்று சிரித்து விட்டுப் பெண்ணைப் பார்த்தார்.

"அலையில்லாத சமுத்திரம் உண்டா? அலைகள் அளவோட இருந்து மிதமா ஓடிவந்து கரையைத் தொட்டுட்டு போனா யாருக்கும் எந்த ஆபத்தும் இல்ல. புயலடிக்கும்போது சமுத்திரக் கரைல போய் நிக்க முடியுமோ? தென்னை மர

உசரத்துக்கு அலையடிக்கும்போது அதுல படகு விடமுடியுமோ? ஆபத்தில்லையா அது! ஆசையும் அப்டித்தான். அளவோட மனசுல ஆசை அலை அடிக்கலாம். அதுல ஜம்முனு படகு விடலாம், மூழ்கி முத்தெடுக்கலாம். ஆனா ஆசைப் புயலடிச்சுதுன்னா, அலை பெரிசாகி அது ஆளையே முழுங்கிடும். ஆசையே கூடாதுன்னு யாரும் சொன்னதில்ல. அளவோட ஆசைப்படு. அது உன்னை முன்னேற்றும், அதிக ஆசைப்படாதே, அது உனக்கு துன்பத்தைக் கொடுக்கும்னுதான் பெரியவா சொல்லி வெச்சுட்டுப் போயிருக்கா.

சிம்ப்பிளா சொல்லணும்னா, பேராசை பெருநஷ்டம். ஆசையே பெருநஷ்டம்னு ஒருத்தரும் சொல்லலையே. ஆசையில்லாட்டா முன்னேற்றமே கிடையாதே! அப்படியிருந்தா நாம் இன்னும் மரத்துலதான் குடித்தனம் பண்ணிண்டு இருப்போம். மரத்துல வாழ்ந்த எவனோ ஒருத்தன் மண்ணால் சுவர் கட்டி குடிசை போட்டுண்டான். மழை வந்ததும் மண்சுவர் கரைஞ்சு ஓலை வழியா ஒழுக ஆரம்பிச்சதும் இப்டி கரைஞ்சு போகாத அளவுக்கு சுவரும் ஒழுகாத மேல் கூரையும் இருந்தா எவ்ளோ நல்லார்க்கும்னு ஆசைப்பட்டிருப்பான். ஆசை ஏற்பட்டதும் கரையாத சுவர் கட்ட முயற்சி எடுத்தான். ஓலை போடறதைவிட ஓடு வேயறது இன்னும் நல்லதாச்சேன்னு யோசிச்சிருப்பான். இன்னிக்கு நாம அதைவிட எவ்ளவோ முன்னேறியிருக்கோம். இதே மாதிரி, கஷ்டப்படாம கை வலிக்காம காத்து வரணும், வெளிச்சம் வரணும்னு அன்னிக்கு எடிசன் ஆசைப்படலன்னா இன்னிக்கு ஏது மின்சாரம்? இப்டித் தான், இந்த உலகம், ஆசை அலைகளாலதான் முன்னேறியிருக்குன்னு இப்ப புரியறதா?''

அவள் பேசப் பேச அரவிந்தனுக்குள் வெளிச்சம் பரவ ஆரம்பித்தது. படீரென்று கதவு ஒன்று திறந்தது. போதி மரங்கள் மனித ரூபத்திலும் உண்டென்பது புரிந்தது. சந்தியாவைக் கையெடுத்துக் கும்பிடத் தோன்றியது.

——————

10

எல்லாத் தொழிலிலுமே ஆபத்திருந்தது. சறுக்கி விழுந்துவிடும் அபாயம் இருந்தது. ஆளை விழுங்கும் முதலைகள் இருந்தன. அத்தனையும் சமாளித்து ஒன்றைப் பத்தாக்கி, பத்தைப் பலகோடியாக்க அசாத்திய திறமை வேண்டும். பேச்சு சாதுர்யம் வேண்டும். வியாபாரிக்கு பேச்சு முக்கியம். கடிந்து பேசினால், அடுத்த கடை நோக்கிப் போய்விடும் ஜனம். கேட்ட விலைக்கு கொடுத்தால் முதலுக்கே மோசம் வந்துவிடும். கடுமையில்லாது இனிக்கப் பேசி, வந்தவரை சிந்தையால் கட்டிப் போட்டு குறைப்பதுபோல் கொஞ்சம் குறைத்து லாபத்திற்கு பங்கம் வராமல் வியாபாரம் செய்பவனால்தான் நிலைத்து நின்று வெல்லமுடியும்.

சுயதொழில் என்று தீர்மானித்ததுமே பல தொழில் செய்பவர்களையும் எட்டி நின்று வேடிக்கை பார்த்தான் அரவிந்தன். கற்றுக் கொள்வதற்காகவே ஒரு நாள் பூக்கடைப் பக்கம் போனான். பிரமித்தான். அது ஒரு தனி உலகம் என்று புரிந்தது. இண்டு இடுக்கெல்லாம் அமர்ந்து நிமிடத்திற்கு ஆயிரக்கணக்கில் சம்பாதித்துக் கொண்டிருந்தார்கள் அவர்கள்.

வழி முழுக்க வாடின பூவும் வாழைப்பட்டைகளும் மேலே மேலே சேர்ந்து அதோடு தண்ணீர் கலந்து சேறாகி, சகதியாகி, சகதி மேலேயே மறுபடியும் புதுப்பூக்களும் புதுப் பட்டைகளும் சேர, மொத்தத்தில் பூக்கடை என்று பேர்.

ஆனால் மூக்கைத் துளைக்கும் நாற்றம். இந்த நாற்றம் சகிக்க முடியாதவன் இங்கே வியாபாரியாய் இருக்க முடியாது.

இங்கே நாற்றம் சிரமம் என்றால் தொழிற்சாலையில் சப்தம் சிரமம், சமைப்பவருக்கு அடுப்பு வெம்மை சிரமம், பாரம் இழுப்பவனுக்கு மழையும் வெய்யிலும் சிரமம். நடிகனுக்கு அரிதாரம் சிரமம். பள்ளி செல்லும் சிறுவர்க்குக்கூட புத்தகச்சுமை சிரமம்தான். மொத்தத்தில் சிரமமில்லாத உழைப்பு இங்கே எதுவுமில்லை. சிரமத்தை ஏற்றுக் கொண்டால்தான் சுகம் கிட்டும். அரவிந்தன் நிறைய அலைந்தான். பூக்கடை வியாபாரி முதல் டீக்கடை முதலாளிவரை தேடிச்சென்று பேசினான். அவர்கள் வாழ்க்கைபற்றிக் கேட்டறிந்தான். அவர்கள் வாழ்க்கை மூலம் நிறையக் கற்றான். கடைசியாக ஒரு முடிவுக்கு வந்தான்.

அவனால் செய்யக்கூடிய தொழில், நஷ்டம் வராமல் நடத்தக்கூடிய தொழில், எந்தக் காலத்திலும் நிலைத்து நிற்கும் தொழில் என்று பார்த்தால் பல பேரின் பசி தீர்க்கும் தொழில்தான் என்று புரிந்தது. தினக்கூலித் தொழிலாளி முதல் செல்வச் சீமான்வரை சாப்பிட விரும்பாதவர் உலகில் எவருமில்லை.

ஏழைப் பெண் தன் குடிசை வாசலில் கடை போட்டு அவளைப் போன்ற ஏழைகள் சாப்பிடும் வகையில் எளிமையாய் வியாபாரம் செய்கிறாள். கோடீஸ்வரனோ தன் போன்ற கோடீஸ்வரர்கள் தங்கிச் சாப்பிடும் வகையில் நட்சத்திர ஓட்டல் கட்டி வியாபாரம் செய்கிறான்.

நடுத்தர மக்களுக்கு சுமாரான ஓட்டல்கள் நிறைய இருக்கிறது. ஆனால் ஏழையும் சரி, சுமாரானவரும் சரி, சில

பணக்கார மனிதரும் சரி, விரும்பிச் சாப்பிடுவது கையேந்தி பவன்கள் எனப்படும் படித்த இளைஞர்கள் நடத்தும் ஸ்நாக்பார்களில்தான். பணத்துக்கு பணம், நாலுபேர் பசி தீர்த்த புண்ணியம், பாராட்டு, திருப்தி எல்லாம் கிடைக்கும் தொழில் இதுதான்.

அரவிந்தன் இதில் ஈடுபடுவது என்று தீர்மானம் செய்ததும் எடுத்த எடுப்பில் கடை ஆரம்பிப்பதைவிட முதலில் ஒரு கடையில் வேலை பார்த்து நெளிவு சுளிவு தெரிந்து கொள்வது நல்லது என்று நினைத்தான்.

அரசாங்க அலுவலகங்கள் நிறைந்த அந்த பெரிய காம்ப்ளெக்ஸுக்குள் சென்று அங்கிருந்த எல்லாக் கடைகளையும் கவனித்தான். கொஞ்சம் பெரிதாய்த் தெரிந்த நிறைய கூட்டம் மொய்த்திருந்த ஒரு கடையைத் தேடிச் சென்று, வெள்ளை வேட்டியும் வெள்ளைச் சட்டையும் அணிந்து நெற்றியில் குங்குமப் பொட்டு விபூதி துலங்க பளிச்சென்று ஒரு ஓரமாய் நின்று வியாபாரத்தை மேற்பார்வை செய்துகொண்டிருந்த அதன் முதலாளியிடம் சென்று அங்கே ஏதாவது வேலை கிடைக்குமா என்று கேட்டான். அவர் அவனை ஏற இறங்கப் பார்த்தார்.

☆☆☆

''டிபன் பாக்ஸல என்ன வெச்சிருக்க?''

''கடுகு தாளிச்சு தயிர்சாதமும், தொட்டுக்க மோர் மிளகாயும் வெச்சிருக்கு.''

''ஏன் சமைக்கலயா இன்னிக்கு?''

''ப்ச...!'' பரமேஸ்வரய்யர் ரங்கத்தை ஏற இறங்கப் பார்த்தார்.

''ஏன் உடம்பு முடியலையா?''

''பரவால்லயே, என்னைப் பத்திக்கூட அக்கறையா விசாரிக்கறேள்!''

"உனக்கென்ன வேணும் இப்பொ ரங்கம்? எதாயிருந்தாலும் நேருக்கு நேர் பேசு. இந்த எகத்தாளம் வேண்டாம்"

"ராத்திரி பன்னண்டு மணிவரை பொண்ணோடயும் பிள்ளையோடயும் மொட்டை மாடில உக்காந்து பேச முடியறது! என்னோட பேசத்தான் இங்க ஒருத்தருக்கும் பிடிக்கறதில்ல."

"யார் சொன்னா அப்டின்னு?"

"சொன்னாத்தானா?"

"நீதான் தேளா கொட்டிண்டு விலகி விலகி போற!"

"அப்டின்னா நா என்ன ராட்சசியா? யார் மேலயும் அன்பில்லையா எனக்கு?"

"தாராளமா இருக்கு! அதை ஏன் இப்டி மூர்க்கத்தனமா காட்டறன்னுதான் கேக்கறேன்!"

"மூர்க்கமா பார்த்தா மூர்க்கம்தான் தெரியும்."

பரமேஸ்வரய்யர் சிரித்துவிட்டார். "இங்க பாரு ரங்கம். நம்ம குழந்தைகள் ரெண்டும் தங்கம்! தடவி தடவி வெச்சுண்டு அழகு பார். துணி மாதிரி துவைக்காதே. நசுங்கி போய்டுவா. நல்ல வார்த்தைகளைப் பேசேன். காசா பணமா? எதுக்கு நாக்குல வில்லும் அம்பும்?"

அவர் போய்விட்டார். ரங்கம் ரொம்ப நேரத்திற்கு அப்படியே நின்றுவிட்டாள்.

"ஏன்டா முருகா...? நானா மாட்டேங்கறேன். நானும் முயற்சி பண்றேன். ஆசையாத்தான் பேசணும்னு பார்க்கறேன். ஆனா படபடன்னு வந்துடறதே! நா என்ன செய்யட்டும்... இது இன்னிக்கு நேத்தி குணமா, உடனே மாத்திக்கறதுக்கு?"

'ஏன் முடியாது?' முருகன் சிரித்தான்.

எப்படி முடியும்?

'கோவம் வரும் போதெல்லாம் சஷ்டி கவசம் சொல்லிப் பாரேன்.'

'அதையும் கோவமாத்தான் சொல்வேன்.'

'பரவால்ல, சொல்லு. கோவம், கவசத்தோட நிற்கும். குழந்தைகள் மேல் பாயாது. போகப் போக சரியாய்டும் பக்குவம் வந்துடும். கோவப்படணும்னா கூட முடியாது.'

உள்ளே முருகன் புத்தி சொல்ல ரங்கம் தலையாட்டினாள்.

☆☆☆

பதினோரு மணி வாக்கில் கூட்டம் மெல்ல மெல்லச் சேர்ந்தது. காப்பி டீ வியாபாரம் துரித வேகத்தில் நடந்தது. கூடவே வடை, பிஸ்கட், இட்லி, பூரி, பொங்கல் என்று கேட்டவர்களும் உண்டு. வெள்ளை வேட்டி வெள்ளை ஷர்ட்டோடு பளிச்சென்ற தோற்றத்தோடு முதலாளியே வேட்டியை மடித்துக் கட்டிக் கொண்டு காப்பி கலக்க ஆரம்பித்தார். டிபன் ஐட்டங்களை எடுத்துக் கொடுத்துக் கொண்டிருந்த அரவிந்தன் அவரை வியப்போடு கவனித்தான்.

அவர் கைகள் மின்னல் வேகத்தில் இயங்கின. யாருக்கு சர்க்கரையில்லாத காப்பி, யார் யாருக்கு அரை சர்க்கரை, யாருக்கு டிகாக்ஷன் தூக்கலாக, யாருக்கு லைட்டாக என்பதெல்லாம் தெரிந்து வைத்திருந்தார்.

ஆளைப் பார்த்ததுமே அவர்கள் சொல்லாமலே அவர்களுக்குப் பிடித்த விதத்தில் காப்பி கலந்து நுரை பொங்க ஆற்றி டபரா செட்டுகளை நகர்த்தி வைத்தார் புன்சிரிப்போடு. மீதி சில்லறை கொடுக்கும்போதும் அதே புன்சிரிப்போடு தேங்க்யூ என்று சொல்லியபடி கொடுத்தார்.

காப்பி, டீ மட்டும்தான் என்றில்லை, சில நேரம் எண்ணைச் சட்டியில் அமர்ந்து வடை தட்டிப் போட்டு எடுத்தார். பூரி பொரித்தெடுத்தார். ஒன்று மட்டும் புரிந்தது அரவிந்தனுக்கு. முதலாளி என்பவன் கைகட்டி மட்டும் நின்றுவிட்டால் வியாபாரம் படுத்துவிடும்.

போர்க்களத்தில் அரசன் என்பவனுக்கு வீரமும் போர்த்திறமும் எவ்வளவு முக்கியமோ, அதேபோல் இந்த முதலாளிகளுக்கும் சகல வித்தைகளும் தெரிந்திருக்க வேண்டும். பஜ்ஜி போட ஆளில்லையா... வாழைக்காய் சீவுவது முதல் கடலைமாவு கலவை தயாரிப்பதுவரை தெரிந்திருக்க வேண்டும்.

வேலை தெரியாத முதலாளியை தொழிலாளர்கள் சுலபமாய் ஆட்டி வைக்க ஆரம்பித்து விடுவார்கள். அவர்கள் கேட்டது கிடைக்கவில்லையெனில் அந்த ஆத்திரத்தை பஜ்ஜியிலும் வடையிலும் காட்டுவார்கள். அல்லது லீவு போட்டுவிடுவார்கள் ஒரே நாளில் கஸ்டமர்களிடம் பெயர் கெட்டுவிடும். இதே வேலை தெரிந்த முதலாளியானால் வேட்டியை வரிந்து கட்டிக்கொண்டு களத்தில் இறங்கிவிடலாம். வியாபாரம் நிற்காது நடக்கும். அதுதவிர பளிச்சென்ற தோற்றத்தோடு முதலாளியே வடை தட்டுகிறார் என்றால் சாப்பிடாதவர்கள்கூட அன்று வடை வாங்கிச் சாப்பிடுவார்கள்.

ஆக, முதலாளி என்பவனுக்கு பளிச்சென்ற உடை, கனிவான பேச்சு, ஒரு பார்வையிலேயே அனைவரையும் வேலை வாங்கும் திறன், ஆளில்லாத இடத்தில் அமர்ந்து எந்த வேலையும் செய்யத் தெரியும் சாகசம் அனைத்தும் முக்கியம். இதுதவிர விற்கும் பண்டத்தின் தரம், அளவு, சூடு. முக்கியமாக சுத்தம் இவை அத்தனையும் ஒன்று சேர, அங்கே சாப்பிடுவோர் கூட்டம் அலைமோதும்.

இந்தக் கடையின் வெற்றிக்கு இதெல்லாம்தான் காரணம் என்பது புரிந்தது அரவிந்தனுக்கு. அதன் பிறகு காப்பி, கலப்பதிலிருந்து வடைக்கு அளவு பார்த்து பருப்பு போடுவது, உப்பு போட்டுக் கலப்பது, தட்டி எடுப்பது என்று சகல வேலைகளிலும் ஆர்வத்தோடு நுழைந்து கற்றுக் கொண்டான்.

தனியே கடை போட்டு நடத்தும் திறன் வந்ததும் இடத்திற்கு அலைந்தான். அதே காம்ப்ளெக்ஸில் நிறைய கடை இருந்ததால்

எங்கே சாப்பாட்டுக்கு கஷ்டப்படுகிறார்களோ அங்கே கடை ஆரம்பிப்பது உத்தமம் என்று தோன்ற நந்தனத்தில் இடம் தேடினான்.

இடம் தேடிக் கடை ஆரம்பிக்க எவ்வளவு செலவு ஆகும் என்று கணக்குப் போட்டு எடுத்துக் கொண்டு வந்து அப்பாவிடம் காட்டும்போது சரியாக ஆறு மாதம் முடிந்துவிட்டது.

முதல் கொடுத்து உதவுகிறேன் என்று சொன்ன அப்பாவுக்கு இப்போது உதவ முடியாத சோதனைக் கட்டம்.

"இன்னிக்கு சந்தியாவைப் பெண்பார்க்க வரா அரவிந்தா. அநேகமா இந்த இடம் நிச்சயமாய்டும்னு தோன்றது. அப்டி நிச்சயமாய்ட்டா நீ உன் கடை ஆரம்பிக்கற விஷயத்தை தள்ளிப் போடணும் அல்லது வேறு இடத்துல பணத்துக்கு அலையணும். எதுவார்ந்தாலும் நாளை வரை நீ காத்திரு" என்றார்.

————

11

கிட்டத்தட்ட ஏழெட்டு மாதம் கழித்து குட்டிச்சுவரில் வந்து அமர்ந்தான் அரவிந்தன். வழக்கமாய்க் கூடும் நண்பர்களின்றி அந்த இடம் அமைதியாயிருந்தது. சுயதொழிலில் இறங்கலாம் என்று முடிவெடுத்த நேரம் விஸ்வநாதனுக்கு தூரத்து உறவினர் ஒருவர் சிபாரிசினால் பம்பாய் நிறுவனம் ஒன்றில் நல்ல வேலை கிடைத்து மில்க் ஸ்வீட்டை விநியோகம் பண்ணி விட்டு உடனடியாக பம்பாய்க்கு ரயிலேறிவிட்டான்.

மரகதமணி, அதிகம் முதலீடு இல்லாமல் வாடகைக்கு வீடு பிடித்துத் தருவது, ரியல் எஸ்டேட் என்று ஒரு பெட்டிக் கடைமுன் போர்டு எழுதி வைத்துவிட்டு போதுமான அளவுக்கு சம்பாதிக்க ஆரம்பித்துவிட்டான்.

அரவிந்தனுக்கோ எல்லாம் கூடிவரும் வேளையில், அவன் துரதிருஷ்டம் முன்னால் போய் நிற்கிறது. சந்தியாவின் கல்யாணம் என்பது சந்தோஷமான விஷயம்தான். அதில் அவனுக்கு எந்த எரிச்சலும் இல்லை. ஆனால் இப்போது பணத்திற்கு எங்கே போவது என்பதுதான் அவன் கவலை.

"ஹலோ..." அரவிந்தன் திரும்பினான்.

மைதிலி.

"ரொம்ப நாளாச்சு உங்களைப் பார்த்து! ஊர்லதான் இருக்கீங்களா?"

"உன்னை சந்திக்கணும்னு ரெண்டு மூணுதரம் முயற்சி பண்ணினேன். உங்க ஃப்ளாட்ஸ் கேம்பஸ்ல கால்கடுக்க நின்னதுதான் மிச்சம். நீதான் கண்லயே படல."

"நா அங்க இருந்தாதானே கண்ல படுவேன்!"

"அப்டின்னா?"

"நா இப்பொ அங்க இல்ல, வெளில வந்துட்டேன். என் கதையில் ஒரு புதுத்திருப்பம் நடந்தது அரவிந்தன்."

"விவரமா சொன்னா நல்லார்க்கும்"

"எங்கம்மாவோட சாவுக்கு காரணமா இருந்து. இன்னும் எங்க வீட்டுல ஆளுமை செய்துண்டு இருக்காளே அந்த ராட்சசி, அவளோட கணவர் வடக்கே இருந்து திரும்பி வந்துட்டார். எங்க பாட்டி வீட்டுக்கு எங்களைப் பார்க்கப் போயிருக்கார். பாட்டி செத்துட்டதையும், நா என் அப்பாகிட்ட வந்துட்டதையும் அடுத்த வீட்டுக்காரங்க சொல்லி என் விலாசமும் கொடுத்திருக்காங்க. அவர் முதல்ல ஃபோன் பண்ணி என்னோட பேசினார். என்னைப் பார்க்கணும்னு சொன்னார். நானும் போய் அவரை சந்தித்தேன். அவர் நிறைய மாறிப்போயிருந்தார். தலை நரைத்து, உடலில் ஒரு தளர்ச்சி தெரிஞ்சுது."

"எப்டியிருக்கிங்க அங்கிள்?"

"எப்படியிருக்கேன் பாரேன்!"

"மெட்ராஸ்க்கு எப்பொ வந்தீங்க?"

"ஒரு வாரமாச்சு. ரிடையராய்ட்டேன். வந்ததும் உங்க பாட்டி வீட்டுக்குப் போனேன். விவரம் எல்லாம் தெரிஞ்சுது.

உன் ஃபோன் நம்பர் கிடைச்சுது. ஒரு வாரமா ட்ரை பண்றேன், யார் யாரோ பேசினாங்க. ராங் நம்பர்னு சொல்லி கட் பண்ணிட்டேன். நேத்திக்குத்தான் போனை நீ எடுத்த. நீ எப்டிமா இருக்க? உன்னை அவ நல்லா வெச்சிருக்காளா?''

மைதிலி ஒரு கணம் மௌனம் சாதித்தாள்.

''எனக்குத் தெரியும், உனக்கு அந்த வீடு நரகம்தான்! நா சொல்றது நிஜம் தானே?''

மைதிலி தலை குனிந்து கொண்டாள்.

''கஷ்டமா இருந்தா வெளிய வந்துடு மைதிலி. நா இருக்கேன். என்னை உன் தாயா, தகப்பனா நினைச்சுக்கோ. ஏதோ என்கிட்ட உனக்கு கல்யாணம் பண்ற அளவுக்கு பணமும் இருக்கு. உங்கம்மாவோட சாவுக்கு தெரிஞ்சோ தெரியாமயோ நானும் ஒரு காரணமாய்ட்டேன். அந்தப் பாவத்துக்கு பிராயச்சித்தம் தேடிக்க எனக்கு ஒரு சந்தர்ப்பம் கொடு தாயி! தவிர பாசத்தை பகிர்ந்துக்கவோ என் மீது பரிவு காட்டவோ எனக்கும் ஆளில்லம்மா. ரொம்ப அவதிப்பட்டுட்டேன். நீ என்னோட வந்து இருந்தா எனக்கு ஒரு தைரியம் கிடைக்கும். பாலைவனத்தில் மழை பெய்யறாப்போல இருக்கும்.''

மைதிலி ஒரு நிமிடம் அவரை இரக்கத்தோடு பார்த்தாள். அவளுக்கு இப்போது தேவை பாதுகாப்பான ஒரு இடம். தெய்வமாகப் பார்த்துத்தான் இவரை அனுப்பி வைத்திருக்கிறது.

''அங்கிள் எனக்கு ரெண்டு செட் டிரெஸ் எடுத்துத் தரணும் நீங்க. பிகாஸ், நா இப்ப போட்ருக்கற இந்த டிரெஸ்ஸோட வந்துடப் போறேன். நல்ல காலம், இன்டர்வியூ போறதா பொய் சொல்லிட்டு வந்ததால கையோட என் ஆஸ்தியையும் கொண்டு வந்துட்டேன், ஐ மீன் என் சர்டிஃபிகேட்ஸ்! இதைத் தவிர அந்த வீட்லேர்ந்து எனக்கு எதுவும் வேணாம். நாம் போலாம் அங்கிள்.''

"மைதிலி..." அவர் மலர்ந்து நெகிழ்ந்து போனார். பரபரப்பாக ஒரு ஆட்டோ பிடித்து ரெடிமேட் ஷாப்புக்கு போகச் சொன்னார்.

"இப்பொ நா அவரோடதான் இருக்கேன் அரவிந்தன். எவ்ளோ நல்ல மனுஷர் அவர்! தகப்பனோட அன்பு இல்லாத குறையே எனக்கு இப்பொ இல்ல."

"எப்டியோ மைதிலி, நீ பத்திரமான இடத்துக்குப் போனதுல எனக்கு ரொம்ப சந்தோஷம்."

"நா வரட்டா அரவிந்தன்? அங்கிள் கவலைப்படுவார். சாப்டாம காத்துண்டிருப்பார்."

அரவிந்தன் அவள் போவதையே பார்த்தான்.

'ஏன் சொல்லவில்லை அரவிந்தா?'

'எப்படிச் சொல்வது?'

'ஏற்கனவே ஏழெட்டு மாதம் தாமதமாகி விட்டது. இன்னும் ஏன் தயக்கம்?'

'ஆகட்டும். விரைவில் சொல்லிவிடுகிறேன்'

'அடடா, விலாசம் கேட்டுக் கொள்ளவில்லையே' அரவிந்தன் வருந்தினான்.

☆☆☆

"**எ**ங்களுக்கு பூர்வீகம் தஞ்சாவூர்!"

"எங்களுக்கும் அதுதான். மன்னார்குடி பக்கம்."

"பெண்ணுக்குப் பாடத் தெரியுமா. ஆடத் தெரியுமானெல்லாம் நாங்க கேள்வி கேட்க மாட்டோம். பெண்ணுக்கு நன்னா சமைக்கவும் குடும்பத்தை நிர்வாகம் பண்ணவும் தெரிஞ்சா போதும். பெண்களை வேலைக்கு அனுப்பறது எங்க குடும்பத்துல வழக்கமில்ல. ஆனா ஒரு

இக்கட்டான சூழ்நிலையில் குடும்பத்தை நடத்திச் செல்ல உங்க வீட்டுப் பெண் வேலைக்குப் போகவும் தயாரா இருக்கணும். நா எதையும் பிராக்டிகலா பேசறவன்.

பசிக்கு சாப்டணும் ருசிக்கு கொறிக்கணுங்கற கொள்கை உள்ளவன். இன்னிக்கு எங்க யாருக்கும் கஷ்டமில்ல, மெட்ராஸ்ல நாலு பிரஸ்சும் தஞ்சாவூர்ல ரெண்டும் ஓடிண்டு இருக்கு. காசுக்கு பஞ்சமில்ல. இது தொழில்! அரசாங்க வேலை இல்ல. முப்பதாம் தேதி காசு வரும்னு நம்பிண்டு இருக்க முடியாது. எப்பவும் கஷ்டம் ஏற்படலாம். எதுக்கும் தயாரா இருக்கணும். என் பிள்ளைக்கு என்னிக்காவது இந்த தொழில்ல நஷ்டம் ஏற்பட்டதுன்னா, தேர்க்கடையாணி கழண்டப்பொ விரலைக் கொடுத்துத் தேரை ஓட்டின சத்தியபாமையா மாற உங்க பெண் தயாரா இருக்கணும். இருப்பாளான்னு கேளுங்கோ, தேதியை இன்னிக்கே குறிச்சுடலாம்.''

அவருடைய வெளிப்படையான பேச்சு அப்பாவுக்கு மிகவும் பிடித்தது. உள்ளே போனார். பெண்ணை அழைத்து வந்தார். ''அவர் சொன்னதெல்லாம் காதுல விழுந்துதா சந்தியா? உனக்கு சம்மதம்தானா? அதை நீயே வந்து சொல்லு.''

சந்தியா கூடத்துக்கு வந்தாள். மாமனாரின் அருகில் அமர்ந்தாள். அவர் அவளை உற்றுப்பார்த்துச் சிரித்தார்.

''என்னம்மா சொல்ற நீ?''

''கடையாணி கழண்டு போய், சக்கரம் உடஞ்சு தேரே போனாலும், முதுகுல சுமந்துண்டு போற குதிரையா இருப்பேன். பத்திரமா கரை சேர்ப்பேன். உடைஞ்சுபோன தேரைவிட, ஓடற குதிரை உத்தமம் இல்லையா?''

அவர் அவளை பிரமிப்போடு பார்த்தார். ''இன்னும் புரியும்படியா சொல்லுறியாம்மா?''

''தேருக்குத்தான் குதிரை முக்கியமே தவிர, குதிரை சும்மாவும் ஓடும், தேரையும் கட்டி இழுக்கும். ஆக பயணம்தான்

முக்கியம்ங்கற நிலை வரும்போது தேர் உடஞ்சு போச்சேன்னு கலங்கி நிக்காம குதிரை மேல் ஏறி மிச்சப் பயணத்தை தொடர உங்க பிள்ளைக்கு சம்மதமான்னு கேட்டுடுங்கோ.''

அப்பாவின் முகம் பெருமையில் பூரித்தது. பிள்ளையின் அப்பாவுக்கோ இப்படி ஒரு பெண் மருமகளாகக் கிடைக்க யாருக்குக் கசக்கும் என்ற சந்தோஷம். ''நீ என்னடா சொல்ற?'' என்றார் பிள்ளையைப் பார்த்து.

''குதிரை மேல பயணப்பட எனக்கு இஷ்டம்தாம்ப்பா. ஆனா கடிவாளம் என் கைல இருக்கலாமா அல்லது அவுத்து விட்டுடணுமா? அதையும் கேட்டுடுங்கோ.''

அவர்கள் பெரிதாகச் சிரித்தார்கள். சந்தியாவுக்கும் சிரிப்பு வந்தது. அந்த சிரிப்போடு மாப்பிள்ளை சூர்யா குமாரை ஏறிட்டுப் பார்த்தாள். ''கடிவாளத்தை பிடிச்சுக்கலன்னா குதிரை ஓடற ஓட்டத்துல கீழ விழுந்துடுவேள்'' என்றாள்.

''யப்பா...! செம குதிரைப்பா'' என்றான் சூர்யா அப்பாவின் காதருகில் சிரிப்போடு.

கல்யாணத் தேதியும் நிச்சயதார்த்த நாளும் குறிக்கப்பட்டது. அதன்பின் பிள்ளையின் அப்பா சொன்னார். ''நகை நட்டு, வெள்ளிப் பாத்திரம் சீர் சினத்தி எல்லாம் உங்க இஷ்டம். இது ஏன் குறைச்சல் இது ஏன் அதிகம்னு கேக்க மாட்டோம். உங்க பெண் மேல உங்களுக்கு இருக்கற அன்பின் வெளிப்பாடு எல்லாத்துலயுமே தெரியும். நகை கொஞ்சமா போட்டாலும் நிறையப் போட்டாலும் உங்க அன்பு அது தெரியும்.''

''ஆனா என்னைப் பொறுத்தவரை எனக்கு ஒரே ஒரு விஷயம்தான் ரொம்ப முக்கியம். கல்யாணம் மட்டும் கன ஜோரா நடக்கணும். நாலு பெரிய மனுஷா வர விசேஷம் அது. அதுல எந்தக் குறையும் தெரியப்படாது. அப்டி தெரிஞ்சா நா ரொம்ப கடுமையா இருப்பேன். இப்பொ சிரிக்கற இந்த முகத்தை வேற மாதிரி பார்க்க வேண்டியிருக்கும் நீங்க. இதை

நா இப்பவே சொல்லிடறது நல்லதுன்னுதான் சொல்லிட்டேன். எதுக்கு சொல்றேன்னா, ரெண்டு பவுன் நகையை குறைச்சுக்கோங்கோ, பரவால்ல. சீர் முறுக்கு அம்பத்தி ஒண்ணு வெக்கணும்னு நினைச்சா முப்பத்தி ஒண்ணு வையிங்கோ, போதும். அந்தக் காசை எல்லாம் கல்யாண காரியத்துக்கு உபயோகப்படுத்திக்கலாம் நீங்க. ஏன் சீர் குறைஞ்சுது நகை குறைஞ்சுதுன்னு கேக்க மாட்டோம் நாங்க.''

''நீங்க எதுக்கும் கவலைப்பட வேண்டாம் உங்க மனசு துளிக்கூட கோணாதபடிக்கு நா எல்லாத்தையும் நல்லபடியா நடத்திடறேன். அப்பறம் சொல்லுங்கோ, நீங்க!''

அப்பா பவ்யமாய்ச் சொன்னாலும் உள்ளே மிக மெல்லிய கவலை படரத்தான் செய்தது.

அவர்கள் புறப்பட்டார்கள்.

——————

12

தை இருபது நிச்சயதார்த்தம் என்றும் ஆவணி மாசம் கல்யாணம் என்றும் முடிவானது. கிட்டத்தட்ட ஆறு மாசம் இடையில் தேவையா? என்றான் அரவிந்தன். "ஆறு மாதம் ரொம்ப ஜாஸ்திப்பா. ரொம்ப கேப் ஆய்டாது?"

"நமக்குத் தேவை அரவிந்தா!. நாம எல்லாத்துக்கும் நம்மை தயார்படுத்திக்க வேண்டாமா? முக்கியமா பணம் ஏற்பாடு பண்ணிக்கணும். நல்ல சத்திரம் கிடைக்கணும். கல்யாணம் கிராண்டா நடத்திக் கொடுக்கறோம்னு ஒத்துண்ட்ருக்கோம். எந்தக் குறையும் இல்லாம அவர்களுக்கு திருப்தியா, அவா பாராட்டறா மாதிரி நடத்திக் காட்டணும். அதுக்கு இவ்ளோ இடைவெளி கண்டிப்பா வேணும்."

"எந்த சத்திரம்ப்பா ஃபிக்ஸ் பண்ணப் போறேள்?"

"தெரியலை. எல்லா சத்திரத்துக்கும் அலையணும். ஆகஸ்ட் மாசம் கிடைக்குமான்னு விசாரிக்கணும். நீ நாளைக்கு கார்த்தாலயே புறப்பட்டுடு. நீ மாம்பலம், சைதாப்பேட்டை, கே கே நகர் எல்லா பக்கமும் போ. நா எக்மோர், பாரீஸ் கார்னர் ஸைடு போறேன். எல்லா சத்திரமும்

பார்ப்போம். பெரிசா இருக்கா, பாத்திர வசதி இருக்கா, கார், ஸ்கூட்டர் பார்க் பண்ண முடியுமான்னு பார்த்து ஆகஸ்ட் எந்தெந்தத் தேதிக்கு காலியார்க்குன்னு முதல்ல விசாரிச்சிண்டு வருவோம். அப்பறம் சம்பந்திகிட்ட போய் எந்த சத்திரம் சௌகர்யம்னு கேட்டுத்தான் அட்வான்ஸ் கொடுக்கணும்.''

“அதுக்குன்னு ரொம்ப ஹை கிளாஸ் பார்த்துடாத... நமக்குக் கட்டுப்படியாகாது''. ரங்கம் குறுக்கிட்டாள்.

“இதோ பார் ரங்கம், வெளி விவகாரத்துல எல்லாம் நீ தலையிட வேண்டாம். நாங்க பார்த்துக்கறோம். நீ உள் விவகாரத்தை மட்டும் குறையில்லாம செய் போதும்.''

“ஒரு பொண்ணு ஒரு பொண்ணுன்னு அகலக்கால் வைக்க வேண்டாம்னேன்.''

“அந்தக் கவலை உனக்கு வேண்டாம்னேன்!'' ரங்கம் எழுந்து உள்ளே போய் விட்டாள்.

பரமேஸ்வரய்யர் தன் சேமிப்புக் கணக்கு, எஃப்டி கணக்குகள் எல்லாவற்றையும் எடுத்துக் கணக்குப் போட ஆரம்பித்தார். “அரவிந்தா! ஒரு டைரில பிள்ளையார் சுழி போட்டுட்டு நா சொல்றதெல்லாம் எழுதிண்டே வா!'' என்றார். அரவிந்தன் அப்பாவின் டேபிளிலிருந்து புது டைரி ஒன்று எடுத்து வந்து அவருக்கருகில் அமர்ந்தான்.

“சத்திர வாடகை பத்தாயிரம், சமையல்காரர் சாப்பாட்டு செலவு உத்தேசமாக ஐம்பதாயிரம்.''

“அவ்ளோ ஆகுமாப்பா?''

“ஒருவேளை ஆகலாம்! சொல்ல முடியாது. குறைச்சலாவும் ஆகலாம். ஆனா ஐம்பதாயிரம் தயாரா வெச்சுக்கணும், சமயத்துக்கு முழிக்கப்படாது. நகை நாப்பதாயிரம். ஜவுளி வகையறா குறைந்தபட்சம் முப்பது, அதிகபட்சம் நாப்பது. வெள்ளிப் பாத்திரம் இருபத்தஞ்சு. பட்சணம் மூவாயிரம்,

பத்திரிகை செலவு ரெண்டாயிரம். வாத்தியார் செலவு நாலாயிரம், பூ, மாலை, மற்ற சாமான்கள் எல்லாம் ஒரு மூவாயிரம் போட்டுக்கோ. எவ்ளோ ஆச்சு மொத்தம்?''

''ஒரு லட்சத்தி எழுபத்தேழாயிரம் ஆறதுப்பா.''

''சரி ரெண்டுன்னு வெச்சுக்கோ. சாலிடா ரெண்டு இருந்தா போதும், கல்யாணம் ஜாம் ஜாம்னு நடந்துடும்.''

''இருக்காப்பா உங்ககிட்ட?''

''ஃபிக்ஸட் எல்லாம் குளோஸ் பண்ணினா ஒண்ணு தாராளமா தேறிடும். மிச்சம் ஒண்ணு புரட்டணும்!''

''புரட்ட முடியுமா?''

''பார்ப்போம்.''

''முடியலன்னா என்னப்பா செய்வேள்?'' அவர் பதில் சொல்லாமல் யோசனையில் ஆழ, அரவிந்தன் கவலையோடு அவரைப் பார்த்தான்.

இந்நேரம் அவனுக்கு மட்டும் நல்ல வேலை கிடைத்திருந்தால் அப்பா இப்படிக் கவலைப்படவே வேண்டாமே. பாதி சுமையை அவன் தோளில் ஏற்றிவிட்டு நிம்மதியாக இருக்கலாமே. அரவிந்தனுக்கு வேலையற்ற, சம்பாத்யமற்ற தன் நிலை எப்போதுமில்லாத கூச்சத்தையும் அவமானத்தையும் கொடுத்தது.

பெற்றவருக்கு சமயத்தில் உதவ முடியாத பிள்ளை என்ன பிள்ளை! அவன் இருந்தென்ன! போயென்ன? மறுபடியும் ஏதாவது நல்ல ஹோட்டல்களில் தற்காலிக வேலைக்கு முயற்சித்தால் என்ன? சொந்தக் கடை ஆரம்பிக்கும் வரைதானே? அதுவரை ஒரு ஐநூறு அறுநூறு கிடைத்தாலும் ஏதோ ஒரு செலவுக்கு ஆகாதா?

அரவிந்தன் மறுநாள் சத்திரம் பார்க்க அலையும் போதே கண்ணில் பட்ட ரெஸ்ட்டாரண்ட்டுகளில் நுழைந்து வேலை

கேட்டான். சிலர் இல்லை என்று சிரிப்போடு சொன்னார்கள். இன்னும் சிலர் ஏற இறங்கப் பார்த்துவிட்டு தலையாட்டினார்கள். ஒரு சிலர் முன்னூறு தருகிறேன். முடிந்தால் வேலை பார் என்றார்கள். முன்னூறு மிகவும் குறைவு எனத் தோன்றியது அரவிந்தனுக்கு.

சோர்வோடு நான்கு மணிக்குத்தான் வீடு திரும்பினான். அப்பா அவனுக்கு முன்பாகவே வந்திருந்தார்.

இருவரும் தாங்கள் விசாரித்த விவரங்களை வைத்துக் கொண்டு அட்டவணை போட்டார்கள்.

"ஆகஸ்ட்டு மாசம் நிறைய சத்திரம் ஃபுல் ஆயிடுத்துப்பா." என்றான் அரவிந்தன்.

மைலாப்பூரில் ஒரு சத்திரம் பெரிதாகவும் சகல வசதிகளோடும் இருந்தது. கார் நிறுத்த ஸ்கூட்டர் நிறுத்த முன்னால் பெரிய திறந்தவெளி இருந்தது. கல்யாண மண்டபமும் நிறையபேர் கொள்ளுமளவுக்கு இருந்தது. வாடகை பதினைந்து என்றார்கள். பரவாயில்லை என்று தோன்றியது பரமேஸ்வரய்யருக்கு.

மறுநாள் பிள்ளையை அழைத்துக் கொண்டு சம்பந்தி வீட்டுக்குப் போனார். வீடு வசதியாக இருந்தது. பெரிதாக இருந்தது. சொந்த வீடு என்றார்கள் "சந்தியா அதிர்ஷ்டக்காரிதான்," என்றார் அப்பா அவனிடம் மெதுவாக. அவன் தலையாட்டினான்.

"ஃபோன்கூட இருக்குப்பா!"

"பின்னே! நாலஞ்சு பிரஸ் ஓடும்போது ஃபோன் இல்லாட்டா எப்டி?"

"வாங்கோ... வாங்கோ..." சம்பந்தி தோளில் போர்த்திய டவலோடு வந்து வரவேற்றுவிட்டு எதிர் சோபாவில் அமர்ந்தார். சம்பந்தியம்மாள் எட்டிப் பார்த்துவிட்டு சிரித்தபடி வெளியில் வந்து "வாங்கோ" என்றாள்.

''ஒரு ஏழெட்டு சத்திரம் பார்த்து அது காலியார்க்கற டேட்ஸும் குறிச்சுண்டு வந்திருக்கோம், எந்த சத்திரம் உங்களுக்கு சௌகர்யப்படும்னு பார்த்து சொன்னா, அதுக்கே அட்வான்ஸ் கொடுத்துடுவேன்.''

சம்பந்தியின் முகம் மலர்ந்தது 'உங்கள் சௌகர்யப்படி' என்று அவர் சொன்ன வார்த்தையினால் ஏற்பட்ட மலர்ச்சி அது.

''மைலாப்பூர் சத்திரம் பரவால்ல போலிருக்கே? நா இந்த சத்திரத்துல ஒரு கல்யாணம் அட்டெண்ட் பண்ணியிருக்கேன், நன்னார்க்கும். நம்ம ரெண்டு பேருக்குமே சௌகர்யம்தான். பால், காய்கறி எல்லாமே கிட்டக்கிட்ட வாங்கிடலாம். அலைச்சல் கம்மி. கபாலி கோவில்லேர்ந்து ஜானவாசம் வெச்சுடலாம், ஆனா காரெல்லாம் வேண்டாம். எம் பிள்ளைக்கு பிடிக்காது. பட் கோயில்ல வெச்சு எல்லாம் முடிச்சுட்டு நடந்தே வந்துடுவோம், சரிதானே?''

''இல்ல... கார் வெக்கறதுல எனக்கு ஒண்ணும் கஷ்டமில்ல.''

''இப்பல்லாம் யாரும் கார்ல ஊர்வலம் போறதை விரும்பறதில்லை. வேண்டாம் விட்டுடுங்கோ''

''அப்பொ இன்னிக்கு நாள் நன்னார்க்கு, அட்வான்ஸ் கொடுத்துடவா?''

''பேஷா!'' சம்பந்தியம்மாள் பிளாஸ்டிக் டிரேயில் வைத்து நுரை பொங்க காப்பி கொண்டுவந்தாள்.

''என்னோட மத்த பசங்களை அறிமுகப்படுத்தலையே உங்களுக்கு... இருங்கோ கூப்பிடறேன்.'' என்றபடி சம்பந்தி உள்ளே எழுந்து போனார். சற்று நேரத்தில் திரும்பி வந்தவரோடு அவர் ஜாடையில் இரண்டு பிள்ளைகளும் வந்தனர்.

''இவன் மூத்தவன், சாரங்கன். இது அவன் மனைவி. என் பொண்டாட்டியோட தம்பி பொண்ணையே கல்யாணம் பண்ணி

வெச்சுட்டோம். ரொம்ப சிம்ப்பிள் மேரேஜ். அதுக்கும் காரணம் இருக்கு. இவ தம்பி சீக்கிரமே மண்டையைப் போட்டுட்டான். அவன் சம்சாரமும், பொண்ணும் எங்க பொறுப்புலயே இருந்தா. கல்யாணச் செலவே எங்களோடதுன்னு ஆய்டுத்து. அப்பொ எங்களுக்கும் அவ்ளோ வசதியில்ல. பணமெல்லாம் நாலு பிரஸ்லயும் முடங்கிப்போச்சு. சரி, நமக்குள்ள என்ன ஆடம்பரம்னு திருப்பதில வெச்சு கல்யாணம் பண்ணிட்டு ஒரு வேளை ரிஸப்ஷன் மட்டும் குடுத்துட்டேன்.

இது ரெண்டாவது பிள்ளை சங்கரன். இது அவன் பெண்டாட்டி. வேலை பார்த்துண்டு இருந்தா. கல்யாணத்துக்கப்பறம் வேலையை விட்டுட்டா. முக்கியமான விஷயம், இவாளோடது லவ் மேரேஜ்! நா ஒரு பொண்ணை லவ் பண்றேம்ப்பான்னான். ஒருநாள் கூட்டிண்டு வான்னேன். பார்த்தேன். பரவால்லன்னு தோணித்து. சரி பண்ணிக்கோடான்னுட்டேன். நா வேண்டான்னா விட்டுடவா போறான்.. நம்மளவாதான். அதுல எந்த சந்தேகமும் வேண்டாம்.''

''இது என் பொண்ணு. இவதான் கடைசி. போன வருஷம்தான் கல்யாணம் பண்ணினேன். பெரிய இடம். நாலு லட்சம் செலவாச்சு. மசக்கை பிறந்தகம் வந்திருக்கா. இப்பொ மூணாவது பிள்ளையைத்தான் தெரியுமே. உங்காத்து மாப்பிள்ளை. எல்லாரையும் விட ரொம்ப ஸ்மார்ட். படிப்பும் அதிகம். ஆனா அலட்டிக்க மாட்டான். ரொம்ப மரியாதை தெரிஞ்சவன். என்னை விட அவம்மாகிட்ட ரொம்ப செல்லம். மடில படுத்துண்டு கொஞ்சுவான் குழந்தை மாதிரி. அவளும் ஊட்டிவிட்டு வாயைத் துடைச்சுவிடுவா.''

பரமேஸ்வரய்யர் சிரித்தார். மற்ற பிள்ளைகளைப் பார்த்து கைகூப்பி வணக்கம் சொன்னார். ''அப்பொ நாங்க புறப்படறோம்'' என்றபடி எழுந்தார்.

''வீடெல்லாம் காட்டவேல்லயே உங்களுக்கு. டேய் சூர்யா, போடா, உன் மாமனாரையும் மச்சினரையும் கூட்டிண்டு போய் ஆத்தை சுத்திக் காட்டு...''

“அதுக்கென்ன, இன்னும் எத்தனையோ தரம் வரப் போறேன், பார்த்துண்டா போச்சு. காலை வேளைல உங்க வேலை கெட்டுப்போவானேன்.”

“அதெல்லாம் ஒண்ணும் கெடாது. கூட்டிண்டு போடா”

சூர்யா முன்னே செல்ல அப்பாவும் அரவிந்தனும் அவன் பின்னால் போய் வீட்டை சுற்றிப் பார்த்தார்கள். அவர்கள் கூட்டுக் குடும்பமாய் இருந்தாலும் ஒவ்வொரு பிள்ளைக்கும் வசதியான படுக்கை அறை இருந்தது. எல்லோரும் ஒற்றுமையாக இருந்ததைப் பார்த்தபோது சந்தோஷமாக இருந்தது. சந்தியா இங்கே சௌக்கியமாய் இருப்பாள் என்ற நம்பிக்கை ஏற்பட்டது. மருமகள்களும் சரி, பெண்ணும் சரி அதிராமல் பேசினார்கள். பேச்சில் கனிவு தெரிந்தது. சிநேகம் தெரிந்தது.

பெண்கள் சிநேகமாயிருக்கும் வீட்டில் ஆண்கள் நிம்மதியாய் வெளியில் சென்று உழைத்துச் சம்பாதிக்க முடியும். இந்த வீட்டில் அந்த நிம்மதி ஆண்களுக்கு இருப்பது கண்கூடாகத் தெரிந்தது. சந்தியாவும் நல்ல பெண்தான். சூட்சுமம் தெரிந்தவள். இந்த ஒற்றுமைக்கு ஒருநாளும் பங்கம் ஏற்படுத்த மாட்டாள். பரமேஸ்வரய்யரின் மனசில் ஏதோ ஒரு நிம்மதி. உன் பெண் என் குடும்பத்தைக் கலைத்துவிட்டாள் என்று வார்த்தை கேட்பது ஒரு தகப்பனுக்கு மிக அவமானமான விஷயம். அந்த அவமானம் சந்தியாவால் அவருக்கு ஏற்படாது என்பதால் ஏற்பட்ட நிம்மதி அது.

“என்ன, வீடு நன்னார்க்கா?”

“வீடும் நன்னார்க்கு, நீங்க மனுஷாளும் இதைவிடத் தங்கமா இருக்கேள். என் பொண் கொடுத்து வெச்சவ!” அவர் மனம் விட்டுச் சொன்னார் இந்த வார்த்தைகளை.

“அதுசரி, தம்பி, உன் பேர் என்ன? உன்னைப் பத்தி கேக்கவேல்ல பார் இது வரை? என்ன படிச்சிருக்க? என்ன செய்யற?”

“அரவிந்தன் மாமா. எம். ஏ. படிச்சிருக்கேன்.”

“எங்க வேலை பார்க்கற?”

அரவிந்தன் மௌனமானான். எல்லாரும் அவனையே பார்ப்பதை உணர்ந்தான். இத்தனை பேருக்கு எதிரில் வேலையில்லை என்பதை எப்படிச் சொல்வான். சட்டென்று ஒரு வேதனை படர்ந்தது அவன் முகத்தில்.

——————

13

"உங்க குடும்பத்தைப் போல அவனும் சொந்தக் கால்ல நின்னு உயரணும்னு பார்க்கறான். வெறும் ஒயிட் காலர் வேலையில் அவனுக்கு இஷ்டமில்லை. சுயமா ஏதாவது தொழில் ஆரம்பிக்கணும்னு ஆசைப்படறான். அதுக்காகத்தான் அலைஞ்சுண்டு இருக்கான். அதுக்குள்ள அக்கா கல்யாணம் நிச்சயமாயிடுத்து. கல்யாணம் வரைக்கும் எனக்கு ஒத்தாசை செய்யவும் நாலு இடம் அலையவும் சரியார்க்கும். இவனை விட்டா எனக்கு யார் இருக்கா ஒத்தாசைக்கு? இந்தக் கல்யாணம் முடிஞ்சதும் இவனும் ஏதானும் ஒருவழில செட்டில் ஆய்டுவான்!" அப்பா சட்டென்று உதவிக்கு வர அரவிந்தனின் சங்கடம் தீர்ந்தது.

"பேஷா ஆகட்டும்! என் ஆசி உனக்கு பரிபூர்ணமா உண்டுடா அம்பி."

"நல்லது மாமா."

"அப்பொ நாங்க கிளம்பறோம்."

"கிளம்புங்கோ. நிச்சயதார்த்தத்துக்கு பொண்ணை அழச்சுண்டு வந்தா நன்னார்க்கும். இங்க எல்லாரும் ரொம்ப சந்தோஷப்படுவா. உங்களுக்கு அது சம்பிரதாயமில்லாட்டா வேண்டாம்."

“என் சம்பிரதாயத்தைவிட எல்லாரோட சந்தோஷமும் ரொம்ப முக்கியம் நாங்க கண்டிப்பா கூட்டிண்டு வரோம்.”

அவர்கள் புறப்பட அனைவரும் வாசல்வரை வந்து மரியாதையாக வழியனுப்பி வைத்தார்கள்.

“நல்ல மனுஷா!” என்றார் அப்பா வெளியில் வந்ததும்.

“ரொம்ப மரியாதை எதிர்பார்க்கறவா.”

“அதே நேரம் மரியாதை கொடுக்கவும் தெரிஞ்சவா! வாங்கிக்க மட்டும் தெரிஞ்சு குடுக்கத் தெரியாதவாளா இருந்தா ரொம்ப கஷ்டம் இல்ல?”

அரவிந்தன் அதை ஆமோதித்தான்.

“கொஞ்சம் கஷ்டப்பட்டு அவா மனசு கோணாம கல்யாணத்தை நடத்திட்டோம்னா சந்தியா சந்தோஷமா இருப்பா இந்த வீட்டுல. கொஞ்சம் அசட்டையா இருந்துட்டா கூட எப்பவாவது இவா குத்திப் பேசும்போது அது மனசு பாடுபடும்!

பெத்தவாளை புக்காத்துல குறை சொல்றதை எந்த பொண்ணும் விரும்பாது. பதிலுக்கு அவாளை வெடுக்குனு பேசும். வெடுக்குனு பேசற மாட்டுப் பொண்ணை யாருக்கும் கொண்டாடத் தோணாது. பாதி வீட்டுல சண்டைசச்சரவுக்கு காரணமே இதான். நம்ம சந்தியாவுக்கு அந்த மாதிரி சூழ்நிலை வரவே படாது.

நாம்ப ரொம்ப ஜாக்கிரதையார்க்கணும். கல்யாணத்தன்னிக்கு யாருக்கும் எந்தக் குறையும் இருக்கப்படாது. கட்டுச்சாதம் முடியறவரை நமக்கு தூக்கம் கிடையாது. ஒரு சின்ன முணுமுணுப்பு எழுந்தாகூட கழுநீர்ல கைவிட்ட கதையாய்டும். ஏதாவது மரியாதை குறைஞ்சா என் முகம் மாறிடும்னு சம்பந்தி சொன்னது எனக்கு வயத்தை கலக்கிண்டே இருக்கு. நல்லபடியா நடத்தணுமேன்னு படபடப்பா இருக்கு.”

அவர் வியர்வையைத் துடைத்துக் கொண்டார்.

“நன்னா நடக்கும்ப்பா. நாந்தான் இருக்கேனே. எதுக்கு பயப்படறேள்?” அரவிந்தன் அவருக்கு தைரியம் சொன்னாலும் அவனுக்கும் உள்ளூற திகிலாகத்தான் இருந்தது. சம்பந்தி வீட்டுக்கு இது நான்காவது கல்யாணம் ஆனால் இவர்களைப் பொறுத்தவரை இதுதான் முதல்.

ஏற்கனவே ஒரு கல்யாணம் செய்திருந்தாலும் அதில் ஏற்பட்ட தவறுகள் இதில் ஏற்படாமல் பார்த்துக் கொள்ளலாம். இதில் அதற்கும் வழியில்லை. சின்ன முகச்சுளிப்புகூட இல்லாமல் நடத்தியாக வேண்டும். முடியுமா...? ஒரே சமயத்தில் அத்தனை பேரையும் திருப்திப்படுத்துவதென்பது இயல்கிற காரியம்தானா? அவனுக்கு பயமாக இருந்தது.

ஒருவர் ஒரு விஷயத்துக்கு மிகவும் முக்கியத்துவம் கொடுக்கும்போதுதான் அந்தக் காரியத்தை செய்யப் போகிறவருக்கு பயமே வருகிறது. கவலை வருகிறது. மனசு பதட்டப்படுகிறது ம்ஹீம்... பதட்டப்படவே கூடாது. அப்பாவுக்கு பணத்தால்தான் உபயோகமாக இல்லை. அட்லீஸ்ட் இந்த கல்யாணத்தை நல்லபடியாக நடத்தி அவருக்கு நற்பெயரையும் மரியாதையையும் பெற்றுக் கொடுக்க வேண்டியது அவன் கடமை!

அரவிந்தன் மனசுக்குள் உறுதிமொழியே எடுத்துக் கொண்டான். தஞ்சாவூர்க்காரர்களை எப்படியெல்லாம் கல்யாணத்தில் உபசரிக்க வேண்டும் அவர்களுடைய பழக்க வழக்கம், சம்பிரதாயங்களை விஷயம் தெரிந்தவர்களிடம் முன்கூட்டியே விவரமாகக் கேட்டுத் தெரிந்து கொண்டு அதன்படி உபசரிக்க வேண்டும். அரவிந்தன் தீர்மானித்துக் கொண்டான்.

“ஏம்பா... நிச்சயதார்த்தத்துக்கு நாம் என்னென்ன செய்யணும்னு கேட்டுக்கவேல்லியே, உங்களுக்குத் தெரியுமா அவா வழக்கம் எல்லாம்?.”

"நாமளும் தஞ்சாவூர் தானேடா... ஓரளவுக்கு தெரியும். அதெல்லாம் உங்கம்மா வக்கணையா செய்வா, சாப்டடுட்டு ரெண்டு பேரும் போய் மண்டபத்துக்கு அட்வான்ஸ் கொடுத்துட்டு வந்துடுவோம். அதான் முக்கியம். வேற யாரும் முந்திண்டுடப் போறா."

அப்பா நடையை விரைவாக்கினார்.

கீரையை மசித்து, தாளித்து மூடி வைத்து விட்டு அடுப்பை அணைத்தாள் ரங்கம். காலையில் போனவர்களை இன்னும் காணவில்லை. சந்தியாவுக்கு முதல் இடம் தட்டிப் போனபோது எரிச்சலும் ஏமாற்றமும் ஏற்பட்டது நிஜம். ஆனால் இப்போது நிச்சயமாகியிருப்பது அதைவிடப் பெரிய இடம், நல்ல இடம் என்பது அவள் மனசுக்கு ஆறுதலாயிருந்தது. முருகன் கைவிடவில்லை என்று நினைத்தாள். பிள்ளை விஷயத்திலும் முருகன் கண்திறக்க வேண்டும்.

வாசலுக்கு வந்து எட்டிப்பார்த்தாள். தெருக்கோடியில் இருவரும் வருவது தெரிந்தது.

"சந்தியா ரெண்டு பேரும் வந்துண்ட்ருக்கா. அவாளுக்கு சாப்ட எல்லாம் ரெடியா எடுத்துவை."

"என்ன சொன்னா? எந்த சத்திரம் ஒத்துண்டா?" அவர்கள் உள்ளே வந்ததும் ஆர்வத்தோடு கேட்டாள். பரமேஸ்வரய்யர் சிரித்தார் "உம் பொண்ணுக்கு முதல்ல சுத்திப் போடு. எங்கண்ணே பட்டுடப்போறது. எவ்ளோ நல்ல குடும்பம்ங்கற! பெரிய வீடு, ஃபோன் இருக்கு. ஆளாளுக்கு பைக்கும் ஸ்கூட்டரும் வெச்சுண்ருக்கா. கூட்டுக்குடும்பம்தான். ஆனா படு ஒத்துமை. ஜாலியா பேசிக்கறா எல்லாரும். சந்தியா சௌக்யமாயிருப்பா அந்த வீட்டுல" அவர் சொல்லச் சொல்ல ரங்கத்தின் முகம் மலர்ந்தது.

"நிச்சயதார்த்தத்துக்கு இன்னும் பத்துநாள்தான் இருக்கு. அதுக்கு வேணுங்கறதெல்லாம் ரெடி பண்ணிக்கணும். என்னல்லாம் பண்ணணும்னு உனக்குத் தெரியுமா?"

''தெரியாம என்ன? மாப்பிள்ளைக்கு வேட்டி ஷர்ட் பீஸ், வெள்ளி சந்தனப்பேலா, குங்குமச்சிமிழ், வரதட்சணை உண்டுன்னா வரதட்சணைப் பணம்.''

''அவாதான் கேக்கலையே''

''கேக்காட்டாலும் ஒரு நூத்தி ஒண்ணோ ஐநூத்தி ஒண்ணோ வெச்சுதான் கொடுக்கணும். அப்புறம் மனோகர பருப்பு தேங்காய், ஏதாவது ஒரு திரட்டுப்பால், அப்பறம் வெத்தலை பாக்கு, பழம், கல்கண்டு, ஆப்பிள் ஒரு தட்டு, ஆரஞ்சு ஒரு தட்டு, திராட்சை, அக்ரூட், பாதாம் பருப்பு, முந்திரி, சாக்லேட், தேங்காய் அப்பறம் மைசூர்பாகோ லட்டுவோ ஏதாவது ஒரு ஸ்வீட் எல்லாம் ஒரொரு தட்டு வெக்கணும்!!''

''யப்பா...! இவ்ளோவா? எல்லாம் கண்டிப்பா வெச்சாகணுமா? பாதாம் பருப்பெல்லாம் விலை ஜாஸ்திடி!''

''ஒரு பொண்ணுதானே... நிச்சயதார்த்தத்துக்கு நாம கொண்டு போற சீர்தானே நமக்கு மரியாதை தேடிக் கொடுக்கும்! இதுலயே பிசுநாரித்தனம் பண்றவா கல்யாணம் எப்டி பண்ணுவான்னு அவா பேசிக்கறதுக்கு இடம் வைக்கப்படாது!''

''நீ சொல்றதும் சரிதான். எல்லாமே வாங்கிடுவோம். மாப்பிள்ளைக்கு மோதிரம் போடணுமோ? ஏன்னா உங்கப்பா எனக்கு போட்டா!''

''முடிஞ்சா போடலாம். கட்டாயம் கிடையாது''

''இப்பொ வேண்டாம். தீபாவளிக்கு செய்வோம்.''

''ஆமா! அதுக்குள்ள உங்க பையன் சம்பாதிச்சுடுவான்''

''இது குத்தலா, இல்ல ஆசீர்வாதமா?''

''எப்டி வேணாலும் எடுத்துக்கலாம்''

''நான் ஆசீர்வாதம்னே எடுத்துக்கறேம்மா''

“உன் பிள்ளைக்கு பெருந்தன்மை ஜாஸ்தின்னு புரியறதா ரங்கம்?”

“என்னைத் திட்டும் உரிமையோ கொஞ்சும் உரிமையோ வேற யாருக்குப்பா இருக்கு?”

ரங்கம் அவனைச் சட்டென்று நிமிர்ந்து பார்த்தாள். “எங்கிட்டேர்ந்து அந்த உரிமை உம் பொண்டாட்டியா வரவளுக்கு போகணும். பிள்ளையா இருக்கறதைவிட புருஷனா இருக்கறது ரொம்ப கஷ்டம். சம்பாதிக்காத புருஷனை பொம்மனாட்டி மதிக்க மாட்டா!!”

“புரியறதுமா, சீக்கிரமே பார். உன் மனசுப்படி நிறைய சம்பாதிச்சுக்காட்டறேனா இல்லையான்னு.”

ரங்கம் உள்ளே போனாள். சந்தியா இருவருக்கும் தட்டும் நீரும் எடுத்து வைத்தாள்.

சாப்பிட்டு இருவரும் மண்டபத்துக்குக் கிளம்பினார்கள்.

ஆகஸ்ட் இருபதாம் தேதிக்கு அட்வான்ஸ் கொடுத்து புக் பண்ணிவிட்டு வந்தார்கள்.

“மிச்ச பணத்துக்கு என்ன பண்ணப் போறேள்பா?”

“ஒரு ஐடியா வெச்சிருக்கேன்”

“என்ன?”

“வாலண்டரி ரிடையர்மெண்ட் வாங்கிக்கப் போறேன்”

அரவிந்தன் அதிர்ச்சியோடு அவரைப் பார்த்தான்.

“இன்னிக்கு நாள் நன்னார்க்கு. போய் நிச்சயதார்த்தத்துக்கு வெள்ளிச் சாமானும் மாப்பிள்ளைக்கு வேட்டியும் வாங்கிண்டு வந்துடுங்கோ” ரங்கம் காப்பியை நீட்டினாள்.

——————

14

“கல்யாணப் புடவை எல்லாமே வாங்கிட்டா என்ன?”

“எதுக்கு...? இன்னும் ஆறு மாசம் இருக்கு, பார்த்துக்கலாம். அதுக்குள்ள புது சரக்கு நிறைய வரும்.”

“அப்டின்னா நகையாவது வாங்கிடுவோமா?”

“அதை வேணா செய்யலாம். நகை, வெள்ளி ஐட்டங்கள் எல்லாத்தையும் வாங்கிடுவோம். புடவை மட்டும் அப்பறம் பார்க்கலாம்”

“அரவிந்தா, நீ என்கூட பாங்க்குக்கு வா. நிறைய பணம் எடுக்கணும்.”

“கேஷா கொண்டு போக வேண்டாம்பா, செக் கொடுத்துடலாம். நகைக் கடையில் என் ஃப்ரெண்டு ஒருத்தன் இருக்கான். நீங்க செக்புக் மட்டும் எடுத்துண்டு வாங்கோ போதும்.”

“அப்பொ ஒரு ரெண்டாயிரம் மட்டும் எடுத்துப்போம். வேட்டி ஷர்ட் வாங்கணும். மிச்ச சாமான் எல்லாம் வாங்கணும். பருப்புத் தேங்காய் திரட்டுப்பால் பண்ண எல்லாத்துக்கும் சேர்த்து எடுத்துடுவோம்.”

"நீங்க ஸைன் பண்ணிக்கொடுங்கோ, நானே எடுத்துண்டு வந்துடறேன்."

☆☆☆

சாப்பாட்டுக்கு பிறகு நான்கு பேருமே நல்லநேரம் பார்த்துக் கிளம்பினார்கள். நகைக்கடைகள் நடக்கிற தூரத்திலேயே இருந்தது.

நகைக்கடையா, கறிகாய்க் கடையா என்று தெரியாத அளவுக்கு எல்லாக் கடையிலும் கும்பல். பாலு ஜூவல்லர்ஸில் நுழைந்து நண்பனைத் தேடினான் அரவிந்தன். கோடியில் வளையல் வகையறாக்களைக் காட்டிக் கொண்டிருந்தவன் அரவிந்தனைப் பார்த்ததும் கையசைத்தான். அந்த வியாபாரம் முடித்தபின் அரவிந்தனிடம் வந்தான்.

"என்னடா எப்படியிருக்க? வேலை கிடைச்சுதா?"

"ப்ஸூ....!"

"இங்க வந்துடறயா? முதலாளி ரொம்ப நல்ல டைப். நான் சொல்றேன்"

"நா வேற ஒரு முயற்சில இறங்கப் போறேன் சந்துரு. நா இப்பொ வந்தது நகை வாங்க. அக்காக்கு கல்யாணம் நிச்சயமாயிருக்கு"

"சந்தோஷம். கூட யார் வந்திருக்கா? எல்லாரையும் உள்ள கூட்டிண்டு வாடா முதல்ல". அரவிந்தன் வெளியில் வந்து மற்றவர்களை உள்ளே அழைத்துச் சென்றான்.

"என் ஃப்ரெண்டு சந்துருப்பா. ஆத்துக்குகூட வந்திருக்கான்."

"இவனுக்கும் நல்ல வேலை கிடைக்கலயா?" அம்மா கேட்டது, நல்லகாலம் சந்துருவின் காதில் விழவில்லை. அப்பா திரும்பி ரங்கத்தைப் பார்த்து முறைத்தார்.

"என்னல்லாம் பார்க்கப்போறேள்?"

"ரெட்டை வடம் காஞ்சிகாமணி மாலை, நாலு பவுன்ல இருக்கட்டும். அப்புறம் புது பேட்டர்ன்ல அதிகம் பொடியில்லாம் ஒரு ஒன்றறை பவுன்ல நெக்லஸ். சிம்பிளா அழகா இருக்கணும். ரெண்டு ஜோடி வளையல், மொத்தம் அஞ்சு பவுன்ல இருக்கட்டும். துளசி மாடம் போட்ட திருமாங்கல்யமும் குண்டுகளும் ஒரு ரெண்டு பவுனுக்குள்ள, மொத்தமா ஒரு பன்னண்டு பவுன் நகை வாங்கறதார்க்கு"

"பேஷா மாமா. இதோ காட்டறேன். உக்கார்ந்து மெதுவா பாருங்கோ" சந்துரு அவர்கள் கேட்ட ஐட்டங்களை ஒவ்வொன்றாக எடுத்துக்காட்டி எடை போட்டுக் கணக்குச் சொன்னான். எல்லா நகையும் வாங்கி முடிக்க இரண்டரை மணி நேரமாயிற்று.

அதற்குப் பிறகு வெள்ளி வகையறாக்கள் பார்த்தார்கள். சந்தனப் பேலா, காமாட்சி விளக்கு, குங்குமச்சிமிழ், தட்டு. டம்ளர், பால் சொம்பு, கால் கொலுசு என்று ஐட்டங்கள் பில்லில் சேர்ந்தன. நண்பன் என்பதால் முதலாளியிடம் சொல்லி செய்கூலி சேதாரம் எல்லாம் குறைத்துப் போட்டான் சந்துரு. ஐம்பத்தி ஐந்தாயிரத்திற்கு செக் எழுதிக் கொடுத்தார் பரமேஸ்வரய்யர். புன்னகையோடு பார்ஸலை ஒரு பெரிய லெதர் பையில் வைத்துக் கொடுத்தார் புன்னகை அதிபர். "ரொம்ப நன்றிப்பா சந்துரு. கல்யாணத்துக்கு நாலு நாள் முன்னாலேயே வந்துடணும் நீ" பரமேஸ்வரய்யர் அவனிடம் சொல்லிக்கொண்டார்.

"உன் உதவியை மறக்கவே மாட்டேண்டா சந்துரு" அரவிந்தன் அவன் கைகளைப் பிடித்துக்கொண்டான்.

"டேய், நா என்னடா பண்ணிட்டேன்... புறப்படு. நகையெல்லாம் ஜாக்கிரதை"

அவர்கள் வெளியில் வந்தார்கள். ரங்கம் தோள்பையை நெஞ்சோடு அணைத்து பத்திரமாக எடுத்து வந்தாள். நல்லியில் நுழைந்து மயில்கண் வேட்டி பார்த்தார்கள்.

"ஹலோ..." என்ற குரல் பின்னால் கேட்க அரவிந்தன் திரும்பினான். மாப்பிள்ளை சூர்யா சிரித்தபடி நின்றிருந்தான். அவனை திடுதிப்பென்று பார்த்ததும் சந்தியாவின் முகம் சிவந்தது.

"அட மாப்பிள்ளை... இங்க எப்டி...? உங்களுக்குத்தான் வேட்டி எடுக்க வந்தோம் நாங்க" அப்பாவின் குரலில் சந்தோஷம் தெரிந்தது.

"எனக்கு கல்யாணம் நிச்சயமாயிருக்கோல்லியோ, வருங்கால மனைவிக்கு புடவை வாங்க வந்தேன்" அவன் கண்கள் சந்தியாவைப் பார்த்து குறும்பாகச் சிரித்தன.

"கூட யாரும் வரலையா? நீங்க மட்டுமா வந்தேள் எடுக்க?"

"எம் பொண்டாட்டிக்கு புடவை எடுக்க இன்னும் யாரைக் கூட்டிண்டு வரணும்? நானே எடுத்தா போறாது? ஆனா என் அதிர்ஷ்டம் பாருங்கோ, கட்டிக்கப் போறவளே கூட வந்தாச்சு. ஐ மீன் புடவையைச் சொன்னேன்! தனக்கு பிடிச்சா மாதிரி அவளையே எடுக்கச் சொல்லிடுங்கோ, மாமா. என் வேலை மிச்சம்!"

அப்பா பெண்ணைப் பார்த்துச் சிரித்தார்.

'நா மாட்டேன். அவரையே எடுத்துடச் சொல்லுங்கோ' சந்தியா முகம் சிவந்தாள்.

"நாளைக்கு நான் எடுத்ததைக் குறை சொல்லப்படாது. கன்னா பின்னான்னு எடுப்பேன்" சூர்யா சந்தியாவின் அருகில் வந்து மிரட்டுவதுபோல் சொல்ல அப்பாவும் அரவிந்தனும் சிரித்தபடி சற்று நகர்ந்து போனார்கள்.

"எதாயிருந்தாலும் ஓகேயா?"

"ம்."

"கோவிந்தா மஞ்சள்ள எடுக்கவா?"

"கொழுப்பு!"

"யாருக்கு எனக்கா? அதான் கல்யாணமாகப் போறதே. கூடிய சீக்கிரம் கரைஞ்சுடும். கோவிந்தா மஞ்சள்தான், ஏன் அதுக்கென்ன?"

"சரி எடுங்கோ!"

"வேணாம். ஃபஸ்ட் நைட் அன்னிக்கு பழிவாங்கிடுவ! ரெண்டாயிரத்துக்குள்ள மரியாதையா நீயே வந்து எடு!"

"மாட்டேன்னா...?"

"மாட்டேன்னா எல்லாரும் பார்க்க உன்னைக் கட்டிப் பிடிச்சு முத்தம் கொடுப்பேன்"

"உங்களால முடியாது"

"வேணாம் சவால் விடாதே! அப்பறம் அழுவ! சொல்லிட்டேன்" அவன் இன்னும் அருகில் நெருங்கிவர,

"சரி சரி எடுக்கறேன்" என்றபடி பட்டுப் புடவைப்பக்கம் நடந்தாள். அவன் சிரித்தபடி அரவிந்தனைப் பார்த்து கட்டை விரலை உயர்த்திக் காட்டியபடி அவள் பின்னால் நடந்தான்.

"ரொம்ப கலகலப்பு இல்லப்பா? சந்தியாவுக்கு சரியான ஜோடி. வேட்டியை அவரை விட்டே எடுக்கச் சொல்லலாமா?"

"வேண்டாம்டா. நம்ப பட்ஜெட்டுக்கு மேல எதையாவது எடுத்து வெச்சா சங்கடமாய்டும். அவா வரதுக்குள்ள நம்பளோட பர்ச்சேஸை முடிக்கணும்"

மரகதப்பச்சை நிறத்தில் அரக்கு பார்டர் போட்ட புடவையைத் தேர்ந்தெடுத்தாள் சந்தியா. புடவையின் அழகு கண்ணைப் பறித்தது. "பரவால்லயே, என் பர்சுக்கு சங்கடம் வராம அழகா ஒரு புடவை எடுத்துட்டயே" பாராட்டினான்

சூர்யா. ''பிளவுஸ் துணி எடுத்துத்தரேன். தைச்சு ரெடியா கொண்டு வந்துடு, நிச்சயதார்த்தத்துக்கு!'' என்றபடி உடம்பு நிறத்தில் ஒரு பிட்டும், பார்டர் நிறத்தில் ஒரு பிட்டும் கிழித்து வாங்கி அவளிடம் நீட்டினான்.

''ஆத்துக்குப் போய் என்னைப் பார்த்ததை சொல்லுவேளா?''

''சொல்லட்டா, வேண்டாமா?''

''எங்கிட்ட கேட்டா?''

''இனிமே நீதானே எனக்கு பாஸ்! இப்பவே பார் உம் பின்னாலதானே வரேன்! உங்கப்பாட்ட சொல்லி மறக்காம ஒரு கூஜா வாங்கிடச் சொல்லு.''

''எதுக்கு?''

''தூக்கிண்டு வரத்தான்.''

''ரெண்டு கைக்கு ரெண்டு கூஜா சொல்லிடறேன்.''

''உங்கம்மா பார், நம்பளையே பார்க்கறா! பயம்! நா உன்னை ஏதாவது பண்ணிடுவேன்னு.''

''நா போறேன்.''

''நிச்சயதார்த்தத்துக்குப் பிறகு உன்னைப் பார்க்கணுமே அடிக்கடி.''

''எதுக்கு?''

''ஏபிசிடி கத்துக்க!'' அவள் பக்கென்று சிரித்தாள்.

''எவ்ரி சண்டே லஸ் ஆஞ்சநேயர் கோயிலுக்கு போவேன், கார்த்தால எட்டு மணிக்கு! வரயா?''

''கார்த்தால கஷ்டம். வேலை இருக்கு.''

'சரி சாயங்காலம் நாலு மணிக்கு?'

''முடிஞ்சா வரேன்''

''முடிஞ்சா இல்ல. கண்டிப்பா வா!''

"பயம்மார்க்கு."

"ஆஞ்சநேயனை நினைச்சுக்கோ, பயம் போய்டும்." சூர்யா உதட்டை மடித்து கன்னத்தை உப்ப வைத்துக் காட்டினான்.

"அசல், அப்டியே இருக்கு!" சந்தியா சிரித்தபடி அப்பாவிடம் ஓடினாள்.

"என்னம்மா எடுத்தாச்சா?"

"என் பர்சுக்கு வேட்டு வெச்சுட்டா. மொத்தமும் காலி"

"பொய்ப்பா! நம்பாதீங்கோ."

சூர்யா புடவையை ரங்கத்திடம் நீட்டி பார்க்கச் சொன்னான்.

"நன்னார்க்கு, ரொம்ப அழகார்க்கு."

"ஆமா ரொம்ப அழகு!" சூர்யா சந்தியாவைப் பார்த்தபடி சொல்ல அவள் முகம் திருப்பி சிரித்தாள்.

"அப்பொ நா வரேன்" சூர்யா புடவைப் பையோடு கிளம்பினான்.

"ஏன்டி, அந்தப் பிள்ளைக்குத்தான் கண்ணுமண்ணு தெரியல. கழுத்துல தாலி ஏர்றதுக்குள்ள இப்டியா பொது இடத்துல நின்னுண்டு கெக்கே பிக்கேன்னு சிரிச்சுப் பேசுறது! நாலு பேர் பார்த்தா என்ன நினைப்பான்னு அறிவு வேண்டாம்?" ரங்கம் அவன் போனபின் பெண்ணிடம் எரிந்து விழுந்தாள்.

"சின்னஞ்சிறிசுகள் ஏதோ பேசிண்டா எதுக்கு இப்டி கத்தற ரங்கம்?"

"உங்களுக்கும் புத்தி கெட்டுப்போச்சு போலருக்கு."

"சரி சரி வா. இது வீடில்ல கடை" அவர் புறப்பட்டார்.

அவர்கள் வெளியில் வரும்போது மைதிலியும் அவளுடைய புதிய தகப்பனும் கடைக்குள் நுழைவதை அரவிந்தனின் கண்கள் கவனித்துவிட்டன. அவள் பார்க்கவில்லை அவனை. அரவிந்தன் ஒரு வினாடி தயங்கி நின்றான்.

——————

15

நிச்சயதார்த்தம் விமரிசையாய் நடந்தது. அவர்கள் வீடு கொள்ளாத அளவுக்கு உறவினர் கூட்டம் நிறைந்திருந்தது. நிச்சயதார்த்தம் என்பது பிள்ளை வீடு எடுத்துச் செய்யும் வைபவம். பெண் வீடு இங்கே விருந்துண்ண வரும். பிள்ளை வீடு உபசரிக்கும். உபசாரம் பலமாகவே இருந்தது. ஒவ்வொரு விஷயமும் பார்த்துப் பார்த்து செய்தார்கள்.

லக்னப்பத்திரிகை எழுதியதும், சந்தியாவிடம் நிச்சயதார்த்தப் புடவை கொடுத்தார்கள். சூர்யாவின் மன்னிகளும் தங்கையும் சந்தியாவை உள்ளே அழைத்துச் சென்று புதுப்புடவை கட்டி தங்கள் கழுத்திலிருந்த நகைகளையும் கழட்டி அவளுக்குப் போட்டு அழைத்து வந்தார்கள்.

சூர்யாவையும் அவளையும் மாலை மாற்றிக்கொள்ள வைத்து, இருவரையும் நிற்கவைத்து ஏகப்பட்ட புகைப்படங்கள் எடுத்துத் தள்ளினார்கள். கிட்டத்தட்ட பாதிக் கல்யாணம் போலவே நடந்தது. விருந்தோ மிகப்பிரமாதமாய் ஏற்பாடு செய்யப்பட்டிருந்தது. பார்த்துப் பார்த்து பரிமாறினார்கள். ஓடி ஓடி கவனித்தார்கள். இதைவிட

ஒருபடி அதிகம் கவனிக்க வேண்டுமே இவர்களை என்று கவலை பிறந்தது.

வீட்டுக்குத் திரும்பும்போது இந்தக் கவலை பெரிதாகியிருந்தது. "அவாளோட விழாவை அவா படு கிராண்டா எந்தக் குறையும் சொல்ல முடியாம நடத்திட்டா. இதே மாதிரி நாமளும் கல்யாணத்தை நடத்தியாகனும்."

"நடக்கும்ப்பா... எதுக்கு கவலை?"

"நாளைக்கு நான் போய் சமையல்காரரைப் பார்த்து அட்வான்ஸ் கொடுத்துட்டு வரேன். சம்பந்தியோட பெண் கல்யாணத்துக்கு நாராயண ஐயர்னு ஒருத்தர் சமைச்சாராம்."

"அவர் சமையல் ஊரெல்லாம் வா வான்னு கூப்ட்டுதாம். அவ்ளோ அற்புதமா இருந்துதாம். ஒரு சாமான் திருட்டு போகலையாம். அவ்ளோ நல்ல மனுஷனாம். அட்ரஸ் கொடுத்திருக்கார். நா அங்க போறேன். அப்பறம் சம்பந்தியாத்து பிரஸ்சிலயே பத்திரிகை அடிச்சுக்கச் சொல்றா. 'வெளில ஆறதைவிட பாதிக்கு பாதி கொடுத்தா போதும், இது ஒரு உபகாரம்தான். நாலு பிரஸ் எங்களுது ஓடும்போது எதுக்கு வெளில கொடுக்கணும்'னு கேட்டார். நீ போய் திருவல்லிக்கேணில் இருக்கற பிரஸ்சில அவர் பிள்ளையைப் பார்த்து பத்திரிகை அடிக்கக் கொடுத்துடு. நமக்கு சும்மா வேண்டாம். மரியாதை இருக்காது. அட்வான்ஸ் கொடுத்துட்டு வந்துடு."

"கல்யாணத்துக்கு அவர் சொல்ற கணக்குப்படி பார்த்தா நிறைய பேரை இழுத்து விட்டுடுவா போல் இருக்கே... சமாளிக்க முடியுமா நம்மளால?" ரங்கம் கவலையோடு கேட்டாள்.

"ஜானவாசத்துக்கு ஐநூறு பேர்ங்கறா. முகூர்த்தத்துக்கு மட்டும் எழுநூறு பேர் வருவாளாம். அப்பறம் ரிஸப்ஷன் வேற! பார்க்கலாம்."

"ரிஸப்ஷனை இப்ப எல்லாரும் பண்றா மாதிரி முதல் நாளே வெச்சுட்டா?"

"அது வேண்டாமாம். அப்டி பண்றது சரியில்லையாம். தாலி கட்டாம எப்டி ரிஸப்ஷன் நடத்தலாம்னு கேக்கறார்."

"ஆக சாப்பாட்டு செலவு மூணு வேளைக்கும் சேர்த்து நம்மளை முழுங்கிடும் போலருக்கே. சமாளிப்போம்."

"எப்டி சமாளிப்பேள்? மூணு நாள் கல்யாணம் முடிஞ்சதும் முப்பது நாள் நாம கஞ்சிதான் குடிக்கணும்."

"இவனாவது சம்பாதிக்கறவனார்ந்தா கவலையில்லை. இவனுக்கும் வேலையில்லன்னா இருக்கறதெல்லாம் செலவழிச்சுட்டு நாளைக்கு மூணு பேரும் லாட்டிரிதான் அடிக்கணும்."

பரமேஸ்வரய்யருக்கு கோபம் வந்தது. குழந்தைகளுக்கெதிரில் விதரணையில்லாமல் அவள் பேசியது எரிச்சலை ஏற்படுத்தியது. பெண்ணின் மனசு இதனால் வேதனைப்படாதா? தன் கல்யாணம் பெற்றவர்களை லாட்டரி அடிக்க வைக்கும் என்பது அவளுக்கு சந்தோஷமான விஷயமா? ஏன் இந்த ரங்கத்திற்கு இப்படி விவஸ்தையில்லாமல் போய்விட்டது! யாருக்கு செய்கிறோம்? பெற்ற பெண்ணுக்குத்தானே! அது கடமையில்லையா? ஏன் பெற்றீர்கள் என்று பெண் திருப்பிக்கேட்டால் இவளால் தாங்கமுடியுமா? ஆனாலும் இவள் நாக்கு பொல்லாத நாக்குதான். கல்யாணத்தில் இது இப்படி திடீர் திடீரென்று ஆள் தெரியாமல் சாட்டையாய் சுழன்றால் அதுவே கலாட்டாவுக்கு காரணமாகிவிடக்கூடும்! அவருக்கு ரங்கத்தின் வாயை நினைத்து புதுக்கவலை வேறு தொற்றிக்கொண்டது.

"எப்பப்பாரு உன் கவலைதானா உனக்கு? த பார் ரங்கம், கல்யாணம் முடியறவரைக்கும் பேசாம நீ மௌன விரதம் இருந்துடு! உன் வாயே உனக்கு சத்ருவாகப் போறது பார் ஒரு நாளைக்கு!"

"அப்டி என்ன நா... பேசி..." ரங்கம் அவர் பார்த்த பார்வையில் சட்டென்று நிறுத்திவிட்டாள்.

☆☆☆

ராயப்பேட்டையில் நாலைந்து குடித்தனத்திற்கு நடுவில் வசித்து வந்த நாராயண ஐயரைப் மறுநாள் போய்ப்பார்த்தார்

"அடடா ஆகஸ்ட் இருபதா?" என்றார் அவர்.

"ஏன்... ஏற்கனவே ஒத்துண்டாச்சா?"

"இல்ல... பத்தொன்பதாம் தேதி காலம்பற வரைக்கும் திருச்சில ஒரு வேலை."

"மத்தியானத்துக்குள்ள வந்துட மாட்டேளா?"

"தெரியலையே... எப்படியிருந்தாலும் மூணு மணிக்கு பிள்ளையாத்துக்காரா வந்து இறங்கும்போது அவாளுக்கு காப்பி டிபன் ரெடியார்க்க வேண்டாமா? நா எப்பொ வந்து எப்பொ ரெடி பண்றது! முடியுமா? ஒருக்கால் டிரெயின் லேட்டாயிடுத்துன்னா...?"

"நீங்க என்ன சொன்னாலும் சரி. நா உங்களை நம்பி வந்துட்டேன். எனக்கு ஒரே ஒரு பொண்ணுதான். அவ கல்யாணத்துக்கு நீங்கதான் சமையல். ஏதாவது அட்ஜஸ்ட் பண்ணிண்டு நீங்க வந்தே ஆகணும். மாட்டேன்னு மட்டும் சொல்லிடாதீங்கோ."

"ம்ம்...?" என்றபடி கொஞ்சநேரம் கண்மூடி யோசித்தார் நாராயண ஐயர்.

"பணம் வேணும்னாலும் கூடக் கொடுத்துட..."

"ச்சேச்சே... பணத்தை நா பெரிசா நினைக்கறவன் இல்ல. பணக்காரனுக்கும் சரி, வேற யாருக்கும் சரி நா ரேட்டை கூட்டிச் சொல்றதேயில்லை. என் தொழில் தர்மத்தை மீறி நான் நடந்துக்கவே மாட்டேன். நாலு பேர் சாப்பட்டுட்டு ஆஹான்னு

சொல்லறா பாருங்கோ, அதுதான் எனக்கு கோடி ரூபா! சரி நீங்க இவ்ளோ சொல்றதுனால நா எப்படியும் வந்துடறேன். பஸ் பிடிச்சாவது ரெண்டு மணிக்குள்ள வந்துடறேன். அதுக்கு முன்னாடி என் அஸிஸ்டெண்ட் ரெண்டு பேரை விட்டுட்டு போறேன், அவா முதல்ல ஏதாவது பண்ணி சமாளிக்கட்டும். அதுக்குள்ள நா வந்துடறேன்.''

“ஜானவாச சமையலை ஜமாய்ச்சுடுவோம். நீங்க தைரியமா போங்கோ. இனிமே உங்காத்து கல்யாணம் எம் பொறுப்பு, என் கவலை. போதுமா? இன்னும் ஒரு வாரத்துல சாமான் லிஸ்ட் போட்டு வெக்கறேன். இப்பொலேர்ந்தே ஒவ்வொண்ணா வாங்கி சுத்தம் பண்ணி வெச்சுண்டா சௌகர்யமார்க்கும்''

“இப்பதான் எனக்கு நிம்மதியாச்சு. நா வரேன்'' பரமேஸ்வரய்யர் பர்ஸ் பிரித்து ஐநூறு ரூபாய் அட்வான்ஸ் எடுத்துக் கொடுத்தார்.

“நானும் உங்களை மாதிரி நடுத்தரம்தான். நீங்க கவலையே படவேண்டாம். அனாவசியமா எந்த சாமானையும் வேஸ்ட் பண்ணமாட்டேன். எந்த இடத்துல சமைச்சாலும் என் கைக்காசு செலவழிக்கற மாதிரி நினைச்சுண்டுதான் செய்வேன். உப்புகூட வேஸ்ட்டாகாது''

“எனக்குத் தெரியும். என் சம்பந்தி சொல்லியிருக்கார். அதானே இங்க வந்தேன்!''

பரமேஸ்வரய்யர் விடைபெற்றுக் கிளம்பினார்.

கல்யாணத்திற்கு மிக முக்கியம் சத்திரம், இரண்டாவது சமையல். இது ரெண்டும் முடித்தாகி விட்டது. இனி மேளக்காரன், பூக்காரன், பால், பந்தல்காரன், என்று ஒவ்வொன்றிற்காய் சொல்ல வேண்டும்.

ஐந்து மாதங்கள் நிமிடமாய் ஓடிவிடும். திரும்பிப் பார்ப்பதற்குள் முகூர்த்த நாள் நெருங்கிவிடும்.

ரிடையர்மென்ட்டுக்கு எழுதிக் கொடுத்தாகி விட்டது. எந்த பிரச்சனையுமின்றி கிடைக்க வேண்டும். ரிடயர்மெண்ட்டைவிட பணம் முக்கியம். ஒழுங்காய் பில் போட்டு வாங்கிக் கொடுக்க வேண்டும். அக்கவுண்ட் செக்ஷனில் சொல்லி வைத்தாயிற்று. ஏதோ கொஞ்சம் பணம் எதிர்பார்த்தாலும் கொடுத்துவிட வேண்டும்.

கல்யாணம் நிச்சயமானது முதல் தூக்கம் வரவில்லை. பயமும் கவலையும் மனதைச் சூழ்ந்து கொண்டன.

ஞாயிற்றுக்கிழமை விடிந்தது முதல் சந்தியாவுக்கு இருப்புக் கொள்ளவில்லை. சூர்யாவின் முகமும் சிரிப்பும், வராவிட்டால் பார் என்று மிரட்டியதும் கண்ணிலேயே நின்றது. கல்யாணம் நிச்சயமான பெண் என்ற காரணத்தால் அம்மா வெளியே அனுப்புவதில் மிகவும் கண்டிப்புகாட்ட ஆரம்பித்திருந்தாள். என்ன சொல்லிவிட்டு கோயிலுக்குப் போவது என்று தெரியவில்லை. அவனையே நினைத்துக் கொண்டு தன் வேலைகளில் நிறைய தப்பு செய்தாள். அவளுக்கே ஆச்சர்யமாயிருந்தது. என்னாயிற்று எனக்கு...

தாலி ஏறும்வரை சலனமிருக்காது என்று சொன்னதெல்லாம் என்னவாயிற்று? செருக்கில் உதித்த வார்த்தைகளா அது! நிச்சயமாகிவிட்டாலே பாதி புருஷன்தான் என்ற உரிமையில்தான் இந்தச் சலனமா? எல்லாப் பெண்களுக்கும் இது உண்டா? ஏதாவது ஒரு காரணத்தால் இந்தக் கல்யாணம் நின்றுவிட்டால் என்ன செய்வேன் நான்? அழுவேனா? இந்த சூர்யாவை மறக்க முடியுமா என்னால்? நிச்சயம் முடியாது என்று தோன்றியது. சூர்யா மிக அழுத்தமாய் அவள் மனசுக்குள் சிம்மாசனம் போட்டு இடம் பிடித்திருந்தான். தெய்வமே! எந்தப் பிரச்சனையுமில்லாமல் எங்கள் கல்யாணத்தை நடத்தி வைப்பாயா?

"என்னடி இது! தேங்கா எண்ணை பாட்டிலைக் கேட்டா ஒரு பாட்டில் ஐஸ் வாட்டரைக் கொண்டுவந்து நீட்டற! என்னாச்சு?"

சந்தியாவின் முகம் சிவந்தது.

அம்மா கத்தியது கேட்டு அரவிந்தன் திரும்பிப் பார்த்தான். சந்தியாவின் சிவந்த முகம் புதுசாய் இருந்தது. அவள் வெளியில் வந்ததும் தனியே அழைத்துச் சென்றான்.

"என்னாச்சு சந்தியா?"

"என்ன?"

"என்னமோ ரெஸ்ட்லெஸ்ஸா இருக்கா மாதிரி தோண்றதே..."

"ஒண்ணுல்லயே"

"இருக்கு... சூர்யாவைப் பார்க்கணுமா?"

"....."

"சாயங்காலம் ஆறு மணிக்கு ஆஞ்சநேயர் கோயில்" சந்தியா திகைப்போடு அவனை நிமிர்ந்து பார்த்தாள்.

"நீ சொல்லாட்டா என்ன? சூர்யா சொல்லியாச்சு எங்கிட்ட. உன்னை எப்படியாவது கூட்டிண்டு வரச்சொல்லி..." சந்தியாவின் முகம் மலர்ந்தது.

"நா கூட்டிண்டு போறேன். பயப்படாதே" என்றான் அரவிந்தன்.

———

16

ஏப்ரல் முப்பதாம் தேதி வாழ்த்து சொல்லி மாலை போட்டு வெள்ளித் தட்டு ஒன்று பரிசளித்து வீட்டுக்கு அனுப்பிவைத்தது அலுவலகம். கொஞ்சம் பணம் உடனடியாகக் கிடைத்தது. மிச்சத்தை விரைவில் செட்டில் செய்து விடுகிறோம் என்று தைரியம் சொல்லி அனுப்பி வைத்தார்கள்.

மாலையும் வெள்ளித்தட்டும் பார்த்துப் புருவம் உயர்த்தினாள் ரங்கம்.

"உள்ள கொண்டு வை"

"ஏது இதெல்லாம்?"

"நா வேலையை விட்டுட்டேன்"

"எ.... என்ன.... என்ன சொன்னேள்?" ரங்கத்தின் குரல் நடுங்கியது. தலையில் யாரோ நெருப்பள்ளிக் கொட்டினாற் போலிருந்தது. இது நிஜமா கனவா என்பது போல் அவரை விழித்து விழித்துப் பார்த்தாள்.

அவர் நிதானமாக ஷர்ட்டைக் கழற்றிக் கொக்கியில் மாட்டினார்.

"எதுக்காக வேலையை விட்டேள்? ஏன் எங்கிட்ட முன்னாடியே இதைப் பத்தி சொல்லலை?"

"சொன்னா நீ வேண்டாம்ப... கல்யாணத்துக்கு பணம் வேண்டாமா? அதுக்குதான் வி.ஆர்.எஸ் வாங்கிண்டேன்."

"ஒரே ஒரு பொண்ணு கல்யாணத்துக்கே இப்டி வேலையை விட்டுட்டு வந்து நிக்கறேளே! எங்கப்பாக்கு நாங்க நாலு பேர்! எங்கப்பா கடசி வரை வேலையை விடலை. அவாள்ளாம் கல்யாணம் பண்ணலையா? நீங்க மட்டும்தான் பண்றேளா?"

"அது அந்தக் காலம் ரங்கம்."

"அப்படி என்ன இப்ப பெரீசா காலம் மாறிடுத்தாம்?"

"மாறித்தான் போய்டுத்து. உனக்கு புரியாது இதெல்லாம்."

"வேலையில்லாம வீட்டுல ஒருத்தன் இருக்கறது பத்தாதுன்னு துணைக்கு நீங்களும் சேர்ந்துண்டேளாக்கும்"

"அப்டித்தான் வெச்சுக்கோயேன்"

"இருக்கற பணத்தையும் கொட்டி இறைச்சு தாட்பூட்டுனு கல்யாணம் பண்ணிட்டா, அப்பறம் சோற்றுக்கு என்ன வழி?"

"வேலையும் விட்டாச்சு அப்பறம் என்னதான் வழி! மூணு வயறு இருக்கு! மறந்து போச்சா?"

"இப்ப என்ன செய்யச் சொல்ற ரங்கம்? எதுக்கு இப்டி எப்பப்பாரு புலம்பிண்டே இருக்க, வர வர உன் புலம்பல் இந்த வீட்டையே நரகமாக்கிடுத்து. ஏன்டா வரோம்னு இருக்கு...!"

"வராதீங்கோ போய்டுங்கோ! போறதுக்கு உங்களுக்கு போக்கிடமா இல்ல...?! அங்கயே போய்டுங்கோ."

ஆவேசம் வந்தாற்போல் அவள் கத்த பரமேஸ்வரய்யரின் முகம் ஒரு வினாடி பதற்றத்தில் தோய்ந்தது. அரவிந்தன் திடுக்கிட்டான். அம்மாவின் கத்தலும் அப்பாவின் பதற்றமும் புதுசாய் இருந்தது அவனுக்கு.

இரவு யாரும் சாப்பிடவில்லை. அம்மா பூஜை உள்ளில் முடங்கிவிட்டாள். சந்தியா உள்ளறையில் படுத்துவிட்டாள்.

அப்பா ஈஸிசேரில் கண்மூடி சாய்ந்திருந்தார். அரவிந்தன் மொட்டை மாடிக்கு வந்தான். மாடியில் மெல்ல இப்படியும் அப்படியுமாக நடந்தான்.

அம்மாவுக்கு என்ன பயம்? ஏன் இப்படி எதற்கெடுத்தாலும் டென்ஷனாகி விடுகிறாள். நான் சம்பாதிக்கவே போவதில்லை என்ற முடிவுக்கு வந்து விட்டாளா? சுயமாய் ஏதாவது செய்யவும் பணம் வேண்டாமா? யார் அவனை நம்பிப் பணம் தருவார்கள்! கல்யாணம் முடிந்தபின் கையில் என்ன மீறுகிறதோ அதைத் தருகிறேன் என்று அப்பா சொல்லி இருக்கிறார். அதுவரை காத்திருந்துதானே தீர வேண்டும்.

என் கடமை எனக்குத் தெரியாதா? கஷ்டம் வரும்போது பார்த்துக் கொண்டா இருப்பேன். தேவை ஏற்பட்டால் மூட்டை சுமந்தாவது சம்பாதிக்க மாட்டேனா?

என்னிடம் ஏன் இப்படி ஒரு அவநம்பிக்கை அம்மாவுக்கு? வேலையில்லாத ஆண்கள் என்றால் அவளுக்கு ஏன் இப்படி ஒரு எரிச்சல்! ஆண் என்றால் கடைசிவரை உழைத்துக் கொண்டே இருக்கவேண்டும் என்று யார் அவள் மனதில் உரு ஏற்றி வைத்தார்கள்?

இத்தனை நாள் நான் ஒருவன் அவளிடம் பாட்டு கேட்டேன். இனி அப்பாவுக்கும் அதே நிலைதான். சாப்பிடும்போது அவரையும் குத்திக் காட்டுவாள் இந்த அம்மா. கூடாது அப்பாவை அவள் அப்படிப் பேசுவதற்கு இடம் வைக்கக் கூடாது. அதற்குள் ஏதாவது ஒரு வழி தேட வேண்டும். அப்பாவின் ஓய்வுக் காலம் இனிமையாக நிம்மதியாகக் கழிய வேண்டும். இதுநாள்வரை அவனுடைய செலவுகளுக்கு பணம் கொடுத்த அந்தக் கைகள் நிறைய பதிலுக்கு பணத்தை அள்ளிவைத்து சந்தோஷப்படுத்த வேண்டும்.

"அரவிந்தா..." அரவிந்தன் சட்டென்று திரும்பினான்.

அப்பாதான். "என்னடா தூக்கம் வரலையா?"

அரவிந்தன் மௌனமாய் நின்றான். "நீங்க கொஞ்சம் யோசிச்சு செய்திருக்கலாம்பா" என்றான் பிறகு.

"வேலையைத்தானே சொல்ற? நன்னா யோசிச்சுதான் செய்தேன். உங்கம்மா அப்படித்தான் கத்துவா. இனிமே நானும் அவளுக்கு தண்டசோறுதான். அவ வளர்ந்த விதம் அப்டி... புருஷான்னா பணம் கொண்டு வரணும் பொம்ம னாட்டின்னா பொங்கிப் போடணும். பொங்கறவளுக்கு ரிடயர்மெண்ட்டே இல்லாதபோது புருஷன் சம்பாதிக்கறதுக்கு மட்டும் எதுக்கு ரிடயர்மெண்ட்டுன்னுவா. அவ பயம் அவளுக்கு, விட்டுத்தள்ளு."

"அதில்லப்பா, நடுக்கூடத்துல எங்க எதிர்க்க வெச்சு உங்களை என்னென்னமோ பேசறது கஷ்டமார்க்குப்பா."

அவர் ஒரு வினாடி அவனை உற்றுப் பார்த்தார். "என் போக்கிடத்தைப் பத்தி அவ பேசினாளே அதைச் சொல்றயா?"

அரவிந்தன் பதில் சொல்லவில்லை.

அவர் பெருமூச்சு விட்டார். "அதெல்லாம் ஒரு பெரிய கதை அரவிந்தா, உங்கிட்ட சொல்றதுக்கென்ன. நீதான் தோளுக்கு வளர்ந்த சிநேகிதமாய்ட்டயே!"

சிநேகிதன் என்று அவர் சொன்னதும் ஒரு சிலிர்ப்பு ஏற்பட்டது அவனுக்கு அப்பாவை நிமிர்ந்து பார்த்தான்.

"உட்காரு, இன்னிக்கு நமக்கு சிவராத்திரிதான். என் இளமைக்காலத்தை கொஞ்சம் திரும்பிப் பார்க்கப் போறேன்."

அவர் கண்கள் எங்கோ வெறித்தது. அரவிந்தன் அவரை வியப்போடு பார்த்தபடி உட்கார்ந்தான்.

"மன்னார்குடில நாங்க இருந்தப்போ தஞ்சாவூர் காலேஜ்லதான் நா படிச்சேன். தஞ்சாவூர்ல அத்தையாத்துல தங்கி படிச்சுண்ருந்தேன். பத்தொன்பது வயசு எனக்கு அப்பொ. ஃபைனல் இயர் படிக்கும்போது பத்மாவதிங்கற

பொண்ணு எனக்குப் பழக்கமானா. என்னைவிட நாலஞ்சு மாசம் சின்னவ, அவ்ளோதான். பத்மாவதி ரொம்ப புத்திசாலி. எல்லாத்துலயும் ஆர்வம் அதிகம். கவிதையாகட்டும், கட்டுரையாகட்டும், சரித்திரமாகட்டும், விஞ்ஞானமாகட்டும், ரொம்ப ஆராய்ச்சியோடதான் படிப்பா.

அத்தையாத்துக்கு ரெண்டு தெரு தள்ளிதான் அவளும் அவ தகப்பனாரும் குடியிருந்தா. அம்மா கிடையாது. அப்பாவுக்கு பக்கவாதம். பணம் நிறைய உண்டு. ஒரு செவிலி இருபத்தினாலு மணிநேரமும் அப்பாவை கவனிச்சுண்டதால இவளுக்கு வீட்டுக் கவலை இல்ல. எப்பவும் எதையாவது ஆராய்ச்சி பண்ணிண்டே இருக்கணும் அவளுக்கு.

லைப்ரரி லைப்ரரியா ஏறி இறங்குவா. தடி தடியா புஸ்தகம் படிப்பா, இதிகாசங்கள்ள ஏதாவது சந்தேகம்னா எங்கிட்ட ஓடி வருவா. 'எனக்கொரு சந்தேகம் பரமு...'ன்னு ஆரம்பிப்பா. நானும் என்னோட கருத்தைச் சொல்லுவேன். இப்டியே எங்க சிநேகம் பலப்பட்டுது. நாங்க எல்லா விஷயத்தைப்பத்தியும் நேரம் போறது தெரியாம பேசுவோம்.

இதுல என்ன ஒரு வேடிக்கைன்னா எங்க ரெண்டு பேரையும் தவிர மற்ற அத்தனை பேரும் எங்க சிநேகத்தை காதல்னு முடிவு கட்டிட்டா. ஆனா ஆண் பெண்ங்கற பௌதீக விதிகளை மீறி நாங்க நல்ல நண்பர்களாக மட்டும்தான் பழகினோம். எல்லாரும் எங்களைப்பத்தி தப்பா பேசறான்னு தெரிஞ்சும்கூட நாங்க கவலைப்படல. 'மனசாட்சிக்கு மட்டும்தான் நாம் பயப்படணும் பரமு. நமக்குள்ள காதலோ காமமோ இல்லைன்னு நமக்கு தெரிஞ்சா போதும். நம்ம நட்புல நாம தெளிவா இருந்தா போதும். ஊருக்கெல்லாம் தெளிவு படுத்தணும்னு அவசியமில்ல'ன்னு சொல்லுவா பத்மா.

எனக்கும் அது சரின்னு பட்டுது. ஆனா ஊர் வாய் ரொம்ப பேசித்து. அத்தை காது வரைக்கும் விஷயம் போய்டுத்து. யாரோ

ரொம்ப அழகா ஜோடனை பண்ணி சொல்லியிருக்கா. அத்தை உடனே அப்பாவை வரவழைச்சு சொல்ல, அவர் எனக்கு உடனடியாக ஒரு பொண்ணைப் பார்த்துப் பேசி முடிச்சுட்டு நிச்சயதார்த்தத்துக்கு வந்து சேருன்னு எனக்கு கடுதாசி போட்டா.

கல்யாணத்துக்கு எனக்கென்ன இப்பொ அவசரம்னு கேட்டேன் நான். உனக்கு அவசரமில்ல. எங்களுக்குத்தான் அவசரம்னார். நானும் போனேன். ரங்கத்தைப் பார்த்தேன். பிடிச்சிருந்துது. கல்யாணத்துக்கு சம்மதிச்சேன், பத்மாவுக்கு கல்யாணப் பத்திரிகையும் கொடுத்தேன். அவளுக்கு ரொம்ப ஆச்சர்யம்.

'ஒரு வேலைகூட இல்லாம கல்யாணம் பண்ணிண்டு என்ன பண்ணப் போற பரமு நீ? இப்பொ என்ன அவசரம் உனக்கு'ன்னா? பெத்தவா விருப்பம்னு அவளை சமாதானப்படுத்தினேன். மனசுல எந்த கல்மிஷமும் இல்லாம என் கல்யாணத்துல சுத்தி சுத்தி வந்து காரியம் பண்ணினா. சிரிச்ச முகத்தோட அவ வளைய வந்ததைப் பார்த்து என் வீடே ஒரு நிமிஷம் அசந்து போச்சு. ஏமாத்தமா இருந்தா கல்யாணத்துக்கு இந்தப் பொண்ணு வருமா, இப்டி சிரிச்சுண்டு வளைய வருமான்னு பேசிண்டா."

"ஒரே நாள்ல எல்லாரோட மனசையும் வளைச்சுப் போட்டுட்டா பத்மா. உங்கம்மாவை மட்டும் வளைக்க அவளால முடியல. நாங்க பேசிண்டதைப் பார்த்து ரங்கத்துக்கு சந்தேகம். ஏற்கனவே ஊர் பேசின பேச்சும் அவ காதுக்கு எட்ட, தனிமையில் எங்கிட்ட ரொம்ப ரகளை பண்ணினா.

'அவளை நீங்க வெச்சுண்ட்ருக்கேள்னு எல்லாரும் பேசிக்கறாளே, நிஜமா'ன்னு ஒரு நாள் பச்சையாவே கேட்டாள். எனக்கு வந்த ஆத்திரத்துல் பளார்னு அடிச்சுட்டேன். சந்தனமா மணம் வீசற நட்பை சகதின்னு சொன்னா கோபம் வராம என்ன செய்யும்?

'என்னை கை நீட்டி அடிக்கற அளவுக்கு அவ மேல மோகமா?' அடிச்ச கன்னத்தை தடவிவிட்டபடி இன்னும் ஆங்காரமா கேட்டா

'உன் சின்ன புத்திக்கு இதெல்லாம் புரியப் போறதேயில்லை... நீ என்ன வேணா பேசிக்கோ. பத்மாவோட என் சிநேகம் தொடரும், நிக்காது.'

நானும் ஆத்திரத்தோட சொன்னேன்.

நா சொல்லி முடிச்ச மறுவினாடி பத்மா உள்ள வந்தா. நா திடுக்கிட்டு போய்ட்டேன்.''

————

17

திடீரென்று பத்மாவைப் பார்த்ததும் ரங்கத்தின் முகத்தில் இன்னும் கடுகடுப்பு ஏறியது. பரமேஸ்வரனுக்கோ தாங்கள் பேசியதை எல்லாம் அவள் கேட்டிருப்பாளே என்ற குறுகுறுப்பு. பத்மா இருவரையும் மாறி மாறிப் பார்த்தாள்.

"எங்க மேல சந்தேகமா ரங்கம்?" சட்டென்று நேருக்கு நேர் வீசப்பட்ட இந்தக் கேள்வியை எதிர்பார்க்கவில்லை என்பதை ரங்கத்தின் முக அதிர்ச்சி வெளிப்படுத்தியது.

"தெரிஞ்சோ தெரியாமலோ உங்க குடும்ப வாழ்க்கையில் புயல் வீச நானும் ஒரு காரணமாய்ட்டேன்னு நினைச்சா கஷ்டமார்க்கு பரமு. ஊருக்கெல்லாம் சந்தேகம் வந்தா தெளிவுபடுத்தணும்னு அவசியமில்ல. ஆனா உடம்புல பாதியா இருக்கறவளுக்குப் பிடிக்கலன்னா அதுக்கு நீங்க மதிப்பு கொடுத்துதான் ஆகணும். இனிமே நா இங்க வரலை. ரங்கம், உங்க வாழ்க்கை இனிமையா தொடர என் மனமார்ந்த வாழ்த்துக்கள்!!"

"நில்லு பத்மா! இவ சொல்றான்னா இந்த முடிவு எடுக்கற நீ?"

“அவ யாரோ இல்ல பரமு! அவதான் உங்களுக்கு எல்லாமே.”

பத்மா போய் விட்டாள். அதற்கு அடுத்தவாரம் அவளுடைய அப்பாவின் மரணச்செய்தி பரமேஸ்வரனின் காதுக்கு எட்ட பரமு அவர்கள் வீட்டுக்கு ஓடினான். பத்மா சோகத்தின் சிகரத்தில் அமர்ந்திருந்தாள். பரமேஸ்வரன் ஆக வேண்டிய காரியத்தை எல்லாம் பார்க்கத் தொடங்கினபோது அவள் தடுக்கவில்லை. எடுத்துச் செய்ய உறவுகள் யாருமில்லாத நிலையில் பரமேஸ்வரனின் உதவி அவளுக்கும் தேவையாகத்தான் இருந்தது. தூரத்து உறவு ஒன்று காசுக்கு கொள்ளி போட்டுவிட்டு சொல்லிக்கொள்ளாமல் சென்றுவிட்டது. பரமேஸ்வரன் அடிக்கடி அவள் வீட்டுக்குச் சென்று அவள் தேவைகளை கவனித்து உதவி செய்தான். அவன் அடிக்கடி அங்கே போவது தெரிந்ததும் ரங்கம் எரிமலையானாள்.

“இனிமே நீங்க அங்க போனா இங்க வர வேண்டாம்”

“அவ நிலமை புரியாம பேசாத ரங்கம்.”

“என்ன நிலமை? பொல்லாத நிலமை! ஊர்ல இருக்கற அனாதைகளுக்கெல்லாம் நீங்கதான் அனாதரட்சகனா?”

“என்னடி சொன்ன...?” பரமேஸ்வரன் கை ஓங்க, ரங்கம் ஒரு அடி தள்ளிச் சென்று அவரை முறைத்தாள்.

“ஒண்ணு இந்த வீடு, இல்ல அந்த வீடு! எதுன்னு தீர்மானம் பண்ணிக்கோங்கோ சொல்லிட்டேன். ஆத்துல ஒரு கால் சேத்துல ஒரு கால்னு தொடர்ந்துதானா இந்த ரங்கம் உசிரோட இருக்கமாட்டேன்! போனப்புறம் வருத்தப்படாதீங்கோ. ஏன்னா நா இப்போ ஒரு உசிர் இல்ல, உள்ள இன்னோரு உசிரும் இருக்கு!”

பரமேஸ்வரன் திகைத்து நின்று விட்டார். அத்தனை சங்கடத்திலும் அந்த இன்னோரு உயிர் சமாச்சாரம் அவரை வேரோடு இன்ப அதிர்ச்சியில் ஆழ்த்தியது.

மறுநாள் அவர் பெயரிட்ட உறை ஒன்று நண்பன் ஒருவன் மூலம் அவர் கைகளுக்குக் கிடைத்தது. பிரித்துப் படித்தார். பத்மாதான் எழுதியிருந்தாள்.

என் இனிய சிநேகிதனுக்கு பத்மா எழுதும் கடைசிக் கடிதம்.

உங்கள் அத்தை நேற்று என்னைப் பார்க்க வந்திருந்தார்கள். பரமு, உன் வீட்டில் உனக்கும் ரங்கத்திற்கும் இன்னும் யுத்தம் ஓயவில்லை என்று வருத்தப்பட்டார்கள். நான் ஒரு முடிவுக்கு வந்துவிட்டேன். நான் இந்த ஊரை விட்டுப் போவதென முடிவு செய்து விட்டேன்.

இந்தக் கடிதம் உன் கையில் கிடைக்கும்போது நான் சென்னை நோக்கி பயணப்பட்டுக் கொண்டிருப்பேன். ஒரு நல்ல தோழி தன் நண்பனின் நன்மையைத்தான் விரும்புவாள். வாழ்க்கையில் எல்லாருக்குமே எல்லா விஷயத்திலுமே ஒரு கட்டத்தில் இதுவா அதுவா என்று முடிவெடுக்க வேண்டிய நிலை வரும். இந்த நிலையில் இதுதான் என்று தெளிவான முடிவெடுப்பவர் வாழ்க்கைதான் இனிமையாய்த் தொடரும்.

தோழியா மனைவியா என்ற நிலையில் மனைவிதான் என்று முடிவெடுப்பதே விவேகமானது. மனதளவில் என்றும் எனக்கு நீங்கள் தோழர்தான்... நானும் உங்களுக்கு தோழிதான். தினம் பேசித்தான் ஆகவேண்டும் என்பது நட்புக்குத் தேவையில்லை.

இந்த உலகின் எந்தக் கோடியில் இருந்தாலும் ஒருவர் நலத்திற்கு ஒருவர் வேண்டிக் கொள்வதும்கூட நல்ல நட்புக்கு அழகுதான். இந்தப் பிரிவு நிரந்தரமல்ல. நான் உங்கள் நலம் விரும்பும் நல்ல தோழிதான் என்பதை என்றைக்காவது ஒருநாள் ரங்கம் ஒப்புக்கொள்வாள்

என நம்புகிறேன். அன்று அவளே எனக்கு அழைப்பு விடுப்பாள். அதன் பிறகு நான் உங்கள் இல்லம் தேடி வருவேன். அதுவரை...

அன்புடன் தோழி பத்மா

"இதுக்குப் பிறகு நா தஞ்சாவூர்ல இருந்தவரை பத்மாவைப் பார்க்கல. ரங்கத்தோட சந்தோஷமாதான் இருந்தேன். அப்புறம் வேலையாகி மெட்ராஸ்க்கு குடும்பத்தோட வந்தேன். நீ பொறந்து மூணு வருஷம் கழிச்சு ஒரு தீபாவளி சமயத்துல உங்கம்மாக்கு புடவை எடுக்கப் போகும்போது புடவைக் கடையில பத்மாவை நேருக்கு நேர் பார்த்தோம்.

உங்கம்மா முகத்தைத் திருப்பிண்டா. என்னால முடியல. எப்படியிருக்க பத்மான்னு கேட்டேன். நிறைய மாறியிருந்தா பத்மா. நிறைய படிப்பு படிச்சு பெரிய உத்யோகத்துல இருக்கறதா சொன்னா. ஆனா குணம் மட்டும் துளியும் மாறல. கண்ணுலயும், பேச்சுலயும் அதே நட்பு தெரிஞ்சுது. வீட்டுக்கு வரச் சொன்னேன். மறுத்துட்டா, ரங்கமும் கூப்டல.

அதுக்குப் பிறகு ஒருமுறை ஒரு ஓவியக் கண்காட்சில பார்த்தேன் பத்மாவை. 'கல்யாணமாய்டுத்தா பத்மா உனக்கு?'ன்னு கேட்டேன். ஆச்சுன்னும் சொல்லலை. ஆகலைன்னும் சொல்லலை. ஒரு மாதிரி சிரிச்சதோட சரி. அவ எதையோ எங்கிட்டேர்ந்து மறைக்கற மாதிரி தோணித்து. ஒருநாள் அவளைத் தேடிண்டு அவ வீட்டுக்கு நானே போனேன். என்னைப் பார்த்ததும் பத்மா முகத்துல ஒரு ஆச்சர்யம். உள்ள வான்னு கூப்ட்டா. வீடு அமைதியார்ந்துது."

'எனக்கு கல்யாணமாய்டுத்தான்னு பார்க்க வந்தாயா பரமு'ன்னா அவ. எனக்கு ஷாக்!

"கல்யாணம் நிச்சயமாச்சு எனக்கும். லவ் மேரேஜ்னு வெச்சுக்கோயேன். ஆனா கல்யாணத்துக்கு நாலு நாள்

முந்தி என் நல்ல நண்பனைப் பற்றி என் கணவருக்குத் தெரிஞ்சிருக்கணுங்கற எண்ணத்துல உன்னைப் பத்தி சொன்னேன். ஆனா நா காதலிச்ச அந்தப் பெரிய மனுஷனுக்கும் நட்புக்கும் காதலுக்கும் வித்யாசம் தெரியாம போனது என் துரதிருஷ்டம். கல்யாணம் நின்னு போச்சு.

அவருக்கு வேற இடத்துல கல்யாணம் நடந்துடுத்து. ஆனா என்னால முடியல. என்ன இருந்தாலும் நா நேசித்த முதல் மனிதன் இல்லையா! ஒரு பெண்ணுக்கு நண்பர்கள் நிறைய பேர் இருக்கலாம். ஆனா காதலன் ஒருவன் மட்டும்தான். அதுக்கப்பறம் யாரையும் என்னால் காதலிக்க முடியல.

ஒண்ணே ஒண்ணு மட்டும் புரிஞ்சுது எனக்கு, ஆணும் பெண்ணும் நண்பர்களா மட்டும் இருக்கறதை இன்னும் நம்ம கலாசாரம் ஏத்துக்க மறுக்கறது. ஆணும் பெண்ணும் வெறும் நட்போடு மட்டும் இருக்க முடியுமாங்கற சந்தேகம் இன்னும் ஏழேழு ஜென்மத்துக்கும் இந்திய ரத்தத்துல குறையப் போறதில்ல.

காதலுக்கும் நட்புக்கும் என்னிக்கு இவாளுக்கு துல்லியமா வித்யாசம் தெரிய ஆரம்பிக்கறதோ அதுக்குப் பிறகுதான் என் போன்ற பெண்களுக்கு நல்ல வாழ்க்கை அமையும். அதுவரை ஆண் பெண் நட்புங்கறது மரபு மீறின விஷயமாதான் நினைக்கப்படும்.

'ஆனா இப்பவும் நா கவலைப்படல பரமு. நமக்குள்ள இருக்கறது தூய்மையான நட்பு மட்டும்தான்னு நிரூபிக்க என்னை யாராவது தீக்குளிக்க சொன்னா சந்தோஷமா தீயில் இறங்கவும் நான் தயார்'னு அவ சொன்னப்பொ நான் சிலிர்த்துப் போய்ட்டேன்.''

''எப்பேர்ப்பட்ட சிநேகிதி எனக்கு கிடைச்சிருக்கான்னு நினைச்சு கர்வப்பட்டேன். ரங்கத்துக்கு பயந்து தெய்வீகமான ஒரு நட்பை இழக்கணுமான்னு யோசிச்சேன். மறுபடியும் பத்மாவோட நிறைய பேச ஆரம்பிச்சேன். அவ இலக்கிய

ஆராய்ச்சிகளுக்கு நிறைய புக்ஸ் தேடித் தேடி கலெக்ட் பண்ணிக் கொடுத்தேன்.

வாடிப் போயிருந்த நட்பு மறுபடியும் பசேல்னு வளர ஆரம்பிச்சுது. என்னோட எத்தனையோ கஷ்டத்துல பத்மா எனக்குத் தெரியாமயே உதவி செய்திருக்கா. எத்தனையோ முறை உனக்கு ஸ்கூல் ஃபீஸ் கட்டியிருக்கா. உங்கம்மாவுக்கு யூட்டிரஸ் ரிமூவல் ஆபரேஷன் நடந்தப்பொ அத்தனை செலவையுமே ஒரு கண்டிப்போட தானே ஏத்துண்டா.

இது உங்கம்மாவுக்கே தெரியாது. அப்பொ நிலமை கொஞ்சம் விபரீதமா போனப்போ உங்கம்மாக்கு ரத்தம் கொடுத்தவளும் பத்மாதான். அவ எனக்காக நிறைய பணம் செலவழிக்கறதுல எனக்கு இஷ்டமில்ல. என் தன்மானம் அதுக்கு இடம் கொடுக்கல. ஆனா நட்பு என்னை கட்டிப் போட்டிருந்தது. யோசிச்சேன். அவளைப் பார்த்து பேசினாதானே எப்டியாவது குடும்ப நிலவரத்தை என் வாயைப் பிடுங்கித் தெரிஞ்சிக்கறா...

இனிமே அவளைப் பார்க்கறதை குறைச்சுக்கணும்னு முடிவு பண்ணினேன். பணக்கஷ்டம்தான் எனக்கு உடன் பிறப்பாச்சே. எவளோ நாள்தான் பத்மா உதவி பண்ணி நானும் ஏத்துக்கறதுன்னு எனக்கு அவமானமா இருந்தது. ஸோ, அவளைப் பார்க்கப் போறதை நிறுத்தினேன். வாரத்துக்கு ரெண்டு நாள் சந்திப்புங்கறது ஒரு நாள்னு குறைஞ்சுது. அப்பறம் மாசத்துக்கு ஒரு நாள்னு குறைஞ்சு இப்பொ வருஷத்துக்கு ஒரு முறைன்னு ஆய்டுத்து. ஆனா இப்போ சந்திச்சாலும்கூட அதே பத்மாதான் அவ. என் மேல எந்த கோவமும் வருத்தமும் கிடையாது அவளுக்கு."

அப்பா ஒரு பெருமூச்சோடு நிறுத்த, அரவிந்தன் மூச்சை இழுத்துப் பிடித்துக் கொண்டான். அப்பாவின் வாழ்க்கையில் இவ்வளவு விஷயங்களா என்று வியந்தான்.

கொஞ்ச நேரம் இருவரும் எதுவும் பேசவில்லை. நேரம் நள்ளிரவு தாண்டியிருந்தது. எங்கோ ஒரு தெரு நாய் குரைத்து

அடங்கியது. சுவர்க்கோழியின் ரீங்காரம் நிசப்தத்தைக் குறைத்தது.

அரவிந்தன் அப்பாவின் தோளில் கை வைத்தான். அவர் கண் திறந்து அவனைப் பார்த்தார்.

"உங்க ஃபிரண்டை எனக்கு அறிமுகப்படுத்தி வைக்கறேளாப்பா?"

பரமேஸ்வரன் ஒரு இனிய அதிர்ச்சியோடு அவனைப் பார்த்தார்.

அரவிந்தன் சிரித்தான்.

"நா நம்பறம்ப்பா, பெத்த பிள்ளைக்கே ஒரு நல்ல நண்பனா இருக்கறவர் எங்கப்பான்னு எனக்குத் தெரியாதா? எனக்கு அவங்களைப் பார்க்கணும்பா."

"பார்க்கலாம் அரவிந்தா. கண்டிப்பா கூட்டிண்டு போறேன் உன்னை. ஆனா கல்யாணம் முடியட்டும்."

அரவிந்தன் வியந்தான்.

"கல்யாணத்துக்கு கூட்டப் போறதில்லையாப்பா?"

"இல்லை" என்றார் அவர்.

————

18

கல்யாணத்திற்கு இன்னும் ஒரே ஒரு மாதம்தான் இருந்தது. பரமேஸ்வரனின் முகத்தில் கவலை மேகங்கள் கூடியிருந்தன. கவலைக்குக் காரணம் அலுவலகத்திலிருந்து இன்னும் அவருக்கு வரவேண்டிய தொகை கிடைக்கவில்லை. அரசு அலுவலகம் வழக்கம்போல் தன் புத்தியைக் காட்டியது. கோப்புகள் நகரவேயில்லை.

இத்தனை வருடங்கள் அவர் உழைத்த உழைப்பை யாரும் இன்று அங்கு லட்சியம் செய்யத் தயாராயில்லை. ஓய்வு பெற்று வீட்டுக்கு வந்தபின் இரண்டு மூன்று முறை அலுவலகம் போனார்.

முதல் முறை ஆளாளுக்கு விசாரித்தனர். காப்பி வாங்கிக் கொடுத்து உபசரித்தனர். அடுத்த முறை காப்பி கிடைக்கவில்லை. குசல விசாரிப்புகளோடு அவரவர் ஒதுங்கிக் கொண்டனர். நான்காவது முறை போன போது பேச்சுக்கும் பஞ்சமாயிற்று. யாரோ போல் பார்த்துவிட்டு வேலையில் மூழ்கினார்கள். 'பார்த்து அனுப்பறோம் சார் எதுக்கு சும்மா அலையறீங்க' என்றார்கள். அதற்கு அர்த்தம் அடிக்கடி எதற்கு ஓடி

வந்து தொந்தரவு செய்கிறாய் என்பது பரமேஸ்வரய்யருக்கு வலித்தது.

இதான் உலகம்! பதவியில் இருக்கும் வரைதான் மதிப்பார்கள் அதன்பின் மிதிப்பார்கள். அடிக்கடி வராதே என்று சொல்லியும் அவர் போகத்தான் செய்தார். அவமானம் பார்த்தால் காரியம் ஆகாது.

முன்னாள் அதிகாரி என்று அவர்கள் அவருக்கு காப்பி வாங்கிக் கொடுத்தது போய் இப்போது வேலை ஆவதற்காக அவர்களுக்கு இவர் காப்பி வாங்கி கொடுத்தார். அப்படியும் காரியம்தான் ஆகவில்லை.

"ஏன் ஐயரே, உன்னை மாதிரியே எல்லாரையும் நினைச்சுட்டியே! வெட்ட வேண்டியதை வெட்டிட்டு பேப்பரை தள்ள வெப்பியா...?" பியூன் காதோரம் கிசுகிசுத்து விட்டுப் போனபோது அவர் முகம் சிவந்தது. எதற்கு? என்ற சீற்றம் தெரிந்தது. அவர் உழைத்துச் சம்பாதித்த பணம். அவருக்குச் சேர வேண்டிய பணத்தைக் கொடுக்க எதற்கு லஞ்சம் கொடுக்க வேண்டும்? இவர்கள் அப்பன் வீட்டுப் பணத்தையா அள்ளித் தரப் போகிறார்கள்! நினைக்கும் போதே வயிறெரிந்தது அவருக்கு. கூடாது... என்ன ஆனாலும் கூடாது.

சர்வீஸில் இருந்தவரை அவர் கை, வாங்கிக் கறைப்பட்டதில்லை. வாங்குவது மட்டுமல்ல கொடுப்பதுகூட குற்றம்தான். கொடுத்துக் கறைபடிவதிலும் அவருக்கு விருப்பமில்லை. இனி செக்ஷனில் பேசிப் பயனில்லை. மேலதிகாரியைப் போய்ப் பார்க்க வேண்டியதுதான்.

"என்னா சார், நா சொன்னது புரிஞ்சுதா?" பியூன் சிரித்தான்.

"போடா..." பரமேஸ்வரன் கொஞ்சம் சத்தமாகவே சொல்ல நாலைந்து பேர் திரும்பிப் பார்க்க பியூன் முகம் சிவக்க அவரை முறைத்தான்.

பரமேஸ்வரன் இணை இயக்குநரைப் போய்ப் பார்த்தார். அவர் ஏக டென்ஷனில் இருந்தார். பரமேஸ்வரன் சொன்னதைக் காது கொடுத்துக்கூட கேட்கவில்லை. "போய் செக்ஷன்ல பாருங்க சார். நா அவசரமா செக்ரடேரியட் போயிட்ருக்கேன்" என்றபடி அவசரமாகப் புறப்பட்டுப் போனார்.

"என்ன சார் பார்த்தீங்களா?" வேறொரு அஸிஸ்டெண்ட் கேட்க பரமேஸ்வரன் உதட்டைப் பிதுக்கினார்.

"அவரே காசுக்கு கையெழுத்து போடற ஜாதிதானே சார். செக்ஷனோட முடிச்சுட்டீங்கன்னா ஏதோ கொஞ்சம்தான் விரயம், மேலிடம் போனிங்கன்னா உங்களுக்குதான் அதிகம் செலவு. இதான் சார் தலையெழுத்து. இது சாக்கடை சார், ஒரு சில தாமரைப்பூ உங்களை மாதிரி அபூர்வமாதான் பூக்கும். மத்தபடி ரத்தம் குடிக்கற புழுக்கள்தான் சார் அதிகம். உங்களுக்காக என்னால் வருத்தப் படத்தான் சார் முடியுது. என்ன செய்ய?"

அவன் போய் விட்டான் பரமேஸ்வரன் சோர்ந்து போய்த் திரும்பினார்.

"என்னப்பா ஆச்சு?" அரவிந்தன் விசாரித்தான்.

"பகவான் மனுஷனுக்கு மட்டும் ஆறாவது அறிவைக் கொடுத்த காரணம் அவன் மிருகத்தைவிட பலமடங்கு உயர்ந்தவனா இருக்கணும்னுதான். இருந்தாலும் மனுஷனுக்கும் மிருகத்துக்கும் பெரிசா ஒண்ணும் இப்பவும் வித்யாசம் ஏற்பட்டுடல! உருவம்தான் வேற வேறயார்க்கு. புத்தி அதைவிட கீழாதான் இருக்கு. ஆறறிவுக்குப் பதிலா இன்னும் ஆறு கை கொடுத்திருந்தா இன்னும் அதிகமா லஞ்சம் வாங்க முடியுமேங்கறதுதான் இப்பொ சில மிருகங்களோட ஏக்கமாப் போய்டுத்து."

அரவிந்தனுக்கு அவர் சொல்லாமலே பாதி புரிந்தது. முப்பது வருடத்திற்கு மேல் தன் உழைப்பைக் கொட்டிய இடத்தில் அவரை யாரோ காயப்படுத்தி இருக்கிறார்கள்!

ஏன்? ஏன் சில மனிதர்கள் இப்படி மனிதத்தை இழந்து விட்டார்கள்! இப்படி மற்றவரைக் காயப்படுத்தி சம்பாதிக்கும் பணம் தன்னிடம் நிலைத்து நிற்கும் என்று எந்த தைரியத்தில் நம்புகிறார்கள்! அதிலும் அப்பா போன்ற உத்தமர்கள் ஒரு சொட்டுக் கண்ணீர் விட்டாலும் அது அவர்களை அடியோடு அழித்துவிடும் என்ற பயம் ஏன் இல்லாமல் போய்விட்டது!

"இனிமே எங்க ஆபீஸை நம்பி பிரயோஜனமில்லைடா அரவிந்தா. அது வரப்போ வரட்டும். எவ்ளோ நாள் கட்டிப்போட முடியும்? சி. எம். செல்லுக்கு பெட்டிஷன் போடப்போறேன். நிச்சயம் அதுக்கு ஒரு பலன் இருக்கும். ஆனா அதுவரை கல்யாணத்தை நிறுத்த முடியுமா? வேற ஏதாவது வழில பணத்துக்கு ஏற்பாடு செய்துக்க வேண்டியதுதான்."

"வேற வழி இருக்காப்பா?"

"யோசிக்கணும். இன்னும் மழை பெய்யறதே! நல்லவா இல்லாமலா போய்டுவா? பகவான் கை விட்டுடமாட்டான். ஏதாவது ரூபத்துல கண்டிப்பா வருவான்."

"உங்க நம்பிக்கை நிஜம்னா, பகவான் சிநேகிதி ரூபத்துலயும் வரலாம் இல்லையா?"

பரமேஸ்வரன். பிள்ளையைக் கூர்ந்து பார்த்தார்.

"தப்பில்லப்பா! நல்லவா எல்லாரும் தெய்வம்தான்."

அவர் கண் மூடி யோசித்தார்.

"உங்களுக்கு கஷ்டமார்ந்தா நா போய்க் கேக்கறேம்ப்பா!"

"வேண்டாம்டா!" அவர் சட்டென்று குறுக்கிட்டார்.

"என்னால் அவளுக்கு எந்த நன்மையும் செய்ய முடிஞ்சதில்ல. கஷ்டம்தான் கொடுத்திருக்கேன். இன்னும் எதுக்கு சிரமம் கொடுக்கணும்?"

"கடனாத்தானேப்பா... பார்க்கலாம்."

''எல்லா வழியுமே மூடியிருக்குன்னு தெரிஞ்சப்பறம் அவ வீட்டுக் கதவைத் தட்டுவோம். உறவுன்னு நாலு பேர் இருக்காளே நமக்கும்... அவாள்ட்ட முதல்ல பணம் கேட்டு எழுதிப் பார்க்கறேன். உதவி செய்யாமயா போய்டுவா? என்னைப் பத்தி நன்னா தெரியுமே அவாளுக்கு இதுவரை நா யார்ட்டயும் ஒரு பைசா கேட்டதில்லைன்னு. முதல் முறையா கேக்கறதுனால நிச்சயமா முக்கியத்துவம் கொடுப்பா. வட்டி போட்டு திருப்பி கொடுத்துடுவோம், என் பணம் வந்ததும்.''

''உங்க இஷ்டம்ப்பா'' என்றான் அரவிந்தன்.

அன்றைக்கே இன்லான்ட் கவரில் நாலைந்து பேருக்கு கடிதம் எழுதிப்போட்டார் அவர்.

மறுநாள் காலையில் பத்திரிகை அச்சடித்து வந்தது. ''சந்தியா, உன் பேர் பத்திரிகைல வந்திருக்கு பார்த்தாயா? அட... யார் பேரோடயே சேர்த்து எழுதியிருக்கு! யாரு இந்தாளு?'' அரவிந்தன் அவளைக் கிண்டல் பண்ணினான். பத்திரிகையை நீட்டினான். சந்தியா வெட்கத்தோடு சிரித்தாள்.

''சாயங்காலம் என்னோட வா அரவிந்தா... கபாலி கோவிலுக்குப் போய் கற்பகாம்பாள் காலடில பத்திரிகை வெச்சு குங்கும பிரசாதத்தோட எடுத்துண்டு வருவோம்''

''லேடீஸை அனுப்பலாமேப்பா''

''வேண்டாம். எனக்கே அம்பாளை தரிசனம் பண்ணணும் போலருக்கு, நாமளே போவோம். உங்கம்மாக்கும் சந்தியாக்கும் வேற ஒரு வேலை கொடுத்திருக்கேன், பத்திரிகை எல்லாம் மடிச்சு கவர்ல போடற வேலை.''

அப்பா சற்று நேரம் ஓய்வெடுக்கப் போனார்.

அன்று மாலை கல்யாணப் பத்திரிகை ஒன்றை அர்ச்சனை தட்டில் வைத்து அம்பாள் சந்நிதியில் கொடுத்து பத்திரிகையை வைத்து அர்ச்சனை செய்யச் சொன்னார்கள். காசு மாலையோடு

ஒளி வீசும் புன்னகை தவழ அம்பாளைப் பார்த்தபோது மேனி சிலிர்க்க கண்முடிக் கொண்டார் பரமேஸ்வரன். குங்குமப் பிரசாதத்தோடு பத்திரிகையும் அர்ச்சனைத் தட்டும் திரும்பக் கிடைத்ததும் சந்நிதியை சுற்றிக் கொண்டு வெளியில் வரும்போது உள்ளே வந்து கொண்டிருந்த பத்மா அவரைப் பார்த்ததும் ஆணியடித்தாற் போல் நின்றாள். பரமேஸ்வரன் முகத்தில் வியப்பு பரவியது.

——————

19

அரவிந்தன் இருவரையும் மாறி மாறிப் பார்த்தான். அப்பா சொல்லாமலே எதிரில் நிற்பது யாரென்று ஒரு க்ஷணத்தில் புரிந்து விட்டது அவனுக்கு, புரிந்ததால் ஏற்பட்ட வியப்பில் கண்கள் விரிந்தது.

காதோரம் லேசாய் நரை தெரிய கட்டுக் குலையாத அழகோடு. கண்ணியமான தோற்றத்தோடு எதிரில் நின்றிருந்த அவளைப் பார்த்த மாத்திரத்தில் இனம்புரியாத அன்பு ஏற்பட்டது அவன் மனத்தில்.

"எப்டியிருக்க பரமு? ரொம்ப நாளாச்சு பார்த்து!"

"ஆமா... ரொம்ப வேலை பத்மா"

"எங்க ஆபீஸ்லயா...? வி.ஆர். வாங்கிட்டதா கேள்விப்பட்டேன்."

"ஓ...! ஃபோன் பண்ணினயா?"

"ஆமா...! கங்கை கொண்ட சோழபுரத்தைப்பத்தி ஒரு புக் கிடைச்சுது. உடனே உன்னோட அதுபத்தி பேசணும்னு தோணித்து. ஃபோன் பண்ணினா வி. ஆர். வாங்கிண்டாச்சுன்னாங்க. என்ன காரணம்னு கேட்டேன்..."

பத்மா நிறுத்திவிட்டு அவர் முகத்தை உற்றுப்பார்க்க பரமேஸ்வரன் கண்களைத் தாழ்த்திக் கொண்டார்.

பத்மாவின் விழிகள் பளபளத்தது.

"நீ ரொம்ப மாறிட்ட பரமு. நா இன்னும் நம்ம நட்பைத் தொலைக்கல... அதே பசுமை இருக்கு இன்னும். ஆனா நீ தொலைச்சுட்ட போலருக்கு."

"இல்ல மேடம்..." அரவிந்தன் அப்பாவுக்குப் பரிந்து இடையில் குறுக்கிட பத்மா அப்போதுதான் அவனை கவனித்தாள்.

"இதுதான் ஜூனியரா பரமு...?"

"ம்..."

"சந்தோஷம். அரவிந்தன் தானே பேர்?" என்றபடி கை நீட்டினாள். அரவிந்தன் அந்தக் கரம்பற்றிக் குலுக்கினான்.

"என்னமோ சொல்ல வந்த!"

"அப்பாவும் இன்னும் நட்பைத் தொலைக்கலன்னு சொல்ல வந்தேன்."

"என்ன இருந்தாலும் அப்பாவாச்சே விட்டுக்கொடுப்பயா?"

பத்மா சிரித்தபடி பரமேஸ்வரனைப் பார்த்தாள்.

"பிள்ளைகிட்ட எல்லாம் சொல்லியாச்சாக்கும்!"

"பிள்ளையில்ல; ஃப்ரெண்டு! எனக்கு மட்டுமில்ல, இனிமே உனக்கும்தான்!"

"நன்றி அரவிந்தா"

"எதுக்கு?"

"எங்களைப் புரிஞ்சுண்டதுக்கு"

"நா அம்மா பிள்ளை இல்லையே, புரிஞ்சுக்காம இருக்கறதுக்கு!"

"அப்பொ அப்பா பிள்ளையா?"

"அப்படித்தான்"

"உங்கப்பாவை மாதிரி உனக்கும் எல்லாத்துலயும் இன்ட்ரஸ்ட் உண்டா? ஐ மீன், சரித்திரம், கல்வெட்டு, கோயில்கள், புராணங்கள், காவியங்கள், கம்ப்யூட்டர் சயன்ஸ், வான ஆராய்ச்சி எட்ஸெட்ரா எட்ஸெட்ரா..."

"யப்பா..." அரவிந்தன் வியந்தான். அப்பாவைப் பார்த்து விழி விரித்தான்.

"அப்பா இவ்ளோ விஷயம் பேசுவாரா? ஆனா வீட்டுல இதைப்பத்தி எல்லாம் யார்கிட்டயும் வாய் திறக்கறதில்ல."

"யாராவது பேசினாதானே வாய் திறப்பா?"

"எனக்கு அந்த அளவுக்கு ஞானம் கிடையாதே"

"பேசினா தானா தெரிஞ்சுட்டு போறது. என்கூட இதைப்பத்தியெல்லாம் பேச எந்த பொம்மனாட்டி சிநேகமும் கிடைக்காமத்தானே உங்கப்பாவை சிநேகம் பிடிச்சேன்?"

கடவுளே! எத்தனை மனம் திறந்த பேச்சு! அம்மாவால் ஏன் இந்த அழகான காவியத்தை ரசிக்க முடியவில்லை? புருஷன் தனக்கு மட்டுமே என்ற சுயநலமா? புருஷன் மனைவி உறவு வேறு, நட்பு வேறு என்று ஏன் நினைக்கவில்லை?

ஆண் பெண் சிநேகம் என்றால் அது சரீரத்தை அடிப்படையாக வைத்துத்தான் என்று ஏன் எல்லாரும் முடிவெடுத்து விடுகிறார்கள்! குறிஞ்சிமலர் போல் அதில் கண்ணியமான நட்பும் இருக்கும் என்று ஏன் புரியவில்லை? புரிந்து கொள்ளாமல் தானும் வேதனைப்பட்டு பிறத்தியாரையும் வேதனைப்படுத்தி... எதற்கு இந்த அவஸ்தை! மனசை விசாலப்படுத்திக்கொண்டால் இந்த வேதனைகளுக்கு ஏது இடம்? சந்தோஷமாயிருப்பதென்பது எத்தனை அற்புதமான விஷயம்!. அற்புதமான விஷயங்கள் சிலருக்கு ஏன் பிடிப்பதில்லை?

"என்ன அரவிந்தா, இவ்ளோ நீளமா என்ன யோசிக்கற?" பத்மா சிரித்தாள்.

"நீங்க எங்க வீட்டுக்கு வரணும் மேடம்"

அவன் இப்படிச் சொன்னதும் பத்மா பரமேஸ்வரன் இருவருமே திகைத்தார்கள்.

"வரேன் அரவிந்தா. சந்தேகத்துக்கு அப்பாற்பட்ட வயசு எனக்கு வந்ததும் வரேன்."

"அதாவது அறுபது எழுபது வயசுல, அப்டித்தானே?".

பத்மா சிரித்தாள்.

"அப்பாவோட சிநேகிதியாதானே நீங்க வரக்கூடாது! என் சிநேகிதியா வரலாம் இல்லையா? அதுக்கு என்ன தடை?"

பத்மா விழி விரித்து அவனைப் பார்த்தாள்.

"என்ன யோசனை? சிநேகம் வயசு கடந்ததாச்சே."

"எல்லாம் சரிதான். ஆனா அமைதியா ஓடற நதியை எதுக்கு கலக்கிக் குழப்பணும்?"

"குழப்பம் வந்தாதான் தெளிவு வரும்."

"ஏன்டா அரவிந்தா, பயமால்லயா உனக்கு? வேலையில்லாத வெட்டிப்பயலுக்கு பேச்சு துணைக்கு பொம்மனாட்டி சிநேகம் வேறயான்னு உங்கம்மா கேட்டா என்ன செய்வ?" பரமேஸ்வரன் குறுக்கிட்டுக் கேட்டார்.

"கேட்கட்டும், நா பதில் சொல்றேன்,"

"என்னன்னு?"

"அதை இப்போ சொல்ல மாட்டேன்."

"என்னமோ போ. பத்மாவைப் பார்த்ததும் எங்கேர்ந்தோ உனக்கும் தைரியம் வந்துடுத்து. என்ன பத்மா, அப்பொ வீட்டுக்கு வரயா நீ?"

"நா யோசிக்கணும் பரமு, கொஞ்சம் டைம் குடு... அரவிந்தா, அதுவரை நீ என் வீட்டுக்கு வந்து போலாமே".

"கண்டிப்பா."

"அது சரி பரமு. சந்தியா கல்யாணத்துக்கு எனக்கு அழைப்பு உண்டா? கண்டிப்பா இருக்காதுன்னு தெரியும். கல்யாணத்துக்கு அழைப்பு வேண்டாம். அதை நான் எதிர்பார்க்கவும் இல்ல. ஆனா உன் கஷ்டத்துல பங்கெடுத்துக்கறதுக்கு கூடவா எனக்கு அழைப்பு கிடையாது?"

"கஷ்டம்...?" பரமேஸ்வரன் சிரித்தார்.

"நல்ல நடிப்பு, கத்துக்கோ அரவிந்தா நீயும். நா புறப்படறேன்." பத்மா முகம் சிவக்கக் கிளம்பினாள்.

அரவிந்தன் அப்பாவைப் பார்த்தான். "ரொம்ப அழுத்தம்ப்பா உங்களுக்கு!"

அவர் அவன் தோளில் கைவைத்து அழுத்தி, "போலாம் வா" என்றார்.

நல்ல நாள் பார்த்து இருபத்தி ஐந்து பத்திரிகை எடுத்துக் கொண்டு ரங்கமும் அவருமாக மாப்பிள்ளை வீட்டுக்குச் சென்று பத்திரிகை வைத்துக் கல்யாணம் சொன்னார்கள், வீட்டைப் பார்த்து ரங்கம் பிரமித்தாள். சந்தியாவின் அதிர்ஷ்டத்தை உள்ளூர மெச்சிக்கொண்டாள்.

"புடவையெல்லாம் வாங்கியாச்சா?" சம்பந்தியம்மாள் கேட்டாள்.

"இனிமேதான்"

"மாப்பிள்ளை அழைப்புக்கு சாதாரண பேண்ட் ஷர்ட்டா, இல்ல கோட்டு சூட்டான்னு குழம்பிண்டு இருக்கான் எம்பிள்ளை."

"அதைப்பத்திதான் நானே சொல்லணும்னு நினைச்சேன்" பரமேஸ்வரன் குறுக்கிட்டார்.

"கோட்டு சூட்டே தைச்சுக்கட்டும், அதுக்கு உண்டான பணத்தை நானே கொடுத்துடறேன்."

"நீங்களா...?" சம்பந்தியம்மாள் முகம் மலர்ந்தது.

"ஆமா! எவ்ளோ ஆனாலும் குடுத்துடறேன். சந்தேகமே வேண்டாம். கோட்டு சூட்டுதான் ஆனா தெச்சுக்கணும்."

"காதுல விழுந்துதாடா சூர்யா, மாமனார் சொல்லிட்டார்."

"அப்பொ இன்னிக்கே ஆர்டர் கொடுத்துடு"

"அப்பொ நாங்க கிளம்பறோம்" பரமேஸ்வரன் ரங்கத்தையும் அழைத்துக் கொண்டு அங்கிருந்து புறப்பட்டார்.

"நீங்க பாட்டுக்கு சூட்டு தைச்சுக்க சொல்லிட்டேளே. நாளைக்கு பத்தாயிரத்துக்கு பில்லை நீட்டினா குடுக்க முடியுமா உங்களால?"

"சமாளிப்போம்."

"என்னத்த சமாளிக்கப் போறேளோ? இருக்கற வேலையும் வேற விட்டாச்சு. அந்த கடங்காரனுக்கும் இன்னும் வேலை கிடைச்சபாடில்ல. மூணு பேரும் உக்காந்து ஒருத்தர் மூஞ்சிய ஒருத்தர் பாத்துண்ருப்போம், போதும்."

"புலம்பாத!"

அவர்கள் வீட்டுக்கு வந்து சேர்ந்த அரைமணி கழித்து சம்பந்தி வீட்டிலிருந்து ஆள் வந்தது. சூட் தைக்க ஆர்டர் கொடுக்க பைக்கில் சென்ற சூர்யாவுக்கு விபத்து என்ற சேதி கேட்டதும் பரமேஸ்வரன் ஆடிப்போனார்.

——————

20

குடும்பமே ஆஸ்பத்திரியில் அல்லாடியது. பரமேஸ்வரன் முகத்தில் பயமும் பதற்றமும் அப்பிக் கிடந்தது. சம்பந்தி அவர் அருகில் வந்து தோளில் தட்டி ஆறுதல் சொன்னார்.

"பயப்படறாப்பல ஒண்ணுமில்லை. இடது முன்னங்கைலதான் லேசா ஃபிராக்சர். மாவுக் கட்டு போட்ருக்கு. கல்யாணத்துக்குள்ள சரியாய்டும். அப்டியே சரியாகலன்னாலும் ஒத்தைக்கையால் தாலி கட்டுவான் எம்பிள்ளை."

பரமேஸ்வரன் அவர் கையைப் பிடித்துக் கொண்டார். நெகிழ்ச்சியில் வார்த்தைகள்கூட வரவில்லை அவருக்கு.

"என்னாச்சு பயந்துட்டீரா? அக்ஞானப்பட்டு உம்ம பொண்ணை வேண்டாம்னு சொல்லிப்பிடுவேன்னு நினைச்சுட்டீரா? அது தெய்வம் போட்டு வெச்சிருக்கற முடிச்சு ஸ்வாமி! நம்ம இஷ்டத்துக்கு மாத்திப் போட்டுட முடியுமோ? அப்பறம் தெய்வம்னு ஒண்ணு எதுக்கு? நீங்க தைரியமா புறப்படும். ஆயிரம் வேலை இருக்கும். போய் கவனியும். நல்லகாலம், பிள்ளையாண்டான் சூட் அளவு கொடுத்தப்பறம்தான் அடிபட்டுண்ட்ருக்கான். இல்லாட்டா

அளவுகூட எடுக்க முடியாம போயிருக்கும். ஜானவாசத்துக்கு முதநாள்தான் சூட் கிடைக்குமாம். ஆர்டர் அட்டையை கொடுத்தனுப்பிடறேன். நீங்களே வாங்கி எடுத்துண்டு வந்துடுங்கோ, சரிதானே?''

பரமேஸ்வரன் தலையாட்டினார். சம்பந்தி அவரை ஆஸ்பத்திரி வாசல்வரை கொண்டுவந்துவிட்டு வழியனுப்பினார்.

☆☆☆

மறுநாள் தன் பண விஷயம் என்னாயிற்று என்று பார்க்க ஆபீஸ் போனார். செக்ஷன் ஆபீஸர் இவரைப் பார்த்ததும் முகம் திருப்பிக் கொண்டார். அஸிஸ்டெண்ட் அரைமணி காக்க வைத்தபிறகு, ''உங்க ஃபைல்ல ஜே டி க்வெர்ரி போட்டுட்டார் சார். போட்ட கையோட ஒரு மாசம் லீவுல வேற போய்ட்டார். அவர் வந்த பிறகுதான் ரிப்ளை வெச்சு கிளியர் பண்ண முடியும். நீங்க அடுத்த மாசம் வந்து பாருங்க'' என்றான்.

பரமேஸ்வரனுக்கு தலைசுற்றியது. பண உதவி கேட்டு கடிதம் எழுதிப் போட்ட எந்த உறவும் இன்றுவரை பதில் போடவில்லை. கடிதம் கிடைக்கவில்லையா? அல்லது ஒருக்கால் பணத்தோடு நேரிலேயே வருகிறார்களா தெரியவில்லை, ஒருக்கால் அவர்களும் கைவிரித்து விட்டால் பணத்துக்கு என்ன செய்வேன்! அவருக்கு ஒன்றும் புரியவில்லை.

இருப்பது ஒரே ஒரு பெண்! அந்தப் பெண்ணுக்கு கல்யாணம் முடிப்பதற்குள் இத்தனை சோதனைகளா? இத்தனை சோதனைகளுக்கும் பின்னால் நல்லது இருக்கிறதா? கெடுதல் இருக்கிறதா? பேசாமல் உறவுகள் நான்கு பேருக்கும் ஃபோன் பண்ணியே பணத்தைப் பற்றிக் கேட்டுவிட்டால்? பரமேஸ்வரன் ஒரு பப்ளிக் பூத்தில் நுழைந்தார்.

எஸ்.டி.டி. வசதி இருந்தது. தனியாக ஒரு கண்ணாடி அறைக்குள் இருந்த ஃபோனில் டைரி பிரித்து நம்பர் பார்த்து

சுழற்றினார். தஞ்சாவூர் மைத்துனருக்குத்தான் முதலில் நம்பர் போட்டார்.

"யாரு... ராஜகோபாலனா."

"ஆமா..."

"நா பரமேஸ்வரன். லெட்டர் கிடைச்சுதா?."

மறுமுனை சட்டென்று மௌனித்து, ஒரு வினாடிதான், பிறகு "லெட்டரா. என்ன லெட்டர்" என்றது.

"லெட்டர் போட்ருந்தேனே..."

"எப்பொ...? எதுவும் வரலையே."

பரமேஸ்வரனுக்குப் புரிந்து விட்டது. என்ன அழகான நடிப்பு என்று வியப்பேற்பட்டது. இப்படி நடிப்பவர்களிடம் பணம் கேட்கத்தான் வேண்டுமா...?

"என்ன லெட்டர் போட்டேள்?"

"ஒண்ணுல்ல! சந்தியாக்கு கல்யாணம். பத்திரிகை அனுப்பித்தரேன். எல்லாரும் ஒரு வாரம் முந்தியே வந்து சேர்ந்துடுங்கோன்னு எழுதிப் போட்டிருந்தேன், வேற ஒண்ணுல்ல. எல்லாரும் வந்து சேர்ந்துடுங்கோ."

பரமேஸ்வரன் ஃபோனை வைத்தார். நிச்சயம் உதவுவார் என்று அதிக நம்பிக்கையோடு கடிதம் எழுதிய மைத்துனரே இப்படி என்றால் மற்றவர்களிடம் என்ன நம்பிக்கையில் கேட்பது...!

அவர் வேறு யாருக்கும் ஃபோன் செய்யவில்லை. பூத்தை விட்டு வெளியில் வந்தார். இன்னும் இருபத்திரண்டு நாளில் கல்யாணத்தை வைத்துக் கொண்டு... என்ன செய்யப் போகிறேன் பணத்துக்கு...!

திடீரென்று பத்துவயது கூடிவிட்டாற்போல் தேகம் பலமிழந்து சோர்ந்தது. நடை தடுமாறியது வீட்டுக்கு வந்து

சுருண்டு படுத்தவர்தான். உடம்பு கொதிக்க ஆரம்பித்தது. ரங்கம் பதறினாள். என்னாச்சு...? திடீர்னு என்ன ஜுரம் இது! ஈஸ்வரா...!

"அப்பா...!" அரவிந்தன் அருகில் அமர்ந்து கவலையோடு அழைத்தான். "ஏம்ப்பா... ஆபீஸ்ல பிரச்சனையா? பணம் இப்பொ கிடைக்காதாமா?"

அவர் கண்களிலிருந்து நீர் வழிந்தது.

"போனாப் போட்டுமேப்பா. அதுக்காக இப்டியா அப்ஸெட் ஆறது! உங்களுக்கு உடம்புக்கு வந்துடுத்து பாருங்கோ. எல்லார்க்கும் தைரியம் சொல்ற நீங்களே இப்டி அதைரியப்பட்டா எப்படிப்பா...?"

"கல்யாணம் நல்லபடியா நடக்குமாடா அரவிந்தா? பயம்மார்க்கு எனக்கு"

"நடக்கும் பா! என் சிநேகிதிகிட்ட கேட்டு நான் பணம் வாங்கித்தரேன். நல்லபடியா கல்யாணம் நடக்கும். நீங்க கவலைப்பட்டு உடம்பை கெடுத்துக்காதீங்கோ."

"இவ்ளோ பணம் கொடுக்கற அளவுக்கு உனக்கு யார்ரா சிநேகிதி?" ரங்கம் கண்ணில் சந்கேத்தோடு கேட்டாள். அரவிந்தன் அம்மாவை உற்றுப் பார்த்தான்.

"இவ்ளோ பணமும் கொடுப்பான்னு நம்பிக்கையோட சொல்லும்போதே தெரியல, நல்ல சிநேகம்தான்னு!"

ரங்கம் அவனை விழித்துப் பார்த்தாள்.

"யாரந்த ரயில் சிநேகத்தையா சொல்ற?"

"இல்ல... அது வெறும் ரயில் சிநேகம்தான். இது லைஃப் சிநேகம்."

அரவிந்தன் ஷர்ட்டை மாட்டிக்கொண்டு புறப்பட்டான்.

ரங்கம் திகைப்பு அடங்காமல் அடுக்களைக்குச் சென்றாள். என்ன சொல்கிறது இந்தப் பிள்ளை! சிநேகிதியாமே...!

யார் அவள்! அதிலும் ரயில் சிநேகமில்லையாம், லைஃப் சிநேகமாம். என்ன அர்த்தம் இதற்கு? சிநேகம் சிநேகம் என்று புருஷன் அலைந்தது போதாதென்று பிள்ளையும் புறப்பட்டிருக்கிறானாக்கும்! ரங்கம் பொருமிக்கொண்டே புருஷனுக்கு சுக்கைத் தட்டிப் போட்டு புழுங்கலரிசி நொய்யில் கஞ்சி வைத்துக் கொண்டு வந்தாள்.

''இதைக் குடிங்கோ.''

''பசியில்ல!''

''வெறும் வயத்தோட இருக்க வேண்டாம்னுதான் கஞ்சியா வெச்சிருக்கேன். ஒரு டம்ளராவது குடிங்கோ.''

பரமேஸ்வரன் வேண்டா வெறுப்பாக கஞ்சியைக் குடித்து விட்டு மறுபடியும் சுருண்டு படுத்துக் கொண்டார்.

ரங்கம் உள்ளே போனதும் சந்தியா அப்பாவிடம் வந்தாள்.

''அப்பா...'' பரமேஸ்வரன் கண் திறந்து அவளைப் பார்த்தார்.

''என்னப்பா பண்றது உங்களுக்கு?''

''சரியாப் போய்டும்மா, ஒண்ணும் இல்ல,''

''கவலைப்படறயாப்பா?''

''அதெல்லாம் இல்லம்மா''

''தெரியறதுப்பா! என் கல்யாணத்தை விட உங்க உடம்பு முக்கியம்ப்பா. என் கல்யாணம் உங்களைப் படுக்கைல தள்ளிடுமோன்னு பயமார்க்கு'' சந்தியாவின் கண்கள் கலங்கியது.

''போ தாயி! கண்ணைத் துடைச்சுக்கோ. எனக்கு ஒண்ணும் ஆகாது. நாளைக்கு என்ன சனிக்கிழமையா? நாளை மறுநாள் ஞாயித்திக்கிழமை இல்ல? ஆஞ்சநேயர்கிட்ட எனக்கும் சேர்த்து வேண்டிக்கோ.''

"அப்பா!" சந்தியா திகைக்க அவர் குறும்பாகச் சிரித்தபடி திரும்பிப் படுத்துக்கொள்ள, அவள் எழுந்து ஓடிவிட்டாள்.

அரவிந்தன் பத்தரை மணிக்குத்தான் வீடு திரும்பினான். அப்பா அசந்து தூங்குவதைப் பார்த்தவன் அப்படியே மாடிக்கு ஏறினான்.

"சாப்டலையா?"

"வேண்டாம்"

"ஏன்?"

"சாப்ட்டாச்சு"

"எங்கே?"

"ஃப்ரண்டு வீட்ல"

"ஓ அந்த லைஃப் ஃபிரண்டைச் சொல்றயா?" அரவிந்தன் பதில் சொல்லாமல் மாடிக்குப் போய்விட்டான்.

கொஞ்சநேரத்தில் அம்மாவின் மெட்டிச் சத்தம் பின்பக்கம் கேட்க வியப்போடு திரும்பினான்.

"என்னடா பார்க்கற? வழக்கமா அப்பாதானே உங்கூட வந்து இங்க பேசுவார். இன்னிக்கு நா பேசப் போறேன்."

அரவிந்தன் ஆச்சர்யமாக அம்மாவைப் பார்த்தான்.

———

21

அம்மா எதுவும் பேசாமல் அவனை சில நிமிடங்கள் உற்றுப் பார்த்தாள். "என்னடா சொன்ன? உனக்கு ஒரு சிநேகிதி உண்டுன்னா? அதுவும் லைஃப் சிநேகிதியா? என்ன அர்த்தம்டா அதுக்கு?"

"எந்த அசிங்கமான அர்த்தமும் இல்ல."

"அசிங்கமான அர்த்தம்னு எதைச் சொல்ற நீ?" அரவிந்தன் ஒரு கணம் அம்மாவைக் குழப்பத்தோடு பார்த்தான்.

"அசிங்கம்னா... நீ நினைக்கறாப்போல காதலோ கத்திரிக்காயோ இல்லன்னு சொல்ல வந்தேன்."

"காதலோ கத்திரிக்காயோ இருந்துட்டாகூட பரவால்லடா. ஆனா அதில்லாம ஒரு பொண்ணோட பழகற பாரு, சிநேகம்னு. அதான் தப்பு"

"சிநேகம் தப்புன்னு எப்டி சொல்ற? அதுல என்ன அசிங்கம் தெரியறது உன் கண்ணுக்கு?"

"பழகறவா அசிங்கமில்லாமப் பழகினாலும் பார்க்கறவா கண்ணுக்கு அது அசிங்கம்தான்."

"நாலுபேர் நாலு விதமா பேசறதுக்கெல்லாம் காது கொடுத்தா நம்ம சந்தோஷம்தான் கெடும்."

"நாலுபேர் வாழற லோகத்துலதான் நாமளும் வாழறோம்ங்கற பிரக்ஞை இருக்கணும். அந்த நாலுபேர்தான் நல்லதுக்கும் வருவா, கெட்டதுக்கும் வருவாங்கற பயம் இருக்கணும். நாலுபேர் வேண்டான்னு வெச்சுட்டு யாரும் வாழ்ந்துட முடியாது."

"நீ இப்போ எதுக்கும்மா இதையெல்லாம் சொல்ற?"

"காரணத்தோடதாண்டா. நாலுபேரைப் பத்தி கவலைப்படாம உன்னைப் போலவே உங்கப்பாவும் ஒரு பொண்ணோட சிநேகமாந்தார். அதனால் ஏற்பட்ட கஷ்டங்கள் என்னன்னு தெரிஞ்சா நீ இப்டி பொம்மனாட்டி சிநேகம் வெச்சுண்ருக்கமாட்ட."

"அப்டின்னா எங்கப்பா தப்பு பண்ணிட்டார்ங்கறயா? சந்தேகப்படறயா அவர் மேல?"

"சந்தேகமா? எனக்கா? அவர் மேலயா? ஒருநாளும் இருந்ததில்லைடா."

"அப்பறம் ஏன் அந்த சிநேகம் கஷ்டம்ங்கற!"

"கஷ்டம்தாண்டா அரவிந்தா, ஆனா எனக்கில்ல, அந்தப் பொண்ணுக்கு!"

அரவிந்தன் திகைப்போடு அம்மாவை ஏறிட்டுப் பார்த்தான்.

"ஆமாண்டா அரவிந்தா. கஷ்டம்தான்! இவர் சிநேகத்தால் அந்தப் பொண்ணுக்கு என்ன கிடைச்சுதுங்கற? பேர் கெட்டுது. ஊர் காறித்துப்பித்து, நிச்சயமான கல்யாணம் நின்னுது. நாலு பேரைப்பத்தி கவலையில்லன்னு சொல்றது சுலபம். ஆனா அந்த நாலுபேர்ல ஒருத்தன்தான் அவளைக் கல்யாணம் பண்ணிக்கணும். புருஷனாகணும்."

“உங்கப்பா மேல எனக்கு அணுவளவும் சந்தேகம் கிடையாது. என் கவலையெல்லாம் அந்தப் பொம்மனாட்டியப்பத்திதான். இவர் அவளைக் காதலிச்சிருந்தாகூடப் பரவால்ல. சகிச்சுண்டு ரெண்டாந்தாரமா அவளையும் பண்ணிக்கச் சொல்லியிருப்பேன். அதுவும் இல்லன்னார். ஆனா ஊர் அப்டித்தான் நினைச்சுது. அந்தப் பொண்ணு நல்லபடியா கல்யாணமாகி சந்தோஷமா இருக்கணுமேன்னு கவலைப்பட்டேன். இவரோட சிநேகம் அவமேல களங்கத்தை ஏற்படுத்தினா அவளோட வாழ்க்கையே நாசமாப் போய்டுமேங்கற பயத்துலதான் அவ சிநேகம் வேண்டாம்னு சொன்னேன். இவர் கேக்கல அவளும் கவலைப்படல.

அது ஒரு நல்ல ஆத்மான்னு எனக்குத் தெரியும். அதனாலதான் அதுக்கு நல்ல வாழ்க்கை அமையணுமேன்னு பரிதவிச்சேன். அதனாலதான் நல்லவிதமா சொல்லியும் கேக்காத இவரை வார்த்தைகளால் குத்திக் காயப்படுத்தினேன். அப்பொவாவது விட்டுறமாட்டாரா. அதுக்கப்பறமாவது அவளும் தாலியக் கட்டிண்டு நல்லபடியா இருக்க மாட்டாளாங்கற நப்பாசைலதான் நா ராட்சசியா வேஷம் போட்டுண்டேன். என்னை யாரும் புரிஞ்சக்கலை. போனாப் போய்ட்டு போறது.”

“இப்பொ நீ ஒரு பதில் சொல்லு பார்க்கலாம். சிநேகத்துக்கு அர்த்தம் என்ன? அன்புதானே? அன்புக்கு அடையாளம் என்ன? வாழ வைக்கறதா? கெடுக்கறதா? சிநேகிதி நன்னார்க்கணும்னு உங்கப்பா நினைச்சிருந்தா சிநேகத்தை தியாகம் பண்ணி இருந்திருக்கணும். ஆனா இவர் தொடர்ந்து சிநேகம் வெச்சுண்டார். அவ வாழ்க்கையும் நா பயந்தாப் போலவே நாசமாய்டுத்து. இன்னிக்கு தனிமரமா கைபடாம நிக்கறது! நாசப்படுத்தறதுக்கு பேரா நட்பு?” அம்மா நிறுத்தினாள். அரவிந்தன் இமைக்க மறந்து அம்மாவைப் பார்த்தான் பிரமித்தான்.

இந்த அம்மாவின் காரியங்களுக்குப் பின்னால் இத்தனை விஷயங்களா? என்று வியந்தான். எந்த ஒரு விஷயத்திற்கும்

பலவித கோணங்கள் உண்டென்பது புரிந்தது. அவனுக்கு ஒரு க்ஷணத்தில் அம்மா தனக்குள் விஸ்வரூபமெடுப்பதை உணர்ந்தான். அப்பாவுக்கு ஏன் அம்மாவின் கோணம் புரிபடவில்லை என்று யோசித்தான். அம்மா சொல்வதுபோல் நலம் விரும்பாத நட்பு எப்படி நல்ல நட்பாகும்? இவர் நட்பால் பத்மா என்ற பெண்மணிக்கு சோகங்களைத் தவிர வேறு என்ன கிடைத்தது?

அப்படியாவது நட்பு எதற்கு என்ற கேள்வியல்லவா வருகிறது!

"என்னடா யோசனை? நா சொல்றதெல்லாம் புரிபடறதா? இல்ல இன்னும் சந்தேகம் இருக்கா?"

"கொஞ்சம் சந்தேகம் இருக்கும்மா"

"என்ன?"

"புருஷனோ பெண்டாட்டியோ ஒருத்தரை ஒருத்தர் சந்தேகப்படறது சரிதானா? அது தப்பில்லையா? நாலுபேர் பேசறதைக் கேட்டுண்டு அந்தப் பெண்ணை வேண்டாம்னு வெக்கறவன் எப்டி நல்ல மனுஷனாவான்? உன் நோக்கம் நல்ல நோக்கமா இருக்கலாம். ஆனா, அதுக்காக நீ எடுத்துண்ட அணுகுமுறை தப்போன்னு தோன்றது."

"அந்தப் பெண்மணிகிட்ட நீயும் சிநேகமா பழகி இருந்தேன்னா உலகம் அவங்களைத் தப்பா பார்த்திருக்காதோன்னு தோண்றது. சந்தேகம் இருந்தா கட்டின மனைவி தன் வீட்டுக்குள்ள ஏத்துவாளா, பழக விடுவாளா? தானும் இப்டி சிநேகமா இருப்பாளான்னு யோசிச்சிருக்கும். சம்பந்தப்பட்டவன் மனைவியே சந்தேகப்படாதப்பொ நமக்கெதுக்குன்னு ஒதுங்கிப் போயிருக்கும். அவங்க வாழ்க்கை பாழானதுக்கு அப்பா மட்டும் இல்ல, நீயும் ஒருவிதத்துல காரணமோங்கற சந்தேகம் எனக்கு இப்பொ இருக்கு."

ரங்கம் திகைத்தாள். பிள்ளையை விழி விரித்துப் பார்த்தாள். சடார் சடாரென்று யரரோ சாட்டையாலடிப்பதுபோல் தோன்றியது. கண்களும் உதடும் துடித்தது. பளபளவென்று விழியில் நீர் சேர்ந்து உருண்டு திரண்டு இறங்கியது. அரவிந்தன் பதறினான். "அம்மா... நா சொன்னது உன்னை வேதனைப்படுத்தறதுக்கு இல்லம்மா"

"இது வேதனை அழுகை இல்லடா அரவிந்தா! இப்டி எனக்கு சொல்லிக் கொடுக்க அன்னிக்கு ஆளில்லாம போய்ட்டாளேங்கற ஏக்கம். நீ பிள்ளையா பொறக்காம உனக்கு நான் பொண்ணாப் பொறந்திருந்தா நீ எனக்கு இதை ஒரு தகப்பனா இருந்து சொல்லிக் கொடுத்திருப்ப! நா செஞ்சது தப்புதாண்டா கண்ணா தப்புதான்."

"சொல்லிக் கொடுக்க ஆளில்லாம நானா ஏதேதோ யோசிச்சு எடுத்த முடிவு! நானா தேர்ந்தெடுத்த அணுகுமுறை; எல்லாமே தப்பு. நல்லது நினைச்சும், குட்டையக் குழப்பியிருக்கேன் பாவி. அக்கம்பக்கம் எல்லாம் தப்பாவே சொல்லிக் கொடுத்தது. புருஷன் இப்டி தன் பேரையும் கெடுத்துண்டு ஒரு அப்பாவிப் பொண்ணோட வாழ்க்கையையும் ஒண்ணுமில்லாம பண்றாரேங்கற ஆதங்கத்துல, நல்லது செய்ய நினைக்க, தப்பான வழில முயற்சி செய்திருக்கேன்னு இப்பதான் புரியறது. இந்தத் தப்புக்கு நா எப்டி பிராயச்சித்தம் செய்யப் போறேன்...? எப்டி செய்யணும்னு சொல்லுடா, செஞ்சுடறேன்"

அரவிந்தனால் நம்ப முடியவில்லை. அம்மாவா? அம்மாவா இது! பரிகாரம் செய்து விடுகிறேன் என்று சொல்ல எத்தனை ஆத்ம பலம் வேண்டும்! எல்லோராலும் இது இயலுமா? தவறு என்று திட்டவட்டமாகத் தெரிந்தாலும்கூட அதை ஒப்புக்கொள்ள மறுக்கும் மனிதர்களுக்கிடையில் பரிகாரம் செய்து விடுகிறேன் என்று சொல்வது எவ்வளவு பெரிய விஷயம்! அரவிந்தன் அம்மாவை இரக்கத்தோடும்

மதிப்போடும் பார்த்தான். 'இதுதான் சமயம் அரவிந்தா' உள்ளே குரல் ஒன்று தூண்டி விட்டது.

"காலமும் வயசும் திரும்பி வரப்போறதில்லம்மா. இனி கல்யாணம்ங்கறது அவங்களால முடியாத விஷயம். மனசு அந்த அளவுக்கு இறுகிப் போயிருக்கு. ஆனா இன்னமும் அவங்க மென்மையா பொக்கிஷமா நினைக்கற ஒரே விஷயம் அப்பாவோட உள்ள நட்பு மட்டும்தான். இனிமே நீயும் அவங்களை சிநேகிதியா ஏத்துக்கணும். வீட்டுக்கு கூப்டணும். உன்னோட அன்புல அவங்களுக்கும் கொஞ்சம் பகிர்ந்து கொடுக்கணும், முடியுமா உன்னால?"

ரங்கம் கண்கள் பிரகாசிக்கத் தலையாட்டினாள். அப்பாடா என்று நிம்மதியானது அரவிந்தனுக்கு. எத்தனையோ வருடம் கழித்து, சின்னக் குழந்தையாய் மாறி தாயின் மடியில் தலைவைத்துப் படுத்துக்கொண்டான்.

☆☆☆

மறுநாள் விடியல் மிக அழகாகத் தெரிந்தது ரங்கத்திற்கு. மனம் நிச்சலனமாய் இருக்கும்போது உலகமும் அழகாக அமைதியாகத் தெரியும் போலும். அரவிந்தன் எஸ் வடிவில் சுருண்டு படுத்திருந்தான். நல்ல தூக்கத்திலிருந்தான். ரங்கம் கீழே வந்தாள்.

பரமேஸ்வரய்யர் மாடியிலிருந்து இறங்கி வந்தவளை வியப்போடு பார்த்தார்.

"என்ன ரங்கம், அதிசயமா மாடியில தூங்கிட்ட. நேத்திக்கு?"

"உடம்பு எப்டியிருக்கு?"

"பரவால்ல"

"இஞ்சி சாறு எடுத்துத் தரவா? கலகலன்னு ஆய்டும் உடம்பு."

"குடேன்!"

"இன்னிக்கு நானும் அரவிந்தனும் வெளில போறோம். மிளகு ரசமும் பருப்புத் துவையலும் பண்ணி வெச்சுட்டுப் போறேன். சாப்ட்டுட்டு பேசாம ரெஸ்ட் எடுத்துக்கோங்கோ"

ரங்கத்தின் குரலில் எப்போது இவ்வளவு இனிமை கூடியது என்று வியப்போடு யோசித்தார் பரமேஸ்வரன்.

அன்று மாலை துணிப்பையில் கல்யாணப் பத்திரிகையும் குங்குமச் சிமிழும் எடுத்துகொண்டு அரவிந்தனோடு கிளம்பினாள்.

"எங்கேம்மா போறோம் நாம?" தெருமுனை வந்ததும் கேட்டான் அரவிந்தன்.

"என் சிநேகிதி வீட்டுக்கு" அரவிந்தன் வியப்போடு அம்மாவைப் பார்த்தான். அவன் மட்டுமல்ல பத்மாவாலும்தான் நம்ப முடியவில்லை. ரங்கம்தானா அது என்று மலைத்துப் போனாள்.

"ரொம்ப ஆச்சர்யமார்க்குல்ல பத்மா?" ரங்கம் சிரித்தாள்.

"கனவா நனவான்னு சந்தேகமார்க்கு"

"நனவுதான். சந்தேகமே வேண்டாம்"

"உட்காருங்கோ, சாப்ட ஏதாவது கொண்டுவரேன்."

"காப்பி மட்டும் போதும்"

அரவிந்தன் ஹாலின் மூலையில் இருந்த புக் ஷெல்ஃப் அருகில் சென்று ஒவ்வொரு புத்தகமாகப் பார்த்தான். ஆன்மீகத்திலிருந்து அரசியல்வரை அத்தனை புத்தகங்களும் ரகவாரியாக இருந்தது. நடுவே 'தோழன்' என்று தலைப்பிட்டு ஒரு கவிதைத் தொகுப்பு. அரவிந்தன் அந்தப் புத்தகத்தை எடுத்துப் பிரித்தான். உள்ளே அப்பாவின் புகைப்படம் அச்சடித்திருந்தது.

——————

22

ரங்கமும் அரவிந்தனும் வீடு திரும்பும்போது மணி எட்டாகி விட்டது. பரமேஸ்வரய்யர் கஞ்சி குடித்துவிட்டு சாய்வு நாற்காலியில் சாய்ந்து கண்மூடியிருந்தார். இருவரும் வரும் அரவம் கேட்டு கண்திறந்து பார்த்தார்.

"எப்டிப்பா இருக்கு?"

"பரவால்ல" என்றவர் கண்கள் அரவிந்தனிடம் ஏதோ ஒன்றை எதிர்பார்த்துத் தவித்தது. அப்பாவின் தவிப்பு புரிந்தது அரவிந்தனுக்கு.

"உங்க சிநேகிதி வீட்டுக்குதாம்ப்பா போனோம்" என்றான். அவர் கண்கள் பளிச்சிட்டன.

"உங்கம்மா எப்டிடா வந்தா அரவிந்தா? என்ன மாயம் பண்ணின நீ?"

"புரிய வெச்சேம்ப்பா!"

"எதை?"

"எல்லாத்தையும்தான், தப்பு உங்க பேர்லயும் இருக்குப்பா. அம்மாவை நீங்களும் சரியா புரிஞ்சுக்கலை! உங்க சிநேகிதிகிட்ட பேசினதுல ஒரு துளி சிநேகத்தோட அம்மாகிட்டயும் பேசியிருந்தேளானா அவ மனசு உங்களுக்குப் புரிஞ்சிருக்கும். உங்க ரெண்டு பேரையுமே

அவ சந்தேகப்பட்டதில்லை. உங்க சிநேகத்தால அந்தப் பொண்ணு பேர்ல உலகம் கரிபூசி அவ வாழ்க்கையைப் பாழாக்கிடப்படாதேன்னுதான் கவலைப்பட்டிருக்கா. அந்தக் கவலைதான் உங்களைக் கத்தியிருக்கா. மனசு நோகப் பேசியிருக்கா. தான் நினைச்சதை பக்குவமா சொல்லி உங்களுக்குப் புரியவைக்க அவளுக்குத் தெரியலைங்கறது மட்டும்தான் அம்மாவோட தப்பு. அவளோட தப்பையும் அவளுக்குப் புரிய வெச்சேன். வருத்தப்பட்டா. உடனே பிராயச்சித்தம் செய்யணும்னு துடிச்சா. அப்படின்னா அவங்களை வீட்டுக்குக் கூப்டுன்னேன். முதல் பத்திரிகையே அவளுக்குத்தான்னு சொல்லிட்டு புறப்பட்டுட்டா.''

அவர் பிரமிப்போடு அவனையே பார்த்தார் ''வரேன்னாளா பத்மா?''

''கல்யாணத்தன்னிக்கு சத்திரத்துல இருப்பேன்னா''

''ஆத்துக்கு வரமாட்டேன்னுட்டாளா?''

''ஊருக்குப் போறாளாம். ஜானவாசத்தன்னிக்கு காலம்பறதான் வருவாளாம். அதனால நேர சத்திரத்துக்கு வந்துடறேன்னா. பணம் ஏதாவது வேணுமான்னு கேட்டா. எனக்கு எதுவும் சொல்லத்தெரியல. உங்க உத்திரவில்லாம எப்டி சொல்றது?''

அவர் பெருமூச்சு விட்டார்.

''பணத்துக்கு வேற ஏதாவது ஏற்பாடு பண்ணினேளாப்பா?''

''ப்ஸூ...''

''வழி ஏதாவது இருக்கா?''

''ஒண்ணும் புரியலைடா அரவிந்தா, தெய்வம்தான் வழிகாட்டணும்!''

''நாள் நெருங்கிண்டு இருக்குப்பா''

“தெரியறதே! ஆனா என்ன செய்ய?”

“நீங்க ஒரு வார்த்தை போட்டா போதும்ப்பா, பத்மா உதவுவாங்க.”

“அவளை சிரமப்படுத்தக் கூடாதுன்னு பார்க்கறேன்.”

“என்னமோப்பா. எனக்கு ரொம்ப பயம்மார்க்கு. கடசி நேரத்துல பணம் நம்பளை சோதனை பண்றதே! ஏம்ப்பா, வீட்டுக்கார செட்டியார்கிட்ட உதவி கேட்டா...?”

“ச்சேச்சே...!” அவர் அவசரமாக மறுத்தார். கண்மூடி யோசனையில் ஆழ்ந்தார்.

அப்பாவும் அரவிந்தனும் பேசியது பூராவும் சந்தியாவின் காதுகளிலும் விழுந்தது. அவளுக்கும் கவலையாகத்தான் இருந்தது. அப்பாவைப் பார்த்தால் கஷ்டமாக இருந்தது. எப்படி சமாளிக்கப் போகிறார் அப்பா! கல்யாணம் என்றால் பெண்ணின் வீட்டுக்கு மட்டும்தான் செலவுகளா? ஆண் பெண் இருவரும் வாழ்வில் இணையப் போகிறார்கள். ஒன்றாக இனி வாழ்க்கைப் பாதையில் நடக்கப் போகிறார்கள். இரண்டு பேர் சம்பந்தப்பட்ட ஒரு விஷயத்தில் ஒருவருக்கு மட்டும் ஏன் சுமைகள்? கவலைகள்? ஏன் இரு வீட்டினரும் எல்லாச் செலவுகளையும் பகிர்ந்துகொள்ளக் கூடாது?

ஜானவாச சூட்டே பத்தாயிரத்திற்கு பில் கொடுத்திருந்தார்கள் சம்பந்தி வீட்டில். தான் அணிந்து கொள்ளப் போகும் உடுப்பின் விலையை ஏன் தானே கொடுக்கக் கூடாது? மாமனாரின் உழைப்பில் துணி உடுத்துவது என்ன ஆண்பிள்ளைத்தனம்?

“சூட் தைக்கற செலவை நீங்க ஏத்துண்ட்ருக்கக் கூடாதுப்பா” சந்தியா சட்டென்று சொன்னாள். அப்பா பெண்ணைப் பார்த்துச் சிரித்தார்.

“திடீர்னு என்னாச்சு உனக்கு?” என்றார்.

சந்தியா பதில் சொல்லாமல் உதட்டைக் கடித்துக் கொண்டு நின்றாள்.

"கவலைப்படறயா சந்தியா?" அவர் கனிவோடு கேட்க அவள் கண்கள் பளபளத்தது.

"என் கல்யாணம் உங்களைக் கஷ்டப்படுத்தறதைப் பார்த்தா எனக்குக் கல்யாணமே வேண்டான்னு தோண்றதுப்பா"

அவர் சிரித்தார்.

"அப்படித்தான் இருக்கும். பொம்மனாட்டி மனசே அப்படித்தான். தன்னைச் சேர்ந்தவா கஷ்டப்பட்டா பொறுக்காது. கல்யாணமாகற வரை அப்பா அம்மா கஷ்டத்தைப் பார்த்து மனசு கலங்கும். அப்பறம் ஆம்படையான் கஷ்டப்பட்டா அய்யோன்னு பதறும். கடசி காலத்துல, பிள்ளை கஷ்டப்பட்டா, பகவானே, என்னைக் கொண்டு போய்டேன்னு நெஞ்சுருகும். பிரசவ வேதனையை எந்தத் தாயும் வேண்டாம்னு சொல்ல மாட்டா. அதே மாதிரிதான் பெண்ணுக்குக் கல்யாணம் பண்ணும்போது ஏற்படற பணக்கஷ்டத்தையும் எந்தத் தகப்பனும் கஷ்டமாவே நினைக்க மாட்டான்.

குழந்தை முகத்தைப் பார்த்ததும் பிரசவ வேதனை மறந்து போய்டறா மாதிரி, மினுமினுன்னு தாலியோட ஆம்படையான் கையைப் பிடிச்சுண்டு பொண்ணு அக்னி வலம்வரதைப் பார்த்தா எல்லா கஷ்டமும் பறந்து போய்டாதா..."

சந்தியா அப்பாவின் தோளில் சாய்ந்து கொண்டாள். "கல்யாணமாய்ட்டா உங்களை ரொம்ப மிஸ் பண்ணிடுவேம்ப்பா. பிள்ளையா பொறந்திருந்தா இந்தப் பிரிவு இருக்காதில்ல? பொண்ணாப் பொறந்தது இப்போதான் வேதனையார்க்கு"

"அசடு அசடு... எந்த உறவுமே நிரந்தரமில்லைம்மா. ஒருநாள் பிரியத்தான் வேணும். மரணம்ங்கற சக்தி நம்பளைத் தனித்தனியா துண்டு போட்டு கொண்டு போகுமே! அப்போ என்ன செய்வ?"

"எனக்கு மட்டும் சக்தியிருந்தா உங்களுக்கு சாவே இல்லாம பண்ணிடுவேம்ப்பா"

அவர் சிரித்தார். "அதனால்தான் பகவான் அப்டி ஒரு சக்தியை யாருக்கும் கொடுக்கல. பிறப்பையும் இறப்பையும் தன் அதிகாரத்துலயே வெச்சுண்ருக்கான்."

"எனக்கு ஒரு சந்தேகம்ப்பா"

"என்ன?"

"அரவிந்தனுக்கு கல்யாணம் பண்ணும்போது நீங்க எப்டி இருப்பேள்?"

"புரியறது! பொண்ணைப் பெத்தவாளை ஓட ஓட விரட்டுவேனான்னுதானே சந்தேகம்?"

அவள் பதில் சொல்லவில்லை.

அவர் அவளை உற்றுப்பார்த்தார்.

"அரவிந்தன் கல்யாணத்துல இதை நீ பிராக்டிகலா தெரிஞ்சுக்கலாமே" என்றார்.

☆☆☆

பாங்க் பாலன்ஸ் முழுக்கத் துடைத்து எடுத்து வந்தாயிற்று. ஜானவாசத்தன்று காலை சத்திரத்திற்கு அத்தனை சாமானையும் கடத்தினார்கள். அரவிந்தன் ஆட்டோ ஒன்று அழைத்து வந்தான். சந்தியா பட்டுப்புடவையும் மல்லிகைப்பூவுமாய் கல்யாணக் களையோடு நின்றிருந்தாள். உறவு ஜனங்கள் வீட்டை நிறைத்திருந்தார்கள்.

"யாரானம் ரெண்டு பேர் சந்தியாவைக் கூட்டிண்டு புறப்படுங்கோ, நேரம் நன்னார்க்கு" அப்பா சொல்ல அம்மாவும் மற்றொரு பெண்மணியும் சந்தியாவோடு புறப்பட்டார்கள்.

"அரவிந்தா, நீ போய் ஜானவாச சூட்டை வாங்கிண்டு நேரா வந்துடு" அப்பா பணத்தைக் கொடுத்து அனுப்பினார்.

"ஏம்பா எல்லாத்தையும் சூட்டுக்கு கொடுத்துட்டேளே, நாளைக்கு நிறைய செலவிருக்குமே, என்ன செய்யப் போறேள்?"

"பார்ப்போம். பிரண்டு ஒருத்தர்ட்ட கேட்டுருக்கேன். ராத்திரி கொண்டு வரேன்னார். பார்க்கலாம். ராத்திரி சாப்பாட்டுக்கு கறிகா வாங்கிப் போட்டாச்சு. மளிகை சாமான் வாங்கிக் கொடுத்தாச்சு. இப்போதைக்கு செலவுக்கு பணம் இருக்கு. பார்க்கலாம்."

அரவிந்தன் புறப்பட்டுப்போனான். அவர் கடைசியாக சில சாமான்களை ஏற்றிக் கொண்டு சத்திரத்திற்குச் சென்றார்.

மூன்று மணிக்கு பிள்ளை வீட்டுக்காரர்கள் வந்து இறங்கினார்கள். பிள்ளையின் அப்பா கோபத்தோடு இறங்கினார்.

"என்ன சம்பந்தி! தெரிஞ்சுதான் செஞ்சீரா, இல்ல தெரியாம விட்டுட்டீரா?"

"எ... என்னாச்சு?" அப்பா பதறினார்.

"பிள்ளையாத்துக்காராளுக்கு வண்டி அனுப்பற பழக்கம் உங்க பக்கத்துல வழக்கமில்லையோ?"

கடவுளே...! அப்பாவுக்கு இப்போதுதான் நினைவுக்கு வந்தது. பலவித டென்ஷன்களில் சம்பந்தி வீட்டுக்கு வண்டி அனுப்ப மறந்துபோயிருந்தார். இத்தனைக்கும் ஒரு ஆட்டோ டிரைவரிடம்கூட சொல்லிவைத்திருந்தார். அவனாவது வந்து கேட்டிருக்கக் கூடாதோ....?

"அதில்ல... ஒரு ஆட்டோக்காரனுக்கு சொல்லி வெச்சிருந்தேன். என்னமோ தெரியல, அவனைக் காணும். வேற வண்டிக்கு ஆளனுப்பியிருக்கேன்"

"பரவால்ல விடுங்கோ! மொதல் விஷயமே எனக்கு பிடிக்காத மாதிரி பண்ணிட்டீரே, மொத்த கல்யாணமும் எப்டி நடக்குமோன்னு எனக்கு கவலையார்க்கு"

"மன்னிச்சுக்கோங்கோ. இனிமே எந்தத் தப்பும் நடக்காம பார்த்துக்கறேன். காப்பி டிபன் சாப்ட வாங்கோ"

“வெங்கலக் கெட்டில் இருக்கா?”

“இருக்கே!..”

“போய் அது நிறைய முதல்ல நல்ல காப்பியா அனுப்புங்கோ. அதுக்கப்பறம் ஆகட்டும் டிபனும் காப்பியும்.”

அப்பா கீழே இறங்கி ஓடினார்.

ஐந்து மணியாகியும் அரவிந்தன் சூட் வாங்கிக் கொண்டு வரவில்லை. அப்பாவின் முகம் வெளுத்தது. கவலையோடு வாசலுக்கும் உள்ளுக்கும் நடந்தார்.

ஆறு மணிக்கு பிள்ளை வீட்டிலிருந்து ஒரு பெண் வந்து “சூட்டும் கோட்டும் பார்க்கணுமாம், கொண்டு வரச்சொன்னா” என்றாள்.

——————

23

பரமேஸ்வரய்யர் பதறினார். வயிற்றைக் கலக்கியது. ஏன் இன்னும் காணவில்லை என்று உள்ளே குடைந்தது. சூட் கொண்டு வரச் சொன்ன பெண்ணை "இதோ கொண்டு வரேன்னு சொல்லு கொழந்த" என்று அனுப்பி வைத்துவிட்டு மறுபடியும் வாசலுக்கு வந்தார்.

மேலும் பத்து நிமிடம் கனமாய் நகர்ந்தது. பிள்ளையின் தகப்பனாரே வாசலுக்கு வந்துவிட்டார்.

"என்னாச்சு? சூட் கேட்டனுப்பிச்சா வாசல்ல நிக்கறீர்!"

"பிள்ளை போயிருக்கான், அதுக்குத்தான். இன்னும் காணும், என்னன்னு தெரியல. மத்தியானமே போய்ட்டான்."

"நன்னார்க்கு பரமேஸ்வரன்! இன்னிக்கு ஜானவாசம்னு மறந்துட்டேளா? ரெண்டுநாள் முந்தியே வாங்கி வெச்சுக்க மாட்டீரா? திருமாங்கல்யமாவது ரெடியார்க்கா, இல்ல அதுக்கும் முகூர்த்த நேரத்துல ஆளனுப்புவீரா?"

பரமேஸ்வரய்யர் வேதனையோடு தலைகுனிந்தார். பெண்ணைப் பெற்று விட்டோம் அல்லவா? எல்லாப் பேச்சும் கேட்டுத்தானே தீரவேண்டும் என்பதுபோல்

மௌனம் சாதித்தார். தூரத்தில் ஆட்டோ ஒன்று வருவது தெரிந்தது. கடவுளே! அரவிந்தனாயிருக்க வேண்டுமே என்று வேண்டிக்கொண்டார்.

ஆட்டோ அருகில் வந்து நிற்க, உள்ளே அரவிந்தனின் முகம் தெரிந்தது கையில் அட்டைப் பெட்டியோடு இறங்கினான்.

பரமேஸ்வரய்யர் பெட்டியை வாங்கி சம்பந்தியிடம் நீட்டினார்.

"என்னடா ஆச்சு? இவ்ளோ நேரம்!"

"டெய்லர் நம்ம ஆர்டரை வேற யாருக்கோ மாத்தி சப்ளை பண்ணிட்டாம்ப்பா. இன்னிக்கு நாலஞ்சு பேர்க்கு டெலிவரி குடுத்திருக்கான். ஒவ்வொரு அட்ரஸா போய்ப் பார்த்து மாத்திண்டுவரேன். அண்ணா நகர்ல யாருக்கோ போயிருந்துது. போறும்னு ஆய்டுத்து, அட்ரஸ் கண்டுபிடிச்சு மாத்தி வாங்கறதுக்குள்ள"

"நன்னார்க்கு! இது டெய்லரோட தப்புதானே? உன்னை அனுப்பிட்டானாக்கும் அலைச்சலுக்கு!"

"என்ன பண்ண? நமக்கு வேலையாகணுமே, ஆனா ஆட்டோ சார்ஜ் டெய்லரே கொடுத்துட்டான்."

"போகட்டும் விடு, நேரம் எல்லாம். போய் டிபன் சாப்டு, மணியாறது."

கபாலி கோயிலிலிருந்து மாப்பிள்ளை நடந்தே வந்தான். கோட்டு சூட்டில் கம்பீரமாக இருந்தான். ஜானவாசத்திற்கு எதிர்பார்த்ததைவிட கூட்டம் அதிகமாகவே வந்துவிட்டது. நாராயண ஐயர் திணறினார். சில ஐட்டங்கள் போதவில்லை. இரண்டு மூன்று பந்திக்குத்தான் பாம்பே காஜா வந்தது. நாலாவது பந்திக்கு அவசர அவசரமாக மோகன்டால் கிளறிக்கொட்டி துண்டு போட்டார்.

''பாம்பே காஜா இல்லையா?'' சம்பந்தி வீட்டு மனிதர் யாரோ கேட்க சமையல் ஆள் ''இல்லை'' என்றான்.

''மோகன்டால் எனக்குப் பிடிக்காது'' என்றார் அந்த மனிதர்.

''பிடிக்காட்டா சாப்டாதீங்க சார்'' என்று அலட்சியமாய் சொல்லிச் சென்றான் பரிமாறுபவன். பாம்பே காஜா கேட்ட மனிதர் மாப்பிள்ளையின் மாமா என்பது பரிமாறுபவனுக்குத் தெரியுமா? சமையல் கட்டில் வேலை செய்த களைப்பு அவனுக்கு. ஆனால் மாப்பிள்ளையின் மாமாவால் அந்த அலட்சியத்தைத் தாங்க முடியவில்லை. ஒரு வாய்கூட அதற்குமேல் சாப்பிடாமல் எழுந்து போய்க் கைகழுவ, அவருக்குப் பின்னால் அவரோடு அமர்ந்திருந்த அத்தனை பேரும் சட்டசபை வெளிநடப்பு போல் எழுந்து செல்ல அந்தப் பந்தியே காலியானது.

கொஞ்ச நேரத்தில் விஷயம் முற்றி மாடியில் கூச்சல் அதிகரிக்க பரமேஸ்வரய்யரும் அரவிந்தனும் மாடிக்கு ஓடினார்கள்.

''என்னாச்சு...''

''என்னாகணும்?'' சம்பந்தி சீறினார்.

''ஏதாவது தப்பு நடந்துடுத்தா?''

''பந்தியில் பாரபட்சம் காட்டப்படாது பரமேஸ்வரய்யர்!''

''என்ன நடந்தது?''

''பாதிப்பேர்க்கு பாம்பே காஜா, மீதிப்பேர்க்கு வேற ஏதோன்னா நன்னாவா இருக்கு?''

''மன்னிக்கணும். நினைச்சதுக்கு மேல இலை விழுந்துடுத்து, அதனாலதான்.''

''கல்யாணத்துல கணக்கு பார்க்கப்படாது பரமேஸ்வரய்யர். நாம் என்ன சாப்பாட்டுக்கு டிக்கெட்டா குடுத்திருக்கோம்,

கணக்கா இலைபோட? பத்திரிகை கொடுத்து எல்லாரும் வந்துடுங்கோன்னு கூப்டறோம். ஐநூறுன்னா எண்ணூறுன்னு கணக்குப் போட்டுக்கணுமே தவிர முன்னூறுன்னு நினைச்சுக்கப்படாது. இப்ப பாருங்கோ, முக்கியமானவாளுக்கு மெனுப்படி சாப்ட முடியாம போய்டுத்து''

''தப்புதான். ஒரு அரைமணி டைம் குடுங்கோ, மறுபடியும் பாம்பே காஜாவே போட்டுடச் சொல்றேன்!''

''இனிமே போட்டு எங்க ஆறது! பேசாம அர்ச்சனால ஒரு நூறு பீஸ் வாங்கிண்டு வரச் சொல்லுங்கோ. முகூர்த்த சாப்பாட்டுலயாவது இந்தத் தப்பு நடக்காம பார்த்துக்கோங்கோ. வேறென்ன சொல்ல? நாந்தான் முன்னாடியே சொன்னேனே, கல்யாணத்துல ஒரு சின்னக் குறைகூட சொல்ல முடியாம நடத்திக் குடுக்கணும்னு. சரி சரின்னு சொன்னேள். நன்னா நடக்கும்னு நினைச்சா தொட்டு தொட்டு ஏதாவது தப்பு. என்னால சொல்லாம இருக்கவும் முடியல. கடசில கெட்ட பேர் எனக்குதான், பொல்லாதவன்னு சுலபமா பட்டம் கொடுத்துடுவேள்''

அப்பா தலைகுனிந்து நிற்பதைக் கண்டதும் அரவிந்தனின் இதயம் கசிந்தது. அப்பா எத்தனை நல்ல ஆத்மா! எவ்வளவு நேர்மையான மனிதர், இப்படி எதிர்பாராமல் நேர்ந்துவிட்ட தவறுகளுக்காக இத்தனை பேச்சா! பெண்ணைப் பெற்றுவிட்ட ஒரே காரணத்துக்காகவா?

அன்றிரவு அப்பாவும் சரி அவனும் சரி சாப்பிடவில்லை. போட்ட மோகன்டால் ஒரு பக்கம் சீரழிய, புதுசாய் நூறு பாம்பே காஜா வாங்கிய செலவு எதிர்பாராத செலவு. அதுவும் கையில் பணம் இல்லாத நிலையில் அப்பாவின் நண்பர் பணத்தோடு வருகிறேன் என்றவர் வரவேயில்லை.

அப்பாவின் கண்கள் முதல் முறையாய் பளபளத்தபோது அரவிந்தனால் தாங்க முடியவில்லை. அவனுக்கும் அழுகை

வந்தது. அவன் மட்டும் இந்நேரம் நல்ல வேலையில் இருந்திருந்தால் அப்பாவை இப்படி நெருக்கடியில் நிறுத்தியிருப்பானா? ஏன் இப்படிக் கையாலாகாமல் என்னை நிறுத்தி வைத்து வேடிக்கை பார்க்கிறாய் தெய்வமே!.

தோளுக்கு மிஞ்சி வளர்ந்த பிள்ளையால் தகப்பனுக்கு கைகொடுக்க முடியவில்லை என்றால் எதற்காக என்னைப் பிள்ளையாகப் படைத்தாய்! இதற்கு பதில் ஒரு புழுவாகப் படைத்திருக்கலாமே? அரவிந்தன் சத்திரத்து மொட்டை மாடியில் புரண்டு புரண்டு படுத்தான். தூக்கம் வராமல் தவித்தான். நள்ளிரவில் ஆட்டோ ஒன்று வந்து நிற்கும் ஓசை கேட்க சட்டென்று எழுந்து மதில் சுவரிலிருந்து எட்டிப் பார்த்தான். ஆட்டோவிலிருந்து இறங்கிய பத்மாவைக் கண்டதும் முகம் மலர வேகமாகக் கீழே இறங்கி வந்தான். கூடத்தில் படுத்திருத்த அப்பாவையும் உள்ளறையில் படுத்திருந்த அம்மாவையும் எழுப்பி அழைத்துக் கொண்டு வாசலுக்கு வந்து பத்மாவை வரவேற்றான்.

''சாரி, திருச்சில ஒரு வேலையாப் போய்ட்டேன். அதான் ஜானவாசத்துல கலந்துக்க முடியல.''

''பரவால்ல, இப்பவாவது வந்தேளே, இதுவே ரொம்ப சந்தோஷமார்க்கு.''

''உள்ள வா பத்மா! ஏதாவது சாப்ட்டயா?''

''சிரமப்பட வேண்டாம் ரெண்டு பழம் போதும்.''

பத்மா தன் சின்ன சூட்கேஸோடு உள்ளே வந்தாள். அரவிந்தன் வாழைப்பழம் கொண்டு வந்து கொடுக்க ரங்கம் கொஞ்சம் ஹார்லிக்ஸ் கரைத்துக் கொண்டு வந்தாள்.

''ஏன் பரமு, முகம் நன்னால்லயே, ஜானவாசத்துல ஏதாவது பிரச்சனையா?'' பத்மா கேட்டதும் அரவிந்தன் ஏதோ சொல்ல வாயெடுக்க பரமேஸ்வரன் குறுக்கிட்டார்.

''அதெல்லாம் ஒண்ணுமில்ல... டயர்டா இருக்கு. சரியா தூங்கலையோன்னோ!''

"சரி அப்போ நீ தூங்கு. நா ரங்கத்தோடயும் அரவிந்தனோடயும் பேசிண்ருக்கேன். மொட்டை மாடி இருக்கா இங்க?"

"இருக்கே"

"அங்க போய்டுவோம். ஒரே வியர்க்கறது" பத்மா முன்னால் நடக்க பரமேஸ்வரன் ரங்கத்திடம் கிசுகிசுத்தார்

"அவகிட்டே எதுவும் சொல்லிக்க வேண்டாம்."

"மனசுவிட்டு பேசிக்கறதுக்கு பேர்தான் நட்பு. நீங்க என்னடான்னா எதுவும் சொல்லாதேங்கறேள்."

அவர் வாயடைத்து நிற்க, ரங்கம் மாடிக்குச் சென்றாள்.

மொட்டை மாடியில் வைத்து அரவிந்தனும் ரங்கமும் பாம்பே காஜா விஷயத்தையும் அதனால் ஏற்பட்ட அவமானங்களையும் அப்பாவின் பண நெருக்கடியையும் சொன்னார்கள்.

"பணத்தைப் பத்தி இனிமே கவலைப்பட வேண்டாம் அரவிந்தா! நா கொண்டு வந்திருக்கேன். பணத்தால் இனி பிரச்சனை இருக்காது. அதேநேரம் உங்க யாருக்கும் கொஞ்சம் போறாதுதான். உபசாரம் பண்ணத் தெரியலை உங்களுக்கு."

"என்ன சொல்றீங்க நீங்க? நன்னாதானே உபசாரம் பண்ணினோம்."

"ப்சு....! வார்த்தை ஜாலம் பத்தாது உங்களுக்கு. பணிஞ்சு முதுகு வளைச்சு மன்னிப்புக் கேக்கறதைவிட நிமிர்ந்து நின்னு வேற மாதிரி பேசியிருக்கலாம்."

"எப்படி...?"

"பாம்பே காஜா தீர்ந்து போச்சுன்னு சொல்லியிருக்கக் கூடாது. அது அவ்ளோ டேஸ்ட்டா வரலையோன்னு தோணித்து அதனாலதான் சம்பந்தியாத்துக்காராளுக்குன்னு ஸ்பெஷலா

மோகன்டால் போடச் சொன்னேன்னு சொல்லியிருக்கணும். அப்படியான்னு சம்பந்தி உச்சி குளிர்ந்து போயிருப்பார்."

அரவிந்தனும் ரங்கமும் வாய் பிளந்தார்கள்.

இரவு இரண்டுமணி வாக்கில் எங்கிருந்தோ மேகம் கூடி சடசடவென்று கனத்த தூறல் போட, திறந்த வெளியில் போட்டிருந்த விறகுகள் நனைவதை யாரும் கவனிக்கவில்லை.

————

24

புகைச்சல், புகைச்சல்! அந்தப் புகைச்சல். "விறகு நனையறவரை தூங்கினீங்களா?" சமையல்காரர் எடுபிடி ஆட்களைப் பார்த்துக் கத்தினார். சத்திரம் தூக்கம் கலைந்து எழுந்து காப்பிக்குப் பறந்தது. இன்னும் காப்பி ஆகலையா? பிள்ளை வீட்டில் யாரோ சலித்துக் கொண்டார்கள். இதோ ஆய்டும்... அப்பாவின் உறவு யாரோ சமாதானப்படுத்தியது.

"என்ன இந்தப் புகை? எங்க ரூம் எல்லாம் ஒரே புகை கமறறது" சுரிதார் பெண் ஒன்று வந்து சமையல்கட்டை எட்டிப்பார்த்து மூக்கையும் வாயையும் பொத்திக் கொண்டது.

"விறகு நனைஞ்சுடுத்து. சரியா எரிய மாட்டேங்கறது." மாப்பிள்ளைக்கு சொந்தக்காரியோ என்ற பயத்தில் சமையல் உள்ளிருந்து பதில் பணிவாக வந்தது.

"மாப்பிள்ளைக்கு வெந்நீர் போட்டாச்சா?" கொண்டை போட்ட பெண் ஒருத்தி வந்து அரவிந்தனிடம் கேட்க அரவிந்தன் பரபரப்பானான். "இதோ கொண்டு வரச்சொல்றேன்" என்று அந்தப் பெண்ணை அனுப்பி வைத்தான். சமையல்காரரிடம் வந்தான் வெந்நீர் பற்றிக் கேட்டான்.

“காப்பிக்கு வெந்நீரே கொதிச்சபாடில்லை. மழை இப்படி கழுத்தறுத்துடுத்து விறக்கை இப்படியா வெட்டவெளில போடச் சொல்லுவா? ஒரு பத்து நிமிஷத்துல சரிபண்ணிடறேன்... அவாளை சமாதானப்படுத்துங்கோ”

“எப்டியாவது சமாளிங்கோ மாமா...” அரவிந்தன் தன் பங்குக்கு தானும் ஒரு ஊதுகுழல் கொண்டு புகைந்த அடுப்பில் ஊதினான். லேசில் எரிவேனா என்றது ஈரவிறகு.

“அரவிந்தா இங்க வா.” அப்பா அழைத்தார். அரவிந்தன் ஊதுகுழலைப்போட்டு விட்டு எழுந்தான்.

“தெய்வம் நம்பளை ரொம்ப சோதனை பண்றதுப்பா. இன்னும் காப்பி ஆகல, வெந்நீர் ரெடியாகல. விறகு ஞாபகம் ஒருத்தருக்கும் இல்லாம போய்டுத்தே. இன்னிக்கு நிச்சயம் சம்பந்தி டபுள்மடங்கு கத்தப்போறார்.”

“என்ன பிரச்சனை அரவிந்தா?” பத்மா அந்த விடியல் இருட்டிலும் குளிர்நீரில் குளித்து தலை துவட்டியபடி வந்தாள். அரவிந்தன் விஷயம் சொன்னான் பத்மா யோசித்தாள்.

“காப்பி ரெடியாய்டுத்து” சமையற்காரர் குரல் கொடுத்தார். வேறு ஒருவர் அப்பா, அரவிந்தன் பத்மா மூவருக்கும் காட்சி கொடுத்தார்.

“காப்பில் புகை வாசனை அடிக்கறதே” அரவிந்தன் முகம் சுளித்தான்.

“இப்பொ என்ன செய்ய? இதை எப்படிக் கொடுக்கறது.”

“ஒரு நிமிஷம்” பத்மா மானேஜர் ரூம் சென்று டெலிபோன் எடுத்து யாரிடமோ பேசினாள். பிறகு போனை வைத்துவிட்டு அரவிந்தனிடம் வந்தாள்.

“பிள்ளையாத்துக்காராகிட்ட என்னைக் கூட்டிண்டு போ அரவிந்தா.”

"என்ன பேசப்போற பத்மா" பரமேஸ்வரன் கவலையோடு கேட்டார்.

"நீ பயப்படும்படியா எதுவும் பேசமாட்டேன் பரமு" பத்மா போனாள்.

பிள்ளையின் அப்பாவை சந்தித்து காலை வணக்கம் சொன்னாள்.

"நா மிஸ்டர் பரமேஸ்வரனுக்கு குடும்ப சிநேகிதி. சின்ன வயசுலேர்ந்து ரெண்டு குடும்பத்துக்கும் பழக்கம். எங்க வழக்கப்படி பிள்ளையாத்துக்காராளுக்குன்னு சத்திரத்துக்கு அருகிலேயே பங்களா ஒண்ணு ஏற்பாடு பண்ணிடுவோம். பங்களால சகல வசதியும் இருக்கும். நேத்திவரை எங்க துரதிருஷ்டம் பங்களா கிடைக்கலை. பட், இப்பொ பக்கத்துலயே ஒரு பங்களா கிடைச்சிருக்கு. காருக்குகூட சொல்லியாச்சு. நீங்க எல்லாரும் சிரமம் பார்க்காம புறப்பட்டீங்கன்னா, அங்க போய் நிதானமா புகை எரிச்சல் இல்லாம குளிச்சு டிரஸ் பண்ணிண்டு வந்துடலாம். லக்கேஜ் எல்லாம் நாங்க ஏத்திடறோம், சிரமப்பட வேண்டாம். பங்களா அருமையார்க்கும். ஃபைவ் ஸ்டார் ஹோட்டலைவிட அமர்க்களமா இருக்கும்."

எல்லாரும் கூடிக் கூடிப் பேசினார்கள். இளசுகள் பங்களாக்கு போய்டலாம் என்று சிணுங்கின.

"ஓ கே" என்றார் சம்பந்தி. பத்தே நிமிடத்தில் வாசலில் வந்து நின்ற மாருதி வேனில் மாப்பிள்ளையின் குடும்பம் ஏறிக்கொண்டது. பத்மா டிரைவரிடம் விலாசம் சொல்லிவிட்டு அரவிந்தனையும் அழைத்துக் கொண்டு ஆட்டோவில் சென்றாள்.

"இரண்டு தெரு தள்ளி அமைதியாக இருந்த மரங்கள் அடர்ந்த சூழலில் அழகாய் இருந்தது பங்களா. பாத்ரூம்ல வெந்நீர், தண்ணீர் ரெண்டும் வரும், ரெண்டு மூணு பாத்ரூம், டாய்லெட் எல்லாம் இருக்கு, முகூர்த்தத்துக்கு இன்னும் நிறைய

நேரம் இருக்கு. நிதானமா குளிங்கோ போதும். காப்பி டிபன் கூட இங்கயே கொண்டுவரச் சொல்லிடவா? சாப்ட்டுட்டு விரதத்துக்கு வந்து சேர்ந்தா போதுமே. கொஞ்சம் ரிலாக்ஸ்டா இருக்கும்."

அவர்களுக்கு படு திருப்தி என்பதை அவர்கள் முகம் காட்டியது. சத்திரத்து சப்தத்திலிருந்தது முதலில் விடுதலை கிடைத்திருந்தது. டிரெஸ்ஸிங் டேபிளும் தனி அறைகளும் பெண்டுகளுக்கு மிக சௌகர்யமாய்த் தெரிந்தன. பத்மா அரவிந்தனை விட்டு அருகிலிருந்த ஓட்டலிலிருந்து ஸ்பெஷல் காப்பி வாங்கிவரச்செய்து அனைவருக்கும் தானே ஊற்றி நுரைபொங்கக் கொடுத் தாள். சர்க்கரை தனியாக வாங்கி வந்து அவரவர் தேவைக்கேற்ப கலந்து ஆற்றிக் கொடுத்ததால் அவர்கள் முகங்கள் மகிழ்ச்சியில் மின்னின. பத்மாவின் உபசாரமும் மென்மையான பேச்சும் அவர்களை சீக்கிரமே கவர்ந்து விட்டது. அவளைப் பற்றி ஆர்வத்தோடு விசாரித்தார்கள். அவள் படிப்பும் உத்யோகமும், சம்பாத்யமும் கேட்டு வாய்பிளந்தார்கள். இத்தனை படிப்புக்கும் சம்பாத்யத்துக்கும் துளியும் அலட்டலோ கர்வமோ இல்லாது அவள் பணிந்து உபசரித்தது அவர்களை மலைக்க வைத்து வாய்விட்டுப் பாராட்ட வைத்தது.

தனி பங்களா பார்த்துக் கொடுத்த பிறகு சத்திரத்தில் டென்ஷன் குறைந்துவிட்டது. பொல பொலவென்று பொழுது விடிந்ததும் முதலில் திறந்த விறகுக் கடையில் நல்ல காய்ந்த விறகாக பத்து குண்டு வாங்கி வந்து போட்டான் அரவிந்தன். ஈர விறகைக் கொஞ்சம் விலை குறைத்து கடைக்காரருக்கே விலைபேசி எடுத்துப் போகச் செய்தாள் பத்மா.

ரெண்டு ஆட்டோவும் மாருதிவேனும் பங்களாவுக்கும் சத்திரத்துக்குமாக நிமிடத்திற்கொருமுறை ஓடியது. மாப்பிள்ளை வீட்டுப் பெண்கள் பங்களாவில் திருப்தியாக அலங்கரித்துக் கொண்டு அலுங்காமல் வந்து சேர்ந்தார்கள்.

முகூர்த்தச் சாப்பாடு தயாராகும் போது பத்மாவும் சமையல்காரரோடு கூட இருந்து ஐட்டங்களை கொஞ்சம் அதிகமாகவே தயாரிக்க வைத்தாள். கடைசியில் சாப்பிடப் போகும் சம்பந்தி வீட்டுக்காரர்களுக்குத் தேவையான சாப்பாட்டை முதலிலேயே தனியான பாத்திரங்களில் சுடச்சுட எடுத்து ஒரு பக்கமாக பத்திரப்படுத்தி வைக்கச் சொன்னாள். எந்த ஐட்டத்திலும் தண்ணீர் கலந்து பெருக்க விடக்கூடாது என்று சமையல்காரருக்கு வேண்டுகோள் விடுத்தாள். எல்லா ஐட்டத்தையும் தானே டேஸ்ட் பார்த்து குறைகளைச் சரி செய்ய வைத்தாள்.

கொஞ்சநேரத்தில் பிள்ளை வீடு முழுக்க எதற்கெடுத்தாலும் பத்மா, பத்மா ஆண்ட்டி என்று அவளிடம் வந்து நின்று தங்கள் தேவையைச் சொல்ல ஆரம்பிக்க பத்மா உடனுக்குடன் அவைகளைச் செய்து கொடுத்து பம்பரமாய்ச் சுழன்றாள்.

அரவிந்தன் பிரமித்துப் போனான். இந்தப் பெண்மணிக்குத்தான் எத்தனை சமர்த்து என்று வியந்தான். முதல்நாள் கோட்டு சூட்டுக்காகவும், பாம்பே காஜாவுக்கும் சத்தம் போட்ட சம்பந்தி பத்மாவின் உபசார மழையில் திணறித் திக்குமுக்காடிப் போனார். நிமிடத்திற்கொருமுறை காப்பி அல்லது குளிர்பானம் சம்பந்தி மனிதர்களுக்குச் சென்றது. சில விஷயங்களுக்கு அவர்களிடமே ஆலோசனை கேட்டு அதன்படியே செயல்படுத்தியபோது இன்னும் குளிர்ந்து போனார்கள் அவர்கள். ஒருவழியாய் எந்த முணுமுணுப்பும் இல்லாமல் முகூர்த்தம் முடிந்தது. சந்தியாவின் கழுத்தில் தாலி ஏறியது. பரமேஸ்வரன் கண்கள் ஆனந்தத்தில் உடைந்து பெருகியது. ரங்கமும் பெண்ணை முத்தமிட்டுக் கண்கலங்கினாள். பத்மாவும் அரவிந்தனும் பெண்ணுக்கும் மாப்பிள்ளைக்கும் கைகொடுத்துக் குலுக்கினார்கள்.

பரமேஸ்வரன் நன்றியோடு பத்மாவைப் பார்த்தார். கை கூப்பினார்.

முகூர்த்தச் சாப்பாடு கடைசிவரை குறை சொல்லமுடியாமல் இருந்தது. இதுபோல சாப்பாடு சாப்பிட்டதில்லை என்று மாப்பிள்ளை வீடு பரமேஸ்வரனிடம் மனம்விட்டுச் சொல்லிப் பாராட்டியது.

"நேத்திக்கு கொஞ்சம் கத்திட்டேன், மனசுல வச்சுக்காதீர் பரமேஸ்வரன். அப்படி கத்தினதுக்கும் காரணமிருந்தது" பிள்ளையின் அப்பா பரமேஸ்வரனிடம் சொல்ல அவரைப் புருவம் சுருக்கிப் பார்த்தார் பரமேஸ்வரன்.

———

25

"நானும் மனுஷன்தான் பரமேஸ்வரன். நீங்க நினைக்கற அளவுக்கு பொல்லாதவன் இல்ல'' சம்பந்தி ஆரம்பித்ததும் பரமேஸ்வரன் பதறினார்.

''அய்யோ, நா எதுவும் தப்பாவே நினைக்கலை'' என்றார்.

''தப்பா நினைச்சாதான் என்ன? ஒரு பொண்ணு, ரெண்டு பிள்ளைக்கு நானும் கல்யாணம் பண்ணியிருக்கேன். இரண்டாவது பையனையும் மாட்டுப் பொண்ணையும் பார்த்தீரோன்னோ? லவ் மாரேஜ்.''

அவளைத் தான் கட்டிப்பேன்னுட்டான். பொண்ணு நல்ல பொண்ணுதான், ஆனா குடும்பம் கொஞ்சம் அடாவடிக் குடும்பம். அப்பனுக்கு சீட்டுக்கட்டும் வெத்தலை சீவலும்தான் உலகம். அம்மா ஒரு அசடு. அண்ணன் தம்பிகள் வேலை வெட்டி இல்லாத பசங்க. அப்பனும் பிள்ளைகளும் சவடால்லயே வாழ்றவங்கன்னு முதல்நாளே புரிஞ்சுபோச்சு. எம் பிள்ளைட்ட இந்த இடம் வேண்டாண்டான்னேன்; கேக்கல. நீ பண்ணி வெக்கலன்னா நானா பண்ணிப்பேன்னான். அது எனக்குத்தானே அவமானம்? சரி

போன்னு சம்மதிச்சேன். அவன் விருப்பப்படியே கல்யாணம் நடந்தது.

வழக்கமா பிள்ளையப் பெத்தவாதான் தொட்டதுக்கெல்லாம் குத்தம் கண்டுபிடிப்பா. ஆனா எம்பிள்ளை கல்யாணத்துல எல்லாமே தலைகீழா நடந்தது. பொண்ணோட அப்பன் கால்மேல்கால் போட்டுண்டு எங்களை குத்தம் சொல்லிண்டிருந்தான். ஜானவாசத்துக்கு நூறு பேர் வருவான்னுட்டு இப்பொ இருநூறு பேர் உங்க வகையா வந்திருக்கா. அதிகமா விழற இலைக்கு நீங்கதான் பணம் கொடுக்கணும்னு வம்பு பண்ணினார் அந்த பிராமணன்.

அந்தத் திமிருக்கு என்ன காரணம்னு நினைக்கறேள்? அவர் பொண்ணுமேல எம் பிள்ளைக்கு தலைகால் புரியாத காதலாச்சே. அந்தக் காதலை வெச்சுண்டே பொண்ணாத்துக்காரா எங்களை பிளாக்மெயில் பண்ணாத குறை. யாராவது ஏதாவது சொன்னா, 'நாங்களா வந்து மேல விழுந்தோம்? நீங்கதான் வந்து விழுந்தேள்! எம் பொண்ணு அழகுக்கு எத்தனையோ நல்ல இடம் தேடிண்டு வந்துது. அவ தலையெழுத்து உம்ம வீடுதான்னு ஆய்டுத்து, என்ன செய்ய...'ன்னு எகிறினார்.

அந்தக் கல்யாணத்துல் நாங்க பட்ட அவமானம் கொஞ்சநஞ்சமில்லை. முதல் டிகாக்ஷன் காப்பிகூட எங்களுக்கு கொடுக்கல. நல்ல ரூம்கூட கொடுக்கல. வெந்நீர் கிடையாது. முகூர்த்த சாப்பாடுல ரெண்டாம் பந்தில பாதி இலைக்கு போளி வரல. பாதி பேர்க்கு போட்ட சாதம் வேகவேல்ல. ரெண்டாந்தரம் கறியோ கூட்டோ கேட்டா இளக்காரமா ஒரு பார்வை, அட சாப்பாட்டு ராமா...ங்கற மாதிரி ஒரு சிரிப்பு.

சொன்னா நம்பமாட்டேள்... பாதி பேர்க்கு சாப்பாடே இல்லாம போய்டுத்து. அவாளை எல்லாம் சரவணபவனுக்கு அனுப்பி என் செலவுல சாப்பாடு போட்டு அனுப்பினேன்.

எம் பிள்ளை ஆசைப்பட்டுட்டாங்கற ஒரே காரணத்துனால அன்னிக்கு அத்தனை அவமானப்பட்டேன். இதையெல்லாம் வீட்டுக்கு வந்ததும் எம்பிள்ளைகிட்ட சொன்னாக்க, அப்டியா... ங்கறான் ஒண்ணும் தெரியாத மாதிரி. ஆனா என் நல்லகாலம், பொண்ணு நல்ல மாதிரியார்ந்துது.

தாட்சாயணி தட்சனோட சண்டை போட்டாப்பல உடனே போய் அப்பனோட சண்டை போட்டுது. 'போடி, இனிமே இங்க வராத'ன்னுட்டான் அந்த பிராம்மணன். அன்னிலேர்ந்து பொறந்தாத்து பக்கம் தலைவெச்சு படுக்கறதில்ல. நாங்கதான் அப்பா அம்மா எல்லாம்னு சொல்லிடுத்து. ரொம்ப மரியாதை.

அப்பன் பண்ணின தப்புக்கு இதுகிட்டயா துவேஷம் காட்டறதுன்னு நானும் எல்லாத்தையும் மறந்துட்டேன். ஆனா உறவு ஜனம் வாயை அடைக்க முடியலையே... இன்னமும்கூட வம்பு பேசும். அடடா, ஜானகி கல்யாணத்துல.. ன்னு ஆரம்பிச்சு அவளைப் பேசிப்பேசி நோகடிக்கும். எங்கிட்ட வந்து அழும். நாந்தான் போனாப்போறா விடுன்னு சமாதானப்படுத்துவேன்.

பிள்ளை கல்யாணம் இப்படின்னா, பொண் கல்யாணத்துல பார்த்து பார்த்து உபசாரம் பண்ணியும் என் சம்பந்திய திருப்தி பண்ணவே முடியல என்னால. நகை நட்டுல ஆரம்பிச்சு கட்டுசாத புளியோதரை வரை குத்தம் கண்டுபிடிச்சார். முன்னயும் போக விடல, பின்னயும் போக விடல, அத்தனை படுத்தல்.

கால்மேல் கால் போட்டுண்டு பொண்ணாத்துக்காரனா இருக்கறதுக்கும் கொடுத்து வெச்சிருக்கணும்னு நினைச்சுண்டேன். எனக்கு அந்தக் கொடுப்பனை இல்ல.

பிள்ளைக்கு தகப்பனார்ந்தப்பவும் அவமானம், பெண்ணுக்கு தகப்பனா இருந்தப்பவும் இடி. இதுல என்ன ஆச்சர்யம்னா

அன்னிக்கு ஒருநாள்தான் என் சம்பந்தி அப்படி ஆடினார். அதுக்கப்புறம் கப்சிப்தான். அது இவரான்னு தோணும்.

இப்பல்லாம் எங்கிட்ட ரொம்ப மரியாதை. காரணம் அவரோட அடுத்த பிள்ளை கல்யாணத்துல எதுவுமே சரியில்லையாம். இருகோடுகள் தத்துவம் மாதிரி, நான் நடத்தின கல்யாணம் உசத்தியா தோணிடுத்து அவருக்கு. கட்டுசாதத்தன்னிக்கு போட்ட தயிர்வடை ஊசிப்போய்டுத்துன்னு அன்னிக்கு குதிச்சவர் இன்னிக்கு அதுக்கப்பறம் அந்த மாதிரி உசத்தியான தயிர் வடையை நான் சாப்டவேல்லங்கறார். மனுஷ சுபாவத்தை நினைச்சு சிரிக்கறதா அழறதான்னு தெரியாம முழிச்சேன் நான்.

நம்ம மனசுக்கு ஒருத்தரை பிடிச்சுப் போய்ட்டா அவா கோமணத்தைக் கூட புகழ்வோம். பிடிக்காட்டா பட்டு வேட்டியக்கூட ச்சீ தூ...ம்போம். என் வீட்டுல நடந்த ரெண்டு கல்யாணமும் எனக்கு வெவ்வேறு வித அனுபவங்களையும் பாடங்களையும் கத்துத் தந்தது. பிள்ளையைப் பெத்தவன்னு ஒரேயடியா ஆடவும் கூடாது. அதேநேரம் பிள்ளைப் பூச்சி மாதிரி பணிஞ்சு போகவும் படாதுன்னு தெரிஞ்சுண்டேன்."

"உம்மகிட்ட நா கத்தினதுக்கு காரணம் அகம்பாவமில்ல. என் ரெண்டாவது மாட்டுப் பொண்ணை நாலு பேர் இன்னமும் குத்திக்காட்டறா பாருங்கோ, அது மாதிரி நிலை உம்ம பொண்ணுக்கு வந்துடப்படாதுன்னுதான் உங்களைக் கோச்சுண்டேன். பிள்ளையைப் பெத்தவன் பெருந்தன்மையா இருந்தா பெண்ணைப் பெத்தவாளுக்கு அலட்சியமாய்டறது. இது என் அனுபவம். அதனாலதான் என் பெருந்தன்மையை இந்தக் கல்யாணத்துல கொஞ்சம் மூட்டைகட்டி வெச்சேனே தவிர முழுக்க மூழ்கடிச்சுடல. இதையெல்லாம் வெச்சு 'என்னடா இப்படி கத்தறாரே, நாளைக்கு இவாத்துல போய் நம்ம பொண்ணு கண்ணைக் கசக்கிண்டு நிக்குமோ'ன்னு கலங்க வேண்டாம். இனிமே அவ உம்ம பொண்ணு இல்ல. எம்பொண்ணு. ராஜாத்தி மாதிரி வெச்சுப்போம். ஒரு குறையும் இருக்காது."

மூச்சுவிடாமல் பேசி நிறுத்தினார் அவர். பரமேஸ்வரனின் கண்கள் பளபளத்தது. அவரால் எதுவும் பதில் சொல்ல முடியவில்லை. சம்பந்தியின் நிலையில்தான் இருந்தாலும் இப்படித்தான் நடந்துகொள்வோம் என்று தோன்றியது.

"என்ன திகைச்சுப் போய்ட்டீரா? தாலி ஏறறவரைதான் நீர் யாரோ நான் யாரோ. தாலி ஏறிடுத்துன்னா நானும் நீரும் நெருங்கின உறவாய்டறோம். ஒரே சமனுக்கு வந்துடறோம். அதுக்கப்பறமும் பிள்ளையைப் பெத்தவன்னு அலட்டிக்கறவன் மனுஷனே கிடையாது. நிச்சயமா நா அப்படி இருக்க விரும்பலை. உம்மை என் சகோதரனா நினைச்சு கொஞ்சம் என் பாரத்தை இறக்கி வெச்சேன். என்னை நியாயப்படுத்திண்டேன், அவ்ளோதான். எதுக்கு சொல்றேன்னா ராத்திரி டின்னர் என்னோட செலவு. மொத்தமா அதுக்குன்னு நா கொடுக்கற பணத்தை வேண்டாம்னு சொல்லாம வாங்கிக்கணும் புரிஞ்சுதா?"

"அய்யோ... எதுக்கு சார்..."

"இப்பதானே சொன்னேன். மறுக்கப்படாதுன்னு..."

சம்பந்தி போய்விட்டார். பரமேஸ்வரன் திகைத்து நின்றார். நேற்றுவரை சிம்ம சொப்பனமாகத் தெரிந்தவர் இப்போது கள்ளம் கபடில்லாத குழந்தையாய்த் தோன்றினார். சந்தர்ப்ப சூழ்நிலைகள்தான் மனித சுபாவங்களை மாற்றுகிறதோ!

"என்ன பரமு, எதுக்கு இப்படி திகைச்சு போய் நின்னுண்ட்ருக்க!"

பின்னால் பத்மாவின் குரல் கேட்க திரும்பினார்.

"உங்கிட்ட கேட்கணும்னு நினைச்சேன் பத்மா! என்னவோ டெலிபோன் பண்ணின... பங்களா ஏற்பாடு பண்ணின... எல்லாம் ஒரே மாயமா இல்ல இருந்துது... யாரோட பங்களா அது?"

"சாட்சாத் என்னோட பங்களாவேதான்."

"இஸ் இட்...!"

"மெட்ராஸ்ல நா வாங்கின முதல் வீடு அதுதான். குடும்பம்னு இருக்கோ இல்லையோ, பணம் நிறைய இருக்கே! பின்னால யாருக்காவது உபயோகப்படட்டுமேன்னு ஒண்ணுக்கு ரெண்டு வீடு வாங்கிப் போட்டாச்சு. உன் நல்ல காலம், இந்த பங்களால குடியிருந்தவா போன மாசம்தான் சொந்த வீட்டுக்கு ஷிஃப்ட் பண்ணிண்டு போனா. இன்னமும் நல்ல ஆள் கிடைக்காததால வாடகைக்கு விடாம இருந்தேன். இன்னிக்கு என் சிநேகிதன் பொண்ணு கல்யாணத்துக்கு உபயோகப்படணும்னு அதுந்தலைல எழுதியிருக்கு போலருக்கு" பத்மா சிரித்தாள்.

"ஆனா நா இனிமே வாடகைக்கு விடப்போறதில்ல அதை" என்றாள் தொடர்ந்து.

"ஏன்... ஏன்...?"

"ஏன்னு கேட்டா எனக்கு சட்டுனு காரணம் சொல்லத் தெரியல. உள்ள ஏதோ சொல்றது, இனிமே வாடகைக்கு விடாதேன்னு. அதுக்கு நா கட்டுப்படறேன் அவ்ளோதான்."

பரமேஸ்வரன் அவளை வியப்போடு பார்த்தார்.

——————

26

கட்டுச்சாதக் கூடை ஏற்றி சந்தியாவை வழியனுப்பி வைத்தபோது யாராலும் அழுகையை அடக்க முடியவில்லை. அரவிந்தன்கூட தேம்பித் தேம்பி அழுதான். புறப்படுவதற்கு ஒரு மணி முன்பு சந்தியா அப்பாவின் மடியில் தலை வைத்துப் படுத்துக் கொண்டாள். பரமேஸ்வரன் அவள் தலை முடியைக் கோதிவிட்டார்.

கல்யாணம் முடித்து முதலிரவு முடிந்து புருஷன் தொட்ட மினுமினுப்போடு மடியில் சரிந்திருந்த மகளை பெருமையும் கனிவும் பொங்கப் பார்த்தார். ராத்திரி சந்தோஷமாக இருந்தாயா மகளே, என்று தாய் கேட்பதுபோல் தகப்பனால் கேட்க முடியாது. ஆனால் அவள் சந்தோஷமாக இருந்ததை முகம் பார்த்து உணர முடியும்.

முதலிரவு முடிந்த பெண்ணின் முகத்தில் தனி நாணமும் பொலிவும் தெரியும். உதட்டில் ஒரு புன்னகையும் சிவப்பும் படர்ந்திருக்கும். கன்னங்களில் சந்தோஷம் பூரித்திருக்கும். கண்கள் சிரிக்கும். தாலி கட்டின புருஷனுக்கு தன்னை அர்ப்பணித்த களைப்பும் பெருமிதமும் உடலில் மினுமினுப்பாய் தெரியும்.

தூக்கமில்லாத கண்கள் விடியலில் சொருகும். தலை சாய்க்க இடம் தேடும். பிரியமான மடியில் சுகமாய்த் தலைசாய்க்கும். சந்தியாவுக்கு அம்மாவைவிட அப்பாவிடம் பிரியம் அதிகம். எனவே அவர் மடியில் தலைசாய்ந்திருந்தாள்.

"உன் புருஷனோட குடும்பம் ரொம்ப நல்ல குடும்பம் சந்தியா. உன் மாமனார் மனசு விட்டுப் பேசினார். மகா உத்தமர். உன்னைத் தன் பெண்ணா ஏத்துண்டுட்டார். அவர் மனசு கோணாம நீயும் அங்க நடந்துக்கணும். நம்பாத்து கௌரவத்தை உயர்த்தணும்."

சந்தியா அரைத் தூக்கத்தில் தலையசைத்தாள். "நா உங்க பொண்ணுப்பா" என்றாள். ஐந்து நிமிடம் கழித்து எழுந்து உட்கார்ந்து "நா போய்ட்டா கஷ்டமார்க்குமாப்பா உங்களுக்கு?" என்றாள்.

"கஷ்டம்தான். அதுக்காக உன்னை வீட்டோட வெச்சுக்க முடியுமான்ன?" சிரித்தார்.

"ஆனா எனக்கு உங்களை விட்டுப் போறது ரொம்பக் கொடுமையா தெரியறதுப்பா."

"முதல்ல அப்படித்தான் இருக்கும். என்னைவிட உன் மாமனார் ரொம்ப நல்லவர். அண்டர்ஸ்டாண்டிங் டைப். கூடிய சீக்கிரம் உனக்கு அங்க பிடிச்சுப் போய்டும். அப்பறம் பொறந்தாத்துக்கு வான்னு நா உன்னைக் கெஞ்சணும் வந்தாலும் 'அய்யோ எங்க மாமனார் எங்கையாலதான் காப்பி சாப்டுவார். மாமியார்க்கு நா இல்லாட்ட முடியாது'ன்னு பிகு பண்ணிண்டு இறக்கையக் கட்டிண்டு பறப்ப." அவர் கிண்டல் பண்ணிச் சிரிக்க சந்தியா முகம் சிவந்தாள்

"போங்கோப்பா" என்றாள்.

"நா எங்க போறது? நீதான் புக்காத்துக்கு போகணும்."

"என்ன பரமேஸ்வரன்... பொண்ணைப் பிரிய மனசில்லையா?"

மாமனாரின் குரல் கேட்டதும் வாரிச்சுருட்டிக் கொண்டு எழுந்தாள் சந்தியா. அடுத்த அரைமணியில் டெம்போவில் சாமான் ஏற்றப்பட்டது. பின்னால் சென்ற காரிலிருந்து அழுது சிவந்த முகத்தோடு கையசைத்தாள் சந்தியா.

சத்திரம் காலி செய்து, மிச்சம் மீதி கணக்கு தீர்த்தார்கள். எல்லாம் பத்மாவின் பணம். அவள் செய்திருக்கும் உதவிக்கு எத்தனை ஜென்மம் கடன்பட வேண்டுமோ! கல்யாணம் முடிந்து பத்துநாள் கழித்து அலுவலகம் அவரது கணக்கு தீர்த்து செக் அனுப்பியிருந்தது. செக்கைப் பார்த்ததும் அப்பாடா என்றிருந்தது. சந்தியா கொடுத்திருந்த பணத்தைத் திருப்பிக் கொடுக்க வேண்டும். அதுபோக மீறும் பணம் அரவிந்தனுக்குத்தான். அவன் சுயதொழிலுக்கு அந்தப் பணம் உதவும்.

மறுநாளே செக்கை தன் வங்கிக் கணக்கில் போட்டுவிட்டு வந்தார். நாலு நாள் கழித்துப் பணம் எடுத்து வந்தார். பத்மா கொடுத்த தொகையை எண்ணி பீரோவில் தனியாக வைத்தார். அரவிந்தனுக்கு கொடுப்பதற்காக இருபதாயிரம் ரூபாய் தனியே எடுத்து வைத்தார். ரூபாயைக் கொடுத்த பிறகு பிள்ளையின் முகம் மலர்வதைக் காண விரும்பினார். வெளியில் எங்கோ போன அரவிந்தனைக் காணவில்லை.

ரங்கம் சாப்பாட்டுக்குப் பிறகு அடுக்களை வாசற்படியில் சற்று தலை சாய்த்திருந்தாள். சந்தியா இல்லாத வீடு என்னமோ போல் தெரிந்தது. பெண் என்பவள் மகாலக்ஷ்மியைப் போன்றவள். வீட்டுக்கு அழகு பெண்தான். பெற்ற பெண் புகுந்த வீடு போய்விட்டால் அவள் பிறந்த வீடு மூளியாகிவிடுகிறது. அந்த வெற்றிடத்தை நிரப்ப மற்றொரு பெண்ணை மருமகளாகக் கொண்டு வர வேண்டும். இழந்த லக்ஷ்மிகரம் மறுபடியும் கிடைத்துவிடும்.

அரவிந்தனுக்கு கல்யாணம் செய்துவிட்டால் வீடு மறுபடியும் களைபெற்று விடும். அவனுக்குக் குழந்தைகள் பிறந்தால்

இன்னும் குதூகலம் கூடும். கல்யாணம் செய்வதற்குரிய யோக்யதையை முதலில் அவனுக்கு அளிக்க வேண்டியது அவர் கடமை. சம்பாத்யமில்லாத ஆணை எந்தப் பெண்ணும் மதிக்க மாட்டாள். மனைவியால் மதிக்கப்படாதவன் வாழ்வு நரகமாகிவிடும் அரவிந்தனுக்கு அந்த நிலை ஏற்படாது. அவர் கை கொடுப்பார்.

பரமேஸ்வரன் அரவிந்தனுக்காகக் காத்திருந்தார். பிற்பகல் மூன்று மணிக்குதான் வந்தான் அரவிந்தன். அவன் முகத்தில் உற்சாகம் தெரிந்தது.

"வாடா அரவிந்தா! உனக்காகத்தான் காத்துண்ட்ருக்கேன். எங்க போய்ட்ட நீ?"

"எதுக்குப்பா?"

"உன் ஸ்நாக் பார் விஷயமாதான். உனக்கு பணம் எடுத்து வெச்சிருக்கேன். நீ உடனே ஆக வேண்டியதைப் பார்."

அரவிந்தன் அவர் காலடியில் வந்து அமர்ந்தான்.

"எனக்கு இப்பொ ஸ்நாக் பார் ஐடியா இல்லப்பா"

"ஏன்டா...?"

"அதைவிட பெட்டரான ஒரு புரொஃபஷனை உங்க சிநேகிதி எனக்கு இன்னிக்கு அடையாளம் காட்டினா."

"என்ன புரொஃபஷன்?"

"எனக்கு மட்டுமில்லப்பா, நம்ம எல்லோருக்குமே அது வேலை கொடுக்கும்"

"நம்மன்னா...?"

"நான், நீங்க, அம்மா எல்லாரையும்தான் சொல்றேன்."

"புரியலையே"

"சந்தியாக்கு கல்யாணம் பண்ணின அனுபவம்! இனிமே கல்யாண காண்ட்ராக்டையே தொழிலா எடுத்துக்கோன்னு

பத்மா ஆண்ட்டி சொன்னா. யோசிச்சுப் பார்த்தேன். உண்மையிலேயே நல்ல தொழில்னு தோணித்து. நாலுபேர்க்கு உதவி செய்தாப்போலவும் ஆகும். நாமும் பொழைச்சாப் போலவும் ஆகும். சர்வீஸ் மைண்டோட செஞ்சா ரொம்ப உத்தமமான தொழில் இது, என்னப்பா சொல்றேள்?''

அவர் கண்மூடி யோசித்தார். உண்மைதான். சந்தியா கல்யாண அனுபவம் பல கல்யாணம் எடுத்து நடத்த உதவும்தான். எங்கே எந்த சாமான் மலிவாகக் கிடைக்கும் என்பதிலிருந்து பந்தி உபசாரம் வரை பல விஷயங்கள் இப்போது தண்ணீர் பட்டபாடுதான். நிறையப்பேர் இப்போது இதைச் செய்கிறார்கள். போட்டி இருந்தாலும் ஒருவரால் ஒருவருக்கு பிரச்சனை இருக்காது. கல்யாணங்களுக்கா பஞ்சம்! மெல்ல மெல்ல அவர் முகம் ஒரு முடிவுக்கு வந்தது. அரவிந்தனைப் பார்த்தார். ''இதுல உங்கம்மாக்கு என்னடா வேலை?''

''பட்சணம்தான், வேறென்ன? இன்னும் ரெண்டு மூணு பேரை வேலைக்கு வெச்சுண்டு, நாம் காண்ட்ராக்ட் எடுக்கற கல்யாணத்துக்கு அம்மாவால சீர் பட்சணம் பண்ண முடியாது?''

''ஏன் முடியாது? பேஷா முடியும்!''

தூக்கம் கலைந்து எழுந்து ரங்கமே உற்சாகமாக பதில் சொன்னாள்.

''யப்பா... அம்மாக்கு என்ன உற்சாகம், பாருங்கோப்பா.''

''அதுசரி, சும்மா இருக்க யாருக்குத்தான் பிடிக்கும்?''

''பேப்பர்ல ஒரு விளம்பரம் கொடுத்துடலாம்ப்பா. முதல்ல நாளைக்கே போய் கொடுத்துட்டு வரேன்.''

''அப்டியே செய்'' அப்பா அனுமதி கொடுத்து விட்டார்.

அடுத்த ஞாயிறன்று ஹிந்துவிலும். தினத்தந்தியிலும் எக்ஸ்பிரஸ்ஸிலும் கட்டம் போட்டு விளம்பரம் வந்திருந்தது.

முழு விலாசத்தோடு விளம்பரம் வந்த ஒன்பதாம் நாள் பரமேஸ்வரனைத் தேடி ஒரு மனிதர் வீடு வந்தார்.

"என் பொண்ணுக்கு தை மாசம் கல்யாணம் பண்றேன். காண்ட்ராக்டை உங்ககிட்டதான் விடப் போறேன். நான் மெட்ராஸ் பக்கம்தான். ஆனால் ரொம்ப நாள் இங்கே இல்லாமல் இருந்தேன். இப்போதுதான் வந்திருக்கிறேன். என் பெண் கல்யாணத்தை நீங்கள்தான் நல்லபடியாக நடத்திக் கொடுக்க வேண்டும். இதில் பதினைந்தாயிரம் ரூபாய் அட்வான்ஸ் இருக்கிறது. மீதியை கணக்குப் போட்டுச் சொன்னால் கல்யாணத்தன்று கொடுத்து விடுவேன். பணத்தைப் பற்றி கவலைப்பட வேண்டாம். பட்சணத்திலிருந்து. மாலை வரை உசத்தியாகவே இருக்கட்டும்."

பரமேஸ்வரன் திகைப்பும் மகிழ்ச்சியும் அடைந்தார். இந்த நேரம் பார்த்து அரவிந்தன் வீட்டில் இல்லை. அந்த மனிதர் எழுந்து கொண்டார்.

"இருங்கோ. காப்பி சாப்பிட்டுட்டு போகலாம்" என்றவர் உட்புறம் திரும்பி ரங்கம் என்று குரல் கொடுத்தார்.

"நீங்க கவலையே பட வேண்டாம். எங்காத்து கல்யாணம் மாதிரி ஜாம் ஜாம்னு நடத்திடுவோம்."

"அதுக்கில்ல... எனக்கு இந்த சம்பந்தி உபசாரம் பண்றது... அதெல்லாம் தெரியாது. சாஸ்திரம் சம்பிரதாயமும் தெரியாது. ஆத்துல பொண்டுகளும் கிடையாது. பிள்ளையாத்துலதான் அதிகம் பேர் வருவா."

"அதுக்கென்ன? உங்க சம்பந்தி மனுஷாளை எப்டியெல்லாம் சம்பிரதாயப்படி உபசாரம் பண்ணணுமோ அப்டி நாங்களே பண்ணிடறோம். அதுசரி பிள்ளையாத்துக்காரா எந்தப் பக்கம்...?"

"தஞ்சாவூர் பக்கம். கல்யாணமும் தஞ்சாவூர்தான். நீங்க ஒரு வாரம் முந்தியே வந்துடணும். அங்க உங்களுக்கு தங்க,

பட்சணம் பண்ண வீடு கொடுத்துடறோம். பிள்ளையாத்துக்காரா பெங்களூர்ல இருக்கா. ஜானவாசத் தன்னிக்குதான் காலம்பற வண்டில வந்து இறங்குவா. ஒரு குத்தம் குறையும் சொல்லாம எல்லாம் நடக்கணும். மறுபடியும் சொல்றேன். எங்கிட்ட பணம் நிறைய இருக்கு. மனுஷாளுக்குதான் பஞ்சம்.''

''நாந்தான் சொல்லிட்டேனே. நீங்க எதுக்கும் கவலைப்படாம போய்ட்டு வாங்கோ. கல்யாணம் ஜாம் ஜாம்னு நடக்கும்.''

ரங்கம் கொடுத்த காப்பியைக் குடித்துவிட்டு அவர் புறப்பட்டார்.

அன்று மாலை பத்மாவைப் பார்த்து பணத்தைக் கொடுத்துவிட்டு வந்தார்.

''எதுக்கு பரமு?''

''உன் உதவிக்கு நன்றி, பத்மா'' என்றவர் முதல் அட்வான்ஸ் வாங்கியதைப் பற்றிச் சொன்னதும் பத்மா முகம் மலர்ந்தாள்.

''நான் வீடு பத்தி சொன்னேன் இல்ல பரமு? இப்ப எனக்கொரு ஐடியா தோணறது. பேசாம அதை உனக்கு ஆபீஸாவும் ப்ளஸ் ரங்கம் பட்சணம் பண்ணவும் உபயோகிச்சுக்கலாமே. ப்ளீஸ், மாட்டேன்னு சொல்லிடாதே. உன் சர்வீஸ்ல இது என்னோட பங்கு.''

அவர் சிரித்தார், ''சரி'' என்றார். ''சமயத்துல பிள்ளையாத்துக்காராளையும் தங்கவைக்கலாம்'' என்றார்.

————

27

"நாம நடத்தப்போற முதல் கல்யாணம்ப்பா. யாரும் ஒரு குறை சொல்லாம ஜமாய்ச்சுட்டா தொடர்ந்து நமக்கு நிறைய காண்ட்ராக்ட் கிடைக்க வாய்ப்பிருக்கு"

அரவிந்தன் சந்தோஷமாகச் சொன்னான்.

பரமேஸ்வரன் பீரோ திறந்து சந்தியாவின் கல்யாணச் செலவு கணக்குகள், பட்சண சாமான்கள் லிஸ்ட், மளிகை லிஸ்ட், காய்கறி லிஸ்ட் எல்லாம் எழுதி வைத்திருந்த எண்பது பக்க நோட்டுப் புத்தகத்தை எடுத்தார். அதையும் காண்ட்ராக்ட் கொடுத்தவர் சொன்ன விவரங்களையும் வைத்துக் கொண்டு புதுசாய் ஒரு லிஸ்ட் தயார் செய்தார். தஞ்சாவூரில் இருக்கும் உறவுப் பெண் ஒருத்திக்கு பணம் அனுப்பி நல்ல அரிசியாக இரண்டு மூட்டை அரிசி புதுசாக இருந்தாலும் வாங்கி வைக்கச் சொன்னார். தை மாதத்திற்குள் பழகப் பழக சாதம் பொல பொலவென்று மல்லிகைப்பூவாய் இருக்கும். இப்படிப் பல முன்னேற்பாடுகளைச் செய்து கொண்டார்.

ரங்கம் பட்சண வகையறாக்களுக்கு சாமான் லிஸ்ட் போட்டுக் கொடுத்தாள். அதற்குத்

தேவையான அரிசி உளுந்தையும் முன்கூட்டியே வாங்கி வைத்தார். பட்சணத்தை சென்னையிலேயே தயார் செய்து பத்திரமாக பாக்கிங் செய்து மற்ற சீர் சாமான்கள் செல்லும் வேனிலேயே நொறுங்கி விடாதபடி பாதுகாப்பாகக் கொண்டு சென்றுவிடுவது என்று திட்டம் போட்டார்கள்.

நடுவில் அரவிந்தன் ஒருமுறை தஞ்சாவூர் சென்று, பூவுக்கும் மாலைக்கும், காய்கறிக்கும் நம்பிக்கையான இடத்தில் லிஸ்ட் கொடுத்து அட்வான்சும் கொடுத்துவிட்டு வந்தான். மளிகை சாமான் மட்டும் ஒரு வாரம் முன்பு வாங்கிக் கொண்டால் போதும் என்றிருந்தார் பரமேஸ்வரன்.

தஞ்சாவூருக்குப் புறப்படுவதற்கு இரு தினம் முன்பு சந்தியா தன் புருஷனோடு பிறந்தவீடு வந்தாள். ரங்கம் வாயெல்லாம் பல்லாகப் பெண்ணையும் மாப்பிள்ளையையும் அழைத்தாள். மாப்பிள்ளைக்கு ராஜ உபசாரம் நடந்தது.

"எப்படியிருக்க சந்தியா?" அப்பா பெண்ணிடம் தனிமையில் கேட்டார்.

"நீங்க சொன்னாப்பல எல்லாரும் ரொம்ப நல்லவாப்பா. எங்கிட்ட எல்லாரும் ரொம்ப ஆசையார்க்கா. அன்பா நடத்தறா. இங்க இருக்காப் போலவேதான் தோண்றது எனக்கு."

"நீயும் அவாகிட்ட அன்பா நடந்துக்கணும் சந்தியா, அதுதான் முக்கியம்."

"நா உங்க பொண்ணுப்பா, கடசிவரை உங்க பேருக்கு பெருமை சேர்ப்பேன்."

"இன்னிக்கு இங்க இருப்பேளோன்னோ?"

"அது... இல்லப்பா.... ராத்திரி போய்டுவோம். நாத்தனார் நாளைக்கு ஊருக்குப் போறா."

பரமேஸ்வரன் பெண்ணை உற்றுப் பார்த்துச் சிரித்தார்.

“என்னப்பா சிரிக்கற?”

“நா சொல்லலை? கால்ல இறக்கையக் கட்டிண்டு வருவன்னு!”

சந்தியா வெட்கத்தோடு சிரித்தாள்.

“இப்டித்தான் இருக்கணும் சந்தியா. பொம்மனாட்டி தண்ணீர் மாதிரி இருக்கணும். எந்தப் பாத்திரத்துல இருக்கோமோ அந்தப் பாத்திரத்தோட வடிவம், நிறமா மாறிடணும். அதே நேரம் சுயதன்மையும் இழக்காம இருக்கணும். பொம்மனாட்டியோட வாழ்க்கையும் அப்படித்தான். அஞ்சுலேர்ந்து பத்துவரை பயந்தெரியாம ஓடற காட்டாறு மாதிரி. பத்துலேர்ந்து பதினஞ்சுவரை பொங்கிப் பிரவாகமா கொட்டற மலையருவி. பதினஞ்சுலேர்ந்து இருபதுவரை ஒய்யாரமா நடைபோடற அழகான நதி. அதுக்கப்பறம் கல்யாணம்ங்கற கடல்ல கலந்து தன்னை இழக்கற நிலை. உற்பத்தி ஆறதுலேர்ந்து கடல்ல கலக்கற வரை, நதி போற இடமெல்லாம் செழிப்புதான். பொம்மனாட்டி வாழ்க்கையும் அப்படித்தான். பொறந்ததுலேர்ந்து இறுதிவரை பிறத்தியார் சுகத்துக்காகவும் வளத்துக்காகவுமே வாழறவ அவ. அதனாலதான் நதியைக் கூட பெண்ணா நினைக்கறோம். கங்காதேவி, காவேரித்தாய்ன்னு தெய்வமா வழிபடறோம்.”

சந்தியா அம்மாவை பிரமிப்போடு பார்த்தாள்.

அன்றிரவு அவர்கள் புறப்படும்போது வேட்டியும், புடவையும் வைத்துக் கொடுத்தனர்.

அடுத்த நாள் பட்சணங்களை பாக் செய்தான் அரவிந்தன். ஒவ்வொரு முறுக்கையும் தனித்தனி பாலிதின் கவர்களில் போட்டு பின் பண்ணி பெரிய பெரிய டிரம்களில் அடுக்கினான். அன்று மாலை தஞ்சாவூருக்குப் புறப்பட்ட வேனில் அவற்றை ஏற்றிவிட்டுத் தானும் வேனிலேயே தஞ்சாவூர் போனான். இரண்டு நாள் கழித்து பரமேஸ்வரன்

வந்து சேர்ந்தார். அதற்குள் அரவிந்தன் மளிகை சாமான்கள் வாங்கிப் போட்டிருந்தான்.

ஜானவாசத்திற்கு முன்தினம் மாலை பெண் வீட்டினர் பத்தே பத்து பேர் வந்து சேர்ந்தார்கள். பெண் கண்ணிலேயே படவில்லை. அறைக்குள்ளேயே அவளுக்கு டிபனும் காப்பியும் சென்றது. அரவிந்தனும் பரமேஸ்வரனும் பம்பரமாய்ச் சுற்றினார்கள். ஏற்பாடு செய்திருந்த சமையல்காரர்கள் சுறுசுறுப்பாய் வேலை செய்ய பரமேஸ்வரன் அடிக்கடி வந்து மேற்பார்வையிட்டார். தேவையான சாமான்களை எடுத்துக் கொடுத்து, உடனுக்குடன் கணக்கெழுதி வைத்தார்.

"நாளைக்கு ஸ்டேஷனுக்கு யார் காப்பி கொண்டு போகப் போறது?" சமையல்காரர் கேட்டார்.

"ஓ... ஸ்டேஷனுக்கே காப்பி கொண்டு போய் கொடுக்கறதுதான் இந்தூர் வழக்கமா?" அரவிந்தன் வியப்போடு கேட்டான்.

பெண்ணைப் பெற்ற மனிதர் பரபரப்பாய் வந்தார் "ஒரு தப்பு பண்ணிட்டேன் பரமேஸ்வரய்யர்! ஃபஸ்ட் கிளாஸ் புக் பண்றேன்னு சொல்லியிருந்தேன். கடசி நேரத்துல ஃபஸ்ட் கிளாஸ் கிடைக்கல. த்ரீ டயர்தான் கிடைச்சுது. பெங்களுர்லேர்ந்து சம்பந்தி ரொம்ப கோபமா பேசினார். பெரிசா எடுத்துக்க மாட்டார்னு நினைச்சேன். பட் ரொம்ப படபடன்னு பேசிட்டார். எனக்கு வயத்தை கலக்கறது, கல்யாணத்துல ஏதானம் கலாட்டா பண்ணுவாரோன்னு."

அடர்ந்த தாடிக்குள் கலங்கின முகத்தோடு பேசின பெண்ணின் தந்தையை இதற்குமுன் எங்கோ பார்த்திருப்பதாகத் தோன்றியது. ஆனால் சட்டென்று நினைவுக்கு வரவில்லை.

"இவ்ளோதானே! நீங்க கவலைப்படாம போய் தூங்குங்கோ. காலம்பற உங்க சம்பந்திய சிரிச்ச முகமா கூட்டிண்டு வரவேண்டியது என்னோட பொறுப்பு" பரமேஸ்வரன் அவருக்கு தைரியம் சொல்லி அனுப்பினார்.

அன்றிரவு நல்ல பெரிய டூத் பேஸ்ட்டும், புது பல் தேய்க்கும் பிரஷ்களும் நிறையவே வாங்கினார். விடியும்போது முதல் டிகாக்ஷன் இறக்கி நுரை பொங்க காப்பி கலக்கச் சொல்லி சுடச்சுட ஒரு எவர்சில்வர் டிரம்மில் நிரப்பி, சைக்கிளில் ஒரு கரியடுப்பில் மெல்ல கனன்று எரியும் நெருப்புத் துண்டங்கள் மீது டிரம்மை வைத்து சைக்கிளில் கட்டினார். அரவிந்தனை தள்ளிக்கொண்டு வரச்சொன்னார். ஸ்டேஷனுக்குப் போனார் வண்டிக்காகக் காத்திருந்தார்கள்.

"எதுக்குப்பா பேஸ்ட்...?"

"அந்தக்காலத்துல சின்னச் சின்னப் பொட்டலமா பற்பொடி கட்டி எடுத்துண்டு போய் வண்டிலேர்ந்து இறங்கறவாளுக்கு கொடுத்து தேய்க்கச் சொல்லுவா. இப்போ பேஸ்ட்! அவ்ளோதான்!"

ரொம்ப அதிசயமாக வண்டி சரியான நேரத்திற்கு வந்து நின்றது. சுலபமாய் பிள்ளை வீட்டுக்காரர்களைக் கண்டுபிடித்து விட்டனர்.

"நமஸ்காரம்" வயதான மனிதரிடம் கைகூப்பினார் பரமேஸ்வரன். அவர்தான் பிள்ளையின் தகப்பனார் என்று எவரும் சொல்லாமலேயே தெரிந்தது.

"நீங்க..."

"உங்களை வரவேற்கத்தான் வந்திருக்கோம். பொண்ணுக்கு சொந்தக்காரா."

"பொண்ணோட தோப்பனார் வரலையா...?"

"அவர் உங்களை வரவேற்க சத்திரத்துல ஏற்பாடுகளோட காத்துண்டுருக்கார். அதான் நாங்க வந்தோம். இந்தாங்கோ"

"என்ன இது...?"

"பிரஷ்... எல்லாரும் மொதல்ல பல் தேய்ங்கோ. சுடச்சுட காப்பி கொண்டு வந்திருக்கேன். அலுப்பு தீர சூடா குடிச்சுட்டு

புறப்படலாம்.'' ஆளுக்கொரு பிரஷ்ஷில் பேஸ்ட் பிதுக்கி நீட்டினார்.

அவர்கள் மொத்தம் முப்பது பேர் இருப்பார்கள். பேஸ்ட் நிரப்பி நீட்டப்பட்ட புது பிரஷ்களைக் கண்டதும் அவர்கள் முகம் மலர்ந்தது. இந்த உபசாரம் அவர்களுக்குப் புதியது. சூட்கேஸ்களிலும் ஹாண்ட் பாகிலும் அடைபட்டுக் கிடக்கும் பிரஷ்ஷைத் தேடி எடுக்கமுடியாத நிலையிலும் பிரஷ்ஷே சிலர் கொண்டு வராத நிலையிலும், பவ்யமாக நீட்டப்பட்ட புது பிரஷ்ஷைக் கண்டதும் முகம் மலராமல் என்ன செய்யும்? மறுபேச்சு பேசாமல் அத்தனை பேரும் பிரஷ் வாங்கி பல் தேய்த்து ஸ்டேஷன் குழாயில் வாய் கொப்புளித்துத் துப்பினார்கள். அதற்குள் அரவிந்தன் காப்பியை டம்ளர்களில் நிரப்பி சர்க்கரை அளவு கேட்டு அவரவர்க்கு ஏற்ற அளவில் கலந்து சூடு ஆறிவிடாமல் ஆற்றி நுரை பொங்க நீட்டினான்.

"பேஷ் பேஷ்'' என்றார் பிள்ளையின் தகப்பனார். இரண்டாம் வகுப்பில் வந்த களைப்பு நிமிடத்தில் மறைய உள்ளே இருந்த கோபமும் காணாமல் போனது. ஸ்டேஷனுக்கே பிரஷ்ஷும், பேஸ்ட்டும் காப்பியும் அனுப்பிய சம்பந்தியை உள்ளுக்குள் பாராட்டினார். காப்பி குடித்ததும் பிரயாணக் களைப்பு தீர உற்சாகமாக மாறினார்கள். எல்லாருக்கும் ஆட்டோ பிடித்தான் அரவிந்தன்.

சத்திரத்தில் பிள்ளை வீட்டினர் வந்திறங்கியதும் கொட்டு மேளம் முழங்கியது. யாரோ மேலேயிருந்து கொஞ்சம் பூவை அள்ளிக் கொட்டி பன்னீரும் தெளித்தார்கள்.

பெண்ணின் தகப்பனார் சம்பந்தியின் கைப்பற்றி மரியாதையோடு வரவேற்றார். "எல்லார்க்கும் வெந்நீர் ரெடியார்க்கு. கொழந்தைகளுக்கும் பெரியவாளுக்கும் ஹார்லிக்சும் போர்ன்விடாவும் வாங்கி வெச்சிருக்கேன் உங்க ரூம்லயே வேணுங்கறப்போ அங்கயே கலந்துக்கலாம்.''

பிள்ளையைப் பெற்றவர் க்ளீன் போல்டானார். என்ன மரியாதை என்று உருகினார். அதற்குப் பிறகு கல்யாணம் முடியும்வரை வாயே திறக்கவில்லை. வெளியூரிலிருந்து வந்தது முப்பது பேர்தான் என்றாலும் உள்ளூரிலிருந்த மொத்த உறவுகளும் வந்ததும் கல்யாணம் களைகட்டியது. ஒரு குறை சொல்ல முடியாத அளவுக்கு நடந்தது.

"தாலி கட்டப் போறா, அரவிந்தா! மாங்கல்யதாரணமாவது பார்த்து அட்சதை போட்டுட்டு வருவோம் வா."

பரமேஸ்வரன் அவனைக் கூட்டிக் கொண்டு கல்யாண ஹாலுக்கு வந்தார். மடிசார் கட்டிக் கொண்டு எதிரில் வந்த கல்யாணப் பெண்ணைப் பார்த்ததும் அரவிந்தனுக்கு கால்கள் தடுமாறியது. உடம்பு தூக்கி வாரிப்போட்டது.

——————

28

அரவிந்தன் அவளையே பார்த்தான். மைதிலிதானா இது! சந்தேகமாக இருந்தது. கண்ணைக் கசக்கிக் கொண்டு மீண்டும் பார்த்தான். அவளேதாள். உத்யோகம் கிடைத்த பிறகு யாரை மணந்து கொள்ளவேண்டும் என்று நினைத்தானோ அதே மைதிலிதான். இன்னும் சற்று நேரத்தில் இன்னொருவன் மனைவியாகப் போகிறாள்.

"என்னடா அரவிந்தா, திகைச்சுப் போய் நின்னுட்ட!"

"அப்பா... மைதிலிப்பா..."

"எந்த மைதிலிடா...?" அரவிந்தன் மெல்லிய குரலில் சொன்னபோது அவரும் லேசாக அதிர்ந்தார். பிள்ளையை இரக்கத்தோடு பார்த்தார். கஷ்டம்தான். இந்த ஏமாற்றம் தாங்குவது கொஞ்சம் கஷ்டம்தான், ஆனால் இதில் பெண்ணின் மீது எந்தக் குற்றமும் இல்லை. இவன் விரும்பியது அவளுக்குத் தெரியுமா என்ன? கைநழுவாது, நிதானமாய்ப் போய் நிச்சயம் செய்யலாம் என்று இவன் நினைத்திருக்கிறான். ஆனால் தெய்வம் அவளை வேறு ஒருவருக்கல்லவா

முடிச்சிட்டிருக்கிறது! ஒருவன் மனைவியை இன்னொருவன் மணந்துவிட முடியுமா என்ன...?

"வருத்தமாடா அரவிந்தா?" பிள்ளையைத் தனியே கூட்டி வந்து கேட்டார்.

"இல்லப்பா ஷாக்! அந்த மனிதரை எங்கயோ பார்த்தோமேன்னு தோணித்து. ஆனா நினைவுக்கு வரல. அவரோட தத்துப் பெண்தான் இவ. நா சொல்லலை...? இப்பதான் அந்த முகம் பளிச்சுனு நினைவுக்கு வரது".

"பெறாத பெண்ணுக்கு மனுஷன் என்னமா கல்யாணம் பண்றார் பார்த்தயா? இதுக்கெல்லாம் எவ்ளோ பெரிய மனசு வேணும்! இத்தனைக்கும் இந்தப் பொண்ணோட அப்பாவாலதான் அவர் குடும்பமே நாசமாச்சு. பொண்டாட்டி ஓடிப் போனா. பெத்த தகப்பன் சரியில்லன்னாலும் அந்த பொண்ணுக்கு எப்பேர்ப்பட்ட வளர்ப்புத் தகப்பன் கிடைச்சிருக்கான்!" பரமேஸ்வரய்யர் வாய்விட்டுப் பாராட்டினார்.

"இதெல்லாம் தெரிஞ்சா மாதிரி காட்டிக்காதீங்கப்பா."

"ச்சேச்சே... உங்கிட்ட சொன்னேண்டா. அதுசரி, மைதிலி உன்னைப் பார்த்தாளா?"

"இல்ல"

"பத்திரிகை பார்த்தப்பொகூட சந்தேகம் வரலையா உனக்கு?!"

"நன்னார்க்கு, லோகத்துல இவ ஒருத்திக்குதான் அந்தப் பேரா? ஆனா பேர் பார்த்ததும் அவளை நினைச்சுண்டது நிஜம்."

"இனிமே நினைக்கப்படாதுடா அரவிந்தா. அவ இன்னோர்த்தன் சொத்து."

"நா அவ்ளோ அயோக்கியனாப்பா?"

"அப்டியில்லடா... வருத்தத்துலகூட நினைக்கப்படாதுன்னு சொன்னேன். வாழ்க்கைன்னா சந்தோஷம், துக்கம், மகிழ்ச்சி, ஏமாற்றம், கஷ்டம், நஷ்டம், லாபம் எல்லாம்தான் இருக்கும். எல்லாத்தையும் சமமா ஏத்துக்கற பக்குவத்துல நம்ம மனசைக் கொண்டு வந்து ஸ்திதப் பிரக்ஞனா இருக்கப் பழகிக்கணும்.

இருக்கறவரை பிறத்தியார்க்கு உபகாரியா இருக்கணும். நல்லது செய்ய முடியாட்டாலும் கெடுதல் செய்யாம வாழப் பழகிக்கணும். நமக்கு கிடைக்காத எதுவும் நம்பளோடது இல்லன்னு நினைச்சு மறந்துடணும். கிடைச்சதுல சந்தோஷப்படணும். நடக்கறது எல்லாம் நல்லதுக்குன்னே நினைக்கணும். மைதிலி அவனுக்கு மனைவியா போறதுலயும் நீ இன்னோருத்திக்கு புருஷனா ஆகறதுலயும் ஏதோ நல்லது மறைஞ்சிருக்கும் அதான். இப்டி நடக்கறது."

"என்ன ஆச்சர்யம் பார். நீ முதன் முதல்ல எடுக்கற கல்யாணக் காண்ட்ராக்டே அவளோடதுன்னா ரொம்ப ஆச்சர்யமால்ல இது? உன் மனசை திடப்படுத்திண்டா, அரவிந்தா, அது உன்னை ஸ்திதப் பிரக்ஞனா ஆக்கும். இன்னும் மனோபலத்தை கொடுக்கும்."

அப்பா பிள்ளைக்கு மற்றொரு பரந்தாமனாய் நின்று உபதேசித்தார். அரவிந்தனின் உடம்பு சிலிர்த்தது.

முகூர்த்தம் முடிந்தது. நாதஸ்வரம் உச்சஸ்தாயியில் ஒலித்தது. உள்ளே போய் மைதிலி மீது பூவும் அட்சதையும் போட்டான். எல்லார் முகத்திலும் சந்தோஷம் தெரிந்தது. எல்லாரும் கைகுலுக்கிக் கொண்டார்கள்.

"எல்லாரும் சந்தோஷமார்க்கா இல்ல? இதைப் பார்த்தா எனக்கும் சந்தோஷம் வரதுப்பா!"

"ஆமாண்டா அரவிந்தா! கல்யாணம்ங்கறது பின்ன எதுக்கு? ரெண்டு பேர் சந்தோஷமா வாழறதுக்குத்தானே? அதைப்பார்த்து மத்தவாளும் சந்தோஷப்படறதுக்குதானே...?

கல்யாணம் பின்னே எதுக்கு? சந்தோஷப்படத் தான்! சந்தோஷப்படுத்தத்தான்! இது தெரியாம அதை சில பேர் கண்ணீர் மேடையாக்கிடறா, என்ன செய்ய?''

''இனிமே நாம்ப எடுத்து நடத்தற எல்லா கல்யாணத்துலயும் இந்த சந்தோஷம் தான் நம்ம இலக்கா இருக்கணும்ப்பா. எந்தக் குறையும் இல்லாம நாம நடத்தணும். இதுக்கு சர்விஸ் மைண்டும் வேணும். பணம் சம்பாதிக்கறதோட கொஞ்சம் சேவை மனப்பான்மையும் இருந்தாதான் இந்த சந்தோஷம் பொங்கி வரும், பாற்கடல்ல அமிர்தம் மாதிரி''.

''சரியாச் சொன்னடா அரவிந்தா! சந்தோஷமா இருக்கணும் சந்தோஷப்பட வெக்கணும். இதுக்குத் தேவை அன்பு. அன்பால் ஆகாசத்தையே வளைக்கலாம்.''

''நிச்சயம் நாம வளைப்போம்ப்பா. எனக்கு இப்பொ ரொம்ப சந்தோஷமார்க்கு. புது சக்தி பிறந்துட்டாப்பல இருக்கு. புது ரத்தம் ஊர்றாப்போல இருக்கு. உன்னை நமஸ்காரம் பண்ணணும்போல இருக்குப்பா.''

அரவிந்தன் நெடுஞ்சாண்கிடையாக அவர் காலடியில் விழுந்து நமஸ்கரித்தான்.

முற்றும்

www.ingramcontent.com/pod-product-compliance
Lightning Source LLC
LaVergne TN
LVHW100244051026
849517LV00006B/1989